ലൈംഗികതയുടെ സാമൂഹ്യ നിർമ്മിതികൾ:
മനഃശാസ്ത്രം, സമ്പദ് വ്യവസ്ഥ, രാഷ്ട്രീയം

Book Title – LAIMGIGATHAYUDE SAMOOHYA NIRMITHIKAL : MANASHASTHRAM: SAMBATH VYVASTHA, RASHTREEYAM (ലൈംഗികതയുടെ സാമൂഹ്യ നിർമ്മിതികൾ : മനഃശാസ്ത്രം, സമ്പദ് വ്യവസ്ഥ, രാഷ്ട്രീയം)

Published by Notion Press

7, Red Cross Rd, Egmore, Chennai, Tamil Nadu 600008

Cover Design : Binny P. John

Academic correspondence and critical feedback may be addressed to the author at:

Email: boldrinmichael@gmail.com

ORCID:0009-0003-5873-3098

Published 2026.
Printed in India

Declaration on Originality, Methodology, and Use of AI Assistance

This chapter does not reproduce, translate, or paraphrase any specific passages from the cited works. The references are employed exclusively to acknowledge established theoretical frameworks, scholarly debates, and interpretive traditions that inform the present analysis. All arguments, conceptual linkages, narrative structure, and critical conclusions are independently developed by the author.

The mode of writing adopted in this chapter is interpretive–critical rather than descriptive or summary-based. Similarities at the level of ideas reflect engagement with shared academic discourses and do not constitute textual or structural borrowing.

AI assistance was used in a limited and transparent manner, primarily as a linguistic and structural support tool. The AI was employed to assist with language clarity, coherence, and organization, and to help refine the articulation of arguments already formulated by the author. No content was generated through direct copying, paraphrasing, or imitation of any published source via AI tools. All intellectual responsibility for the arguments, interpretations, and conclusions presented in this chapter rests solely with the author.

Accordingly, this chapter constitutes an original scholarly work, grounded in critical engagement with existing literature while maintaining full academic integrity and ethical compliance.

ആമുഖം

മനുഷ്യലൈംഗികതയെ (Human Sexuality) കുറിച്ചുള്ള സാമാന്യ ധാരണകളെ അവയുടെ അടിസ്ഥാനശിലകളിൽ നിന്ന് പുനഃപരിശോധിക്കേണ്ടതിന്റെ അനിവാര്യത മുന്നോട്ടുവെക്കുന്ന ഒരു ബൗദ്ധിക ക്ഷണമാണ് (Intellectual Invitation) ഈ ഗ്രന്ഥം. ലൈംഗികതയെ കേവലം ഒരു ഏകാംഗ അനുഭവമായി (Solitary Experience) ലഘൂകരിക്കുന്ന പരമ്പരാഗത സമീപനങ്ങളെ ഈ പഠനം പൂർണ്ണമായും നിരസിക്കുന്നു. പകരം, ജൈവശാസ്ത്രം (Biology), നാഡീപ്രവർത്തനം (Neurobiology), ഹോർമോണുകൾ (Hormones), മനശ്ശാസ്ത്രം (Psychology), സാമൂഹിക ഘടനകൾ (Social Structures), സാമ്പത്തിക ഘടകങ്ങൾ (Economic Factors), രാഷ്ട്രീയ അധികാരവ്യവസ്ഥകൾ (Political Power Dynamics) എന്നിവയുടെ സങ്കീർണ്ണമായ അന്തർക്രിയയിലൂടെ രൂപപ്പെടുന്ന ഒരു ബഹുസ്തര സമുച്ചയമായാണ് (Multilayered Assemblage) ലൈംഗികതയെ ഇവിടെ അവതരിപ്പിക്കുന്നത്.

ഈ പഠനത്തിന്റെ പ്രാരംഭഘട്ടം ലൈംഗികതയുടെ ജൈവ-നാഡീ-ഹോർമോൺ (Bio-neuro-hormonal) അടിസ്ഥാനങ്ങളെ സൂക്ഷ്മമായി രേഖപ്പെടുത്തുന്നു. മനുഷ്യന്റെ ആഗ്രഹം (Desire), ഉത്തേജനം (Arousal), ബന്ധം (Attachment), സംതൃപ്തി (Satisfaction) എന്നിവ ഒരു ഏകീകൃത കേന്ദ്രത്തിൽ നിന്നല്ല ഉത്ഭവിക്കുന്നത്; മറിച്ച് വിവിധ മസ്തിഷ്ക ഘടകങ്ങളും രാസസന്ദേശങ്ങളും (Chemical Signalling) ചേർന്നുള്ള ഒരു ഏകോപിത പ്രവർത്തനമാണെന്ന് ഇവിടെ സ്ഥാപിക്കപ്പെടുന്നു. അതോടൊപ്പം തന്നെ, ലൈംഗികതയെ 'സാധാരണ' (Normalcy) എന്ന ഏകശിലാത്മക മാതൃകയിൽ ഒതുക്കാനുള്ള ബോധപൂർവ്വമായ ശ്രമങ്ങളെ ഈ ഗ്രന്ഥം കർശനമായി വിമർശിക്കുന്നു. മനുഷ്യാനുഭവത്തിന്റെ അവിഭാജ്യവും സ്വാഭാവികവുമായ ഘടകമായ ലൈംഗിക വൈവിധ്യത്തെ (Sexual Diversity) ശാസ്ത്രീയമായും മനശ്ശാസ്ത്രപരമായും ഈ കൃതി അടിവരയിടുന്നു.

തുടർന്നുള്ള വിശകലനങ്ങളിൽ, കേവല ശരീരപ്രവർത്തനമായ ലൈംഗികതയും മനസ്സിന്റെ സങ്കൽപാത്മക ഘടനയായ എറോട്ടിസവും (Eroticism) തമ്മിലുള്ള മൗലികമായ വ്യത്യാസം ഈ പഠനം അനാവരണം ചെയ്യുന്നു. ആകർഷണം (Attraction), പ്രണയം (Romantic Love), വ്യക്തിത്വബന്ധങ്ങൾ (Interpersonal Relationships), ബൗദ്ധിക ആകർഷണം (Intellectual Attraction) എന്നിവയുടെ വ്യത്യസ്ത തലങ്ങളെ വേർതിരിച്ച് കാണിക്കുന്നതിലൂടെ, ബന്ധങ്ങളുടെ ദൂരവ്യാപകമായ ഗുണനിലവാരം നിശ്ചയിക്കുന്നത് കേവലമായ ശാരീരിക ആകർഷണമല്ലെന്ന് ഈ ഗ്രന്ഥം വാദിക്കുന്നു. മനുഷ്യബന്ധങ്ങ ളെക്കുറിച്ചുള്ള ലളിതവൽക്കരിക്കപ്പെട്ട നിഗമനങ്ങളെ ചോദ്യം ചെയ്യുന്ന ആഴത്തിലുള്ള ഒരു ചിന്താവേദിയാണ് ഇവിടെ ഒരുങ്ങുന്നത്.

ഈ ഗ്രന്ഥത്തിന്റെ പ്രധാന സവിശേഷത, വ്യക്തിയുടെ ആന്തരികാനുഭവങ്ങളിൽ (Internal Experiences) നിന്ന് സമൂഹത്തിന്റെ നിയന്ത്രണ സംവിധാനങ്ങളിലേക്കുള്ള (Control Structures) അതിന്റെ വിപുലമായ അന്വേഷണ യാത്രയാണ്. അസൂയ (Jealousy), ഉടമസ്ഥതാബോധം (Possessiveness), ലൈംഗിക ഡബിൾ-ബൈൻഡുകൾ (Sexual Double-binds) തുടങ്ങിയ മനഃശാസ്ത്ര ഘടകങ്ങൾ എങ്ങനെ നൈതിക ഭാഷയിലേക്കും (Ethical Language) നിയമവ്യവസ്ഥകളിലേക്കും പരിണമിക്കുന്നു എന്ന് ഈ പഠനം വിശദീകരിക്കുന്നു. ലജ്ജ (Shame), കുറ്റബോധം (Guilt), മതം, കുടുംബം, വിപണി (Market), മൗനം (Silence) എന്നിവയുടെ സംയോജിത സംവിധാനങ്ങളിലൂടെയാണ് ലൈംഗികത നിയന്ത്രിക്കപ്പെടുന്നത് എന്ന വസ്തുത ഇവിടെ തെളിവുകൾ സഹിതം സമർത്ഥിക്കുന്നു.

ശരീരം, സൗന്ദര്യം, പുരുഷ നോട്ടം (Male Gaze), സാമൂഹിക ലേബലിംഗ് (Social Labeling), ലൈംഗിക ശ്രേണീകരണം (Sexual Stratification), വിവാഹം (Arranged Marriage), സമ്മതം (Consent), ലൈംഗിക തൊഴിൽ (Sex Work) തുടങ്ങിയവയെല്ലാം ഒരേ വിശകലന ചട്ടക്കൂടിൽ (Analytical Framework) ഉൾപ്പെടുത്തി ലൈംഗികതയുടെ ഒരു സമഗ്ര സാമൂഹിക-രാഷ്ട്രീയ ഭൂപടം

(Socio-political Mapping) ഈ ഗ്രന്ഥം നിർമ്മിക്കുന്നു. വ്യക്തിയുടെ ഏറ്റവും സ്വകാര്യമായ അനുഭവങ്ങൾ പോലും ബൃഹത്തായ പൊതുസംവിധാനങ്ങളുടെ സ്വാധീനവലയത്തിലാണെന്ന് ഇത് വ്യക്തമാക്കുന്നു.

വായനക്കാരെ മുൻകൂട്ടി നിശ്ചയിച്ച ഒരു നിർണ്ണയത്തിലേക്ക് (Determination) എത്തിക്കുക എന്നതല്ല ഈ പ്രബന്ധത്തിന്റെ ലക്ഷ്യം. മറിച്ച്, ലൈംഗികതയെക്കുറിച്ചുള്ള ചിന്തകളിൽ വ്യക്തതയും വിമർശനാത്മകമായ അവബോധവും (Critical Awareness) സൃഷ്ടിക്കുക എന്നതാണ്. 'ലൈംഗികത എന്താണ്?' എന്ന ചോദ്യത്തിന് ലളിതമായ ഏകപദ ഉത്തരങ്ങളില്ല. എന്നാൽ അത് എങ്ങനെ രൂപപ്പെടുന്നു (Construction), എങ്ങനെ നിയന്ത്രിക്കപ്പെടുന്നു (Regulation), എങ്ങനെ അനുഭവിക്കപ്പെടുന്നു (Experience) എന്നതിനെക്കുറിച്ച് ഒരു സമഗ്രബോധം നിർമ്മിക്കാൻ ഈ ഗ്രന്ഥം കരുത്തുറ്റ ബൗദ്ധിക അടിത്തറ പാകുന്നു. വിവരണാത്മകമായ ഒരു പഠനം എന്നതിലുപരി, മനുഷ്യശരീരത്തെയും ആഗ്രഹങ്ങളെയും സമൂഹത്തെയും കുറിച്ചുള്ള ആഴത്തിലുള്ള ഒരു വിമർശനാത്മക അന്വേഷണമാണിത്

തൃശ്ശൂർ

18/03/2026

ഉള്ളടക്കം

അധ്യായം 1

ലൈംഗികതയുടെ ജൈവ ലബോറട്ടറി

മനുഷ്യസമൂഹങ്ങൾ ചരിത്രപരമായി ലൈംഗികതയെ സമീപിച്ച രീതികൾ പരിശോധിക്കുമ്പോൾ, അത് ഒരു ജൈവപ്രക്രിയയായി മനസ്സിലാക്കുന്നതിലുപരി ഒരു ധാർമിക പ്രശ്നമായി വ്യാഖ്യാനിക്കപ്പെട്ടതാണെന്ന് വ്യക്തമായി കാണാം. ശുദ്ധിയും അശുദ്ധിയും (purity–impurity), നിയന്ത്രണവും ലംഘനവും (control–transgression), അനുമതിയും നിരോധനവും (permission–prohibition) എന്നീ ദ്വന്ദങ്ങ(binary)ളിലൂടെയാണ് ലൈംഗികത സാമൂഹികമായി അർത്ഥവത്താക്കപ്പെട്ടത്. എന്നാൽ ഈ ധാർമിക ഭാഷാവ്യവസ്ഥകൾ മനുഷ്യശരീരത്തിനുള്ളിൽ ലൈംഗികത യാഥാർത്ഥ്യത്തിൽ എങ്ങിനെയാണ് പ്രവർത്തിക്കുന്നത് എന്നതിനെ വിശദീകരിക്കുന്നില്ല. ആധുനിക നാഡീശാസ്ത്രവും (neuroscience) ഹോർമോൺശാസ്ത്രവും (endocrinology) വ്യക്തമാക്കുന്നത്, സാമൂഹിക മൂല്യങ്ങൾ ചുമത്തപ്പെടുന്നതിന് വളരെ മുൻപേ തന്നെ ലൈംഗികത മനുഷ്യശരീരത്തിനുള്ളിൽ പ്രവർത്തിച്ചിരുന്ന ഒരു നിയന്ത്രിത ജൈവ–നാഡീ സംവിധാനമായിരുന്നു എന്നതാണ്[1].

ലൈംഗിക ആഗ്രഹം (sexual desire), ഉത്തേജനം (arousal), ബന്ധം (bonding), സംതൃപ്തി (satiety), വിരക്തി (aversion) എന്നീ അനുഭവങ്ങൾ ഒരേ കേന്ദ്രത്തിൽ നിന്നു ഉദ്ഭവിക്കുന്നില്ല. അവ ഓരോന്നും വ്യത്യസ്ത നാഡീപാതകളിലും (neural pathways) ഹോർമോണൽ പ്രവർത്തനങ്ങളിലുമാണ് ഉരുത്തിരിയുന്നത്. അതിനാൽ ലൈംഗികതയെ വെറും "ആഗ്രഹം" അല്ലെങ്കിൽ "സ്വഭാവവൃത്തി" എന്നൊതുക്കുന്നത് ശാസ്ത്രീയമായി അപര്യാപ്തമാണ്. ശരീരത്തിനുള്ളിൽ പ്രവർത്തിക്കുന്ന ഒരു നിയന്ത്രിത ജൈവപ്രക്രിയയാണ് ലൈംഗികത; അതിന്മേൽ സമൂഹങ്ങൾ പിന്നീട് ധാർമിക അർത്ഥങ്ങളും (moral meanings) സാമൂഹിക നിയമങ്ങളും ചാർത്തുന്നു[2].

ഇതുകൊണ്ടാണ് ലൈംഗികതയെക്കുറിച്ചുള്ള ആധുനിക സംവാദങ്ങൾ പലപ്പോഴും രണ്ടറ്റങ്ങളിലേക്ക് വീഴുന്നത്. ഒരുവശത്ത്, ലൈംഗികതയെ ശുദ്ധമായ മൃഗീയ പ്രേരണ (animal impulse)യായി തള്ളിക്കളയുന്നു. മറുവശത്ത്, അത് പൂർണമായും സാംസ്കാരിക നിർമ്മിതിയാണെന്ന് (cultural construction) വാദിക്കുന്നു. എന്നാൽ നാഡീശാസ്ത്രവും പരിണാമശാസ്ത്രവും (evolutionary biology) ഈ രണ്ട് നിലപാടുകളും അപൂർണ്ണമാണെന്ന് വ്യക്തമാക്കുന്നു[3]. ലൈംഗികത ശുദ്ധമായ സ്വഭാവവൃത്തിയോ ശുദ്ധമായ സംസ്കാരനിർമ്മിതിയോ അല്ല; മറിച്ച് ജൈവമായി നിയന്ത്രിക്കപ്പെടുകയും സാമൂഹികമായി സ്ഥിരത കൈവരിക്കുകയും ചെയ്യുന്ന ഒരു സംവിധാനമാണ്.

ലൈംഗികതയെ നിയന്ത്രിക്കേണ്ടതിന്റെ ആവശ്യകത അതിന്റെ ജൈവ അപകടസാധ്യതയിൽ (biological risk potential) നിന്നാണ് ഉദ്ഭവിക്കുന്നത്. പരിണാമ ഗവേഷണങ്ങൾ കാണിക്കുന്നത്, നിയന്ത്രണമില്ലാത്ത ലൈംഗിക പെരുമാറ്റം സാമൂഹികസ്ഥിരതയ്ക്ക് ഭീഷണിയാകുന്നു എന്നതാണ്[4]. വിഭവങ്ങ ളുടെ അസ്ഥിരത (resource instability), കുടുംബഘടനയുടെ തകർച്ച (family structure breakdown), കുട്ടികളുടെ സംരക്ഷ ണത്തിലെ പരാജയം (failure of child care), സാമൂഹിക സംഘർഷങ്ങൾ (social conflict) എന്നിവ

നിയന്ത്രണമില്ലാത്ത ലൈംഗികതയുടെ പ്രവചനയോഗ്യമായ ഫലങ്ങളാണ്. അതിനാൽ മനുഷ്യശരീരം തന്നെ ലൈംഗികതയ്ക്ക് പൂർണ്ണ സ്വാതന്ത്ര്യം അനുവദിക്കുന്നില്ല. സ്വയംനിയന്ത്രണ സംവിധാ നങ്ങൾ (self-regulatory mechanisms) ജീവശാസ്ത്രത്തിൽ തന്നെ ഉൾക്കൊള്ളപ്പെട്ടിട്ടുണ്ട്.

ഇവിടെ ഒരു സത്യം പലപ്പോഴും അവഗണിക്കപ്പെടുന്നു. മതവും നിയമവും സംസ്കാരവും ലൈംഗികതയെ നിയന്ത്രിക്കുന്നതിന് മുൻപേ തന്നെ ജീവശാസ്ത്രം ലൈംഗികതയെ നിയന്ത്രിച്ചിരുന്നു. സാമൂഹിക സ്ഥാപനങ്ങൾ ലൈംഗികനിയന്ത്രണം കണ്ടുപിടിച്ചതല്ല; ശരീരത്തിനുള്ളിൽ ഇതിനകം നിലനിന്നിരുന്ന ജൈവപരിധികളെ (biological constraints) അവ ഔപചാരി കമാക്കുകയായിരുന്നു[5].

ലൈംഗികത ഒരു ഒറ്റ നാഡീകേന്ദ്രത്തിൽ നിന്നുള്ള പ്രവർത്തനമല്ല. അത് ലിംബിക് സംവിധാനം (limbic system), ഹൈപോത്താലാമസ് (hypothalamus), പ്രീഫ്രണ്ടൽ കോർട്ടെക്സ് (prefrontal cortex) എന്നിവ തമ്മിലുള്ള തുടർച്ചയായ ഇടപെടലിൽ പ്രവർത്തിക്കുന്ന ഒരു വിതരണംചെയ്യപ്പെട്ട ജൈവ–നാഡീ ശൃംഖലയാണ് (distributed bio-neural network)[6]. ഈ ഘടകങ്ങൾ തമ്മിലുള്ള സഹകരണവും സംഘർഷവുമാണ് ലൈംഗിക പെരുമാറ്റത്തിന്റെ സ്വഭാവം രൂപപ്പെടുത്തുന്നത്.

ലിംബിക് സംവിധാനം ലൈംഗിക ആകർഷണത്തിന്റെ ആദിമ കേന്ദ്രമാണ്. അമിഗ്ഡാല (amygdala), ഹിപ്പോകാമ്പസ് (hippocampus), ന്യൂക്ലിയസ് അക്കുംബൻസ് (nucleus accumbens) എന്നിവ ചേർന്ന ഈ സംവിധാനം വികാരങ്ങളുടെയും പ്രാഥമിക പ്രേരണകളുടെയും അടിസ്ഥാന ഉറവിടമാണ്[7]. ആകർഷണം, ആനന്ദം, പ്രതീക്ഷ, ഭയം എന്നിവ ഒരേ സമയം ഉണരുന്നത് ഇവിടെ നിന്നാണ്. അതുകൊണ്ടുതന്നെ ലൈംഗിക ആകർഷണം പലപ്പോഴും ഉത്കണ്ഠയോടൊപ്പം അനുഭവപ്പെടുന്നു; നിരോധി തത്വവും (taboo) അപകടസാധ്യതയും (risk) ആഗ്രഹം വർധിപ്പിക്കുന്നതും ഇതിന്റെ ഫലമാണ്[8].

ഹൈപോത്താലാമസ് ലൈംഗികതയുടെ ഹോർമോണൽ നിയന്ത്രണകേന്ദ്രമാണ്. ഗോനാഡോട്രോപിൻ ഹോർമോൺ (gonadotropin-releasing hormone) മുഖേന ടെസ്റ്റോസ്റ്റിറോൺ, ഈസ്ട്രജൻ, പ്രോജസ്റ്റിറോൺ എന്നീ ഹോർമോണുകളുടെ സ്രവണം നിയന്ത്രിക്കപ്പെടുന്നു[9]. ഹൈപോത്താലാമസ് ആഗ്രഹം സൃഷ്ടിക്കുന്നില്ല; ശരീരം ലൈംഗികപ്രവർത്തനത്തിന് തയ്യാറാണോ എന്ന് നിർണ്ണയിക്കുകയാണ്. മാനസിക സമ്മർദ്ദം (stress), സുരക്ഷാബോധം (sense of safety), ഊർജലഭ്യത (energy availability), സാമൂഹിക സാഹചര്യം (social context) എന്നിവ ഇതിനെ ശക്തമായി സ്വാധീനിക്കുന്നു[10].

പ്രീഫ്രണ്ടൽ കോർട്ടെക്സ് മനുഷ്യ ലൈംഗികതയെ മൃഗീയ പെരുമാറ്റത്തിൽ നിന്ന് വ്യത്യസ്തമാക്കുന്ന ഘടകമാണ്. സാമൂഹിക ന്യായബോധം (social judgment), ദീർഘകാല ഫലങ്ങളുടെ വിലയിരുത്തൽ (long-term evaluation), നിയന്ത്രണശേഷി (inhibition), കുറ്റബോധം (guilt) എന്നിവ ഇവിടെ നിന്നാണ് പ്രവർത്തിക്കുന്നത്[11]. കൗമാരപ്രായത്തിൽ ഈ ഭാഗം പൂർണമായി വികസിച്ചിട്ടില്ലാത്തതിനാൽ, ലൈംഗിക അപകടസാധ്യത ഉയരുന്നതായി നാഡീശാസ്ത്രം വിശദീ കരിക്കുന്നു[12]. ലൈംഗിക ആഗ്രഹം ലിംബിക് സംവിധാനത്തിൽ നിന്നാണ് ഉയരുന്നത്; എന്നാൽ

അത് അനുവദിക്കണമോ നിയന്ത്രിക്കണമോ എന്ന തീരുമാനം പ്രീഫ്രണ്ടൽ കോർട്ടെക്സിലാണ് രൂപപ്പെടുന്നത്. ഈ സ്ഥിരം സംഘർഷമാണ് മനുഷ്യ ലൈംഗികതയുടെ അടിസ്ഥാനം.

ലൈംഗികത മനുഷ്യന്റെ സ്വയംബോധത്തോടും (self-concept) വ്യക്തിത്വഘടനയോടും ആഴത്തിൽ ബന്ധിപ്പിക്കപ്പെട്ടിരിക്കുന്നു. ആഗ്രഹിക്കപ്പെടുന്നതും നിരസിക്കപ്പെടുന്നതും അവഗണിക്കപ്പെടുന്നതും വ്യക്തിയുടെ ആത്മമൂല്യബോധത്തെ (self-worth) നേരിട്ട് സ്വാധീനിക്കുന്നു[13]. അതിനാൽ ലൈംഗികത വെറും സ്വകാര്യ ഇഷ്ടമല്ല; അത് വ്യക്തിത്വ സംവിധാനത്തിന്റെ അവിഭാജ്യഘടകമാണ്[14].

ലൈംഗികത "വെറും ആഗ്രഹം" മാത്രമല്ല; "വെറും സംസ്കാരം" മാത്രമല്ല. അത് ജൈവമായി നിയന്ത്രിക്കപ്പെടുകയും സാമൂഹി കമായി സ്ഥിരത കൈവരിക്കുകയും ചെയ്യുന്ന ഒരു ജൈവ–നാഡീ സംവിധാനമാണ്.

ഹോർമോണൽ സംവിധാനങ്ങൾ: ആഗ്രഹത്തിന്റെയും ബന്ധ ത്തിന്റെയും ആന്തരിക നിയന്ത്രണം:

നാഡീഘടനയുടെ തലത്തിൽ നിന്ന് മുന്നോട്ട് നീങ്ങുമ്പോൾ, ലൈംഗികതയെ നിയന്ത്രിക്കുന്നത് നാഡീസംപ്രേഷണങ്ങൾ മാത്രം അല്ലെന്ന സത്യം കൂടുതൽ വ്യക്തമായി കാണാം. ലൈംഗിക പ്രേരണയ്ക്ക് ദിശയും തീവ്രതയും ദൈർഘ്യവും അതിന്റെ സാമൂഹിക പ്രതിഫലനങ്ങളും നൽകുന്നത് ഹോർമോണൽ സംവിധാനങ്ങളാണ് (hormonal systems). ഹോർമോണുകൾ ആഗ്രഹത്തെ വെറും സന്ദേശമായി കൈമാറുന്ന ഘടകങ്ങളല്ല; മറിച്ച് ആഗ്രഹം എപ്പോൾ ഉണരണമെന്നും എത്രത്തോളം ശക്തമാകണമെന്നും എപ്പോൾ ശമിക്കണമെന്നും ബന്ധപരമായി എന്ത് ഫലം സൃഷ്ടിക്കണമെന്നും നിർണ്ണയിക്കുന്ന ആന്തരിക നിയന്ത്രണോപകരണങ്ങളാണ്. ഈ അർത്ഥത്തിൽ, ലൈംഗികതയുടെ ജൈവ ലബോറട്ടറിയിൽ ഹോർമോണുകൾ നിർജ്ജീവ ദൂതന്മാരല്ല; സജീവമായ നിയമനിർണായകരാണ്.

ഈ ഹോർമോണൽ സംവിധാനത്തിലെ ഏറ്റവും തെറ്റായി മനസ്സിലാക്കപ്പെട്ട ഘടകങ്ങളിൽ ഒന്നാണ് ടെസ്റ്റോസ്റ്റിറോൺ (testosterone). സാധാരണയായി "പുരുഷ ഹോർമോൺ" എന്ന ലേബലിൽ ഇത് ചുരുക്കപ്പെടാറുണ്ടെങ്കിലും, ആധുനിക ഹോർമോൺശാസ്ത്രം വ്യക്തമാക്കുന്നത് സ്ത്രീ പുരുഷ ഭേദം കൂടാതെ ലൈംഗിക ആഗ്രഹത്തിന്റെ തുടക്കഘട്ടം, അഥവാ ലൈബിഡോ ആരംഭം (libido initiation), സാദ്ധ്യമാക്കുന്ന അടിസ്ഥാന ഘടകമാണ് ടെസ്റ്റോസ്റ്റിറോൺ എന്നതാണ്[15]. പുരുഷന്മാരിലും സ്ത്രീകളിലും, മറഞ്ഞുകിടക്കുന്ന താൽപര്യാവസ്ഥയിൽ നിന്ന് സജീവമായ ലൈംഗിക പ്രേരണയിലേക്കുള്ള മാറ്റം സൃഷ്ടിക്കുന്നത് ഇതിന്റെ പ്രധാന പ്രവർത്തനമാണ്. എന്നാൽ ടെസ്റ്റോസ്റ്റിറോ ണിന്റെ സ്വാധീനം ലൈംഗിക ആഗ്രഹത്തിൽ മാത്രം ഒതുങ്ങുന്നില്ല. ആധിപത്യബോധം (dominance), മത്സരവൃത്തി (competition), സാമൂഹിക പദവി തേടുന്ന പ്രവണത (status-seeking) എന്നിവയുമായി ഇത് അടുത്ത ബന്ധം പുലർത്തുന്നു.

പരിണാമപരമായ ദൃഷ്ടികോണത്തിൽ, ടെസ്റ്റോസ്റ്റിറോൺ ഒരു വിനിമയ-ഹോർമോണായി (trade-off hormone) പ്രവർത്തിക്കുന്നു. ഉയർന്ന ടെസ്റ്റോസ്റ്റിറോൺ നിലകൾ ഇണചേരൽ ശ്രമം (mating effort) വർധിപ്പിക്കുന്നതോടൊപ്പം മാതാപിതൃ നിക്ഷേപം (parental investment) കുറയ്ക്കുന്ന പ്രവണത കാണിക്കുന്നു[16]. ഇതുവഴി പ്രജനനാവസരങ്ങൾ വർധിച്ചാലും, ദീർഘകാല പരിചരണത്തിന്റെയും ബന്ധസ്ഥിരതയുടെയും വില കൊടുക്കേണ്ടിവരുന്നു. ഉയർന്ന ടെസ്റ്റോസ്റ്റിറോൺ ആക്രമണസ്വഭാവവുമായി (aggression) ബന്ധപ്പെട്ടതായി പല പഠനങ്ങളും

സൂചിപ്പിക്കുന്നുണ്ടെങ്കിലും, ഈ ബന്ധം യാന്ത്രികമായ കാരണഫലബന്ധമല്ല. സാമൂഹിക നിയന്ത്രണങ്ങളും വ്യക്തിയുടെ പ്രേരണനിയന്ത്രണ ശേഷിയും (inhibitory capacity) ചേർന്നാണ് ഇത് എങ്ങിനെയാണ് പ്രകടമാകുന്നത് എന്നത് നിർണ്ണയിക്കുന്നത്[17].

ഈസ്ട്രജൻ (estrogen) ലൈംഗികതയിൽ അടിസ്ഥാനപരമായി വ്യത്യസ്തമായ ഒരു അളവ് കൂട്ടിച്ചേർക്കുന്നു. ടെസ്റ്റോസ്റ്റിറോൺ ലൈംഗിക ആഗ്രഹം ഉണർത്തുമ്പോൾ, ഈസ്ട്രജൻ അനുഭവബോധത്തെ ശക്തമാക്കുകയാണ് ചെയ്യുന്നത്. ഇന്ദ്രിയസംവേദന വർധന (sensory amplification) മുഖേന സ്പർശം, ഗന്ധം, ശബ്ദം, ദൃശ്യം എന്നിവയോടുള്ള പ്രതികരണക്ഷമത ഉയരുന്നു[18]. ഈസ്ട്രജൻ പ്രബലമായ ഘട്ടങ്ങളിൽ ലൈംഗികത ലക്ഷ്യകേന്ദ്രിതമായ പ്രവർത്തിയല്ല; മറിച്ച് വികാരപരമായി പാളികളുള്ള, അനുഭൂതിപൂർണ്ണമായ ഒരു അനുഭവമായി മാറുന്നു.

ഈസ്ട്രജൻ വികാരബന്ധം (emotional bonding) ശക്തമാക്കുകയും ലൈംഗിക ആഗ്രഹത്തെ സാഹചര്യാധീ നമാക്കുകയും (context-sensitive desire) ചെയ്യുന്നു. പുതുമ മാത്രം ആഗ്രഹത്തെ നയിക്കുന്ന ഘടകമാകാതെ, ബന്ധപരമായ സുരക്ഷ, പരിചിതത്വം, വികാരസാധ്യത എന്നിവയ്ക്ക് മുൻതൂക്കം ലഭിക്കുന്നു[19]. ഇതുവഴി ലൈംഗികത കീഴടക്കലിലേക്കോ വിജയ ത്തിലേക്കോ ലക്ഷ്യമിടുന്ന പ്രകടനത്തിൽ നിന്ന് ബന്ധപരമായ അർത്ഥസൃഷ്ടിയിലേക്കാണ് മാറുന്നത്.

പ്രോജസ്റ്ററോൺ (progesterone) ആഗ്രഹത്തിനും ബന്ധത്തിനും ഇടയിലെ സംഘർഷം നിയന്ത്രിക്കുന്ന ഹോർമോണാണ്. പൊതുവേ ലൈംഗിക ആഗ്രഹം അടിച്ചമർത്തുന്ന ഹോർമോൺ (libido-suppressing hormone) എന്ന നിലയിൽ ഇത് തെറ്റിദ്ധരിക്കപ്പെടുന്നുണ്ടെങ്കിലും, പ്രോജസ്റ്ററോൺ ആഗ്രഹം ഇല്ലാതാക്കുന്നില്ല. മറിച്ച്, അത് സുരക്ഷയിലേക്കും സ്ഥിരതയിലേക്കും പുനഃക്രമീകരിക്കുന്നു[20]. പുതുമാന്വേഷണം (novelty-seeking) കുറയുകയും ബന്ധം നിലനിർത്തുന്ന മുൻഗണനകൾ ശക്തമാകുകയും ചെയ്യുന്നതാണ് ഇതിന്റെ സാമൂഹികപ്രാധാന്യം.

ഹോർമോണുകളുടെ സ്വാധീനം ഒരിക്കലും ഒറ്റയ്ക്ക് നിലനിൽക്കുന്ന ഒന്നല്ല എന്നതാണ് ഇവിടെ നിർണായകം. ടെസ്റ്റോസ്റ്റിറോൺ, ഈസ്ട്രജൻ, പ്രോജസ്റ്ററോൺ എന്നീ ഹോർമോണുകൾ പരസ്പരം ഇടപെടുന്നവയാണ്. ലൈംഗിക അനുഭവത്തിന്റെ സ്വഭാവം നിർണ്ണയിക്കുന്നത് ഇവയുടെ പരസ്പര അനുപാതമാണ്; ഒറ്റൊരു ഹോർമോണിന്റെ അളവ്, അഥവാ പരമ മൂല്യം (absolute concentration), മാത്രമല്ല[21]. "ഉയർന്നത്" അല്ലെങ്കിൽ "കുറഞ്ഞത്" എന്ന ലളിത വായനകൾ ഈ സങ്കീർണ്ണതയെ വിശദീകരിക്കാൻ പര്യാപ്തമല്ല.

ലൈംഗിക പ്രവർത്തനത്തിന് ശേഷം പ്രൊലാക്ടിൻ (prolactin) പ്രബലമാകുന്ന ഘട്ടത്തിലേക്ക് ശരീരം കടക്കുന്നു. ലൈംഗി കാനന്തര ഘട്ടത്തിൽ (post-coital phase) പ്രൊലാക്ടിൻ നില ഉയരുന്നത് ലൈംഗിക സംതൃപ്തി (sexual satiety) സൃഷ്ടിക്കുന്നതായി രേഖപ്പെടുത്തിയിട്ടുള്ളതാണ്[22]. ഇതുവഴി ലൈംഗിക ആഗ്രഹം താൽക്കാലികമായി ശമിക്കുകയും, ഇണചേരൽ പെരുമാറ്റം (mating behavior) ഉടൻ വീണ്ടും സജീവമാകുന്നത് തടയപ്പെടുകയും ചെയ്യുന്നു. പരിണാമപരമായി, ഇത് ഏകപതി–ഏകപത്നിത്വ സ്ഥിരത (monogamy stabilization) ഉറപ്പാക്കുന്ന ഒരു ജൈവ ബ്രേക്ക് സംവിധാനമായി പ്രവർത്തിക്കുന്നു[23].ഇത് സെൻട്രൽ ഡോപാമിനേർജിക് സിസ്റ്റത്തിൽ ഒരു തടസ്സ ഘടകമായി പ്രവർത്തിക്കുന്നു, ലൈംഗിക ഉത്തേജനത്തിന് ഒരു തടയായി ഫലപ്രദമായി പ്രവർത്തിക്കുന്നു.

തുടർച്ചയായ ഉത്തേജനം പങ്കാളിയിൽ ശാരീരിക മാനസിക ക്ഷീണം സൃഷ്ടിക്കാതിരിക്കാനായി, പ്രൊലാക്ടിൻ ഒരു പിൻവലിക്കൽ ഘട്ടം (withdrawal phase) സൃഷ്ടിക്കുന്നു. ഇത് വികാരപരമായ പുനഃക്രമീകരണത്തിനും ആത്മബന്ധപരമായ സ്ഥിരതയ്ക്കും ഇട നൽകുന്ന ഒരു സംരക്ഷണ സംവിധാനമാണ്. എന്നാൽ ഇവ മൂലമുണ്ടാകുന്ന പ്രത്യക്ഷ ഫലം സാമൂഹിക ചിന്തയും സാഹചര്യങ്ങളും കാഴ്ചപ്പാടുകളും നിയന്ത്രണങ്ങളും ചേർന്നിരിക്കുന്നു.

സെറോട്ടോണിൻ (serotonin) ലൈംഗികതയിലെ നിരോധന അക്ഷമായി (inhibitory axis) പ്രവർത്തിക്കുന്ന ന്യൂറോട്രാൻസ്മിറ്റർ ആണ്. ഉയർന്ന സെറോട്ടോണിൻ നിലകൾ ലൈംഗിക ആഗ്രഹനിയന്ത്രണം (libido inhibition), പ്രേരണനിയന്ത്രണം (impulse control), വികാരശാന്തത (affective calmness) എന്നിവയുമായി ബന്ധപ്പെട്ടിരിക്കുന്നു[24]. ഇതാണ് സെറോട്ടോണിൻ അധിഷ്ഠിത മനോഔഷധങ്ങൾ ലൈംഗിക ആഗ്രഹം കുറയ്ക്കുന്നതിന്റെ ജൈവ കാരണം. കൂടാതെ, നിർബന്ധിത പ്രേരണകൾ ശമിപ്പിക്കുന്നതിലൂടെ സെറോട്ടോണിൻ നൈതിക ശാന്തത (moral calmness) വളർത്തുന്നു.

ഡോപാമിൻ (dopamine) ഇതിന് എതിരായ ദിശയിലാണ് പ്രവർത്തിക്കുന്നത്. ലൈംഗികതയിലെ പ്രതിഫല നാണയമായി (reward currency) ഡോപാമിൻ പ്രവർത്തിക്കുന്നു[25]. പ്രതീക്ഷ, പുതുമാന്വേഷണം, കൗതുകം, താല്പര്യം അപകടസഹിഷ്ണുത (risk tolerance) എന്നിവയെ ഇത് ശക്തമാക്കുന്നു. ഡോപാമിൻ പ്രബലമായാൽ, ലൈംഗികത അന്വേഷണ സ്വഭാവമുള്ളതായും ലഹരിയിലേക്ക് വഴിമാറാൻ സാധ്യതയുള്ളതായും മാറുന്നു; സ്ഥിരതയ്ക്കുപകരം അനിശ്ചിതത്വം മുൻഗണന നേടുന്നു.

അഡ്രിനാലിൻ (adrenaline) ഭയത്തെയും ആഗ്രഹത്തെയും ബന്ധിപ്പിക്കുന്ന സംവിധാനത്തെ ശക്തമാക്കുന്നു. അപകടസാധ്യത, നിരോധനം, അനിശ്ചിതത്വം എന്നിവയുടെ സാഹചര്യങ്ങളിൽ അപകടാധിഷ്ഠിത ഉത്തേജനം (risk-based arousal) ലൈംഗിക ആകർഷണം വർധിപ്പിക്കുന്നു[26]. നിരോധിത ലൈംഗികതയുടെ സ്ഥിരമായ ആകർഷണത്തിന് പിന്നിലുള്ള ജൈവ അടിത്തറ ഇതാണ്.

ഓക്സിടോസിൻ (oxytocin) ഡോപാമിൻ അധിഷ്ഠിത ആഗ്രഹത്തിന് എതിരായ ഒരു തുലനം സൃഷ്ടിക്കുന്നു. ബന്ധം (attachment), വിശ്വാസം (trust), അടുപ്പം (bonding) എന്നിവ ഓക്സിടോസിൻ ശക്തമാക്കുന്നു[27]. എന്നാൽ ഇതോടൊപ്പം ആശ്രിതത്വവും (dependency) വികാരാത്മക കൃത്രിമ ബന്ധത്തിനുള്ള സാധ്യതയും (emotional manipulation risk) ഉയരുന്നു. അതിനാൽ ഓക്സിടോസിനെ ശുദ്ധമായ സാമൂഹ്യഹിത ഹോർമോൺ മാത്രമായി കണ്ട് റൊമാന്റിസൈസ് ചെയ്യുന്നത് തെറ്റാണെന്ന് പുതിയ ഗവേഷണങ്ങൾ മുന്നറിയിപ്പ് നൽകുന്നു.

ഈ എല്ലാ ഹോർമോണുകളും ചേർന്നാണ് ഒരു ഏകോപിത നിയന്ത്രണസംവിധാനം രൂപപ്പെടുന്നത്. നിയന്ത്രണമില്ലാത്ത ആഗ്രഹം സാമൂഹിക അസ്ഥിരത സൃഷ്ടിക്കും; അതിരുകടന്ന നിയന്ത്രണം മാനസിക അടിച്ചമർത്തലിലേക്ക് നയിക്കും. ഹോർമോണുകളുടെ ഏകോപിത പ്രവർത്തനം (hormonal orchestration) ഈ രണ്ട് അറ്റങ്ങൾക്കിടയിലെ സമതുലനം നിലനിർത്തുന്നു[28].

മനുഷ്യ ശരീരത്തിലെ രാസസംവേദന സംവിധാനങ്ങളിൽ വ്യക്തമായ അതിരുകൾ എല്ലായ്പ്പോഴും നിലനിൽക്കുന്നില്ല എന്നതാണ് കെമിക്കൽ ഓവർലാപ് എന്ന ആശയം വ്യക്തമാക്കുന്നത്. ഒരേ മോളിക്യൂൾ തന്നെ, അത് എവിടെ നിന്നാണ് പുറന്തള്ളപ്പെടുന്നത്, എങ്ങിനെ ലക്ഷ്യകോശ

ങ്ങളിലേക്കാണ് എത്തുന്നത് എന്നതിനെ ആശ്രയിച്ച്, ന്യൂറോട്രാൻസ്മിറ്ററായും ഹോർമോണായും പ്രവർത്തിക്കാൻ കഴിയും. ഉദാഹരണമായി, നോറഎഡ്രിനലിൻ നാഡീഅറ്റങ്ങളിൽ നിന്ന് പുറത്തുവരുമ്പോൾ പ്രാദേശിക നാഡീസന്ദേശങ്ങൾ കൈമാറുന്ന ന്യൂറോട്രാൻസ്മിറ്ററാണ്, എന്നാൽ അതേ മോളിക്യൂൾ അഡ്രിനൽ ഗ്രന്ഥികളിൽ നിന്ന് രക്തത്തിലേക്ക് ഒഴുകുമ്പോൾ ശരീരമാകെ "ഫൈറ്റ് ഓർ ഫ്ലൈറ്റ്" പ്രതികരണം ഉണർത്തുന്ന ഹോർമോണായി മാറുന്നു. ഡോപ്പമിൻ തലച്ചോറിലെ ചില മേഖലകളിൽ പ്രതിഫലം, പ്രചോദനം, ചലനനിയന്ത്രണം എന്നിവ ക്രമീകരിക്കുന്ന ന്യൂറോട്രാൻസ്മി റ്ററായിരിക്കുമ്പോൾ, ഹൈപ്പോതാലാമസിൽ നിന്ന് പുറന്തള്ളപ്പെടുമ്പോൾ പ്രോലാക്ടിൻ സ്രവണത്തെ തടയുന്ന ന്യൂറോഹോർമോണായി പ്രവർത്തിക്കുന്നു. അതുപോലെ, ഓക്സിറ്റോസിനും വാസോപ്രെസിനും തലച്ചോറിനുള്ളിലെ സിനാപ്സുകളിൽ സാമൂഹികബന്ധങ്ങളെയും ഓർമ്മയെയും സ്വാധീനിക്കുന്ന ന്യൂറോട്രാൻസ്മിറ്ററുകളായിരിക്കുമ്പോൾ, പിൻപിറ്റ്യൂട്ടറിയിലൂടെ രക്തത്തിലേക്ക് എത്തുമ്പോൾ പ്രസവം, ജല സമതുലിതാവസ്ഥ എന്നിവ നിയന്ത്രിക്കുന്ന ഹോർമോ ണുകളായി മാറുന്നു. ഈ വർഗ്ഗീകരണത്തിലെ "മങ്ങലിപ്പ്" ഉണ്ടാകുന്നത് സിനാപ്റ്റിക് ക്ലെഫ്റ്റ് പോലുള്ള സൂക്ഷ്മ ദൂരങ്ങളിലൂടെയാണോ, രക്തധാര പോലുള്ള ദീർഘവ്യാപക സംവിധാനങ്ങളിലൂടെയാണോ മോളിക്യൂൾ സഞ്ചരിക്കുന്നത് എന്ന വ്യത്യാസം കൊണ്ടാണ്. അതേസമയം, ഈ മോളിക്യൂളുകൾ എത്തുന്ന മാർഗ്ഗം എന്തായാലും പലപ്പോഴും ഒരേ റെസപ്റ്ററുകളിലാണ് പ്രവർത്തിക്കുന്നത്, കൂടാതെ ന്യൂറോട്രാ ൻസ്മിറ്ററുകളും ഹോർമോണുകളും പരസ്പരം നിയന്ത്രിക്കുന്ന ഏകീകൃത ശൃംഖലയായി മനുഷ്യ ശരീരത്തിൽ പ്രവർത്തി ക്കുന്നതുമാണ് ഈ ഓവർലാപ് വ്യക്തമാക്കുന്ന ഏറ്റവും പ്രധാനപ്പെട്ട ജൈവ സത്യം.

അതി ആകർഷണത്തിൽ നിയന്ത്രണപ്രേരണ പ്രകടമാകുന്ന പ്രതിഭാസം (cute aggression) ഈ വൈരുധ്യത്തെ വ്യക്തമായി കാണിക്കുന്നു. അതീവ ആകർഷണം ഒരേസമയം സ്നേഹത്തി ന്റെയും നിയന്ത്രണത്തിന്റെയും പ്രേരണകൾ ഉണർത്തുന്നു. ബന്ധത്തിന്റെ തീവ്രത സാമൂഹികമായി അസ്ഥിരമാ കാതിരിക്കാനുള്ള ഒരു ജൈവ നിയന്ത്രണ സംവിധാനമായി ഇതിനെ വായിക്കാം[29].

അതിനാൽ ലൈംഗികത സ്വാഭാവികമായി പൊട്ടിപ്പുറപ്പെടുന്ന ഒരു പ്രേരണമാത്രമല്ല. അത് വ്യക്തിപരമായ പ്രചോദനവും സാമൂഹിക തുടർച്ചയും ഒരുപോലെ ലക്ഷ്യമിടുന്ന, സൂക്ഷ്മമായി നിയന്ത്രിക്കപ്പെട്ട ഒരു ഹോർമോണൽ പ്രക്രിയയാണ്.

പരിണാമ തർക്കശാസ്ത്രം, സാമൂഹികക്രമം, ജൈവ നിർബന്ധനം

ഇതുവരെ വിശദീകരിച്ച നാഡീ–ഹോർമോണൽ സംവിധാനങ്ങൾ മനുഷ്യശരീരത്തിനുള്ളിൽ ഒറ്റപ്പെട്ട രീതിയിൽ പ്രവർത്തിക്കുന്ന സ്വകാര്യ യന്ത്രങ്ങളല്ല. അവയുടെ യഥാർത്ഥ പ്രാധാന്യം വ്യക്തമായി മനസ്സിലാകുന്നത്, അവയെ പരിണാമപരമായ പശ്ചാത്തലത്തിൽ (evolutionary context)യും സാമൂഹിക ഘടനയുടെ (social structure) ദീർഘകാല ആവശ്യകതകളോട്ടും ബന്ധിപ്പിച്ച് വായിക്കുമ്പോഴാണ്. ലൈംഗികത മനുഷ്യനിൽ വ്യക്തിഗത അനുഭവമായി തോന്നിയാലും, അതിന്റെ രൂപകൽപ്പന വ്യക്തിയെക്കാൾ സമൂഹത്തിന്റെ തുടർച്ചയും സാമൂഹികസ്ഥിരതയും (social stability) എന്ന വലിയ ഒരു ലക്ഷ്യത്തിനായാണ് നടന്നത്

പരിണാമശാസ്ത്രം (evolutionary biology) ലൈംഗികതയെ വെറും പ്രജനനപ്രവർത്തനമായി മാത്രമല്ല, സാമൂഹിക ഏകോപനത്തിനുള്ള (social coordination) നിർണായക ഉപാധിയായി കാണുന്നു[30]. മനുഷ്യൻ ദീർഘകാലം ജീവിക്കുന്ന, ഉയർന്ന മാതാപിതൃ നിക്ഷേപം (parental investment) ആവശ്യമായ ഒരു ജീവിയാണ്. അതിനാൽ ഇണചേരൽ (mating) മാത്രം മതിയാകില്ല;

ബന്ധം, പരിചരണം, സഹകരണം (cooperation) എന്നിവയും നിലനിൽക്കണം. ഈ ആവശ്യകതകളിൽ നിന്നാണ് ലൈംഗികതയുടെ ജൈവ നിയന്ത്രണങ്ങൾ രൂപപ്പെടുന്നത്. നിയന്ത്രണമില്ലാത്ത ലൈംഗിക പ്രേരണ മനുഷ്യസമൂഹത്തിൽ കലാപവും അസ്ഥിരതയും സൃഷ്ടിക്കുമെന്നത് പരിണാമപരമായി വളരെ മുൻപേ തന്നെ "കണക്കുകൂട്ടപ്പെട്ട" ഒരു അപകടമായിരുന്നു.

ഇതുകൊണ്ടാണ് മനുഷ്യരിലെ ലൈംഗികത സീസണൽ നിയന്ത്രണത്തിലല്ല (seasonal regulation) മറിച്ച് സാമൂഹികമായി ക്രമീകരിക്കപ്പെട്ട (socially modulated) സ്വഭാവത്തിൽ പ്രവർത്തിക്കുന്നത്. മൃഗങ്ങളിൽ കാണുന്ന ഇണചേരൽ ചക്രങ്ങളിൽ (estrus cycles) നിന്ന് വ്യത്യസ്തമായി, മനുഷ്യരിൽ ലൈംഗിക സന്നദ്ധത തുടർച്ചയായിരിക്കുമ്പോഴും അതിന്റെ പ്രകടനം ശക്തമായി സാഹചര്യാധീനമാണ്[31]. ഇത് ശുദ്ധമായ സാംസ്കാരിക കണ്ടുപിടിത്തമല്ല; മറിച്ച്, ജൈവമായി സൗകര്യപ്രദമായി രൂപകൽപ്പന ചെയ്ത ഒരു സംവിധാനമാണ്. സാമൂഹിക സാഹചര്യങ്ങൾ, അധികാരബന്ധങ്ങൾ (power relations), വിഭവലഭ്യത (resource availability), സംഘസ്ഥിരത (group stability) എന്നിവയെ അടിസ്ഥാനമാക്കി ലൈംഗികതയുടെ പ്രകടനം മാറുന്ന രീതിയിലാണ് മനുഷ്യജീവശാസ്ത്രം പരിണമിച്ചത്.

ഇണചേരൽ ശ്രമത്തിന്റെയും (mating effort) മാതാപിതൃ പരിചരണശ്രമത്തിന്റെയും (parental effort) ഇടയിലെ വിനിമയതർക്കം (trade-off) ഈ ഘട്ടത്തിൽ വീണ്ടും നിർണായകമാകുന്നു. ടെസ്റ്റോസ്റ്റിറോൺ ആധിപത്യമുള്ള ഇണചേരൽ പ്രേരണ സാമൂഹികമായി അസ്ഥിരത സൃഷ്ടിക്കാനുള്ള സാധ്യത ഉള്ളതിനാൽ, ഓക്സിടോസിൻ, പ്രോ ലാക്ടിൻ തുടങ്ങിയ ബന്ധഹോർമോണുകൾ (bonding hormones) ആ പ്രേരണയെ കാലാകാലങ്ങളിൽ "തണുപ്പിക്കുന്ന" ഘട്ടങ്ങൾ സൃഷ്ടിക്കുന്നു[32]. ഈ ആവർത്തനമാറ്റം ഒരു ദോഷമല്ല; അതാണ് സംവിധാനത്തിന്റെ രൂപകൽപ്പന. മനുഷ്യ സമൂഹങ്ങൾക്ക് ഒരേസമയം പ്രജനനവും സ്ഥിരതയും ആവശ്യമാണ്. ലൈംഗികത ഈ രണ്ട് ആവശ്യങ്ങൾക്കിടയിൽ സ്ഥിരം ചർച്ച നടത്തുന്ന ഒരു ജൈവ പ്രക്രിയയാണ്.

ഈ ചർച്ചയുടെ സാമൂഹിക പ്രതിഫലനം അധികാര ഗതിക്രമങ്ങളിൽ (power dynamics) വ്യക്തമായി കാണാം. ലൈംഗിക ആകർഷണം മനുഷ്യസമൂഹങ്ങളിൽ പദവി (status), ആധിപത്യം (dominance), അധീനത (submission) എന്നിവയുമായി ആഴത്തിൽ ബന്ധപ്പെട്ടു കിടക്കുന്നു[33]. ആരെയാണ് ആഗ്രഹിക്കപ്പെടുന്നത്, ആരെയാണ് നിരസിക്കപ്പെടുന്നത്, ആരുടെ ലൈംഗികതയാണ് സാമൂഹി കമായി അംഗീകരിക്കപ്പെടുന്നത് (socially sanctioned sexuality), ആരുടേത് നിരോധിതമാക്കപ്പെടുന്നത് (taboo sexuality) എന്ന ചോദ്യങ്ങൾ സാമൂഹിക അധികാര ഘടനകളെ പ്രതിഫലിപ്പിക്കുന്നു. എന്നാൽ ഇവയെല്ലാം സാംസ്കാരിക നിർബന്ധനങ്ങളായി മാത്രം വായിക്കുന്നത് അപര്യാപ്തമാണ്. പദവി-സൂക്ഷ്മമായ ലൈംഗികത (status-sensitive sexuality) മനുഷ്യ ജീവശാസ്ത്രത്തിൽ തന്നെ അടിഞ്ഞുകൂടിയതാണ്.

ഡോപാമിൻ നിയന്ത്രിക്കുന്ന പ്രതിഫല സംവിധാനങ്ങൾ (reward systems) ഈ ബന്ധം കൂടുതൽ വ്യക്തമാക്കുന്നു. ഉയർന്ന പദവിയുടെ സൂചനകൾ (status cues) പുതുമയുടെ പ്രതിഫല മൂല്യം (reward value) വർധിപ്പിക്കുന്നു[34]. ഇതാണ് അധികാര സ്ഥാനങ്ങളോട് ചേർന്ന ലൈംഗിക ആകർഷണത്തിന്റെയും സാമൂഹികമായി ശക്തരായ വ്യക്തികളോടുള്ള ആഗ്രഹത്തിന്റെയും ജൈവ അടിത്തറ. ഇതിന് വിരുദ്ധമായി, ദീർഘകാ ലബന്ധങ്ങളിൽ ഡോപാമിൻ അധിഷ്ഠിത അനിശ്ചിതത്വം (unpredictability) കുറയുകയും, ഓക്സിടോസിൻ അധിഷ്ഠിത പ്രവചനക്ഷമത

(predictability) വർധിക്കുകയും ചെയ്യുന്നു. അനിശ്ചിതത്വം ആവേശം നൽകുമ്പോൾ, പ്രവചനക്ഷമത സുരക്ഷ നൽകുന്നു. മനുഷ്യ ലൈംഗികത ഈ രണ്ടിന്റെയും ഇടയിൽ സഞ്ചരിക്കുന്നതാണ്.

ഈ ഘട്ടത്തിൽ സമൂഹങ്ങൾ ചെയ്യുന്ന ഒരു പ്രധാന ഇടപെടൽ ലൈംഗികതയെ നൈതികവൽക്കരിക്കലാണ് (moralization). എന്നാൽ ഇവിടെ നൈതികത കാരണം അല്ല; ഫലമാണ്. ജീവശാസ്ത്രം ഇതിനകം തന്നെ ചില പരിധികൾ നിശ്ചയിച്ചിരിക്കുന്നു; സംസ്കാരം അവയ്ക്ക് ഭാഷയും നിയമവും നൽകുകയാണ്[35]. രക്തബന്ധ ലൈംഗികതയ്ക്കുള്ള നിരോധനം (incest taboo), സമ്മത ശേഷിയുടെ (capacity for consent) മാനദണ്ഡങ്ങൾ, ബലപ്രയോഗ ലൈംഗികതയുടെ (coercive sex) നിരോധനം എന്നിവ ശുദ്ധമായ സാമൂഹിക കെട്ടുകഥകളല്ല. ഇവയ്ക്ക് ശക്തമായ പരിണാമ തർക്കശാസ്ത്രം ഉണ്ട്. അടുത്ത ബന്ധുക്കളിൽ ഇണചേരൽ ജനിതക അപകടങ്ങൾ വർധിപ്പിക്കുന്നു; മാനസികമായി അപക്വരായ വ്യക്തികൾക്ക് സമ്മതം നൽകാനുള്ള ശേഷിയില്ല; ബലപ്രയോഗ ലൈംഗികത സംഘ ഐക്യം (group cohesion) തകർക്കുന്നു. ജീവശാസ്ത്രം പരിധികൾ നിശ്ചയിക്കുന്നു; സംസ്കാരം അവയെ ഔപചാ രികമാക്കുന്നു.

ഈ ജൈവപരിധികൾ പ്രാബല്യത്തിൽ വരുത്താൻ കുറ്റബോധം (guilt), ലജ്ജാബോധം (shame), മാനബോധം (honor) എന്നീ വികാരനിയന്ത്രണ സംവിധാനങ്ങൾ (affective regulation mechanisms) പരിണമിച്ചു[36]. ഇവ ശുദ്ധമായ സാംസ്കാരിക വികാരങ്ങളല്ല. നാഡീചിത്രീകരണ പഠനങ്ങൾ (neuroimaging studies) കാണിക്കുന്നത്, കുറ്റബോധവും ലജ്ജയും പ്രീഫ്രണ്ടൽ നിയന്ത്രണ സംവിധാനങ്ങളും (prefrontal regulation) ലിംബിക് നിരോധന പാതകളും (limbic inhibition) സജീവമാക്കുന്നു എന്നതാണ്. അതായത്, ലൈംഗിക ലംഘനം (sexual transgression) സാമൂഹിക ശിക്ഷയിലേക്കു മാത്രമല്ല നയിക്കുന്നത്; അത് ശരീരത്തിനുള്ളിൽ തന്നെ നാഡീ–വികാര സമ്മർദ്ദം (neurobiological distress) സൃഷ്ടിക്കുന്നു. ഇതാണ് ലൈംഗിക നിയന്ത്രണം ഫലപ്രദമാകുന്നതിന്റെ കാരണം.

ഇവിടെയാണ് "ആന്തരിക നിരീക്ഷണം" (internal policing) എന്ന ആശയം പ്രസക്തമാകുന്നത്. സമൂഹം നിയന്ത്രിക്കുന്നതിന് മുൻപേ തന്നെ ശരീരം സ്വയം നിയന്ത്രിക്കുന്നു. ലൈംഗിക ആഗ്രഹം ഒരു പരിധി കടക്കുമ്പോൾ ഉത്കണ്ഠ, ഭയം, കുറ്റബോധം, നിയന്ത്രണപ്രേരണകൾ എന്നിവ സജീവമാകുന്ന സംവിധാനങ്ങൾ മനുഷ്യജീവശാസ്ത്രത്തിൽ തന്നെ അടങ്ങിയിരിക്കുന്നു[37]. അതുകൊണ്ടാണ് ലൈംഗികനിയന്ത്രണം പൂർണമായും ബാഹ്യ നിർബന്ധനം ആവശ്യമില്ലാത്തതാകുന്നത്.

ഈ ആന്തരിക നിയന്ത്രണത്തിന്റെ മറ്റൊരു സൂക്ഷ്മരൂപമാണ് "അതി ആകർഷണത്തിൽ നിയന്ത്രണപ്രേരണ" (cute aggression). അതീവ ആകർഷണം നിയന്ത്രണത്തിലേക്കുള്ള ഒരു പ്രേരണയായി മാറുന്ന ഈ പ്രതികരണം, ബന്ധത്തിന്റെ തീവ്രത സാമൂഹിക അസ്ഥിരത സൃഷ്ടിക്കാതിരിക്കാനുള്ള ഒരു നാഡീ–വികാര സുരക്ഷാ വാൽവായി (neuro-affective safety valve) വായിക്കാം[38]. ബന്ധം അതിരുകടന്ന് ശക്തമാകുമ്പോൾ, നിയന്ത്രണ പ്രേരണ ഉയരുന്നു. ഇത് ഒരു രോഗാവസ്ഥയല്ല; നിയന്ത്രണ തന്ത്രമാണ്.

ലൈംഗികതയെ പൂർണ വിമുക്തിയുടെ (total liberation) ഭാഷയിൽ മാത്രം വായിക്കുമ്പോൾ ഈ നിയന്ത്രണ അംശം പലപ്പോഴും കാണാതാകുന്നു. ആഗ്രഹനിയന്ത്രണം എല്ലായ്പ്പോഴും അടിച്ചമർത്തലാണ് (repression) എന്ന വാദം ജൈവ യാഥാർത്ഥ്യത്തെ അവഗണിക്കുന്നു.

അതുപോലെ തന്നെ, പൂർണ വിമുക്തി സാമൂഹിക അസ്ഥിരതയിലേക്കാണ് നയിക്കുക. മനുഷ്യ ലൈംഗികത പൂർണ അടിച്ചമർത്തലിനായിട്ടോ പൂർണ സ്വാതന്ത്ര്യത്തിനായിട്ടോ പരിണമിച്ചിട്ടില്ല. അത് ക്രമീകരിച്ച നിയന്ത്രണത്തിനായാണ് (calibrated modulation) രൂപകൽപ്പന ചെയ്തിരിക്കുന്നത്[39].

ഈ ക്രമീകരിച്ച നിയന്ത്രണത്തിന്റെ സാമൂഹികഫലങ്ങൾ സ്ഥാപനങ്ങളിലായി (institutions) പ്രകടമാകുന്നു. വിവാഹസംവിധാനം (marriage system), ബന്ധുത്വ ഘടന (kinship structure), പൈതൃക ക്രമീകരണം (inheritance), നിയമസാധുത (legitimacy) എന്നിവ ജീവശാസ്ത്രപരമായ അനിശ്ചിതത്വങ്ങൾ (biological uncertainties) നിയന്ത്രിക്കാൻ മനുഷ്യസമൂഹങ്ങൾ വികസിപ്പിച്ച സാമൂഹിക സാങ്കേതികവിദ്യകളാണ് (social technologies)[40]. ഇവ നിലനിൽക്കുന്നത് ജീവശാസ്ത്രത്തെ എതിർക്കുന്നതിനാൽ അല്ല; ജീവശാസ്ത്രത്തെ ദിശാബദ്ധമാക്കുന്നതിനാലാണ്.

സാമൂഹികക്രമം ശുദ്ധമായ ധാർമിക നേട്ടമാത്രമല്ല; അതിന് പിന്നിൽ ജൈവ നിർബന്ധനവും (biological enforcement) പ്രവർത്തിക്കുന്നു. ലൈംഗികത മനുഷ്യസമൂഹങ്ങളെ തകർക്കാൻ കഴിയുന്ന ശക്തിയുള്ളതുപോലെ, അവയെ സ്ഥിരതയിലാക്കാനും കഴിയുന്ന ശക്തിയാണ്. ഈ ഇരട്ടസാധ്യതയാണ് ലൈംഗികതയെ മനുഷ്യസാമൂഹികജീവിതത്തിലെ ഏറ്റവും ശക്തമായ ഘടകങ്ങളിലൊന്നാക്കി മാറ്റുന്നത്.

രോഗാവസ്ഥകൾ, ക്ലിനിക്കൽ പ്രത്യാഘാതങ്ങൾ, നൈതിക നിയന്ത്രണങ്ങൾ

മുൻ ഭാഗങ്ങളിൽ വിശദീകരിച്ച നാഡീ–ഹോർമോണൽ സംവി ധാനങ്ങൾ ഒരു "ആദർശ" പ്രവർത്തനരേഖയായി മാത്രം നിലനിൽക്കുന്നില്ല. അവ യാഥാർത്ഥ്യജീവിതത്തിൽ നിരന്തരം വ്യതിചലിക്കപ്പെടുകയും അസന്തുലിതമാകുകയും ചെയ്യുന്നു. ഈ അസന്തുലിതാവസ്ഥകളിലാണ് ലൈംഗികത രോഗാവ സ്ഥകളായും (pathology) ക്ലിനിക്കൽ പ്രശ്നങ്ങളായും സാമൂഹിക-നൈതിക സംഘർഷങ്ങളായും പ്രകടമാകുന്നത്. അതിനാൽ ലൈംഗികതയുടെ ജൈവ ലബോറട്ടറി പഠനം ഒരു വിവരണാത്മക സംരംഭമല്ല; അത് ക്ലിനിക്കൽ തീരുമാനങ്ങളെയും നൈതിക ചർച്ചകളെയും നേരിട്ട് സ്വാധീനിക്കുന്ന ഒരു പ്രായോഗിക ശാസ്ത്രവുമാണ്.

ലൈംഗിക രോഗാവസ്ഥകളെ ശുദ്ധമായി "മനോപ്രശ്നങ്ങൾ" എന്നോ "സ്വഭാവദോഷങ്ങൾ" എന്നോ വായിക്കുന്നത് ആധുനിക ശാസ്ത്രത്തിന്റെ നിലപാടല്ല. ലൈംഗിക ആഗ്രഹക്കുറവ് (hypoactive sexual desire), അതിക്രമിത ലൈംഗിക പ്രേരണം (hypersexuality), ലൈംഗിക നിർബന്ധിതത്വം (sexual compulsivity), ലൈംഗിക വിരക്തി (sexual aversion) എന്നിവ എല്ലാം നാഡീ–ഹോർമോണൽ അസന്തുലിതാവസ്ഥകളുമായി ശക്തമായി ബന്ധപ്പെട്ടു കിടക്കുന്നു[141]. ഡോപാമിൻ പ്രതിഫല സംവിധാന ത്തിലെ (reward system) അതിവേഗ സജീവത അതിക്രമിത പ്രേരണയിലേക്ക് നയിക്കുമ്പോൾ, സെറോട്ടോണിൻ അധിഷ്ഠിത നിരോധന സംവിധാനത്തിന്റെ (inhibitory system) അതിപ്രവർത്തനം ആഗ്രഹക്ഷയത്തിലേക്ക് നയിക്കുന്നു.

ഈ രോഗാവസ്ഥകളിൽ ഏറ്റവും കൂടുതൽ തെറ്റിദ്ധരിക്കപ്പെടുന്നത് അതിക്രമിത ലൈംഗിക പ്രേരണയാണ്. ഇത് പലപ്പോഴും "നൈതിക ദൗർബല്യം" എന്ന നിലയിലാണ് സാമൂഹികമായി അടയാളപ്പെടുത്തപ്പെടുന്നത്. എന്നാൽ ക്ലിനിക്കൽ ഗവേഷണം കാണിക്കുന്നത്, ഈ അവസ്ഥയിൽ പ്രീഫ്രണ്ടൽ നിയന്ത്രണശേഷി (prefrontal inhibition) ദുർബലമാകുകയും, ലിംബിക് പ്രേരണകൾ (limbic drives) അനുപാതാതീതമായി ശക്തമാകുകയും ചെയ്യുന്നു എന്നതാണ്[42]. അതിനാൽ ഇത് ശിക്ഷിക്കേണ്ട തെറ്റല്ല; ചികിത്സിക്കേണ്ട അവസ്ഥയാണ്.

അതേ സമയം, ലൈംഗിക ആഗ്രഹക്കുറവ് എന്നും "ആരോഗ്യകരമായ നിരോധനം" എന്ന നിലയിൽ കാണുന്നത് തെറ്റാണ്. ദീർഘകാല സെറോട്ടോണിൻ ആധിപത്യം, പ്രോലാക്ടിൻ നിലയുടെ സ്ഥിരമായ ഉയർച്ച അവമൂലമുണ്ടാകുന്ന ഡോപോമിൻ താഴ്ച്ച, ടെസ്റ്റോസ്റ്റിറോൺ കുറവ്, അല്ലെങ്കിൽ മാനസിക സമ്മർദ്ദം മൂലമുള്ള ഹൈപോത്താലാമിക് ദമനം (hypothalamic suppression) ലൈംഗികതയെ ദുർബലമാക്കാം[43]. ഈ അവസ്ഥകൾ വ്യക്തിയുടെ ബന്ധജീവിതത്തെയും സ്വയംബോധത്തെയും ഗുരുതരമായി ബാധിക്കുന്നു.

ഇവിടെ ക്ലിനിക്കൽ രംഗം നേരിടുന്ന പ്രധാന വെല്ലുവിളി "സാധാരണ" (normal) എന്നതിന്റെയും "രോഗാവസ്ഥ" (pathological) എന്നതിന്റെയും അതിരുകൾ നിർണ്ണയിക്കലാണ്. ലൈംഗികതയിൽ വൈവിധ്യം (sexual variability) സ്വാഭാവികമാണ്. എല്ലാ കുറഞ്ഞ ആഗ്രഹവും രോഗമല്ല; എല്ലാ ഉയർന്ന ആഗ്രഹവും രോഗവുമല്ല. പ്രവർത്തനക്ഷമത, ദുരിതബോധം (distress), ബന്ധനാശം (relational harm) എന്നിവയാണ് ക്ലിനിക്കൽ വിലയിരുത്തലിന്റെ അടിസ്ഥാന മാനദണ്ഡങ്ങൾ[44].

ലൈംഗിക രോഗാവസ്ഥകളുടെ ചികിത്സയിൽ ഈ ജൈവ–നാഡീ ധാരണ നിർണായകമാണ്. ശുദ്ധമായ ഉപദേശമോ നൈതിക പ്രഭാഷണമോ ഇവിടെ ഫലപ്രദമാകില്ല. ഹോർമോണൽ ഇടപെടലുകൾ, മനഃശാസ്ത്ര ചികിത്സ, പെരുമാറ്റപരമായ പുനഃപരിശീലനം (behavioral retraining) എന്നിവ ചേർന്ന സംയോജിത സമീപനമാണ് ആവശ്യമായത്[45]. ഉദാഹരണത്തിന്, ഡോപാമിൻ അധിഷ്ഠിത നിർബന്ധിതത്വത്തിൽ പ്രീഫ്രണ്ടൽ നിയന്ത്രണം ശക്തിപ്പെടുത്തുന്ന ചികിത്സകൾ ഫലപ്രദമാകുമ്പോൾ, സെറോട്ടോണിൻ അധിഷ്ഠിത ദമനാവസ്ഥകളിൽ ഹോർമോണൽ പുനഃസമതുലനം നിർണായകമാകുന്നു.

ക്ലിനിക്കൽ തലത്തിൽ നിന്ന് സാമൂഹിക–നൈതിക തലത്തിലേക്ക് നീങ്ങുമ്പോൾ, മറ്റൊരു സൂക്ഷ്മപ്രശ്നം ഉയരുന്നു. ലൈംഗികത ജൈവമായി നിയന്ത്രിക്കപ്പെടുന്ന ഒന്നായിരിക്കെ, നൈതിക ഉത്തരവാദിത്തം (moral responsibility) എവിടെ തുടങ്ങുന്നു എന്ന ചോദ്യമാണ് അത്. എല്ലാ ജൈവ പ്രേരണയും ന്യായീകരിക്കപ്പെടണമോ? അല്ലെങ്കിൽ എല്ലാ ലംഘനവും വ്യക്തിപരമായ കുറ്റമാണോ? ആധുനിക നൈതികചിന്ത ഈ രണ്ടും അപര്യാപ്തമാണെന്ന് വ്യക്തമാക്കുന്നു[46].

ജൈവ നിർണയവാദം (biological determinism) ലൈംഗിക തയിൽ സ്വീകരിക്കുന്നത് അപകടകരമാണ്. "ശരീരം എന്നെ അങ്ങനെ നിർബന്ധിച്ചു" എന്ന വാദം വ്യക്തിഗത ഉത്തരവാദിത്തത്തെ പൂർണ്ണമായി ഇല്ലാതാക്കുന്നു. അതുപോലെ, ശുദ്ധമായ നൈതികവാദം (moralism) ജൈവ യാഥാർത്ഥ്യങ്ങളെ അവഗണിച്ച് രോഗാവസ്ഥകളെ കുറ്റകരമാക്കുന്നു. ആധുനിക സമീപനം ഈ രണ്ടിനുമിടയിൽ ഒരു സമതുലനം അന്വേഷിക്കുന്നു.

ഈ സമതുലനത്തിന്റെ കേന്ദ്രത്തിൽ സമ്മതം (consent) എന്ന ആശയം നിലകൊള്ളുന്നു. സമ്മതം ഒരു ശുദ്ധമായ നിയമപദമല്ല; അത് ഒരു നാഡീ–വികാര ശേഷിയാണ്. പ്രീഫ്രണ്ടൽ നിയന്ത്രണം, ഭീഷണിയില്ലായ്മ, വികാരസുരക്ഷ എന്നിവ ഇല്ലാതെ സമ്മതം അർത്ഥവത്താകില്ല[47]. അതിനാൽ ലൈംഗിക സമ്മതത്തെ ജൈവശേഷികളിൽ നിന്ന് വേർതിരിച്ച് കാണുന്നത് ശാസ്ത്രീയമായി തെറ്റാണ്.

ഇതുപോലെ തന്നെ, ലൈംഗികനിയന്ത്രണത്തിന്റെ നൈതിക അതിരുകൾ നിശ്ചയിക്കുമ്പോൾ, ജൈവ പരിമിതികൾ കണക്കിലെടുക്കേണ്ടതുണ്ട്. കൗമാരപ്രായം, ഗുരുതര മാനസിക രോഗങ്ങൾ,

ലഹരി ബാധ എന്നിവയിൽ സമ്മതശേഷി താൽക്കാലികമായോ സ്ഥിരമായോ ദുർബലമാകാം. ഇവിടെ "സ്വാതന്ത്ര്യം" എന്ന ഭാഷ ഉപയോഗിക്കുന്നത് തന്നെ തെറ്റിദ്ധരിപ്പിക്കുന്നതാണ്[48].

ലൈംഗികതയെ നിയന്ത്രിക്കുന്ന സാമൂഹികനിയമങ്ങൾ ഈ ജൈവ യാഥാർത്ഥ്യങ്ങളുടെ ഔപചാരിക രൂപങ്ങളാണ്. എന്നാൽ ഈ നിയമങ്ങൾ കർശനമാകുമ്പോൾ, അവ തന്നെ രോഗാവസ്ഥകൾ സൃഷ്ടിക്കാം. അതിരുകടന്ന ലജ്ജാബോധം, നിരന്തര കുറ്റബോധം, ലൈംഗികതയെക്കുറിച്ചുള്ള ഭീതിബോധം എന്നിവ ദീർഘകാല മാനസിക–ലൈംഗിക തകരാറുകൾക്ക് വഴിവയ്ക്കുന്നു[49]. അതിനാൽ നൈതികനിയന്ത്രണം സംരക്ഷണപരമായിരിക്കണം; ശിക്ഷാപരമായിരിക്കരുത്.

ഇവിടെയാണ് ആധുനിക നൈതികതയുടെ ഏറ്റവും പ്രധാനപ്പെട്ട സംഭാവന. ലൈംഗികത പൂർണ്ണ സ്വാതന്ത്ര്യത്തിനായിട്ടുള്ള ഒരു മേഖലയല്ല, എന്നാൽ പൂർണ്ണ നിയന്ത്രണത്തിനായിട്ടുള്ളതുമല്ല. അത് ജൈവമായി നിയന്ത്രിക്കപ്പെടുകയും സാമൂഹികമായി ദിശാബദ്ധമാക്കപ്പെടുകയും ചെയ്യുന്ന ഒരു മേഖലയാണ്. നൈതികതയുടെ പങ്ക് ഈ ജൈവ നിയന്ത്രണങ്ങളെ അർത്ഥവത്താക്കുകയും മനുഷ്യദുരിതം കുറയ്ക്കുകയും ചെയ്യുക എന്നതായിരിക്കണം[50].

ലൈംഗികതയുടെ രോഗാവസ്ഥകൾ, ക്ലിനിക്കൽ പ്രത്യാഘാതങ്ങൾ, നൈതിക നിയന്ത്രണങ്ങൾ എന്നിവയെ വേർതിരിച്ച് കാണാൻ കഴിയില്ല. അവ എല്ലാം ഒരേ ജൈവ–നാഡീ ലബോറട്ടറിയുടെ വ്യത്യസ്ത പ്രകടനങ്ങളാണ്. ഈ ലബോറട്ടറിയെ മനസ്സിലാക്കാതെ പോകുമ്പോൾ, ചികിത്സയും നൈതികതയും രണ്ടും ഒരുപോലെ പരാജയപ്പെടും.

Reference:

1. LeDoux, J. The Emotional Brain. Simon & Schuster, 1996.

2. Sapolsky, R. M. Behave. Penguin Press, 2017.

3. Pfaus, J. G. Sexual desire and motivation. Annual Review of Sex Research, 2009.

4. Buss, D. M. Evolutionary Psychology. Pearson, 2019.

5. Foucault, M. The History of Sexuality, Vol. 1. Pantheon, 1978.

6. Berridge, K. C., Robinson, T. E. Parsing reward. Trends in Neurosciences, 2003.

7. Amaral, D. G. The amygdala and emotion. Nature Reviews Neuroscience, 2002.

8. Zuckerman, M. Sensation Seeking. Psychology Press, 2007.

9. Plant, T. M. Neuroendocrine control of reproduction. Endocrine Reviews, 2015.

10. Herman, J. P. Stress and hypothalamic regulation. Nature Reviews Neuroscience, 2016.

11. Miller, E. K., Cohen, J. D. Integrative theory of prefrontal cortex. Annual Review of Neuroscience, 2001.

12. Steinberg, L. Risk taking in adolescence. Developmental Review, 2008.

13. Baumeister, R. F., Vohs, K. D. Sexual economics. Personality and Social Psychology Review, 2004.

14. Diamond, L. M. Sexual desire and identity. Psychological Review, 2003.

15. Archer, J. Testosterone and human aggression. Behavioral Sciences, 2006.

16. Gray, P. B., Anderson, K. G. Fatherhood and testosterone. Hormones and Behavior, 2010.

17. Eisenegger, C. et al. Testosterone and social behavior. Nature, 2011.

18. Sherwin, B. B. Estrogen and cognitive–emotional function. Endocrine Reviews, 2003.

19. Rupp, H. A., Wallen, K. Sex differences in sexual motivation. Hormones and Behavior, 2008.

20. Graham, C. A. Hormonal modulation of female sexual desire. Journal of Sex Research, 2010.

21. Bancroft, J. The endocrinology of sexual arousal. Journal of Endocrinology, 2005.

22. Krüger, T. H. C. et al. Prolactin and sexual satiety. Neuroscience & Biobehavioral Reviews, 2002.

23. Exton, M. S. et al. Neuroendocrine responses to orgasm. Psychoneuroendocrinology, 2001.

24. Waldinger, M. D. Serotonin and sexual function. World Journal of Biological Psychiatry, 2015.

25. Volkow, N. D., Morales, M. The brain on drugs. New England Journal of Medicine, 2015.

26. Dutton, D. G., Aron, A. Misattribution of arousal. Journal of Personality and Social Psychology, 1974.

27. Carter, C. S. Oxytocin and social bonding. Hormones and Behavior, 2014.

28. Sapolsky, R. M. Stress and social regulation. Penguin Press, 2017.

29. Aragón, O. R. et al. Dimorphous expressions of positive emotion. Psychological Scicncc, 2015.

30. Hrdy, S. B. *Mothers and Others*. Harvard University Press, 2009.

31. Diamond, L. M. *Sexual Fluidity*. Harvard University Press, 2008.

32. Gettler, L. T. et al. Hormonal correlates of pair bonding. *Proceedings of the National Academy of Sciences*, 2011.

33. Fiske, A. P. Relational models theory. *Psychological Review*, 1992.

34. Zink, C. F. et al. Social status and neural reward processing. *Neuron*, 2008.

35. Haidt, J. Moral emotions and social regulation. *Handbook of Affective Sciences*, 2003.

36. Tangney, J. P., Dearing, R. L. *Shame and Guilt*. Guilford Press, 2002.

37. Eisenberger, N. I. The pain of social rejection. *Science*, 2003.

38. Aragón, O. R. et al. Dimorphous expressions of positive emotion. *Psychological Science*, 2015.

39. Baumeister, R. F. Self-regulation and sexuality. *Journal of Sex Research*, 2005.

40. Coontz, S. *Marriage, a History*. Viking Press, 2005.

41. Kafka, M. P. Hypersexual disorder. *Archives of Sexual Behavior*, 2010.

42. Voon, V. et al. Neural correlates of sexual compulsivity. *PLoS ONE*, 2014.

43. Clayton, A. H. et al. Hypoactive sexual desire disorder. *Journal of Sexual Medicine*, 2018.

44. Bancroft, J., Janssen, E. The dual control model. *Neuroscience & Biobehavioral Reviews*, 2000.

45. Kleinplatz, P. J. et al. Treatment approaches to sexual dysfunctions. *Journal of Sex & Marital Therapy*, 2015.

46. Morse, S. J. Brain and blame. *Georgetown Law Journal*, 2011.

47. Crockett, M. J. et al. Moral decision-making and the brain. *Neuron*, 2017.

48. Steinberg, L. Adolescence and responsibility. *Developmental Review*, 2013.

49. Levine, S. B. Sexuality and shame. *Journal of Sex Research*, 2014.

50. Beauchamp, T. L., Childress, J. F. *Principles of Biomedical Ethics*. Oxford University Press, 2019.

അധ്യായം 2

വൈവിധ്യങ്ങൾ തേടുന്ന മനസ്സ്

ലൈംഗിക വൈവിധ്യം: വ്യതിചലനം അല്ല, ജൈവ ബഹുസ്വരത

മനുഷ്യ ലൈംഗികതയെ ദീർഘകാലം ഒരു ഏകകേന്ദ്രിത മാതൃകയിലേക്കു ചുരുക്കിക്കാണുന്ന സമീപനം ആധുനിക ശാസ്ത്രത്തിന്റെ വെളിച്ചത്തിൽ നിലനിൽക്കാൻ കഴിയാത്തതാണ്. ''സാധാരണ ലൈംഗികത'' എന്ന ആശയം സാമൂഹിക ക്രമീകരണങ്ങൾക്കും നൈതിക നിയന്ത്രണങ്ങൾക്കും അനുയോജ്യമായ ഒരു സങ്കൽപ്പമായി പ്രവർത്തിച്ചുവെങ്കിലും, അത് മനുഷ്യ ജൈവ യാഥാർത്ഥ്യത്തിന്റെ കൃത്യമായ പ്രതിഫലനം ആയിരുന്നില്ല. ഇന്ന് നാഡീശാസ്ത്രം, മനശ്ശാസ്ത്രം, ജനിതകശാസ്ത്രം, പരിണാമശാസ്ത്രം എന്നിവ ചേർന്ന് വ്യക്തമാക്കുന്നത്, ലൈംഗിക വൈവിധ്യം ഒരു അപവാദമോ സാമൂഹിക വ്യതിചലനമോ അല്ല; മറിച്ച് മനുഷ്യ മസ്തിഷ്കത്തിന്റെ ഘടനയിൽ തന്നെ ഉൾക്കൊള്ളപ്പെട്ടിരിക്കുന്ന സ്വാഭാവിക ബഹുസ്വരതയാണ്[1].

ഈ ഭാഗം ഒരു സിദ്ധാന്തപര പുനർവ്യാഖ്യാനത്തിൽ നിന്നാണ് ആരംഭിക്കുന്നത്. ചരിത്രപരമായി, ലൈംഗികതയെ പ്രജനന കേന്ദ്രിതമായ ഒരു ഏകദിശ പ്രവർത്തനമായി നിർവ്വചിച്ച സമീപനം സാമൂഹികസ്ഥിരത നിലനിർത്തുന്നതിന് സഹായകരമായിരുന്നിരിക്കാം. എന്നാൽ ഈ സമീപനം മനുഷ്യന്റെ യഥാർത്ഥ ലൈംഗിക അനുഭവങ്ങളുടെ വ്യാപ്തിയും സങ്കീർണ്ണതയും വിശദീകരിക്കാൻ പര്യാപ്തമല്ല. മനുഷ്യ ലൈംഗികത പ്രജനനത്തിൽ മാത്രം ഒതുങ്ങുന്നില്ല; അത് ബന്ധനിർമ്മാണം, ആത്മസാന്ത്വനം, ആസ്വാദനം, സ്വയംബോധം, സാമൂഹിക തിരിച്ചറിവ് എന്നിവയുമായി ആഴത്തിൽ ബന്ധപ്പെട്ടു നിലകൊള്ളുന്നു[2]. അതിനാൽ തന്നെ, ലൈംഗികതയെ ഒരേയൊരു ''സാധാരണ'' മാതൃകയിലേക്ക് ചുരുക്കുന്നത് ശാസ്ത്രീയമായി അപര്യാപ്തവും സങ്കുചിതവുമായ സമീപനമാണ്.

ആധുനിക ഗവേഷണങ്ങളുടെ ഒരു കേന്ദ്ര കണ്ടെത്തൽ ഇതാണ്: മനുഷ്യ ലൈംഗിക ആഗ്രഹങ്ങൾ ഏകകേന്ദ്രിതമല്ല. ആഗ്രഹത്തിന്റെ ലക്ഷ്യം, തീവ്രത, ദൈർഘ്യം, സ്ഥിരത എന്നിവ വ്യക്തികളിൽ മാത്രമല്ല, ഒരേ വ്യക്തിയുടെ ജീവിതകാലത്തിനുള്ളിലും വ്യത്യാസപ്പെടുന്നു[3]. ചിലർക്കു ലൈംഗിക ആഗ്രഹം സ്ഥിരതയുള്ളതും ശക്തവുമായിരിക്കുമ്പോൾ, മറ്റുള്ളവർക്ക് അത് സാഹചര്യാധീനമായോ ചഞ്ചല സ്വഭാവമുള്ളതായോ അനുഭവപ്പെടാം. ചിലർക്ക് ആഗ്രഹത്തിന്റെ ലക്ഷ്യം വ്യക്തമായി നിർവ്വചിക്കപ്പെട്ടിരിക്കുമ്പോൾ, മറ്റുള്ളവർക്ക് അത് സമയത്തിനും ബന്ധങ്ങൾക്കും അനുസരിച്ച് മാറിക്കൊണ്ടിരിക്കും. ഈ വ്യത്യാസങ്ങൾ സാമൂഹിക ''കുഴപ്പങ്ങൾ'' അല്ല; അവ മനുഷ്യ ലൈംഗികതയുടെ സ്വാഭാവിക വ്യാപ്തിയുടെ പ്രകടനങ്ങളാണ്.

ഇവിടെ ''സാധാരണം'' എന്ന ആശയം നിർണായകമായി പരിശോധിക്കപ്പെടണം. സാധാരണം എന്നത് പലപ്പോഴും സാമൂഹിക ശരാശരിയെ സൂചിപ്പിക്കുന്ന ഒരു സ്ഥിതി വിവരശാസ്ത്ര ധാരണ മാത്രമാണ്. എന്നാൽ സാമൂഹിക ശരാശരി ജൈവ നിയമമല്ല[4]. ഒരു ജനസംഖ്യയിൽ കൂടുതലായി കാണപ്പെടുന്ന ഒരു മാതൃക, മറ്റ് എല്ലാ മാതൃകകളെയും അസാധുവാക്കുന്നില്ല. ലൈംഗികതയുടെ കാര്യത്തിൽ ഈ തെറ്റിദ്ധാരണ ഗുരുതരമായ ഫലങ്ങൾ സൃഷ്ടിച്ചിട്ടുണ്ട്. ശരാശരിയിൽ നിന്ന് വ്യത്യസ്തമായ അനുഭവങ്ങൾ പലപ്പോഴും രോഗാവസ്ഥകളായോ വ്യതിചലനങ്ങളായോ നൈതിക പരാജയങ്ങളായോ ചിത്രീകരിക്കപ്പെട്ടു.

മുൻ അധ്യായത്തിൽ വിശദീകരിച്ചതുപോലെ, ലൈംഗിക ആഗ്രഹം ഒരൊറ്റ കേന്ദ്രത്തിലൂടെ നിയന്ത്രിക്കപ്പെടുന്ന ഒന്നല്ല. അത് പല നാഡീ–മനശ്ശാസ്ത്ര സംവിധാനങ്ങളുടെ സംയോജിത പ്രവർത്തനഫലമാണ്. ഈ സംവിധാനങ്ങളിലെ വ്യത്യാസങ്ങൾ മനുഷ്യരിൽ ലൈംഗിക പ്രതികരണങ്ങളുടെ വൈവിധ്യം സൃഷ്ടിക്കുന്നു. ഇവിടെ വീണ്ടും ആ രസതന്ത്ര വിശദീകരണങ്ങളിലേക്ക് മടങ്ങേണ്ടതില്ല. പ്രധാനമായി മനസ്സിലാക്കേണ്ടത് ഇതാണ്: ഒരേ ജൈവ ഘടനയ്ക്കുള്ളിൽ തന്നെ അവയുടെ സംയുത പ്രവർത്തനത്തിലെ ഘടകങ്ങളുടെ ചെറിയ അളവ് മാറ്റങ്ങൾ കൊണ്ട് പോലും പല ലൈംഗിക മാതൃകകൾ നിലനിൽക്കാൻ കഴിയും എന്നതാണ് മനുഷ്യ ലൈംഗികതയുടെ യഥാർത്ഥ സ്വഭാവം.

അതുകൊണ്ട്, ലൈംഗിക വൈവിധ്യത്തെ ഒരു രേഖീയ സ്കെയിലിൽ വെച്ച് "സാധാരണം–അസാധാരം" എന്നിങ്ങനെ തരംതിരിക്കുന്നത് ശാസ്ത്രീയമായി നിലനിൽക്കാത്ത സമീപനമാണ്. ശരിയായ സമീപനം, ഈ വൈവിധ്യങ്ങളെ മനുഷ്യ ജൈവ ബഹുസ്വരതയുടെ വ്യത്യസ്ത പ്രകടനങ്ങളായി കാണുകയാണ്. ഇതിൽ ചില മാതൃകകൾ ഭൂരിപക്ഷത്തിൽ കാണപ്പെടാം, ചിലത് അപൂർവ്വമായിരിക്കാം. എന്നാൽ അപൂർവ്വത തന്നെ രോഗാവസ്ഥയാകുന്നില്ല.

ഇവിടെ ഒരു നിർണായക സിദ്ധാന്ത ബിന്ദുവുണ്ട്. ലൈംഗിക വൈവിധ്യം വിശദീകരിക്കേണ്ട ഒരു "പ്രശ്നം" അല്ല. "എന്തുകൊണ്ട് ചിലർ ഇങ്ങനെ" എന്ന ചോദ്യം തന്നെ ഒരു നൈതിക മുൻവിധി ഉൾക്കൊള്ളുന്നുണ്ട്. ശാസ്ത്രീയമായി കൂടുതൽ ഉചിതമായ ചോദ്യം "ഇതെങ്ങനെ മനുഷ്യ ജൈവ ഘടനയുടെ ഭാഗമാണ്" എന്നതാണ്. വൈവിധ്യം വിശദീകരണം ആവശ്യപ്പെടുന്നിടത്ത് തന്നെ, അത് ഒരു അസാധാരണതയായി മുൻകൂട്ടി നിഗമിക്കപ്പെടുന്നു. ആ നിഗമനം ഒഴിവാക്കുന്നതിലാണ് ആധുനിക ലൈംഗിക ശാസ്ത്രത്തിന്റെ പുരോഗതി.

ലൈംഗിക വൈവിധ്യം സാമൂഹിക വ്യതിചലനം അല്ല, ആധുനിക സാംസ്കാരിക "ട്രെൻഡ്" അല്ല, നൈതിക ക്ഷയത്തിന്റെ സൂചനയും അല്ല. അത് മനുഷ്യ മസ്തിഷ്കത്തിന്റെ ഘടനയിലും പ്രവർത്തനരീതിയിലും തന്നെ ഉൾക്കൊള്ളപ്പെട്ടിരിക്കുന്ന സ്വാഭാവിക ബഹുസ്വരതയാണ്. ശാസ്ത്രത്തിന്റെ ദൗത്യം ഈ വൈവിധ്യത്തെ ന്യായീകരിക്കുക എന്നല്ല; മറിച്ച് അതിനെ യാഥാർത്ഥ്യമായി അംഗീകരിച്ച് മനുഷ്യ അനുഭവങ്ങളെ അതിന്റെ അടിസ്ഥാനത്തിൽ മനസ്സിലാക്കുക എന്നതാണ്.

ലൈംഗിക വൈവിധ്യ രുചികൾ

രൂപങ്ങൾ, മാതൃകകൾ, ഉദാഹരണങ്ങൾ

ലൈംഗിക വൈവിധ്യത്തെ ജൈവ ബഹുസ്വരതയായി അംഗീകരിക്കുന്നതും, ആ ബഹുസ്വരത വ്യക്തികളുടെ അനുഭവങ്ങളിൽ എങ്ങിനെയാണ് വ്യത്യസ്തമായ ലൈംഗിക രുചികളായി (sexual tastes and interests) പ്രകടമാകുന്നത് എന്നതും തമ്മിൽ നിർണായകമായ സങ്കൽപ്പ വ്യത്യാസമുണ്ട്. മുൻഭാഗം മനുഷ്യ ലൈംഗികതയുടെ ബഹുസ്വര അടിത്തറ സ്ഥാപിച്ചുവെങ്കിൽ, ഈ ഭാഗം ആ അടിത്തറയിൽ നിന്ന് മുന്നോട്ട് പോയി, മനുഷ്യരിൽ കാണുന്ന ലൈംഗിക രുചികളുടെ രൂപങ്ങളും മാതൃകകളും സാമൂഹികമായി എങ്ങിനെയാണ് തെറ്റായി വായിക്കപ്പെടുന്നത് എന്നും വിശദീകരിക്കുകയാണ് ലക്ഷ്യമിടുന്നത്.

ആദ്യം തന്നെ "ലൈംഗിക രുചി" എന്ന ആശയം വ്യക്തമായി നിർവചിക്കേണ്ടതുണ്ട്. ലൈംഗിക രുചി എന്നത് ലൈംഗിക ദിശയല്ല (Orientation), അത് വ്യക്തിയുടെ യഥാർത്ഥ പെരുമാറ്റത്തിന്റെ

പൂർണ പ്രതിഫലനവും അല്ല, അതുപോലെ തന്നെ നൈതിക നിലപാടും അല്ല. മറിച്ച്, ലൈംഗിക ആഗ്രഹത്തിന്റെ ലക്ഷ്യം, ഉത്തേജനത്തിന് കാരണമാകുന്ന ഘടകങ്ങൾ, ആഗ്രഹം ആവർത്തിക്കുന്ന രീതി, അതിന് വികാരബന്ധങ്ങളോടുള്ള ബന്ധം എന്നിവ ചേർന്നുണ്ടാകുന്ന ഒരു സ്ഥിരമായോ അർദ്ധസ്ഥിരമായോ മുൻഗണനാ ഘടനയാണ് ലൈംഗിക രുചി[7]. ഈ വ്യത്യാസം തുടക്കത്തിൽ തന്നെ വ്യക്തമാക്കാതിരിക്കുമ്പോൾ, രുചിയും പെരുമാറ്റവും, രുചിയും നൈതികതയും, രുചിയും രോഗാവസ്ഥയും തമ്മിലുള്ള അതിരുകൾ മങ്ങിയുപോകുന്നു.

ലൈംഗിക രുചികളുടെ വൈവിധ്യം ആദ്യം പ്രകടമാകുന്നത് ആഗ്രഹത്തിന്റെ തീവ്രതയിലാണ്. ചിലർക്കു ലൈംഗിക ആഗ്രഹം ശക്തവും സ്ഥിരവുമായിരിക്കാം; അത് ദിവസേനയോ നിരന്തരമായോ അനുഭവപ്പെടാം. മറ്റുചിലർക്കു ആഗ്രഹം മിതമായതായിരിക്കാം, ബന്ധത്തിന്റെ തുടക്കഘട്ടങ്ങളിലോ പ്രത്യേക സാഹചര്യങ്ങളിലോ മാത്രം സജീവമാകുന്നത്. ചിലർക്കു ലൈംഗിക ആഗ്രഹം വളരെ കുറഞ്ഞതായിരിക്കാം, അല്ലെങ്കിൽ ജീവിതത്തിലെ ചില ഘട്ടങ്ങളിൽ മാത്രം അനുഭവപ്പെടുന്നതായിരിക്കാം. ഈ തീവ്രത വ്യത്യാസങ്ങൾ ഒരേ വ്യക്തിയുടെ ജീവിതകാലത്തിനുള്ളിലും മാറിക്കൊണ്ടിരിക്കാം[8]. ഇവയെ "സാധാരണം–അസാധാരം" എന്ന ബൈനറി ഭാഷയിൽ വായിക്കുന്നത് ശാസ്ത്രീയമായി തെറ്റാണ്; ഇവ ഒരു തുടർച്ചയിലാണ് നിലനിൽക്കുന്നത്.

ആഗ്രഹത്തിന്റെ ലക്ഷ്യത്തെ അടിസ്ഥാനമാക്കിയുള്ള വൈവിധ്യവും അത്ര തന്നെ നിർണായകമാണ്. ചില വ്യക്തികൾക്ക് ലൈംഗിക ആഗ്രഹം ഒരു പ്രത്യേക ലിംഗത്തോടു മാത്രം കേന്ദ്രീകരിച്ചിരിക്കാം. മറ്റുചിലർക്കു ലിംഗം നിർണായക ഘടകമല്ല; വ്യക്തിത്വം, വികാരബന്ധം, സുരക്ഷാബോധം എന്നിവയാണ് ആഗ്രഹത്തെ ഉണർത്തുന്നത്. ചിലർക്കു ആഗ്രഹം വളരെ വ്യക്തിനിഷ്ഠമായിരിക്കാം, പ്രത്യേക ചില വ്യക്തികളോടു മാത്രമായി അനുഭവപ്പെടുന്നത്. മറ്റുചിലർക്കു ആഗ്രഹം സാഹചര്യാധീനമായിരിക്കാം, സാമൂഹിക–വൈകാരിക ചുറ്റുപാടുകൾ മാറുമ്പോൾ അതിന്റെ ലക്ഷ്യവും മാറുന്നു[9]. ഈ വ്യത്യാസങ്ങൾ വ്യക്തിയുടെ "സ്ഥിരതക്കുറവ്" സൂചിപ്പിക്കുന്നില്ല; മറിച്ച് മനുഷ്യ ആഗ്രഹത്തിന്റെ ഘടനാപരമായ ദ്രവ്യ സ്വഭാവത്തിന്റെ പ്രകടനങ്ങളാണ്.

ഉത്തേജനത്തിന്റെ രീതി അടിസ്ഥാനമാക്കിയുള്ള വൈവിധ്യങ്ങളും ശ്രദ്ധേയമാണ്. ചിലർക്കു ദൃശ്യ ഉത്തേജനം നിർണായകമാണ്; ശരീരദൃശ്യങ്ങൾ, രൂപഭംഗി, ചലനം എന്നിവയാണ് ആഗ്രഹത്തെ ഉണർത്തുന്നത്. മറ്റുചിലർക്കു വികാരബന്ധവും സുരക്ഷയും ഇല്ലാതെ ലൈംഗിക ആഗ്രഹം അനുഭവപ്പെടുന്നില്ല. ചിലർക്കു സ്പർശം, ശാരീരിക സമീപനം, താളാത്മക ഇടപെടൽ എന്നിവയാണ് പ്രധാന ഉത്തേജകങ്ങൾ. മറ്റുചിലർക്കു കൽപ്പനയും ആന്തരിക സങ്കൽപ്പങ്ങളും ആണ് പ്രധാന പങ്കുവഹിക്കുന്നത്[10]. ഈ വ്യത്യാസങ്ങളെ നൈതിക ഭാഷയിൽ വിലയിരുത്താതെ, മനുഷ്യ പ്രതികരണങ്ങളുടെ വ്യത്യസ്ത മാതൃകകളായി മനസ്സിലാക്കേണ്ടതാണ്.

ശാരീരിക താൽപര്യങ്ങൾ ലൈംഗിക രുചികളുടെ മറ്റൊരു പ്രധാന അളവാണ്. ശരീരഭാരം, ശരീരാകൃതി, പേശിവിന്യാസം, ശരീരവളവ്, അവയവങ്ങളുടെ രൂപവ്യത്യാസങ്ങൾ എന്നിവയോട് ബന്ധപ്പെട്ട ആകർഷണങ്ങൾ വ്യക്തികളിൽ വൻ വ്യത്യാസം കാണിക്കുന്നു. ചിലർക്കു ഉയർന്ന ബോഡി മാസ്സുള്ള ശരീരങ്ങളോട് ആകർഷണമുണ്ടാകാം, മറ്റുചിലർക്കു മെലിഞ്ഞ ശരീരങ്ങളോടാകാം. ചിലർക്കു പ്രത്യേക ശരീരഘടനകളോ അവയവരൂപങ്ങളോ ശക്തമായ ആകർഷണ ഘടകങ്ങളായിരിക്കാം. ഇവയെ സാമൂഹികമായി "വിചിത്രം" എന്ന്

മുദ്രകുത്താറുണ്ടെങ്കിലും, ശാസ്ത്രീയമായി ഇവ മനുഷ്യ ദൃശ്യ–സ്പർശ പ്രതികരണ വ്യത്യാസങ്ങളുടെ ഭാഗമാണ്[11].

പ്രായവ്യത്യാസവുമായി ബന്ധപ്പെട്ട ലൈംഗിക താൽപര്യങ്ങളും (consenting adults-നള്ളിൽ) പലപ്പോഴും തെറ്റായി വായിക്കപ്പെടുന്ന മേഖലയാണ്. പ്രായത്തിൽ വലിയ വ്യത്യാസമുള്ള മുതിർന്നവരോടുള്ള ആകർഷണം ചിലർക്കുണ്ടാകാം, മറ്റുചിലർക്കു സമപ്രായ ബന്ധങ്ങളോടേ ആഗ്രഹം അനുഭവപ്പെടൂ. ഈ വ്യത്യാസങ്ങൾ അധികാരബന്ധങ്ങൾ ഇല്ലാത്തതും പരസ്പര സമ്മതം നിലനിൽക്കുന്നതുമായ സാഹചര്യങ്ങളിൽ പാത്തോളജിയല്ല[12]. പ്രശ്നം പ്രായവ്യത്യാസമല്ല, സമ്മതവും അധികാര അസമത്വവുമാണ്.

സാമൂഹിക സ്ഥാനങ്ങളിൽ വ്യത്യസ്തമായി നിലനിൽക്കു ന്നവരോടുള്ള ലൈംഗിക താൽപര്യങ്ങളും ഇവിടെ ഉൾപ്പെടുത്തേ ണ്ടതാണ്. ചിലർക്കു അധികാരസ്ഥാനങ്ങളിലുള്ളവരോടു ആകർഷണമുണ്ടാകാം, ചിലർക്കു അതിന്റെ വിപരീതമായി സംരക്ഷണം ആവശ്യമുള്ളവരോടു. ചിലർക്കു സാമൂഹിക സമത്വം പ്രധാനമായിരിക്കുമ്പോൾ, മറ്റുചിലർക്കു സാമൂഹിക വ്യത്യാസങ്ങൾ തന്നെ ആകർഷണ ഘടകമാകാം. ഈ താൽപര്യങ്ങൾ സാമൂഹിക അനുഭവങ്ങളും ജീവിതകഥകളും ചേർന്ന് രൂപപ്പെടുന്നതാണ്[13].

ബന്ധങ്ങളുമായി ബന്ധപ്പെട്ട ലൈംഗിക രുചി വ്യത്യാസങ്ങളും നിർണായകമാണ്. ചിലർക്ക് സ്ഥിരമായ വികാരബന്ധമില്ലാതെ തന്നെ ലൈംഗിക ആഗ്രഹം അനുഭവപ്പെടാം. മറ്റുചിലർക്കു ബന്ധമുണ്ടെങ്കിൽ മാത്രമേ ആഗ്രഹം സജീവമാകൂ. ചിലർ ദീർഘബന്ധങ്ങളിൽ പ്രവേശിക്കുമ്പോൾ ലൈംഗിക ആഗ്രഹം കുറയുന്നതായി അനുഭവപ്പെടുന്നു, എന്നാൽ വികാരബന്ധം ശക്തമായി തുടരാം. മറ്റുചിലർക്ക് ദീർഘബന്ധങ്ങളിലും ലൈംഗിക ആഗ്രഹം സ്ഥിരമായി നിലനിൽക്കും[14]. ഇത് ബന്ധത്തിന്റെ “പരാജയം” അല്ല, രുചി വ്യത്യാസത്തിന്റെ പ്രകടനമാണ്.

നവീനതയോടുള്ള പ്രതികരണവും ലൈംഗിക രുചികളുടെ മറ്റൊരു അളവാണ്. ചിലർക്കു പുതുമ തേടുന്ന ലൈംഗിക രുചികളായിരിക്കാം; ഒരേ പങ്കാളിയോടു തന്നെ പുതുമ കണ്ടെത്താനുള്ള മാർഗ്ഗങ്ങൾ അവർ തേടും. മറ്റുചിലർക്കു പുതുമ ആശങ്കയുണ്ടാക്കുന്ന ഘടകമായിരിക്കും; സ്ഥിരതയും പരിചിതത്വവും അവർക്കു കൂടുതൽ ആശ്വാസം നൽകും. ചിലർക്കു നിയന്ത്രിതമായ മാറ്റങ്ങൾ മതിയാകും. ഇവയെ നൈതിക പരാജയങ്ങളായി കാണാതെ, മനുഷ്യ പ്രതികരണങ്ങളുടെ വ്യത്യസ്ത മാതൃകകളായി കാണേണ്ടതാണ്[15].

സാമൂഹികമായി “അസാധാരം” എന്ന് മുദ്രകുത്തപ്പെടുന്ന, എന്നാൽ പാത്തോളജിയല്ലാത്ത നിരവധി ലൈംഗിക രുചികളും നിലനിൽക്കുന്നു.

മനുഷ്യ ലൈംഗിക താൽപര്യങ്ങൾ രൂപപ്പെടുന്നത് ഒറ്റ ഘടകത്തിന്റെ ഫലമല്ല, മറിച്ച് ദൃശ്യ–ശരീര ആകർഷണ ഘടന, അധികാര–കീഴടങ്ങൽ അനുഭവങ്ങൾ, സാമൂഹിക നിരോധന ങ്ങൾ, നാഡീവ്യവസ്ഥയുടെ അനുകൂലനം, അതിരൂക്ഷതയോടുള്ള പ്രതികരണം, തിരിച്ചറിയൽ സംബന്ധമായ അന്വേഷണങ്ങൾ, ഒറ്റപ്പെട്ട ഉത്തേജനത്തിന്റെ മാനസിക പ്രയോജനം, ബഹുജന ഫാന്റസികളിലൂടെ സ്വയംമൂല്യബോധം പുനഃസ്ഥാപിക്കൽ എന്നിവ ചേർന്നുണ്ടാകുന്ന ഒരു സങ്കീർണ്ണ പ്രക്രിയയാണെന്ന് കാണാം. ശരീര സവിശേഷതകളോട് ഉള്ള ആകർഷണം തലച്ചോറിന്റെ പ്രജനന–സൂചന പ്രതികരണവുമായി ബന്ധപ്പെട്ടു നിൽക്കുമ്പോഴും, സമൂഹം ഏത് ശരീരങ്ങളെ ആഗ്രഹയോഗ്യമെന്ന് അവതരിപ്പിക്കുന്നു എന്നത് വ്യക്തിയുടെ ലൈംഗിക ടെംപ്ലേറ്റ്

നിർണ്ണയിക്കുന്നതിൽ നിർണായകമാണ്. അതുപോലെ, ജീവിതത്തിൽ നിയന്ത്രണവും ഉത്തരവാദിത്തവും അധികരിച്ചിരിക്കുന്നവർ ഫാനറ്റസികളിൽ അധികാരം വിട്ടുകൊടുക്കുന്നതിലൂടെ ആശ്വാസം കണ്ടെത്തുന്ന പ്രവണത കാണിച്ചേക്കാം, എന്നാൽ ഇത് ബന്ധങ്ങളിൽ തുറന്ന ആശയവിനിമയം ഇല്ലാത്തപ്പോൾ അകത്തളത്തിൽ മാത്രം നിലനിൽക്കുന്ന മാനസിക വിഭജനമായി മാറുന്നു. സാമൂഹികമായി "നിരോധിതം" എന്ന് അടയാളപ്പെടുത്തിയ വേഷങ്ങളെയും സാഹചര്യങ്ങളെയും തലച്ചോർ ഭയവും പുതുമയും ചേർന്ന ശക്തമായ ഉത്തേജനമായി വായിക്കുന്നതിലൂടെ, സമൂഹനിയമങ്ങൾ സ്വകാര്യ ഫാന്റസികളിൽ എങ്ങനെ നാഡീപ്രതികരണങ്ങളായി മാറുന്നു എന്നതും വ്യക്തമാകുന്നു. കാലക്രമേണ ഒരേ ഉത്തേജനത്തോട് പ്രതികരണം ക്ഷയിക്കുമ്പോൾ, കൂടുതൽ ശക്തമായ സെൻസറി സൂചനകൾ തേടുന്നത് നാഡീവ്യവസ്ഥയുടെ സ്വാഭാവിക അനുകൂലനമാണെന്നും, അത് വ്യക്തിയുടെ നൈതിക പരാജയമായി വായിക്കാനാകില്ലെന്നും ഇവിടെ സ്ഥാപിക്കപ്പെ ടുന്നു. അതിരുക്ഷതയോടും പരിധി പരീക്ഷണങ്ങളോടും ഉള്ള താൽപര്യങ്ങൾ പലപ്പോഴും "വ്യത്യസ്തത"യായി മുദ്രകുത്തപ്പെട്ട പ്പോഴും, യാഥാർത്ഥത്തിൽ അത് ഉയർന്ന ഉത്തേജന പരിധിയിലേക്ക് തലച്ചോർ മാറിയതിന്റെ സൂചന മാത്രമാണ്, വ്യക്തമായ സമ്മതവും വിശ്വാസവും ഇല്ലാത്തിടത്താണ് അത് ബന്ധങ്ങൾക്ക് അപകടകരമാകുന്നത്. ഇതോടൊപ്പം, താൽപര്യവും തിരിച്ചറിയലും തമ്മിലുള്ള വ്യത്യാസം തിരിച്ചറിയു ന്നത് നിർണായകമാണ്, ലൈംഗിക ദിശയുമായി ബന്ധപ്പെട്ട ഉള്ളടക്കം കൗതുകത്തിന്റെയും സ്വയംഅവബോധത്തിന്റെയും ഭാഗമായ മനുഷ്യ വൈവിധ്യമായി മനസ്സിലാക്കപ്പെടുമ്പോൾ മാത്രമേ ആന്തരിക സംഘർഷങ്ങൾ ഒഴിവാക്കാനാകൂ. ഒറ്റപ്പെട്ട ഉത്തേജനം ബന്ധങ്ങളിലെ നിരാകരണഭയം അല്ലെങ്കിൽ ആത്മബന്ധത്തിന്റെ അഭാവം എന്നിവയിൽ നിന്ന് താൽക്കാലിക സുരക്ഷയും നിയന്ത്രണബോധവും നൽകുന്ന മാർഗമായി പ്രവർത്തിച്ചേക്കാം, എന്നാൽ അത് സ്ഥിരബന്ധങ്ങളെ പൂർണ്ണമായി മാറ്റിസ്ഥാപിക്കുമ്പോൾ സാമൂഹിക ഒറ്റപ്പെടൽ വർധിക്കുന്നതും കാണാം. ഇതിന്റെ സമാപനമായി, ബഹുജന–ബഹുസാഹചര്യ ഫാന്റസികൾ ആകർഷണത്തിന്റെ അളവ് വർധിപ്പിച്ച് സ്വയംമൂല്യബോധം ശക്തിപ്പെടുത്തുന്ന ഒരു മാനസിക പ്രതിപ്രവർത്തനമാണെന്ന് മനസ്സിലാക്കാം, പ്രത്യേകിച്ച് സാമൂഹിക അംഗീകാരം ലഭിക്കാത്ത സാഹചര്യങ്ങളിൽ ഈ ഫാന്റസികൾ അതിരുക്ഷരൂപത്തിൽ പ്രത്യക്ഷപ്പെടുന്നതിലൂടെ മനുഷ്യ ലൈംഗിക താൽപര്യങ്ങൾ എത്രത്തോളം ജൈവവും സാമൂഹികവുമായ ഘടകങ്ങളുടെ സംയോജിതഫലമാണെന്ന്.

ലൈംഗിക ആഗ്രഹം വളരെ അപൂർവ്വമായി മാത്രം അനുഭവപ്പെടുക, ലൈംഗികതയെക്കാൾ വികാരബന്ധം പ്രാധാന്യമാക്കുക, അല്ലെങ്കിൽ ലൈംഗികതയിൽ തന്നെ താൽപര്യം വളരെ കുറവായിരിക്കുക തുടങ്ങിയ അനുഭവങ്ങൾ പലപ്പോഴും തെറ്റായി ക്ലിനിക്കൽ പ്രശ്നങ്ങളായി ചിത്രീകരിക്കപ്പെടുന്നു[16]. എന്നാൽ അപൂർവ്വത തന്നെ രോഗാവസ്ഥയാകുന്നില്ല; ഭൂരിപക്ഷത്തിൽ ഇല്ലാത്തത് അസാധുവാകുന്നുമില്ല.

ഇവിടെചികിത്സ തുടങ്ങുന്ന അതിരു കൃത്യമായി അടയാള പ്പെടുത്തേണ്ടതാണ്. ലൈംഗിക രുചികൾ പാത്തോളജിക്കൽ ആകുന്നത് അവയുടെ ഉള്ളടക്കം കൊണ്ടല്ല, അവ സൃഷ്ടിക്കുന്ന ഫലങ്ങൾ കൊണ്ടാണ്. സമ്മതം അസാധ്യമായ ലക്ഷ്യങ്ങൾ, മറ്റുള്ളവർക്കുള്ള മാനസികമോ ശാരീരികമോ ആയ ഹാനി, നിയന്ത്രണം നഷ്ടപ്പെട്ട നിർബന്ധിത ആവർത്തനം, അല്ലെങ്കിൽ വ്യക്തിയുടെ തന്നെ സാമൂഹിക–വ്യക്തിഗത പ്രവർത്തനക്ഷമത തകരുന്ന അവസ്ഥകൾ ഇവിടെയാണ് പാത്തോളജിയുടെ സൂചനകൾ[17]. ഈ അതിരു വ്യക്തമാക്കാതിരിക്കുമ്പോൾ, ഹാനിയില്ലാത്ത വൈവിധ്യവും ഹാനികരമായ അവസ്ഥകളും ഒരുപോലെ മങ്ങിയുപോകും.

ലൈംഗിക രുചികളുടെ വൈവിധ്യം മനുഷ്യ സ്വഭാവത്തിന്റെ ഭാഗമാണ്. എല്ലാ അപൂർവ്വതയും ചികിത്സാവിഷയമല്ല. പാത്തോളജി നിർവചിക്കേണ്ടത് രുചിയുടെ ഉള്ളടക്കത്തിലൂടെ അല്ല, അതിന്റെ വ്യക്തിപരവും സാമൂഹികവുമായ ഫലങ്ങ ളിലൂടെയാണ്. ഈ തിരിച്ചറിവാണ് ലൈംഗിക വൈവിധ്യത്തെ നൈതിക വിവാദങ്ങളിൽ നിന്ന് മാറ്റി ശാസ്ത്രീയ ബോധ്യത്തിലേക്ക് കൊണ്ടുവരുന്ന അടിത്തറ.

വൈവിധ്യത്തിന്റെ നാഡീ–ജനിതക അടിത്തറ

ലൈംഗിക വൈവിധ്യം സാമൂഹിക–സാംസ്കാരിക നിർമ്മിതിയാണെന്ന ലളിതവാദവും, അതേസമയം അത് പൂർണമായും ജനിതകമായി "നിശ്ചിതമാണ്" എന്ന നിർണ്ണയവാദവും, രണ്ടും ആധുനിക ശാസ്ത്രത്തിന്റെ വെളിച്ചത്തിൽ അപര്യാപ്തമാണ്. ഈ ഭാഗം മുന്നോട്ടുവയ്ക്കുന്ന കേന്ദ്രതർക്കം ഇതാണ്: ലൈംഗിക വൈവിധ്യത്തിന് ജൈവ അടിത്തറയുണ്ട്, എന്നാൽ ആ അടിത്തറ "ഒരു ജീൻ = ഒരു ലൈംഗികത" എന്ന തരത്തിലുള്ള ലളിത സമവാക്യത്തിലേക്ക് ചുരുക്കാനാവില്ല. ലൈംഗിക ദിശയും (sexual orientation) ലൈംഗിക മുൻഗണനകളും (sexual preferences) ജനിതക സ്വാധീനങ്ങൾ, എപിജനറ്റിക് ഘടകങ്ങൾ, നാഡീ പ്ലാസ്റ്റിസിറ്റി, സാമൂഹിക–സാഹചര്യ രൂപപ്പെടുത്തൽ എന്നിവയുടെ സംയോജിത ഫലമായാണ് രൂപപ്പെടുന്നത്[18].

ആദ്യമായി ജനിതക സ്വാധീനങ്ങളുടെ പങ്ക് പരിശോ ധിക്കേണ്ടതുണ്ട്. ഇരട്ടക്കുട്ടികളെ അടിസ്ഥാനമാക്കിയുള്ള (twin studies) ഗവേഷണങ്ങൾ, ലൈംഗിക ദിശയിലും ചില ലൈംഗിക മുൻഗണനകളിലും പാരമ്പര്യ സ്വാധീനം നിലനിൽക്കുന്നുവെന്ന് സ്ഥിരമായി സൂചിപ്പിച്ചിട്ടുണ്ട്[19]. ഒരേ ജനിതക ഘടന പങ്കുവയ്ക്കുന്ന ഇരട്ടകളിൽ, ലൈംഗിക ദിശയിൽ സമാനതകൾ കാണപ്പെടുന്ന നിരക്ക് സാധാരണ സഹോദരങ്ങളേക്കാൾ കൂടുതലാണ്. എന്നാൽ ഈ സമാനത നൂറ് ശതമാനമല്ല. ഈ കണ്ടെത്തൽ തന്നെ ഒരു നിർണായക സന്ദേശം നൽകുന്നു: ജനിതക ഘടകങ്ങൾ സാധ്യത വർധിപ്പിക്കുന്നവയാണ്, നിർബന്ധിതമായി ഫലം നിർണ്ണയിക്കുന്നവയല്ല.

ജനിതക സ്വാധീനങ്ങളെക്കുറിച്ചുള്ള ഗവേഷണം ഇന്ന് "ഒരു പ്രത്യേക ലൈംഗിക ജീൻ" എന്ന ആശയം ഉപേക്ഷി ച്ചിരിക്കുകയാണ്. പകരം, നിരവധി ജീനുകൾ ചേർന്ന് മസ്തിഷ്ക വികസനത്തെയും ഹോർമോണൽ പ്രതികരണങ്ങളെയും സ്വാധീനിക്കുന്ന ഒരു സങ്കീർണ്ണ ശൃംഖലയാണ് ഇവിടെ പ്രവർത്തിക്കുന്നത്[20]. ഈ ജീനുകൾ നേരിട്ട് "ആരെ ആഗ്രഹിക്കണം" എന്ന് നിർദ്ദേശിക്കുന്നില്ല. മറിച്ച്, ആഗ്രഹവും ബന്ധവും നിയന്ത്രിക്കുന്ന നാഡീ സർക്ക്യൂട്ടുകൾ എങ്ങനെ വികസിക്കണം, അവ എത്രമാത്രം സുസ്ഥിരമോ ദ്രവ്യസ്വഭാവമുള്ളതോ ആയിരിക്കണം എന്നതിൽ അവ സ്വാധീനം ചെലുത്തുന്നു.

ഈ ജനിതക അടിത്തറയെ കൂടുതൽ സങ്കീർണ്ണമാക്കുന്നതാണ് എപിജനറ്റിക് ഘടകങ്ങളുടെ പങ്ക്. ഒരേ ജനിതക ഘടന ഉണ്ടായാലും, വ്യത്യസ്ത പരിസ്ഥിതി സാഹചര്യങ്ങളിൽ വളരുന്ന വ്യക്തികളിൽ ജീനുകളുടെ പ്രവർത്തനം വ്യത്യസ്തമായി സജീവമാകാം എന്നതാണ് എപിജനറ്റിക്സ് വ്യക്തമാക്കുന്നത്[21]. ലൈംഗിക വൈവിധ്യത്തിന്റെ കാര്യത്തിൽ, ഗർഭകാല ഹോർമോണൽ അന്തരീക്ഷം ഒരു പ്രധാന എപിജനറ്റിക് ഘടകമായി കണക്കാക്കപ്പെടുന്നു. ഗർഭകാലത്ത് അനുഭവപ്പെടുന്ന ഹോർമോണുകളുടെ അളവും സമയക്രമവും, ഭ്രൂണത്തിന്റെ മസ്തിഷ്കത്തിലെ ചില ലൈംഗിക–സാമൂഹിക പ്രതികരണ സർക്ക്യൂട്ടുകളുടെ വികസനത്തെ സ്വാധീനിക്കാം[22].

ഗർഭപാത്ര അന്തരീക്ഷം തന്നെ ഒരു നിഷ്പക്ഷ ഇടമല്ല. മാതാവിന്റെ ശാരീരിക–മാനസിക അവസ്ഥ, സമ്മർദ്ദനില, ആരോഗ്യസ്ഥിതി, പരിസ്ഥിതി വിഷാംശങ്ങൾ എന്നിവ എല്ലാം ഭ്രൂണത്തിന്റെ നാഡീ വികസനത്തിൽ സൂക്ഷ്മമായ മാറ്റങ്ങൾ സൃഷ്ടിക്കാം. ഈ മാറ്റങ്ങൾ പിന്നീട് വ്യക്തിയുടെ ലൈംഗിക പ്രതികരണ രീതികളിൽ ചെറിയെങ്കിലും പ്രസക്തമായ വ്യത്യാസങ്ങൾ ഉണ്ടാക്കാൻ കഴിയും[23]. ഇവിടെ വീണ്ടും ഊന്നിപ്പറയേണ്ടത്, ഈ സ്വാധീനങ്ങൾ നിർണ്ണായക നിർദ്ദേശങ്ങളല്ല, സാധ്യതാ ചട്ടക്കൂടുകളാണ്.

ജനിതകവും എപിജനറ്റികമായ സ്വാധീനങ്ങൾക്ക് പുറമെ, നാഡീ പ്ലാസ്റ്റിസിറ്റി (neural plasticity) ലൈംഗിക വൈവിധ്യത്തിന്റെ രൂപീകരണത്തിൽ നിർണായക പങ്ക് വഹിക്കുന്നു. മനുഷ്യ മസ്തിഷ്കം സ്ഥിരതയുള്ള ഒരു ഘടനയല്ല; അനുഭവങ്ങളിലൂടെ തുടർച്ചയായി പുനഃസംഘടിപ്പിക്കപ്പെടുന്ന ഒരു സജീവ സംവിധാനമാണ്[24]. ലൈംഗിക അനുഭവങ്ങൾ, വികാരബന്ധങ്ങൾ, സാമൂഹിക പ്രതികരണങ്ങൾ എന്നിവ മസ്തിഷ്കത്തിലെ ആഗ്രഹ–ബന്ധ സർക്യൂട്ടുകളിൽ മാറ്റങ്ങൾ സൃഷ്ടിക്കുന്നു. ഇതുകൊണ്ടാണ് ചില വ്യക്തികളിൽ ലൈംഗിക മുൻഗണനകൾ ജീവിതകാലത്തിനുള്ളിൽ തന്നെ രൂപാന്തരപ്പെടുന്നത്.

ഈ നാഡീ പ്ലാസ്റ്റിസിറ്റിയുടെ പശ്ചാത്തലത്തിലാണ് ബാല്യകാല ഇംപ്രിന്റിംഗിന്റെ പ്രാധാന്യം മനസ്സിലാക്കേണ്ടത്. ബാല്യകാലത്ത് നേരിട്ട് ലൈംഗിക ആഗ്രഹം ഇല്ലെങ്കിലും, സുരക്ഷ, പരിചരണം, ഭയം, ലജ്ജ, അംഗീകാരം എന്നിവയുമായി ബന്ധപ്പെട്ട അനുഭവങ്ങൾ, പിന്നീട് ആഗ്രഹം രൂപപ്പെടുന്ന നാഡീ പശ്ചാത്തലം സൃഷ്ടിക്കുന്നു[25]. ഈ പശ്ചാത്തലം ആഗ്രഹത്തിന്റെ ലക്ഷ്യം നിർണ്ണയിക്കുന്നില്ല, പക്ഷേ ആഗ്രഹം ഏത് സാഹചര്യങ്ങളിൽ സുരക്ഷിതമായി അനുഭവപ്പെടുന്നു എന്നതിൽ സ്വാധീനം ചെലുത്തുന്നു.

കൗമാരഘട്ടത്തിൽ ഈ ജൈവ–നാഡീ അടിത്തറയിൽ വലിയൊരു പുനഃക്രമീകരണം നടക്കുന്നു. ഹോർമോണൽ മാറ്റങ്ങൾക്കൊപ്പം, സാമൂഹിക അംഗീകാരവും നിരസനവും ശക്തമായി അനുഭവപ്പെടുന്ന ഈ ഘട്ടത്തിൽ, ലൈംഗിക താൽപര്യങ്ങൾ കൂടുതൽ വ്യക്തമായ രൂപം കൈകൊള്ളുന്നു[26]. ഇവിടെ കൗമാര അനുഭവങ്ങൾ "ലൈംഗിക ദിശ മാറ്റുന്നു" എന്ന ലളിതവാദം ഉചിതമല്ല. മറിച്ച്, നിലവിലുള്ള സാധ്യതാ ചട്ടക്കൂടിനുള്ളിൽ ചില പ്രതികരണങ്ങൾ ശക്തിപ്പെടുകയോ ദുർബലമാകുകയോ ചെയ്യുന്നു എന്നതാണ് ശാസ്ത്രീയമായി കൂടുതൽ കൃത്യം.

യൗവനാരംഭത്തിൽ, ആവർത്തന അനുഭവങ്ങളിലൂടെ ഈ താൽപര്യങ്ങൾ കൂടുതൽ സംയോജിതവും സ്ഥിരതയുള്ളതുമായ രൂപം നേടുന്നു. ബന്ധങ്ങൾ, ലൈംഗിക അനുഭവങ്ങൾ, സാമൂഹിക പ്രതികരണങ്ങൾ എന്നിവ ചേർന്ന് ഒരു വ്യക്തിക്ക് "എന്റെ ലൈംഗിക സ്വഭാവം" എന്ന അനുഭവം സൃഷ്ടിക്കുന്നു[27]. എന്നാൽ ഈ സംയോജനം വും മാറ്റമില്ലാത്തതുമല്ല. നാഡീ പ്ലാസ്റ്റിസിറ്റി തുടരുന്നതിനാൽ, ജീവിതാനുഭവങ്ങൾക്കനുസരിച്ച് ഈ മുൻഗണനകളിൽ മാറ്റങ്ങൾ സംഭവിക്കാനുള്ള സാധ്യത നിലനിൽക്കുന്നു.

ഈ ജൈവ–വികസന അടിത്തറയിൽ സാമൂഹിക–സാഹചര്യ രൂപപ്പെടുത്തൽ (circumstantial shaping) നിർണായകമായി ഇടപെടുന്നു. സംസ്കാരം, ദൃശ്യ–സാമൂഹിക എക്സ്പോഷർ, ലഭിക്കുന്ന വിവരങ്ങൾ, എന്താണ് അംഗീകരിക്കപ്പെടുന്നത്, എന്താണ് ശിക്ഷിക്കപ്പെടുന്നത് എന്ന ബോധം എന്നിവ, ലൈംഗിക താൽപര്യങ്ങൾ എങ്ങിനെയാണ് പ്രകടിപ്പി ക്കപ്പെടുന്നത് എന്നതിൽ വലിയ പങ്കുവഹിക്കുന്നു[28]. ഇവിടെ പ്രകടനവും (expression) അനുഭവവും

(experience) തമ്മിലുള്ള വ്യത്യാസം മനസ്സിലാക്കേണ്ടതാണ്. ഒരു വ്യക്തിക്ക് ഉള്ള ആഗ്രഹം സാമൂഹികമായി പ്രകടിപ്പിക്കാൻ "സുരക്ഷിതം" എന്ന് തോന്നുന്ന പരിധിക്കുള്ളിൽ മാത്രമേ പുറത്തുവരൂ.

സുരക്ഷയും ഭീഷണിയും തമ്മിലുള്ള ഈ സാമൂഹിക വിലയിരുത്തൽ, ചില ലൈംഗിക താൽപര്യങ്ങളെ അടിച്ചമർത്താനും മറ്റുചിലയെ ശക്തിപ്പെടുത്താനും ഇടയാക്കുന്നു. ഇത് ആഗ്രഹം "ഉണ്ടാക്കുന്ന" ഘടകമല്ല, പക്ഷേ ആഗ്രഹത്തിന്റെ ദൃശ്യതയും സ്വയം അംഗീകരണവും നിയന്ത്രിക്കുന്നു[29]. ഈ നിയന്ത്രണം ദീർഘകാലം തുടരുമ്പോൾ, വ്യക്തിയുടെ സ്വയംബോധത്തെയും ലൈംഗിക സ്വഭാവത്തിന്റെ അനുഭവത്തെയും ബാധിക്കാൻ കഴിയും.

ലൈംഗിക വൈവിധ്യം ഒരു ഏകകാരണമുള്ള പ്രതിഭാസമല്ല. അത് ജനിതകം, എപിജനറ്റിക്സ്, നാഡീ പ്ലാസ്റ്റിസിറ്റി, സാമൂഹിക–സാഹചര്യ രൂപപ്പെടുത്തൽ എന്നിവ ചേർന്ന് സൃഷ്ടിക്കുന്ന ഒരു ബഹുഘടക സംയോജിത ഫലമാണ്. ഇതിൽ ഏതെങ്കിലും ഒറ്റ ഘടകത്തെ "കാരണം" ആയി ഉയർത്തിക്കാട്ടുന്നത് ശാസ്ത്രീയമായി അപര്യാപ്തമാണ്. ലൈംഗിക വൈവിധ്യം മനസ്സിലാക്കേണ്ടത് ഒരു ലളിത സമവാക്യമായി അല്ല, ഒരു വികസനാത്മക പ്രക്രിയയായി തന്നെയാണ്.

ഈ ജൈവ–നാഡീ–സാഹചര്യ അടിത്തറ എങ്ങിനെയാണ് നവീനത, ബോറടുപ്പ്, ബന്ധസ്ഥിരത എന്നിവയുമായി ബന്ധപ്പെടുന്നത് എന്നും, സമൂഹങ്ങൾ ഈ വൈവിധ്യത്തെ എന്തുകൊണ്ട് ഒരു ഭീഷണിയായി ഫ്രെയിം ചെയ്യുന്നു എന്നും വിശദമായിപരിശോധിക്കാം.

നവീനത, ബോറടുപ്പ്, ഭയം: വൈവിധ്യത്തെ ഭീഷണിയായി കാണുന്ന സമൂഹം

ലൈംഗിക വൈവിധ്യം സമൂഹങ്ങൾക്ക് ഭീഷണിയായി തോന്നുന്നത് അത് സാമൂഹിക അസ്ഥിരത സൃഷ്ടിക്കുന്നതിനാലല്ല, മറിച്ച് നിലവിലുള്ള നിയന്ത്രണ ഘടനകളെ ചോദ്യം ചെയ്യുന്നതിനാലാണ് എന്നതാണ് ഈ ഭാഗത്തിന്റെ കേന്ദ്രതർക്കം. മനുഷ്യ ലൈംഗികതയിലെ വ്യത്യാസങ്ങൾ, പ്രത്യേകിച്ച് ദീർഘകാലബന്ധങ്ങൾ, കുടുംബഘടന, സാമൂഹിക പദവിക്രമം എന്നിവയുമായി ബന്ധപ്പെട്ടിടത്ത്, സാമൂഹിക സ്ഥാപനങ്ങൾക്ക് അസ്വസ്ഥത സൃഷ്ടിക്കുന്നത് ആഗ്രഹത്തിന്റെ സ്വഭാവമല്ല, ആഗ്രഹം നിയന്ത്രിക്കാൻ സമൂഹങ്ങൾ നിർമ്മിച്ച ചട്ടക്കൂടുകളുടെ പരിമിതികളാണ്[30].

ഈ ചർച്ച ആരംഭിക്കേണ്ടത് നവീനതയുമായി ബന്ധപ്പെട്ട നാഡീ പ്രതികരണങ്ങളിൽ നിന്നാണ്. മനുഷ്യ ആഗ്രഹം സ്ഥിരത മാത്രം തേടുന്ന ഒരു സംവിധാനം അല്ല. പുതുമ, അനിശ്ചിതത്വം, വ്യത്യാസം എന്നിവയോട് പ്രതികരിക്കുന്ന ഒരു സ്വഭാവം അതിൽ ഉൾക്കൊള്ളപ്പെട്ടിരിക്കുന്നു. ഈ സ്വഭാവത്തിന്റെ ശാസ്ത്രീയ വിശദീകരണങ്ങളിലൊന്നാണ് ക്ലിഡ്ജ് പ്രഭാവം എന്നറിയപ്പെടുന്നത്. ദീർഘകാലബന്ധങ്ങളിൽ, ഒരേ പങ്കാളിയോടുള്ള ലൈംഗിക ഉത്തേജനം ക്രമേണ കുറയുകയും, പുതുമയുള്ള ഉത്തേജനങ്ങളോട് പ്രതികരണം വർധിക്കുകയും ചെയ്യുന്ന പ്രവണതയാണ് ഈ പ്രഭാവം സൂചിപ്പിക്കുന്നത്[31]. ഇത് നൈതിക പരാജയത്തിന്റെ അടയാളമല്ല, മറിച്ച് മനുഷ്യ ആഗ്രഹത്തിന്റെ നവീനതാ-സൂക്ഷ്മതയുടെ ജൈവ പ്രതിഫലനമാണ്.

ദീർഘകാലബന്ധങ്ങളിൽ ലൈംഗിക ബോറടുപ്പ് അനുഭവപ്പെടുന്നതും ഇതേ പശ്ചാത്തലത്തിൽ മനസ്സിലാക്കേണ്ടതാണ്. പല സമൂഹങ്ങളിലും, ദീർഘബന്ധത്തിൽ ലൈംഗിക ആഗ്രഹം കുറയുന്നത് ബന്ധത്തിന്റെ തകരാറായോ വ്യക്തികളുടെ പരാജയമായോ ചിത്രീകരിക്കപ്പെടുന്നു. എന്നാൽ ശാസ്ത്രീയമായി, ആഗ്രഹക്ഷയം എന്നത് ആഗ്രഹത്തിന്റെ പൂർണ നാശമല്ല. പലപ്പോഴും ലൈംഗിക ആഗ്രഹത്തിന്റെ തീവ്രത കുറയുമ്പോഴും, വികാരബന്ധം, പരിചയം, വിശ്വാസം എന്നിവ

ശക്തമായി തുടരുന്നു[32]. ഈ വ്യത്യാസം തിരിച്ചറിയാതെ പോകുന്നതാണ് ബോറടുപ്പിനെ നൈതിക പ്രശ്നമായി മാറ്റുന്നത്.

ഇവിടെ നിർണായകമായ ഒരു ബോധ്യമുണ്ട്. ലൈംഗിക ആഗ്രഹവും വികാരബന്ധവും ഒരേ നാഡീ–മനശ്ശാസ്ത്ര സംവിധാനത്തിലൂടെ നിയന്ത്രിക്കപ്പെടുന്നില്ല. അതിനാൽ, ലൈംഗിക ആഗ്രഹം കുറയുമ്പോഴും ബന്ധം നിലനിൽക്കുന്നത് ഒരു വിരുദ്ധാവസ്ഥയല്ല. മറിച്ച്, ദീർഘബന്ധങ്ങളിൽ സാധാരണയായി കാണപ്പെടുന്ന ഒരു സ്വാഭാവിക പുനഃക്രമീകരണമാണ് ഇത്[33]. എന്നാൽ സമൂഹങ്ങൾ ഈ പുനഃക്രമീകരണത്തെ അംഗീകരിക്കുന്നില്ല; കാരണം അത് "ആജീവനാന്ത ഏകാഗ്രത" എന്ന ആശയത്തെ ചോദ്യം ചെയ്യുന്നു.

ഈ പശ്ചാത്തലത്തിലാണ് ദീർഘകാലബന്ധങ്ങളിൽ സംഭവിക്കുന്ന വിവാഹേതര ബന്ധങ്ങൾ വിലയിരുത്തപ്പെടേണ്ടത്. പല സാമൂഹിക–നൈതിക വിവരണങ്ങളിലും, അഫയേഴ്സ് വ്യക്തികളുടെ ദുഷ്ടതയുടെയോ മൂല്യഹീനതയുടെയോ തെളിവായി ചിത്രീകരിക്കപ്പെടുന്നു. എന്നാൽ ശാസ്ത്രീയമായി, ഇവയെ നാഡീ–രാസ അസമതുലിതാവസ്ഥയുടെ സാമൂഹിക പ്രകടനമായി കാണുന്നതാണ് കൂടുതൽ കൃത്യം[34]. ഇത് അഫയേഴ്സിനെ ന്യായീകരിക്കുന്നില്ല, പക്ഷേ അവയെ ലളിതമായ നൈതിക പരാജയങ്ങളായി ചുരുക്കുന്നതിന്റെ അപര്യാപ്തത വെളിപ്പെടുത്തുന്നു.

വിവാഹേതര ബന്ധങ്ങളെ കുറിച്ചുള്ള ഈ സമീപനം സമൂഹങ്ങൾക്ക് അസ്വസ്ഥത സൃഷ്ടിക്കുന്നത്, അത് വ്യക്തികളുടെ നിയന്ത്രണക്ഷമതയെക്കാൾ വലിയൊരു ചോദ്യമാണ് ഉയർത്തുന്നത് എന്നതിനാലാണ്. ദീർഘബന്ധങ്ങൾ നിലനിർത്താൻ ആവശ്യമായ നൈതിക ചട്ടങ്ങൾ മനുഷ്യ ആഗ്രഹത്തിന്റെ മുഴുവൻ വ്യാപ്തിയെയും ഉൾക്കൊള്ളുന്നില്ല എന്ന സത്യം ഇവിടെ വെളിവാകുന്നു. ഈ സത്യം അംഗീകരിക്കുന്നത് സാമൂഹിക നിയന്ത്രണ ഘടനകളെ പുനഃചിന്തിക്കാൻ നിർബന്ധിതമാക്കും.

ഈ ചർച്ചയുടെ അടുത്ത ഘട്ടത്തിൽ LGBTQ+ സ്പെക്ട്രം കടന്നുവരുന്നു. പലപ്പോഴും LGBTQ+ അനുഭവങ്ങൾ "ഐഡന്റിറ്റി രാഷ്ട്രീയം" എന്ന ചുരുങ്ങിയ ഫ്രെയിമിൽ ഒതുക്കപ്പെടുന്നു. എന്നാൽ ശാസ്ത്രീയമായി, LGBTQ+ എന്നത് മനുഷ്യ ലൈംഗികതയുടെ സ്വാഭാവിക സ്പെക്ട്രത്തിന്റെ സാമൂഹികമായി ദൃശ്യമായ ഭാഗമാണ്[35]. ഈ സ്പെക്ട്രം ലൈംഗിക ദിശകളുടെ മാത്രമല്ല, ലൈംഗിക അനുഭവങ്ങളുടെയും ആഗ്രഹ മാതൃകകളുടെയും വൈവിധ്യത്തെ ഉൾക്കൊള്ളുന്നു.

സമൂഹങ്ങൾ ഈ സ്പെക്ട്രത്തെ ഭീഷണിയായി കാണുന്നത് അതിന്റെ എണ്ണം കൊണ്ടല്ല, അതിന്റെ അർത്ഥം കൊണ്ടാണ്. ലൈംഗിക വൈവിധ്യം ദൃശ്യമാകുമ്പോൾ, "ഒരു ശരിയായ ലൈംഗിക ജീവിതം" എന്ന ഏകമാതൃകയുടെ അവകാശവാദം തകരുന്നു. ഈ തകർച്ച അധികാരഘടനകളെ അസ്വസ്ഥമാക്കുന്നു[36]. കുടുംബഘടന, ലിംഗധിഷ്ഠിത പങ്കുവിതരണം, സാമൂഹിക പദവിക്രമം എന്നിവയെ നിയന്ത്രിക്കുന്ന സംവിധാനങ്ങൾ ഈ ഏകമാതൃകയിൽ ആശ്രയിച്ചാണ് നിലനിൽക്കുന്നത്.

സമൂഹങ്ങൾ ലൈംഗിക വൈവിധ്യത്തെ "സാമൂഹിക ഭീഷണി"യായി ഫ്രെയിം ചെയ്യുന്ന മൂന്ന് പ്രധാന ഭീതികൾ തിരിച്ചറിയേണ്ടതുണ്ട്. ഒന്നാമത്, നിയന്ത്രണം നഷ്ടപ്പെടുമെന്ന ഭയം. ലൈംഗികത വ്യക്തികളുടെ ഉള്ളിലേക്കുള്ള ശക്തമായ ഒരു പ്രേരണയായതിനാൽ, അത് നിയന്ത്രിക്കാൻ കഴിയാത്തതായി തോന്നുമ്പോൾ സാമൂഹിക സ്ഥാപനങ്ങൾ അസ്വസ്ഥമാകുന്നു[37].

രണ്ടാമത്, കുടുംബഘടന തകരുമെന്ന ഭയം. ഏക കുടുംബ മാതൃകയ്ക്കു പുറത്തുള്ള ലൈംഗിക വൈവിധ്യങ്ങൾ, പാരമ്പര്യ സാമൂഹിക ഘടനകളെ ചോദ്യം ചെയ്യുന്നു. മൂന്നാമത്, അധികാരക്രമം ചോദ്യം ചെയ്യപ്പെടുമെന്ന ഭയം. ലൈംഗികത ലിംഗധിഷ്ഠിത പങ്കുവിതരണത്തോടും അധികാരബന്ധങ്ങളോടും ചേർന്ന് നിലനിൽക്കുന്നതിനാൽ, വൈവിധ്യം ദൃശ്യമാകുമ്പോൾ ഈ ബന്ധങ്ങൾ പുനഃസംഘടിപ്പിക്കപ്പെടേണ്ടിവരും.

സമൂഹം ലൈംഗികതയെ നിയന്ത്രണത്തിന്റെ, ലജ്ജയുടെ, നിശ്ശബ്ദതയുടെ ചട്ടക്കൂടിൽ പൂട്ടുമ്പോൾ, വ്യക്തിയുടെ താൽപര്യങ്ങൾ തുറന്ന സംവാദത്തിന് പുറത്തായി തുടരുന്നു. ഇതാണ് guilt–shame loop സൃഷ്ടിക്കുന്നത്. ബന്ധങ്ങളിൽ ഇത് തുറന്ന ആശയവിനിമയത്തിന്റെ അഭാവത്തിലേക്ക് നയിക്കുന്നു. ഫലമായി, ഫാന്റസികളും യാഥാർത്ഥ്യബന്ധങ്ങളും തമ്മിലുള്ള വിടവ് വർധിക്കുന്നു.ആരോഗ്യകരമായ ബന്ധങ്ങളിൽ, താൽപര്യങ്ങൾ കുറ്റബോധത്തോടെ മറച്ചുവയ്ക്കേണ്ട ഒന്നല്ല. അവ ചർച്ച ചെയ്യാവുന്ന, പരിധികളോടെ കൈകാര്യം ചെയ്യാവുന്ന മാനസിക ഉള്ളടക്കങ്ങളാണ്. ലൈംഗിക താൽപര്യങ്ങൾ മനുഷ്യന്റെ ദൗർബല്യത്തിന്റെ തെളിവല്ല. അവ മനുഷ്യ തലച്ചോറിന്റെ പഠനശേഷിയുടെയും സാമൂഹിക അനുഭവങ്ങളുടെയും അടയാളമാണ്. പ്രശ്നം താൽപര്യങ്ങളുടെ സാന്നിധ്യത്തിൽ അല്ല, അവ വ്യക്തിയുടെ സ്വയംനിയന്ത്രണവും ബന്ധങ്ങളുടെ ഗുണനിലവാരവും എങ്ങനെ സ്വാധീനിക്കുന്നു എന്നതിലാണ്.

ആധുനിക ശാസ്ത്രത്തിന്റെ നിലപാട് വ്യക്തമാണ്.

ലൈംഗികതയെ മനസ്സിലാക്കുന്നത് മനുഷ്യനെ മനസ്സിലാക്കുന്നതിന്റെ ഭാഗമാണ്.

അത് നൈതിക വിധിയിലൂടെ അല്ല, ബോധ്യത്തിലൂടെയാണ് കൈകാര്യം ചെയ്യേണ്ടത്.

ഈ മൂന്നു ഭീതികളാണ് ലൈംഗിക വൈവിധ്യത്തെക്കുറിച്ചുള്ള സാമൂഹിക നൈതികവാദങ്ങളെ ശക്തിപ്പെടുത്തുന്നത്. എന്നാൽ ശാസ്ത്രീയമായി, ലൈംഗിക വൈവിധ്യം ഒരു സാമൂഹിക അസ്ഥിരതയുടെ സൂചനയല്ല. അത് മനുഷ്യ ആഗ്രഹത്തിന്റെ യാഥാർത്ഥ്യ വ്യാപ്തിയുടെ പ്രതിഫലനമാണ്. ഈ യാഥാർത്ഥ്യം അംഗീകരിക്കുന്നത് സമൂഹങ്ങൾക്ക് വെല്ലുവിളിയാണ്, കാരണം അത് നിയന്ത്രണത്തിന്റെ പരിധികളെ വെളിപ്പെടുത്തുന്നു.

ലൈംഗിക വൈവിധ്യം ഭീഷണിയല്ല; ഭീഷണിയായി തോന്നുന്നത് നിയന്ത്രണത്തെ ചോദ്യം ചെയ്യപ്പെടുമ്പോഴാണ്. ഈ ചോദ്യം നേരിടാനുള്ള ധൈര്യമാണ് ആധുനിക സമൂഹങ്ങളെ കൂടുതൽ മനുഷ്യസൗഹൃദവും ശാസ്ത്രീയബോധമുള്ളതുമായ ഘടനകളിലേക്ക് നയിക്കുന്നത്.

Reference:

1. LeVay, Simon. Gay, Straight, and the Reason Why: The Science of Sexual Orientation. Oxford University Press, 2011.

2. Diamond, Lisa M. Sexual Fluidity: Understanding Women's Love and Desire. Harvard University Press, 2008.

3. Baumeister, Roy F. "Sexuality and Human Diversity." Journal of Sex Research, vol. 37, no. 3, 2000, pp. 216–224.

4. Hacking, Ian. The Social Construction of What? Harvard University Press, 1999.

5. Panksepp, Jaak. Affective Neuroscience: The Foundations of Human and Animal Emotions. Oxford University Press, 1998.

6. American Psychological Association. Guidelines for Psychological Practice with Sexual Minority Persons. APA, 2012.

7. Bancroft, John. *Human Sexuality and Its Problems*. Churchill Livingstone, 2009.

8. Baumeister, Roy F. "Sexuality and Human Diversity." *Journal of Sex Research*, 2000.

9. Diamond, Lisa M. *Sexual Fluidity*. Harvard University Press, 2008.

10. Janssen, Erick, and Bancroft, John. "The Dual Control Model of Sexual Response." *Neuroscience & Biobehavioral Reviews*, 2007.

11. Swami, Viren, et al. "Body Preferences and Attraction." *Personality and Individual Differences*, 2010.

12. Lehmiller, Justin J. *Tell Me What You Want*. Da Capo Press, 2018.

13. Foucault, Michel. *The History of Sexuality, Vol. 1*. Pantheon Books, 1978.

14. Perel, Esther. *Mating in Captivity*. HarperCollins, 2006.

15. Fisher, Helen. *Why We Love*. Henry Holt, 2004.

16. Brotto, Lori A. "Asexuality." *Archives of Sexual Behavior*, 2010.

17. World Health Organization. *ICD-11: Conditions Related to Sexual Health*. WHO, 2019.

18. LeVay, Simon. *Gay, Straight, and the Reason Why*. Oxford University Press, 2011.

19. Bailey, J. M., Pillard, R. C. A genetic study of male sexual orientation. *Archives of General Psychiatry*, 1991.

20. Ganna, A. et al. Large-scale GWAS of same-sex sexual behavior. *Science*, 2019.

21. Meaney, M. J. Epigenetics and the biological definition of gene × environment interactions. *Child Development*, 2010.

22. Hines, Melissa. Prenatal hormone influences on sexual orientation. *Hormones and Behavior*, 2011.

23. Nugent, B. M., McCarthy, M. M. Epigenetic underpinnings of sexual differentiation. *Endocrinology*, 2011.

24. Doidge, Norman. *The Brain That Changes Itself*. Penguin Books, 2007.

25. Bowlby, John. *Attachment and Loss*. Basic Books, 1969.

26. Steinberg, Laurence. *Age of Opportunity*. Houghton Mifflin Harcourt, 2014.
27. Diamond, Lisa M. Sexual fluidity in men and women. *Current Sexual Health Reports*, 2016.
28. Foucault, Michel. *The History of Sexuality, Vol. 1*. Pantheon Books, 1978.
29. Meyer, I. H. Minority stress and mental health. *Psychological Bulletin*, 2003.
30. Baumeister, Roy F., and Vohs, Kathleen D. Sexual economics. *Personality and Social Psychology Review*, 2004.
31. Fisher, Helen. *Why We Love*. Henry Holt, 2004.
32. Perel, Esther. *Mating in Captivity*. HarperCollins, 2006.
33. Aron, Arthur et al. Novelty and arousal in long-term relationships. *Journal of Personality and Social Psychology*, 2000.
34. Glass, Shirley P., and Wright, Thomas L. Justifications for extramarital relationships. *Journal of Sex Research*, 1992.
35. American Psychological Association. *Guidelines for Psychological Practice with Sexual Minority Persons*. APA, 2012.
36. Foucault, Michel. *The History of Sexuality, Vol. 1*. Pantheon Books, 1978.
37. Giddens, Anthony. *The Transformation of Intimacy*. Stanford University Press, 1992.

അധ്യായം 3

ലൈംഗിക താല്പര്യം ഇല്ലാത്തവർ

(Sex-Not-Interested People, Asexuality, and ലൈംഗിക താല്പര്യമില്ലായ്മ)

ലൈംഗിക താല്പര്യമില്ലായ്മ: കുറവോ തകരാറോ അല്ല, മനുഷ്യ വൈവിധ്യത്തിന്റെ ഒരു രൂപം

ലൈംഗിക താല്പര്യമില്ലായ്മ എന്ന അവസ്ഥയെ ആധുനിക സമൂഹങ്ങൾ പലപ്പോഴും ഒരു അഭാവമായി, ഒരു കുറവായി, അല്ലെങ്കിൽ പരിഹരിക്കപ്പെടേണ്ട ഒരു പ്രശ്നമായി കാണുന്ന പ്രവണത ശക്തമാണ്. ലൈംഗിക ആഗ്രഹം മനുഷ്യസാധാരണത്തിന്റെ അനിവാര്യ ഘടകമാണെന്നും, അതില്ലെങ്കിൽ വ്യക്തിയിൽ എന്തോ തകരാറുണ്ടെന്നും, അല്ലെങ്കിൽ അവൻ അല്ലെങ്കിൽ അവൾ "ഇനിയും വളർന്നിട്ടില്ല" എന്നുമുള്ള ധാരണകൾ സാമൂഹികമായി വ്യാപകമാണ്. എന്നാൽ ആധുനിക നാഡീശാസ്ത്രവും മനശ്ശാസ്ത്രവും സാമൂഹ്യശാസ്ത്രവും സംയുക്തമായി സൂചിപ്പിക്കുന്നത്, ലൈംഗിക താല്പര്യമില്ലായ്മ ഒരു തകരാറോ അപകവതയോ അല്ല, മനുഷ്യ ലൈംഗികതയുടെ സ്വാഭാവിക സ്പെക്ട്രത്തിനുള്ളിൽ നിലനിൽക്കുന്ന ഒരു സാധുവായ അവസ്ഥയാണ്[1]

ഈ ചർച്ച ആരംഭിക്കേണ്ടത് ലൈംഗിക താല്പര്യമില്ലായ്മ ("sex-not-interested") എന്ന പദത്തിന്റെ സങ്കൽപ്പവ്യാഖ്യാനത്തിൽ നിന്നാണ്. ലൈംഗിക താല്പര്യമില്ലായ്മ എന്നത് ലൈംഗിക ദിശയല്ല. അത് ഒരാൾ ഏത് ലിംഗത്തോടാണ് ആകർഷണം അനുഭവപ്പെടുന്നത് എന്ന ചോദ്യത്തിന് ഉത്തരം നൽകുന്നില്ല. അതുപോലെ തന്നെ, ഇത് ഒരു മാനസിക രോഗവുമല്ല. ലൈംഗിക ആഗ്രഹത്തിന്റെ അഭാവം മാത്രം രോഗനിർണ്ണയത്തിന് അടിസ്ഥാനമാകുന്നില്ല എന്നത് ആധുനിക ക്ലിനിക്കൽ മാർഗ്ഗനിർദ്ദേശങ്ങൾ തന്നെ വ്യക്തമാക്കുന്നു[2]. അതുപോലെ, ലൈംഗികതയിൽ നിന്ന് വിട്ടുനിൽക്കൽ ആത്മീയമായ "ഉയർന്ന നില"യുടെ നിർബന്ധിത അടയാളവുമല്ല. ചിലർക്ക് ലൈംഗിക താല്പര്യമില്ലായ്മ ആത്മീയ വിശ്വാസങ്ങളുമായി യോജിച്ചിരിക്കാം, എന്നാൽ അതുകൊണ്ട് തന്നെ എല്ലാ ലൈംഗിക താല്പര്യമില്ലായ്മ അവസ്ഥകളും ആത്മീയവൽക്കരിക്കപ്പെടേണ്ടതില്ല.

ലൈംഗിക താല്പര്യമില്ലായ്മയെ കുറിച്ച് നിലനിൽക്കുന്ന ഏറ്റവും ശക്തമായ സാമൂഹിക മുൻവിധി, "ലൈംഗികത ഉണ്ടെങ്കിൽ മാത്രമേ മനുഷ്യൻ പൂർണ്ണനാകൂ" എന്ന ധാരണയാണ്. ഈ ധാരണ പ്രകാരം, ലൈംഗിക ആഗ്രഹം വ്യക്തിത്വത്തിന്റെ, ബന്ധങ്ങളുടെ, മാനസികാരോഗ്യത്തിന്റെ പോലും അനിവാര്യ സൂചകമായി മാറുന്നു. ഇതിന്റെ ഫലമായി, ലൈംഗികതയില്ലായ്മ മനുഷ്യാനുഭവത്തിന്റെ അപൂർണ്ണതയായി വായിക്കപ്പെടുന്നു. എന്നാൽ ശാസ്ത്രീയമായി, മനുഷ്യ സുഖബോധവും മാനസിക സമ്പൂർണ്ണതയും ഒരേയൊരു പ്രേരണയിൽ നിന്നു മാത്രം ഉരുത്തിരിയുന്നില്ല[3]. സൃഷ്ടിപരമായ തൃപ്തി, ബൗദ്ധിക ബന്ധങ്ങൾ, സൗഹൃദം, ആത്മപരമായ സമാധാനം തുടങ്ങിയവയും മനുഷ്യജീവിതത്തിന്റെ സമ്പൂർണ്ണതയിൽ നിർണായക പങ്ക് വഹിക്കുന്നു.

ചരിത്രപരമായി, ലൈംഗികതയെ മനുഷ്യസാധാരണത്തിന്റെ കേന്ദ്രമായി സ്ഥാപിച്ച മാറ്റങ്ങൾ താരതമ്യേന പുതിയതാണ്. വ്യവസായാനന്തര സമൂഹങ്ങളിൽ, കുടുംബഘടനയും വ്യക്തിത്വവും പുനഃസംഘടിപ്പിക്കപ്പെട്ടപ്പോൾ, ലൈംഗികബന്ധങ്ങൾ വ്യക്തിപരമായ സന്തോഷത്തിന്റെ പ്രധാന

സൂചകമായി മാറി[4]. ഇതോടൊപ്പം റൊമാന്റിക് സ്നേഹത്തിന്റെ ആശയം ശക്തിപ്പെട്ടു. പ്രണയം, ലൈംഗിക ആകർഷണം, ദീർഘബന്ധം എന്നിവ ഒരേ അനുഭവശൃംഖലയായി ചിത്രീകരിക്കപ്പെട്ടു. ഈ സംയോജനത്തിൽ നിന്ന് പുറത്തുനിൽക്കുന്ന അനുഭവങ്ങൾ, പ്രത്യേകിച്ച് ലൈംഗിക താല്പര്യമില്ലായ്മ , "അസാധാരണം" എന്ന മുദ്ര കുത്തപ്പെട്ടു.

ഇരുപതാം നൂറ്റാണ്ടിന്റെ രണ്ടാം പകുതിയിൽ, ലൈംഗിക സംതൃപ്തിയെ ജീവിത സാഫല്യവുമായി ബന്ധിപ്പിക്കുന്ന ഒരു സംസ്കാരം വ്യാപകമായി. സെൽഫ്-ഹെൽപ് സാഹിത്യവും മാധ്യമങ്ങളും ലൈംഗിക സജീവതയെ ആരോഗ്യമുള്ള ജീവിതത്തിന്റെ അടയാളമായി അവതരിപ്പിച്ചു[5]. ഈ പശ്ചാത്തലത്തിൽ, ലൈംഗിക താല്പര്യമില്ലായ്മ ഒരു ജീവിതപരാജയത്തിന്റെ സൂചനയായി മാറി. എന്നാൽ ഈ ബന്ധം ശാസ്ത്രീയമായി നിർബന്ധിതമല്ല. ലൈംഗിക സംതൃപ്തി ചിലർക്കു ജീവിതഗുണനിലവാരം ഉയർത്താം, എന്നാൽ അതിന്റെ അഭാവം സ്വതവേ ജീവിതഗുണനിലവാരം കുറയ്ക്കുണമെന്നില്ല.

ലൈംഗിക താല്പര്യമില്ലായ്മയെ "കുറവ്" ആയി കാണുന്ന ഭാഷയ്ക്ക് ഗൗരവമായ പ്രത്യാഘാതങ്ങളുണ്ട്. "ഇനിയും ശരിയാകണം", "ഇത് താൽക്കാലികമാണ്", "ഇതിനു പിന്നിൽ എന്തോ പ്രശ്നമുണ്ട്" എന്നിങ്ങനെയുള്ള വാചകങ്ങൾ ലൈംഗിക താല്പര്യമില്ലായ്മ അനുഭവിക്കുന്ന വ്യക്തികളുടെ സ്വയംബോധത്തെ ദുർബലപ്പെടുത്തുന്നു. ഇവ വ്യക്തിയെ നിരന്തരമായ സ്വയംപരിശോധനയിലേക്കും അനാവശ്യ ചികിത്സാന്വേഷണങ്ങളിലേക്കും തള്ളിവിടുന്നു[6]. ഇതിലൂടെ ലൈംഗിക താല്പര്യമില്ലായ്മ തന്നെ ഒരു രണ്ടാംഘട്ട മാനസിക സമ്മർദ്ദത്തിന്റെ കാരണമാകുന്നു.

ഈ ഭാഷയുടെ മറ്റൊരു അപകടം, ലൈംഗിക താല്പര്യമില്ലായ്മ എല്ലായ്പ്പോഴും ഒരു മറഞ്ഞിരിക്കുന്ന രോഗത്തിന്റെ ലക്ഷണമായി വായിക്കുന്നതാണ്. ഹോർമോണൽ അസമതുലിതാവസ്ഥകൾ, മാനസികാവസ്ഥാ വ്യതിയാനങ്ങൾ, ചില മരുന്നുകളുടെ സ്വാധീനം എന്നിവ ലൈംഗിക താല്പര്യമില്ലായ്മ സൃഷ്ടിക്കാമെന്നത് സത്യമാണ്. എന്നാൽ ശാരീരികമായും മാനസികമായും ആരോഗ്യവാന്മാരായ പല വ്യക്തികളിലും സ്ഥിരമായ ലൈംഗിക താല്പര്യമില്ലായ്മ നിലനിൽക്കുന്നുവെന്ന് ഗവേഷണങ്ങൾ വ്യക്തമാക്കുന്നു[7]. ഈ അവസ്ഥയെ രോഗവൽക്കരിക്കുന്നത്, മനുഷ്യ വൈവിധ്യത്തെ അംഗീകരിക്കാൻ സമൂഹം പരാജയപ്പെടുന്നതിന്റെ ലക്ഷണമാണ്.

ലൈംഗിക താല്പര്യമില്ലായ്മ സ്വതന്ത്രമായ ഒരു അനുഭവാവസ്ഥയായി അംഗീകരിക്കേണ്ടതിന്റെ ശാസ്ത്രീയ അടിത്തറ, മനുഷ്യ ലൈംഗികതയുടെ സ്പെക്ട്രം എന്ന ആശയത്തിലാണ്. ലൈംഗിക ആഗ്രഹം ഒരു ഓൺ–ഓഫ് സ്വിച്ച് അല്ല. അത് തീവ്രതയിലും ആവർത്തനത്തിലും ജീവിതകാലം മുഴുവൻ മാറുന്ന ഒരു അനുഭവമാണ്. ഈ സ്പെക്ട്രത്തിന്റെ ഒരറ്റത്ത് ശക്തമായ ആഗ്രഹമുള്ളവർ ഉണ്ടെങ്കിൽ, മറ്റൊരു അറ്റത്ത് സ്ഥിരമായ ലൈംഗിക താല്പര്യമില്ലായ്മ അനുഭവിക്കുന്നവരും നിലനിൽക്കുന്നു[8]. ഈ രണ്ടും ഒരേ മനുഷ്യ ലൈംഗിക സംവിധാനത്തിന്റെ സാധുവായ പ്രകടനങ്ങളാണ്.

മനുഷ്യ മസ്തിഷ്കത്തിൽ ലൈംഗിക ആഗ്രഹം നിയന്ത്രിക്കുന്ന ഡോപാമിൻ, ഓക്സിറ്റോസിൻ, സെറോട്ടോണിൻ ഉടങ്ങിയ നാഡീ–രാസ സംവിധാനങ്ങൾ എല്ലാവരിലും ഒരേ തോതിലും ഒരേ അനുപാതത്തിലും പ്രവർത്തിക്കുന്നില്ല. ചില വ്യക്തികളിൽ ഡോപാമിൻ അധിഷ്ഠിത ആഗ്രഹ–പ്രതിഫല ശൃംഖല (reward circuitry) കുറഞ്ഞ പ്രതികരണക്ഷമത കാണിക്കുമ്പോൾ,

ബന്ധബോധത്തോടും മാനസിക സ്ഥിരതയോടും ബന്ധപ്പെട്ട സെറോട്ടോണിൻ സംവിധാനങ്ങൾ ശക്തമായി പ്രവർത്തിച്ചേക്കാം. ഇതിന്റെ ഫലമായി, ലൈംഗിക ഉത്തേജനം ഒരു ശക്തമായ പ്രേരണയായി അനുഭവപ്പെടാതെ, മാനസിക സമാധാനം, ബൗദ്ധിക തൃപ്തി, സാമൂഹിക ബന്ധങ്ങൾ എന്നിവ കൂടുതൽ പ്രാധാന്യമുള്ള അനുഭവങ്ങളായി മാറുന്നു. ഇതൊരു രാസ "അസമതുലിതാവസ്ഥ"യോ രോഗലക്ഷണമോ അല്ല; മറിച്ച്, മനുഷ്യ മസ്തിഷ്കത്തിലെ നാഡീപ്രവർത്തന വൈവിധ്യത്തിന്റെ സ്വാഭാവിക പ്രകടനമാണ്. ഈ വൈവിധ്യം തന്നെയാണ് ലൈംഗികതയെ "ഉണ്ട്/ഇല്ല" എന്ന ലളിത ദ്വന്ദത്തിലേക്ക് ചുരുക്കാനാകാത്തതും, ലൈംഗിക താല്പര്യമില്ലായ്മയെ മനുഷ്യ ലൈംഗിക സ്പെക്ട്രത്തിനുള്ളിലെ ഒരു സാധുവായ നിലപാടായി അംഗീകരിക്കേണ്ടതിന്റെ ജൈവ അടിത്തറയും.

പലർക്കും ലൈംഗികതയില്ലാത്ത ജീവിതം ശൂന്യമോ അപൂർണ്ണമോ ആയി തോന്നുന്നില്ല. മറിച്ച്, അത് അവരുടെ മാനസിക സമാധാനത്തോടും ജീവിതമൂല്യങ്ങളോടും യോജിച്ചിരിക്കാം. ഈ അനുഭവത്തെ "എന്തുകൊണ്ട് ഇങ്ങനെ" എന്ന ചോദ്യം ചെയ്യലിലൂടെ നിരന്തരം സംശയത്തിലാക്കുന്നത്, ശാസ്ത്രീയ സമീപനമല്ല, നൈതിക മുൻവിധിയാണ്.

ഈ ഭാഗം സ്ഥാപിക്കുന്ന നിലപാട് ലൈംഗിക താല്പര്യമില്ലായ്മ മനുഷ്യ വൈവിധ്യത്തിന്റെ ഭാഗമാണ്. അത് ഒരു തകരാറോ അപവാദമോ അല്ല. അതിനെ വിശദീകരിക്കേണ്ട ഒരു പ്രശ്നമായി കാണുന്നതിന് പകരം, മനുഷ്യ അനുഭവങ്ങളുടെ വൈവിധ്യത്തിനുള്ളിൽ ഒരു സാധുവായ അവസ്ഥയായി അംഗീകരിക്കുകയാണ് ശാസ്ത്രീയമായും മാനുഷികമായും ഉചിതം. ഈ അംഗീകാരമാണ് തുടർന്നുള്ള ഭാഗങ്ങളിൽ അസെക്ഷ്വാലിറ്റി സ്പെക്ട്രവും സ്ഥിരമായ ലൈംഗിക താല്പര്യമില്ലായ്മ അനുഭവങ്ങളും വിശദമായി മനസ്സിലാക്കുന്നതിനുള്ള അടിത്തറ.

അസെക്ഷ്വാലിറ്റി സ്പെക്ട്രവും സ്ഥിരമായ കുറഞ്ഞ ആഗ്രഹമുള്ള വ്യക്തികളും

ലൈംഗിക താല്പര്യമില്ലായ്മയെ പൊതുവേ ഏകീകൃതമായ ഒരു അവസ്ഥയായി കാണുന്ന സമീപനം ശാസ്ത്രീയമായി നിലനിൽക്കാത്തതാണ്. "ലൈംഗികതയിൽ താൽപര്യമില്ല" എന്ന വാചകം ഒരേ അനുഭവത്തെ സൂചിപ്പിക്കുന്നതുപോലെ തോന്നാമെങ്കിലും, യാഥാർത്ഥ്യത്തിൽ ലൈംഗിക താല്പര്യമില്ലായ്മ മനുഷ്യരിൽ പലവിധ രൂപങ്ങളിലും സ്ഥിരതാ മാതൃകകളിലും പ്രകടമാകുന്ന ഒരു സ്പെക്ട്രമാണ്. ഈ സ്പെക്ട്രം മനസ്സിലാക്കാതെ പോകുമ്പോഴാണ്, ലൈംഗിക താല്പര്യമില്ലായ്മയെ ഒറ്റ കാരണത്തിലേക്കോ ഒറ്റ ചികിത്സാ മാർഗത്തിലേക്കോ ചുരുക്കുന്ന പ്രവണത രൂപപ്പെടുന്നത്.

അസെക്ഷ്വാലിറ്റി സ്പെക്ട്രം എന്ന ആശയം ലൈംഗിക താല്പര്യമില്ലായ്മയെ ഒരു ബൈനറി നിലയിൽ നിന്ന് പുറത്തെടുക്കുന്നു. ഈ സ്പെക്ട്രത്തിന്റെ ഒരറ്റത്ത് പൂർണ്ണമായ ലൈംഗിക ആഗ്രഹമില്ലായ്മ അനുഭവിക്കുന്ന വ്യക്തികൾ നിലനിൽക്കുന്നു. ഇവർക്ക് ലൈംഗിക ആകർഷണം എന്ന അനുഭവം തന്നെ ഇല്ലായിരിക്കാം, അല്ലെങ്കിൽ അത്യന്തം അപൂർവ്വമായി മാത്രം ഉണ്ടാകാം. ഈ അവസ്ഥ പലപ്പോഴും ജീവിതകാലം മുഴുവൻ സ്ഥിരമായി തുടരുന്നതാണ്, അതിനാൽ തന്നെ ഇതിനെ "താൽക്കാലിക ഘട്ടം" എന്ന ഭാഷയിൽ വിശദീകരിക്കാൻ കഴിയില്ല[9].

സ്പെക്ട്രത്തിന്റെ മറ്റൊരു ഭാഗത്ത് അപൂർവ്വമായ അല്ലെങ്കിൽ സാഹചര്യാധീനമായ ലൈംഗിക ആഗ്രഹം അനുഭവിക്കുന്നവരാണ്. ഇവർക്ക് ചില പ്രത്യേക ബന്ധങ്ങളിലോ ചില വികാരപരമായ സാഹചര്യങ്ങളിലോ മാത്രം ലൈംഗിക താല്പര്യം ഉണ്ടാകാം. ദൈനംദിന ജീവിതത്തിൽ ലൈംഗികത ഒരു പ്രാധാന്യമുള്ള അനുഭവമല്ലെങ്കിലും, പ്രത്യേക ചില സാഹചര്യങ്ങളിൽ അത് സജീവമാകുന്നുവെന്ന് ഇവർ അനുഭവപ്പെടുന്നു. ഈ അനുഭവം സ്ഥിരമായ ലൈംഗിക

താല്പര്യമില്ലായ്മയോടും സാധാരണ ലൈംഗിക ആഗ്രഹ ത്തിനോടും ഇടയിൽ നിലകൊള്ളുന്ന ഒരു മാതൃകയാണ്[10].

ഇതിൽ നിന്ന് വ്യത്യസ്തമായി, ചില വ്യക്തികൾക്ക് വികാരബന്ധം ശക്തമായി അനുഭവപ്പെടുന്നുണ്ടെങ്കിലും, അതിനൊപ്പം ലൈംഗിക ആഗ്രഹം ഉണ്ടാകുന്നില്ല. പ്രണയം, അടുപ്പം, സുരക്ഷ, വിശ്വാസം എന്നിവയെ അവർ ആഴത്തിൽ അനുഭവിച്ചേക്കാം, എന്നാൽ ഈ വികാരങ്ങൾ ലൈംഗിക ആഗ്രഹത്തിലേക്ക് മാറുന്നില്ല. ഈ അവസ്ഥയെ പലപ്പോഴും "വിരുദ്ധം" അല്ലെങ്കിൽ "അസാധാരം" എന്ന ഭാഷയിൽ ചിത്രീകരിക്കാറുണ്ട്. എന്നാൽ ശാസ്ത്രീയമായി, വികാരബന്ധവും ലൈംഗിക ആഗ്രഹവും ഒരേ അനുഭവത്തിന്റെ വ്യത്യസ്ത ഘടകങ്ങളല്ല; അവ പരസ്പരം സ്വതന്ത്രമായി നിലനിൽക്കാവുന്ന മനുഷ്യ അനുഭവങ്ങളാണ്[11].

ഈ സ്പെക്ട്രത്തിന്റെ ഒരു പ്രധാന വിഭാഗമാണ് "സ്ഥിരമായ കുറഞ്ഞ ആഗ്രഹമുള്ള വ്യക്തികൾ" എന്നറിയപ്പെടുന്നവർ. ഇവർക്ക് ബാല്യകാലം മുതൽ തന്നെ ലൈംഗിക ആഗ്രഹം കുറഞ്ഞതായോ അപ്രസക്തമായതായോ അനുഭവപ്പെട്ടേക്കാം. കൗമാരവും യൗവനവും കടന്നുപോയിട്ടും, സാമൂഹിക പ്രതീക്ഷകൾ ശക്തമായിട്ടും, അവരുടെ ലൈംഗിക താല്പര്യമില്ലായ്മ മാറ്റമില്ലാതെ തുടരുന്നു. ജീവിതകാലം മുഴുവൻ ഈ അവസ്ഥ സ്ഥിരമായി തുടരുമ്പോൾ, അത് ഒരു വ്യക്തിത്വ സവിശേഷതയായി തന്നെ കാണേണ്ടതുണ്ട്, ചികിത്സാവിഷയമായി അല്ല[12].

സ്ഥിരമായ ലൈംഗിക താല്പര്യമില്ലായ്മ ഉള്ള ഈ വ്യക്തികൾ പലപ്പോഴും "ഇനിയും ശരിയായ പങ്കാളിയെ കിട്ടിയിട്ടില്ല" എന്ന വിശദീകരണത്തിന് വിധേയരാകുന്നു. എന്നാൽ ഗവേഷണങ്ങൾ വ്യക്തമാക്കുന്നത്, പലർക്കും ബന്ധങ്ങളുടെ ഗുണനിലവാരം ഉയർന്നിരിക്കുമ്പോഴും ലൈംഗിക ആഗ്രഹം ഉയരണമെന്നില്ല എന്നതാണ്. ഇവർക്ക് ബന്ധം പ്രധാനപ്പെട്ടതാണ്, പക്ഷേ ബന്ധത്തിന്റെ കേന്ദ്രത്തിൽ ലൈംഗികത ഇല്ല[13]. ഈ അനുഭവത്തെ അവഗണിക്കുന്നത് ബന്ധങ്ങളിലെ വൈവിധ്യത്തെ മനസ്സിലാക്കുന്നതിൽ സമൂഹം പരാജയപ്പെടുന്നതിന്റെ ലക്ഷണമാണ്.

സന്ദർഭാധിഷ്ഠിത ലൈംഗിക താൽപ്പര്യമില്ലായ്മ (Contextual sexual disinterest) എന്ന ആശയം ഈ ചർച്ചയിൽ നിർണായകമാണ്. ചില വ്യക്തികൾക്ക് എല്ലാ സാഹചര്യങ്ങളിലും ലൈംഗിക താല്പര്യമില്ലായ്മ അനുഭവപ്പെടുന്നില്ല. മറിച്ച്, ചില ബന്ധങ്ങളിൽ മാത്രം, അല്ലെങ്കിൽ ചില സാമൂഹിക–വൈകാരിക സാഹചര്യങ്ങളിൽ മാത്രം, ലൈംഗികത അപ്രസക്തമാകുന്നു. ഉദാഹരണത്തിന്, അധികാര അസമത്വം നിലനിൽക്കുന്ന ബന്ധങ്ങളിൽ, സുരക്ഷാബോധം ഇല്ലാത്ത സാഹചര്യങ്ങളിൽ, അല്ലെങ്കിൽ വികാരപരമായ ക്ഷീണം അനുഭവപ്പെടുന്ന ഘട്ടങ്ങളിൽ ലൈംഗിക താല്പര്യം പൂർണമായും മങ്ങിപ്പോകാം[14]. ഇത് വ്യക്തിയുടെ "സ്വഭാവക്കുറവ്" അല്ല, അനുഭവങ്ങളുടെ സാഹചര്യാധീന പ്രതികരണമാണ്.

ലൈംഗിക താല്പര്യമില്ലായ്മ ട്രോമയിലേക്ക് തിരിച്ച് വായിക്കുന്ന പ്രവണത മനശ്ശാസ്ത്രത്തിൽ വ്യാപകമാണ്. ലൈംഗിക പീഡനം, മാനസിക ആഘാതം എന്നിവ ലൈംഗിക താല്പര്യമില്ലായ്മ സൃഷ്ടിക്കാമെന്നത് ശാസ്ത്രീയമായി അംഗീകരിച്ച സത്യമാണെങ്കിലും, എല്ലാ ലൈംഗിക താല്പര്യമില്ലായ്മ അവസ്ഥകളും ട്രോമയുടെ ഫലമാണെന്ന നിഗമനം തെറ്റാണ്. Trauma-independent ലൈംഗിക താല്പര്യമില്ലായ്മ എന്നത് ശാസ്ത്രീയമായി അംഗീകരിക്കപ്പെട്ട ഒരു വിഭാഗമാണ്[15].

ലൈംഗിക പീഡനമോ ഗുരുതര മാനസിക ആഘാതമോ ഇല്ലാതെ തന്നെ, സ്ഥിരമായ ലൈംഗിക താല്പര്യമില്ലായ്മ അനുഭവിക്കുന്ന വ്യക്തികൾ വലിയൊരു വിഭാഗമായി നിലനിൽക്കുന്നു.

എല്ലാ ലൈംഗിക താല്പര്യമില്ലായ്മ അനുഭവങ്ങളും ട്രോമയിലേക്ക് തിരിച്ച് വായിക്കുന്നത് രണ്ട് അപകടങ്ങൾ സൃഷ്ടിക്കുന്നു. ഒന്നാമത്, വ്യക്തിയുടെ അനുഭവം അംഗീകരിക്കപ്പെടാതെ പോകുന്നു. രണ്ടാമത്, അനാവശ്യ ചികിത്സകളും ഇടപെടലുകളും ആരംഭിക്കുന്നു. "നിനക്ക് എന്തോ സംഭവിച്ചിരിക്കണം" എന്ന ധാരണ, വ്യക്തിയുടെ സ്വയംബോധത്തെ തന്നെ സംശയത്തിലാക്കുന്നു. ഇത് ലൈംഗിക താല്പര്യമില്ലായ്മയെ ഒരു രണ്ടാംഘട്ട മാനസിക സമ്മർദ്ദത്തിന്റെ കാരണമാക്കി മാറ്റുന്നു[16].

Medical vs non-medical ലൈംഗിക താല്പര്യമില്ലായ്മ എന്ന വ്യത്യാസവും ഇവിടെ വ്യക്തമായി ചർച്ച ചെയ്യേണ്ടതാണ്. ചില ലൈംഗിക താല്പര്യമില്ലായ്മ അവസ്ഥകൾ ഹോർമോണൽ അസമതുലിതാവസ്ഥകളുമായി, നാഡീ രോഗങ്ങളുമായി, അല്ലെങ്കിൽ ചില മരുന്നുകളുടെ ദീർഘകാല ഉപയോഗവുമായി ബന്ധപ്പെട്ട് നിലനിൽക്കാം. ഇത്തരം സാഹചര്യങ്ങളിൽ, ലൈംഗിക താല്പര്യമില്ലായ്മ ഒരു മെഡിക്കൽ ലക്ഷണമാകാം, അതിനാൽ ചികിത്സ ആവശ്യമായിരിക്കാം. എന്നാൽ ശാരീരികമായും മാനസികമായും പൂർണാരോഗ്യമുള്ള നിരവധി വ്യക്തികളിലും ലൈംഗിക താല്പര്യമില്ലായ്മ നിലനിൽക്കുന്നു[17].

ഈ ചികിത്സാ വിഷയ സംബന്ധമില്ലാത്ത (non-medical) ലൈംഗിക താല്പര്യമില്ലായ്മ അവസ്ഥകളെ രോഗവൽക്കരിക്കുന്നത്, വൈദ്യ ശാസ്ത്രത്തിന്റെ പരിധി ലംഘിക്കുന്ന പ്രവണതയാണ്. ആധുനിക ക്ലിനിക്കൽ മാർഗ്ഗനിർദ്ദേശങ്ങൾ തന്നെ വ്യക്തമാക്കുന്നത്, വ്യക്തിക്ക് വ്യക്തിഗതമായോ ബന്ധപരമായോ വിഷമം ഉണ്ടാകുന്നില്ലെങ്കിൽ, ലൈംഗിക താല്പര്യമില്ലായ്മ ചികിത്സാവിഷയമാകുന്നില്ല എന്നതാണ്[18]. എന്നിരുന്നാലും, സാമൂഹിക സമ്മർദ്ദം മൂലം പലരും "ചികിത്സ തേടേണ്ട പ്രശ്നം" എന്ന നിലയിൽ ലൈംഗിക താല്പര്യമില്ലായ്മ നെ കാണാൻ നിർബന്ധിതരാകുന്നു.

ഈ ഭാഗം സ്ഥാപിക്കുന്ന പ്രധാന ബോധ്യം ഇതാണ്. അസെക്ഷ്വാലിറ്റി സ്പെക്ട്രവും സ്ഥിരമായ കുറഞ്ഞ ആഗ്രഹമുള്ള വ്യക്തികളും മനുഷ്യ ലൈംഗികതയുടെ സ്വാഭാവിക വൈവിധ്യത്തിന്റെ ഭാഗമാണ്. ലൈംഗിക താല്പര്യമില്ലായ്മ ഒരു ഏകീകൃത അവസ്ഥയല്ല, പല സ്ഥിരതാ മാതൃകകളുള്ള ഒരു സ്പെക്ട്രമാണ്. എല്ലാ ലൈംഗിക താല്പര്യമില്ലായ്മ അവസ്ഥയും ചികിത്സാവിഷയമല്ല. ശാസ്ത്രീയമായ സമീപനം, ലൈംഗിക താല്പര്യമില്ലായ്മ നെ ഒരു സ്വതന്ത്ര അനുഭവാവസ്ഥയായി അംഗീകരിക്കുകയും, വ്യക്തിക്ക് അതിൽ വിഷമമുണ്ടോ എന്നതാണ് ഇടപെടലിന്റെ മാനദണ്ഡമാക്കുകയും ചെയ്യുന്നതാണ്.

സമൂഹത്തിന്റെ സംശയം: ലൈംഗിക താല്പര്യമില്ലായ്മ എങ്ങിനെയാണ് പ്രശ്നമാക്കപ്പെടുന്നത്

ലൈംഗിക താല്പര്യമില്ലായ്മ വ്യക്തിയുടെ സ്വകാര്യ അനുഭവമായി നിലനിൽക്കുമ്പോഴും, സമൂഹങ്ങൾ അതിനെ നിഷ്പക്ഷമായി കാണുന്നില്ല. പല സംസ്കാരങ്ങളിലും ലൈംഗികത മനുഷ്യജീവിതത്തിന്റെ കേന്ദ്രപ്രേരണയായി കണക്കാക്കപ്പെടുന്നതിനാൽ, ലൈംഗിക താല്പര്യമില്ലായ്മ ഒരു വിശദീകരണം ആവശ്യപ്പെടുന്ന അവസ്ഥയായി മാറുന്നു. ഈ വിശദീകരണ ആവശ്യം വ്യക്തിയിൽ നിന്നല്ല, "സാധാരണ മനുഷ്യൻ എങ്ങിനെയായിരിക്കണം" എന്ന സാമൂഹിക മാനദണ്ഡത്തിൽ നിന്നാണ്

ഉരുത്തിരിയുന്നത്. ഇതാണ് ലൈംഗിക താല്പര്യമില്ലായ്മയെ വ്യക്തിഗത അനുഭവത്തിൽ നിന്ന് സാമൂഹിക പ്രശ്നമായി മാറ്റുന്ന പ്രധാന ഘടകം[19].

ലൈംഗികതയെ സർവ്വസാധാരണമായ ഒരു ആഗ്രഹമായി നിർവ്വചിക്കുന്ന സമൂഹങ്ങളിൽ, ലൈംഗിക താല്പര്യമില്ലായ്മ സംശയത്തോടെ വായിക്കപ്പെടുന്നു. "എന്തോ ഒളിപ്പിക്കുന്നു", "ശരിയായ പങ്കാളിയെ കിട്ടിയിട്ടില്ല", "ഇത് അസ്വാഭാവികമാണ്" എന്നീ വാചകങ്ങൾ ലൈംഗിക താല്പര്യമില്ലായ്മയെ ഒരു മറഞ്ഞിരിക്കുന്ന പ്രശ്നത്തിന്റെ ലക്ഷണമായി ചിത്രീകരിക്കുന്നു. ഈ സാമൂഹിക വായന വ്യക്തിയെ നിരന്തരമായ സ്വയംന്യായീകരണത്തിലേക്ക് തള്ളിവിടുന്നു. തന്റെ അനുഭവം സാധൂകരിക്കാൻ വ്യക്തിക്ക് തുടർച്ചയായി വിശദീകരണം നൽകേണ്ടിവരുന്ന അവസ്ഥ, സാമൂഹിക സമ്മർദ്ദത്തിന്റെ (social pressure) സൂക്ഷ്മവും സ്ഥിരവുമായ രൂപമാണ്[20].

ഈ സംശയം ബന്ധങ്ങളിലേക്കു കടക്കുമ്പോൾ അത് കൂടുതൽ ശക്തമാകുന്നു. പ്രണയബന്ധങ്ങളിലും വിവാഹബന്ധങ്ങളിലും, ലൈംഗിക താല്പര്യം ഒരു സ്വാഭാവിക ആഗ്രഹത്തിൽ നിന്ന് കടമയായി മാറുന്ന ഘട്ടം ഇവിടെ കാണാം. ലൈംഗിക താല്പര്യമില്ലായ്മ അനുഭവിക്കുന്ന വ്യക്തികൾ പലപ്പോഴും "നീ മാറണം", "ഇത് ശരിയല്ല", "ബന്ധം രക്ഷിക്കണമെങ്കിൽ നീ ശ്രമിക്കണം" എന്ന ഭാഷയുടെ ലക്ഷ്യമാകുന്നു. ഈ ഭാഷയിൽ ഒളിഞ്ഞിരിക്കുന്ന ധാരണ ഇതാണ്: ലൈംഗിക താല്പര്യമില്ലായ്മ വ്യക്തിയുടെ പരാജയമാണ്, ബന്ധത്തിന്റെ സ്വാഭാവിക വൈവിധ്യമല്ല. ഇതിലൂടെ വ്യക്തിക്ക് കുറ്റബോധം (guilt), ബാധ്യതാബോധം (obligation), പ്രകടനസമ്മർദ്ദം (performance pressure) എന്നിവ അനുഭവപ്പെടുന്നു[21].

ബന്ധങ്ങളിൽ ലൈംഗിക താല്പര്യമില്ലായ്മയെ "പരിഹരിക്കേണ്ട പ്രശ്നം" ആയി കാണുന്ന സമീപനം, ബന്ധത്തിന്റെ ഗുണനിലവാരത്തെ തന്നെ ദുർബലപ്പെടുത്തുന്നു. വ്യക്തിയുടെ അനുഭവം അംഗീകരിക്കപ്പെടാതെ പോകുമ്പോൾ, ബന്ധം പരസ്പരബോധ്യത്തിന്റെ ഇടമാകാതെ, ശരിയാക്കൽ പദ്ധതിയായി (fixing project) മാറുന്നു. ഇതിലൂടെ ലൈംഗിക താല്പര്യമില്ലായ്മ അനുഭവിക്കുന്ന വ്യക്തി ബന്ധത്തിനുള്ളിൽ തന്നെ അന്യനായി അനുഭവപ്പെടുന്നു. ഈ അവസ്ഥ ദീർഘകാല മാനസിക ക്ഷീണത്തിലേക്കും ആത്മമൂല്യബോധത്തിന്റെ കുറവിലേക്കും നയിക്കാം[22].

സമൂഹത്തിന്റെ സംശയം മനശ്ശാസ്ത്രത്തിലേക്കും മെഡിസിനിലേക്കും കടക്കുമ്പോൾ, ലൈംഗിക താല്പര്യമില്ലായ്മ പാത്തോളജിവൽക്കരിക്കപ്പെടുന്നു (pathologization). "സാധാരണ ലൈംഗിക പ്രവർത്തനം" (normal sexual functioning) എന്ന ആശയം മെഡിക്കൽ ഭാഷയിൽ സ്ഥാപിക്കപ്പെട്ടപ്പോൾ, അതിൽ നിന്ന് വ്യത്യസ്തമായ അനുഭവങ്ങൾ രോഗാവസ്ഥകളായി വായിക്കപ്പെടാൻ തുടങ്ങി. ലൈംഗിക ആഗ്രഹം കുറഞ്ഞാൽ, അത് സ്വതവേ "പ്രവർത്തനവൈകല്യം" (sexual dysfunction) എന്ന ലേബലിലേക്ക് നീങ്ങുന്നു[23]. എന്നാൽ ഈ "സാധാരണം" എന്ന മാനദണ്ഡം ആരുടെ ശരാശരിയിലാണ് അടിസ്ഥാനമാക്കിയിരിക്കുന്നത് എന്ന ചോദ്യം പലപ്പോഴും ഉന്നയിക്കപ്പെടുന്നില്ല.

മനശ്ശാസ്ത്ര–മെഡിക്കൽ ചരിത്രത്തിൽ, ലൈംഗികതയുടെ വ്യത്യാസങ്ങളെ രോഗവൽക്കരിച്ച അനവധി ഉദാഹരണങ്ങൾ കാണാം. ഒരുകാലത്ത് സ്വവർഗ്ഗ ലൈംഗികത തന്നെ മാനസിക രോഗമായി നിർവ്വചിക്കപ്പെട്ടിരുന്നു. ഇന്ന് ആ നിർവചനം ശാസ്ത്രീയമായി തെറ്റായിരുന്നുവെന്ന് അംഗീകരിക്കപ്പെട്ടിരിക്കുന്നു. അതുപോലെ തന്നെ, ലൈംഗിക താല്പര്യമില്ലായ്മയെ സ്വാഭാവിക വ്യത്യാസമായി അംഗീകരിക്കാൻ സമൂഹം ഇനിയും തയ്യാറായിട്ടില്ല എന്നതാണ് സൂക്ഷ്മ സത്യം[24].

ലൈംഗിക താല്പര്യമില്ലായ്മയെ സമൂഹങ്ങൾ സഹിക്കാത്തതിന്റെ ആഴത്തിലുള്ള കാരണങ്ങൾ പരിശോധിക്കുമ്പോൾ, അത് വ്യക്തിഗത ലൈംഗികതയെക്കാൾ വലിയൊരു വിഷയത്തിലേക്കാണ് നയിക്കുന്നത്. ലൈംഗിക താല്പര്യമില്ലായ്മ സാമൂഹിക പ്രതീക്ഷകളെ ചോദ്യം ചെയ്യുന്നു. ലൈംഗികതയെ ബന്ധങ്ങളുടെ കേന്ദ്രബലം, കുടുംബത്തിന്റെ അടിത്തറ, വ്യക്തിത്വത്തിന്റെ തെളിവ് എന്നിങ്ങനെ നിർമ്മിച്ച സാമൂഹിക ഘടനകൾക്ക് ഇത് ഒരു വെല്ലുവിളിയാണ്. ഈ വെല്ലുവിളി അസ്വസ്ഥത സൃഷ്ടിക്കുന്നതിനാൽ, സമൂഹം ലൈംഗിക താല്പര്യമില്ലായ്മയെ പ്രശ്നമായി ഫ്രെയിം ചെയ്യുന്നു[27].

ലൈംഗിക താല്പര്യമില്ലായ്മ പ്രശ്നമാകുന്നത് വ്യക്തിക്കല്ല, സമൂഹത്തിനാണ്. "അസാധാരണം" എന്ന മുദ്ര വ്യക്തിയുടെ അനുഭവത്തിലല്ല, സാമൂഹിക പ്രതീക്ഷകളിലാണ് പതിയുന്നത്. ഈ മുദ്ര നീക്കാൻ കഴിയുന്നത്, ലൈംഗിക താല്പര്യമില്ലായ്മയെ മനുഷ്യ വൈവിധ്യത്തിന്റെ ഒരു സാധുവായ രൂപമായി അംഗീകരിക്കുമ്പോഴാണ്. ഈ അംഗീകാരമില്ലാതെ, മനശ്ശാസ്ത്രവും മെഡിസിനും പോലും സാമൂഹിക മുൻവിധികളുടെ ഉപകരണങ്ങളായി മാറും.

ലൈംഗിക താല്പര്യമില്ലായ്മയോടുള്ള സാമൂഹിക അസഹിഷ്ണുത എങ്ങിനെയാണ് മൂലധനവ്യവസ്ഥയോടും (capitalism), നിർബന്ധിത ലൈംഗികതയോടും (compulsory sexuality), സന്യാസത്തിന്റെ (celibacy) നൈതികവൽക്കരണത്തോടും ബന്ധപ്പെടുന്നത് എന്ന് വിശദമായി പരിശോധിക്കാം.

മൂലധനവ്യവസ്ഥ, നിർബന്ധിത ലൈംഗികത, സന്യാസം

ആധുനിക സമൂഹങ്ങൾ ലൈംഗിക താല്പര്യമില്ലായ്മ (sexual non-desire)യെ സഹിക്കാത്തതിന്റെ ആഴത്തിലുള്ള കാരണം വ്യക്തികളുടെ സ്വകാര്യ ലൈംഗികതയിൽ ഒതുങ്ങുന്നില്ല. ഈ അസഹിഷ്ണുത മൂലധനവ്യവസ്ഥയുടെ (capitalism) പ്രവർത്തനതർക്കത്തോടും സാമൂഹിക അധികാരക്രമങ്ങളോടും നേരിട്ട് ബന്ധപ്പെട്ടു നിലകൊള്ളുന്നു. ലൈംഗിക താല്പര്യമില്ലായ്മ ഒരു മനുഷ്യാനുഭവമായി മാത്രം നിലനിൽക്കുമ്പോൾ അത് പ്രശ്നമാകുന്നില്ല; എന്നാൽ ആ അനുഭവം ഉപഭോഗം, ഉൽപാദനം, നിയന്ത്രണം എന്നിവയുടെ സംവിധാനങ്ങളിൽ ഉൾക്കൊള്ളാൻ കഴിയാത്തതായി മാറുമ്പോഴാണ് അത് സാമൂഹിക ഭീഷണിയായി ഫ്രെയിം ചെയ്യപ്പെടുന്നത്[28].

മൂലധനവ്യവസ്ഥയിൽ ലൈംഗികത ഒരു സ്വകാര്യ അനുഭവമായി മാത്രം നിലനിൽക്കുന്നില്ല. അത് ഉപഭോഗത്തിന്റെ ഒരു പ്രധാന എൻജിനാണ്. ലൈംഗികതയെ ആകർഷണമായി, ആഗ്രഹമായി, പ്രചോദനമായി മാറ്റിയപ്പോൾ, ആഗ്രഹം തന്നെ ഒരു വിപണിയായി (market) മാറി. സൗന്ദര്യവ്യവസായം, ഫാഷൻ, വിനോദവ്യവസായം, ഡേറ്റിംഗ് പ്ലാറ്റ്ഫോമുകൾ, സ്വയംമാറ്റ വ്യവസായങ്ങൾ എന്നിവയെല്ലാം ലൈംഗിക ആഗ്രഹത്തെ ഉണർത്തുകയും നിലനിർത്തുകയും ചെയ്യുന്ന സംവിധാനങ്ങളാണ്[29]. ഈ പശ്ചാത്തലത്തിൽ, ലൈംഗികത = ഉപഭോഗം, ആഗ്രഹം = വിപണി എന്ന സമവാക്യം സാമൂഹികമായി ശക്തിപ്പെട്ടു.

ഈ സമവാക്യത്തിൽ ലൈംഗിക താല്പര്യമില്ലായ്മയ്ക്ക് ഇടമില്ല. ലൈംഗിക ആഗ്രഹം ഇല്ലെങ്കിൽ, ഉപഭോഗം ഉണരുന്നില്ല; ഉപഭോഗം ഇല്ലെങ്കിൽ, വിപണി വളരുന്നില്ല. അതിനാൽ തന്നെ, ലൈംഗിക താല്പര്യമില്ലായ്മ സാമ്പത്തികമായി "ഉപയോഗശൂന്യം" എന്ന നിലയിലേക്കാണ് തള്ളപ്പെടുന്നത്. ഇത് ഒരു നൈതിക വിധിയല്ല, ഒരു സാമ്പത്തിക വിധിയാണ്.

മൂലധനവ്യവസ്ഥയുടെ കാഴ്ചപ്പാടിൽ, ആഗ്രഹം ഉണർത്താനാവാത്ത മനുഷ്യാവസ്ഥകൾ അസ്വസ്ഥത സൃഷ്ടിക്കുന്നു[30].

പരസ്യങ്ങൾ, മാധ്യമങ്ങൾ, വിനോദവ്യവസായം എന്നിവ ഈ നിർബന്ധിത ലൈംഗികതയുടെ (compulsory sexuality) പ്രധാന വഹകങ്ങളാണ്. ശരീരം, ബന്ധങ്ങൾ, സന്തോഷം, വിജയബോധം എന്നിവ എല്ലാം ലൈംഗിക ആകർഷണത്തിന്റെ ഭാഷയിൽ അവതരിപ്പിക്കപ്പെടുന്നു. ടെലിവിഷൻ പരസ്യങ്ങളിൽ മുതൽ സിനിമകളിലേക്കും സാമൂഹികമാധ്യമങ്ങളിലേക്കും, ലൈംഗിക ആകർഷണം ഒരു സർവ്വസാധാരണ അനുഭവമായി ചിത്രീകരിക്കപ്പെടുന്നു. ഈ ആവർത്തനത്തിലൂടെ, ലൈംഗിക താല്പര്യം ഇല്ലായ്മ ഒരു "ഭാഷയില്ലാത്ത" അവസ്ഥയായി മാറുന്നു[31]. അതിനെ വിവരിക്കാൻ, പ്രതിനിധീകരിക്കാൻ, അല്ലെങ്കിൽ സാധൂകരിക്കാൻ പൊതുസംസ്കാരത്തിൽ മതിയായ ചിഹ്നങ്ങളില്ല.

ഈ ഭാഷാരഹിതത്വം (discursive absence) തന്നെ ഒരു ശക്തമായ സാമൂഹിക സന്ദേശമാണ്. സംസാരിക്കപ്പെടാത്തത് അദൃശ്യമാകുന്നു; അദൃശ്യമാകുന്നത് അസാധുവാകുന്നു. ലൈംഗിക താല്പര്യമില്ലായ്മ അനുഭവിക്കുന്നവർക്ക് അവരുടെ അനുഭവം പങ്കുവയ്ക്കാൻ വാക്കുകളില്ലാതാകുമ്പോൾ, അവർ സ്വയം സംശയത്തിലാകുന്നു. ഇത് ഒരു വ്യക്തിഗത പ്രശ്നമല്ല, ഒരു സാംസ്കാരിക മൗനത്തിന്റെ ഫലമാണ്[32].

ഈ ഘട്ടത്തിലാണ് സന്യാസം (celibacy) എന്ന ആശയം പ്രസക്തമാകുന്നത്. ചരിത്രപരമായി, സന്യാസം ലൈംഗികതയിൽ നിന്ന് വിട്ടുനിൽക്കൽ എന്ന നിലയിൽ അവതരിപ്പിക്കപ്പെട്ടെങ്കിലും, അത് ലൈംഗിക താല്പര്യമില്ലായ്മയുമായി തുല്യമല്ല. സന്യാസം ഒരു വ്രതമാണ്, ഒരു സാമൂഹിക–ആത്മീയ നിയമനമാണ്. അതിന്റെ ചരിത്രപരമായ കാരണങ്ങൾ പരിശോധിക്കുമ്പോൾ, ലൈംഗികതയെ നിയന്ത്രിക്കാനുള്ള സ്ഥാപനപരമായ ആവശ്യം ഇവിടെ വ്യക്തമാണ്[33]. മതസ്ഥാപനങ്ങൾക്കും അധികാരസംവിധാനങ്ങൾക്കും, ലൈംഗികത നിയന്ത്രിക്കപ്പെടേണ്ട ഒരു ശക്തിയായി തോന്നിയപ്പോൾ, സന്യാസം ഒരു നിയന്ത്രണ മാർഗ്ഗമായി രൂപപ്പെടുത്തി.

സന്യാസം മഹത്വവൽക്കരിക്കപ്പെട്ടത് ലൈംഗിക താല്പര്യമില്ലായ്മ കൊണ്ടല്ല, മറിച്ച് ലൈംഗികതയെ നിയന്ത്രിക്കാൻ കഴിയുന്ന ശേഷി കൊണ്ടാണ്. ഇവിടെ താല്പര്യമില്ലായ്മ മഹത്വവൽക്കരിക്കപ്പെടുന്നില്ല; നിയന്ത്രിത abstinence ആണ് മഹത്വവൽക്കരിക്കപ്പെടുന്നത്. അതായത്, ആഗ്രഹമില്ലായ്മയല്ല, ആഗ്രഹം ഉണ്ടെങ്കിലും അതിനെ അടിച്ചമർത്താനുള്ള കഴിവാണ് "വിശുദ്ധി"യായി അടയാളപ്പെടുത്തപ്പെടുന്നത്[34]. ഈ വ്യത്യാസം നിർണായകമാണ്.

സന്യാസികളുടെ ലൈംഗികബന്ധങ്ങളെക്കുറിച്ചുള്ള ചരിത്രവും പഠനങ്ങളും ഈ നിയന്ത്രണതർക്കത്തിന്റെ പരിമിതികളെ വെളിപ്പെടുത്തുന്നു. ഔദ്യോഗികമായി ലൈംഗികബന്ധം നിഷേധിക്കപ്പെടുമ്പോഴും, അനൗദ്യോഗിക യാഥാർത്ഥ്യങ്ങളിൽ രഹസ്യബന്ധങ്ങൾ, അധികാരദുരുപയോഗം, ലൈംഗിക ചൂഷണം എന്നിവ നിലനിൽക്കുന്നതായി അനവധി രേഖകൾ സൂചിപ്പിക്കുന്നു[35]. ഇത് സന്യാസത്തിന്റെ "പരാജയം" അല്ല; നിയന്ത്രണം മാത്രം ആധാരമാക്കിയ ലൈംഗിക നയങ്ങളുടെ സ്വാഭാവിക ഫലമാണ്.

ഇവിടെ ലൈംഗിക താല്പര്യമില്ലായ്മയും സന്യാസവും തമ്മിലുള്ള വ്യത്യാസം വ്യക്തമായി അടയാളപ്പെടുത്തണം. താല്പര്യമില്ലായ്മ ഒരു സ്വാഭാവിക അനുഭവാവസ്ഥയാണ്. അത് ഒരു തീരുമാനമല്ല, ഒരു വ്രതവുമല്ല. മറിച്ച്, സന്യാസം ഒരു സാമൂഹിക–ആത്മീയ നിയമനമാണ്,

വ്യക്തിയുടെ ആഗ്രഹത്തെ നിയന്ത്രിക്കാനുള്ള പ്രതിജ്ഞ. ഈ രണ്ടും ഒരുപോലെ കാണുന്നത്, താല്പര്യമില്ലായ്മ നൈതികവൽക്കരിക്കുന്നതിലേക്കും തെറ്റായി മഹത്വവൽക്കരിക്കുന്നതിലേക്കും നയിക്കുന്നു[36].

മൂലധനവ്യവസ്ഥക്കും മതസ്ഥാപനങ്ങൾക്കും ലൈംഗിക താല്പര്യമില്ലായ്മ ഒരുപോലെ അസ്വസ്ഥത സൃഷ്ടിക്കുന്നതിന്റെ കാരണം ഇവിടെ ഒന്നിക്കുന്നു. മൂലധനവ്യവസ്ഥക്ക് അത് വിപണിയാക്കാനാകാത്തതാണ്; മതസ്ഥാപനങ്ങൾക്ക് അത് നിയന്ത്രണത്തിലാക്കാനാകാത്തതാണ്. ഒരിടത്ത് ആഗ്രഹം വേണം, മറ്റൊരിടത്ത് ആഗ്രഹം ഉണ്ടെങ്കിലും അടിച്ചമർത്തണം. താല്പര്യമില്ലായ്മ ഈ രണ്ട് ആവശ്യങ്ങൾക്കും വിരുദ്ധമാണ്[37].

സമൂഹങ്ങൾ ലൈംഗിക താല്പര്യമില്ലായ്മയെ സഹിക്കാത്തത്, അത് മനുഷ്യബന്ധങ്ങളെ തകർക്കുന്നതിനാലോ സാമൂഹിക അസ്ഥിരത സൃഷ്ടിക്കുന്നതിനാലോ അല്ല. മറിച്ച്, അത് നിയന്ത്രിക്കാനാകാത്തതും, വിപണിയാക്കാനാകാത്തതും, നൈതികമായി ഉപകരണവൽക്കരിക്കാനാകാത്തതുമായ ഒരു മനുഷ്യാവസ്ഥയായതിനാലാണ്. ഈ യാഥാർത്ഥ്യം അംഗീകരിക്കുന്നത്, ലൈംഗികതയെ നിയന്ത്രണത്തിന്റെയും ഉപഭോഗത്തിന്റെയും അതിരുകൾക്ക് പുറത്തുള്ള ഒരു മനുഷ്യാനുഭവമായി കാണാൻ സമൂഹങ്ങളെ നിർബന്ധിതമാക്കും. അതാണ് താല്പര്യമില്ലായ്മയെക്കുറിച്ചുള്ള ശാസ്ത്രീയവും മാനുഷികവുമായ ബോധ്യത്തിന്റെ പരീക്ഷണം.

Reference List.

1. Bogaert, Anthony F. "Asexuality: Prevalence and Associated Factors." Journal of Sex Research, 2004.

2. World Health Organization. ICD-11: Conditions Related to Sexual Health. WHO, 2019.

3. Baumeister, Roy F. "The Cultural Suppression of Female Sexuality." Sex Roles, 2002.

4. Giddens, Anthony. The Transformation of Intimacy. Stanford University Press, 1992.

5. Illouz, Eva. Consuming the Romantic Utopia. University of California Press, 2007.

6. Brotto, Lori A. "Asexuality and Sexual Desire Disorders." Archives of Sexual Behavior, 2010.

7. Bancroft, John. Human Sexuality and Its Problems. Churchill Livingstone, 2009.

8. Prause, Nicole, and Graham, Cynthia A. "Asexuality: Classification and Characterization." Archives of Sexual Behavior, 2007.

9. Bogaert, Anthony F. "Asexuality: Prevalence and Associated Factors." Journal of Sex Research, 2004.

10. Decker, Julie Sondra. The Invisible Orientation: An Introduction to Asexuality. Skyhorse Publishing, 2015.

11. Diamond, Lisa M. Sexual Fluidity. Harvard University Press, 2008.

12. Brotto, Lori A., and Yule, Morag A. "Asexuality: Sexual Orientation, Paraphilia, or Mental Disorder?" Archives of Sexual Behavior, 2017.

13. Carrigan, Mark. "There's More to Life Than Sex." Sexualities, 2011.

14. Tiefer, Leonore. Sex Is Not a Natural Act. Westview Press, 2004.

15. Yule, Morag A., Brotto, Lori A., and Gorzalka, Boris B. "Asexuality." Current Sexual Health Reports, 2013.

16. Gupta, Kristina. "Asexuality and Its Discontents." Journal of Bioethical Inquiry, 2017.

17. Bancroft, John. Human Sexuality and Its Problems. Churchill Livingstone, 2009.

18. World Health Organization. ICD-11: Conditions Related to Sexual Health. WHO, 2019.

19. Foucault, Michel. The History of Sexuality, Vol. 1. Pantheon Books, 1978.

20. Goffman, Erving. Stigma: Notes on the Management of Spoiled Identity. Prentice-Hall, 1963.

21. Tiefer, Leonore. "The Medicalization of Sexuality." Journal of Sex Research, 1996.

22. Perel, Esther. Mating in Captivity. HarperCollins, 2006.

23. Moynihan, Ray, et al. "Selling Sickness." BMJ, 2002.

24. Drescher, Jack. "Out of DSM." Archives of Sexual Behavior, 2015.

27. Gagnon, John H., and Simon, William. Sexual Conduct. Aldine, 1973.

28. Baumeister, Roy F., and Vohs, Kathleen D. "Sexual Economics." Personality and Social Psychology Review, 2004.

29. Illouz, Eva. Consuming the Romantic Utopia. University of California Press, 2007.

30. Žižek, Slavoj. The Metastases of Enjoyment. Verso, 1994.

31. Gill, Rosalind. Gender and the Media. Polity Press, 2007.

32. Foucault, Michel. The History of Sexuality, Vol. 1. Pantheon Books, 1978.

33. Brown, Peter. The Body and Society. Columbia University Press, 1988.

34. Weber, Max. The Sociology of Religion. Beacon Press, 1963.

35. Sipe, A. W. Richard. Sex, Priests, and Power. Brunner/Mazel, 1995.

36. Gupta, Kristina. "Asexuality and the Ethics of Desire." Journal of Bioethical Inquiry, 2017.

37. Giddens, Anthony. The Transformation of Intimacy. Stanford University Press, 1992.

അധ്യായം 4

ലൈംഗികതയും പുനരുത്പാദന ഭ്രാന്തും

സ്പീഷീസ് നിലനില്പ് തർക്കശാസ്ത്രം: ലൈംഗികത ഒരു താൽക്കാലിക ഭ്രാന്താവസ്ഥ

ആമുഖം: മനുഷ്യ ലൈംഗികത ഒരു “സ്വതന്ത്ര ആഗ്രഹം” മാത്രമല്ല

ആധുനിക സമൂഹങ്ങൾ മനുഷ്യ ലൈംഗികതയെ പൊതുവേ ആസ്വാദനം, ആത്മബന്ധം, വ്യക്തിപരമായ തെരഞ്ഞെടുപ്പ് എന്നിവയുടെ ഭാഷയിലാണ് വിവക്ഷിക്കുന്നത്. ലൈംഗികത സ്വയംസാക്ഷാത്കാരത്തിന്റെ ഭാഗമായും വ്യക്തിസ്വാതന്ത്ര്യത്തിന്റെ അടയാളമായും ചിത്രീകരിക്കപ്പെടുന്ന ഒരു കാലഘട്ടത്തിലാണ് നാം ജീവിക്കുന്നത്. എന്നാൽ ജൈവപരിണാമത്തിന്റെ ദീർഘവീക്ഷണത്തിൽ നിന്ന് ഈ വിഷയത്തെ പരിശോധിക്കുമ്പോൾ, ലൈംഗികത മനുഷ്യനുവേണ്ടി രൂപപ്പെടുത്തിയ ഒരു മാനസിക സുഖോപാധി മാത്രമല്ലെന്ന് വ്യക്തമാകുന്നു. മറിച്ച്, അത് ജീവിവർഗ്ഗത്തിന്റെ തുടർച്ച ഉറപ്പാക്കാൻ പരിണാമം രൂപപ്പെടുത്തിയ ഒരു ശക്തമായ ജൈവ പ്രേരണാസംവിധാനമാണ്[1].

ഈ പശ്ചാത്തലത്തിൽ, ലൈംഗികതയെ ഒരു സ്ഥിരമായ മാനസിക അവസ്ഥയായി കാണുന്നത് ശാസ്ത്രീയമായി അപര്യാപ്തമാണ്. കൂടുതൽ യുക്തിസഹമായ സമീപനം, ലൈംഗികത മനുഷ്യന്റെ ബൗദ്ധിക നിയന്ത്രണങ്ങളെ താൽക്കാലികമായി ശിഥിലമാക്കുന്ന ഒരു പ്രവർത്തനാവസ്ഥയായി മനസ്സിലാക്കുന്നതാണ്. ലൈംഗിക ആഗ്രഹം ശക്തമായി സജീവമാകുന്ന ഘട്ടങ്ങളിൽ, മനുഷ്യൻ സാധാരണ സാഹചര്യങ്ങളിൽ ആശ്രയിക്കുന്ന യുക്തിബോധവും ദീർഘകാല ഫലചിന്തയും ഭാഗികമായി പിൻവാങ്ങുന്നുവെന്ന് നാഡീശാസ്ത്രവും പെരുമാറ്റശാസ്ത്രവും ചേർന്നുള്ള പഠനങ്ങൾ സൂചിപ്പിക്കുന്നു[2]. ഈ അവസ്ഥയെ “ലൈംഗികതയിലൂടെ സൃഷ്ടിക്കപ്പെടുന്ന താൽക്കാലിക യുക്തിരഹിതാവസ്ഥ” എന്ന ആശയത്തിലൂടെ വിശകലനം ചെയ്യുന്നതാണ് ഈ അധ്യായത്തിന്റെ കേന്ദ്രലക്ഷ്യം.

ലൈംഗിക ആഗ്രഹവും മസ്തിഷ്ക നിയന്ത്രണത്തിന്റെ താൽക്കാലിക ശിഥിലീകരണവും

മനുഷ്യ മസ്തിഷ്കം പരസ്പരം വ്യത്യസ്തവും ചിലപ്പോൾ വിരുദ്ധവുമായ പ്രവർത്തനസിസ്റ്റങ്ങളിലൂടെ പ്രവർത്തിക്കുന്ന ഒരു അവയവമാണ്. മുൻമസ്തിഷ്ക (Prefrontal Cortex)ഭാഗങ്ങളുമായി ബന്ധപ്പെട്ട യുക്തിചിന്ത, അപകടമൂല്യനിർണയം, സാമൂഹിക നിയന്ത്രണം എന്നിവ മനുഷ്യനെ ദീർഘകാലപരമായും സാമൂഹിക മായി അംഗീകരിക്കാവുന്ന രീതിയിലും പെരുമാറാൻ സഹായിക്കുന്നു. ഇതിന് വിരുദ്ധമായി, ലിംബിക് സംവിധാനവുമായി ബന്ധപ്പെട്ട പ്രാഥമിക പ്രേരണകൾ, ആഗ്രഹം, ഉത്തേജനം, ആസ്വാദനം എന്നിവ തൽക്ഷണ പ്രതികരണങ്ങളിലേക്കാണ് മനുഷ്യനെ നയിക്കുന്നത്[3].

ലൈംഗിക ആഗ്രഹം ശക്തമായി ഉയരുന്ന ഘട്ടങ്ങളിൽ, ഈ ലിംബിക് പ്രവർത്തനങ്ങൾ മുൻതൂക്കം നേടുകയും, മുൻമസ്തിഷ്ക നിയന്ത്രണങ്ങൾ താൽക്കാലികമായി ദുർബലമാകുകയും ചെയ്യുന്നു. ഇതിന്റെ ഫലമായി, മനുഷ്യൻ സാധാരണ സാഹചര്യങ്ങളിൽ ഒഴിവാക്കുമായിരുന്ന അപകടങ്ങൾ ഏറ്റെടുക്കാൻ തയ്യാറാകുന്നു. സാമൂഹിക അപകീർത്തി, ആരോഗ്യസാധ്യതകൾ, സാമ്പത്തിക ചെലവുകൾ, ദീർഘകാല ബന്ധപരമായ ഫലങ്ങൾ എന്നിവയെക്കാൾ, തൽക്ഷണമായ ആസ്വാദനവും പ്രേരണയും കൂടുതൽ പ്രാധാന്യമുള്ളതായി മാറുന്നു[4]. ഈ പ്രവണത വ്യക്തിഗത ദൗർബല്യമല്ല; മറിച്ച്, പരിണാമം നിലനിർത്തിയ ഒരു പ്രവർത്തന മാതൃകയാണ്.

"താൽക്കാലിക ഭ്രാന്താവസ്ഥ" എന്ന ആശയത്തിന്റെ ശാസ്ത്രീയ പ്രസക്തി

ഇവിടെ "ഭ്രാന്ത്" എന്ന പദം വൈദ്യശാസ്ത്രപരമായ അർഥത്തിൽ ഉപയോഗിക്കുന്നില്ല. അത് ഒരു ഉപമയാണ്. ലൈംഗിക ഉത്തേജനത്തിന്റെ ശക്തമായ ഘട്ടങ്ങളിൽ മനുഷ്യന്റെ തീരുമാനങ്ങൾ സാധാരണ ബൗദ്ധിക മാനദണ്ഡങ്ങളിൽ നിന്ന് വഴുതിപ്പോകുന്നുവെന്ന യാഥാർത്ഥ്യം സൂചിപ്പിക്കാൻ ഉപയോഗിക്കുന്ന ആശയമാണിത്. നിരവധി പഠനങ്ങൾ കാണിക്കുന്നത്, ലൈംഗിക ഉത്തേജനാവസ്ഥയിൽ ഉള്ള വ്യക്തികൾ അപകടസാധ്യത കുറച്ച് കണക്കാക്കുകയും, ദീർഘകാല പ്രത്യാഘാതങ്ങളെ അവഗണിക്കുകയും ചെയ്യുന്നുവെന്നതാണ്[5].

സുരക്ഷിതമല്ലാത്ത ലൈംഗികബന്ധങ്ങളിൽ ഏർപ്പെടൽ, സാധാരണയായി സ്വന്തം മൂല്യങ്ങൾക്കോ മുൻകൂട്ടി നിശ്ചയിച്ച അതിരുകൾക്കോ വിരുദ്ധമായ പങ്കാളി തെരഞ്ഞെടുപ്പ്, സ്വകാര്യ സാഹചര്യങ്ങളിൽ പൊതു നൈതികതയിൽ നിന്ന് വ്യത്യസ്തമായ പെരുമാറ്റങ്ങൾ എന്നിവ എല്ലാം ഈ താൽക്കാലിക യുക്തിരഹിതാവസ്ഥയുടെ പ്രകടനങ്ങളാണ്. ഇതിനെ ശുദ്ധമായ "നൈതിക പരാജയം" അല്ലെങ്കിൽ "സ്വഭാവക്കുറവ്" എന്ന നിലയിൽ മാത്രം വായിക്കുന്നത്, ലൈംഗികതയുടെ ജൈവ–നാഡീ അടിത്തറയെ അവഗണിക്കുന്ന സമീപനമായി മാറുന്നു[6].

പരിണാമപരമായ പ്രയോജനം: യുക്തി എന്തുകൊണ്ട് താൽക്കാലികമായി മങ്ങണം?

പരിണാമശാസ്ത്രത്തിന്റെ അടിസ്ഥാന തർക്കശാസ്ത്രം വ്യക്തിയുടെ സന്തോഷമല്ല, സ്പീഷീസിന്റെ നിലനില്പാണ്. ലൈംഗികത പൂർണമായും യുക്തിപരമായിരുന്നെങ്കിൽ, ഗർഭധാരണ അപകടങ്ങൾ, ശിശുപരിപാലന ചെലവുകൾ, രോഗസാധ്യതകൾ, സാമൂഹിക പ്രത്യാഘാതങ്ങൾ എന്നിവ കണക്കിലെടുത്ത് പല ജീവികളും പുനരുത്പാദനം ഒഴിവാക്കിയേനേ. പ്രത്യേകിച്ച് മനുഷ്യരിൽ, ദീർഘകാല ശിശുപരിപാലനത്തിന്റെ ശാരീരികവും സാമൂഹികവുമായ ചെലവ് വളരെ ഉയർന്നതാണ്[7].

ഈ സാഹചര്യത്തിലാണ്, യുക്തിയെ താൽക്കാലികമായി മങ്ങിപ്പിക്കുന്ന ഒരു പ്രേരണാസംവിധാനം പരിണാമപരമായി പ്രയോജനകരമായി മാറിയത്. ലൈംഗിക ആഗ്രഹം മനുഷ്യനെ ചില നിമിഷങ്ങളിൽ തന്നെക്കാൾ വലിയ ഒരു ജൈവ ലക്ഷ്യത്തിനായി പ്രവർത്തിപ്പിക്കുന്നു. അതുകൊണ്ടുതന്നെ, ലൈംഗികതയെ "താൽക്കാലിക ഭ്രാന്താവസ്ഥ"യായി വിശേഷിപ്പിക്കുന്നത് മനുഷ്യനെ അപമാനിക്കുന്നതല്ല; മറിച്ച്, മനുഷ്യൻ ഒരു ജീവിവർഗ്ഗമായി നിലനിൽക്കാൻ പരിണാമം സ്വീകരിച്ച തന്ത്രത്തെ അംഗീകരിക്കുന്നതാണിത്.

സ്വകാര്യത, യുക്തിരഹിതത്വം, സാമൂഹിക നിയന്ത്രണം

ലൈംഗികതയുടെ ഈ താൽക്കാലിക യുക്തിരഹിതാവസ്ഥ പൊതുവേ സ്വകാര്യതയുടെ പരിധിയിലാണ് പ്രകടമാകുന്നത്. സ്വകാര്യ ഇടങ്ങളിൽ മനുഷ്യർ ചെയ്യുന്ന പല പ്രവർത്തനങ്ങളും, പൊതു വേദികളിൽ അവർ തന്നെ ന്യായീകരിക്കുകയോ അംഗീകരിക്കുകയോ ചെയ്യില്ല. ഈ വേർതിരിവ്, ലൈംഗികതയുടെ സാമൂഹിക നിയന്ത്രണ സ്വഭാവത്തെ സൂചിപ്പിക്കുന്നു. ചരിത്രപരമായി, സമൂഹങ്ങൾ ലൈംഗികതയെ സ്വകാര്യ മേഖലയിലേക്ക് തള്ളിയിട്ടത്, ഈ യുക്തിരഹിതാവസ്ഥ പൊതു സാമൂഹിക ക്രമത്തെ അസ്ഥിരമാക്കാതിരിക്കാനാണ്[8].

എന്നാൽ, സ്വകാര്യതയിൽ നടക്കുന്ന ലൈംഗിക പ്രവർത്തനങ്ങളെ പൂർണമായും വ്യക്തിഗത ഉത്തരവാദിത്വത്തിലേക്ക് മാത്രം ചുരുക്കുമ്പോൾ, അവയുടെ ജൈവ പ്രേരണാപശ്ചാത്തലം

മറച്ചുവയ്ക്കപ്പെടുന്നു. ഇതാണ് ലൈംഗിക പെരുമാറ്റത്തെക്കുറിച്ചുള്ള സാമൂഹിക കുറ്റപ്പെടുത്തലുകളും നൈതിക അതിരുക്ഷതകളും ശക്തമാകാൻ കാരണമാകുന്നത്.

ലൈംഗികത, നിയന്ത്രണം, സാമൂഹിക ആശങ്ക

ലൈംഗികതയെ ചുറ്റിപ്പറ്റിയുള്ള സാമൂഹിക ആശങ്കയുടെ ഒരു പ്രധാന കാരണം, അതിലെ ഈ നിയന്ത്രണംവിട്ട ശക്തിയാണ്. യുക്തിരഹിതത്വം സാമൂഹികമായി ഭയപ്പെടപ്പെടുന്ന ഒന്നാണ്, കാരണം അത് അധികാരത്തെയും നിയന്ത്രണത്തെയും ചോദ്യം ചെയ്യുന്നു. ലൈംഗികതയുടെ താൽക്കാലിക ഭ്രാന്താവസ്ഥ വ്യക്തിയുടെ മാത്രമല്ല, സാമൂഹിക ക്രമത്തിന്റെയും നിയന്ത്രണങ്ങൾക്ക് വെല്ലുവിളിയാകുന്നു. അതുകൊണ്ടുതന്നെ, ചരിത്രപരമായി എല്ലാ സമൂഹങ്ങളും നിയമങ്ങൾ, നൈതിക ചട്ടങ്ങൾ, മതനിയമങ്ങൾ, സാമൂഹിക അപകീർത്തി തുടങ്ങിയ ഉപാധികളിലൂടെ ലൈംഗികതയെ നിയന്ത്രിക്കാൻ ശ്രമിച്ചിട്ടുണ്ട്[9].

ഈ നിയന്ത്രണങ്ങൾ എത്ര ശക്തമായാലും, ലൈംഗികതയുടെ ജൈവ അടിത്തറ പൂർണമായും ഇല്ലാതാക്കാൻ കഴിയില്ല. അതാണ് ലൈംഗികതയെ മനുഷ്യചരിത്രത്തിലെ സ്ഥിരമായ സംഘർഷവിഷയമാക്കി മാറ്റിയത്.

മനുഷ്യ ലൈംഗികത ഒരു ശുദ്ധമായ ബൗദ്ധിക തിരഞ്ഞെടുപ്പുമാത്രമല്ല. അത് സ്പീഷീസിന്റെ നിലനില്പ് ഉറപ്പാക്കാൻ പരിണാമം രൂപപ്പെടുത്തിയ, മനുഷ്യന്റെ യുക്തിബോധത്തെ താൽക്കാലികമായി ശിഥിലമാക്കുന്ന ഒരു ശക്തമായ ജൈവ പ്രേരണാസംവിധാനമാണ്. ഈ താൽക്കാലിക "ഭ്രാന്താവസ്ഥ" ഒരു തകരാറല്ല; മറിച്ച്, മനുഷ്യനെ ഒരു ജീവിവർഗ്ഗമായി നിലനിൽക്കാൻ സഹായിച്ച പരിണാമപരമായ, സങ്കീർണ്ണവും ഫലപ്രദവുമായ ഒരു ക്രമീകരണമാണ്.

പരിണാമപരമായ പുനരുത്പാദന ആശങ്ക (Reproductive Anxiety)

മനുഷ്യചരിത്രത്തിന്റെ ഭൂരിഭാഗം കാലഘട്ടങ്ങളിലും പുനരുത്പാദനം ഒരു ഉറപ്പുള്ള സംഭവമായിരുന്നില്ല. ശിശുമരണനിരക്ക് അത്യന്തം ഉയർന്നിരുന്നു, ഗർഭധാരണവും പ്രസവവും ജീവൻപോലും നഷ്ടപ്പെടാവുന്ന അപകടങ്ങളായിരുന്നു, കൂടാതെ രോഗങ്ങൾ, ക്ഷാമങ്ങൾ, സാമൂഹിക അസ്ഥിരതകൾ എന്നിവ മനുഷ്യജനസംഖ്യയെ നിരന്തരം ചുരുക്കിക്കൊണ്ടിരുന്നു. ഈ സാഹചര്യത്തിലാണ് "ഇനി വീണ്ടും പുനരുത്പാദന അവസരം ലഭിക്കുമോ" എന്ന ഒരു ആഴത്തിലുള്ള പരിണാമപരമായ ആശങ്ക മനുഷ്യ മസ്തിഷ്കത്തിൽ രൂപപ്പെട്ടത്[10]. ഈ ആശങ്ക വ്യക്തിയുടെ ബോധപൂർവ ചിന്തയിലല്ല, മറിച്ച് നാഡീ–പരിണാമ സംവിധാനങ്ങളുടെ ആഴത്തിലുള്ള പാളികളിലാണ് പതിഞ്ഞിരിക്കുന്നത്.

ഈ പശ്ചാത്തലത്തിൽ, പുനരുത്പാദനം ഒരു വ്യക്തിഗത തിരഞ്ഞെടുപ്പിനേക്കാൾ കൂടുതൽ ഒരു ജൈവ അടിയന്തരാവശ്യമായി പരിണാമം നിർമ്മിച്ചു. മനുഷ്യ മസ്തിഷ്കം പുനരുത്പാദന സാധ്യതകൾ നഷ്ടപ്പെടുന്നത് ഒരു അസ്തിത്വ ഭീഷണിയായി തന്നെ വായിക്കുന്ന തരത്തിൽ ക്രമീകരിക്കപ്പെട്ടു. അതിനാൽ തന്നെ, ലൈംഗികത പല ഘട്ടങ്ങളിലും ശാന്തമായ ആസ്വാദനമായി അല്ല, മറിച്ച് ശക്തമായ ഉത്കണ്ഠയും അടിയന്തരതയും നിറഞ്ഞ ഒരു പ്രേരണയായി പ്രകടമാകുന്നു. ഈ അവസ്ഥയാണ് "പരിണാമപരമായ പുനരുത്പാദന ആശങ്ക" എന്ന ആശയത്തിന്റെ കേന്ദ്രബിന്ദു[11].

ഈ ആശങ്കയാണ് ലൈംഗിക ആഗ്രഹത്തെ ചിലപ്പോൾ നിയന്ത്രണം വിട്ട ശക്തിയാക്കി മാറ്റുന്നത്. പങ്കാളിയെ "കൈവിടുമോ" എന്ന ഭയം, പ്രായം കടന്നുപോകുന്നതിനെക്കുറിച്ചുള്ള ഉത്കണ്ഠ, സാമൂഹിക താരതമ്യങ്ങൾ, "ഇപ്പോൾ അല്ലെങ്കിൽ ഒരിക്കലുമല്ല" എന്ന അടിയന്തരബോധം എന്നിവയെല്ലാം ഈ same പരിണാമപരമായ ആശങ്കയുടെ ആധുനിക രൂപങ്ങളാണ്. ഇവ പലപ്പോഴും വ്യക്തിയുടെ യുക്തിബോധത്തോട് പൊരുത്തപ്പെടാത്ത തീരുമാനങ്ങളിലേക്കാണ് നയിക്കുന്നത്. ഉദാഹരണത്തിന്, ദീർഘകാല അനുയോജ്യത സംശയാസ്പദമായ ബന്ധങ്ങളിൽ പ്രവേശിക്കൽ, സ്വന്തം മൂല്യങ്ങളോട് വിരുദ്ധമായ ബന്ധങ്ങൾ തുടരൽ, അല്ലെങ്കിൽ പുനരുത്പാദനത്തിനായി അമിതമായ അപകടങ്ങൾ സ്വീകരിക്കൽ എന്നിവ ഈ ആശങ്കയുടെ പെരുമാറ്റപരമായ പ്രകടനങ്ങളാണ്[12].

പ്രായവുമായി ബന്ധപ്പെട്ട ഉത്കണ്ഠ ഈ പരിണാമപരമായ പുനരുത്പാദന ആശങ്കയുടെ ഒരു പ്രധാന ഘടകമാണ്. സ്ത്രീകളിൽ ജൈവ ഗർഭധാരണ കാലപരിധി (biological fertility window) വ്യക്തമായി പരിമിതമായതിനാൽ, പ്രായം കൂടുന്നതിനനുസരിച്ച് ഈ ആശങ്ക ശക്തമാകുന്നതായി പഠനങ്ങൾ സൂചിപ്പിക്കുന്നു. എന്നാൽ പുരുഷന്മാരിലും ഇത് പൂർണമായും അഭാവമുള്ളതല്ല. പുരുഷന്മാരിൽ ഈ ആശങ്ക സാമൂഹിക മത്സരത്തിലൂടെയും "പങ്കാളിയെ നഷ്ടപ്പെടുമോ" എന്ന ഭയത്തിലൂടെയും പ്രകടമാകുന്നു[13]. അതായത്, പുനരുത്പാദന ആശങ്ക ലിംഗപരമായ രൂപവൈവിധ്യമുള്ളതാണെങ്കിലും, അത് മനുഷ്യരാശിയാകെ പങ്കുവയ്ക്കുന്ന ഒരു പരിണാമ പൈതൃകമാണ്.

ആധുനിക മനുഷ്യൻ ശാസ്ത്രീയമായി സുരക്ഷിതമായ സാഹചര്യത്തിലാണ് ജീവിക്കുന്നത്. ശിശുമരണനിരക്ക് കുറവാണ്, ആരോഗ്യസംരക്ഷണം മെച്ചപ്പെട്ടിരിക്കുന്നു, ഗർഭനിരോധന മാർഗ്ഗങ്ങൾ ലഭ്യമാണ്. എന്നിരുന്നാലും, മനുഷ്യ മസ്തിഷ്കം ഈ ആധുനിക യാഥാർത്ഥ്യങ്ങൾക്കനുസരിച്ച് പൂർണമായി പുതുക്കപ്പെട്ടിട്ടില്ല. മസ്തിഷ്കത്തിന്റെ പ്രേരണാസംവിധാനങ്ങൾ ഇപ്പോഴും ആയിരക്കണക്കിന് വർഷങ്ങളോളം പഴക്കമുള്ള പരിണാമ തർക്കശാസ്ത്രത്തിലാണ് പ്രവർത്തിക്കുന്നത്[14]. ഇതാണ് "പരിണാമ ചേർച്ചക്കുറവ്" (evolutionary mismatch) എന്നറിയപ്പെടുന്ന അവസ്ഥ.

ഈ ചേർച്ചക്കുറവ് മൂലം, യഥാർത്ഥത്തിൽ അടിയന്തരത ഇല്ലാത്ത സാഹചര്യങ്ങളിലും മനുഷ്യൻ പുനരുത്പാദന ഭീഷണി അനുഭവപ്പെടുന്നതുപോലെ പ്രതികരിക്കുന്നു. സാമൂഹിക മാധ്യമങ്ങളിൽ കാണുന്ന താരതമ്യങ്ങൾ, "എല്ലാവർക്കും കുട്ടികളുണ്ട്" എന്ന ധാരണ, കുടുംബസമ്മർദ്ദങ്ങൾ, സാംസ്കാരിക പ്രതീക്ഷകൾ എന്നിവ എല്ലാം ഈ പരിണാമപരമായ ആശങ്കയെ ഉണർത്തുന്ന ട്രിഗറുകളായി പ്രവർത്തിക്കുന്നു[15]. ഇതോടെ, വ്യക്തിയുടെ യഥാർത്ഥ ആഗ്രഹവും പരിണാമപരമായ പ്രേരണയും തമ്മിൽ സംഘർഷം രൂപപ്പെടുന്നു.

ഈ സംഘർഷം ലൈംഗികതയെ പലപ്പോഴും ആസ്വാദനത്തിൽ നിന്ന് ഉത്കണ്ഠയിലേക്കും സമ്മർദ്ദത്തിലേക്കും മാറ്റുന്നു. പുനരുത്പാദനം "വേണം" എന്ന ബോധം, "ഇപ്പോൾ വേണം" എന്ന അടിയന്തരതയായി മാറുമ്പോൾ, ലൈംഗികത ഒരു സ്വതന്ത്ര അനുഭവമായി നിലനിൽക്കാതെ, ലക്ഷ്യസാധന ഉപാധിയായി ചുരുങ്ങുന്നു. ഇതിന്റെ ഫലമായി, ലൈംഗികബന്ധങ്ങളിൽ അസ്വസ്ഥത, നിർബന്ധിതത്വം, പരാജയബോധം എന്നിവ വർധിക്കാം[16].

ഈ ഭാഗം മുന്നോട്ടുവയ്ക്കുന്ന പ്രധാന ശാസ്ത്രീയ ബോധ്യം ഇതാണ്. പരിണാമപരമായ പുനരുത്പാദന ആശങ്ക മനുഷ്യന്റെ വ്യക്തിപരമായ അപക്വതയോ സാമൂഹിക ദൗർബല്യമോ അല്ല. അത് മനുഷ്യ മസ്തിഷ്കത്തിൽ ആഴത്തിൽ പതിഞ്ഞ ഒരു ജൈവ–പരിണാമ പൈതൃകമാണ്. പ്രശ്നം ഈ ആശങ്കയിൽ അല്ല; ഈ പ്രാചീന പ്രേരണയെ ആധുനിക സാമൂഹിക–വൈകാരിക യാഥാർത്ഥ്യങ്ങളുമായി പൊരുത്തപ്പെടുത്തുന്നതിൽ മനുഷ്യസമൂഹങ്ങൾ നേരിടുന്ന വെല്ലുവിളിയിലാണ്.

ഗർഭധാരണ അപകടത്തിലെ അസമത്വം (Pregnancy Risk Asymmetry)

ലൈംഗികതയിലും പുനരുത്പാദനത്തിലും അധികാര അസമത്വം സൃഷ്ടിക്കുന്ന ഏറ്റവും അടിസ്ഥാനപരമായ ഘടകം ഗർഭധാരണ അപകടത്തിലെ അസമത്വമാണ്. പുരുഷനും സ്ത്രീയും ഒരുപോലെ ലൈംഗിക ആഗ്രഹം അനുഭവിച്ചാലും, പുനരുത്പാദനത്തിന്റെ ശാരീരികവും സാമൂഹികവും മാനസികവുമായ ചെലവുകൾ ഒരുപോലെ വിതരണം ചെയ്യപ്പെടുന്നില്ല. ഗർഭധാരണത്തിന്റെ ജൈവ ഭാരമൊട്ടും സ്ത്രീയുടെ ശരീരത്തിലാണ് പതിയുന്നത്. ഇതാണ് ലൈംഗികതയെ ശുദ്ധമായ "സ്വതന്ത്ര ആഗ്രഹം" എന്ന ആശയത്തിൽ നിന്ന് മാറ്റി, അധികാരബന്ധങ്ങളുടെ സങ്കീർണ്ണ മേഖലയിലേക്ക് നയിക്കുന്നത്[17].

ഗർഭധാരണം സ്ത്രീയുടെ ശരീരത്തിൽ ഉണ്ടാക്കുന്ന മാറ്റങ്ങൾ താൽക്കാലികമല്ല. ഹോർമോണൽ വ്യതിയാനങ്ങൾ, ശരീരഘടനാ മാറ്റങ്ങൾ, ആരോഗ്യസാധ്യതകൾ, പ്രസവസങ്കീർണ്ണതകൾ എന്നിവ ദീർഘകാല ഫലങ്ങൾ സൃഷ്ടിക്കുന്നു. പ്രസവശേഷം പോലും, ശിശുപരിപാലനത്തിന്റെ ശാരീരികവും മാനസികവുമായ ബാധ്യതകൾ സ്ത്രീകളിൽ കൂടുതലായി പതിയുന്നതായി സാമൂഹിക ഗവേഷണങ്ങൾ വ്യക്തമാക്കുന്നു[18]. ഇതോടൊപ്പം, തൊഴിൽ ജീവിതത്തിലെ ഇടവേളകൾ, സാമ്പത്തിക ആശ്രിതത്വം, സാമൂഹിക പ്രതീക്ഷകൾ എന്നിവ സ്ത്രീയുടെ സ്വയംനിയന്ത്രണവും സ്വാതന്ത്ര്യവും കുറയ്ക്കുന്നു.

ഈ അസമത്വമാണ് ചരിത്രപരമായി സ്ത്രീകളുടെ ലൈംഗികത കൂടുതൽ നിയന്ത്രിക്കപ്പെടാനും, പുരുഷ ലൈംഗികതയ്ക്ക് താരതമ്യേന കൂടുതൽ സ്വാതന്ത്ര്യം ലഭിക്കാനും കാരണമായത്. സ്ത്രീയുടെ ലൈംഗികത "അപകടസാധ്യതയുള്ളത്" എന്ന നിലയിൽ സാമൂഹികമായി വായിക്കപ്പെട്ടപ്പോൾ, അതിനെ നിയന്ത്രിക്കേണ്ട ഒന്നായി ചിത്രീകരിക്കപ്പെട്ടു. വിവാഹസ്ഥാപനം, കന്യകാത്വത്തിന്റെ മഹത്വവൽക്കരണം, സ്ത്രീകളുടെ ചലനസ്വാതന്ത്ര്യപരിമിതികൾ എന്നിവയെല്ലാം ഈ ഗർഭധാരണ അപകട അസമത്വത്തിന്റെ സാമൂഹിക പരിഭാഷകളാണ്[19].

പുരുഷ ലൈംഗികത, മറിച്ച്, പുനരുത്പാദനത്തിന്റെ നേരിട്ടുള്ള ശാരീരിക ബാധ്യതയിൽ നിന്ന് അകന്നുനിൽക്കുന്നതിനാൽ, സാമൂഹികമായി കൂടുതൽ "സ്വതന്ത്രവും" അപകടം കുറഞ്ഞതുമായി അവതരിപ്പിക്കപ്പെട്ടു. ഈ വ്യത്യാസം ലൈംഗികബന്ധങ്ങളിൽ തീരുമാനാധികാരവും ചർച്ചാശക്തിയും ഒരുപോലെ വിതരണം ചെയ്യപ്പെടാതിരിക്കാൻ കാരണമായി. അതിനാൽ, ഗർഭധാരണ അപകടത്തിലെ അസമത്വം ഒരു ജൈവ യാഥാർത്ഥ്യം മാത്രമല്ല; അത് സാമൂഹിക അധികാരഘടനകളെ രൂപപ്പെടുത്തുന്ന ഒരു കേന്ദ്ര ഘടകമാണ്[20].

ഗർഭഛിദ്രം, ലൈംഗിക അധികാരം, തീരുമാനാധികാരം

ഗർഭഛിദ്രം എന്ന വിഷയം വെറും നൈതികമോ നിയമപരമോ ആയ പ്രശ്നമായി ചുരുക്കാനാവില്ല. അത് ലൈംഗിക അധികാര അസമത്വത്തിന്റെ കേന്ദ്രബിന്ദുവാണ്. ഗർഭഛിദ്രത്തെ

നിയന്ത്രിക്കുന്നത്, സ്ത്രീയുടെ ശരീരത്തിലേക്കുള്ള തീരുമാനാധികാരം നിയന്ത്രിക്കുന്നതിനോടു തുല്യമാണ്. അതുകൊണ്ടുതന്നെ, ലോകമെമ്പാടും ഗർഭഛിദ്രം ഏറ്റവും ശക്തമായ രാഷ്ട്രീയ–സാമൂഹിക സംഘർഷവിഷയങ്ങളിലൊന്നായി തുടരുന്നു[21].

ഗർഭഛിദ്ര തീരുമാനങ്ങൾ പലപ്പോഴും “നൈതിക പരാജയം” എന്ന ഭാഷയിൽ അവതരിപ്പിക്കപ്പെടുന്നുണ്ടെങ്കിലും, യാഥാർത്ഥ്യത്തിൽ അവ ബഹുഘടക സാഹചര്യങ്ങളുടെ ഫലമാണ്. ഗവേഷണങ്ങൾ സൂചിപ്പിക്കുന്ന ഗർഭഛിദ്രത്തിന്റെ പ്രധാന കാരണങ്ങൾ ഇതിലടങ്ങുന്നു: അനിയന്ത്രിത ഗർഭധാരണം, സാമ്പത്തിക അസ്ഥിരത, വിദ്യാഭ്യാസമോ തൊഴിൽജീവിതമോ തകരുമെന്ന ഭയം, പങ്കാളിയുടെ പിന്തുണയുടെ അഭാവം, കുടുംബമോ സമൂഹമോ സൃഷ്ടിക്കുന്ന സമ്മർദ്ദങ്ങൾ, ആരോഗ്യപരമായ അപകടങ്ങൾ, ഇതിനകം ഉള്ള കുട്ടികളുടെ പരിപാലനബാധ്യതകൾ, ബലാത്സംഗം അല്ലെങ്കിൽ നിർബന്ധിത ലൈംഗികബന്ധങ്ങൾ എന്നിവ[22]. ഈ കാരണങ്ങളിൽ ഒന്നും ശുദ്ധമായ “സ്വേച്ഛാഭോഗം” അല്ല; അവയെല്ലാം ഗർഭധാരണ അപകട അസമത്വത്തിന്റെ സാമൂഹിക പ്രത്യാഘാതങ്ങളാണ്.

ഗർഭഛിദ്രത്തെ നിയന്ത്രിക്കുന്ന നിയമങ്ങൾ പലപ്പോഴും “ജീവരക്ഷ” എന്ന ഭാഷയിലാണ് ന്യായീകരിക്കപ്പെടുന്നത്. എന്നാൽ, ഈ നിയമങ്ങളുടെ പ്രായോഗിക ഫലം സ്ത്രീകളുടെ തീരുമാനാധികാരം കുറയ്ക്കുക എന്നതാണ്. പുരുഷന്മാർക്ക് സമാനമായ ശാരീരിക അപകടഭാരം ഇല്ലാത്ത സാഹചര്യത്തിൽ, സ്ത്രീകളെ മാത്രമാണ് പുനരുത്പാദന തീരുമാനങ്ങളിൽ നിയമപരമായി നിയന്ത്രിക്കുന്നത്. ഇതുവഴി, ഗർഭഛിദ്രം ലൈംഗിക അധികാരത്തിന്റെ ഒരു നിയന്ത്രണ ഉപാധിയായി പ്രവർത്തിക്കുന്നു[23].

പുനരുത്പാദന ചികിത്സയും മെഡിക്കൽ വ്യവസായവും

ഇതോടൊപ്പം, ആധുനിക പുനരുത്പാദന ചികിത്സകൾ—ഇൻ വിറ്റ്രോ ഫർട്ടിലൈസേഷൻ, അസിസ്റ്റഡ് റിപ്രൊഡക്ടീവ് ടെക്നോളജികൾ എന്നിവ—അത്യന്തം ചെലവേറിയ ഒരു മെഡിക്കൽ വ്യവസായമായി വളർന്നിട്ടുണ്ട്. പുനരുത്പാദന ആശങ്ക മനുഷ്യരിൽ ആഴത്തിൽ നിലനിൽക്കുന്നതിനാൽ, ഈ ആശങ്കയെ ഒരു വിപണിയാക്കി മാറ്റാൻ മെഡിക്കൽ സംവിധാനങ്ങൾക്ക് എളുപ്പമാണ്[24]. “കുട്ടി ഇല്ലെങ്കിൽ ജീവിതം അപൂർണ്ണം” എന്ന സാമൂഹിക സന്ദേശം ഈ വ്യവസായത്തിന്റെ പ്രധാന ഇന്ധനമായി പ്രവർത്തിക്കുന്നു.

ഈ വ്യവസായത്തിൽ ചികിത്സകൾ പലപ്പോഴും ശാസ്ത്രീയ സാധ്യതകളേക്കാൾ കൂടുതൽ പ്രതീക്ഷകൾ വിൽക്കുന്ന രീതിയിലാണ് അവതരിപ്പിക്കപ്പെടുന്നത്. വിജയനിരക്കുകൾ, ശാരീരിക അപകടങ്ങൾ, മാനസിക സമ്മർദ്ദങ്ങൾ, സാമ്പത്തിക ബാധ്യതകൾ എന്നിവ പര്യാപ്തമായി ചർച്ച ചെയ്യപ്പെടാതെ, “അവസാന പ്രതീക്ഷ” എന്ന ഭാഷയിലാണ് പല ചികിത്സകളും വിപണനം ചെയ്യപ്പെടുന്നത്. ഇതിന്റെ ഫലമായി, സ്ത്രീകൾ അവരുടെ ശരീരത്തെയും സാമ്പത്തിക വിഭവങ്ങളെയും വീണ്ടും വീണ്ടും പുനരുത്പാദന പ്രക്രിയയ്ക്കായി സമർപ്പിക്കേണ്ട അവസ്ഥയിൽ എത്തുന്നു[25].

ഇവിടെ വീണ്ടും ഗർഭധാരണ അപകട അസമത്വം വ്യക്തമാണ്. ചികിത്സാപ്രക്രിയകളിലെ ശാരീരിക ഇടപെടലുകളും അപകടങ്ങളും ഭൂരിഭാഗവും സ്ത്രീയുടെ ശരീരത്തിലേക്കാണ് കേന്ദ്രീകരിക്കുന്നത്. പുരുഷ പങ്കാളിത്തം പലപ്പോഴും ജൈവപരമായി പരിമിതമായ നിലയിലാണ്

തുടരുന്നത്. അതിനാൽ, പുനരുത്പാദന ചികിത്സകളും തന്നെ ഈ അസമത്വത്തെ കുറയ്ക്കുന്നതിന് പകരം, പലപ്പോഴും അത് ശക്തിപ്പെടുത്തുകയാണ് ചെയ്യുന്നത്.

ഗർഭധാരണ അപകടത്തിലെ അസമത്വം ലൈംഗികതയെ ശുദ്ധമായ വ്യക്തിഗത ആഗ്രഹത്തിൽ നിന്ന് മാറ്റി, അധികാരബന്ധങ്ങളുടെ ഘടനയിലേക്കാണ് നയിക്കുന്നത്. ഗർഭഛിദ്രം, പുനരുത്പാദന നിയമങ്ങൾ, മെഡിക്കൽ വ്യവസായം എന്നിവ എല്ലാം ഈ അസമത്വത്തിന്റെ വ്യത്യസ്ത പ്രകടനങ്ങളാണ്. ലൈംഗികതയെ "സ്വതന്ത്ര തിരഞ്ഞെടുപ്പ്" എന്ന ഒറ്റവാചകത്തിലേക്ക് ചുരുക്കുമ്പോൾ, ഈ ജൈവ–സാമൂഹിക യാഥാർത്ഥ്യം മറഞ്ഞുപോകുന്നു. ഈ യാഥാർത്ഥ്യം അംഗീകരിക്കാതെ, ലൈംഗിക നീതിയെയോ പുനരുത്പാദന സ്വാതന്ത്ര്യത്തെയോ കുറിച്ചുള്ള ചർച്ചകൾ അപൂർണ്ണമായിരിക്കും.

ജനസംഖ്യാ വിരുദ്ധതകൾ—കുറഞ്ഞ ജനനം, ഉയർന്ന ജനനം

ആധുനിക ലോകത്ത് ഏറ്റവും കൂടുതൽ തെറ്റിദ്ധരിക്കപ്പെടുന്ന സാമൂഹിക ചർച്ചകളിലൊന്നാണ് ജനസംഖ്യാ മാറ്റങ്ങളെ ലൈംഗികതയുടെ ശക്തിയുമായി നേരിട്ട് ബന്ധിപ്പിക്കുന്ന സമീപനം. ചില രാജ്യങ്ങളിൽ ജനനനിരക്ക് അപകടകരമായി ഇടിയുമ്പോൾ, മറ്റുചില രാജ്യങ്ങളിൽ ജനസംഖ്യ നിയന്ത്രണം തന്നെ ഒരു വലിയ സാമൂഹിക വെല്ലുവിളിയായി തുടരുന്നു. ഈ വ്യത്യാസം പലപ്പോഴും "ലൈംഗിക താൽപര്യത്തിലെ മാറ്റം" എന്ന ലളിതമായ വിശദീകരണത്തിലേക്ക് ചുരുക്കപ്പെടുന്നു. എന്നാൽ ശാസ്ത്രീയമായി പരിശോധിക്കുമ്പോൾ, ജനസംഖ്യയുടെ വർധനയോ കുറവോ ലൈംഗിക ആഗ്രഹത്തിന്റെ അളവല്ല നിർണ്ണയിക്കുന്നത്; മറിച്ച്, അതിന് പിന്നിൽ പ്രവർത്തിക്കുന്നത് സങ്കീർണ്ണമായ സാമൂഹിക–സാമ്പത്തിക ഘടനകളാണ്[26].

കുറഞ്ഞ ജനസംഖ്യയുള്ള രാജ്യങ്ങളിൽ—ജപ്പാൻ, ദക്ഷിണ കൊറിയ, യൂറോപ്പിലെ പല രാജ്യങ്ങൾ—ജനനനിരക്ക് ഇടിയുന്നതിന്റെ പ്രധാന കാരണം ലൈംഗികതയുടെ അഭാവമോ ലൈംഗിക താൽപര്യക്കുറവോ അല്ല. ഗവേഷണങ്ങൾ സൂചിപ്പിക്കുന്നത്, ഈ രാജ്യങ്ങളിൽ ലൈംഗികബന്ധങ്ങളുടെ സാന്നിധ്യം നിലനിൽക്കുന്നുണ്ടെങ്കിലും, മാതാപിതൃത്വത്തിലേക്ക് കടക്കാനുള്ള സാമൂഹിക സാഹചര്യങ്ങൾ കൂടുതൽ ബുദ്ധിമുട്ടായിക്കൊണ്ടിരിക്കുകയാണ് എന്നതാണ്[27]. സാമ്പത്തിക അനിശ്ചിതത്വം, തൊഴിൽസുരക്ഷയുടെ അഭാവം, ദീർഘമായ ജോലി സമയം, വീടുകളുടെ ഉയർന്ന വില, കുട്ടികളെ വളർത്താനുള്ള ചെലവ് എന്നിവ വ്യക്തികളെ പുനരുത്പാദന തീരുമാനങ്ങളിൽ നിന്ന് പിന്തിരിപ്പിക്കുന്നു.

ഇതോടൊപ്പം, സ്ത്രീകളുടെ വിദ്യാഭ്യാസനിലയും തൊഴിൽപങ്കാളിത്തവും ഉയർന്നതോടെ, മാതൃത്വം ഒരു സ്വാഭാവിക "ജീവിതഘട്ടം" എന്ന നിലയിൽ നിന്ന് ഒരു വലിയ ജീവിതതീരുമാനമായി മാറിയിട്ടുണ്ട്. പ്രസവം സ്ത്രീയുടെ തൊഴിൽജീവിതത്തിൽ ഉണ്ടാക്കുന്ന ഇടവേളകളും ദീർഘകാല പ്രത്യാഘാതങ്ങളും കണക്കിലെടുത്ത്, പല സ്ത്രീകളും മാതൃത്വം നീട്ടുകയോ ഒഴിവാക്കുകയോ ചെയ്യുന്നു[28]. ഇതിനെ "സ്വാർത്ഥത" എന്നോ "സാംസ്കാരിക ക്ഷയം" എന്നോ വിശേഷിപ്പിക്കുന്നത്, സാമൂഹിക ഘടനകളുടെ ഉത്തരവാദിത്തം വ്യക്തികളിലേക്കു മാറ്റിവയ്ക്കുന്ന സമീപനമാണ്.

കുറഞ്ഞ ജനനനിരക്കുള്ള സമൂഹങ്ങളിൽ മറ്റൊരു നിർണായക ഘടകം, സാമൂഹിക പിന്തുണാസംവിധാനങ്ങളുടെ പരിമിതികളാണ്. കുട്ടികളെ വളർത്തുന്നത് വ്യക്തിഗത കുടുംബത്തിന്റെ മാത്രം ഉത്തരവാദിത്വമായി മാറുമ്പോൾ, പുനരുത്പാദനം ഒരു കൂട്ടായ സാമൂഹിക

പദ്ധതിയല്ല, വ്യക്തിഗത അപകടമായി അനുഭവപ്പെടുന്നു. ഈ സാഹചര്യത്തിൽ, ലൈംഗികത തുടരുമ്പോഴും പുനരുത്പാദനം പിന്നോട്ടുപോകുന്നത് ശാസ്ത്രീയമായി അത്ഭുതകരമല്ല[29].

അതേസമയം, ഇന്ത്യ, ചൈന പോലുള്ള ഉയർന്ന ജനസംഖ്യ രാജ്യങ്ങളിൽ, ജനനനിരക്ക് ദീർഘകാലം ഉയർന്നുനിന്നത് ലൈംഗിക ആഗ്രഹം കൂടുതലായതുകൊണ്ടല്ല. ചരിത്രപരമായി, ഈ സമൂഹങ്ങളിൽ സാമൂഹിക സുരക്ഷാസംവിധാനങ്ങളുടെ അഭാവം കുട്ടികളെ "വൃദ്ധകാല ഇൻഷുറൻസ്" ആയി കാണുന്ന സമീപനം ശക്തമാക്കി. കുട്ടികൾ കുടുംബത്തിന്റെ സാമ്പത്തിക–സാമൂഹിക സുരക്ഷയുടെ ഭാഗമായി മാറിയപ്പോൾ, പുനരുത്പാദനം ഒരു വ്യക്തിഗത ആഗ്രഹത്തിൽ നിന്ന് സാമൂഹിക ആവശ്യകതയായി മാറി[30].

ഇതോടൊപ്പം, സ്ത്രീകളുടെ വിദ്യാഭ്യാസപരിമിതിയും തൊഴിൽപങ്കാളിത്തത്തിലെ കുറവും ജനനനിരക്ക് ഉയർന്നുനിൽക്കാൻ കാരണമായി. സ്ത്രീയുടെ ശരീരം പുനരുത്പാദനത്തിനുള്ള പ്രധാന വിഭവമായി കാണപ്പെട്ട സാമൂഹിക സാഹചര്യങ്ങളിൽ, ലൈംഗികതയും മാതൃത്വവും നിയന്ത്രിതമായ തിരഞ്ഞെടുപ്പുകളായി മാറി. ഗർഭനിരോധന മാർഗ്ഗങ്ങളിലേക്കുള്ള അസമതുലിതമായ പ്രവേശനം, കുടുംബപദ്ധതിയിൽ പുരുഷന്മാരുടെ കുറഞ്ഞ പങ്കാളിത്തം, സാമൂഹിക–മതപരമായ സമ്മർദ്ദങ്ങൾ എന്നിവയും ജനസംഖ്യ വർധനയെ ശക്തിപ്പെടുത്തി[31].

ചൈനയിലെ "ഒറ്റകുട്ടി നയം" പോലുള്ള സംസ്ഥാന ഇടപെടലുകൾ പോലും, ജനസംഖ്യയെ ശുദ്ധമായി നിയന്ത്രിക്കാവുന്ന ഒരു സാങ്കേതിക പ്രശ്നമായി സമീപിച്ചപ്പോൾ, ദീർഘകാല സാമൂഹിക–ജനിതക പ്രത്യാഘാതങ്ങൾ സൃഷ്ടിച്ചതായി പഠനങ്ങൾ സൂചിപ്പിക്കുന്നു. ലിംഗ അസമത്വം, പ്രായമേറുന്ന ജനസംഖ്യ, കുടുംബഘടനയിലെ മാറ്റങ്ങൾ എന്നിവ ഇതിന്റെ ഉദാഹരണങ്ങളാണ്[32]. ഇത് വീണ്ടും തെളിയിക്കുന്നത്, ജനസംഖ്യ പ്രശ്നങ്ങൾ ലൈംഗികതയുടെ ശക്തിയാൽ മാത്രം നിയന്ത്രിക്കാനാവാത്തതാണെന്ന സത്യമാണ്.

ഇവിടെ നിർണായകമായി മനസ്സിലാക്കേണ്ടത് ഇതാണ്. ലൈംഗികത മനുഷ്യരിൽ എല്ലാ സമൂഹങ്ങളിലും നിലനിൽക്കുന്ന ഒരു ജൈവ പ്രേരണയാണ്. എന്നാൽ ആ പ്രേരണ പുനരുത്പാദനത്തിലേക്ക് മാറുമോ ഇല്ലയോ എന്നത് നിർണ്ണയിക്കുന്നത് സാമൂഹിക–സാമ്പത്തിക സാഹചര്യങ്ങളാണ്. അതിനാൽ, "കുറഞ്ഞ ജനനം = ലൈംഗിക ക്ഷയം" എന്നും "ഉയർന്ന ജനനം = അമിത ലൈംഗികത" എന്നും പറയുന്നത് ശാസ്ത്രീയമായി തെറ്റായ ലളിതവൽക്കരണങ്ങളാണ്[33].

പുനരുത്പാദന ഭ്രാന്ത് ഒരു മനുഷ്യ ദൗർബല്യമല്ല

ലൈംഗികതയും പുനരുത്പാദന ഭ്രാന്തും മനുഷ്യന്റെ നൈതിക പരാജയമോ നിയന്ത്രണക്കുറവോ അല്ല. അത് പരിണാമം മനുഷ്യനിൽ പതിപ്പിച്ച ഒരു ശക്തമായ പ്രേരണാസംവിധാനത്തിന്റെ ആധുനിക പ്രതിഫലനമാണ്. പ്രശ്നം ലൈംഗികതയിൽ അല്ല; ഈ പ്രാചീന ജൈവ പ്രേരണയെ ആധുനിക സാമൂഹിക–സാമ്പത്തിക യാഥാർത്ഥ്യങ്ങളുമായി പൊരുത്തപ്പെടുത്തുന്നതിൽ മനുഷ്യസമൂഹങ്ങൾ നേരിടുന്ന പരാജയത്തിലാണ്.

അതിനാൽ, ലൈംഗികതയെ നിയന്ത്രിക്കാനോ മഹത്വവൽക്കരിക്കാനോ ശ്രമിക്കുന്നതിനു പകരം, അതിനെ ഒരു ജൈവ–പരിണാമ യാഥാർത്ഥ്യമായി അംഗീകരിക്കുകയും, അതിന്റെ സാമൂഹിക പ്രത്യാഘാതങ്ങൾ ഉത്തരവാദിത്തത്തോടെ കൈകാര്യം ചെയ്യുകയും ചെയ്യുകയാണ് മനുഷ്യസമൂഹങ്ങളുടെ യഥാർത്ഥ വെല്ലുവിളി. ഈ ഉത്തരവാദിത്തബോധമില്ലാതെ, ജനസംഖ്യാ

നയങ്ങളും പുനരുത്പാദന ചർച്ചകളും ശാസ്ത്രീയത വിട്ട നൈതിക ആരോപണങ്ങളിലേക്കും രാഷ്ട്രീയ ഭീതികളിലേക്കും വഴുതിപ്പോകും.

Reference list

1. Buss, David M. Evolutionary Psychology: The New Sciencc of the Mind. Pearson, 2019.

2. Ariely, Dan, and George Loewenstein. "The Heat of the Moment: The Effect of Sexual Arousal on Sexual Decision Making." Journal of Behavioral Decision Making, 2006.

3. Aron, Arthur et al. "Reward, Motivation, and Emotion Systems Associated with Early-Stage Intense Romantic Love." Journal of Neurophysiology, 2005.

4. Baumeister, Roy F., and Kathleen D. Vohs. "Sexual Economics." Personality and Social Psychology Review, 2004.

5. Fisher, Helen. Why We Love: The Nature and Chemistry of Romantic Love. Henry Holt, 2004.

6. Tiefer, Leonore. Sex Is Not a Natural Act. Westview Press, 2004.

7. Trivers, Robert. Social Evolution. Benjamin Cummings, 1985.

8. Giddens, Anthony. The Transformation of Intimacy. Stanford University Press, 1992.

9. Foucault, Michel. The History of Sexuality, Vol. 1. Pantheon Books, 1978.

10. Hrdy, Sarah Blaffer. Mother Nature: A History of Mothers, Infants, and Natural Selection. Pantheon Books, 1999.

11. Buss, David M. Evolutionary Psychology: The New Science of the Mind. Pearson, 2019.

12. Symons, Donald. The Evolution of Human Sexuality. Oxford University Press, 1979.

13. Schmitt, David P. "Fundamentals of Human Mating Strategies." Behavioral and Brain Sciences, 2005.

14. Tooby, John, and Cosmides, Leda. "The Psychological Foundations of Culture." The Adapted Mind. Oxford University Press, 1992.

15. Nesse, Randolph M. "Evolutionary Explanations of Emotions." Human Nature, 1990.

16. Giddens, Anthony. The Transformation of Intimacy. Stanford University Press, 1992.

17. Trivers, Robert. "Parental Investment and Sexual Selection." Sexual Selection and the Descent of Man. Aldine, 1972.

18. Hrdy, Sarah Blaffer. Mother Nature. Pantheon Books, 1999.

19. Ortner, Sherry B. "Is Female to Male as Nature Is to Culture?" Feminist Studies, 1974.

20. Connell, R. W. Gender and Power. Stanford University Press, 1987.

21. Petchesky, Rosalind Pollack. Abortion and Woman's Choice. Northeastern University Press, 1984.

22. Sedgh, Gilda et al. "Induced Abortion Worldwide." The Lancet, 2016.

23. Foucault, Michel. The History of Sexuality, Vol. 1. Pantheon Books, 1978.

24. Franklin, Sarah. Biological Relatives. Duke University Press, 2013.

25. Inhorn, Marcia C. Globalizing Reproductive Health. University of California Press, 2015.

26. Caldwell, John C. Theory of Fertility Decline. Academic Press, 1982.

27. McDonald, Peter. "Low Fertility in Advanced Countries." Population and Development Review, 2000.

28. Goldin, Claudia. Career and Family. Princeton University Press, 2021.

29. Esping-Andersen, Gøsta. The Incomplete Revolution. Polity Press, 2009.

30. Cain, Mead. "Security in Old Age." Population and Development Review, 1981.

31. Dyson, Tim. Population and Development. Zed Books, 2010.

32. Greenhalgh, Susan. Just One Child. University of California Press, 2008.

33. Sen, Amartya. Development as Freedom. Oxford University Press, 1999.

അധ്യായം 5

എറോട്ടിസവും ലൈംഗികതയും

ഭാഗം 1

ലൈംഗികത: ജൈവ പ്രവർത്തനം

മനുഷ്യ ലൈംഗികതയെ സാധാരണയായി അർത്ഥം, ആത്മബന്ധം, സ്വയംസാക്ഷാത്കാരം, സാംസ്കാരിക തിരിച്ചറിവ് എന്നിവയുടെ ഭാഷയിലാണ് അവതരിപ്പിക്കാറുള്ളത്. ആധുനിക സമൂഹത്തിൽ ലൈംഗികത വ്യക്തിയുടെ "ആന്തരിക സത്യത്തിന്റെ" പ്രകടനമായി പോലും വായിക്കപ്പെടുന്നു. എന്നാൽ ശാസ്ത്രീയമായി പരിശോധിക്കുമ്പോൾ, ഈ വിവരണങ്ങൾ ലൈംഗികതയുടെ ജൈവ അടിത്തറയെ മറച്ചുവയ്ക്കുന്നവയാണ്. ലൈംഗികത മനുഷ്യനിൽ പ്രവർത്തിക്കുന്നത് ആദ്യം ശരീരത്തിന്റെ ഒരു പ്രവർത്തനമായിട്ടാണ്. ഭക്ഷണം, ഉറക്കം, ശ്വാസം എന്നിവ പോലെ, അത് അർത്ഥവത്കരണം ആവശ്യമില്ലാത്ത ഒരു ജൈവ–ശാരീരിക പ്രതികരണ സംവിധാനമാണ്[1].

പരിണാമശാസ്ത്രത്തിന്റെ ദൃഷ്ടിയിൽ, ലൈംഗികത വ്യക്തിയുടെ ആനന്ദത്തിനായി രൂപപ്പെടുത്തിയ ഒരു അനുബന്ധ സൗകര്യമല്ല. അത് ജീവിവർഗ്ഗത്തിന്റെ തുടർച്ച ഉറപ്പാക്കാൻ രൂപപ്പെട്ട ഒരു പ്രോഗ്രാമാണ്. മനുഷ്യൻ ലൈംഗിക ആഗ്രഹം അനുഭവിക്കുമ്പോൾ, അതിന് പിന്നിൽ പ്രവർത്തിക്കുന്നത് ബോധപൂർവമായ ലക്ഷ്യനിർണ്ണയമല്ല, മറിച്ച് ലക്ഷക്കണക്കിന് വർഷങ്ങളായി രൂപപ്പെട്ട ജൈവ തെരഞ്ഞെടുപ്പിന്റെ ഫലമാണ്[2]. ഈ പ്രോഗ്രാം പ്രവർത്തിക്കാൻ "അർത്ഥം" എന്ന ആശയം ആവശ്യമായിരുന്നില്ല; അതിന് ആവശ്യമായത് പ്രതികരണക്ഷമമായ ശരീരവും ഉത്തേജനത്തിന് പ്രതികരിക്കുന്ന നാഡീഘടനയുമാണ്.

ലൈംഗികതയെ ഒരു ജൈവ പ്രതികരണമായി കാണുമ്പോൾ, അതിന്റെ ആദ്യ ഘടകം ശരീരപ്രതികരണമാണ്. ലൈംഗിക ഉത്തേജനം ഉണ്ടാകുമ്പോൾ ശരീരത്തിൽ സംഭവിക്കുന്ന മാറ്റങ്ങൾ സ്വമേധയായാണ് നടക്കുന്നത്. രക്തപ്രവാഹത്തിലെ വർധന, നാഡീ ഉത്തേജനത്തിന്റെ തീവ്രത, മാംസപേശികളിലെ ഉന്മാദാവസ്ഥ, ശ്വാസനിരക്കിലെ മാറ്റം എന്നിവയെല്ലാം വ്യക്തിയുടെ "തീരുമാനങ്ങൾ" അല്ല. ഇവ ശരീരം സ്വയം നടത്തുന്ന പ്രതികരണങ്ങളാണ്[3]. ഈ പ്രതികരണങ്ങൾ ഭക്ഷണം കാണുമ്പോൾ ഉപ്പൽ വർധിക്കുന്നതുപോലെ സ്വാഭാവികമാണ്.

നാഡീശാസ്ത്ര പഠനങ്ങൾ കാണിക്കുന്നത്, ലൈംഗിക ഉത്തേജന ഘട്ടങ്ങളിൽ മുൻമസ്തിഷ്കവുമായി (prefrontal cortex) ബന്ധപ്പെട്ട യുക്തിചിന്തയും സാമൂഹിക നിയന്ത്രണവും ഭാഗികമായി പിൻവാങ്ങുകയും, ലിംബിക് സംവിധാനവുമായി ബന്ധപ്പെട്ട പ്രാഥമിക പ്രേരണകൾ ശക്തമാകുകയും ചെയ്യുന്നതാണ്[4]. ഇതിന്റെ ഫലമായി, ലൈംഗികത "ചിന്തിച്ചുകൊണ്ട് ചെയ്യുന്ന" ഒരു പ്രവർത്തനമല്ലാതായി, "സംഭവിക്കുന്ന" ഒരു ശാരീരിക അവസ്ഥയായി മാറുന്നു. ഈ ഘട്ടത്തിൽ ശരീരം പ്രവർത്തിക്കുന്നത് അർത്ഥത്തെ അനുസരിച്ചല്ല, ഉത്തേജനത്തെ അനുസരിച്ചാണ്.

ഹോർമോൺ ചക്രങ്ങൾ ഈ ജൈവ പ്രവർത്തനത്തിന്റെ രാസ അടിത്തറയാണ്. Chapter-1 ൽ വിശദമായി പരിശോധിച്ചതുപോലെ, ടെസ്റ്റോസ്റ്റിറോൺ, ഈസ്ട്രജൻ, ഡോപാമിൻ, ഓക്സിടോസിൻ

തുടങ്ങിയ രാസങ്ങൾ ചേർന്ന് ലൈംഗിക ഉത്തേജനം, ആസ്വാദനം, ശമനം എന്ന ഘട്ടക്രമം സൃഷ്ടിക്കുന്നു[5]. ഇവിടെ നിർണായകമായി മനസ്സിലാക്കേണ്ടത്, ഈ ഘട്ടങ്ങൾ ഒരു കഥയോ അർത്ഥവുമായോ ബന്ധപ്പെട്ടല്ല എന്നതാണ്. ശരീരം ഒരു ജൈവ ചക്രം പൂർത്തിയാക്കുന്നു. അത്ര മാത്രം.

ഈ ഘട്ടക്രമം തന്നെ ലൈംഗികതയുടെ അടിസ്ഥാന സ്വഭാവം വ്യക്തമാക്കുന്നു. ഉത്തേജനം ഉയരുന്നു, ആസ്വാദനം സംഭവിക്കുന്നു, തുടർന്ന് ശരീരം ശമനത്തിലേക്ക് മടങ്ങുന്നു. ഈ പ്രക്രിയയിൽ "ഇത് എന്തിനാണ്" എന്ന ചോദ്യത്തിന് ശരീരം മറുപടി നൽകുന്നില്ല. കാരണം ശരീരത്തിന് അത്തരം ഒരു ചോദ്യമില്ല. ലൈംഗികതയ്ക്ക് അർത്ഥം നൽകേണ്ടത് മനുഷ്യന്റെ ബൗദ്ധിക സംവിധാനമാണ്; ജൈവ സംവിധാനമല്ല[6].

ഇവിടെയാണ് ലൈംഗികതയും എറോട്ടിസവും തമ്മിലുള്ള അടിസ്ഥാന വ്യത്യാസം ആരംഭിക്കുന്നത്. ലൈംഗികത ശരീരത്തിന്റെ പ്രവർത്തനമായതിനാൽ, അതിന് ചിഹ്നാത്മകതയോ രഹസ്യമോ നിർബന്ധമല്ല. ഒരു ജൈവ പ്രവർത്തനം നടക്കാൻ അകലം, നിരോധനം, പ്രതീക്ഷ, കാത്തിരിപ്പ് എന്നിവ ആവശ്യമായിട്ടില്ല. മറിച്ച്, ആവശ്യമായത് ഉത്തേജനവും പ്രതികരണ ശേഷിയുമാണ്. അതിനാൽ തന്നെ, ലൈംഗികത സ്വാഭാവികമായി ആവർത്തിക്കപ്പെടുന്ന ഒന്നാണ്[7]. വിശപ്പ് ആവർത്തിക്കുന്നതുപോലെ, ലൈംഗിക ഉത്തേജനവും ശരീരത്തിൽ ആവർത്തിക്കുന്നു.

ഈ സ്വാഭാവിക ആവർത്തനമാണ് പല സാമൂഹിക തെറ്റിദ്ധാരണകൾക്കും കാരണം. ലൈംഗികത ആവർത്തിക്കപ്പെടുന്നു എന്നതുകൊണ്ട് അത് "അമിതം" ആണെന്നോ "അശ്ലീലം" ആണെന്നോ പറയുന്നത് ശാസ്ത്രീയമായി നിലനിൽക്കാത്ത സമീപനമാണ്. ശരീരം പ്രവർത്തിക്കുന്നത് മൂല്യങ്ങൾ അനുസരിച്ചല്ല; അത് ജൈവ നിയമങ്ങൾ അനുസരിച്ചാണ്. ലൈംഗികതയെ നൈതികമായി ഉയർത്തിക്കാട്ടുകയോ അപലപിക്കുകയോ ചെയ്യുന്ന സമീപനങ്ങൾ, ശരീരത്തിന്റെ ഈ അടിസ്ഥാന സ്വഭാവത്തെ അംഗീകരിക്കാൻ പരാജയപ്പെടുന്നതിന്റെ ഫലമാണ്[8].

ഇതോടൊപ്പം, ലൈംഗികതയ്ക്ക് അർത്ഥം നിർബന്ധമല്ല എന്ന വാദം മനുഷ്യബന്ധങ്ങളെ നിസ്സാരവൽക്കരിക്കുന്നതല്ല. മറിച്ച്, അത് ബന്ധങ്ങളിൽ ഉണ്ടാകുന്ന സംഘർഷങ്ങൾ മനസ്സിലാക്കാൻ സഹായിക്കുന്ന ഒരു ശാസ്ത്രീയ നിലപാടാണ്. പല ബന്ധങ്ങളിലും ലൈംഗികത നടക്കുമ്പോൾ പോലും "അർത്ഥമില്ലായ്മ" എന്ന അനുഭവം ഉണ്ടാകുന്നത്, ലൈംഗികതയുടെ ജൈവ പ്രവർത്തനവും മനുഷ്യൻ അതിന് നൽകാൻ ശ്രമിക്കുന്ന അർത്ഥവും തമ്മിലുള്ള സംഘർഷത്തിന്റെ ഫലമാണ്[9]. ശരീരം പ്രവർത്തിക്കുമ്പോൾ, മനസ്സ് അതിനെ വ്യാഖ്യാനിക്കാൻ ശ്രമിക്കുന്നു. ഈ വ്യാഖ്യാനം പരാജയപ്പെടുമ്പോൾ, ലൈംഗികതയെ കുറിച്ച് നിരാശയും ആശയക്കുഴപ്പവും ഉണ്ടാകുന്നു.

അതിനാൽ, ലൈംഗികതയെ ശരീരത്തിന്റെ ഒരു പ്രവർത്തനമായി സ്ഥാപിക്കുന്നത് മനുഷ്യാനുഭവത്തെ ചുരുക്കുന്നില്ല; മറിച്ച്, അതിനെ യാഥാർത്ഥ്യബോധത്തോടെ മനസ്സിലാക്കാൻ സഹായിക്കുന്നു. ലൈംഗികതയെ എല്ലായ്പ്പോഴും ആത്മബന്ധത്തിന്റെയോ സ്നേഹത്തിന്റെയോ തെളിവായി വായിക്കേണ്ടതില്ല. അത് ശരീരത്തിന്റെ ഒരു പ്രതികരണമാണ്. അതിന് അർത്ഥം ഉണ്ടാകാം, ഇല്ലായിരിക്കാം. അർത്ഥം ഉണ്ടായാൽ അത് മനസ്സിന്റെ സംഭാവനയാണ്; ശരീരത്തിന്റെ ആവശ്യമല്ല.

ലൈംഗികത ശരീരത്തിന്റെ ഒരു പ്രവർത്തനമാണ്.അതിന് അർത്ഥം നിർബന്ധമല്ല. അർത്ഥമില്ലാതെയും അത് പൂർണമായി പ്രവർത്തിക്കും.

ലൈംഗിക ആനന്ദം എന്നത് ജനനേന്ദ്രിയങ്ങളിൽ മാത്രം സംഭവിക്കുന്ന ഒരു പ്രാദേശിക അനുഭവമല്ല. അത് ജനനേന്ദ്രിയങ്ങളിൽ ആരംഭിച്ച് നാഡീപ്രണാളിയിലൂടെ സഞ്ചരിച്ച് മസ്തിഷ്കത്തിൽ പൂർണത പ്രാപിക്കുന്ന, കൃത്യമായി ക്രമീകരിച്ച ഒരു നാഡീ–മസ്തിഷ്ക പ്രക്രിയയാണ് (Neuro-Brain Process). ഈ പ്രക്രിയയിൽ ജനനേന്ദ്രിയങ്ങൾ ഒരു സിഗ്നൽ ഉൽപ്പാദന കേന്ദ്രം (Signal Generation Site) മാത്രമാണ്; അവിടെ സൃഷ്ടിക്കപ്പെടുന്ന നാഡീസന്ദേശങ്ങളെ ആനന്ദമായി അനുഭവമാക്കുന്നത് മസ്തിഷ്കമാണ്. അതിനാൽ ലൈംഗിക ആനന്ദം ഒരു ലളിതമായ ശരീരപ്രതികരണമല്ല, മറിച്ച് മസ്തിഷ്കം നിർവഹിക്കുന്ന ഒരു വ്യാഖ്യാനപ്രക്രിയ (Brain Interpretation Process) ആണെന്ന് ആധുനിക നാഡീശാസ്ത്രം വ്യക്തമാക്കുന്നു[10 11].

ജനനേന്ദ്രിയങ്ങളിലെ നാഡീ അറ്റങ്ങൾ (Sensory Nerve Endings) ശരീരത്തിലെ മറ്റ് ഭാഗങ്ങളിലെ നാഡീ അറ്റങ്ങളിൽ നിന്ന് അടിസ്ഥാനപരമായി വ്യത്യസ്തമാണ്. ഇവയുടെ സജീവീകരണ പരിധി (Activation Threshold) വളരെ താഴ്ന്നതാണ്. അതായത്, അത്യന്തം ലഘുവായ സ്പർശം പോലും വൈദ്യുത ഉത്തേജനം (Action Potential) സൃഷ്ടിക്കാൻ മതിയാകും. നാഡീ അറ്റങ്ങൾ തമ്മിലുള്ള അകലം വളരെ കുറവായതിനാൽ, ചെറിയ വിസ്തീർണ്ണത്തിൽ നിന്ന് തന്നെ കൂടുതൽ വിവരങ്ങൾ ശേഖരിക്കാൻ ഇവയ്ക്ക് കഴിയും. ഇതിന് പുറമേ, ഈ പ്രദേശങ്ങൾക്ക് മസ്തിഷ്കത്തിൽ വലിയ പ്രതിനിധാനം (Cortical Representation) ലഭിച്ചിട്ടുണ്ട്. അതുകൊണ്ടാണ് കൈയിൽ ലഭിക്കുന്ന ഒരു സമ്മർദ്ദം വെറും സ്പർശമായി അനുഭവപ്പെടുമ്പോൾ, അതേ സമ്മർദ്ദം ജനനേന്ദ്രിയങ്ങളിൽ ലഭിക്കുമ്പോൾ അത് അർത്ഥവത്തായ ലൈംഗിക സിഗ്നലായി മാറുന്നത്[10].

ഒരു നാഡീ അറ്റം സുഖമോ വേദനയോ തിരിച്ചറിയുന്നില്ല എന്നതാണ് നിർണായകമായ ശാസ്ത്രീയ സത്യം. യാന്ത്രിക സമ്മർദ്ദം (Mechanical Pressure), ഘർഷണം (Friction), വലിവ് (Stretch), കമ്പനം (Vibration) തുടങ്ങിയ ഉത്തേജനങ്ങളെ വൈദ്യുത–രാസ സന്ദേശങ്ങളാക്കി (Electro-Chemical Signals) മാറ്റുക എന്നതാണ് നാഡീ അറ്റത്തിന്റെ ഏക പ്രവർത്തനം. ആ സന്ദേശം ആനന്ദമാണോ, അസ്വസ്ഥതയാണോ, നിഷ്പക്ഷമാണോ എന്നത് തീരുമാനിക്കുന്നത് മസ്തിഷ്കമാണ്. അതിനാലാണ് ഒരേ സ്പർശം വ്യത്യസ്ത മാനസികാവസ്ഥകളിൽ വ്യത്യസ്ത അനുഭവങ്ങളായി മാറുന്നത്[11].

ഉത്തേജനം സംഭവിക്കുമ്പോൾ യാന്ത്രികഗ്രാഹികൾ (Mechanoreceptors) രൂപഭേദം പ്രാപിക്കുന്നു. ഇതിന്റെ ഫലമായി അയൺ ചാനലുകൾ (Ion Channels) തുറക്കപ്പെടുകയും, സോഡിയം അയണുകൾ (Sodium Ions) നാഡീകോശത്തിനകത്തേക്ക് ഒഴുകുകയും ചെയ്യുന്നു. ഇതോടെ കോശപാളിയുടെ വൈദ്യുതാവസ്ഥ മാറുന്ന പ്രക്രിയ (Membrane Depolarization) ആരംഭിക്കുകയും, ഒടുവിൽ വൈദ്യുത ഉത്തേജനം (Action Potential) രൂപപ്പെടുകയും ചെയ്യുന്നു. ഈ സിഗ്നൽ ഒരു ലളിതമായ ഓൺ–ഓഫ് സന്ദേശമല്ല; ആവൃത്തി (Frequency), തീവ്രത (Intensity), താളം (Rhythm) എന്നിവ അടങ്ങിയ ഒരു വിവരധാര (Information Stream) തന്നെയാണ്[10].

ഈ നാഡീസന്ദേശം പരിസര നാഡികൾ (Peripheral Nerves) വഴി സഞ്ചരിച്ച് നാഡീരജ്ജുവിൽ (Spinal Cord) എത്തുമ്പോൾ, മസ്തിഷ്കത്തിന്റെ നേരിട്ടുള്ള ഇടപെടൽ ഇല്ലാതെയും ചില പ്രതികരണങ്ങൾ സംഭവിക്കാം. പ്രതികരണ സർക്യൂട്ടുകൾ (Reflex Circuits) സജീവമാകുന്നു, പേശിവലിവ് (Muscle Tone) മാറുന്നു, രക്തപ്രവാഹ നിയന്ത്രണം (Blood Flow Regulation)

ആരംഭിക്കുന്നു. ലിംഗോത്ഥാനം (Erection) അല്ലെങ്കിൽ ദ്രവീകരണം (Lubrication) പോലുള്ള പ്രാഥമിക ലൈംഗിക പ്രതികരണങ്ങൾ ഈ ഘട്ടത്തിൽ തന്നെ ആരംഭിക്കുന്നതിന്റെ കാരണം ഇതാണ്[12].

സിഗ്നൽ മസ്തിഷ്കത്തിലെത്തുമ്പോൾ അത് പല തലങ്ങളിൽ പ്രോസസ്സ് ചെയ്യപ്പെടുന്നു. സ്പർശബോധകേന്ദ്രം (Sensory Cortex) ഉത്തേജനത്തിന്റെ സ്ഥലം, തീവ്രത, മാതൃക എന്നിവ തിരിച്ചറിയുന്നു. ലിംബിക് സംവിധാനം (Limbic System) ഈ അനുഭവത്തിന് വികാരാത്മക അർത്ഥം (Emotional Meaning) നൽകുന്നു; ഇതാണ് ആനന്ദവും നിഷ്പക്ഷതയും തമ്മിലുള്ള വ്യത്യാസം നിർണയിക്കുന്നത്. തുടർന്ന് ഹൈപ്പോതാലാമസ് (Hypothalamus) സ്വയംഭരണ നാഡീപ്രണാളിയെയും (Autonomic Nervous System) ഹോർമോൺ ഏകോപനത്തെയും (Hormonal Coordination) നിയന്ത്രിക്കുന്നു. ഈ ഘട്ടത്തിലാണ് ഡോപമിൻ (Dopamine) പുറത്തുവിടൽ ആരംഭിക്കുന്നത്[11 13]. അതിനാൽ ആനന്ദം എന്നത് ഒരു അനുഭൂതി (Sensation) അല്ല, മറിച്ച് മസ്തിഷ്കം സൃഷ്ടിക്കുന്ന ഒരു വ്യാഖ്യാനമാണ് (Interpretation).

ഡോപമിനെ പലപ്പോഴും ആനന്ദ രാസവസ്തു (Pleasure Chemical) എന്ന് വിളിക്കുന്നുവെങ്കിലും, ശാസ്ത്രീയമായി അത് അപൂർണ്ണമായ വിവരണമാണ്. ഡോപമിൻ സൃഷ്ടിക്കുന്നത് സുഖമല്ല, മറിച്ച് പ്രതീക്ഷ (Anticipation), ആഗ്രഹം (Craving), ശ്രദ്ധാകേന്ദ്രണം (Focus) എന്നിവയാണ്. "ഇത് വീണ്ടും ചെയ്യണം" എന്ന പ്രേരണയാണ് ഡോപമിൻ നൽകുന്നത്. ലൈംഗിക ആനന്ദത്തിന്റെ അന്തർഗത അനുഭവം (Subjective Experience) ഉണ്ടാകുന്നത് ഓക്സിറ്റോസിൻ (Oxytocin), എൻഡോർഫിൻസ് (Endorphins) എന്നിവ ഡോപമിനോടൊപ്പം പ്രവർത്തിക്കുമ്പോഴാണ്[12 14].

ഉത്തേജനം വർധിക്കുമ്പോൾ പരാസിംപതറ്റിക് നാഡീപ്രണാളി (Parasympathetic Nervous System) ആധിപത്യം പുലർത്തുന്നു. രക്തധമനികൾ വിശാലമാകുന്നു (Vasodilation), രക്തസംഗ്രഹണം (Blood Pooling) ഉണ്ടാകുന്നു, തന്ത്രികൾ വലിവ് പ്രാപിക്കുന്നു (Tissue Stretch). ഈ വലിവ് വീണ്ടും നാഡീ അറ്റങ്ങളെ കൂടുതൽ ഉത്തേജിപ്പിക്കുന്നു. ഇതാണ് അനുകൂല പ്രതികരണ ചക്രം (Positive Feedback Loop). അതിനാലാണ് മന്ദഗതിയിലുള്ള ഉത്തേജനം ശക്തമായ ആനന്ദത്തിലേക്ക് നയിക്കുന്നത്[12].

ഓർഗാസം (Orgasm) നിയന്ത്രണം വിട്ട ഒരു പൊട്ടിത്തെറിയല്ല. അത് നാഡീരജ്ജുവിലെ പ്രതികരണ ലൂപ്പുകൾ (Spinal Reflex Loops), താളാത്മക പേശിസങ്കോചങ്ങൾ (Rhythmic Muscle Contractions), രാസവിസ്ഫോടനം (Neurochemical Surge) എന്നിവ കൃത്യമായി ഏകോപിപ്പിച്ച ഒരു അത്യന്തം ക്രമബദ്ധമായ നാഡീ സംഭവമാണ് (Highly Coordinated Neural Event). ഈ ഘട്ടത്തിൽ ബോധപൂർവ നിയന്ത്രണം (Conscious Control) താൽക്കാലികമായി കുറയുന്നു. തുടർന്ന് പ്രൊലാക്റ്റിൻ (Prolactin) ഉയരുകയും, ഡോപമിൻ കുറയുകയും, പ്രതികരണശമന ഘട്ടം (Refractory Phase) ആരംഭിക്കുകയും ചെയ്യുന്നു. ഇത് നാഡീപ്രണാളിയുടെ ഒരു പുനഃക്രമീകരണ സംവിധാനം (Reset Mechanism) തന്നെയാണ്[14].

അതേ നാഡീ അറ്റങ്ങളും അതേ ഉത്തേജനവും ഉണ്ടായാലും, ഭയം (Fear), ലജ്ജ (Shame), മാനസിക സമ്മർദ്ദം (Stress), ശ്രദ്ധചിതറൽ (Distraction) എന്നിവ നിലനിൽക്കുമ്പോൾ ലൈംഗിക ആനന്ദം ഉണ്ടാകില്ല. കാരണം മസ്തിഷ്കം ഉത്തേജനാവസ്ഥയിൽ (Arousal Mode) അല്ലെങ്കിൽ, അനുഭൂതി സിഗ്നലുകൾ (Sensory Signals) തന്നെ തടയപ്പെടും. അതിനാൽ ലൈംഗിക

ആനന്ദം ശരീരാധിഷ്ഠിതം (Body-Based) അല്ല, മറിച്ച് മസ്തിഷ്കാനുമതിപ്രാപ്തം (Brain-Permitted) ആണെന്ന് വ്യക്തമാണ്[11].

അവസാനമായി പറയേണ്ടത് ഇതാണ്. നാഡീ അറ്റങ്ങൾ വിവരശേഖരകരാണ്. നാഡീരജ്ജു പ്രതികരണങ്ങൾ സംയോജിപ്പിക്കുന്നു. മസ്തിഷ്കം അർത്ഥം സൃഷ്ടിക്കുന്നു. ഹോർമോണുകൾ അനുഭവത്തിന്റെ തീവ്രത നിയന്ത്രിക്കുന്നു. അതിനാൽ ലൈംഗിക ആനന്ദം ഒരു പ്രത്യേക സ്ഥലത്ത് നടക്കുന്ന സംഭവം അല്ല; അത് നാഡീപ്രണാളി മുഴുവൻ ഏകീകരിക്കുന്ന ഒരു സമഗ്ര അവസ്ഥയാണ്[10 11].

ക്ലിറ്റോറിസും (Clitoris) ഗ്ലാൻസും (Glans Penis) ലൈംഗിക ആനന്ദത്തിന്റെ നാഡീഅടിസ്ഥാനത്തിൽ പ്രത്യേക സ്ഥാനമാണ് കൈവരിക്കുന്നത്. ക്ലിറ്റോറിസ് ഒരു ചെറിയ ബാഹ്യ ഘടനയായി മാത്രം പലപ്പോഴും തെറ്റിദ്ധരിക്കപ്പെടുന്നുവെങ്കിലും, യഥാർത്ഥത്തിൽ അത് വലിയൊരു ആഭ്യന്തര നാഡീ–വാസ്കുലാർ അവയവമാണ് (Neurovascular Organ). ക്ലിറ്റോറിസിലെ ഗ്ലാൻസ് ഭാഗത്ത് നാഡീ അറ്റങ്ങളുടെ സാന്ദ്രത ശരീരത്തിലെ മറ്റെല്ലാ ഭാഗങ്ങളേക്കാളും കൂടുതലാണ്. അതേ സമയം, ക്ലിറ്റോറിസിന്റെ ആന്തരിക ഭാഗങ്ങൾ യോനിയുടെ ചുറ്റിലും പെൽവിക് ഘടനകളിലും വ്യാപിച്ചുകിടക്കുന്നു. ഇതാണ് പരോക്ഷ ഉത്തേജനത്തിലൂടെയും ശക്തമായ ലൈംഗിക ആനന്ദം അനുഭവപ്പെടാൻ കഴിയുന്ന നാഡീഅടിസ്ഥാനം[15].

ഗ്ലാൻസ് ലിംഗം (Glans Penis) സമാനമായ രീതിയിൽ തന്നെ പ്രവർത്തിക്കുന്നു. ഗ്ലാൻസിലെ നാഡീ അറ്റങ്ങൾ വളരെ താഴ്ന്ന ഉത്തേജന പരിധിയിലാണ് (Low Activation Threshold) പ്രതികരിക്കുന്നത്. ഈ ഭാഗങ്ങളിലേക്ക് എത്തുന്ന ഉത്തേജനം പുഡൻഡൽ നാഡി (Pudendal Nerve) മുഖേന നേരിട്ട് നാഡീരജ്ജുവിലേക്കും അവിടെ നിന്ന് മസ്തിഷ്കത്തിലേക്കും കൈമാറപ്പെടുന്നു. അതുകൊണ്ടാണ് ക്ലിറ്റോറിസും ഗ്ലാൻസും "പ്രാഥമിക ആനന്ദ റിസപ്റ്ററുകൾ" (Primary Pleasure Receptors) എന്ന നിലയിൽ ശാസ്ത്രീയമായി കണക്കാക്കപ്പെടുന്നത്[15 16].

പുരുഷ–സ്ത്രീ ഓർഗാസങ്ങളിലെ (Male and Female Orgasm) വ്യത്യാസങ്ങൾ മനസ്സിലാക്കുമ്പോൾ, അത് "ശാരീരിക ശേഷി" എന്നതിലുപരി നാഡീക്രമീകരണ വ്യത്യാസം (Neural Patterning Difference) ആണെന്ന് കാണാം. പുരുഷന്മാരിൽ ഓർഗാസം സാധാരണയായി ഉത്ഭവനം (Emission)യും പുറന്തള്ളൽ (Ejaculation)യും ഉൾക്കൊള്ളുന്ന ഒരു നിശ്ചിത നാഡീക്രമത്തിലാണ് നടക്കുന്നത്. ഇത് നാഡീരജ്ജുവിലെ ഒരു കേന്ദ്ര ഓർഗാസം ജനറേറ്റർ (Spinal Ejaculation Generator) നിയന്ത്രിക്കുന്നു.

പുരുഷന്റെ ലൈംഗിക പ്രതികരണം പലർക്കും തലച്ചോറിന്റെ നിയന്ത്രണത്തിലാണ് നടക്കുന്നത് എന്നൊരു ധാരണ ഉണ്ടാകാം. എന്നാൽ സ്ഖലനം എന്ന നിർണായക ഘട്ടത്തെ നിയന്ത്രിക്കുന്ന പ്രധാന കേന്ദ്രം തലച്ചോർ അല്ല. അതിന്റെ നിയന്ത്രണകേന്ദ്രം സുഷുമ്നാ നാഡിയിലാണ് (Spinal Cord), പ്രത്യേകിച്ച് നട്ടെല്ലിന്റെ താഴത്തെ ഭാഗമായ ലംബാർ മേഖലയിൽ (Lumbar Spinal Cord). അവിടെ സ്ഥിതി ചെയ്യുന്ന ഒരു പ്രത്യേക നാഡീ ശൃംഖലയെയാണ് ശാസ്ത്രീയമായി സ്പൈനൽ ഇജാകുലേഷൻ ജനറേറ്റർ (Spinal Ejaculation Generator) എന്ന് വിളിക്കുന്നത്. ഈ നാഡീകോശങ്ങളുടെ കൂട്ടം ഇന്റർന്യൂറോണുകളാൽ (Interneurons) രൂപപ്പെട്ടതാണ്. ഇവ ഒരു സ്വിച്ച് (Switch) പോലെ പ്രവർത്തിക്കുന്നു. ലൈംഗിക ഉത്തേജനം ഒരു നിശ്ചിത പരിധി, അഥവാ ത്രെഷോൾഡ് (Threshold) നിലയിൽ എത്തുമ്പോൾ, ഈ ശൃംഖല സ്വയം സജീവമാകുകയും സ്ഖലനത്തിനാവശ്യമായ എല്ലാ ശാരീരിക പ്രതികരണങ്ങളെയും ഏകോപിപ്പിക്കുകയും ചെയ്യുന്നു.

സ്ഖലനം രണ്ട് പ്രധാന ഘട്ടങ്ങളിലായാണ് നടക്കുന്നത്, എമിഷൻ ഘട്ടം (Emission Phase)യും എക്സ്പൾഷൻ ഘട്ടം (Expulsion Phase)യും. ഈ രണ്ട് ഘട്ടങ്ങളെയും ക്രമബദ്ധമായി നിയന്ത്രിക്കുന്നത് ഈ സ്പൈനൽ ജനറേറ്ററാണ് (Spinal Generator).

ആദ്യം എമിഷൻ ഘട്ടം (Emission Phase) ആരംഭിക്കുന്നു. ലൈംഗിക ഉത്തേജനം ഉയരുന്ന ഘട്ടത്തിൽ സ്പൈനൽ ജനറേറ്റർ (Spinal Generator) സിംപതറ്റിക് നാഡീവ്യവസ്ഥ (Sympathetic Nervous System) വഴി സന്ദേശങ്ങൾ അയക്കുന്നു. അതിന്റെ ഫലമായി ബീജകോശങ്ങളിൽ നിന്നുള്ള സ്പേർമുകൾ (Sperm), പ്രോസ്റ്റേറ്റ് (Prostate) ഗ്രന്ഥിയുടെ ദ്രാവകം, സെമിനൽ വെസിക്കിൾ (Seminal Vesicle) ദ്രാവകം എന്നിവ ഒത്തു ചേർന്ന് യൂറേത്രയുടെ (Urethra) പിൻഭാഗത്തേക്ക് എത്തുന്നു. ഈ ഘട്ടത്തിൽ നിർണായകമായ മറ്റൊരു പ്രവർത്തനം നടക്കുന്നു. മൂത്രസഞ്ചിയിലേക്കുള്ള വഴിയായ ബ്ലാഡർ നെക്ക് (Bladder Neck) അടയുന്നു. ഇതിലൂടെ ബീജം മൂത്രസഞ്ചിയിലേക്ക് തിരിച്ചുകയറുന്നത് തടയപ്പെടുന്നു. ശരീരത്തിന്റെ സംരക്ഷണാത്മകമായ ഏകോപിത ക്രമീകരണമാണ് ഇത്.

അതിനുശേഷം എക്സ്പൾഷൻ ഘട്ടം (Expulsion Phase) തുടങ്ങുന്നു. ഇത് ബീജം പുറത്തേക്ക് ശക്തിയായി പുറന്തള്ളപ്പെടുന്ന ഘട്ടമാണ്. സ്പൈനൽ ജനറേറ്റർ (Spinal Generator) പെൽവിക് മേഖലയിലെ പേശികളിലേക്കും (Pelvic Muscles), പ്രത്യേകിച്ച് ബൾബോസ്പോഞ്ജിയോസസ് മസിൽ (Bulbospongiosus Muscle) ലേക്കും അതിവേഗ സിഗ്നലുകൾ (Signals) അയക്കുന്നു. യൂറേത്ര (Urethra) ചുറ്റുമുള്ള പേശികളും സജീവമാകുന്നു. ഇവ താളാത്മകമായി ആവർത്തിച്ചുള്ള സങ്കോചനങ്ങളിലൂടെ ബീജത്തെ ശക്തിയായി പുറത്തേക്ക് തള്ളുന്നു. പുരുഷൻ അനുഭവിക്കുന്ന ഉച്ചസ്ഥായിയിലെ ആനന്ദബോധം ഈ താളാത്മക പേശി സങ്കോചനങ്ങളോടാണ് ബന്ധപ്പെട്ടിരിക്കുന്നത്.

ഈ പ്രക്രിയയുടെ ഏറ്റവും ശ്രദ്ധേയമായ പ്രത്യേകത അതിന്റെ സ്വയംഭരണ സ്വഭാവമാണ്, അഥവാ ഓട്ടോണമി (Autonomy). തലച്ചോറിൽ നിന്നുള്ള നേരിട്ടുള്ള നിർദ്ദേശമില്ലാതെ പോലും സുഷുമ്നാ നാഡിക്ക് (Spinal Cord) ഈ പ്രക്രിയ പൂർത്തിയാക്കാൻ കഴിയും. അതുകൊണ്ടാണ് ചില സ്പൈനൽ കോർഡ് ഇൻജറി (Spinal Cord Injury) ഉണ്ടായ വ്യക്തികൾക്കും ചില സാഹചര്യങ്ങളിൽ സ്ഖലനം സാധ്യമാകുന്നത്. ഇത് ഒരു റിഫ്ലെക്സ് ആക്ഷൻ (Reflex Action) ആണ്. ഒരിക്കൽ ഉത്തേജനം നിർദ്ദിഷ്ട പരിധി കടന്നാൽ, പിന്നീട് അത് ഇച്ഛാശക്തിയാൽ തടയുന്നത് വളരെ പ്രയാസകരമാകും.

തലച്ചോർ പൂർണമായും പങ്കില്ലാത്തതല്ല. തലച്ചോറിലെ സെറോടോണിൻ (Serotonin) എന്ന രാസവസ്തു ഈ സ്പൈനൽ ജനറേറ്ററിനെ (Spinal Generator) നിയന്ത്രിക്കുന്ന ഒരു നിർണായക ഘടകമാണ്. സെറോടോണിൻ (Serotonin) നില കുറയുമ്പോൾ സ്ഖലനം വേഗത്തിൽ സംഭവിക്കാൻ, അഥവാ പ്രീമേച്ചർ ഇജാകുലേഷൻ (Premature Ejaculation) എന്ന അവസ്ഥയ്ക്ക് സാധ്യത ഉയരും. അതുപോലെ ഹോർമോണുകൾ (Hormones) നിലയിലെ വ്യതിയാനങ്ങൾ, പേശികളുടെ ബലക്കുറവ്, നാഡീവ്യവസ്ഥയിലെ തകരാറുകൾ എന്നിവയും സ്ഖലന സംബന്ധമായ പ്രശ്നങ്ങൾക്ക് കാരണമാകാം.

ഇപ്പോൾ ഒരു പ്രധാന ചോദ്യത്തിലേക്ക് വരാം. സ്ത്രീകൾക്ക് പലപ്പോഴും ഒരു ലൈംഗിക ബന്ധത്തിനിടെ മൾട്ടിപ്പിൾ ഓർഗാസം (Multiple Orgasm) അനുഭവിക്കാൻ കഴിയുമ്പോൾ, പുരുഷന്മാർക്ക് സാധാരണയായി അത് സംഭവിക്കാത്തത് എന്തുകൊണ്ട്.

ഇതിന്റെ പ്രധാന കാരണം പുരുഷ ലൈംഗിക പ്രതികരണത്തിന്റെ ജൈവ രൂപകൽപ്പനയിലാണ്. പുരുഷന്മാരിൽ ഓർഗാസം (Orgasm)യും ഇജാകുലേഷൻ (Ejaculation)ഉം സാധാരണയായി ഒരേ സമയം സംഭവിക്കുന്നു. സ്ഖലനം നടന്നതിന് ശേഷം ശരീരത്തിൽ റിഫ്രാക്ടറി പീരിയഡ് (Refractory Period) എന്നൊരു ഘട്ടം ആരംഭിക്കുന്നു. ഈ ഘട്ടത്തിൽ ഉടൻ വീണ്ടും ഉത്തേജിതനാകാനും സ്ഖലനം നടത്താനും കഴിയില്ല.

സ്ഖലനത്തിന് ശേഷം സിംപതറ്റിക് നാഡീവ്യവസ്ഥ (Sympathetic Nervous System) സജീവമാകുകയും ഉദ്ധാരണാവസ്ഥ നിലനിർത്താൻ സഹായിക്കുന്ന പാരാസിംപതറ്റിക് സിഗ്നലുകൾ (Parasympathetic Signals) കുറയുകയും ചെയ്യുന്നു. അതിന്റെ ഫലമായി എറക്ഷൻ (Erection) കുറഞ്ഞ് പോകുന്നു. കൂടാതെ സ്ഖലനത്തിന് ശേഷം പ്രോലാക്ടിൻ (Prolactin) എന്ന ഹോർമോണിന്റെ (Hormone) നില ഉയരുന്നു. പ്രോലാക്ടിൻ (Prolactin) ഉയർന്ന നിലയിൽ തുടരുമ്പോൾ ലൈംഗിക ആഗ്രഹം താൽക്കാലികമായി കുറയുന്നു. ഡോപ്പമിൻ (Dopamine) നില കുറയുകയും ആനന്ദകേന്ദ്രങ്ങൾ ശമിക്കുകയും ചെയ്യുന്നു. ഇത് വീണ്ടും ഉടൻ ഓർഗാസം (Orgasm) കൈവരിക്കുന്നത് തടയുന്ന ഒരു ജൈവ ബ്രേക്ക് സംവിധാനം പോലെയാണ് പ്രവർത്തിക്കുന്നത്.

അതേസമയം സ്ത്രീകളിൽ ഓർഗാസം (Orgasm) പ്രക്രിയ ഇജാകുലേഷൻ (Ejaculation) എന്ന നിർബന്ധിത ഘട്ടത്തോട് ബന്ധപ്പെട്ടു കിടക്കുന്നില്ല. സ്ത്രീകളിൽ റിഫ്രാക്ടറി പീരിയഡ് (Refractory Period) വളരെ ചെറുതായിരിക്കാം അല്ലെങ്കിൽ ചിലർക്കത് കാണാനില്ല. അതിനാൽ തുടർച്ചയായ ഉത്തേജനം നിലനിർത്തിയാൽ മൾട്ടിപ്പിൾ ഓർഗാസം (Multiple Orgasm) സാധ്യമാകുന്നു.

എങ്കിലും എല്ലാ പുരുഷന്മാർക്കും മൾട്ടിപ്പിൾ ഓർഗാസം (Multiple Orgasm) അസാധ്യമാണെന്ന് പറയുന്നത് കൃത്യമല്ല. ചിലർ ഇജാകുലേഷൻ ഇല്ലാത്ത ഓർഗാസം (Dry Orgasm), അല്ലെങ്കിൽ ഇജാകുലേഷൻ നിയന്ത്രണം (Ejaculation Control) അഭ്യസിച്ച ശേഷം വീണ്ടും ഉത്തേജനം നിലനിർത്താൻ കഴിയുന്ന രീതികൾ പരിശീലിക്കുന്നു. എന്നാൽ സ്വാഭാവിക ജൈവ രൂപകൽപ്പനയിൽ ഇജാകുലേഷൻ (Ejaculation) കഴിഞ്ഞാൽ ഒരു നിർബന്ധിത വിശ്രമഘട്ടം, അഥവാ റിഫ്രാക്ടറി പീരിയഡ് (Refractory Period), വരുന്നത് സാധാരണമാണ്.

ആകെക്കൂടി നോക്കുമ്പോൾ, പുരുഷ സ്ഖലനം ഒരു ചിന്താപ്രവർത്തനം മാത്രമല്ല, മറിച്ച് സുഷുമ്നാ നാഡിയിലെ (Spinal Cord) കൃത്യമായി ക്രമീകരിച്ച റിഫ്ലെക്സ് സംവിധാനം (Reflex System) ആണ്. എമിഷൻ ഘട്ടം (Emission Phase) മുതൽ എക്സ്പൾഷൻ ഘട്ടം (Expulsion Phase) വരെ ഓരോ ഘട്ടവും ഏകോപിതമായി നടക്കുന്നു. അതിനുശേഷമുള്ള റിഫ്രാക്ടറി പീരിയഡ് (Refractory Period) പുരുഷന്മാരിൽ മൾട്ടിപ്പിൾ ഓർഗാസം (Multiple Orgasm) സാധാരണയായി കാണപ്പെടാത്തതിന്റെ പ്രധാന ജൈവ കാരണം തന്നെയാണ്. ഈ സമ്പൂർണ പ്രക്രിയ നാഡീവ്യവസ്ഥ (Nervous System), ഹോർമോണുകൾ (Hormones), പേശികൾ (Muscles) എന്നിവ തമ്മിലുള്ള സൂക്ഷ്മമായ സഹകരണത്തിന്റെ ഫലമാണ്.

സ്ത്രീകളിൽ, ഓർഗാസം ഇത്ര കർശനമായി ഒരു ഒറ്റ റിഫ്ലക്സ് പാറ്റേണിൽ പൂട്ടപ്പെട്ടതല്ല. മസ്തിഷ്കത്തിന്റെ പങ്ക് കൂടുതൽ ശക്തമാണ്, അതുകൊണ്ടുതന്നെ സ്ത്രീകൾക്ക് ഒന്നിലധികം ഓർഗാസങ്ങൾ (Multiple Orgasms) അനുഭവപ്പെടാൻ സാധിക്കുന്നു[16] [17].

ഈ വ്യത്യാസങ്ങൾ "ആസ്വാദനശേഷി" യിലല്ല, മറിച്ച് നാഡീപ്രണാളിയുടെ നിയന്ത്രണരീതിയിലാണ് (Mode of Neural Control). സ്ത്രീകളിൽ ലിംബിക് സംവിധാനവും (Limbic System) മുൻമസ്തിഷ്കവും (Prefrontal Cortex) കൂടുതൽ ശക്തമായി പങ്കാളിയാകുന്നു. അതിനാൽ മാനസികാവസ്ഥ, സുരക്ഷാബോധം, വികാരബന്ധം എന്നിവ സ്ത്രീ ലൈംഗിക

അനുഭവത്തിൽ കൂടുതൽ സ്വാധീനിക്കുന്നു. പുരുഷന്മാരിൽ, റിഫ്ലക്സ് അധിഷ്ഠിത നിയന്ത്രണം കൂടുതലായതിനാൽ, മാനസിക ഇടപെടൽ കുറഞ്ഞാലും ഓർഗാസം സംഭവിക്കാം[17].

ലൈംഗിക പ്രവർത്തനവൈകല്യങ്ങൾ (Sexual Dysfunctions) ഈ നാഡീ–മസ്തിഷ്ക ശൃംഖലയുടെ തകരാറുകളായാണ് ഇന്ന് ശാസ്ത്രീയമായി മനസ്സിലാക്കപ്പെടുന്നത്. ഉദ്ധാരണവൈകല്യം (Erectile Dysfunction), വൈകിയ ഓർഗാസം (Delayed Orgasm), ഓർഗാസം അഭാവം (Anorgasmia), ലൈംഗിക ആഗ്രഹക്കുറവ് (Hypoactive Sexual Desire) എന്നിവയെല്ലാം ഹോർമോൺ പ്രശ്നങ്ങളോ മാനസിക പ്രശ്നങ്ങളോ മാത്രമല്ല. പലപ്പോഴും ഇവ നാഡീസിഗ്നൽ കൈമാറ്റത്തിലെ (Neural Signal Transmission) തടസ്സങ്ങളാണ്.

ഉദാഹരണമായി, ദീർഘകാല മാനസിക സമ്മർദ്ദം (Chronic Stress) sympathetic നാഡീപ്രണാളിയെ (Sympathetic Nervous System) സ്ഥിരമായി സജീവമാക്കുന്നു. ഇതുവഴി parasympathetic പ്രവർത്തനം (Parasympathetic Activity) ദുർബലമാകുന്നു. parasympathetic സംവിധാനം ശക്തമായില്ലെങ്കിൽ രക്തധമനികൾ വിശാലമാകില്ല, നാഡീഅറ്റങ്ങൾ ആവശ്യമായ രീതിയിൽ sensitized ആകില്ല, ലൈംഗിക ആനന്ദവും ഉണ്ടാകില്ല. ഇതാണ് stress, anxiety, shame തുടങ്ങിയവ ലൈംഗിക പ്രവർത്തനത്തെ നേരിട്ട് ബാധിക്കുന്നതിന്റെ ശാസ്ത്രീയ അടിസ്ഥാനം[18].

അതുപോലെ തന്നെ, ചില മരുന്നുകൾ, പ്രത്യേകിച്ച് മനോരോഗ മരുന്നുകൾ (Psychotropic Medications), ഡോപമിൻ (Dopamine) പാതകളെ (Pathways) ദുർബലമാക്കുമ്പോൾ, ലൈംഗിക ആഗ്രഹവും ആനന്ദവും കുറയാം. ഇത് "ഇച്ഛാശക്തിയുടെ കുറവ്" അല്ല, മറിച്ച് മസ്തിഷ്ക രാസവിനിമയത്തിലെ (Neurochemical Balance) മാറ്റമാണ്[19].

ഇതെല്ലാം ചേർത്തുനോക്കുമ്പോൾ, ലൈംഗിക ആനന്ദം ഒരു അവയവത്തിന്റെ കഴിവല്ല. അത് നാഡീ അറ്റങ്ങൾ, നാഡീരജ്ജു, മസ്തിഷ്കം, ഹോർമോണുകൾ, മാനസികാവസ്ഥ എന്നിവ ഒരുമിച്ച് പ്രവർത്തിക്കുന്ന ഒരു സമഗ്ര നാഡീസ്ഥിതിയാണ് (Integrated Neural State). അതിനാൽ ലൈംഗികതയെ ശുദ്ധമായി നൈതികമോ ആത്മീയമോ ആയ ഫ്രെയിമുകളിൽ മാത്രം പൂട്ടുമ്പോൾ, മനുഷ്യശരീരത്തിന്റെ യഥാർത്ഥ പ്രവർത്തനതത്വം നമുക്ക് നഷ്ടപ്പെടുന്നു[15–19].

എറോട്ടിസം: സങ്കൽപവും ഭാവനയും

ലൈംഗികതയെ ശരീരത്തിന്റെ ഒരു ജൈവ പ്രവർത്തനമായി തിരിച്ചറിയുന്ന നിമിഷം മുതൽ തന്നെ, അതിൽ നിന്ന് വ്യത്യസ്തമായ ഒരു മാനസിക ലോകം തുറക്കപ്പെടുന്നു. ഈ ലോകത്തിനാണ് എറോട്ടിസം എന്ന പേര് നൽകപ്പെടുന്നത്. എറോട്ടിസം ലൈംഗിക പ്രവർത്തനം അല്ല. അത് ലൈംഗികതയ്ക്ക് മുൻപോ, ലൈംഗികതയില്ലാതെയോ നിലനിൽക്കുന്ന ഒരു മാനസിക ഘടനയാണ്. ശരീരത്തിൽ സംഭവിക്കുന്ന പ്രതികരണങ്ങളല്ല ഇതിന്റെ കേന്ദ്രം; മറിച്ച്, മനസ്സിൽ രൂപപ്പെടുന്ന ആഗ്രഹത്തിന്റെ സങ്കൽപാത്മക രൂപമാണ് എറോട്ടിസം[20].

എറോട്ടിസം ശരീരത്തിൽ ആരംഭിക്കുന്നില്ല. അത് കാഴ്ചയിൽ, ഓർമ്മയിൽ, ശബ്ദത്തിൽ, വാക്കുകളിൽ, നിശ്ശബ്ദതയിൽ പോലും ആരംഭിക്കാം. ഒരാളുടെ സാന്നിധ്യം, ഒരു ദൂരം, ഒരു സൂചന, ഒരു അപൂർണ്ണ ചലനം—ഇവയെല്ലാം എറോട്ടിസത്തിന്റെ തുടക്കബിന്ദുക്കളാകാം. അതിനാൽ തന്നെ, എറോട്ടിസത്തെ ലൈംഗിക പ്രവർത്തനത്തിന്റെ "തയാറെടുപ്പ്" എന്ന നിലയിൽ

ചുരുക്കുന്നത് ശാസ്ത്രീയമായി അപര്യാപ്തമാണ്. എറോട്ടിസം ഒരു സ്വതന്ത്രമായ മാനസിക അനുഭവാവസ്ഥയാണ്[21].

ആഗ്രഹം ഇവിടെ ഒരു ജൈവ പ്രതികരണമല്ല, മറിച്ച് ഒരു കൽപ്പനാത്മക ഘടനയാണ്. ഈ ഘടന പ്രതീക്ഷയിൽ നിന്നാണ് ഊർജം നേടുന്നത്. എന്തെങ്കിലും "ഇനിയും സംഭവിക്കാനുണ്ട്" എന്ന ബോധമാണ് എറോട്ടിസത്തിന്റെ ഹൃദയം. കാത്തിരിപ്പ്, വൈകിപ്പ്, അനിശ്ചിതത്വം, സ്വപ്നം എന്നിവ ഇല്ലാതെ എറോട്ടിസം നിലനിൽക്കില്ല. എല്ലാം ഉടൻ ലഭ്യമാകുന്നിടത്ത് ആഗ്രഹം മങ്ങുന്നു. കാരണം ആഗ്രഹം നിറവേറ്റലിൽ അല്ല, നിറവേറ്റപ്പെടാത്തതിന്റെ സാധ്യതയിലാണ് ജീവിക്കുന്നത്[22].

ഇവിടെ അപൂർണ്ണത നിർണായകമാണ്. പൂർണ്ണമായ വെളിപ്പെടുത്തൽ എറോട്ടിസത്തിന്റെ ശത്രുവാണ്. ഒരാളുടെ ശരീരം മുഴുവൻ കണ്ടുകഴിഞ്ഞാൽ, എറോട്ടിസം തീരുന്നില്ല; എന്നാൽ അതിന്റെ ശക്തി കൽപ്പനയിൽ നിന്ന് മാറി ദൃശ്യത്തിലേക്ക് ചുരുങ്ങുന്നു. എറോട്ടിസം കാണുന്നതിലല്ല, കാണാത്തതിലാണ് കൂടുതൽ സജീവമാകുന്നത്. ഈ "കാണാത്തത്" മനസ്സ് പൂരിപ്പിക്കുന്ന പ്രക്രിയയാണ് എറോട്ടിസത്തെ സൃഷ്ടിക്കുന്നത്[23].

നിരോധനം (prohibition) എറോട്ടിസത്തിന് ഇന്ധനമാകുന്നതിന്റെ ശാസ്ത്രീയ കാരണം ഇതിലാണ്. എല്ലാം അനുവദിച്ചിരിക്കുന്ന ഒരു ലോകത്ത്, ആഗ്രഹത്തിന് ദിശയില്ല. വിലക്കുകൾ ആഗ്രഹത്തെ മൂർച്ചപ്പെടുത്തുന്നു, കാരണം വിലക്കുകൾ അതിനെ ബോധ്യപ്പെടുത്തുന്നു. "ഇത് ലഭ്യമല്ല" എന്ന സന്ദേശം, "ഇത് പ്രധാനമാണ്" എന്ന ബോധമായി മാറുന്നു. ഇതാണ് നിരോധനവും ആഗ്രഹവും തമ്മിലുള്ള വൈരുധ്യപരമായ ബന്ധം[24]. നിരോധനം എറോട്ടിസത്തെ സൃഷ്ടിക്കുന്നില്ല; പക്ഷേ, അതിന് രൂപവും തീവ്രതയും നൽകുന്നു.

അകലം (distance) എറോട്ടിസത്തിന്റെ മറ്റൊരു പ്രധാന ഘടകമാണ്. ശാരീരിക അകലം മാത്രമല്ല, മാനസിക അകലം, സാമൂഹിക അകലം, പദവിവ്യത്യാസം, സംസാരിക്കപ്പെടാത്ത വികാരങ്ങൾ— ഇവയെല്ലാം എറോട്ടിസത്തിന്റെ സാധ്യതകൾ തുറക്കുന്നു. പൂർണ്ണമായ അടുപ്പം ചിലപ്പോൾ ആഗ്രഹത്തെ ശമിപ്പിക്കുമ്പോൾ, നിയന്ത്രിത അകലം അതിനെ നിലനിർത്തുന്നു[25]. അതുകൊണ്ടുതന്നെ, എറോട്ടിസം എല്ലായ്പ്പോഴും അടുത്തുവരാനുള്ള ശ്രമമാണ്; ഒരിക്കലും പൂർണ്ണമായി ലയിക്കാനുള്ള അവസ്ഥയല്ല.

ഈ അകലം എറോട്ടിസത്തെ ഒരു മന്ദഗതിയിലുള്ള പ്രക്രിയയാക്കുന്നു. എറോട്ടിസം ഉടൻ തീരുന്ന ഒന്നല്ല. അത് സമയം ആവശ്യപ്പെടുന്നു. നിശ്ശബ്ദത ആവശ്യപ്പെടുന്നു. ഇടവേളകൾ ആവശ്യപ്പെടുന്നു. അതിവേഗത എറോട്ടിസത്തിന്റെ ശത്രുവാണ്. എല്ലാം വേഗത്തിൽ നടക്കേണ്ട ഒരു സംസ്കാരത്തിൽ, എറോട്ടിസം ജീവിക്കാൻ ബുദ്ധിമുട്ടുന്നു. കാരണം എറോട്ടിസം "ഇപ്പോൾ" എന്ന നിമിഷത്തിലല്ല, "ഇനിയും" എന്ന പ്രതീക്ഷയിലാണ് നിലനിൽക്കുന്നത്[26].

ഇവിടെയാണ് എറോട്ടിസവും ലൈംഗികതയും തമ്മിലുള്ള അടിസ്ഥാന വ്യത്യാസം കൂടുതൽ വ്യക്തമാകുന്നത്. ലൈംഗികത വേഗത്തിൽ ശമിക്കുന്ന ഒരു ജൈവ ചക്രമാണ്. എറോട്ടിസം, മറിച്ച്, ശമനം വൈകിപ്പിക്കുന്ന ഒരു മാനസിക ഘടനയാണ്. ലൈംഗികത ഉത്തേജനം തേടുമ്പോൾ, എറോട്ടിസം ഉത്തേജനം നീട്ടിവെക്കുന്നു. ഈ നീട്ടിവെക്കൽ ആസ്വാദനത്തിന്റെ ക്ഷയം അല്ല; മറിച്ച്, അതിന്റെ ആഴം വർധിപ്പിക്കുന്ന പ്രക്രിയയാണ്[27].

ആധുനിക സമൂഹങ്ങളിൽ എറോട്ടിസം ക്ഷീണിക്കുന്നതിന്റെ ഒരു കാരണം ഇതാണ്. എല്ലാം ഉടൻ ലഭ്യമാകുന്ന, എല്ലാം ദൃശ്യവൽക്കരിക്കപ്പെട്ട, എല്ലാം വിശദീകരിക്കപ്പെടുന്ന ഒരു ലോകത്ത്, കൽപ്പനയ്ക്ക് ഇടമില്ല. എറോട്ടിസം ജീവിക്കാൻ ആവശ്യമായ നിശ്ശബ്ദതയും അപൂർണ്ണതയും സാമൂഹികമായി അപൂർവ്വമാകുന്നു. ഫലമായി, ലൈംഗികത നിലനിൽക്കുമ്പോഴും എറോട്ടിസം ഇല്ലാതാകുന്നു[28].

ഇത് വ്യക്തിഗത പരാജയമല്ല; സാംസ്കാരിക മാറ്റത്തിന്റെ ഫലമാണ്. എറോട്ടിസം മനസ്സിന്റെ കല്പനയായതിനാൽ, അത് സംരക്ഷിക്കപ്പെടേണ്ട ഒരു മാനസിക ഇടമാണ്. അതിനെ ശരീരത്തിന്റെ പ്രവർത്തനത്തിലേക്ക് മാത്രം ചുരുക്കുമ്പോൾ, മനുഷ്യാനുഭവത്തിന്റെ ഒരു സൂക്ഷ്മ പാളി നഷ്ടപ്പെടുന്നു. ലൈംഗികത ഇല്ലാതെയും മനുഷ്യൻ ജീവിക്കും; എറോട്ടിസം ഇല്ലാതായാൽ, ആഗ്രഹം തന്നെ ദുർബലമാകുന്നു.

ലൈംഗികത ശരീരത്തിന്റെ ആവശ്യം ആയിരിക്കുമ്പോൾ എറോട്ടിസം മനസ്സിന്റെ കല്പനിക ഭാവം ആണ്.

എറോട്ടിസവും ലൈംഗികതയും തമ്മിലുള്ള സംഘർഷം

എറോട്ടിസവും ലൈംഗികതയും ഒരേ അനുഭവത്തിന്റെ രണ്ടു പേരുകളാണെന്ന പൊതുധാരണയാണ് ആധുനിക ബന്ധങ്ങളിലെ പല ആശയക്കുഴപ്പങ്ങൾക്കും അടിത്തറയാകുന്നത്. ശരീരത്തിൽ നടക്കുന്ന ലൈംഗിക പ്രവർത്തനവും മനസ്സിൽ രൂപപ്പെടുന്ന എറോട്ടിക് ആഗ്രഹവും ഒരുമിച്ച് നടക്കണം എന്ന പ്രതീക്ഷ, ശാസ്ത്രീയമായി പരിശോധിക്കുമ്പോൾ നിലനിൽക്കാൻ കഴിയാത്തതാണ്. ഈ രണ്ടും തമ്മിൽ ബന്ധമുണ്ടെങ്കിലും, അവയുടെ പ്രവർത്തനതർക്കശാസ്ത്രം അടിസ്ഥാനപരമായി വ്യത്യസ്തമാണ്. ഈ വ്യത്യാസം മനസ്സിലാക്കാതെ, ബന്ധങ്ങളിലെ "ആവേശനഷ്ടം", "താൽപര്യക്കുറവ്", "പാഷൻ നഷ്ടപ്പെട്ടു" എന്ന വിലയിരുത്തലുകൾ ശരിയായി വായിക്കാനാവില്ല[29].

ലൈംഗികത ഉണ്ടാകുമ്പോൾ എറോട്ടിസം ഇല്ലാതാകുന്ന അവസ്ഥ അത്യന്തം സാധാരണമാണ്. പല ദീർഘബന്ധങ്ങളിലും കാണപ്പെടുന്ന mechanical sex ഇതിന്റെ ഉദാഹരണമാണ്. ശരീരം ഉത്തേജനത്തിന് പ്രതികരിക്കുന്നു, ലൈംഗിക പ്രവർത്തനം നടക്കുന്നു, പക്ഷേ അതിന് മുമ്പുള്ള പ്രതീക്ഷയും കാത്തിരിപ്പും മാനസിക ഉന്മാദവും ഇല്ല. ഇത് പതിവിന്റെ ഭാഗമായ ഒരു പ്രവർത്തനമായി മാറുന്നു. ഇവിടെ ലൈംഗികത ശരീരത്തിന്റെ ജൈവ പ്രവർത്തനമായി തുടരുമ്പോൾ, എറോട്ടിസം എന്ന മാനസിക കല്പന പിൻവാങ്ങിയിരിക്കുന്നു[30]. ബന്ധം "സാധാരണ" നിലയിൽ തുടരുന്നതിനാൽ ഈ അഭാവം പലപ്പോഴും ശ്രദ്ധിക്കപ്പെടുന്നില്ല.

Habit-driven intimacy എന്നത് ഇതിന്റെ മറ്റൊരു രൂപമാണ്. അടുത്തിടപഴകലും ശാരീരിക അടുപ്പവും തുടരുന്നു, പക്ഷേ ആഗ്രഹം സ്വയം ഉണരുന്നില്ല. അത് "ചെയ്യേണ്ടത്" എന്ന ബോധത്തിൽ നിന്നാണ് ഉണ്ടാകുന്നത്. ഈ ഘട്ടത്തിൽ ലൈംഗികത നിർബന്ധിതമാകുന്നില്ലെങ്കിലും, അത് സ്വാഭാവികമായ ആഗ്രഹത്തിന്റെ പ്രകടനവുമല്ല. ഇത് പലപ്പോഴും "ലൈംഗികത കുറവായിരിക്കുന്നു" എന്ന തെറ്റായ നിഗമനത്തിലേക്ക് നയിക്കുന്നു. യാഥാർത്ഥ്യത്തിൽ, പ്രശ്നം ലൈംഗികതയുടെ അളവല്ല; എറോട്ടിസത്തിന്റെ അഭാവമാണ്[31].

ഇതിന് വിപരീതമായി, എറോട്ടിസം ശക്തമായി നിലനിൽക്കുമ്പോൾ ലൈംഗികത നടക്കണമെന്നില്ല എന്ന വസ്തുതയും അത്ര തന്നെ പ്രധാനമാണ്. Longing without consummation

എന്ന അനുഭവം ഇതിന്റെ കേന്ദ്രമാണ്. ഒരാളുടെ സാന്നിധ്യം, ദൂരം, ഓർമ്മ, ശബ്ദം, എഴുത്ത്, സൂചന—ഇവയൊക്കെ ശക്തമായ എറോട്ടിക് ആഗ്രഹം സൃഷ്ടിച്ചേക്കാം, എന്നാൽ അത് ലൈംഗിക പ്രവർത്തനത്തിലേക്ക് മാറാതെ തന്നെ നിലനിൽക്കും. ഇവിടെ ആഗ്രഹം പ്രവർത്തനത്തിലേക്ക് തള്ളപ്പെടുന്നില്ല; മറിച്ച്, അത് സ്വയം നിലനിൽക്കുന്ന ഒരു മാനസിക അവസ്ഥയായി തുടരുന്നു[32].Desire without action എന്ന അവസ്ഥയെ ആധുനിക സമൂഹം പലപ്പോഴും "അപൂർണ്ണം" അല്ലെങ്കിൽ "പരാജയം" എന്ന നിലയിലാണ് വായിക്കുന്നത്. എന്നാൽ ശാസ്ത്രീയമായി നോക്കുമ്പോൾ, എറോട്ടിസത്തിന്റെ ശക്തി പലപ്പോഴും അതിന്റെ പ്രവർത്തനത്തിലേക്കുള്ള പരിവർത്തനം വൈകുന്നതിലാണ്. ഉടൻ പ്രവർത്തനത്തിലേക്ക് മാറാത്ത ആഗ്രഹമാണ് ദീർഘകാലം നിലനിൽക്കാൻ കഴിയുന്നത്. അതിനാൽ, എറോട്ടിസം ലൈംഗികതയുടെ അഭാവം അല്ല; അത് ലൈംഗികതയ്ക്ക് മുൻപുള്ള, അല്ലെങ്കിൽ അതിൽ നിന്ന് സ്വതന്ത്രമായ ഒരു അനുഭവാവസ്ഥയാണ്[33].

ഇവിടെയാണ് എറോട്ടിസവും ലൈംഗികതയും തമ്മിലുള്ള സമയതർക്കം (temporal logic) വ്യക്തമായി വേർതിരിക്കപ്പെടുന്നത്. എറോട്ടിസം ലൈംഗികതയെ മന്ദഗതിയിലാക്കുന്നു. അത് ഉത്തേജനത്തെ നീട്ടിവെക്കുന്നു, പ്രതീക്ഷയെ വർധിപ്പിക്കുന്നു, നിറവേറ്റലിനെ വൈകിക്കുന്നു. ലൈംഗികത, മറിച്ച്, ഈ നീട്ടിവെക്കലിനെ അവസാനിപ്പിക്കാനുള്ള പ്രവണതയാണ്. ഉത്തേജനം ഉയർന്നാൽ, ശമനം തേടുന്ന ഒരു ജൈവ ചക്രമാണ് ലൈംഗികത[34]. അതിനാൽ, ലൈംഗികത എറോട്ടിസത്തെ വേഗത്തിലാക്കുന്നു, ചിലപ്പോൾ അതിനെ പൂർണമായും അവസാനിപ്പിക്കുന്നു.

ഈ സംഘർഷം ആധുനിക സമൂഹത്തിൽ കൂടുതൽ തീവ്രമാകുന്നത് വേഗത്തിന്റെ സംസ്കാരമാണ്. ഉടൻ ഫലം, ഉടൻ സംതൃപ്തി, (immediate gratification) എന്നിവയാണ് ആധുനിക ജീവിതത്തിന്റെ മുഖ്യസ്വഭാവങ്ങൾ. ഈ വേഗത ലൈംഗികതയ്ക്ക് അനുകൂലമായിരിക്കാം, കാരണം ലൈംഗികത ഉടൻ ഉത്തേജനവും ഉടൻ ശമനവും നൽകുന്നു. എന്നാൽ എറോട്ടിസത്തിന് ഈ വേഗം ശത്രുവാണ്[35]. എറോട്ടിസം സമയം ആവശ്യപ്പെടുന്നു, നിശ്ശബ്ദത ആവശ്യപ്പെടുന്നു, ഇടവേളകൾ ആവശ്യപ്പെടുന്നു. എല്ലാം വേഗത്തിലാക്കപ്പെടുന്ന ഒരു സമൂഹത്തിൽ, എറോട്ടിസം ജീവിക്കാൻ ബുദ്ധിമുട്ടുന്നു.

ബന്ധങ്ങളിൽ ഇതിന്റെ ഫലമായി ഒരു പ്രത്യേക വൈരുദ്ധ്യം രൂപപ്പെടുന്നു. ലൈംഗികത തുടരുന്നു, എന്നാൽ എറോട്ടിസം മരിക്കുന്നു. പങ്കാളികൾ തമ്മിൽ ശാരീരിക അടുപ്പം ഉണ്ടെങ്കിലും, ആഗ്രഹം ഉണർത്തുന്ന അകലം ഇല്ലാതാകുന്നു. എല്ലാം അറിയപ്പെടുകയും പ്രവചനയോഗ്യമാകുകയും ചെയ്യുമ്പോൾ, കൽപ്പനയ്ക്ക് ഇടമില്ല. എറോട്ടിസം കൽപ്പനയുടെ ഭാഷയായതിനാൽ, ഈ പരിസരത്തിൽ അത് ശാന്തമായി അപ്രത്യക്ഷമാകുന്നു[36].

ഇവിടെയാണ് "Passion Loss" എന്ന ആശയം തെറ്റായി വ്യാഖ്യാനിക്കപ്പെടുന്നത്. പല ബന്ധങ്ങളിലും പറയപ്പെടുന്ന "ഇപ്പോൾ പാഷൻ ഇല്ല" എന്ന പരാതി, പലപ്പോഴും ലൈംഗികത കുറഞ്ഞതുകൊണ്ടല്ല. പലപ്പോഴും ലൈംഗിക പ്രവർത്തനം തുടരുന്നുണ്ടാകും. എന്നാൽ ആ പ്രവർത്തനത്തെ ചുറ്റിപ്പറ്റിയിരുന്ന പ്രതീക്ഷ, അനിശ്ചിതത്വം, ആകർഷണത്തിന്റെ മാനസിക നാടകീയത എന്നിവ നഷ്ടപ്പെടുന്നു. അതായത്, നഷ്ടമാകുന്നത് ലൈംഗികതയല്ല; എറോട്ടിസമാണ്[37].

ഈ നഷ്ടം പലർക്കും തിരിച്ചറിയാനാകാത്തതിന്റെ കാരണം, എറോട്ടിസത്തിന്റെ അഭാവം ശരീരത്തിൽ നേരിട്ട് രേഖപ്പെടുത്തപ്പെടുന്നില്ല എന്നതാണ്. ലൈംഗികത ഇല്ലെങ്കിൽ അത്

വ്യക്തമായി അനുഭവപ്പെടും. എന്നാൽ എറോട്ടിസം ഇല്ലാതാകുമ്പോൾ, ബന്ധം "സാധാരണ" നിലയിൽ തുടരുന്നു. ഈ സാധാരണത്വം തന്നെ പ്രശ്നമായി തോന്നാൻ സമയം എടുക്കുന്നു. അതിനാൽ, എറോട്ടിസം ഇല്ലാത്ത ലൈംഗികത ദുർബലമാകുമ്പോഴും, അതിന്റെ അഭാവം പലപ്പോഴും ശ്രദ്ധിക്കപ്പെടുന്നില്ല[38].

ഈ ഭാഗം മുന്നോട്ടുവയ്ക്കുന്ന പ്രധാന നിലപാട് അതിനാൽ സുതാര്യമാണ്. എറോട്ടിസവും ലൈംഗികതയും ഒന്നല്ല. അവ തമ്മിലുള്ള സംഘർഷം മനസ്സിലാക്കാതെ, ആധുനിക ബന്ധങ്ങളിലെ തളർച്ചയും ആവേശനഷ്ടവും വിശദീകരിക്കാൻ കഴിയില്ല. ലൈംഗികത ശരീരത്തിന്റെ പ്രവർത്തനമായി തുടരാം; എറോട്ടിസം മനസ്സിന്റെ കല്പനയായി നിലനിൽക്കാതെ പോയാൽ, ബന്ധം അകത്തുനിന്ന് ശൂന്യമാകുന്നു.

എറോട്ടിസം ഇല്ലെങ്കിൽ ലൈംഗികത ദുർബലമാകും.പക്ഷേ, അതിന്റെ അഭാവം ഉടൻ ശ്രദ്ധിക്കപ്പെടണമെന്നില്ല.

പോൺ സംസ്കാരം എറോട്ടിസം എങ്ങനെ നശിപ്പിക്കുന്നു

ആധുനിക ലോകത്ത് ലൈംഗികതയെക്കുറിച്ചുള്ള ഏറ്റവും വലിയ പരാഡോക്സ് ഇതാണ്. ലൈംഗിക ഉള്ളടക്കം ചരിത്രത്തിൽ ഇത്രയും വ്യാപകമായിരുന്ന കാലം മറ്റൊന്നുമില്ല; എന്നിരുന്നാലും, ആഗ്രഹം ക്ഷീണിക്കുന്നതിനെക്കുറിച്ചുള്ള പരാതികൾ ഇത്രയും വ്യാപകമായിരുന്ന കാലവും ഇല്ല. ഈ വൈരുദ്ധ്യം വിശദീകരിക്കാൻ കഴിയുന്നത് ലൈംഗികതയുടെ അളവിലൂടെ അല്ല, എറോട്ടിസത്തിന്റെ ഘടനയിലൂടെ മാത്രമാണ്. ഈ ഘടനയെ ആഴത്തിൽ തകർക്കുന്ന ഒരു സാംസ്കാരിക ശക്തിയാണ് പോൺ സംസ്കാരം[39].

പോൺ സംസ്കാരത്തിന്റെ അടിസ്ഥാന തർക്കശാസ്ത്രം എല്ലാം ദൃശ്യവൽക്കരിക്കുകയാണ്. ഒന്നും ഒളിച്ചിരിപ്പില്ല, ഒന്നും സൂചനകളായി അവശേഷിക്കില്ല, ഒന്നും കാത്തിരിക്കേണ്ടതില്ല. എറോട്ടിസം നിലനിൽക്കാൻ ആവശ്യമായിരുന്ന "കാണാത്തത്", "ഇനിയും സംഭവിക്കാനിരിക്കുന്നത്", "പൂർണ്ണമായി വെളിപ്പെടുത്താത്തത്" എന്നിവയെല്ലാം പോൺ മുൻകൂട്ടി ഇല്ലാതാക്കുന്നു. ഇതിലൂടെ, ആഗ്രഹത്തിന്റെ മാനസിക ഇടം ചുരുങ്ങുന്നു[40].

ദൃശ്യം അധികരിക്കുമ്പോൾ, കൽപ്പന മരിക്കുന്നു. എറോട്ടിസം ഒരു ദൃശ്യാനുഭവമല്ല; അത് ദൃശ്യം പൂർത്തിയാക്കാൻ മനസ്സ് നടത്തുന്ന പ്രവർത്തനമാണ്. പോൺ സംസ്കാരത്തിൽ ഈ പ്രവർത്തനത്തിന് ആവശ്യമില്ല. എല്ലാം തയ്യാറായ ദൃശ്യമായി ലഭിക്കുന്നതിനാൽ, മനസ്സ് പൂരിപ്പിക്കേണ്ട ശൂന്യത ഇല്ലാതാകുന്നു. ഇതിന്റെ ഫലമായി, പ്രതീക്ഷയും കാത്തിരിപ്പും അപ്രസക്തമാകുന്നു. ആഗ്രഹം നിറവേറ്റപ്പെടുന്നു, പക്ഷേ അതു വളരുന്നില്ല[41].എറോട്ടിസത്തിന് ആവശ്യമായ മൂന്നു അടിസ്ഥാന ഘടകങ്ങൾ—അകലം, നിശ്ശബ്ദത, അപൂർണ്ണത—പോൺ സംസ്കാരം ക്രമാതീതമായി ഇല്ലാതാക്കുന്നു. അകലം ഇല്ലാതാകുമ്പോൾ, എല്ലാം ഉടൻ സമീപത്തായി മാറുന്നു. നിശ്ശബ്ദത ഇല്ലാതാകുമ്പോൾ, മനസ്സിന് ആഗ്രഹത്തെ സ്വയം രൂപപ്പെടുത്താൻ അവസരം ലഭിക്കില്ല. അപൂർണ്ണത ഇല്ലാതാകുമ്പോൾ, കൽപ്പനയുടെ ഇടം പൂർണ്ണമായും അടയുന്നു. ഈ മൂന്നു ഘടകങ്ങളും നഷ്ടപ്പെടുമ്പോൾ, എറോട്ടിസം ഒരു സാധ്യതയായി പോലും നിലനിൽക്കാൻ കഴിയാതെ പോകുന്നു[42].

പോൺ → ഉടൻ ഉത്തേജനം → ഉടൻ ശമനം എന്ന ലളിതമായ ചക്രത്തിലാണ് പ്രവർത്തിക്കുന്നത്. ഇത് ലൈംഗികതയുടെ ജൈവ ഘടനയുമായി പൊരുത്തപ്പെടുന്നുണ്ടെങ്കിലും, എറോട്ടിസത്തിന്റെ മാനസിക ഘടനയുമായി പൊരുത്തപ്പെടുന്നില്ല. ഈ ആവർത്തനത്തിലൂടെ, ഡോപാമിൻ സംവിധാനങ്ങൾ ക്ഷീണിക്കുന്നു. novelty എന്ന ആശയം തന്നെ ഉത്തേജനത്തിന്റെ അളവിലേക്കു ചുരുങ്ങുമ്പോൾ, മനസ്സ് തുടർച്ചയായി കൂടുതൽ ശക്തമായ ദൃശ്യങ്ങൾ തേടുന്നു. ഇതാണ് പുതുമയോടുള്ള അടിമത്വം (Novelty addiction) എന്ന അവസ്ഥയിലേക്ക് നയിക്കുന്നത്[43].

ഈ അവസ്ഥയിൽ, ശരീരത്തിന് ലൈംഗിക ഉത്തേജനം ലഭിക്കുന്നു, പക്ഷേ മനസ്സിന് ആഗ്രഹത്തിന്റെ ആഴം നഷ്ടമാകുന്നു. ലൈംഗിക പ്രതികരണം ഉണ്ടാകുന്നുണ്ടെങ്കിലും, അതിനോട് ചേർന്നിരുന്ന മാനസിക സാന്ദ്രത ഇല്ലാതാകുന്നു. ഇതാണ് ആധുനിക സമൂഹത്തിൽ വർധിച്ചുവരുന്ന "sexual satisfaction without desire" എന്ന വൈരുദ്ധ്യത്തിന്റെ അടിസ്ഥാന കാരണം[44].

ഇവിടെ ശ്രദ്ധിക്കേണ്ടത്, ഈ വിമർശനം വ്യക്തിഗത നൈതികതയെ ലക്ഷ്യമിടുന്നതല്ല എന്നതാണ്. പ്രശ്നം വ്യക്തികളുടെ "ശീലങ്ങളിൽ" അല്ല, ഒരു സംസ്കാരം ആഗ്രഹത്തെ എങ്ങിനെയാണ് പുനർസംവിധാനം ചെയ്യുന്നത് എന്നതിലാണ്. പോൺ സംസ്കാരം ആഗ്രഹത്തെ ഒരു ഉപഭോഗ വസ്തുവാക്കി മാറ്റുന്നു. ഉപഭോഗം നടന്നാൽ, ആഗ്രഹം തീരുന്നു. എന്നാൽ എറോട്ടിസം ഉപഭോഗത്തിലൂടെ നിലനിൽക്കുന്നതല്ല; അത് വൈകിപ്പിക്കൽ, നിയന്ത്രണം, കാത്തിരിപ്പ് എന്നിവയിലൂടെ നിലനിൽക്കുന്നതാണ്[45].

ഇതാണ് ആധുനിക വൈരുദ്ധ്യം. ലൈംഗിക ഉള്ളടക്കം ഏറെയാണ്, എന്നാൽ ആഗ്രഹം ക്ഷീണിച്ചിരിക്കുന്നു. ബന്ധങ്ങളിൽ ലൈംഗികത തുടരുന്നു, എന്നാൽ എറോട്ടിസം മങ്ങുന്നു. ഇതിന്റെ ഫലമായി, കൂടുതൽ ഉത്തേജനം തേടേണ്ടിവരുന്നു, പക്ഷേ കൂടുതൽ അർത്ഥം ലഭിക്കുന്നില്ല. ഈ ചക്രം ആഗ്രഹത്തെ ശക്തമാക്കുന്നില്ല; അത് തളർത്തുകയാണ് ചെയ്യുന്നത്[46].

ഈ പശ്ചാത്തലത്തിൽ, പോൺ സംസ്കാരം എറോട്ടിസത്തെ "നശിപ്പിക്കുന്നു" എന്ന വാദം അതിശയോക്തിയല്ല. അത് എറോട്ടിസത്തിന്റെ അടിസ്ഥാന പ്രവർത്തനാവസ്ഥ തന്നെ മാറ്റുന്നു. എറോട്ടിസം ദൃശ്യങ്ങളുടെ അധികം സഹിക്കില്ല, കാരണം അത് ദൃശ്യമല്ലാത്തതിലാണ് ജീവിക്കുന്നത്. എല്ലാം കാണിക്കുന്ന ഒരു ലോകത്ത്, ആഗ്രഹത്തിന് ഒളിച്ചിരിക്കാൻ ഇടമില്ല.

ലൈംഗികത വർധിച്ച സമൂഹങ്ങളിൽ എറോട്ടിസം കുറയുന്നു. കാരണം എറോട്ടിസം ദൃശ്യങ്ങളുടെ അധികം സഹിക്കില്ല. ലൈംഗികത ശരീരത്തിന്റെ പ്രവർത്തനമായി തുടർന്നേക്കാം.എറോട്ടിസം നിലനിൽക്കണമെങ്കിൽ, കൽപ്പനയ്ക്ക് ഇടവും അകലം നിലനിൽക്കുന്ന നിശ്ശബ്ദതയും അപൂർണ്ണതയുടെ സംരക്ഷണവും സാംസ്കാരികമായി തിരിച്ചുപിടിക്കേണ്ടതുണ്ട്.

References

1. Buss, David M. *Evolutionary Psychology: The New Science of the Mind*. Pearson, 2019.
2. Symons, Donald. *The Evolution of Human Sexuality*. Oxford University Press, 1979.
3. Masters, William H., and Johnson, Virginia E. *Human Sexual Response*. Little, Brown and Company, 1966.

4. Aron, Arthur et al. "Reward, Motivation, and Emotion Systems Associated with Early-Stage Intense Romantic Love." *Journal of Neurophysiology*, 2005.

5. Panksepp, Jaak. *Affective Neuroscience*. Oxford University Press, 1998.

6. Tiefer, Leonore. *Sex Is Not a Natural Act*. Westview Press, 2004.

7. Fisher, Helen. *Why We Love*. Henry Holt, 2004.

8. Foucault, Michel. *The History of Sexuality, Vol. 1*. Pantheon Books, 1978.

9. Baumeister, Roy F., and Vohs, Kathleen D. "Sexual Economics." *Personality and Social Psychology Review*, 2004.

10. Bear, M. F., Connors, B. W., & Paradiso, M. A. (2020). Neuroscience: Exploring the Brain. Wolters Kluwer.

11. Kandel, E. R., Koester, J. D., Mack, S. H., & Siegelbaum, S. A. (2021). Principles of Neural Science. McGraw-Hill.

12. Pfaus, J. G. (2009). Pathways of Sexual Desire. Journal of Sexual Medicine, 6(6), 1506–1533.

13. LeDoux, J. (1996). The Emotional Brain. Simon & Schuster.

14. Komisaruk, B. R., Whipple, B., & Beyer-Flores, C. (2006). The Science of Orgasm. Johns Hopkins University Press.

15. Komisaruk, B. R., Whipple, B., & Beyer-Flores, C. (2011). Functional MRI of the Brain during Clitoral, Vaginal, and Cervical Stimulation. Journal of Sexual Medicine.

16. Pfaus, J. G., & Everitt, B. J. (1995). Neural Control of Sexual Motivation. Behavioral Brain Research.

17. Georgiadis, J. R., & Kringelbach, M. L. (2012). The Human Sexual Response Cycle Revisited. Neuroscience & Biobehavioral Reviews.

18. Sapolsky, R. M. (2004). Why Zebras Don't Get Ulcers. Henry Holt.

19. Stahl, S. M. (2013). Stahl's Essential Psychopharmacology. Cambridge University Press.

20. Bataille, Georges. Erotism: Death and Sensuality. City Lights Books, 1986.

21. Barthes, Roland. A Lover's Discourse: Fragments. Hill and Wang, 1978.

22. Lacan, Jacques. The Four Fundamental Concepts of Psychoanalysis. W. W. Norton, 1978.

23. Žižek, Slavoj. The Plague of Fantasies. Verso, 1997.

24. Foucault, Michel. The History of Sexuality, Vol. 1. Pantheon Books, 1978.

25. Simmel, Georg. "The Sociology of Secrecy." American Journal of Sociology, 1906.

26. Han, Byung-Chul. The Agony of Eros. MIT Press, 2017.

27. Phillips, Adam. On Flirtation. Faber & Faber, 1994.

28. Illouz, Eva. Cold Intimacies. Polity Press, 2007.

29. Han, Byung-Chul. The Agony of Eros. MIT Press, 2017.

30. Giddens, Anthony. The Transformation of Intimacy. Stanford University Press, 1992.

31. Bauman, Zygmunt. Liquid Love. Polity Press, 2003.

32. Barthes, Roland. A Lover's Discourse: Fragments. Hill and Wang, 1978.

33. Phillips, Adam. On Flirtation. Faber & Faber, 1994.

34. Masters, William H., and Johnson, Virginia E. Human Sexual Response. Little, Brown and Company, 1966.

35. Rosa, Hartmut. Social Acceleration. Columbia University Press, 2013.

36. Illouz, Eva. Consuming the Romantic Utopia. University of California Press, 2007.

37. Perel, Esther. Mating in Captivity. HarperCollins, 2006.

38. Foucault, Michel. The History of Sexuality, Vol. 1. Pantheon Books, 1978.

39. Han, Byung-Chul. The Agony of Eros. MIT Press, 2017.

40. Baudrillard, Jean. The Consumer Society. Sage Publications, 1998.

41. Žižek, Slavoj. The Plague of Fantasies. Verso, 1997.

42. Barthes, Roland. The Pleasure of the Text. Hill and Wang, 1975.

43. Hilton, Donald L. "Pornography Addiction." Surgical Neurology International, 2013.

44. Love, Todd et al. "Neuroscience of Internet Pornography Addiction." Behavioral Sciences, 2015.

45. Illouz, Eva. Cold Intimacies. Polity Press, 2007.

46. Rosa, Hartmut. Social Acceleration. Columbia University Press, 2013.

അധ്യായം 6

മാംസനിബദ്ധ അനുരാഗം: ശരീരത്തിൽ ആരംഭിക്കുന്ന ആകർഷണം

മനുഷ്യാനുഭവത്തിൽ ഏറ്റവും തീവ്രവും ഉടനടി ശ്രദ്ധ പിടിച്ചുപറ്റുന്നതുമായ ആകർഷണരൂപങ്ങളിലൊന്നാണ് മാംസനിബദ്ധ അനുരാഗം. ഇത് വ്യക്തിയുടെ ബോധപൂർവമായ മൂല്യനിർണ്ണയത്തിലൂടെയോ ദീർഘചിന്തയിലൂടെയോ ആരംഭിക്കുന്ന ഒന്നല്ല. മറിച്ച്, ശരീരത്തിന്റെ ജൈവ–നാഡീ പ്രതികരണങ്ങളിൽ നിന്നാണ് ഇതിന്റെ തുടക്കം. കാഴ്ച, സ്പർശം, ശബ്ദം, ശരീരസൗന്ദര്യം തുടങ്ങിയ ഉത്തേജകങ്ങൾ മനുഷ്യ മസ്തിഷ്കത്തിൽ ഉടനടി പ്രതികരണം സൃഷ്ടിക്കുമ്പോൾ, ആ പ്രതികരണമാണ് ശാരീരിക ആഗ്രഹമായി അനുഭവപ്പെടുന്നത്[1].

ഈ ആകർഷണം ജൈവപരമായി വളരെ പഴക്കമുള്ളതാണ്. പരിണാമശാസ്ത്രത്തിന്റെ ദൃഷ്ടിയിൽ, മാംസനിബദ്ധ അനുരാഗം പുനരുത്പാദന സാധ്യതകൾ തിരിച്ചറിയാനും അതിലേക്കു വേഗത്തിൽ പ്രതികരിക്കാനും സഹായിക്കുന്ന ഒരു പ്രാഥമിക സംവിധാനം ആയിരുന്നു[2]. അതുകൊണ്ടുതന്നെ, ഇത് വേഗത്തിൽ ഉണരുന്നതും ശക്തമായി അനുഭവപ്പെടുന്നതുമാണ്. ശരീരത്തിന്റെ ഈ പ്രതികരണത്തിന് വിശദമായ വ്യാഖ്യാനങ്ങളോ അർത്ഥവത്കരണങ്ങളോ ആവശ്യമില്ല. ഉത്തേജനം ലഭിച്ചാൽ പ്രതികരണം ഉണ്ടാകുന്നു. അത്ര മാത്രം.

ശാരീരിക ആകർഷണം പലപ്പോഴും കാഴ്ചയിലൂടെയാണ് ആരംഭിക്കുന്നത്. മുഖസമമിതി, ശരീരഘടന, ചലനശൈലി, ശബ്ദത്തിന്റെ താളം എന്നിവ മനുഷ്യ മസ്തിഷ്കത്തിൽ സ്വാഭാവികമായി ശ്രദ്ധ പിടിച്ചുപറ്റുന്ന ഘടകങ്ങളാണ്[3]. ഈ ഘട്ടത്തിൽ, വ്യക്തിയുടെ സ്വഭാവം, മൂല്യങ്ങൾ, ജീവിതദർശനം, നൈതിക നിലപാട് എന്നിവ ഒന്നും പരിഗണിക്കപ്പെടണമെന്നില്ല. ശരീരം പ്രതികരിക്കുന്നു, മനസ്സ് പിന്നീട് അതിന് അർത്ഥം നൽകാൻ ശ്രമിക്കുന്നു. അതിനാൽ തന്നെ, ശാരീരിക ആകർഷണം വ്യക്തിയുടെ മൂല്യങ്ങളുമായി നിർബന്ധമായി പൊരുത്തപ്പെടണമെന്നില്ല.

ഈ അനുരാഗത്തിന്റെ മറ്റൊരു പ്രധാന സവിശേഷത അതിന്റെ തീവ്രതയാണ്. മാംസനിബദ്ധ അനുരാഗം അനുഭവപ്പെടുമ്പോൾ, അത് പലപ്പോഴും “പ്രണയം” എന്ന പേരിലാണ് വിവർത്തനം ചെയ്യപ്പെടുന്നത്. എന്നാൽ ശാസ്ത്രീയമായി നോക്കുമ്പോൾ, ഈ ഘട്ടത്തിൽ അനുഭവപ്പെടുന്നത് ഒരു ഉത്തേജനാവസ്ഥയാണ്, ദീർഘകാല ബന്ധത്തിന്റെ സൂചനയല്ല[4]. ഡോപാമിൻ അടിസ്ഥിതമായ പ്രതിഫലന സംവിധാനങ്ങൾ ശക്തമായി സജീവമാകുമ്പോൾ, ആകർഷണം അത്യന്തം തീവ്രമായി അനുഭവപ്പെടുന്നു. ഈ തീവ്രതയാണ് പലപ്പോഴും ബന്ധങ്ങളെ അതിവേഗം മുന്നോട്ട് തള്ളുന്നത്.

എന്നാൽ, ഈ same ജൈവ ഘടനയാണ് മാംസനിബദ്ധ അനുരാഗത്തിന്റെ ദൗർബല്യവും. കാരണം, ഇത് അത്ര തന്നെ വേഗത്തിൽ ശമിക്കുന്ന സ്വഭാവമുള്ളതാണ്. ഉത്തേജനം ആവർത്തിക്കപ്പെടാതെ പോയാൽ, അല്ലെങ്കിൽ novelty നഷ്ടപ്പെടുകയാണെങ്കിൽ, ആഗ്രഹം കുറയാൻ തുടങ്ങും[5]. ഈ കുറവ് പലപ്പോഴും തെറ്റായി “പ്രണയം പോയി” എന്ന രീതിയിൽ വ്യാഖ്യാനിക്കപ്പെടുന്നു. യാഥാർത്ഥ്യത്തിൽ, ക്ഷയിക്കുന്നത് പ്രണയം അല്ല, ശരീരത്തിന്റെ ഉത്തേജനാവസ്ഥയാണ്.

ശാരീരിക ആകർഷണത്തിന്റെ ഈ അസ്ഥിരത ബന്ധങ്ങളിൽ വലിയ ആശയക്കുഴപ്പങ്ങൾ സൃഷ്ടിക്കുന്നു. തുടക്കത്തിൽ അത്യന്തം ശക്തമായി അനുഭവപ്പെട്ട ആഗ്രഹം, സമയം കടന്നുപോകുമ്പോൾ സ്വാഭാവികമായി കുറയുമ്പോൾ, പങ്കാളികൾ തമ്മിൽ എന്തോ “തകരാർ” സംഭവിച്ചതായി തോന്നുന്നു. എന്നാൽ ശാസ്ത്രീയമായി നോക്കുമ്പോൾ, ഇത് ഒരു ജൈവ

പ്രക്രിയയുടെ സ്വാഭാവിക ഗതിയാണ്[6]. മാംസനിബദ്ധ അനുരാഗം ദീർഘകാല സ്ഥിരതയ്ക്കായി രൂപപ്പെടുത്തിയ സംവിധാനമല്ല.

ഇവിടെയാണ് ശാരീരിക ആകർഷണവും വ്യക്തിത്വപ്രണയവും തമ്മിലുള്ള വ്യത്യാസം വ്യക്തമാകുന്നത്. മാംസനിബദ്ധ അനുരാഗം വ്യക്തിയുടെ സ്വഭാവത്തോടോ ജീവിതദർശനത്തോടോ പൊരുത്തപ്പെടാതെ നിലനിൽക്കാം. ഒരാൾക്ക് മറ്റൊരാളോട് ശക്തമായ ശാരീരിക ആകർഷണം അനുഭവപ്പെടാം, എന്നാൽ അവരുടെ മൂല്യങ്ങൾ, ലക്ഷ്യങ്ങൾ, വികാരപ്രതികരണങ്ങൾ എന്നിവ തമ്മിൽ അടിസ്ഥാനപരമായ സംഘർഷം നിലനിൽക്കാം. ഈ സംഘർഷം തുടക്കത്തിൽ ആകർഷണത്തിന്റെ തീവ്രത മൂലം മറഞ്ഞുനിൽക്കും[7].

ഈ അവസ്ഥയിൽ "പ്രണയം" എന്ന അനുഭവം യഥാർത്ഥത്തിൽ ഒരു ഉത്തേജനാവസ്ഥയായിരിക്കാം. ഉത്തേജനം ഉയരുമ്പോൾ, ഭാവനയും പ്രതീക്ഷയും ശക്തമാകുന്നു. എന്നാൽ, ഈ ഘട്ടം ബന്ധത്തിന് ദീർഘകാല അടിത്തറ നൽകണമെന്നില്ല. കാരണം, ദീർഘകാല ബന്ധങ്ങൾക്ക് ആവശ്യമായത് ശാരീരിക പ്രതികരണങ്ങളല്ല, മറിച്ച് വികാര ആഴവും മൂല്യ പൊരുത്തവുമാണ്[8]. മാംസനിബദ്ധ അനുരാഗം ഈ ഘടകങ്ങൾ ഉറപ്പാക്കുന്നില്ല.

അതേസമയം, ഈ നിരീക്ഷണം ശാരീരിക ആഗ്രഹത്തെ നിസ്സാരവൽക്കരിക്കുന്നതല്ല. ശരീരത്തിൽ നിന്നുയരുന്ന ആഗ്രഹം മനുഷ്യാനുഭവത്തിന്റെ സ്വാഭാവികവും ഒഴിവാക്കാനാകാത്തതുമായ ഭാഗമാണ്. അത് മനുഷ്യബന്ധങ്ങൾക്ക് ഊർജ്ജവും ഉന്മാദവും നൽകുന്നു. പ്രശ്നം ഈ ആഗ്രഹത്തെ മാത്രമാണ് പ്രണയത്തിന്റെ മുഴുവൻ അർത്ഥമായി തെറ്റിദ്ധരിക്കുമ്പോൾ ഉണ്ടാകുന്നത്[9]. മാംസനിബദ്ധ അനുരാഗത്തിന്റെ ശക്തി അതിന്റെ തീവ്രതയിലാണ്; അതിന്റെ ദൗർബല്യം അതിന്റെ അസ്ഥിരതയിലാണ്.

അതിനാൽ, ഈ ഭാഗം സ്ഥാപിക്കുന്ന നിലപാട് വ്യക്തമാണ്. ശരീരത്തിൽ നിന്നുയരുന്ന ആഗ്രഹം മനുഷ്യാനുഭവത്തിന്റെ ഭാഗമാണ്. അത് ഒഴിവാക്കേണ്ടതുമല്ല, അപലപിക്കേണ്ടതുമല്ല. എന്നാൽ, അത് ബന്ധത്തിന്റെ ആഴത്തിനോ ദീർഘകാല സ്ഥിരതയ്ക്കോ ഉറപ്പ് നൽകുന്ന ഘടകമല്ല. ഈ വ്യത്യാസം തിരിച്ചറിയാതെ, മനുഷ്യബന്ധങ്ങളെ മനസ്സിലാക്കാൻ ശ്രമിക്കുന്നത് ശാസ്ത്രീയമായും മാനസികമായും അപൂർണ്ണമായിരിക്കും. വ്യക്തിത്വപ്രണയം: വികാര ആഴവും മൂല്യബന്ധവും

മാംസനിബദ്ധ അനുരാഗം ശരീരത്തിന്റെ ഉത്തേജനത്തിൽ നിന്ന് ആരംഭിക്കുന്നുവെങ്കിൽ, വ്യക്തിത്വപ്രണയം മനുഷ്യന്റെ ഉള്ളറകളിൽ നിന്നാണ് വളരുന്നത്. ഇത് കാഴ്ചയിലൂടെയോ സ്പർശത്തിലൂടെയോ പെട്ടെന്ന് ഉണരുന്ന ഒരു പ്രതികരണമല്ല; മറിച്ച്, ഒരാളുടെ സ്വഭാവം, മൂല്യങ്ങൾ, ചിന്താശൈലി, വികാരപ്രതികരണങ്ങൾ എന്നിവയുമായി നീണ്ടകാല ഇടപഴകലിലൂടെ രൂപപ്പെടുന്ന ഒരു ബന്ധാവസ്ഥയാണ്. വ്യക്തിത്വപ്രണയം എന്ന ആശയം, പ്രണയത്തെ ഒരു ഉത്തേജന സംഭവമായി അല്ല, മറിച്ച് ഒരു ബന്ധപരമായ വളർച്ചയായി മനസ്സിലാക്കാൻ സഹായിക്കുന്നു[10].

ഈ പ്രണയരൂപത്തിന്റെ കേന്ദ്രത്തിൽ emotional depth എന്ന ആശയമാണ്. വികാര ആഴം എന്നത് ശക്തമായ വികാരപ്രകടനങ്ങളെയോ നാടകീയ അനുഭവങ്ങളെയോ മാത്രം സൂചിപ്പിക്കുന്നില്ല. മറിച്ച്, മറ്റൊരാളുടെ വികാരങ്ങളെ മനസ്സിലാക്കാനും അവയെ സഹിക്കാനും അവയോടൊപ്പം നിലനിൽക്കാനും കഴിയുന്ന മാനസിക ശേഷിയെയാണ് ഇത് സൂചിപ്പിക്കുന്നത്.

വ്യക്തിത്വപ്രണയം ഒരാളുടെ സ്വഭാവത്തിലെ സ്ഥിരതയും അസംഘർഷവും തിരിച്ചറിയുന്നതിലൂടെ വളരുന്നു. ഈ തിരിച്ചറിവ് ഒരുനാൾകൊണ്ട് സംഭവിക്കുന്നില്ല; അത് സമയം ആവശ്യപ്പെടുന്ന ഒരു പ്രക്രിയയാണ്[11].

ഇവിടെ ആകർഷണം പതുക്കെ വളരുന്ന ഒന്നാണ്. ആദ്യഘട്ടങ്ങളിൽ ഇത് ശക്തമായ ആവേശമായി അനുഭവപ്പെടണമെന്നില്ല. മറിച്ച്, പരിചയത്തിലൂടെ, സംഭാഷണങ്ങളിലൂടെ, പ്രതിസന്ധികളിലെ പ്രതികരണങ്ങൾ കാണുന്നതിനിലൂടെ, വ്യക്തിയുടെ മൂല്യങ്ങൾ വ്യക്തമായി പ്രകടമാകുമ്പോഴാണ് ഈ ആകർഷണം ശക്തമാകുന്നത്. ഈ പതുക്കെ വളരുന്ന സ്വഭാവമാണ് വ്യക്തിത്വപ്രണയത്തിന്റെ പ്രധാന ശക്തി. കാരണം, ഇത് novelty യിൽ അല്ല, പരിചയത്തിൽ ആണ് ഊർജം കണ്ടെത്തുന്നത്[12].

വ്യക്തിത്വപ്രണയത്തിന്റെ അടിത്തറ പരസ്പര ബോധ്യത്തിലാണ്. ഒരാൾ എന്താണ് ചിന്തിക്കുന്നത് എന്നതിലുപരി, എന്തുകൊണ്ട് അങ്ങനെ ചിന്തിക്കുന്നു എന്നത് മനസ്സിലാക്കാനുള്ള ശ്രമമാണ് ഇവിടെ പ്രധാനമാകുന്നത്. സഹാനുഭൂതി ഈ പ്രണയരൂപത്തിന്റെ കേന്ദ്രഗുണമാണ്. മറ്റൊരാളുടെ അനുഭവങ്ങളെ സ്വന്തം അനുഭവമായി വായിക്കാനുള്ള ശേഷി, ഈ ബന്ധത്തെ ദൃഢമാക്കുന്നു. ഇതോടൊപ്പം, നൈതിക–ബൗദ്ധിക പൊരുത്തവും നിർണായകമാണ്. ജീവിതത്തെക്കുറിച്ചുള്ള അടിസ്ഥാന സമീപനങ്ങൾ, ഉത്തരവാദിത്വബോധം, സ്വാതന്ത്ര്യത്തെക്കുറിച്ചുള്ള ധാരണകൾ എന്നിവ തമ്മിൽ അടിസ്ഥാനപരമായ പൊരുത്തം ഇല്ലെങ്കിൽ, ദീർഘകാല ബന്ധം നിലനിൽക്കാൻ ബുദ്ധിമുട്ടുണ്ടാകുമെന്ന് ഗവേഷണങ്ങൾ സൂചിപ്പിക്കുന്നു[13].

ഈ ഘട്ടത്തിൽ ശാരീരിക ആഗ്രഹത്തിന്റെ സ്ഥാനം മാറുന്നു. വ്യക്തിത്വപ്രണയത്തിൽ ശാരീരിക ആഗ്രഹം കേന്ദ്രസ്ഥാനത്തില്ല. എന്നാൽ, അത് പൂർണ്ണമായും അഭാവവുമല്ല. അത് ബന്ധത്തിന്റെ അനുബന്ധ ഘടകമായി പ്രവർത്തിക്കുന്നു. ശരീരത്തിന്റെ ഉത്തേജനം ഇവിടെ ബന്ധത്തെ നയിക്കുന്നില്ല; മറിച്ച്, ബന്ധം നിലനിൽക്കുമ്പോൾ ശരീരം അതിന് പ്രതികരിക്കുന്നു. ഈ ക്രമം മാംസനിബദ്ധ അനുരാഗത്തിൽ നിന്നു പൂർണ്ണമായും വ്യത്യസ്തമാണ്[14].

വ്യക്തിത്വപ്രണയം പ്രതിസന്ധികളെ സഹിക്കുന്നതിലാണ് തന്റെ ശക്തി തെളിയിക്കുന്നത്. രോഗം, സാമ്പത്തിക ബുദ്ധിമുട്ടുകൾ, തൊഴിൽമാറ്റങ്ങൾ, വ്യക്തിഗത പരാജയങ്ങൾ തുടങ്ങിയ ഘട്ടങ്ങളിൽ, ശാരീരിക ആകർഷണം മാത്രം അധിഷ്ഠിതമായ ബന്ധങ്ങൾ പലപ്പോഴും തളരുന്നു. എന്നാൽ, വ്യക്തിത്വപ്രണയം ഇത്തരം സാഹചര്യങ്ങളിൽ പോലും നിലനിൽക്കാൻ കഴിവുള്ളതാണ്, കാരണം അതിന്റെ അടിത്തറ ഉത്തേജനത്തിൽ അല്ല, പങ്കുവയ്ക്കപ്പെട്ട മൂല്യങ്ങളിലും വികാരബന്ധത്തിലും ആണ്[15].

മാറ്റങ്ങളെ ഉൾക്കൊള്ളാനുള്ള ശേഷിയും ഈ പ്രണയരൂപത്തിന്റെ മറ്റൊരു പ്രധാന സവിശേഷതയാണ്. മനുഷ്യർ സ്ഥിരതയുള്ളവരല്ല; അവർ കാലക്രമേണ മാറുന്നു. ചിന്താശൈലി, ആഗ്രഹങ്ങൾ, മുൻഗണനകൾ എന്നിവ രൂപാന്തരം പ്രാപിക്കുന്നു. വ്യക്തിത്വപ്രണയം ഈ മാറ്റങ്ങളെ ബന്ധത്തിന്റെ പരാജയമായി കാണുന്നില്ല. മറിച്ച്, അവയെ ബന്ധത്തിന്റെ വളർച്ചയുടെ ഭാഗമായി ഉൾക്കൊള്ളുന്നു. ഈ രൂപാന്തരസ്വഭാവമാണ് വ്യക്തിത്വപ്രണയത്തെ ദീർഘകാല ബന്ധങ്ങൾക്ക് അനുയോജ്യമാക്കുന്നത്[16].

ഇവിടെ ശ്രദ്ധിക്കേണ്ട മറ്റൊരു കാര്യം, വ്യക്തിത്വപ്രണയം “ആവേശരഹിതം” ആണെന്ന പൊതുധാരണയാണ്. എന്നാൽ, ശാസ്ത്രീയമായി നോക്കുമ്പോൾ, ആവേശം ഇല്ലാതാകുന്നതല്ല

ഇവിടെ സംഭവിക്കുന്നത്; ആവേശത്തിന്റെ രൂപമാണ് മാറുന്നത്. തുടക്കത്തിലെ ഉത്തേജനാവസ്ഥയ്ക്ക് പകരം, സുരക്ഷയും വിശ്വാസവും അടങ്ങിയ ഒരു ആഴത്തിലുള്ള ബന്ധബോധമാണ് രൂപപ്പെടുന്നത്. ഈ മാറ്റം പലപ്പോഴും തെറ്റായി "പ്രണയം ക്ഷയിച്ചു" എന്ന രീതിയിൽ വ്യാഖ്യാനിക്കപ്പെടുന്നു[17].

ഈ തെറ്റിദ്ധാരണയാണ് ആധുനിക ബന്ധങ്ങളിൽ വലിയ അസന്തോഷങ്ങൾക്ക് കാരണം. വ്യക്തികൾ മാംസനിബദ്ധ അനുരാഗത്തിന്റെ തീവ്രത ദീർഘകാലം തുടരുമെന്ന് പ്രതീക്ഷിക്കുമ്പോൾ, വ്യക്തിത്വപ്രണയത്തിന്റെ സ്വഭാവം അവർക്കു നിരാശയായി തോന്നുന്നു. എന്നാൽ, ദീർഘകാല ബന്ധങ്ങൾ നിലനിൽക്കുന്നത് ശരീരത്തിന്റെ ഉത്തേജനത്തിൽ അല്ല, വ്യക്തിത്വത്തിന്റെ സ്ഥിരതയിലാണ് എന്ന സത്യം അംഗീകരിക്കുമ്പോൾ, ഈ നിരാശയ്ക്ക് ഇടയില്ല[18].

അതിനാൽ, ഈ ഭാഗം സ്ഥാപിക്കുന്ന നിലപാട് സുതാര്യമാണ്. ദീർഘകാല ബന്ധങ്ങൾ നിലനിൽക്കുന്നത് ശരീരത്തിന്റെ ഉത്തേജനത്തിൽ അല്ല. അത് വ്യക്തികളുടെ സ്വഭാവത്തിലെ സ്ഥിരതയിൽ, മൂല്യബന്ധത്തിൽ, വികാര ആഴത്തിൽ എന്നിവയിലാണ്. വ്യക്തിത്വപ്രണയം വേഗത്തിൽ തെളിയുന്ന ഒന്നല്ല; എന്നാൽ, അത് കാലത്തിന്റെ പരീക്ഷകൾ അതിജീവിക്കാൻ കഴിയുന്ന ഒരു ബന്ധരൂപമാണ്.

മൂല്യസംഘർഷവും ബന്ധങ്ങളുടെ ദൈർഘ്യവും

ബന്ധങ്ങളുടെ ആയുസ്സ് നിർണ്ണയിക്കുന്നത് എന്താണ് എന്ന ചോദ്യം മനുഷ്യബന്ധങ്ങളെക്കുറിച്ചുള്ള ഗവേഷണങ്ങളുടെ കേന്ദ്രവിഷയങ്ങളിലൊന്നാണ്. പൊതുവേ, ശക്തമായ ലൈംഗിക ആകർഷണമാണ് ബന്ധങ്ങളെ ദീർഘകാലം നിലനിറുത്തുന്നതെന്ന ധാരണ വ്യാപകമാണ്. എന്നാൽ ആധുനിക മനശ്ശാസ്ത്രവും ബന്ധഗവേഷണവും വ്യക്തമാക്കുന്നത്, ബന്ധങ്ങളുടെ ദൈർഘ്യം നിർണ്ണയിക്കുന്നത് ശാരീരിക ആഗ്രഹത്തിന്റെ തീവ്രതയല്ല; മറിച്ച്, മൂല്യങ്ങളുടെ സഹവർത്തിത്വവും അവയെ കൈകാര്യം ചെയ്യാനുള്ള മാനസിക ശേഷിയുമാണെന്നാണ്[19].

മാംസനിബദ്ധ അനുരാഗം ബന്ധങ്ങളുടെ ആരംഭഘട്ടത്തിൽ വലിയൊരു മറവിക്കുടയായി പ്രവർത്തിക്കുന്നു. ശക്തമായ ശാരീരിക ആകർഷണം നിലനിൽക്കുന്ന ഘട്ടങ്ങളിൽ, വ്യക്തികൾ തമ്മിലുള്ള മൂല്യവ്യത്യാസങ്ങൾ പലപ്പോഴും ശ്രദ്ധയിൽപ്പെടാറില്ല. ജീവിതലക്ഷ്യങ്ങളിലെ പൊരുത്തക്കേടുകൾ, പണത്തോടുള്ള സമീപനത്തിലെ വ്യത്യാസങ്ങൾ, സ്വാതന്ത്ര്യത്തെക്കുറിച്ചുള്ള ധാരണകൾ, മത–രാഷ്ട്രീയ വിശ്വാസങ്ങൾ, സൃഷ്ടിപരമായ മുൻഗണനകൾ എന്നിവയെല്ലാം ആദ്യഘട്ടങ്ങളിൽ "അപ്രധാന"മായി തോന്നുന്നു. കാരണം, ഉത്തേജനാവസ്ഥ മനുഷ്യന്റെ വിമർശനബോധത്തെ താൽക്കാലികമായി മങ്ങിപ്പിക്കുന്നു[20].

എന്നാൽ സമയം കടന്നുപോകുമ്പോൾ, ഈ മറവിക്കുട പതുക്കെ നീങ്ങുന്നു. ശാരീരിക ആഗ്രഹത്തിന്റെ തീവ്രത സ്വാഭാവികമായി കുറയുമ്പോൾ, മുൻപ് അവഗണിക്കപ്പെട്ട മൂല്യസംഘർഷങ്ങൾ മുന്നിലേക്ക് വരുന്നു. അപ്പോഴാണ് ബന്ധത്തിൽ സംഘർഷങ്ങൾ ശക്തമാകുന്നത്. ഈ ഘട്ടത്തിൽ പല ബന്ധങ്ങളും തകരുന്നത്, "പ്രണയം കുറഞ്ഞു" എന്ന പേരിലാണ് വിശദീകരിക്കപ്പെടുന്നത്. എന്നാൽ ഗവേഷണങ്ങൾ സൂചിപ്പിക്കുന്നത്, ഇവിടെ

യഥാർത്ഥ പ്രശ്നം ആഗ്രഹത്തിന്റെ കുറവല്ല; പരിഹരിക്കപ്പെടാത്ത മൂല്യസംഘർഷങ്ങളാണെന്നാണ്[21].

വ്യക്തിത്വപ്രണയത്തിൽ ഈ പ്രക്രിയ പൂർണ്ണമായും വ്യത്യസ്തമാണ്. ഇവിടെ മൂല്യവ്യത്യാസങ്ങൾ ബന്ധത്തിന്റെ തുടക്കത്തിൽ തന്നെ തിരിച്ചറിയപ്പെടുന്നു. പതുക്കെ വളരുന്ന ബന്ധങ്ങളിൽ, സംഭാഷണത്തിനും പരസ്പര അവലോകനത്തിനും സമയം ലഭിക്കുന്നു. ഒരാളുടെ ജീവിതലക്ഷ്യങ്ങൾ, തൊഴിൽ മുൻഗണനകൾ, പണത്തോടുള്ള സമീപനം, സ്വാതന്ത്ര്യത്തെക്കുറിച്ചുള്ള പ്രതീക്ഷകൾ, സാമൂഹിക ഉത്തരവാദിത്വങ്ങൾ എന്നിവ എല്ലാം സ്വാഭാവികമായി ചർച്ചയിലേക്കു വരുന്നു. ഈ സംഭാഷണങ്ങളിലൂടെയാണ് ബന്ധത്തിന്റെ യഥാർത്ഥ അടിത്തറ രൂപപ്പെടുന്നത്[22].

മൂല്യസംഘർഷങ്ങൾ എല്ലാ ബന്ധങ്ങളിലും അനിവാര്യമാണ്. ഒരേ മൂല്യങ്ങൾ പൂർണ്ണമായും പങ്കുവയ്ക്കുന്ന രണ്ട് വ്യക്തികൾ അപൂർവ്വമാണ്. പ്രശ്നം മൂല്യവ്യത്യാസങ്ങൾ ഉണ്ടാകുന്നതല്ല; അവയെ എങ്ങനെ കൈകാര്യം ചെയ്യുന്നു എന്നതാണ്. വ്യക്തിത്വപ്രണയം മൂല്യസംഘർഷങ്ങളെ ബന്ധത്തിന്റെ പരാജയമായി കാണുന്നില്ല. മറിച്ച്, അവയെ ചർച്ചയിലൂടെയും പരസ്പര സമവായത്തിലൂടെയും കൈകാര്യം ചെയ്യേണ്ട വിഷയങ്ങളായി സമീപിക്കുന്നു. ഈ സമീപനമാണ് ബന്ധത്തിന്റെ ദൈർഘ്യം വർധിപ്പിക്കുന്നത്[23].

ബന്ധങ്ങളിൽ ഏറ്റവും കൂടുതൽ സംഘർഷം സൃഷ്ടിക്കുന്ന മൂല്യ മേഖലകൾ വ്യക്തമായി രേഖപ്പെടുത്തിയിട്ടുണ്ട്. ജീവിതലക്ഷ്യങ്ങളിൽ കാണുന്ന വ്യത്യാസങ്ങൾ, പ്രത്യേകിച്ച് തൊഴിൽ, കുട്ടികൾ, താമസം എന്നിവയുമായി ബന്ധപ്പെട്ട തീരുമാനങ്ങൾ, ബന്ധങ്ങളെ വലിയ പരീക്ഷണങ്ങൾക്ക് വിധേയമാക്കുന്നു. പണത്തോടുള്ള സമീപനത്തിലെ വ്യത്യാസങ്ങൾ—ചിലർക്ക് സംരക്ഷണം പ്രധാനമാകുമ്പോൾ, മറ്റുള്ളവർക്ക് സ്വാതന്ത്ര്യവും ആസ്വാദനവുമാണ് മുൻഗണന—ദീർഘകാല അസന്തോഷത്തിന് കാരണമാകുന്നു. അതുപോലെ, സ്വാതന്ത്ര്യത്തിന്റെ അളവിനെക്കുറിച്ചുള്ള വ്യത്യസ്ത പ്രതീക്ഷകളും, മത–രാഷ്ട്രീയ വിശ്വാസങ്ങളിലെ സംഘർഷങ്ങളും, സൃഷ്ടിപരമായ മുൻഗണനകളിലെ പൊരുത്തക്കേടുകളും ബന്ധങ്ങളുടെ സ്ഥിരതയെ ബാധിക്കുന്നു[24].

ഈ ഘട്ടത്തിൽ, ഒരു നിർണായക തെറ്റിദ്ധാരണ തിരുത്തേണ്ടതുണ്ട്. ദീർഘകാല ബന്ധങ്ങൾ തകരുന്നത് ആഗ്രഹം കുറഞ്ഞതുകൊണ്ടല്ല. ആഗ്രഹം എല്ലാ ബന്ധങ്ങളിലും കാലക്രമേണ മാറുന്നു. ചില ഘട്ടങ്ങളിൽ അത് ശക്തമാകാം, ചില ഘട്ടങ്ങളിൽ ക്ഷയിക്കാം. ഇത് ഒരു ജൈവ–മാനസിക യാഥാർത്ഥ്യമാണ്. എന്നാൽ മൂല്യസംഘർഷങ്ങൾ പരിഹരിക്കപ്പെടാതെ തുടരുമ്പോൾ, ബന്ധം സ്ഥിരമായ സമ്മർദ്ദാവസ്ഥയിലേക്കു മാറുന്നു. ഈ സമ്മർദ്ദമാണ് ബന്ധങ്ങളെ അകത്തുനിന്ന് ദുർബലമാക്കുന്നത്[25].

അതിനാൽ, ലൈംഗിക തീവ്രതയും ബന്ധത്തിന്റെ ആയുസ്സും തമ്മിൽ നേരിട്ടുള്ള ബന്ധമുണ്ടെന്ന ധാരണ ശാസ്ത്രീയമായി നിലനിൽക്കുന്നതല്ല. ശക്തമായ ലൈംഗിക ആകർഷണമുള്ള ബന്ധങ്ങൾ പോലും, മൂല്യസംഘർഷങ്ങൾ പരിഹരിക്കപ്പെടാതെ തുടരുമ്പോൾ, വേഗത്തിൽ തകരാം. അതേസമയം, ശാരീരിക ആഗ്രഹം കേന്ദ്രസ്ഥാനത്തില്ലാത്ത ബന്ധങ്ങൾ പോലും, വികാര–മൂല്യ പൊരുത്തം നിലനിൽക്കുമ്പോൾ, ദീർഘകാലം നിലനിൽക്കുന്നു[26].

ഇവിടെ വികാര–മൂല്യ പൊരുത്തത്തിന്റെ പ്രാധാന്യം പ്രത്യേകമായി എടുത്തുപറയേണ്ടതാണ്. ഇത് ഒരേ അഭിപ്രായങ്ങൾ പങ്കുവയ്ക്കുന്നതിനെ മാത്രം സൂചിപ്പിക്കുന്നില്ല. മറിച്ച്, വ്യത്യസ്ത അഭിപ്രായങ്ങൾ ഉണ്ടായാലും അവയെ മാന്യമായി കൈകാര്യം ചെയ്യാനുള്ള മാനസിക ശേഷിയെയാണ് ഇത്

സൂചിപ്പിക്കുന്നത്. പരസ്പര ബഹുമാനം, സംഭാഷണത്തിനുള്ള തുറന്ന മനസ്സ്, മാറ്റങ്ങൾക്ക് തയ്യാറാകുന്ന സമീപനം എന്നിവയാണ് ഈ പൊരുത്തത്തിന്റെ അടിത്തറ. ഈ ഘടകങ്ങളാണ് ബന്ധങ്ങളുടെ ദൈർഘ്യം നിർണ്ണയിക്കുന്നത്[27].

ബന്ധങ്ങളുടെ ആയുസ്സ് ശരീരത്തിന്റെ ആഗ്രഹത്തിൽ നിന്ന് അല്ല. ശാരീരിക ആകർഷണം ബന്ധത്തിന്റെ തുടക്കത്തിൽ ഊർജ്ജം നൽകാം, എന്നാൽ അതിന് ദീർഘകാല സ്ഥിരത നൽകാൻ കഴിയില്ല. ബന്ധങ്ങളുടെ യഥാർത്ഥ ദൈർഘ്യം ഉറപ്പാക്കുന്നത്, മൂല്യങ്ങളുടെ സഹവർത്തിത്വവും അവയെ പങ്കുവച്ച് ജീവിക്കാനുള്ള മാനസിക–വികാര ശേഷിയുമാണ്. ഇതാണ് മാംസനിബദ്ധ അനുരാഗവും വ്യക്തിത്വപ്രണയവും തമ്മിലുള്ള ഏറ്റവും നിർണായകമായ വ്യത്യാസം.

ബൗദ്ധിക ആകർഷണം, സൃഷ്ടിപരത, ആസ്വാദനനഷ്ടം

മാംസനിബദ്ധ അനുരാഗവും വ്യക്തിത്വപ്രണയവും തമ്മിലുള്ള വ്യത്യാസങ്ങൾ പരിശോധിച്ചതിനുശേഷം, മനുഷ്യബന്ധങ്ങളിൽ അപൂർവ്വമായെങ്കിലും നിർണായകമായ മറ്റൊരു ആകർഷണരൂപത്തിലേക്കാണ് ഇനി ശ്രദ്ധ നീങ്ങേണ്ടത്. അതാണ് ബൗദ്ധിക ആകർഷണം. ഈ ആകർഷണം ശരീരത്തിൽ നിന്നോ ശാരീരിക ഉത്തേജനത്തിൽ നിന്നോ ആരംഭിക്കുന്നതല്ല. മറിച്ച്, ഒരാളുടെ ബുദ്ധിശക്തിയോടും ചിന്താശൈലിയോടും സൃഷ്ടിപരമായ കഴിവുകളോടും അനുഭവപ്പെടുന്ന ആഴമുള്ള താൽപര്യത്തിൽ നിന്നാണ് ഇത് വളരുന്നത്[28].

ചില ബന്ധങ്ങളിൽ, പങ്കാളിയെ ആകർഷിക്കുന്നത് അവരുടെ ശരീരമല്ല, അവർ ചിന്തിക്കുന്ന വിധിയാണ്. ആശയങ്ങൾ രൂപപ്പെടുത്തുന്ന രീതി, പ്രശ്നങ്ങളെ സമീപിക്കുന്ന ബൗദ്ധിക സങ്കീർണ്ണത, ഭാഷയുടെ ഉപയോഗം, സൃഷ്ടിപരമായ പ്രകടനം എന്നിവയാണ് ഇവിടെ ആകർഷണത്തിന്റെ കേന്ദ്രബിന്ദു. ഈ സാഹചര്യത്തിൽ, ലൈംഗിക ആഗ്രഹം പോലും ആശയങ്ങളിലേക്കും ചിന്താശൈലിയിലേക്കും മാറുന്നു. ശരീരത്തേക്കാൾ കൂടുതൽ ആകർഷിക്കുന്നത് ബുദ്ധിയാകുന്നു. ഇത് "intellectual attraction" എന്നറിയപ്പെടുന്ന അപൂർവ്വമായ, എന്നാൽ ശക്തമായ ബന്ധരൂപമാണ്[29].

ബൗദ്ധിക ആകർഷണത്തിന്റെ ഒരു പ്രത്യേക രൂപമാണ് "creator obsession". സൃഷ്ടിക്കുന്ന മനുഷ്യനോടുള്ള ആകർഷണമാണിത്. കലാകാരൻ, എഴുത്തുകാരൻ, ചിന്തകൻ, ശാസ്ത്രജ്ഞൻ തുടങ്ങിയവർ അവരുടെ സൃഷ്ടിപരമായ ഊർജ്ജം കൊണ്ടാണ് ഇവിടെ ആകർഷണകേന്ദ്രങ്ങളാകുന്നത്. അവരുടെ വ്യക്തിത്വത്തിന്റെ മുഴുവൻ രൂപത്തേക്കാൾ, അവർ സൃഷ്ടിക്കുന്ന ആശയങ്ങളാണ് ആസ്വാദ്യമായി മാറുന്നത്. ഈ ആസ്വാദനം പലപ്പോഴും സൗന്ദര്യാനുഭവത്തോട് ചേർന്നതാണ്; അത് aesthetic obsession ആയി അനുഭവപ്പെടുന്നു[30].

എന്നാൽ ഈ ആകർഷണത്തിന് ഒരു നിർണായക ദൗർബല്യമുണ്ട്. ബൗദ്ധിക ആകർഷണം വ്യക്തിയുടെ സമഗ്ര വ്യക്തിത്വത്തിലേക്കല്ല, അവരുടെ സൃഷ്ടിപരമായ ശേഷിയിലേക്കാണ് അടിയുറച്ചിരിക്കുന്നത്. അതിനാൽ, ഒരാളുടെ സൃഷ്ടിപരത ക്ഷയിക്കുമ്പോൾ, ആകർഷണവും അതിനൊപ്പം ക്ഷയിക്കാൻ സാധ്യതയുണ്ട്. സൃഷ്ടിപരമായ ഉൽപ്പാദനം കുറഞ്ഞാൽ, ആശയങ്ങളുടെ പുതുമ ഇല്ലാതാകുമ്പോൾ, മുമ്പ് ഉണ്ടായിരുന്ന aesthetic fascination പതുക്കെ മങ്ങിത്തുടങ്ങുന്നു[31].

ഇവിടെയാണ് ബൗദ്ധിക ആകർഷണം (intellectual attraction) വും വ്യക്തിത്വത്തെ അടിസ്ഥാനമാക്കിയുള്ള പ്രണയംവും (personality-based love) തമ്മിലുള്ള വ്യത്യാസം വ്യക്തമാകുന്നത്. ബൗദ്ധിക ആകർഷണത്തിൽ, ബന്ധത്തിന്റെ ഊർജ്ജം ഒരു പ്രത്യേക

കഴിവിലേക്കാണ് ചുരുങ്ങുന്നത്. ആ കഴിവ് നിലനിൽക്കുന്നിടത്തോളം ബന്ധം ഉജ്ജ്വലമായി തോന്നാം. എന്നാൽ ആ കഴിവ് ക്ഷയിച്ചാൽ, ബന്ധം ശൂന്യത അനുഭവപ്പെടാൻ തുടങ്ങും. കാരണം, ആകർഷണം വ്യക്തിയുടെ സ്ഥിരമായ സ്വഭാവത്തിലേക്കല്ല, അവരുടെ പ്രകടനശേഷിയിലേക്കായിരുന്നു[32].

വ്യക്തിത്വപ്രണയം ഇതിൽ നിന്ന് വ്യത്യസ്തമാണ്. ഇവിടെ സൃഷ്ടിപരത ഒരു അനുബന്ധ ഘടകമായിരിക്കും, കേന്ദ്രമല്ല. ഒരാളുടെ ബുദ്ധി, സൃഷ്ടിപരത, കഴിവുകൾ എന്നിവ മാറുമ്പോഴും, അവരുടെ സ്വഭാവത്തിലെ അടിസ്ഥാന ഗുണങ്ങൾ—സഹാനുഭൂതി, ഉത്തരവാദിത്വബോധം, വികാരസ്ഥിരത—നിലനിൽക്കുന്നു. ഈ ഗുണങ്ങളോടുള്ള ആകർഷണമാണ് വ്യക്തിത്വപ്രണയത്തെ ദീർഘകാലം നിലനിൽക്കാൻ സഹായിക്കുന്നത്[33].

ബൗദ്ധിക ആകർഷണം ക്ഷയിക്കുമ്പോൾ പല ബന്ധങ്ങളിലും "ആസ്വാദനനഷ്ടം" അനുഭവപ്പെടുന്നു. മുൻപ് പങ്കാളിയുടെ ഓരോ വാക്കും ആശയവും ആവേശകരമായി തോന്നിയിരുന്നെങ്കിൽ, പിന്നീട് അവ സാധാരണമായി തോന്നുന്നു. ഈ മാറ്റം പലപ്പോഴും തെറ്റായി ബന്ധത്തിന്റെ പരാജയമായി വ്യാഖ്യാനിക്കപ്പെടുന്നു. എന്നാൽ യാഥാർത്ഥ്യത്തിൽ, ഇവിടെ സംഭവിക്കുന്നത് സൗന്ദര്യാത്മക അഭിനിവേശത്തി (aesthetic obsession)ന്റെ സ്വാഭാവിക ക്ഷയമാണ്. ഇത് ഒരു നൈതിക പരാജയമല്ല; ആകർഷണത്തിന്റെ സ്വഭാവപരമായ പരിധിയാണ്[34].

ഈ ഘട്ടത്തിൽ, ബന്ധത്തിന്റെ ഭാവി നിർണ്ണയിക്കുന്നത് ആ ബന്ധം ഏത് അടിത്തറയിലാണ് നിർമ്മിക്കപ്പെട്ടിരിക്കുന്നതെന്നതാണ്. ബന്ധം പൂർണ്ണമായും ബൗദ്ധിക ആകർഷണത്തി (intellectual attraction) ൽ അധിഷ്ഠിതമായിരുന്നെങ്കിൽ, സൃഷ്ടിപരതയുടെ ക്ഷയം ബന്ധത്തിന്റെ ക്ഷയത്തിലേക്കും നയിക്കാം. എന്നാൽ, ആകർഷണം വ്യക്തിത്വപ്രണയത്തിലേക്ക് മാറിയിരുന്നെങ്കിൽ, സൃഷ്ടിപരതയുടെ നഷ്ടം ബന്ധത്തിന്റെ അവസാനം ആവശ്യമില്ല. ബന്ധം രൂപാന്തരം പ്രാപിക്കാം, എന്നാൽ അത് നിലനിൽക്കും[35].

ഇത് മനുഷ്യബന്ധങ്ങളുടെ ഒരു അടിസ്ഥാന സത്യം വെളിപ്പെടുത്തുന്നു. ശരീരത്തോടുള്ള ആഗ്രഹം ക്ഷയിക്കും. ബുദ്ധിയോടുള്ള ആകർഷണം മാറും. സൃഷ്ടിപരത നിലയ്ക്കും. മനുഷ്യജീവിതത്തിലെ എല്ലാ ഘടകങ്ങളും കാലക്രമേണ മാറ്റങ്ങൾക്ക് വിധേയമാണ്. എന്നാൽ, ഈ മാറ്റങ്ങളെ അതിജീവിക്കാൻ കഴിയുന്നത് വ്യക്തിത്വപ്രണയത്തിനാണ്. കാരണം, അത് ഒരാളുടെ താൽക്കാലിക കഴിവുകളിലേക്കല്ല, അവരുടെ സ്ഥിരമായ മാനുഷിക ഗുണങ്ങളിലേക്കാണ് അടിയുറച്ചിരിക്കുന്നത്[36].

മനുഷ്യബന്ധങ്ങൾ പലതരം ആകർഷണങ്ങളിൽ നിന്നാണ് ആരംഭിക്കുന്നത്. ചിലത് ശരീരത്തിൽ നിന്ന്, ചിലത് ബുദ്ധിയിൽ നിന്ന്, ചിലത് സൃഷ്ടിപരതയിൽ നിന്ന്. എന്നാൽ, ബന്ധങ്ങളുടെ ദൈർഘ്യവും ആഴവും ഉറപ്പാക്കുന്നത് ഈ ആകർഷണങ്ങളല്ല. അത് വ്യക്തിത്വത്തിന്റെ സ്ഥിരതയും മൂല്യങ്ങളുടെ സഹവർത്തിത്വവും മാത്രമാണ്. ഇതാണ് മാംസനിബദ്ധ അനുരാഗം, ബൗദ്ധിക ആകർഷണം, വ്യക്തിത്വപ്രണയം എന്നിവ തമ്മിലുള്ള ഏറ്റവും നിർണായകമായ വേർതിരിവ്.

ബന്ധങ്ങളുടെ സ്ഥിരതയെ ഒരു ശുദ്ധമായ വികാരപരമായ അനുഭവമായി മാത്രം കാണുന്നത് അതിന്റെ സങ്കീർണ്ണതയെ ലളിതമാക്കുന്ന സമീപനമാണ്. ആധുനിക ന്യൂറോബയോളജി

വ്യക്തമാക്കുന്നത്, മനുഷ്യബന്ധങ്ങളുടെ ദൈർഘ്യവും സ്ഥിരതയും വികാരങ്ങൾക്കും മനശ്ശാസ്ത്രപരമായ ഘടകങ്ങൾക്കും പുറമേ, ശരീരത്തിലെ നാഡീ-രാസവ്യവസ്ഥയുടെ കൃത്യമായ ഇടപെടലുകളിലൂടെയാണ് രൂപപ്പെടുന്നതെന്ന് ആണ്[37]. ഈ പശ്ചാത്തലത്തിൽ, ഓക്സിറ്റോസിൻയും വാസോപ്രെസ്സിനും എന്ന രണ്ട് ന്യൂറോപെപ്റ്റൈഡ് ഹോർമോണുകൾ, ബന്ധം എന്ന അനുഭവത്തെ ജൈവതലത്തിൽ സുസ്ഥിരമാക്കുന്ന അടിസ്ഥാന ഘടകങ്ങളായി കണക്കാക്കപ്പെടുന്നു[38].

ബന്ധങ്ങളുടെ തുടക്കം സാധാരണയായി ആകർഷണം, ശ്രദ്ധ, വികാരപരമായ പ്രതികരണം എന്നിവയുടെ കൂട്ടായ്മയായി രൂപപ്പെടുന്നു. എന്നാൽ ആ തുടക്കഘട്ടത്തെ ദീർഘകാലബന്ധമായി പരിവർത്തനം ചെയ്യുന്നത് ഒരു വ്യത്യസ്ത ജൈവപ്രക്രിയയാണ്. ഈ ഘട്ടത്തിൽ ഓക്സിറ്റോസിൻ മസ്തിഷ്കത്തിലെ പ്രതിഫലനകേന്ദ്രങ്ങളുമായി ഇടപെട്ട്, പങ്കാളിയുമായി ബന്ധപ്പെട്ട അനുഭവങ്ങളെ സുഖകരമായതായി രേഖപ്പെടുത്തുന്നു[39]. ഈ പ്രക്രിയയിലൂടെ, ഒരാളുടെ സാന്നിധ്യം തന്നെ മറ്റൊരാളുടെ മസ്തിഷ്കത്തിൽ ഒരു പ്രതിഫലനസിഗ്നലായി പതിയുന്നു, അതുവഴി ബന്ധം ആവർത്തനാത്മകമായി ശക്തിപ്പെടുന്നു[40].

മനുഷ്യരിൽ നടത്തിയ പഠനങ്ങൾ സൂചിപ്പിക്കുന്നത്, ഓക്സിറ്റോസിൻ ഉയർന്ന നിലയിൽ ഉള്ളപ്പോൾ വിശ്വാസം, സഹാനുഭൂതി, സാമൂഹിക പ്രതികരണം എന്നിവ ഗണ്യമായി വർധിക്കുന്നു എന്നതാണ്[41]. നേർക്കാഴ്ച, സ്പർശം, സ്നേഹപ്രകടനം എന്നിവയിലൂടെ ഇത് സ്രവിച്ച് വ്യക്തികളുടെ തമ്മിലുള്ള മാനസിക അകലം കുറച്ച് "സുരക്ഷിതബന്ധം" എന്ന അനുഭവം സൃഷ്ടിക്കുന്നു[42]. അതിനാൽ, ഓക്സിറ്റോസിൻ ഒരു ബന്ധത്തിന്റെ വികാരപരമായ അടിത്തറ പാകുന്ന ഘടകമായി പ്രവർത്തിക്കുന്നു.

എന്നാൽ ഓക്സിറ്റോസിൻ എല്ലായ്പ്പോഴും പോസിറ്റീവ് ഫലങ്ങൾ മാത്രമേ സൃഷ്ടിക്കു എന്ന ധാരണ ശരിയല്ല. ചില ന്യൂറോബയോളജിക്കൽ പഠനങ്ങൾ കാണിക്കുന്നത്, പ്രത്യേക സാഹചര്യങ്ങളിൽ ഓക്സിറ്റോസിൻ "in-group bias", സാമൂഹിക സംശയം, മറ്റുള്ളവരോടുള്ള അവിശ്വാസം എന്നിവ വർധിപ്പിക്കാനും ഇടയാക്കുന്നു എന്നതാണ്[52]. അതായത്, ഓക്സിറ്റോസിൻ അസന്തുലിതമായി പ്രവർത്തിക്കുമ്പോൾ, ബന്ധത്തിനുള്ളിൽ സംശയബോധവും പ്രതിരോധപരമായ സമീപനങ്ങളും രൂപപ്പെടാൻ ഇടയാകുന്നു.

ഇതിനോടൊപ്പം, വാസോപ്രെസ്സിൻ ബന്ധത്തിന്റെ സ്ഥിരതയിൽ നിർണായക പങ്ക് വഹിക്കുന്നതോടൊപ്പം, അതിന്റെ നെഗറ്റീവ് പ്രവർത്തനങ്ങളും ശ്രദ്ധേയമാണ്. സാധാരണയായി ഇത് പ്രതിബദ്ധതയും സംരക്ഷണവൃത്തിയും വർധിപ്പിക്കുന്നുവെങ്കിലും, ചില സാഹചര്യങ്ങളിൽ ഇത് അതിരുകടന്ന ഉടമസ്ഥബോധം, അസൂയ, മാനസിക അസന്തുലിതാവസ്ഥ എന്നിവയ്ക്കും കാരണമാകുന്നു[45]. ചില പഠനങ്ങൾ സൂചിപ്പിക്കുന്നത്, വാസോപ്രെസ്സിൻ പ്രവർത്തനം ചില വ്യക്തികളിൽ ആന്തരിക മാനസിക സംഘർഷം, നിയന്ത്രണാഭിലാഷം എന്നിവ ശക്തിപ്പെടുത്താൻ ഇടയാക്കുന്നു എന്നതാണ്[53].

വാസോപ്രെസ്സിൻ സാമൂഹിക തിരിച്ചറിവിനെയും ബന്ധപരമായ പരിധികളെയും രൂപപ്പെടുത്തുന്നതിൽ നിർണായകമാണ്. ഇത് വ്യക്തിയിൽ "ഇത് എന്റെ ബന്ധമാണ്" എന്ന സ്വത്വബോധം സൃഷ്ടിക്കുകയും, പങ്കാളിയോട് സംരക്ഷണവൃത്തി വർധിപ്പിക്കുകയും ചെയ്യുന്നു[46].

എന്നാൽ ഈ സംരക്ഷണവൃത്തി ചിലപ്പോൾ നിയന്ത്രണവൃത്തിയായി മാറുമ്പോൾ, ബന്ധത്തിനുള്ളിൽ സംഘർഷങ്ങൾ ഉയരാൻ സാധ്യതയുണ്ട്[53].

ഓക്സിറ്റോസിൻയും വാസോപ്രെസ്സിനും തമ്മിലുള്ള ബന്ധം പരസ്പരം പൂരകസ്വഭാവമുള്ളതാണ്. ഒരു ബന്ധം ആരംഭിക്കാൻ ആവശ്യമായ വികാരപരമായ അടുപ്പം ഓക്സിറ്റോസിൻ സൃഷ്ടിക്കുമ്പോൾ, അതിനെ ദീർഘകാലം നിലനിർത്താനുള്ള ജൈവപ്രേരണ വാസോപ്രെസ്സിൻ നൽകുന്നു[47]. എന്നാൽ ഇവ രണ്ടും നെഗറ്റീവ് രീതിയിൽ പ്രവർത്തിക്കുമ്പോൾ, ബന്ധത്തിന്റെ അടിത്തറ തന്നെ ദുർബലമാകുകയും, സംശയവും സംഘർഷവും വർധിക്കുകയും ചെയ്യാം[5253].

ഇവയുടെ പ്രവർത്തനം ഒരു ലളിതമായ "പ്രേമരാസവ്യവസ്ഥ" എന്നതിലേക്കു ചുരുക്കാനാവില്ല. ഇത് വികാരങ്ങൾ, പ്രതിഫലനസിസ്റ്റം, സാമൂഹികബോധം, സമ്മർദ്ദനിയന്ത്രണം, സംരക്ഷണവൃത്തി എന്നിവയെ ഒരുമിപ്പിക്കുന്ന സമഗ്ര ന്യൂറോബയോളജിക്കൽ സംവിധാനം ആണ്[49]. ഓക്സിറ്റോസിൻ സമ്മർദ്ദം കുറച്ച് ബന്ധത്തിൽ സുരക്ഷിതത്വം സൃഷ്ടിക്കുമ്പോൾ, വാസോപ്രെസ്സിൻ ജാഗ്രതയും പ്രതിബദ്ധതയും വർധിപ്പിക്കുന്നു. എന്നാൽ ഇവയുടെ അസന്തുലിതാവസ്ഥ ബന്ധത്തിൽ മാനസിക അകലം, അവിശ്വാസം, സംഘർഷം എന്നിവയ്ക്ക് വഴിയൊരുക്കുന്നു[50].

അതിനാൽ, ബന്ധങ്ങളുടെ സ്ഥിരതയെ മനസ്സിലാക്കാൻ, ഈ ഹോർമോണുകളുടെ പോസിറ്റീവ്-നെഗറ്റീവ് ഇരട്ടസ്വഭാവവും നിർബന്ധമായും പരിഗണിക്കണം. ഓക്സിറ്റോസിൻ അടുപ്പം സൃഷ്ടിക്കുന്നതുപോലെ സംശയത്തിനും ഇടയാക്കാൻ കഴിയും; വാസോപ്രെസ്സിൻ പ്രതിബദ്ധത ഉറപ്പാക്കുന്നതുപോലെ, അതിരുകടന്ന നിയന്ത്രണവും ആന്തരിക സംഘർഷവും ഉണ്ടാക്കാൻ കഴിയും. ഈ ദ്വന്ദസ്വഭാവം തന്നെയാണ് മനുഷ്യബന്ധങ്ങളുടെ സങ്കീർണ്ണതയെ കൂടുതൽ ആഴത്തിൽ മനസ്സിലാക്കാൻ സഹായിക്കുന്നത്.

Reference List

1. Masters, William H., and Johnson, Virginia E. Human Sexual Response. Little, Brown and Company, 1966.

2. Buss, David M. Evolutionary Psychology: The New Science of the Mind. Pearson, 2019.

3. Symons, Donald. The Evolution of Human Sexuality. Oxford University Press, 1979.

4. Aron, Arthur et al. "Reward, Motivation, and Emotion Systems Associated with Early-Stage Intense Romantic Love." Journal of Neurophysiology, 2005.

5. Fisher, Helen. Why We Love: The Nature and Chemistry of Romantic Love. Henry Holt, 2004.

6. Baumeister, Roy F., and Vohs, Kathleen D. "Sexual Economics." Personality and Social Psychology Review, 2004.

7. Hatfield, Elaine, and Rapson, Richard L. Love and Sex: Cross-Cultural Perspectives. Allyn & Bacon, 1996.

8. Sternberg, Robert J. "A Triangular Theory of Love." Psychological Review, 1986.

9. Giddens, Anthony. The Transformation of Intimacy. Stanford University Press, 1992.

10. Sternberg, Robert J. "A Triangular Theory of Love." Psychological Review, 1986.

11. Bowlby, John. Attachment and Loss, Vol. 1. Basic Books, 1969.

12. Aron, Arthur et al. "The Experimental Generation of Interpersonal Closeness." Personality and Social Psychology Bulletin, 1997.

13. Gottman, John M. The Seven Principles for Making Marriage Work. Crown, 1999.

14. Hatfield, Elaine, and Rapson, Richard L. Love and Sex: Cross-Cultural Perspectives. Allyn & Bacon, 1996.

15. Reis, Harry T., and Shaver, Phillip. "Intimacy as an Interpersonal Process." Handbook of Personal Relationships. Wiley, 1988.

16. Erikson, Erik H. Identity: Youth and Crisis. Norton, 1968.

17. Perel, Esther. Mating in Captivity. HarperCollins, 2006.

18. Giddens, Anthony. The Transformation of Intimacy. Stanford University Press, 1992.

19. Gottman, John M. Why Marriages Succeed or Fail. Simon & Schuster, 1994.

20. Fisher, Helen. Anatomy of Love. W. W. Norton, 2016.

21. Huston, Ted L., et al. "Marital Satisfaction and Stability." Journal of Marriage and the Family, 2001.

22. Sternberg, Robert J., and Weis, Karin. The New Psychology of Love. Yale University Press, 2006.

23. Bradbury, Thomas N., and Karney, Benjamin R. Intimate Relationships. W. W. Norton, 2010.

24. Amato, Paul R. "The Consequences of Divorce for Adults and Children." Journal of Marriage and Family, 2000.

25. Perel, Esther. The State of Affairs. HarperCollins, 2017.

26. Baumeister, Roy F., and Bratslavsky, Ellen. "Passion, Intimacy, and Time." Personality and Social Psychology Review, 1999.

27. Giddens, Anthony. The Transformation of Intimacy. Stanford University Press, 1992.

28.Gardner, Howard. Frames of Mind: The Theory of Multiple Intelligences. Basic Books, 1983.

29.Sternberg, Robert J. Love Is a Story. Oxford University Press, 1998.

30.Bourdieu, Pierre. Distinction: A Social Critique of the Judgement of Taste. Harvard University Press, 1984.

31.Csikszentmihalyi, Mihaly. Creativity: Flow and the Psychology of Discovery and Invention. Harper-Collins, 1996.

32.Illouz, Eva. Consuming the Romantic Utopia. University of California Press, 2007.

33.Erikson, Erik H. Identity and the Life Cycle. Norton, 1980.

34.Baumeister, Roy F., and Bratslavsky, Ellen. "Passion, Intimacy, and Time." Personality and Social Psychology Review, 1999.

35.Perel, Esther. Mating in Captivity. HarperCollins, 2006.

36.Giddens, Anthony. The Transformation of Intimacy. Stanford University Press, 1992.

37. Blumenthal, S. A., & Young, L. J. (2023). *The neurobiology of love and pair bonding.*
38. Rigney, N. et al. (2022). *Oxytocin, Vasopressin, and Social Behavior.*
39. Carter, C. S. (2017). *The Oxytocin–Vasopressin Pathway in Love.*
40. Lieberwirth, C., & Wang, Z. (2016). *Neurobiology of Pair Bond Formation.*
41. Schneiderman, I. et al. (2012). *Oxytocin in Romantic Attachment.*
42. Insel, T. R. (2010). *Oxytocin and Vasopressin in Affiliative Behavior.*
43. Carter, C. S. (2017). *Pair-bonding mechanisms.*
44. Young, L. J. et al. (2001). *Vasopressin receptor distribution and bonding.*
45. Gouin, J. P. et al. (2012). *Vasopressin and interpersonal functioning.*
46. Meyer-Lindenberg, A. et al. (2011). *Vasopressin and social cognition.*
47. Algoe, S. B. (2017). *Oxytocin and adult bonding.*
48. Carter, C. S. (2017). *OT–VP receptor interaction in bonding.*
49. Oxford Neuroscience Review. *Role of Oxytocin and Vasopressin.*

50. Neuroscience overview reports on bonding systems.

51. Berkeley Chemistry News (2025). *Revisiting Oxytocin and bonding.*

52. De Dreu, C. K. W. (2012). *Oxytocin modulates social cognition: in-group bias and distrust.*

53. Thompson, R. R. et al. (2006). *Vasopressin and social behavior: aggression, bonding, and conflict.*

അധ്യായം -7

സ്ത്രീ ശരീരത്തിന്റെ പ്രത്യേകതയും അതിനെ വാണിജ്യ സാധ്യത ആക്കിയ സാമൂഹിക ക്രമവും

മനുഷ്യന്റെ ലൈംഗിക പ്രതികരണത്തെ (Sexual Response) ശാസ്ത്രീയ–ജീവശാസ്ത്രപരമായ (Biological) നിലയിൽ പഠിക്കുമ്പോൾ, പുരുഷനും സ്ത്രീയും തമ്മിലുള്ള നാഡീ–ഹോർമോൺ (Neuro-Hormonal) വ്യത്യാസങ്ങൾ വളരെ വ്യക്തമായി കാണാം. ഈ വ്യത്യാസങ്ങൾ ശരീരഘടനയുടെയും മസ്തിഷ്ക രാസവിനിമയത്തിന്റെയും (Brain Neurochemistry) അടിസ്ഥാനത്തിൽ രൂപപ്പെട്ടവയാണ്. ഇവ സാമൂഹിക നൈതികതയെ നിർണ്ണയിക്കുന്ന ഘടകങ്ങൾ അല്ല; മറിച്ച് ജൈവപ്രവർത്തനത്തിന്റെ യാഥാർത്ഥ്യങ്ങളാണ്[1].

പുരുഷന്റെ ലൈംഗിക പ്രതികരണചക്രം (Male Sexual Response Cycle) ആഗ്രഹം, ഉത്തേജനം, ഓർഗാസം (Orgasm), ശമനം എന്നിങ്ങനെ നാല് ഘട്ടങ്ങളിലായി വിവരിക്കപ്പെടുന്നു[2]. സ്രാവത്തിനു (Ejaculation) ശേഷം ഭൂരിഭാഗം പുരുഷന്മാർക്കും നിർബന്ധിത ഇടവേളയായ റിഫ്രാക്ടറി കാലഘട്ടം (Refractory Period) അനുഭവപ്പെടുന്നു[3]. ഈ ഘട്ടത്തിൽ വീണ്ടും ഉടൻ ഉത്തേജനം സാദ്ധ്യമല്ല, രണ്ടാം ഓർഗാസം സാധ്യമല്ല, ലൈംഗിക പ്രേരണ കുറയുന്നു. ഇതിന്റെ ജീവശാസ്ത്രപരമായ കാരണം ഹോർമോൺ–നാഡീ വ്യവസ്ഥകളിൽ നടക്കുന്ന മാറ്റങ്ങളാണ്.

സ്രാവത്തിനു ശേഷം പ്രൊലാക്ടിൻ (Prolactin) ഉയരുന്നു. പ്രൊലാക്ടിൻ ഡോപ്പമൈൻ (Dopamine) പ്രവർത്തനം കുറയ്ക്കുന്നു. ഡോപ്പമൈൻ ആണ് ആഗ്രഹവും പ്രതിഫല വ്യവസ്ഥയും (Reward System) നിയന്ത്രിക്കുന്ന പ്രധാന നാഡീ രാസവസ്തു[4]. അതിനാൽ ഓർഗാസത്തിന് ശേഷം ലൈംഗിക ആഗ്രഹം സ്വാഭാവികമായി ഇടിവ് കാണിക്കുന്നു. കൂടാതെ സിംപതറ്റിക് നാഡീവ്യവസ്ഥ (Sympathetic Nervous System) സജീവമാകുന്നു. ശരീരം ഉത്തേജനാവസ്ഥയിൽ നിന്ന് പുനഃസ്ഥാപനാവസ്ഥയിലേക്ക് മാറുന്നു[5]. ഓക്സിറ്റോസിൻ (Oxytocin)യും സെറോട്ടോണിൻ (Serotonin)യും ശാന്തതയും തൃപ്തിയും സൃഷ്ടിച്ച് ആവർത്തനത്തെ തടയുന്നു[6]. ഈ ഘടകങ്ങളുടെ സംയോജനമാണ് റിഫ്രാക്ടറി കാലഘട്ടത്തിന്റെ ജൈവ അടിസ്ഥാനം.

ഇതിന് വിപരീതമായി സ്ത്രീയുടെ ലൈംഗിക പ്രതികരണചക്രം (Female Sexual Response Cycle) നിർബന്ധിത അടച്ചുപൂട്ടൽ കാണിക്കുന്നില്ല[7]. സ്ത്രീയുടെ ഓർഗാസം സ്രാവവുമായി നിർബന്ധിതമായി ബന്ധിച്ചിട്ടില്ല. അതിനാൽ ശക്തമായ പ്രൊലാക്ടിൻ ഉയർച്ചയോ ഡോപ്പമൈൻ ഇടിവോ ഉണ്ടാകുന്നില്ല[8]. ക്ലിറ്റോറൽ (Clitoral)യും യോനിമാർഗ്ഗ (Vaginal) പ്രദേശങ്ങളിലുമുള്ള രക്തസഞ്ചാരം ഓർഗാസത്തിനു ശേഷവും നിലനിൽക്കാം[9]. അതിനാൽ പൂർണ്ണ ശമനഘട്ടത്തിലേക്ക് പോകാതെ വീണ്ടും ഉത്തേജനാവസ്ഥയിൽ തുടരാൻ കഴിയും. ഇതാണ് മൾട്ടിപ്പിൾ ഓർഗാസം (Multiple Orgasm) സാദ്ധ്യമാകുന്നതിന്റെ ശാരീരിക അടിസ്ഥാനം[10].

സ്ത്രീകൾക്ക് തുടർച്ചയായ ഒരിലധികം ഓർഗാസങ്ങൾ അനുഭവിക്കാനാകുന്നത് നാഡീ രാസപ്രവർത്തനത്തിന്റെ പുനഃക്രമീകരണം പുരുഷന്മാരെ പോലെ നിർബന്ധിതമല്ലാത്തതിനാലാണ്[11]. പൽവിക് മാംസപേശികൾ (Pelvic Muscles) വേഗത്തിൽ പുനഃസ്ഥാപിക്കപ്പെടുന്നു. ഹോർമോൺ അടച്ചുപൂട്ടൽ ശക്തമല്ല. അതിനാൽ, ശരിയായ ലൂബ്രിക്കേഷൻ (Lubrication), ആശ്വാസം, പരിക്ക് ഇല്ലായ്മ എന്നിവ ഉറപ്പായാൽ, ശാരീരികമായി

ആവർത്തനം സാദ്ധ്യമാകാം[12]. എന്നാൽ ഇത് മാനസിക ഘടകങ്ങളിൽ നിന്ന് സ്വതന്ത്രമല്ല. ക്ഷീണം, മാനസിക സമ്മർദ്ദം, ദേഹോപദ്രവം എന്നിവ ജൈവപ്രവർത്തനത്തെ ബാധിക്കും.

പരിണാമപരമായ (Evolutionary) ദൃഷ്ടികോണത്തിൽ പുരുഷശരീരം സ്രാവത്തിന ശേഷം പുനഃക്രമീകരണം ആവശ്യപ്പെടുന്ന രീതിയിൽ രൂപപ്പെട്ടതാണ്. സ്ത്രീശരീരം ദീർഘകാല ഉത്തേജനം സഹിക്കാൻ രൂപപ്പെട്ടതാണ്[13]. പ്രജനന സാധ്യത (Reproductive Probability) വർധിപ്പിക്കുക എന്നതാണ് ഈ വ്യത്യാസത്തിന്റെ ജൈവ അടിസ്ഥാനം.

ഇവിടെയാണ് ഒരു നിർണായക സാമൂഹിക നിരീക്ഷണം ഉയരുന്നത്. സ്ത്രീയുടെ ശരീരത്തിലെ ഈ ജൈവ സവിശേഷതകൾ, പ്രത്യേകിച്ച് നിർബന്ധിത റിഫ്രാക്ടറി കാലഘട്ടമില്ലായ്മയും മൾട്ടിപ്പിൾ ഓർഗാസം സാദ്ധ്യതയും, ചില ചരിത്രഘട്ടങ്ങളിൽ സമൂഹവും സമ്പദ്‌വ്യവസ്ഥയും (Economy) വാണിജ്യ ലൈംഗികതയുടെ (Commercial Sexuality) ഘടനകളിൽ ഉപയോഗപ്പെടുത്തി[14]. മനുഷ്യശരീരത്തിന്റെ ജീവശാസ്ത്രപരമായ ശേഷി വിപണിയുടെ (Market) ആവശ്യകതയുമായി ചേർന്നു പ്രവർത്തിച്ചപ്പോൾ, ലൈംഗിക തൊഴിൽ (Sex Work) ഒരു സാമ്പത്തിക സംവിധാനമായി രൂപപ്പെട്ടു[15]. സ്ത്രീയുടെ ജൈവപ്രതികരണശേഷി വിപണിയിലെ ആവർത്തന ആവശ്യവുമായി പൊരുത്തപ്പെടുന്നതായി വ്യാഖ്യാനിക്കപ്പെട്ടതും, അതിനെ അടിസ്ഥാനമാക്കി സാമൂഹിക–ആർത്ഥിക ഘടനകൾ നിർമ്മിക്കപ്പെട്ടതും ചരിത്രരേഖകൾ സൂചിപ്പിക്കുന്നു[16]. ഇത് ജൈവ സവിശേഷതകളുടെ നൈതിക ന്യായീകരണമല്ല; മറിച്ച് ജൈവഘടകങ്ങളെ സാമൂഹിക–ആർത്ഥിക സംവിധാനങ്ങൾ എങ്ങനെ ഉപയോഗപ്പെടുത്തുന്നു എന്നതിന്റെ ഒരു വിശകലനമാണ്.

അതിനാൽ, പുരുഷന്റെയും സ്ത്രീയുടെയും ലൈംഗിക പ്രതികരണവ്യത്യാസങ്ങൾ ശരീരശാസ്ത്രത്തിന്റെ വിഷയങ്ങളാണ്. എന്നാൽ സമൂഹം അവയെ എങ്ങനെ വ്യാഖ്യാനിച്ചു, സാമ്പത്തിക ഘടനകൾ അവയെ എങ്ങനെ വിനിയോഗിച്ചു എന്നത് മനുഷ്യചരിത്രത്തിന്റെ വേറിട്ട പഠനവിഷയമാണ്. ജൈവസത്യവും സാമൂഹികപ്രയോഗവും തമ്മിലുള്ള ഈ വ്യത്യാസം മനസ്സിലാക്കുന്നത് അത്യന്തം നിർണായകമാണ്.

Reference List

1. Masters, W. H., & Johnson, V. E. (1966). *Human Sexual Response.* Little, Brown and Company.
2. Kaplan, H. S. (1979). *Disorders of Sexual Desire.* Brunner/Mazel.
3. Krüger, T. H. C., et al. (2002). Prolactin and sexual refractory period. *Journal of Endocrinology.*
4. Pfaus, J. G. (2009). Pathways of sexual desire. *Journal of Sexual Medicine.*
5. Bancroft, J. (2009). *Human Sexuality and Its Problems.* Churchill Livingstone.
6. Carmichael, M. S., et al. (1987). Plasma oxytocin increases in human sexual response. *Journal of Clinical Endocrinology and Metabolism.*
7. Levin, R. J. (2003). The physiology of sexual arousal in the human female. *Journal of Sex & Marital Therapy.*
8. Exton, M. S., et al. (2001). Neuroendocrine response to sexual arousal. *Psychoneuroendocrinology.*
9. Laan, E., & Everaerd, W. (1995). Determinants of female sexual arousal. *Psychophysiology.*
10. Mah, K., & Binik, Y. (2001). The nature of multiple orgasms. *Archives of Sexual Behavior.*
11. Georgiadis, J. R., et al. (2006). Brain activation during human orgasm. *Human Brain Mapping.*
12. Levin, R. J. (2011). Vaginal lubrication physiology. *Sexual and Relationship Therapy.*
13. Symons, D. (1979). *The Evolution of Human Sexuality.* Oxford University Press.
14. Rubin, G. (1975). The traffic in women. In *Toward an Anthropology of Women.* Monthly Review Press.
15. Jeffreys, S. (2009). *The Industrial Vagina.* Routledge.
16. Weitzer, R. (2012). *Legalizing Prostitution.* NYU Press.

അധ്യായം 8

ലൈംഗിക അസൂയയും അവ സമൂഹത്തിലും വ്യക്തിബന്ധങ്ങളിലും നിർമ്മിക്കുന്ന പരിണിതഫലങ്ങളും

(Sexual Jealousy and Its Repercussions in Personal and Social Domains)

ലൈംഗിക അസൂയ: ഒരു മാനസിക ഘടന

(Sexual Jealousy as a Psychological Structure)

ലൈംഗിക അസൂയ മനുഷ്യ മനസ്സിൽ ഇടയ്ക്കിടെ ഉയർന്ന് അപ്രത്യക്ഷമാകുന്ന ഒരു താൽക്കാലിക വികാരമല്ല. അത് വ്യക്തിയുടെ സ്വയംബോധം, ബന്ധബോധം, സുരക്ഷാഭാവം എന്നിവയുമായി ആഴത്തിൽ ചേർന്നുനിൽക്കുന്ന ഒരു സ്ഥിരതയുള്ള മാനസിക ഘടനയാണ്[1]. അസൂയ അനുഭവപ്പെടുന്നത് ഒരു വ്യക്തി മറ്റൊരാളെ നഷ്ടപ്പെടുമോ എന്ന ആശങ്കയിൽ നിന്നാണ്. എന്നാൽ ഈ നഷ്ടഭയം ഒരു ബന്ധം അവസാനിക്കുമോ എന്ന ഭീതിയിൽ മാത്രം ഒതുങ്ങുന്നില്ല. അതിലൂടെ വ്യക്തിയുടെ ആത്മമൂല്യം, സാമൂഹിക സ്ഥാനം, സ്വയംപ്രതിച്ഛായ എന്നിവ ഒരേസമയം ചോദ്യം ചെയ്യപ്പെടുന്നു. അതിനാൽ തന്നെ, ലൈംഗിക അസൂയ ഒരു ബന്ധപ്രശ്നമായി മാത്രം കാണുന്നത് ശാസ്ത്രീയമായി അപര്യാപ്തമാണ്; അത് വ്യക്തിയുടെ മുഴുവൻ മാനസിക ഘടനയെ സ്പർശിക്കുന്ന ഒരു പ്രതിഭാസമാണ്.

ലൈംഗിക അസൂയയുടെ മനഃശാസ്ത്രപരമായ സ്വഭാവം പരിശോധിക്കുമ്പോൾ, അത് ഒരു ഏകകേന്ദ്രിത വികാരമല്ലെന്ന് വ്യക്തമായി കാണാം. പല ഗവേഷണങ്ങളും സൂചിപ്പിക്കുന്നത്, അസൂയ എന്ന അനുഭവം മൂന്ന് അടിസ്ഥാന ഘടകങ്ങൾ ചേർന്നുണ്ടാകുന്ന ഒരു ഘടനാപരമായ രൂപമാണെന്നാണ്[2]. ഈ ഘടനയെ സാധാരണയായി "കോർ ട്രയാഡ്" (core triad) എന്ന ആശയത്തിലൂടെ വിശദീകരിക്കുന്നു. ഈ മൂന്ന് ഘടകങ്ങൾ പരസ്പരം ബന്ധപ്പെട്ട് പ്രവർത്തിക്കുമ്പോഴാണ് ലൈംഗിക അസൂയ ശക്തമായ മാനസിക ശക്തിയായി രൂപപ്പെടുന്നത്.

ഈ ഘടനയിലെ ഒന്നാമത്തെ ഘടകം നഷ്ടഭയം (loss anxiety) ആണ്. പങ്കാളിയുടെ ശ്രദ്ധ, സ്നേഹം, ലൈംഗിക പ്രത്യേകാവകാശം എന്നിവ മറ്റൊരാളിലേക്ക് മാറുമോ എന്ന ആശങ്കയാണ് ഇതിന്റെ കേന്ദ്രം. എന്നാൽ ഈ ഭയം ശുദ്ധമായ ഒരു ബന്ധനഷ്ടഭയം മാത്രമല്ല. പലപ്പോഴും അത് "എനിക്ക് മതിയാകുന്നില്ല" എന്ന സ്വയംമൂല്യ സംശയമായി മാറുന്നു. പങ്കാളിയുടെ ആകർഷണം മറ്റൊരാളിലേക്കു തിരിയുന്നു എന്ന ചിന്ത, വ്യക്തിയുടെ ആത്മവിശ്വാസത്തെയും സ്വയംബോധത്തെയും നേരിട്ട് ബാധിക്കുന്നു. അതുകൊണ്ടുതന്നെ, ലൈംഗിക അസൂയയിൽ നഷ്ടപ്പെടുന്നത് ഒരു വ്യക്തിയെ മാത്രമല്ല; സ്വന്തം മൂല്യബോധത്തിന്റെ സ്ഥിരത തന്നെയാണ്.

രണ്ടാമത്തെ ഘടകം താരതമ്യം (comparison) ആണ്. ലൈംഗിക അസൂയ അനുഭവിക്കുന്ന വ്യക്തി തന്റെ ശരീരം, സൗന്ദര്യം, ലൈംഗിക കഴിവ്, സാമൂഹിക സ്ഥാനം, വിജയങ്ങൾ എന്നിവ മറ്റുള്ളവരുമായി നിരന്തരമായി താരതമ്യം ചെയ്യാൻ തുടങ്ങുന്നു. ഈ താരതമ്യം പലപ്പോഴും യാഥാർത്ഥ്യാധിഷ്ഠിതമല്ല. അത് മനസ്സിൽ നിർമ്മിച്ച ഒരു കൽപ്പിത എതിരാളിയെ കേന്ദ്രീകരിച്ചുള്ളതാണ്. ഈ കൽപ്പിത എതിരാളി കൂടുതൽ ആകർഷകനും, കൂടുതൽ വിജയിയും, കൂടുതൽ ആഗ്രഹിക്കപ്പെടുന്നവനുമെന്ന രൂപത്തിൽ മനസ്സിൽ പ്രത്യക്ഷപ്പെടുന്നു. ഇതിന്റെ ഫലമായി, അസൂയ വ്യക്തിയുടെ യുക്തിബോധത്തെ ക്ഷയിപ്പിക്കുകയും സ്വയംബോധത്തെ ദുർബലമാക്കുകയും ചെയ്യുന്നു.

മൂന്നാമത്തെ ഘടകം നിയന്ത്രണം (control) ആണ്. നഷ്ടഭയവും താരതമ്യവും ചേർന്ന് പ്രവർത്തിക്കുമ്പോൾ, അവ ശമിപ്പിക്കാനുള്ള ഒരു മാർഗമായി നിയന്ത്രണം ഉയർന്നുവരുന്നു. പങ്കാളിയുടെ സ്വാതന്ത്ര്യം നിയന്ത്രിക്കുക, സാമൂഹിക ഇടപെടലുകൾ നിരീക്ഷിക്കുക, സംശയം പ്രകടിപ്പിക്കുക, വിശദീകരണം ആവശ്യപ്പെടുക എന്നിവ എല്ലാം ഈ നിയന്ത്രണപ്രവർത്തനത്തിന്റെ ഭാഗമാണ്. പലപ്പോഴും ഈ നിയന്ത്രണം "സ്നേഹത്തിന്റെ തെളിവ്" എന്ന ഭാഷയിൽ ന്യായീകരിക്കപ്പെടുന്നു. എന്നാൽ ശാസ്ത്രീയമായി നോക്കുമ്പോൾ, ഇത് സുരക്ഷാഭാവം ഇല്ലായ്മയുടെ പ്രകടനമാണ്, സ്നേഹത്തിന്റെ അളവല്ല.പരിണാമപരമായ ദൃഷ്ടികോണത്തിൽ, ഈ മാനസിക ഘടനയ്ക്ക് ഒരുകാലത്ത് പ്രവർത്തനപരമായ മൂല്യം ഉണ്ടായിരുന്നുവെന്ന് പരിണാമമനഃശാസ്ത്രം ചൂണ്ടിക്കാണിക്കുന്നു[3]. മനുഷ്യവംശത്തിന്റെ പ്രാചീന ഘട്ടങ്ങളിൽ, പങ്കാളിയുടെ വിശ്വാസ്യതയും ലൈംഗിക പ്രത്യേകാവകാശവും പുനരുത്പാദന സുരക്ഷയുമായി നേരിട്ട് ബന്ധപ്പെട്ടു നിൽക്കുകയായിരുന്നു. അതിനാൽ, പങ്കാളിയെ "കൈവിടുമോ" എന്ന ഭയം ഒരു മുന്നറിയിപ്പ് സംവിധാനമായി പ്രവർത്തിച്ചു. ഈ മുന്നറിയിപ്പ് സംവിധാനമാണ് അസൂയ എന്ന വികാരത്തെ രൂപപ്പെടുത്തിയത്. എന്നാൽ ഈ പരിണാമപരമായ സംവിധാനം ആധുനിക സാമൂഹിക ഘടനകളിൽ അതേ രൂപത്തിൽ പ്രവർത്തിക്കുമ്പോൾ, അത് പ്രവർത്തനപരമായ ഗുണത്തെക്കാൾ കൂടുതൽ ദോഷഫലങ്ങൾ സൃഷ്ടിക്കുന്നു.

ആധുനിക ബന്ധരീതികളിൽ, വ്യക്തിസ്വാതന്ത്ര്യത്തിനും സമത്വത്തിനും വലിയ പ്രാധാന്യമുണ്ട്. എന്നാൽ ലൈംഗിക അസൂയയുടെ മാനസിക ഘടന ഇപ്പോഴും പ്രാചീന ഉടമസ്ഥതാ തർക്കശാസ്ത്രത്തിലാണ് പ്രവർത്തിക്കുന്നത്. ഇതാണ് ബന്ധങ്ങളിൽ സംഘർഷം വർധിക്കാനും, വിശ്വാസം തകരാനും, നിയന്ത്രണവും നിരീക്ഷണവും സാധാരണമാകാനും കാരണമാകുന്നത്. അസൂയ നിയന്ത്രണമില്ലാതെ വളരുമ്പോൾ, അത് മാനസിക പീഡനത്തിനും ശാരീരിക ഹിംസയ്ക്കും പോലും വഴിയൊരുക്കുന്ന ഒരു അടിത്തറയായി മാറുന്നു[4].

ഇവിടെ ഒരു നിർണായകമായ വ്യത്യാസം തിരിച്ചറിയേണ്ടതുണ്ട്. ലൈംഗിക അസൂയ അനുഭവപ്പെടുന്നത് തന്നെ രോഗാവസ്ഥയല്ല. എന്നാൽ അസൂയ വ്യക്തിയുടെ ചിന്തകളെയും പെരുമാറ്റങ്ങളെയും പൂർണ്ണമായി നിയന്ത്രിക്കാൻ തുടങ്ങുമ്പോൾ, അത് ബന്ധത്തിനും സമൂഹത്തിനും അപകടകരമായ ഒരു ഘടനയായി മാറുന്നു. ഈ ഘട്ടത്തിൽ അസൂയ ഒരു വികാരമല്ല; അത് വ്യക്തിയുടെ ബന്ധനൈതികതയെ തന്നെ നിർണ്ണയിക്കുന്ന ഒരു മാനസിക സംവിധാനം ആകുന്നു.

സമൂഹപരമായ തലത്തിൽ, ലൈംഗിക അസൂയ വ്യക്തിഗത അനുഭവമായി മാത്രം നിലനിൽക്കുന്നില്ല. അത് സാമൂഹിക മൂല്യങ്ങളിലൂടെ ശക്തിപ്പെടുകയും ന്യായീകരിക്കപ്പെടുകയും ചെയ്യുന്നു. "അസൂയ ഇല്ലെങ്കിൽ സ്നേഹം ഇല്ല" എന്ന പൊതുബോധം, ഈ മാനസിക ഘടനയെ ചോദ്യം ചെയ്യപ്പെടാത്ത ഒന്നാക്കി മാറ്റുന്നു. അതിന്റെ ഫലമായി, നിയന്ത്രണവും സംശയവും ചില സമൂഹങ്ങളിൽ ബന്ധത്തിന്റെ സ്വാഭാവിക ഘടകങ്ങളായി അംഗീകരിക്കപ്പെടുന്നു[5]. ഇത് വ്യക്തികളുടെ മാനസികാരോഗ്യത്തിനും സാമൂഹിക സമത്വത്തിനും ദീർഘകാല പ്രത്യാഘാതങ്ങൾ സൃഷ്ടിക്കുന്നു.

ഈ ഭാഗം മുന്നോട്ടുവയ്ക്കുന്ന അടിസ്ഥാന നിലപാട് ഇതാണ്. ലൈംഗിക അസൂയ ഒരു സ്വാഭാവിക മനുഷ്യവികാരമായിരിക്കാം. എന്നാൽ അത് സ്വതന്ത്രമായ ഒരു വികാരമല്ല; അത് നഷ്ടഭയം, താരതമ്യം, നിയന്ത്രണം എന്നിവ ചേർന്നുണ്ടാകുന്ന ഒരു മാനസിക ഘടനയാണ്. ഈ ഘടനയെ തിരിച്ചറിയാതെ അസൂയയെ നൈതികമായോ പ്രണയപരമായോ ഭാഷയിൽ മാത്രം വിശേഷിപ്പിക്കുന്നത്, അതിന്റെ അപകടസാധ്യതകളെ മറച്ചുവയ്ക്കുന്ന സമീപനമാണ്. അസൂയയെ

മനസ്സിലാക്കേണ്ടത്, വ്യക്തിബന്ധങ്ങളിലെ ഒരു കേന്ദ്രപ്രശ്നമായിട്ടാണ്, സ്നേഹത്തിന്റെ തെളിവായി അല്ല.

ലൈംഗിക അസൂയയുടെ രൂപങ്ങൾ (Forms of Sexual Jealousy)

ലൈംഗിക അസൂയ ഏകസ്വഭാവമുള്ള ഒരു വികാരമല്ല. അത് വിവിധ മാനസിക വഴികളിലൂടെ വ്യത്യസ്ത രൂപങ്ങളിൽ പ്രകടമാകുന്ന ഒരു ഘടനാപരമായ പ്രതിഭാസമാണ്. ഒരേ വ്യക്തിയിൽ തന്നെ സാഹചര്യാനുസരിച്ച് ഈ അസൂയരൂപങ്ങൾ മാറിമാറി പ്രവർത്തിക്കാം. ചിലപ്പോൾ അവ പരസ്പരം ചേർന്നും പ്രവർത്തിക്കും. അതിനാൽ, ലൈംഗിക അസൂയയെ ശരിയായി മനസ്സിലാക്കാൻ അതിന്റെ വ്യത്യസ്ത രൂപങ്ങളെ ആശയപരമായി വേർതിരിച്ച് പരിശോധിക്കേണ്ടതുണ്ട്. ഈ വേർതിരിവ് നൈതിക വിധിന്യായത്തിനായി അല്ല; മറിച്ച് മാനസിക പ്രവർത്തനരീതികളെ തിരിച്ചറിയാനാണ്.

വികാര അസൂയ (Emotional Jealousy)

വികാര അസൂയയിൽ, പങ്കാളിയുടെ വികാരബന്ധം മറ്റൊരാളിലേക്ക് മാറുമോ എന്ന ആശങ്കയാണ് കേന്ദ്രമായി പ്രവർത്തിക്കുന്നത്[6]. ഇവിടെ ശാരീരിക ബന്ധം ഉണ്ടായിരിക്കണമെന്നില്ല. സംസാരവും വിശ്വാസവും മാനസിക അടുപ്പവും പങ്കിടപ്പെടുന്നു എന്ന ചിന്ത തന്നെ ഭീഷണിയായി അനുഭവപ്പെടുന്നു. പങ്കാളിയുടെ ശ്രദ്ധയും മാനസിക ഊർജ്ജവും "സ്വന്തമല്ലാതാകുന്നു" എന്ന ബോധമാണ് ഈ അസൂയയുടെ അടിത്തറ.

വികാര അസൂയ ശക്തമായി കാണപ്പെടുന്നത് ആത്മബന്ധത്തെ പൂർണ്ണമായും exclusivity ആയി കാണുന്ന വ്യക്തികളിലാണ്. ഇവർക്ക് സ്നേഹം പങ്കിടാൻ കഴിയുന്ന ഒന്നായി തോന്നുന്നില്ല; അത് പരിമിതവും സ്വകാര്യവുമായ ഒരു വിഭവമായി അനുഭവപ്പെടുന്നു. അതിനാൽ, പങ്കാളി മറ്റൊരാളോട് തുറന്ന സംഭാഷണം നടത്തുന്നതോ വികാരസഹായം തേടുന്നതോ പോലും അസൂയ ഉണർത്താം. ഈ രൂപത്തിലുള്ള അസൂയ പലപ്പോഴും "നിഷ്കളങ്കം" അല്ലെങ്കിൽ "ആഴമുള്ള സ്നേഹം" എന്ന ഭാഷയിൽ ന്യായീകരിക്കപ്പെടുന്നു. എന്നാൽ ശാസ്ത്രീയമായി നോക്കുമ്പോൾ, ഇത് സുരക്ഷാഭാവക്കുറവിന്റെയും ഉപേക്ഷിക്കപ്പെടുമെന്ന ഭയത്തിന്റെയും പ്രകടനമാണ്[7].

ലൈംഗിക അസൂയ (Sexual Jealousy)

ലൈംഗിക അസൂയ ശാരീരിക ബന്ധത്തെക്കുറിച്ചുള്ള ആശങ്കയിലാണ് അധിഷ്ഠിതം. പങ്കാളിയുടെ ലൈംഗിക പ്രത്യേകാവകാശം നഷ്ടപ്പെടുമോ എന്ന ഭയമാണ് ഇതിന്റെ കേന്ദ്രം. ഇവിടെ ഭീഷണി വികാരബന്ധമല്ല; ശരീരബന്ധമാണ്. പങ്കാളി മറ്റൊരാളുമായി ലൈംഗികബന്ധത്തിലേർപ്പെടുമോ എന്ന ചിന്തയാണ് അസൂയ ഉണർത്തുന്നത്.പരിണാമ മനശ്ശാസ്ത്രം ഈ അസൂയയെ പുനരുത്പാദന സുരക്ഷയുടെ പശ്ചാത്തലത്തിൽ വിശദീകരിക്കുന്നു[8]. പുരുഷന്മാരിൽ ലൈംഗിക അസൂയ ശക്തമായി പ്രകടമാകുന്നത്, ജനിതക അനിശ്ചിതത്വത്തിന്റെ ചരിത്രപരമായ ഭീതിയുമായി ബന്ധിപ്പിക്കപ്പെടുന്നു. സ്ത്രീകളിൽ, ലൈംഗിക അസൂയ വികാരബന്ധനഷ്ടവുമായി ചേർന്നാണ് പലപ്പോഴും പ്രവർത്തിക്കുന്നത്. എന്നാൽ ഈ വ്യത്യാസങ്ങൾ സ്ഥിരമായ നിയമങ്ങളല്ല; അവ സാമൂഹികവൽക്കരണവും സംസ്കാരവും ശക്തമായി സ്വാധീനിക്കുന്നവയാണ്.

ആധുനിക സമൂഹത്തിൽ, ലൈംഗിക അസൂയ പലപ്പോഴും നിയന്ത്രണത്തിന്റെയും നിരീക്ഷണത്തിന്റെയും ന്യായീകരണമായി മാറുന്നു. പങ്കാളിയുടെ വസ്ത്രധാരണം, സൗഹൃദങ്ങൾ, സാമൂഹിക ഇടപെടലുകൾ എന്നിവയെല്ലാം ലൈംഗിക ഭീഷണിയുടെ ചുവടുപിടിച്ച്

വിലയിരുത്തപ്പെടുന്നു. ഇതാണ് ഈ അസൂയരൂപത്തെ ബന്ധങ്ങൾക്ക് ഏറ്റവും അപകടകരമായതാക്കി മാറ്റുന്നത്.

ഉടമസ്ഥ അസൂയ (Possessive Jealousy)

ഉടമസ്ഥ അസൂയയിൽ, പങ്കാളിയെ സ്വതന്ത്രമായ ഒരു വ്യക്തിയായി അല്ല, മറിച്ച് സ്വന്തമായ അവകാശമുള്ള ഒരു വസ്തുവായി കാണുന്ന മനോഭാവമാണ് പ്രവർത്തിക്കുന്നത്[9]. ഇവിടെ അസൂയ ഒരു വികാരമല്ല; അത് ഒരു അധികാരബന്ധമാണ്. പങ്കാളിയുടെ സമയം, ശരീരം, സാമൂഹിക ഇടങ്ങൾ എന്നിവയ്ക്ക് മേൽ നിയന്ത്രണം പുലർത്താനുള്ള അവകാശം വ്യക്തി സ്വയം ഏറ്റെടുക്കുന്നു.

നിരീക്ഷണം, ചോദ്യം ചെയ്യൽ, അനുമതി ആവശ്യപ്പെടൽ, സംശയം പ്രകടിപ്പിക്കൽ എന്നിവ ഈ അസൂയരൂപത്തിന്റെ സാധാരണ പ്രകടനങ്ങളാണ്. ഈ പെരുമാറ്റങ്ങൾ പലപ്പോഴും "എനിക്ക് കരുതലുണ്ട്", "ഞാൻ സംരക്ഷിക്കുകയാണ്" എന്ന ഭാഷയിൽ ന്യായീകരിക്കപ്പെടുന്നു. എന്നാൽ ഇതിന്റെ അടിസ്ഥാനത്തിൽ പ്രവർത്തിക്കുന്നത് പങ്കാളിയുടെ സ്വാതന്ത്ര്യം അംഗീകരിക്കാൻ കഴിയാത്ത ഒരു മാനസിക ഘടനയാണ്. ഉടമസ്ഥ അസൂയ ദീർഘകാലത്തിൽ ബന്ധങ്ങളെ ശ്വാസംമുട്ടിക്കുന്ന അവസ്ഥയിലേക്ക് നയിക്കുന്നു.

താരതമ്യ അസൂയ (Comparative Jealousy)

താരതമ്യ അസൂയ മറ്റുള്ളവരുമായി സ്വയം നിരന്തരമായി താരതമ്യം ചെയ്യുന്നതിലൂടെ രൂപപ്പെടുന്ന അസൂയരൂപമാണ്. ഇവിടെ അസൂയയുടെ ലക്ഷ്യം നേരിട്ട് പങ്കാളിയല്ല; മറിച്ച് "മറ്റുള്ളവർ" എന്ന അസ്പഷ്ടമായ ഒരു കൂട്ടമാണ്. സൗന്ദര്യം, ശരീരഘടന, ബുദ്ധി, സാമ്പത്തിക നില, സാമൂഹിക അംഗീകാരം, സൃഷ്ടിപരമായ കഴിവുകൾ എന്നിവ താരതമ്യത്തിന്റെ മാനദണ്ഡങ്ങളാകുന്നു.ഈ അസൂയരൂപം വ്യക്തിയുടെ സ്വയംബോധത്തെ ക്രമേണ ക്ഷയിപ്പിക്കുന്നു. കാരണം, താരതമ്യം യാഥാർത്ഥ്യാധിഷ്ഠിതമല്ല; അത് മനസ്സിൽ നിർമ്മിച്ച ഒരു ideal standard നെ ആശ്രയിച്ചുള്ളതാണ്. സാമൂഹിക മാധ്യമങ്ങൾ ഈ അസൂയയെ ശക്തിപ്പെടുത്തുന്ന പ്രധാന ഘടകമായി മാറിയിട്ടുണ്ട്. മറ്റുള്ളവരുടെ ജീവിതം "മികച്ചത്" എന്ന രൂപത്തിൽ കാണപ്പെടുമ്പോൾ, സ്വന്തം ബന്ധവും ശരീരവും മൂല്യങ്ങളും അപര്യാപ്തമായി അനുഭവപ്പെടുന്നു[10]. ഇതാണ് താരതമ്യ അസൂയയെ ആധുനിക സമൂഹത്തിൽ വളരെ വ്യാപകമായ ഒരു മാനസിക അനുഭവമാക്കി മാറ്റുന്നത്.

നൈതിക അസൂയ (Moral Jealousy)

നൈതിക അസൂയയിൽ, വ്യക്തി സ്വന്തം നിയന്ത്രണാഭിലാഷത്തെ "മൂല്യരക്ഷ" എന്ന പേരിൽ മറയ്ക്കുന്നു[11]. ഇവിടെ അസൂയ ഒരു വ്യക്തിഗത വികാരമായി അവതരിപ്പിക്കപ്പെടുന്നില്ല; അത് ഒരു നൈതിക നിലപാടായി രൂപാന്തരപ്പെടുന്നു. സ്വന്തം അസൂയ "ശുദ്ധി", "സംസ്കാരം", "കുടുംബമൂല്യം" എന്നീ ആശയങ്ങളിലൂടെ ന്യായീകരിക്കപ്പെടുന്നു. അതേസമയം, പങ്കാളിയുടെയോ മറ്റുള്ളവരുടെയോ സ്വാതന്ത്ര്യം "അശുദ്ധി", "അധാർമ്മികത" എന്നീ ഭാഷകളിൽ ചിത്രീകരിക്കപ്പെടുന്നു.

ഈ അസൂയരൂപം സാമൂഹികമായി ഏറ്റവും അപകടകരമാണ്. കാരണം, ഇവിടെ വ്യക്തിഗത അസൂയയ്ക്ക് സമൂഹത്തിന്റെ നൈതിക അംഗീകാരം ലഭിക്കുന്നു. ഇതാണ് സ്ത്രീകളുടെ ലൈംഗികത നിയന്ത്രിക്കപ്പെടാനും, സാമൂഹിക അപകീർത്തിയും ശിക്ഷയും സാധാരണമാകാനും ഇടയാക്കുന്നത്.

നൈതിക അസൂയ വ്യക്തിഗത ബന്ധങ്ങളെ മാത്രമല്ല, സാമൂഹിക അധികാരഘടനകളെയും ശക്തിപ്പെടുത്തുന്നു.

ലൈംഗിക അസൂയ ഒരൊറ്റ അനുഭവമല്ല; അത് വിവിധ രൂപങ്ങളിൽ പ്രവർത്തിക്കുന്ന ഒരു മാനസിക ഘടനയാണ്. വികാര അസൂയ, ലൈംഗിക അസൂയ, ഉടമസ്ഥ അസൂയ, താരതമ്യ അസൂയ, നൈതിക അസൂയ എന്നിവ ഓരോന്നും വ്യത്യസ്തമായ മാനസിക വഴികളിലൂടെ ബന്ധങ്ങളെ സ്വാധീനിക്കുന്നു. ഈ രൂപങ്ങളെ തിരിച്ചറിയാതെ അസൂയയെ "സ്നേഹത്തിന്റെ സ്വാഭാവിക ഭാഗം" എന്ന നിലയിൽ മാത്രം കാണുന്നത്, അതിന്റെ വ്യക്തിഗതവും സാമൂഹികവുമായ അപകടങ്ങളെ മറച്ചുവയ്ക്കുന്നതാണ്.

ബന്ധങ്ങളിലെയും സാമൂഹിക ഘടനകളിലെയും ലൈംഗിക അസൂയ

(Sexual Jealousy in Relationships and Social Structures)

ലൈംഗിക അസൂയ വ്യക്തിയുടെ മനസ്സിനുള്ളിൽ മാത്രം ഒതുങ്ങുന്ന ഒരു അനുഭവമല്ല. അത് ബന്ധങ്ങളിലൂടെയും സാമൂഹിക ഘടനകളിലൂടെയും സഞ്ചരിച്ച് വ്യക്തിഗത വികാരത്തെ സാമൂഹിക പെരുമാറ്റമാക്കി മാറ്റുന്ന ഒരു ശക്തമായ മാനസിക സംവിധാനം കൂടിയാണ്. പ്രണയബന്ധങ്ങൾ മുതൽ വിവാഹം, കുടുംബം, സൗഹൃദം വരെ എല്ലാ ബന്ധരൂപങ്ങളിലും അസൂയ വ്യത്യസ്ത രീതിയിൽ പ്രവർത്തിക്കുന്നു. ഓരോ ഘട്ടത്തിലും, അതിന്റെ പ്രത്യാഘാതങ്ങൾ വ്യക്തികളുടെ മാനസികാരോഗ്യത്തെയും സാമൂഹിക അന്തരീക്ഷത്തെയും ആഴത്തിൽ സ്വാധീനിക്കുന്നു.

പ്രണയബന്ധങ്ങളിൽ

പ്രണയബന്ധങ്ങളിൽ ലൈംഗിക അസൂയ പലപ്പോഴും സ്നേഹത്തിന്റെ തെളിവായി റോമാന്റിസൈസ് ചെയ്യപ്പെടുന്നു. "അസൂയ ഉണ്ടെങ്കിൽ സ്നേഹം ഉണ്ടാകും" എന്ന പൊതുബോധം സിനിമകളിലും സാഹിത്യത്തിലും ശക്തമായി പുനരുത്പാദിപ്പിക്കപ്പെടുന്നു. എന്നാൽ ശാസ്ത്രീയ പഠനങ്ങൾ വ്യക്തമാക്കുന്നത്, അസൂയയുടെ തീവ്രത ഉയരുന്നിടത്ത് വിശ്വാസം കുറയുകയും ബന്ധസന്തൃപ്തി ക്രമേണ ക്ഷയിക്കുകയും ചെയ്യുന്നു എന്നതാണ്[12]. അസൂയ തുടർച്ചയായി പ്രകടമാകുമ്പോൾ, പങ്കാളികൾ തമ്മിലുള്ള ആശയവിനിമയം പ്രതിരോധാത്മകമാകുന്നു. തുറന്ന സംഭാഷണത്തിന് പകരം സംശയവും വിശദീകരണം ആവശ്യപ്പെടലും ബന്ധത്തിന്റെ കേന്ദ്രമാകുന്നു.

പ്രണയത്തിന്റെ തുടക്കഘട്ടങ്ങളിൽ അസൂയ ചിലപ്പോൾ ആവേശമായി അനുഭവപ്പെടാം. എന്നാൽ ദീർഘകാലത്തിൽ, ഈ അസൂയ ബന്ധത്തെ സുരക്ഷിതമാക്കുന്നില്ല; മറിച്ച്, അത് സ്ഥിരമായ മാനസിക സമ്മർദ്ദം സൃഷ്ടിക്കുന്നു. പങ്കാളിയുടെ സ്വാതന്ത്ര്യം ഭീഷണിയായി അനുഭവപ്പെടുന്നിടത്ത്, സ്നേഹബന്ധം സമത്വത്തിൽ നിന്ന് അസമത്വത്തിലേക്ക് വഴുതുന്നു. ഇതാണ് പല പ്രണയബന്ധങ്ങളും പരസ്പരവിശ്വാസക്കുറവിൽ അവസാനിക്കുന്നതിന്റെ മാനസിക അടിത്തറ.

വിവാഹത്തിൽ

വിവാഹത്തിൽ ലൈംഗിക അസൂയ കൂടുതൽ സങ്കീർണ്ണമായ രൂപം കൈക്കൊള്ളുന്നു. കാരണം, ഇവിടെ ബന്ധം നിയമപരവും സാമൂഹികവുമായ ഘടനകളാൽ ചുറ്റപ്പെട്ടിരിക്കുന്നു. അസൂയ അധികാരസംവിധാനമായി മാറുമ്പോൾ, വിവാഹബന്ധം പങ്കാളിത്തത്തിൽ നിന്ന് മേൽനോട്ടത്തിലേക്ക് മാറുന്നു. പങ്കാളിയുടെ സാമൂഹിക ഇടപെടലുകൾ, സാമ്പത്തിക തീരുമാനങ്ങൾ, ശരീരസ്വാതന്ത്ര്യം എന്നിവയെല്ലാം നിരീക്ഷണത്തിന്റെയും നിയന്ത്രണത്തിന്റെയും വിഷയമാകുന്നു.

ഈ അവസ്ഥ ദീർഘകാല മാനസിക ക്ഷതങ്ങൾക്ക് വഴിയൊരുക്കുന്നു. നിരന്തര സംശയവും നിയന്ത്രണവും അനുഭവിക്കുന്ന പങ്കാളിയിൽ ആത്മമൂല്യക്കുറവും ഉത്കണ്ഠയും വളരുന്നു. വിവാഹത്തിലെ അസൂയ പലപ്പോഴും "സംരക്ഷണം" അല്ലെങ്കിൽ "കുടുംബത്തിന്റെ നന്മ" എന്ന ഭാഷയിൽ ന്യായീകരിക്കപ്പെടുന്നു. എന്നാൽ ഇതിന്റെ ഫലം ബന്ധത്തിലെ സമത്വം തകരുന്നതാണ്. ഗവേഷണങ്ങൾ കാണിക്കുന്നത്, അസൂയാധിഷ്ഠിത നിയന്ത്രണം വിവാഹസന്തുഷ്ടിയെ ഗണ്യമായി കുറയ്ക്കുന്നുവെന്നതാണ്[13].

കുടുംബസംവിധാനങ്ങളിൽ

ലൈംഗിക അസൂയ കുടുംബസംവിധാനങ്ങളിലും ശക്തമായി പ്രവർത്തിക്കുന്നു. മാതാപിതാക്കൾ തമ്മിലുള്ള അസൂയ, ബന്ധുക്കൾ തമ്മിലുള്ള താരതമ്യ അസൂയ, കുടുംബത്തിനുള്ളിലെ അധികാരമത്സരം എന്നിവ കുടുംബാന്തരീക്ഷത്തെ അസ്ഥിരമാക്കുന്നു. ഇത്തരം അന്തരീക്ഷത്തിൽ വളരുന്ന കുട്ടികൾ അസൂയയെ സ്നേഹത്തിന്റെ സ്വാഭാവിക രൂപമായി ഉൾക്കൊള്ളാൻ സാധ്യതയുണ്ട്[14].

കുട്ടികൾ മാതാപിതാക്കളുടെ ബന്ധങ്ങളിൽ നിന്ന് പഠിക്കുന്നത് വാക്കുകളിലൂടെയല്ല, പെരുമാറ്റങ്ങളിലൂടെയാണ്. അസൂയ, സംശയം, നിയന്ത്രണം എന്നിവ ബന്ധത്തിന്റെ സാധാരണ ഘടകങ്ങളായി അവർ കാണുമ്പോൾ, അവയെ ഭാവിയിലെ ബന്ധങ്ങളിൽ പുനരാവർത്തിക്കാൻ സാധ്യത കൂടുതലാണ്. ഇങ്ങനെ, ലൈംഗിക അസൂയ ഒരു തലമുറയിൽ നിന്ന് മറ്റൊന്നിലേക്ക് സാമൂഹികമായി പകരുന്ന ഒരു മാനസിക മാതൃകയായി മാറുന്നു.

സൗഹൃദങ്ങളിൽ

സൗഹൃദബന്ധങ്ങളിൽ ലൈംഗിക അസൂയ നേരിട്ട് പ്രകടമാകുന്നതിന് പകരം, താരതമ്യ അസൂയയുടെ രൂപത്തിലാണ് സാധാരണയായി പ്രവർത്തിക്കുന്നത്. സാമൂഹിക വിജയം, അംഗീകാരം, തൊഴിൽ നേട്ടങ്ങൾ, ബന്ധങ്ങളുടെ വ്യാപ്തി എന്നിവയെക്കുറിച്ചുള്ള അസൂയ നിശ്ശബ്ദമായി സൗഹൃദങ്ങളെ തകർക്കുന്നു. ഇവിടെ അസൂയ തുറന്ന ആരോപണമായി മാറണമെന്നില്ല. പകരം, അകലം, മത്സരബോധം, നിസ്സംഗത എന്നിവയായി അത് പ്രകടമാകുന്നു.

സൗഹൃദങ്ങളിൽ ഈ അസൂയ പലപ്പോഴും അംഗീകരിക്കപ്പെടാതെ പോകുന്നു. കാരണം, അസൂയയെ പ്രണയബന്ധങ്ങളുമായി മാത്രം ബന്ധിപ്പിക്കുന്ന ഒരു സാമൂഹിക ധാരണ നിലനിൽക്കുന്നു. എന്നാൽ ശാസ്ത്രീയമായി നോക്കുമ്പോൾ, സൗഹൃദങ്ങളിൽ പ്രവർത്തിക്കുന്ന താരതമ്യ അസൂയയും വ്യക്തിയുടെ സ്വയംബോധത്തെയും സാമൂഹിക സുരക്ഷാഭാവത്തെയും തുല്യമായി ബാധിക്കുന്നു[15].

അസൂയയുടെ സാമൂഹികവൽക്കരണം

ലൈംഗിക അസൂയ ഒരു സ്വാഭാവിക വികാരമെന്നതിനൊപ്പം, പഠിപ്പിക്കപ്പെടുകയും സാമൂഹികമായി രൂപപ്പെടുത്തപ്പെടുകയും ചെയ്യുന്ന വികാരവുമാണ്. സിനിമകൾ, സാഹിത്യം, സംഗീതം, ജനപ്രിയ സംസ്കാരം എന്നിവ അസൂയയെ പ്രണയത്തിന്റെ നിർബന്ധിത ഘടകമായി ചിത്രീകരിക്കുന്നു[16]. അസൂയ ഇല്ലാത്ത ബന്ധങ്ങൾ "ആഴമില്ലാത്തത്" അല്ലെങ്കിൽ "ഉഷാറില്ലാത്തത്" എന്ന രീതിയിൽ അവതരിപ്പിക്കപ്പെടുന്നു. ഈ സാമൂഹികവൽക്കരണം അസൂയയെ ചോദ്യം ചെയ്യപ്പെടാത്ത ഒരു മാനദണ്ഡമാക്കി മാറ്റുന്നു.

ഇതിന്റെ ഫലമായി, വ്യക്തികൾ സ്വന്തം അസൂയയെ തിരിച്ചറിയുന്നതിനും നിയന്ത്രിക്കുന്നതിനും പകരം, അതിനെ ന്യായീകരിക്കുകയാണ് ചെയ്യുന്നത്. സമൂഹം അസൂയയെ സാധൂകരിക്കുന്നിടത്ത്, അതിന്റെ ദോഷഫലങ്ങൾ വ്യക്തിഗത പരാജയങ്ങളായി മാത്രം ചിത്രീകരിക്കപ്പെടുന്നു. ഇത് അസൂയയുടെ സാമൂഹിക ഉത്തരവാദിത്തത്തെ മറച്ചുവയ്ക്കുന്ന ഒരു സമീപനമാണ്.

ലൈംഗിക അസൂയ ബന്ധങ്ങളെ ശക്തിപ്പെടുത്തുന്നില്ല; അത് നിയന്ത്രണമില്ലാതെ വളരുമ്പോൾ ബന്ധങ്ങളെയും സാമൂഹിക ഘടനകളെയും ദുർബലമാക്കുന്നു. പ്രണയം, വിവാഹം, കുടുംബം, സൗഹൃദം എന്നിവയിൽ അസൂയയുടെ പ്രവർത്തനം മനസ്സിലാക്കാതെ, അതിനെ സ്നേഹത്തിന്റെ സ്വാഭാവിക ഘടകമായി മാത്രം വിശേഷിപ്പിക്കുന്നത്, അതിന്റെ ദീർഘകാല സാമൂഹിക പ്രത്യാഘാതങ്ങളെ അവഗണിക്കുന്നതാണ്.

(Sexual Jealousy and Its Repercussions in Personal and Social Domains)

അസൂയയുടെ രാഷ്ട്രീയ വിനിയോഗം

(Nationalism, Politics, and the Female Body)

ലൈംഗിക അസൂയ വ്യക്തിയുടെ മനസ്സിൽ മാത്രം നിലനിൽക്കുന്ന ഒരു വികാരമല്ല. അത് സാമൂഹികവും രാഷ്ട്രീയവുമായ ഘടനകളിലേക്ക് കടന്നുചെല്ലുമ്പോൾ, വ്യക്തിഗത ഭയം പൊതുസംവിധാനങ്ങളുടെ ഭാഷയായി മാറുന്നു. ഈ ഘട്ടത്തിലാണ് അസൂയ ഒരു മാനസിക അനുഭവത്തിൽ നിന്ന് അധികാരത്തിന്റെ ഉപാധിയായി പരിവർത്തനം പ്രാപിക്കുന്നത്. ചരിത്രപരമായി നോക്കുമ്പോൾ, ലൈംഗിക അസൂയ സാമൂഹിക നിയന്ത്രണത്തിനും രാഷ്ട്രീയ ഐക്യനിർമാണത്തിനും വ്യാപകമായി ഉപയോഗിക്കപ്പെട്ടിട്ടുണ്ട്.

മാധ്യമ റോമാന്റിസൈസേഷൻ (Media Romanticization)

മാധ്യമങ്ങൾ ലൈംഗിക അസൂയയെ തീവ്രസ്നേഹത്തിന്റെ സ്വാഭാവിക അടയാളമായി അവതരിപ്പിക്കുന്നതിൽ നിർണായക പങ്ക് വഹിക്കുന്നു. സിനിമകളിലും ടെലിവിഷൻ പരമ്പരകളിലും സാഹിത്യരചനകളിലും അസൂയയെ "ആഴമുള്ള സ്നേഹം" എന്ന ഭാഷയിൽ പുനരാവർത്തിച്ച് ചിത്രീകരിക്കുമ്പോൾ, നിയന്ത്രണവും നിരീക്ഷണവും സാധാരണമാകുന്നു. പങ്കാളിയുടെ സ്വാതന്ത്ര്യത്തെ ചോദ്യം ചെയ്യുന്നതും സംശയത്തോടെ സമീപിക്കുന്നതും സ്നേഹത്തിന്റെ തെളിവായി അവതരിപ്പിക്കപ്പെടുന്നു. ഈ റോമാന്റിസൈസേഷൻ അസൂയയുടെ അപകടകരമായ വശങ്ങളെ മറച്ചുവയ്ക്കുന്നു. ഇത്തരം മാധ്യമ പ്രതിനിധീകരണങ്ങൾ സാമൂഹിക ബോധത്തിൽ ദീർഘകാല സ്വാധീനം ചെലുത്തുന്നു. അസൂയ ഇല്ലാത്ത ബന്ധങ്ങൾ "തണുത്തത്" അല്ലെങ്കിൽ "ആഴമില്ലാത്തത്" എന്ന നിലയിൽ വിലയിരുത്തപ്പെടുമ്പോൾ, അസൂയ സ്വാഭാവികവും അനിവാര്യവുമായ വികാരമായി അംഗീകരിക്കപ്പെടുന്നു. ഇതിന്റെ ഫലമായി, നിയന്ത്രണപരമായ പെരുമാറ്റങ്ങൾ ചോദ്യം ചെയ്യപ്പെടാതെ പോകുന്നു, ചിലപ്പോൾ ഹിംസ പോലും പ്രണയത്തിന്റെ അത്തരം "അതിക്രമമായ" പ്രകടനമായി ന്യായീകരിക്കപ്പെടുന്നു[17].

രാഷ്ട്രീയ വിനിയോഗം (Political Use of Jealousy)

ലൈംഗിക അസൂയ വ്യക്തിതലത്തിൽ മാത്രമല്ല, രാഷ്ട്രീയതലത്തിലും വിനിയോഗിക്കപ്പെടുന്നു. "മാനാഭിമാനം", "സാംസ്കാരിക ശുദ്ധി", "പരമ്പരാഗത മൂല്യങ്ങൾ" തുടങ്ങിയ ഭാഷകൾ ഉപയോഗിച്ച്, വ്യക്തിഗത അസൂയയെ കൂട്ടായ വികാരമായി രൂപപ്പെടുത്തുന്നതാണ് ഇതിന്റെ പ്രധാന

രീതി[18]. ഇവിടെ ഒരാളുടെ അസൂയ സമൂഹത്തിന്റെ അസൂയയായി മാറുന്നു. ഇതോടെ, നിയന്ത്രണം വ്യക്തിപരമായ തിരഞ്ഞെടുപ്പായി അല്ല, സാമൂഹിക ബാധ്യതയായി അവതരിപ്പിക്കപ്പെടുന്നു.

ഈ രാഷ്ട്രീയ വിനിയോഗത്തിൽ, ലൈംഗികതയും ശരീരവും അധികാരത്തിന്റെ പ്രധാന കേന്ദ്രങ്ങളാകുന്നു. പ്രത്യേകിച്ച് സ്ത്രീകളുടെ ലൈംഗിക സ്വാതന്ത്ര്യം, സമൂഹത്തിന്റെ "മാന"വുമായി ബന്ധിപ്പിക്കപ്പെടുന്നു. ഇതിന്റെ ഫലമായി, സ്ത്രീയുടെ ശരീരത്തിലേക്കുള്ള നിയന്ത്രണം രാഷ്ട്രീയ അജണ്ടയുടെ ഭാഗമാകുന്നു. അസൂയ ഇവിടെ ഒരു വികാരമല്ല; അത് നിയമനിർമാണത്തിനും സാമൂഹിക ശിക്ഷകൾക്കും ന്യായീകരണമായിത്തീരുന്നു.

ദേശീയതയും സ്ത്രീ ശരീരവും (Nationalism and the Female Body)

ദേശീയത സ്ത്രീ ശരീരത്തെ ദേശത്തിന്റെ അതിരായി നിർവചിക്കുന്ന ഒരു ശക്തമായ സങ്കൽപ്പമാണ്[19]. സ്ത്രീയുടെ ശരീരം "രാഷ്ട്രത്തിന്റെ ബഹുമാനം" എന്ന നിലയിൽ ചിത്രീകരിക്കപ്പെടുമ്പോൾ, അവളുടെ ലൈംഗിക സ്വാതന്ത്ര്യം ദേശസുരക്ഷയുടെ വിഷയമായി മാറുന്നു. ഈ ആശയരൂപീകരണത്തിൽ, സ്ത്രീയുടെ പെരുമാറ്റം, വസ്ത്രധാരണം, ബന്ധങ്ങൾ എന്നിവയെല്ലാം രാഷ്ട്രീയ നിരീക്ഷണത്തിന് വിധേയമാകുന്നു.

ഇവിടെ പ്രവർത്തിക്കുന്നത് പുരുഷ അസൂയയുടെ സാമൂഹികവൽക്കരണമാണ്. വ്യക്തിയുടെ അസൂയ സമൂഹത്തിന്റെ അസൂയയായി പരിവർത്തനം പ്രാപിക്കുമ്പോൾ, അത് നിയമങ്ങളും ഹിംസയും ന്യായീകരിക്കുന്ന രാഷ്ട്രീയ ഉപാധിയായി മാറുന്നു. സ്ത്രീകളെ "സംരക്ഷിക്കണം" എന്ന ഭാഷയിൽ അവതരിപ്പിക്കുന്ന നിയന്ത്രണങ്ങൾ യഥാർത്ഥത്തിൽ അവരുടെ സ്വാതന്ത്ര്യം ചുരുക്കുകയാണ് ചെയ്യുന്നത്. ഈ ഘടനയിൽ, അസൂയ വ്യക്തിവികാരമല്ല; അത് അധികാരബന്ധങ്ങളുടെ ഭാഷയാണ്.

വ്യക്തിയിലും സമൂഹത്തിലും ലൈംഗിക അസൂയയുടെ പരിണിതഫലങ്ങൾ

(Standalone Repercussion Paragraph)

വ്യക്തിതലത്തിൽ, ലൈംഗിക അസൂയ ആത്മവിശ്വാസക്ഷയം, ആകാംക്ഷ, സ്ഥിരമായ സംശയം, നിയന്ത്രണപ്രവണത എന്നിവ സൃഷ്ടിക്കുന്നു[20]. ബന്ധങ്ങൾ സുരക്ഷയുടെ ഇടങ്ങളാകുന്നതിനുപകരം, ഭീഷണിയും നിരീക്ഷണവും നിറഞ്ഞ ഇടങ്ങളായി മാറുന്നു. ഇതോടെ, വ്യക്തിയുടെ മാനസികാരോഗ്യം ക്രമേണ ദുർബലമാകുന്നു. സമൂഹതലത്തിൽ, ഈ അസൂയ സ്ത്രീസ്വാതന്ത്ര്യത്തിന്റെ നിയന്ത്രണത്തിനും ലൈംഗിക ഹിംസയുടെ ന്യായീകരണത്തിനും ഉപയോഗിക്കപ്പെടുന്നു. സ്വകാര്യ വികാരമായി ആരംഭിക്കുന്ന അസൂയ സാമൂഹിക നിയമമായി മാറുമ്പോൾ, ബന്ധങ്ങൾ പങ്കാളിത്തത്തിൽ നിന്ന് അധികാരസംവിധാനങ്ങളായി രൂപാന്തരം പ്രാപിക്കുന്നു. അതിനാൽ, അസൂയയെ സ്വാഭാവിക വികാരമായി അംഗീകരിക്കുമ്പോഴും, അതിനെ മൂല്യമായി ഉയർത്തിപ്പിടിക്കുന്നത് വ്യക്തിസ്വാതന്ത്ര്യത്തിനും സാമൂഹിക നീതിക്കും ഗുരുതരമായ ഭീഷണിയാണ്[21].

ലൈംഗിക അസൂയ ഒരു വ്യക്തിഗത മാനസിക അനുഭവമായി മാത്രം പരിഗണിക്കപ്പെടുന്നിടത്തോളം, അതിന്റെ സാമൂഹികവും രാഷ്ട്രീയവുമായ പ്രത്യാഘാതങ്ങൾ മറഞ്ഞുപോകും. അസൂയ റോമാന്റിസൈസ് ചെയ്യപ്പെടുകയും രാഷ്ട്രീയമായി വിനിയോഗിക്കപ്പെടുകയും ചെയ്യുന്നിടത്ത്, അത് വ്യക്തികളുടെ മാത്രമല്ല, സമൂഹങ്ങളുടെ സ്വാതന്ത്ര്യത്തെയും സമത്വത്തെയും തന്നെ ചോദ്യം ചെയ്യുന്ന ഒരു ശക്തിയായി മാറുന്നു.

ലൈംഗിക അസൂയയും ബന്ധ ശൈലികളും (Jealousy vs Attachment Styles)

ലൈംഗിക അസൂയയുടെ തീവ്രതയും അത് പ്രകടമാകുന്ന രൂപവും വ്യക്തികളുടെ ബന്ധം ശൈലികൾ (attachment styles) അനുസരിച്ച് ഗണ്യമായി വ്യത്യാസപ്പെടുന്നു. അസൂയയെ ഒരു സ്വതന്ത്രമായ വികാരമായി മാത്രം മനസ്സിലാക്കുന്നത് ശാസ്ത്രീയമായി അപര്യാപ്തമാണ്. യഥാർത്ഥത്തിൽ, അസൂയ പ്രവർത്തിക്കുന്നത് ബന്ധങ്ങളിൽ വ്യക്തി ഉൾക്കൊള്ളുന്ന അടിസ്ഥാന സുരക്ഷാ മാതൃകയുമായി (basic security model) ചേർന്നാണ്[1]. ബാല്യകാല അനുഭവങ്ങളിലൂടെ രൂപപ്പെടുന്ന ഈ ബന്ധം ശൈലികൾ, പ്രായപൂർത്തിയായ ശേഷം വ്യക്തി പ്രണയബന്ധങ്ങളിലും ലൈംഗികബന്ധങ്ങളിലും എങ്ങനെ പ്രതികരിക്കുമെന്ന് നിർണ്ണയിക്കുന്ന പ്രധാന ഘടകങ്ങളിലൊന്നാണ്.

സുരക്ഷിത ബന്ധം (secure attachment) ഉള്ള വ്യക്തികളിൽ ലൈംഗിക അസൂയ സാധാരണയായി താൽക്കാലികവും നിയന്ത്രിതവുമായിരിക്കും. പങ്കാളിയുടെ സ്വാതന്ത്ര്യം ഇവർ ഭീഷണിയായി കാണുന്നില്ല. ബന്ധത്തിലെ വിശ്വാസം (trust) ഇവർക്കു ഒരു അടിസ്ഥാന ധാരണയായതിനാൽ, അസൂയ ഉയർന്നാലും അത് ബന്ധത്തെ പൂർണ്ണമായി നിയന്ത്രിക്കുന്നില്ല. അസൂയ തുറന്ന സംഭാഷണത്തിലൂടെ (communication) കൈകാര്യം ചെയ്യാനും, സ്വന്തം വികാരങ്ങളെ തിരിച്ചറിയാനും ഇവർക്കു കഴിയും[2]. അതിനാൽ, സുരക്ഷിത ബന്ധം ഉള്ളവരിൽ അസൂയ ബന്ധം തകർക്കുന്ന ശക്തിയാകുന്നതിന് പകരം, ബന്ധത്തിനുള്ളിലെ ഒരു മാനസിക സിഗ്നലായി മാത്രമേ പ്രവർത്തിക്കാറുള്ളൂ.

അതേസമയം, ഉത്കണ്ഠാപരമായ ബന്ധം (anxious attachment) ഉള്ളവരിൽ ലൈംഗിക അസൂയ അതിവേഗം ഉണരുകയും ദീർഘകാലം നിലനിൽക്കുകയും ചെയ്യുന്നു. ഇവർക്കു ബന്ധനഷ്ടം സ്വന്തം മൂല്യനഷ്ടമായി അനുഭവപ്പെടുന്നു. പങ്കാളിയുടെ ശ്രദ്ധ കുറയുന്നു എന്ന ചെറിയ സൂചന പോലും ഉപേക്ഷിക്കപ്പെടുമെന്ന ഭീതിയെ (abandonment anxiety) ഉണർത്തുന്നു. ഇതിന്റെ ഫലമായി, താരതമ്യം (comparison)യും നിയന്ത്രണം (control)യും ശക്തമാകുന്നു. ഇവർ പങ്കാളിയുടെ പെരുമാറ്റം നിരന്തരം വിലയിരുത്തുകയും, ഉറപ്പ് തേടുകയും ചെയ്യുന്നു. ഈ അസൂയ പലപ്പോഴും "ആഴമുള്ള സ്നേഹം" അല്ലെങ്കിൽ "കരുതൽ" എന്ന ഭാഷയിൽ സ്വയം ന്യായീകരിക്കപ്പെടുന്നതും സാധാരണമാണ്[3]. എന്നാൽ ശാസ്ത്രീയമായി നോക്കുമ്പോൾ, ഇത് സ്നേഹത്തിന്റെ അളവല്ല; സുരക്ഷാഭാവക്കുറവിന്റെ പ്രകടനമാണ്.

വിരക്ത ബന്ധം (avoidant attachment) ഉള്ളവരിൽ ലൈംഗിക അസൂയ നേരിട്ട് പ്രകടമാകുന്നതിന് പകരം, പരോക്ഷമായ വഴികളിലൂടെയാണ് പ്രവർത്തിക്കുന്നത്. തുറന്ന നിയന്ത്രണത്തിനോ ആരോപണങ്ങൾക്കോ പകരം, വികാരവിരക്തി (emotional withdrawal), ബന്ധത്തിൽ നിന്ന് പിന്മാറ്റം (distancing), അകലം സൃഷ്ടിക്കൽ (creating distance) തുടങ്ങിയ പെരുമാറ്റങ്ങളിലൂടെയാണ് അസൂയ പുറത്തുവരുന്നത്. ഇവർ പലപ്പോഴും അസൂയ അനുഭവിക്കുന്നില്ലെന്ന് അവകാശപ്പെടുകയോ, അതിനെ പൂർണ്ണമായി നിഷേധിക്കുകയോ ചെയ്യുന്നു. എന്നാൽ ഈ നിഷേധം ബന്ധത്തെ സംരക്ഷിക്കുന്നില്ല; മറിച്ച്, ആശയവിനിമയം കുറയുകയും ബന്ധം ക്രമേണ ദുർബലമാകുകയും ചെയ്യുന്നു[4]. ഇങ്ങനെ, പ്രകടമാകാത്ത അസൂയ പോലും ബന്ധത്തിന്റെ സ്ഥിരതയെ ബാധിക്കുന്നു.

ഈ വിശകലനം സൂചിപ്പിക്കുന്നത് ഒരു പ്രധാന ബിന്ദുവാണ്. ലൈംഗിക അസൂയയെ "പ്രശ്നം" ആയി മാത്രം കാണുന്നതിന് പകരം, അത് ഏത് ബന്ധ ശൈലിയിൽ നിന്നാണ് (attachment style)

ഉയരുന്നത് എന്ന് തിരിച്ചറിയുന്നതാണ് ശാസ്ത്രീയമായി പ്രസക്തമായ സമീപനം. അസൂയ ഇല്ലാതാക്കുക എന്നതല്ല പ്രധാന ലക്ഷ്യം; മറിച്ച്, അതിന്റെ മാനസിക വേരുകൾ തിരിച്ചറിഞ്ഞ്, ബന്ധങ്ങളിൽ കൂടുതൽ സുരക്ഷയും സമത്വവും സൃഷ്ടിക്കുക എന്നതാണ് ആധുനിക മനശ്ശാസ്ത്രത്തിന്റെ ദിശ.

ലൈംഗിക അസൂയയും ഹിംസയും(Jealousy and Violence)

ലൈംഗിക അസൂയയും ഹിംസയും തമ്മിലുള്ള ബന്ധം ആധുനിക സമൂഹങ്ങളിൽ ഏറ്റവും അപകടകരമായ സാമൂഹിക യാഥാർത്ഥ്യങ്ങളിലൊന്നായി ഗവേഷണങ്ങൾ നിരന്തരം ചൂണ്ടിക്കാണിക്കുന്നു. പ്രത്യേകിച്ച് അടുത്ത ബന്ധങ്ങളിലെ ഹിംസ (intimate partner violence) എന്നറിയപ്പെടുന്ന സംഭവങ്ങളിൽ, ലൈംഗിക അസൂയ ഒരു പ്രധാന പ്രേരകഘടകമായി പ്രവർത്തിക്കുന്നുവെന്ന് പഠനങ്ങൾ വ്യക്തമാക്കുന്നു[5]. ഇവിടെ അസൂയ ഒരു വ്യക്തിഗത വികാരമായി മാത്രം നിലനിൽക്കുന്നില്ല; അത് നിയന്ത്രണത്തിന്റെയും അധികാരത്തിന്റെയും ന്യായീകരണമായി രൂപാന്തരം പ്രാപിക്കുന്നു. അസൂയം "സ്നേഹത്തിന്റെ അതിരുകടന്ന രൂപം" എന്ന രീതിയിൽ സാമൂഹികമായി അംഗീകരിക്കപ്പെടുമ്പോൾ, അതിന്റെ ഹിംസാപരമായ സാധ്യതകൾ മറഞ്ഞുപോകുന്നു.

അസൂയ നിയന്ത്രണമില്ലാതെ വളരുമ്പോൾ, പങ്കാളിയുടെ സ്വാതന്ത്ര്യം ഭീഷണിയായി (threat) അനുഭവപ്പെടാൻ തുടങ്ങുന്നു. ഈ ഭീഷണിബോധം നേരിടാൻ വ്യക്തി സ്വീകരിക്കുന്ന മാർഗങ്ങൾ ക്രമേണ കടുപ്പമാകുന്നു. ആദ്യം നിരീക്ഷണം (monitoring), പിന്നീട് നിയന്ത്രണം (control), തുടർന്ന് ആരോപണം (accusation) എന്ന ക്രമത്തിലൂടെ ഈ പ്രക്രിയ മുന്നേറുന്നു. ഇതിന്റെ ഘട്ടമായി ശാരീരികവും മാനസികവുമായ ഹിംസ (physical and psychological violence) പ്രത്യക്ഷപ്പെടുന്ന്[6]. ഈ ഘട്ടത്തിൽ, ഹിംസ ഒരു താൽക്കാലിക പ്രതികരണമായി അല്ല, മറിച്ച് നിയന്ത്രണം ഉറപ്പാക്കാനുള്ള ഉപാധിയായി മാറുന്നു.ഉടമസ്ഥ അസൂയ (possessive jealousy) ശക്തമായ സമൂഹങ്ങളിൽ ഈ ഹിംസ കൂടുതൽ സാധാരണമാകുന്നതായി കാണാം. പങ്കാളിയെ സ്വന്തമായ അവകാശമുള്ള ഒരാളായി കാണുന്ന മനോഭാവമാണ് ഇവിടെ പ്രവർത്തിക്കുന്നത്. ഈ ഘടനയിൽ, പങ്കാളിയുടെ ശരീരവും സാമൂഹിക ഇടപെടലുകളും വ്യക്തിയുടെ "സ്വത്ത്" എന്ന നിലയിൽ കാണപ്പെടുന്നു. അതിനാൽ, ഈ "സ്വത്ത്" അപകടത്തിലാകുന്നു എന്ന ബോധം ഹിംസയ്ക്ക് ന്യായീകരണമാകുന്നു. പല സംസ്കാരങ്ങളിലും ഈ ഹിംസ "മാനാഭിമാനം" എന്ന പേരിൽ ന്യായീകരിക്കപ്പെടുന്നത് ഇതിന്റെ സാമൂഹിക അംഗീകാരത്തെ വ്യക്തമാക്കുന്നു.

ലൈംഗിക അസൂയയിൽ നിന്നുള്ള ഹിംസയുടെ ഏറ്റവും ക്രൂരമായ രൂപമാണ് മാനാഭിമാനഹിംസ (honor-based violence). ഇവിടെ ഒരു വ്യക്തിയുടെ അസൂയം സാമൂഹിക മൂല്യമായി മാറുന്നു. സ്ത്രീയുടെ ലൈംഗിക സ്വാതന്ത്ര്യം പുരുഷന്റെ സാമൂഹിക സ്ഥാനത്തോടും കുടുംബത്തിന്റെ "മാനത്തോടും" ബന്ധിപ്പിക്കപ്പെടുമ്പോൾ, അസൂയ വ്യക്തിവികാരമല്ല; അത് സാമൂഹിക അനുമതിയുള്ള ഹിംസയായി മാറുന്ന[7]. സ്ത്രീയുടെ പെരുമാറ്റം, വസ്ത്രധാരണം, ബന്ധങ്ങൾ എന്നിവയെല്ലാം സമൂഹത്തിന്റെ "മാനസംരക്ഷണ" ചുമതലയായി അവതരിപ്പിക്കപ്പെടുന്നു. ഇതോടെ, ഹിംസ ഒരു കുറ്റകൃത്യമായി അല്ല, "അനിവാര്യമായ ശിക്ഷ"യായി ചിത്രീകരിക്കപ്പെടുന്നു.

ലൈംഗിക അസൂയയിൽ നിന്നുള്ള ഹിംസ വ്യക്തിയുടെ നിയന്ത്രണക്കുറവിന്റെ പ്രശ്നം മാത്രമല്ല. അത് അസൂയയെ സാമൂഹികമായി സാധൂകരിക്കുകയും, നിയന്ത്രണത്തെ നൈതികമായി ന്യായീകരിക്കുകയും ചെയ്യുന്ന മൂല്യസംവിധാനങ്ങളുടെ പ്രശ്നമാണ്. അസൂയയെ സ്നേഹത്തിന്റെ

സ്വാഭാവിക ഘടകമായി ഉയർത്തിപ്പിടിക്കുന്ന സമൂഹങ്ങളിൽ, ഹിംസയ്ക്ക് എളുപ്പത്തിൽ ന്യായീകരണം ലഭിക്കുന്നു. അതിനാൽ, ലൈംഗിക അസൂയയും ഹിംസയും തമ്മിലുള്ള ബന്ധം മനസ്സിലാക്കുന്നത് വ്യക്തിഗത മനശ്ശാസ്ത്രത്തിന്റെ പരിധി കടന്ന്, സാമൂഹിക മൂല്യങ്ങളുടെയും അധികാരഘടനകളുടെയും വിമർശനത്തിലേക്ക് നയിക്കേണ്ടതുണ്ട്.

ചികിത്സ ആവശ്യമുള്ള ലൈംഗിക അസൂയ: ചികിത്സയും ഇടപെടലുകളും

(Pathological Jealousy)

ലൈംഗിക അസൂയ എല്ലായ്പ്പോഴും രോഗാവസ്ഥയല്ല എന്നതാണ് ആദ്യം വ്യക്തമായി മനസ്സിലാക്കേണ്ടത്. മനുഷ്യബന്ധങ്ങളിൽ ഒരു പരിധിവരെ അസൂയ അനുഭവപ്പെടുന്നത് സ്വാഭാവികമാണ്. എന്നാൽ ചില സാഹചര്യങ്ങളിൽ ഈ അസൂയം അതിന്റെ പരിധി കടന്ന് ചികിത്സ ആവശ്യമുള്ള ലൈംഗിക അസൂയ (pathological jealousy) എന്ന നിലയിലേക്ക് മാറുന്നു. ഈ അവസ്ഥ തിരിച്ചറിയപ്പെടുന്നത് അസൂയയുടെ ഉള്ളടക്കത്തിന്റെ അടിസ്ഥാനത്തിലല്ല; മറിച്ച് അതിന്റെ തീവ്രത, ആവർത്തനസ്വഭാവം, വ്യക്തിയുടെ ചിന്തകളിലും പെരുമാറ്റങ്ങളിലും ഉണ്ടാകുന്ന നിയന്ത്രണനഷ്ടം എന്നിവയുടെ അടിസ്ഥാനത്തിലാണ്[8].

ക്ലിനിക്കൽ തലത്തിൽ, ചികിത്സ ആവശ്യമുള്ള ലൈംഗിക അസൂയ ഒരു വികാരമായി മാത്രം നിലനിൽക്കുന്നില്ല. അത് വ്യക്തിയുടെ ദിനചര്യയെ തന്നെ നിയന്ത്രിക്കുന്ന ഒരു മാനസിക ഘടനയായി മാറുന്നു. ഇത്തരം അസൂയയിൽ സാധാരണയായി കാണപ്പെടുന്ന പ്രധാന ലക്ഷണങ്ങളിൽ ഒന്നാണ് നിരന്തര സംശയം. പങ്കാളിയുടെ ഓരോ പെരുമാറ്റവും, സംഭാഷണവും, സാമൂഹിക ഇടപെടലുകളും ഭീഷണിയായി വ്യാഖ്യാനിക്കപ്പെടുന്നു. ഈ സംശയം പലപ്പോഴും യാഥാർത്ഥ്യാധിഷ്ഠിതമല്ല; തെളിവില്ലാത്ത ആരോപണങ്ങൾ (baseless accusations) അതിന്റെ സ്വാഭാവിക അനുബന്ധമായി മാറുന്നു.

ഇതോടൊപ്പം, നിർബന്ധിത പരിശോധന (compulsive checking) എന്ന പെരുമാറ്റവും ചികിത്സ ആവശ്യമുള്ള അസൂയയുടെ പ്രധാന ലക്ഷണമാണ്. പങ്കാളിയുടെ ഫോൺ, സന്ദേശങ്ങൾ, സാമൂഹിക മാധ്യമ ഇടപെടലുകൾ, സമയം ചെലവഴിക്കുന്ന ഇടങ്ങൾ എന്നിവയെല്ലാം ആവർത്തിച്ച് പരിശോധിക്കുന്ന പ്രവണത ഇവിടെ കാണപ്പെടുന്നു. ഈ പരിശോധനകൾ താൽക്കാലിക ആശ്വാസം നൽകുന്നുവെന്ന തോന്നൽ ഉണ്ടാകാം. എന്നാൽ ദീർഘകാലത്തിൽ, അവ സംശയത്തെ കൂടുതൽ ശക്തിപ്പെടുത്തുകയും അസൂയയെ ദുഷ്ചക്രത്തിലേക്ക് തള്ളുകയും ചെയ്യുന്നു.

ചികിത്സ ആവശ്യമുള്ള അസൂയയുടെ ഏറ്റവും അപകടകരമായ ഘടകങ്ങളിൽ ഒന്നാണ് പങ്കാളിയുടെ സ്വാതന്ത്ര്യം പൂർണ്ണമായി നിയന്ത്രിക്കാനുള്ള പ്രവണത. സാമൂഹിക ബന്ധങ്ങൾ പരിമിതപ്പെടുത്തൽ, വസ്ത്രധാരണം നിയന്ത്രിക്കൽ, ജോലി അല്ലെങ്കിൽ പഠനം സംബന്ധിച്ച തീരുമാനങ്ങളിൽ ഇടപെടൽ എന്നിവ ഇതിന്റെ ഭാഗമാകാം. ഈ നിയന്ത്രണം പലപ്പോഴും "സംരക്ഷണം" അല്ലെങ്കിൽ "കരുതൽ" എന്ന ഭാഷയിൽ ന്യായീകരിക്കപ്പെടുന്നു. എന്നാൽ ശാസ്ത്രീയമായി നോക്കുമ്പോൾ, ഇത് ബന്ധത്തിലെ സമത്വം തകർക്കുന്ന ഒരു മാനസിക അധികാരപ്രകടനമാണ്.

ഇത്തരം സാഹചര്യങ്ങളിൽ, ചികിത്സയുടെ ലക്ഷ്യം അസൂയയെ പൂർണ്ണമായി ഇല്ലാതാക്കുക എന്നതല്ല. അസൂയം മനുഷ്യാനുഭവത്തിന്റെ ഭാഗമായതിനാൽ, അതിനെ പൂർണ്ണമായും ഒഴിവാക്കുക യാഥാർത്ഥ്യപരമല്ല. ചികിത്സയുടെ യഥാർത്ഥ ലക്ഷ്യം അസൂയയെ നിയന്ത്രിക്കാവുന്ന ഒരു വികാരമാക്കുക എന്നതാണ്. അതായത്, അസൂയം വ്യക്തിയുടെ ചിന്തകളെയും പെരുമാറ്റങ്ങളെയും

നിയന്ത്രിക്കുന്ന അവസ്ഥയിൽ നിന്ന്, വ്യക്തി അസൂയയെ തിരിച്ചറിയുകയും അതിനെ കൈകാര്യം ചെയ്യുകയും ചെയ്യുന്ന അവസ്ഥയിലേക്കാണ് ചികിത്സ ലക്ഷ്യമിടുന്നത്.

ബൗദ്ധിക പെരുമാറ്റ ചികിത്സ (Cognitive Behavioural Therapy – CBT) ചികിത്സ ആവശ്യമുള്ള ലൈംഗിക അസൂയയുടെ ചികിത്സയിൽ വ്യാപകമായി ഉപയോഗിക്കപ്പെടുന്ന ഒരു രീതിയാണ്[9]. ഈ ചികിത്സയിൽ, അസൂയയ്ക്ക് പിന്നിൽ പ്രവർത്തിക്കുന്ന തെറ്റായ വിശ്വാസങ്ങളും (cognitive distortions) വ്യാഖ്യാന പിശകുകളും തിരിച്ചറിയപ്പെടുന്നു. “എനിക്ക് മതിയാകുന്നില്ല”, “എന്നെ വഞ്ചിക്കപ്പെടും” തുടങ്ങിയ സ്വയംബോധത്തെ ദുർബലമാക്കുന്ന ചിന്തകൾ ചോദ്യം ചെയ്യപ്പെടുകയും, യാഥാർത്ഥ്യപരമായ ചിന്താശൈലി വളർത്തുകയും ചെയ്യുന്നു. കൂടാതെ, താരതമ്യചിന്ത (comparison thinking) കുറയ്ക്കാനുള്ള സാങ്കേതികവിദ്യകളും ഈ ചികിത്സയുടെ ഭാഗമാണ്.

അറ്റാച്ച്മെന്റ് അധിഷ്ഠിത ചികിത്സ (attachment-based therapy) ചികിത്സ ആവശ്യമുള്ള അസൂയയുടെ ആഴത്തിലുള്ള വേരുകളെ സ്പർശിക്കുന്നു. പല കേസുകളിലും, ഈ അസൂയയുടെ അടിത്തറ ബാല്യകാല സുരക്ഷാഭാവക്കുറവുകളിലാണ് (childhood insecurity). ഉപേക്ഷിക്കപ്പെടുമെന്ന ഭയം, സ്ഥിരതയില്ലാത്ത ബന്ധാനുഭവങ്ങൾ, വിശ്വാസക്ഷയം എന്നിവ ഈ ചികിത്സയിൽ വിശദമായി പരിശോധിക്കപ്പെടുന്നു. വ്യക്തിക്ക് സുരക്ഷിതബന്ധങ്ങളുടെ അനുഭവം (secure relational experience) പുനർനിർമ്മിക്കാൻ സഹായിക്കുന്നതാണ് ഈ ചികിത്സയുടെ ലക്ഷ്യം.

ചില സാഹചര്യങ്ങളിൽ, ചികിത്സ ആവശ്യമുള്ള അസൂയ മറ്റ് മാനസികാവസ്ഥകളുമായി ചേർന്നും കാണപ്പെടുന്നു. ഉത്കണ്ഠാരോഗങ്ങൾ (anxiety disorders) അല്ലെങ്കിൽ ഭ്രമാത്മക അസൂയം (delusional jealousy) ഉള്ള കേസുകളിൽ, മരുന്ന് ചികിത്സയും (pharmacological treatment) ആവശ്യമായേക്കാം[10]. ഇവിടെ മരുന്നുകളുടെ ലക്ഷ്യം അസൂയയെ “ശരിയാക്കുക” എന്നതല്ല; മറിച്ച്, അതിന്റെ തീവ്രത കുറച്ച്, വ്യക്തിയെ മനശ്ശാസ്ത്രചികിത്സയിൽ ഫലപ്രദമായി പങ്കാളിയാക്കുക എന്നതാണ്.

ലൈംഗിക അസൂയയെ നൈതിക പരാജയമായോ സ്വഭാവക്കുറവായോ കാണുന്നത് ചികിത്സയ്ക്ക് തടസ്സമാണ്. ചികിത്സ ആവശ്യമുള്ള ലൈംഗിക അസൂയം ഒരു ചികിത്സിക്കാവുന്ന മാനസിക ഘടനയാണ്. അതിനെ തിരിച്ചറിയുകയും, ശാസ്ത്രീയമായ ഇടപെടലുകളിലൂടെ നിയന്ത്രണത്തിലാക്കുകയും ചെയ്യുമ്പോൾ, വ്യക്തിയുടെയും ബന്ധത്തിന്റെയും സുരക്ഷയും മാനസികാരോഗ്യവും പുനഃസ്ഥാപിക്കാനാകും.

അസൂയക്ക് ശേഷം ബന്ധങ്ങൾ: നൈതികതയും പുതിയ മാതൃകകളും

(Post-Jealousy Relationship Models –Ethics)

അസൂയം അനുഭവിക്കുകയും അതിനെ അതിജീവിക്കുകയും ചെയ്ത ബന്ധങ്ങൾ ഒരിക്കൽ മാത്രമല്ല, സ്ഥിരമായി ഒരു നിർണായക നൈതിക ചോദ്യത്തെ നേരിടുന്നു. ഒരു ബന്ധം നിലനിൽക്കേണ്ടത് നിയന്ത്രണത്തിലൂടെയാണോ, അതോ സ്വാതന്ത്ര്യത്തിലൂടെയാണോ എന്നതാണ് ആ ചോദ്യം. അസൂയയെ മറികടക്കുന്ന ഘട്ടത്തിൽ, ബന്ധങ്ങൾ വെറും വികാരബന്ധങ്ങളല്ല; അവ നൈതിക ഘടനകളായി മാറുന്നു.

അസൂയയ്ക്ക് ശേഷമുള്ള ബന്ധ മാതൃകകൾ (post-jealousy relationship models) എന്നത്, അസൂയയെ ബന്ധത്തിന്റെ കേന്ദ്രസംഘടകമായി കണക്കാക്കാത്ത പുതിയ

ബന്ധനൈതികതകളെയാണ് സൂചിപ്പിക്കുന്നത്. ഇവിടെ വിശ്വാസം (trust) നിരീക്ഷണത്തിലൂടെയോ നിയന്ത്രണത്തിലൂടെയോ നിർമ്മിക്കപ്പെടുന്നില്ല. മറിച്ച്, ഓരോ വ്യക്തിയും സ്വന്തം വികാരങ്ങൾക്കും പെരുമാറ്റങ്ങൾക്കും ഉത്തരവാദിത്തം ഏറ്റെടുക്കുന്ന സ്വയം–ഉത്തരവാദിത്തത്തിലൂടെയാണ് (self-responsibility) വിശ്വാസം വളരുന്നത്[11].

ഇത്തരം ബന്ധങ്ങളിൽ അസൂയ നിഷേധിക്കപ്പെടുന്നില്ല. എന്നാൽ അതിനെ ഒളിപ്പിക്കുകയോ ന്യായീകരിക്കുകയോ ചെയ്യുന്നില്ല. അസൂയം തുറന്ന സംഭാഷണവിഷയമാകുന്നു. "എനിക്ക് അസൂയം തോന്നുന്നു" എന്ന വാചകം കുറ്റാരോപണമല്ല, ആത്മപരിശോധനയുടെ തുടക്കമായി മാറുന്നു. ഇതിലൂടെ, അസൂയം പങ്കാളിയെ നിയന്ത്രിക്കാനുള്ള ആയുധമല്ല, മറിച്ച് സ്വന്തം സുരക്ഷാഭാവത്തെയും ആത്മവിശ്വാസത്തെയും പരിശോധിക്കാനുള്ള മാനസിക സിഗ്നലായി പുനർവ്യാഖ്യാനിക്കപ്പെടുന്നു.

ഈ ബന്ധ മാതൃകകളിൽ നിയന്ത്രണം (control) ഒരു സ്നേഹചിഹ്നമായി അംഗീകരിക്കപ്പെടുന്നില്ല. നിയന്ത്രണം നൈതികമായി ചോദ്യം ചെയ്യപ്പെടുന്നു. "നിനക്ക് എന്തു ചെയ്യാം, ആരോട് സംസാരിക്കാം" എന്ന അധികാരഭാഷ ബന്ധത്തിന്റെ ഭാഷയിൽ നിന്ന് നീക്കം ചെയ്യപ്പെടുന്നു. പങ്കാളിയുടെ സ്വാതന്ത്ര്യം (autonomy) ബന്ധത്തിന് ഭീഷണിയായി കാണുന്നില്ല; മറിച്ച്, അത് ബന്ധത്തിന്റെ ആരോഗ്യത്തിന്റെ സൂചനയായി കണക്കാക്കപ്പെടുന്നു.

നൈതികമായി പക്വമായ ബന്ധങ്ങൾ (ethically mature relationships) അസൂയയെ ബന്ധത്തിന്റെ തെളിവായി കാണുന്നില്ല. അസൂയം സ്നേഹത്തിന്റെ ആഴം അളക്കുന്ന ഉപാധിയല്ലെന്ന് ഇവ അംഗീകരിക്കുന്നു. പകരം, അസൂയം കൈകാര്യം ചെയ്യേണ്ട ഒരു മാനസിക അവസ്ഥയായി മാത്രമാണ് പരിഗണിക്കപ്പെടുന്നത്[12]. ഇവിടെ "നിനക്കാണ് തെറ്റ്" എന്ന ഭാഷയില്ല; "എനിക്ക് എന്താണ് സംഭവിക്കുന്നത്" എന്ന സ്വയംനോട്ടമാണ് പ്രധാനമാകുന്നത്.ഈ സമീപനം ഒരു റോമാന്റിക് ഐഡിയലിസം (romantic idealism) അല്ല. മനുഷ്യർ അസൂയരഹിതരാകുമെന്ന് സ്വപ്നം കാണുന്ന ഒരു ആശയലോകവുമല്ല ഇത്. മറിച്ച്, ആധുനിക ബന്ധങ്ങളുടെ നൈതിക പരിണാമമാണ് (ethical evolution of relationships). അസൂയം ഉണ്ടാകാമെന്നും, പക്ഷേ അത് ബന്ധത്തിന്റെ നിയമമാകരുതെന്നും ഈ മാതൃക വ്യക്തമാക്കുന്നു.

അസൂയയിൽ അധിഷ്ഠിതമായ ബന്ധങ്ങൾ അധികാരബന്ധങ്ങളാണ്. അവിടെ സുരക്ഷ നിയന്ത്രണത്തിലൂടെയാണ് നിർമ്മിക്കപ്പെടുന്നത്. സംശയം നിയമമാകുന്നു, നിരീക്ഷണം സ്നേഹമായി അവതരിപ്പിക്കപ്പെടുന്നു. എന്നാൽ അസൂയയ്ക്ക് അപ്പുറമുള്ള ബന്ധങ്ങൾ പങ്കാളിത്തബന്ധങ്ങളാണ്. അവിടെ സുരക്ഷ വിശ്വാസത്തിലൂടെയും, സ്വാതന്ത്ര്യത്തിലൂടെയും, പരസ്പര ബോധ്യത്തിലൂടെയും നിർമ്മിക്കപ്പെടുന്നു. ഈ മാറ്റമാണ് അസൂയയ്ക്ക് ശേഷം ബന്ധങ്ങൾ കൈവരിക്കുന്ന ഏറ്റവും പ്രധാന നൈതിക നേട്ടം.

Reference List

1. White, G. L., and Mullen, P. E. Jealousy: Theory, Research, and Clinical Strategies. Guilford Press, 1989.

2. Sharpsteen, D. J. The Psychology of Romantic Jealousy. Journal of Social and Personal Relationships, 1991.

3. Buss, D. M. Sexual Strategies Theory: Evolutionary Perspectives on Human Mating. Psychological Review, 1998.

4. Dutton, D. G., and White, K. R. Male Jealousy and Violence. Aggression and Violent Behavior, 2012.

5. Salovey, P., and Rodin, J. The Differentiation of Social Comparison Jealousy and Romantic Jealousy. Journal of Personality and Social Psychology, 1984.

6. Salovey, P., and Rodin, J. The Differentiation of Social Comparison Jealousy and Romantic Jealousy. Journal of Personality and Social Psychology, 1984.

7. Guerrero, L. K., and Andersen, P. A. Emotional and Sexual Jealousy as Communicative Responses. Communication Studies, 1998.

8. Buss, D. M. The Dangerous Passion: Why Jealousy Is as Necessary as Love and Sex. Free Press, 2000.

9. Dobash, R. E., and Dobash, R. P. Violence Against Wives. Free Press, 1979.

10. Fox, J., and Moreland, J. J. The Dark Side of Social Networking Sites. Computers in Human Behavior, 2015.

11. Foucault, M. The History of Sexuality, Volume 1. Pantheon Books, 1978.

12. Guerrero, L. K., and Andersen, P. A. The Role of Jealousy in Romantic Relationships. Communication Reports, 1998.

13. White, G. L. Jealousy and Marital Satisfaction. Journal of Family Psychology, 1991.

14. Cummings, E. M., and Davies, P. T. Children and Marital Conflict. Guilford Press, 1994.

15. Buunk, B. P., and Dijkstra, P. Social Comparison and Jealousy in Friendships. Personal Relationships, 2006.

16. Illouz, E. Consuming the Romantic Utopia. University of California Press, 2007.

17. Illouz, E. Consuming the Romantic Utopia. University of California Press, 2007.

18. Nussbaum, M. C. Sex and Social Justice. Oxford University Press, 1999.

19. Yuval-Davis, N. Gender and Nation. Sage Publications, 1997.

20. Mullen, P. E., and Martin, J. Jealousy: A Community Study. British Journal of Psychiatry, 1994.

21. Gill, R. Gender and the Media. Polity Press, 2007.

22. Hazan, C., and Shaver, P. Romantic Love Conceptualized as an Attachment Process. Journal of Personality and Social Psychology, 1987.

23. Mikulincer, M., and Shaver, P. Attachment in Adulthood: Structure, Dynamics, and Change. Guilford Press, 2007.

24. Bartholomew, K., and Horowitz, L. M. Attachment Styles Among Young Adults. Journal of Personality and Social Psychology, 1991.

25. Sharpsteen, D. J., and Kirkpatrick, L. A. Romantic Jealousy and Adult Romantic Attachment. Journal of Personality and Social Psychology, 1997.

26. Dutton, D. G. The Abusive Personality: Violence and Control in Intimate Relationships. Guilford Press, 1995.

27. Dobash, R. E., and Dobash, R. P. Violence Against Wives. Free Press, 1979.

28. Gill, A. Honour Killing and Violence. Palgrave Macmillan, 2011.

29. Heise, L. L. Violence Against Women: An Integrated, Ecological Framework. Violence Against Women, 1998.

30. Cobb, J. P. Pathological Jealousy: Clinical Perspectives. Brunner–Routledge, 2003.

31. Mullen, P. E. The Jealousy Syndrome: Clinical and Forensic Aspects British Journal of Psychiatry, 1991.

32. Leahy, R. L. Cognitive Therapy Techniques Guilford Press, 2017.

33. Beck, J. S. Cognitive Behavior Therapy: Basics and Beyond. Guilford Press, 2011.

34. Mikulincer, M., and Shaver, P. Attachment in Adulthood: Structure, Dynamics, and Change. Guilford Press, 2007.

35. Giddens, Anthony. The Transformation of Intimacy Stanford University Press, 1992.

36. Bauman, Zygmunt. Liquid Love,Polity Pres), 2003.

37. Perel, Esther. The State of Affairs,HarperCollins, 2017.

38. Fromm, Erich. The Art of Loving. Harper & Row, 1956.

39. Mikulincer, Mario, and Shaver, Phillip R. Attachment, Affect Regulation, and Relationships. Guilford Press, 2007.

അധ്യായം 9

ഉടമസ്ഥബോധം — പ്രണയമല്ല, മനോവൈകല്യം

(Possessiveness — Psychological Pathology, Not Love)

ഉടമസ്ഥബോധം മനുഷ്യബന്ധങ്ങളിൽ ഏറ്റവും കൂടുതൽ തെറ്റിദ്ധരിക്കപ്പെടുന്ന മാനസിക ഘടനകളിലൊന്നാണ്. സാമൂഹികമായി, അത് സ്നേഹത്തിന്റെ തീവ്രതയായി, കരുതലിന്റെ അടയാളമായി, ചിലപ്പോൾ ഉത്തരവാദിത്തത്തിന്റെ പ്രതീകമായി പോലും അവതരിപ്പിക്കപ്പെടുന്നു. എന്നാൽ മനശ്ശാസ്ത്രപരമായി (psychology) പരിശോധിക്കുമ്പോൾ, ഉടമസ്ഥബോധം (possessiveness) സ്നേഹത്തിന്റെ അളവല്ല. മറിച്ച്, വ്യക്തിയുടെ ആന്തരിക സുരക്ഷാഭാവം (sense of security) തകരാറിലായിരിക്കുന്നതിന്റെ വ്യക്തമായ ലക്ഷണമാണ്[1]. ഈ അധ്യായം മുന്നോട്ടുവയ്ക്കുന്ന കേന്ദ്രവാദം ഇതാണ്. ഉടമസ്ഥബോധം ഒരു ബന്ധഗുണമല്ല. അത് വ്യക്തിയുടെ മനസ്സിൽ നിലനിൽക്കുന്ന ഒരു മനോവൈകല്യ ഘടനയാണ് (psychological pathology).

ഉടമസ്ഥബോധം സ്നേഹമല്ല (love). സ്നേഹം മറ്റൊരാളുടെ സ്വാതന്ത്ര്യത്തെ (freedom) അംഗീകരിക്കുകയും, അവന്റെ അല്ലെങ്കിൽ അവളുടെ സ്വയംഭരണത്തെ (autonomy) ആദരിക്കുകയും ചെയ്യുന്ന വികാരബന്ധമാണ്. ഉടമസ്ഥബോധം കരുതലുമല്ല (care). കരുതൽ മറ്റൊരാളുടെ ആവശ്യങ്ങൾ മനസ്സിലാക്കുന്നതാണ്; ഉടമസ്ഥബോധം മറ്റൊരാളുടെ പെരുമാറ്റത്തെ നിയന്ത്രിക്കുന്നതാണ്. ഉടമസ്ഥബോധം പ്രതിബദ്ധതയുമല്ല (commitment). പ്രതിബദ്ധത പങ്കാളിത്തത്തിന്റെ ഉത്തരവാദിത്തം പങ്കിടുന്നതാണ്; ഉടമസ്ഥബോധം ഉത്തരവാദിത്തത്തെ അധികാരമായി (power) മാറ്റുന്നതാണ്[2].

സ്നേഹത്തിൽ ബന്ധം സുരക്ഷയുടെ ഇടമാണ്. ഉടമസ്ഥബോധത്തിൽ ബന്ധം ഭീഷണിയുടെ ഇടമായി മാറുന്നു. "നീ എന്റേതാണ്" എന്ന വാചകം പ്രണയവാക്യമായി കേൾക്കപ്പെടുമ്പോഴും, അതിന്റെ അടിത്തറയിൽ മറ്റൊരാളുടെ സ്വതന്ത്രത നിഷേധിക്കുന്ന മനോഭാവമാണ് പ്രവർത്തിക്കുന്നത്. ഇതാണ് ഉടമസ്ഥബോധത്തെ ഒരു മനശ്ശാസ്ത്രപരമായ പ്രശ്നമാക്കുന്നത്.

ഉടമസ്ഥബോധം ഒരു പെട്ടെന്നുള്ള വികാരമല്ല. അത് വ്യക്തിത്വഘടനയുടെ (personality structure) ഭാഗമായി രൂപപ്പെടുന്ന ഒന്നാണ്. ഈ ഘടനയിൽ, ബന്ധം സുരക്ഷയുടെ ഏക ഉറവിടമായി മാറുന്നു. പങ്കാളി ഒരു മനുഷ്യബന്ധമല്ല; അത് മാനസിക ആശ്രയത്തിന്റെ (emotional dependency) ഏക കേന്ദ്രമാണ്. സ്വയംബോധം (sense of self) ബന്ധത്തിനുള്ളിൽ മാത്രം നിലനിൽക്കുന്നു എന്ന ധാരണ വ്യക്തിയുടെ മനസ്സിൽ ഉറച്ചുപോകുന്നു[3].

ഇത്തരം വ്യക്തികളിൽ, ബന്ധം നഷ്ടപ്പെടുന്നത് വെറും വേദനയായി മാത്രമല്ല, സ്വയം ഇല്ലാതാകുന്നതുപോലുള്ള അനുഭവമായി മാറുന്നു. അതിനാൽ, ബന്ധം നിലനിർത്താൻ നിയന്ത്രണം (control), നിരീക്ഷണം (monitoring), വിലക്ക് (restriction) എന്നിവ അനിവാര്യമായ മാർഗ്ഗങ്ങളായി തോന്നുന്നു. ഇവിടെ സ്നേഹം പ്രവർത്തിക്കുന്നില്ല; പ്രവർത്തിക്കുന്നത് നിലനിൽപ്പിന്റെ ഭയമാണ് (existential fear).

ബന്ധസുരക്ഷ (attachment) എന്നത് ബന്ധത്തിലൂടെ സുരക്ഷ നേടാനുള്ള മനുഷ്യസ്വഭാവമാണ്. അത് സ്വാഭാവികവും ആരോഗ്യകരവുമാണ്. ഉടമസ്ഥാവകാശം (ownership) എന്നത് മറ്റൊരാളിലൂടെ നിയന്ത്രണം നേടാനുള്ള ശ്രമമാണ്. ബന്ധസുരക്ഷയിൽ പങ്കാളി ഒരു വ്യക്തിയാണ്. ഉടമസ്ഥാവകാശത്തിൽ പങ്കാളി ഒരു വസ്തുവായി മാറുന്നു[4].ഈ വ്യത്യാസം മനസ്സിലാക്കാതെ,

ഉടമസ്ഥബോധത്തെ സ്നേഹത്തിന്റെ ഭാഗമാക്കി മാറ്റുന്ന സമൂഹങ്ങൾ ഹിംസയുടെ (violence) അടിത്തറ തന്നെ ശക്തിപ്പെടുത്തുകയാണ് ചെയ്യുന്നത്. കാരണം, ഉടമസ്ഥാവകാശം നിലനിൽക്കുന്നിടത്ത് സമത്വബന്ധം (egalitarian relationship) അസാധ്യമാണ്.

ഉടമസ്ഥബോധം പല ഘടകങ്ങളുടെ സംയോജിത ഫലമാണ്. ബാല്യകാല സുരക്ഷാഭാവക്കുറവ് (attachment insecurity), അതായത് ബാല്യത്തിൽ സ്ഥിരമായ സുരക്ഷാനുഭവം ലഭിക്കാതിരിക്കുക, പ്രധാന ഘടകമാണ്. സ്വന്തം മൂല്യത്തെപ്പറ്റിയുള്ള ദുർബലബോധം (low self-worth) മറ്റൊരു കാരണമാണ്. അനിശ്ചിതത്വം സഹിക്കാനാകാത്ത അവസ്ഥ (control anxiety) ഉടമസ്ഥബോധത്തെ ശക്തമാക്കുന്നു. സാംസ്കാരിക പരിശീലനം (cultural conditioning), പ്രത്യേകിച്ച് പിതൃസത്താ സമൂഹങ്ങളിൽ (patriarchy), ഉടമസ്ഥബോധത്തെ നൈതികമായി സാധൂകരിക്കുന്നു. മാനസിക ക്ഷതങ്ങളുടെ ചരിത്രം (trauma history), പ്രത്യേകിച്ച് ഉപേക്ഷിക്കപ്പെടൽ, വഞ്ചന, ബാല്യകാല മാനസിക പീഡനം എന്നിവയും ഈ ഘടനയ്ക്ക് ഇന്ധനമാകുന്നു[5].

ഉടമസ്ഥബോധം ആദ്യം സൂക്ഷ്മമായാണ് പ്രകടമാകുന്നത്. നിരന്തര സന്ദേശങ്ങൾ, ലൊക്കേഷൻ ചോദ്യം ചെയ്യൽ, സൗഹൃദങ്ങളെക്കുറിച്ചുള്ള സംശയം, "കരുതൽ" എന്ന പേരിൽ നിയന്ത്രണം എന്നിവ തുടക്കസൂചനകളാണ്. പിന്നീട് ഇത് നിരീക്ഷണവും ഒറ്റപ്പെടുത്തലും (surveillance and isolation) എന്ന ഘട്ടത്തിലേക്ക് നീങ്ങുന്നു. പങ്കാളിയെ സാമൂഹിക ബന്ധങ്ങളിൽ നിന്ന് അകറ്റൽ, സ്വതന്ത്ര തീരുമാനങ്ങളെ ചോദ്യം ചെയ്യൽ, വികാരപരമായ നിർബന്ധനം (emotional coercion) എന്നിവ ശക്തമാകുന്നു[6].

ഇവിടെ ശ്രദ്ധിക്കേണ്ടത്, ഹിംസ തുടങ്ങുന്നത് കൈ ഉയർത്തലിലല്ല. ഹിംസ തുടങ്ങുന്നത് നിയന്ത്രണം ന്യായീകരിക്കുന്ന ചിന്തയിലാണ്.

അസൂയ (jealousy) ഒരു വികാരമാണ്. ഉടമസ്ഥബോധം ഒരു സ്ഥിരമായ പെരുമാറ്റ മാതൃകയാണ്. അസൂയ അനുഭവപ്പെടുകയും ശമിക്കുകയും ചെയ്യാം. ഉടമസ്ഥബോധം ശമിക്കാതെ പെരുമാറ്റമായി തുടരുന്നു. അസൂയയിൽ ഭയം ഉണ്ട്. ഉടമസ്ഥബോധത്തിൽ അധികാരാഭിലാഷമാണ് (power drive) കേന്ദ്രം[7].

ഉടമസ്ഥബോധം ഹിംസയായി മാറുന്നത് ഘട്ടംഘട്ടമായാണ്. വികാരനിരീക്ഷണം (emotional monitoring), പെരുമാറ്റനിയന്ത്രണം (behavioral restriction), മാനസിക നിർബന്ധനം (psychological coercion), ഭീഷണിയും ഒറ്റപ്പെടുത്തലും (intimidation and isolation), ഒടുവിൽ ശാരീരിക ഹിംസ (physical violence) എന്ന ക്രമത്തിലാണ് വർധന നടക്കുന്നത്[8]. ഓരോ ഘട്ടവും മുമ്പത്തെ ഘട്ടത്തെ നൈതികമായി ന്യായീകരിച്ചുകൊണ്ടാണ് മുന്നേറുന്നത്.

ആധുനിക സാങ്കേതികവിദ്യ (digital technology) ഉടമസ്ഥബോധത്തിന് പുതിയ രൂപങ്ങൾ നൽകി. ഫോൺ പരിശോധിക്കൽ, പാസ്‌വേഡ് ആവശ്യപ്പെടൽ, ലൊക്കേഷൻ പിന്തുടരൽ (location tracking), നിരീക്ഷണ ആപ്ലിക്കേഷനുകൾ (surveillance applications) എന്നിവ "തുറന്ന നില" (transparency) എന്ന പേരിൽ സാധാരണമാക്കപ്പെട്ടു. എന്നാൽ തുറന്ന നില സ്വമേധയാ ഉണ്ടാകുന്നതാണ്; നിരീക്ഷണം ബലപ്രയോഗത്തിലൂടെയാണ്[9].

ഡിജിറ്റൽ ഉടമസ്ഥബോധം ബന്ധങ്ങളെ പരിശോധനാ സംവിധാനങ്ങളാക്കി മാറ്റുന്നു. പങ്കാളി സ്വന്തം ചിന്തകളും ബന്ധങ്ങളും സ്വയം നിയന്ത്രിക്കാൻ (self-censorship) തുടങ്ങുന്നു. ഇത് ഹിംസ ഇല്ലാതെയും പീഡനപരമായ ബന്ധം (abusive relationship) സൃഷ്ടിക്കുന്നു.

കുട്ടികളുടെ ജീവിതത്തിൽ ഡിജിറ്റൽ നിരീക്ഷണം (digital surveillance) സ്വയംഭരണബോധം, സ്വകാര്യതാബോധം (sense of privacy), സ്വയംവിശ്വാസം (self-efficacy) എന്നിവയെ ദുർബലപ്പെടുത്തുന്നു. കുട്ടി നിയന്ത്രണം സ്നേഹത്തിന്റെ ഭാഷയാണെന്ന് പഠിക്കുന്നു. ഇതോടെ, പ്രായപൂർത്തിയായ ജീവിതത്തിൽ ഉടമസ്ഥബന്ധങ്ങൾ അവർക്കു പരിചിതമായി തോന്നുന്നു[10].

നിയമപരമായി (law), ഒരു ബന്ധവും മറ്റൊരാളുടെ ശരീരത്തിലേക്കോ സമയത്തിലേക്കോ ആശയങ്ങളിലേക്കോ ഉടമസ്ഥാവകാശം നൽകുന്നില്ല. സമ്മതം (consent) ഒരു തവണ നൽകിയ അനുമതിയല്ല; അത് തുടർച്ചയായും പിൻവലിക്കാവുന്നതുമായ അവസ്ഥയാണ്. ഉടമസ്ഥബോധം ഈ അടിസ്ഥാനതത്വത്തെ തന്നെ നിഷേധിക്കുന്നു[11].ലിംഗാധിഷ്ഠിത ഉടമസ്ഥബോധവും പിതൃസത്തയും

പുരുഷ ഉടമസ്ഥബോധം "സംരക്ഷണം" എന്ന പേരിൽ ന്യായീകരിക്കപ്പെടുമ്പോൾ, സ്ത്രീയുടെ സ്വാതന്ത്ര്യം സംശയാസ്പദമാക്കപ്പെടുന്നു. സ്ത്രീ ശരീരം പുരുഷന്റെ സാമൂഹിക മൂല്യത്തിന്റെ പ്രതിനിധിയായി മാറുന്നു. ഇതാണ് മാനാഭിമാനഹിംസ (honor violence), നൈതിക പൊലീസിംഗ് (moral policing) തുടങ്ങിയ സാമൂഹിക പ്രവണതകളുടെ അടിത്തറ[12].

ചികിത്സയും പുനരധിവാസവും

ഉടമസ്ഥബോധം നൈതിക ഉപദേശങ്ങളിലൂടെ പരിഹരിക്കാനാകില്ല. ബൗദ്ധിക പെരുമാറ്റ ചികിത്സ (cognitive behavioural therapy), ബന്ധസുരക്ഷ അധിഷ്ഠിത ചികിത്സ (attachment-based therapy) എന്നിവ ഉടമസ്ഥബോധത്തിന്റെ ആന്തരിക സുരക്ഷാഭാവ പ്രശ്നങ്ങളെ കൈകാര്യം ചെയ്യാൻ സഹായിക്കുന്നു. ലക്ഷ്യം ഉടമസ്ഥബോധം ഇല്ലാതാക്കുക അല്ല; സ്വയംബോധം ബന്ധത്തിന് പുറത്തും നിലനിൽക്കുന്നതായി വ്യക്തിയെ തിരിച്ചറിയാൻ സഹായിക്കുക എന്നതാണ്[13].

ഉടമസ്ഥബോധം പ്രണയമല്ല.അത് കരുതലല്ല.അത് പ്രതിബദ്ധതയുമല്ല.

ഉടമസ്ഥബോധം വ്യക്തിയുടെ മനസ്സിൽ നിലനിൽക്കുന്ന സുരക്ഷാഭാവ തകരാറിന്റെ ലക്ഷണമാണ്.ആരോഗ്യകരമായ ബന്ധങ്ങൾ നിയന്ത്രണത്തിലൂടെ അല്ല, സ്വാതന്ത്ര്യത്തിന്റെ പങ്കുവെപ്പിലൂടെയാണ് നിലനിൽക്കുന്നത്.

ഉടമസ്ഥബോധത്തിന്റെ ക്ലിനിക്കൽ ബന്ധങ്ങൾ

(Clinical Correlates of Possessiveness)

ഉടമസ്ഥബോധം ഒരു ഒറ്റപ്പെട്ട മനോഭാവമല്ല. അത് പലപ്പോഴും വ്യക്തിയുടെ ആന്തരിക വ്യക്തിത്വഘടനകളുമായി (personality structures) ചേർന്നാണ് പ്രവർത്തിക്കുന്നത്. പ്രത്യേകിച്ച് നാർസിസിസ്റ്റിക് വ്യക്തിത്വഘടന (narcissistic personality structure)യും ബോർഡർലൈൻ വ്യക്തിത്വ ലക്ഷണങ്ങളും (borderline personality features) ഉള്ള വ്യക്തികളിൽ, ഉടമസ്ഥബോധം (possessiveness) കൂടുതൽ തീവ്രവും നാശകാരിയുമായ രൂപങ്ങൾ കൈക്കൊള്ളുന്നതായി ക്ലിനിക്കൽ പഠനങ്ങൾ വ്യക്തമാക്കുന്നു[14]. ഈ ഭാഗം ഉടമസ്ഥബോധത്തിനും ഈ വ്യക്തിത്വ ഘടനകൾക്കും ഇടയിലെ ബന്ധം വിശദമായി പരിശോധിക്കുന്നു.

ഉടമസ്ഥബോധവും നാർസിസിസ്റ്റിക് വ്യക്തിത്വഘടനയും

നാർസിസിസ്റ്റിക് വ്യക്തിത്വഘടന (narcissistic personality structure) ഉള്ള വ്യക്തികൾക്ക് ബന്ധങ്ങൾ സ്വയംപ്രതിഫലനത്തിന്റെ വേദിയാണ്. പങ്കാളി ഇവർക്കു ഒരു സ്വതന്ത്ര മനുഷ്യബന്ധമല്ല; മറിച്ച്, സ്വന്തം മഹത്വബോധം (grandiosity) സ്ഥിരീകരിക്കാൻ ഉപയോഗിക്കുന്ന ഒരു മാനസിക കണ്ണാടിയാണ്. ഈ ഘടനയിൽ ഉടമസ്ഥബോധം (possessiveness) ഒരു സ്നേഹപ്രകടനം അല്ല; അത് സ്വയംമൂല്യസംരക്ഷണത്തിന്റെ (self-esteem regulation) ഒരു ഉപാധിയാണ്[15].

നാർസിസിസ്റ്റിക് ഘടനയിൽ, പങ്കാളിയുടെ സ്വാതന്ത്ര്യം നാർസിസിസ്റ്റിക് സ്വയംബോധത്തിന് ഭീഷണിയായി അനുഭവപ്പെടുന്നു. പങ്കാളി മറ്റുള്ളവരിൽ നിന്ന് അംഗീകാരം നേടുമ്പോൾ, നാർസിസിസ്റ്റിക് വ്യക്തി അത് സ്വന്തം സ്ഥാനത്തിന് നേരെയുള്ള വെല്ലുവിളിയായി വായിക്കുന്നു. ഇതിന്റെ ഫലമായി നിയന്ത്രണം, അപമാനിക്കൽ, നിരീക്ഷണം, അസൂയ തുടങ്ങിയ പ്രവണതകൾ ശക്തമാകുന്നു. ഇവിടെയുള്ള ഉടമസ്ഥബോധം ഉടമസ്ഥാവകാശത്തിന്റെ ഭാഷയിലാണ് പ്രവർത്തിക്കുന്നത്. “നീ എന്നെ പ്രതിനിധീകരിക്കുന്നു” എന്ന ധാരണ പങ്കാളിയുടെ വ്യക്തിത്വം തന്നെ മായ്ച്ചുകളയുന്നു[16].കൂടാതെ, നാർസിസിസ്റ്റിക് ഉടമസ്ഥബോധത്തിൽ സഹാനുഭൂതി കുറവ് (lack of empathy) വ്യക്തമായി കാണപ്പെടുന്നു. പങ്കാളിയുടെ മാനസിക വേദന ഇവർക്ക് ബോധ്യമാകുകയില്ല, അല്ലെങ്കിൽ അത് നിസ്സാരമാക്കപ്പെടും. ഇതിന്റെ ഫലമായി, ഇത്തരം ബന്ധങ്ങളിൽ മാനസിക പീഡനം (psychological abuse) ക്രമേണ സാധാരണമാകുന്നു.

ഉടമസ്ഥബോധവും ബോർഡർലൈൻ വ്യക്തിത്വ ലക്ഷണങ്ങളും

ബോർഡർലൈൻ വ്യക്തിത്വ ലക്ഷണങ്ങൾ (borderline personality features) ഉള്ളവരിൽ ഉടമസ്ഥബോധം മറ്റൊരു രൂപത്തിലാണ് പ്രകടമാകുന്നത്. ഇവിടെ കേന്ദ്രഘടകം ഉപേക്ഷിക്കപ്പെടുമോ എന്ന അതിതീവ്രമായ ഭയം (abandonment fear) ആണ്. പങ്കാളിയെ നഷ്ടപ്പെടുന്നത് ഇവർക്കു ഒരു ബന്ധനഷ്ടമല്ല; അത് സ്വയംനിലനിൽപ്പിന്റെ തകർച്ചയായി അനുഭവപ്പെടുന്നു[17].

ഈ ഘടനയിൽ ഉടമസ്ഥബോധം അത്യന്തം വികാരപരമാണ്. ഇവിടെ അത്യധികമായ ആരാധനയും (idealization) പെട്ടെന്നുള്ള മൂല്യനിഷേധവും (devaluation) മാറിമാറി സംഭവിക്കുന്ന ഒരു ചക്രം നിലനിൽക്കുന്നു. ഒരു ഘട്ടത്തിൽ പങ്കാളിയെ പൂർണ്ണമായി ആശ്രയിക്കുകയും, അടുത്ത ഘട്ടത്തിൽ ചെറിയ മാറ്റങ്ങൾ പോലും “വഞ്ചന”യായി അനുഭവപ്പെടുകയും ചെയ്യുന്നു. നിയന്ത്രണം ഇവിടെ ശാന്തമായ അധികാരമായി അല്ല; പാനിക് അവസ്ഥയിൽ നിന്നുള്ള നിരാശാപൂർണ്ണ ശ്രമമായി (desperate attempt) പ്രകടമാകുന്നു[18].

ബോർഡർലൈൻ ഉടമസ്ഥബോധത്തിൽ വികാര അസ്ഥിരത (emotional volatility), ആകസ്മികത (impulsivity), രണ്ടായി വിഭജിച്ച ചിന്ത (splitting) തുടങ്ങിയ ലക്ഷണങ്ങൾ ശക്തമാണ്. പങ്കാളിയുടെ സ്വാതന്ത്ര്യം സഹിക്കാൻ കഴിയാത്തതിനാൽ, അതിരൂക്ഷമായ ചേർന്നു പിടിക്കൽ (clinginess), സ്വയംഹാനി ഭീഷണികൾ (threat of self-harm), വികാര ബ്ലാക്ക്മെയിൽ (emotional blackmail) എന്നിവ നിയന്ത്രണോപാധികളായി മാറുന്നു. ഇതിന്റെ ഫലമായി, ഇത്തരം ബന്ധങ്ങൾ അത്യന്തം അസ്ഥിരവും മാനസികമായി ക്ഷയിപ്പിക്കുന്നതുമാകുന്നു.

ഉടമസ്ഥബോധം മാറുന്ന ഘട്ടങ്ങളിൽ കാണുന്ന പ്രാരംഭ ക്ലിനിക്കൽ സൂചനകൾ

ഉടമസ്ഥബോധം പെട്ടെന്ന് പാത്തോളജിക്കൽ നിലയിലേക്ക (pathological state) മാറുന്നില്ല. അതിന് മുമ്പായി ചില പ്രാരംഭ ക്ലിനിക്കൽ സൂചനകൾ (early clinical signs) പ്രത്യക്ഷപ്പെടുന്നു. ഇവ തിരിച്ചറിയുന്നതാണ് ഇടപെടലിന്റെ നിർണായക ഘട്ടം.

ആദ്യഘട്ടത്തിൽ അതിരൂക്ഷ ജാഗ്രത (hypervigilance) കാണപ്പെടുന്നു. പങ്കാളിയുടെ പെരുമാറ്റത്തെക്കുറിച്ചുള്ള അമിത ശ്രദ്ധ, സന്ദേശങ്ങൾക്ക് ഉടൻ മറുപടി ലഭിക്കണമെന്ന ആവശ്യം, ചെറിയ മാറ്റങ്ങളെ പോലും ഭീഷണിയായി വായിക്കൽ, സാമൂഹിക ഇടപെടലുകളെക്കുറിച്ചുള്ള നിരന്തര ചോദ്യം ചെയ്യൽ എന്നിവ ഇതിന്റെ ലക്ഷണങ്ങളാണ്[19].

തുടർന്ന ഘട്ടത്തിൽ വ്യക്തിപരമായ അതിരുകളുടെ മായ്ച്ചുപോകൽ (boundary erosion) സംഭവിക്കുന്നു. സ്വകാര്യത ചോദ്യം ചെയ്യപ്പെടുന്നു. "ഒന്നും ഒളിപ്പിക്കാനില്ലെങ്കിൽ പ്രശ്നമില്ല" എന്ന ന്യായീകരണത്തിലൂടെ ഫോൺ, അക്കൗണ്ടുകൾ, സമയം, സാമൂഹിക ബന്ധങ്ങൾ എന്നിവയിൽ നിയന്ത്രണം വർധിക്കുന്നു.

അവസാനഘട്ടത്തിൽ വികാര നിർബന്ധനം (emotional coercion) രൂപപ്പെടുന്നു. കുറ്റബോധം സൃഷ്ടിക്കൽ, ഇരപദവി മറിച്ചിടൽ (victim reversal), യാഥാർത്ഥ്യവികൃതീകരണം (gaslighting) എന്നിവയിലൂടെ പങ്കാളിയുടെ യാഥാർത്ഥ്യബോധം തന്നെ തകർക്കപ്പെടുന്നു. ഈ ഘട്ടത്തിലെ ഉടമസ്ഥബോധം സാധാരണ ബന്ധസംഘർഷമല്ല; അത് ക്ലിനിക്കൽ ഇടപെടൽ ആവശ്യമായ മാനസികാവസ്ഥയാണ്[20].

ഉടമസ്ഥബോധം ഒരു ഒറ്റപ്പെട്ട "ബന്ധപ്രശ്നം" അല്ല. അത് പലപ്പോഴും നാർസിസിസ്റ്റിക് അല്ലെങ്കിൽ ബോർഡർലൈൻ വ്യക്തിത്വ ഘടനകളുമായി ചേർന്ന് പ്രവർത്തിക്കുന്ന ഒരു ക്ലിനിക്കൽ ഘടനയാണ്. അതിനെ നൈതിക ഉപദേശങ്ങളിലൂടെയോ സ്നേഹത്തിന്റെ പേരിൽ സഹിച്ചോ പരിഹരിക്കാൻ കഴിയില്ല. പ്രാരംഭ ക്ലിനിക്കൽ സൂചനകൾ തിരിച്ചറിയുകയും, സമയബന്ധിതമായ മാനസികാരോഗ്യ ഇടപെടലുകൾ നടത്തുകയും ചെയ്യുന്നതാണ് ബന്ധങ്ങൾക്കും വ്യക്തികൾക്കും സുരക്ഷ ഉറപ്പാക്കുന്ന ഏക മാർഗം.

ഉടമസ്ഥബോധം ഉണ്ടാകുന്ന കാരണങ്ങൾ (Causes and Psychological Roots of Possessiveness)

ഉടമസ്ഥബോധം (possessiveness) പെട്ടെന്ന് രൂപപ്പെടുന്ന ഒരു സ്വഭാവമല്ല. അത് ഒരു വ്യക്തിയുടെ ബന്ധചരിത്രം, ബാല്യാനുഭവങ്ങൾ, സാമൂഹിക പഠനങ്ങൾ, സ്വയംമൂല്യബോധം എന്നിവയുടെ സംയുക്തഫലമായി ക്രമേണ രൂപപ്പെടുന്ന ഒരു മാനസിക ഘടനയാണ്. സാധാരണയായി ഉടമസ്ഥബോധം "അതിർത്തി ലംഘിക്കുന്ന സ്നേഹം" എന്ന നിലയിലാണ് സാമൂഹികമായി വ്യാഖ്യാനിക്കപ്പെടുന്നത്. എന്നാൽ ക്ലിനിക്കൽ മനശ്ശാസ്ത്രത്തിന്റെ കാഴ്ചപ്പാടിൽ, അത് സ്നേഹത്തിന്റെ അധികതയല്ല; മറിച്ച്, സുരക്ഷാഭാവക്കുറവും (insecurity) നിയന്ത്രണാഭിലാഷവും ചേർന്നുണ്ടാകുന്ന ഒരു പ്രതിരോധരീതിയാണ്[21].

ഈ ഭാഗം ഉടമസ്ഥബോധം ഉണ്ടാകുന്ന പ്രധാന മാനസിക–സാമൂഹിക കാരണങ്ങളെ വിശകലനം ചെയ്യുന്നു.

അറ്റാച്ച്മെന്റ് അസുരക്ഷ (Attachment Insecurity)

ഉടമസ്ഥബോധത്തിന്റെ ഏറ്റവും ശക്തമായ അടിത്തറ അറ്റാച്ച്മെന്റ് അസുരക്ഷ (attachment insecurity) ആണ്. ബാല്യത്തിൽ സ്ഥിരതയില്ലാത്ത ബന്ധാനുഭവങ്ങൾ, പരിചരണത്തിലുള്ള അസംഘടിതത്വം, സ്നേഹവും അവഗണനയും മാറിമാറി ലഭിച്ച അനുഭവങ്ങൾ എന്നിവ വ്യക്തിയിൽ "ബന്ധം എപ്പോഴും നഷ്ടപ്പെടാം" എന്ന അടിസ്ഥാന വിശ്വാസം സൃഷ്ടിക്കുന്നു[22].

ഇത്തരം വ്യക്തികൾക്ക് സ്നേഹം സ്ഥിരതയുള്ള അനുഭവമല്ല. മറിച്ച്, അത് ഏതുനിമിഷവും അപ്രത്യക്ഷമാകാവുന്ന ഒന്നായി അനുഭവപ്പെടുന്നു. അതിനാൽ, ബന്ധം നിലനിർത്താൻ അവർ ആശ്രയിക്കുന്നത് വിശ്വാസത്തിലല്ല, നിയന്ത്രണത്തിലാണ്. പങ്കാളിയുടെ സ്വാതന്ത്ര്യം ഇവർക്കു സുരക്ഷയല്ല; അത് ഉപേക്ഷിക്കപ്പെടുമെന്ന ഭീഷണിയായി വായിക്കപ്പെടുന്നു.

കുറഞ്ഞ സ്വയംമൂല്യബോധം (Low Self-Worth)

"എനിക്ക് മതിയാകില്ല" എന്ന ആന്തരിക വിശ്വാസമാണ് (core belief of inadequacy) കുറഞ്ഞ സ്വയംമൂല്യബോധത്തിന്റെ (low self-worth) കേന്ദ്രം. ഇത്തരം വ്യക്തികൾക്ക് ബന്ധം സ്വയംമൂല്യത്തിന്റെ പ്രധാന ഉറവിടമായി മാറുന്നു[23].

പങ്കാളിയുടെ സ്നേഹം ലഭിക്കുന്നിടത്തോളം അവർക്ക് സ്വന്തം മൂല്യം നിലനിൽക്കുന്നുവെന്ന് തോന്നുന്നു. അതിനാൽ, പങ്കാളിയെ നഷ്ടപ്പെടുന്നത് ബന്ധനഷ്ടമല്ല; അത് സ്വന്തം മൂല്യം തന്നെ നഷ്ടപ്പെടുന്നതായി അനുഭവപ്പെടുന്നു. ഈ ഭയമാണ് പിടിച്ചുനിർത്താനുള്ള നിർബന്ധത്തിലേക്ക് (compulsive holding) നയിക്കുന്നത്.ഇവിടെ ഉടമസ്ഥബോധം ആത്മവിശ്വാസത്തിന്റെ അഭാവം മറയ്ക്കാനുള്ള ഒരു പ്രതിരോധരീതിയായി പ്രവർത്തിക്കുന്നു.

നിയന്ത്രണാഭയം (Control Anxiety)

നിയന്ത്രണം നഷ്ടപ്പെടുമോ എന്ന അതിതീവ്രമായ ഭയമാണ് നിയന്ത്രണാഭയം (control anxiety). ഇത്തരത്തിലുള്ള വ്യക്തികൾക്ക് അനിശ്ചിതത്വം (uncertainty) സഹിക്കാനാവില്ല. എന്താണ് സംഭവിക്കുന്നത്, ആരുമായി സംസാരിക്കുന്നു, എവിടെയുണ്ട് എന്നിങ്ങനെയുള്ള വിവരങ്ങൾ അറിയാതെ ഇരിക്കുക ഇവർക്കു മാനസിക അസ്വസ്ഥത സൃഷ്ടിക്കുന്നു[24].

പങ്കാളിയുടെ സ്വാതന്ത്ര്യം ഇവർക്കു ഒരു സ്വാഭാവിക മനുഷ്യാവകാശമായി തോന്നുന്നില്ല. മറിച്ച്, നിയന്ത്രണം നഷ്ടപ്പെടുന്ന സാഹചര്യമെന്ന നിലയിലാണ് അത് അനുഭവപ്പെടുന്നത്. ഇതിന്റെ ഫലമായി നിരീക്ഷണം, ചോദ്യംചെയ്യൽ, നിയന്ത്രണം എന്നിവ "പരിപാലനം" എന്ന പേരിൽ ന്യായീകരിക്കപ്പെടുന്നു.

സാംസ്കാരിക പരിശീലനം (Cultural Conditioning)

ഉടമസ്ഥബോധം വ്യക്തിഗത മാനസിക പ്രശ്നം മാത്രമല്ല; അത് സാമൂഹികമായി പരിശീലിപ്പിക്കപ്പെടുന്ന ഒന്നുമാണ്. "എന്റെ ഭാര്യ", "എന്റെ പ്രണയം", "അവൻ എന്റെ ആളാണ്" എന്ന ഉടമസ്ഥഭാഷ (ownership language) ബന്ധങ്ങളെ വസ്തുസംബന്ധങ്ങളായി രൂപപ്പെടുത്തുന്നു[25].

പല സംസ്കാരങ്ങളിലും അസൂയ (jealousy) സ്നേഹത്തിന്റെ തെളിവായി അവതരിപ്പിക്കപ്പെടുന്നു. നിയന്ത്രണം കരുതലായും, സ്വാതന്ത്ര്യപരിമിതി പ്രതിബദ്ധതയായും ചിത്രീകരിക്കപ്പെടുന്നു.

പ്രത്യേകിച്ച് പുരുഷാധികാര സംസ്കാരത്തിൽ (patriarchal culture), ഉടമസ്ഥബോധം പുരുഷത്വത്തിന്റെ ഭാഗമായിത്തന്നെ സാധൂകരിക്കപ്പെടുന്നു[26].

ഈ സാമൂഹിക പഠനങ്ങൾ വ്യക്തികളുടെ ഉള്ളിലെ അസുരക്ഷയെ ശക്തിപ്പെടുത്തുകയും, ഉടമസ്ഥബോധത്തെ നൈതികമായി ന്യായീകരിക്കുകയും ചെയ്യുന്നു.

മാനസികാഘാത ചരിത്രം (Trauma History)

മുൻബന്ധങ്ങളിൽ ഉണ്ടായ വഞ്ചന, ഉപേക്ഷണം, മാനസിക പീഡനം, ബാല്യകാല അവഗണന തുടങ്ങിയ മാനസികാഘാത അനുഭവങ്ങൾ (trauma history) ഉടമസ്ഥബോധം ശക്തമാകുന്നതിന് കാരണമാകുന്നു[27].

ഇത്തരം അനുഭവങ്ങൾ വ്യക്തിയുടെ സുരക്ഷാഭാവം തകർക്കുന്നു. "വിശ്വാസം അപകടകരമാണ്" എന്ന പഠനം അവബോധാതീതമായി രൂപപ്പെടുന്നു. അതിന്റെ ഫലമായി, ഭാവിയിലെ ബന്ധങ്ങളിൽ വിശ്വാസം വളരുന്നതിനുപകരം, നിയന്ത്രണം വളരുന്നു.

ഇവിടെ ഉടമസ്ഥബോധം ഒരു ദുഷ്പ്രവൃത്തി അല്ല; അത് പഴയ വേദനകൾ ആവർത്തിക്കപ്പെടാതിരിക്കാനുള്ള ഒരു തെറ്റായ പ്രതിരോധശ്രമമാണ്.

ഉടമസ്ഥബോധം വ്യക്തിയുടെ ദോഷമോ നൈതിക പരാജയമോ അല്ല. അത് പരിഹരിക്കപ്പെടാത്ത മാനസിക ചരിത്രത്തിന്റെ, സാമൂഹിക പരിശീലനങ്ങളുടെ, സുരക്ഷാഭാവ തകരാറുകളുടെ സംയുക്തഫലമാണ്. അതിനാൽ, ഉടമസ്ഥബോധത്തെ കുറ്റപ്പെടുത്തുന്നതിന് പകരം, അതിന്റെ അടിത്തറ മനസ്സിലാക്കി ചികിത്സാപരമായി കൈകാര്യം ചെയ്യുന്നതാണ് ശാസ്ത്രീയവും മനുഷ്യസഹജവുമായ സമീപനം.

ഉടമസ്ഥബോധപരമായ പെരുമാറ്റങ്ങൾ: അടയാളങ്ങളും അപകടസാധ്യതകളും

(Behavioural Markers and Escalation of Possessiveness)

ഉടമസ്ഥബോധം (possessiveness) ഒരു ആന്തരിക മനോഭാവമായി മാത്രം നിലനിൽക്കുന്നില്ല. അത് വ്യക്തമായ, തിരിച്ചറിയാവുന്ന പെരുമാറ്റങ്ങളായി (behavioural markers) പുറത്തുവരുന്നു. ഈ പെരുമാറ്റങ്ങൾ പലപ്പോഴും "സ്നേഹം", "കരുതൽ", "ശ്രദ്ധ" എന്നീ സാമൂഹികമായി അംഗീകരിക്കപ്പെട്ട ഭാഷകളിൽ പൊതിയപ്പെട്ടിരിക്കും. അതിനാൽ തന്നെ, തുടക്കഘട്ടങ്ങളിൽ ഇവ അപകടകരമാണെന്ന് തിരിച്ചറിയപ്പെടാറില്ല. എന്നാൽ ക്ലിനിക്കൽ പഠനങ്ങൾ വ്യക്തമാക്കുന്നത്, ഉടമസ്ഥബോധപരമായ പെരുമാറ്റങ്ങൾ സ്വാഭാവികമായി വർധിക്കുന്ന ഒരു പ്രവണതയാണ് കാണിക്കുന്നത് എന്നതാണ്[28]. നിയന്ത്രിക്കപ്പെടാത്ത ഉടമസ്ഥബോധം ക്രമേണ മാനസിക പീഡനത്തിലേക്കും (emotional abuse), അതിനുശേഷം ശാരീരിക ഹിംസയിലേക്കും (physical violence) നീങ്ങുന്ന ഒരു വഴികാട്ടി (escalation pathway) സൃഷ്ടിക്കുന്നു.

നിരീക്ഷണവും സാമൂഹിക വേർതിരിവും (Surveillance and Isolation)

ഉടമസ്ഥബോധത്തിന്റെ ആദ്യവും ഏറ്റവും സാധാരണവുമായ പെരുമാറ്റ അടയാളം നിരീക്ഷണമാണ് (surveillance). പങ്കാളിയുടെ ഫോൺ പരിശോധിക്കൽ, സന്ദേശങ്ങൾ വായിക്കൽ, സാമൂഹിക മാധ്യമ അക്കൗണ്ടുകളിൽ പ്രവേശനം ആവശ്യപ്പെടൽ എന്നിവ "ഒന്നും ഒളിപ്പിക്കാനില്ലെങ്കിൽ പ്രശ്നമില്ല" എന്ന ന്യായീകരണത്തിലൂടെയാണ് ആരംഭിക്കുന്നത്[29].

ഇതോടൊപ്പം, പങ്കാളിയെ സുഹൃത്തുക്കളിൽ നിന്നും കുടുംബത്തിൽ നിന്നും ക്രമേണ അകറ്റുന്ന സാമൂഹിക വേർതിരിവ് (isolation) നടക്കുന്നു. "നിനക്ക് എനിക്ക് മതി", "അവർ നിന്നെ തെറ്റിദ്ധരിപ്പിക്കുന്നു" തുടങ്ങിയ വാക്കുകൾ വഴി മറ്റ് ബന്ധങ്ങൾ സംശയാസ്പദമാക്കപ്പെടുന്നു. ഈ ഘട്ടത്തിൽ പങ്കാളിയുടെ സാമൂഹിക ലോകം ചുരുങ്ങുകയും, നിയന്ത്രണം ഏകബന്ധത്തിലേക്ക് കേന്ദ്രീകരിക്കുകയും ചെയ്യുന്നു.

വികാര നിർബന്ധനം (Emotional Coercion)

ഉടമസ്ഥബോധം ശക്തമാകുമ്പോൾ, നിയന്ത്രണം തുറന്ന ആജ്ഞകളിലൂടെയല്ല; വികാര നിർബന്ധനത്തിലൂടെയാണ് (emotional coercion) നടപ്പാക്കപ്പെടുന്നത്. കുറ്റബോധം സൃഷ്ടിക്കൽ (guilt induction) ഇതിലെ പ്രധാന ഉപാധിയാണ്. "നീ അങ്ങനെ ചെയ്താൽ ഞാൻ തകർന്നു പോകും", "നിനക്ക് കാര്യമില്ലെങ്കിൽ മാത്രമേ നീ അങ്ങനെ ചെയ്യൂ" തുടങ്ങിയ വാചകങ്ങൾ പങ്കാളിയുടെ തീരുമാനങ്ങളെ ഭയത്തിലും ഉത്തരവാദിത്വബോധത്തിലും കുടുക്കുന്നു[30].

ഇവിടെ നിയന്ത്രണം ഭീഷണിയിലൂടെ അല്ല, പങ്കാളിയുടെ സഹാനുഭൂതിയെ ഉപയോഗിച്ചാണ് നടക്കുന്നത്. ഫലമായി, പങ്കാളി സ്വന്തം ആവശ്യങ്ങൾ ഉപേക്ഷിച്ച് മറ്റൊരാളുടെ വികാരസംരക്ഷണത്തിന് മുൻഗണന നൽകാൻ പഠിക്കുന്നു.

തീരുമാനങ്ങളിൽ അതിക്രമണം (Decision Intrusion)

ഉടമസ്ഥബോധം പെരുമാറ്റമായി മാറുന്ന മറ്റൊരു ഘട്ടമാണ് തീരുമാനങ്ങളിൽ അതിക്രമണം (decision intrusion). വസ്ത്രധാരണം, ജോലി തിരഞ്ഞെടുപ്പ്, പഠനം, സാമൂഹിക ഇടപെടലുകൾ എന്നിവയെക്കുറിച്ച് "നിനക്ക് നല്ലത് ഞാൻ അറിയാം" എന്ന പേരിൽ നിയന്ത്രണം ആരംഭിക്കുന്നു[31].

ഈ നിയന്ത്രണം പലപ്പോഴും ഉപദേശത്തിന്റെ രൂപത്തിലാണ് എത്തുന്നത്. എന്നാൽ ക്രമേണ, വ്യക്തിയുടെ സ്വതന്ത്ര തീരുമാനശേഷി മങ്ങുകയും, അനുമതി ചോദിക്കാതെ ഒന്നും ചെയ്യാൻ കഴിയാത്ത അവസ്ഥ രൂപപ്പെടുകയും ചെയ്യുന്നു. ഇത് വ്യക്തിത്വനാശത്തിന്റെ (erosion of autonomy) തുടക്കമാണ്.

ക്രമേണ ഉയരുന്ന നിയന്ത്രണഘട്ടങ്ങൾ (Gradual Escalation)

ഉടമസ്ഥബോധത്തിന്റെ ഏറ്റവും അപകടകരമായ സവിശേഷത അതിന്റെ ക്രമേണ ഉയരുന്ന സ്വഭാവമാണ് (gradual escalation). തുടക്കത്തിൽ നിയന്ത്രണം "കരുതൽ" ആയി അവതരിപ്പിക്കപ്പെടുന്നു. പിന്നീട് അത് "അവശ്യമാണ്" എന്ന ഭാഷയിലേക്ക് മാറുന്നു. അവസാനം "അനുവദിക്കില്ല" എന്ന തുറന്ന വിലക്കായി അത് മാറുന്നു[32].ഈ മാറ്റം പലപ്പോഴും പങ്കാളി തിരിച്ചറിയുന്നില്ല, കാരണം ഓരോ ഘട്ടവും മുൻഘട്ടത്തിന്റെ സ്വാഭാവിക തുടർച്ചയായി തോന്നും. ഇതാണ് ഉടമസ്ഥബന്ധങ്ങൾ വിട്ടുപോകാൻ ബുദ്ധിമുട്ടാക്കുന്ന പ്രധാന കാരണം.

മാനസിക പീഡനത്തിലേക്ക് മാറുന്ന ഘട്ടം (Transition to Emotional Abuse)

ഈ ഘട്ടത്തിൽ ഉടമസ്ഥബോധം വ്യക്തമായ മാനസിക പീഡനമായി (emotional abuse) മാറുന്നു. പങ്കാളിയുടെ സ്വയംഭരണശേഷി (autonomy) ഇല്ലാതാക്കപ്പെടുന്നു. നിരന്തര സംശയം,

യാഥാർത്ഥ്യത്തെ ചോദ്യം ചെയ്യൽ, സ്വയം സംശയം വളർത്തൽ (self-doubt) എന്നിവ വഴി പങ്കാളിയുടെ ആത്മവിശ്വാസം തകർക്കപ്പെടുന്നു[33].

ഇതിന്റെ ഫലമായി, പങ്കാളി ബന്ധത്തിനുള്ളിൽ തന്നെ മാനസികമായി ആശ്രിതനായി (dependency) മാറുന്നു. പുറംലോകത്തിൽ നിന്ന് സഹായം തേടാനുള്ള ശേഷി ക്രമേണ നഷ്ടപ്പെടുന്നു.

ഉടമസ്ഥബോധം മുതൽ ഹിംസയിലേക്ക് (Possessiveness as Precursor to Violence)

ക്ലിനിക്കൽവും സാമൂഹ്യശാസ്ത്രപരവുമായ പഠനങ്ങൾ വ്യക്തമാക്കുന്നത്, മാനസിക പീഡനം ശാരീരിക ഹിംസയിലേക്ക് നീങ്ങുന്ന പ്രധാന വഴികാട്ടിയാണ് എന്നതാണ്[34]. "നീ എന്റേതാണ്" എന്ന അവകാശബോധം (sense of entitlement) നിയന്ത്രണം ചോദ്യം ചെയ്യപ്പെടുമ്പോൾ ഹിംസയായി മാറുന്നു.നിയന്ത്രണം നിലനിൽക്കുന്നിടത്തോളം ഹിംസ ആവശ്യമില്ല. എന്നാൽ പങ്കാളി സ്വാതന്ത്ര്യം വീണ്ടെടുക്കാൻ ശ്രമിക്കുമ്പോൾ, അല്ലെങ്കിൽ ബന്ധം വിടാൻ ശ്രമിക്കുമ്പോൾ, ഉടമസ്ഥബോധം ഹിംസാത്മക പ്രതികരണങ്ങളിലേക്ക് (violent reactions) വഴുതുന്നു[35].

ഉടമസ്ഥബോധം ഒരിക്കലും സ്റ്റാറ്റിക് ആയ ഒരു മനോഭാവമല്ല. അത് വ്യക്തമായ പെരുമാറ്റങ്ങളായി ആരംഭിച്ച്, നിയന്ത്രിക്കപ്പെടാത്ത സാഹചര്യങ്ങളിൽ ക്രമേണ പീഡനത്തിലേക്കും ഹിംസയിലേക്കും നീങ്ങുന്ന ഒരു സജീവ പ്രക്രിയയാണ്. അതിനാൽ, ഉടമസ്ഥബോധത്തിന്റെ തുടക്ക പെരുമാറ്റ അടയാളങ്ങൾ തിരിച്ചറിയുന്നത് ബന്ധങ്ങളുടെ സുരക്ഷയ്ക്കും വ്യക്തികളുടെ മാനസിക–ശാരീരിക അഖണ്ഡതയ്ക്കും നിർണായകമാണ്.

ഉടമസ്ഥബോധം vs പ്രണയം: സാമൂഹിക മിഥ്യകളും നൈതിക പുനർവ്യാഖ്യാനവും

(Social Romanticization and Ethical Reframing of Possessiveness)

ഉടമസ്ഥബോധം (possessiveness) പ്രണയമായി തെറ്റിദ്ധരിക്കപ്പെടുന്നത് ആധുനിക സമൂഹത്തിലെ ഏറ്റവും അപകടകരമായ മാനസിക മിഥ്യകളിലൊന്നാണ്. ഈ തെറ്റിദ്ധാരണ വ്യക്തികളുടെ സ്വകാര്യബന്ധങ്ങളെ മാത്രമല്ല, സമൂഹത്തിന്റെ നൈതിക മാനദണ്ഡങ്ങളെയും ഗൗരവമായി ബാധിക്കുന്നു. സ്നേഹത്തിന്റെ പേരിൽ നിയന്ത്രണം ന്യായീകരിക്കപ്പെടുകയും, അസുരക്ഷാഭാവത്തിൽ നിന്നുയരുന്ന പെരുമാറ്റങ്ങൾ "ആഴമുള്ള പ്രണയം" എന്ന ഭാഷയിൽ അലങ്കരിക്കപ്പെടുകയും ചെയ്യുന്നു[36]. ഈ ഭാഗം ഉടമസ്ഥബോധവും (possessiveness) പ്രണയവും (love) തമ്മിലുള്ള അടിസ്ഥാന വ്യത്യാസം ശാസ്ത്രീയമായി വിശദീകരിക്കുകയും, സമൂഹം എങ്ങനെ ഉടമസ്ഥബോധത്തെ റോമാന്റിസൈസ് ചെയ്യുന്നു എന്നതും അതിന്റെ നൈതിക പ്രത്യാഘാതങ്ങളും പരിശോധിക്കുന്നു.

ഉടമസ്ഥബോധവും പ്രണയവും: അടിസ്ഥാന വ്യത്യാസം

പ്രണയം (love) എന്നത് മറ്റൊരാളുടെ സ്വാതന്ത്ര്യം അംഗീകരിക്കുന്നതിലും (recognition of autonomy) ആ സ്വാതന്ത്ര്യത്തിനുള്ളിൽ ബന്ധം വളരാൻ അനുവദിക്കുന്നതിലും അധിഷ്ഠിതമായ ഒരു ബന്ധഘടനയാണ്[37]. പ്രണയത്തിൽ പങ്കാളി ഒരു സ്വതന്ത്ര വ്യക്തിയാണ്; അവന്റെ അല്ലെങ്കിൽ അവളുടെ തീരുമാനങ്ങൾ, സാമൂഹികബന്ധങ്ങൾ, വ്യക്തിത്വവികാസം എന്നിവ ബന്ധത്തിന് ഭീഷണിയായി കാണപ്പെടുന്നില്ല.

അതേസമയം, ഉടമസ്ഥബോധം (possessiveness) സ്വാതന്ത്ര്യം സഹിക്കാനാകാത്ത ഒരു മനോഭാവമാണ്. ഇവിടെ ബന്ധം സുരക്ഷയുടെ ഇടമല്ല; നിയന്ത്രണത്തിന്റെ ഇടമാണ്. പങ്കാളിയുടെ

സ്വാതന്ത്ര്യം നഷ്ടഭീഷണിയായി വായിക്കപ്പെടുന്നു. അതിനാൽ, സ്നേഹത്തിന്റെ ഭാഷ ഉപയോഗിച്ചും നിയന്ത്രണം നടപ്പാക്കപ്പെടുന്നു. ഈ അടിസ്ഥാന വ്യത്യാസം മനസ്സിലാക്കാതെയാണ് സമൂഹം ഉടമസ്ഥബോധത്തെ പ്രണയമായി തെറ്റിദ്ധരിക്കുന്നത്[38].

സമൂഹം എങ്ങനെ ഉടമസ്ഥബോധത്തെ റോമാന്റിസൈസ് ചെയ്യുന്നു

സിനിമകൾ, ഗാനങ്ങൾ, സാഹിത്യം, ജനപ്രിയ സംസ്കാരം എന്നിവ ഉടമസ്ഥബോധത്തെ പ്രണയത്തിന്റെ ഉന്നതരൂപമായി ചിത്രീകരിക്കുന്നതിൽ നിർണായക പങ്കുവഹിക്കുന്നു. "നീ എന്റേതാണ്", "നിന്നെ ആരും നോക്കരുത്", "നിനക്ക് മറ്റാരെയും വേണ്ട" തുടങ്ങിയ ഡയലോഗുകൾ ആഴമുള്ള പ്രണയത്തിന്റെ അടയാളങ്ങളായി അവതരിപ്പിക്കപ്പെടുന്നു[39].

ഇതിന്റെ ഏറ്റവും അപകടകരമായ രൂപമാണ് പിന്തുടരൽ (stalking) പോലും റോമാന്റിക് ആക്കി മാറ്റപ്പെടുന്നത്. ഒരാളുടെ സ്വകാര്യ അതിരുകൾ ലംഘിക്കുന്ന നിരന്തര പിന്തുടരൽ, നിരീക്ഷണം, നിയന്ത്രണം എന്നിവ "അവൻ/അവൾ അത്ര സ്നേഹിക്കുന്നു" എന്ന വ്യാഖ്യാനത്തിലൂടെ സാധൂകരിക്കപ്പെടുന്നു. ഈ സാംസ്കാരിക അവതരണങ്ങൾ ഉടമസ്ഥബോധത്തെ സാമൂഹികമായി ന്യായീകരിക്കുകയും, അതിന്റെ അപകടസ്വഭാവം മറച്ചുവയ്ക്കുകയും ചെയ്യുന്നു[40].

സാമൂഹിക ഫലങ്ങൾ: നിയന്ത്രണം സാധാരണവൽക്കരിക്കപ്പെടുന്നത്

ഈ റോമാന്റിസൈസേഷന്റെ സാമൂഹിക ഫലങ്ങൾ ഗൗരവകരമാണ്. നിയന്ത്രണം (control) ബന്ധങ്ങളുടെ സ്വാഭാവിക ഘടകമായി സാധാരണവൽക്കരിക്കപ്പെടുന്നു. മുന്നറിയിപ്പ് സൂചനകൾ (red flags) "ട്രൂ ലവ്" (true love) എന്ന പേരിൽ മറയ്ക്കപ്പെടുന്നു[41].

ഇതിന്റെ ഫലമായി, പീഡനത്തിനിരയാകുന്ന വ്യക്തികൾ തന്നെ കുറ്റബോധത്തിലാകുന്നു. "ഇത് സ്നേഹമാണല്ലോ", "അവൻ/അവൾ എന്നെക്കുറിച്ച് മാത്രമാണ് ഭയപ്പെടുന്നത്" എന്ന ആത്മവഞ്ചന രൂപപ്പെടുന്നു. സമൂഹം തന്നെ ഇത്തരം ബന്ധങ്ങളെ ചോദ്യം ചെയ്യാതിരിക്കുമ്പോൾ, പീഡനം വ്യക്തിപരമായ പരാജയമായി മാത്രമേ ഇരയ്ക്ക് അനുഭവപ്പെടുകയുള്ളൂ[42].

നൈതിക പുനർവ്യാഖ്യാനം: പ്രണയത്തിന്റെ പുതിയ മാനദണ്ഡങ്ങൾ

ഈ പശ്ചാത്തലത്തിലാണ് നൈതിക പുനർവ്യാഖ്യാനം (ethical reframing) അനിവാര്യമാകുന്നത്. സ്നേഹത്തിന്റെ മാനദണ്ഡം നിയന്ത്രണത്തിന്റെ അളവല്ല; സ്വാതന്ത്ര്യം സഹിക്കുന്ന ശേഷിയാണ് (freedom tolerance)[43]. സുരക്ഷ (security) എന്നത് നിയന്ത്രണം കൊണ്ടല്ല ഉണ്ടാകുന്നത്; വിശ്വാസവും ഉത്തരവാദിത്തവും കൊണ്ടാണ്.

അറ്റാച്ച്മെന്റ് (attachment) ഉടമസ്ഥാവകാശവുമായി (ownership) തുല്യമല്ല. ബന്ധം എന്നത് മറ്റൊരാളെ സ്വന്തമാക്കലല്ല; മറിച്ച്, രണ്ട് സ്വതന്ത്ര വ്യക്തികൾ തമ്മിലുള്ള സഹവർത്തിത്വമാണ്. ഈ നൈതിക ബോധ്യമാണ് ഉടമസ്ഥബോധത്തെ പ്രണയത്തിൽ നിന്ന് വ്യക്തമായി വേർതിരിക്കുന്നത്.

പ്രണയമല്ല.കരുതലല്ല.പ്രതിബദ്ധതയുമല്ല.അത് സുരക്ഷാഭാവക്കുറവിന്റെ (insecurity) പ്രകടനമാണ്. സ്വാതന്ത്ര്യത്തോടുള്ള അസഹിഷ്ണുതയാണ് (intolerance of autonomy).ചികിത്സ ആവശ്യമായ ഒരു മനോവൈകല്യ ഘടനയാണ് (psychological pathology).ഒരു ബന്ധം സ്നേഹമാണോ അല്ലയോ എന്നത്, അത് എത്ര നിയന്ത്രിക്കുന്നു എന്നതുകൊണ്ടല്ല; അത് എത്ര

സ്വാതന്ത്ര്യം സഹിക്കുന്നു എന്നതുകൊണ്ടാണ് വിലയിരുത്തപ്പെടേണ്ടത്. ഈ ബോധ്യമാണ് ബന്ധങ്ങളെ പീഡനത്തിൽ നിന്ന് പങ്കാളിത്തത്തിലേക്ക് നയിക്കുന്ന യഥാർത്ഥ നൈതിക മാറ്റം.

ഉടമസ്ഥബന്ധങ്ങളിൽ നിന്ന് സുരക്ഷിതമായി പുറത്തുവരൽ

(How to Exit Possessive Relationships Safely)

ഉടമസ്ഥബന്ധങ്ങളിൽ നിന്ന് പുറത്തുവരൽ (exit from possessive relationships) ഒരു ലളിതമായ വികാരപരമായ തീരുമാനമല്ല. അത് വ്യക്തിയുടെ മാനസികവും ശാരീരികവുമായ സുരക്ഷ ഉറപ്പാക്കാൻ ആവശ്യമായ ഒരു തന്ത്രപരമായ നടപടിയാണ്. ഉടമസ്ഥബോധം (possessiveness) ശക്തമായ ബന്ധങ്ങളിൽ, ബന്ധം വിട്ടുപോകാനുള്ള ശ്രമം തന്നെ ഭീഷണിയായി വായിക്കപ്പെടുന്നു. അതിനാൽ, ഇത്തരം ബന്ധങ്ങൾ അവസാനിപ്പിക്കുന്നത് പ്രണയനിരസനത്തിന്റെ ഭാഷയിൽ മാത്രം കാണുന്നത് അപകടകരമാണ്[44].

എന്തുകൊണ്ട് ഉടമസ്ഥബന്ധങ്ങൾ വിട്ടുപോകാൻ ബുദ്ധിമുട്ടാണ്

ഉടമസ്ഥബന്ധങ്ങൾ വിട്ടുപോകാൻ ബുദ്ധിമുട്ടാകുന്നത് അവയുടെ ഘടനയിൽ തന്നെ അടങ്ങിയിരിക്കുന്ന മാനസിക കുടുക്കുകളാണ്. വികാരപരമായ ആശ്രിതത്വം (emotional dependency) ഇതിലെ പ്രധാന ഘടകമാണ്. പങ്കാളിയുടെ മൂല്യനിർണയം സ്വന്തമായ ആത്മമൂല്യത്തിന്റെ (self-worth) ഏക ഉറവിടമായി മാറുമ്പോൾ, ബന്ധം വിട്ടുപോകൽ ആത്മനാശമായി തന്നെ അനുഭവപ്പെടുന്നു[45].

കുറ്റബോധം സൃഷ്ടിക്കൽ (guilt induction) മറ്റൊരു ശക്തമായ ഉപാധിയാണ്. "നീ പോയാൽ ഞാൻ തകർന്നു പോകും" എന്ന ഭീഷണി നേരിട്ടുള്ള അക്രമമല്ലെങ്കിലും, അത് വ്യക്തിയുടെ ഉത്തരവാദിത്വബോധത്തെ ആയുധമാക്കുന്നു. ഇതോടൊപ്പം, ഭയപരിശീലനം (fear conditioning) നടക്കുന്നു. വിട്ടുപോകാൻ ശ്രമിക്കുന്ന ഓരോ ശ്രമവും വഴക്കിലേക്കോ ഭീഷണിയിലേക്കോ മാറുമ്പോൾ, മനസ്സ് തന്നെ പിന്മാറാൻ പഠിക്കുന്നു[46].

ഈ ഘടകങ്ങൾ ചേർന്ന് ഇരയെ (victim) തീരുമാനശേഷി തളരുന്ന അവസ്ഥയിലേക്ക് (decision paralysis) നയിക്കുന്നു. സ്വന്തം സുരക്ഷ പോലും അവഗണിക്കപ്പെടുന്നു, കാരണം "ബന്ധം തകരുന്നത്" അതിലേറെ ഭീഷണിയായി അനുഭവപ്പെടുന്നു.

സുരക്ഷിതമായ പുറത്തുവരലിന്റെ അടിസ്ഥാന തത്വങ്ങൾ (Safe Exit Principles)

സുരക്ഷിതമായ പുറത്തുവരൽ ആദ്യം ആരംഭിക്കേണ്ടത് ആന്തരിക വ്യക്തതയിലൂടെയാണ് (internal clarity). ഇത് സ്നേഹമല്ലെന്ന് തിരിച്ചറിയൽ, മാറ്റം പ്രതീക്ഷിച്ച് തുടരുന്നത് അപകടകരമാണെന്ന് അംഗീകരിക്കൽ എന്നിവയാണ് ആദ്യഘട്ടം. "ഇനി മാറും" എന്ന പ്രതീക്ഷ ഉടമസ്ഥബന്ധങ്ങളിൽ അപകടസാധ്യത വർധിപ്പിക്കുന്ന ഘടകമാണെന്ന് ക്ലിനിക്കൽ പഠനങ്ങൾ ചൂണ്ടിക്കാണിക്കുന്നു[47].

തുടർന്ന ഘട്ടം ക്രമാനുസൃതമായ അകലം സൃഷ്ടിക്കലാണ് (gradual disengagement). പെട്ടെന്നുള്ള നേരിടലുകൾ (confrontation) പലപ്പോഴും നിയന്ത്രണം വർധിപ്പിക്കാൻ കാരണമാകുന്നു. അതിനാൽ, സാമ്പത്തിക സ്വയംപര്യാപ്തത, സാമൂഹിക ബന്ധങ്ങളുടെ പുനർനിർമ്മാണം, താമസസുരക്ഷ എന്നിവ മുൻകൂട്ടി ഉറപ്പാക്കേണ്ടതാണ്.

അതിരുകൾ ശക്തിപ്പെടുത്തൽ (boundary reinforcement) നിർണായകമാണ്. വിശദീകരണം നൽകേണ്ട ബാധ്യത ഇല്ലെന്ന ബോധ്യം ഇവിടെ പ്രധാനമാണ്. "ഇല്ല" എന്നത് ഒരു പൂർണ്ണ വാചകമാണെന്നും, അത് ന്യായീകരിക്കേണ്ടതില്ലെന്നും അംഗീകരിക്കുക ആത്മസംരക്ഷണത്തിന്റെ ഭാഗമാണ്[48].

ബാഹ്യ പിന്തുണ (external support) ഇല്ലാതെ ഇത്തരം ബന്ധങ്ങളിൽ നിന്ന് സുരക്ഷിതമായി പുറത്തുവരൽ അപൂർവമാണ്. വിശ്വസനീയ സുഹൃത്തുകൾ, കുടുംബാംഗങ്ങൾ, മാനസികാരോഗ്യ വിദഗ്ധർ (mental health professionals) എന്നിവരുടെ പിന്തുണ സുരക്ഷയുടെ പ്രധാന ഘടകമാണ്.

അപകടസാധ്യതാ വിലയിരുത്തൽ (Risk Assessment)

ഉടമസ്ഥബന്ധങ്ങൾ അവസാനിപ്പിക്കുന്നതിന് മുൻപ് അപകടസാധ്യത വിലയിരുത്തൽ അനിവാര്യമാണ്. പിന്തുടരൽ ചരിത്രം (stalking history), ഹിംസാഭീഷണികൾ (violence threats), നിരീക്ഷണ പെരുമാറ്റങ്ങൾ (monitoring behaviour) എന്നിവ ഉയർന്ന അപകടസൂചനകളാണ്[49].

ഇത്തരം സാഹചര്യങ്ങളിൽ സുരക്ഷാ പദ്ധതികൾ (safety planning), നിയമബോധ്യം (legal awareness), അടിയന്തിര ബന്ധങ്ങൾ (emergency contacts) എന്നിവ തയ്യാറാക്കേണ്ടതാണ്. ഇത് ഭയം വളർത്താൻ വേണ്ടിയല്ല, മറിച്ച് അപകടം സംഭവിക്കുമ്പോൾ പ്രതികരിക്കാൻ ഉള്ള തയ്യാറെടുപ്പാണ്.

ഉടമസ്ഥബോധമുള്ള വ്യക്തികളുടെ ചികിത്സയും പുനരധിവാസവും

(Therapeutic Recovery for Possessive Individuals)

ഉടമസ്ഥബോധം ഒരു നൈതിക പരാജയമല്ല. അത് ചികിത്സിക്കാവുന്ന ഒരു മാനസിക ഘടനയാണ്. എന്നാൽ ഈ ചികിത്സയ്ക്ക് പ്രത്യേക വെല്ലുവിളികളുണ്ട്, കാരണം നിയന്ത്രണം വിട്ടുകൊടുക്കൽ (loss of control) തന്നെ രോഗലക്ഷണമായി അനുഭവപ്പെടുന്നു[50].

ചികിത്സയുടെ ആദ്യഘട്ടം: ഉൾബോധ വികസനം (Insight Development)

ചികിത്സയുടെ തുടക്കം "ഞാൻ സ്നേഹിക്കുന്നു" എന്ന വാദം പൊളിക്കുന്നതിലൂടെയാണ്. നിയന്ത്രണം സുരക്ഷാഭാവക്കുറവിന്റെ (insecurity) പ്രകടനമാണെന്ന തിരിച്ചറിവ് വളർത്തണം. ഉത്തരവാദിത്വം പുറത്തേക്ക് തള്ളുന്ന പ്രവണത (responsibility externalization) ഇവിടെ നിർത്തപ്പെടണം[51].

ചികിത്സാമാർഗ്ഗങ്ങൾ (Therapeutic Approaches)

അറ്റാച്ച്മെന്റ് അടിസ്ഥാനമാക്കിയ ചികിത്സ (attachment-based therapy) ബാല്യകാല സുരക്ഷാഭാവ തകരാറുകൾ, ഉപേക്ഷിക്കപ്പെടുമോ എന്ന ഭയം (abandonment fear), ആശ്രിത മാതൃകകൾ (dependency patterns) എന്നിവ കൈകാര്യം ചെയ്യുന്നു.

ബൗദ്ധിക പുനഃസംഘടന (cognitive restructuring) "നഷ്ടപ്പെട്ടും" എന്ന ദുരന്തചിന്ത (catastrophic thinking), താരതമ്യ ആസക്തി (comparison obsession), അവകാശബോധ വിശ്വാസങ്ങൾ (entitlement beliefs) എന്നിവയെ തിരുത്താൻ സഹായിക്കുന്നു[52].

വികാരനിയന്ത്രണ പരിശീലനം (emotion regulation training) അനിശ്ചിതത്വം സഹിക്കുന്ന കഴിവ് (uncertainty tolerance), ആശങ്ക സഹിഷ്ണുത (anxiety tolerance) എന്നിവ വളർത്തുന്നു. ഇവിടെ ലക്ഷ്യം നിയന്ത്രണം ഇല്ലാതെ വികാരം സഹിക്കാനാണ്.ആഘാതകേന്ദ്രിത ഇടപെടലുകൾ (trauma-focused interventions) വഞ്ചനാനുഭവങ്ങൾ (betrayal trauma), അവഗണന ചരിത്രം (neglect history), ലജ്ജാനുഭവങ്ങൾ (shame processing) എന്നിവ കൈകാര്യം ചെയ്യുന്നു[53].

നൈതിക വെല്ലുവിളികൾ

ഉടമസ്ഥബോധമുള്ള വ്യക്തിക്ക് ചികിത്സ അധികാരം നഷ്ടപ്പെടുന്നതുപോലെ (power loss) തോന്നാം. അതിനാൽ തന്നെ, ചികിത്സ മന്ദഗതിയിലാണ് പുരോഗമിക്കുന്നത്. പ്രതിരോധം (resistance) സാധാരണമാണ്. സ്ഥിരത (consistency) നിർണായകമാണ്[54].

പുനരധിവാസത്തിന്റെ അടയാളങ്ങൾ (Markers of Recovery)

പങ്കാളിയുടെ സ്വാതന്ത്ര്യം സഹിക്കാൻ കഴിയുക (tolerating partner autonomy), നിരീക്ഷണപ്രേരണ കുറയുക (reduction in surveillance urges), ആത്മമൂല്യം അകത്ത് നിന്നു രൂപപ്പെടുക (self-worth internalization), നിരീക്ഷണം ഇല്ലാത്ത ബന്ധം (relationship without monitoring) എന്നിവയാണ് പുനരധിവാസത്തിന്റെ സൂചനകൾ.

ഉടമസ്ഥബോധം മാറ്റാൻ കഴിയാത്ത സ്വഭാവമല്ല. എന്നാൽ മാറ്റാൻ ആഗ്രഹിക്കാത്തവർക്ക് അത് അപകടകരമാണ്. സ്നേഹം വളരുന്നത് ബന്ധത്തിലൂടെ അല്ല; സ്വയം സുരക്ഷിതനാകുന്നതിലൂടെയാണ്.

ഉടമസ്ഥബോധം, നിയമം, സമ്മതം (Possessiveness, Law, and Consent)

ആധുനിക നിയമസംവിധാനങ്ങളിൽ ഉടമസ്ഥബോധം (possessiveness) ഒരു സ്വകാര്യ വികാരമായി മാത്രം പരിഗണിക്കപ്പെടുന്നില്ല. അത് വ്യക്തികളുടെ അടിസ്ഥാന അവകാശങ്ങളെ ലംഘിക്കുന്ന പെരുമാറ്റ മാതൃകയായി (behavioural pattern) വിലയിരുത്തപ്പെടുന്നു. ഒരു ബന്ധം നിലവിലുണ്ടെന്ന കാര്യം മറ്റൊരാളുടെ സ്വയംഭരണാവകാശത്തെ (autonomy) ഇല്ലാതാക്കുന്നില്ല എന്നതാണ് നിയമത്തിന്റെ അടിസ്ഥാനതത്വം[55]. പ്രണയം, വിവാഹം, സഹജീവിതം എന്നിവ ഒന്നും തന്നെ മറ്റൊരാളുടെ ശരീരത്തിലേക്കോ സമയത്തിലേക്കോ ആശയങ്ങളിലേക്കോ പൂർണ്ണ നിയന്ത്രണം നൽകുന്ന നിയമപരമായ അധികാരങ്ങൾ അല്ല.സമ്മതം (consent) എന്നത് ഒരു തവണ നൽകിയ അനുമതിയല്ല. അത് തുടർച്ചയായി പുതുക്കപ്പെടേണ്ടതും, ഏത് ഘട്ടത്തിലും പിൻവലിക്കാവുന്നതുമായ ഒരു നിലപാടാണ്[56]. ഉടമസ്ഥബന്ധങ്ങളിൽ ഈ തത്വം തന്നെ തകർക്കപ്പെടുന്നു. "ഒരിക്കൽ സമ്മതിച്ചാൽ പിന്നെ ചോദ്യം വേണ്ട", "ബന്ധത്തിലുള്ളവർക്കിടയിൽ സ്വകാര്യത വേണ്ട" എന്നീ വാദങ്ങൾ നിയമപരമായി അസാധുവായ ധാരണകളാണ്.

നിരീക്ഷണം, ഫോൺ പരിശോധിക്കൽ, സന്ദേശങ്ങൾ വായിക്കൽ, സഞ്ചാരനിയന്ത്രണം, ബന്ധങ്ങൾ വിലക്കൽ എന്നിവ പല സമൂഹങ്ങളിലും ഇപ്പോഴും "കെയർ" എന്ന പേരിൽ ന്യായീകരിക്കപ്പെടുന്നു. എന്നാൽ നിയമത്തിന്റെ കാഴ്ചപ്പാടിൽ ഇവ സ്വകാര്യതാവകാശ

ലംഘനങ്ങളാണ് (right to privacy)[57]. നിരവധി രാജ്യങ്ങളിൽ ഇത്തരം പ്രവൃത്തികൾ പിന്തുടരൽ (stalking), നിർബന്ധിത നിയന്ത്രണം (coercive control), മാനസിക പീഡനം (psychological abuse) എന്നീ നിയമവിഭാഗങ്ങളിൽ ഉൾപ്പെടുത്തിക്കൊണ്ടിരിക്കുകയാണ്.ഇവിടെ നിർണായകമായ ഒരു ബിന്ദു വ്യക്തമാണ്. നിയമം വികാരങ്ങളെ ശിക്ഷിക്കുന്നില്ല; പെരുമാറ്റങ്ങളെയാണ് നിയന്ത്രിക്കുന്നത്. അതിനാൽ, "എനിക്ക് അസൂയയുണ്ടായിരുന്നു" എന്ന വിശദീകരണം നിയമപരമായ ഉത്തരവാദിത്വത്തിൽ നിന്ന് ഒരാളെ ഒഴിവാക്കുന്നില്ല[58]. സ്നേഹം നിയമത്തിന് മുകളിലല്ല. ബന്ധം സമ്മതത്തെ മറികടക്കാൻ കഴിയില്ല. ഉടമസ്ഥബോധം നിയമപരമായ സംരക്ഷണം അർഹിക്കുന്നില്ല.

ലിംഗാധിഷ്ഠിത ഉടമസ്ഥബോധവും പിതൃസത്തയും (Gendered Possessiveness and Patriarchy)

ഉടമസ്ഥബോധം വ്യക്തിഗത മനോവൈകല്യമാത്രമല്ല; അത് സാമൂഹികമായി ലിംഗാധിഷ്ഠിതമായി നിർമ്മിക്കപ്പെട്ട ഒരു അധികാരഘടനയാണ്[59]. പ്രത്യേകിച്ച് പിതൃസത്താ സമൂഹങ്ങളിൽ (patriarchy), പുരുഷ ഉടമസ്ഥബോധം നൈതികമായി സാധൂകരിക്കപ്പെടുകയും, സ്ത്രീ സ്വാതന്ത്ര്യം സംശയാസ്പദമാക്കപ്പെടുകയും ചെയ്യുന്നു.പുരുഷ ഉടമസ്ഥബോധം പലപ്പോഴും "സംരക്ഷണം", "കെയർ", "ഉത്തരവാദിത്തം" എന്നീ ഭാഷാരൂപങ്ങളിൽ അവതരിപ്പിക്കപ്പെടുന്നു. സ്ത്രീയുടെ വസ്ത്രധാരണം, സൗഹൃദങ്ങൾ, ജോലി, സഞ്ചാരം, ലൈംഗിക സ്വാതന്ത്ര്യം എന്നിവയെ നിയന്ത്രിക്കുന്നത് സ്നേഹത്തിന്റെ ഭാഗം എന്ന നിലയിൽ സാമൂഹികമായി അംഗീകരിക്കപ്പെടുന്നു[60]. ഇതോടെ, നിയന്ത്രണം സ്നേഹമായി പുനർവ്യാഖ്യാനിക്കപ്പെടുന്നു.

അതേസമയം, സ്ത്രീ ഉടമസ്ഥബോധം സാമൂഹികമായി വ്യത്യസ്തമായി വായിക്കപ്പെടുന്നു. സ്ത്രീയുടെ അസൂയ "ഇമോഷണൽ", "അസ്ഥിരം" എന്നിങ്ങനെ വ്യക്തിത്വദൗർബല്യമായി ചിത്രീകരിക്കപ്പെടുമ്പോൾ, പുരുഷ അസൂയ "പുരുഷാർത്ഥം", "മാനാഭിമാനം" എന്ന നിലയിൽ ന്യായീകരിക്കപ്പെടുന്നു[61]. ഈ ഇരട്ടത്താപ്പാണ് ഉടമസ്ഥബോധത്തെ ലിംഗാധിഷ്ഠിത ഹിംസയുടെ അടിത്തറയാക്കുന്നത്.

പിതൃസത്തയിൽ സ്ത്രീ ശരീരം പുരുഷന്റെ സാമൂഹിക മൂല്യത്തിന്റെ പ്രതിനിധിയായി മാറുന്നു. അതുകൊണ്ടുതന്നെ, സ്ത്രീയുടെ ലൈംഗിക സ്വാതന്ത്ര്യം പുരുഷന്റെ മാനത്തിനും അധികാരത്തിനും ഭീഷണിയായി അനുഭവപ്പെടുന്നു. ഈ ഭീഷണിയാണ് മാനാഭിമാനഹിംസ (honor violence), നൈതിക പൊലീസിംഗ് (moral policing), ലൈംഗിക അപകീർത്തിപ്പെടുത്തൽ (slut-shaming) തുടങ്ങിയ സാമൂഹിക പ്രവണതകളിലേക്ക് നയിക്കുന്നത്[62].

ഡിജിറ്റൽ ഉടമസ്ഥബോധം: ഫോണുകൾ, പാസ്‌വേഡുകൾ, നിരീക്ഷണ ആപ്പുകൾ (Digital Possessiveness)

ഡിജിറ്റൽ സാങ്കേതികവിദ്യ ഉടമസ്ഥബോധത്തിന് പുതിയ ആയുധങ്ങൾ നൽകി. മുമ്പ് ശാരീരികമായി മാത്രമേ സാധ്യമായിരുന്ന നിരീക്ഷണം, ഇന്ന് മൊബൈൽ ഫോണുകളും സാമൂഹിക മാധ്യമങ്ങളും വഴി നിരന്തരമായി നടത്താൻ കഴിയുന്ന അവസ്ഥയിലേക്കാണ് മാറിയത്[63]. ഇതാണ് ഡിജിറ്റൽ ഉടമസ്ഥബോധം (digital possessiveness).

ഫോൺ പരിശോധിക്കൽ, പാസ്‌വേഡ് ആവശ്യപ്പെടൽ, ലൊക്കേഷൻ പിന്തുടരൽ (location tracking), സാമൂഹിക മാധ്യമ ലോഗിൻ വിവരങ്ങൾ കൈവശം വെക്കൽ എന്നിവ ഇന്ന് "ട്രാൻസ്പാരൻസി" (transparency) എന്ന പേരിൽ സാധാരണമാക്കപ്പെടുന്നു. എന്നാൽ ട്രാൻസ്പാരൻസിയും നിരീക്ഷണവും തമ്മിൽ അടിസ്ഥാനപരമായ വ്യത്യാസമുണ്ട്. ട്രാൻസ്പാരൻസി സ്വമേധയാ ഉണ്ടാകുന്നതാണ്; നിരീക്ഷണം (surveillance) ബലപ്രയോഗത്തിലൂടെയാണ്[64].

ഡിജിറ്റൽ ഉടമസ്ഥബോധത്തിന്റെ ഏറ്റവും അപകടകരമായ ഫലം സ്വയംനിയന്ത്രണം (self-censorship) ആണ്. പങ്കാളി നിരീക്ഷിക്കപ്പെടുന്നു എന്ന ബോധം വ്യക്തിയെ സ്വന്തം ചിന്തകളും ബന്ധങ്ങളും വികാരങ്ങളും സ്വയം ചുരുക്കാൻ പ്രേരിപ്പിക്കുന്നു. ഇതോടെ, തുറന്ന ഹിംസ ഇല്ലാതെയും ബന്ധം പീഡനപരമാകുന്നു[65].

ഡിജിറ്റൽ ഉടമസ്ഥബോധവും കുട്ടികളുടെ മാനസിക വളർച്ചയും (Digital Possessiveness and Child Psychological Development)

ഡിജിറ്റൽ ഉടമസ്ഥബോധം ഇന്ന് കുട്ടികളുടെ വളർച്ചാപരിസരങ്ങളിലും ശക്തമായി ഇടപെടുന്ന ഘടകമായി മാറിയിട്ടുണ്ട്. "സുരക്ഷ" എന്ന പേരിൽ കുട്ടികളുടെ ഡിജിറ്റൽ ജീവിതം പൂർണ്ണമായി നിരീക്ഷിക്കുന്നത് കുട്ടികളുടെ സ്വയംഭരണബോധം (autonomy), സ്വയംവിശ്വാസം (self-efficacy), സ്വകാര്യതാബോധം (sense of privacy) എന്നിവയെ ദുർബലപ്പെടുത്തുന്നു[66].

കുട്ടി ഓരോ ചലനവും രേഖപ്പെടുത്തപ്പെടുന്നു എന്ന ബോധത്തിൽ വളരുമ്പോൾ, "എനിക്ക് എന്നെ വിശ്വസിക്കാനാവില്ല" എന്ന ആന്തരിക സന്ദേശമാണ് അവനിൽ പതിയുന്നത്. ഇത് learned compliance എന്ന പ്രവണതയ്ക്ക് വഴിയൊരുക്കുന്നു. ചോദ്യം ചെയ്യാതെ അനുസരിക്കുന്ന കുട്ടികൾ പ്രായപൂർത്തിയായ ശേഷം ഉടമസ്ഥബന്ധങ്ങളിൽ കുടുങ്ങാൻ കൂടുതൽ സാധ്യതയുള്ളവരാകുന്നു[67].

ഉടമസ്ഥബോധത്തിൽ നിന്ന് ഹിംസയിലേക്കുള്ള വർധന പാതകൾ (Escalation Pathways from Possessiveness to Violence) ഉടമസ്ഥബോധം ഹിംസയായി മാറുന്നത് പെട്ടെന്നുള്ള ചാട്ടമല്ല. അത് ഘട്ടംഘട്ടമായി വികസിക്കുന്ന ഒരു വർധന പാതയാണ്[68]. ആദ്യം വികാരനിരീക്ഷണം (emotional monitoring), തുടർന്ന് പെരുമാറ്റനിയന്ത്രണം (behavioural restriction), പിന്നെ മാനസിക നിർബന്ധനം (psychological coercion), ഒടുവിൽ ശാരീരിക ഹിംസ (physical violence) എന്ന ക്രമത്തിലാണ് ഇത് പുരോഗമിക്കുന്നത്.ഈ പാത വ്യക്തമാക്കുന്ന സത്യം ഇതാണ്.ഹിംസയുടെ തുടക്കം കൈ ഉയർത്തലല്ല.ഹിംസയുടെ തുടക്കം നിയന്ത്രണം ന്യായീകരിക്കുന്ന ചിന്തയിലാണ്[69].

ഈ പഠനം ഒരേയൊരു നിഗമനത്തിലേക്കാണ് സ്ഥിരമായി തിരിച്ചെത്തുന്നത്. ഉടമസ്ഥബോധം സ്നേഹത്തിന്റെ ഒരു തീവ്രരൂപമല്ല. അത് സ്നേഹത്തെ അനുകരിക്കുന്ന ഒരു മനോവൈകല്യ ഘടനയാണ്. ബന്ധങ്ങളുടെ ഭാഷ ഉപയോഗിച്ചാണ് അത് പ്രവർത്തിക്കുന്നത്, എന്നാൽ അതിന്റെ ആന്തരിക പ്രേരണ സ്നേഹമല്ല, അസുരക്ഷയും നിയന്ത്രണാഭിലാഷവുമാണ്.

സ്നേഹം സ്വാതന്ത്ര്യം സഹിക്കുന്നു. അത് മറ്റൊരാളുടെ സ്വയംഭരണത്തെ ഭീഷണിയായി കാണുന്നില്ല. മറിച്ച്, ഉടമസ്ഥബോധം സ്വാതന്ത്ര്യം സഹിക്കാൻ കഴിയാത്ത ഒരു മനോഭാവമാണ്. ബന്ധം ഇവിടെ സുരക്ഷയുടെ ഇടമാകുന്നില്ല. അത് നിരീക്ഷണത്തിന്റെയും നിയന്ത്രണത്തിന്റെയും അധികാരത്തിന്റെയും വേദിയായി മാറുന്നു. അതുകൊണ്ടുതന്നെ, ഉടമസ്ഥബോധം വ്യക്തിപരമായ

ഒരു ബന്ധപ്രശ്നമല്ല. അത് വ്യക്തിത്വഘടന, ബാല്യകാല ബന്ധാനുഭവങ്ങൾ, സാമൂഹിക പരിശീലനം, ലിംഗാധിഷ്ഠിത അധികാരരൂപങ്ങൾ എന്നിവ ചേർന്ന് നിർമ്മിച്ച ഒരു സമഗ്ര മനസിക പ്രതിഭാസമാണ്.

ഈ പഠനം വ്യക്തമായി കാണിച്ചുതരുന്നത്, ഉടമസ്ഥബോധം എപ്പോഴും പെരുമാറ്റമായി പ്രകടമാകുന്ന എന്നതാണ്. അത് സൂക്ഷ്മമായ ശ്രദ്ധയിൽ നിന്ന് ആരംഭിച്ച്, നിരീക്ഷണത്തിലേക്കും വികാര നിർബന്ധനത്തിലേക്കും, ഒടുവിൽ ഹിംസയിലേക്കും വളരുന്ന ഒരു ക്രമബദ്ധമായ വഴികാട്ടിയാണ്. ഹിംസയുടെ തുടക്കം കൈ ഉയർത്തലിലല്ല. ഹിംസയുടെ തുടക്കം നിയന്ത്രണം ന്യായീകരിക്കുന്ന ചിന്തയിലാണ്. ഈ ബോധ്യം ഇല്ലാതെ, ബന്ധങ്ങളിലെ അപകടസൂചനകൾ സമൂഹം തുടർച്ചയായി അവഗണിച്ചുകൊണ്ടിരിക്കും.

നാർസിസിസ്റ്റിക് വ്യക്തിത്വഘടനയിലും ബോർഡർലൈൻ വ്യക്തിത്വ ലക്ഷണങ്ങളിലുമുള്ള ഉടമസ്ഥബോധത്തിന്റെ വിശകലനം, ഈ പ്രശ്നത്തിന്റെ ക്ലിനിക്കൽ ഗുരുതരതയെ കൂടുതൽ വ്യക്തതയോടെ തുറന്നു കാണിക്കുന്നു. പ്രത്യേകിച്ച് ബോർഡർലൈൻ ഘടനയിൽ, ഉടമസ്ഥബോധം പ്രണയമല്ല, ഉപേക്ഷിക്കപ്പെട്ടുമോ എന്ന പാനിക് പ്രതിരോധമാണ്. അതിനാൽ ഇത്തരം ബന്ധങ്ങൾ തീവ്രവും അസ്ഥിരവുമാകുന്നു. ഇവിടെ നൈതിക ഉപദേശം പോര. ചികിത്സാപരമായ ഇടപെടൽ മാത്രമാണ് ഫലപ്രദമായ വഴി.

ഡിജിറ്റൽ സാങ്കേതികവിദ്യകൾ ഉടമസ്ഥബോധത്തിന് പുതിയ ആയുധങ്ങൾ നൽകിയിരിക്കുന്ന ഈ കാലത്ത്, നിയന്ത്രണം കൂടുതൽ അദൃശ്യവും സാമൂഹികമായി സാധാരണമാക്കിയതുമായിരിക്കുന്നു. ഫോൺ പരിശോധനയും ലൊക്കേഷൻ ട്രാക്കിംഗും "ട്രാൻസ്പാരൻസി" എന്ന പേരിൽ ന്യായീകരിക്കപ്പെടുമ്പോൾ, പീഡനം പലപ്പോഴും ഹിംസയില്ലാതെ തന്നെ നടക്കുന്നു. ഇതിന്റെ ഏറ്റവും ദീർഘകാല ഫലം കുട്ടികളിലാണ് കാണപ്പെടുന്നത്. നിയന്ത്രണം സ്നേഹമാണെന്ന പാഠം കുട്ടികളിൽ പതിയുമ്പോൾ, അവർ പ്രായപൂർത്തിയായ ജീവിതത്തിൽ തന്നെ ഉടമസ്ഥബന്ധങ്ങളെ പരിചിതമായതായും സ്വാഭാവികമായതായും അനുഭവപ്പെടുന്നു.

നിയമവും സമ്മതവും സംബന്ധിച്ച ചർച്ച ഈ പഠനത്തിന്റെ നൈതിക അടിത്തറയാണ്. ഒരു ബന്ധവും മറ്റൊരാളുടെ ശരീരത്തിലേക്കോ സമയത്തിലേക്കോ ചിന്തകളിലേക്കോ ഉടമസ്ഥാവകാശം നൽകുന്നില്ല. സമ്മതി തുടർച്ചയായും പിൻവലിക്കാവുന്നതുമാണ്. സ്നേഹം നിയമത്തിന് മുകളിലല്ല. വികാരം അവകാശലംഘനത്തിന് മറയാകാൻ കഴിയില്ല. ഈ സുതാര്യത ഇല്ലാത്തിടത്താണ് ഉടമസ്ഥബോധം സാമൂഹികമായി സംരക്ഷിക്കപ്പെടുന്നത്.

അതിനാൽ, ഈ അധ്യായത്തിന്റെ നിഗമനം വ്യക്തമാണ്. ഉടമസ്ഥബോധം പ്രണയമല്ല. അത് കരുതലല്ല. അത് പ്രതിബദ്ധതയുമല്ല. അത് പരിഹരിക്കപ്പെടാത്ത അസുരക്ഷയുടെ, നിയന്ത്രണാഭിലാഷത്തിന്റെ, സാമൂഹിക ന്യായീകരണങ്ങളുടെ പ്രകടനമാണ്. ആരോഗ്യകരമായ ബന്ധങ്ങൾ നിയന്ത്രണത്തിലൂടെ നിലനിൽക്കുന്നില്ല. അവ നിലനിൽക്കുന്നത് സ്വാതന്ത്ര്യം സഹിക്കുന്ന ശേഷിയിലൂടെയും, സ്വയം സുരക്ഷിതനായിരിക്കാനുള്ള കഴിവിലൂടെയുമാണ്.

ഒരു ബന്ധം സ്നേഹമാണോ എന്നത്, അത് എത്ര പിടിച്ചുനിർത്തുന്നു എന്നതുകൊണ്ടല്ല, എത്ര വിട്ടുകൊടുക്കാൻ കഴിയും എന്നതുകൊണ്ടാണ് വിലയിരുത്തപ്പെടേണ്ടത്. ഇതാണ് ഈ പന്ത്രണ്ട് ഭാഗങ്ങൾ ചേർന്ന് മുന്നോട്ടുവയ്ക്കുന്ന ഏറ്റവും പ്രധാനപ്പെട്ട മനുഷ്യനൈതിക സത്യം.

Reference List

1. Bowlby, John. Attachment and Loss. Basic Books, 1982.
2. Fromm, Erich. The Art of Loving. Harper and Row, 1956.
3. Mikulincer, Mario, and Shaver, Phillip R. Attachment in Adulthood: Structure, Dynamics, and Change. Guilford Press, 2007.
4. Kernberg, Otto F. Borderline Conditions and Pathological Narcissism. Jason Aronson, 1975.
5. Herman, Judith L. Trauma and Recovery. Basic Books, 1992.
6. Stark, Evan. Coercive Control: How Men Entrap Women in Personal Life. Oxford University Press, 2007.
7. Dutton, Donald G. The Domestic Assault of Women: Psychological and Criminal Justice Perspectives. UBC Press, 2006.

8. Johnson, Michael P. A Typology of Domestic Violence: Intimate Terrorism, Violent Resistance, and Situational Couple Violence. Northeastern University Press, 2008.
9. Zuboff, Shoshana. The Age of Surveillance Capitalism. PublicAffairs, 2019.
10. Shonkoff, Jack P., et al. "The Lifelong Effects of Early Childhood Adversity and Toxic Stress." Pediatrics, 2012.
11. United Nations. Declaration on the Elimination of Violence against Women. United Nations General Assembly, 1993.
12. Kandiyoti, Deniz. "Bargaining with Patriarchy." Gender & Society, 1988.
13. Van der Kolk, Bessel A. The Body Keeps the Score: Brain, Mind, and Body in the Healing of Trauma. Viking, 2014.
14. Kernberg, Otto F. Severe Personality Disorders: Psychotherapeutic Strategies. Yale University Press, 1984.
15. Ronningstam, Elsa. Narcissistic Personality Disorder: A Clinical Perspective. American Psychiatric Publishing, 2005.
16. Millon, Theodore. Personality Disorders in Modern Life. Wiley, 2011.
17. Gunderson, John G. Borderline Personality Disorder: A Clinical Guide. American Psychiatric Publishing, 2009.

18. Linehan, Marsha M. Cognitive-Behavioral Treatment of Borderline Personality Disorder. Guilford Press, 1993.
19. Dutton, Donald G., and White, Kenneth R. "Male Abusiveness and Borderline Personality Disorder." Journal of Interpersonal Violence, 2012.
20. American Psychiatric Association. DSM-5: Diagnostic and Statistical Manual of Mental Disorders. APA Publishing, 2013.
21. Bowlby, John. Attachment and Loss: Vol. 1. Attachment. Basic Books, 1969.
22. Ainsworth, Mary D. S., et al. Patterns of Attachment. Lawrence Erlbaum, 1978.
23. Leary, Mark R. Self-Esteem as an Interpersonal Monitor. Psychological Inquiry, 1999.

24. Carver, Charles S., and Scheier, Michael F. On the Self-Regulation of Behavior. Cambridge University Press, 1998.

25. Foucault, Michel. The History of Sexuality, Vol. 1. Pantheon Books, 1978.

26. Connell, R. W. Masculinities. University of California Press, 2005.

27. van der Kolk, Bessel A. The Body Keeps the Score. Viking, 2014.

28. Stark, Evan. Coercive Control: How Men Entrap Women in Personal Life. Oxford University Press, 2007.

29. Spitzberg, Brian H., and Cupach, William R. The Dark Side of Relationship Pursuit. Lawrence Erlbaum, 2014.

30. Dutton, Donald G. The Abusive Personality. Guilford Press, 2007.

31. Walker, Lenore E. The Battered Woman Syndrome. Springer Publishing, 2009.

32. Bancroft, Lundy. Why Does He Do That? Inside the Minds of Angry and Controlling Men. Berkley Books, 2002.

33. Herman, Judith. Trauma and Recovery. Basic Books, 1992.

34. Johnson, Michael P. A Typology of Domestic Violence. Northeastern University Press, 2008.

35. Dobash, R. Emerson, and Dobash, Russell P. Violence Against Wives. Free Press, 1979.
36. Illouz, Eva. Consuming the Romantic Utopia: Love and the Cultural Contradictions of Capitalism. University of California Press, 2007.

37. Fromm, Erich. The Art of Loving. Harper & Row, 1956.

38. Johnson, Michael P. A Typology of Domestic Violence. Northeastern University Press, 2008.

39. hooks, bell. All About Love: New Visions. William Morrow, 2000.

40. Spitzberg, Brian H. "The Tactical Topography of Stalking Victimization and Management." Trauma, Violence, & Abuse, 2002.

41. Bancroft, Lundy. Why Does He Do That? Inside the Minds of Angry and Controlling Men. Berkley Books, 2002.

42. Herman, Judith. Trauma and Recovery. Basic Books, 1992.

43. Bauman, Zygmunt. Liquid Love: On the Frailty of Human Bonds. Polity Press, 2003.
44. Bancroft, Lundy. Why Does He Do That? Inside the Minds of Angry and Controlling Men. Berkley Books, 2002.

45. Herman, Judith. Trauma and Recovery. Basic Books, 1992.

46. Walker, Lenore E. The Battered Woman Syndrome. Springer Publishing, 2009.

47. Stark, Evan. Coercive Control. Oxford University Press, 2007.

48. Brown, Brené. Daring Greatly. Gotham Books, 2012.

49. Spitzberg, Brian H., and Cupach, William R. The Dark Side of Relationship Pursuit. Routledge, 2014.

50. Ronningstam, Elsa. Narcissistic Personality Disorder. American Psychiatric Publishing, 2005.

51. Kernberg, Otto F. Severe Personality Disorders. Yale University Press, 1984.

52. Beck, Judith S. Cognitive Behavior Therapy: Basics and Beyond. Guilford Press, 2011.

53. van der Kolk, Bessel. The Body Keeps the Score. Viking, 2014.

54. Linehan, Marsha M. Cognitive-Behavioral Treatment of Borderline Personality Disorder. Guilford Press, 1993.

55. European Court of Human Rights. Right to Respect for Private and Family Life. ECHR Case Law, 2018.

56. MacKinnon, Catharine A. Toward a Feminist Theory of the State. Harvard University Press, 1989.

57. Solove, Daniel J. Understanding Privacy. Harvard University Press, 2008.

58. Stark, Evan. Coercive Control. Oxford University Press, 2007.

59. Connell, R. W. Gender and Power. Stanford University Press, 1987.

60. Walby, Sylvia. Theorizing Patriarchy. Blackwell, 1990.

61. Dobash, R. Emerson, and Dobash, Russell P. Violence Against Wives. Free Press, 1979.

62. Gill, Aisha K. “Honour-Based Violence.” International Review of Victimology, 2011.

63. Zuboff, Shoshana. The Age of Surveillance Capitalism. PublicAffairs, 2019.

64. Lyon, David. Surveillance Society. Open University Press, 2001.

65. Marwick, Alice E. Status Update. Yale University Press, 2013.

66. Livingstone, Sonia. Children and the Internet. Polity Press, 2009.

67. Deci, Edward L., and Ryan, Richard M. Self-Determination Theory. Guilford Press, 2000.

68. Johnson, Michael P. A Typology of Domestic Violence.Northeastern University Press, 2008.

69. Bancroft, Lundy. Why Does He Do That?. Berkley Books, 2002.

അധ്യായം 10

അസൂയയിൽ നിന്ന് നിയമത്തിലേക്ക്: നിയന്ത്രണത്തിന്റെ ഒരു മനോ–സാമൂഹിക ജനിതകക്രമം

അസൂയ മനുഷ്യന്റെ മനോജീവിതത്തിലെ ഏറ്റവും അടിസ്ഥാന വികാരങ്ങളിലൊന്നാണ്. അത് ഒരു മൂല്യനിർണയമല്ല, ഒരു നൈതിക നിലപാടുമല്ല, മറിച്ച് ഭയത്തിൽ നിന്നുയരുന്ന ഒരു അസംസ്കൃത വികാരപ്രതികരണമാണ്. നഷ്ടപ്പെടുമോ എന്ന ആശങ്ക, ഉപേക്ഷിക്കപ്പെടുമോ എന്ന പേടി, സ്വന്തമെന്നു കരുതുന്ന ബന്ധത്തിൽ നിയന്ത്രണം നഷ്ടപ്പെടുമോ എന്ന ഭയം, ഇവയൊക്കെയാണ് അസൂയയുടെ ജൈവ–മാനസിക അടിത്തറ. ഈ ഘട്ടത്തിൽ അസൂയയ്ക്ക് ശരിയും തെറ്റും എന്ന ഭേദമില്ല. അത് ഒരു "വിധി" അല്ല; അത് ഒരു "സിഗ്നൽ" മാത്രമാണ്. മനുഷ്യന്റെ ആന്തരിക അസുരക്ഷയെ സൂചിപ്പിക്കുന്ന ഒരു വികാരസൂചന.

എന്നാൽ, മനുഷ്യ സമൂഹങ്ങൾ അസംസ്കൃത വികാരങ്ങളെ അതേ രൂപത്തിൽ സഹിക്കുന്നില്ല. പ്രത്യേകിച്ച്, ദുർബലത വെളിപ്പെടുത്തുന്ന വികാരങ്ങൾ സാമൂഹികമായി അസ്വസ്ഥത സൃഷ്ടിക്കുന്നവയാണ്. അസൂയ അത്തരം ഒരു വികാരമാണ്. കാരണം, അസൂയ ശക്തിയെല്ല, അസുരക്ഷയെയാണ് വെളിപ്പെടുത്തുന്നത്. അതുകൊണ്ടുതന്നെ, അസൂയ സാമൂഹികജീവിതത്തിൽ നിലനിൽക്കുന്നത് തുറന്ന വികാരമായി അല്ല; അത് ക്രമേണ നൈതികഭാഷയിലേക്ക് മാറ്റിസ്ഥാപിക്കപ്പെടുന്നു.

ഈ മാറ്റസ്ഥാപനമാണ് (emotional displacement) അസൂയയുടെ സാമൂഹിക പരിവർത്തനത്തിലെ ആദ്യഘട്ടം. "എനിക്ക് ഭയമുണ്ട്" എന്ന ആത്മബോധം, "ഇത് തെറ്റാണ്" എന്ന നൈതിക പ്രസ്താവനയായി മാറുന്നു. "എനിക്ക് നിയന്ത്രണം നഷ്ടപ്പെടുന്നു" എന്ന ഉള്ളിലെ പാനിക്, "ഇത് മൂല്യലംഘനമാണ്" എന്ന കുറ്റാരോപണമായി പുനഃരൂപപ്പെടുന്നു. ഇതോടെ, അസൂയ വ്യക്തിയുടെ ഉള്ളിലെ വികാരമല്ലാതായി, മറ്റൊരാളുടെ പെരുമാറ്റത്തെ വിലയിരുത്തുന്ന ഒരു നൈതിക ഉപകരണമായി മാറുന്നു. ഈ ഘട്ടത്തിൽ അസൂയ സാമൂഹികമായി അംഗീകരിക്കപ്പെടുന്നു, കാരണം അത് ഇനി ദുർബലതയല്ല; അത് "മൂല്യബോധം" ആകുന്നു.

നൈതികഭാഷ അസൂയയ്ക്ക് നൽകുന്ന ഏറ്റവും വലിയ സേവനം ഇതാണ്. അത് അസൂയ അനുഭവിക്കുന്ന വ്യക്തിയെ സ്വന്തം അസുരക്ഷ നേരിടുന്നതിൽ നിന്ന് മോചിപ്പിക്കുന്നു. പ്രശ്നം ഇനി "എനിക്ക് എന്താണ് സംഭവിക്കുന്നത്" എന്നതല്ല; "അവർ എന്താണ് തെറ്റ് ചെയ്യുന്നത്" എന്നതാകുന്നു. ഇതോടെയാണ് അസൂയ സാമൂഹിക നിയന്ത്രണത്തിന്റെ വിത്താകുന്നത്.

ഈ നൈതികവത്കരണം പിന്നീട് ശുദ്ധി സങ്കൽപ്പങ്ങളുമായി (purity ideologies) ചേർന്നു പ്രവർത്തിക്കാൻ തുടങ്ങുന്നു. ശുദ്ധി–അശുദ്ധി എന്ന ദ്വന്ദം മനുഷ്യ സംസ്കാരങ്ങളിൽ വളരെ പഴക്കമുള്ളതാണ്. എന്നാൽ, ലൈംഗികതയുമായി ചേർന്നപ്പോൾ ഈ സങ്കൽപ്പം അത്യന്തം ശക്തമായ നിയന്ത്രണോപാധിയായി മാറുന്നു. കാരണം, ലൈംഗികത മനുഷ്യന്റെ സ്വത്വത്തോടും ശരീരത്തോടും ആഗ്രഹത്തോടും നേരിട്ട് ബന്ധപ്പെട്ടു കിടക്കുന്നു.

ശുദ്ധി സങ്കൽപ്പങ്ങളിൽ, ലൈംഗിക ആഗ്രഹം മലിനതയായി പുനർവ്യാഖ്യാനിക്കപ്പെടുന്നു. ശരീരം ഒരു വ്യക്തിയുടെ സ്വതന്ത്ര മേഖലയല്ല; അത് ഒരു നൈതിക വസ്തുവാണ്. പ്രത്യേകിച്ച് സ്ത്രീ ശരീരം, സമൂഹത്തിന്റെ മൂല്യങ്ങളുടെ പ്രതീകമായി മാറ്റപ്പെടുന്നു. ഇതോടെ, അസൂയ ഇനി ബന്ധപരമായ ഒരു വികാരമല്ല. അത് ശരീരങ്ങളുടെ മേൽ അധീശത്വം സ്ഥാപിക്കുന്ന ഒരു സിദ്ധാന്തമായി മാറുന്നു.

ഈ ഘട്ടത്തിലാണ് ചാരിത്ര്യനിയന്ത്രണം (chastity enforcement) ആരംഭിക്കുന്നത്. ചാരിത്ര്യം ഒരു വ്യക്തിഗത തെരഞ്ഞെടുപ്പല്ലാതായി, ഒരു സാമൂഹിക ബാധ്യതയായി മാറുന്നു. ചാരിത്ര്യം പാലിക്കപ്പെടണം എന്നത് ഒരു നൈതിക ആവശ്യം മാത്രമല്ല; അത് നിരീക്ഷണവും നിയന്ത്രണവും ശിക്ഷയും ആവശ്യപ്പെടുന്ന ഒരു വ്യവസ്ഥയായി വികസിക്കുന്നു. വസ്ത്രധാരണം, സഞ്ചാരം, സൗഹൃദങ്ങൾ, ആശയവിനിമയം, എല്ലാം തന്നെ നിയന്ത്രണത്തിന്റെ പരിധിയിലേക്ക് കൊണ്ടുവരപ്പെടുന്നു.

ഇവിടെ നിർണായകമായ ഒരു സത്യം വ്യക്തമാണ്. ചാരിത്ര്യനിയന്ത്രണം സമചിതമായി പ്രയോഗിക്കപ്പെടുന്നില്ല. അത് പ്രധാനമായും സ്ത്രീകളിലേക്കും ലിംഗാതീത ന്യൂനപക്ഷങ്ങളിലേക്കുമാണ് തിരിയുന്നത്. പുരുഷ ലൈംഗികത സ്വാഭാവികമെന്ന നിലയിൽ ന്യായീകരിക്കപ്പെടുമ്പോൾ, സ്ത്രീ ലൈംഗികത അപകടകരവും നിയന്ത്രിക്കേണ്ടതുമായ ഒന്നായി ചിത്രീകരിക്കപ്പെടുന്നു. ഇതിലൂടെ, ചാരിത്ര്യം നൈതികതയുടെ വിഷയമല്ലെന്നും, അധികാരസംരക്ഷണത്തിന്റെ ഉപാധിയാണെന്നും വ്യക്തമാകുന്നു.

ചാരിത്ര്യനിയന്ത്രണം പിന്നീട് മാനാഭിമാന ചട്ടങ്ങളിലേക്ക് (honour codes) ലയിക്കുന്നു. ഈ ഘട്ടത്തിൽ വ്യക്തിയുടെ പെരുമാറ്റം വ്യക്തിയുടെ വിഷയമായി തന്നെ തുടരുന്നില്ല. അത് കുടുംബത്തിന്റെ, ഗോത്രത്തിന്റെ, സമൂഹത്തിന്റെ "മാനം" എന്ന സങ്കൽപ്പത്തിലേക്ക് മാറ്റപ്പെടുന്നു. ഒരു സ്ത്രീയുടെ ലൈംഗിക സ്വാതന്ത്ര്യം, അവളുടെ വ്യക്തിഗത തീരുമാനമല്ല; അത് പുരുഷന്റെ സാമൂഹിക മൂല്യത്തിനുള്ള ഭീഷണിയായി വായിക്കപ്പെടുന്നു.

മാനാഭിമാന ചട്ടങ്ങൾ അസൂയയുടെ അവസാന സാമൂഹിക പരിവർത്തനമാണ്. ഇവിടെ അസൂയയുള്ള വ്യക്തി അദൃശ്യമാകുന്നു. അവന്റെ ഭയം, അവന്റെ അസുരക്ഷ, അവന്റെ നിയന്ത്രണാഭിലാഷം, എല്ലാം തന്നെ "സമൂഹത്തിന്റെ മാനക്കേട്" എന്ന ഭാഷയിൽ ലയിക്കുന്നു. ഇതാണ് നിയന്ത്രണത്തെ ഏറ്റവും അപകടകരമായ രൂപത്തിലേക്ക് നയിക്കുന്നത്, കാരണം ഇനി അത് വ്യക്തിയുടെ പ്രശ്നമല്ല; സമൂഹത്തിന്റെ ന്യായീകരണമാണ്.

ഈ ന്യായീകരണമാണ് പിന്നീട് നിയമ രൂപീകരണത്തിലേക്ക് (legal codification) കടക്കുന്നത്. നൈതിക ചട്ടങ്ങൾ സ്ഥിരത കൈവരിക്കുമ്പോൾ, അവ നിയമങ്ങളായി മാറുന്നു. വിവാഹനിയമങ്ങൾ, വ്യഭിചാര നിരോധന നിയമങ്ങൾ, വസ്ത്രനിയമങ്ങൾ, പെരുമാറ്റനിയമങ്ങൾ, എല്ലാം തന്നെ വ്യക്തിയുടെ ശരീരത്തെയും ബന്ധങ്ങളെയും നിയന്ത്രിക്കുന്ന നിയമഘടനകളായി രൂപപ്പെടുന്നു. നിയമം ഇവിടെ നിഷ്പക്ഷമല്ല. അത് നൂറ്റാണ്ടുകളായി നൈതികവത്കരിക്കപ്പെട്ട അസൂയയുടെ ഔദ്യോഗിക രൂപമാണ്.

നിയമവത്കരണം ഒരു നിർണായക മാറ്റമാണ്. കാരണം, ഇവിടെ നിയന്ത്രണം ഇനി വ്യക്തിപരമായ ഇടപെടലല്ല. അത് രാഷ്ട്രത്തിന്റെ അധികാരമായി മാറുന്നു. ശിക്ഷ വ്യക്തിഗത പ്രതികാരമല്ല; അത് "ന്യായം" ആകുന്നു. ഈ ഘട്ടത്തിലാണ് നിയന്ത്രണം അവസാനമായി ഹിംസയായി (violence) പരിവർത്തനം ചെയ്യപ്പെടുന്നത്.

ഹിംസ ഇവിടെ വികാരത്തിന്റെ ഫലമല്ല. അത് ഒരു സംവിധാനത്തിന്റെ പ്രവർത്തനമാണ്. ശാരീരിക ശിക്ഷ, തടവ്, സാമൂഹിക ബഹിഷ്കരണം, മാനാഭിമാനഹിംസ, ഇവയെല്ലാം തന്നെ നിയമവും നൈതികതയും ചേർന്ന് ന്യായീകരിക്കുന്ന ശക്തിപ്രയോഗങ്ങളാണ്. ഏറ്റവും അപകടകരമായ കാര്യം, ഈ ഹിംസയെ ഹിംസയായി പോലും തിരിച്ചറിയാത്തതാണ്. അത് ശിക്ഷയെന്നും ശുദ്ധീകരണമെന്നും സാമൂഹികസംരക്ഷണ മെന്നുമാണ് അവതരിപ്പിക്കപ്പെടുന്നത്.

ഇങ്ങനെ, അസൂയയിൽ നിന്നാരംഭിച്ച ഒരു അസംസ്കൃത വികാരം, ക്രമേണ നൈതികതയായി, നിയമമായി, ഒടുവിൽ ഹിംസയായി മാറുന്ന ഒരു സമഗ്ര ജനിതകക്രമം നമുക്ക് കാണാൻ കഴിയും. ഈ ക്രമത്തിലെ ഓരോ ഘട്ടവും മുമ്പത്തെ ഘട്ടത്തേക്കാൾ "നിയമാനുസൃതവും" "നൈതികവുമായും" തോന്നും. എന്നാൽ, അതിന്റെ അടിത്തറ ഒരിക്കലും മാറുന്നില്ല. പരിഹരിക്കപ്പെടാത്ത അസുരക്ഷയും നിയന്ത്രണാഭിലാഷവുമാണ് അതിന്റെ കേന്ദ്രം.

ഈ ജനിതകക്രമം തിരിച്ചറിയുന്നത് അത്യന്തം നിർണായകമാണ്. കാരണം, ഇത് നമ്മെ ഒരു സത്യം പഠിപ്പിക്കുന്നു. നൈതികതയുടെ പേരിൽ നടക്കുന്ന ഹിംസ യാദൃശ്ചികമല്ല. അത് ഒരു തെറ്റല്ല. അത് അസൂയയെ ചോദ്യം ചെയ്യാതെ അധികാരമായി മാറ്റിയതിന്റെ അനിവാര്യമായ ഫലമാണ്. ഈ ചക്രം തകർക്കാൻ, കൂടുതൽ നിയമങ്ങളും കൂടുതൽ ശിക്ഷകളും മതിയാവില്ല. അസൂയയെ നൈതികതയാക്കുന്ന പ്രവണത തന്നെ ചോദ്യം ചെയ്യേണ്ടതാണ്.

ഒരു സമൂഹം അസൂയ എന്ന വികാരത്തെയും നൈതികതയെയും വേർതിരിക്കാൻ പഠിക്കാത്തിടത്തോളം, അവിടെ നിയന്ത്രണം കരുതലായി തെറ്റിദ്ധരിക്കപ്പെടും. ഹിംസ ധാർമികതയായി ന്യായീകരിക്കപ്പെടും. ഈ ചക്രത്തിൽ നിന്ന് മോചനം നേടാനുള്ള ഏക മാർഗം, അസുരക്ഷയെ അധികാരമാക്കാതെ, അത് മനസ്സിലാക്കാനുള്ള ധൈര്യമാണ്.

References

1. Freud, Sigmund. 1922. Some Neurotic Mechanisms in Jealousy, Paranoia and Homosexuality. International Journal of Psychoanalysis.

2. Douglas, Mary. 1966. Purity and Danger: An Analysis of Concepts of Pollution and Taboo. London: Routledge.
3. Foucault, Michel. 1978. The History of Sexuality, Volume I: An Introduction. New York: Pantheon Books.
4. Kandiyoti, Deniz. 1988. Bargaining with Patriarchy. Gender & Society, Vol. 2, No. 3. Sage Publications.
5. Walby, Sylvia. 1990. Theorizing Patriarchy. Oxford: Blackwell Publishers.
6. Gill, Aisha K. 2011. Honour-Based Violence. International Review of Victimology. London: Sage Publications.
7. Stark, Evan. 2007. Coercive Control: How Men Entrap Women in Personal Life. Oxford: Oxford University Press.
8. MacKinnon, Catharine A. 1989. Toward a Feminist Theory of the State. Cambridge, MA: Harvard University Press.
9. Bourdieu, Pierre. 2001. Masculine Domination. Stanford, CA: Stanford University Press.
10. Arendt, Hannah. 1969. On Violence. New York: Harcourt, Brace & World.

അധ്യായം 11

ലൈംഗികയിലെ വിരുദ്ധ ബാധ്യതകൾ

(Sexual Double Binds)

ഡബിൾ-ബൈൻഡ് എന്ന ആശയത്തിന്റെ മനശ്ശാസ്ത്രപരമായ അടിത്തറ

ഡബിൾ-ബൈൻഡ് (double bind) എന്ന ആശയം മനശ്ശാസ്ത്രത്തിൽ ഒരു സാധാരണ സംഘർഷാവസ്ഥയെ സൂചിപ്പിക്കുന്നില്ല. അത് ഒരു വ്യക്തിയെ തെറ്റിലേക്ക തള്ളിവിടുന്ന ഘടനാപരമായ ആശയവിനിമയ കുടുക്കാണ്. ഇവിടെ പ്രശ്നം വ്യക്തിയുടെ തീരുമാനശേഷിയിലോ ബുദ്ധിശക്തിയിലോ നൈതികബോധത്തിലോ അല്ല. പ്രശ്നം സന്ദേശങ്ങളുടെ തന്നെ ആന്തരിക വിരുദ്ധതയിലാണ്[1].

ഗ്രിഗറി ബേറ്റ്സണും സഹപ്രവർത്തകരും ആദ്യമായി ഡബിൾ-ബൈൻഡ് സിദ്ധാന്തം അവതരിപ്പിച്ചത് സ്കിസോഫ്രീനിയയെക്കുറിച്ചുള്ള പഠനങ്ങളുടെ ഭാഗമായി ആയിരുന്നു[2]. അവർ ചൂണ്ടിക്കാണിച്ച നിർണായക ബിന്ദു ഇതാണ്: ഒരാൾക്ക് ഒരേസമയം രണ്ട് നിർദ്ദേശങ്ങൾ ലഭിക്കുന്നു, അവ രണ്ടും തന്നെ നിർബന്ധിതമാണ്, പക്ഷേ അവ രണ്ടും ഒരുമിച്ച് പാലിക്കുന്നത് അസാധ്യമാണ്. അതിലുപരി, ഈ വിരുദ്ധത ചൂണ്ടിക്കാണിക്കുകയോ അവസ്ഥയിൽ നിന്ന് പുറത്തുപോകുകയോ ചെയ്യാൻ അനുവാദമില്ല.

ഇത്തരം ഘടനയിൽ വ്യക്തിക്ക് "ശരിയായ പ്രതികരണം" എന്നത് സിദ്ധാന്തപരമായി തന്നെ ഇല്ല. ഏത് വഴിയെടുത്താലും തെറ്റുകാരനാകുന്ന അവസ്ഥ. ഇതാണ് ഡബിൾ-ബൈൻഡിനെ സാധാരണ മാനസിക സംഘർഷത്തിൽ നിന്ന് വേർതിരിക്കുന്ന പ്രധാന ഘടകം. ഇവിടെ തെറ്റ് സംഭവിക്കുന്നില്ല; തെറ്റ് നിർമ്മിക്കപ്പെടുകയാണ്.

ബേറ്റ്സന്റെ സിദ്ധാന്തത്തിൽ ഡബിൾ-ബൈൻഡിന് ചില നിർണ്ണായക ഘടകങ്ങളുണ്ട്[3].

ഒന്നാമതായി, ആവർത്തിക്കുന്ന ബന്ധപരിസരം.

രണ്ടാമതായി, പരസ്പരം വിരുദ്ധമായ സന്ദേശങ്ങൾ.

മൂന്നാമതായി, അവയിൽ നിന്ന് രക്ഷപ്പെടാൻ കഴിയാത്ത അവസ്ഥ.

നാലാമതായി, ഈ വിരുദ്ധതയെ ചോദ്യം ചെയ്യുന്നത് തന്നെ ശിക്ഷാർഹമാകുന്നത്.

ഈ ഘടനയുടെ മനശ്ശാസ്ത്രപരമായ ഫലം അത്യന്തം ഗുരുതരമാണ്. വ്യക്തി സ്വന്തം അനുഭവങ്ങളെയും വികാരങ്ങളെയും വിശ്വസിക്കാൻ കഴിയാതെ വരുന്നു. കാരണം, ഏത് അനുഭവം പിന്തുടർന്നാലും അതിന് വിപരീതമായ സന്ദേശം ഉടൻ തന്നെ ലഭിക്കും. ഇതോടെ, വ്യക്തിയുടെ യാഥാർത്ഥ്യബോധം തന്നെ അസ്ഥിരമാകുന്നു[4].

ഡബിൾ-ബൈൻഡ് സിദ്ധാന്തത്തിന്റെ ഏറ്റവും അപകടകരമായ സവിശേഷത, അത് വ്യക്തിയെ നിശ്ശബ്ദനാക്കുന്നു എന്നതാണ്. വിരുദ്ധ സന്ദേശങ്ങൾ ചൂണ്ടിക്കാണിക്കാൻ ശ്രമിക്കുന്ന വ്യക്തി "പ്രശ്നക്കാരൻ", "അനുസരണക്കേട് കാണിക്കുന്നവൻ", "അശാന്തൻ" എന്നിങ്ങനെ മുദ്രകുത്തപ്പെടുന്നു. അതിനാൽ, വ്യക്തി ക്രമേണ ആന്തരികമായി തന്നെ സ്വയം ശിക്ഷിക്കാൻ പഠിക്കുന്നു.

ഇവിടെ ഡബിൾ-ബൈൻഡ് ഒരു മാനസിക അവസ്ഥ മാത്രമല്ല. അത് അധികാരത്തിന്റെ ആശയവിനിമയ സാങ്കേതികവിദ്യയാണ്. തുറന്ന വിലക്കുകൾ കലാപം സൃഷ്ടിക്കും. എന്നാൽ, വിരുദ്ധ സന്ദേശങ്ങൾ വ്യക്തിയെ തന്നെ നിയന്ത്രണത്തിന്റെ ഉപകരണമായി മാറ്റുന്നു. ഇത് അധികാരത്തിനുള്ള ഏറ്റവും കാര്യക്ഷമമായ മാർഗമാണ്[5].

ഈ ഘടന ലൈംഗികതയുടെ മേഖലയിലേക്ക് കടക്കുമ്പോൾ അതിന്റെ തീവ്രത倍 വർധിക്കുന്നു. കാരണം, ലൈംഗികത മനുഷ്യന്റെ ശരീരത്തോടും സ്വത്വത്തോടും ആഗ്രഹത്തോടും ചേർന്നതാണ്. ശരീരത്തോട് ബന്ധപ്പെട്ടിടത്ത് വിരുദ്ധ സന്ദേശങ്ങൾ പ്രവർത്തിക്കുമ്പോൾ, വ്യക്തി തന്റെ ശരീരത്തോടുതന്നെ സംശയത്തോടെ സമീപിക്കാൻ തുടങ്ങുന്നു. ഇതാണ് ലൈംഗിക ഡബിൾ-ബൈൻഡുകളുടെ അടിസ്ഥാന മനസിക അടിത്തറ.

ആർ. ഡി. ലെയിംഗ് വിശദീകരിച്ച പോലെ, ഇത്തരം അവസ്ഥയിൽ വളരുന്ന വ്യക്തിക്ക് “എനിക്ക് എന്താണ് തോന്നുന്നത്” എന്ന ചോദ്യത്തേക്കാൾ ശക്തമാകുന്നത് “എനിക്ക് ഇങ്ങനെ തോന്നാൻ പാടുണ്ടോ” എന്ന ചോദ്യമാണ്[6]. ഇതോടെ, അനുഭവം നിഷേധിക്കപ്പെടുന്നു; അനുഭവത്തെ വിലയിരുത്തുന്ന ഒരു ആന്തരിക ജഡ്ജ് രൂപപ്പെടുന്നു.

അതിനാൽ, ലൈംഗിക ഡബിൾ-ബൈൻഡുകൾ ഒരു നൈതിക പ്രശ്നമല്ല. അവ ഒരു വ്യക്തിഗത പരാജയവുമല്ല. അവ സാമൂഹികമായി നിർമ്മിക്കപ്പെട്ട ആശയവിനിമയ കുടുക്കുകളാണ്, മനുഷ്യന്റെ ആഗ്രഹത്തെ തന്നെ നിയന്ത്രണത്തിന്റെ വസ്തുവാക്കുന്ന ഘടനകൾ.

ലൈംഗിക ഡബിൾ-ബൈൻഡുകൾ മനസ്സിനെ തകർക്കുന്നത് ലൈംഗികത കൊണ്ടല്ല,ലൈംഗികതയെ ചുറ്റിപ്പറ്റി സമൂഹം നിർമ്മിക്കുന്ന വിരുദ്ധ സന്ദേശങ്ങളാൽ ആണ്.ലൈംഗികതയും സാമൂഹിക നിയന്ത്രണത്തിന്റെ ഭാഷയും ലൈംഗികതയെ സമൂഹങ്ങൾ എപ്പോഴും സാധാരണ മനുഷ്യാനുഭവമായി കൈകാര്യം ചെയ്തിട്ടില്ല. ഭക്ഷണം, വിശപ്പ്, ഉറക്കം, ക്ഷീണം തുടങ്ങിയ ശരീരാനുഭവങ്ങൾ പൊതുവേ നൈതികമായി ന്യൂട്രലായി കാണപ്പെടുമ്പോൾ, ലൈംഗികതയ്ക്ക് മാത്രം പ്രത്യേകമായ നൈതിക ഭാരം ചുമത്തപ്പെടുന്നു. ഈ വ്യത്യാസം യാദൃശ്ചികമല്ല. അത് അധികാരത്തിന്റെ പ്രവർത്തനതർക്കവുമായി നേരിട്ട് ബന്ധപ്പെട്ടതാണ്[7].

ലൈംഗികത മനുഷ്യന്റെ ശരീരത്തോടും ആഗ്രഹത്തോടും സ്വത്വത്തോടും ഏറ്റവും അടുത്ത അനുഭവമാണ്. അതുകൊണ്ടുതന്നെ, ലൈംഗികതയെ നിയന്ത്രിക്കാൻ കഴിയുന്ന സമൂഹം വ്യക്തിയുടെ ആന്തരിക ലോകത്തേക്കു വരെ പ്രവേശനം നേടുന്നു. മിഷേൽ ഫൂക്കോ ചൂണ്ടിക്കാണിച്ചതുപോലെ, ആധുനിക അധികാരം ശരീരങ്ങളെ മാത്രം ശിക്ഷിക്കുന്നില്ല; അത് ആഗ്രഹങ്ങളെ ക്രമീകരിക്കുകയും, സ്വയംനിയന്ത്രണം വ്യക്തിയുടെ ഉള്ളിലേക്ക് മാറ്റുകയും ചെയ്യുന്നു[8].

ഇവിടെയാണ് ലൈംഗികത ഡബിൾ-ബൈൻഡുകൾക്ക് ഏറ്റവും അനുയോജ്യമായ മേഖലയാകുന്നത്. തുറന്ന വിലക്കുകൾ പ്രതിരോധം സൃഷ്ടിക്കും. എന്നാൽ, ലൈംഗികതയെ ചുറ്റിപ്പറ്റി വിരുദ്ധ സന്ദേശങ്ങൾ സൃഷ്ടിക്കുമ്പോൾ, വ്യക്തി പുറത്തുനിന്നുള്ള നിയന്ത്രണത്തെ ചോദ്യം ചെയ്യാതെ അകത്തുനിന്ന് തന്നെ സ്വയം നിയന്ത്രിക്കാൻ തുടങ്ങുന്നു. ഇത് അധികാരത്തിന്റെ ഏറ്റവും കാര്യക്ഷമമായ രൂപമാണ്[9].

സമൂഹങ്ങൾ ലൈംഗികതയെ ഒരേസമയം രണ്ട് വ്യത്യസ്ത ഭാഷകളിൽ സംസാരിക്കുന്നു. ഒരു ഭാഷ ആഗ്രഹത്തെ ആകർഷകമായും ശക്തമായും അവതരിപ്പിക്കുന്നു. മറ്റൊരു ഭാഷ അതേ ആഗ്രഹത്തെ അപകടകരമായും നിയന്ത്രിക്കേണ്ടതുമായ ഒന്നായി ചിത്രീകരിക്കുന്നു. ഈ ഇരട്ടഭാഷയാണ്

ഡബിൾ-ബൈൻഡിന്റെ അടിത്തറ. ആഗ്രഹം ഉണ്ടാകണം, എന്നാൽ അതിനെ വിശ്വസിക്കരുത്. അനുഭവം ഉണ്ടാകണം, എന്നാൽ അതിനെ അനുസരിക്കരുത്.

ഈ വിരുദ്ധഭാഷ വ്യക്തിയുടെ മനസ്സിൽ ഒരു സ്ഥിരം ജഡ്ജിനെ സൃഷ്ടിക്കുന്നു. ഓരോ വികാരവും ഉടൻ തന്നെ വിലയിരുത്തപ്പെടുന്നു. "ഇത് സ്വാഭാവികമാണോ?" എന്ന ചോദ്യംക്കാൾ ശക്തമാകുന്നത് "ഇത് അനുവദനീയമാണോ?" എന്ന ചോദ്യമാണ്. ഇതോടെ, വ്യക്തി തന്റെ ശരീരത്തെ തന്നെ നിയന്ത്രിക്കേണ്ട ഒരു വസ്തുവായി കാണാൻ തുടങ്ങുന്നു[10].

ലൈംഗിക നിയന്ത്രണം നൈതികതയുടെ ഭാഷയിലാണ് സാധാരണയായി പ്രവർത്തിക്കുന്നത്. ലജ്ജ (shame), കുറ്റബോധം (guilt), ശുദ്ധി (purity), മാന്യം (honour) തുടങ്ങിയ ആശയങ്ങൾ ലൈംഗികതയുമായി ചേർത്ത് ഉപയോഗിക്കപ്പെടുന്നു. ഈ ആശയങ്ങൾ നേരിട്ട് ഹിംസാത്മകമല്ല. എന്നാൽ അവ ഹിംസയ്ക്ക് മാനസിക അടിത്തറ ഒരുക്കുന്നു[11]. കാരണം, ലജ്ജ വ്യക്തിയെ നിശ്ശബ്ദനാക്കുന്നു; കുറ്റബോധം വ്യക്തിയെ തന്നെ ശിക്ഷിക്കാൻ പഠിപ്പിക്കുന്നു.

എർവിങ് ഗോഫ്മാൻ വിശദീകരിച്ചതുപോലെ, ലജ്ജ സാമൂഹിക നിയന്ത്രണത്തിന്റെ ഏറ്റവും ശക്തമായ ഉപാധികളിലൊന്നാണ്[12]. ശിക്ഷ പൊതുവായിരിക്കാം, എന്നാൽ ലജ്ജ എപ്പോഴും സ്വകാര്യമാണ്. അത് വ്യക്തിയുടെ ഉള്ളിൽ തന്നെ പ്രവർത്തിക്കുന്നു. ലൈംഗികത ലജ്ജയുമായി ബന്ധിപ്പിക്കുമ്പോൾ, സമൂഹത്തിന് സ്ഥിരമായ നിരീക്ഷണം ആവശ്യമില്ല. വ്യക്തി തന്നെ തന്റെ ലൈംഗിക ചിന്തകളെ നിരീക്ഷിക്കുകയും തിരുത്തുകയും ചെയ്യും.

ഇതാണ് ലൈംഗികതയെ സാമൂഹിക നിയന്ത്രണത്തിന്റെ പ്രധാന കേന്ദ്രമാക്കുന്ന കാര്യം. ലൈംഗിക ഡബിൾ-ബൈൻഡുകൾ വ്യക്തിയെ നിയമലംഘകനാക്കുന്നില്ല. അവ വ്യക്തിയെ സ്വയം–ലംഘകനാക്കുന്നു. ശരീരത്തോടുള്ള അവിശ്വാസം, ആഗ്രഹത്തോടുള്ള പേടി, സ്വയംബോധത്തിന്റെ വിഭജനം, ഇവയെല്ലാം ഈ ഘടനയുടെ ഫലങ്ങളാണ്.

ഈ ഘടനയിൽ, "നിയന്ത്രണം" കരുതലായി പുനർവ്യാഖ്യാനിക്കപ്പെടുന്നു. "നിനക്ക് നല്ലത് ഞാൻ അറിയാം" എന്ന ഭാഷയിൽ നിയന്ത്രണം ന്യായീകരിക്കപ്പെടുന്നു. ഇത് ലൈംഗികതയെ വ്യക്തിയുടെ സ്വാതന്ത്ര്യത്തിന്റെ മേഖലയല്ല, സമൂഹത്തിന്റെ നിയന്ത്രണ മേഖലയായി മാറ്റുന്നു[13].

ഇവിടെ നിർണായകമായ ഒരു ബിന്ദു കൂടി ഉണ്ട്. ലൈംഗിക നിയന്ത്രണം ഒരിക്കലും സമചിതമായി വിതരണം ചെയ്യപ്പെടുന്നില്ല. അത് ലിംഗം, വർഗ്ഗം, ജാതി, പ്രായം, അധികാരസ്ഥാനം എന്നിവ അനുസരിച്ച് വ്യത്യാസപ്പെടുന്നു. അതായത്, ലൈംഗികതയുടെ നിയന്ത്രണം ഒരു നൈതിക പ്രശ്നമല്ല; അത് അധികാരത്തിന്റെ അസമവിതരണമാണ്.

അതിനാൽ, ലൈംഗിക ഡബിൾ-ബൈൻഡുകൾ മനസ്സിലാക്കാൻ ലൈംഗികതയെ മാത്രം നോക്കുന്നത് മതിയാകില്ല. അതിനെ ചുറ്റിപ്പറ്റിയ അധികാരഭാഷ, നൈതികവത്കരണം, ലജ്ജയുടെ രാഷ്ട്രീയം, സ്വയംനിയന്ത്രണത്തിന്റെ പരിശീലനം, ഇവയെല്ലാം ഒരുമിച്ച് വായിക്കണം. അതാണ് അടുത്ത ഭാഗങ്ങളിൽ സ്ത്രീകളുടെയും പുരുഷന്മാരുടെയും ബ്രഹ്മചര്യ സങ്കൽപ്പങ്ങളുടെയും ഡബിൾ-ബൈൻഡുകൾ എങ്ങനെ രൂപപ്പെടുന്നു എന്നത് മനസ്സിലാക്കാനുള്ള അടിത്തറ.

സ്ത്രീകളുടെ ഡബിൾ-ബൈൻഡ് – "ആകർഷകയാകണം" എന്ന നിർബന്ധം

സ്ത്രീകളുടെ ലൈംഗിക ഡബിൾ-ബൈൻഡിന്റെ ആദ്യ അച്ചുതണ്ട് "ആകർഷകയാകണം" എന്ന സാമൂഹിക നിർബന്ധമാണ്. ഇത് ഒരു വ്യക്തിഗത തെരഞ്ഞെടുപ്പല്ല; സ്ത്രീയുടെ സാമൂഹിക ദൃശ്യതയും മൂല്യവും നിർണ്ണയിക്കുന്ന ഒരു ഘടനാപരമായ ആവശ്യം ആണ്. സ്ത്രീയുടെ ശരീരം, മുഖം, ചലനം, വസ്ത്രധാരണം, ശബ്ദം, എല്ലാം തന്നെ പൊതുസ്ഥലങ്ങളിൽ സ്ഥിരമായ വിലയിരുത്തലിന് വിധേയമാകുന്നു. ആകർഷകത്വം സ്ത്രീക്ക് ഒരു അധിക ഗുണമല്ല; അത് അവളുടെ സാമൂഹിക അംഗീകാരത്തിന്റെ അടിസ്ഥാനവ്യവസ്ഥ ആയി മാറുന്നു[14].

ഈ നിർബന്ധം പ്രവർത്തിക്കുന്നത് "സൗന്ദര്യബോധം" എന്ന നിഷ്പക്ഷ ഭാഷയിലല്ല. അത് നോട്ടത്തിന്റെ രാഷ്ട്രീയം (politics of gaze) വഴിയാണ്. ലോറ മൾവി ചൂണ്ടിക്കാണിച്ചതുപോലെ, സ്ത്രീ ശരീരം പുരുഷനോട്ടത്തിനായി ക്രമീകരിക്കപ്പെടുന്ന ഒരു ദൃശ്യവസ്തുവായി ആധുനിക സംസ്കാരത്തിൽ നിർമ്മിക്കപ്പെടുന്നു[15]. ഈ നോട്ടം സ്ത്രീയെ കാണുന്നതല്ല; അത് സ്ത്രീയെ വിലയിരുത്തുകയാണ്. ഈ വിലയിരുത്തൽ തുടർച്ചയായതും ഒഴിവാക്കാനാകാത്തതുമാണ്.

ഇവിടെ "ആകർഷകയാകണം" എന്ന നിർദേശം പരോക്ഷമായാണ് പ്രവർത്തിക്കുന്നത്. ആരും തുറന്നുപറയുന്നില്ല. എന്നാൽ, പരസ്യങ്ങൾ, സിനിമകൾ, സാമൂഹ്യമാധ്യമങ്ങൾ, തൊഴിൽസ്ഥലങ്ങൾ, കുടുംബസംഭാഷണങ്ങൾ, എല്ലാം ചേർന്ന് ഈ സന്ദേശം സ്ഥിരമായി പകർന്നു നൽകുന്നു. സ്ത്രീയുടെ ശരീരം "ശരിയായ" രീതിയിൽ അവതരിപ്പിക്കപ്പെടുന്നില്ലെങ്കിൽ, അവൾ അവഗണിക്കപ്പെടും, പരിഹസിക്കപ്പെടും, അല്ലെങ്കിൽ അദൃശ്യയാകും[16]. ഇതോടെ, ആകർഷകത്വം ഒരു നിരന്തര പ്രകടനമായി മാറുന്നു.

ഈ പ്രകടനം സ്വതന്ത്രമല്ല. അത് കർശനമായ മാനദണ്ഡങ്ങളാൽ നിയന്ത്രിക്കപ്പെടുന്നു. പ്രായം, ശരീരഘടന, ചർമ്മവർണ്ണം, വസ്ത്രധാരണം, ചലനം, എല്ലാം തന്നെ ഒരു "അംഗീകരിക്കാവുന്ന സ്ത്രീത്വത്തിന്റെ" പരിധിക്കുള്ളിൽ വരണം. പിയർ ബോർഡ്യൂ വിശദീകരിച്ച പോലെ, ഈ മാനദണ്ഡങ്ങൾ സ്ത്രീയുടെ ശരീരത്തെ തന്നെ സാമൂഹിക ശിക്ഷയ്ക്ക് വിധേയമാക്കുന്ന ഒരു ശീലമാക്കി മാറ്റുന്നു[17]. ശരീരം സ്വതന്ത്രമായ അനുഭവത്തിന്റെ കേന്ദ്രമല്ല; അത് ശരിയാക്കേണ്ട ഒരു പദ്ധതിയാണ്.

ഈ ഘടനയിൽ, സ്ത്രീയുടെ സ്വത്വം അവളുടെ ശരീരപ്രകടനവുമായി ഇഴചേർന്നു കിടക്കുന്നു. അവൾ സംസാരിക്കുന്നതിനു മുൻപേ, അവൾ ചിന്തിക്കുന്നതിനു മുൻപേ, അവൾ കാണപ്പെടുകയാണ്. ഈ "കാണപ്പെടൽ" സ്ത്രീയുടെ മൂല്യനിർണ്ണയത്തിന്റെ ആദ്യപടിയാകുന്നു. ആകർഷകയല്ലെങ്കിൽ അവൾ "പര്യാപ്തയല്ല" എന്ന സന്ദേശമാണ് ലഭിക്കുന്നത്.

ഇവിടെ ഒരു നിർണായക വിരോധാഭാസം ഉണ്ട്. ആകർഷകത്വം സ്ത്രീയുടെ ഉത്തരവാദിത്വമായി ചുമത്തപ്പെടുന്നു, എന്നാൽ അതിന്റെ ഫലങ്ങൾ സ്ത്രീയുടെ നിയന്ത്രണത്തിൽ അല്ല. നോട്ടം സ്ത്രീയുടേതല്ല; അത് മറ്റുള്ളവരുടേതാണ്. എന്നിട്ടും, ആ നോട്ടത്തിന്റെ പ്രത്യാഘാതങ്ങൾ സ്ത്രീ തന്നെ വഹിക്കണം. ഇത് സ്ത്രീയെ സ്ഥിരമായ സ്വയംനിരീക്ഷണത്തിലേക്കും സ്വയംതിരുത്തലിലേക്കും നയിക്കുന്നു[18].

ഈ സ്വയംനിരീക്ഷണം (self-surveillance) മിഷേൽ ഫൂക്കോ വിശദീകരിച്ച അച്ചടക്ക അധികാരത്തി (disciplinary power)-ന്റെ ഒരു ഉദാഹരണമാണ്. പുറംനിരീക്ഷകൻ ആവശ്യമില്ല.

സ്ത്രീ തന്നെ തന്റെ ശരീരത്തെ നിരീക്ഷിക്കുകയും തിരുത്തുകയും ശിക്ഷിക്കുകയും ചെയ്യും[19]. ഇതാണ് “ആകർഷകയാകണം” എന്ന നിർബന്ധം ഒരു സൗന്ദര്യപ്രശ്നമല്ല, അധികാരഘടന ആകുന്നത്.

ഇതിന്റെ മാനസിക ഫലങ്ങൾ ഗൗരവകരമാണ്. സ്ത്രീയുടെ ആത്മവിശ്വാസം അവളുടെ ശരീരപ്രകടനത്തിൽ ആശ്രയിക്കുമ്പോൾ, സ്വത്വം സ്ഥിരതയില്ലാത്തതായി മാറുന്നു. ശരീരം മാറും, പ്രായം കൂടും, മാനദണ്ഡങ്ങൾ മാറും. എന്നാൽ, അംഗീകാരം അവയ്ക്കൊപ്പം സ്ഥിരമായി നീങ്ങില്ല. ഇതോടെ, സ്ത്രീയുടെ ആത്മബോധം സ്ഥിരമായ അസുരക്ഷയിൽ നിലനിൽക്കും[20].

ഇവിടെയാണ് സ്ത്രീകളുടെ ഡബിൾ-ബൈൻഡിന്റെ ആദ്യ അച്ചുതണ്ട് പൂർണ്ണമായി രൂപപ്പെടുന്നത്. “ആകർഷകയാകണം” എന്ന നിർബന്ധം സ്ത്രീയെ ദൃശ്യമാക്കുന്നു, പക്ഷേ അതേ സമയം അവളെ സ്വയംനിഷേധത്തിനുള്ള അടിത്തറയിലേക്കും നയിക്കുന്നു. കാരണം, അടുത്ത ഭാഗത്തിൽ കാണുന്നതുപോലെ, ഈ ആകർഷകത്വം സ്ത്രീയുടെ സ്വന്തം ആഗ്രഹമായി മാറാൻ അവൾക്ക് അനുവാദമില്ല.

സ്ത്രീകളുടെ ഡബിൾ-ബൈൻഡ് – “പക്ഷേ ആഗ്രഹിക്കരുത്” എന്ന നിഷേധം

സ്ത്രീകളുടെ ഡബിൾ-ബൈൻഡിന്റെ രണ്ടാമത്തെ അച്ചുതണ്ട് ആദ്യത്തേതിനേക്കാൾ സൂക്ഷ്മവും എന്നാൽ കൂടുതൽ നാശകരവുമാണ്. “ആകർഷകയാകണം” എന്ന നിർബന്ധം സ്ത്രീയെ ദൃശ്യമാക്കുമ്പോൾ, “പക്ഷേ ആഗ്രഹിക്കരുത്” എന്ന നിഷേധം അവളുടെ ആന്തരിക ലോകത്തെ ശിക്ഷിക്കുന്നു. സ്ത്രീയുടെ ശരീരം കാണപ്പെടണം, പക്ഷേ അവളുടെ ലൈംഗിക ആഗ്രഹം നിശ്ശബ്ദമാക്കപ്പെടണം. ഈ വിരോധാഭാസം സ്ത്രീയുടെ ലൈംഗികതയെ ഒരു അനുമതിയില്ലാത്ത അനുഭവമായി പുനർനിർമിക്കുന്നു.

ഈ നിഷേധം തുറന്ന വിലക്കായി അപൂർവമാണ്. സാധാരണയായി അത് ലജ്ജയുടെ ഭാഷയിലാണ് പ്രവർത്തിക്കുന്നത്. ആഗ്രഹം “അതിക്രമം”, “അശുദ്ധി”, “അപാകത”, “അനുചിതത്വം” എന്നീ പദങ്ങളിലൂടെ പുനർവ്യാഖ്യാനിക്കപ്പെടുന്നു[21]. ഇതോടെ, സ്ത്രീയുടെ ആഗ്രഹം ഒരു സ്വാഭാവിക വികാരമല്ലാതായി, സ്വയംശുദ്ധീകരണം ആവശ്യമായ ഒരു പിഴവായി മാറുന്നു. ഈ ശുദ്ധീകരണം പുറത്ത് നിന്ന് നിർബന്ധിക്കേണ്ടതില്ല; സ്ത്രീ തന്നെ അതു ചെയ്യുന്നു.

ലൈംഗിക ലജ്ജയുടെ ഈ ഘടന ചരിത്രപരമായി മത–നൈതിക വ്യവസ്ഥകളുമായി ചേർന്ന് വികസിച്ചതാണ്. സ്ത്രീയുടെ ആഗ്രഹം സമൂഹത്തിന്റെ സ്ഥിരതയ്ക്ക് ഭീഷണിയായി ചിത്രീകരിക്കപ്പെട്ടപ്പോൾ, അതിനെ നിയന്ത്രിക്കുന്നത് “നന്മ”യായി വ്യാഖ്യാനിക്കപ്പെട്ടു[22]. ഇതോടെ, സ്ത്രീയുടെ ലൈംഗിക മനസ്സ് വ്യക്തിയുടെ അവകാശമല്ല; സമൂഹത്തിന്റെ സംരക്ഷണ വിഷയമായി മാറി.

ഈ ഘടന സ്ത്രീയുടെ മനസ്സിൽ വിഭജനം സൃഷ്ടിക്കുന്നു. ശരീരം സാമൂഹികമായി ആകർഷകമാകണം, എന്നാൽ ആ ശരീരത്തിൽ നിന്ന് ഉയരുന്ന ആഗ്രഹം നിഷേധിക്കപ്പെടണം. ആർ. ഡി. ലെയിംഗ് വിശദീകരിച്ച “divided self” എന്ന ആശയം ഇവിടെ വ്യക്തമായി ബാധകമാണ്[23]. സ്ത്രീക്ക് ഒരേസമയം രണ്ട് വേഷങ്ങൾ വഹിക്കേണ്ടി വരുന്നു. പുറത്തേക്ക് ആകർഷകമായ ശരീരം, ഉള്ളിൽ ശാന്തവും ആഗ്രഹരഹിതവുമായ മനസ്സ്. ഈ രണ്ട് വേഷങ്ങൾ തമ്മിലുള്ള സംഘർഷം ആന്തരിക അസംഗതി സൃഷ്ടിക്കുന്നു.

ഈ അസംഗതിയുടെ ഫലമായി, സ്ത്രീകൾ പലപ്പോഴും സ്വന്തം ആഗ്രഹങ്ങളെ തിരിച്ചറിയാൻ പോലും ബുദ്ധിമുട്ടുന്നു. ആഗ്രഹം അനുഭവപ്പെടുമ്പോൾ തന്നെ, അത് സംശയത്തോടും കുറ്റബോധത്തോടും ചേർന്ന് വരുന്നു. ‘‘ഇത് എനിക്ക് തോന്നാൻ പാടുണ്ടോ’’ എന്ന ചോദ്യം, ‘‘ഇത് എനിക്ക് എന്തുകൊണ്ട് തോന്നുന്നു’’ എന്ന സ്വാഭാവിക അന്വേഷണത്തെ മറികടക്കുന്നു. ഇതാണ് സ്ത്രീകളിൽ വ്യാപകമായി കാണുന്ന desire alienation എന്ന അവസ്ഥ[24].

സൈക്കോആനലിറ്റിക് സമീപനങ്ങൾ ചൂണ്ടിക്കാണിക്കുന്നത്, അടിച്ചമർത്തപ്പെട്ട ആഗ്രഹങ്ങൾ ഇല്ലാതാകുന്നില്ല എന്നതാണ്. അവ രൂപം മാറ്റുന്നു. സ്ത്രീകളിൽ ഇത് പലപ്പോഴും ഉത്കണ്ഠ, ശാരീരിക ലക്ഷണങ്ങൾ, ബന്ധങ്ങളിലെ അവ്യക്തത, ലൈംഗികയോടുള്ള ഉൾവിലക്ക് (anxiety, somatic symptoms, relationship ambivalence, sexual inhibition) തുടങ്ങിയ രൂപങ്ങളിലായാണ് പ്രത്യക്ഷപ്പെടുന്നത്[25]. ആഗ്രഹം ‘‘പാപം’’ ആയി പഠിപ്പിക്കപ്പെടുമ്പോൾ, ആനന്ദം തന്നെ ഭീഷണിയായി അനുഭവപ്പെടുന്നു.

ഈ ഘടനയുടെ മറ്റൊരു പ്രധാന ഫലം ഇര–കുറ്റവാളി വൈരുധ്യം (victim reversal) ആണ്. സ്ത്രീ ആകർഷകയാകണം എന്ന സാമൂഹിക നിർബന്ധം പാലിച്ചാൽ, അവൾ ‘‘ശ്രദ്ധ ക്ഷണിച്ചു’’ എന്ന കുറ്റാരോപണം നേരിടും. ആഗ്രഹം നിഷേധിക്കുമ്പോൾ, അവൾ ‘‘തണുത്തവൾ’’ എന്ന അപമാനം നേരിടും. ഏത് വഴിയെടുത്താലും, സ്ത്രീ തെറ്റുകാരിയാകുന്ന അവസ്ഥ. ഇതാണ് ഡബിൾ-ബൈൻഡിന്റെ കൃത്യമായ നിർവചനം[26].

ജൂഡിത്ത് ബട്ലർ വിശദീകരിച്ച പോലെ, ലൈംഗികതയുടെ ഇത്തരം നിയന്ത്രണം സ്ത്രീയെ ഒരു സ്ഥിരമായ പ്രകടന വൈരുദ്ധ്യത്തി (performative contradiction)ലേക്ക് തള്ളിവിടുന്നു[27]. അവൾ ‘‘സ്ത്രീയായിരിക്കണം’’ എന്നത് നിർബന്ധമാണ്, എന്നാൽ സ്ത്രീത്വത്തിന്റെ പൂർണ്ണമായ അനുഭവം അവൾക്ക് അനുവദനീയമല്ല. ഇതാണ് സ്ത്രീയുടെ ലൈംഗിക സ്വത്വത്തെ അസ്ഥിരവും നിസ്സാരവുമാക്കുന്നത്.

നിർണായകമായി തിരിച്ചറിയേണ്ടത് ഇതാണ്. സ്ത്രീകളുടെ ലൈംഗിക ലജ്ജ ഒരു വ്യക്തിഗത മനസിക ദൗർബല്യമല്ല. അത് സംസ്കാരപരമായി നിർമ്മിക്കപ്പെട്ട നിയന്ത്രണോപാധിയാണ്. ആഗ്രഹം നിഷേധിക്കാൻ സ്ത്രീയെ പരിശീലിപ്പിക്കുന്നതിലൂടെ, സമൂഹം അവളുടെ ശരീരത്തെയും ബന്ധങ്ങളെയും സ്വയംനിർണ്ണയശേഷിയെയും നിയന്ത്രിക്കുന്നു.

അതിനാൽ, ‘‘പക്ഷേ ആഗ്രഹിക്കരുത്’’ എന്ന സന്ദേശം ഒരു നൈതിക ഉപദേശമല്ല. അത് അധികാരത്തിന്റെ ഭാഷയാണ്. സ്ത്രീയുടെ ലൈംഗികതയെ സ്വയംഭരണത്തിന്റെ മേഖലയായി അംഗീകരിക്കാത്ത ഒരു സാമൂഹിക വ്യവസ്ഥയുടെ പ്രകടനം.

പുരുഷന്മാരുടെ ഡബിൾ-ബൈൻഡ് – ‘‘ആഗ്രഹിക്കണം’’ എന്ന നിർബന്ധം

പുരുഷന്മാരുടെ ലൈംഗിക ഡബിൾ-ബൈൻഡിന്റെ ആദ്യ അച്ചുതണ്ട് ‘‘ആഗ്രഹിക്കണം’’ എന്ന സാമൂഹിക നിർബന്ധമാണ്. സ്ത്രീകളുടെ കാര്യത്തിൽ ആഗ്രഹം സംശയാസ്പദമാക്കപ്പെടുമ്പോൾ, പുരുഷന്മാരുടെ കാര്യത്തിൽ ആഗ്രഹം പുരുഷത്വത്തിന്റെ തെളിവായി ഉയർത്തിക്കാട്ടപ്പെടുന്നു. ലൈംഗിക താൽപര്യം, മുൻകൈ, ആത്മവിശ്വാസം, ഇവ പുരുഷന്റെ സ്വത്വവുമായി നേരിട്ട്

ബന്ധിപ്പിക്കപ്പെടുന്നു. ആഗ്രഹം പ്രകടിപ്പിക്കാത്ത പുരുഷൻ "അപര്യാപ്തൻ", "ദുർബലൻ", "പുരുഷനല്ല" എന്നിങ്ങനെ വായിക്കപ്പെടുന്നു[28].

ഈ നിർബന്ധം പുരുഷ ലൈംഗികതയെ ഒരു സ്വാഭാവിക അനുഭവമെന്ന നിലയിൽ അല്ല, സാമൂഹിക പ്രകടനമായി രൂപപ്പെടുത്തുന്നു. പുരുഷൻ ആഗ്രഹിക്കണം, പക്ഷേ ആഗ്രഹം എപ്പോഴും ദൃശ്യവും അളക്കാവുന്നതുമായിരിക്കണം. ഇത് സ്വകാര്യമായ ഒരു അനുഭവമല്ല; അത് പുരുഷത്വത്തിന്റെ പൊതുപരീക്ഷയാണ്. എർവിങ് ഗോഫ്മാൻ വിശദീകരിച്ച സ്വയത്തിന്റെ പ്രകടനം ("performance of self") എന്ന ആശയം ഇവിടെ വ്യക്തമായി ബാധകമാണ്[29]. പുരുഷന്റെ ലൈംഗികത ഒരു ഉള്ളറനുഭവമല്ല; അത് ഒരു വേദിയിലെ പ്രകടനമാണ്.

ഈ പ്രകടനത്തിന്റെ കേന്ദ്രത്തിൽ മുൻകൈ (initiative) എന്ന ആശയം നിലകൊള്ളുന്നു. പുരുഷൻ "ആരംഭിക്കണം", "നേതൃത്വം കാണിക്കണം", "കയ്യടക്കണം" എന്ന ഭാഷയിലാണ് പുരുഷ ലൈംഗികത സമൂഹം ചർച്ച ചെയ്യുന്നത്. ഈ ഭാഷ ലൈംഗിക ആഗ്രഹത്തെ അവകാശബോധവുമായി ചേർക്കുന്നു. ആഗ്രഹം ഉണ്ടാകുന്നത് മാത്രമല്ല, അത് പ്രകടിപ്പിക്കപ്പെടേണ്ടതുമാണ്. ഇതോടെ, ആഗ്രഹം പുരുഷന്റെ അവകാശമായി, മറുപടി ലഭിക്കേണ്ട ഒന്നായി അനുഭവപ്പെടാൻ തുടങ്ങുന്നു[30].

ഈ ഘടനയിൽ, പുരുഷന്റെ ആഗ്രഹം ഒരിക്കലും ശാന്തമായതല്ല. അത് എപ്പോഴും സ്ഥിരീകരണം തേടുന്ന ആഗ്രഹമാണ്. ആഗ്രഹം അനുഭവപ്പെടുമ്പോൾ തന്നെ, അത് സ്വീകരിക്കപ്പെടുമോ, വിജയിക്കുമോ, അംഗീകരിക്കപ്പെടുമോ എന്ന ആശങ്ക ഉടലെടുക്കുന്നു. ഇതോടെ, ലൈംഗികത ആനന്ദത്തിന്റെ അനുഭവമല്ലാതായി, വിജയത്തിന്റെ പരീക്ഷയായി മാറുന്നു.

ആർ. ഡബ്ല്യു. കോണൽ വിശദീകരിച്ച hegemonic masculinity മാതൃകയിൽ, പുരുഷൻ എപ്പോഴും കഴിവുള്ളവനും നിയന്ത്രണത്തിലുള്ളവനും ആയിരിക്കണം എന്ന അനിവാര്യത നിലനിൽക്കുന്നു[31]. ലൈംഗിക ആഗ്രഹം ഈ കഴിവിന്റെ പ്രധാന സൂചകമായി പ്രവർത്തിക്കുന്നു. അതിനാൽ, ആഗ്രഹം പ്രകടിപ്പിക്കാതിരിക്കുന്നത് ഒരു തെരഞ്ഞെടുപ്പല്ല; അത് സ്വത്വപരാജയമായി തന്നെ വായിക്കപ്പെടുന്നു.

ഈ നിർബന്ധത്തിന്റെ മാനസിക ഫലം പുരുഷന്മാരിൽ സ്ഥിരമായ ആകാംക്ഷയും (anxiety) അസുരക്ഷയും സൃഷ്ടിക്കുന്നു. പുരുഷൻ തന്റെ ആഗ്രഹത്തെ വിശ്വസിക്കുന്നില്ല; മറിച്ച്, അതിനെ തെളിയിക്കേണ്ടതുണ്ടെന്ന സമ്മർദ്ദത്തിലാണ്. ഇതാണ് performance anxiety എന്നറിയപ്പെടുന്ന അവസ്ഥയുടെ സാമൂഹിക അടിത്തറ[32]. ആഗ്രഹം ഉണ്ടാകണം, പക്ഷേ അത് പരാജയപ്പെടരുത് എന്ന ഭയം, രണ്ടാമത്തെ അച്ചുതണ്ടിലേക്ക് നേരിട്ട് നയിക്കുന്നു.

ഈ ഘടനയിൽ ശ്രദ്ധിക്കേണ്ട മറ്റൊരു കാര്യമാണ്, പുരുഷ ലൈംഗികതയുടെ ഈ നിർബന്ധിത പ്രകടനം വൈകാരിക അടുപ്പത്തെ ദുർബലപ്പെടുത്തുന്നു എന്നതാണ്. ആഗ്രഹം പ്രകടനമായി മാറുമ്പോൾ, പരസ്പരതയും ശ്രവണവും സംവേദനവും പിൻവാങ്ങുന്നു. ലൈംഗികത ഒരു സംഭാഷണമല്ല; അത് ഒരു നേട്ടമാകുന്നു. ഇതാണ് ബന്ധങ്ങളിൽ അധികാരസമവാക്യങ്ങൾ ശക്തിപ്പെടാൻ കാരണമാകുന്നത്[33].

ഇവിടെ വീണ്ടും വ്യക്തമാക്കേണ്ടത്, ഈ നിർബന്ധം വ്യക്തിഗത സ്വഭാവമല്ല. എല്ലാ പുരുഷന്മാരും ഇതേ രീതിയിൽ ആഗ്രഹിക്കുന്നില്ല. എന്നാൽ, പുരുഷത്വത്തിന്റെ സാമൂഹിക മാതൃക ഈ നിർബന്ധം സ്ഥിരമായി പുനർനിർമിക്കുന്നു. അതിനെ പിന്തുടരാത്ത പുരുഷന്മാർ പരിഹാസത്തിനും

സംശയത്തിനും വിധേയരാകുന്നു. ഇതാണ് ഡബിൾ-ബൈൻഡിന്റെ ആദ്യ അച്ചുതണ്ട്. ആഗ്രഹിക്കണം. അല്ലെങ്കിൽ, പുരുഷത്വം ചോദ്യം ചെയ്യപ്പെടും.

പുരുഷന്മാരുടെ ലൈംഗിക ഡബിൾ-ബൈൻഡിന്റെ രണ്ടാമത്തെ അച്ചുതണ്ട്, ആദ്യത്തേതിനേക്കാൾ കൂടുതൽ നാശകരമാണ്. "ആഗ്രഹിക്കണം" എന്ന നിർബന്ധം പുരുഷനെ മുന്നോട്ട് തള്ളുമ്പോൾ, "പക്ഷേ പരാജയപ്പെടരുത്" എന്ന സന്ദേശം അവനെ നിരന്തര ഭയത്തിൽ നിർത്തുന്നു. ഇവിടെ പരാജയം എന്നത് ശാരീരിക പരാജയം മാത്രമല്ല. നിരാകരണം, താൽപര്യം തിരിച്ചുകിട്ടാത്തത്, ലൈംഗിക അസമർത്ഥത, ബന്ധപരാജയം, എല്ലാം തന്നെ പുരുഷത്വത്തിന്റെ തകർച്ചയായി വായിക്കപ്പെടുന്നു[34].

ഈ ഘടനയിൽ, ലൈംഗിക അനുഭവം ഒരു പരസ്പരബന്ധമല്ല. അത് വിജയ–പരാജയ ലോഗിക് അനുസരിച്ച് അളക്കപ്പെടുന്ന ഒരു പരീക്ഷയാണ്. പുരുഷൻ "കഴിവുള്ളവനാണോ" എന്ന ചോദ്യം, അനുഭവത്തിന്റെ ഓരോ ഘട്ടത്തിലും നിലനിൽക്കുന്നു. ഈ പരീക്ഷ പരാജയപ്പെട്ടാൽ, അതിന്റെ ഫലം ലജ്ജയോ വിഷാദമോ മാത്രമല്ല. അത് സ്വത്വപരമായ അപമാനമായി അനുഭവപ്പെടുന്നു[35].

മൈക്കൽ കിംമെൽ ചൂണ്ടിക്കാണിച്ചതുപോലെ, ആധുനിക പുരുഷത്വം ഏറ്റവും കൂടുതൽ പേടിക്കുന്നത് പരാജയത്തെയാണ്, പ്രത്യേകിച്ച് ലൈംഗിക പരാജയം[36]. കാരണം, ലൈംഗികത പുരുഷത്വത്തിന്റെ കേന്ദ്രചിഹ്നമായി നിർമ്മിക്കപ്പെട്ടിരിക്കുന്നു. അതിനാൽ, "ഇല്ല" എന്ന വാക്ക് ഒരു വ്യക്തിഗത അതിരല്ല; അത് പുരുഷന്റെ സാമൂഹിക മൂല്യത്തെ ചോദ്യം ചെയ്യുന്ന ഒരു പ്രഖ്യാപനമായി അനുഭവപ്പെടുന്നു.

ഈ ബിന്ദുവിലാണ് നിരാകരണം അപമാനമായി (humiliation) മാറുന്നത്. അപമാനം സാധാരണ നിരാശയിൽ നിന്ന് വ്യത്യസ്തമാണ്. അത് വ്യക്തിയെ പുറത്തുനിന്ന് വിലയിരുത്തപ്പെടുന്നു എന്ന അനുഭവമാണ്. അപമാനം ഉള്ളിൽ അടങ്ങിയിരിക്കുമ്പോൾ, അത് പലപ്പോഴും ആക്രോശമായി രൂപം മാറുന്നു[37]. ഇതാണ് നിരാകരണവും ഹിംസയും തമ്മിലുള്ള മനസിക ബന്ധത്തിന്റെ അടിത്തറ.

പുരുഷന്മാരുടെ ഡബിൾ-ബൈൻഡ് ഇവിടെ വ്യക്തമായി പ്രവർത്തിക്കുന്നു.

ആഗ്രഹിക്കണം. പ്രകടിപ്പിക്കണം. നേതൃത്വം കാണിക്കണം. പക്ഷേ, അതെല്ലാം പരാജയപ്പെടരുത്.

ഈ സന്ദേശങ്ങൾ ഒരുമിച്ച് പ്രവർത്തിക്കുമ്പോൾ, പുരുഷന്റെ മനസിൽ പ്രകടന ഉത്കണ്ഠ (performance anxiety) സ്ഥിരമായി നിലനിൽക്കും[38]. ലൈംഗികത ആനന്ദത്തിന്റെ അനുഭവമല്ല; അത് പരാജയപ്പെടുമോ എന്ന പേടിയോടൊപ്പം നടക്കുന്ന ഒരു പ്രവർത്തനമായി മാറുന്നു. ഈ ഭയം ബന്ധങ്ങളിലെ സ്വാഭാവികതയെ തകർക്കുന്നു.

ഇവിടെ മറ്റൊരു നിർണായക ഘടകം കൂടി ഉണ്ട്. പുരുഷന്മാരെ സാധാരണയായി ഭയം പ്രകടിപ്പിക്കാൻ അനുവാദമില്ലാത്തവരായി സാമൂഹികമായി പരിശീലിപ്പിച്ചിരിക്കുന്നു. ഭയം ദുർബലതയുടെ അടയാളമായി വായിക്കപ്പെടുന്നു. അതിനാൽ, "പരാജയപ്പെടുമോ" എന്ന ഭയം തുറന്നു പറയാൻ പുരുഷന് കഴിയില്ല. അത് ഉള്ളിൽ അടിച്ചമർത്തപ്പെടുന്നു. അടിച്ചമർത്തപ്പെട്ട ഭയം പലപ്പോഴും നിയന്ത്രണമായി അല്ലെങ്കിൽ ആക്രോശമായി പുറത്തുവരുന്നു[39].

ഇതാണ് ലൈംഗിക ഹിംസയുടെ സാമൂഹിക–മാനസിക പശ്ചാത്തലം. എല്ലാ പുരുഷന്മാരും ഹിംസകരരല്ല എന്നത് സത്യമാണ്. എന്നാൽ, നിരാകരണം അപമാനമായി വായിക്കുന്ന ഘടന പുരുഷന്മാരുടെ ഒരു വലിയ വിഭാഗത്തിൽ നിലനിൽക്കുന്നു. ഈ ഘടനയിലാണ് "അവൾ എനിക്ക് വേണ്ടിയല്ലേ" എന്ന അവകാശബോധം വളരുന്നത്. അവകാശബോധം ചോദ്യം ചെയ്യപ്പെടുമ്പോൾ, പ്രതികരണം വികാരപരമായിരിക്കും, ചിലപ്പോൾ ഹിംസാത്മകവുമാകും[40].

എവൻ സ്റ്റാർക്ക് വിശദീകരിച്ച നിർബന്ധിത നിയന്ത്രണം (coercive control) എന്ന ആശയം ഇവിടെ പ്രസക്തമാണ്. പരാജയം സഹിക്കാനാകാത്ത പുരുഷൻ, തന്റെ അസുരക്ഷയെ മറയ്ക്കാൻ നിയന്ത്രണം തിരഞ്ഞെടുക്കുന്നു. നിയന്ത്രണം പരാജയം ഒഴിവാക്കാനുള്ള ശ്രമമായി പ്രവർത്തിക്കുന്നു. എന്നാൽ, അത് ബന്ധത്തെ തകർക്കുന്നു[41].

പുരുഷന്മാരുടെ ലൈംഗിക ഡബിൾ-ബൈൻഡ് പുരുഷന്മാരെ മാത്രം ബാധിക്കുന്ന പ്രശ്നമല്ല. അത് സ്ത്രീകൾക്കും സമൂഹത്തിനും അപകടകരമായ ഒരു ഘടനയാണ്. പരാജയം സഹിക്കാനാകാത്ത പുരുഷത്വം, സ്വാതന്ത്ര്യം സഹിക്കാനാകാത്ത ബന്ധങ്ങളിലേക്ക് നയിക്കുന്നു.

ബ്രഹ്മചര്യത്തിന്റെ ഡബിൾ-ബൈൻഡ് – "ശുദ്ധിയുള്ളവനാകണം, പക്ഷേ അധികാരം വേണം"

ബ്രഹ്മചര്യം സാമൂഹികമായി അവതരിപ്പിക്കപ്പെടുന്നത് ലൈംഗികതയെ അതിജീവിച്ച ഒരു ഉയർന്ന നൈതികാവസ്ഥയായിട്ടാണ്. ബ്രഹ്മചാരി ആഗ്രഹരഹിതനാകണം, ശരീരത്തെ നിയന്ത്രിച്ചവനാകണം, ഇന്ദ്രിയങ്ങളെ കീഴടക്കിയവനാകണം. ഈ അവതരണത്തിൽ, ബ്രഹ്മചര്യം ഒരു സ്വകാര്യ ആത്മാന്വേഷണമായി തോന്നും. എന്നാൽ, സാമൂഹിക യാഥാർത്ഥ്യത്തിൽ ബ്രഹ്മചര്യം പ്രവർത്തിക്കുന്നത് സ്വകാര്യ ശുദ്ധിയുടെയും പൊതു അധികാരത്തിന്റെയും ഇടയിലെ ഒരു ഗുരുതര ഡബിൾ-ബൈൻഡിലൂടെയാണ്[42].

ഈ ഡബിൾ-ബൈൻഡിന്റെ ആദ്യ സന്ദേശം വ്യക്തമാണ്. "നീ ശുദ്ധനായിരിക്കണം." ലൈംഗിക ആഗ്രഹം ഒരു താഴ്ന്ന അവസ്ഥയായി ചിത്രീകരിക്കപ്പെടുന്നു. ശരീരത്തെ അതിജീവിച്ചതാണ് ആത്മീയ വളർച്ചയുടെ അടയാളം എന്ന ആശയം പുനർഉൽപ്പാദിപ്പിക്കപ്പെടുന്നു. എന്നാൽ, ഇതോടൊപ്പം വരുന്ന രണ്ടാമത്തെ സന്ദേശം ഇത്രയേറെ ശക്തമാണ്. ബ്രഹ്മചര്യം അധികാരത്തിന് അർഹത നൽകുന്നു. ആത്മീയ, നൈതിക, സാമൂഹിക അധികാരം.

ഇവിടെയാണ് വിരോധാഭാസം രൂപപ്പെടുന്നത്. ഒരാൾ തന്റെ ലൈംഗിക ആഗ്രഹങ്ങൾ ഉപേക്ഷിച്ചുവെന്ന് പ്രഖ്യാപിക്കുമ്പോൾ, അവന് മറ്റുള്ളവരുടെ ലൈംഗിക ജീവിതത്തെ വിലയിരുത്താനും നിയന്ത്രിക്കാനും അവകാശം ലഭിക്കുന്നു. മിഷേൽ ഫൂക്കോ വിശദീകരിച്ച power–knowledge ബന്ധത്തിന്റെ ഒരു വ്യക്തമായ ഉദാഹരണമാണിത്[43]. ലൈംഗികതയെ "അറിയുന്നവൻ" എന്ന നിലയിൽ, ബ്രഹ്മചാരി സാമൂഹിക നിയമ നിർമ്മാതാവായി മാറുന്നു.

ഈ ഘടനയിൽ, ലൈംഗികത ഉപേക്ഷിച്ചത് ഒരു സ്വകാര്യ തീരുമാനമല്ല. അത് നൈതിക മേൽക്കോയ്മയുടെ അവകാശപത്രമായി പ്രവർത്തിക്കുന്നു. ബ്രഹ്മചാരി ശുദ്ധനാണ്, അതിനാൽ അവൻ അധികാരത്തിന് അർഹനാണ്. ഈ അധികാരം പലപ്പോഴും പ്രസംഗത്തിലൂടെയും നിയമങ്ങളിലൂടെയും സാമൂഹിക വിധികളിലൂടെയും പ്രകടമാകുന്നു. ഇതോടെ, ബ്രഹ്മചര്യം ഒരു ആത്മീയ അഭ്യാസമല്ല; നിയന്ത്രണത്തിന്റെ സാമൂഹിക ഉപകരണമായി മാറുന്നു[44].

ഈ ഡബിൾ-ബൈൻഡിന്റെ മറ്റൊരു ഗൗരവകരമായ വശം, അടിച്ചമർത്തപ്പെട്ട ആഗ്രഹങ്ങൾ ഇല്ലാതാകുന്നില്ല എന്നതാണ്. സൈക്കോ ആനലിറ്റിക് പഠനങ്ങൾ സ്ഥിരമായി കാണിച്ചിട്ടുള്ളതുപോലെ, അടിച്ചമർത്തൽ (repression) ആഗ്രഹത്തെ ഇല്ലാതാക്കുന്നില്ല; അത് രൂപം മാറ്റുന്നു[45]. തുറന്ന ലൈംഗികതയായി പുറത്തുവരാൻ കഴിയാത്ത ആഗ്രഹങ്ങൾ, വിധി, നിയന്ത്രണം, ശിക്ഷ, നൈതിക കഠിനത എന്നീ രൂപങ്ങളിലായാണ് പുറത്തുവരുന്നത്.

ഇവിടെയാണ് ബ്രഹ്മചര്യവും ലൈംഗിക നിയന്ത്രണവും തമ്മിലുള്ള ബന്ധം വ്യക്തമാകുന്നത്. ലൈംഗികതയെ ഉപേക്ഷിച്ചവനെന്ന് അവകാശപ്പെടുന്നവൻ, പലപ്പോഴും ലൈംഗികതയെക്കുറിച്ച് അത്യധികം സംസാരിക്കുന്നവനാകുന്നു. നിയമങ്ങൾ, വിലക്കുകൾ, ശുദ്ധി–അശുദ്ധി ചട്ടങ്ങൾ, എല്ലാം തന്നെ ബ്രഹ്മചര്യത്തിന്റെ അധികാരഭാഷയായി പ്രവർത്തിക്കുന്നു[46]. ശുദ്ധി ഇവിടെ ശാന്തിയല്ല; അത് അധികാരത്തിന്റെ സങ്കേതമാണ്.

ഈ ഘടന മതസ്ഥാപനങ്ങളിൽ മാത്രമല്ല, രാഷ്ട്രീയ–സാംസ്കാരിക മേഖലയിലും ശക്തമായി പ്രവർത്തിക്കുന്നു. ലൈംഗികതയെ നിയന്ത്രിക്കുന്നവരാണ് പലപ്പോഴും "നൈതിക നേതാക്കൾ" എന്ന നിലയിൽ ഉയർത്തപ്പെടുന്നത്. അവരുടെ സ്വകാര്യ ശുദ്ധി, മറ്റുള്ളവരുടെ സ്വകാര്യ ജീവിതത്തിൽ ഇടപെടാനുള്ള അവകാശമായി മാറുന്നു. ഇതാണ് ബ്രഹ്മചര്യത്തിന്റെ ഡബിൾ-ബൈൻഡ് ഏറ്റവും അപകടകരമാകുന്നത്[47].ബ്രഹ്മചര്യം സ്വയം തിരഞ്ഞെടുത്താൽ അത് ഒരു വ്യക്തിഗത ആത്മാന്വേഷണമാകാം. എന്നാൽ, അതിനെ അധികാരത്തിന്റെ അടിത്തറയായി മാറ്റുന്നിടത്താണ് പ്രശ്നം ആരംഭിക്കുന്നത്. ശുദ്ധി അവകാശമായി മാറുന്നിടത്ത്, സ്വാതന്ത്ര്യം ഇല്ലാതാകുന്നു.

ഡബിൾ-ബൈൻഡുകൾ മനസ്സിനെ എങ്ങനെ തകർക്കുന്നു

— ലജ്ജ, കുറ്റബോധം, വിഭജനം

ലൈംഗിക ഡബിൾ-ബൈൻഡുകളുടെ ഏറ്റവും ആഴത്തിലുള്ള ആഘാതം സമൂഹത്തേക്കാളും ബന്ധങ്ങളേക്കാളും മുമ്പ് മനസ്സിലാണ് സംഭവിക്കുന്നത്. ഡബിൾ-ബൈൻഡ് വ്യക്തിയെ തെറ്റായ തീരുമാനങ്ങളിലേക്ക് നയിക്കുന്നില്ല; അത് തീരുമാനം എന്ന ആശയം തന്നെ അസാധ്യമാക്കുന്നു. ഏത് വഴിയെടുത്താലും തെറ്റാണ് എന്ന അനുഭവമാണ് ഡബിൾ-ബൈൻഡിന്റെ കേന്ദ്രം. ഇതാണ് സ്ഥിരമായ മാനസിക സംഘർഷത്തിന്റെയും ആത്മവിശ്വാസ നഷ്ടത്തിന്റെയും അടിത്തറ[48].

ഇത്തരം ഘടനയിൽ വളരുന്ന വ്യക്തിക്ക് സ്വന്തം വികാരങ്ങളെ വിശ്വസിക്കാൻ കഴിയില്ല. ആഗ്രഹം, പേടി, ആനന്ദം, ആകർഷണം, എല്ലാം തന്നെ സംശയത്തിന്റെ കീഴിലാകുന്നു. "എനിക്ക് ഇങ്ങനെ തോന്നുന്നത് ശരിയാണോ" എന്ന ചോദ്യം, അനുഭവത്തെ സ്വാഭാവികമായി സ്വീകരിക്കുന്ന കഴിവിനെ നശിപ്പിക്കുന്നു. ഇതോടെ, വ്യക്തി തന്റെ ഉള്ളിലെ അനുഭവങ്ങളെ പുറത്തുനിന്നുള്ള നൈതിക മാനദണ്ഡങ്ങൾ കൊണ്ട് അളക്കാൻ പഠിക്കുന്നു[49].ഡബിൾ-ബൈൻഡുകളുടെ സ്ഥിരം സഹചാരി ലജ്ജ (shame) ആണ്. കുറ്റബോധം ഒരു പ്രവർത്തനത്തെക്കുറിച്ചുള്ള വിലയിരുത്തലാണെങ്കിൽ, ലജ്ജ സ്വത്വത്തെക്കുറിച്ചുള്ള വിധിയാണ്. "ഞാൻ തെറ്റ് ചെയ്തു" എന്നതിൽ നിന്ന് "ഞാൻ തന്നെയാണ് തെറ്റ്" എന്ന ബോധത്തിലേക്കാണ് ലജ്ജ വ്യക്തിയെ നയിക്കുന്നത്[50]. ലൈംഗിക ഡബിൾ-ബൈൻഡുകളിൽ, ഈ ലജ്ജ ശരീരത്തോടും ആഗ്രഹത്തോടും ചേർന്നു കിടക്കുന്നു.

തോമസ് ഷെഫ് വിശദീകരിച്ചതുപോലെ, ലജ്ജ സാമൂഹികബന്ധങ്ങൾ നിയന്ത്രിക്കുന്ന ഏറ്റവും ശക്തമായ വികാരങ്ങളിലൊന്നാണ്[51]. കാരണം, ലജ്ജ തുറന്ന ശിക്ഷ ആവശ്യമില്ലാത്ത ഒരു നിയന്ത്രണോപാധിയാണ്. വ്യക്തി തന്നെ തന്റെ ചിന്തകളെയും ആഗ്രഹങ്ങളെയും ശിക്ഷിക്കാൻ തുടങ്ങുന്നു. ലൈംഗികത ലജ്ജയുമായി ചേർന്നാൽ, മനസ്സ് സ്ഥിരമായ സ്വയംനിരീക്ഷണാവസ്ഥയിൽ പ്രവേശിക്കുന്നു.

ഈ അവസ്ഥ ദീർഘകാലം നിലനിൽക്കുമ്പോൾ, ആർ. ഡി. ലെയിംഗ് വിവരിച്ച self-division എന്ന മനസിക അവസ്ഥ രൂപപ്പെടുന്നു[52]. അനുഭവിക്കുന്ന "ഞാൻ" ഒരുവശത്ത്, അതിനെ നിരീക്ഷിക്കുകയും വിധിക്കുകയും ചെയ്യുന്ന "ഞാൻ" മറുവശത്ത്. ഈ വിഭജനം മാനസിക ഊർജ്ജം വൻ തോതിൽ ചെലവഴിക്കുന്നു. അതിനാൽ, വ്യക്തി ക്ഷീണിതനാകുന്നു, ബന്ധങ്ങളിൽ അകലം പാലിക്കുന്നു, ആനന്ദത്തെ പോലും സംശയത്തോടെ കാണുന്നു.

ലൈംഗിക ഡബിൾ-ബൈൻഡുകളുടെ മറ്റൊരു ഗുരുതര ഫലം decision paralysis ആണ്. ആഗ്രഹം പിന്തുടർന്നാൽ ലജ്ജ. നിഷേധിച്ചാൽ ശൂന്യത. പ്രകടിപ്പിച്ചാൽ കുറ്റാരോപണം. അടിച്ചമർത്തിയാൽ വിഷാദം. ഏത് വഴിയെടുത്താലും നഷ്ടമെന്ന അനുഭവം. ഇതാണ് ഉത്കണ്ഠാ രോഗങ്ങൾ, വിഷാദാവസ്ഥകൾ, ലൈംഗികയുടെ മാനസിക തടസ്സം, ബന്ധങ്ങളിലെ അസ്ഥിരത (anxiety disorders, depressive states, sexual inhibition, relationship instability) എന്നിവയുമായി ഡബിൾ-ബൈൻഡുകൾ ബന്ധപ്പെട്ടു കിടക്കുന്നതിന്റെ കാരണം[53].

ഈ ഘടനയിൽ ചിലർ ആഗ്രഹങ്ങളെ പൂർണ്ണമായി അടിച്ചമർത്തുന്നു. ചിലർ അതിനെ പ്രകടനമാക്കി മാറ്റുന്നു. ചിലർ നിയന്ത്രണമായി, ചിലർ ഹിംസയായി. ഇവയെല്ലാം തന്നെ വ്യത്യസ്ത വ്യക്തിത്വങ്ങളിലെ ഒരേ ഘടനയുടെ വ്യത്യസ്ത പ്രതികരണങ്ങളാണ്. പ്രശ്നം ആഗ്രഹമല്ല; ആഗ്രഹത്തെ കൈകാര്യം ചെയ്യുന്ന സാമൂഹിക സന്ദേശങ്ങളാണ്[54].

ഇവിടെ നിർണായകമായി പറയേണ്ടത്, ഈ മാനസിക തകർച്ചകൾ വ്യക്തിഗത പരാജയങ്ങളല്ല എന്നതാണ്. അവ സാമൂഹികമായി നിർമ്മിക്കപ്പെട്ട ആശയവിനിമയ കുടുക്കുകളുടെ ഫലങ്ങളാണ്. ഡബിൾ-ബൈൻഡുകൾ വ്യക്തികളെ അസ്വസ്ഥരാക്കുന്നു, പിന്നെ ആ അസ്വസ്ഥതയെ തന്നെ അവരുടെ വ്യക്തിഗത ദൗർബല്യമായി സമൂഹം വായിക്കുന്നു. ഇതാണ് നിയന്ത്രണത്തിന്റെ ഏറ്റവും നിശ്ശബ്ദവും ക്രൂരവുമായ രൂപം[55].

ലൈംഗിക ആരോഗ്യം എന്നത് ആഗ്രഹത്തെ ഇല്ലാതാക്കലോ ലൈംഗിക നൈതികത എന്നത് ലജ്ജയുടെ നിർമ്മാണമോ സ്വാതന്ത്ര്യം എന്നത് നിയന്ത്രണത്തിന്റെ അഭാവമോ അല്ല വിരുദ്ധ സന്ദേശങ്ങളിൽ നിന്ന് മോചിതമായി സ്വന്തം അനുഭവങ്ങളെ വിശ്വസിക്കാനുള്ള ശേഷിയാണ്.

ലൈംഗികയിലെ വിരുദ്ധ ബാധ്യതകൾ തിരിച്ചറിയുകയും അവയുടെ ഭാഷ തുറന്നുകാട്ടുകയും ചെയ്യുന്നതാണ് ഈ മോചനത്തിന്റെ ആദ്യപടി. കാരണം, മനസ്സ് തകരുന്നത് ലൈംഗികത കൊണ്ടല്ല; ലൈംഗികതയെ ചുറ്റിപ്പറ്റി നിർമ്മിച്ച അസാധ്യമായ ആവശ്യങ്ങളാലാണ്.

References

1. Bateson, Gregory et al. 1956. Toward a Theory of Schizophrenia. Behavioral Science.

2. Bateson, Gregory et al. 1956. Toward a Theory of Schizophrenia. Behavioral Science.

3. Bateson, Gregory. 1972. Steps to an Ecology of Mind. San Francisco: Chandler Publishing.

4. Watzlawick, Paul, Beavin, Janet H., & Jackson, Don D. 1967. Pragmatics of Human Communication. New York: Norton.

5. Foucault, Michel. 1978. The History of Sexuality, Volume I. New York: Pantheon Books.

6. Laing, R. D. 1960. The Divided Self. London: Penguin Books.

7.Foucault, Michel. 1978. The History of Sexuality, Volume I. New York: Pantheon Books.

8.Foucault, Michel. 1978. The History of Sexuality, Volume I. New York: Pantheon Books.

9. Rose, Nikolas. 1999. Governing the Soul: The Shaping of the Private Self. London: Free Association Books.

10. Butler, Judith. 1990. Gender Trouble. New York: Routledge.

11. Scheff, Thomas J. 1990. Microsociology: Discourse, Emotion, and Social Structure. Chicago: University of Chicago Press.

12. Goffman, Erving. 1963. Stigma: Notes on the Management of Spoiled Identity. Englewood Cliffs: Prentice-Hall.

13. Brown, Brené. 2012. Daring Greatly. New York: Gotham Books.

14. Bordo, Susan. 1993. Unbearable Weight: Feminism, Western Culture, and the Body. Berkeley: University of California Press.

15. Mulvey, Laura. 1975. Visual Pleasure and Narrative Cinema. London: British Film Institute.

16. Wolf, Naomi. 1991. The Beauty Myth. New York: William Morrow.

17. Bourdieu, Pierre. 2001. Masculine Domination. Stanford: Stanford University Press.

18. Bartky, Sandra Lee. 1990. Femininity and Domination. New York: Routledge.

19. Foucault, Michel. 1977. Discipline and Punish. New York: Pantheon Books.

20. Fredrickson, Barbara L., & Roberts, Tomi-Ann. 1997. Objectification Theory. Psychology of Women Quarterly.

21. Nussbaum, Martha C. 2010. From Disgust to Humanity. Oxford: Oxford University Press.

22. Douglas, Mary. 1966. Purity and Danger. London: Routledge.

23. Laing, R. D. 1960. The Divided Self. London: Penguin Books.

24. Tolman, Deborah L. 2002. Dilemmas of Desire. Cambridge, MA: Harvard University Press.

25. Freud, Sigmund. 1915. Repression. London: Hogarth Press.

26. Bateson, Gregory et al. 1956. Toward a Theory of Schizophrenia. Behavioral Science.

27. Butler, Judith. 1990. Gender Trouble. New York: Routledge.

28. Kimmel, Michael. 2008. Guyland. New York: HarperCollins.

29. Goffman, Erving. 1959. The Presentation of Self in Everyday Life. New York: Anchor Books.

30. Tolman, Deborah L., & Diamond, Lisa M. 2001. Desegregating Sexuality Research. Journal of Sex Research.

31. Connell, R. W. 2005. Masculinities. Berkeley: University of California Press.

32. Masters, William H., & Johnson, Virginia E. 1970. Human Sexual Inadequacy. Boston: Little, Brown and Company.

33. hooks, bell. 2004. The Will to Change: Men, Masculinity, and Love. New York: Atria Books.

34. Goffman, Erving. 1967. Interaction Ritual. New York: Anchor Books.

35. Scheff, Thomas J. 2000. Shame and the Social Bond. Sociological Theory.

36. Kimmel, Michael. 2013. Angry White Men. New York: Nation Books.

37. Gilligan, James. 1996. Violence: Reflections on a National Epidemic. New York: Vintage Books.

38. Masters, William H., & Johnson, Virginia E. 1970. Human Sexual Inadequacy. Boston: Little, Brown and Company.

39. Pollack, William. 1998. Real Boys. New York: Henry Holt.

40. Bancroft, Lundy. 2002. Why Does He Do That?. New York: Berkley Books.

41. Stark, Evan. 2007. Coercive Control. Oxford: Oxford University Press.

42. Weber, Max. 1930. The Protestant Ethic and the Spirit of Capitalism. London: Allen & Unwin.

43. Foucault, Michel. 1978. The History of Sexuality, Volume I. New York: Pantheon Books.

44. Asad, Talal. 1993. Genealogies of Religion. Baltimore: Johns Hopkins University Press.

45. Freud, Sigmund. 1915. Repression. London: Hogarth Press.

46. Bourdieu, Pierre. 2001. Masculine Domination. Stanford: Stanford University Press.

47. Nussbaum, Martha C. 2010. From Disgust to Humanity. Oxford: Oxford University Press.

48. Bateson, Gregory. 1972. Steps to an Ecology of Mind. San Francisco: Chandler Publishing.

49. Rose, Nikolas. 1999. Governing the Soul. London: Free Association Books.

50. Lewis, Helen Block. 1971. Shame and Guilt in Neurosis. New York: International Universities Press.

51. Scheff, Thomas J. 2000. Shame and the Social Bond. Sociological Theory.

52. Laing, R. D. 1960. The Divided Self. London: Penguin Books.

53. American Psychiatric Association. 2013. DSM-5. Washington, DC: APA.

54. Stoltenberg, John. 1989. Refusing to Be a Man. New York: Meridian.

55. Foucault, Michel. 1978. The History of Sexuality, Volume I. New York: Pantheon Books.

അധ്യായം 12

ചർമ്മത്തിന്റെ പൊതുബോധ നിർമ്മിതി

പരിണാമപരമായ തെറ്റായ വായനയും ലൈംഗിക–സാമൂഹിക അർത്ഥനിർമ്മിതിയും

മനുഷ്യശരീരത്തിൽ ഏറ്റവും നേരിട്ട് സാമൂഹിക വായനയ്ക്കും വിലയിരുത്തലിനും വിധേയമാകുന്ന ഉപരിതലം ചർമ്മമാണ്. കണ്ണുകളോ ശബ്ദമോ പോലെ ചലിക്കുന്ന ഘടകമല്ല ചർമ്മം; മറിച്ച്, അത് സ്ഥിരതയുള്ളതും ദൃശ്യമാകുന്നതുമായ ഒരു ഉപരിതലമായതിനാൽ മനുഷ്യബോധം അതിനെ "വിവരവാഹകമായി" (information-bearing surface) വായിക്കാൻ പഠിച്ചിട്ടുണ്ട്. എന്നാൽ ഈ വായന എത്രമാത്രം ശാസ്ത്രീയമാണെന്നും എത്രമാത്രം പരിണാമപരമായ തെറ്റായ വ്യാഖ്യാനമാണെന്നും പരിശോധിക്കുമ്പോഴാണ് "ചർമ്മത്തിന്റെ പൊതുബോധ നിർമ്മിതി " എന്ന ആശയം വ്യക്തമായി തുറന്നു വരുന്നത്[1].

പരിണാമ ശാസ്ത്രത്തിന്റെ (evolutionary biology) പശ്ചാത്തലത്തിൽ, ചർമ്മം ആദ്യം ഒരു സംരക്ഷണാവയവമായിരുന്നു. സൂര്യപ്രകാശം, രോഗാണുക്കൾ, പരിസ്ഥിതി സമ്മർദ്ദങ്ങൾ എന്നിവയിൽ നിന്ന് ശരീരത്തെ കാക്കുക എന്നതാണ് അതിന്റെ അടിസ്ഥാന ജൈവ ചുമതല. എന്നാൽ മനുഷ്യസമൂഹങ്ങൾ വളർന്നതോടെ, ചർമ്മം ഈ ജൈവ ചുമതലയ്ക്ക് പുറമെ ഒരു സാമൂഹിക–ലൈംഗിക അടയാള വ്യവസ്ഥയായി (sexual signaling surface) മാറി[2]. ഈ മാറ്റം ബോധപൂർവമായ സാമൂഹിക തീരുമാനമല്ല; മറിച്ച്, പരിണാമപരമായി വികസിച്ച ചില തെറ്റായ ചുരുക്ക വായനകളുടെ (evolutionary misreadings) ഫലമാണ്.

ചർമ്മനിറത്തെ ആരോഗ്യത്തിന്റെ സൂചനയായി വായിക്കുന്ന പ്രവണത അതിലൊന്നാണ്. മനുഷ്യബോധം ഇളംനിറമുള്ള ചർമ്മത്തെ "ശുദ്ധം", "ആരോഗ്യകരം", "ഉയർന്ന നിലവാരം" എന്നിങ്ങനെ സ്വാഭാവികമായി വ്യാഖ്യാനിക്കാൻ പഠിച്ചത് ജൈവപരമായി കൃത്യമായതിനാലല്ല, മറിച്ച് ചരിത്രപരമായി ചില പരിസ്ഥിതികളിൽ അതിന് ഭാഗികമായ അർത്ഥ സാധുത ഉണ്ടായിരുന്നതിനാലാണ്[3]. എന്നാൽ ആ ഭാഗിക സത്യങ്ങൾ സാമൂഹികമായി പൊതുവായ നിയമങ്ങളായി മാറിയപ്പോൾ, ചർമ്മനിറം ആരോഗ്യത്തിന്റെ വിശ്വസനീയ സൂചികയല്ലാതായി, മറിച്ച് ഒരു സാമൂഹിക മുൻവിധിയായി (social bias) മാറി.

ഇവിടെയാണ് "നിറവെളുപ്പിന്റെ ആരാധന" (fairness fetishization) എന്ന പ്രതിഭാസം രൂപപ്പെടുന്നത്. ഇത് ലൈംഗിക ആകർഷണത്തിന്റെ സ്വാഭാവിക ഭാഗമല്ല; മറിച്ച്, ലൈംഗിക തിരഞ്ഞെടുപ്പും (sexual selection) സാമൂഹിക പദവിവ്യവസ്ഥയും (social stratification) തമ്മിൽ കലർന്നുണ്ടായ ഒരു വ്യതിചലനമാണ്[4]. ഇളംനിറമുള്ള ചർമ്മം ജനിതക ഗുണനിലവാരത്തിന്റെ (genetic quality) സൂചനയായി വായിക്കപ്പെടുകയും, ഇരുണ്ട നിറമുള്ള ചർമ്മം അപകടസൂചനയായി (risk marker) വ്യാഖ്യാനിക്കപ്പെടുകയും ചെയ്യുന്ന പ്രവണത ശാസ്ത്രീയമായി നിലനിൽക്കാനാകാത്തതാണ്.

ഈ തെറ്റായ വായനയുടെ ശക്തി മനസ്സിലാക്കാൻ ചർമ്മത്തിലെ ചുവപ്പിക്കൽ (blushing) എന്ന പ്രതിഭാസം ശ്രദ്ധിക്കേണ്ടതാണ്. ലജ്ജ, ഉത്തേജനം, ലൈംഗിക ആകർഷണം തുടങ്ങിയ അവസ്ഥകളിൽ ചർമ്മത്തിൽ ഉണ്ടാകുന്ന രക്തസ്രവ വർധനവ് (vascular response) മനുഷ്യബോധത്തിന് വളരെ എളുപ്പത്തിൽ "കാണാവുന്ന വികാരം" (visible emotion) ആയി

തോന്നുന്നു[5]. എന്നാൽ ഈ ദൃശ്യമാനത (visibility bias) ഇളംനിറമുള്ള ചർമ്മത്തിൽ കൂടുതൽ വ്യക്തമായതിനാൽ, അവിടെ വൈകാരിക ആധികാരികത (emotional authenticity) കൂടുതലാണെന്ന തെറ്റായ നിഗമനം രൂപപ്പെടുന്നു. യാഥാർത്ഥ്യത്തിൽ, ഇത് ഒരു ദൃശ്യപരമായ പക്ഷപാതം മാത്രമാണ്; വികാര തീവ്രതയുടെ യഥാർത്ഥ അളവുകോൽ അല്ല.

എന്നാൽ ദൃശ്യപരത മനുഷ്യർക്കിടയിലുള്ള ആശയ വിനിമയ ശേഷിയെ സുഖമമാക്കുന്നുണ്ട്. അതിനാൽ തന്നെ വെളുപ്പ് നിറത്തിലൂടെ നടത്തുന്ന ജൈവിക ആശയ വിനിമയം ഡാർക്ക് സ്കിന്നിനേക്കാൾ കൂടുതൽ ഫലപ്രദമായി മാറുന്നു എന്നത് വാസ്തവമാണ്. ഈ മുൻ കൈ, പരസ്യ വിപണി, ഫോട്ടോ വ്യവസായം തുടങ്ങിയവ അവരുടെ നേട്ടങ്ങൾക്കായി നന്നായി കൈകാര്യം ചെയ്യുന്നു.

ഇതുപോലെ തന്നെ, പാടുകളില്ലാത്ത ചർമ്മത്തെ (blemish-free skin) ജനിതക മികവിന്റെ സൂചനയായി (genetic overvaluation) വായിക്കുന്ന പ്രവണതയും ശക്തമാണ്. രോഗബാധകളോ പോഷകക്കുറവോ ഇല്ലാത്തതിന്റെ സൂചനയായി ഒരുകാലത്ത് ഇതിന് അർത്ഥം ഉണ്ടായിരുന്നേക്കാം. എന്നാൽ ആധുനിക വൈദ്യശാസ്ത്രത്തിന്റെ പശ്ചാത്തലത്തിൽ, ചർമ്മത്തിന്റെ പാടുകളില്ലായ്മ ജനിതകമികവിന്റെ നേരിട്ടുള്ള സൂചികയല്ല. എന്നിട്ടും, മനുഷ്യബോധം ഈ പഴയ പരിണാമസൂചനകളെ സാമൂഹിക മൂല്യനിർണ്ണയങ്ങളായി തുടരുന്നു[6].

ചർമ്മത്തിന്റെ പൊതുബോധ നിർമ്മിതി നിറത്തിലും ദൃശ്യതയിലും ഒതുങ്ങുന്നില്ല. സ്പർശത്തിന്റെ ഗുണനിലവാരം (tactile quality), ചർമ്മത്തിന്റെ ഘടന (texture), താപനില, ഈർപ്പം എന്നിവയും മനുഷ്യബന്ധങ്ങളിൽ നിർണായക പങ്ക് വഹിക്കുന്നു. ചർമ്മസ്പർശം മനുഷ്യബന്ധങ്ങളിൽ ഏറ്റവും ആദിമവും ശക്തവുമായ ബന്ധനിർമ്മാണ ഉപാധികളിലൊന്നാണ് (tactile bonding)[7]. അമ്മയും കുഞ്ഞും തമ്മിലുള്ള ബന്ധം മുതൽ പ്രണയബന്ധങ്ങൾ വരെ, ചർമ്മസ്പർശം സുരക്ഷയും വിശ്വാസവും ഉണർത്തുന്ന ഒരു നാഡീ–ഹോർമോണൽ പ്രതികരണം സൃഷ്ടിക്കുന്നു.

ഇവിടെയും, ചർമ്മം ഒരു ലൈംഗിക സന്ദേശവാഹക ഉപരിതലമായി (sexual signaling surface) പ്രവർത്തിക്കുന്നു. ചൂട്, മൃദുത്വം, പ്രതികരണശേഷി എന്നിവ ലൈംഗിക ആകർഷണത്തിൽ നിർണായക സൂചനകളായി മനുഷ്യബോധം വായിക്കുന്നു. എന്നാൽ ഈ വായന ജൈവപരമായി പരിമിതമായിരുന്നിട്ടും, സാമൂഹികമായി അതിരുകടന്ന് വിപുലീകരിക്കപ്പെടുമ്പോൾ, അത് വിവേചനത്തിന്റെ (discrimination) അടിസ്ഥാനം സൃഷ്ടിക്കുന്നു[8].

ഇങ്ങനെ, മനുഷ്യശരീരം തന്നെ ഒരു സാമൂഹിക റേറ്റിംഗ് സംവിധാനമായി (body as social rating system) മാറുന്നു. ചർമ്മനിറം, ഘടന, ദൃശ്യപ്രതികരണം എന്നിവ സാമൂഹിക മൂല്യനിർണ്ണയത്തിനുള്ള ചുരുക്കസൂചനകളായി ഉപയോഗിക്കപ്പെടുന്നു. എന്നാൽ ഈ "റേറ്റിംഗ്" മനുഷ്യന്റെ യഥാർത്ഥ ജൈവ മൂല്യത്തെയോ ബന്ധനിർമ്മാണ ശേഷിയെയോ പ്രതിഫലിപ്പിക്കുന്നില്ല. അത് സമൂഹങ്ങൾ നിർമ്മിച്ച ലളിതവൽക്കരണങ്ങളാണ്.

ഇവിടെയാണ് ലൈംഗിക തിരഞ്ഞെടുപ്പും സാമൂഹിക വിവേചനവും (sexual selection vs social discrimination) തമ്മിലുള്ള സംഘർഷം ആരംഭിക്കുന്നത്. ലൈംഗിക തിരഞ്ഞെടുപ്പ് ജൈവമായി പ്രവർത്തിക്കുന്ന ഒരു പ്രക്രിയയായിരിക്കുമ്പോൾ, സാമൂഹിക വിവേചനം അതിന്റെ തെറ്റായ സാമൂഹിക വിപുലീകരണമാണ്[9]. ഒരു വ്യക്തിയെ ലൈംഗികമായി ആകർഷകമാക്കുന്ന ഘടകങ്ങൾ സമൂഹം അധികാരഘടനകൾക്ക് അനുസരിച്ച് പുനർവ്യാഖ്യാനിക്കുമ്പോൾ, ലൈംഗികത തന്നെ ഒരു രാഷ്ട്രീയ ഉപകരണമായി മാറുന്നു.

ഈ ഭാഗം സ്ഥാപിക്കുന്ന അടിസ്ഥാന വാദം ഇതാണ്. ചർമ്മത്തിന്റെ രാഷ്ട്രീയ വായന മനുഷ്യജീവശാസ്ത്രത്തിന്റെ അനിവാര്യഫലം അല്ല. അത് പരിണാമപരമായ ചില സൂചനകളെ സാമൂഹികമായി തെറ്റായി പൊതുവാക്കിയതിന്റെ ഫലമാണ്. ഈ തെറ്റായ വായനകൾ തിരുത്താതെ പോകുമ്പോൾ, ലൈംഗിക ആകർഷണം പോലും സാമൂഹിക അനീതിയുടെ വാഹകനായി മാറുന്നു.

അടുത്ത ഭാഗത്തിൽ, ഈ തെറ്റായ വായനകൾ എങ്ങിനെയാണ് സൗന്ദര്യവ്യവസായം, മാധ്യമങ്ങൾ, ലൈംഗിക വിപണി എന്നിവയിലൂടെ ശക്തിപ്പെടുന്നത് എന്നും, അവ മനുഷ്യബോധത്തെ എങ്ങിനെയാണ് ഘടനാപരമായി രൂപപ്പെടുത്തുന്നത് എന്നും വിശദമായി പരിശോധിക്കും.

സൗന്ദര്യവ്യവസായം, ദൃശ്യസംസ്കാരം, ലൈംഗിക വിപണിയുടെ ഘടന

മുൻ ഭാഗത്തിൽ ചർച്ച ചെയ്ത പരിണാമപരമായ തെറ്റായ വായനകൾ സാമൂഹികമായി ശക്തിയാർജിക്കുന്നത് സ്വാഭാവികമായ ഒരു പ്രക്രിയയിലൂടെയല്ല. അവയെ ദൃഢവും സ്ഥിരവുമാക്കുന്നത് ആധുനിക സൗന്ദര്യവ്യവസായവും (beauty industry), മാധ്യമങ്ങൾ സൃഷ്ടിക്കുന്ന ദൃശ്യസംസ്കാരവും (visual culture), അതിനോട് ചേർന്നുനിൽക്കുന്ന ലൈംഗിക വിപണിയുടെ (sexual marketplace) ഘടനയുമാണ്. ഇവ മൂവരും ചേർന്ന് ചർമ്മത്തെ ഒരു ജൈവ ഉപരിതലത്തിൽ നിന്ന് ഒരു വ്യാപാരയോഗ്യ വസ്തുവായി (commodified surface) മാറ്റുന്നു. ഈ പരിവർത്തനമാണ് "ചർമ്മത്തിന്റെ പൊതുബോധ നിർമ്മിതി " ഏറ്റവും വ്യക്തമായി പ്രകടമാകുന്ന ഘട്ടം.

സൗന്ദര്യവ്യവസായത്തിന്റെ അടിസ്ഥാന തന്ത്രം ചർമ്മത്തെ ഒരു "പരിഷ്കരിക്കാവുന്ന പദ്ധതി"യായി (modifiable project) അവതരിപ്പിക്കുന്നതാണ്. ചർമ്മനിറം, ഘടന, മൃദുത്വം, പ്രായസൂചനകൾ എന്നിവയെ സ്വാഭാവിക വ്യത്യാസങ്ങളായി അംഗീകരിക്കുന്നതിനുപകരം, അവയെ "കുറവുകൾ" (deficiencies) ആയി പുനർവ്യാഖ്യാനിക്കുന്നു[10]. ഈ പുനർവ്യാഖ്യാനം ശാസ്ത്രീയ ആരോഗ്യവാദത്തിലൂടെ (pseudo-medical discourse) ന്യായീകരിക്കപ്പെടുന്നു.

"തിളക്കം", "സുതാര്യത", "യൗവനം" എന്നിവ ആരോഗ്യമെന്ന പേരിൽ അവതരിപ്പിക്കപ്പെടുമ്പോൾ, സൗന്ദര്യം ഒരു നൈതിക ഉത്തരവാദിത്തമായി (moral obligation) മാറുന്നു.

ഇവിടെ ശ്രദ്ധിക്കേണ്ടത്, സൗന്ദര്യ വ്യവസായം ആരോഗ്യത്തിന്റെ ശാസ്ത്രീയ നിർവചനങ്ങൾ പിന്തുടരുന്നില്ല എന്നതാണ്. ആരോഗ്യത്തെ (health) ജൈവ പ്രവർത്തനക്ഷമതയായി കാണുന്നതിന് പകരം, അത് ദൃശ്യസന്തോഷമായി (visual desirability) ചുരുക്കപ്പെടുന്നു. ചർമ്മം "ആരോഗ്യകരം" ആണോ എന്നത് രക്തപരിശോധനയിലൂടെയോ രോഗപ്രതിരോധ ശേഷിയിലൂടെയോ അല്ല, മറിച്ച് അത് എത്രമാത്രം സമൂഹം ആഗ്രഹിക്കുന്ന ദൃശ്യ മാനദണ്ഡങ്ങളോട് (aesthetic norms) ഒത്തുനിൽക്കുന്നു എന്നതിലൂടെയാണ് നിർണ്ണയിക്കപ്പെടുന്നത്[11]. ഇതാണ് പരിണാമപരമായ തെറ്റായ സൂചനകൾ വ്യാപാരമൂല്യങ്ങളായി മാറുന്ന നിർണായക ഘട്ടം.

മാധ്യമങ്ങൾ ഈ വ്യാപാരവ്യവസ്ഥയ്ക്ക് അനിവാര്യമായ ദൃശ്യപിന്തുണ നൽകുന്നു. സിനിമ, പരസ്യം, സാമൂഹ്യമാധ്യമങ്ങൾ, ഫാഷൻ വ്യവസായം എന്നിവ ചേർന്ന് ഒരു "സാധാരണ ചർമ്മം" എന്ന ആശയം സൃഷ്ടിക്കുന്നു. എന്നാൽ ഈ "സാധാരണ"യാഥാർത്ഥ്യത്തിൽ അപൂർവ്വമാണ്.

ചിത്രസംസ്കരണം (image manipulation), പ്രകാശനിയന്ത്രണം, കോണുകളിലെ ക്രമീകരണം എന്നിവയിലൂടെ സൃഷ്ടിക്കപ്പെടുന്ന ചർമ്മമാണ് മാധ്യമങ്ങൾ സാധാരണമെന്ന പേരിൽ അവതരിപ്പിക്കുന്നത്[12]. ഇതുവഴി യാഥാർത്ഥ്യശരീരങ്ങൾ സ്ഥിരമായി അപര്യാപ്തമെന്ന ബോധത്തിലേക്ക് തള്ളപ്പെടുന്നു.

ഈ ദൃശ്യസംസ്കാരത്തിന്റെ ഏറ്റവും ശക്തമായ സാമൂഹികഫലം ലൈംഗിക വിപണിയുടെ ഘടനയിലാണ് കാണുന്നത്. മനുഷ്യബന്ധങ്ങളെ ഒരു വിപണി മാതൃകയിൽ (market model) വായിക്കുന്ന സമീപനം ശാസ്ത്രീയമായി അപര്യാപ്തമായിരുന്നാലും, സാമൂഹികമായി അതിവിശാലമായി പ്രവർത്തിക്കുന്നു[13]. ലൈംഗിക ആകർഷണം ഇവിടെ വ്യക്തിപരമായ അനുഭവമല്ല; അത് "മൂല്യനിർണ്ണയം" (valuation), "മത്സരം" (competition), "തുലനം" (comparison) എന്നിവയുടെ ഭാഷയിൽ പുനർരൂപപ്പെടുന്നു.

ഈ വിപണിയിൽ ചർമ്മം ഒരു പ്രധാന മൂലധനമായി (symbolic capital) മാറുന്നു. ചർമ്മനിറം, പാടുകളില്ലായ്മ, പ്രായസൂചനകളുടെ അഭാവം എന്നിവ "ഉയർന്ന മൂല്യം" സൂചിപ്പിക്കുന്ന അടയാളങ്ങളായി പ്രവർത്തിക്കുന്നു. എന്നാൽ ഈ മൂല്യം ജൈവമല്ല; സാമൂഹികമായി നിർമ്മിച്ചതാണ്. എന്നിട്ടും, വിപണി തർക്കശാസ്ത്രം (market logic) ഇതിനെ "സ്വാഭാവിക മുൻഗണന" എന്ന നിലയിൽ അവതരിപ്പിക്കുന്നു[14]. ഇതുവഴി സാമൂഹിക വിവേചനം ലൈംഗിക തിരഞ്ഞെടുപ്പിന്റെ സ്വാഭാവിക ഫലമായി തെറ്റായി ന്യായീകരിക്കപ്പെടുന്നു.

മാധ്യമങ്ങൾ ഈ വിപണി തർക്കശാസ്ത്രത്തെ ശക്തിപ്പെടുത്തുന്ന പ്രധാന ഉപകരണമാണ്. "ആകർഷകമായ ശരീരം", "വിപണി മൂല്യമുള്ള വ്യക്തി" എന്ന ആശയങ്ങൾ ആവർത്തിച്ച് ദൃശ്യരൂപത്തിൽ അവതരിപ്പിക്കുമ്പോൾ, മനുഷ്യബോധം അതിനെ സ്വാഭാവിക സത്യമായി സ്വീകരിക്കാൻ പഠിക്കുന്നു[15]. ഇതാണ് ദൃശ്യപരമായ ശീലീകരണം (visual conditioning) എന്ന പ്രക്രിയ. ഒരേ തരത്തിലുള്ള ശരീരങ്ങളും ചർമ്മങ്ങളുമാണ് നിരന്തരം ആകർഷകമായി ചിത്രീകരിക്കപ്പെടുമ്പോൾ, അതിൽ നിന്ന് വ്യത്യസ്തമായ ശരീരങ്ങൾ സ്വാഭാവികമായി "കുറവുള്ളവ" ആയി അനുഭവപ്പെടുന്നു.

ഇവിടെ ലൈംഗികത തന്നെ ഒരു പ്രകടനമായി (performance) മാറുന്നു. ശരീരം "ആകർഷകമാക്കാനുള്ള" ഒരു തുടർച്ചയായ ശ്രമം വ്യക്തികളുടെ ദൈനംദിന ജീവിതത്തിലേക്ക് കടന്നു വരുന്നു. ചർമ്മസംരക്ഷണം ആരോഗ്യപരമായ പരിചരണമല്ലാതെ, സാമൂഹിക അംഗീകാരം നേടാനുള്ള ഒരു തൊഴിൽപോലുള്ള പ്രവർത്തനമായി (aesthetic labor) മാറുന്നു[16]. ഇത് പ്രത്യേകിച്ച് സ്ത്രീകളിൽ ശക്തമായി പ്രകടമാകുമ്പോഴും, ആധുനിക സമൂഹങ്ങളിൽ പുരുഷന്മാരും ഈ സമ്മർദ്ദത്തിന് വിധേയരാകുന്നു.ഈ സമ്മർദ്ദത്തിന്റെ മാനസിക പ്രത്യാഘാതങ്ങൾ ഗൗരവമുള്ളതാണ്. ശരീര അസംതൃപ്തി (body dissatisfaction), സ്വയംമൂല്യബോധത്തിലെ ഇടിവ് (self-worth erosion), ലൈംഗിക ഉത്കണ്ഠ (sexual anxiety) എന്നിവ സൗന്ദര്യവ്യവസായം–മാധ്യമ–വിപണി സമുച്ചയത്തിന്റെ നേരിട്ടുള്ള ഫലങ്ങളായി കാണപ്പെടുന്നു[17]. ഇവയെ വ്യക്തിഗത അസുരക്ഷകളായി മാത്രം വായിക്കുന്നത് ഈ ഘടനാപരമായ പ്രശ്നത്തെ മറച്ചുവയ്ക്കുകയാണ്.

ഇവിടെയാണ് ചർമ്മത്തിന്റെ പൊതുബോധ നിർമ്മിതി കൂടുതൽ അപകടകരമായ ഒരു ഘട്ടത്തിലേക്ക് കടക്കുന്നത്. സാമൂഹിക വിവേചനം (social discrimination) വ്യക്തികളുടെ ഇഷ്ടങ്ങളായി (personal preferences) അവതരിപ്പിക്കപ്പെടുന്നു. "എനിക്ക് ഇഷ്ടമാണ്" എന്ന

വാചകം സാമൂഹികമായി നിർമ്മിച്ച മാനദണ്ഡങ്ങളുടെ മറവുപിടിച്ച രൂപമായി തീരുന്നു. ലൈംഗിക തിരഞ്ഞെടുപ്പും സാമൂഹിക അനീതിയും തമ്മിലുള്ള അതിരുകൾ ഇവിടെ മങ്ങിപ്പോകുന്നു[18].സൗന്ദര്യവ്യവസായവും മാധ്യമങ്ങളും ലൈംഗിക വിപണിയും ചേർന്ന് ചർമ്മത്തെ ഒരു ജൈവ യാഥാർത്ഥ്യത്തിൽ നിന്ന് വേർപെടുത്തി ഒരു സാമൂഹിക–വാണിജ്യ വസ്തുവാക്കി മാറ്റുന്നു. ഈ പ്രക്രിയ പരിണാമപരമായ ചില തെറ്റായ സൂചനകളെ ശക്തിപ്പെടുത്തി, അവയെ "സ്വാഭാവിക ആഗ്രഹങ്ങൾ" എന്ന പേരിൽ പുനർനിർമ്മിക്കുന്നു. ഇതുവഴി, ലൈംഗിക ആകർഷണം പോലും സാമൂഹിക അസമത്വത്തിന്റെ പുനരുത്പാദന ഉപാധിയായി മാറുന്നു.

നാഡീ–വികാര സംവിധാനങ്ങൾ, ദൃശ്യപക്ഷപാതം, ആഗ്രഹത്തിന്റെ പുനർക്രമീകരണം:

മുൻ ഭാഗങ്ങളിൽ ചർച്ച ചെയ്ത സൗന്ദര്യവ്യവസായവും ദൃശ്യസംസ്കാരവും സാമൂഹികഘടനകളുടെ തലത്തിൽ ചർമ്മത്തെ എങ്ങിനെയാണ് പുനർവ്യാഖ്യാനിക്കുന്നത് എന്ന് പരിശോധിച്ചിരുന്നു. എന്നാൽ ഈ സാമൂഹിക ഘടനകൾക്ക് യഥാർത്ഥ ശക്തി ലഭിക്കുന്നത് അവ മനുഷ്യന്റെ നാഡീ–വികാര സംവിധാനങ്ങളിലേക്കു (neuro–affective systems) കടന്നുകയറുമ്പോഴാണ്. ചർമ്മത്തിന്റെ രാഷ്ട്രീയ വായന ഒരു ആശയപരമായ പ്രചാരണം മാത്രമല്ല; അത് ആഗ്രഹം എങ്ങനെ ഉണരുന്നു, എങ്ങനെ ശക്തിപ്പെടുന്നു, എങ്ങനെ ശമിക്കുന്നു എന്നതിനെ തന്നെ പുനർക്രമീകരിക്കുന്ന ഒരു നാഡീപ്രക്രിയയാണ്[19].

മനുഷ്യബോധം ദൃശ്യവിവരങ്ങൾക്ക് (visual information) പ്രത്യേക മുൻഗണന നൽകുന്ന രീതിയിലാണ് പരിണമിച്ചത്. കാഴ്ച്ചാധിഷ്ഠിത വിലയിരുത്തൽ (visual appraisal) വേഗത്തിലുള്ളതും ഊർജക്ഷമതയുള്ളതുമായ ഒരു തീരുമാനരീതിയാണ്. എന്നാൽ ഈ കാര്യക്ഷമത തന്നെ പക്ഷപാതത്തിന് (bias) വഴിയൊരുക്കുന്നു. മനുഷ്യ മസ്തിഷ്കത്തിലെ ലിംബിക് സംവിധാനം (limbic system) ദൃശ്യസൂചനകളോട് അതിവേഗം പ്രതികരിക്കുമ്പോൾ, പ്രീഫ്രണ്ടൽ നിയന്ത്രണ സംവിധാനം (prefrontal regulation) പിന്നീട് മാത്രമാണ് ഇടപെടുന്നത്[20]. ഈ സമയവ്യത്യാസമാണ് ദൃശ്യപക്ഷപാതത്തിന്റെ നാഡീ അടിത്തറ.ചർമ്മവുമായി ബന്ധപ്പെട്ട ദൃശ്യസൂചനകൾ ഈ പക്ഷപാതത്തിൽ പ്രത്യേക സ്ഥാനമാണ് നേടുന്നത്. ചർമ്മനിറം, ചുവപ്പിക്കൽ, തിളക്കം, പാടുകളില്ലായ്മ തുടങ്ങിയ ഘടകങ്ങൾ "വേഗത്തിലുള്ള ആരോഗ്യവായന" (rapid health inference) നടത്താൻ മനുഷ്യബോധം ഉപയോഗിക്കുന്ന ചുരുക്കസൂചനകളാണ്. എന്നാൽ ഇവയുടെ ശാസ്ത്രീയ സാധുത പരിമിതമാണ്. എന്നിട്ടും, ലിംബിക് സംവിധാനത്തിന് ഈ സൂചനകൾ ശക്തമായ വികാരപ്രാധാന്യം (emotional salience) ലഭിക്കുന്നു[21]. ഇതാണ് ചർമ്മത്തെക്കുറിച്ചുള്ള തെറ്റായ സാമൂഹിക വായനകൾക്ക് നാഡീശക്തി നൽകുന്നത്.

ദൃശ്യപക്ഷപാതത്തിന്റെ മറ്റൊരു നിർണായക ഘടകം പരിചിതത്വമാണ് (familiarity). ഒരേ തരത്തിലുള്ള ശരീരങ്ങളും ചർമ്മങ്ങളുമാണ് ദൃശ്യസംസ്കാരത്തിൽ നിരന്തരം ആവർത്തിക്കപ്പെടുമ്പോൾ, മസ്തിഷ്കം അവയെ "സുരക്ഷിതവും സാധാരണയും" ആയി തിരിച്ചറിയാൻ പഠിക്കുന്നു[22]. ഇതിനെ നാഡീശാസ്ത്രത്തിൽ പരിചിതത്വ പ്രഭാവം (mere exposure effect) എന്ന് വിളിക്കുന്നു. പരിചിതമായത് ആകർഷകമാകുന്നു എന്നത് ഇവിടെ ഒരു അഭിരുചിയല്ല; അത് ഒരു നാഡീ ശീലീകരണഫലമാണ്.

ഈ ശീലീകരണം ആഗ്രഹത്തിന്റെ പുനർക്രമീകരണത്തിലേക്ക് നയിക്കുന്നു. മനുഷ്യൻ "സ്വാഭാവികമായി" ആഗ്രഹിക്കുന്നതെന്ന് കരുതുന്ന പല കാര്യങ്ങളും യാഥാർത്ഥ്യത്തിൽ

സാമൂഹിക–ദൃശ്യപരമായ പുനർപരിശീലനത്തിന്റെ (reconditioning) ഫലങ്ങളാണ്[23]. ചർമ്മത്തിന്റെ കാര്യത്തിൽ, ഈ പുനർക്രമീകരണം പ്രത്യേകിച്ച് ശക്തമാണ്, കാരണം ചർമ്മം ഒരേസമയം ദൃശ്യവും സ്പർശനാത്മകവുമായ (tactile) ഉപരിതലമാണ്. അതിനാൽ ദൃശ്യപക്ഷപാതം വികാരബന്ധത്തിലേക്കും ലൈംഗിക ആഗ്രഹത്തിലേക്കും നേരിട്ട് ഒഴുകുന്നു.

ഇവിടെ ഡോപാമിൻ അധിഷ്ഠിത പ്രതിഫല സംവിധാനങ്ങൾ (dopamine-based reward systems) നിർണായക പങ്ക് വഹിക്കുന്നു. ദൃശ്യസംസ്കാരം "ആകർഷകമായ" ചർമ്മത്തെ പ്രതിഫല സൂചനയായി (reward cue) ആവർത്തിച്ച് അവതരിപ്പിക്കുമ്പോൾ, മസ്തിഷ്കം ആ ദൃശ്യങ്ങളോട് പ്രതീക്ഷയും (anticipation) ഉത്തേജനവും ബന്ധിപ്പിക്കാൻ പഠിക്കുന്നു[24]. ഈ പഠനം ബോധപൂർവമായ തീരുമാനമല്ല; അത് നാഡീപ്രതികരണത്തിന്റെ ശീലീകരണമാണ്.

അതേസമയം, ഈ ശീലീകരണം നിരപരാധിയല്ല. ഇത് ശരീരത്തിന്റെ മറ്റ് സങ്കേതങ്ങളോടുള്ള സംവേദനക്ഷമത (sensory sensitivity) കുറയ്ക്കുന്നു. സ്പർശത്തിന്റെ ഉണനിലവാരം, ശബ്ദത്തിന്റെ താളം, ഗന്ധത്തിന്റെ സൂക്ഷ്മത തുടങ്ങിയ ഘടകങ്ങൾ ലൈംഗിക ആഗ്രഹത്തിൽ വഹിച്ചിരുന്ന പങ്ക് ദൃശ്യപ്രാധാന്യം മൂലം പിന്നിലേക്ക് നീങ്ങുന്നു[25]. ഇതുവഴി ലൈംഗിക അനുഭവം തന്നെ "കാണുന്നതിൽ" ചുരുങ്ങുന്ന പ്രവണത രൂപപ്പെടുന്നു.

ഇതിന്റെ മാനസിക ഫലങ്ങൾ ഗൗരവമുള്ളതാണ്. ദൃശ്യ മാനദണ്ഡങ്ങളോട് ഒത്തുനിൽക്കാത്ത ശരീരങ്ങൾ ലിംബിക് തലത്തിൽ തന്നെ "കുറവ്" എന്ന അടയാളം ഏറ്റുവാങ്ങുന്നു. ഇതാണ് ശരീരലജ്ജ (body shame) എന്ന അനുഭവത്തിന്റെ നാഡീ അടിത്തറ[26]. ശരീരലജ്ജ ശുദ്ധമായ സാമൂഹിക വികാരമല്ല; അത് ആഗ്രഹത്തെയും സ്വയംബോധത്തെയും നേരിട്ട് ദുർബലമാക്കുന്ന ഒരു നാഡീ–വികാരാവസ്ഥയാണ്.

ഈ സാഹചര്യത്തിൽ, ആഗ്രഹത്തിന്റെ പുനർക്രമീകരണം (desire recalibration) സ്വയം നിലനിൽക്കുന്നില്ല. അത് തുടർച്ചയായ ദൃശ്യപോഷണം ആവശ്യപ്പെടുന്നു. മാധ്യമങ്ങൾ, പരസ്യങ്ങൾ, സാമൂഹ്യമാധ്യമങ്ങൾ എന്നിവ ഈ പുനർക്രമീകരണത്തിന് ഇന്ധനം നൽകുന്ന ചക്രങ്ങളായി (feedback loops) പ്രവർത്തിക്കുന്നു[27]. ഒരിക്കൽ രൂപപ്പെട്ട പക്ഷപാതങ്ങൾ വീണ്ടും വീണ്ടും ഉറപ്പിക്കപ്പെടുന്നു. ഇതാണ് ചർമ്മത്തിന്റെ രാഷ്ട്രീയ വായന അത്ര ശക്തമായി നിലനിൽക്കുന്നതിന്റെ ഒരു പ്രധാന കാരണം.

എന്നാൽ നാഡീശാസ്ത്രം ഇവിടെ ഒരു നിർണായക പ്രതീക്ഷയും നൽകുന്നു. ഈ ശീലീകരണങ്ങൾ ജൈവമായി നിർബന്ധിതമല്ല. നാഡീ പ്ലാസ്റ്റിസിറ്റി (neural plasticity) എന്ന സവിശേഷത മനുഷ്യബോധത്തെ പുനർപരിശീലിപ്പിക്കാൻ സാധ്യമാക്കുന്നു[28]. ദൃശ്യവൈവിധ്യം, വ്യത്യസ്ത ശരീരങ്ങളുടെ പ്രതിനിധാനം, സ്പർശനാത്മക അനുഭവങ്ങൾക്ക് (tactile experiences) മുൻഗണന നൽകുന്ന സാമൂഹിക സാഹചര്യങ്ങൾ എന്നിവ ആഗ്രഹത്തിന്റെ പുനർക്രമീകരണം തിരിച്ചുവിടാൻ കഴിയും. ചർമ്മത്തിന്റെ പൊതുബോധ നിർമ്മിതി മനസ്സിന്റെ പുറത്ത് നിൽക്കുന്ന ഒരു സാമൂഹിക സിദ്ധാന്തമല്ല. അത് നാഡീ–വികാര സംവിധാനങ്ങളിലേക്കു തന്നെ കടിയേറുന്ന ഒരു ശക്തിയാണ്. അതിനാൽ അതിനെ നേരിടാൻ നൈതിക ആഹ്വാനങ്ങൾ മാത്രം മതിയാകില്ല. ദൃശ്യസംസ്കാരത്തിന്റെ ഘടന മാറ്റാതെ, ആഗ്രഹത്തിന്റെ ജൈവ അടിത്തറയിൽ മാറ്റം പ്രതീക്ഷിക്കാൻ കഴിയില്ല.

ഈ നാഡീ–വികാര പുനർക്രമീകരണങ്ങൾ എങ്ങിനെയാണ് സാമൂഹിക വിവേചനത്തെ ന്യായീകരിക്കുന്ന വാദങ്ങളായി മാറുന്നത് എന്നും, ലൈംഗിക തിരഞ്ഞെടുപ്പിനും സാമൂഹിക നീതിക്കും ഇടയിലെ അതിർവരമ്പുകൾ എങ്ങിനെയാണ് നിർണ്ണയിക്കപ്പെടേണ്ടത് എന്നും വിശദമായി പരിശോധിക്കാം.

ലൈംഗിക തിരഞ്ഞെടുപ്പ്, സാമൂഹിക വിവേചനം, നൈതിക അതിരുകൾ

ദൃശ്യസംസ്കാരവും നാഡീ–വികാര പുനർക്രമീകരണവും ഒരിടത്ത് ചേരുമ്പോഴാണ് ലൈംഗിക തിരഞ്ഞെടുപ്പും സാമൂഹിക വിവേചനവും തമ്മിലുള്ള അതിരുകൾ അപകടകരമായി മങ്ങിത്തുടങ്ങുന്നത്. ലൈംഗിക തിരഞ്ഞെടുപ്പ് (sexual selection) പരിണാമപരമായി പ്രവർത്തിക്കുന്ന ഒരു ജൈവപ്രക്രിയയായിരിക്കുമ്പോൾ, സാമൂഹിക വിവേചനം (social discrimination) മനുഷ്യസമൂഹങ്ങൾ നിർമ്മിച്ച അധികാരഘടനകളുടെ ഫലമാണ്. എന്നാൽ ചർമ്മത്തെക്കുറിച്ചുള്ള തെറ്റായ വായനകൾ ഈ രണ്ടിനെയും ഒരേ ഭാഷയിൽ കലർത്തുന്നു. അതിന്റെ ഫലമായി, സാമൂഹിക അസമത്വങ്ങൾ "സ്വാഭാവിക ആഗ്രഹങ്ങൾ" എന്ന പേരിൽ ന്യായീകരിക്കപ്പെടുന്നു[19].

ലൈംഗിക തിരഞ്ഞെടുപ്പിന്റെ അടിസ്ഥാന തർക്കശാസ്ത്രം വ്യക്തിഗത പ്രജനനവിജയവുമായി ബന്ധപ്പെട്ടതാണ്. ആരോഗ്യം, ഊർജം, വൈകാരിക പ്രതിഫലനം, ബന്ധനിർമ്മാണ ശേഷി എന്നിവയെ സൂചിപ്പിക്കുന്ന ചില സൂചനകളോട് ആകർഷണം തോന്നുന്നത് പരിണാമപരമായി മനസ്സിലാക്കാവുന്നതാണ്. എന്നാൽ ചർമ്മനിറം, തിളക്കം, പാടുകളില്ലായ്മ എന്നിവയെ ആരോഗ്യത്തിന്റെ വിശ്വസനീയ സൂചനകളായി പൊതുവീകരിക്കുന്നത് ജൈവപരമായി ശരിയായില്ല. ഈ പൊതു നിലപാടാണ് ലൈംഗിക തിരഞ്ഞെടുപ്പിനെ സാമൂഹിക വിവേചനത്തിന്റെ ഭാഷയിലേക്ക് തള്ളുന്നത്[20].

ഇവിടെയാണ് "ഇഷ്ടം"എന്ന ആശയം നിർണായകമായി പരിശോധിക്കേണ്ടത്. "എനിക്ക് ഇഷ്ടമാണ്" എന്ന വാചകം പലപ്പോഴും വ്യക്തിഗത സ്വാതന്ത്ര്യത്തിന്റെ അടയാളമായി കണക്കാക്കപ്പെടുന്നു. എന്നാൽ സാമൂഹികശാസ്ത്രവും നാഡീശാസ്ത്രവും ഒരുപോലെ കാണിക്കുന്നത്, ഇഷ്ടങ്ങൾ സാമൂഹികമായി രൂപപ്പെടുന്നതാണ് (socially constructed preferences). ദൃശ്യസംസ്കാരവും വിപണി തർക്ക ശാസ്ത്രവും നാഡീശീലീകരണവും ചേർന്നാണ് എന്താണ് ആകർഷകമെന്ന് മനുഷ്യബോധം പഠിക്കുന്നത്[21]. അതിനാൽ, സാമൂഹിക വിവേചനം വ്യക്തിഗത ഇഷ്ടങ്ങളായി മറഞ്ഞുനിൽക്കുമ്പോൾ, അതിനെ വിമർശനാതീതമാക്കുന്ന ഒരു നൈതിക കവചം രൂപപ്പെടുന്നു.

ചർമ്മത്തിന്റെ രാഷ്ട്രീയത്തിൽ ഈ കവചം പ്രത്യേകിച്ച് ശക്തമാണ്. നിറവെളുപ്പിന്റെ ആരാധന, പാടുകളില്ലായ്മയുടെ അതിരുകടന്ന മൂല്യനിർണ്ണയം, പ്രായസൂചനകളോടുള്ള അസഹിഷ്ണുത എന്നിവ വ്യക്തിഗത രുചികളായി അവതരിപ്പിക്കപ്പെടുമ്പോൾ, അവയുടെ സാമൂഹിക ഫലങ്ങൾ അദൃശ്യമാകുന്നു. തൊഴിൽ അവസരങ്ങൾ, വിവാഹ സാധ്യതകൾ, സാമൂഹിക അംഗീകാരം എന്നിവയിൽ ചർമ്മവുമായി ബന്ധപ്പെട്ട വിവേചനം നിലനിൽക്കുമ്പോഴും, അത് "ലൈംഗിക തിരഞ്ഞെടുപ്പിന്റെ സ്വാഭാവിക ഫലം" എന്ന പേരിൽ ന്യായീകരിക്കപ്പെടുന്നു[22].

ഇവിടെ നൈതികതയുടെ (ethics) പങ്ക് നിർണായകമാകുന്നു. നൈതികതയെ ശുദ്ധമായ നിയന്ത്രണ സംവിധാനമായി വായിക്കുന്ന സമീപനം അപര്യാപ്തമാണ്. ലൈംഗിക

തിരഞ്ഞെടുപ്പിൽ നൈതിക ഇടപെടൽ വേണ്ടതാണോ എന്ന ചോദ്യം പലപ്പോഴും "ആഗ്രഹത്തെ നിയന്ത്രിക്കണമോ" എന്ന ലളിതവൽക്കരണത്തിലേക്ക് ചുരുക്കപ്പെടുന്നു. എന്നാൽ യഥാർത്ഥ ചോദ്യം അതല്ല. ചോദ്യം ഇതാണ്: ഏത് ഘട്ടത്തിലാണ് ജൈവ പ്രേരണ സാമൂഹിക അനീതിയുടെ വാഹകനായി മാറുന്നത്[23]?നൈതിക അതിരുകൾ ഇവിടെ ആഗ്രഹത്തിന്റെ ഉള്ളടക്കത്തിൽ അല്ല, അതിന്റെ സാമൂഹിക ഫലങ്ങളിൽ ആണ് നിലകൊള്ളേണ്ടത്. ഒരു വ്യക്തിക്ക് എന്തിനോട് ആകർഷണം തോന്നുന്നു എന്നത് നൈതിക വിധിയുടെ വിഷയമല്ല. എന്നാൽ ആ ആകർഷണം സാമൂഹികമായി ദുരിതം സൃഷ്ടിക്കുന്ന ഘടനകളെ പുനരുത്പാദിപ്പിക്കുന്നുണ്ടോ എന്നത് നൈതികമായി പരിശോധിക്കപ്പെടണം. ചർമ്മത്തിന്റെ രാഷ്ട്രീയ വായന ഈ രണ്ടിനെയും ചേർത്ത് കുഴയ്ക്കുമ്പോഴാണ് പ്രശ്നം ഗുരുതരമാകുന്നത്[24].

ഈ ചർച്ചയിൽ മറ്റൊരു സൂക്ഷ്മത കൂടി ഉണ്ട്. ലൈംഗിക തിരഞ്ഞെടുപ്പിനെ വിമർശിക്കുന്നത് ജൈവ യാഥാർത്ഥ്യങ്ങളെ നിഷേധിക്കുന്നതല്ല. അതുപോലെ, ജൈവ യാഥാർത്ഥ്യങ്ങളെ അംഗീകരിക്കുന്നത് സാമൂഹിക വിവേചനത്തെ അംഗീകരിക്കുന്നതുമല്ല. നൈതിക ചിന്തയുടെ ദൗത്യം ഈ രണ്ടിനുമിടയിൽ വ്യക്തമായ വേർതിരിവ് സൃഷ്ടിക്കുകയാണ്. ആരോഗ്യവും ബന്ധനിർമ്മാണ ശേഷിയും സംബന്ധിച്ച ജൈവ സൂചനകൾക്ക് സാമൂഹികമായി ന്യായമായ ഇടമുണ്ടാകാം. എന്നാൽ അവയെ സ്ഥിരമായ സാമൂഹിക പദവികളായി മാറ്റുന്നത് നൈതികമായി അംഗീകരിക്കാനാവില്ല[25].

ഇവിടെയാണ് സാമൂഹികനീതിയുടെ (social justice) ആശയം ലൈംഗികതയുമായി ബന്ധപ്പെടുന്നത്. ലൈംഗിക വിപണിയിൽ "സ്വാഭാവിക" എന്ന് വിളിക്കപ്പെടുന്ന പല മുൻഗണനകളും യാഥാർത്ഥ്യത്തിൽ ചരിത്രപരമായ അധികാരബന്ധങ്ങളുടെ തുടർച്ചയാണ്. വർഗ്ഗം, വർണ്ണം, ലിംഗം, പ്രായം, സാമ്പത്തിക ശേഷിയുടെ പരമ്പരാഗത തുടർച്ച, ഭൂപ്രകൃതി, സൂര്യപ്രകാശത്തിന്റെ ലഭ്യത എന്നിവയുമായി ചേർന്ന് ചർമ്മം സാമൂഹിക പദവിയുടെ ദൃശ്യ ചിഹ്നമായി മാറുമ്പോൾ, ലൈംഗികത തന്നെ അസമത്വത്തിന്റെ പുനരുത്പാദന ഉപാധിയാകുന്നു[26].

അതേസമയം, ഈ അവസ്ഥയെ മറികടക്കാനുള്ള സാധ്യതകൾ മനുഷ്യജീവശാസ്ത്രം തന്നെ നൽകുന്നു. മുൻഭാഗത്തിൽ ചർച്ച ചെയ്ത നാഡീ പ്ലാസ്റ്റിസിറ്റി (neural plasticity) ആഗ്രഹത്തിന്റെ പുനർക്രമീകരണം സാധ്യമാക്കുന്ന ഒരു ജൈവ അടിത്തറയാണ്. ദൃശ്യവൈവിധ്യത്തിന്റെ വർധന, ശരീരങ്ങളുടെ യാഥാർത്ഥ്യപ്രതിനിധാനം, സ്പർശനാത്മക ബന്ധങ്ങൾക്ക് മുൻഗണന നൽകുന്ന സാമൂഹിക അന്തരീക്ഷങ്ങൾ എന്നിവ ലൈംഗിക ആകർഷണത്തിന്റെ സാമൂഹിക ചുരുക്കവായനകൾ ദുർബലമാക്കാൻ കഴിയും[27]. ഇത് നൈതിക ഉപദേശത്തിലൂടെയല്ല, അനുഭവപരമായ പുനർപരിശീലനത്തിലൂടെയാണ് നടക്കുന്നത്. എന്നാൽ വിപണി തർക്കശാസ്ത്രങ്ങൾ ഒന്നും ഈ സാമൂഹിക വ്യവസ്ഥയെ പൊതുവിൽ അംഗീകരിക്കുന്നില്ല എന്നാണ് കാണപ്പെടുന്നത്.

നൈതിക അതിരുകൾ നിർണ്ണയിക്കുമ്പോൾ "ആഗ്രഹത്തെ അടിച്ചമർത്തുക" എന്ന ഭാഷ ഉപേക്ഷിക്കേണ്ടതുണ്ട്. പകരം, "ആഗ്രഹം എങ്ങനെ രൂപപ്പെടുന്നു" എന്ന ചോദ്യമാണ് കേന്ദ്രത്തിലാക്കേണ്ടത്. ചർമ്മത്തിന്റെ പൊതുബോധ നിർമ്മിതി ആഗ്രഹത്തെ ഒരു വ്യക്തിഗത സ്വഭാവമായി ചിത്രീകരിക്കുന്നതിലൂടെ അതിന്റെ സാമൂഹിക ഉത്പാദനരീതികളെ മറച്ചുവയ്ക്കുന്നു. ഈ മറവു നീക്കുകയാണ് അക്കാദമിക് വിമർശനത്തിന്റെ പ്രാഥമിക ചുമതല.

ലൈംഗിക തിരഞ്ഞെടുപ്പും സാമൂഹിക വിവേചനവും തമ്മിൽ ഒരു പ്രകൃതിദത്ത തുടർച്ചയില്ല. അവ തമ്മിലുള്ള ബന്ധം സാമൂഹികമായി നിർമ്മിച്ചതാണ്. ചർമ്മത്തിന്റെ രാഷ്ട്രീയ വായന ഈ നിർമ്മിത ബന്ധത്തെ "സ്വാഭാവികം" എന്ന പേരിൽ ഉറപ്പിക്കുന്നു. നൈതികതയുടെ ദൗത്യം ഈ സ്വാഭാവിക വൽക്കരണത്തെ ചോദ്യം ചെയ്യുക എന്നതാണ്, ആഗ്രഹത്തെ അപലപിക്കുക എന്നതല്ല.

പരിണാമപരമായ തെറ്റായ വായനയിൽ നിന്ന് തുടങ്ങി, സൗന്ദര്യവ്യവസായവും ദൃശ്യസംസ്കാരവും നാഡീ–വികാര പുനർക്രമീകരണവും കടന്ന്, ലൈംഗിക തിരഞ്ഞെടുപ്പും സാമൂഹികനീതിയും തമ്മിലുള്ള നൈതിക സംഘർഷത്തിൽ എത്തുന്ന ഈ വായന, ചർമ്മം ഒരു ജൈവ ഉപരിതലം മാത്രമല്ല, ഒരു വിപണി മൂല്യങ്ങൾക്കായി സൃഷ്ടിക്കപ്പെടുന്ന രാഷ്ട്രീയ വേദിയാണെന്ന് തെളിയിക്കുന്നു.

Reference:

1. Jablonski, N. G. Skin Color: A Natural History . University of California Press, 2012.

2. Darwin, C. The Descent of Man . John Murray, 1871.

3. Chaplin, G. Geographic distribution of skin pigmentation. American Journal of Physical Anthropology , 2004.

4. Hunter, M. The persistent problem of colorism. Sociology Compass , 2007.

5. Leary, M. R. Self-conscious emotions and blushing. Psychological Bulletin , 2001.

6. Fink, B., Grammer, K. Physical attractiveness and health. Journal of Comparative Psychology , 2003.

7. Field, T. Touch and human development. Developmental Review , 2010.

8. Glenn, E. N. Shades of difference. Stanford University Press , 2009.

9. Buss, D. M. Evolutionary Psychology . Pearson, 2019.

10. Wolf, N. The Beauty Myth . HarperCollins, 1991.

11. Bordo, S. Unbearable Weight . University of California Press, 2003.

12. Gill, R. Gender and the media. Polity Press , 2007.

13. Baumeister, R. F., Vohs, K. D. Sexual economics. Personality and Social Psychology Review , 2004.

14. Bourdieu, P. Distinction . Harvard University Press, 1984.

15. Mulvey, L. Visual pleasure and narrative cinema. Screen , 1975.

16. Elias, A. S., Gill, R., Scharff, C. Aesthetic Labour . Palgrave, 2017.

17. Tiggemann, M. Media exposure and body image. Journal of Social and Clinical Psychology , 2014.

18. Pager, D., Shepherd, H. The sociology of discrimination. Annual Review of Sociology , 2008.

19. Pessoa, L. Emotion and cognition. Nature Reviews Neuroscience , 2008.

20. LeDoux, J. The Emotional Brain . Simon & Schuster, 1996.

21. Oosterhof, N. N., Todorov, A. Face perception and evaluation. PNAS , 2008.

22. Zajonc, R. B. Mere exposure effect. Journal of Personality and Social Psychology , 1968.

23. Becker, H. S. Culture and preference formation. American Sociological Review , 1982.

24. Berridge, K. C., Robinson, T. E. Reward learning and motivation. Trends in Neurosciences , 2003.

25. Field, T. Touch and socioemotional development. Developmental Review , 2010.

26. Tangney, J. P., Dearing, R. L. Shame and Guilt . Guilford Press, 2002.

27. Fuchs, T. Embodiment and perception. Phenomenology and the Cognitive Sciences , 2009.

28. Doidge, N. The Brain That Changes Itself . Penguin Books, 2007.

29. Buss, D. M. Evolutionary Psychology. Pearson, 2019.

30. Jablonski, N. G. Living Color. University of California Press, 2012.

31. Berger, J., Luckmann, T. The Social Construction of Reality. Anchor Books, 1966.

32. Pager, D., Shepherd, H. The sociology of discrimination. Annual Review of Sociology, 2008.

33. Rawls, J. A Theory of Justice. Harvard University Press, 1971.

34. Sen, A. The Idea of Justice. Harvard University Press, 2009.

35. Young, I. M. Justice and the Politics of Difference. Princeton University Press, 1990.

36. Doidge, N. The Brain That Changes Itself. Penguin Books, 2007.

അധ്യായം 13

സൗന്ദര്യം: ജൈവ പ്രചോദനം, മസ്തിഷ്ക പ്രതികരണം, സാംസ്കാരിക നിർമ്മിതി

(A Scientific Narrative on Beauty)

സൗന്ദര്യത്തിന്റെ ശാസ്ത്രീയ നിർവചനം

ശാസ്ത്രീയമായി പറയുകയാണെങ്കിൽ, സൗന്ദര്യം (beauty) എന്നത് ഒരു വസ്തുവിലോ വ്യക്തിയിലോ നിലനിൽക്കുന്ന ജൈവ, ഗണിത, നാഡീ–മാനസിക സൂചനകളെ മനുഷ്യ മസ്തിഷ്കം വേഗത്തിൽ തിരിച്ചറിഞ്ഞ് "മൂല്യമുള്ളത്" എന്ന നിലയിൽ രേഖപ്പെടുത്തുന്ന ഒരു ബൗദ്ധിക–വികാര പ്രതികരണമാണ്[1].അത് വെറും കാഴ്ചാനുഭവമല്ല; പരിണാമപരമായി നിലനിൽപ്പിനും പുനരുത്പാദന ത്തിനും പ്രയോജനപ്പെടുന്ന സൂചനകളെ തിരിച്ചറിയാനുള്ള ഒരു ജൈവ സംവിധാനമാണ്.മനുഷ്യൻ സൗന്ദര്യത്തോട് ആകർഷണം അനുഭവിക്കുന്നത് യാദൃശ്ചികമോ പൂർണ്ണമായും വ്യക്തിപരമോ ആയ കാര്യമല്ല. ഈ ആകർഷണം പരിണാമം, ജീവശാസ്ത്രം, മനഃശാസ്ത്രം, ന്യൂറോബയോളജി, ഗണിതക്രമങ്ങൾ, സാംസ്കാരിക സ്വാധീനങ്ങൾ എന്നിവ ചേർന്നുണ്ടാകുന്ന ഒരു ബഹുസ്തര പ്രവർത്തനത്തിന്റെ ഫലമാണ്[2].

ആരോഗ്യം, പ്രായം, പ്രത്യുൽപ്പാദന ശേഷി

പരിണാമ സിദ്ധാന്തത്തിന്റെ കാഴ്ച്ചപ്പാടിൽ, മനുഷ്യൻ "സുന്ദരൻ" അല്ലെങ്കിൽ "സുന്ദരി" എന്ന് വിലയിരുത്തുന്ന പല ദൃശ്യഗുണങ്ങളും യഥാർത്ഥത്തിൽ ആരോഗ്യത്തിന്റെയും പ്രത്യുൽപ്പാദന ശേഷിയുടെയും സൂചനകളാണ്[3].തെളിഞ്ഞ ചർമ്മം, തിളക്കമുള്ള കണ്ണുകൾ, സമതുലിതമായ ശരീരഘടന, നല്ല മുടി എന്നിവയെ മനുഷ്യ മസ്തിഷ്കം രോഗരഹിതാവസ്ഥയുടെയും ഹോർമോൺ ബാലൻസിന്റെയും അടയാളങ്ങളായി വായിക്കുന്നു. ഇത്തരം ദൃശ്യസൂചനകളോടുള്ള ആകർഷണം ഒരു ബോധപൂർവമായ തീരുമാനമല്ല. അത് "ഈ വ്യക്തിയുമായി പുനരുത്പാദനം ജൈവപരമായി സുരക്ഷിതമാണ്" എന്ന സന്ദേശം മസ്തിഷ്കം സ്വയം സൃഷ്ടിക്കുന്നതിന്റെ ഫലമാണ്[4].അതുകൊണ്ടാണ് സൗന്ദര്യം പലപ്പോഴും പ്രായത്തോടും ആരോഗ്യമോടും ശക്തമായി ബന്ധിപ്പിക്കപ്പെടുന്നത്.

മുഖത്തിന്റെ കൃത്യതയും (Facial Symmetry) ജനിതക ഗുണനിലവാരവും

മുഖത്തിന്റെ ഇരുവശങ്ങളും പരസ്പരം സമാനമായി ക്രമീകരിക്കപ്പെട്ടിരിക്കുന്ന അവസ്ഥയാണ് മുഖകൃത്യത (facial symmetry). അനവധി പഠനങ്ങൾ കാണിക്കുന്നത്, ഉയർന്ന കൃത്യതയുള്ള മുഖങ്ങളെ മനുഷ്യർ സാംസ്കാരിക വ്യത്യാസങ്ങൾക്കപ്പുറം കൂടുതൽ ആകർഷകമായി വിലയിരുത്തുന്നു എന്നതാണ്[5]. മുഖകൃത്യതയെ മനുഷ്യ മസ്തിഷ്കം നല്ല ജനിതക ഗുണനിലവാരത്തിന്റെ (genetic quality) സൂചനയായി കാണുന്നു. വളർച്ചക്കാലത്തെ രോഗങ്ങൾ, പരിസ്ഥിതിആഘാതങ്ങൾ, പോഷകക്കുറവ് എന്നിവ മുഖകൃത്യതയെ ബാധിക്കുന്നതിനാൽ, ഉയർന്ന കൃത്യത ആരോഗ്യകരമായ വളർച്ചയുടെ അടയാളമായി പ്രവർത്തിക്കുന്നു[6].ഇവിടെയും സൗന്ദര്യം ഒരു "രുചി" മാത്രമല്ല; അത് ജൈവ വിവരങ്ങൾ വായിക്കുന്ന ഒരു ബൗദ്ധിക പ്രക്രിയയാണ്.

ഡോപാമിൻ, റിവാർഡ് സെന്ററുകൾ, സൗന്ദര്യാനുഭവം

മനുഷ്യൻ ഒരു മനോഹരമായ മുഖമോ രൂപമോ കാണുമ്പോൾ, തലച്ചോറിലെ medial orbitofrontal cortex ശക്തമായി സജീവമാകുന്നു[7].ഇത് ഭക്ഷണം, പണം, സംഗീതം തുടങ്ങിയ പ്രതിഫലാനുഭവങ്ങളിൽ സജീവമാകുന്ന അതേ ഭാഗമാണ്.ഈ ഘട്ടത്തിൽ ഡോപാമിൻ (dopamine), എൻഡോർഫിൻ (endorphin) തുടങ്ങിയ "feelgood" നാഡീ രാസങ്ങൾ പുറത്തുവിടപ്പെടുന്നു. ഇതാണ് സൗന്ദര്യം കാണുമ്പോൾ അനുഭവപ്പെടുന്ന പെട്ടെന്നുള്ള സന്തോഷത്തിന്റെയും ഉന്മേഷത്തിന്റെയും ജൈവ അടിത്തറ[8].അതായത്, സൗന്ദര്യം മസ്തിഷ്കത്തിന്റെ reward system നെ നേരിട്ട് ഉത്തേജിപ്പിക്കുന്ന ഒരു ഉത്തേജകമാണ്.

ഗോൾഡൻ റേഷ്യോയും (Golden Ratio) ഗണിതശാസ്ത്രപരമായ സൗന്ദര്യബോധവും

മനുഷ്യ മസ്തിഷ്കം പ്രകൃതിയിൽ ആവർത്തിക്കുന്ന ചില അനുപാതങ്ങളെയും പാറ്റേണുകളെയും കൂടുതൽ എളുപ്പത്തിൽ തിരിച്ചറിയുകയും ആസ്വദിക്കുകയും ചെയ്യുന്നു. ഇതിൽ ഏറ്റവും പ്രസിദ്ധമായത് ഗോൾഡൻ റേഷ്യോ (1.618) ആണ്[9].പൂക്കൾ, ഇലകൾ, ഷെൽസ്, ഗാലക്സികൾ, ശില്പകല, മനുഷ്യശരീരം എന്നിവയിൽ ഈ അനുപാതം കാണപ്പെടുന്നു. മനുഷ്യമുഖത്തിലെ പ്രധാന അവയവങ്ങൾ ഈ അനുപാതത്തിന് അടുത്താണെങ്കിൽ, മസ്തിഷ്കം അവയെ "ക്രമബദ്ധവും സുന്ദരവും" ആയി രേഖപ്പെടുത്തുന്നു[10].ഇതിനൊപ്പം, averageness എന്ന ആശയവും നിർണായകമാണ്. ഒരു സമൂഹത്തിലെ പല മുഖങ്ങളുടെ ശരാശരി സവിശേഷതകൾ ചേർത്ത് നിർമ്മിച്ച മുഖങ്ങൾ കൂടുതൽ ആകർഷകമായി തോന്നുന്നു. കാരണം, ശരാശരിത്വം ജനിതക വൈവിധ്യത്തിന്റെയും ആരോഗ്യത്തിന്റെയും സൂചനയായി പ്രവർത്തിക്കുന്നു[11].

ന്യൂറോബയോളജി: ലിംബിക് സിസ്റ്റവും വികാര രേഖപ്പെടുത്തലും

സൗന്ദര്യം കാണുമ്പോൾ തലച്ചോറിലെ limbic system സജീവമാകുന്നു. ഇത് വികാരങ്ങളെ നിയന്ത്രിക്കുന്ന ഭാഗമാണ്.ഒരു മുഖമോ രൂപമോ "സുന്ദരം" എന്ന് രേഖപ്പെടുത്തുമ്പോൾ, ആ വ്യക്തിയോടോ വസ്തുവിനോടോ അടുപ്പം തോന്നാൻ ലിംബിക് സിസ്റ്റം സഹായിക്കുന്നു[12].അതുകൊണ്ടാണ് സൗന്ദര്യാനുഭവം പലപ്പോഴും വാക്കുകളിൽ വിശദീകരിക്കാൻ ബുദ്ധിമുട്ടുള്ള ഒരു "feel" ആയി അനുഭവപ്പെടുന്നത്. അത് ശുദ്ധമായ ബുദ്ധിവിവേചനം അല്ല; വികാരപ്രതികരണമാണ്.

ഹാലോ ഇഫക്റ്റ്: സൗന്ദര്യത്തിൽ നിന്ന് സ്വഭാവത്തിലേക്ക്

ഹാലോ ഇഫക്റ്റ് (halo effect) എന്ന മനഃശാസ്ത്ര പ്രതിഭാസം സൗന്ദര്യത്തിന്റെ സാമൂഹിക പ്രത്യാഘാതം വ്യക്തമാക്കുന്നു.ഒരു വ്യക്തി കാണാൻ സുന്ദരനാണെങ്കിൽ, അയാൾ ബുദ്ധിയുള്ളവനും നല്ല സ്വഭാവമുള്ളവനും വിശ്വസ്തനുമായിരിക്കും എന്ന മുൻവിധി മനുഷ്യ മസ്തിഷ്കം സ്വയം സൃഷ്ടിക്കുന്നു[13].ഇത് "what is beautiful is good" എന്ന സ്റ്റീരിയോടൈപ്പായി അറിയപ്പെടുന്നു.ഈ മുൻവിധി വിദ്യാഭ്യാസം, തൊഴിൽ, ബന്ധങ്ങൾ, നിയമനിർണ്ണയം തുടങ്ങിയ മേഖലകളിൽ പോലും മനുഷ്യരുടെ തീരുമാനങ്ങളെ സ്വാധീനിക്കുന്നു[14].

സാംസ്കാരിക സ്വാധീനങ്ങളും സൗന്ദര്യത്തിന്റെ ആപേക്ഷികതയും

എന്നിരുന്നാലും, സൗന്ദര്യബോധം പൂർണ്ണമായും ജൈവികമല്ല. സാംസ്കാരിക ചട്ടക്കൂടുകൾ, മാധ്യമങ്ങൾ, സിനിമ, പരസ്യങ്ങൾ, സാമൂഹിക അധികാരബന്ധങ്ങൾ എന്നിവ സൗന്ദര്യത്തിന്റെ രൂപങ്ങളെ നിർണ്ണയിക്കുന്നു[15].

നിറം, ശരീരഭാരം, വസ്ത്രശൈലി, മുഖലക്ഷണങ്ങൾ തുടങ്ങിയവ കാലഘട്ടങ്ങൾക്കനുസരിച്ച് മാറുന്നു.അതുകൊണ്ടാണ് "സൗന്ദര്യം കാണുന്നവന്റെ കണ്ണിലാണ്" എന്ന പ്രയോഗത്തിന് ശാസ്ത്രീയ അർത്ഥമുണ്ടാകുന്നത്. ജൈവ അടിത്തറ ഒരുപോലെയായാലും, സാംസ്കാരിക ഫിൽറ്ററുകൾ അതിന്റെ പ്രകടനം മാറ്റുന്നു[16].

സൗന്ദര്യത്തോടുള്ള ആകർഷണം മനുഷ്യന്റെ ദൗർബല്യമോ ഉപരിപ്ലവമായ രുചിയോ അല്ല.അത് നല്ല ജീനുകളെ തിരിച്ചറിയാനും, ആരോഗ്യകരമായ പങ്കാളികളെ തിരഞ്ഞെടുക്കാനും, ജീവിവർഗ്ഗത്തിന്റെ നിലനിൽപ്പ് ഉറപ്പാക്കാനും പരിണാമം മനുഷ്യനിൽ സ്ഥാപിച്ച ഒരു ജൈവ സിഗ്നൽ സംവിധാനമാണ്[17].അതേസമയം, സൗന്ദര്യം സാമൂഹിക അധികാരവും മുൻവിധികളും സൃഷ്ടിക്കുന്ന ഒരു ശക്തമായ മാനസിക ഘടകവുമാണ്.

അതിനാൽ സൗന്ദര്യത്തെ ആരാധിക്കുകയോ നിസ്സാരവൽക്കരിക്കുകയോ ചെയ്യുന്നതിനേക്കാൾ, അതിനെ ഒരു ജൈവ–മാനസിക–സാംസ്കാരിക യാഥാർത്ഥ്യമായി മനസ്സിലാക്കുക എന്നതാണ് ശാസ്ത്രീയ സമീപനം.

1. Zeki, Semir. "The Neurobiology of Aesthetic Experience." Journal of Consciousness Studies, 2002.

2. Buss, David M. Evolutionary Psychology: The New Science of the Mind. Pearson, 2019.

3. Symons, Donald. The Evolution of Human Sexuality. Oxford University Press, 1979.

4. Thornhill, Randy, and Gangestad, Steven. The Evolutionary Biology of Human Attractiveness. Oxford University Press, 2008.

5. Rhodes, Gillian. "The Evolutionary Psychology of Facial Beauty." Annual Review of Psychology, 2006.

6. Little, Anthony C. et al. "Facial Attractiveness: Evolutionary Based Research." Philosophical Transactions of the Royal Society B, 2011.

7. Kawabata, Hideaki, and Zeki, Semir. "Neural Correlates of Beauty." Journal of Neurophysiology, 2004.

8. Berridge, Kent C., and Kringelbach, Morten. "Neuroscience of Pleasure." Psychopharmacology, 2015.

9. Livio, Mario. The Golden Ratio. Broadway Books, 2002.

10. Wilkinson, Caroline. The Anatomy of Beauty. Cambridge University Press, 2018.

11. Langlois, Judith H., and Roggman, Lori A. "Attractive Faces Are Only Average." Psychological Science, 1990.

12. LeDoux, Joseph. The Emotional Brain. Simon & Schuster, 1996.

13. Dion, Karen et al. "What Is Beautiful Is Good." Journal of Personality and Social Psychology, 1972.

14. Eagly, Alice H. et al. "What Is Beautiful Is Good, But…" Psychological Bulletin, 1991.

15. Bordo, Susan. Unbearable Weight. University of California Press, 1993.

16. Illouz, Eva. Consuming the Romantic Utopia. University of California Press, 2007.

17. Trivers, Robert. Social Evolution. Benjamin Cummings, 1985.

PART-B

ബ്യൂട്ടി പ്രീമിയത്തിന്റെ മുൻഗണനകൾ

ബോധത്തിന്റെ ചുരുക്കവായന: സൗന്ദര്യം ഒരു കാന്തിപ്രഭാപ്രഭാവം എന്ന നിലയിൽ

മനുഷ്യബോധം ലോകത്തെ നേരിട്ട്, സമഗ്രമായി, നിഷ്പക്ഷമായി ഗ്രഹിക്കുന്ന ഒരു ഉപകരണമല്ല. മറിച്ച്, അനിശ്ചിതത്വം കുറയ്ക്കാനും വേഗത്തിൽ തീരുമാനങ്ങളെടുക്കാനും രൂപകൽപ്പന ചെയ്ത ഒരു പ്രവചന സംവിധാനമാണ് മനുഷ്യ മസ്തിഷ്കം. ഈ പ്രവചനപ്രക്രിയയിൽ ബോധം ഉപയോഗിക്കുന്ന പ്രധാന തന്ത്രങ്ങളിൽ ഒന്നാണ് ചുരുക്കവായനകൾ, അഥവാ അവബോധ ചുരുക്കപാതകൾ (cognitive shortcuts). സൗന്ദര്യം ഈ ചുരുക്കപാതകളിൽ ഏറ്റവും ശക്തവും വ്യാപകവുമായ ഒന്നായി മനുഷ്യസമൂഹങ്ങളിൽ പ്രവർത്തിക്കുന്നു. അതിന്റെ ഏറ്റവും സുസ്ഥിരമായ പ്രകടനമാണ് "ഹാലോ പ്രഭാവം" (Halo effect) എന്നറിയപ്പെടുന്ന അവബോധ പിഴവ്.

ഹാലോ പ്രഭാവം എന്നത്, ഒരു വ്യക്തിയുടെ ഒരു ദൃശ്യഗുണം, പ്രത്യേകിച്ച് മുഖസൗന്ദര്യം, ആ വ്യക്തിയുടെ മറ്റു സ്വഭാവഗുണങ്ങളെക്കുറിച്ചുള്ള പൊതുവായ നിഗമനങ്ങൾക്ക് അടിസ്ഥാനം ആവുന്ന പ്രവണതയാണ്. ബ്യൂട്ടി മുള്ള വ്യക്തിയെ ബുദ്ധിമാൻ, വിശ്വസനീയൻ, കരുണയുള്ളവൻ, യോഗ്യതയുള്ളവൻ എന്നിങ്ങനെ സ്വാഭാവികമായി വിലയിരുത്തുന്ന മനുഷ്യബോധത്തിന്റെ ഈ പ്രവണത വ്യക്തിപരമായ അഭിപ്രായമോ രുചിയോ അല്ല. ഇത് നാഡീ–അവബോധ സംവിധാനങ്ങളുടെ പ്രവർത്തനരീതിയിൽ നിന്നു തന്നെ ഉദ്ഭവിക്കുന്ന ഒരു ഘടനാപര പിഴവാണ്[1].

ഈ പിഴവിന്റെ ജൈവ അടിത്തറ മനസ്സിലാക്കാൻ മനുഷ്യ മസ്തിഷ്കത്തിലെ ലിംബിക് സംവിധാനത്തിന്റെ പ്രവർത്തനം ശ്രദ്ധിക്കേണ്ടതാണ്. മുഖസൗന്ദര്യം പോലുള്ള ദൃശ്യ ഉത്തേജനങ്ങൾ ലിംബിക് സംവിധാനത്തിൽ അതിവേഗം വികാരപ്രതികരണം സൃഷ്ടിക്കുന്നു. ഈ

പ്രതികരണം ആകർഷണം, സന്തോഷം, സുരക്ഷാബോധം തുടങ്ങിയ അനുകൂല വികാരങ്ങളായി പ്രകടമാകുന്നു[2]. ഈ ഘട്ടത്തിൽ പ്രീഫ്രണ്ടൽ കോർട്ടെക്സ്, അഥവാ യുക്തിപരമായ വിലയിരുത്തലിന് ഉത്തരവാദിയായ ഭാഗം, പൂർണമായി ഇടപെടുന്നില്ല. അതിനാൽ, "ഇത് കാണുമ്പോൾ എനിക്ക് നല്ലതായി തോന്നുന്നു" എന്ന വികാരാനുഭവം "ഇത് നല്ലതാണ്" എന്ന പൊതു നിഗമനമായി മാറുന്നു. ഇതാണ് ഹാലോ പ്രഭാവത്തിന്റെ നാഡീ ഘടന.

ഇവിടെ നിർണായകമായി മനസ്സിലാക്കേണ്ടത്, ഈ പ്രക്രിയ ബോധപൂർവമായ തീരുമാനമല്ല എന്നതാണ്. ഒരാളെ സൗന്ദര്യമുള്ളതിനാൽ നല്ലവനായി കരുതുന്നു എന്ന് പറയുമ്പോൾ, അത് വ്യക്തി മനപ്പൂർവം സ്വീകരിക്കുന്ന ഒരു നിലപാട് പോലെയാണ് തോന്നുക. എന്നാൽ നാഡീശാസ്ത്രം വ്യക്തമാക്കുന്നത്, ഈ നിഗമനം ബോധപൂർവമായ വിമർശനത്തിനു മുൻപേ തന്നെ രൂപപ്പെടുന്നു എന്നതാണ്[3]. അതായത്, ഹാലോ പ്രഭാവം ഒരു നൈതിക പരാജയമല്ല; അത് ഒരു അവബോധ പരിമിതിയാണ്.

പരിണാമപരമായി, ഈ ചുരുക്കവായനയ്ക്ക് ഒരു പ്രായോഗിക അർത്ഥം ഉണ്ടായിരുന്നിരിക്കാം. അപരിചിതരായ വ്യക്തികളെ വേഗത്തിൽ വിലയിരുത്തേണ്ട സാഹചര്യങ്ങളിൽ, ആരോഗ്യവും ഊർജവും സൂചിപ്പിക്കുന്നതായി തോന്നിയ ചില ദൃശ്യസൂചനകൾ ഉപയോഗിക്കുന്നത് ജീവൻ രക്ഷിക്കാൻ സഹായിച്ചേക്കാം. എന്നാൽ ഈ പരിണാമപരമായ പ്രയോജനം ആധുനിക സാമൂഹിക സാഹചര്യങ്ങളിൽ യാന്ത്രികമായി തുടരുമ്പോഴാണ് പ്രശ്നം ആരംഭിക്കുന്നത്[4]. സൗന്ദര്യം ആരോഗ്യത്തിന്റെയോ നന്മയുടെയോ വിശ്വസനീയ സൂചികയല്ല എന്ന സത്യം അറിയാവുന്നിട്ടും, ബോധം അതിനെ അങ്ങനെ തന്നെ വായിക്കുന്നു.

ഇതുകൊണ്ടാണ് സൗന്ദര്യം ഒരു അവബോധ പിഴവായി (epistemic error) ഇവിടെ വിശകലനം ചെയ്യപ്പെടുന്നത്. സൗന്ദര്യം ഒരു വ്യക്തിയുടെ യഥാർത്ഥ കഴിവുകളെയോ മൂല്യങ്ങളെയോ കുറിച്ചുള്ള അറിവല്ല; അത് അറിവ് ഉണ്ടെന്ന തോന്നലാണ്. ഈ തോന്നലാണ് സാമൂഹിക തീരുമാനങ്ങളിൽ വ്യാപകമായി ഉപയോഗിക്കപ്പെടുന്നത്. അധ്യാപകർ വിദ്യാർത്ഥികളെ വിലയിരുത്തുമ്പോൾ, തൊഴിലുടമകൾ ജീവനക്കാരെ തെരഞ്ഞെടുക്കുമ്പോൾ, വോട്ടർമാർ രാഷ്ട്രീയ നേതാക്കളെ വിലയിരുത്തുമ്പോൾ പോലും ഹാലോ പ്രഭാവം പ്രവർത്തിക്കുന്നതായി പഠനങ്ങൾ തെളിയിച്ചിട്ടുണ്ട്[5].

സൗന്ദര്യം ഇവിടെ ഒരു വിവരമായി പ്രവർത്തിക്കുന്നില്ല; മറിച്ച്, വിവരത്തിന്റെ അഭാവം മറയ്ക്കുന്ന ഒരു ചിഹ്നമായി പ്രവർത്തിക്കുന്നു. ഒരാളെ കുറിച്ച് കൂടുതൽ അറിയേണ്ടതിന്റെ ആവശ്യം സൗന്ദര്യം ഇല്ലാതാക്കുന്നു. "ഇവനെക്കുറിച്ച് അന്വേഷിക്കേണ്ടതില്ല, ഇവൻ നന്നായിരിക്കും" എന്ന മൗനധാരണയാണ് ഇവിടെ പ്രവർത്തിക്കുന്നത്. ഇതാണ് ഹാലോ പ്രഭാവത്തിന്റെ സാമൂഹിക അപകടം.

ഈ അപകടം ഏറ്റവും ശക്തമായി പ്രകടമാകുന്നത് സൗന്ദര്യം നൈതികതയുമായി ബന്ധിപ്പിക്കപ്പെടുമ്പോഴാണ്. "സുന്ദരർ നല്ലവർ" എന്ന ധാരണ ലോകത്തിന്റെ പല സംസ്കാരങ്ങളിലും വ്യത്യസ്ത രൂപങ്ങളിൽ നിലനിൽക്കുന്നു. കുട്ടികളുടെ കഥകളിൽ മുതൽ സിനിമകളിൽ വരെ, സൗന്ദര്യം നന്മയുടെ അടയാളമായും അസൗന്ദര്യം ദുഷ്ടതയുടെ സൂചനയായും ചിത്രീകരിക്കപ്പെടുന്നു[6]. ഈ സാംസ്കാരിക ആവർത്തനം അവബോധ പിഴവിനെ സാമൂഹിക സത്യമായി ഉറപ്പിക്കുന്നു.

ഇവിടെ സൗന്ദര്യത്തെ ഒരു സ്വാഭാവിക ഗുണമായി കാണുന്ന സമീപനം ചോദ്യം ചെയ്യേണ്ടതുണ്ട്. സൗന്ദര്യം ഒരു വസ്തുതയല്ല; അത് ഒരു വിലയിരുത്തൽ ഫലമാണ്. ഈ വിലയിരുത്തൽ മനുഷ്യബോധത്തിന്റെ പരിമിതികൾക്കും സാമൂഹിക ആവർത്തനങ്ങൾക്കും വിധേയമാണ്. അതിനാൽ, സൗന്ദര്യം "ഉണ്ട്" എന്നതിനേക്കാൾ, "നിർമിക്കപ്പെടുന്നു" എന്നതാണ് ശാസ്ത്രീയമായി കൂടുതൽ കൃത്യം[7].

ഈ നിർമ്മാണപ്രക്രിയയിൽ ഹാലോ പ്രഭാവം ഒരു അടിസ്ഥാന ഉപാധിയായി പ്രവർത്തിക്കുന്നു. ഒരിക്കൽ സൗന്ദര്യം ഒരു പൊതുഗുണമായി അംഗീകരിക്കപ്പെട്ടാൽ, അതിന്റെ ചുറ്റും ബുദ്ധി, നന്മ, കഴിവ്, യോഗ്യത തുടങ്ങിയ ഗുണങ്ങൾ കൂട്ടിച്ചേർക്കപ്പെടുന്നു. ഈ കൂട്ടിച്ചേർക്കൽ യാഥാർത്ഥ്യപരിശോധനയ്ക്ക് വിധേയമാകാതെ തുടരുമ്പോൾ, സൗന്ദര്യം സാമൂഹിക മുൻഗണനകളുടെ അടിത്തറയായി മാറുന്നു.

ഇവിടെ ഒരു നിർണായക തിരിവാണ് സംഭവിക്കുന്നത്. അവബോധ പിഴവായി സൗന്ദര്യം, സാമൂഹികഘടനകളിൽ പ്രവേശിക്കുമ്പോൾ, അത് വെറും തെറ്റായ വിലയിരുത്തൽ മാത്രമല്ലാതായി, അസമത്വത്തിന്റെ ഉപാധിയായി മാറുന്നു. ഹാലോ പ്രഭാവം വ്യക്തിഗത തലത്തിൽ ചെറിയ പിഴവായിരിക്കാം. എന്നാൽ സ്ഥാപനതലത്തിൽ അത് ആവർത്തിക്കപ്പെടുമ്പോൾ, അത് ഘടനാപരമായ അനീതിക്ക് വഴിവയ്ക്കുന്നു.

ഈ ഭാഗം സ്ഥാപിക്കുന്ന അടിസ്ഥാന വാദം ഇതാണ്. ബ്യൂട്ടി ത്തിന്റെ മുൻഗണന മനുഷ്യസ്വഭാവത്തിന്റെ അനിവാര്യഫലമല്ല. അത് മനുഷ്യബോധത്തിന്റെ പരിമിതികളിൽ നിന്നു ഉദ്ഭവിക്കുന്ന, എന്നാൽ സാമൂഹികമായി ശക്തിപ്പെടുന്ന ഒരു അവബോധ പിഴവാണ്. ഈ പിഴവിനെ തിരിച്ചറിയാതെ പോകുമ്പോൾ, സൗന്ദര്യം അറിവായി, മൂല്യമായി, യോഗ്യതയായി തെറ്റായി മാറുന്നു.

സൗന്ദര്യത്തിനു ലഭിക്കുന്ന പ്രതിഫലം: തൊഴിൽ, വിവാഹം, പ്രണയം

സൗന്ദര്യം മനുഷ്യബോധത്തിൽ ഒരു അവബോധ പിഴവായി പ്രവർത്തിക്കുന്നുവെന്നത് മുൻഭാഗത്തിൽ വിശദീകരിച്ചിരുന്നു. എന്നാൽ ഈ പിഴവ് വ്യക്തിഗത മനസ്സിൽ മാത്രം ഒതുങ്ങുന്നില്ല. അത് സാമൂഹിക സ്ഥാപനങ്ങളിലേക്ക് കടന്നുകയറുമ്പോൾ, സൗന്ദര്യം പ്രതിഫലം ലഭിക്കുന്ന ഒരു സ്വഭാവമായി മാറുന്നു. ഈ പ്രതിഫലം നിയമങ്ങളാൽ പ്രഖ്യാപിക്കപ്പെട്ടതല്ല, നൈതികമായി തുറന്ന് അംഗീകരിക്കപ്പെട്ടതുമല്ല. എന്നിട്ടും, തൊഴിൽ, വിവാഹം, പ്രണയം എന്നീ സാമൂഹിക മേഖലകളിൽ ബ്യൂട്ടി പ്രീമിയമുള്ളവർക്ക് ലഭിക്കുന്ന മുൻഗണനകൾ സ്ഥിരമായി രേഖപ്പെടുത്തിയിട്ടുണ്ട്. ഈ ഘടനാപര പ്രതിഭാസമാണ് സാമൂഹികശാസ്ത്രത്തിൽ "ബ്യൂട്ടി പ്രീമിയം" (beauty premium) എന്നറിയപ്പെടുന്നത്[8].

തൊഴിൽമേഖലയിൽ ബ്യൂട്ടി പ്രീമിയം ഏറ്റവും വ്യക്തമായി പ്രകടമാകുന്നത് അവിടെ ദൃശ്യവിലയിരുത്തലുകൾ നിയമപരമായ വിവേചനമായി തിരിച്ചറിയപ്പെടാത്തതിനാലാണ്. ലിംഗം, ജാതി, മതം എന്നിവയെ അടിസ്ഥാനമാക്കിയുള്ള വിവേചനം പല രാജ്യങ്ങളിലും നിയമവിരുദ്ധമാണെങ്കിലും, സൗന്ദര്യം അടിസ്ഥാനമാക്കിയുള്ള മുൻഗണനകൾ സാധാരണയായി "വ്യക്തിപരമായ വിലയിരുത്തൽ" എന്ന നിലയിൽ മറഞ്ഞുനിൽക്കുന്നു. അഭിമുഖങ്ങളിൽ യോഗ്യതയും അനുഭവവും പരിശോധിക്കപ്പെടുമ്പോഴും, ദൃശ്യആകർഷണം

ആത്മവിശ്വാസത്തിന്റെയും പ്രൊഫഷണലിസത്തിന്റെയും സൂചനയായി തെറ്റായി വായിക്കപ്പെടുന്ന പ്രവണത ശക്തമാണ്[9].

ഈ പ്രവണത ബോധപൂർവമായ വിവേചനത്തിന്റെ ഫലമല്ല. മുൻഭാഗത്തിൽ വിശദീകരിച്ച ഹാലോ പ്രഭാവത്തിന്റെ സ്ഥാപനതല വിപുലീകരണമാണ് ഇത്. സൗന്ദര്യമുള്ള ഉദ്യോഗാർത്ഥികളെ കൂടുതൽ ആശയവിനിമയ ശേഷിയുള്ളവരായി, സഹപ്രവർത്തകരോട് പൊരുത്തപ്പെടുന്നവരായി, ഉപഭോക്താക്കളെ ആകർഷിക്കാൻ യോഗ്യരായി വിലയിരുത്തുന്ന മാനസിക ചുരുക്കവായന ഇവിടെ പ്രവർത്തിക്കുന്നു. ഇതിന്റെ ഫലമായി, ഒരേ യോഗ്യതയും അനുഭവവും ഉള്ളവരിൽ ബ്യൂട്ടി പ്രീമിയമുള്ളവർക്ക് നിയമനം, ശമ്പളം, പ്രമോഷൻ എന്നിവയിൽ സ്ഥിരമായ മുൻതൂക്കം ലഭിക്കുന്നതായി നിരവധി പഠനങ്ങൾ കാണിക്കുന്നു[10].

ഇവിടെ ബ്യൂട്ടി പ്രീമിയം ഒരു വ്യക്തിഗത ആനുകൂല്യമായി മാത്രം കാണാൻ കഴിയില്ല. അത് തൊഴിൽ വിപണിയിലെ അവസരങ്ങളുടെ വിതരണം തന്നെ മാറ്റുന്ന ഒരു ഘടനാപര ഘടകമാണ്. ബ്യൂട്ടി പ്രീമിയമുള്ളവർക്ക് കൂടുതൽ അവസരങ്ങൾ ലഭിക്കുമ്പോൾ, അവർക്കു കഴിവുകൾ വികസിപ്പിക്കാനും സാമൂഹിക ബന്ധങ്ങൾ ശക്തിപ്പെടുത്താനും കൂടുതൽ സാധ്യത ലഭിക്കുന്നു. ഇതുവഴി ആദ്യം ലഭിച്ച ദൃശ്യ നേട്ടം ദീർഘകാല സാമൂഹിക മൂലധനമായി മാറുന്നു[11]. അതേസമയം, സൗന്ദര്യ മാനദണ്ഡങ്ങളോട് പൊരുത്തപ്പെടാത്ത ശരീരങ്ങൾ അവരുടെ യഥാർത്ഥ കഴിവുകൾ വിലയിരുത്തപ്പെടാതെ തന്നെ തൊഴിൽമേഖലയിൽ പിന്നാക്കപ്പെടുന്നു.

വിവാഹമേഖലയിൽ ബ്യൂട്ടി പ്രീമിയം കൂടുതൽ തുറന്നും സാമൂഹികമായി അംഗീകരിക്കപ്പെട്ടതുമായ രൂപത്തിലാണ് പ്രവർത്തിക്കുന്നത്. വിവാഹം "സ്വകാര്യ ഇഷ്ടത്തിന്റെ" മേഖലയായി കണക്കാക്കപ്പെടുന്നതിനാൽ, ഇവിടെ നടക്കുന്ന മുൻഗണനകൾ അപൂർവമായി ചോദ്യം ചെയ്യപ്പെടുന്നു. എന്നാൽ സാമൂഹിക ഗവേഷണങ്ങൾ വ്യക്തമാക്കുന്നത്, വിവാഹ വിപണിയിൽ സൗന്ദര്യം ഒരു നിർണായക യോഗ്യതയായി പ്രവർത്തിക്കുന്നു എന്നതാണ്[12]. പ്രത്യേകിച്ച് സ്ത്രീകളുടെ കാര്യത്തിൽ, സൗന്ദര്യം വിവാഹയോഗ്യതയുടെ കേന്ദ്രഘടകമായി മാറുന്ന പ്രവണത ശക്തമാണ്.

ഈ സാഹചര്യത്തിൽ, സൗന്ദര്യം വ്യക്തിപരമായ ആഗ്രഹത്തിന്റെ വിഷയമല്ലാതായി, സാമൂഹിക പ്രതീക്ഷയായി മാറുന്നു. സൗന്ദര്യം നിലനിർത്തേണ്ടത് ഒരു സ്വാഭാവിക ഗുണമല്ല, മറിച്ച് വിവാഹസാധ്യതയുമായി ബന്ധിപ്പിക്കപ്പെടുന്ന ഒരു സാമൂഹിക ബാധ്യതയായി അനുഭവപ്പെടുന്നു. ഇതുവഴി സൗന്ദര്യം സാമൂഹിക സുരക്ഷയുടെ ഉപാധിയായി മാറുന്നു, പ്രത്യേകിച്ച് സ്ത്രീകളുടെ ജീവിതത്തിൽ[13]. പുരുഷന്മാരുടെ കാര്യത്തിൽ ഈ സമ്മർദ്ദം വ്യത്യസ്തമായ രീതിയിൽ പ്രകടമാകുന്നുവെങ്കിലും, അവിടെയും സൗന്ദര്യം സാമൂഹിക മൂല്യനിർണ്ണയത്തിൽ കൂടുതൽ പ്രാധാന്യം നേടുന്ന പ്രവണത ആധുനിക സമൂഹങ്ങളിൽ വർധിച്ചുവരുന്നു.

പ്രണയബന്ധങ്ങളിൽ ബ്യൂട്ടി പ്രീമിയം ഏറ്റവും സങ്കീർണ്ണമായ രൂപത്തിലാണ് പ്രവർത്തിക്കുന്നത്. പ്രണയം സ്വതന്ത്രമായ വികാരബന്ധമായി അനുഭവപ്പെടുമ്പോഴും, അത് സാമൂഹിക ഘടനകളിൽ നിന്ന് പൂർണമായും വേർപെട്ടതല്ല. ആധുനിക ഡേറ്റിംഗ് സംവിധാനങ്ങൾ, പ്രത്യേകിച്ച് ഡിജിറ്റൽ പ്ലാറ്റ്ഫോമുകൾ, ബ്യൂട്ടി ത്തെ ആദ്യവും പലപ്പോഴും നിർണായകവുമായ അളവ് ചട്ടക്കൂടാക്കി മാറ്റുന്നു[14]. ചിത്രങ്ങൾ, ദൃശ്യപ്രതീതി, പ്രൊഫൈൽ അവതരണം എന്നിവയാണ് ബന്ധസാധ്യതയുടെ ആദ്യഘട്ടം നിർണ്ണയിക്കുന്നത്.

ഇവിടെ ബ്യൂട്ടി പ്രീമിയം ഒരു ആൽഗോരിതമിക് ഘടനയിലേക്ക് മാറുന്നു. കൂടുതൽ ദൃശ്യആകർഷണം ഉള്ള മുഖങ്ങളും ശരീരങ്ങളും കൂടുതൽ ശ്രദ്ധയും ദൃശ്യമാനതയും നേടുന്നു. കൂടുതൽ ദൃശ്യമാകുന്നവർക്ക് കൂടുതൽ ബന്ധസാധ്യതകൾ ലഭിക്കുന്നു. ഈ ചക്രത്തിൽ, സൗന്ദര്യം സ്വയം ശക്തിപ്പെടുന്ന ഒരു നേട്ടമായി മാറുന്നു. അതേസമയം, ബ്യൂട്ടി മാനദണ്ഡങ്ങളിൽ നിന്ന് വ്യത്യസ്തമായ ശരീരങ്ങൾ പ്രണയ വിപണിയിൽ അദൃശ്യവൽക്കരിക്കപ്പെടുന്നു[15].

തൊഴിൽ, വിവാഹം, പ്രണയം എന്നീ മൂന്നു മേഖലകളിലും ബ്യൂട്ടി പ്രീമിയത്തിന്റെ ഒരു പൊതുസ്വഭാവം കാണാം. അത് തുറന്ന വിവേചനമായി പ്രത്യക്ഷപ്പെടുന്നില്ല. മറിച്ച്, "സ്വാഭാവിക തിരഞ്ഞെടുപ്പ്", "വ്യക്തിപരമായ ഇഷ്ടം", "പ്രൊഫഷണൽ അനുയോജ്യത" എന്നീ ഭാഷകളിലൂടെ അത് ന്യായീകരിക്കപ്പെടുന്നു. ഈ ന്യായീകരണമാണ് ബ്യൂട്ടി പ്രീമിയത്തെ ശക്തവും ചോദ്യം ചെയ്യാൻ പ്രയാസമുള്ളതുമാക്കുന്നത്[16].

ഇവിടെ നിർണായകമായി ചിന്തിക്കേണ്ടത്, ബ്യൂട്ടി പ്രീമിയം വ്യക്തികളുടെ പരിശ്രമഫലം അല്ല എന്നതാണ്. സൗന്ദര്യം, പ്രത്യേകിച്ച് മുഖസൗന്ദര്യം, ജനിതകവും സാമൂഹികവുമായ ഘടകങ്ങളുടെ സംയോജിതഫലമാണ്. എന്നിട്ടും, അതിന് ലഭിക്കുന്ന പ്രതിഫലങ്ങൾ കഴിവ്, പരിശ്രമം, ഉത്തരവാദിത്തം എന്നിവയ്ക്ക് ലഭിക്കുന്ന പ്രതിഫലങ്ങളെപ്പോലെ സാമൂഹികമായി അംഗീകരിക്കപ്പെടുന്നു. ഇത് സാമൂഹികനീതിയുടെ ദൃഷ്ടികോണത്തിൽ ഗുരുതരമായ പ്രശ്നമാണ്[17].

ബ്യൂട്ടി പ്രീമിയത്തിന് ലഭിക്കുന്ന പ്രതിഫലം വ്യക്തിപരമായ ഇഷ്ടത്തിന്റെ അനിവാര്യഫലമല്ല. അത് സ്ഥാപനങ്ങളും വിപണികളും ബോധപിഴവുകളെ ഘടനാപര നേട്ടങ്ങളാക്കി മാറ്റുന്ന ഒരു സാമൂഹിക പ്രക്രിയയാണ്. ഈ പ്രക്രിയ തിരിച്ചറിയാതെ പോകുമ്പോൾ, സൗന്ദര്യം ഒരു നിഷ്പക്ഷ ഗുണമായി, അതിന്റെ പ്രതിഫലങ്ങൾ ന്യായമായതായി തോന്നുന്നു.

ഈ പ്രതിഫലങ്ങൾ എങ്ങിനെയാണ് "ലൈംഗിക മൂലധനമായി" (sexual capital) മാറുന്നത് എന്നും, സൗന്ദര്യം അളക്കപ്പെടുകയും ശേഖരിക്കപ്പെടുകയും ചെയ്യുന്ന ഒരു സാമൂഹിക വിഭവമായി പ്രവർത്തിക്കുന്നതിന്റെ തർക്കശാസ്ത്രം എന്താണെന്നും വിശദമായി പരിശോധിക്കാം.

മുഖ–ശരീര അവയവപ്പൊരുത്തംയുടെ പക്ഷപാതവും ലൈംഗിക മൂലധനത്തിന്റെ സമ്പാദ്യവും

സൗന്ദര്യത്തെ ഒരു അവബോധ പിഴവായും സാമൂഹിക പ്രതിഫലത്തിന്റെ ഉപാധിയായും മുൻഭാഗങ്ങളിൽ പരിശോധിച്ചപ്പോൾ, ഇപ്പോൾ അതിന്റെ ഏറ്റവും "ശാസ്ത്രീയമായി ന്യായീകരിക്കപ്പെട്ട" രൂപത്തിലേക്ക് കടക്കേണ്ടിവരുന്നു. അതാണ് മുഖവും ശരീരവും സംബന്ധിച്ച അവയവപ്പൊരുത്തം (symmetry) എന്ന ആശയം. അവയവപ്പൊരുത്തത്തെ മനുഷ്യർ ആരോഗ്യത്തിന്റെ, ജനിതക സ്ഥിരതയുടെ, വികസന വിജയത്തിന്റെ സൂചനയായി വായിക്കുന്ന പ്രവണത ശുദ്ധമായ സാമൂഹിക കണ്ടുപിടിത്തമല്ല. അതിന് പരിണാമപരമായ അടിത്തറയുണ്ട്. എന്നാൽ ഈ അടിത്തറ സാമൂഹികമായി അതിരുകടന്ന് വിപുലീകരിക്കപ്പെടുമ്പോൾ, അവയവപ്പൊരുത്തം ഒരു ജൈവ സൂചനയിൽ നിന്ന് ഒരു അധികാര സൂചികയായി മാറുന്നു[18].

പരിണാമശാസ്ത്രത്തിൽ, മുഖ–ശരീര അവയവപ്പൊരുത്തം വികസന സ്ഥിരതയുടെ (developmental stability) സൂചനയായി വായിക്കപ്പെടുന്നു. ഗർഭകാലത്തും ബാല്യത്തും പരിസ്ഥിതി സമ്മർദ്ദങ്ങൾക്കിടയിലും ശരീരം സമമിതമായി വികസിക്കപ്പെടുന്നുവെങ്കിൽ, അത് ശക്തമായ

ജൈവ നിയന്ത്രണ സംവിധാനത്തിന്റെ സൂചനയായിരിക്കാം എന്നതാണ് ഈ വാദത്തിന്റെ അടിസ്ഥാനം[19]. ഈ പശ്ചാത്തലത്തിൽ, അവയവപ്പൊരുത്തംയോടുള്ള ആകർഷണം പരിണാമപരമായി മനസ്സിലാക്കാവുന്നതാണ്. എന്നാൽ ഈ വിശദീകരണം സാധ്യതാപരമാണ്, നിർണ്ണായകമല്ല. അവയവപ്പൊരുത്തം ആരോഗ്യത്തിന്റെ ഉറപ്പായ സൂചനയല്ല, ഒരു പരിമിതമായ സൂചന മാത്രമാണ്.

ഇവിടെയാണ് മനുഷ്യബോധം വീണ്ടും ഒരു ചുരുക്കവായന നടത്തുന്നത്. പരിമിതമായ ജൈവ സൂചനയെ സമഗ്ര മൂല്യനിർണ്ണയത്തിന്റെ അടിത്തറയാക്കുകയാണ് ബോധം ചെയ്യുന്നത്. മുഖ അവയവപ്പൊരുത്തം → ആരോഗ്യം → ആകർഷണം → മൂല്യം എന്ന ശൃംഖലയിൽ, ഇടക്കാല ഘട്ടങ്ങളുടെ അനിശ്ചിതത്വം ബോധം അവഗണിക്കുന്നു[20]. ഇതുവഴി അവയവപ്പൊരുത്തം ഒരു സാധ്യതാ സൂചനയിൽ നിന്ന് ഒരു “സ്വാഭാവിക സത്യം” ആയി മാറുന്നു.

സാമൂഹികതലത്തിൽ, ഈ മാറ്റം ഗുരുതരമായ ഫലങ്ങൾ സൃഷ്ടിക്കുന്നു. അവയവപ്പൊരുത്തത്തൊട് അടുത്തുനിൽക്കുന്ന ശരീരങ്ങൾ “സാധാരണ”, “ആകർഷക”, “യോഗ്യ” എന്നിങ്ങനെ അടയാളപ്പെടുത്തപ്പെടുമ്പോൾ, അവയവപ്പൊരുത്തമില്ലാത്ത ശരീരങ്ങൾ അവാഞ്ചിതമെന്നോ കുറവുള്ളതെന്നോ ആയി വായിക്കപ്പെടുന്നു. എന്നാൽ യാഥാർത്ഥ്യത്തിൽ, മനുഷ്യശരീരങ്ങൾ സ്വാഭാവികമായും അടിസ്ഥാന അവയവ പൊരുത്തത്തോടെ രൂപപ്പെട്ടതാണ് . പൂർണ അവയവപ്പൊരുത്തം ഒരു അപൂർവ്വമായ ജൈവ സംഭവമാണ്[21]. എന്നിട്ടും, സാമൂഹിക ദൃശ്യസംസ്കാരം അവയവപ്പൊരുത്തത്തെ പ്രാഥമിക മാനദണ്ഡമാക്കി മാറ്റുന്നു.

ഈ മാനദണ്ഡവൽക്കരണത്തിന്റെ അടുത്ത ഘട്ടമാണ് “ലൈംഗിക മൂലധനം” (sexual capital) എന്ന ആശയം. ലൈംഗിക മൂലധനം എന്നത് വ്യക്തിക്ക് ലൈംഗിക–സാമൂഹിക വിപണിയിൽ (sexual–social marketplace) ലഭിക്കുന്ന ആകർഷണ മൂല്യമാണ്. ഇത് ശുദ്ധമായ ജൈവ ആകർഷണമല്ല. അത് സാമൂഹികമായി സമ്പാദിക്കപ്പെടുകയും പരിപാലിക്കപ്പെടുകയും നിക്ഷേപിക്കപ്പെടുകയും ചെയ്യുന്ന ഒരു വിഭവമാണ്[22]. അവയവപ്പൊരുത്തം ഈ മൂലധനത്തിന്റെ ഒരു പ്രധാന അടിസ്ഥാനം ആയി പ്രവർത്തിക്കുന്നു.

ലൈംഗിക മൂലധനം സമ്പാദിക്കുന്നത് ഒരു സജീവപ്രക്രിയയാണ്. ശരീരസംരക്ഷണം, സൗന്ദര്യപരിപാലനം, ഫിറ്റ്നസ്, ഭക്ഷണക്രമം, വസ്ത്രധാരണം, ശരീരപ്രകടനം എന്നിവയെല്ലാം ഈ മൂലധനം വർധിപ്പിക്കാൻ ഉപയോഗിക്കുന്ന തന്ത്രങ്ങളായി മാറുന്നു. ഇവയിൽ പലതും ആരോഗ്യവുമായി ബന്ധമുള്ളതായിരിക്കാം. എന്നാൽ സാമൂഹികമായി അവയുടെ ലക്ഷ്യം ആരോഗ്യസംരക്ഷണം അല്ല, ആകർഷണ മൂല്യം നിലനിർത്തുക എന്നതാണ്[23]. ഇതുവഴി ശരീരം തന്നെ ഒരു “പദ്ധതി”യായി (body as project) മാറുന്നു.

ഇവിടെ നിർണായകമായി മനസ്സിലാക്കേണ്ടത്, ഈ മൂലധന സമ്പാദ്യം തുല്യമായ അവസരങ്ങളിൽ നടക്കുന്നില്ല എന്നതാണ്. അവയവപ്പൊരുത്തത്തോട് അടുത്തുനിൽക്കുന്ന ശരീരങ്ങൾക്ക് ലൈംഗിക മൂലധനം സമ്പാദിക്കുന്നത് എളുപ്പമാണ്. അവയ്ക്ക് ലഭിക്കുന്ന സാമൂഹിക പ്രതികരണം തന്നെ ഈ മൂലധനം വർധിപ്പിക്കുന്നു. അതേസമയം, അഅവയവപ്പൊരുത്തംയുള്ള ശരീരങ്ങൾ കൂടുതൽ പരിശ്രമം നടത്തിയാലും സമാന മൂല്യം നേടാൻ കഴിയാതെ പോകുന്ന അവസ്ഥയിലാകും[24]. ഇതാണ് സൗന്ദര്യത്തിന്റെ അസമത്വം പുനരുത്പാദിപ്പിക്കപ്പെടുന്ന രീതി.

ലൈംഗിക മൂലധനം പണം പോലെയാണ് പ്രവർത്തിക്കുന്നത്. ആദ്യം കൂടുതലുള്ളവർക്ക് കൂടുതൽ സമ്പാദിക്കാൻ അവസരങ്ങൾ ലഭിക്കുന്നു. ഈ മൂലധനം തൊഴിൽ, ബന്ധങ്ങൾ, സാമൂഹിക നെറ്റ്വർക്കുകൾ, ആത്മവിശ്വാസം എന്നിവയിലേക്ക് പരിവർത്തനം ചെയ്യപ്പെടുന്നു. ഇതുവഴി സൗന്ദര്യം ഒരു ദൃശ്യഗുണത്തിൽ നിന്ന് സാമൂഹിക ശക്തിയിലേക്കുള്ള യാത്ര പൂർത്തിയാക്കുന്നു[25]. എന്നാൽ ഈ ശക്തി ഔദ്യോഗികമായി അംഗീകരിക്കപ്പെട്ടതല്ല; അതിനാൽ അതിനെ ചോദ്യം ചെയ്യുന്നത് പ്രയാസകരമാണ്.

ഈ ഘട്ടത്തിൽ അവയവപ്പൊരുത്തത്തിന്റെ ശാസ്ത്രീയ ന്യായീകരണം ഒരു അപകടകരമായ ആയുധമായി മാറുന്നു. "ശാസ്ത്രം പറയുന്നു" എന്ന ഭാഷ ഉപയോഗിച്ച് സൗന്ദര്യ മുൻഗണനകൾ ന്യായീകരിക്കപ്പെടുന്നു. എന്നാൽ ഇവിടെ ശാസ്ത്രത്തിന്റെ പരിധി മറികടക്കപ്പെടുന്നു. ശാസ്ത്രം സാധ്യതകൾ സംസാരിക്കുമ്പോൾ, സമൂഹം നിർബന്ധങ്ങൾ സൃഷ്ടിക്കുന്നു[26]. അവയവപ്പൊരുത്തം ആരോഗ്യത്തിന്റെ ഒരു പരിമിത സൂചന മാത്രമാണെന്ന് ശാസ്ത്രം പറയുമ്പോൾ, സമൂഹം അതിനെ മൂല്യത്തിന്റെ നിർണ്ണായക മാനദണ്ഡമായി മാറ്റുന്നു.

ഇത് പ്രത്യേകിച്ച് മാധ്യമങ്ങളിലും സൗന്ദര്യവ്യവസായത്തിലും ശക്തമായി പ്രകടമാകുന്നു. അവയവപ്പൊരുത്തമുള്ള മുഖങ്ങളും ശരീരങ്ങളും "സാധാരണ" എന്ന പേരിൽ നിരന്തരം അവതരിപ്പിക്കപ്പെടുമ്പോൾ, ബാക്കി ശരീരങ്ങൾ ദൃശ്യപരമായി അദൃശ്യമാകുന്നു. ഇതുവഴി ലൈംഗിക മൂലധനത്തിന്റെ മാനദണ്ഡങ്ങൾ കൂടുതൽ ചുരുങ്ങുന്നു[27]. ഈ ചുരുക്കം കൂടുതൽ പേർക്ക് പുറത്താക്കലായി അനുഭവപ്പെടുന്നു.

മുഖ–ശരീര അവയവപ്പൊരുത്തം ഒരു ജൈവ സൂചനയായിരിക്കാം, എന്നാൽ അത് സാമൂഹികമായി അതിരുകടന്ന് വിപുലീകരിക്കപ്പെടുമ്പോൾ, അസമത്വത്തിന്റെ ഉപാധിയായി മാറുന്നു. ലൈംഗിക മൂലധനം വ്യക്തിപരമായ നേട്ടമല്ല; അത് സാമൂഹിക ഘടനകളിൽ അടിഞ്ഞുകൂടിയ ഒരു വിഭവമാണ്. ഈ വിഭവത്തിന്റെ സമ്പാദ്യവും വിതരണവും നിഷ്പക്ഷമല്ല.

സൗന്ദര്യം അധികാരമായി മാറുമ്പോൾ: മാനദണ്ഡ വിരുദ്ധ ശരീരങ്ങളുടെ അരിക് വൽക്കരണം

സൗന്ദര്യം അവബോധ പിഴവായും സാമൂഹിക പ്രതിഫലത്തിന്റെ ഉപാധിയായും മൂലധനമായി സമ്പാദിക്കപ്പെടുന്ന വിഭവമായും പ്രവർത്തിക്കുന്ന രീതികൾ നാം പരിശോധിച്ചു. ഈ ഭാഗത്തിൽ സൗന്ദര്യം അതിന്റെ ഏറ്റവും രാഷ്ട്രീയപരവും സാമൂഹികമായി അപകടകരവുമായ രൂപത്തിലേക്ക് മാറുന്ന ഘട്ടമാണ് പരിശോധിക്കുന്നത്. അതായത്, സൗന്ദര്യം ഒരു വ്യക്തിഗത ഗുണത്തിൽ നിന്ന് മാറി ഒരു അധികാരരൂപമായി (beauty as power) പ്രവർത്തിക്കുന്ന ഘട്ടം. ഈ ഘട്ടത്തിൽ സൗന്ദര്യം വെറും ആകർഷണമല്ല; അത് പ്രവേശനവും പുറത്താക്കലും (inclusion and exclusion) നിയന്ത്രിക്കുന്ന ഒരു സാമൂഹിക യന്ത്രമായി മാറുന്നു[28].

അധികാരം എന്നത് തുറന്ന ബലപ്രയോഗത്തിലൂടെയോ നിയമങ്ങളിലൂടെയോ മാത്രം പ്രവർത്തിക്കുന്നില്ല. പലപ്പോഴും അത് "സാധാരണ", "സ്വാഭാവികം", "ഇഷ്ടം" എന്നീ ഭാഷകളിലൂടെ അദൃശ്യമായി പ്രവർത്തിക്കുന്നു. സൗന്ദര്യത്തിന്റെ അധികാരവും ഇതേ രീതിയിലാണ് പ്രവർത്തിക്കുന്നത്. സൗന്ദര്യ മാനദണ്ഡങ്ങളോട് പൊരുത്തപ്പെടുന്ന ശരീരങ്ങൾ സാമൂഹിക ഇടങ്ങളിൽ എളുപ്പത്തിൽ പ്രവേശിക്കുമ്പോൾ, അതിനോട് പൊരുത്തപ്പെടാത്ത ശരീരങ്ങൾ സ്വാഭാവികമായി പുറന്തള്ളപ്പെടുന്നു. ഈ പുറന്തള്ളൽ പലപ്പോഴും തുറന്ന വിവേചനമായി

അനുഭവപ്പെടുന്നില്ല; മറിച്ച്, അവഗണനയുടെയും അദൃശ്യവൽക്കരണത്തിന്റെയും രൂപത്തിലാണ് അത് പ്രകടമാകുന്നത്[29].

മാനദണ്ഡവിരുദ്ധ ശരീരങ്ങൾ (nonconforming bodies) എന്ന ആശയം ഇവിടെ നിർണായകമാണ്. ഇത് ഒരൊറ്റ വിഭാഗത്തെ സൂചിപ്പിക്കുന്നതല്ല. പ്രായമേറിയ ശരീരങ്ങൾ, വൈകല്യമുള്ള ശരീരങ്ങൾ, ദീർഘകാല രോഗാവസ്ഥകളുള്ള ശരീരങ്ങൾ, ചർമ്മം, ഭാരം, ആകൃതി, ലിംഗപ്രകടനം എന്നിവയിൽ സൗന്ദര്യ മാനദണ്ഡങ്ങളിൽ നിന്ന് വ്യത്യസ്തമായ ശരീരങ്ങൾ എല്ലാം ഇതിൽ ഉൾപ്പെടുന്നു. ഈ ശരീരങ്ങളുടെ പൊതുസ്വഭാവം അവ ''അനാകർഷക''മാണെന്നല്ല, മറിച്ച് അവ സമൂഹം നിർമ്മിച്ച സൗന്ദര്യ മാനദണ്ഡങ്ങളോട് പൊരുത്തപ്പെടുന്നില്ല എന്നതാണ്[30].

സൗന്ദര്യം അധികാരമായി പ്രവർത്തിക്കുമ്പോൾ, ഈ പൊരുത്തക്കേട് ഒരു വ്യക്തിഗത കുറവായി പുനർവ്യാഖ്യാനിക്കപ്പെടുന്നു. ശരീരം സാമൂഹിക മാനദണ്ഡങ്ങൾ പാലിക്കാത്തതിന്റെ ഉത്തരവാദിത്തം വ്യക്തിയുടെ മേൽ ചുമത്തപ്പെടുന്നു. ഇതാണ് സൗന്ദര്യാധികാരത്തിന്റെ ഏറ്റവും സൂക്ഷ്മമായ പ്രവർത്തനരീതി. ഘടനാപരമായ പ്രശ്നം വ്യക്തിപരമായ പരാജയമായി മാറുന്നു[31]. ഇതുവഴി മാനദണ്ഡവിരുദ്ധ ശരീരങ്ങൾ സ്വന്തം പുറന്തള്ളലിനെ തന്നെ ന്യായീകരിക്കാൻ പഠിക്കുന്നു.

ഈ പുറന്തള്ളൽ ലൈംഗികതയുടെ മേഖലയിൽ ഏറ്റവും ശക്തമായി പ്രകടമാകുന്നു. സൗന്ദര്യ മാനദണ്ഡങ്ങളോട് പൊരുത്തപ്പെടാത്ത ശരീരങ്ങൾ ലൈംഗികമായി അദൃശ്യവൽക്കരിക്കപ്പെടുന്നു. ഇവർ ''ആഗ്രഹിക്കപ്പെടുന്നവരല്ല'', ''തിരഞ്ഞെടുക്കപ്പെടാത്തവരാണ്'' എന്ന മൗനവിധിയിലാണ് ജീവിക്കുന്നത്. ഇത് തുറന്ന നിരോധനമല്ല; എന്നാൽ സാമൂഹികമായി അതിവിശാലമായ ഒരു സന്ദേശമാണ്[32]. ലൈംഗിക അദൃശ്യവൽക്കരണം വ്യക്തിയുടെ ആത്മബോധത്തെയും ബന്ധനിർമ്മാണ ശേഷിയെയും ഗുരുതരമായി ബാധിക്കുന്നു.

മാധ്യമങ്ങളും ദൃശ്യസംസ്കാരവും ഈ അധികാരത്തെ ശക്തിപ്പെടുത്തുന്ന പ്രധാന ഉപാധികളാണ്. സിനിമ, പരസ്യം, ഫാഷൻ, സാമൂഹ്യമാധ്യമങ്ങൾ എന്നിവയിൽ ''സാധാരണ ശരീരം'' എന്ന പേരിൽ അവതരിപ്പിക്കപ്പെടുന്ന ശരീരങ്ങൾ യാഥാർത്ഥ്യത്തിൽ അപൂർവ്വമാണ്. ഈ അപൂർവ്വത തന്നെ സാധാരണമെന്ന പേരിൽ ആവർത്തിക്കപ്പെടുമ്പോൾ, ബാക്കി ശരീരങ്ങൾ ദൃശ്യരംഗത്തിൽ നിന്ന് അപ്രത്യക്ഷമാകുന്നു[33]. ഈ അപ്രത്യക്ഷത സാമൂഹികമായ അപ്രധാനതയായി അനുഭവപ്പെടുന്നു.

ഇവിടെ സൗന്ദര്യാധികാരം ശാരീരികതയിൽ ഒതുങ്ങുന്നില്ല. അത് തൊഴിൽ, വിദ്യാഭ്യാസം, ആരോഗ്യസംവിധാനങ്ങൾ, പൊതു ഇടങ്ങൾ എന്നിവിടങ്ങളിലേക്കും വ്യാപിക്കുന്നു. മാനദണ്ഡവിരുദ്ധ ശരീരങ്ങൾ പൊതു ഇടങ്ങളിൽ കൂടുതൽ നിരീക്ഷിക്കപ്പെടുകയും, ചോദ്യം ചെയ്യപ്പെടുകയും, ചിലപ്പോൾ തുറന്ന പരിഹാസത്തിനിരയാകുകയും ചെയ്യുന്നു. ഈ അനുഭവങ്ങൾ ശാരീരിക അസൗകര്യങ്ങൾ മാത്രമല്ല; അവ നാഡീ–വികാര തലത്തിൽ സ്ഥിരമായ സമ്മർദ്ദം സൃഷ്ടിക്കുന്നു[34].

ഇവിടെ മറ്റൊരു പ്രധാന ഘടകം ''ആത്മനിയന്ത്രണം'' എന്ന ആശയമാണ്. സൗന്ദര്യാധികാരം പുറത്ത് നിന്ന് മാത്രം പ്രവർത്തിക്കുന്നില്ല; അത് വ്യക്തികളുടെ ഉള്ളിൽ തന്നെ കുടിയേറുന്നു. ശരീരം മാനദണ്ഡങ്ങളോട് പൊരുത്തപ്പെടുന്നില്ലെങ്കിൽ, അത് ''ശരിയാക്കേണ്ട ഒരു പദ്ധതി''യായി കാണപ്പെടുന്നു. ഭക്ഷണം, വ്യായാമം, ചികിത്സ, ശസ്ത്രക്രിയ, സൗന്ദര്യസംരക്ഷണം എന്നിവ

നിരന്തരം ആവശ്യമായ ഒരു നൈതിക ബാധ്യതയായി മാറുന്നു[35]. ഈ സ്വയംനിരീക്ഷണം സൗന്ദര്യാധികാരത്തിന്റെ ഏറ്റവും ഫലപ്രദമായ രൂപമാണ്.

ഈ ഘട്ടത്തിൽ സൗന്ദര്യത്തെ വിമർശിക്കുന്നത് പലപ്പോഴും തെറ്റിദ്ധരിക്കപ്പെടുന്നു. വിമർശനം വ്യക്തിഗത ആഗ്രഹങ്ങളെ അപലപിക്കുന്നതല്ല. ആരെയെങ്കിലും ആകർഷകമായി തോന്നുന്നതിൽ നൈതിക കുറ്റമില്ല. പ്രശ്നം ആരംഭിക്കുന്നത് ഈ ആകർഷണങ്ങൾ സാമൂഹിക മാനദണ്ഡങ്ങളായി ഉറപ്പിക്കപ്പെടുകയും, അവ പാലിക്കാത്ത ശരീരങ്ങൾ താഴ്ന്ന മൂല്യത്തിലേക്ക് തള്ളപ്പെടുകയും ചെയ്യുമ്പോഴാണ്[36]. ഇവിടെ സൗന്ദര്യം വ്യക്തിപരമായ രുചിയിൽ നിന്ന് സാമൂഹിക വിധിയിലേക്ക് മാറുന്നു.

സൗന്ദര്യാധികാരത്തിന്റെ ഈ ഘടനകൾ ചോദ്യം ചെയ്യാൻ കഴിയുമോ എന്നതാണ് അവസാന ചോദ്യമായി ഉയരുന്നത്. മുൻഭാഗങ്ങളിൽ ചർച്ച ചെയ്ത നാഡീ പ്ലാസ്റ്റിസിറ്റി മനുഷ്യബോധത്തിന്റെ തലത്തിൽ മാറ്റത്തിന് സാധ്യത നൽകുന്നുവെങ്കിൽ, സാമൂഹിക തലത്തിൽ മാറ്റം സാധ്യമാകുന്നത് ദൃശ്യവൈവിധ്യത്തിലൂടെയും പ്രതിനിധാനത്തിലൂടെയുമാണ്. വ്യത്യസ്ത ശരീരങ്ങളുടെ സാന്നിധ്യം, അവയുടെ സാധാരണമാക്കൽ, ലൈംഗികതയെ സൗന്ദര്യത്തിൽ നിന്ന് ബന്ധത്തിലേക്കും അനുഭവത്തിലേക്കും തിരിച്ചുകൊണ്ടുവരുന്ന സംസ്കാരങ്ങൾ എന്നിവ സൗന്ദര്യാധികാരത്തെ ദുർബലമാക്കാൻ കഴിയും[37].

സൗന്ദര്യം സ്വാഭാവികമായി അധികാരമല്ല. എന്നാൽ അത് സാമൂഹികമായി മാനദണ്ഡവൽക്കരിക്കപ്പെടുമ്പോൾ, ശക്തമായ ഒരു പുറന്തള്ളൽ യന്ത്രമായി മാറുന്നു. മാനദണ്ഡവിരുദ്ധ ശരീരങ്ങളുടെ മാർജിനലൈസേഷൻ ഒരു അനിവാര്യ ഫലമല്ല; അത് മാറ്റാവുന്ന സാമൂഹിക ഘടനകളുടെ ഫലമാണ്. ഈ ഘടനകളെ ദൃശ്യമാക്കുകയും ചോദ്യം ചെയ്യുകയും ചെയ്യുക എന്നതാണ് അക്കാദമിക് വിശകലനത്തിന്റെ പ്രാഥമിക ദൗത്യം.

സൗന്ദര്യ സ്വാധീനം ബോധത്തിന്റെ പിഴവായി ആരംഭിച്ച്, സാമൂഹിക പ്രതിഫലമായി, മൂലധനമായി, ഒടുവിൽ അധികാരമായി മാറുന്ന ഈ യാത്ര, സൗന്ദര്യം ഒരു വ്യക്തിഗത അനുഭവം മാത്രമല്ല, സമൂഹങ്ങളെ ആഴത്തിൽ രൂപപ്പെടുത്തുന്ന ഒരു ശക്തിയാണെന്ന് തെളിയിക്കുന്നു.

Reference:

1. Thorndike, E. L. A constant error in psychological ratings. Journal of Applied Psychology, 1920.

2. LeDoux, J. The Emotional Brain. Simon & Schuster, 1996.

3. Kahneman, D. Thinking, Fast and Slow. Farrar, Straus and Giroux, 2011.

4. Buss, D. M. Evolutionary Psychology. Pearson, 2019.

5. Langlois, J. H. et al. Maxims or myths of beauty. Psychological Bulletin, 2000.

6. Dion, K., Berscheid, E., Walster, E. What is beautiful is good. Journal of Personality and Social Psychology, 1972.

7. Berger, J., Luckmann, T. The Social Construction of Reality. Anchor Books, 1966.

8. Hamermesh, D. S., Biddle, J. E. Beauty and the labor market. American Economic Review, 1994.

9. Hosoda, M., StoneRomero, E., Coats, G. The effects of physical attractiveness in employment. Personnel Psychology, 2003.

10. Mobius, M. M., Rosenblat, T. Why beauty matters. American Economic Review, 2006.

11. Bourdieu, P. Forms of capital. Greenwood Press, 1986.

12. Schwartz, C. R., Mare, R. D. Trends in assortative marriage. American Sociological Review, 2005.

13. Wolf, N. The Beauty Myth. HarperCollins, 1991.

14. Finkel, E. J. et al. Online dating and choice overload. Psychological Science, 2012.

15. Hobbs, M., Owen, S., Gerber, L. Dating apps and inequality. Sociology, 2017.

16. Pager, D., Shepherd, H. The sociology of discrimination. Annual Review of Sociology, 2008.

17. Rawls, J. A Theory of Justice. Harvard University Press, 1971.

18. Thornhill, R., Gangestad, S. W. Facial attractiveness and symmetry. Human Nature, 1993.

19. Gangestad, S. W., Simpson, J. A. The evolution of human mating. Psychological Inquiry, 2000.

20. Rhodes, G. The evolutionary psychology of facial beauty. Annual Review of Psychology, 2006.

21. Little, A. C. et al. Facial symmetry and attractiveness. Philosophical Transactions of the Royal Society B, 2011.

22. Hakim, C. Erotic capital. European Sociological Review, 2010.

23. Shilling, C. The Body and Social Theory. Sage Publications, 2012.

24. Bordo, S. Unbearable Weight. University of California Press, 2003.

25. Bourdieu, P. Distinction. Harvard University Press, 1984.

26. Gould, S. J. The Mismeasure of Man. Norton, 1996.

27. Gill, R. Gender and the media. Polity Press, 2007.

28. Foucault, M. Power/Knowledge. Pantheon Books, 1980.

29. Young, I. M. Justice and the Politics of Difference. Princeton University Press, 1990.

30. GarlandThomson, R. Extraordinary Bodies. Columbia University Press, 1997.

31. Bordo, S. Unbearable Weight. University of California Press, 2003.

32. Goffman, E. Stigma. PrenticeHall, 1963.

33. Mulvey, L. Visual pleasure and narrative cinema. Screen, 1975.

34. Eisenberger, N. I. The neural basis of social pain. Science, 2003.

35. Rose, N. Governing the Soul. Free Association Books, 1999.

36. Sen, A. The Idea of Justice. Harvard University Press, 2009.

37. Doidge, N. The Brain That Changes Itself. Penguin Books, 2007.

അധ്യായം 14

ശബ്ദത്തിന്റെയും ഗന്ധത്തിന്റെയും ലൈംഗികത

ശബ്ദവും ആധിപത്യബോധവും

(Voice and dominance)

മനുഷ്യബന്ധങ്ങളുടെ ആദ്യഘട്ടങ്ങളിൽ തന്നെ പ്രവർത്തനം ആരംഭിക്കുന്ന ഏറ്റവും ശക്തമായ ജൈവ–സാമൂഹിക സൂചനകളിലൊന്നാണ് ശബ്ദം. അത് വെറും ആശയവിനിമയത്തിന്റെ ഒരു ഉപകരണമല്ല; മറിച്ച്, വ്യക്തിയുടെ ശരീരഘടന, ഹോർമോണുകളുടെ പ്രവർത്തനനില, ആത്മവിശ്വാസം, സാമൂഹിക സ്ഥാനം എന്നിവയെ ഒരേസമയം സൂചിപ്പിക്കുന്ന ഒരു അവബോധാതീത സിഗ്നൽ സംവിധാനം തന്നെയാണ്. മനുഷ്യൻ സംസാരിക്കുന്നതിനു മുൻപേ തന്നെ, അവന്റെ ശബ്ദം കേൾക്കുന്നവന്റെ മസ്തിഷ്കത്തിൽ അവനെക്കുറിച്ചുള്ള ഒരു പ്രാഥമിക സാമൂഹിക വിലയിരുത്തൽ രൂപപ്പെടുന്നു[1].

ശബ്ദത്തിന്റെ താഴ്ചക്കുറവ് (low fundamental frequency, lower F0) പുരുഷന്മാരിൽ പ്രത്യേകിച്ച് ശക്തമായ ആധിപത്യസൂചനയായി പ്രവർത്തിക്കുന്നതായി നിരവധി പഠനങ്ങൾ വ്യക്തമാക്കുന്നു[1]. താഴ്ചയുള്ള ശബ്ദം, സ്ഥിരതയുള്ള ശ്വാസനിയന്ത്രണം, ശബ്ദത്തിന്റെ ചാഞ്ചാട്ടം കുറവുള്ള പ്രക്ഷേപണം എന്നിവ ചേർന്നപ്പോൾ, അത് "ഭീഷണി" എന്ന അർത്ഥത്തിലല്ല, മറിച്ച് "സ്ഥിരതയും നിയന്ത്രണവും കൈവശമുള്ള വ്യക്തി" എന്ന സന്ദേശമാണ് നൽകുന്നത്. ഇത്തരം ശബ്ദസൂചനകൾ പുരാതന ഗോത്രസമൂഹങ്ങളിൽ പോലും നേതൃസ്ഥാനങ്ങളുമായി ബന്ധിപ്പിക്കപ്പെട്ടിരുന്നു; ഇന്നത്തെ സാമൂഹിക ഘടനകളിലും അതേ ന്യൂറൽ നിലപാടിൽ തുടരുന്നു[1].

ഇവിടെ ആധിപത്യബോധം (dominance) എന്നത് ബലപ്രയോഗമോ ഭീഷണിയോ അല്ലെന്ന് വ്യക്തമായി തിരിച്ചറിയണം. ആധിപത്യം എന്നത് പലപ്പോഴും ശബ്ദത്തിലൂടെ പ്രകടമാകുന്ന ആത്മവിശ്വാസത്തിന്റെ ശാന്തമായ ഉറപ്പ് മാത്രമാണ്. "ഞാൻ നിയന്ത്രണത്തിലുണ്ട്" എന്ന സന്ദേശം വാക്കുകളിലൂടെയല്ല, ശബ്ദത്തിന്റെ സ്വരഘടനയിലൂടെയാണ് കൈമാറപ്പെടുന്നത്. ഈ ശബ്ദസ്ഥിരത സാമൂഹികമായി ഒരു സുരക്ഷാബോധം സൃഷ്ടിക്കുന്നു; അതിനാൽ തന്നെ ഇത്തരം ശബ്ദമുള്ള വ്യക്തികളെ നേതൃസ്ഥാനങ്ങൾക്കും ഉത്തരവാദിത്വങ്ങൾക്കും അനുയോജ്യരായി സമൂഹം സ്വാഭാവികമായി തിരിച്ചറിയുന്നു[2].

പുട്ട്സ് (Puts) ഉൾപ്പെടെയുള്ള ഗവേഷകർ നടത്തിയ എണ്ണമറ്റ പഠനങ്ങൾ സൂചിപ്പിക്കുന്നത്, താഴ്ചയുള്ള ശബ്ദമുള്ള പുരുഷന്മാർക്ക് സമൂഹത്തിലെ മറ്റ് പുരുഷന്മാരിൽ നിന്നും കൂടുതലായ ആധിപത്യഅംഗീകാരം ലഭിക്കുന്നു എന്നതാണ്[1]. അതോടൊപ്പം തന്നെ, ലൈംഗിക തിരഞ്ഞെടുപ്പിന്റെ തലത്തിലും ഇത്തരം ശബ്ദങ്ങൾ ഉയർന്ന വിജയസാധ്യതയുമായി ബന്ധപ്പെട്ടു കിടക്കുന്നു[7]. ഇതിന്റെ കാരണം ശബ്ദം ശരീരശേഷിയുടെയും ഹോർമോണൽ നിലയുടെയും സൂചനയായിട്ടാണ് മസ്തിഷ്കം വായിക്കുന്നത് എന്നതാണ്.

ശബ്ദം കേൾക്കുന്ന സമയത്ത് മനുഷ്യ മസ്തിഷ്കം അതിനെ സാധാരണ ശബ്ദസിഗ്നലായി കൈകാര്യം ചെയ്യുന്നില്ല. മനുഷ്യശബ്ദം പ്രോസസ്സ് ചെയ്യുന്നതിനായി പ്രത്യേകിച്ചുള്ള നാഡീപ്രദേശങ്ങൾ

(temporal voice areas) തലച്ചോറിൽ നിലനില്ക്കുന്നുണ്ടെന്ന് പ്രവർത്തനാത്മക മസ്തിഷ്ക ചിത്രീകരണ പഠനങ്ങൾ (functional magnetic resonance imaging, fMRI) തെളിയിച്ചിട്ടുണ്ട്[5]. ഈ പ്രദേശങ്ങൾ ശബ്ദത്തിലെ ചെറിയ മാറ്റങ്ങൾ പോലും തിരിച്ചറിഞ്ഞ്, അതിന്റെ സാമൂഹിക അർത്ഥം — സൗഹൃദമോ ഭീഷണിയോ, ആത്മവിശ്വാസമോ അനിശ്ചിതത്വമോ — അതിവേഗം വിലയിരുത്തുന്നു.

ഇതിനാൽ തന്നെ ശബ്ദത്തിന്റെ പ്രാധാന്യം വാക്കുകളുടെ അർത്ഥത്തെക്കാൾ മുൻപേ പ്രവർത്തിക്കുന്നു. ഒരാൾ എന്താണ് പറയുന്നത് എന്നതിനെക്കാൾ മുമ്പേ, അവൻ എങ്ങനെ പറയുന്നു എന്നതാണ് സാമൂഹികവും ലൈംഗികവുമായ പ്രതികരണങ്ങളെ രൂപപ്പെടുത്തുന്നത്. ഈ ശബ്ദസിഗ്നലുകൾ ബോധപൂർവ്വമായ ചിന്തയ്ക്ക് മുൻപേ തന്നെ പ്രവർത്തിക്കുന്നതിനാൽ, പിന്നീട് ഉണ്ടാകുന്ന തീരുമാനങ്ങളിൽ — കൂട്ടുകെട്ടുകൾ, നേതൃത്വ അംഗീകാരം, പങ്കാളി തെരഞ്ഞെടുപ്പ് — ശക്തമായ സ്വാധീനം ചെലുത്തുന്നു[5].

ശബ്ദത്തെ ഈ അർത്ഥത്തിൽ ഒരു കാലാതീത ജൈവസിഗ്നൽ ആയി കാണാം. അത് ഹോർമോണുകളുടെ പ്രവർത്തനനില, ശരീരവലിപ്പം, സാമൂഹിക പരിചയം, ആത്മവിശ്വാസം എന്നിവയുടെ സംയുക്തപ്രതിഫലനമാണ്. എന്നാൽ, ഈ സിഗ്നലിന്റെ അർത്ഥവായന (decoding) നാം സാധാരണയായി ബോധപൂർവ്വമായി നടത്തുന്നില്ല. അത് അവബോധാതീതമായി, നിമിഷങ്ങൾക്കുള്ളിൽ സംഭവിക്കുന്നു. അതുകൊണ്ടുതന്നെ ശബ്ദം സ്ത്രീകളിലും പുരുഷന്മാരിലും ഒരുപോലെ ആധിപത്യബോധം (dominance) സൂചിപ്പിക്കുന്ന ശക്തമായ ലൈംഗിക–സാമൂഹിക അടയാളമായി പ്രവർത്തിക്കുന്നു[1,2].

ഇതുവഴി, ശബ്ദം മനുഷ്യ ലൈംഗികതയുടെ ദൃശ്യകേന്ദ്രിത വിവരണങ്ങളെ ചോദ്യം ചെയ്യുന്നു. കാഴ്ചയ്ക്കുമുമ്പേ, സ്പർശത്തിനുമുമ്പേ, ശബ്ദം തന്നെ ബന്ധത്തിന്റെ അധികാരസമവാക്യങ്ങളും ആകർഷണത്തിന്റെ പ്രാഥമിക രേഖകളും നിർണ്ണയിക്കാൻ ആരംഭിക്കുന്നു. ഇത് ശബ്ദത്തെ ലൈംഗികതയുടെ ഒരു അനുബന്ധഘടകമല്ല, മറിച്ച് അടിസ്ഥാന ഘടകമായി സ്ഥാപിക്കുന്നു.

ശ്രുവണത്തിലൂടെ നടക്കുന്ന ലൈംഗിക സിഗ്നലുകൾ (Auditory erotic signalling)

ലൈംഗിക ആകർഷണം എന്നത് മനുഷ്യനിൽ കാഴ്ചയിലൂടെ മാത്രം സൃഷ്ടിക്കപ്പെടുന്ന ഒരു പ്രതികരണമല്ല. അതിനേക്കാൾ മുൻപേയും ആഴത്തിലുമായി പ്രവർത്തിക്കുന്ന ഒരു ഇന്ദ്രിയമേഖലയാണ് ശ്രുവണസംവേദനം. ശബ്ദം, സ്വരം, ശ്വാസത്തിന്റെ താളം, നിശ്ശബ്ദതയുടെ ദൈർഘ്യം, സംസാരത്തിന്റെ വേഗം എന്നിവ ചേർന്നാണ് ഒരാളുടെ സാന്നിധ്യം ലൈംഗികമായി അനുഭവപ്പെടുന്നത്. ഈ അനുഭവം പലപ്പോഴും ബോധപൂർവ്വമല്ല; അത് അവബോധാതീതമായി പ്രവർത്തിക്കുന്ന ഒരു സിഗ്നൽ സംവിധാനമാണ്[5].

ശ്രുവണത്തിലൂടെ നടക്കുന്ന ലൈംഗിക സിഗ്നലുകൾ നേരിട്ടുള്ള ലൈംഗിക സന്ദേശങ്ങളല്ല. അവ "എനിക്ക് താൽപര്യമുണ്ട്" എന്ന വാചകമായി പുറത്തുവരുന്നില്ല. മറിച്ച്, ലഭ്യതയും നിയന്ത്രണവും ഒരുമിച്ച് സൂചിപ്പിക്കുന്ന ശബ്ദരൂപങ്ങളാണ് ഇവ. ശബ്ദത്തിലെ മന്ദഗതി, ശ്വാസത്തിന്റെ നിയന്ത്രിത ഒഴുക്ക്, ചെറിയ നിശ്ശബ്ദ ഇടവേളകൾ, മൃദുലമായ സ്വരമാറ്റങ്ങൾ എന്നിവ കേൾക്കുന്നവന്റെ മസ്തിഷ്കത്തിൽ പ്രതീക്ഷ (anticipation) സൃഷ്ടിക്കുന്നു. ഈ പ്രതീക്ഷ തന്നെയാണ് ലൈംഗിക ഉത്തേജനത്തിന്റെ ആദ്യപടിയായി പ്രവർത്തിക്കുന്നത്[6].

ശബ്ദം കേൾക്കുന്ന നിമിഷം തന്നെ തലച്ചോറിലെ വികാരകേന്ദ്രങ്ങൾ സജീവമാകുന്നു. ശ്രുവണവിവരങ്ങൾ നേരിട്ട് അമിഗ്ദാല (amygdala) എന്ന വികാരസംസ്കരണകേന്ദ്രത്തിലും ലിംബിക് സംവിധാനം (limbic system) എന്ന ഓർമ്മ–ആഗ്രഹ ശൃംഖലയിലും എത്തുന്നുവെന്ന് ന്യൂറോസയൻസ് പഠനങ്ങൾ തെളിയിച്ചിട്ടുണ്ട്[6]. അതിനാൽ തന്നെ, ശബ്ദം ഉണർത്തുന്ന വികാരപ്രതികരണം കാഴ്ചയേക്കാൾ വേഗത്തിലും ശക്തിയോടെയും സംഭവിക്കുന്നു. ശബ്ദം "ചിന്തിപ്പിക്കുന്നതിന്" മുൻപേ തന്നെ അനുഭവിപ്പിക്കുന്നു.

ശ്രുവണ ലൈംഗിക സിഗ്നലുകളിൽ നിർണായകമായ മറ്റൊരു ഘടകം ശ്വാസത്തിന്റെ ശബ്ദമാണ്. ശ്വാസം അല്പം കേൾക്കുന്ന തരത്തിലുള്ള ശബ്ദം, ശബ്ദത്തിലെ ഉഷ്ണത, ശബ്ദത്തിന്റെ അകലം–അടുത്തത്വം എന്നിവ intimate proximity സൂചിപ്പിക്കുന്ന ജൈവ അടയാളങ്ങളായി പ്രവർത്തിക്കുന്നു. ഇത്തരം ശബ്ദസൂചനകൾ കേൾക്കുന്നവനിൽ "സുരക്ഷിതമായ അടുത്തുവരവ്" എന്ന അനുഭവം സൃഷ്ടിക്കുന്നു[7]. ഈ അനുഭവം തന്നെ ലൈംഗിക ആകർഷണത്തിന്റെ അടിത്തറയായി മാറുന്നു.

ശ്രുവണ സിഗ്നലുകളുടെ മറ്റൊരു പ്രധാന സവിശേഷത നിശ്ശബ്ദതയുടെ ഉപയോഗമാണ്. ഓരോ വാക്കിനിടയിലെ ചെറിയ ഇടവേളകൾ, സംസാരത്തിൽ ഇടയ്ക്കുള്ള നിശ്ശബ്ദതകൾ, എല്ലാം തന്നെ ശബ്ദത്തിന്റെ ഭാഗമാണ്. ഈ നിശ്ശബ്ദതകൾ കേൾക്കുന്നവന്റെ മസ്തിഷ്കത്തെ സജീവമായി പ്രവർത്തിപ്പിക്കുന്നു. അവിടെ കല്പന (imagination) ആരംഭിക്കുന്നു. കല്പനയിലൂടെയാണ് പലപ്പോഴും ലൈംഗിക ആഗ്രഹം ശക്തമാകുന്നത്[8].

ന്യൂറോസയൻസ് തലത്തിൽ നോക്കുമ്പോൾ, ശബ്ദത്തിന്റെ ആകർഷകത (voice attractiveness) വിലയിരുത്തുന്ന പ്രക്രിയ തലച്ചോറിൽ അതിവേഗം നടക്കുന്നു. ശ്രുവണപ്രവേശനത്തിന്റെ ആദ്യഘട്ടങ്ങളിൽ തന്നെ, ശബ്ദം "ആകർഷകമാണോ അല്ലയോ" എന്ന പ്രാഥമിക വിലയിരുത്തൽ പൂർത്തിയാകുന്നുവെന്ന് വൈദ്യുതമസ്തിഷ്കപ്രതികരണ (event-related potential) പഠനങ്ങൾ വ്യക്തമാക്കുന്നു[9]. ഇതിന്റെ അർത്ഥം, ശബ്ദത്തിന്റെ ലൈംഗിക അർത്ഥം ബോധപൂർവ്വമായ തീരുമാനങ്ങൾക്ക് മുൻപേ തന്നെ രൂപപ്പെടുന്നു എന്നതാണ്.

ഇതിനാലാണ് ചില ശബ്ദങ്ങൾ "എന്തുകൊണ്ടെന്ന് അറിയില്ല, പക്ഷേ ഇഷ്ടമാണ്" എന്ന അനുഭവം സൃഷ്ടിക്കുന്നത്. ആ ഇഷ്ടത്തിന്റെ പിന്നിൽ വ്യക്തമായ വാക്കുകളില്ല. എന്നാൽ അവിടെ ശക്തമായ നാഡീപ്രവർത്തനങ്ങൾ നടക്കുകയാണ്. ശബ്ദം, ഓർമ്മകൾ, മുൻബന്ധങ്ങൾ, സുരക്ഷാബോധം, എല്ലാം ചേർന്ന് ഒരു സമഗ്ര ലൈംഗിക അനുഭവം രൂപപ്പെടുത്തുന്നു[8].

ശ്രുവണത്തിലൂടെ നടക്കുന്ന ലൈംഗിക സിഗ്നലുകൾ മറ്റൊരു വിധത്തിൽ കൂടി പ്രവർത്തിക്കുന്നു. അവ ബന്ധത്തിലെ അധികാരസമവാക്യങ്ങൾ സൃഷ്ടിക്കുന്നു. മൃദുലവും നിയന്ത്രിതവുമായ ശബ്ദം "നീ സുരക്ഷിതനാണ്" എന്ന സന്ദേശം നൽകുമ്പോൾ, ഉറച്ച ശബ്ദം "ഞാൻ ഇവിടെ ഉണ്ട്" എന്ന ഉറപ്പ് നൽകുന്നു. ഈ രണ്ട് സന്ദേശങ്ങളും ഒരുമിച്ച് പ്രവർത്തിക്കുമ്പോൾ, ആകർഷണം ശക്തമാകുന്നു[6].

അതിനാൽ, ലൈംഗികതയെ മനസ്സിലാക്കുമ്പോൾ ശബ്ദത്തെ ഒരു അനുബന്ധ ഘടകമായി കാണുന്നത് അപര്യാപ്തമാണ്. ശബ്ദം ലൈംഗിക ആകർഷണത്തിന്റെ പ്രാഥമിക ശൃംഖലയിലെ ഒരു കേന്ദ്രഘടകമാണ്. അത് കാഴ്ചയെ പിന്തുടരുന്നില്ല; മറിച്ച്, പലപ്പോഴും കാഴ്ചയ്ക്ക് മുൻപേ തന്നെ ബന്ധത്തിന്റെ ദിശ നിർണ്ണയിക്കുന്നു.

ടോണിനുള്ളിൽ അടങ്ങിയിരിക്കുന്ന അധികാരം (Power embedded in tone)

മനുഷ്യ ആശയവിനിമയത്തിൽ വാക്കുകൾ പറയുന്നതിലുപരി എങ്ങനെ പറയുന്നു എന്നതാണ് അധികാരവും ആകർഷണവും നിർണ്ണയിക്കുന്നത്. ശബ്ദത്തിലെ ടോൺ (tone) ഒരു അലങ്കാരഘടകമല്ല; അത് വാക്കുകളുടെ അർത്ഥത്തെ തന്നെ പുനർനിർമ്മിക്കുന്ന ഒരു മനസിക–നാഡീ ഉപാധിയാണ്. ഒരേ വാക്കുകൾ വ്യത്യസ്ത ടോണുകളിൽ പറയുമ്പോൾ, അവയുടെ ലൈംഗികവും സാമൂഹികവുമായ അർത്ഥം പൂർണ്ണമായി മാറുന്നു. ഇതിലൂടെ ടോൺ അധികാരത്തിന്റെ ഭാഷയായി പ്രവർത്തിക്കുന്നു[10].

ടോൺ എന്നത് ശബ്ദത്തിന്റെ തീവ്രത, താളം, സ്ഥിരത, ശ്വാസനിയന്ത്രണം, സ്വരമാറ്റങ്ങളുടെ വീതി എന്നിവയുടെ സംയുക്തഫലമാണ്. ഈ ഘടകങ്ങൾ ചേർന്നാണ് കേൾക്കുന്നവന്റെ മസ്തിഷ്കത്തിൽ “ഈ വ്യക്തി സുരക്ഷിതനാണോ”, “ഈ വ്യക്തിക്ക് നിയന്ത്രണമുണ്ടോ”, “ഇവിടെയൊരു ഭീഷണിയുണ്ടോ” എന്ന പ്രാഥമിക വിലയിരുത്തൽ ഉണ്ടാകുന്നത്. ഈ വിലയിരുത്തൽ ബോധപൂർവ്വമല്ല; അത് നിമിഷങ്ങൾക്കുള്ളിൽ നടക്കുന്ന അവബോധാതീത നാഡീപ്രക്രിയയാണ്[11].

ടോണിനുള്ളിലെ അധികാരം എല്ലായ്പ്പോഴും കർശനതയായി പ്രകടമാകണമെന്നില്ല. പലപ്പോഴും അത് ശാന്തമായ ഉറപ്പായാണ് അനുഭവപ്പെടുന്നത്. മൃദുലവും സ്ഥിരവുമായ ശബ്ദം കേൾക്കുന്നവനിൽ containment എന്ന അനുഭവം സൃഷ്ടിക്കുന്നു. containment എന്നത് “എനിക്ക് ഇവിടെ സുരക്ഷയുണ്ട്” എന്ന ശരീരബോധമാണ്. ഈ ശരീരബോധം തന്നെയാണ് ലൈംഗിക ആകർഷണത്തിന്റെ ഒരു നിർണായക അടിത്തറ[12]. കാരണം, ലൈംഗികത ബുദ്ധിയിൽ അല്ല, ശരീരത്തിൽ ആരംഭിക്കുന്ന അനുഭവമാണ്.

ന്യൂറോസയൻസ് പഠനങ്ങൾ കാണിക്കുന്നത്, ടോണിലെ മാറ്റങ്ങൾ തലച്ചോറിലെ മുന്നിലുള്ള നാഡീപ്രദേശങ്ങളെയും (medial prefrontal cortex) ശ്രവണസംസ്കരണ പ്രദേശങ്ങളെയും ഒരേസമയം സജീവമാക്കുന്നു എന്നതാണ്[13]. ഇതിന്റെ അർത്ഥം, ടോൺ ഒരേസമയം വികാരവും വിലയിരുത്തലും കൈകാര്യം ചെയ്യുന്നു. അതുകൊണ്ടുതന്നെ, ടോൺ സാമൂഹിക അധികാരബന്ധങ്ങളെ നിശ്ശബ്ദമായി പുനർനിർമ്മിക്കുന്നു.

ലൈംഗികബന്ധങ്ങളിൽ ഈ ടോണൽ അധികാരം വളരെ സൂക്ഷ്മമായി പ്രവർത്തിക്കുന്നു. ആജ്ഞാപിക്കുന്ന ശബ്ദം (commanding tone) ചില സാഹചര്യങ്ങളിൽ ആകർഷകമാകുമ്പോൾ, അതേ ശബ്ദം സുരക്ഷാബോധം ഇല്ലാത്ത സാഹചര്യത്തിൽ അസ്വസ്ഥതയും ഭീഷണിയും സൃഷ്ടിക്കും. മറിച്ച്, ഉറച്ചെങ്കിലും ശാന്തമായ ടോൺ (calm assertive tone) പലപ്പോഴും ആകർഷണവും വിശ്വാസവും ഒരുമിച്ച് സൃഷ്ടിക്കുന്നു[14]. അതിനാൽ, ടോണിന്റെ ലൈംഗിക അർത്ഥം ബന്ധസാഹചര്യത്തിൽ നിന്നാണ് ഉദ്ഭവിക്കുന്നത്.

ടോണിന്റെ മറ്റൊരു പ്രധാന സവിശേഷത അതിന്റെ ശരീരപ്രതികരണം ആണ്. ടോൺ നേരിട്ട് ശരീരത്തെ അഭിസംബോധന ചെയ്യുന്നു. അത് ബുദ്ധിയോട് വാദിക്കുന്നില്ല; മറിച്ച്, ശരീരത്തിൽ പ്രതികരണങ്ങൾ ഉണർത്തുന്നു. ഹൃദയമിടിപ്പ്, ശ്വാസഗതി, പേശിതണവ് എന്നിവയിൽ മാറ്റങ്ങൾ ഉണ്ടാകുന്നു. ഈ ശരീരമാറ്റങ്ങളാണ് പിന്നീട് “ആകർഷണം”, “ഭയം”, “സുഖം” എന്നീ ബോധങ്ങളായി വ്യാഖ്യാനിക്കപ്പെടുന്നത്[15].

സാമൂഹിക അധികാരഘടനകളിൽ ടോൺ നിർണായകമാണ്. അധികാരം കൈവശമുള്ളവർ പലപ്പോഴും കുറഞ്ഞ ശബ്ദവൈവിദ്ധ്യത്തോടെ, സ്ഥിരതയുള്ള ടോണിൽ സംസാരിക്കുന്നു. ഈ ശബ്ദശൈലി "എനിക്ക് വിശദീകരിക്കേണ്ടതില്ല" എന്ന സന്ദേശം നൽകുന്നു. ഈ സന്ദേശം തന്നെ അധികാരത്തിന്റെ ഒരു അടയാളമാണ്. ലൈംഗികതയുടെ തലത്തിൽ, ഇതേ ശൈലി "നീ ഇവിടെ സുരക്ഷിതനാണ്" എന്ന സന്ദേശമായി വായിക്കപ്പെടുന്നു[16].

ഇവിടെ ഒരു നിർണായക ബിന്ദു കൂടി ശ്രദ്ധിക്കണം. ടോണിലെ അധികാരം gender-neutral അല്ല. സ്ത്രീകളുടെ കാര്യത്തിൽ, ഉറച്ച ടോൺ പലപ്പോഴും "കഠിനത"യായി തെറ്റിദ്ധരിക്കപ്പെടുമ്പോൾ, പുരുഷന്മാരുടെ കാര്യത്തിൽ അതേ ടോൺ "ആത്മവിശ്വാസം" ആയി വായിക്കപ്പെടുന്നു. ഇത് സാമൂഹിക പരിശീലനത്തിന്റെ ഫലമാണ്, ജൈവതയുടെ മാത്രം അല്ല[17]. അതിനാൽ, ടോണിന്റെ ലൈംഗിക അർത്ഥം സാമൂഹിക അധികാരക്രമങ്ങളുമായി ആഴത്തിൽ ബന്ധപ്പെട്ടു കിടക്കുന്നു.

വാക്കുകൾ ഉള്ളടക്കം കൈമാറുന്നു.ടോൺ ബന്ധം നിർണ്ണയിക്കുന്നു.

ബന്ധം നിർണ്ണയിക്കുന്നിടത്താണ് അധികാരവും ലൈംഗികതയും പരസ്പരം ചേർന്നു പ്രവർത്തിക്കുന്നത്.

മനുഷ്യ ഗന്ധവും ലൈംഗികതയും (Human pheromone)

മനുഷ്യ ലൈംഗികതയെ മനസ്സിലാക്കുമ്പോൾ, കാഴ്ചയും ശബ്ദവും പോലെ തന്നെ ശക്തമായെങ്കിലും പലപ്പോഴും അവഗണിക്കപ്പെടുന്ന ഒരു അവബോധാതീത മേഖലയാണ് ഗന്ധസംവേദനം. ഗന്ധം ബുദ്ധിയോട് സംസാരിക്കുന്നില്ല; അത് നേരിട്ട് ശരീരത്തോടും ഓർമ്മയോടും വികാരത്തോടും സംസാരിക്കുന്നു. അതുകൊണ്ടുതന്നെ, ഒരു വ്യക്തിയോടുള്ള ആകർഷണമോ അകലംവയ്ക്കലോ പലപ്പോഴും "എന്തുകൊണ്ടെന്ന് അറിയില്ല" എന്ന അനുഭവമായി പ്രകടമാകുന്നു. ആ "എന്തുകൊണ്ട്" എന്ന ചോദ്യം മറുപടി നൽകുന്നത് പലപ്പോഴും ഗന്ധമാണ്[18].

മനുഷ്യരിൽ പ്രവർത്തിക്കുന്ന ഗന്ധസിഗ്നലുകൾ സാധാരണ മൃഗങ്ങളിലെപ്പോലെ കൃത്യമായി നിർവചിക്കപ്പെട്ട ഫെറോമോണുകൾ (pheromones) മാത്രമല്ല. മനുഷ്യ ശരീരഗന്ധം genetic compatibility, പ്രതിരോധവ്യവസ്ഥയുടെ ഘടന, ഹോർമോണുകളുടെ നില, മൈക്രോബയോം (microbiome) എന്നിവയുടെ സംയുക്തഫലമാണ്. ഈ ഘടകങ്ങൾ ചേർന്നാണ് ഓരോ വ്യക്തിയുടെയും ഗന്ധം വ്യക്തിത്വത്തിന്റെ ഒരു നാഡീ–രാസ അടയാളമായി മാറുന്നത്[19].

മേജർ ഹിസ്റ്റോകോംപാറ്റിബിലിറ്റി കോംപ്ലക്സ് (major histocompatibility complex, MHC) എന്ന ജനിതക സംവിധാനവുമായി ബന്ധപ്പെട്ട പഠനങ്ങൾ മനുഷ്യ ഗന്ധത്തിന്റെ ലൈംഗികപ്രാധാന്യം വ്യക്തമായി കാണിക്കുന്നു[20]. വ്യത്യസ്ത MHC ഘടനയുള്ള വ്യക്തികളുടെ ഗന്ധം പരസ്പരം കൂടുതൽ ആകർഷകമായി അനുഭവപ്പെടുന്നുവെന്ന് പരീക്ഷണാത്മക പഠനങ്ങൾ തെളിയിച്ചിട്ടുണ്ട്. ഇതിന്റെ ജൈവതർക്കം ലളിതമാണ്. വ്യത്യസ്ത പ്രതിരോധഘടനകൾ സംയോജിക്കുമ്പോൾ സന്തതികൾക്ക് കൂടുതൽ രോഗപ്രതിരോധശേഷി ലഭിക്കുന്നു. എന്നാൽ, ഈ "തിരഞ്ഞെടുപ്പ്" ബോധപൂർവ്വമായതല്ല; അത് ഗന്ധത്തിലൂടെ അവബോധാതീതമായി നടക്കുന്നു[20].

ഗന്ധത്തിന്റെ ശക്തി ഓർമ്മയുമായി ഉള്ള അതീവ അടുത്ത ബന്ധത്തിലാണ്. ഗന്ധവിവരങ്ങൾ തലച്ചോറിൽ പ്രവേശിക്കുന്നത് നേരിട്ട് ലിംബിക് സംവിധാനത്തിലൂടെയാണ്. അവിടെ ഓർമ്മയും വികാരവും നിയന്ത്രിക്കുന്ന നാഡീപ്രദേശങ്ങൾ പ്രവർത്തിക്കുന്നു. അതിനാൽ, ഒരു ഗന്ധം പഴയ ബന്ധങ്ങൾ, സുരക്ഷാബോധം, ഭയം, ആനന്ദം എന്നിവയെ പെട്ടെന്ന് ഉണർത്താൻ കഴിയും[21]. ഇതാണ് ഗന്ധത്തെ ലൈംഗികതയുടെ ഒരു ശക്തമായ അവബോധാതീത ഘടകമാക്കുന്നത്.

മനുഷ്യ ഗന്ധത്തിന്റെ ലൈംഗിക അർത്ഥം ശുദ്ധമായി ജൈവമാത്രമല്ല. അത് സംസ്കാരപരവും മാനസികവുമായ പാളികൾ ഉൾക്കൊള്ളുന്നു. ഒരേ ഗന്ധം ഒരാൾക്ക് ആകർഷകമാകുമ്പോൾ മറ്റൊരാൾക്ക് അസ്വസ്ഥത സൃഷ്ടിക്കാം. കാരണം, ഗന്ധം അനുഭവപ്പെടുന്നത് മുൻഅനുഭവങ്ങൾ, ബന്ധസ്മൃതികൾ, സാമൂഹിക പരിശീലനം എന്നിവയിലൂടെ ഫിൽറ്റർ ചെയ്യപ്പെട്ടാണ്[22]. അതിനാൽ, ഗന്ധം ഒരു സർവ്വജനീന ഭാഷയല്ല; അത് വ്യക്തിഗത ചരിത്രവുമായി ചേർന്ന ഒരു സ്വകാര്യ ഭാഷയാണ്.

മനുഷ്യർക്കുള്ള വോമെറോനാസൽ അവയവം (vomeronasal organ, VNO) പൂർണ്ണമായി പ്രവർത്തനക്ഷമമാണോ എന്ന കാര്യത്തിൽ ശാസ്ത്രീയ അഭിപ്രായഭേദങ്ങൾ നിലനിൽക്കുന്നു. എന്നാൽ, അതിന്റെ പ്രവർത്തനക്ഷമതയെക്കുറിച്ചുള്ള തർക്കങ്ങൾക്കപ്പുറത്ത്, മനുഷ്യർ ഗന്ധസൂചനകളോട് ശക്തമായി പ്രതികരിക്കുന്നുവെന്നത് സംശയാതീതമാണ്[23]. ഈ പ്രതികരണം പലപ്പോഴും "ഫെറോമോൺ" എന്ന ലേബലിൽ ഒതുക്കാനാകാത്ത, സിഗ്നേച്ചർ മിശ്രിതങ്ങൾ (signature mixtures) എന്ന നിലയിലാണ് പ്രവർത്തിക്കുന്നത്[24].

ഈ സിഗ്നേച്ചർ മിശ്രിതങ്ങൾ ഓരോ വ്യക്തിയുടെയും ശരീരരസതന്ത്രത്തിന്റെ ഫലമാണ്. ഭക്ഷണം, ആരോഗ്യനില, ഹോർമോണൽ മാറ്റങ്ങൾ, സമ്മർദ്ദം, എല്ലാം തന്നെ ഗന്ധത്തെ സ്വാധീനിക്കുന്നു. അതിനാൽ, മനുഷ്യ ഗന്ധം സ്ഥിരമായ ഒന്നല്ല; അത് ബന്ധങ്ങളുടെ ഘട്ടങ്ങൾക്കൊപ്പം മാറുന്ന ഒരു സജീവ സിഗ്നലാണ്[24]. ഈ മാറ്റങ്ങളാണ് ദീർഘകാല ബന്ധങ്ങളിൽ പോലും ആകർഷണം ഉയരുകയോ കുറഞ്ഞുകയോ ചെയ്യുന്നതിന് പിന്നിലെ ഒരു അവബോധാതീത കാരണം.ലൈംഗികതയുടെ ഈ ഗന്ധപരമായ അളവ് നമ്മെ ഒരു നിർണായക ബോധ്യത്തിലേക്ക് നയിക്കുന്നു. ലൈംഗിക ആകർഷണം ബുദ്ധിപരമായ തീരുമാനമല്ല. അത് ശരീരത്തിന്റെ തീരുമാനമാണ്. ശരീരം സ്വീകരിക്കുന്ന ഈ തീരുമാനങ്ങളിൽ, ഗന്ധം ഒരു നിശ്ശബ്ദ വിധികർത്താവായി പ്രവർത്തിക്കുന്നു. അത് വിശദീകരണങ്ങൾ നൽകുന്നില്ല; പക്ഷേ, ബന്ധത്തിന്റെ ദിശ നിർണ്ണയിക്കുന്നു[18].

ഈ അധ്യായം സമാപിപ്പിക്കുന്നതിനു മുൻപായി, ഒരു കാര്യം വ്യക്തമായി പറയേണ്ടതുണ്ട്. ശബ്ദവും ഗന്ധവും ചേർന്നാണ് മനുഷ്യ ലൈംഗികതയുടെ അവബോധാതീത ഭാഷ രൂപപ്പെടുന്നത്.വാക്കുകൾ സംസാരിക്കുന്നതിന് മുൻപേ,ശരീരം തീരുമാനിച്ചുകഴിഞ്ഞിരിക്കുന്നു.ലൈംഗികത കാഴ്ചയിൽ ആരംഭിക്കുന്നില്ല.

അത് ശബ്ദത്തിൽ ഉണരുന്നു,ഗന്ധത്തിൽ സ്ഥിരീകരിക്കുന്നു,

മറ്റൊന്നും ചോദിക്കാതെ ശരീരം തന്നെ തീരുമാനം എടുക്കുന്നു.

References

1. Puts, D. A., Gaulin, S. J. C., & Verdolini, K. 2006. Dominance and the evolution of sexual dimorphism in human voice pitch. Evolution and Human Behavior, 27, 283–296.
2. Pisanski, K., & Rendall, D. 2011. The prioritization of voice fundamental frequency in social assessment. Journal of the Acoustical Society of America.
3. Belin, P., Zatorre, R. J., Lafaille, P., Ahad, P., & Pike, B. 2000. Voice-selective areas in human auditory cortex. Nature, 403, 309–312.
4. Puts, D. A. 2010. Beauty and the beast: mechanisms of sexual selection in human voice. Hormones and Behavior, 58, 787–797.
5. Belin, P., Zatorre, R. J., & Ahad, P. 2002. Human temporal voice areas: spatial organization and variability. Cerebral Cortex, 12, 118–125.
6. McGettigan, C., et al. 2015. The social life of voices: studying the neural bases of voice perception. Philosophical Transactions of the Royal Society B, 370.
7. Pisanski, K., et al. 2018. The role of voice modulation in human mate choice. Proceedings of the Royal Society B, 285.
8. Zatorre, R. J., & Salimpoor, V. N. 2013. From perception to pleasure: music and emotion. Proceedings of the National Academy of Sciences, 110, 10430–10437.
9. Zhang, H., et al. 2020. Neural dynamics of voice attractiveness processing. Neuropsychologia, 145.
10. Scherer, K. R. 2003. Vocal communication of emotion: A review of research paradigms. Speech Communication, 40, 227–256.
11. Frühholz, S., & Grandjean, D. 2013. Processing of emotional vocalizations in the brain. Neuroscience & Biobehavioral Reviews, 37, 224–240.
12. Porges, S. W. 2011. The Polyvagal Theory. New York: Norton.
13. Aglieri, V., et al. 2018. Functional connectivity within the voice perception network. Cerebral Cortex, 28, 475–489.
14. McGettigan, C., et al. 2015. The social life of voices. Philosophical Transactions of the Royal Society B, 370.
15. Critchley, H. D. 2005. Neural mechanisms of autonomic, affective, and cognitive integration. Journal of Comparative Neurology, 493, 154–166.
16. Keltner, D., Gruenfeld, D. H., & Anderson, C. 2003. Power, approach, and inhibition. Psychological Review, 110, 265–284.
17. Butler, Judith. 1990. Gender Trouble. New York: Routledge.
18. Herz, R. S. 2004. A naturalistic analysis of autobiographical memories triggered by olfactory cues. Chemical Senses, 29, 217–224.
19. Wyatt, T. D. 2014. Pheromones and Animal Behavior. Cambridge: Cambridge University Press.

20. Wedekind, C., et al. 1995. MHC-dependent mate preferences in humans. Proceedings of the Royal Society B, 260, 245–249.
21. Gottfried, J. A., & Zald, D. H. 2005. On the scent of human olfactory orbitofrontal cortex. Neuron, 47, 209–218.
22. Stevenson, R. J. 2010. An initial evaluation of the functions of human olfaction. Chemical Senses, 35, 3–20.
23. Meredith, M. 2001. Human vomeronasal organ function. Chemical Senses, 26, 433–445.
24. Wyatt, T. D. 2017. Pheromones and signature mixtures. Proceedings of the Royal Society B, 284.

അധ്യായം 15

സ്ത്രീ കാഴ്ചപ്പാടുകളും സൗന്ദര്യവൽക്കരണവും

പുരുഷനോട്ടം സ്ത്രീകൾ തന്നെ ഉള്ളിൽ ഏറ്റെടുക്കുന്ന പ്രക്രിയ

(Internalized Male Gaze)

സ്ത്രീയുടെ സ്വയംബോധം സ്വാഭാവികമായി രൂപപ്പെടുന്ന ഒന്നല്ല; അത് സാമൂഹിക അധികാരബന്ധങ്ങൾ, സാംസ്കാരിക പ്രതീക്ഷകൾ, നിരന്തരമായ വിലയിരുത്തലുകൾ എന്നിവയിലൂടെ ക്രമാതീതമായി നിർമ്മിക്കപ്പെടുന്ന ഒരു മാനസിക ഘടനയാണ്[1]. ഈ നിർമ്മാണപ്രക്രിയയിൽ ഏറ്റവും ശക്തമായി പ്രവർത്തിക്കുന്ന ഘടകങ്ങളിൽ ഒന്നാണ് പുരുഷനോട്ടം (male gaze). പുരുഷനോട്ടം സ്ത്രീയെ പുറത്തുനിന്ന് മാത്രം വിലയിരുത്തുന്ന ഒരു ദൃശ്യാധികാരമല്ല; അത് സ്ത്രീയുടെ ഉള്ളിലേക്ക് തന്നെ പതിഞ്ഞ്, അവളുടെ സ്വയംകാഴ്ചപ്പാടിനെ നിയന്ത്രിക്കുന്ന ഒരു ആന്തരിക ശബ്ദമായി മാറുന്ന ഘട്ടത്തിലാണ് അതിന്റെ ഏറ്റവും ആഴമുള്ള സ്വാധീനം പ്രകടമാകുന്നത്.

പുരുഷനോട്ടം ഉള്ളിൽ ആന്തരീകരിക്കപ്പെടുമ്പോൾ, സ്ത്രീ സ്വയം കാണുന്നത് സ്വന്തം അനുഭവങ്ങളുടെയും ചിന്തകളുടെയും കണ്ണിലൂടെ അല്ല, മറിച്ച് പുരുഷസമൂഹം തന്നെ എങ്ങനെ വിലയിരുത്തുമെന്ന കൽപ്പിത നോട്ടത്തിലൂടെയാണ്[2]. ഈ ഘട്ടത്തിൽ സ്ത്രീയുടെ ശരീരവും മുഖവും ഒരു ജീവിച്ചിരിക്കുന്ന അനുഭവമല്ല; അവ നിരന്തരമായ self-evaluation (സ്വയംമൂല്യനിർണയം) ന് വിധേയമാകുന്ന വസ്തുക്കളായി മാറുന്നു. കണ്ണാടിയിലേക്കുള്ള ഓരോ നോട്ടവും ഒരു സൗന്ദര്യപരിശോധനയായി മാറുകയും, ശരീരം സ്വന്തം ഇടമെന്നതിലുപരി ഒരു പ്രദർശനമേഖലയായി അനുഭവപ്പെടുകയും ചെയ്യുന്നു.

ഇതിന്റെ ഏറ്റവും ഗുരുതരമായ പ്രതിഫലനം സ്ത്രീയുടെ ചിന്താപ്രാധാന്യത്തിൽ സംഭവിക്കുന്ന മാറ്റത്തിലാണ്. "ഞാൻ എന്താണ് ചിന്തിക്കുന്നത്", "എനിക്ക് എന്താണ് ആഗ്രഹം", "എനിക്ക് എന്താണ് ആവശ്യമായത്" എന്നീ ആന്തരിക ചോദ്യങ്ങൾക്കു പകരം, "ഞാൻ എങ്ങനെ കാണപ്പെടുന്നു", "മറ്റുള്ളവർ എന്നെ എങ്ങനെ വായിക്കും" എന്ന ചോദ്യങ്ങളാണ് കേന്ദ്രസ്ഥാനത്ത് എത്തുന്നത്[3]. ഇതോടെ ബൗദ്ധികവും വികാരപരവുമായ സ്വയംബോധം ദൃശ്യബോധത്തിന് കീഴടങ്ങുന്നു. സ്ത്രീയുടെ ശരീരം അവളുടെ അനുഭവങ്ങളുടെ വാഹനം എന്ന നിലയിൽ നിന്ന്, അവളുടെ മൂല്യം അളക്കുന്ന ഉപകരണമായി മാറുന്നു.

ഈ പ്രക്രിയയിൽ പുരുഷ അംഗീകാരം (male approval) സ്ത്രീയുടെ സ്വയംമൂല്യത്തിന്റെ പ്രധാന അളവുകോലായി മാറുന്നു. അംഗീകാരം ലഭിക്കുന്ന നിമിഷങ്ങൾ ആത്മവിശ്വാസം സൃഷ്ടിക്കുമ്പോൾ, അവ ലഭിക്കാത്ത നിമിഷങ്ങൾ സ്വയംസംശയവും അപര്യാപ്തതാബോധവും വളർത്തുന്നു[4]. സ്വയംമൂല്യം ആന്തരികമായി നിർമ്മിക്കപ്പെടുന്നതിന് പകരം, അത് ബാഹ്യ പ്രതികരണങ്ങളിൽ ആശ്രയിച്ചുനിൽക്കുന്ന അവസ്ഥയിലേക്ക് വഴിമാറുന്നു. ഇതാണ് സ്ത്രീകളിൽ രൂപാധിഷ്ഠിത ആത്മവിശ്വാസം ((appearance-based confidence) ശക്തമാകുകയും കഴിവ് ആധിഷ്ഠിത ആത്മവിശ്വാസം (competence-based confidence) ദുർബലമാകുകയും ചെയ്യുന്നതിന്റെ മാനസിക അടിത്തറ.

പുരുഷനോട്ടം ആന്തരീകരിക്കപ്പെടുന്ന ഈ ഘട്ടത്തിൽ, സ്ത്രീയുടെ ആന്തരിക സ്വാതന്ത്ര്യം (inner autonomy) പതുക്കെ ബാഹ്യ നിരീക്ഷണമായി മാറുന്നു. സ്ത്രീ സ്വയം തന്നെ നിരീക്ഷിക്കുകയും, തിരുത്തുകയും, ശാസിക്കുകയും ചെയ്യുന്ന ഒരു ആഭ്യന്തര സംവിധാനമാണ് ഇവിടെ രൂപപ്പെടുന്നത്[5]. പുറത്ത് ആരും നോക്കാത്ത സമയത്തുപോലും, "നോക്കപ്പെടുന്നു" എന്ന ബോധം നിലനിൽക്കുന്നു. ഇതാണ് സ്വയം നിയന്ത്രണം (self-policing) എന്ന മാനസികാവസ്ഥയുടെ കേന്ദ്രം. ശരീരം, വസ്ത്രധാരണം, ചലനങ്ങൾ, ശബ്ദം, വികാരപ്രകടനം എല്ലാം ഈ ആന്തരിക നിരീക്ഷണത്തിന്റെ പരിധിയിൽ വരുന്നു.

ഇവിടെ പുരുഷനോട്ടം ഒരു ബാഹ്യ ശക്തിയായി പ്രവർത്തിക്കുന്നില്ല എന്നതാണ് നിർണായകമായ സത്യാവസ്ഥ. അത് സ്ത്രീയുടെ ഉള്ളിലെ ശബ്ദമായി മാറിയിരിക്കുന്നു. പുരുഷൻ നേരിട്ട് വിലയിരുത്തുന്നില്ലെങ്കിലും, സ്ത്രീ തന്നെ പുരുഷസമൂഹത്തിന്റെ പ്രതീക്ഷകൾക്കനുസരിച്ച് സ്വയം വിലയിരുത്തുന്നു[6]. ഇതോടെ അധികാരം പുറത്തുനിന്ന് നിയന്ത്രിക്കുന്നതിൽ നിന്ന് ഉള്ളിൽ നിന്ന് പ്രവർത്തിക്കുന്നതിലേക്കാണ് മാറുന്നത്. ഈ ആന്തരീകരണം തന്നെയാണ് സൗന്ദര്യവൽക്കരണം (beautification) ഒരു നിർബന്ധിത സാമൂഹിക കടമയായി അനുഭവപ്പെടുന്നതിനുള്ള പ്രധാന കാരണം.

ഈ ഘടനയുടെ സാമൂഹിക ഫലം വളരെ ദൂരവ്യാപകമാണ്. സ്ത്രീകൾ സ്വയം പ്രധാനമായും ദൃശ്യ മൂല്യത്തിലൂടെ തിരിച്ചറിയുമ്പോൾ, അവരുടെ ബൗദ്ധിക കഴിവുകളും രാഷ്ട്രീയ ശബ്ദവും സൃഷ്ടിപരമായ ശേഷികളും രണ്ടാംനിലയിലേക്ക് നീങ്ങുന്നു. സ്ത്രീയുടെ സാന്നിധ്യം "കാണപ്പെടുന്ന" മേഖലകളിൽ മാത്രമേ സ്വീകാര്യമായി തോന്നുകയുള്ളൂ. ഇതോടെ ശക്തീകരണം (empowerment) പരമ്പരാഗത ശരീരഭൂമികകളിൽ തന്നെ ഒതുങ്ങിപ്പോകുന്നു[7].

അതിനാൽ, പുരുഷനോട്ടത്തിന്റെ ആന്തരീകരണം ഒരു വ്യക്തിഗത മനോവൈകല്യമല്ല. അത് സാമൂഹികമായി നിർമ്മിക്കപ്പെട്ട, പഠിപ്പിക്കപ്പെട്ട, ആവർത്തിക്കപ്പെട്ട ഒരു അധികാരഘടനയാണ്. സ്ത്രീയുടെ വിമോചനം ഈ നോട്ടത്തിൽ നിന്ന് പുറത്തേക്ക് നോക്കാൻ പഠിക്കുന്നതിലൂടെയാണ് ആരംഭിക്കുന്നത്. അതായത്, "എന്നെ ആരാണ് കാണുന്നത്" എന്ന ചോദ്യത്തിൽ നിന്ന് "ഞാൻ ആരാണ്" എന്ന ചോദ്യത്തിലേക്കുള്ള തിരിച്ചുവരവ്. ഈ തിരിച്ചുവരവാണ് സൗന്ദര്യവൽക്കരണത്തിന്റെ അതിരുകൾ തകർക്കുകയും, സ്ത്രീയുടെ സ്വയംബോധത്തെ പുനർനിർമ്മിക്കുകയും ചെയ്യുന്ന യഥാർത്ഥ രാഷ്ട്രീയ പ്രവർത്തനം.

സ്വയം നിയന്ത്രണവും ശിക്ഷണവും (Self-policing)

സ്ത്രീകൾ സ്വന്തം ജീവിതത്തിൽ അനുഭവിക്കുന്ന നിയന്ത്രണം പലപ്പോഴും പുറത്ത് നിന്നുള്ള നിർബന്ധമായി മാത്രം കാണപ്പെടുന്നു. എന്നാൽ സാമൂഹിക യാഥാർത്ഥ്യത്തിൽ, ഈ നിയന്ത്രണത്തിന്റെ ഏറ്റവും ശക്തമായ രൂപം സ്ത്രീയുടെ ഉള്ളിൽ തന്നെയാണ് പ്രവർത്തിക്കുന്നത്. ഇതാണ് സ്വയം നിയന്ത്രണവും ശിക്ഷണവും (self-policing) എന്ന മാനസിക ഘടന. സ്ത്രീ സ്വന്തം വസ്ത്രധാരണം, ശരീരഭാവം, നടപ്പ്, ചിരി, ശബ്ദത്തിന്റെ ഉയർച്ചതാഴ്ച വരെ നിരന്തരം നിയന്ത്രിക്കുന്ന അവസ്ഥയിലേക്കാണ് ഈ ഘടന അവളെ നയിക്കുന്നത്[8]. ഈ നിയന്ത്രണം ഒരു നിയമത്തിന്റെ ഭീഷണിയിൽ നിന്നല്ല, മറിച്ച് "ഇങ്ങനെ നിന്നാൽ തെറ്റായി വായിക്കുമോ" എന്ന സ്ഥിരമായ ഭയത്തിൽ നിന്നാണ് ഉരുത്തിരിയുന്നത്.

ഈ ഭയം വ്യക്തിപരമല്ല; അത് സാമൂഹികമായി പഠിപ്പിക്കപ്പെട്ടതാണ്. സ്ത്രീയുടെ ശരീരം എല്ലായ്പ്പോഴും വായിക്കപ്പെടുകയും വ്യാഖ്യാനിക്കപ്പെടുകയും ചെയ്യുന്ന ഒരു വസ്തുവായി സമൂഹം അവതരിപ്പിക്കുന്നതിനാൽ, സ്ത്രീ സ്വയം തന്നെ ഒരു നിരീക്ഷകനായി മാറുന്നു. ഇവിടെ police ചെയ്യുന്നത് പുരുഷൻ അല്ല; സ്ത്രീ തന്നെയാണ്. പുറത്ത് നിന്ന് ആരും ഒന്നും പറയാതെ തന്നെ, "ഇത് ശരിയാകില്ല", "ഇത് അപകടകരമായിരിക്കും", "ഇത് പ്രശ്നമുണ്ടാക്കും" എന്ന ചിന്തകൾ സ്ത്രീയുടെ ഉള്ളിൽ പ്രവർത്തിക്കുന്നു[9]. ഇതോടെ സമൂഹത്തിന്റെ നിയന്ത്രണം പുറത്ത് നിന്നല്ല, ഉള്ളിൽ നിന്നാണ് പ്രവർത്തിക്കുന്നത്.

ലിംഗപീഡനം ഒഴിവാക്കാൻ സ്ത്രീ സ്വന്തം സ്വാതന്ത്ര്യം ചുരുക്കുന്ന അവസ്ഥ ഇതിന്റെ ഏറ്റവും വേദനാജനകമായ പ്രതിഫലനമാണ്. രാത്രി പുറത്തിറങ്ങാതിരിക്കുക, ചില വസ്ത്രങ്ങൾ ഒഴിവാക്കുക, ശബ്ദം താഴ്ത്തി സംസാരിക്കുക, ചിരി നിയന്ത്രിക്കുക എന്നിവയെല്ലാം "സുരക്ഷ"യുടെ പേരിലാണ് ന്യായീകരിക്കപ്പെടുന്നത്. എന്നാൽ യാഥാർത്ഥ്യത്തിൽ, ഇവിടെ സുരക്ഷ ലഭിക്കുന്നില്ല; സ്വാതന്ത്ര്യം മാത്രമാണ് നഷ്ടപ്പെടുന്നത്[10]. അപകടത്തിന്റെ ഉത്തരവാദിത്തം അക്രമിയിലേക്ക് ചൂണ്ടിക്കാണിക്കുന്നതിനുപകരം, സ്ത്രീയുടെ പെരുമാറ്റത്തിലേക്ക് മാറ്റുന്ന ഈ സാമൂഹിക തർക്കശാസ്ത്രമാണ് സ്വയം നിയന്ത്രണത്തെ (self-policing) ശക്തിപ്പെടുത്തുന്നത്.

ഇതോടെ സ്ത്രീയുടെ ജീവിതം ഒരു നിരന്തരമായ സ്വയംനിരീക്ഷണം (self-surveillance) ആയി മാറുന്നു. ശരീരം സ്വന്തം ഇടമല്ല; അത് നിയന്ത്രിക്കേണ്ട ഒരു സാധ്യതാപ്രശ്നമായി അനുഭവപ്പെടുന്നു. ഈ അവസ്ഥയിൽ സ്വാതന്ത്ര്യം സുരക്ഷയെന്ന് തെറ്റിദ്ധരിക്കപ്പെടുന്നു. എന്നാൽ സുരക്ഷ എന്നത് ഭയത്തിന്റെ അഭാവമാണ്; സ്വയം ചുരുക്കലല്ല. സ്വയം നിയന്ത്രണത്തിന്റെ ഈ ഘടന സ്ത്രീയുടെ മാനസിക ഊർജ്ജം ക്ഷയിപ്പിക്കുകയും, അവളുടെ സ്വാഭാവിക സാന്നിധ്യം തന്നെ സംശയാസ്പദമാക്കുകയും ചെയ്യുന്നു.

സൗന്ദര്യം ഒരു നിലനിൽപ്പ് തന്ത്രമായി മാറുന്നത്

(Beauty as survival strategy)

സ്വയം നിയന്ത്രണത്തിന്റെ ഈ പശ്ചാത്തലത്തിലാണ് സൗന്ദര്യം സ്ത്രീയ്ക്ക് ഒരു നിലനിൽപ്പ് തന്ത്രമായി മാറുന്നത്. സൗന്ദര്യം ഇവിടെ വ്യക്തിപരമായ ആസ്വാദനമോ സ്വയംപ്രകടനമോ അല്ല; മറിച്ച് സാമൂഹിക സുരക്ഷ ഉറപ്പാക്കാനുള്ള ഒരു ഉപാധിയാണ്[11]. ജോലി, വിവാഹം, സാമൂഹിക അംഗീകാരം, സംരക്ഷണം എന്നിവയ്ക്കുള്ള ഒരു അനൗദ്യോഗിക കറൻസിയായി സൗന്ദര്യം പ്രവർത്തിക്കുന്നു. "സുന്ദരി" ആയാൽ അപകടം കുറവാകും, അംഗീകാരം കൂടുതൽ ലഭിക്കും, സംരക്ഷണം ഉറപ്പാകും എന്ന സാമൂഹിക സന്ദേശം സ്ത്രീയുടെ ജീവിതത്തിൽ ആഴത്തിൽ പതിഞ്ഞിരിക്കുന്നു.

ഈ ഘടനയിൽ കഴിവിനേക്കാൾ ദൃശ്യ സ്വീകാര്യതയ്ക്ക് മുൻതൂക്കം ലഭിക്കുന്നു. വിദ്യാഭ്യാസം, പ്രാവീണ്യം, അനുഭവം എന്നിവ സ്ത്രീയുടെ മൂല്യം നിർണ്ണയിക്കുന്നതിൽ പിന്നിലേക്കു പോകുമ്പോൾ, സൗന്ദര്യം മുന്നിലേക്കു വരുന്നു[12]. ഇതോടെ സൗന്ദര്യം ഒരു തിരഞ്ഞെടുപ്പല്ല; നിർബന്ധമായി മാറുന്നു. "അഴകില്ലായ്മ" ഒരു വ്യക്തിഗത സവിശേഷതയല്ല, സാമൂഹികമായി ശിക്ഷിക്കപ്പെടുന്ന അവസ്ഥയായി മാറുന്നു. പരിഹാസം, അവഗണന, അവസരനിഷേധം എന്നിവ ഇതിന്റെ പ്രത്യക്ഷരൂപങ്ങളാണ്.

സൗന്ദര്യവൽക്കരണം (beautification) ഈ സാഹചര്യത്തിൽ സ്ത്രീയുടെ ശരീരത്തെ ഒരു വിഭവം (resource) ആയി മാറ്റുന്നു. ശരീരം അനുഭവങ്ങളുടെ കേന്ദ്രമല്ല; ഉപയോഗിക്കേണ്ട, മെച്ചപ്പെടുത്തേണ്ട, നിക്ഷേപിക്കേണ്ട ഒരു വസ്തുവായി മാറുന്നു. സ്ത്രീ സ്വയം തന്നെ ഈ വിഭവത്തിന്റെ മാനേജരായി മാറുമ്പോൾ, അവളുടെ ജീവിതം നിരന്തരമായ സ്വയം മെച്ചപ്പെടുത്തൽ (self-optimization) പ്രക്രിയയായി മാറുന്നു[13]. ഈ പ്രക്രിയയിൽ, പ്രായം, രോഗം, ക്ഷീണം, വ്യത്യാസങ്ങൾ എന്നിവ എല്ലാം ഭീഷണികളായി അനുഭവപ്പെടുന്നു.

ഇവിടെ നിലനിൽക്കുന്ന വൈരുദ്ധ്യം ഇതാണ്. സൗന്ദര്യം സ്ത്രീയ്ക്ക് താൽക്കാലികമായ സാമൂഹിക സുരക്ഷ നൽകുമ്പോൾ, ദീർഘകാലത്തിൽ അവളുടെ സാമൂഹിക സ്ഥാനം ശരീരത്തിലേക്ക് തന്നെ ചുരുങ്ങിപ്പോകുന്നു. സൗന്ദര്യം നഷ്ടപ്പെടുമ്പോൾ സുരക്ഷയും അംഗീകാരവും ഒരുമിച്ച് നഷ്ടപ്പെടുന്ന അവസ്ഥയിലേക്കാണ് ഇത് നയിക്കുന്നത്[14]. അതിനാൽ സൗന്ദര്യം ഒരു നിലനിൽപ്പ് തന്ത്രമായി (survival strategy) ആയാലും, അത് സുസ്ഥിര ശാക്തീകരണം (sustainable empowerment) അല്ല. അത് സമൂഹം സ്ത്രീക്ക് തുറന്നുവെച്ചിരിക്കുന്ന പരിമിതമായ വഴികളിലൊന്നിന്റെ പ്രതിഫലനമാണ്.

ഈ അധ്യായം മുന്നോട്ടുവയ്ക്കുന്ന ആശയം സുതാര്യമാണ്. സ്ത്രീയുടെ സ്വയം നിയന്ത്രണവും സൗന്ദര്യവൽക്കരണവും വ്യക്തിപരമായ തിരഞ്ഞെടുപ്പുകളല്ല; അവ സാമൂഹിക ഘടനകളുടെ ഉൽപ്പന്നങ്ങളാണ്. സ്ത്രീയുടെ വിമോചനം ഈ ഘടനകളെ തിരിച്ചറിയുകയും, സുരക്ഷയും മൂല്യവും ശരീരത്തിൽ നിന്ന് മാറ്റി സ്വാതന്ത്ര്യത്തിലേക്കും കഴിവുകളിലേക്കും മാറ്റുകയും ചെയ്യുന്നതിലൂടെയാണ് സാധ്യമാകുന്നത്.

ഇരട്ട മാനദണ്ഡങ്ങൾ (Double standards)

സമൂഹം സൗന്ദര്യത്തെ വിലയിരുത്തുന്ന രീതിയിൽ ലിംഗാധിഷ്ഠിതമായ ഇരട്ട മാനദണ്ഡങ്ങൾ (double standards) ആഴത്തിൽ പ്രവർത്തിക്കുന്നു. പുരുഷ സൗന്ദര്യം അധിക മൂല്യമായി (added value) വായിക്കപ്പെടുമ്പോൾ, സ്ത്രീ സൗന്ദര്യം അടിസ്ഥാന ബാധ്യതയായി (basic obligation) മാറുന്ന സാമൂഹിക വ്യവസ്ഥയാണ് ഇവിടെ പ്രവർത്തിക്കുന്നത്[15]. ഒരു പുരുഷൻ "കാണാൻ നല്ലത്" ആണെങ്കിൽ, അത് അവന്റെ കഴിവുകളോടും അധികാരത്തോടും ചേർന്ന് അധിക ഗുണമായി പരിഗണിക്കപ്പെടുന്നു. എന്നാൽ സ്ത്രീ "കാണാൻ നല്ലത്" ആയിരിക്കണം എന്നത് ഒരു ഓപ്ഷനല്ല; അത് അവളുടെ സാമൂഹിക അംഗീകാരത്തിനുള്ള മുൻവ്യവസ്ഥയായി മാറുന്നു.

പ്രായം (age) ഈ ഇരട്ടത്താപ്പിന്റെ ഏറ്റവും ദൃശ്യമായ മേഖലകളിലൊന്നാണ്. പുരുഷന്റെ പ്രായം പരിചയമായി, പാകതയായി, അധികാരമായി വായിക്കപ്പെടുമ്പോൾ, സ്ത്രീയുടെ പ്രായം നഷ്ടമായി (loss) മാത്രം വായിക്കപ്പെടുന്നു. പുരുഷന്റെ ചാരമുടിയും ചുളിവുകളും "അനുഭവത്തിന്റെ അടയാളങ്ങൾ" ആയി വ്യാഖ്യാനിക്കപ്പെടുമ്പോൾ, സ്ത്രീയുടെ ശരീരമാറ്റങ്ങൾ "അലസത", "അശ്രദ്ധ" എന്നീ നൈതിക അർത്ഥങ്ങളിലേക്കാണ് തള്ളപ്പെടുന്നത്[16]. ഇതോടെ, സ്ത്രീയുടെ ശരീരം സമയത്തോട് മത്സരിക്കേണ്ട ഒരു പ്രോജക്ടായി മാറുന്നു.

ലൈംഗിക ആത്മവിശ്വാസം (sexual confidence) പോലും ലിംഗാധിഷ്ഠിതമായി വ്യത്യസ്തമായി വായിക്കപ്പെടുന്നു. പുരുഷന്റെ ലൈംഗിക ആത്മവിശ്വാസം ആകർഷണശക്തി (charisma) ആയി ആഘോഷിക്കപ്പെടുമ്പോൾ, സ്ത്രീയുടെ ലൈംഗിക ദൃശ്യത (sexual visibility) അവളുടെ സ്വഭാവം (character) ചോദ്യം ചെയ്യാനുള്ള അവസരമായി മാറുന്നു[17]. പുരുഷൻ കാണപ്പെടാതെയും

നിലനിൽക്കാൻ സമൂഹം അനുവദിക്കുന്നു; അവന്റെ മൂല്യം ശരീരത്തിൽ മാത്രം ചുരുങ്ങുന്നില്ല. എന്നാൽ സ്ത്രീ കാണപ്പെടാതെ നിലനിൽക്കാൻ അനുവദിക്കപ്പെടുന്നില്ല. അവളുടെ സാമൂഹിക സാന്നിധ്യം തന്നെ ദൃശ്യതയോട് ബന്ധിപ്പിക്കപ്പെടുന്നു. ഈ ഇരട്ട മാനദണ്ഡങ്ങൾ സ്ത്രീയുടെ ജീവിതത്തിൽ ഒരു സ്ഥിരമായ മാനസിക സമ്മർദ്ദം സൃഷ്ടിക്കുന്നു. "എത്ര നന്നായി കാണപ്പെടുന്നു" എന്ന ചോദ്യമാണ് അവളുടെ സാമൂഹിക മൂല്യത്തിന്റെ അളവുകോലായി മാറുന്നത്. ഇതോടെ, സ്ത്രീയുടെ സ്വയംബോധം സ്വന്തം അനുഭവങ്ങളിൽ നിന്ന് മാറി, മറ്റുള്ളവരുടെ വിലയിരുത്തലുകളിലേക്കാണ് ചലിക്കുന്നത്. ഇരട്ട മാനദണ്ഡങ്ങൾ വ്യക്തിപരമായ അനീതിയല്ല; അത് സാമൂഹിക ഘടനകളിൽ നിക്ഷിപ്തമായ ഒരു നിയന്ത്രണരീതിയാണ്.

ഘടനാപരമായ ഫലങ്ങൾ (Structural consequences)

ഈ ഇരട്ട മാനദണ്ഡങ്ങൾ ദീർഘകാലത്തിൽ സ്ത്രീയുടെ വ്യക്തിത്വത്തിലും സാമൂഹിക പങ്കാളിത്തത്തിലും ഘടനാപരമായ (structural) ഫലങ്ങൾ സൃഷ്ടിക്കുന്നു. ആദ്യം തന്നെ, സ്ത്രീയുടെ സ്വയംബോധം ശരീരകേന്ദ്രിതമായി (body-centered selfhood) മാറുന്നു. "ഞാൻ ആരാണ്" എന്ന ചോദ്യം "ഞാൻ എങ്ങനെ കാണപ്പെടുന്നു" എന്ന ചോദ്യത്തിലേക്ക് ചുരുങ്ങുന്നു[18]. ഇതോടെ, ആത്മവിശ്വാസം സ്ഥിരതയില്ലാത്തതായി (unstable) മാറുന്നു, കാരണം അത് ഉള്ളിൽ നിന്നല്ല, പുറം അംഗീകാരത്തിൽ നിന്നാണ് പോഷണം ചെയ്യപ്പെടുന്നത്.

സ്വയംമൂല്യം (self-worth) പുറം അംഗീകാരത്തിൽ ആശ്രയിക്കുമ്പോൾ, സൗന്ദര്യം നഷ്ടപ്പെടുന്ന ഓരോ ഘട്ടവും സ്വയംതന്നെ നഷ്ടപ്പെടുന്ന അനുഭവമായി മാറുന്നു. പ്രായം, രോഗം, ഗർഭധാരണം, ക്ഷീണം തുടങ്ങിയ സ്വാഭാവിക ജീവിതഘട്ടങ്ങൾ പോലും സ്ത്രീക്ക് identity crisis (അസ്തിത്വ പ്രതിസന്ധി) ആയി അനുഭവപ്പെടുന്നു[19]. ഇവിടെ നഷ്ടപ്പെടുന്നത് വെറും സൗന്ദര്യമല്ല; സാമൂഹിക അംഗീകാരവും സുരക്ഷയും തന്നെയാണ്.

ഇതിന്റെ മറ്റൊരു ഗൗരവമായ ഫലം സ്ത്രീയുടെ ബൗദ്ധിക, രാഷ്ട്രീയ, സൃഷ്ടിപരമായ സംഭാവനകൾ ദൃശ്യമല്ലാതാകുന്നതാണ്. സ്ത്രീയെ പ്രധാനമായും ശരീരമായി വായിക്കുന്ന സമൂഹത്തിൽ, അവളുടെ ചിന്തകളും ആശയങ്ങളും സൃഷ്ടികളും രണ്ടാംനിരയിലേക്കാണ് തള്ളപ്പെടുന്നത്[20]. സ്ത്രീ സംസാരിക്കുമ്പോൾ പോലും, അവൾ പറയുന്നതിലും കൂടുതൽ അവൾ എങ്ങനെ കാണപ്പെടുന്നു എന്നതാണ് വിലയിരുത്തപ്പെടുന്നത്. ഇതോടെ, സ്ത്രീയുടെ പൊതുസാന്നിധ്യം തന്നെ ദുർബലമാകുന്നു.

ഈ ഘടനാപരമായ ഫലങ്ങൾ വ്യക്തിഗത പരാജയങ്ങളല്ല. അവ ഒരു സാമൂഹിക സംവിധാനത്തിന്റെ ഫലമാണ്, അത് സ്ത്രീയുടെ മൂല്യം ശരീരത്തിലേക്ക് ചുരുക്കുന്നു. ഈ സംവിധാനം നിലനിൽക്കുന്നിടത്തോളം, (empowerment) ശക്തീകരണം സൗന്ദര്യത്തിലൂടെ മാത്രമേ സാധ്യമാകൂ എന്ന തെറ്റായ ധാരണ പുനരുത്പാദിപ്പിക്കപ്പെടും. യഥാർത്ഥ വിമോചനം സ്ത്രീയെ ദൃശ്യവസ്തുവിൽ നിന്ന് സാമൂഹിക ഏജന്റായി തിരിച്ചറിയുന്നിടത്താണ് ആരംഭിക്കുന്നത്.

സൗന്ദര്യത്തെ മൂലധനമാക്കൽ (Beauty as Strategic Capitalization)

സമൂഹം സ്ത്രീയെ സ്ഥിരമായി സൗന്ദര്യത്തിന്റെ മാനദണ്ഡങ്ങളിലൂടെ മാത്രം വിലയിരുത്തുന്ന യാഥാർത്ഥ്യത്തിൽ, ചില പ്രത്യേക സാഹചര്യങ്ങളിൽ സ്ത്രീകൾ തന്നെ ആ സൗന്ദര്യത്തെ ഒരു മൂലധനമായി (capital) ഉപയോഗിക്കാൻ പഠിക്കുന്ന അവസ്ഥ രൂപപ്പെടുന്നു[21]. ഇത് വ്യക്തിഗതമായ ആഗ്രഹത്തിൽ നിന്നോ സ്വാഭാവിക ഇഷ്ടത്തിൽ നിന്നോ ജനിക്കുന്ന പ്രവണതയല്ല. മറിച്ച്,

സാമൂഹിക ഘടനകൾ സ്ത്രീയ്ക്ക് തുറന്നുവെക്കുന്ന അത്യന്തം പരിമിതമായ വഴികളിൽ നിന്നാണ് ഈ തന്ത്രം രൂപപ്പെടുന്നത്.

സമൂഹത്തിൽ അവസരം ലഭിക്കുന്ന ഘട്ടങ്ങളിൽ, സൗന്ദര്യം സാമൂഹിക ചലനശേഷി (social mobility), സാമ്പത്തിക സുരക്ഷ (economic security), അധികാരത്തിലേക്കുള്ള പ്രവേശനം (access to power) എന്നിവയ്ക്കായി ഉപയോഗിക്കപ്പെടുന്നു[22]. ജോലി നേടൽ, ബന്ധങ്ങളിലൂടെയുള്ള സംരക്ഷണം, സാമൂഹിക അംഗീകാരം, സുരക്ഷ എന്നിവയിൽ സൗന്ദര്യം ഒരു അനൗദ്യോഗിക കറൻസിയായി പ്രവർത്തിക്കുന്ന യാഥാർത്ഥ്യം നിഷേധിക്കാൻ കഴിയില്ല. ഇവിടെ സ്ത്രീ സൗന്ദര്യം ഉപയോഗിക്കുന്നത് ഒരു ചതിയോ നൈതിക വീഴ്ചയോ അല്ല. കഴിവുകൾക്കും ബൗദ്ധിക ശേഷിക്കും സമാന അവസരങ്ങൾ നിഷേധിക്കപ്പെട്ട സാമൂഹിക സാഹചര്യത്തിൽ, സമൂഹം തന്നെ തുറന്നുവെച്ചിരിക്കുന്ന അപൂർവ വഴികളിലൊന്നാണ് ഇത്.

എന്നാൽ ഈ പ്രവണതയിൽ ഒരു ആഴമുള്ള വൈരുദ്ധ്യം നിലനിൽക്കുന്നു. സ്ത്രീ സൗന്ദര്യം ഉപയോഗിക്കുമ്പോൾ, അതേ സമൂഹം തന്നെ അവളെ അവസരവാദി (opportunistic), വഞ്ചകിയായ (manipulative) എന്നിങ്ങനെ കുറ്റപ്പെടുത്തുന്നു[23]. സ്ത്രീയെ സൗന്ദര്യത്തിലേക്ക് ചുരുക്കുന്ന സാമൂഹിക ഘടനകൾ, അതേ സൗന്ദര്യം ഉപയോഗിച്ചതിന് അവളെ തന്നെ ശിക്ഷിക്കുന്ന ഒരു ഇരട്ടത്താപ്പാണ് ഇവിടെ പ്രവർത്തിക്കുന്നത്. സ്ത്രീയുടെ ഈ പ്രവർത്തനം വ്യക്തിഗത ഏജൻസിയായി (individual agency) വായിക്കപ്പെടുന്നില്ല; മറിച്ച് സ്വഭാവവിചാരണയായി (character judgement) മാറുന്നു.

യാഥാർത്ഥ്യത്തിൽ, ഈ പ്രവണത ഒരു ചർച്ചാ ഉപാധിയായി (negotiation tool) മാത്രമാണ് പ്രവർത്തിക്കുന്നത്. അധികാരം, സുരക്ഷ, സ്വാതന്ത്ര്യം എന്നിവയിലേക്കുള്ള നേരിട്ടുള്ള വഴികൾ സിസ്റ്റമാറ്റിക്കായി അടച്ചിട്ടിരിക്കുന്ന സാഹചര്യത്തിൽ, സൗന്ദര്യം ഒരു ഇടനില ഉപാധിയായി മാറുകയാണ്[24]. ഇതിലൂടെ സ്ത്രീകൾ സാമൂഹിക സംവിധാനത്തെ തകർക്കുന്നില്ല. മറിച്ച്, അതിന്റെ ഉള്ളിൽ തന്നെ നിലനിൽക്കാനും ജീവിക്കാനും ശ്രമിക്കുകയാണ്. ഇത് ഒരു വിപ്ലവമല്ല; മറിച്ച് ഒരു നിലനിൽപ്പ് തന്ത്രമാണ് (survival mechanism).

എന്നാൽ ഈ തന്ത്രത്തിന് ദീർഘകാല വിലയുണ്ട്. സൗന്ദര്യം മൂലധനമായി ഉപയോഗിക്കപ്പെടുമ്പോൾ, സ്ത്രീയുടെ മൂല്യം വീണ്ടും ശരീരത്തിലേക്ക് ചുരുങ്ങുന്നു[25]. സൗന്ദര്യം നഷ്ടപ്പെടുന്ന ഘട്ടത്തിൽ, അതുമായി ബന്ധിപ്പിച്ച മൂലധനവും നഷ്ടപ്പെടുന്ന അവസ്ഥ രൂപപ്പെടുന്നു. ഇതോടെ സ്വയംഭരണശേഷി (autonomy) താൽക്കാലികമാകുന്നു. സ്വയംഭരണബോധം സ്ഥിരതയാർജ്ജിക്കുന്നില്ല; മറിച്ച് ദൃശ്യസ്വീകാര്യതയുടെ ചക്രത്തിൽ കുടുങ്ങിപ്പോകുന്നു.അതുകൊണ്ടുതന്നെ, സൗന്ദര്യത്തെ മൂലധനമാക്കുന്ന ഈ പ്രവണതയെ അതിരുകവിഞ്ഞ് മഹത്വവൽക്കരിക്കാൻ (romanticize) കഴിയില്ല. അതുപോലെ തന്നെ അതിനെ പൂർണ്ണമായി കുറ്റവൽക്കരിക്കാനും (demonize) കഴിയില്ല. ഇത് വ്യക്തിഗത ധാർമ്മികതയുടെ പ്രശ്നമല്ല; സാമൂഹിക ഘടനകളുടെ പരാജയത്തിന്റെ പ്രതിഫലനമാണ്[26]. ഈ പ്രവണത സൂചിപ്പിക്കുന്നത്, സൗന്ദര്യം സ്ത്രീയ്ക്ക് സ്വാഭാവിക ശക്തിയായത് (power) കൊണ്ടല്ല, ശക്തിയിലേക്കുള്ള മറ്റ് വഴികൾ സമൂഹം അടച്ചിട്ടതുകൊണ്ടാണ് എന്ന സത്യമാണ്.

സ്ത്രീയുടെ സൗന്ദര്യം ഒരു രാഷ്ട്രീയ വിഭവമായി മാറുന്ന സമൂഹത്തിൽ, യഥാർത്ഥ വിമോചനം സൗന്ദര്യം ഉപേക്ഷിക്കണമെന്ന് ആവശ്യപ്പെടുന്നതിൽ ആരംഭിക്കുന്നില്ല. മറിച്ച്, സൗന്ദര്യത്തിന് പുറമേ സ്ത്രീയുടെ കഴിവുകൾക്കും ചിന്തകൾക്കും ബൗദ്ധികവും സാമൂഹികവുമായ സംഭാവനകൾക്കും

സമാന മൂല്യവും അവസരവും ഉറപ്പാക്കുന്ന ഘടനാപരമായ മാറ്റങ്ങളിലാണ് ആ വിമോചനത്തിന്റെ തുടക്കം.

സൗന്ദര്യത്തിലൂടെ സ്വയം തിരിച്ചറിയൽ: കഴിവുകളുടെ ക്ഷയം (Beauty-Based Self-Identification and Skill Diminishment)

സമൂഹം സ്ത്രീയെ നിരന്തരം സൗന്ദര്യത്തിന്റെ ചട്ടക്കൂടിൽ അളക്കുന്ന സാഹചര്യത്തിൽ, സ്ത്രീകൾ സ്വയം തിരിച്ചറിയുന്നതും അതേ ദൃശ്യ മാനദണ്ഡങ്ങളിലൂടെ രൂപപ്പെടുന്ന പ്രവണത ശക്തമാകുന്നു[27]. സ്ത്രീയുടെ സ്വയംബോധം (self-concept) സൗന്ദര്യകേന്ദ്രിതമായി മാറുമ്പോൾ, അവളുടെ മറ്റു കഴിവുകളും വ്യക്തിത്വഘടകങ്ങളും ക്രമേണ രണ്ടാംനിലയിലേക്ക് നീങ്ങുന്നു. ഇവിടെ സൗന്ദര്യം ഒരു ഗുണമായി മാത്രം നിലനിൽക്കുന്നില്ല; അത് തിരിച്ചറിയലിന്റെ കേന്ദ്രമായി മാറുന്നു. ഇതോടെ "ഞാൻ ആരാണ്" എന്ന ചോദ്യത്തിന് ലഭിക്കുന്ന ഉത്തരം "ഞാൻ എങ്ങനെ കാണപ്പെടുന്നു" എന്ന ചോദ്യത്തിലേക്ക് ചുരുങ്ങിപ്പോകുന്നു.

സാമൂഹിക അംഗീകാരം, ശ്രദ്ധ, അവസരങ്ങൾ എന്നിവ സൗന്ദര്യത്തെ ചുറ്റി തന്നെ വിതരണം ചെയ്യപ്പെടുമ്പോൾ, സ്ത്രീയുടെ ബൗദ്ധിക കഴിവുകൾ (intellectual skills), സൃഷ്ടിപരത (creativity), നേതൃപാടവം (leadership capacity), തൊഴിൽപരമായ വൈദഗ്ധ്യം (professional competence) എന്നിവ സ്വയം തന്നെ ദൃശ്യമല്ലാത്തതാകാൻ തുടങ്ങുന്നു[28]. സ്ത്രീ ഈ കഴിവുകൾ ഇല്ലാതാകുന്നതിനാലല്ല അവ അദൃശ്യമായി തീരുന്നത്; മറിച്ച്, സമൂഹം അവ കാണാൻ താൽപര്യം കാണിക്കാത്തതിനാലാണ്. സൗന്ദര്യം മുൻപന്തിയിലി രിക്കുമ്പോൾ, മറ്റ് കഴിവുകൾ "അപ്രസക്തം" എന്ന നിലയിലേക്ക് തള്ളപ്പെടുന്നു.

ഈ പ്രക്രിയ പുറത്തുനിന്നുള്ള അടിച്ചേൽപ്പുമാത്രമല്ല. ഇത് ആന്തരീകരിക്കപ്പെട്ട പ്രതീക്ഷകളുടെ (internalized expectations) ഫലവുമാണ്[29]. "എനിക്ക് വില ഉണ്ടാകുന്നത് ഞാൻ കാണപ്പെടുമ്പോഴാണ്" എന്ന ധാരണ പതുക്കെ സ്ത്രീയുടെ സ്വയംബോധത്തിന്റെ കേന്ദ്രമായി മാറുന്നു. ഇതോടെ, സ്ത്രീ സ്വന്തം കഴിവുകളിൽ നിക്ഷേപം നടത്തുന്നതിന് പകരം, ദൃശ്യസ്വീകാര്യത നിലനിർത്തുന്നതിലാണ് കൂടുതൽ മാനസിക ഊർജം ചെലവഴിക്കുന്നത്. സ്വയംവികസനം ശരീരപരിപാല നത്തിലേക്ക് ചുരുങ്ങുമ്പോൾ, കഴിവുകളുടെ വളർച്ച മന്ദഗതിയിലാകുന്നു.

ഇതിന്റെ സാമൂഹിക പ്രത്യാഘാതം അതീവ ഗൗരവമാണ്. സ്ത്രീകളുടെ ശാക്തീകരണം (empowerment) പരമ്പരാഗത ശരീര–ലിംഗഭൂമികകൾക്ക് (traditional gendered roles) പുറത്ത് വ്യാപിക്കാതെ ചുരുങ്ങിപ്പോകുന്നു[30]. സ്ത്രീക്ക് ലഭിക്കുന്ന അവസരങ്ങൾ "സുന്ദരിയായ സ്ത്രീ" എന്ന പരിധിക്കുള്ളിൽ മാത്രം നിർവചിക്കപ്പെടുന്ന അവസ്ഥ രൂപപ്പെടുന്നു. ഇതിന്റെ ഫലമായി, സൗന്ദര്യം പ്രാധാന്യമില്ലാത്ത മേഖലകളിൽ സ്ത്രീയുടെ സാന്നിധ്യം "അസാധാരണ"മായി തോന്നുന്നു. ബൗദ്ധിക, രാഷ്ട്രീയ, സാങ്കേതിക മേഖലകളിൽ സ്ത്രീയെ അംഗീകരിക്കാൻ സമൂഹം തയ്യാറാകാതെ പോകുന്നു.

ഇവിടെയുള്ള ഏറ്റവും നിർണായകമായ വൈരുദ്ധ്യം ഇതാണ്. സൗന്ദര്യം വഴി ലഭിക്കുന്ന അംഗീകാരം ദീർഘകാല സ്വാതന്ത്ര്യം സൃഷ്ടിക്കുന്നില്ല[31]. മറിച്ച്, സൗന്ദര്യം ക്ഷയിക്കുന്ന ഘട്ടത്തിൽ സ്വയംമൂല്യബോധവും (self-worth) അവസരങ്ങളും ഒരുമിച്ച് ചുരുങ്ങുന്ന അവസ്ഥയാണ് ഉണ്ടാകുന്നത്. ശരീരത്തിന്റെ കാലപരിധിയോട് ബന്ധിപ്പിച്ച തിരിച്ചറിയൽ, സ്ത്രീയെ സ്ഥിരമായ അനിശ്ചിതത്വത്തിലേക്ക് നയിക്കുന്നു. ഇത് സുരക്ഷയല്ല; മറിച്ച് സ്ഥിരമായ അസുരക്ഷയാണ്.

അതിനാൽ, സൗന്ദര്യത്തെ മാത്രം ശാക്തീകരണമായി വായിക്കുന്ന സമീപനം സ്ത്രീയുടെ സാമൂഹിക സാധ്യതകളെ കൂടുതൽ സംകുചിപ്പിക്കുന്ന ഒരു വായനയായി മാറുന്നു[32]. സ്ത്രീകൾ സൗന്ദര്യം വഴി സ്വയം തിരിച്ചറിയുമ്പോൾ, സമൂഹം അവരെ അവിടെയേയ്ക്ക് തന്നെ പൂട്ടുന്നു. ശരീരത്തിലൂടെ അല്ല, കഴിവുകളിലൂടെ, തീരുമാനാധികാരത്തിലൂടെ, ബഹുമുഖ തിരിച്ചറിയലിലൂടെയാണ് യഥാർത്ഥ ശാക്തീകരണം വികസിക്കുന്നത്. സൗന്ദര്യം ഒരു ഘടകമായിരിക്കാം, പക്ഷേ അത് സ്ത്രീയുടെ മുഴുവൻ അസ്തിത്വത്തിന്റെ പ്രതിനിധിയാ കുമ്പോഴാണ് കഴിവുകളുടെ ക്ഷയം ആരംഭിക്കുന്നത്.

സ്ത്രീ സ്വയം ഉപഭോഗ വസ്തുവായി കാണുന്ന സാമൂഹിക പുനർനിർമ്മാണം (Women as Self-Perceived Objects of Consumption)

ദീർഘകാല സാമൂഹിക പരിശീലനങ്ങളിലൂടെ, സ്ത്രീകൾ സ്വന്തം ശരീരത്തെയും സാന്നിധ്യത്തെയും ഉപഭോഗത്തിനുള്ള വസ്തുവായി (object of consumption) സ്വയം തിരിച്ചറിയാൻ പഠിക്കുന്ന ഒരു സാമൂഹിക അവസ്ഥ ക്രമേണ രൂപപ്പെടുന്നു[33]. ഇത് വ്യക്തിഗത ഇഷ്ടമോ സ്വതന്ത്ര തിരഞ്ഞെടുപ്പോ അല്ല; തലമുറകളിലൂടെ ആവർത്തിക്കപ്പെടുന്ന ഒരു സാമൂഹിക നിർമാണപ്രക്രിയയാണ്. ഈ ഘടനയിൽ, സ്ത്രീ സ്വയം വിലയിരുത്തുന്നത് “ഞാൻ ആരാണ്” എന്ന ചോദ്യത്തിലൂടെ അല്ല, “എത്രത്തോളം ഞാൻ ആഗ്രഹിക്കപ്പെടുന്നു” എന്ന അളവുകോലിലൂടെയാണ്.ഈ സ്വയം-വസ്തുവൽക്കരണം (self-objectification) പുറത്തുനിന്നുള്ള അടിച്ചേൽപ്പിന്റെ മാത്രം ഫലമല്ല. സമൂഹം സ്ഥിരമായി ആവർത്തിക്കുന്ന പ്രതീക്ഷകൾ സ്ത്രീയുടെ ഉള്ളിൽ തന്നെ ആന്തരീകരിക്കപ്പെടുന്നതിന്റെ (internalized social expectations) തുടർച്ചയാണ്[34]. സ്ത്രീ സ്വന്തം ശരീരത്തെ ഒരു അനുഭവസ്ഥലമായി അല്ല, മറ്റുള്ളവർക്കായി പ്രദർശിപ്പിക്കപ്പെടേണ്ട ഒരു ദൃശ്യവസ്തുവായി കാണാൻ തുടങ്ങുന്നു. ഇതോടെ, സ്ത്രീയുടെ സ്വയംബോധം സ്വന്തം അനുഭവങ്ങളിൽ നിന്ന് പിരിഞ്ഞ്, സാമൂഹിക നിരീക്ഷണത്തിന്റെ കണ്ണിലേക്ക് മാറുന്നു.

ഈ ഘടനയുടെ സമാന്തരമായ മറ്റൊരു നിർമാണമാണ് പുരുഷ ഉപഭോഗ ബാധ്യത (male obligation to consume). ഇവിടെ പുരുഷൻ വെറും ആഗ്രഹിക്കുന്നവനായി മാത്രം അല്ല, ആഗ്രഹം നിർവഹിക്കേണ്ടവനായി സാമൂഹികമായി രൂപപ്പെടുത്തപ്പെടുന്നു[35]. “പുരുഷത്വം” (masculinity) എന്നത് ലൈംഗിക ആഗ്രഹം പ്രകടിപ്പിക്കുന്നതിലൂടെയും സ്ത്രീയെ ലൈംഗികമായി സമ്പൂർണമാക്കുന്ന പ്രവൃത്തിയിലൂടെ (consummation) സ്ഥിരീകരിക്കപ്പെടണം എന്ന ധാരണ ശക്തമാകുന്നു. ഇതിന്റെ ഫലമായി, പുരുഷൻ ആഗ്രഹിക്കാതിരിക്കുന്ന അവസ്ഥ തന്നെ “അസാധാരണം”, “അപര്യാപ്തത” എന്നിങ്ങനെ സാമൂഹികമായി വായിക്കപ്പെടുന്നു.ഇവിടെ സ്ത്രീയുടെ ശരീരം പുരുഷന്റെ പുരുഷ ലൈംഗിക ശേഷിയുടെ തെളിവ് (virility) പ്രകടിപ്പിക്കുന്ന വേദിയായി മാറുന്നു[36]. സ്ത്രീ ഒരു സ്വതന്ത്ര വ്യക്തിയല്ല; പുരുഷന്റെ സാമൂഹിക അംഗീകാരവും സ്വയംമൂല്യവും ഉറപ്പാക്കാനുള്ള ഉപാധിയായി അവളുടെ ശരീരം പ്രവർത്തിക്കുന്നു. ഇതിന്റെ ബന്ധപരമായ പ്രതിഫലനം ഗുരുതരമാണ്. സ്ത്രീക്ക് “ആഗ്രഹിക്കപ്പെടേണ്ട ബാധ്യത” അനുഭവപ്പെടുമ്പോൾ, പുരുഷന് “ആഗ്രഹം നിർവഹിക്കേണ്ട ബാധ്യത” അനുഭവപ്പെടുന്നു.

ഇതിന്റെ ഫലമായി, ലൈംഗികബന്ധം പരസ്പര അനുഭവമായി നിലനിൽക്കാതെ, സാമൂഹികമായി നിർബന്ധിതമായ ഒരു ലൈംഗിക സമ്പൂർണീകരണ ചടങ്ങായി (consummation ritual) മാറുന്നു[37]. ഇവിടെ ബന്ധം വികാരപരമായ ഇടമല്ല; സമൂഹം പഠിപ്പിച്ച ഒരു കഥാസൂത്രം (narrative) നടപ്പിലാക്കുന്ന വേദിയാണ്. ഈ കഥാസൂത്രം മാധ്യമങ്ങളിലൂടെ ശക്തമായി പുനരുത്പാദിപ്പിക്കപ്പെടുന്നു.സിനിമകളിൽ സ്ത്രീയുടെ ശരീരം ദൃശ്യ ഉപഭോഗ വസ്തുവായി പുരുഷന്റെ

നോട്ടത്തിനായി രൂപകൽപ്പന ചെയ്യപ്പെടുന്നു. "പുരുഷൻ നേടണം", "സ്ത്രീ നൽകണം" എന്ന കഥാസൂത്രം പ്രണയമായും റോമാന്റിസിസമായും വിൽക്കപ്പെടുന്നു[38]. സ്ത്രീയുടെ നിരാകരണം ഇവിടെ സ്ഥിരമായ അവകാശമല്ല; മറികടക്കേണ്ട താൽക്കാലിക തടസ്സമായി മാത്രമാണ് ചിത്രീകരിക്കപ്പെടുന്നത്.

പരസ്യങ്ങളും ഉപഭോഗ സംസ്കാരവും (consumer culture) ഈ ഘടനയെ കൂടുതൽ ശക്തമാക്കുന്നു. സൗന്ദര്യ വ്യവസായം സ്ത്രീയെ വിൽക്കാവുന്ന അനുഭവമായി നിർമ്മിക്കുമ്പോൾ, ശരീരം പാക്കേജിംഗ് ആയി മാറുന്നു[39]. ഇതോടെ, സ്ത്രീയുടെ സ്വയംമൂല്യം ഒരു ആഗ്രഹയോഗ്യത സൂചികയായി (desirability index) ചുരുങ്ങുന്നു. പുരുഷൻ ഉപഭോക്താവായി, സ്ത്രീ വിപണിയിൽ വിൽക്കാവുന്ന ഉൽപ്പന്നമായി (marketable product) പുനർനിർവ്വചിക്കപ്പെടുന്നു. ഈ മനോഭാവത്തിന്റെ നിയമപരമായ പ്രതിഫലനം അതീവ അപകടകരമാണ്. ലൈംഗിക കുറ്റകൃത്യങ്ങളിലുപോലും സ്ത്രീയുടെ വസ്ത്രധാരണം, പെരുമാറ്റം, ലൈംഗിക ചരിത്രം എന്നിവ ഉപഭോഗ ക്ഷണമെന്ന പോലെ വായിക്കപ്പെടുന്ന പ്രവണത കാണാം[40]. ഇത് സ്ത്രീയെ ഒരു വ്യക്തിയായി അല്ല, ഉപഭോഗ വസ്തുവായി കാണുന്ന നിയമപരമായ മനോഭാവത്തിന്റെ പ്രകടനമാണ്.

സ്ത്രീ സ്വയം ഉപഭോഗ വസ്തുവായി കാണുന്നത് ശക്തീകരണം (empowerment) അല്ല; അത് സ്വയംനിർണ്ണയ ശേഷിയുടെ നഷ്ടം (loss of agency) ആണ്[41]. അതുപോലെ, പുരുഷൻ ഉപഭോഗം നിർവഹിക്കേണ്ടവനായി മാറുന്നതും സ്വാതന്ത്ര്യം അല്ല; അത് പങ്ക് നിർബന്ധനം (role enforcement) മാത്രമാണ്.

സ്ത്രീ ഉപഭോഗ വസ്തുവല്ല.പുരുഷൻ ഉപഭോക്താവല്ല. ലൈംഗികത നിർബന്ധിത സമ്പൂർണീകരണ കടമ (consummation duty) അല്ല.

ഇതെല്ലാം സമൂഹം നിർമ്മിച്ച, പഠിപ്പിച്ച, ആവർത്തിച്ച ഒരു അസമമായ സാമൂഹിക സ്ക്രിപ്റ്റ് മാത്രമാണ്. അതിനെ തിരിച്ചറിയുകയും ചോദ്യം ചെയ്യുകയും ചെയ്യുന്നതാണ് യഥാർത്ഥ സ്വാതന്ത്ര്യത്തിലേക്കുള്ള ആദ്യപടി.

നൈതിക വിധിന്യായം, ലൈംഗിക അസൂയ, ശരീരങ്ങളുടെ വസ്തുവൽക്കരണം (Moral Judgement, Sexual Jealousy, and the Objectification of Bodies)

നൈതിക വിധിന്യായം ഒരു സാമൂഹിക ലക്ഷണമായി

ലൈംഗികതയുമായി ബന്ധപ്പെട്ട വിഷയങ്ങളിൽ സ്ത്രീകളോടും പുരുഷന്മാരോടും ഉന്നയിക്കപ്പെടുന്ന നൈതിക വിധിന്യായങ്ങൾ (moral judgement) പലപ്പോഴും ശുദ്ധമായ നൈതികതയുടെ ഫലമല്ല. അവയുടെ അടിത്തറയിൽ ആഴത്തിലുള്ള മാനസിക ഘടനകളാണ് പ്രവർത്തിക്കുന്നത്. പ്രത്യേകിച്ച് ലൈംഗിക അസൂയ (sexual jealousy), ഉടമസ്ഥബോധ ആശങ്ക(ownership anxiety), പുനരുത്പാദന അസുരക്ഷ (reproductive insecurity) എന്നിവ. സമൂഹങ്ങൾ ലൈംഗിക പെരുമാറ്റത്തെ നിയന്ത്രിക്കുന്നതിൽ മാത്രമല്ല, അതിനെ നൈതികമായി വർഗ്ഗീകരിക്കുന്നതിലും തീവ്രമായി ഏർപ്പെടുന്നു. ഈ പ്രക്രിയയിൽ, പരസ്പര സമ്മതത്തോടെ നടക്കുന്ന ലൈംഗികബന്ധങ്ങൾ പോലും അധികാരത്തിന്റെയും വസ്തുവൽക്കരണത്തിന്റെയും (objectification) കഥകളായി മാറുന്നു.

ഈ ഘടനയുടെ കേന്ദ്രത്തിൽ നിലകൊള്ളുന്നത് സ്ത്രീയെ പ്രാപിക്കൽ (consummation) എന്ന ആശയമാണ്. ഇതിൽ പുരുഷൻ കാരണഭൂതൻ (agent) ആയി നിർവചിക്കപ്പെടുകയും, സ്ത്രീ

ഉപഭോഗിക്കപ്പെടുന്ന വസ്തുവായി (object) പുനർനിർവ്വചിക്കപ്പെടുകയും ചെയ്യുന്നു. ഇത്തരം നൈതിക വിധിന്യായങ്ങൾ യാദൃശ്ചികമല്ല. അവ ജൈവ ലൈംഗിക അസമത്വങ്ങളിൽ നിന്ന് (sexual biological asymmetry) ആരംഭിക്കുകയും, അസൂയയാൽ ശക്തിപ്പെടുകയും, പിന്നീട് നിയമത്തിലെ പോരായ്മകളും ജനക്കൂട്ട അധിഷ്ഠിത നിയന്ത്രണ സംവിധാനങ്ങളും (mobocracy) വഴി ആയുധവൽക്കരിക്കപ്പെടുകയും ചെയ്യുന്നു.

ലൈംഗിക അസൂയ: നൈതിക വിധിന്യായത്തിന്റെ മാനസിക ഉത്ഭവം

ലൈംഗിക അസൂയ മനുഷ്യ മനസ്സിലെ ഒരു ആഴത്തിലുള്ള ഘടനയാണ്. പങ്കാളിയെ കാത്തുസൂക്ഷിക്കൽ (mate guarding), പിതൃത്വ ഉറപ്പ് (paternity certainty), പുനരുത്പാദന നിക്ഷേപം (reproductive investment) എന്നിവയുമായി ബന്ധപ്പെട്ട പരിണാമപരമായ സമ്മർദ്ദങ്ങളാണ് ഇതിന് അടിസ്ഥാനം[142]. അസൂയയെ പലപ്പോഴും സ്വകാര്യ വികാരമായി മാത്രം കാണുന്നുവെങ്കിലും, അതിന്റെ സാമൂഹിക പ്രകടനം നൈതിക വിധിന്യായമാണ്.സ്വന്തമായി അവകാശപ്പെടാൻ കഴിയാത്ത ലൈംഗിക സ്വാതന്ത്ര്യം മറ്റുള്ളവർക്കു ലഭിക്കുമ്പോൾ, ആ അസൂയ "മൂല്യങ്ങൾ", "സംസ്കാരം", "മര്യാദ" എന്നീ ഭാഷകളിലൂടെ പുറത്തുവരുന്നു. ഇവിടെ അസൂയ വ്യക്തിഗതമല്ല; അത് ചിഹ്നാത്മകമാണ്. പ്രത്യേകിച്ച് സ്ത്രീകൾ ലൈംഗിക സ്വാതന്ത്ര്യം പ്രയോഗിക്കുമ്പോൾ, അതിനെതിരെ ഉയരുന്ന നൈതിക ആക്രോശം അസൂയയുടെ സാമൂഹികരൂപമാണ്.

വസ്തുവൽക്കരണത്തിന്റെ സ്വാഭാവിക വേരുകൾ: ലൈംഗിക ജീവശാസ്ത്രവും അസമത്വവും

വസ്തുവൽക്കരണത്തിന് (objectification) സാമൂഹിക കാരണങ്ങൾ മാത്രമല്ല, ജൈവിക അടിസ്ഥാനം പോലും ഉണ്ട്. മനുഷ്യ ലൈംഗിക ശരീരഘടന തന്നെ ഒരു അസമത്വ മാതൃക സൃഷ്ടിക്കുന്നു. ലിംഗം (penis) പുറമേയുള്ളതും, ദൃശ്യമാകുന്നതും, പ്രവേശനത്തെയും (penetration) ചലനത്തെയും പ്രതിനിധീകരിക്കുന്നതുമാണ്. അതേസമയം യോനി (vagina) ആന്തരികവും, സ്വീകരണപരവുമായും, ഗർഭധാരണത്തിനും സംരക്ഷണത്തിനും അനുയോജ്യവുമായ ഘടനയാണ്.ഈ ജൈവ വ്യത്യാസം സമൂഹങ്ങൾ പ്രവർത്തകൻ–വസ്തു (actor–object) മാതൃകയിലേക്ക് മാറ്റുന്നു[143]. പുരുഷ ലൈംഗിക തന്ത്രങ്ങൾ പ്രവേശനത്തെയും ആവർത്തനത്തെയും മുൻനിർത്തിയപ്പോൾ, സ്ത്രീ ലൈംഗിക തന്ത്രങ്ങൾ തിരഞ്ഞെടുപ്പിനെയും അപകടനിയന്ത്രണത്തെയും മുൻനിർത്തി. ഈ വ്യത്യാസങ്ങൾ പിന്നീട് സാംസ്കാരിക ചിഹ്നങ്ങളായി മാറി. പുരുഷ ശരീരം agency യുടെയും കീഴടക്കലിന്റെയും പ്രതീകമായി, സ്ത്രീ ശരീരം ഉടമസ്ഥതയുടെയും ഉപഭോഗത്തിന്റെയും പ്രതീകമായി പുനർനിർമ്മിക്കപ്പെട്ടു.

സ്ത്രീ ശരീര പ്രാപ്തി എന്ന ആശയവും നൈതിക പടിവാതിലുകളും

ചരിത്രപരമായി സ്ത്രീ ശരീര പ്രാപ്തി (consummation) എന്ന ആശയം ലൈംഗികബന്ധത്തെ ഉടമസ്ഥാവകാശത്തിന്റെ പൂർത്തീകരണമായി (completion of ownership) കാണുന്നു. മത–നിയമപരമായ ഘടനകളിൽ, സ്ത്രീയെ ശാരീരികമായി ഉപയോഗിക്കുന്നത് (consummation)

നടന്നാൽ സ്ത്രീയുടെ ലൈംഗിക സ്വാതന്ത്ര്യം കൈമാറ്റം ചെയ്യപ്പെട്ടതായി കണക്കാക്കപ്പെട്ടു[144]. ആധുനിക സമൂഹങ്ങളിലും ഈ ധാരണ സൂക്ഷ്മമായി നിലനിൽക്കുന്നു.

ലൈംഗികമായി സജീവമായ സ്ത്രീ "ആഗ്രഹമുള്ളവൾ" എന്ന നിലയിൽ അല്ല, "ഉപയോഗിക്കപ്പെട്ടവൾ" എന്ന നിലയിലാണ് വായിക്കപ്പെടുന്നത്. പുരുഷൻ നിയന്ത്രണത്തോടെയാണോ, അതിക്രമത്തോടെയാണോ പ്രവർത്തിച്ചത് എന്നതാണ് അവനോട് ചോദിക്കപ്പെടുന്നത്. സ്ത്രീയുടെ കാര്യത്തിൽ അവളുടെ മൂല്യമാണ് ചോദ്യം ചെയ്യപ്പെടുന്നത്. ഈ അസമത്വത്തിന്റെ പിന്നിൽ പ്രവർത്തിക്കുന്നത് അസൂയ തന്നെയാണ്.

നിയമം, പോരായ്മകൾ, നൈതിക ആയുധവൽക്കരണം

ആധുനിക നിയമസംവിധാനങ്ങൾ നിഷ്പക്ഷത അവകാശപ്പെടുമ്പോഴും, ലൈംഗിക അസൂയയിൽ നിന്നുയരുന്ന നൈതിക വിധിന്യായങ്ങൾ നിയമത്തിലെ അസ്പഷ്ടതകൾ ഉപയോഗപ്പെടുത്തുന്നു. അശ്ലീലത (obscenity), പൊതു നൈതികത (public morality), സമ്മത വ്യാഖ്യാനം (consent interpretation), മാനാഭിമാനം (honor) തുടങ്ങിയ നിയമവിഭാഗങ്ങൾ സ്ത്രീകൾക്കെതിരായി തിരഞ്ഞെടുക്കപ്പെട്ട രീതിയിൽ പ്രയോഗിക്കപ്പെടുന്നു[45].

നിയമം പര്യാപ്തമല്ലാത്തിടത്ത് ജനക്കൂട്ട നീതി (mobocracy) പ്രവർത്തനം തുടങ്ങുന്നു. പൊതുഅപമാനം, സാമൂഹിക കരുതല് , ഓൺലൈൻ ആക്രമണം എന്നിവ "സമൂഹ സംരക്ഷണം" എന്ന പേരിൽ ന്യായീകരിക്കപ്പെടുന്നു. ഇവ യഥാർത്ഥത്തിൽ ഹാനി തടയലല്ല; നഷ്ടപ്പെട്ട ലൈംഗിക നിയന്ത്രണം വീണ്ടെടുക്കാനുള്ള ശ്രമങ്ങളാണ്.

പുരുഷന്റെ ലൈംഗിക പെരുമാറ്റം ഉത്തരവാദിത്വം അല്ലെങ്കിൽ അതിക്രമം എന്ന നിലയിലാണ് വിലയിരുത്തപ്പെടുന്നത്. സ്ത്രീയുടെ ലൈംഗിക പെരുമാറ്റം അവളുടെ മൂല്യമായി (worth) മാറുന്നു. പുരുഷൻ ചെയ്തതിന്റെ പേരിലാണ് വിലയിരുത്തപ്പെടുന്നത്; സ്ത്രീ "ആയിരിക്കുന്നതിന്റെ" പേരിലാണ്.സ്ത്രീയെ ഉപയോഗിക്കപ്പെടേണ്ട വസ്തുവായി കാണുമ്പോൾ, മറ്റു പുരുഷന്മാർക്ക് ലഭിക്കുന്ന ലൈംഗിക പ്രവേശനം അസൂയ സൃഷ്ടിക്കുന്നു. അതിനാൽ സ്ത്രീയും അവളുടെ തിരഞ്ഞെടുപ്പുകളും ശിക്ഷിക്കപ്പെടുന്നു. നൈതിക വിധിന്യായം ഇവിടെ ആഗ്രഹം, അസൂയ, നിയന്ത്രണം എന്നീ മൂന്നു ഘടകങ്ങളുടെ സംയോജനമാണ്.ലൈംഗികതയെ ചുറ്റിപ്പറ്റിയ നൈതിക വിധിന്യായങ്ങൾ നൈതികമല്ല. അവ മാനസികവും ഘടനാപരവുമാണ്. ജൈവ ലൈംഗിക അസമത്വങ്ങളിൽ നിന്ന് ആരംഭിച്ച്, ഉപഭോഗം (consummation) ഉടമസ്ഥത, അസൂയ എന്നീ ആശയങ്ങളിലൂടെ ശക്തിപ്പെട്ട്, നിയമവും ജനക്കൂട്ട നീതിയും വഴി നടപ്പിലാക്കപ്പെടുന്ന സംവിധാനങ്ങളാണ് അവ.

ലൈംഗിക അസൂയയെ ധാർമിക കോപത്തിന്റെ യഥാർത്ഥ ഉറവിടമായി തിരിച്ചറിയാതെ, നീതിയും നിയമവും എന്നും പൗരബോധമുള്ളവരുടെ അമർഷത്താൽ (resentment) വികൃതമാവും.

Reference List

1. Foucault, Michel. *Discipline and Punish: The Birth of the Prison.* Vintage Books, 1977.
2. Mulvey, Laura. "Visual Pleasure and Narrative Cinema." *Screen,* Vol. 16, No. 3, 1975.
3. Bartky, Sandra Lee. *Femininity and Domination: Studies in the Phenomenology of Oppression.* Routledge, 1990.
4. Fredrickson, Barbara L., and Roberts, Tomi-Ann. "Objectification Theory." *Psychology of Women Quarterly*, 1997.
5. Bordo, Susan. *Unbearable Weight: Feminism, Western Culture, and the Body.* University of California Press, 1993.
6. Wolf, Naomi. *The Beauty Myth.* HarperCollins, 1991.
7. Gill, Rosalind. *Gender and the Media.* Polity Press, 2007.
8. Bartky, Sandra Lee. Femininity and Domination: Studies in the Phenomenology of Oppression. Routledge, 1990.
9. Foucault, Michel. Discipline and Punish: The Birth of the Prison. Vintage Books, 1977.
10. Brownmiller, Susan. Against Our Will: Men, Women, and Rape. Simon & Schuster, 1975.
11. Wolf, Naomi. The Beauty Myth. HarperCollins, 1991.
12. Gill, Rosalind. Gender and the Media. Polity Press, 2007.
13. Bordo, Susan. Unbearable Weight: Feminism, Western Culture, and the Body. University of California Press, 1993.
14. Fredrickson, Barbara L., and Roberts, Tomi-Ann. "Objectification Theory." Psychology of Women Quarterly, 1997.
15. Wolf, Naomi. The Beauty Myth. HarperCollins, 1991.
16. Sontag, Susan. "The Double Standard of Aging." Saturday Review, 1972.
17. Gill, Rosalind. Gender and the Media. Polity Press, 2007.
18. Fredrickson, Barbara L., and Roberts, Tomi-Ann. "Objectification Theory." Psychology of Women Quarterly, 1997.
19. Bordo, Susan. Unbearable Weight: Feminism, Western Culture, and the Body. University of California Press, 1993.
20. de Beauvoir, Simone. The Second Sex. Vintage Books, 1952.
21. Bourdieu, Pierre. The Forms of Capital. Greenwood Press, 1986.
22. Hakim, Catherine. Erotic Capital: The Power of Attraction in the Boardroom and the Bedroom. Basic Books, 2011.

23. Gill, Rosalind. Gender and the Media. Polity Press, 2007.
24. Skeggs, Beverley. Formations of Class and Gender. Sage Publications, 1997.
25. Wolf, Naomi. The Beauty Myth. HarperCollins, 1991.
26. Fraser, Nancy. Fortunes of Feminism. Verso, 2013.
27. Fredrickson, Barbara L., and Tomi-Ann Roberts. "Objectification Theory." Psychology of Women Quarterly, 1997.
28. Bartky, Sandra Lee. Femininity and Domination. Routledge, 1990.
29. Bordo, Susan. Unbearable Weight: Feminism, Western Culture, and the Body. University of California Press, 1993.
30. Kabeer, Naila. Resources, Agency, Achievements: Reflections on the Measurement of Women's Empowerment. Development and Change, 1999.
31. Wolf, Naomi. The Beauty Myth. HarperCollins, 1991.
32. Fraser, Nancy. Fortunes of Feminism. Verso, 2013.
33. Fredrickson, Barbara L., and Tomi-Ann Roberts. "Objectification Theory." Psychology of Women Quarterly, 1997.
34. Bartky, Sandra Lee. Femininity and Domination. Routledge, 1990.
35. Connell, R. W. Masculinities. University of California Press, 2005.
36. Bordo, Susan. The Male Body. Farrar, Straus and Giroux, 1999.
37. Gagnon, John H., and William Simon. Sexual Conduct: The Social Sources of Human Sexuality. Aldine, 1973.
38. Mulvey, Laura. "Visual Pleasure and Narrative Cinema." Screen, 1975.
39. Gill, Rosalind. Gender and the Media. Polity Press, 2007.
40. Smart, Carol. Feminism and the Power of Law. Routledge, 1989.
41. Fraser, Nancy. Justice Interruptus. Routledge, 1997.
42. Buss, David M. The Evolution of Desire. Basic Books, 2016.
43. Symons, Donald. The Evolution of Human Sexuality. Oxford University Press, 1979.
44. Duby, Georges. The Knight, the Lady and the Priest. University of Chicago Press, 1983.
45. Smart, Carol. Feminism and the Power of Law. Routledge, 1989.
46. Foucault, Michel. The History of Sexuality, Volume 1. Pantheon Books, 1978.
47. Gagnon, John H., and William Simon. Sexual Conduct. Aldine, 1973.

അധ്യായം 16

പുരാതന സമൃദ്ധിയിൽ നിന്ന് ആധുനിക ദാരിദ്ര്യത്തിലേക്ക് (From Ancient Abundance to Modern Scarcity)

ആമുഖം: ലൈംഗിക നൈതികത ഒരു ശാശ്വത മൂല്യമല്ല

ലൈംഗിക നൈതികത മനുഷ്യസമൂഹത്തിന്റെ ശാശ്വത സത്യമല്ല. അത് ഓരോ കാലഘട്ടത്തിലും ഓരോ സാമൂഹിക–ആർത്ഥിക സാഹചര്യങ്ങളുടെയും പ്രതിഫലനമാണ്. മനുഷ്യചരിത്രത്തിന്റെ തുടക്കഘട്ടങ്ങളിൽ, ഇന്ന് "അശ്ലീലം" എന്നും "അനിയന്ത്രിതം" എന്നും വിളിക്കപ്പെടുന്ന പല ലൈംഗിക ക്രമീകരണങ്ങളും സാമൂഹികമായി സാധാരണമാണായിരുന്നു. എന്നാൽ, സമ്പത്ത്, ഭൂമി, അധികാരം എന്നിവ സ്വകാര്യവൽക്കരിക്കപ്പെട്ടതോടെ, ലൈംഗികത നിയന്ത്രിക്കേണ്ട ഒരു രാഷ്ട്രീയ–സാമ്പത്തിക പ്രശ്നമായി മാറി. ഈ അധ്യായം, മനുഷ്യസമൂഹങ്ങൾ എങ്ങനെ പുരാതന സമൃദ്ധിയിൽ (abundance) നിന്ന് ആധുനിക ദാരിദ്ര്യത്തിലേക്ക് (scarcity) നീങ്ങുമ്പോൾ ലൈംഗികതയെ നൈതികമായി പുനർനിർമ്മിച്ചു എന്നതിനെ വിശകലനം ചെയ്യുന്നു.

ഗോത്രസമൂഹങ്ങളിലെ ലൈംഗിക തുറന്ന നില

ആദ്യകാല ഗോത്രസമൂഹങ്ങളിൽ (tribal societies), ലൈംഗികത വ്യക്തിഗത ഉടമസ്ഥതയുടെ ഭാഗമായിരുന്നില്ല. ലൈംഗികബന്ധങ്ങൾ ജീവിതത്തിന്റെ സ്വാഭാവിക ഘടകമായിരുന്നു. സ്ത്രീയും പുരുഷനും തമ്മിലുള്ള ബന്ധം അധികാരത്തിന്റെ അടിസ്ഥാനത്തിൽ അല്ല, സാമൂഹിക പങ്കാളിത്തത്തിന്റെ അടിസ്ഥാനത്തിലാണ് നിലനിന്നിരുന്നത്. ലൈംഗിക തുറന്ന നില (tribal sexual openness) സമൂഹത്തിന്റെ സ്ഥിരതയെ ഭീഷണിപ്പെടുത്തുന്ന ഒന്നായിരുന്നില്ല; മറിച്ച്, അത് സാമൂഹിക ഐക്യത്തിന്റെ ഭാഗമായിരുന്നു[1].ഇത്തരം സമൂഹങ്ങളിൽ, സ്ത്രീയുടെ ലൈംഗിക സ്വാതന്ത്ര്യം പുരുഷന്റെ അധികാരത്തിന് വെല്ലുവിളിയായിരുന്നില്ല. കാരണം, ലൈംഗികതയും അധികാരവും തമ്മിൽ ഇന്നുള്ള പോലെ ഒരു ഘടനാപരമായ ബന്ധം ഉണ്ടായിരുന്നില്ല.

കൂട്ടായ ലൈംഗിക ക്രമീകരണങ്ങൾ

പല പുരാതന സമൂഹങ്ങളിലും, കൂട്ടായ ലൈംഗിക ക്രമീകരണങ്ങൾ (communal mating systems) നിലനിന്നിരുന്നു. കുട്ടികൾ ഒരു വ്യക്തിയുടെ "സ്വത്ത്" ആയിരുന്നില്ല; അവർ സമൂഹത്തിന്റെ അംഗങ്ങളായിരുന്നു. പിതൃത്വം (paternity) ഒരു നിർണായക സാമൂഹിക പ്രശ്നമായിരുന്നില്ല. കാരണം, പരിപാലനവും ഉത്തരവാദിത്വവും വ്യക്തിയുടേതല്ല, സമൂഹത്തിന്റേതായിരുന്നു[2].ഇവിടെ ലൈംഗിക ബന്ധങ്ങൾ സാമൂഹിക ഐക്യത്തെ തകർക്കുന്ന ഒന്നല്ല, മറിച്ച് അതിനെ ശക്തിപ്പെടുത്തുന്ന ഘടകമായിരുന്നു. അസൂയയും ഉടമസ്ഥബോധവും (possessiveness) ഘടനാപരമായി വളരാൻ ആവശ്യമായ സാഹചര്യങ്ങൾ ഇതുവരെ രൂപപ്പെട്ടിരുന്നില്ല.

സ്വത്തുവ്യവസ്ഥയും പിതൃത്വ ആശങ്കയും

മനുഷ്യസമൂഹങ്ങൾ കൃഷിയിലേക്കും സ്ഥിരതാമസത്തിലേക്കും മാറിയപ്പോൾ, ഭൂമിയും സമ്പത്തും സ്വകാര്യ ഉടമസ്ഥതയായി (property ownership) മാറി. ഈ ഘട്ടത്തിലാണ് പിതൃത്വ ആശങ്ക (paternity anxiety) സാമൂഹികമായി നിർണായകമായത്. സമ്പത്ത് സ്വന്തം "രക്തബന്ധമുള്ള" സന്തതിയിലേക്കു മാത്രമേ പോകാവൂ എന്ന ആശയം ശക്തമായി വളർന്നു[3].ഇതോടെ സ്ത്രീയുടെ ലൈംഗിക സ്വാതന്ത്ര്യം സാമൂഹിക പ്രശ്നമായി മാറി. കാരണം, സ്ത്രീയുടെ ലൈംഗിക സ്വാതന്ത്ര്യം

പുരുഷന്റെ പിതൃത്വ ഉറപ്പിനെ ഭീഷണിപ്പെടുത്തുന്നു എന്ന ധാരണ രൂപപ്പെട്ടു. ലൈംഗികത ഇനി വ്യക്തിഗത അനുഭവമല്ല; അത് സാമ്പത്തികവും നിയമപരവുമായ പ്രത്യാഘാതങ്ങളുള്ള വിഷയമായി.

ചാരിത്ര ശുദ്ധി നിയമങ്ങളുടെ ഉയർച്ച

ഈ പശ്ചാത്തലത്തിലാണ് ചാരിത്ര ശുദ്ധി നിയമങ്ങൾ (chastity codes) രൂപപ്പെടുന്നത്. സ്ത്രീയുടെ ലൈംഗിക പെരുമാറ്റം നിയന്ത്രിക്കുന്നത് "ധാർമികത"യുടെ പേരിൽ ആരംഭിച്ചുവെങ്കിലും, യഥാർത്ഥത്തിൽ അത് സമ്പത്തും വംശാവലിയും സംരക്ഷിക്കുന്നതിനുള്ള ഉപാധിയായിരുന്നു[4]. കന്യകാത്വം (virginity), വിവാഹത്തിനു മുൻപുള്ള ശുദ്ധി, സ്ത്രീയുടെ ലൈംഗിക നിയന്ത്രണം എന്നിവയെല്ലാം സ്ത്രീയുടെ ആത്മമൂല്യത്തിന്റെ അടയാളങ്ങളായി പുനർനിർവ്വചിക്കപ്പെട്ടു. പുരുഷന്റെ ലൈംഗിക സ്വാതന്ത്ര്യം സ്വാഭാവികമായി കണക്കാക്കപ്പെടുമ്പോൾ, സ്ത്രീയുടെത് നിയന്ത്രിക്കപ്പെടേണ്ട ഭീഷണിയായി ചിത്രീകരിക്കപ്പെട്ടു.

ലൈംഗിക നൈതികത ഒരു രാഷ്ട്രീയ നിയന്ത്രണമായി

കാലക്രമേണ, ലൈംഗിക നൈതികത (sexual morality) ഒരു രാഷ്ട്രീയ നിയന്ത്രണ ഉപാധിയായി മാറി. ഭരണകൂടങ്ങളും മതസ്ഥാപനങ്ങളും കുടുംബസംവിധാനങ്ങളും ലൈംഗികതയെ നിയന്ത്രിക്കുന്നതിലൂടെ സാമൂഹിക ക്രമം നിലനിർത്താൻ ശ്രമിച്ചു[5].സ്ത്രീ ശരീരം സമൂഹത്തിന്റെ "മാനത്തിന്റെ" പ്രതിനിധിയായി. സ്ത്രീയുടെ ലൈംഗിക സ്വാതന്ത്ര്യം രാഷ്ട്രീയ അസ്ഥിരതയായി വായിക്കപ്പെട്ടു. ഇതിലൂടെ, സ്വകാര്യ വികാരങ്ങളായിരുന്ന അസൂയയും ഭയവും പൊതുനിയമങ്ങളായി മാറി.

നൈതികത ഒരു സാഹചര്യ നിർമ്മിതിയാണ്

മനുഷ്യസമൂഹങ്ങൾ ലൈംഗികമായി "പിന്നോട്ട് പോയത്" നൈതികമായി ഉന്നതമായതുകൊണ്ടല്ല. മറിച്ച്, സാമ്പത്തികവും രാഷ്ട്രീയവുമായ ദാരിദ്ര്യവും അസുരക്ഷയും വർധിച്ചതിനാലാണ്. ലൈംഗിക നിയന്ത്രണം പുരോഗതിയുടെ അടയാളമല്ല. പലപ്പോഴും അത് ഭയത്തിന്റെയും അസൂയയുടെയും ഉടമസ്ഥബോധ ത്തിന്റെയും സാമൂഹിക ഭാഷയാണ്. പുരാതന സമൃദ്ധിയിൽ പങ്കിടൽ സാധ്യമായിരുന്നിടത്ത്, ആധുനിക ദാരിദ്ര്യത്തിൽ നിയന്ത്രണമാണ് നൈതികതയായി മാറിയത്.

ദാരിദ്ര്യ അധിഷ്ഠിത നൈതികതയും ലൈംഗിക നിയന്ത്രണവും

സമ്പത്ത് അപര്യാപ്തമാകുന്ന സാഹചര്യങ്ങളിൽ, സമൂഹങ്ങളുടെ മൂല്യക്രമം സ്വാഭാവികമായി മാറുന്നു. പങ്കിടലിനെ ആധാരമാക്കിയ ധാർമ്മികതയ്ക്ക് പകരം, സംരക്ഷണത്തെയും നിയന്ത്രണത്തെയും മുൻതൂക്കം നൽകുന്ന നൈതികതയാണ് രൂപപ്പെടുന്നത്. ഈ ഘട്ടത്തിൽ, ലൈംഗിക ആസ്വാദനവും (sexual enjoyment) ഭക്ഷണം, ഭൂമി, സ്വത്ത് എന്നിവ പോലെ തന്നെ ഒരു അപൂർവ്വ വിഭവമായി പുനർവായിക്കപ്പെടുന്നു[6]. ആസ്വാദനം മനുഷ്യന്റെ സ്വാഭാവിക ജൈവ–മാനസിക ആവശ്യമെന്ന നിലയിൽ കാണപ്പെടാതെ, സാമൂഹിക ക്രമത്തെ തകർക്കാൻ സാധ്യതയുള്ള ഒരു ശക്തിയായി ചിത്രീകരിക്കപ്പെടുന്നു. ഇതാണ് ദാരിദ്ര്യ അധിഷ്ഠിത നൈതികതയിൽ (scarcity-driven ethics)

ലൈംഗികതയെ സ്വതന്ത്രമായ മനുഷ്യാനുഭവമായി അംഗീകരിക്കാൻ സമൂഹങ്ങൾ മടിക്കുന്നതിന്റെ അടിസ്ഥാനം.

ഈ നൈതിക പരിവർത്തനത്തിൽ, ലൈംഗികത ''പങ്കിടാവുന്ന അനുഭവം'' എന്ന നിലയിൽ നിന്ന് ''നിയന്ത്രിക്കപ്പെടേണ്ട അപകടം'' എന്ന നിലയിലേക്ക് മാറുന്നു[7]. സമ്പത്ത് കുറവുള്ള സാഹചര്യങ്ങളിൽ, അനിശ്ചിതത്വമാണ് സമൂഹങ്ങളെ ഏറ്റവും കൂടുതൽ ഭയപ്പെടുത്തുന്നത്. ലൈംഗികത, ബന്ധങ്ങൾ, കുടുംബഘടന എന്നിവയിൽ അനിശ്ചിതത്വം വർധിച്ചാൽ, പിതൃത്വം, അവകാശവകാശം, സ്വത്ത് കൈമാറ്റം എന്നിവ യെക്കുറിച്ചുള്ള ആശങ്കകൾ ഉയരുന്നു. ഈ ആശങ്കകളാണ് ലൈംഗികതയെ നിയന്ത്രണത്തിന്റെ പരിധിയിലാക്കാനുള്ള നൈതിക ന്യായീകരണങ്ങളായി മാറുന്നത്.

ഇത്തരം സാഹചര്യത്തിലാണ് മതസംവിധാനങ്ങളും (religious institutions), സാമൂഹിക ആചാരങ്ങളും, ഭരണകൂട ഘടനകളും ഒരേ ദിശയിൽ ചേരുന്നത്. ലൈംഗികതയെ വിവാഹത്തിലേക്ക് (marriage) മാത്രം പരിമിതപ്പെടുത്തുന്ന നിയമങ്ങളും ആചാരങ്ങളും ദൈവീക ഉത്തരവിന്റെ പേരിൽ അവതരി പ്പിക്കപ്പെടുന്നുവെങ്കിലും, അവയുടെ യഥാർത്ഥ അടിത്തറ സാമ്പത്തിക–സാമൂഹിക അസുരക്ഷയിലാണ്[8]. വിവാഹം ഒരു ആത്മീയബന്ധമായി മാത്രം അല്ല, ലൈംഗികതയെ നിയന്ത്രിക്കുന്ന ഒരു സാമൂഹിക സാങ്കേതികവിദ്യയായാണ് പ്രവർത്തിക്കുന്നത്. വിവാഹത്തിന് പുറത്തെ ലൈംഗികബന്ധങ്ങൾ, നിയന്ത്രണമില്ലായ്മയുടെ പ്രതീകമായി വായിക്കപ്പെടുകയും, അതുവഴി സാമൂഹിക അസ്ഥിരതയുടെ സൂചനയായി മുദ്രകുത്തപ്പെടുകയും ചെയ്യുന്നു.

നൈതിക മുദ്രകുത്തലും ലിംഗാധിഷ്ഠിത നിയന്ത്രണവും

ഈ നിയന്ത്രണത്തിന്റെ അനിവാര്യ ഫലമാണ് നൈതിക മുദ്രകുത്തൽ (moral labeling). വിവാഹത്തിന് പുറത്തുള്ള ലൈംഗികബന്ധം ''അധാർമ്മികത''യായി (immorality) ചിത്രീകരിക്കപ്പെടുന്നത്, ലൈംഗികതയെ നൈതിക അധികാരത്തിന്റെ പരിധിയിലാക്കാനുള്ള ഒരു ഉപാധിയാണ്[9]. എന്നാൽ ഈ നൈതികത ലിംഗനിരപേക്ഷമല്ല. പുരുഷന്റെ ലൈംഗിക വ്യതിചലനം പലപ്പോഴും ''സ്വാഭാവികം'' എന്ന നിലയിൽ ലഘൂകരിക്കപ്പെടുമ്പോൾ, സ്ത്രീയുടെ അതേ പ്രവൃത്തി ''വ്യഭിചാരം'' (adultery), ''അശുദ്ധി'', ''വേശ്യാവൃത്തി'' (prostitution) തുടങ്ങിയ പദങ്ങൾ ഉപയോഗിച്ച് അപകീർത്തിപ്പെടുത്തപ്പെടുന്നു. ഇതിലൂടെ, ലൈംഗിക നിയന്ത്രണം ലിംഗാധിഷ്ഠിതമായ അധികാരസംവിധാനമായി ഉറപ്പിക്കപ്പെടുന്നു.

ഇന്ത്യൻ സാമൂഹിക ചരിത്രത്തിൽ ഈ ഘടന വളരെ വ്യക്തമായി കാണാം. പുരാതന നിയമഗ്രന്ഥങ്ങളിലും ധാർമ്മിക ചട്ടങ്ങളിലും, സ്ത്രീയുടെ ലൈംഗികത കുടുംബത്തിന്റെ മാനത്തോടും (honour), വംശശുദ്ധിയോടും, സ്വത്തവകാശത്തിന്റെ തുടർച്ചയോടും ബന്ധിപ്പിക്കപ്പെട്ടിരിക്കുന്നു[10]. കേരളീയ സാമൂഹിക ഘടനയിലും, സ്ത്രീയുടെ ലൈംഗിക ശുദ്ധി അവളുടെ മുഖ്യ സാമൂഹിക മൂല്യമായി നിർവചിക്കപ്പെട്ടു. വിവാഹത്തിനു മുൻപോ പുറത്തോ ഉള്ള ലൈംഗികബന്ധങ്ങൾ ''കുലനാശം'' എന്ന ഭീതിയിലൂടെ വായിക്കപ്പെട്ടു. ഇതോടെ, സ്ത്രീയുടെ ശരീരം വ്യക്തിയുടെ സ്വതന്ത്ര ശരീരമല്ല, കുടുംബത്തിന്റെയും സമൂഹത്തിന്റെയും സംരക്ഷി ക്കപ്പെടേണ്ട സ്വത്തായി മാറി.

ആധുനിക സമൂഹങ്ങളിലെ തുടർച്ചയായ നിയന്ത്രണം

ആധുനിക സമൂഹങ്ങൾ ശാസ്ത്രീയവും ലിബറൽവുമാണെന്ന് അവകാശപ്പെടുന്നുണ്ടെങ്കിലും, ഈ അടിസ്ഥാന മനോഭാവത്തിൽ നിന്ന് പൂർണ്ണമായി മോചിതമായിട്ടില്ല. വിദ്യാഭ്യാസ സ്ഥാപനങ്ങളിൽ പോലും, യുവാക്കളുടെയും യുവതികളുടെയും സ്വതന്ത്ര ഇടപെടൽ ഇപ്പോഴും സംശയത്തോടെയാണ് സമീപിക്കപ്പെടുന്നത്[11]. സർവകലാശാലകളിലും കോളേജുകളിലും ലിംഗമിശ്ര പങ്കാളിത്തം (gender-mixed participation) ഔപചാരികമായി അനുവദിച്ചിട്ടുണ്ടെങ്കിലും, താമസസൗകര്യങ്ങൾ ഇപ്പോഴും കർശനമായി ലിംഗവിഭജിതമാണ് (gender-based hostels). ഇത് സുരക്ഷയുടെ പേരിൽ ന്യായീകരിക്കപ്പെടുമ്പോഴും, അതിന്റെ ആന്തരിക പ്രേരകശക്തി ലൈംഗിക അസൂയയും നിയന്ത്രണ ഭയവുമാണ്.

തത്ത്വചിന്താത്മക ബന്ധം

ഇവിടെയാണ് ഈ അധ്യായം പുസ്തകത്തിലെ മറ്റു അധ്യായങ്ങളുമായി തത്ത്വചിന്താത്മകമായി ബന്ധപ്പെടുന്നത്. മുമ്പ് വിശദീകരിച്ച അസൂയ (jealousy), ഉടമസ്ഥബോധം (possessiveness), നൈതിക അധികാരം (moral authority) എന്നിവ എല്ലാം ദാരിദ്ര്യ അധിഷ്ഠിത നൈതികതയുടെ സാമൂഹിക ഉപകരണങ്ങളാണ്[12]. ലൈംഗികതയെ സ്വാഭാവിക ആനന്ദമായി അംഗീകരിക്കാൻ കഴിയാത്ത സമൂഹം, അതിനെ നിയന്ത്രണത്തിന്റെ ഭാഷയിലേക്ക് മാറ്റുന്നു. നിയന്ത്രണം നൈതികതയായി അവതരിപ്പിക്കപ്പെടുന്നു, ഭയം സംരക്ഷണമായി വ്യാഖ്യാനിക്കപ്പെടുന്നു, അസൂയ സാമൂഹിക മൂല്യമായി ഉയർത്തപ്പെടുന്നു.

സാമൂഹിക ചരിത്രവും സ്ത്രീ ശരീരത്തിന്റെ സാമൂഹിക ഉടമസ്ഥതയും

കേരളീയ സാമൂഹിക ചരിത്രം പരിശോധിക്കുമ്പോൾ, ലൈംഗികതയും (sexuality) സ്ത്രീ ശരീരവും (female body) വ്യക്തിയുടെ സ്വതന്ത്ര മേഖലയായി ഒരിക്കലും പൂർണ്ണമായി അംഗീകരിക്കപ്പെട്ടിട്ടില്ലെന്ന സത്യം വ്യക്തമായി കാണാം. ഇവിടെ സ്ത്രീയുടെ ശരീരം അവളുടെ സ്വന്തമായ അവകാശമായി അല്ല, കുടുംബത്തിന്റെയും വംശത്തിന്റെയും സാമൂഹിക ക്രമത്തിന്റെയും ഭാഗമായിട്ടാണ് വായിക്കപ്പെട്ടത്[14]. പ്രത്യേകിച്ച് വംശാവലി (lineage) ശുദ്ധി ഉറപ്പാക്കേണ്ടതെന്ന ആശങ്കയാണ് സ്ത്രീയുടെ ലൈംഗിക സ്വാതന്ത്ര്യം നിയന്ത്രിക്കുന്നതിന്റെ കേന്ദ്രബിന്ദു. സ്ത്രീയുടെ ലൈംഗികത നിയന്ത്രിക്കപ്പെടുന്നില്ലെങ്കിൽ, പിതൃത്വം (paternity) അനിശ്ചിതമാകുമെന്ന ഭയം സമൂഹത്തെ ആഴത്തിൽ അലട്ടിയിരുന്നു.കേരളത്തിലെ പരമ്പരാഗത കുടുംബഘടനകളിൽ, സ്ത്രീയുടെ മൂല്യം അവളുടെ ശരീരശുദ്ധിയോടും (sexual purity), കന്യകാത്വത്തോടും (virginity), വിവാഹാനന്തര വിശ്വാസ്യതയോടും (chastity) ബന്ധിപ്പിക്കപ്പെട്ടിരുന്നു[15]. സ്ത്രീയുടെ ബുദ്ധി, തൊഴിൽ, സൃഷ്ടിപരത, സാമൂഹിക സംഭാവനകൾ എന്നിവ രണ്ടാംനിലയിലേക്കു തള്ളപ്പെടുകയും, അവളുടെ പ്രധാന "കടപ്പാട്" കുടുംബത്തിനും ഭർത്താവിനും ശരീരം "നൽകുക" എന്നതിലേക്കു ചുരുങ്ങുകയും ചെയ്തു. ഇതോടെ, സ്ത്രീയുടെ ശരീരം അവളുടെ വ്യക്തിത്വത്തിന്റെ ഭാഗമല്ല; മറിച്ച് സാമൂഹിക ഉത്തരവാദിത്തമായി മാറി.

ലൈംഗിക അസൂയയും സാമൂഹിക നിയന്ത്രണ ഘടനയും

ഇവിടെ നിർണായകമായ ഘടകം ലൈംഗിക അസൂയയാണ് (sexual jealousy). പുരുഷന്റെ ലൈംഗിക അസൂയ വ്യക്തിപരമായ വികാരമായി മാത്രമല്ല, സാമൂഹിക നിയന്ത്രണ സംവിധാനമായി രൂപാന്തരം പ്രാപിക്കുന്നു[16]. സ്ത്രീയുടെ ശരീരം "സ്വതന്ത്രമായി" പ്രവർത്തിച്ചാൽ, അത് പുരുഷന്റെ സാമൂഹിക സ്ഥാനത്തെയും വംശാവലിയെയും ചോദ്യം ചെയ്യും എന്ന ഭയമാണ് ഈ അസൂയയുടെ അടിത്തറ. അതിനാൽ, സ്ത്രീയുടെ ശരീരത്തിലേക്കുള്ള നിയന്ത്രണം

കുടുംബത്തിന്റെ മാത്രമല്ല, സമൂഹത്തിന്റെ മുഴുവൻ ഉത്തരവാദിത്തമായി മാറുന്നു.ഈ പശ്ചാത്തലത്തിലാണ് "രക്ഷിതാവെന്ന" (guardian) ആശയം രൂപപ്പെടുന്നത്. സ്ത്രീയുടെ ശരീരത്തിന് അവൾ തന്നെ ഉത്തരവാദിയല്ല; കുടുംബം, ബന്ധുക്കൾ, മതസംവിധാനങ്ങൾ, സമൂഹം എന്നിവയാണ് അതിന്റെ കാവൽക്കാരെന്ന് കരുതപ്പെടുന്നു[17]. സ്ത്രീയുടെ വസ്ത്രധാരണം, സഞ്ചാരം, സൗഹൃദങ്ങൾ, ലൈംഗിക തിരഞ്ഞെടുപ്പുകൾ എന്നിവയെ കുറിച്ചുള്ള സാമൂഹിക ഇടപെടലുകൾ ഇതിന്റെ ഫലമാണ്. ഇവയെല്ലാം "സുരക്ഷ" എന്ന ഭാഷയിൽ അവതരിപ്പിക്കപ്പെടുമ്പോഴും, യഥാർത്ഥത്തിൽ അത് നിയന്ത്രണത്തിന്റെ (control) രാഷ്ട്രീയമാണ്.

ആധുനിക ലിബറൽ സമൂഹങ്ങളിലെ വിരോധാഭാസം

ആധുനിക ലിബറൽ സമൂഹങ്ങൾ (modern liberal societies) ഈ പാരമ്പര്യത്തിൽ നിന്ന് പൂർണ്ണമായി വിടുതൽ നേടിയിട്ടില്ലെന്നത് ശ്രദ്ധേയമാണ്. നിയമപരമായി സ്ത്രീക്ക് വ്യക്തിഗത സ്വാതന്ത്ര്യങ്ങൾ അംഗീകരിച്ചിട്ടുണ്ടെങ്കിലും, സാമൂഹിക ധാരണകളിൽ സ്ത്രീ ശരീരം ഇപ്പോഴും "പൊതു സ്വത്ത്" (collective property) പോലെയാണ് വായിക്കപ്പെടുന്നത്[18]. സ്ത്രീ "ആസ്വദിക്കാനുള്ള" (fun) അവകാശം ഇപ്പോഴും സംശയത്തോടെയാണ് സമീപിക്കപ്പെടുന്നത്. പുരുഷന്റെ ലൈംഗിക ആസ്വാദനം സ്വാഭാവികമായ മനുഷ്യഗുണമായി കണക്കാക്കുമ്പോൾ, സ്ത്രീയുടെ അതേ ആസ്വാദനം സാമൂഹിക അച്ചടക്ക ലംഘനമായി ചിത്രീകരിക്കപ്പെടുന്നു.ഇവിടെയാണ് ആധുനിക വിരോധാഭാസം (paradox) വ്യക്തമായി കാണുന്നത്. സമൂഹം സ്ത്രീയെ വിദ്യാഭ്യാസം, തൊഴിൽ, സ്വാതന്ത്ര്യം എന്നിവയിൽ "ശക്തിപ്പെടുത്തുന്നു" (empowerment) എന്ന് പറയുമ്പോഴും, അവളുടെ ശരീരത്തിന്മേൽ അവൾക്കുള്ള അവകാശം പൂർണ്ണമായി അംഗീകരിക്കാൻ മടിക്കുന്നു[19]. സ്ത്രീയുടെ ശരീരം ആദ്യം പങ്കാളിക്ക് "നൽകേണ്ട" ഒന്നായി വായിക്കപ്പെടുന്നു. അതിന് ശേഷമേ അവൾക്ക് മറ്റു സംഭാവനകൾ നൽകാനുള്ള അവകാശം ഉണ്ടാകൂ എന്നൊരു അദൃശ്യ ധാരണ സമൂഹത്തിൽ പ്രവർത്തിക്കുന്നു. ഇതോടെ, സ്ത്രീയുടെ ശരീരം അവളുടെ ബൗദ്ധികതയ്ക്കുമുമ്പായി മുന്നോട്ടു വയ്ക്കപ്പെടുന്നു.

ശരീരാവകാശവും തീരുമാനാധികാരവും

ഈ ധാരണയുടെ ഏറ്റവും അപകടകരമായ വശം ഇതാണ്: സ്ത്രീയുടെ ശരീരത്തിന് അവൾക്ക് തന്നെ അവകാശമില്ലെന്ന ബോധം. അവളുടെ ശരീരം കുടുംബത്തിന്റെയും സമൂഹത്തിന്റെയും സംരക്ഷണത്തിലാണെന്ന പേരിൽ, അവളുടെ തീരുമാനാധികാരം (decision-making power) ഇല്ലാതാക്കപ്പെടുന്നു[20]. സ്ത്രീയുടെ ലൈംഗിക സ്വാതന്ത്ര്യം ഒരു വ്യക്തിഗത അവകാശമല്ല; അത് സമൂഹം അനുവദിക്കുന്ന പരിധിക്കുള്ളിൽ മാത്രമേ സാധ്യമാകൂ എന്ന നിലപാട് ശക്തമായി നിലനിൽക്കുന്നു.അതിനാൽ, സ്ത്രീ ശരീരം നിയന്ത്രിക്കപ്പെടുന്നത് ഒരു പഴയ പാരമ്പര്യത്തിന്റെ അവശിഷ്ടമല്ല. അത് ഇന്നും പ്രവർത്തിക്കുന്ന ലൈംഗിക അസൂയ, പിതൃസത്ത (patriarchy), വംശാവലി ആശങ്കകൾ എന്നിവയുടെ ആധുനിക രൂപമാണ്[21]. സ്ത്രീയുടെ ശരീരം വ്യക്തിയുടെ ശരീരമല്ല; അത് കുടുംബത്തിന്റെയും സമൂഹത്തിന്റെയും നൈതിക ഉടമസ്ഥതയിലുള്ള വസ്തുവായി തുടരുന്നിടത്തോളം, ലൈംഗിക സ്വാതന്ത്ര്യം യാഥാർത്ഥ്യമാകില്ല.

ലൈംഗിക അപര്യാപ്തതയുടെ യഥാർത്ഥ കാരണം: സ്ത്രീ ശരീരത്തിന്മേലുള്ള സാമൂഹിക നിയന്ത്രണം

ലൈംഗിക അപര്യാപ്തത (sexual scarcity) ഒരു സ്വാഭാവിക ജൈവ അവസ്ഥയല്ല. അത് മനുഷ്യസമൂഹങ്ങൾ ചരിത്രപരമായി നിർമ്മിച്ച ഒരു സാമൂഹിക അവസ്ഥയാണ്. മനുഷ്യ ശരീരത്തിനും ആഗ്രഹത്തിനും (desire) സ്വാഭാവികമായി അപര്യാപ്തതയില്ല. അപര്യാപ്തത സൃഷ്ടിക്കപ്പെടുന്നത് സാമൂഹിക നിയന്ത്രണത്തിലൂടെയാണ്. പ്രത്യേകിച്ച്, സ്ത്രീ ശരീരത്തിന്മേൽ (woman's body) സമൂഹം ഏർപ്പെടുത്തിയ നിയന്ത്രണങ്ങളാണ് ലൈംഗിക അപര്യാപ്തതയുടെ യഥാർത്ഥ അടിത്തറ[22].സ്ത്രീയുടെ ലൈംഗിക ആസ്വാദനം (sexual enjoyment) സാമൂഹികമായി അപകടകരമായ ഒന്നായി ചിത്രീകരിക്കപ്പെടുന്നത്, അത് പുരുഷന്റെ ലൈംഗിക പ്രത്യേകാവകാശത്തെയും (sexual exclusivity) പിതൃത്വ ഉറപ്പിനെയും (paternity certainty) ചോദ്യം ചെയ്യുന്നതുകൊണ്ടാണ്. അതിനാൽ, സ്ത്രീയുടെ ശരീരം വ്യക്തിയുടെ ശരീരമായി അല്ല, സാമൂഹിക ക്രമത്തിന്റെ നിയന്ത്രണ യൂണിറ്റായി മാറുന്നു. ഇതാണ് ലൈംഗികതയെ സ്വാഭാവിക ആനന്ദത്തിൽ നിന്ന് നിയന്ത്രണ വിഷയമായി മാറ്റുന്നത്.

രാഷ്ട്രം , നിയമം, സ്ത്രീ ശരീരം

ഈ നിയന്ത്രണം കുടുംബത്തിലും മതത്തിലും മാത്രമല്ല, സംസ്ഥാന സംവിധാനത്തിലൂടെയും (state apparatus) നടപ്പിലാക്കപ്പെടുന്നു. രാഷ്ട്രം സ്ത്രീ ശരീരത്തെ നേരിട്ട് നിയന്ത്രിക്കുന്നില്ലെന്ന് അവകാശപ്പെടുമ്പോഴും, നിയമങ്ങളിലൂടെയും (laws), വിവാഹ സംവിധാനങ്ങളിലൂടെയും (marriage institution), നൈതിക ഭാഷയിലൂടെയും (moral discourse) അതിനെ പരോക്ഷമായി നിയന്ത്രിക്കുന്നു.വ്യഭിചാര നിയമങ്ങൾ (adultery laws), വിവാഹ നിയമങ്ങൾ, ലൈംഗിക പെരുമാറ്റത്തെ ചുറ്റിയുള്ള നിയമവ്യവസ്ഥകൾ എന്നിവ സ്ത്രീയുടെ ലൈംഗിക സ്വാതന്ത്ര്യത്തെ സംരക്ഷിക്കാൻ വേണ്ടിയാണെന്ന് പറയപ്പെടുന്നു. എന്നാൽ യാഥാർത്ഥ്യത്തിൽ, ഈ നിയമങ്ങൾ സ്ത്രീയുടെ ലൈംഗിക ആസ്വാദനത്തെ നിയന്ത്രിക്കുകയും, പുരുഷന്റെ ലൈംഗിക അസൂയയെ (sexual jealousy) നിയമപരമായി സാധൂകരിക്കുകയും ചെയ്യുന്നു[23].രാഷ്ട്രം പലപ്പോഴും പറയുന്ന വാദം ഇതാണ്: ഈ നിയന്ത്രണങ്ങൾ സ്ത്രീയുടെ "നന്മയ്ക്കായി" (for her own good) ആണ്. എന്നാൽ ഇവിടെ "നന്മ" എന്നത് സുരക്ഷയല്ല; നിയന്ത്രണമാണ്. സ്ത്രീയുടെ ലൈംഗിക ആനന്ദം സമൂഹം ഒരു അവകാശമായി അംഗീകരിക്കുന്നില്ല. അത് അപകടം, അച്ചടക്കക്കുറവ്, സാമൂഹിക തകർച്ച എന്നിവയുമായി ബന്ധിപ്പിക്കപ്പെടുന്നു. അതിനാൽ, സ്ത്രീക്ക് ലൈംഗിക ആസ്വാദനം സ്വതന്ത്രമായി അനുഭവിക്കാൻ കഴിയുന്ന സാഹചര്യങ്ങൾ നിയമപരമായും സാമൂഹികമായും അപൂർവ്വമാകുന്നു.

സദാചാര പോലിസിംഗും മൊബോക്രസിയും

ഇവിടെയാണ് സദാചാര പോലിസിംഗ് (moral policing) പ്രവർത്തിക്കുന്നത്. നിയമം മാത്രം മതിയാകുന്നില്ലെങ്കിൽ, സമൂഹം തന്നെ നിയന്ത്രണ ഉപകരണമായി മാറുന്നു. സ്ത്രീയുടെ വസ്ത്രധാരണം, ബന്ധങ്ങൾ, സഞ്ചാരം, സൗഹൃദങ്ങൾ, ലൈംഗിക തിരഞ്ഞെടുപ്പുകൾ എന്നിവയെക്കുറിച്ച് പൊതുസമൂഹം വിധി പറയാൻ തുടങ്ങുന്നു. ഇത് ഔദ്യോഗിക അധികാരമല്ല; മറിച്ച്, സാമൂഹിക അധികാരമാണ് (social authority)[24].സദാചാര പോലിസിംഗിന്റെ ഏറ്റവും അപകടകരമായ രൂപമാണ് മൊബോക്രസി (mobocracy). ഇവിടെ വ്യക്തികളുടെ ലൈംഗിക ജീവിതം പൊതുസമൂഹത്തിന്റെ കൈകളിലേക്ക് പോകുന്നു. "സമൂഹ നൈതികത" എന്ന പേരിൽ ആളുകൾ നിയമം കൈയിലെടുക്കുന്നു. സ്ത്രീയുടെ ലൈംഗിക സ്വാതന്ത്ര്യം "സാംസ്കാരിക അപചയം" ആയി ചിത്രീകരിക്കപ്പെടുകയും, അതിനെതിരെ കൂട്ടായ ശിക്ഷകൾ ന്യായീകരിക്കപ്പെടുകയും

ചെയ്യുന്നു[25].ഈ മൊബോക്രസിയുടെ മാനസിക ഇന്ധനം ലൈംഗിക അസൂയയാണ്. എന്നാൽ ഈ അസൂയ വ്യക്തിപരമായ വികാരമായി മാത്രം നിലനിൽക്കുന്നില്ല. അത് രാഷ്ട്രീയ നൈതികതയായി (political morality) മാറുന്നു. "നമ്മുടെ സ്ത്രീകൾ", "നമ്മുടെ സംസ്കാരം", "നമ്മുടെ മാന്യം" തുടങ്ങിയ വാചകങ്ങൾ സ്ത്രീ ശരീരത്തെ ഒരു കൂട്ടായ സ്വത്തായി പുനർനിർവചിക്കുന്നു[26].

വിദ്യാഭ്യാസ സ്ഥാപനങ്ങളും ആധുനിക നിയന്ത്രണവും

ഈ നിയന്ത്രണ ഘടന ആധുനിക വിദ്യാഭ്യാസ സ്ഥാപനങ്ങളിലും (educational institutions) വ്യക്തമായി കാണാം. സർവകലാശാലകളും കോളേജുകളും ലിബറൽ മൂല്യങ്ങൾ പ്രസംഗിക്കുന്നുണ്ടെങ്കിലും, ലിംഗനിയന്ത്രണം അവിടെയും ശക്തമാണ്. ലിംഗമിശ്ര ഇടപെടൽ ഔദ്യോഗികമായി അനുവദിച്ചിട്ടുണ്ടെങ്കിലും, താമസസൗകര്യങ്ങൾ (hostels), സമയനിയന്ത്രണം, സന്ദർശക നിബന്ധനകൾ എന്നിവ കർശനമായി ലിംഗാധിഷ്ഠിതമാണ്[27].

ഇത് സുരക്ഷയുടെ പേരിലാണ് ന്യായീകരിക്കപ്പെടുന്നത്. എന്നാൽ ഈ "സുരക്ഷ" എന്ന ഭാഷ സ്ത്രീയുടെ ലൈംഗിക സ്വാതന്ത്ര്യത്തെ നിയന്ത്രിക്കുന്ന ഒരു ആധുനിക ഉപാധിയാണ്. പുരുഷ വിദ്യാർത്ഥികളുടെ ലൈംഗിക ആസ്വാദനം ഒരു പ്രശ്നമായി കണക്കാക്കപ്പെടുന്നില്ല. സ്ത്രീ വിദ്യാർത്ഥികളുടെ അതേ ആസ്വാദനം നിയന്ത്രിക്കേണ്ട അപകടമായി വായിക്കപ്പെടുന്നു. ഇതോടെ, സ്ത്രീയുടെ ശരീരം വിദ്യാഭ്യാസ സ്ഥാപനത്തിന്റെയും സമൂഹത്തിന്റെയും സംരക്ഷണ ഉത്തരവാദിത്തമായി മാറുന്നു.

ലൈംഗിക അപര്യാപ്തത: രാഷ്ട്രീയമായി നിർമ്മിച്ച അവസ്ഥ

ഈ എല്ലാ ഘടകങ്ങളും ചേർന്നാണ് ലൈംഗിക അപര്യാപ്തത നിർമ്മിക്കപ്പെടുന്നത്. അത് പ്രകൃതിദത്തമല്ല; രാഷ്ട്രീയമാണ്. അത് ജൈവമല്ല; സാമൂഹികമാണ്. സ്ത്രീയുടെ ശരീരം സ്വതന്ത്രമാകുന്നിടത്ത്, ലൈംഗിക അപര്യാപ്തത നിലനിൽക്കില്ല. അതുകൊണ്ടുതന്നെ, സമൂഹങ്ങൾ സ്ത്രീ ശരീരത്തെ നിയന്ത്രിക്കുന്നു. അപര്യാപ്തത നിലനിർത്തുക എന്നത് അധികാരം നിലനിർത്താനുള്ള ഒരു മാർഗമാണ്[28].

അതിനാൽ, ലൈംഗിക അപര്യാപ്തതയെ ധാർമ്മിക പ്രശ്നമായി മാത്രം കാണുന്നത് വലിയ തെറ്റാണ്. അത് അധികാരത്തിന്റെ, അസൂയയുടെ, നിയമത്തിന്റെ, സാമൂഹിക ഭീതിയുടെ കൂട്ടായ ഫലമാണ്. സ്ത്രീയുടെ ലൈംഗിക ആസ്വാദനം സ്വാഭാവിക മനുഷ്യാനുഭവമായി അംഗീകരിക്കുന്നില്ലെങ്കിൽ, സമൂഹം അതിനെ നിയന്ത്രിക്കാൻ നൈതികതയും നിയമവും ഉപയോഗിച്ചുകൊണ്ടിരിക്കും.

Reference List

1. Malinowski, Bronislaw. *The Sexual Life of Savages.* Routledge, 1929.
2. Morgan, Lewis H. *Ancient Society.* Henry Holt, 1877.
3. Engels, Friedrich. *The Origin of the Family, Private Property and the State.* Penguin Classics, 1884.
4. Lerner, Gerda. *The Creation of Patriarchy.* Oxford University Press, 1986.
5. Foucault, Michel. *The History of Sexuality, Volume I: An Introduction.* Pantheon Books, 1978.
6. Bataille, Georges. *Erotism: Death and Sensuality.* City Lights Books, 1986.
7. Weber, Max. *The Sociology of Religion.* Beacon Press, 1993.
8. Durkheim, Émile. *The Division of Labour in Society.* Free Press, 1997.
9. Manusmriti. Translated by Patrick Olivelle. Oxford University Press, 2004.
10. Nussbaum, Martha C. *Sex and Social Justice.* Oxford University Press, 1999.
11. Bourdieu, Pierre. *Masculine Domination.* Stanford University Press, 2001.
12. Federici, Silvia. *Caliban and the Witch: Women, the Body and Primitive Accumulation.* Autonomedia, 2004.
13. Jeffrey, Robin. *Politics, Women and Well-Being: How Kerala Became a Model.* Oxford University Press, 1992.
14. Devika, J. *Engendering Individuals: The Language of Re-forming in Early Twentieth Century Keralam.* Orient Longman, 2007.
15. Daly, Martin, and Wilson, Margo. *Homicide.* Aldine de Gruyter, 1988.
16. Kandiyoti, Deniz. "Bargaining with Patriarchy." *Gender & Society,* 1988.
17. Fraser, Nancy. *Fortunes of Feminism.* Verso, 2013.
18. Gill, Rosalind. *Gender and the Media.* Polity Press, 2007.
19. Nussbaum, Martha C. *Creating Capabilities.* Harvard University Press, 2011.
20. Connell, R. W. *Masculinities.* University of California Press, 2005.
21. Rubin, Gayle. "Thinking Sex: Notes for a Radical Theory of the Politics of Sexuality." In *Pleasure and Danger,* Routledge, 1984.
22. Smart, Carol. *Feminism and the Power of Law.* Routledge, 1989.
23. Foucault, Michel. *Discipline and Punish.* Pantheon Books, 1977.
24. Banerjee, Sumanta. *The Parlour and the Streets.* Seagull Books, 1989.

25. Yuval-Davis, Nira. *Gender and Nation.* Sage Publications, 1997.

26. Morley, Louise. *Gender Equity in Higher Education.* Routledge, 2011.

27. Marx, Karl. *Capital: A Critique of Political Economy.* Penguin Classics, 1990.

28. Wolf, Naomi. *The Beauty Myth.* HarperCollins, 1991.

29. Illouz, Eva. *Consuming thc Romantic Utopia.* University of California Press, 2007.

30. Brown, Wendy. *Undoing the Demos.* Zone Books, 2015.

അധ്യായം 17

ആധുനിക ലൈംഗിക നിയന്ത്രണങ്ങൾ

(Modern Sexual Controls)

1. സമ്പദ്‌വ്യവസ്ഥ പങ്കാളി തിരഞ്ഞെടുപ്പിനെ രൂപപ്പെടുത്തുന്നത്

(Economy Shaping Partner Choice)

ആധുനിക സമൂഹങ്ങളിൽ പങ്കാളി തിരഞ്ഞെടുപ്പ് (partner choice) വ്യക്തിഗത ആഗ്രഹത്തിന്റെ (personal desire) സ്വതന്ത്ര പ്രകടനമെന്ന നിലയിൽ നിലനിൽക്കുന്നില്ല. അത് ആഴത്തിൽ തന്നെ സമ്പദ്‌വ്യവസ്ഥയുമായി (economy) ബന്ധപ്പെട്ട് പ്രവർത്തിക്കുന്ന ഒരു സാമൂഹിക തീരുമാനമായി മാറിയിരിക്കുന്നു[1]. പ്രണയം (love) എന്ന വികാരത്തിന് പുറമേ, വരുമാനം (income), തൊഴിൽസ്ഥിരത (job stability), വിദ്യാഭ്യാസ നില (educational status), സാമൂഹിക ക്ലാസ് സ്ഥാനം (class position) എന്നിവ പങ്കാളി തിരഞ്ഞെടുപ്പിന്റെ നിർണ്ണായക ഘടകങ്ങളാകുന്നു.

സാമ്പത്തിക സുരക്ഷ (economic security) ഇന്ന് പ്രണയ അനുയോജ്യതയെ (romantic compatibility) പലപ്പോഴും മറികടക്കുന്നു. "നിലനിൽപ്പുള്ള ജീവിതം" (stable life) എന്ന ആശയം പങ്കാളി തിരഞ്ഞെടുപ്പിന്റെ കേന്ദ്രമൂല്യമായി ഉയരുമ്പോൾ, ആഗ്രഹം, അടുപ്പം, വികാരസംബന്ധം തുടങ്ങിയ ഘടകങ്ങൾ രണ്ടാംനിലയിലേക്കു തള്ളപ്പെടുന്നു[2]. ഇതോടെ, പങ്കാളിയെ തിരഞ്ഞെടുക്കുന്നത് ഒരു ജീവിത പദ്ധതി (life planning) തീരുമാനമായി മാറുന്നു; അതിൽ ലൈംഗിക ആകർഷണം (sexual attraction) മാത്രം മതിയായ മാനദണ്ഡമല്ല.സാമ്പത്തിക അനിശ്ചിതത്വം (economic uncertainty) വർധിക്കുന്ന സമൂഹങ്ങളിൽ, വികാരാധിഷ്ഠിത ബന്ധങ്ങൾ (love-based unions) കുറഞ്ഞുവരുന്നതായി സാമൂഹിക പഠനങ്ങൾ സൂചിപ്പിക്കുന്നു[3]. തൊഴിലില്ലായ്മ, കരിയർ അനിശ്ചിതത്വം, ജീവിതച്ചെലവിന്റെ വർധന എന്നിവ വ്യക്തികളെ "റിസ്ക്" ഒഴിവാക്കുന്ന ബന്ധങ്ങളിലേക്ക് (risk-averse relationships) നയിക്കുന്നു. ഇതോടെ, പങ്കാളി തിരഞ്ഞെടുപ്പ് സുരക്ഷയുടെ ഭാഷയിൽ (language of security) വായിക്കപ്പെടുകയും, ആഗ്രഹത്തിന്റെ ഭാഷ (language of desire) മങ്ങിയുപോകുകയും ചെയ്യുന്നു.

ഇവിടെ ശ്രദ്ധിക്കേണ്ട നിർണായക ഘടകം ഇതാണ്. സമ്പദ്‌വ്യവസ്ഥ പങ്കാളി തിരഞ്ഞെടുപ്പിനെ നിയന്ത്രിക്കുമ്പോൾ, ലൈംഗിക സ്വാതന്ത്ര്യം (sexual freedom) വ്യക്തിപരമായ അവകാശമല്ല; മറിച്ച്, സാമ്പത്തിക ശേഷിക്ക് വിധേയമായ ഒരു സൗകര്യമായി മാറുന്നു. ഇതുവഴി, പങ്കാളി തിരഞ്ഞെടുപ്പ് സാമൂഹിക അസമത്വങ്ങളെ (social inequalities) പുനരുത്പാദിപ്പിക്കുന്ന ഒരു സംവിധാനമായി പ്രവർത്തിക്കുന്നു[4].

2. വിവാഹം ജനസംഖ്യ സ്ഥിരതയുടെ ഉപാധിയായി

(Marriage as a Population-Stability Mechanism)

ആധുനിക സമൂഹങ്ങളിൽ വിവാഹം (marriage) ഒരു സ്വകാര്യ ബന്ധമെന്നതിൽ നിന്ന് ജനസംഖ്യ നിയന്ത്രണത്തിനുള്ള (population regulation) ഒരു ഘടനയായി മാറിയിട്ടുണ്ട്. വിവാഹം രണ്ട് വ്യക്തികൾ തമ്മിലുള്ള വികാരബന്ധം മാത്രമല്ല; അത് പുനരുത്പാദനത്തെ (reproduction) നിയന്ത്രിത ചട്ടക്കൂടിലേക്ക് (regulated framework) മാറ്റുന്ന ഒരു സാമൂഹിക–നിയമപരമായ

സംവിധാനമാണ്[5].വിവാഹത്തിലൂടെ, കുട്ടികളുടെ ജനനം (childbirth) നിയമപരമായ ഉത്തരവാദിത്വങ്ങളുമായി (legal responsibilities) ബന്ധിപ്പിക്കപ്പെടുന്നു. കുട്ടികളുടെ പരിപാലനം, പിതൃത്വം (paternity), അവകാശവകാശം (inheritance) എന്നിവ വ്യക്തിഗത ഇച്ഛയുടെ വിഷയമല്ല; മറിച്ച്, സംസ്ഥാനവും (state) നിയമവ്യവസ്ഥയും നിയന്ത്രിക്കുന്ന കാര്യങ്ങളായി മാറുന്നു. ഇതുവഴി, ജനസംഖ്യയുടെ ഘടന (population structure) പ്രവചിക്കാവുന്നതായി (predictable) നിലനിർത്താൻ സംവിധാനത്തിന് സാധിക്കുന്നു[6].ഈ ഘട്ടത്തിൽ, വിവാഹത്തിന് പുറത്തുള്ള ലൈംഗികത (sexuality outside marriage) സാമൂഹിക "അസ്ഥിരത" (instability)യായി വായിക്കപ്പെടുന്നു. കാരണം, അത് നിയമപരമായ ഉത്തരവാദിത്വങ്ങളിൽ നിന്ന് (legal accountability) വേർപെട്ട പുനരുത്പാദന സാധ്യതകൾ സൃഷ്ടിക്കുന്നു. ഇത്തരം സാധ്യതകൾ സംസ്ഥാനത്തിനും സമൂഹത്തിനും "നിയന്ത്രണം നഷ്ടപ്പെടുന്ന" അവസ്ഥയായി തോന്നുന്നു[7]. അതിനാൽ, വിവാഹത്തിന് പുറത്തുള്ള ലൈംഗികബന്ധങ്ങൾ നൈതികമായി സംശയാസ്പദമാക്കപ്പെടുകയും, സാമൂഹികമായി അപകീർത്തിപ്പെടുത്തപ്പെടുകയും ചെയ്യുന്നു.

വിവാഹം ഇവിടെ ഒരു ആത്മീയമോ വികാരപരമോ ആയ ബന്ധമെന്നതിലുപരി, ജനസംഖ്യാ സ്ഥിരത (population stability) ഉറപ്പാക്കുന്ന ഒരു സാങ്കേതിക സംവിധാനമായി പ്രവർത്തിക്കുന്നു. ലൈംഗികതയെ വിവാഹത്തിലേക്ക് മാത്രം പരിമിതപ്പെടുത്തുന്നത് ധാർമ്മികമായ തീരുമാനമല്ല; മറിച്ച്, സാമൂഹിക ക്രമവും ഭരണക്ഷമതയും (governability) നിലനിർത്താനുള്ള ഒരു രാഷ്ട്രീയ–സാമ്പത്തിക തന്ത്രമാണ്[8].

ഇതിലൂടെ, ലൈംഗികത വ്യക്തിയുടെ ശരീരാവകാശത്തിന്റെ (bodily autonomy) ഭാഗമെന്ന നിലയിൽ നിന്ന്, സമൂഹത്തിന്റെ നിയന്ത്രണത്തിലുള്ള ഒരു പ്രവർത്തനമായി മാറുന്നു. ഈ നിയന്ത്രണത്തിന്റെ ഫലമായി, വിവാഹം സ്വാതന്ത്ര്യത്തിന്റെ ഇടമല്ല; മറിച്ച്, ലൈംഗികതയെ നിയമപരമായ പരിധികളിൽ പൂട്ടുന്ന ഒരു സാമൂഹിക ഉപകരണമായി രൂപാന്തരം പ്രാപിക്കുന്നു[9].

3. ഏകപത്നീത്വം (Monogamy)യും സ്വത്ത് ആശങ്കയും

(Monogamy and Property Anxiety)

ഏകപത്നീത്വം (monogamy) സാധാരണയായി പ്രണയത്തിന്റെ (romantic love) ഏറ്റവും ഉന്നത രൂപമായി അവതരിപ്പിക്കപ്പെടുന്നുണ്ടെങ്കിലും, അതിന്റെ ചരിത്രപരമായ അടിത്തറ വികാരമല്ല, സ്വത്ത് സംരക്ഷണമാണ് (property protection)[10]. ഏകപത്നീത്വം രൂപപ്പെടുന്നത് മനുഷ്യസമൂഹങ്ങളിൽ സ്വത്ത് (property), അവകാശവകാശം (inheritance), വംശാവലി (lineage) എന്നിവ നിർണായകമാകുന്ന ഘട്ടത്തിലാണ്. അതിനാൽ തന്നെ, ഇത് ലൈംഗികതയുടെ സ്വാഭാവിക ക്രമീകരണമല്ല; മറിച്ച്, സാമ്പത്തിക–സാമൂഹിക ആശങ്കകളുടെ ഉൽപ്പന്നമാണ്.

സ്വത്ത് സ്വകാര്യവൽക്കരിക്കപ്പെട്ടതോടെ, "ആർക്കാണ് സ്വത്ത് കൈമാറപ്പെടേണ്ടത്" എന്ന ചോദ്യം കേന്ദ്രപ്രശ്നമായി മാറി. ഈ ചോദ്യത്തിൽ നിന്നാണ് പിതൃത്വ ഉറപ്പിന്റെ (paternity certainty) ആവശ്യകത ഉയരുന്നത്. ഒരു പുരുഷന് തന്റെ സമ്പത്ത് "സ്വന്തം" സന്തതിയിലേക്കു മാത്രമേ കൈമാറപ്പെടാവൂ എന്ന ആശങ്കയാണ് സ്ത്രീയുടെ ലൈംഗിക സ്വാതന്ത്ര്യം (sexual freedom) നിയന്ത്രിക്കപ്പെടുന്നതിനുള്ള അടിസ്ഥാന കാരണമായി മാറുന്നത്[11]. ഇതുവഴി, സ്ത്രീയുടെ ശരീരം വ്യക്തിയുടെ ശരീരമെന്ന നിലയിൽ നിന്ന്, സ്വത്ത് കൈമാറ്റത്തിന്റെ ഗ്യാരന്റിയായി (guarantee) പുനർവായിക്കപ്പെടുന്നു.

ഈ പശ്ചാത്തലത്തിലാണ് ഏകപത്നീത്വം സാമൂഹിക നിർബന്ധമായി (social mandate) മാറുന്നത്. ഏകപത്നീത്വം സ്ത്രീയെയും പുരുഷനെയും ഒരുപോലെ നിയന്ത്രിക്കുന്നതായി തോന്നിയാലും, അതിന്റെ ഭാരം അസമമായി സ്ത്രീയുടെ മേലാണ് വീഴുന്നത്. പുരുഷന്റെ ലൈംഗിക വ്യതിചലനം (sexual deviation) പലപ്പോഴും "സ്വാഭാവികം" എന്ന നിലയിൽ ലഘൂകരിക്കപ്പെടുമ്പോൾ, സ്ത്രീയുടെ അതേ പ്രവൃത്തി വംശാവലിയ്ക്കും സ്വത്തിനും ഭീഷണിയായ പ്രവർത്തനമായി ചിത്രീകരിക്കപ്പെടുന്നു[12]. ഇതോടെ, ഏകപത്നീത്വം ലിംഗനിരപേക്ഷമായ ധാർമ്മികതയല്ല; മറിച്ച്, ലിംഗാധിഷ്ഠിതമായ നിയന്ത്രണ ഘടനയാണ്.

ഏകപത്നീത്വം ഈ ഘട്ടത്തിൽ ഒരു വികാരാധിഷ്ഠിത ബന്ധരൂപമല്ല; അത് സാമൂഹിക നിരീക്ഷണ സംവിധാനമാണ് (surveillance structure). സ്ത്രീയുടെ ലൈംഗിക പെരുമാറ്റം കുടുംബത്തിന്റെയും സമൂഹത്തിന്റെയും സ്ഥിരമായ ശ്രദ്ധയിൽപ്പെടുന്നു. അസൂയ (jealousy) ഇവിടെ വ്യക്തിഗത വികാരമായി മാത്രം നിലനിൽക്കുന്നില്ല; അത് സാമ്പത്തിക ഭയത്തിന്റെ (economic fear) സാമൂഹിക ഭാഷയായി മാറുന്നു[13]. "എന്റെ ഭാര്യ", "എന്റെ കുടുംബം", "എന്റെ മാന്യം" എന്നീ വാചകങ്ങൾ സ്ത്രീയുടെ ശരീരത്തെ പുരുഷന്റെ സാമൂഹിക മൂല്യത്തിന്റെ പ്രതിനിധിയായി മാറ്റുന്നു.

ഇതുവഴി, ഏകപത്നീത്വം വ്യക്തികളുടെ ആഗ്രഹങ്ങൾ നിയന്ത്രിക്കുന്ന ഒരു ആഭ്യന്തര നൈതിക സംവിധാനമായി (internalized moral system) പ്രവർത്തിക്കുന്നു. സ്ത്രീയുടെ ലൈംഗിക ആഗ്രഹം (sexual desire) വ്യക്തിഗത അനുഭവമല്ല; അത് കുടുംബത്തിന്റെയും സ്വത്തിന്റെയും സുരക്ഷയുമായി ബന്ധിപ്പിക്കപ്പെടുന്നു. അതിനാൽ, സ്ത്രീയുടെ ലൈംഗിക സ്വാതന്ത്ര്യം സാമൂഹിക അപകടമായി വായിക്കപ്പെടുന്നു. ഈ വായനയാണ് ഏകപത്നീത്വംയെ "സ്വാഭാവികമായ" ബന്ധരൂപമായി സമൂഹങ്ങൾ അവതരിപ്പിക്കുന്നതിന്റെ പിന്നിലെ യഥാർത്ഥ കാരണം.

ഏകപത്നീത്വം ഇവിടെ പ്രണയത്തിന്റെ പ്രതീകമല്ല; അത് സ്വത്തിന്റെ കാവലാളാണ് (guardian of property). ലൈംഗികതയെ നിയന്ത്രിക്കുന്നതിലൂടെ, സമൂഹം അനിശ്ചിതത്വം കുറയ്ക്കുന്നു. എന്നാൽ ഈ "സ്ഥിരത" വ്യക്തികളുടെ സ്വാതന്ത്ര്യത്തിന്റെ വിലകൊടുത്താണ് നേടുന്നത്. അതിനാൽ, ഏകപത്നീത്വം ഒരു നൈതിക നേട്ടമല്ല; അത് സാമൂഹിക ഭീതിയുടെയും സാമ്പത്തിക ആശങ്കയുടെയും സ്ഥാപനീകൃത രൂപമാണ്[14].

4. ലിംഗാധിഷ്ഠിത ലൈംഗിക ആഗ്രഹ നിയന്ത്രണം

(Gendered Libido Regulation)

ആധുനിക സമൂഹങ്ങളിൽ ലൈംഗിക ആഗ്രഹം (sexual desire) ഒരുപോലെ മനുഷ്യർക്കുള്ള സ്വാഭാവിക പ്രവണതയായിട്ടല്ല നിയന്ത്രിക്കപ്പെടുന്നത്. അതിനെ ലിംഗത്തിന്റെ അടിസ്ഥാനത്തിൽ വ്യത്യസ്തമായി വായിക്കുകയും, വ്യത്യസ്തമായ നൈതിക ചട്ടങ്ങളിലൂടെയാണ് നിയന്ത്രിക്കുകയും ചെയ്യുന്നത്. ഇതാണ് ലിംഗാധിഷ്ഠിത ലൈംഗിക ആഗ്രഹ നിയന്ത്രണം (gendered libido regulation) എന്ന സാമൂഹിക ഘടനയുടെ കേന്ദ്രതത്വം.

പുരുഷന്റെ ലൈംഗിക ആഗ്രഹം സമൂഹത്തിൽ പൊതുവേ "സ്വാഭാവികം" (natural), "ജൈവികം" (biological), "നിയന്ത്രിക്കാൻ പ്രയാസമുള്ളത്" എന്നിങ്ങനെ ന്യായീകരിക്കപ്പെടുന്നു[15]. പുരുഷൻ ആഗ്രഹം പ്രകടിപ്പിക്കുന്നത് അവന്റെ പുരുഷത്വത്തിന്റെ (masculinity) അടയാളമായി പോലും വായിക്കപ്പെടുന്നു. അതുകൊണ്ടുതന്നെ, പുരുഷന്റെ ലൈംഗിക ആഗ്രഹം നിയന്ത്രിക്കപ്പെടേണ്ട

അപകടമല്ല; മറിച്ച് നിയന്ത്രിക്കാനാവാത്ത യാഥാർത്ഥ്യമെന്ന നിലയിലാണ് സാമൂഹികമായി അംഗീകരിക്കപ്പെടുന്നത്.

അതേ സമയം, സ്ത്രീയുടെ ലൈംഗിക ആഗ്രഹം (female sexual desire) സ്വാഭാവികമായ മനുഷ്യാനുഭവമായി അംഗീകരിക്കപ്പെടുന്നില്ല. അത് സംശയാസ്പദവും അപകടകരവുമായ ഒന്നായി ചിത്രീകരിക്കപ്പെടുന്നു. സ്ത്രീ ആഗ്രഹം പ്രകടിപ്പിക്കുമ്പോൾ, അതിനെ "അച്ചടക്കക്കുറവ്", "നൈതിക വീഴ്ച", "സ്വഭാവദൗർബല്യം" എന്നിങ്ങനെ വിലയിരുത്തുന്ന സാമൂഹിക ഭാഷ ശക്തമായി പ്രവർത്തിക്കുന്നു[16]. ഇതിലൂടെ, സ്ത്രീയുടെ ആഗ്രഹം ജീവശാസ്ത്രത്തിന്റെ ഭാഗമല്ല; മറിച്ച് നൈതിക പരിശോധനയ്ക്ക് വിധേയമാകേണ്ട ഒന്നായി മാറുന്നു.

ഈ വ്യത്യാസത്തിന്റെ ഫലമായി, പുരുഷ ലൈംഗിക ആഗ്രഹം സമൂഹം പുറത്തേക്കൊഴുക്കാൻ അനുവദിക്കപ്പെടുമ്പോൾ, സ്ത്രീയുടെ ആഗ്രഹം ഉള്ളിലേക്കു മടക്കി അടിച്ചമർത്തപ്പെടുന്നു. സ്ത്രീയുടെ ആഗ്രഹം അവളുടെ ഉള്ളിലെ "പ്രശ്നമായി" (problem) പുനർനിർവ്വചിക്കപ്പെടുന്നു. അതിനെ നിയന്ത്രിക്കേണ്ട ഉത്തരവാദിത്തം സ്ത്രീയുടേതായി മാറ്റപ്പെടുന്നു. ഇതാണ് സ്ത്രീകൾ സ്വയം തന്നെ ആഗ്രഹത്തെക്കുറിച്ച് കുറ്റബോധം (guilt) അനുഭവിക്കുന്ന സാഹചര്യം സൃഷ്ടിക്കുന്നത്[17].

ലിംഗാധിഷ്ഠിത ആഗ്രഹ നിയന്ത്രണം കുടുംബത്തിലൂടെയും മതത്തിലൂടെയും മാത്രമല്ല, ഭാഷയിലൂടെയും സാമൂഹിക ചിഹ്നങ്ങളിലൂടെയും പ്രവർത്തിക്കുന്നു. പുരുഷന്റെ ലൈംഗിക ആഗ്രഹത്തെക്കുറിച്ചുള്ള തമാശകളും സാധാരണവൽക്കരണങ്ങളും (normalization) സമൂഹത്തിൽ വ്യാപകമാണെങ്കിൽ, സ്ത്രീയുടെ അതേ ആഗ്രഹം പരിഹാസത്തിന്റെയും അപകീർത്തിയുടെയും വിഷയമായി മാറുന്നു. ഇതിലൂടെ, സ്ത്രീയുടെ ലൈംഗിക ആഗ്രഹം പൊതുചർച്ചയിൽ നിന്ന് തന്നെ പുറത്താക്കപ്പെടുന്നു.

ഈ ഘടനയിൽ, സ്ത്രീയുടെ ലൈംഗിക ദൃശ്യമാകൽ (sexual visibility) ഒരു സാമൂഹിക ഭീഷണിയായി വായിക്കപ്പെടുന്നു. സ്ത്രീ ആഗ്രഹിക്കുന്നവളായി പ്രത്യക്ഷപ്പെടുന്നത് പുരുഷാധിപത്യ ക്രമത്തിന് (patriarchal order) വെല്ലുവിളിയാണ്. കാരണം, അത് സ്ത്രീയെ ആഗ്രഹത്തിന്റെ വസ്തുവായി (object of desire) മാത്രം അല്ല, ആഗ്രഹിക്കുന്ന വിഷയമായി (desiring subject) മാറ്റുന്നു. ഈ മാറ്റമാണ് സാമൂഹികമായി ഏറ്റവും കൂടുതൽ അസ്വസ്ഥത സൃഷ്ടിക്കുന്നത്[18].

അതിനാൽ, സ്ത്രീയുടെ ലൈംഗിക ആഗ്രഹം നിയന്ത്രിക്കുന്നത് വ്യക്തിഗത നൈതികതയല്ല; അത് അധികാരത്തിന്റെ രാഷ്ട്രീയം (politics of power) ആണ്. സ്ത്രീയുടെ ആഗ്രഹം നിയന്ത്രിക്കപ്പെടുന്നിടത്തോളം, അവളുടെ ശരീരവും തീരുമാനങ്ങളും നിയന്ത്രണത്തിൽ തുടരും. ഇതുകൊണ്ടുതന്നെ, ലിംഗാധിഷ്ഠിത ലൈംഗിക ആഗ്രഹ നിയന്ത്രണം ലൈംഗികതയുടെ മാത്രം പ്രശ്നമല്ല; അത് സ്വാതന്ത്ര്യത്തിന്റെ പ്രശ്നമാണ്.

ഈ സാമൂഹിക ഘടനയുടെ ഏറ്റവും ദീർഘകാല ഫലം സ്ത്രീയുടെ സ്വയംബോധത്തിലേക്കാണ്. സ്ത്രീകൾ "എനിക്ക് ആഗ്രഹിക്കാമോ" എന്ന ചോദ്യത്തിൽ തന്നെ സംശയിക്കുമ്പോൾ, അവരുടെ ആഗ്രഹം സ്വതന്ത്രമായ അനുഭവമല്ല; സാമൂഹികമായി നിയന്ത്രിക്കപ്പെട്ട പ്രതികരണമായി മാറുന്നു. ഇതോടെ, ലൈംഗിക ആഗ്രഹം വ്യക്തിയുടെ ഉള്ളിൽ നിന്നുള്ള ശബ്ദമല്ല; സമൂഹത്തിന്റെ ഉള്ളിൽ പതിഞ്ഞ നിയന്ത്രണ ശബ്ദമായി മാറുന്നു[19].

5. അടിച്ചമർത്തപ്പെട്ട ആഗ്രഹവും വിശ്വാസ്യതാ പ്രശ്നങ്ങളും

(Suppressed Desire and Faithfulness Issues)

ആധുനിക ബന്ധങ്ങളിലെ വിശ്വാസ്യതാ പ്രതിസന്ധി (faithfulness crisis) പലപ്പോഴും വ്യക്തികളുടെ "നൈതിക പരാജയം" എന്ന നിലയിലാണ് വിശദീകരിക്കപ്പെടുന്നത്. എന്നാൽ സാമൂഹ്യശാസ്ത്രപരമായ നിരീക്ഷണം കാണിക്കുന്നത്, ഈ പ്രതിസന്ധിയുടെ ആഴത്തിലുള്ള കാരണം അടിച്ചമർത്തപ്പെട്ട ലൈംഗിക ആഗ്രഹങ്ങളാണ് (suppressed sexual desire). ദീർഘകാലമായി നിയന്ത്രിക്കപ്പെടുകയും നിഷേധിക്കപ്പെടുകയും ചെയ്യുന്ന ആഗ്രഹങ്ങൾ, മനസ്സിൽ സ്ഥിരമായ മാനസിക സമ്മർദ്ദമായി (psychological strain) രൂപപ്പെടുന്നു[20].

വിവാഹം പോലുള്ള സാമൂഹിക സംവിധാനങ്ങൾ ലൈംഗിക പ്രത്യേകത (sexual exclusivity) ഉറപ്പാക്കുമ്പോൾ, അവ അതോടൊപ്പം തന്നെ ആഗ്രഹത്തിന്റെ സ്വാഭാവിക മാറ്റങ്ങളെയും വ്യത്യാസങ്ങളെയും അംഗീകരിക്കുന്നില്ല. മനുഷ്യ ആഗ്രഹം സ്ഥിരതയുള്ള ഒന്നല്ല; അത് കാലക്രമേണ, സാഹചര്യങ്ങളോടും ബന്ധത്തിന്റെ ഗതിക്രമങ്ങളോടും അനുസരിച്ച് മാറുന്നു. ഈ മാറ്റങ്ങളെ അംഗീകരിക്കാത്ത ഘടനകളിൽ, ആഗ്രഹം പുറത്തുപറയാൻ കഴിയാതെ ഉള്ളിലേക്ക് അടിച്ചമർത്തപ്പെടുന്നു[21].ഈ അടിച്ചമർത്തൽ ഒരു നിശ്ചലാവസ്ഥ സൃഷ്ടിക്കുന്നില്ല. മറിച്ച്, അത് മറ്റുവഴികൾ തേടുന്നു. പല ബന്ധങ്ങളിലും, ലൈംഗിക അസന്തോഷം (sexual dissatisfaction) തുറന്ന സംഭാഷണത്തിലൂടെ പരിഹരിക്കപ്പെടുന്നില്ല. കാരണം, ആഗ്രഹത്തെക്കുറിച്ച് സംസാരിക്കുന്നത് തന്നെ "അസാധുവായ ആവശ്യകത"യായി (illegitimate demand) ചിത്രീകരിക്കപ്പെട്ടിരിക്കുന്നു. ഇതിന്റെ ഫലമായി, ആഗ്രഹം ബന്ധത്തിന്റെ ഉള്ളിൽ പരിഹരിക്കപ്പെടാതെ, പുറത്തേക്ക് വഴുതുന്നു[22].ഇവിടെയാണ് വിവാഹത്തിന് പുറത്തുള്ള ബന്ധങ്ങൾ (extra-marital affairs) രൂപപ്പെടുന്നത്. അവയെ സമൂഹം സാധാരണയായി "വഞ്ചന" (betrayal) എന്ന ഒരൊറ്റ പദത്തിൽ ഒതുക്കുമ്പോഴും, അവയുടെ അടിത്തറ പലപ്പോഴും മാനസിക ഉപേക്ഷണബോധം (emotional neglect), ലൈംഗിക അസാധ്യത (sexual incompatibility), വ്യക്തിഗത സ്വയംഭരണ നഷ്ടം (loss of autonomy) എന്നിവയാണ്. ഇവയെ അംഗീകരിക്കാതെ, വ്യക്തിയെ മാത്രം കുറ്റക്കാരനാക്കുന്നത് പ്രശ്നത്തിന്റെ ഘടനാപരമായ കാരണങ്ങളെ മറയ്ക്കുന്നു[23].

അടിച്ചമർത്തപ്പെട്ട ആഗ്രഹം വ്യക്തിയുടെ സ്വയംബോധത്തെയും (self-concept) ബാധിക്കുന്നു. "ഇത് ആഗ്രഹിക്കരുത്" എന്ന സാമൂഹിക സന്ദേശം ദീർഘകാലം ഉൾക്കൊള്ളുമ്പോൾ, വ്യക്തി സ്വന്തം ആഗ്രഹത്തെ തന്നെ അവിശ്വസിക്കാൻ തുടങ്ങുന്നു. ഈ അവിശ്വാസം ബന്ധത്തിനുള്ളിൽ പ്രകടിപ്പിക്കാനാകാത്ത ഒരു ദൂരമുണ്ടാക്കുന്നു. പുറത്തുനിന്ന് ബന്ധം "സ്ഥിരം" ആയി തോന്നുമ്പോഴും, ഉള്ളിൽ അത് വിച്ഛേദിതമായി (fragmented) മാറുന്നു[24].

ഈ സാഹചര്യത്തിൽ, വിശ്വാസ്യത (faithfulness) ഒരു സ്വതന്ത്രമായ തിരഞ്ഞെടുപ്പല്ല; മറിച്ച് ഒരു നിർബന്ധിത പെരുമാറ്റമായി (enforced behavior) മാറുന്നു. നിർബന്ധിതമായ വിശ്വാസ്യത, ആന്തരിക സമ്മതത്തിൽ നിന്നല്ല വരുന്നത്; സാമൂഹിക ഭയത്തിൽ നിന്നാണ്. ഈ ഭയമാണ് കുറ്റബോധം (guilt) സൃഷ്ടിക്കുന്നത്. കുറ്റബോധം ബന്ധത്തെ ശക്തിപ്പെടുത്തുന്നില്ല; മറിച്ച് അത് രഹസ്യങ്ങൾക്കും ഇരട്ടജീവിതങ്ങൾക്കും വഴിയൊരുക്കുന്നു[25].

ഇവിടെ നിർണായകമായ സത്യം ഇതാണ്: വിശ്വാസ്യതയുടെ പ്രതിസന്ധി നിയന്ത്രണത്തിന്റെ ഫലമാണ് (by-product of control). ആഗ്രഹം അംഗീകരിക്കപ്പെടാത്തിടത്തോളം, അത് നൈതിക പ്രശ്നമായി തന്നെ മടങ്ങിവരും. ബന്ധങ്ങളിൽ സ്ഥിരത ഉണ്ടാകുന്നത് ആഗ്രഹത്തെ

നിഷേധിക്കുന്നതിലൂടെയല്ല; മറിച്ച് അതിനെ തുറന്നും സുരക്ഷിതമായും കൈകാര്യം ചെയ്യുന്നതിലൂടെയാണ്.

അതിനാൽ, അടിച്ചമർത്തപ്പെട്ട ആഗ്രഹവും വിശ്വാസ്യതാ പ്രശ്നങ്ങളും വ്യക്തികളുടെ സ്വകാര്യ ദൗർബല്യങ്ങളല്ല. അവ ആധുനിക ലൈംഗിക നിയന്ത്രണങ്ങളുടെ മനസിക പ്രതിഫലനങ്ങളാണ്. ഈ ഘടനയെ ചോദ്യം ചെയ്യാതെ, "വിശ്വാസ്യത" എന്ന പദം ശിക്ഷയുടെ ഭാഷയായി തുടരുന്നതേയുള്ളൂ.

6. വിവാഹത്തിന് പുറത്തുള്ള ബന്ധങ്ങൾ: സാമൂഹിക–മാനസിക കാരണങ്ങൾ

(Extra Marital Affairs: Social and Psychological Causes)

വിവാഹത്തിന് പുറത്തുള്ള ലൈംഗിക ബന്ധങ്ങളെ (extra marital affairs) സമൂഹം സാധാരണയായി വ്യക്തിയുടെ നൈതിക പരാജയമായി (moral failure) മാത്രം വായിക്കുന്നു. എന്നാൽ സാമൂഹ്യശാസ്ത്രപരമായ പഠനങ്ങൾ കാണിക്കുന്നത്, ഇത്തരം ബന്ധങ്ങൾ വ്യക്തിഗത ദൗർബല്യത്തിന്റെ ഫലമല്ല; മറിച്ച് വിവാഹം എന്ന സാമൂഹിക സംവിധാനത്തിനുള്ളിൽ പരിഹരിക്കപ്പെടാതെ ശേഷിക്കുന്ന ഘടനാപരമായ പ്രശ്നങ്ങളുടെ പ്രതിഫലനമാണ്[26].

വിവാഹം ലൈംഗിക പ്രത്യേകത (sexual exclusivity) ഉറപ്പാക്കുന്നുവെങ്കിലും, അത് അടുപ്പം (intimacy) ഉറപ്പാക്കുന്നില്ല. അടുപ്പം ഒരു നിയമപരമായ അവസ്ഥയല്ല; അത് വികാരപരമായ സാന്നിധ്യവും പരസ്പര അംഗീകാരവും ആവശ്യപ്പെടുന്ന ഒരു തുടർച്ചയായ പ്രക്രിയയാണ്. പല വിവാഹങ്ങളിലും, സാമ്പത്തിക ബാധ്യതകളും സാമൂഹിക ഉത്തരവാദിത്തങ്ങളും മുന്നോട്ട് വരുമ്പോൾ, വികാരപരമായ ബന്ധം പിന്നിലേക്കു പോകുന്നു. ഈ ശൂന്യതയാണ് പലപ്പോഴും വിവാഹത്തിന് പുറത്തുള്ള ബന്ധങ്ങൾക്ക് മാനസിക സ്ഥലം ഒരുക്കുന്നത്[27].

സ്ത്രീകളുടെ കാര്യത്തിൽ, വിവാഹത്തിന് പുറത്തുള്ള ബന്ധങ്ങൾ പലപ്പോഴും ലൈംഗിക ആഗ്രഹത്തേക്കാൾ കൂടുതൽ വികാരപരമായ അംഗീകാരവുമായി (emotional validation) ബന്ധപ്പെട്ടിരിക്കുന്നു. "ഞാൻ കേൾക്കപ്പെടുന്നു", "എനിക്ക് വിലയുണ്ട്" എന്ന അനുഭവം വിവാഹത്തിനുള്ളിൽ നഷ്ടപ്പെടുമ്പോൾ, അത് മറ്റിടങ്ങളിൽ തേടപ്പെടുന്നു. ഇവിടെ ബന്ധം ഒരു ലൈംഗിക സാഹസമല്ല; മറിച്ച് സ്വയംമൂല്യബോധം (self-worth) പുനർസ്ഥാപിക്കാനുള്ള ശ്രമമാണ്[28].

പുരുഷന്മാരുടെ കാര്യത്തിൽ, വിവാഹത്തിന് പുറത്തുള്ള ബന്ധങ്ങൾ പലപ്പോഴും അവകാശബോധ സംസ്കാരവുമായി (entitlement culture) ബന്ധപ്പെട്ടു കിടക്കുന്നു. പുരുഷന്റെ ലൈംഗിക ആഗ്രഹം സ്വാഭാവികമാണെന്നും, അതിനെ നിയന്ത്രിക്കുന്നത് അന്യായമാണെന്നും പഠിപ്പിക്കുന്ന സാമൂഹിക പരിശീലനമാണ് ഇതിന് അടിത്തറ. വിവാഹം ഒരു ഉത്തരവാദിത്തമായി അനുഭവപ്പെടുമ്പോൾ, പുറത്ത് ലഭിക്കുന്ന ബന്ധങ്ങൾ "സ്വാതന്ത്ര്യത്തിന്റെ" അനുഭവമായി തെറ്റിദ്ധരിക്കപ്പെടുന്നു[29].

ഇവിടെ ലിംഗാധിഷ്ഠിത ഇരട്ടത്താപ്പ് (gendered double standards) ശക്തമായി പ്രവർത്തിക്കുന്നു. പുരുഷന്റെ വിവാഹത്തിന് പുറത്തുള്ള ബന്ധങ്ങൾ പലപ്പോഴും "സ്വാഭാവിക ദൗർബല്യം" എന്ന നിലയിൽ ലഘൂകരിക്കപ്പെടുമ്പോൾ, സ്ത്രീയുടെ അതേ പ്രവൃത്തി കഠിനമായ നൈതിക വിധിക്ക് വിധേയമാകുന്നു. ഇതിലൂടെ, ബന്ധത്തിന്റെ പ്രശ്നം വ്യക്തിയുടെ ശരീരത്തിലേക്ക് ചുരുക്കപ്പെടുകയും, സാമൂഹിക ഘടന ചോദ്യം ചെയ്യപ്പെടാതിരിക്കുകയും ചെയ്യുന്നു[30].

സമൂഹം ഇവിടെ ലക്ഷണത്തെ (symptom) ശിക്ഷിക്കുകയും, കാരണത്തെ (cause) അവഗണിക്കുകയും ചെയ്യുന്നു. വിവാഹത്തിന് പുറത്തുള്ള ബന്ധം ഒരു പ്രശ്നമാണെങ്കിൽ, അത് ഉദിച്ചുവന്ന സാഹചര്യങ്ങളാണ് ആദ്യം പരിശോധിക്കേണ്ടത്. എന്നാൽ നൈതിക ഭാഷ ഉപയോഗിച്ച് വ്യക്തിയെ അപകീർത്തിപ്പെടുത്തുന്നത്, നിയന്ത്രണ ഘടനയെ സംരക്ഷിക്കാനുള്ള ഒരു സാമൂഹിക തന്ത്രമാണ്[31].

ഈ പശ്ചാത്തലത്തിൽ, extra marital affairs നെ "വ്യക്തിപരമായ തെറ്റ്" എന്ന നിലയിൽ മാത്രം വായിക്കുന്നത് അപര്യാപ്തമാണ്. അവ ബന്ധങ്ങളിലെ ആശയവിനിമയ പരാജയത്തിന്റെ, സ്വയംഭരണ നഷ്ടത്തിന്റെ, വികാരപരമായ അവഗണനയുടെ സാമൂഹിക സൂചനകളാണ്. ഈ സൂചനകളെ തിരിച്ചറിയാതെ, ശിക്ഷ മാത്രം ശക്തമാക്കുന്ന സമൂഹങ്ങൾ, അതേ പ്രശ്നങ്ങളെ വീണ്ടും വീണ്ടും പുനർനിർമ്മിക്കുകയാണ് ചെയ്യുന്നത്.

7. മാന്യതാ രാഷ്ട്രീയം

(Respectability Politics)

മാന്യതാ രാഷ്ട്രീയം (respectability politics) ആധുനിക സമൂഹങ്ങളിൽ ലൈംഗിക നിയന്ത്രണം നടപ്പാക്കുന്ന ഏറ്റവും സൂക്ഷ്മവും ഫലപ്രദവുമായ ഉപാധികളിലൊന്നാണ്. ഇത് തുറന്ന നിയമനിർബന്ധത്തിലൂടെയല്ല പ്രവർത്തിക്കുന്നത്; മറിച്ച് "മാന്യമായ പെരുമാറ്റം" എന്ന സാംസ്കാരിക മാനദണ്ഡത്തിലൂടെയാണ് വ്യക്തികളുടെ ശരീരത്തെയും ആഗ്രഹങ്ങളെയും നിയന്ത്രിക്കുന്നത്. ഇവിടെ മാന്യത ഒരു വ്യക്തിഗുണമല്ല; അത് സാമൂഹിക അനുസരണത്തിന്റെ (conformity) സൂചികയായി മാറുന്നു[31].

ഈ രാഷ്ട്രീയത്തിൽ, സ്ത്രീയുടെ ശരീരം മാന്യതയുടെ പ്രധാന ദൃശ്യ അടയാളമായി മാറുന്നു. വസ്ത്രധാരണം, സംസാരശൈലി, സാമൂഹിക ഇടപെടൽ, ലൈംഗിക ചരിത്രം എന്നിവ സ്ത്രീയുടെ "മാന്യത" അളക്കുന്നതിനുള്ള മാനദണ്ഡങ്ങളായി ഉപയോഗിക്കപ്പെടുന്നു. പുരുഷന്മാരുടെ കാര്യത്തിൽ ഇതേ മാനദണ്ഡങ്ങൾ ഇളവോടെ പ്രയോഗിക്കപ്പെടുമ്പോൾ, സ്ത്രീകൾക്കായി അവ കർശനമായ നിയന്ത്രണരേഖകളായി മാറുന്നു. ഇതിലൂടെ മാന്യത ലിംഗാധിഷ്ഠിതമായ ഒരു നിയന്ത്രണ സംവിധാനമായി പ്രവർത്തിക്കുന്നു[32].

മാന്യതാ രാഷ്ട്രീയത്തിന്റെ പ്രധാന സവിശേഷത അതിന്റെ സ്വയംപ്രവർത്തന ശേഷിയാണ്. സമൂഹം നേരിട്ട് ശിക്ഷിക്കേണ്ടതില്ല; വ്യക്തികൾ തന്നെ ഈ മാനദണ്ഡങ്ങൾ ഉൾക്കൊണ്ട് (internalize) സ്വയം നിയന്ത്രിക്കാൻ തുടങ്ങുന്നു. സ്ത്രീകൾ സ്വന്തം ശരീരവും പെരുമാറ്റവും നിരന്തരം വിലയിരുത്തി, "ഇത് മാന്യമായിരിക്കുമോ" എന്ന ചോദ്യം മുൻകൂട്ടി ഉന്നയിക്കുന്നു. ഈ സ്വയം-നിരീക്ഷണമാണ് (self-surveillance) മാന്യതാ രാഷ്ട്രീയത്തെ ശക്തമാക്കുന്നത്[33].

ഈ ഘടനയിൽ, മാന്യത = അനുസരണം എന്ന ധാരണ സ്ഥാപിക്കപ്പെടുന്നു. മാന്യതയെ സാമൂഹിക അംഗീകാരത്തിനുള്ള പ്രവേശനകവാടമായി അവതരിപ്പിക്കുമ്പോൾ, അതിൽ നിന്ന് വ്യതിചലിക്കുന്നവരെ സമൂഹം "അനാചാരികൾ", "അച്ചടക്കക്കുറവുള്ളവർ" എന്നിങ്ങനെ മുദ്രകുത്തുന്നു. പ്രത്യേകിച്ച്, സാമൂഹികമായി അതിരുകളിലായിരിക്കുന്ന വിഭാഗങ്ങൾ (marginalised groups) മാന്യതാ രാഷ്ട്രീയത്തിന്റെ പ്രധാന ലക്ഷ്യങ്ങളാകുന്നു. അവരെ "മാന്യരാകാൻ" നിർബന്ധിക്കുന്നത്, അവകാശവാദങ്ങളെ മൗനിപ്പിക്കുന്ന ഒരു രാഷ്ട്രീയ തന്ത്രമാണ്[34].

മാന്യതാ രാഷ്ട്രീയം ലൈംഗികതയെ വ്യക്തിഗത ആസ്വാദനത്തിന്റെ മേഖലയല്ല; സാമൂഹിക പ്രതിനിധാനത്തിന്റെ മേഖലയായി പുനർനിർവചിക്കുന്നു. ഒരു സ്ത്രീയുടെ ശരീരം അവളുടെ സ്വന്തം അനുഭവങ്ങളുടെ ഇടമല്ല; കുടുംബത്തിന്റെയും സമൂഹത്തിന്റെയും "ഇമേജ്" സംരക്ഷിക്കേണ്ട വേദിയായി മാറുന്നു. ഇതോടെ, ലൈംഗിക സ്വാതന്ത്ര്യം വ്യക്തിഗത അവകാശമായി വായിക്കപ്പെടാതെ, സാമൂഹിക ഉത്തരവാദിത്തമായി ചുമത്തപ്പെടുന്നു[35].

ഈ രാഷ്ട്രീയത്തിന്റെ ഏറ്റവും അപകടകരമായ ഫലം, നിയന്ത്രണം അദൃശ്യമായി പ്രവർത്തിക്കുന്നതാണ്. നിയമമോ പൊലീസോ ഇടപെടാതെ തന്നെ, സമൂഹം "മാന്യത" എന്ന ആശയം ഉപയോഗിച്ച് വ്യക്തികളെ ശാസിക്കുന്നു. സ്ത്രീകൾ മാന്യത പാലിക്കുന്നതിലൂടെ "സുരക്ഷിതരാകുന്നു" എന്ന ധാരണ പ്രചരിപ്പിക്കപ്പെടുമ്പോൾ, യഥാർത്ഥത്തിൽ അവരുടെ സ്വാതന്ത്ര്യം ചുരുങ്ങുകയാണ് നടക്കുന്നത്. ഇവിടെ സുരക്ഷ എന്ന ഭാഷ, നിയന്ത്രണത്തിന്റെ (control) നൈതിക മറവിയായി മാറുന്നു[36].

അതുകൊണ്ട്, മാന്യതാ രാഷ്ട്രീയം വെറും സാംസ്കാരിക പെരുമാറ്റച്ചട്ടമല്ല. അത് ലൈംഗികതയെ, പ്രത്യേകിച്ച് സ്ത്രീ ലൈംഗികതയെ, നിയന്ത്രിക്കുന്ന ഒരു രാഷ്ട്രീയ സാങ്കേതികവിദ്യയാണ്. മാന്യതയെ മൂല്യമായി ഉയർത്തുന്ന സമൂഹങ്ങൾ, യഥാർത്ഥത്തിൽ അനുസരണത്തെ (obedience) സദ്ഗുണമായി സ്ഥാപിക്കുകയാണ്. ഈ സത്യം തിരിച്ചറിയാതെ, ലൈംഗിക സ്വാതന്ത്ര്യത്തെക്കുറിച്ചുള്ള വിമർശനം അപൂർണ്ണമായിത്തന്നെ തുടരും.

8. ലൈംഗിക അനുരൂപത ഭരണോപാധിയായി

(Sexual Conformity as a Governance Tool)

ലൈംഗിക അനുരൂപത (sexual conformity) ആധുനിക ഭരണകൂടങ്ങൾ നേരിട്ട് നിയമത്തിലൂടെയല്ല, മറിച്ച് സാമൂഹിക മാനദണ്ഡങ്ങളിലൂടെയും ആന്തരീകരിക്കപ്പെട്ട നൈതികതകളിലൂടെയും നടപ്പിലാക്കുന്ന ഒരു ഭരണോപാധിയാണ് (governance tool). ഇവിടെ ലൈംഗിക നിയന്ത്രണം തുറന്ന അടിച്ചമർത്തലായി പ്രകടമാകുന്നില്ല; മറിച്ച് "സാധാരണ ലൈംഗികത" (normal sexuality) എന്ന ആശയം നിർമ്മിച്ചുകൊണ്ടാണ് അത് പ്രവർത്തിക്കുന്നത്[37].

ഈ "സാധാരണ" എന്ന വർഗ്ഗീകരണം തന്നെ രാഷ്ട്രീയമാണ്. ഏത് ലൈംഗിക ആഗ്രഹങ്ങൾ, ബന്ധരൂപങ്ങൾ, ശരീരപ്രകടനങ്ങൾ എന്നിവ അംഗീകരിക്കപ്പെടണം, ഏത് അവഗണിക്കപ്പെടണം എന്നത് ഭരണകൂടം നേരിട്ട് തീരുമാനിക്കുന്നില്ലെന്ന തോന്നൽ സൃഷ്ടിക്കപ്പെടുന്നു. എന്നാൽ യാഥാർത്ഥ്യത്തിൽ, വിദ്യാഭ്യാസം, മാധ്യമങ്ങൾ, മതഭാഷ്യം, കുടുംബസംവിധാനം എന്നിവയിലൂടെ ഈ അനുരൂപത സമൂഹത്തിന്റെ അകത്ത് പതിയുന്നു. ഇതോടെ, ഭിന്നത (deviation) അപകടകരമായ ഒന്നായി ചിത്രീകരിക്കപ്പെടുന്നു[38].

ലൈംഗിക അനുരൂപത ഭരണോപാധിയായി പ്രവർത്തിക്കുന്നതിന്റെ പ്രധാന സവിശേഷത, അത് വ്യക്തികളെ തന്നെ നിയന്ത്രണത്തിന്റെ ഏജന്റുകളാക്കുന്നു എന്നതാണ്. വ്യക്തി സ്വന്തം ലൈംഗിക

ചിന്തകളും ആഗ്രഹങ്ങളും പെരുമാറ്റങ്ങളും നിരന്തരം വിലയിരുത്തി, "ഇത് സാധാരണമാണോ" എന്ന ചോദ്യം ഉന്നയിക്കുന്നു. ഈ സ്വയം-നിയന്ത്രണം (self-policing) ഭരണകൂടത്തിന് ഏറ്റവും കുറഞ്ഞ ചെലവിൽ ഏറ്റവും കൂടുതൽ നിയന്ത്രണം സാധ്യമാക്കുന്നു[39].

ഇവിടെ ഭരണകൂടം നേരിട്ട് ശിക്ഷിക്കുന്നില്ല; മറിച്ച്, സാമൂഹിക അപകീർത്തി (social stigma), അപമാനം, ഒറ്റപ്പെടുത്തൽ എന്നിവയാണ് ശിക്ഷാരൂപങ്ങളാകുന്നത്. ലൈംഗിക അനുരൂപത പാലിക്കാത്തവർ "അസാധാരണർ", "അച്ചടക്കക്കുറവുള്ളവർ", "സാമൂഹിക ഭീഷണി" എന്നിങ്ങനെ അടയാളപ്പെടുത്തപ്പെടുന്നു. ഇതിലൂടെ, ലൈംഗിക വൈവിധ്യം (sexual diversity) രാഷ്ട്രീയമായി പ്രശ്നവത്കരിക്കപ്പെടുന്നു[40].

ഈ ഘടനയിൽ, ലൈംഗികത വ്യക്തിയുടെ സ്വകാര്യ മേഖലയായി നിലനിൽക്കുന്നില്ല. അത് ഭരണകൂടത്തിന്റെ താൽപര്യങ്ങളുമായി (state interests) ബന്ധിപ്പിക്കപ്പെടുന്നു. സ്ഥിരതയുള്ള കുടുംബങ്ങൾ, പ്രവചിക്കാവുന്ന ബന്ധങ്ങൾ, നിയന്ത്രിത പുനരുത്പാദനം എന്നിവ ഭരണകൂടത്തിന് അനിവാര്യമായതിനാൽ, അവയ്ക്ക് വിരുദ്ധമായ ലൈംഗിക രൂപങ്ങൾ "അസ്ഥിരത"യുടെ അടയാളങ്ങളായി വായിക്കപ്പെടുന്നു. ഇതാണ് ലൈംഗിക അനുരൂപതയെ രാഷ്ട്രീയ ക്രമത്തിന്റെ അടിത്തറയാക്കുന്നത്[41].

ലൈംഗിക അനുരൂപതയുടെ മറ്റൊരു പ്രധാന വശം, അത് സ്വാതന്ത്ര്യത്തിന്റെ ഭാഷ ഉപയോഗിച്ചാണ് പ്രവർത്തിക്കുന്നത് എന്നതാണ്. "നിങ്ങൾക്ക് സ്വതന്ത്രമായി തിരഞ്ഞെടുക്കാം" എന്ന വാചകം നിലനിൽക്കുമ്പോഴും, തിരഞ്ഞെടുക്കാവുന്ന പരിധി മുൻകൂട്ടി നിർവചിക്കപ്പെട്ടിരിക്കുന്നു. ഈ പരിധിക്കുള്ളിൽ മാത്രം സ്വാതന്ത്ര്യം അനുവദിക്കപ്പെടുന്നു. അതിന് പുറത്തേക്ക് പോകുന്ന ആഗ്രഹങ്ങൾ സ്വാതന്ത്ര്യമല്ല, അപകടം എന്ന നിലയിലാണ് ചിത്രീകരിക്കപ്പെടുന്നത്[42].

ഇതിലൂടെ, ലൈംഗിക അനുരൂപത ഒരു നൈതിക ചട്ടമല്ല; അത് ഭരണത്തിന്റെ സാങ്കേതികവിദ്യയാണ്. ഭരണകൂടം ശരീരങ്ങളെ നേരിട്ട് നിയന്ത്രിക്കാതെ തന്നെ, ആഗ്രഹങ്ങളെ നിയന്ത്രിക്കുന്ന ഒരു സംവിധാനമാണ് ഇത്. വ്യക്തികൾ സ്വന്തം ശരീരത്തിന്റെയും ആഗ്രഹങ്ങളുടെയും കാവൽക്കാരായി മാറുന്നിടത്താണ് ലൈംഗിക അനുരൂപത പൂർണ്ണമായി പ്രവർത്തിക്കുന്നത്.

അതിനാൽ, ലൈംഗിക അനുരൂപതയെ "സാമൂഹിക ശീലങ്ങൾ" എന്ന നിലയിൽ മാത്രം കാണുന്നത് അപര്യാപ്തമാണ്. അത് അധികാരം (power), സ്ഥിരത (stability), അനുസരണം (obedience) എന്നിവ ഉറപ്പാക്കാൻ ഉപയോഗിക്കുന്ന ഒരു ഭരണോപാധിയാണ്. ഈ ഘടന തിരിച്ചറിയാതെ, ലൈംഗിക സ്വാതന്ത്ര്യത്തെക്കുറിച്ചുള്ള രാഷ്ട്രീയ വിമർശനം പൂർണ്ണമാകുകയില്ല.

9. നിയന്ത്രണം നൈതികതയായി പുനർവ്യാഖ്യാനം ചെയ്യപ്പെടുന്നത്

(Control Reframed as Morality)

ആധുനിക സമൂഹങ്ങളിൽ ലൈംഗിക നിയന്ത്രണം (sexual control) തുറന്ന അധികാരമായി പ്രവർത്തിക്കുന്നില്ല. അത് നൈതികതയായി (morality) പുനർവ്യാഖ്യാനം ചെയ്യപ്പെടുകയാണ്. "നീ ചെയ്യരുത്" എന്ന നേരിട്ടുള്ള ഉത്തരവിന് പകരം, "ഇത് നല്ലതല്ല", "ഇത് ശരിയല്ല", "ഇത്

സംസ്കാരവിരുദ്ധമാണ്" എന്ന ഭാഷയിലാണ് നിയന്ത്രണം പ്രവർത്തിക്കുന്നത്. ഇതോടെ, അധികാരം (power) പുറത്തുനിന്ന് അല്ല, വ്യക്തിയുടെ ഉള്ളിൽ നിന്നാണ് നടപ്പിലാകുന്നത്[43].

ഈ പുനർവ്യാഖ്യാനത്തിന്റെ കേന്ദ്രതത്വം ഇതാണ്. നിയന്ത്രണം സുരക്ഷയായി (safety) അവതരിപ്പിക്കപ്പെടുന്നു. സ്ത്രീയുടെ ശരീരത്തിനുമേലുള്ള നിയന്ത്രണം അവളുടെ സംരക്ഷണത്തിനായാണെന്ന് അവകാശപ്പെടുന്നു. ലൈംഗിക സ്വാതന്ത്ര്യത്തെ അപകടമായി ചിത്രീകരിക്കുകയും, നിയന്ത്രണത്തെ കരുതലായി (care) അവതരിപ്പിക്കുകയും ചെയ്യുന്നതിലൂടെ, അധികാരം നൈതികതയുടെ ഭാഷയിൽ മറയ്ക്കപ്പെടുന്നു[44].

ഇവിടെ അസൂയ (jealousy) ഒരു നിർണായക മാറ്റം പ്രാപിക്കുന്നു. വ്യക്തിഗത അസൂയ സാമൂഹികമായി "സ്നേഹം" (love) എന്ന നിലയിൽ റോമാന്റിസൈസ് ചെയ്യപ്പെടുന്നു. പങ്കാളിയെ നിയന്ത്രിക്കുന്നത് ആഗ്രഹത്തിന്റെ അടയാളമല്ല, ഉത്തരവാദിത്വത്തിന്റെ അടയാളമാണെന്ന് പഠിപ്പിക്കപ്പെടുന്നു. ഇതോടെ, അസൂയ ഒരു വികാരമല്ല; അത് ഒരു മൂല്യമായി (value) മാറുന്നു[45].

അടിച്ചമർത്തൽ (suppression) ഇതേ വഴിയിലാണ് ന്യായീകരിക്കപ്പെടുന്നത്. "ഇത് നമ്മുടെ സംസ്കാരമാണ്" എന്ന വാദം, വ്യക്തിയുടെ ശരീരത്തിന്റെയും ആഗ്രഹങ്ങളുടെയും മേൽ സമൂഹത്തിന് അവകാശമുണ്ടെന്ന ധാരണ സ്ഥാപിക്കുന്നു. സംസ്കാരം (culture) ഇവിടെ ജീവിക്കുന്ന അനുഭവമല്ല; അത് നിയന്ത്രണത്തിന് നൈതിക അധികാരം നൽകുന്ന ഉപാധിയായി മാറുന്നു[46].

ഈ ഘടനയുടെ ഏറ്റവും അപകടകരമായ വശം അധികാരം അദൃശ്യമായി (invisible power) പ്രവർത്തിക്കുന്നു എന്നതാണ്. നിയമം നേരിട്ട് ഇടപെടാത്തിടത്തും, സമൂഹത്തിന്റെ നോട്ടം (gaze), അപമാനം, കുറ്റബോധം (guilt), സ്വയംശിക്ഷ (self-punishment) എന്നിവ വ്യക്തിയെ നിയന്ത്രിക്കുന്നു. വ്യക്തി തന്നെ തന്റെ ആഗ്രഹങ്ങളുടെ കാവൽക്കാരനായി മാറുന്നു[47].

ഇതിലൂടെ, ആളുകൾ നിയന്ത്രണത്തെ ചോദ്യം ചെയ്യുന്നില്ല; മറിച്ച് അതിനെ ധാർമികമായി ശരിയെന്ന് വിശ്വസിക്കുന്നു. "എനിക്ക് സ്വാതന്ത്ര്യം വേണ്ട" എന്ന നിലപാട് പോലും സ്വയം സ്വീകരിക്കപ്പെടുന്നു. സ്വാതന്ത്ര്യം അപകടമായി, നിയന്ത്രണം രക്ഷയായി പുനർവ്യാഖ്യാനം ചെയ്യപ്പെടുമ്പോൾ, അധികാരത്തിന് എതിർപ്പ് ആവശ്യമില്ലാതാകുന്നു[48].

ഇവിടെ വ്യക്തികൾ തന്നെ നിയന്ത്രണത്തിന്റെ ഏജന്റുകളാകുന്നു. മാതാപിതാക്കൾ മക്കളെ നിയന്ത്രിക്കുന്നു, സുഹൃത്തുകൾ സുഹൃത്തുകളെ നിയന്ത്രിക്കുന്നു, സ്ത്രീകൾ സ്ത്രീകളെ നിയന്ത്രിക്കുന്നു, പുരുഷന്മാർ പരസ്പരം നിയന്ത്രിക്കുന്നു. ഭരണകൂടത്തിന് നേരിട്ട് ഇടപെടേണ്ടതില്ല; നൈതികത എന്ന സാമൂഹിക സോഫ്റ്റ്‌വെയർ (moral software) സ്വയം പ്രവർത്തിക്കുന്നു[49].

അതുകൊണ്ടാണ് ഈ നിയന്ത്രണം കൂടുതൽ ശക്തമായത്. നിയമം ലംഘിക്കാമെങ്കിലും, നൈതികത ലംഘിക്കാൻ ഭയപ്പെടുന്നു. ശിക്ഷയേക്കാൾ ശക്തമാണ് അപകീർത്തി. അധികാരത്തേക്കാൾ ശക്തമാണ് കുറ്റബോധം. ഇതാണ് നിയന്ത്രണം നൈതികത യായി മാറുന്ന ഘട്ടത്തിന്റെ യഥാർത്ഥ സ്വഭാവം[50].

അതിനാൽ, ലൈംഗിക നിയന്ത്രണത്തെ വെറും സാമൂഹിക ശീലങ്ങളായി കാണുന്നത് അപര്യാപ്തമാണ്. അത് അധികാരത്തിന്റെ ഏറ്റവും കാര്യക്ഷമമായ രൂപമാണ്. നിയന്ത്രണം

നല്ലതാണെന്ന് ആളുകളെ വിശ്വസിപ്പിക്കു ന്നിടത്താണ്, അധികാരം ഏറ്റവും പൂർണ്ണമായി പ്രവർത്തിക്കുന്നത്.

10. ആധുനിക ലൈംഗിക നിയന്ത്രണങ്ങളുടെ ഫലം

(Final Consequences of Modern Sexual Controls)

ആധുനിക ലൈംഗിക നിയന്ത്രണങ്ങളുടെ (modern sexual controls) ഫലം വ്യക്തിയുടെ ശരീരത്തിലും മനസ്സിലും ഒരേസമയം പ്രത്യക്ഷപ്പെടുന്ന ആന്തരിക വിഭജനമാണ്. ലൈംഗികത (sexuality) സ്വാഭാവികമായ ആനന്ദാനുഭവമായി തുടരുന്നില്ല; അത് ആശങ്കയിൽ നിന്നുയരുന്ന ഒരു പ്രവർത്തനമായി (anxiety-driven activity) മാറുന്നു. "എനിക്ക് എന്ത് വേണം" എന്ന ചോദ്യംക്കാൾ മുൻപിൽ "ഇത് ശരിയാണോ" എന്ന ചോദ്യം നിലകൊള്ളുന്നു[51].

ഈ ഘടനയിൽ, അടുപ്പം (intimacy) അനുഭവമല്ല; പ്രകടനമായി (performance) മാറുന്നു. ബന്ധങ്ങളിൽ ആഴവും സാന്നിധ്യവും വളരുന്നതിനുപകരം, ശരിയായ വേഷം, ശരിയായ സമയം, ശരിയായ ചട്ടങ്ങൾ പാലിക്കുന്നുണ്ടോ എന്ന വിലയിരുത്ത ലുകളാണ് കേന്ദ്രമാകുന്നത്. ലൈംഗികത ബന്ധിപ്പിക്കുന്നതല്ല; പരിശോധിക്കപ്പെടുന്ന ഒന്നായി മാറുന്നു[52].

സ്വാതന്ത്ര്യം (freedom) ഇവിടെ കുറ്റബോധത്തോടെയാണ് (guilt) ബന്ധിപ്പിക്കപ്പെടുന്നത്. സ്വയം ആഗ്രഹം അനുഭവിക്കുന്നത് പോലും വ്യക്തിക്ക് സ്വയം സംശയം ഉണ്ടാക്കുന്നു. "ഇത് എനിക്ക് പാടുണ്ടോ" എന്ന ചിന്ത ആഗ്രഹത്തെ തന്നെ തകർക്കുന്നു. ഇതോടെ, ആസ്വാദനം (pleasure) സംശയാസ്പദമായി വായിക്കപ്പെടുന്നു. സന്തോഷം പോലും ന്യായീകരിക്കേണ്ട ഒന്നായി മാറുന്നു[53].

ഈ സാഹചര്യത്തിൽ, സമൂഹം സ്ഥിരതയിലേക്ക് (stability) നീങ്ങുന്നതുപോലെ തോന്നാം. വിവാഹങ്ങൾ നിലനിൽക്കുന്നു, ചട്ടങ്ങൾ പാലിക്കപ്പെടുന്നു, പൊതു അച്ചടക്കം ഉറപ്പാക്കപ്പെടുന്നു. എന്നാൽ ഈ സ്ഥിരതയുടെ അടിത്തറ വ്യക്തികളുടെ ഉള്ളിൽ നടക്കുന്ന ചിതറലാണ്. വ്യക്തികൾ പുറത്തുനിന്ന് അനുസൃതരാകുമ്പോഴും, അകത്ത് പിളർന്ന അവസ്ഥയിലാണ് ജീവിക്കുന്നത്[54].

ഇവിടെയാണ് ആധുനിക ലൈംഗിക നിയന്ത്രണങ്ങളുടെ യഥാർത്ഥ വിരോധാഭാസം (paradox) വ്യക്തമാകുന്നത്. സമൂഹം ക്രമബദ്ധമാകുമ്പോൾ, വ്യക്തികൾ മാനസികമായി ക്ഷയിക്കുന്നു. ബന്ധങ്ങൾ നിലനിൽക്കുമ്പോൾ, അടുപ്പം ക്ഷയിക്കുന്നു. നിയമങ്ങൾ ശക്തമാകുമ്പോൾ, വിശ്വാസം ദുർബലമാകുന്നു[55].

ലൈംഗികതയെ നിയന്ത്രിക്കുന്നത് സാമൂഹിക ശാന്തി ഉറപ്പാക്കുമെന്ന് കരുതപ്പെടുമ്പോഴും, അതിന്റെ ഫലം വ്യാപകമായ അസന്തോഷമാണ്. അടിച്ചമർത്തപ്പെട്ട ആഗ്രഹങ്ങൾ (suppressed desires) പുറത്ത് വരുന്നത് ബന്ധവഞ്ചനകളായും (infidelity), ഇരട്ടജീവിതങ്ങളായും (double lives), ആന്തരിക ശൂന്യതയായും (emptiness) ആണ്. ഇത് വ്യക്തികളുടെ പരാജയമല്ല; നിയന്ത്രണഘടനയുടെ സ്വാഭാവിക ഫലമാണ്[56].

അതിനാൽ, ആധുനിക ലൈംഗിക നിയന്ത്രണങ്ങളുടെ ഫലം ഒരു ആരോഗ്യകരമായ സമൂഹമല്ല. അത് അനുസൃതമായ ശരീരങ്ങളും ആശങ്ക നിറഞ്ഞ മനസ്സുകളും ഉള്ള ഒരു ക്രമമാണ്. സമൂഹം പ്രവർത്തനക്ഷമമായി തുടരുമ്പോഴും, വ്യക്തികൾ പൂർണ്ണമായി ജീവിക്കുന്നില്ല[57].

ഈ അധ്യായം മുന്നോട്ടുവയ്ക്കുന്ന നിർണായകമായ നിലപാട് ഇതാണ്. ലൈംഗികതയെ നിയന്ത്രിച്ചുകൊണ്ട് ഒരു സമൂഹം സ്ഥിരത നേടാമെന്ന ധാരണ താൽക്കാലികമാണ്. ദീർഘകാലത്ത്, ഈ നിയന്ത്രണം മനുഷ്യാനുഭവത്തിന്റെ അടിസ്ഥാന ഘടകങ്ങളെ തന്നെ ദുർബലമാക്കുന്നു. സ്വാതന്ത്ര്യമില്ലാത്ത നൈതികത മനുഷ്യനെ സംരക്ഷിക്കുന്നില്ല; അത് മനുഷ്യനെ ചുരുക്കുകയാണ്[58].

അതിനാൽ, ആധുനിക ലൈംഗിക നിയന്ത്രണങ്ങളെ വിമർശിക്കുന്നത് "അച്ചടക്കവിരുദ്ധത"യല്ല. അത് മനുഷ്യന്റെ ശരീരത്തിന്റെയും മനസ്സിന്റെയും അവകാശങ്ങളെ പുനഃസ്ഥാപിക്കാനുള്ള ഒരു അനിവാര്യ ശ്രമമാണ്. ലൈംഗികത കുറ്റബോധത്തിന്റെ ഭാഷയിൽ നിന്ന് പുറത്തുവന്ന്, മനുഷ്യാനുഭവത്തിന്റെ സ്വാഭാവിക ഭാഷയായി തിരിച്ചെത്തുന്നിടത്താണ്, വ്യക്തികളും സമൂഹവും ഒരുമിച്ച് ആരോഗ്യകരമാകുന്നത്[59].

Reference List

1. Beck, Ulrich, and Elisabeth Beck-Gernsheim. *The Normal Chaos of Love.* Polity Press, 1995.
2. Giddens, Anthony. *The Transformation of Intimacy.* Stanford University Press, 1992.
3. Cherlin, Andrew J. *The Marriage-Go-Round.* Vintage Books, 2010.
4. Bourdieu, Pierre. *Distinction: A Social Critique of the Judgement of Taste.* Harvard University Press, 1984.
5. Engels, Friedrich. *The Origin of the Family, Private Property and the State.* Penguin Classics, 2010.
6. Foucault, Michel. *The History of Sexuality, Volume 1.* Pantheon Books, 1978.
7. Rubin, Gayle. "Thinking Sex: Notes for a Radical Theory of the Politics of Sexuality." *Pleasure and Danger.* Routledge, 1984.
8. Scott, James C. *Seeing Like a State.* Yale University Press, 1998.
9. Smart, Carol. *Feminism and the Power of Law.* Routledge, 1989.
10. Engels, Friedrich. *The Origin of the Family, Private Property and the State.* Penguin Classics, 2010.
11. Goody, Jack. *The Development of the Family and Marriage in Europe.* Cambridge University Press, 1983.
12. Lerner, Gerda. *The Creation of Patriarchy.* Oxford University Press, 1986.
13. Bourdieu, Pierre. *Masculine Domination.* Stanford University Press, 2001.
14. Rubin, Gayle. "The Traffic in Women: Notes on the 'Political Economy' of Sex." *Toward an Anthropology of Women.* Monthly Review Press, 1975.
15. Connell, R. W. *Masculinities.* Polity Press, 2005.
16. Fine, Michelle. "Sexuality, Schooling, and Adolescent Females." *Journal of Social Issues*, 1988.
17. Tolman, Deborah L. *Dilemmas of Desire: Teenage Girls Talk about Sexuality.* Harvard University Press, 2002.
18. Bartky, Sandra Lee. *Femininity and Domination.* Routledge, 1990.
19. Foucault, Michel. *The History of Sexuality, Volume I.* Pantheon Books, 1978.

20. Baumeister, Roy F., and Kathleen D. Vohs. "Sexual Economics." *Personality and Social Psychology Review*, 2004.

21. Giddens, Anthony. *The Transformation of Intimacy.* Stanford University Press, 1992.

22. Perel, Esther. *Mating in Captivity.* HarperCollins, 2006.

23. Glass, Shirley P., and Jean Coppock Staeheli. *Not "Just Friends"*. Free Press, 2003.

24. Illouz, Eva. *Cold Intimacies.* Polity Press, 2007.

25. Scheinkman, Michele, and Douglas Snyder. "Attachment and Infidelity." *Journal of Family Psychology*, 2012.

26. Giddens, Anthony. *The Transformation of Intimacy.* Stanford University Press, 1992.

27. Perel, Esther. *Mating in Captivity.* HarperCollins, 2006.

28. Glass, Shirley P., and Jean Coppock Staeheli. *Not "Just Friends"*. Free Press, 2003.

29. Connell, R. W. *Masculinities.* Polity Press, 2005.

30. Illouz, Eva. *Cold Intimacies.* Polity Press, 2007.

31. Bauman, Zygmunt. *Liquid Love.* Polity Press, 2003.

31. Higginbotham, Evelyn Brooks. *Righteous Discontent: The Women's Movement in the Black Baptist Church.* Harvard University Press, 1993.

32. Skeggs, Beverley. *Formations of Class and Gender.* Sage Publications, 1997.

33. Foucault, Michel. *Discipline and Punish.* Pantheon Books, 1977.

34. Collins, Patricia Hill. *Black Feminist Thought.* Routledge, 2000.

35. Nussbaum, Martha C. *Sex and Social Justice.* Oxford University Press, 1999.

36. Gill, Rosalind. *Gender and the Media.* Polity Press, 2007.

37. Foucault, Michel. *The History of Sexuality, Volume 1.* Pantheon Books, 1978.

38. Rubin, Gayle. "Thinking Sex: Notes for a Radical Theory of the Politics of Sexuality." *Pleasure and Danger.* Routledge, 1984.

39. Foucault, Michel. *Discipline and Punish.* Pantheon Books, 1977.

40. Weeks, Jeffrey. *Sexuality.* Routledge, 2003.

41. Scott, James C. *Seeing Like a State.* Yale University Press, 1998.

42. Brown, Wendy. *Undoing the Demos.* Zone Books, 2015.

43. Foucault, Michel. *The History of Sexuality, Volume 1.* Pantheon Books, 1978.

44. Nussbaum, Martha. *Sex and Social Justice.* Oxford University Press, 1999.

45. Illouz, Eva. *Consuming the Romantic Utopia.* University of California Press, 2007.

46. Bourdieu, Pierre. *Masculine Domination.* Stanford University Press, 2001.

47. Foucault, Michel. *Discipline and Punish.* Pantheon Books, 1977.

48. Brown, Wendy. *Undoing the Demos.* Zone Books, 2015.

49. Kandiyoti, Deniz. "Bargaining with Patriarchy." *Gender & Society*, 1988.

50. Gramsci, Antonio. *Selections from the Prison Notebooks.* International Publishers, 1971.

51. Bauman, Zygmunt. *Liquid Love: On the Frailty of Human Bonds.* Polity Press, 2003.

52. Giddens, Anthony. *The Transformation of Intimacy.* Stanford University Press, 1992.

53. Freud, Sigmund. *Civilization and Its Discontents.* W. W. Norton, 1961.

54. Fromm, Erich. *The Fear of Freedom.* Routledge, 1942.

55. Lasch, Christopher. *The Culture of Narcissism.* W. W. Norton, 1979.

56. Perel, Esther. *Mating in Captivity.* HarperCollins, 2006.

57. Han, Byung-Chul. *The Burnout Society.* Stanford University Press, 2015.

58. Marcuse, Herbert. *Eros and Civilization.* Beacon Press, 1955.

59. Reich, Wilhelm. *The Sexual Revolution.* Farrar, Straus and Giroux, 1974.

അധ്യായം 18
സ്വയംഭോഗം, മതം, കുറ്റബോധം

ജീവശാസ്ത്രവും കൗമാരവികസനവും

മനുഷ്യന്റെ ലൈംഗികത ഒരു സ്വാഭാവിക ജൈവഘടനയാണ്. എന്നാൽ ചരിത്രപരമായി അത് വെറും ശരീരപ്രവർത്തനമായി മാത്രം കാണപ്പെട്ടിട്ടില്ല. അത് ആത്മീയത, പാപബോധം, നിയന്ത്രണം, അധികാരം, സാമൂഹികക്രമം എന്നിവയുമായി ചേർന്നുപോയിരിക്കുന്നു. സ്വയംഭോഗം എന്നത് പുറമെയുള്ള പങ്കാളിയില്ലാതെ വ്യക്തി സ്വന്തം ശരീരത്തിലൂടെ അനുഭവിക്കുന്ന ലൈംഗിക ഉത്തേജനവും ഓർഗാസവും (Orgasm) ഉൾപ്പെടുന്ന പ്രവൃത്തിയാണ്. ഈ പ്രവൃത്തിയെ ശാസ്ത്രീയമായി പരിശോധിക്കുമ്പോൾ, ഇത് മസ്തിഷ്കവും ഹോർമോണുകളും ചേർന്ന ഒരു ഏകോപിത പ്രവർത്തനമാണെന്ന് കാണാം[1].

സ്വയം ഉത്തേജനപ്രതികരണം മസ്തിഷ്കത്തിലെ പ്രതിഫലവ്യവസ്ഥയുമായി (Reward System) ബന്ധപ്പെട്ടതാണ്[2]. ഡോപ്പമൈൻ (Dopamine) ആഗ്രഹവും പ്രതീക്ഷയും സൃഷ്ടിക്കുന്ന നാഡീ രാസവസ്തുവാണ്. സ്വയംഭോഗം ആരംഭിക്കുന്ന ഘട്ടത്തിൽ തന്നെ ഡോപ്പമൈൻ ഉയരുന്നു. പ്രതീക്ഷിത ആനന്ദം തന്നെ മസ്തിഷ്കത്തെ സജീവമാക്കുന്നു[3]. ഓർഗാസം സംഭവിക്കുന്ന നിമിഷത്തിൽ എൻഡോർഫിൻ (Endorphin) എന്ന പ്രകൃതിദത്ത വേദനാശമന രാസവസ്തു ഉയരുന്നു[4]. ഇത് ശാരീരിക ശമനവും മാനസിക ലഘൂകരണവും സൃഷ്ടിക്കുന്നു. കൂടാതെ ഓക്സിറ്റോസിൻ (Oxytocin) എന്ന ബന്ധബോധ ഹോർമോൺ ഉയരുന്നത് കാണപ്പെടുന്നു[5]. ഇത് ആത്മസംതൃപ്തിയും വിശ്രമവും നൽകുന്നു.

സമ്മർദ്ദഹോർമോണായ കോർട്ടിസോൾ (Cortisol) കുറയുന്നതായി ചില പഠനങ്ങൾ സൂചിപ്പിക്കുന്നു[6]. അതിനാൽ സ്വയംഭോഗം ചില സാഹചര്യങ്ങളിൽ സമ്മർദ്ദം കുറയ്ക്കുന്ന ഉപാധിയായി പ്രവർത്തിക്കുന്നു. ഉറക്കഗുണം മെച്ചപ്പെടുന്നതും റിപ്പോർട്ട് ചെയ്തിട്ടുണ്ട്[7]. സ്ത്രീകളിൽ മാസവിരാമ വേദന കുറയുന്നതിന് ഇത് സഹായകമാണെന്ന് ചില പഠനങ്ങൾ പറയുന്നു[8]. പുരുഷന്മാരിൽ പ്രോസ്റ്റേറ്റ് ആരോഗ്യസംരക്ഷ ണവുമായി ബന്ധപ്പെടുത്തി ചില നിരീക്ഷണങ്ങൾ ഉണ്ട്[9].

പുരുഷനും സ്ത്രീയും തമ്മിൽ പ്രതികരണവ്യത്യാസങ്ങൾ ഉണ്ട്. പുരുഷന്മാരിൽ സ്രാവത്തിനു (Ejaculation) ശേഷം റിഫ്രാക്ടറി കാലഘട്ടം (Refractory Period) അനുഭവപ്പെടുന്നു[10]. സ്ത്രീകളിൽ നിർബന്ധിത റിഫ്രാക്ടറി കാലഘട്ടം സാധാരണയായി ഇല്ല[11]. അതിനാൽ മൾട്ടിപ്പിൾ ഓർഗാസം (Multiple Orgasm) സാദ്ധ്യമാകാം. ഈ വ്യത്യാസങ്ങൾ ലൈംഗികാനുഭവത്തിന്റെ ജൈവഭേദങ്ങളെ വ്യക്തമാക്കുന്നു.

പ്രായാനുസൃതമായ മാറ്റങ്ങളും ശ്രദ്ധേയമാണ്. കൗമാരത്തിൽ ടെസ്റ്റോസ്റ്റിറോൺ (Testosterone)യും ഈസ്ട്രജൻ (Estrogen)യും വർധിക്കുന്നു[12]. ഈ ഹോർമോൺ ഉയർച്ച ലൈംഗിക കൗതുകവും ശരീരബോധവുമുണ്ടാക്കുന്നു. സ്വയംഭോഗം പലർക്കും ഈ ഘട്ടത്തിൽ ആരംഭിക്കുന്നു[13]. വികസന മനശാസ്ത്രം (Developmental Psychology) ഇതിനെ സാധാരണ വികസനഘട്ടത്തിന്റെ ഭാഗമെന്ന നിലയിൽ വിലയിരുത്തുന്നു[14].

കൗമാരത്തിൽ ശരീരബോധം രൂപപ്പെടുന്ന രീതിയിൽ സ്വയംഭോഗം ഒരു പരീക്ഷണാത്മക ഘടകമായി കാണാം. വ്യക്തി തന്റെ ശരീരപ്രതികരണങ്ങളെ തിരിച്ചറിയുന്നു. ഈ അനുഭവം ശരീരത്തെ കുറിച്ചുള്ള അവബോധം വർധിപ്പിക്കുന്നു. എന്നാൽ മതപരമായ വിലക്കുകൾ ഈ സ്വാഭാവിക പ്രക്രിയയെ കുറ്റബോധവുമായി ബന്ധിപ്പിക്കുമ്പോൾ, ശരീരബോധം തന്നെ ആശയക്കുഴപ്പമാകുന്നു[15].

ചില സംസ്കാരങ്ങളിൽ സ്വയംഭോഗം "ആത്മീയ ഊർജ്ജ നഷ്ടം" (Spiritual Energy Loss) എന്ന രീതിയിൽ ചിത്രീകരിക്കപ്പെട്ടു[16]. ശാസ്ത്രീയമായി ഇത് തെളിയിക്കപ്പെട്ട ആശയം അല്ല. എങ്കിലും വിശ്വാസരൂപങ്ങളിൽ അത് ശക്തമായ സ്വാധീനം ചെലുത്തി. യുവാക്കളിൽ ഭയം, ആശങ്ക, കുറ്റബോധം എന്നിവ വളർന്നു.ഇവിടെ ഒരു നിർണായക വ്യത്യാസം ശ്രദ്ധിക്കണം. സ്വയംഭോഗം സ്വതവേ രോഗകരമല്ലെന്ന് ഭൂരിഭാഗം ആധുനിക വൈദ്യശാസ്ത്ര പഠനങ്ങൾ സൂചിപ്പിക്കുന്നു[17]. എന്നാൽ അതിക്രമപ്രയോഗം, നിയന്ത്രണ നഷ്ടം, ദൈനംദിനജീവിതത്തെ ബാധിക്കൽ തുടങ്ങിയ സാഹചര്യങ്ങളിൽ അത് പെരുമാറ്റ ആശക്തി (Behavioral Addiction) എന്ന രീതിയിൽ പരിഗണിക്കപ്പെടാം[18]. അതിനാൽ ശാസ്ത്രീയ സമീപനം അതിന്റെ അതിരുകളെയും സാധ്യതകളെയും വ്യത്യസ്തമായി വിലയിരുത്തുന്നു.

കൗമാരത്തിൽ ലഭിക്കുന്ന മതപരമായ സന്ദേശങ്ങൾ ഈ സ്വാഭാവിക ജൈവപ്രവർത്തനത്തെ പാപബോധവുമായി ബന്ധിപ്പിക്കുമ്പോൾ, വ്യക്തിയുടെ ആന്തരിക നൈതികഘടന രൂപപ്പെടുന്നു[19]. ശരീരപ്രതികരണവും ആത്മീയബോധവും തമ്മിൽ സംഘർഷം ആരംഭിക്കുന്നു. ഈ സംഘർഷമാണ് അടുത്ത ഘട്ടങ്ങളിൽ കുറ്റബോധത്തിന്റെ മനശാസ്ത്രത്തെ രൂപപ്പെടുത്തുന്നത്.

ക്രിസ്തീയ ദൈവശാസ്ത്ര നിയന്ത്രണവും ധാത് സിൻഡ്രോം (Dhat Syndrome) എന്ന സംസ്കാരബന്ധിത ഭീതിയും

മതചരിത്രത്തെ വിശകലനം ചെയ്യുമ്പോൾ, ക്രിസ്തീയ ദൈവശാസ്ത്രം (Christian Theology) ലൈംഗികതയെ വളരെ കർശനമായ ആത്മീയ മാനദണ്ഡങ്ങളിലൂടെ വ്യാഖ്യാനിച്ചിരുന്നതായി കാണാം. പ്രത്യേകിച്ച് കത്തോലിക്കാ സഭയുടെ ഔദ്യോഗിക ദൈവശാസ്ത്രപരമായ പഠനങ്ങളിൽ, സ്വയംഭോഗം വിവാഹബന്ധത്തിന്റെ പ്രജനന–ഐക്യ ലക്ഷ്യങ്ങളിൽ നിന്ന് വേർപെടുത്തപ്പെട്ട പ്രവൃത്തിയായി കണക്കാക്കപ്പെട്ടു[20]. ലൈംഗിക പ്രവൃത്തി ദൈവം നിശ്ചയിച്ച ലക്ഷ്യം പ്രജനനവും ദാമ്പത്യ ഐക്യവുമാണെന്ന് വാദിക്കപ്പെട്ടു[21]. അതിനാൽ വ്യക്തിഗത ലൈംഗിക സ്വയംപ്രവർത്തനം ദൈവീക ക്രമത്തെ ലംഘിക്കുന്നതെന്ന നിലപാട് ശക്തമായി രൂപപ്പെട്ടു.

സെന്റ് ആഗസ്റ്റീനസ് (Saint Augustine) മനുഷ്യ ലൈംഗിക ആഗ്രഹത്തെ ആദിമപാപത്തിന്റെ (Original Sin) അവശിഷ്ടമായി കണ്ടു[22]. അദ്ദേഹത്തിന്റെ വ്യാഖ്യാനത്തിൽ, ശരീരത്തിലെ ലൈംഗിക ഉത്തേജനം ആത്മീയ വീഴ്ചയുടെ അടയാളമായി ചിത്രീകരിക്കപ്പെട്ടു. തുടർന്ന് സെന്റ് തോമസ് അക്വിനാസ് (Thomas Aquinas) "പ്രകൃതിവിരുദ്ധ പ്രവൃത്തികൾ" (Unnatural Acts) എന്ന വർഗ്ഗീകരണത്തിൽ സ്വയംഭോഗത്തെ ഉൾപ്പെടുത്തി[23]. ഇതിലൂടെ സ്വയംഭോഗം ഒരു വ്യക്തിപരമായ ദൗർബല്യം മാത്രമല്ല, നൈതികമായി ഗുരുതരമായ തെറ്റായി പാഠപ്പെടുത്തപ്പെട്ടു.

കത്തോലിക്കാ സഭയുടെ ഔദ്യോഗിക പഠനഗ്രന്ഥമായ കത്തോലിക്കാ സഭാ മതബോധനഗ്രന്ഥം (Catechism of the Catholic Church) സ്വയംഭോഗത്തെ "ഗുരുതരമായി ക്രമവിരുദ്ധമായ പ്രവൃത്തി"

(Gravely Disordered Act) എന്ന വിശേഷിപ്പിക്കുന്നു[24]. ഇതിന്റെ അടിസ്ഥാന വാദം, ലൈംഗിക ആനന്ദം വിവാഹബന്ധത്തിലെ പരസ്പരദാനം (Mutual Self-Gift)യും പ്രജനനസാദ്ധ്യതയും എന്ന ലക്ഷ്യങ്ങളിൽ നിന്ന് വേർതിരിക്കരുത് എന്നതാണ്. ഈ പഠനങ്ങൾ വിശ്വാസികളുടെ മനസ്സിൽ ശക്തമായ നൈതിക ബോധം സൃഷ്ടിച്ചു.

പ്രൊട്ടസ്റ്റന്റ് (Protestant) പരമ്പരയിൽ സമീപനങ്ങൾ വൈവിധ്യമാർന്നിരുന്നെങ്കിലും, ബൈബിൾ അധിഷ്ഠിത നൈതിക നിയന്ത്രണം ശക്തമായി നിലനിന്നു[25]. "ശരീരം പരിശുദ്ധാത്മാവിന്റെ ആലയം" (Body as Temple of the Holy Spirit) എന്ന ആശയം വ്യക്തിയുടെ ശരീരപ്രവർത്തനങ്ങളെ ആത്മീയ ഉത്തരവാദിത്വവുമായി ബന്ധിപ്പിച്ചു. ലൈംഗിക ചിന്ത പോലും പാപമാകാമെന്ന ഉപദേശങ്ങൾ, പ്രത്യേകിച്ച് സുവിശേഷവാദ (Evangelical) പ്രസ്ഥാനങ്ങളിൽ, കുറ്റബോധം വർധിപ്പിക്കുന്ന ഘടകമായി പ്രവർത്തിച്ചു[26].

ഈ ദൈവശാസ്ത്രപരമായ നിയന്ത്രണം വെറും സിദ്ധാന്തമല്ല; അത് ആത്മീയ നിരീക്ഷണ സംസ്കാരം (Spiritual Surveillance Culture) സൃഷ്ടിച്ചു. വ്യക്തി തന്റെ സ്വകാര്യ പ്രവൃത്തികളെയും ദൈവത്തിന്റെ നിരീക്ഷണത്തിന് വിധേയമാക്കുന്ന എന്ന ബോധം, ആന്തരിക കുറ്റബോധത്തിന്റെ വളർച്ചയ്ക്ക് ഇടയാക്കുന്നു[27]. "അന്തരാത്മാവിന്റെ പരിശോധനം" (Examination of Conscience) എന്ന ആത്മീയ അഭ്യാസം ചില സാഹചര്യങ്ങളിൽ ആത്മീയ വളർച്ചയ്ക്ക് സഹായകമായിരുന്നെങ്കിലും, ലൈംഗിക വിഷയങ്ങളിൽ അതിർത്തി കടന്ന സ്വയംനിന്ദയ്ക്ക് വഴിവെച്ചു[28].

ഇത്തരത്തിലുള്ള മതപരമായ നിയന്ത്രണങ്ങൾ സമൂഹത്തിൽ ലൈംഗികതയെക്കുറിച്ചുള്ള നിശ്ശബ്ദതയും ഭീതിയും വളർത്തി. കൗമാരത്തിൽ സ്വാഭാവികമായി ഉണ്ടാകുന്ന സ്വയംഭോഗാനുഭവം ദൈവവിരുദ്ധമായ പ്രവൃത്തിയെന്ന സന്ദേശം ലഭിക്കുമ്പോൾ, യുവാവിന്റെ മസ്തിഷ്കത്തിൽ ജൈവ ആനന്ദവും ആത്മീയ ഭീഷണിയും തമ്മിൽ സംഘർഷം ഉണ്ടാകുന്നു[29]. ഈ സംഘർഷം ദീർഘകാല കുറ്റബോധവും ആത്മവിശ്വാസ കുറവും സൃഷ്ടിക്കാം.

ഇപ്പോൾ ഇന്ത്യൻ ഉപഭൂഖണ്ഡത്തിൽ കാണപ്പെടുന്ന ധാത് സിൻഡ്രോം (Dhat Syndrome) എന്ന സംസ്കാരബന്ധിത സിൻഡ്രോം (Culture-Bound Syndrome) എന്ന വിഷയത്തിലേക്ക് കടക്കാം. ധാത് സിൻഡ്രോം പ്രധാനമായും വീര്യം (Semen) മൂത്രത്തിലൂടെ നഷ്ടപ്പെടുന്നു എന്ന വിശ്വാസവുമായി ബന്ധപ്പെട്ട ഗുരുതര ആശങ്കാവസ്ഥയാണ്[30]. വീര്യം നഷ്ടപ്പെടുന്നത് ശാരീരിക, മാനസിക, ലൈംഗിക ശക്തി നഷ്ടമാകുന്നതിനോട് തുല്യമാണെന്ന വിശ്വാസമാണ് ഇതിന്റെ കേന്ദ്രത്തിൽ.

ആയുർവേദിക (Ayurvedic) പരമ്പരയിൽ വീര്യം ജീവശക്തിയുടെ സാരമായി (Vital Essence) കണക്കാക്കപ്പെട്ടിരുന്നു[31]. ഈ ആശയം ചില സംസ്കാരപരമായ വ്യാഖ്യാനങ്ങളിൽ ശക്തമായി ഉറച്ചിരുന്നു. അതിനാൽ സ്വയംഭോഗം വീര്യം നഷ്ടപ്പെടുത്തുന്ന പ്രവൃത്തിയെന്ന നിലയിൽ ഭീതിയുണ്ടാക്കി. ധാത് സിൻഡ്രോമുള്ള വ്യക്തികൾ ദൗർബല്യം, ക്ഷീണം, തലചുറ്റൽ, ലൈംഗികശക്തി കുറവ് തുടങ്ങിയ ദേഹലക്ഷണങ്ങൾ റിപ്പോർട്ട് ചെയ്യുന്നു[32].

മനശാസ്ത്രപരമായി ഇത് ആശങ്കാവ്യാധിയുമായി (Anxiety Disorder) ബന്ധപ്പെട്ടതായി പഠനങ്ങൾ സൂചിപ്പിക്കുന്നു[33]. വീര്യം നഷ്ടപ്പെടുന്നു എന്ന വിശ്വാസം തന്നെ ശരീരത്തിൽ സമ്മർദ്ദപ്രതികരണം സൃഷ്ടിക്കുന്നു. കോർട്ടിസോൾ ഉയർച്ച, ഹൃദയമിടിപ്പ് വർധിക്കൽ, ഉറക്കക്കുറവ് തുടങ്ങിയ

ലക്ഷണങ്ങൾ രൂപപ്പെടുന്നു[34]. ഇവിടെ ജൈവനഷ്ടം സംഭവിക്കുന്നില്ല; എന്നാൽ വിശ്വാസം ദേഹപ്രതികരണമായി മാറുന്നു.

ധാത് സിൻഡ്രോം പലപ്പോഴും സ്വയംഭോഗത്തെക്കുറിച്ചുള്ള കുറ്റബോധവുമായി ചേർന്ന് പ്രവർത്തിക്കുന്നു[35]. മതപരമായ ഉപദേശങ്ങളും സംസ്കാരപരമായ വിശ്വാസങ്ങളും ചേർന്നപ്പോൾ, വ്യക്തി തന്റെ ശരീരത്തെ തന്നെ ദുർബലമാക്കുന്നവനായി അനുഭവിക്കുന്നു. ഇത് മാനസികവേദന വർധിപ്പിക്കുന്നു. ആധുനിക മാനസികാരോഗ്യവിദഗ്ധർ ഇത് സംസ്കാരബന്ധിത രോഗലക്ഷണമായി തിരിച്ചറിഞ്ഞിട്ടുണ്ട്[36].

ക്രിസ്തീയ കർശന നിയന്ത്രണവും ധാത് സിൻഡ്രോമും തമ്മിൽ ഒരു സാമ്യം കാണാം. രണ്ടും ലൈംഗിക സ്രാവത്തെ ആത്മീയ–ജീവശക്തി നഷ്ടവുമായി ബന്ധിപ്പിക്കുന്നു. എന്നാൽ ശാസ്ത്രീയ പഠനങ്ങൾ വീര്യം നഷ്ടപ്പെടുന്നതിലൂടെ ദേഹശക്തി കുറഞ്ഞുപോകുന്നു എന്ന വാദത്തെ പിന്തുണയ്ക്കുന്നില്ല[37]. ശരീരം സ്ഥിരമായി വീര്യം ഉത്പാദിപ്പിക്കുന്ന സംവിധാനമുള്ളതാണ്. അതിനാൽ ഈ ഭീതികൾ വിശ്വാസഘടനയിൽ നിന്നുള്ളവയാണ്.

ഇതിലൂടെ ഒരു നിർണായക സത്യാവസ്ഥ വ്യക്തമായി കാണാം. ലൈംഗിക ജൈവപ്രവർത്തനത്തെക്കുറിച്ചുള്ള വിശ്വാസങ്ങൾ ശക്തമായ സാമൂഹിക–മത സ്വാധീനത്തിൽ രൂപപ്പെടുന്നു. വിശ്വാസം തന്നെ ദേഹലക്ഷണങ്ങളായി പ്രകടമാകുമ്പോൾ, അത് വ്യക്തിക്ക് യാഥാർത്ഥ്യവേദനയായി അനുഭവപ്പെടുന്നു. അതിനാൽ ശാസ്ത്രീയ ബോധവൽക്കരണവും സംസ്കാരപരമായ സംവാദവും അത്യന്താപേക്ഷിതമാണ്.

ഇസ്ലാമിക ഫിഖ് (Fiqh) പരമ്പരയിൽ സ്വയംഭോഗത്തെ ക്കുറിച്ചുള്ള നിലപാടുകൾ ഏകകണ്ഠമായിരുന്നില്ല; ചില പണ്ഡിതർ അത് കർശനമായി നിരോധിക്കേണ്ട പ്രവൃത്തിയായി കണക്കാക്കിയപ്പോൾ, മറ്റുചിലർ വിവാഹത്തിന് പുറത്തെ വ്യഭിചാരത്തിലേക്ക് (Adultery) വഴുതിപ്പോകുന്നതിനെ തടയാനുള്ള "അവസാന മാർഗ്ഗം" (Last Resort) എന്ന രീതിയിൽ പരിധിബദ്ധമായ അനുമതി സൂചിപ്പിച്ചു[38]. ഹിന്ദു ധാർമിക ഗ്രന്ഥങ്ങളിൽ ബ്രഹ്മചര്യം (Brahmacharya) ആത്മീയ പുരോഗതിയുടെയും മനഃശുദ്ധിയുടെയും പ്രധാന ശീലമായി അവതരിപ്പിക്കപ്പെട്ടു; ഇവിടെ ശുക്ലനഷ്ടം ആത്മീയ ഊർജ്ജനഷ്ടം (Loss of Vital Essence) എന്ന പ്രതീകാത്മക ഭാഷയിൽ വ്യാഖ്യാനിക്കപ്പെട്ടത് ശരീരസ്രാവത്തെ വെറും ജൈവസംഭവമെന്നതിലുപരി ജീവശക്തിയുടെ ക്ഷയമായി ചിത്രീകരിച്ചു[39]. ബൗദ്ധചിന്തയിൽ ഇന്ദ്രിയനിയന്ത്രണം (Sense Control) മോക്ഷമാർഗ്ഗത്തിലെ അടിസ്ഥാന അഭ്യാസമായി കണക്കാക്കപ്പെട്ടു; ഇന്ദ്രിയാസക്തി മനസ്സിന്റെ അധീനതയും ദുഃഖചക്രത്തിന്റെ തുടർച്ചയും സൃഷ്ടിക്കുന്നു എന്ന വ്യാഖ്യാനം ലൈംഗിക സ്വയംപ്രവർത്തനത്തെയും ആത്മീയ വികാസത്തിനുള്ള തടസ്സമായി അവതരിപ്പിച്ചു[40]. ഈ മൂന്ന് മതപരമ്പരകളിലും, വ്യത്യസ്ത ദാർശനിക പശ്ചാത്തലങ്ങൾ ഉണ്ടായിരുന്നെങ്കിലും, ലൈംഗിക സ്വയംപ്രവർത്തനം ആത്മീയ ശുദ്ധിയോടും അന്തർനിയന്ത്രണത്തോടും വിരുദ്ധമായ ഘടകമെന്ന പൊതുവായ നൈതിക നിർവചനം രൂപപ്പെട്ടതായി കാണാം.

സ്വയംഭോഗം, മതം, കുറ്റബോധം

ആസക്തി, ദൃശ്യസംസ്കാരം, ബ്രഹ്മചര്യം, വിദ്യാഭ്യാസം, ലിംഗവ്യത്യാസം, സംസ്കാരപരിവർത്തനം, ആത്മീയത, മോചനം, നൈതിക പുനർവായന

സ്വയംഭോഗവും ആശക്തിയും (Addiction) തമ്മിലുള്ള ബന്ധം വളരെ സൂക്ഷ്മമാണ്. എല്ലാ ആവർത്തനപ്രവൃത്തിയും ആശക്തിയല്ല. പെരുമാറ്റ ആശക്തി (Behavioral Addiction) എന്നത് നിയന്ത്രണ നഷ്ടം, ദൈനംദിന ജീവിതത്തിൽ തടസ്സം, നിർത്താൻ ശ്രമിച്ചിട്ടും പരാജയം, പ്രവർത്തനം നിർത്തുമ്പോൾ അസ്വസ്ഥത എന്നിവയാൽ നിർവചിക്കപ്പെടുന്നു[41]. മസ്തിഷ്കത്തിലെ ഡോപ്പമൈൻ പ്രതിഫലവ്യൂഹം (Dopamine Reward Circuit) ആവർത്തിച്ച ഉത്തേജനത്തിലൂടെ കൂടുതൽ ശക്തമായ പ്രേരണ സൃഷ്ടിക്കാം[42]. എന്നാൽ ജൈവപ്രതികരണം സ്വതവേ രോഗകരമാകുന്നില്ല; പ്രശ്നം നിയന്ത്രണവ്യവസ്ഥ തകരുമ്പോഴാണ്. മതപരമായ കുറ്റബോധം ചേർന്നാൽ, “പ്രവൃത്തി–പശ്ചാത്താപം–വീണ്ടും പ്രവൃത്തി” എന്ന മാനസിക ചക്രം ശക്തമാകാം[43]. ഇവിടെ നൈതിക ആത്മനിന്ദ തന്നെ വീണ്ടും ഉത്തേജനത്തിനുള്ള മാനസിക സമ്മർദ്ദമാകുന്ന അവസ്ഥ രൂപപ്പെടുന്നു.

പോൺ ദൃശ്യസംസ്കാരം (Pornographic Visual Culture) സ്വയംഭോഗാനുഭവത്തെ ആധുനിക സാഹചര്യത്തിൽ മാറ്റിയിരിക്കുന്നു. ദൃശ്യ ഉത്തേജനം മസ്തിഷ്കത്തിലെ പ്രതീക്ഷ–പ്രതിഫല സിഗ്നലിംഗ് (Expectation–Reward Signaling) ശക്തിപ്പെടുത്തുന്നു[44]. സ്ഥിരമായി ഉയർന്ന തീവ്രതയുള്ള ദൃശ്യങ്ങൾ കാണുമ്പോൾ, യാഥാർത്ഥ്യബന്ധങ്ങളിൽ തൃപ്തി കുറയുന്നുവെന്ന നിരീക്ഷണങ്ങൾ ചില പഠനങ്ങളിൽ ഉണ്ട്[45]. എന്നാൽ ഇതിൽ ഏകപക്ഷീയമായ നിഗമനം ഇല്ല; വ്യക്തിഗത വ്യത്യാസങ്ങൾ നിർണ്ണായകമാണ്. മതപരമായ വിലക്കുകളും ഡിജിറ്റൽ സ്വാതന്ത്ര്യവും തമ്മിലുള്ള സംഘർഷം വ്യക്തിയിൽ ഇരട്ട മാനസികഭാരം സൃഷ്ടിക്കാം[46].

ബ്രഹ്മചര്യം (Brahmacharya) എന്ന ആശയം ആധുനിക സാഹചര്യത്തിൽ പുനർവായന ആവശ്യപ്പെടുന്നു. സ്വമേധയാ സ്വീകരിക്കുന്ന ലൈംഗിക നിയന്ത്രണം ആത്മീയ അഭ്യാസമായി കാണപ്പെടാം[47]. എന്നാൽ കുറ്റബോധം മൂലമുള്ള അടിച്ചമർത്തൽ മാനസിക സമ്മർദ്ദം വർധിപ്പിക്കും. സ്വയംനിയന്ത്രണം (Self-Regulation) എന്നത് ബോധപൂർവമായ തീരുമാനമാണ്; സ്വയംദ്വേഷം അതിന്റെ വിരുദ്ധമാണ്[48]. അതിനാൽ ആത്മീയ അഭ്യാസവും മാനസികാരോഗ്യവും തമ്മിൽ സന്തുലനം നിർണ്ണായകമാണ്.

ലൈംഗിക വിദ്യാഭ്യാസത്തിന്റെ അഭാവം (Lack of Sexual Education) നിരവധി തെറ്റിദ്ധാരണകൾക്ക് വഴിവെക്കുന്നു. “ശരീരനാശം”, “കാഴ്ച നഷ്ടം”, “ബുദ്ധി ക്ഷയം” പോലുള്ള മിഥ്യകൾ ചരിത്രത്തിൽ പ്രചരിച്ചിരുന്നു[49]. ശാസ്ത്രീയ വിവരമില്ലായ്മ ഭീതിയെ ശക്തിപ്പെടുത്തുന്നു. ശരിയായ വിവരവിനിമയം യുവാക്കളിൽ ആത്മവിശ്വാസവും ശരീരബോധവും വളർത്തുന്നു[50]. പഠനങ്ങൾ കാണിക്കുന്നത്, ശാസ്ത്രീയ ലൈംഗിക വിദ്യാഭ്യാസം കുറ്റബോധം കുറയ്ക്കുകയും ആരോഗ്യകരമായ സമീപനം വളർത്തുകയും ചെയ്യുന്നു[51].

ലിംഗവ്യത്യാസം (Gender Difference) കുറ്റബോധത്തിൽ വ്യക്തമായി കാണാം. ചരിത്രപരമായി സ്ത്രീകളുടെ ലൈംഗികത കൂടുതൽ നിയന്ത്രിക്കപ്പെട്ടു[52]. സ്ത്രീ സ്വയംഭോഗം സമൂഹത്തിൽ നിശ്ശബ്ദതയുടെ വിഷയമായിരുന്നു. പുരുഷന്മാരിൽ കുറ്റബോധം “ബലഹീനത” എന്ന രീതിയിൽ അനുഭവപ്പെട്ടപ്പോൾ, സ്ത്രീകളിൽ അത് “സ്വഭാവദോഷം” എന്ന രീതിയിൽ അടയാളപ്പെടുത്തി[53]. ഈ വ്യത്യാസം പിതൃത്വസംവിധാനത്തിന്റെ (Patriarchal Structure) സ്വാധീനത്തെ സൂചിപ്പിക്കുന്നു.

സംസ്കാരപരമായ കാലഘട്ടമാറ്റങ്ങൾ (Cultural Shifts) സമീപനങ്ങളെ മാറ്റി. വിക്ടോറിയൻ കാലഘട്ടത്തിൽ മെഡിക്കൽ ഭീതികൾ ശക്തമായിരുന്നു[54]. പിന്നീട് മനശാസ്ത്രവും ലൈംഗികശാസ്ത്രവും (Sexology) വികസിച്ചതോടെ സമീപനം ശാന്തമായി[55]. ഇരുപതാം നൂറ്റാണ്ടിന്റെ അവസാനത്തോടെ ലൈംഗികതയെ ആരോഗ്യപരമായ ഘടകമായി വിലയിരുത്തുന്ന സമീപനം വ്യാപകമായി[56]. എന്നിരുന്നാലും മതപരമായ സമൂഹങ്ങളിൽ പരമ്പരാഗത വിലക്കുകൾ തുടരുന്നു.

ആത്മീയതയും ശരീരസ്വീകാര്യതയും തമ്മിലുള്ള സംഘർഷം ഇവിടെ പ്രധാനമാണ്. ശരീരത്തെ ശത്രുവായി കാണുന്ന ഭാഷയും ശരീരത്തെ ജൈവപ്രകൃതിയുടെ ഭാഗമെന്ന നിലയിൽ അംഗീകരിക്കുന്ന ശാസ്ത്രീയ സമീപനവും തമ്മിൽ വ്യത്യാസമുണ്ട്[57]. ആത്മീയത ശരീരവിരോധമല്ല; മറിച്ച് ബോധപൂർവമായ ജീവിതക്രമമാണ് എന്ന പുനർവായന ചില സമകാലീന ദൈവശാസ്ത്രചിന്തകർ മുന്നോട്ടുവയ്ക്കുന്നു[58].

കുറ്റബോധത്തിൽ നിന്ന് മോചനം ശാസ്ത്രീയ ബോധവൽക്കരണത്തിലും ആത്മസ്വീകാര്യതയിലും അധിഷ്ഠിതമാണ്[59]. മാനസികാരോഗ്യ പിന്തുണ (Psychological Support) വ്യക്തിയെ ആത്മനിന്ദയിൽ നിന്ന് പുറത്തുകൊണ്ടുവരാം. വിശ്വാസവും ജൈവ യാഥാർത്ഥ്യവും തമ്മിൽ സമതുലനം കണ്ടെത്തുമ്പോൾ, വ്യക്തി തന്റെ ശരീരത്തെ ശത്രുവായി കാണാതെ ഉത്തരവാദിത്വത്തോടെ സമീപിക്കാം[60].

നൈതികതയുടെ പുനർവായന ആവശ്യമാണ്. സ്വയംഭോഗം ഒരു സ്വകാര്യ ജൈവപ്രവർത്തനമായതിനാൽ, അത് വ്യക്തിയുടെ ആരോഗ്യകരമായ ജീവിതക്രമത്തിനുള്ളിൽ, ബോധപൂർവമായ നിയന്ത്രണത്തോടെ നിലനിൽക്കുന്നിടത്തോളം സ്വീകാര്യമായി വിലയിരുത്താം. എന്നാൽ അതിക്രമപ്രയോഗം സംഭവിക്കുമ്പോൾ, അതായത് ഒരു പ്രവൃത്തി ജീവിതത്തിന്റെ മറ്റ് മേഖലകളെ ബാധിക്കുന്ന രീതിയിൽ ആവർത്തിക്കപ്പെടുകയും തൊഴിൽ, പഠനം, ബന്ധങ്ങൾ, മാനസിക സമതുലനം എന്നിവയെ തകർക്കുകയും ചെയ്യുന്നുവെങ്കിൽ, അത് സ്വാതന്ത്ര്യത്തിന്റെ പ്രകടനം അല്ല, നിയന്ത്രണനഷ്ടത്തിന്റെ ലക്ഷണമായി മാറുന്നു. പെരുമാറ്റ ആസക്തി രൂപപ്പെടുന്ന സാഹചര്യത്തിൽ പ്രശ്നം "ഇത് ശരിയോ തെറ്റോ" എന്ന നൈതിക വിധിയിൽ മാത്രമല്ല; മറിച്ച് വ്യക്തിയുടെ സ്വയംനിയന്ത്രണ ശേഷി ക്ഷയിച്ചോയെന്ന വിലയിരുത്തലിലാണ്. കൂടാതെ, വ്യക്തിപരമായ പ്രവൃത്തി മറ്റുള്ളവരെ അനാവശ്യമായി ബാധിക്കുന്നതോ, പൊതുസ്ഥലങ്ങളിൽ അനാചാരമായി പ്രകടമാകുന്നതോ, മറ്റൊരാളുടെ സമ്മതമില്ലാതെ ഉൾപ്പെടുത്തുന്നതോ ആയാൽ, അത് ഹാനികരത്വ സിദ്ധാന്തത്തിന്റെ പരിധിയിൽ വരുന്നു. അതിനാൽ, സ്വാതന്ത്ര്യവും ഉത്തരവാദിത്വവും തമ്മിൽ സന്തുലനം പുലർത്തുന്ന പരിധിക്കുള്ളിൽ നിലനിൽക്കുമ്പോഴാണ് ഈ പ്രവൃത്തി നൈതികമായി അംഗീകരിക്കപ്പെടുന്നത്.

ഈ അധ്യായം ജീവശാസ്ത്രം, മനശാസ്ത്രം, മത–സാമൂഹിക ഘടന എന്ന മൂന്ന് തലങ്ങളെ വേർതിരിച്ചും തമ്മിലുള്ള ബന്ധം വ്യക്തമാക്കിയുമാണ് അവതരിപ്പിച്ചത്. സ്വയംഭോഗം എന്ന വിഷയത്തെ കുറ്റപ്പെടുത്തലോ പ്രോത്സാഹനമോ ഇല്ലാതെ, ബോധപൂർവമായ വിശകലനത്തിലൂടെ മനസ്സിലാക്കുക എന്നതാണ് ഈ പഠനത്തിന്റെ ലക്ഷ്യം.

Reference List

1. Masters, W. H., & Johnson, V. E. (1966). Human Sexual Response. Little, Brown.
2. Pfaus, J. G. (2009). Pathways of sexual desire. Journal of Sexual Medicine.
3. Berridge, K. C., & Robinson, T. E. (1998). Dopamine and reward. Brain Research Reviews.
4. Komisaruk, B. R., et al. (2006). The Science of Orgasm. Johns Hopkins University Press.
5. Carmichael, M. S., et al. (1987). Plasma oxytocin increases in human sexual response. Journal of Clinical Endocrinology & Metabolism.
6. Exton, M. S., et al. (2001). Neuroendocrine response to sexual arousal. Psychoneuroendocrinology.
7. Levin, R. J. (2007). Sexual activity and sleep patterns. Sexual and Relationship Therapy.
8. Dawood, M. Y. (2006). Dysmenorrhea and prostaglandins. American Journal of Obstetrics & Gynecology.
9. Rider, J. R., et al. (2004). Ejaculation frequency and prostate cancer risk. JAMA.
10. Krüger, T. H. C., et al. (2002). Prolactin and sexual refractory period. Journal of Endocrinology.
11. Mah, K., & Binik, Y. (2001). Multiple orgasms in women. Archives of Sexual Behavior.
12. Sisk, C. L., & Foster, D. L. (2004). Puberty and brain development. Nature Neuroscience.
13. Bancroft, J. (2009). Human Sexuality and Its Problems. Churchill Livingstone.
14. Steinberg, L. (2014). Adolescence. McGraw-Hill.
15. Freud, S. (1905). Three Essays on the Theory of Sexuality.
16. Laqueur, T. (2003). Solitary Sex. Zone Books.
17. American Academy of Pediatrics (2016). Sexuality education guidelines.
18. Kafka, M. P. (2010). Hypersexual disorder proposal. Archives of Sexual Behavior.
19. Erikson, E. H. (1968). Identity: Youth and Crisis. Norton.
20. Catechism of the Catholic Church (1992). Vatican Press.
21. John Paul II (1981). Familiaris Consortio.
22. Augustine (397–400). Confessions.
23. Aquinas, T. (1265–1274). Summa Theologica.
24. Catechism of the Catholic Church, Paragraph 2352.
25. Grenz, S. (1997). Sexual Ethics.
26. Mouw, R. (2004). Calvinism in the Las Vegas Airport.
27. Foucault, M. (1978). The History of Sexuality.
28. Rahner, K. (1978). Foundations of Christian Faith.
29. Erikson, E. H. (1968). Identity: Youth and Crisis.

30. Prakash, O. (2007). Dhat Syndrome. Indian Journal of Psychiatry.
31. Obeyesekere, G. (1976). The Cultural Context of Dhat Syndrome.
32. Bhatia, M. S., & Malik, S. C. (1991). Dhat Syndrome. British Journal of Psychiatry.
33. Sumathipala, A., et al. (2004). Culture-bound syndromes. Acta Psychiatrica Scandinavica.
34. Sapolsky, R. (2004). Why Zebras Don't Get Ulcers.
35. Wig, N. N. (1960). Problems of Dhat. Indian Journal of Clinical Psychology.
36. American Psychiatric Association (2013). Diagnostic and Statistical Manual of Mental Disorders.
37. Levin, R. J. (2007). The physiology of semen production. Sexual and Relationship Therapy.
38. Kugle, S. S. A. (2010). Homosexuality in Islam. Oneworld Publications.
39. Doniger, W. (2009). The Hindus: An Alternative History. Penguin.
40. Gethin, R. (1998). The Foundations of Buddhism. Oxford University Press.
41. American Psychiatric Association (2013). Diagnostic and Statistical Manual of Mental Disorders.
42. Volkow, N. D., & Morales, M. (2015). The Brain on Drugs. New England Journal of Medicine.
43. Tangney, J. P., & Dearing, R. L. (2002). Shame and Guilt. Guilford Press.
44. Kühn, S., & Gallinat, J. (2014). Brain structure and pornography consumption. JAMA Psychiatry.
45. Wright, P. J., et al. (2017). Pornography consumption and sexual satisfaction. Human Communication Research.
46. Turkle, S. (2011). Alone Together. Basic Books.
47. Feuerstein, G. (2003). The Deeper Dimension of Yoga. Shambhala.
48. Baumeister, R. F., & Vohs, K. D. (2007). Self-Regulation and Self-Control.
49. Laqueur, T. (2003). Solitary Sex. Zone Books.
50. UNESCO (2018). International Technical Guidance on Sexuality Education.
51. Kirby, D. (2007). Emerging Answers on Sex Education.
52. Lerner, G. (1986). The Creation of Patriarchy. Oxford University Press.
53. Bordo, S. (1993). Unbearable Weight. University of California Press.
54. Hunt, A. (1999). Governing Morals. Cambridge University Press.
55. Ellis, H. (1900). Studies in the Psychology of Sex.
56. World Health Organization (2006). Defining Sexual Health.
57. Brown, B. (2012). Daring Greatly.
58. Farley, M. A. (2006). Just Love. Continuum.
59. Beck, A. T. (1976). Cognitive Therapy and the Emotional Disorders.
60. Rogers, C. (1961). On Becoming a Person.

അധ്യായം 19
ലൈംഗികത, വേശ്യാവൃത്തി, സാമ്പത്തിക ബന്ധങ്ങൾ
(Sexuality, Prostitution, and Economic Relations)

1. ശരീരം തൊഴിൽ മൂലധനമായി (Body as Labour Capital)

മനുഷ്യ ശരീരം ഒരുകാലത്ത് ജൈവ ഘടനയായി മാത്രം മനസ്സിലാക്കപ്പെട്ടിരുന്നു. എന്നാൽ ആധുനിക സമ്പദ്‌വ്യവസ്ഥയിൽ അത് ഉത്പാദന പ്രക്രിയയുടെ സജീവ ഘടകമായി പുനർനിർവചിക്കപ്പെടുന്നു. തൊഴിൽ വിപണിയിൽ ഒരാൾ പ്രവേശിക്കുന്ന നിമിഷം മുതൽ ശരീരം ഒരു അവയവസമുച്ചയം മാത്രമല്ല, പ്രവർത്തനക്ഷമമായ തൊഴിൽ മൂലധനം എന്ന നിലയിലേക്ക് മാറുന്നു. ഈ പരിവർത്തനത്തെ ചില സാമ്പത്തിക വിശകലനങ്ങൾ മനുഷ്യ മൂലധന സിദ്ധാന്തത്തിന്റെ വികസിത ഘട്ടമായി കാണുന്നു[1]. ഇതിന്റെ അനുകൂല വശം, മനുഷ്യശേഷിയെ സജീവ സാമ്പത്തിക പങ്കാളിത്തമായി അംഗീകരിക്കുന്നതാണെങ്കിൽ, പ്രതികൂല വശം മനുഷ്യനെ മൂലധന ഘടകമായി ചുരുക്കാനുള്ള അപകടസാധ്യതയാണ്.

രാഷ്ട്രീയ സാമ്പത്തികശാസ്ത്ര വിമർശനത്തിൽ തൊഴിൽശേഷി എന്ന ആശയം കേന്ദ്രസ്ഥാനമാക്കപ്പെടുന്നു[2]. മനുഷ്യൻ വിൽക്കുന്നത് ശരീരം തന്നെയല്ല, ശരീരത്തിലൂടെ പ്രവർത്തിക്കുന്ന തൊഴിൽശേഷിയാണെന്ന് അവിടെ വ്യക്തമാക്കുന്നു. ഈ വ്യത്യാസം തൊഴിലാളിയുടെ വ്യക്തിത്വം സംരക്ഷിക്കാൻ സഹായിക്കുന്നു എന്നതാണ് അനുകൂല വായന. എന്നാൽ ചില വിമർശനങ്ങൾ ചൂണ്ടിക്കാണിക്കുന്നത്, പ്രായോഗിക ജീവിതത്തിൽ ഈ വേർതിരിവ് എല്ലായിടത്തും നിലനിൽക്കുന്നില്ല എന്നതാണ്. പ്രത്യേകിച്ച് ലൈംഗിക തൊഴിൽ മേഖലയിൽ ശരീരം, തൊഴിൽ, വ്യക്തിത്വം എന്നിവ തമ്മിലുള്ള അതിരുകൾ മങ്ങുന്നു[3]. ഇവിടെ തൊഴിൽശേഷി വിൽക്കപ്പെടുന്നു എന്നതും ശരീരസാന്നിധ്യം തന്നെ വിനിമയത്തിലേക്ക് കടക്കുന്നു എന്നതും തമ്മിലുള്ള സംഘർഷം നിലനിൽക്കുന്നു.

ഉത്പാദനം വസ്തുക്കൾ മാത്രം സൃഷ്ടിക്കുന്നതല്ല. സേവനങ്ങൾ, അനുഭവങ്ങൾ, വികാരാത്മക പ്രതികരണങ്ങൾ എന്നിവയും വിപണിയിൽ മൂല്യമാർജ്ജിക്കുന്നു[4]. സേവന സമ്പദ്‌വ്യവസ്ഥയുടെ വളർച്ചയോടെ മനുഷ്യശരീരം പ്രകടന വേദിയായി മാറുന്നു. വികാരാത്മക തൊഴിൽ എന്ന ആശയം അവതരിപ്പിക്കുമ്പോൾ, തൊഴിലാളികൾ സ്വന്തമായ വികാരങ്ങളെ നിയന്ത്രിച്ച് വിപണിക്ക് അനുയോജ്യമായ പ്രകടനം കാഴ്ചവെക്കേണ്ടിവരുന്ന അവസ്ഥയെ വിശകലനം ചെയ്യുന്നു[5]. ഉപഭോക്തൃ സംതൃപ്തി വർദ്ധിപ്പിക്കുന്നതിൽ ഇത് സഹായിക്കുന്നു എന്നതാണ് അനുകൂല വാദം. എന്നാൽ വ്യക്തിയുടെ ആന്തരിക വികാരങ്ങൾ പോലും വിപണി നിയന്ത്രണത്തിന് വിധേയമാകുന്നു എന്നത് പ്രതികൂല നിരീക്ഷണമാണ്.

ലൈംഗിക തൊഴിൽ ഈ പ്രവണതയുടെ തീവ്രരൂപമായി ചില പഠനങ്ങളിൽ കാണപ്പെടുന്നു[6]. ശരീരത്തിന്റെ ആകർഷണം, ശാരീരിക സാന്നിധ്യം, സ്പർശാനുഭവം എന്നിവ നേരിട്ട് സാമ്പത്തിക ഇടപാടിന്റെ കേന്ദ്രമാകുന്നു. അനുകൂലമായി കാണുന്നവർ ഇത് സേവന ഇടപാടിന്റെ ഒരു രൂപം മാത്രമാണെന്ന് വാദിക്കുന്നു. പ്രതികൂലമായി കാണുന്നവർ ഇത് ശരീരത്തിന്റെ വസ്തുവത്കരണം ആണെന്ന് ചൂണ്ടിക്കാണിക്കുന്നു.

ഉപയോഗ മൂല്യം എന്ന ആശയം ഒരു വസ്തുവിന്റെ പ്രായോഗിക പ്രയോജനത്തെ സൂചിപ്പിക്കുന്നു[2]. തൊഴിൽ വിപണിയിൽ ശരീരത്തിന്റെ ഉപയോഗ മൂല്യം അതിന്റെ പ്രവർത്തനക്ഷമതയിലാണ്. ഒരു കായികതാരത്തിന് പേശിസാമർത്ഥ്യം, ഒരു നടിക്ക് ഭാവപ്രകടനം, ഒരു ലൈംഗിക തൊഴിലാളിക്ക്

ആകർഷണവും അടുപ്പാനുഭവവും ഉപയോഗ മൂല്യമായി നിർവചിക്കപ്പെടുന്നു. സൗന്ദര്യം പോലുള്ള മാനദണ്ഡങ്ങൾ സ്വാഭാവികമല്ല, സാംസ്കാരികമായി നിർമ്മിക്കപ്പെട്ടവയാണ്[7]. ഇതിന്റെ അനുകൂല വശം, സമൂഹം മൂല്യങ്ങൾ സൃഷ്ടിക്കുന്ന സൃഷ്ടിപരമായ ശേഷിയുള്ളതാണെന്നതാണ്. പ്രതികൂല വശം, അധികാര ഘടനകൾ ഈ മാനദണ്ഡങ്ങളെ നിർണ്ണയിക്കുന്നു എന്നതാണ്.

വിനിമയ മൂല്യം വിപണിയിൽ ലഭിക്കുന്ന പ്രതിഫലമാണ്[2]. ലൈംഗിക തൊഴിൽ സംബന്ധിച്ച ഫെമിനിസ്റ്റ് സാമ്പത്തിക ചർച്ചകൾ ശരീരത്തിന്റെ വിനിമയ മൂല്യം പിതൃത്വാധികാര ഘടനകളുമായി ബന്ധിപ്പിക്കുന്നു[8]. ഒരു നിലപാട് അത് ഘടനാപരമായ ചൂഷണത്തിന്റെ പ്രകടനമാണെന്ന് ചൂണ്ടിക്കാണിക്കുന്നു. മറ്റൊരു നിലപാട്, സ്വയം തീരുമാനാധികാരം പ്രയോഗിക്കുന്നതിന്റെ ഉദാഹരണമായി കാണുന്നു[9]. ആദ്യവാദത്തിന്റെ ശക്തി, സാമൂഹിക അസമത്വങ്ങളെ വെളിപ്പെടുത്തുന്നതിലാണ്. രണ്ടാമത്തെ വാദത്തിന്റെ ശക്തി, വ്യക്തിയുടെ കർതൃത്വം അംഗീകരിക്കുന്നതിലാണ്. എന്നാൽ രണ്ട് വാദങ്ങൾക്കും പരിമിതികളുണ്ട്. ഒന്നിൽ വ്യക്തിയുടെ സ്വാതന്ത്ര്യം ചെറുതായി കാണപ്പെടാം; മറ്റൊന്നിൽ ഘടനാപരമായ നിർബന്ധങ്ങൾ കുറച്ച് വിലയിരുത്തപ്പെടാം.

ജൈവ അധികാരം എന്ന ആശയം വഴി ആധുനിക സമൂഹം ശരീരങ്ങളെ നിയന്ത്രിക്കുന്ന രീതിയെ വിശദീകരിക്കുമ്പോൾ, ഭരണകൂടം, വൈദ്യശാസ്ത്രം, നിയമം, വിപണി എന്നിവ ശരീരത്തെ പുനർരൂപീകരിക്കുന്നതായി വിശകലനം ചെയ്യുന്നു[10]. ഈ വിശകലനം ശരീരത്തിന്റെ സാമൂഹിക നിർമ്മിത സ്വഭാവം വ്യക്തമാക്കുന്നു എന്നതാണ് അതിന്റെ ശക്തി. എന്നാൽ ചില വിമർശകർ ചൂണ്ടിക്കാണിക്കുന്നത്, വ്യക്തിയുടെ സ്വാതന്ത്ര്യവും പ്രതിരോധ ശേഷിയും ചിലപ്പോൾ ഈ ഘടനാപരമായ വായനയിൽ കുറച്ച് വിലയിരുത്തപ്പെടുന്നു എന്നതാണ്.

സൗന്ദര്യ വ്യവസായം ശരീരരൂപത്തെ വിപണി ആവശ്യങ്ങൾക്ക് അനുസൃതമായി രൂപപ്പെടുത്തുന്നു[11]. ഇത് വ്യക്തിക്ക് തിരഞ്ഞെടുപ്പിന്റെ അവസരം നൽകുന്നു എന്നതാണ് അനുകൂല കാഴ്ചപ്പാട്. എന്നാൽ സാമൂഹിക സമ്മർദ്ദങ്ങൾ നിർബന്ധിതമായ മാനദണ്ഡങ്ങൾ സൃഷ്ടിക്കുന്നു എന്നതാണ് പ്രതികൂല നിരീക്ഷണം. ലൈംഗിക തൊഴിൽ മേഖലയിൽ ശരീരം, വികാരം, അടുപ്പം എന്നിവ തമ്മിലുള്ള വ്യത്യാസം കൂടുതൽ മങ്ങുന്നു. ഇതിൽ ചിലർ സാമ്പത്തിക സ്വയംപര്യാപ്തത കാണുമ്പോൾ, ചിലർ ആത്മീയവും മാനസികവുമായ ഭിന്നതകൾ ചൂണ്ടിക്കാണിക്കുന്നു.

ലൈംഗിക തൊഴിൽ പല രാജ്യങ്ങളിലും നിയമപരമായി നിയന്ത്രിക്കപ്പെടുകയോ കുറ്റകരമാക്കപ്പെടുകയോ ചെയ്യുന്നു[12]. നിയമവൽക്കരണം തൊഴിലാളികളുടെ സുരക്ഷ വർദ്ധിപ്പിക്കും എന്നതാണ് അനുകൂല വാദം. കുറ്റകരമാക്കൽ ചൂഷണത്തെയും മനുഷ്യക്കടത്തെയും കുറയ്ക്കുമെന്ന് ചിലർ വാദിക്കുന്നു. ഇരുവിധ സമീപനങ്ങൾക്കും അനുഭവപരിചയപരമായ തെളിവുകൾ മിശ്രമാണ്. സാമൂഹിക അപമാനം ലൈംഗിക തൊഴിലിനെ വേർതിരിക്കുന്ന പ്രധാന ഘടകമായി കാണപ്പെടുന്നു[13]. ചില തിരിച്ചറിയലുകൾ സമൂഹം അവലക്ഷണമായി മുദ്രകുത്തുന്നു എന്ന വിശകലനം ഇവിടെ പ്രസക്തമാണ്. അപമാനം സാമൂഹിക നിയന്ത്രണമായി പ്രവർത്തിക്കുന്നു എന്നതാണ് അനുകൂല വായന. എന്നാൽ അത് വ്യക്തികളുടെ മാനസിക ആരോഗ്യം ദോഷകരമായി ബാധിക്കുന്നു എന്നതാണ് പ്രതികൂല വിലയിരുത്തൽ.

ക്ലാസിക്കൽ ലിബറൽ ചിന്ത വ്യക്തിക്ക് സ്വന്തം ശരീരത്തെക്കുറിച്ച് തീരുമാനിക്കാനുള്ള അവകാശം സമ്മതിക്കുന്നു[14]. ഇത് വ്യക്തിസ്വാതന്ത്ര്യത്തെ ശക്തിപ്പെടുത്തുന്നു. എന്നാൽ മനുഷ്യശരീരം ഒരു സാധനമായി പരിഗണിക്കാമോ എന്ന ചോദ്യം സദാചാര തത്ത്വചിന്തയിൽ വിവാദമാണ്.

മനുഷ്യനെ ഒരു ലക്ഷ്യമായി കാണണമെന്ന് നിർദ്ദേശിക്കുന്ന സദാചാര ദർശനം ഇവിടെ ശക്തമായി ഉന്നയിക്കപ്പെടുന്നു[15]. ഈ നിലപാട് മനുഷ്യഗൗരവം സംരക്ഷിക്കുന്നു. എന്നാൽ ചിലർ ചൂണ്ടിക്കാണിക്കുന്നത്, എല്ലാ പ്രതിഫലമുള്ള ശരീരപ്രയോഗങ്ങളും അനിവാര്യമായി അവമതിപ്പല്ല എന്നതാണ്[7]. മറുവശത്ത്, ഘടനാപരമായ ലിംഗ അസമത്വം ലൈംഗിക വിപണിയെ രൂപപ്പെടുത്തുന്നു എന്ന വിമർശനം നിലനിൽക്കുന്നു[8].

ശരീരം തൊഴിൽ മൂലധനമായി മാറുന്ന നിമിഷം മുതൽ, അഭിമാനം സ്വാതന്ത്ര്യം, വിപണി, അധികാരം എന്നിവ തമ്മിൽ സങ്കീർണ്ണമായ ബന്ധം രൂപപ്പെടുന്നു. ലൈംഗിക തൊഴിൽ ഈ ബന്ധങ്ങളുടെ അതിരുകൾ വ്യക്തമായി കാണിക്കുന്ന ഒരു മേഖലയായി നിലനിൽക്കുന്നു. അതിനെ മാത്രം ചൂഷണമായി കാണുന്നതും, മാത്രം agency ആയി കാണുന്നതും പര്യാപ്തമല്ല. മനുഷ്യ ശരീരം ജൈവ ഘടന മാത്രമല്ല, സാമൂഹികവും സാമ്പത്തികവുമായ ശക്തികളുടെ ഇടപെടലുകളിൽ നിരന്തരം പുനർരൂപീകരിക്കപ്പെടുന്ന സജീവ വേദിയാണ്.

2. ലൈംഗിക തൊഴിൽ ചരിത്രപരമായ വളർച്ച (History of Sex Work)

ലൈംഗിക തൊഴിൽ ആധുനിക സമൂഹത്തിന്റെ ഉൽപ്പന്നമല്ല. മനുഷ്യസഭ്യതയുടെ ആരംഭഘട്ടങ്ങളിൽ തന്നെ വിവിധ രൂപങ്ങളിൽ അത് നിലനിന്നിരുന്നു. എന്നാൽ ഓരോ കാലഘട്ടവും അതിനെ വ്യത്യസ്തമായ നൈതിക, സാമ്പത്തിക, രാഷ്ട്രീയ ഭാഷകളിൽ നിർവചിച്ചു. ഈ ചരിത്രയാത്രയിൽ ലൈംഗിക തൊഴിൽ ഒരിക്കലും ഒരേ രൂപത്തിൽ നിലനിന്നിട്ടില്ല. അത് സാമ്പത്തിക ഘടനകളുടെ മാറ്റത്തോടൊപ്പം, മതാധിഷ്ഠിത ധാർമികതയുടെ വ്യാഖ്യാനങ്ങളോടൊപ്പം, സംസ്ഥാന നിയന്ത്രണ സംവിധാനങ്ങളോടൊപ്പം, വിപണി വിപുലീകരണത്തോടൊപ്പം മാറി.

മെസപ്പൊട്ടാമിയ, ഗ്രീക്ക്, റോമൻ എന്നീ പുരാതന നഗരസംസ്കാരങ്ങളിൽ ലൈംഗിക സേവനം ഒരു സാമൂഹികമായി അംഗീകരിക്കപ്പെട്ട തൊഴിൽരൂപമായിരുന്നു[16]. ഇത് പൂർണ്ണമായ സ്വാതന്ത്ര്യത്തിന്റെ അടയാളമല്ലായിരുന്നു, എന്നാൽ പൂർണ്ണമായ കുറ്റകരതയുടെ മുദ്രയും അതിന് ഉണ്ടായിരുന്നില്ല. ബാബിലോണിയൻ നിയമഗ്രന്ഥങ്ങളിൽ ലൈംഗിക തൊഴിലാളികളുടെ അവകാശങ്ങളും നിയന്ത്രണങ്ങളും രേഖപ്പെടുത്തിയിട്ടുണ്ടെന്ന് ചില നിയമചരിത്ര പഠനങ്ങൾ സൂചിപ്പിക്കുന്നു[17]. ഇതിന്റെ അനുകൂല വായന, അവരെ ഒരു സാമൂഹിക ഘടനയ്ക്കുള്ളിൽ ഉൾപ്പെടുത്തിയിരുന്നതാണ് എന്നതിലാണ്. എന്നാൽ പ്രതികൂല വായന, ആ ഉൾപ്പെടുത്തൽ നിയന്ത്രണവും വർഗ്ഗീകരണവും വഴി നടപ്പിലാക്കിയതാണെന്നതാണ്.

പുരാതന ഗ്രീസിൽ ഹെറ്റൈറ എന്നറിയപ്പെട്ടിരുന്ന സ്ത്രീകൾ സാധാരണ ലൈംഗിക സേവനത്തിനപ്പുറം ബൗദ്ധിക, സാമൂഹിക ഇടപെടലുകളിലും പങ്കെടുത്തു[18]. അവർ സാംസ്കാരിക വേദികളിൽ സാന്നിധ്യമുണ്ടാക്കിയിരുന്നു. ഇത് സ്ത്രീകൾക്ക് ചില സാഹചര്യങ്ങളിൽ സവിശേഷ സാമൂഹിക സ്ഥാനം നൽകിയതായി ചിലർ വിലയിരുത്തുന്നു. എന്നാൽ അതേ സമയം, പൗരസ്ത്രീകളിൽ നിന്ന് വേർതിരിച്ച ഒരു പരിമിത സ്ഥാനം മാത്രമാണിത് എന്ന വിമർശനവും നിലനിൽക്കുന്നു. റോമൻ സാമ്രാജ്യത്തിൽ രജിസ്റ്റർ ചെയ്ത ലൈംഗിക തൊഴിലാളികൾക്ക് നികുതി ബാധ്യത ഉണ്ടായിരുന്നുവെന്ന രേഖകൾ ലഭ്യമാണ്[19]. ഭരണകൂടത്തിന്റെ ഔദ്യോഗിക അംഗീകാരം അവരുടെ നിയമപരമായ സ്ഥിതിയെ ഉറപ്പാക്കിയെങ്കിലും, അത് ഒരേസമയം സാമൂഹിക അപകീർത്തിയുടെ മുദ്രയും ഉറപ്പിച്ചു.

മതപരവും ആചാരപരവുമായ ലൈംഗിക സേവനങ്ങൾ പഴയ സംസ്കാരങ്ങളുമായി ബന്ധിപ്പിക്കപ്പെട്ടിട്ടുണ്ട്[20]. "പവിത്ര വേശ്യാവൃത്തി" എന്ന ആശയം മെസപ്പൊട്ടാമിയയിലും സമീപപ്രദേശങ്ങളിലും നിലനിന്നിരുന്നുവെന്ന് ചില ചരിത്രകാരന്മാർ വാദിക്കുന്നു[21]. ഈ നിലപാട് മതവും ലൈംഗികതയും തമ്മിലുള്ള ബന്ധം ആചാരപരമായ രീതിയിൽ സാമൂഹികമായി സാധൂകരിക്കപ്പെട്ടിരുന്നുവെന്ന് സൂചിപ്പിക്കുന്നു. എന്നാൽ സമകാലീന ഗവേഷകർ ഈ വാദത്തെ ചോദ്യം ചെയ്യുന്നു. ചിലർ ഇത് പാശ്ചാത്യ ചരിത്രരചനയിലെ തെറ്റായ വിവർത്തനങ്ങളും അനുമാനങ്ങളും അടിസ്ഥാനമാക്കിയുള്ള മിത്താണെന്ന് ചൂണ്ടിക്കാണിക്കുന്നു[22]. അതിനാൽ ഇവിടെ അനുകൂല വാദം മതപരമായ അംഗീകാരത്തെ ചൂണ്ടിക്കാണിക്കുമ്പോൾ, പ്രതികൂല വാദം ആ അംഗീകാരം ചരിത്രപരമായി ഉറപ്പില്ലാത്തതാണെന്ന് സൂചിപ്പിക്കുന്നു.

ഇന്ത്യൻ ഉപഭൂഖണ്ഡത്തിലെ ദേവദാസി സമ്പ്രദായം മതസേവനവും ലൈംഗിക ചൂഷണവും തമ്മിലുള്ള സങ്കീർണ്ണബന്ധം തുറന്ന് കാണിക്കുന്നു[23]. ദൈവസേവനത്തിന്റെ പേരിൽ സ്ത്രീയുടെ ശരീരം സാമൂഹികമായി പുനർനിർവചിക്കപ്പെട്ടു. ചിലർ ഇത് കലാസാംസ്കാരിക പാരമ്പര്യമായി കാണുമ്പോൾ, മറ്റുചിലർ ഇത് പിതൃത്വാധികാര ഘടനയിൽ സ്ത്രീയുടെ സാമ്പത്തികവും ലൈംഗികവുമായ നിയന്ത്രണത്തിന്റെ ഉദാഹരണമായി വിലയിരുത്തുന്നു. അനുകൂല വായനയിൽ ആത്മീയ പ്രതിഷ്ഠയും സാംസ്കാരിക സംഭാവനയും ഉന്നയിക്കപ്പെടുന്നു. പ്രതികൂല വായനയിൽ നിർബന്ധിതത്വവും വർഗ്ഗ-ജാതി ഘടനകളും മുന്നോട്ടുവരുന്നു.

നഗരവൽക്കരണം ജനസംഖ്യയുടെ സാന്ദ്രത വർധിപ്പിക്കുകയും അനാമികത സൃഷ്ടിക്കുകയും ചെയ്യുന്നു[24]. ഈ സാഹചര്യത്തിൽ ലൈംഗിക സേവനങ്ങളുടെ ആവശ്യവും വിതരണവും വിപുലീകരിക്കപ്പെട്ടു. മദ്ധ്യകാല യൂറോപ്പിൽ നഗരങ്ങൾ വളർന്നതോടെ നിയന്ത്രിത വേശ്യാലയങ്ങൾ സ്ഥാപിക്കപ്പെട്ടു[25]. ഭരണകൂടം ചിലപ്പോൾ അവയെ "സാമൂഹിക സുരക്ഷാ വാൽവ്" എന്ന നിലയിൽ കണക്കാക്കിയതായി രേഖകൾ സൂചിപ്പിക്കുന്നു[26]. ഇതിന്റെ അനുകൂല വ്യാഖ്യാനം, നിയന്ത്രണത്തിലൂടെ രോഗവ്യാപനവും അക്രമവും കുറയ്ക്കാമെന്നതിലാണ്. പ്രതികൂല വ്യാഖ്യാനം, അത് സ്ത്രീകളുടെ ശരീരത്തെ നിയന്ത്രിത മേഖലയിൽ ഒതുക്കി സാമൂഹിക വേർതിരിവ് ശക്തമാക്കിയെന്നതാണ്.

കോളനിയൽ ഭരണകൂടങ്ങൾ ലൈംഗിക തൊഴിലിനെ സദാചാര പ്രശ്നമെന്നതിലുപരി പൊതുജനാരോഗ്യ പ്രശ്നമായും പരിഗണിച്ചു. ബ്രിട്ടീഷ് ഇന്ത്യയിൽ കൊണ്ടുവന്ന കോൺടേജിയസ് ഡിസീസസ് ആക്റ്റ് സൈനികർക്കിടയിലെ രോഗവ്യാപനം നിയന്ത്രിക്കാൻ ലൈംഗിക തൊഴിലാളികളെ മെഡിക്കൽ പരിശോധനയ്ക്ക് വിധേയരാക്കി[27]. അനുകൂല വാദം, ഇത് ആരോഗ്യസംരക്ഷണ നടപടിയായിരുന്നു എന്നതാണ്. പ്രതികൂല വാദം, ഇത് സ്ത്രീകളുടെ ശരീരത്തെ ഏകപക്ഷീയമായി നിരീക്ഷിക്കുകയും നിയന്ത്രിക്കുകയും ചെയ്തുവെന്നതാണ്. നിരീക്ഷണവും ഭരണാധികാരവും തമ്മിലുള്ള ബന്ധം ഇവിടെ ശക്തമായി പ്രകടമാണ്[28]. കോളനിയൽ നിയമങ്ങൾ പലപ്പോഴും സ്വദേശീയ സ്ത്രീകളെ ലക്ഷ്യമിട്ടിരുന്നതായി പഠനങ്ങൾ ചൂണ്ടിക്കാണിക്കുന്നു[29]. അതിനാൽ ആരോഗ്യനിയന്ത്രണത്തിന്റെ ഭാഷയിൽ അധികാരവും വംശീയതയും ചേർന്നുനിന്നിരുന്നു.

വ്യവസായവൽക്കരണം ഗ്രാമങ്ങളിൽ നിന്ന് നഗരങ്ങളിലേക്കുള്ള കുടിയേറ്റം വർധിപ്പിച്ചു[30]. കുറഞ്ഞ വേതനം, അസുരക്ഷിത തൊഴിൽ, സാമൂഹിക സുരക്ഷയുടെ അഭാവം എന്നിവ സ്ത്രീകളെ പരിമിതമായ സാമ്പത്തിക വഴികളിലേക്ക് തള്ളിയതായി സാമ്പത്തിക ചരിത്ര പഠനങ്ങൾ

സൂചിപ്പിക്കുന്നു[31]. വ്യവസായ നഗരങ്ങളിലെ സ്ത്രീകളുടെ അവസ്ഥയെ കുറിച്ചുള്ള വിവരണങ്ങളിൽ കുടുംബ ഘടനയിലെ മാറ്റവും സാമ്പത്തിക നിർബന്ധിതത്വവും വിശദീകരിക്കപ്പെട്ടിട്ടുണ്ട്[32]. അനുകൂലമായി കാണുന്നവർ ഇത് വ്യക്തിപരമായ സാമ്പത്തിക തിരഞ്ഞെടുപ്പായി വിലയിരുത്തുന്നു. പ്രതികൂലമായി കാണുന്നവർ ഘടനാപരമായ ദാരിദ്ര്യവും വർഗ്ഗബന്ധിത സമ്മർദ്ദങ്ങളും നിർണ്ണായകമാണെന്ന് വാദിക്കുന്നു[33]. അതിനാൽ വ്യക്തി agencyയും ഘടനാപരമായ നിർബന്ധവും തമ്മിലുള്ള സംഘർഷം ഇവിടെ വ്യക്തമാണ്.

ഡിജിറ്റൽ വിപ്ലവം ലൈംഗിക തൊഴിൽ മേഖലയെ പുതുതായി രൂപപ്പെടുത്തുന്നു. ഓൺലൈൻ പ്ലാറ്റ്ഫോം, സാമൂഹിക മാധ്യമം, സബ്സ്ക്രിപ്ഷൻ സേവനം എന്നിവ വഴി ഉപഭോക്താവുമായുള്ള നേരിട്ടുള്ള ബന്ധം സാധ്യമാക്കി[34]. ഒൺലി ഫാൻസ് പോലുള്ള സൈറ്റുകൾ സ്വയം നിയന്ത്രിത ഉള്ളടക്ക നിർമ്മാണത്തിന് അവസരം നൽകുന്നു[35]. ഇടനിലക്കാരുടെ പങ്ക് കുറയുന്നതിലൂടെ വരുമാന നിയന്ത്രണം വർധിക്കുന്നു എന്നതാണ് അനുകൂല വാദം. എന്നാൽ ഡാറ്റ നിരീക്ഷണവും ആൽഗോരിതം നിയന്ത്രിത വിപണിയും പുതിയ ആശ്രിതത്വങ്ങൾ സൃഷ്ടിക്കുന്നു എന്നതാണ് പ്രതികൂല നിരീക്ഷണം[36]. ഡിജിറ്റൽ മേഖലയിൽ സ്വാതന്ത്ര്യവും ചൂഷണവും തമ്മിലുള്ള പുതിയ വാദപ്രതിവാദങ്ങൾ ഉയർന്നുവരുന്നു[37]. ഒരുവശത്ത് വ്യക്തിഗത നിയന്ത്രണം വർധിക്കുന്നു, മറുവശത്ത് വിപണി ദൃശ്യത ആൽഗോറിതങ്ങൾ നിർണ്ണയിക്കുന്നതിനാൽ അസമത്വം പുനരുത്പാദിപ്പിക്കപ്പെടുന്നു.

ചരിത്രപരമായി നോക്കുമ്പോൾ ലൈംഗിക തൊഴിൽ ഒരു സ്ഥിരരൂപമല്ല. അത് പുരാതന നഗരസംസ്കാരങ്ങളിൽ നിന്ന് മദ്ധ്യകാല നഗരവ്യവസ്ഥയിലേക്കും, കോളനിയൽ നിയന്ത്രണങ്ങളിൽ നിന്ന് വ്യവസായ നഗരങ്ങളിലേക്കും, അവിടെ നിന്ന് ഡിജിറ്റൽ പ്ലാറ്റ്ഫോമുകളിലേക്കും മാറിക്കൊണ്ടിരിക്കുന്നു. ഓരോ ഘട്ടത്തിലും ശരീരം, മതം, വിപണി, അധികാരം, സാങ്കേതിക വിദ്യ എന്നിവ തമ്മിലുള്ള ബന്ധം പുനർനിർവചിക്കപ്പെട്ടു. അതിനെ ഒരേയൊരു നൈതിക ഭാഷയിൽ അടച്ചുപൂട്ടാൻ കഴിയില്ല. അത് ഒരേസമയം സാമൂഹിക അംഗീകാരത്തിന്റെയും അപകീർത്തിയുടെയും, സ്വാതന്ത്ര്യത്തിന്റെയും നിയന്ത്രണത്തിന്റെയും, സാമ്പത്തിക അവസരത്തിന്റെയും ഘടനാപരമായ അസമത്വത്തിന്റെയും ചരിത്രമാണ്.

3. സാമ്പത്തിക നിർബന്ധവും തിരഞ്ഞെടുപ്പിന്റെ പരിധികളും (Economic Compulsion and Constrained Choice)

ലൈംഗിക തൊഴിൽ സംബന്ധിച്ച ചർച്ചയിൽ ഏറ്റവും കൂടുതൽ വിവാദം സൃഷ്ടിക്കുന്ന പദം "തിരഞ്ഞെടുപ്പ്" എന്നതാണ്. ഒരാൾ ഈ മേഖലയിലേക്ക് കടക്കുന്നത് വ്യക്തിപരമായ സ്വാതന്ത്ര്യത്തിന്റെ പ്രകടനമാണോ, അതോ സാമ്പത്തിക നിർബന്ധത്തിന്റെ ഫലമോ എന്ന ചോദ്യം സാമൂഹ്യശാസ്ത്രം, സാമ്പത്തികശാസ്ത്രം, സദാചാര തത്വചിന്ത എന്നിവയുടെ സംഗമസ്ഥാനത്ത് നിലകൊള്ളുന്നു. സാമ്പത്തിക ഘടനകൾ വ്യക്തിയുടെ തീരുമാനങ്ങളെ രൂപപ്പെടുത്തുമ്പോൾ, തിരഞ്ഞെടുപ്പ് ശുദ്ധമായ സ്വതന്ത്ര ഇച്ഛയല്ല, സാഹചര്യങ്ങളുടെ പരിധിക്കുള്ളിലെ കണക്കുകൂട്ടലാണ് എന്ന നിലപാട് ശക്തമാകുന്നു. അതേസമയം, ചിലർ വാദിക്കുന്നത്, കഠിന സാഹചര്യങ്ങളിലും വ്യക്തി ഒരു നിർണ്ണയകേന്ദ്രമായ അസ്തിത്വം നിലനിർത്തുന്നു എന്നതാണ്. അതിനാൽ വിഷയത്തെ ഏകപക്ഷീയമായി സ്വാതന്ത്ര്യത്തിന്റെ കഥയോ നിർബന്ധത്തിന്റെ കഥയോ ആയി കാണാൻ കഴിയില്ല.

ദാരിദ്ര്യം സാമൂഹിക അസമത്വങ്ങളുടെ സാരാംശമായി പല സാമ്പത്തിക പഠനങ്ങളും വിശകലനം ചെയ്യുന്നു. സ്ഥിരമായ വരുമാനമില്ലായ്മയും സാമൂഹിക സുരക്ഷയുടെ അഭാവവും ആളുകളെ അനൗപചാരിക തൊഴിൽ മേഖലകളിലേക്ക് തള്ളിവിടുന്നുവെന്ന് ആഗോള വികസന പഠനങ്ങൾ സൂചിപ്പിക്കുന്നു[38]. ഇതിന്റെ അനുകൂല വായനയിൽ, അനൗപചാരിക മേഖല ചിലർക്കെങ്കിലും വരുമാന മാർഗ്ഗം തുറക്കുന്നു എന്ന വാദമുണ്ട്. എന്നാൽ പ്രതികൂല വായനയിൽ, അത് സുരക്ഷയില്ലാത്ത, അവകാശങ്ങളില്ലാത്ത തൊഴിൽപരിസരം സൃഷ്ടിക്കുന്നു എന്നതാണ്. വികസനത്തെ കഴിവുകളുടെ വിപുലീകരണമായി നിർവചിക്കുന്ന സമീപനം, സാമ്പത്തിക അവസരങ്ങളുടെ അഭാവം മനുഷ്യരുടെ ജീവിത തിരഞ്ഞെടുപ്പുകൾ ചുരുക്കുന്നു എന്ന് വ്യക്തമാക്കുന്നു[39]. കഴിവുകൾ വികസിപ്പിക്കപ്പെടാത്തപ്പോൾ, ലഭ്യമായ വഴികൾ കുറയുന്നു. ലൈംഗിക തൊഴിൽ മേഖലയിലേക്ക് പ്രവേശിക്കുന്നവരിൽ പലർക്കും പരിമിതമായ വിദ്യാഭ്യാസം, കടബാധ്യത, കുടുംബപിന്തുണയുടെ അഭാവം തുടങ്ങിയ ഘടകങ്ങൾ നിർണ്ണായകമാകുന്നു[40]. ഇതിനെ ചിലർ സ്വതന്ത്ര വിപണി തിരഞ്ഞെടുപ്പായി കാണാൻ ശ്രമിക്കുമ്പോൾ, മറ്റുചിലർ അത് ജീവൻ നിലനിർത്താനുള്ള അടിയന്തര നീക്കമായി വിലയിരുത്തുന്നു. ഇരുവിധ കാഴ്ചപ്പാടുകളും ഭാഗിക സത്യങ്ങൾ ഉൾക്കൊള്ളുന്നു.

ലിബറൽ സാമ്പത്തിക ചിന്തയിൽ വ്യക്തി യുക്തിപരമായ കണക്കുകൂട്ടലിലൂടെ തീരുമാനമെടുക്കുന്നു എന്നതാണ് അടിസ്ഥാനധാരണ[41]. ഈ നിലപാട് വ്യക്തിയുടെ സ്വയംനിർണ്ണയ ശേഷിയെ ബഹുമാനിക്കുന്നു. എന്നാൽ പെരുമാറ്റ സാമ്പത്തികശാസ്ത്രം കാണിക്കുന്നത്, വ്യക്തികളുടെ തിരഞ്ഞെടുപ്പുകൾ വിവര അസമത്വം, ഭയം, സാമൂഹിക സമ്മർദ്ദം, തൽക്ഷണ ആവശ്യങ്ങൾ എന്നിവയാൽ സ്വാധീനിക്കപ്പെടുന്നു എന്നതാണ്[42]. അതിനാൽ യുക്തിപരമായ കണക്കുകൂട്ടൽ പലപ്പോഴും അപൂർണ്ണ വിവരങ്ങളുടെ അടിസ്ഥാനത്തിലാണ്. അവസരങ്ങളുടെ അസമത്വം തിരഞ്ഞെടുപ്പിന്റെ യാഥാർത്ഥ്യത്തെ ബാധിക്കുന്നു എന്ന വാദം ഇവിടെ പ്രസക്തമാകുന്നു[43]. ലഭ്യമായ എല്ലാ തൊഴിൽ വഴികളും കുറഞ്ഞ വേതനവും ഉയർന്ന അപകടസാധ്യതയും നിറഞ്ഞതാണെങ്കിൽ, അവയിൽ ഏതെങ്കിലും ഒന്ന് തിരഞ്ഞെടുക്കുന്നത് സിദ്ധാന്തപരമായ സ്വാതന്ത്ര്യമായി കണക്കാക്കാം. എന്നാൽ അത് യാഥാർത്ഥ്യപരമായ സ്വാതന്ത്ര്യമാണോ എന്നത് ചോദ്യം ചെയ്യപ്പെടുന്നു. അതേസമയം, ചിലർ ചൂണ്ടിക്കാണിക്കുന്നത്, പരിമിത അവസരങ്ങൾക്കിടയിലും താരതമ്യേന കൂടുതൽ വരുമാനം നൽകുന്ന വഴിയെ തെരഞ്ഞെടുക്കുന്നത് യുക്തിപരമായ തീരുമാനമാകാം എന്നതാണ്. അതിനാൽ തിരഞ്ഞെടുപ്പ് സാഹചര്യപരമായ നിർവചനമാണ്.

തൊഴിൽ വിപണി സമതലമല്ല. ലിംഗം, വർഗ്ഗം, ജാതി, വംശം തുടങ്ങിയ ഘടകങ്ങൾ തൊഴിൽ അവസരങ്ങളെ നിർണ്ണയിക്കുന്നു[44]. ഈ അസമത്വങ്ങളെ ഘടനാപരമായി കാണുന്ന സമീപനം, വ്യക്തിപരമായ പരാജയമായി പ്രശ്നത്തെ ചുരുക്കുന്നില്ല. സ്ഥിരതയില്ലാത്ത തൊഴിൽ വിഭാഗത്തെ സൂചിപ്പിക്കുന്ന ആശയം, സാമൂഹിക സുരക്ഷയില്ലാത്ത ഒരു വലിയ തൊഴിലാളിവർഗ്ഗത്തെ തിരിച്ചറിയുന്നു[45]. ഈ വിഭാഗത്തിൽപ്പെടുന്നവർക്ക് സ്ഥിരവരുമാനമോ അവകാശങ്ങളോ ഉറപ്പില്ല. ലൈംഗിക തൊഴിൽ പലപ്പോഴും ഈ അനിശ്ചിത ഘടനയുടെ ഭാഗമാകുന്നു. ചിലർ ഇതിനെ തൊഴിൽ വിപണിയിലെ ഒരു സെഗ്മെന്റ് ആയി കാണുമ്പോൾ, മറ്റുചിലർ അത് അസമത്വങ്ങളുടെ കേന്ദ്രീകൃത പ്രതിഫലനം എന്നാണ് വിലയിരുത്തുന്നത്. ആഗോള നഗരങ്ങളിലെ സേവനമേഖലയുടെ വളർച്ച താഴ്ന്ന വേതന തൊഴിലുകൾ സ്ത്രീകളെ അനുപാതികമായി ബാധിക്കുന്നു എന്ന നിരീക്ഷണം ഇവിടെ ചേർക്കപ്പെടുന്നു[46]. അനുകൂല വായനയിൽ നഗരവികസനം തൊഴിൽ

സൃഷ്ടിക്കുന്നു. പ്രതികൂല വായനയിൽ അത് ഇരട്ടവിപണിയെ സൃഷ്ടിക്കുന്നു, ഉയർന്ന ശമ്പള മേഖലയും താഴ്ന്ന സുരക്ഷയുള്ള മേഖലയുമായി.

സാമൂഹ്യശാസ്ത്രത്തിൽ "സർവൈവൽ സ്ട്രാറ്റജി" എന്ന ആശയം പ്രതിസന്ധിക്കാലത്ത് കുടുംബങ്ങൾ സ്വീകരിക്കുന്ന ഉപാധികളെ സൂചിപ്പിക്കുന്നു[47]. സാമ്പത്തിക പ്രതിസന്ധി, പ്രകൃതിദുരന്തം, കുടുംബവ്യവസ്ഥയുടെ തകർച്ച തുടങ്ങിയ സാഹചര്യങ്ങളിൽ ചിലർ താൽക്കാലികമോ സ്ഥിരമോ ആയ മാർഗ്ഗമായി ലൈംഗിക തൊഴിൽ സ്വീകരിക്കുന്നു[48]. ഇത് ചിലപ്പോൾ അടിയന്തര സാമ്പത്തിക ആവശ്യത്തിന്റെ മറുപടിയാണ്. അനുകൂലമായി കാണുന്നവർ, അത് ജീവിതം നിലനിർത്താനുള്ള പ്രായോഗിക മാർഗ്ഗമാണെന്ന് വാദിക്കുന്നു. പ്രതികൂലമായി കാണുന്നവർ, അതിന് പിന്നിൽ സുരക്ഷാ സംവിധാനങ്ങളുടെ പരാജയം ഉണ്ടെന്ന് ചൂണ്ടിക്കാണിക്കുന്നു. ഗ്ലോബലൈസേഷൻ പശ്ചാത്തലത്തിൽ കുടിയേറ്റം വർധിക്കുമ്പോൾ, രേഖകളില്ലാത്ത തൊഴിലാളികൾക്ക് ഔപചാരിക തൊഴിൽ വിപണിയിൽ പ്രവേശനം ബുദ്ധിമുട്ടാകുന്നു[49]. ഈ സാഹചര്യത്തിൽ വേഗത്തിൽ വരുമാനം നൽകുന്ന മേഖലകൾ ആകർഷകമാകുന്നു. എന്നാൽ അതേ സമയം, നിയമപരമായ സംരക്ഷണങ്ങളില്ലായ്മ ചൂഷണസാധ്യത വർധിപ്പിക്കുന്നു.

കർതൃത്വം എന്നത് വ്യക്തിയുടെ തീരുമാന ശേഷിയെയും സ്വയം നിർണ്ണയാധികാരത്തെയും സൂചിപ്പിക്കുന്നു[50]. എന്നാൽ സാമ്പത്തിക നിർബന്ധം തിരഞ്ഞെടുപ്പ് പരിസരം ചുരുക്കുമ്പോൾ, agency രൂപപരമായ അവകാശമായി മാത്രം ശേഷിക്കാമെന്ന വിമർശനം ഉയരുന്നു. സാമൂഹിക സാഹചര്യങ്ങൾ വ്യക്തികളുടെ പ്രവൃത്തികളെ ആന്തരികമായി രൂപപ്പെടുത്തുന്നു എന്ന ആശയം, തിരഞ്ഞെടുപ്പ് പൂർണ്ണമായും സ്വതന്ത്രമല്ലെന്ന് സൂചിപ്പിക്കുന്നു[51]. ദാരിദ്ര്യവും അസമത്വവും ദീർഘകാലം നിലനിൽക്കുമ്പോൾ "സാധ്യമായ" തിരഞ്ഞെടുപ്പുകൾ തന്നെ ചുരുങ്ങി കാണപ്പെടുന്നു. ഇതിന്റെ ശക്തി, ഘടനാപരമായ സമ്മർദ്ദങ്ങളെ ദൃശ്യവൽക്കരിക്കുന്നതിലാണ്. എന്നാൽ ചില ഗവേഷകർ ചൂണ്ടിക്കാണിക്കുന്നത്, നിർബന്ധിത സാഹചര്യങ്ങളിലും വ്യക്തികൾ പൂർണ്ണമായും നിർജ്ജീവരല്ല എന്നതാണ്[52]. അവർ ഘടനയും agencyയും തമ്മിലുള്ള സങ്കീർണ്ണബന്ധം ചർച്ച ചെയ്യുന്നു. ഈ നിലപാട് വ്യക്തിയെ പൂർണ്ണ ഇരയോ പൂർണ്ണ സ്വതന്ത്രനോ ആയി ചിത്രീകരിക്കുന്നതിൽ നിന്ന് ഒഴിവാക്കുന്നു.

ലൈംഗിക തൊഴിൽ മേഖലയിലെ പ്രവേശനം പൂർണ്ണ സ്വാതന്ത്ര്യത്തിന്റെ കഥയല്ല, പൂർണ്ണ നിർബന്ധത്തിന്റെ കഥയും അല്ല. അത് പരിമിതമായ അവസരങ്ങളുടെയും അസമത്വങ്ങളുടെയും പശ്ചാത്തലത്തിൽ എടുത്ത ഒരു കണക്കുകൂട്ടലായ തീരുമാനം ആകാം. ചിലർക്ക് അത് വരുമാനവും നിയന്ത്രണവും നൽകുന്ന മാർഗ്ഗമാകാം. മറ്റുചിലർക്കത് ഘടനാപരമായ ദാരിദ്ര്യത്തിന്റെ നിർബന്ധിത പ്രതികരണമാകാം. സാമ്പത്തിക ഘടനകളെ മനസ്സിലാക്കാതെ "തിരഞ്ഞെടുപ്പ്" എന്ന വാക്ക് ഉപയോഗിക്കുന്നത് യാഥാർത്ഥ്യത്തെ ലളിതമാക്കും. അതേസമയം, agencyയെ പൂർണ്ണമായി നിഷേധിക്കുന്നത് വ്യക്തിയുടെ പ്രവർത്തനശേഷിയെ ചെറുതാക്കി കാണിക്കും. ഈ ഇരട്ടസത്യങ്ങൾ തമ്മിലുള്ള സംഘർഷം തന്നെയാണ് വിഷയത്തിന്റെ ഗൗരവം.

4. ധാർമ്മിക ഇരട്ടത്താപ്പ് (Moral Hypocrisy)

ലൈംഗിക തൊഴിൽ ചർച്ചകളിൽ ഏറ്റവും ദൃശ്യമാകാത്തതും, എന്നാൽ അതിവിശാലമായി പ്രവർത്തിക്കുന്നതുമായ ഘടകം ധാർമ്മിക ഇരട്ടത്താപ്പാണ്. ഒരു സമൂഹം ഒരു പ്രവൃത്തിയെ പൊതുവേദിയിൽ അപലപിക്കുകയും, അതേ സമയം അതിന്റെ ആവശ്യകത രഹസ്യമായി നിലനിർത്തുകയും ചെയ്യുമ്പോൾ സദാചാരം ഒരു ഔപചാരിക ഭാഷയായി മാത്രം അവശേഷിക്കുന്നു.

പ്രവർത്തനം മറ്റൊരു തലത്തിൽ നടക്കുന്നു. ഇത് വ്യക്തികളുടെ സ്വകാര്യ ദ്വന്ദമെന്നതിലുപരി സാമൂഹിക ഘടനയുടെ ഭാഗമാണെന്ന് പല സാമൂഹ്യശാസ്ത്ര നിരീക്ഷണങ്ങളും സൂചിപ്പിക്കുന്നു.

പൊതുസ്ഥലത്ത് ലൈംഗിക സേവനത്തെ അപകർഷിതമെന്ന് വിളിക്കുന്ന സമൂഹങ്ങൾ സ്വകാര്യ മേഖലയിൽ അതിന്റെ ഉപഭോഗം തുടരുന്നുവെന്ന് വിവിധ പഠനങ്ങൾ രേഖപ്പെടുത്തുന്നു[53]. ഈ പഠനങ്ങളിൽ നിന്ന് വ്യക്തമായത്, സേവനം ഉപഭോഗിക്കുന്നവരിൽ പലരും കുടുംബജീവിതം നയിക്കുന്നവരാണെന്നതാണ്[54]. ഇതിന്റെ അനുകൂല വായനയിൽ, വ്യക്തിയുടെ സ്വകാര്യജീവിതം പൊതുജീവിതത്തിൽ നിന്ന് വേർതിരിക്കപ്പെടണം എന്ന വാദം ഉയരുന്നു. എന്നാൽ പ്രതികൂല വായനയിൽ, ഈ വേർതിരിവ് സദാചാര ഭാഷയും യാഥാർത്ഥ്യ പ്രവൃത്തിയും തമ്മിൽ അകലം സൃഷ്ടിക്കുന്നു. പൊതുജീവിതവും സ്വകാര്യജീവിതവും തമ്മിലുള്ള ഈ വിഭജനം ആധുനിക നഗരസമൂഹത്തിന്റെ പ്രത്യേകതയാണെന്ന് ഒരു നഗരസാമൂഹ്യ ശാസ്ത്ര പഠനം ചൂണ്ടിക്കാണിക്കുന്നു[55]. അതിനാൽ സമൂഹം ഒരു പ്രവൃത്തിയെ ഔദ്യോഗികമായി നിരസിച്ചാലും വിപണി ആവശ്യകത അതിനെ നിലനിർത്തുന്നു. അപലപനവും ഉപഭോഗവും ഒരേസമയം നിലനിൽക്കുന്ന അവസ്ഥയാണിത്.

ലൈംഗിക ഇടപാടിൽ രണ്ട് ഭാഗങ്ങളുണ്ടെങ്കിലും, സാമൂഹിക അപകീർത്തി സാധാരണയായി വിൽക്കുന്നവളിലേക്കാണ് കേന്ദ്രീകരിക്കുന്നത്[56]. വാങ്ങുന്നവൻ പൊതുചർച്ചയിൽ പലപ്പോഴും അദൃശ്യനായി തുടരുന്നു. ലിംഗാധിഷ്ഠിത അധികാര ഘടന സ്ത്രീയുടെ ശരീരത്തെ സദാചാര വിലയിരുത്തലിന്റെ കേന്ദ്രമാക്കുന്നുവെന്ന് ഒരു സ്ത്രീവാദ വിശകലനം വ്യക്തമാക്കുന്നു[57]. ഇതിന്റെ അനുകൂല വായനയിൽ, സ്ത്രീയുടെ ശരീരത്തെ സംരക്ഷിക്കാനുള്ള സാമൂഹിക ആവശ്യം ചൂണ്ടിക്കാണിക്കപ്പെടുന്നു. എന്നാൽ പ്രതികൂല വായനയിൽ, ഇത് പുരുഷ ഉപഭോക്താവിന്റെ ഉത്തരവാദിത്തത്തെ മറവിയിൽ ആക്കുന്നു എന്ന് വാദിക്കുന്നു. നിയമപരമായ സമീപനങ്ങളിലും ഈ അസമത്വം പ്രതിഫലിക്കുന്നു. ചില രാജ്യങ്ങളിൽ വാങ്ങുന്നവനെ കുറ്റകരമാക്കുന്ന നോർഡിക് മാതൃക നടപ്പിലാക്കിയിട്ടുണ്ട്[58]. ഇതിന്റെ അനുകൂല വശം, ആവശ്യകതയെ ലക്ഷ്യമാക്കുന്ന സമീപനമാണെന്നതാണ്. പ്രതികൂല വശം, ഇടപാടിന്റെ സങ്കീർണ്ണതകളെ ലളിതമാക്കുന്നു എന്ന വിമർശനമാണ്. മറ്റ് ചില സ്ഥലങ്ങളിൽ ഇരുവർക്കും ശിക്ഷ ലഭിക്കുന്നു. എന്നിരുന്നാലും സാമൂഹിക അപകീർത്തിയുടെ ഭാരം വഹിക്കുന്നത് കൂടുതലായി സ്ത്രീകളാണ്.

കുടുംബം പല സംസ്കാരങ്ങളിലും ധാർമ്മിക കേന്ദ്രമായി അവതരിപ്പിക്കപ്പെടുന്നു. എന്നാൽ കുടുംബ സദാചാരത്തെ സംരക്ഷിക്കുന്നവരിൽ ചിലർ രഹസ്യ ഉപഭോഗത്തിൽ ഏർപ്പെടുന്നുവെന്ന് പഠനങ്ങൾ സൂചിപ്പിക്കുന്നു[59]. ആധുനിക അടുപ്പബന്ധങ്ങൾ കൂടുതൽ വ്യക്തിപരമായ സംതൃപ്തിയെ കേന്ദ്രീകരിക്കുന്നുവെന്ന് സാമൂഹിക സിദ്ധാന്തം വിശദീകരിക്കുന്നു[60]. അനുകൂലമായി നോക്കുമ്പോൾ, ഇത് വ്യക്തികളുടെ ആത്മീയവും മാനസികവുമായ ആവശ്യങ്ങളെ അംഗീകരിക്കുന്ന പ്രവണതയാണ്. പ്രതികൂലമായി നോക്കുമ്പോൾ, ഈ സ്വാതന്ത്ര്യം തുറന്ന ചർച്ചയാകാത്തിടത്ത് ഇരട്ടമാനദണ്ഡം രൂപപ്പെടുന്നു. പൊതുവേദിയിൽ ശുദ്ധത പ്രചരിപ്പിക്കുകയും സ്വകാര്യമായി വ്യത്യസ്തമായ പെരുമാറ്റം തുടരുകയും ചെയ്യുന്ന പ്രവണത സമൂഹത്തിൽ വിശ്വാസസങ്കടം സൃഷ്ടിക്കുന്നു.

മതപ്രഭാഷണങ്ങൾ ലൈംഗിക നിയന്ത്രണത്തെ ഉയർത്തിപ്പിടിക്കുമ്പോൾ, സാമൂഹിക കണക്കുകൾ വ്യത്യസ്തമായ പ്രവണതകൾ കാണിക്കുന്നു[61]. ഒരു സാമൂഹ്യശാസ്ത്രപരമായ നിരീക്ഷണം പ്രകാരം, സമൂഹം ഒരു പൊതുസദാചാര സംവിധാനം നിർമ്മിച്ചാലും വ്യക്തികളുടെ പ്രവൃത്തികൾ

എല്ലായ്പ്പോഴും അതിനനുസരിച്ച് നടക്കണമെന്നില്ല[62]. അനുകൂല വായനയിൽ, പൊതുസദാചാരം സമൂഹ ഐക്യം നിലനിർത്താൻ സഹായിക്കുന്നു. പ്രതികൂല വായനയിൽ, അത് യാഥാർത്ഥ്യങ്ങളുമായി പൊരുത്തപ്പെടാത്തപ്പോൾ വ്യാജധാർമ്മികതയിലേക്ക് വഴിമാറുന്നു. ചരിത്രത്തിൽ ചില ഘട്ടങ്ങളിൽ മതസ്ഥാപനങ്ങൾ ഔപചാരികമായി അപലപിച്ചിട്ടും ലൈംഗിക തൊഴിലിനെ പരോക്ഷമായി സഹിച്ചിട്ടുള്ള ഉദാഹരണങ്ങൾ കാണാം[63]. ഇതിന്റെ അനുകൂല വ്യാഖ്യാനം, സാമൂഹിക യാഥാർത്ഥ്യങ്ങളോട് പൊരുത്തപ്പെടാനുള്ള പ്രായോഗിക സമീപനമാണെന്നതാണ്. പ്രതികൂല വ്യാഖ്യാനം, പ്രസംഗവും പ്രയോഗവും തമ്മിലുള്ള അകലം വിശ്വാസ്യതയെ ബാധിക്കുന്നു എന്നതാണ്.

ചില സമൂഹങ്ങളിൽ ലൈംഗിക തൊഴിൽ നിലനിൽക്കുന്നതായി എല്ലാവർക്കും അറിയാം, എന്നാൽ അത് ഔദ്യോഗികമായി അംഗീകരിക്കപ്പെടുന്നില്ല. ഈ സമീപനം "ഡിനയൽ" എന്ന സാമൂഹിക പ്രക്രിയയായി വിശകലനം ചെയ്യപ്പെട്ടിട്ടുണ്ട്[64]. അസ്വസ്ഥത സൃഷ്ടിക്കുന്ന യാഥാർത്ഥ്യങ്ങളെ സമൂഹങ്ങൾ അവഗണിക്കുകയോ നിഷേധിക്കുകയോ ചെയ്യുന്നതിനെക്കുറിച്ചുള്ള പഠനങ്ങൾ ഇവിടെ പ്രസക്തമാണ്[64]. അനുകൂലമായി നോക്കുമ്പോൾ, ഈ നിഷേധം സാമൂഹിക സംഘർഷം കുറയ്ക്കുന്ന ഒരു മാനസിക പ്രതിരോധമായി പ്രവർത്തിക്കാം. പ്രതികൂലമായി നോക്കുമ്പോൾ, പ്രശ്നങ്ങളെ മറയ്ക്കുകയും നയപരമായ പരിഹാരങ്ങളെ വൈകിപ്പിക്കുകയും ചെയ്യുന്നു. നഗരങ്ങളുടെ ചില പ്രത്യേക മേഖലകളിൽ ഇത് പ്രവർത്തിക്കുമ്പോഴും പൊതുഭാഷയിൽ അത് ഇല്ലെന്ന പോലെ പെരുമാറുന്നു. ഈ ഇരട്ടവർത്തനം പ്രശ്നത്തെ കൂടുതൽ സങ്കീർണ്ണമാക്കുന്നു.

ധാർമ്മിക ഇരട്ടത്താപ്പ് ലൈംഗിക തൊഴിൽ ചർച്ചയെ വെറും സദാചാര വാദമായി മാത്രം നിർത്തുന്നില്ല; അത് സമൂഹത്തിന്റെ ആന്തരിക സംഘർഷങ്ങളെ വെളിപ്പെടുത്തുന്നു. അപലപനവും ആശ്രയവും, നിഷേധവും ഉപയോഗവും, പ്രസംഗവും പ്രവൃത്തിയും തമ്മിലുള്ള വൈരുദ്ധ്യങ്ങൾ യാഥാർത്ഥ്യത്തെ മറച്ചുവയ്ക്കുമ്പോൾ, നയപരമായ ചർച്ചകൾ ദുർബലമാകുന്നു. ഈ വൈരുദ്ധ്യങ്ങളെ തുറന്നുകാണിക്കാതെ പ്രശ്നത്തെ മനസ്സിലാക്കാനോ പരിഹാരങ്ങൾ രൂപപ്പെടുത്താനോ കഴിയില്ല.

5. ലിംഗാധിഷ്ഠിത ധാർമ്മിക വിലയിരുത്തൽ

(Gendered Moral Judgement)

ലൈംഗിക തൊഴിൽ സംബന്ധിച്ച ചർച്ചകളിൽ സദാചാര വിലയിരുത്തൽ ഒരുപോലെ പ്രവർത്തിക്കുന്നില്ല. ഒരേ പ്രവൃത്തിക്ക് സ്ത്രീക്കും പുരുഷനും ലഭിക്കുന്ന സാമൂഹിക പ്രതികരണം വ്യത്യസ്തമാണ്. ഈ വ്യത്യാസം വ്യക്തികളുടെ പെരുമാറ്റത്തെക്കാൾ സമൂഹത്തിന്റെ അധികാര ഘടനകളെ കൂടുതൽ വെളിപ്പെടുത്തുന്നു. വിലയിരുത്തൽ ലിംഗത്തിന്റെ അടിസ്ഥാനത്തിൽ മാറുമ്പോൾ, അത് ധാർമ്മികതയുടെ സ്വഭാവത്തെക്കുറിച്ചുള്ള അടിസ്ഥാനചോദ്യങ്ങൾ ഉയർത്തുന്നു.

പല സംസ്കാരങ്ങളിലും സ്ത്രീ ലൈംഗികത കുടുംബത്തിന്റെ മാന്യതയുമായി ബന്ധിപ്പിക്കപ്പെടുന്നു[65]. ഇതിന്റെ അനുകൂല വായനയിൽ, കുടുംബം ഒരു മൂല്യകേന്ദ്രമായി നിലനിർത്തപ്പെടുന്നു എന്ന വാദമുണ്ട്. എന്നാൽ പ്രതികൂല വായനയിൽ, സ്ത്രീയുടെ ശരീരം വ്യക്തിപരമായ സ്വാതന്ത്ര്യത്തിന്റെ മേഖലയല്ല, കുടുംബ–സമൂഹത്തിന്റെ പ്രതിനിധിത്വഭാരമായി മാറുന്നു എന്നതാണ് വിമർശനം. ഭാരതീയ സാമൂഹിക ഘടനയെ വിശകലനം ചെയ്യുന്ന പഠനങ്ങൾ, പിതൃത്വാധികാര സംവിധാനം സ്ത്രീകളുടെ ലൈംഗികതയെ നിയന്ത്രിക്കുന്നതിലൂടെ വംശപരമ്പര സംരക്ഷണം ഉറപ്പാക്കുന്നു എന്ന് ചൂണ്ടിക്കാണിക്കുന്നു[66]. ഈ നിയന്ത്രണത്തിന്റെ അനുകൂല വാദം സാമൂഹിക സ്ഥിരതയാണെങ്കിൽ,

പ്രതികൂല വാദം അത് സ്ത്രീയുടെ agency ചുരുക്കുന്നു എന്നതാണ്. ജനനശേഷിയെ നിയന്ത്രിക്കുന്നതിലൂടെ ശരീരങ്ങളെ ഭരണക്രമത്തിൽ ഉൾപ്പെടുത്തുന്ന രീതിയെക്കുറിച്ചുള്ള സാമൂഹിക സിദ്ധാന്തം ഇവിടെ പ്രസക്തമാകുന്നു[67]. ഇതിന്റെ ശക്തി, ശരീരത്തിന്റെ രാഷ്ട്രീയവൽക്കരണം വെളിപ്പെടുത്തുന്നതിലാണ്. എന്നാൽ ചിലർ ചൂണ്ടിക്കാണിക്കുന്നത്, ഈ ഘടനാപരമായ വായന വ്യക്തികളുടെ അനുഭവങ്ങളെ ചിലപ്പോൾ പൊതുവായ രീതിയിൽ അവതരിപ്പിക്കാം എന്നതാണ്.

ലൈംഗിക സേവനത്തിന്റെ ഉപഭോക്താവായ പുരുഷൻ പൊതുചർച്ചയിൽ നിന്ന് പലപ്പോഴും മറയുന്നു[68]. കുറ്റം പ്രധാനമായും സ്ത്രീയിലേക്കാണ് കേന്ദ്രീകരിക്കുന്നത്. പുരുഷാധികാരത്തിന്റെ സാധാരണവൽക്കരണത്തെ വിശദീകരിക്കുന്ന ആശയം പ്രകാരം, പുരുഷ ലൈംഗിക ആഗ്രഹം സ്വാഭാവികമെന്ന് കണക്കാക്കപ്പെടുന്നു[69]. അനുകൂലമായി കാണുമ്പോൾ, ജൈവ വ്യത്യാസങ്ങളുടെ അംഗീകാരം എന്ന വാദം ഉയരാം. പ്രതികൂലമായി കാണുമ്പോൾ, ഇത് സാമൂഹിക ഉത്തരവാദിത്തത്തെ ഒഴിവാക്കാനുള്ള സൗകര്യവാദമാണെന്ന് വിമർശിക്കുന്നു. ഈ ഇരട്ടമാനദണ്ഡം നിയമങ്ങളിലും പ്രതിഫലിക്കുന്നു. ചില നിയമമാതൃകകൾ ആവശ്യകതയെ ലക്ഷ്യമാക്കാൻ ശ്രമിക്കുമ്പോഴും, സാമൂഹിക അപകീർത്തിയുടെ ഭാരമാകുന്നത് കൂടുതലായി സ്ത്രീകളാണ്.

"പതിത സ്ത്രീ" എന്ന ആശയം ചരിത്രപരമായി നിർമ്മിക്കപ്പെട്ട ഒരു ലേബലാണ്[70]. വിക്ടോറിയൻ കാലഘട്ടത്തിൽ സ്ത്രീയുടെ ലൈംഗിക വ്യതിചലനം അവളുടെ സമ്പൂർണ്ണ വ്യക്തിത്വത്തെ നിർവചിക്കുന്നതായി കണക്കാക്കപ്പെട്ടു[71]. അനുകൂലമായി നോക്കുമ്പോൾ, ഇത് സദാചാര നിയന്ത്രണത്തിന്റെ ഭാഗമായിരുന്നു. പ്രതികൂലമായി നോക്കുമ്പോൾ, ഒരു ഏകഗുണത്തിലേക്ക് വ്യക്തിയെ ചുരുക്കുന്ന സാമൂഹിക പ്രവണതയായിരുന്നു. അപമാനം എന്ന ആശയം വഴി വ്യക്തിയെ ഒരു മുദ്രയിൽ ഒതുക്കുന്ന സാമൂഹിക പ്രക്രിയ വിശദീകരിക്കപ്പെടുന്നു[72]. "പതിത" എന്ന മുദ്ര പതിപ്പിക്കപ്പെട്ടാൽ സ്ത്രീയുടെ മറ്റ് തിരിച്ചറിവുകൾ മങ്ങിയുപോകുന്നു. ഇത് സാമൂഹിക അകലം സൃഷ്ടിക്കുന്ന ഒരു ചിഹ്നമാകുന്നു.

ലൈംഗിക തൊഴിൽ ഒരു തൊഴിൽ പ്രവർത്തനമെന്നതിലുപരി സ്ത്രീയുടെ സമഗ്ര വ്യക്തിത്വത്തിന്റെ ഭാഗമായി കാണപ്പെടുന്നു[73]. ഒരു സ്ത്രീ ആ രംഗത്ത് പ്രവർത്തിക്കുന്നുവെങ്കിൽ, അവളുടെ മുഴുവൻ ജീവിതം അതിലൂടെ നിർവചിക്കപ്പെടുന്നു. ലിംഗം ആവർത്തിച്ച് നിർമ്മിക്കപ്പെടുന്ന പ്രകടനമാണെന്ന ആശയം ഇവിടെ പ്രസക്തമാണ്[74]. അനുകൂലമായി നോക്കുമ്പോൾ, ലിംഗപരമായ പ്രകടനങ്ങൾ സമൂഹത്തിൽ പങ്കുവഹിക്കുന്ന വേഷങ്ങൾ വ്യക്തമാക്കുന്നു. പ്രതികൂലമായി നോക്കുമ്പോൾ, ഒരു പ്രത്യേക പ്രകടനത്തെ സ്ഥിരമായ തിരിച്ചറിയലായി മുദ്രകുത്തുന്നത് വ്യക്തിയുടെ ബഹുമുഖതയെ നിഷേധിക്കുന്നു. പുരുഷ ഉപഭോക്താവിന് ഈ സമ്പൂർണ്ണ ലയനം സാധാരണയായി സംഭവിക്കാറില്ല. ഇതിലൂടെ തൊഴിലും വ്യക്തിത്വവും തമ്മിലുള്ള അതിരുകൾ ലിംഗാധിഷ്ഠിതമായി മാറുന്നു.

സ്ത്രീ ശരീരത്തെ നിയന്ത്രിക്കുന്നത് അധികാരവ്യവസ്ഥയുടെ കേന്ദ്ര ഘടകമാണെന്ന് പല സാമൂഹിക പഠനങ്ങളും സൂചിപ്പിക്കുന്നു[75]. നിയമം, മതം, കുടുംബം, വിദ്യാഭ്യാസം എന്നിവ ചേർന്ന് സ്ത്രീയുടെ ലൈംഗിക പെരുമാറ്റത്തെ നിയന്ത്രിക്കുന്ന മാനദണ്ഡങ്ങൾ നിർണ്ണയിക്കുന്നു. അനുകൂലമായി നോക്കുമ്പോൾ, ഇത് സാമൂഹിക ക്രമം നിലനിർത്താനുള്ള സംവിധാനമാകാം. പ്രതികൂലമായി നോക്കുമ്പോൾ, ഇത് അസമത്വത്തെ നിയമീകരിക്കുന്ന സംവിധാനമായി മാറാം. സാമൂഹിക നീതി ചർച്ചയിൽ അംഗീകാരവും പുനർവിതരണവും വേർതിരിച്ചുള്ള സമീപനം ഇവിടെ പ്രസക്തമാണ്[76].

ലൈംഗിക തൊഴിലാളികളുടെ സാഹചര്യത്തിൽ സാമ്പത്തിക അസമത്വവും സാമൂഹിക അപകീർത്തിയും ഒരുമിച്ച് പ്രവർത്തിക്കുന്നു. വരുമാന അസമത്വം മാത്രം പരിഹരിച്ചാൽ മതിയാകില്ല; അംഗീകാരത്തിന്റെ പ്രശ്നവും പരിഹരിക്കണം എന്നതാണ് ഈ സമീപനത്തിന്റെ ശക്തി. എന്നാൽ ചിലർ ചൂണ്ടിക്കാണിക്കുന്നത്, സാംസ്കാരിക അംഗീകാരം മാത്രം സാമ്പത്തിക ഘടന മാറ്റാതെ പോരെന്നതാണ്.

ലിംഗാധിഷ്ഠിത ധാർമ്മിക വിലയിരുത്തൽ ലൈംഗിക തൊഴിൽ ചർച്ചയിൽ കേന്ദ്രീയ ഘടകമായി തുടരുന്നു. സ്ത്രീ ലൈംഗികതക്ക് അധിക ഭാരവും പുരുഷ ഉപഭോഗത്തിന് സാധാരണവൽക്കരണവും നൽകുന്ന ഈ ഇരട്ടമാനദണ്ഡം സമൂഹത്തിലെ ആഴത്തിലുള്ള അധികാരബന്ധങ്ങളെ വെളിപ്പെടുത്തുന്നു. ഇത് ശുദ്ധമായ വ്യക്തിപരമായ സദാചാര പ്രശ്നമല്ല; സാംസ്കാരിക, സാമ്പത്തിക, രാഷ്ട്രീയ ഘടനകളുടെ സംയോജനമാണ്. സമത്വപരമായ സമീപനം ഉണ്ടാകണമെങ്കിൽ ഈ ധാർമ്മിക അസമത്വത്തെ തുറന്നുകാണിക്കേണ്ടതുണ്ട്. അതിനൊപ്പം, വ്യക്തികളുടെ agency അംഗീകരിക്കുകയും ഘടനാപരമായ അസമത്വങ്ങളെ പരിഹരിക്കുകയും ചെയ്യുന്ന സമഗ്രമായ സമീപനം ആവശ്യമാണ്.

6. നിയമ ചട്ടക്കൂടുകളും നിയന്ത്രണ രാഷ്ട്രീയവും

(Legal Frameworks and Control Politics)

ലൈംഗിക തൊഴിൽ സംബന്ധിച്ച നിയമ ചർച്ചകൾ വെറും കുറ്റകരമാക്കൽ എന്ന വിഷയത്തിൽ ഒതുങ്ങുന്നില്ല. അവ അധികാരബന്ധങ്ങൾ, സാമൂഹിക ക്രമം, നിയന്ത്രണ രാഷ്ട്രീയം എന്നിവയുടെ ഭാഗമാണ്. നിയമം നിഷ്പക്ഷമാണെന്ന തോന്നൽ ഉണ്ടെങ്കിലും, അത് മൂല്യ നിർണയങ്ങളിലൂടെ രൂപപ്പെടുന്ന രാഷ്ട്രീയ ഉപകരണമാണ്. ആരെയാണ് കുറ്റവാളിയാക്കുന്നത്, ആരെയാണ് സംരക്ഷിക്കുന്നത്, ഏത് പെരുമാറ്റമാണ് അംഗീകരിക്കാവുന്നത് എന്ന് തീരുമാനിക്കുന്നത് അധികാര ഘടനകളാണ്. അതിനാൽ നിയമ ചട്ടക്കൂടുകൾ സാമൂഹിക യാഥാർത്ഥ്യങ്ങളെ വെറും പ്രതിഫലിപ്പിക്കുന്നില്ല, അവയെ രൂപപ്പെടുത്തുകയും ചെയ്യുന്നു.

പൂർണ്ണ കുറ്റകരമാക്കൽ മാതൃകയിൽ ലൈംഗിക സേവനത്തിന്റെ വിൽപ്പനയും വാങ്ങലും ഇരുവരും കുറ്റമായി കണക്കാക്കപ്പെടുന്നു[77]. ഈ സമീപനം പൊതുസമൂഹത്തിന്റെ സദാചാര മാനദണ്ഡങ്ങളെ സംരക്ഷിക്കാനുള്ള ശ്രമമായി ചിലർ അവതരിപ്പിക്കുന്നു. ഹാനി സിദ്ധാന്തം വിശദീകരിക്കുന്ന ഒരു നിയമതത്വചിന്ത പ്രകാരം, മറ്റുള്ളവർക്ക് ദോഷം വരുത്തുന്ന പ്രവൃത്തികളേ ശിക്ഷിക്കാവൂ[78]. അനുകൂല വായനയിൽ, ലൈംഗിക തൊഴിലുമായി ബന്ധപ്പെട്ട മനുഷ്യക്കടത്ത്, ബലാത്സംഗം, ആരോഗ്യ അപകടങ്ങൾ എന്നിവയെ "ദോഷം" എന്ന പരിധിയിൽ ഉൾപ്പെടുത്തി കുറ്റകരമാക്കൽ ന്യായീകരിക്കപ്പെടുന്നു. പ്രതികൂല വായനയിൽ, "ദോഷം" എന്നത് പലപ്പോഴും സദാചാര അസ്വീകാര്യതയിൽ നിന്നാണ് നിർവചിക്കപ്പെടുന്നത് എന്ന് വിമർശിക്കുന്നു. നിയമവും ധാർമികതയും വേർതിരിക്കപ്പെടണം എന്ന നിലപാട് നിയമത്തെ സ്വകാര്യ സദാചാരത്തിന്റെ ഉപകരണമാക്കരുത് എന്ന് മുന്നറിയിപ്പ് നൽകുന്നു[79]. എന്നിരുന്നാലും പല രാജ്യങ്ങളിലും ലൈംഗിക തൊഴിൽ പൊതു ധാർമികതയുടെ ലംഘനമായി കണക്കാക്കപ്പെടുന്നു. പൂർണ്ണ കുറ്റകരമാക്കലിന്റെ ഫലമായി പ്രവർത്തനം ഭൂഗർഭ മേഖലയിലേക്ക് നീങ്ങുകയും, തൊഴിലാളികൾക്ക് നിയമപരമായ സംരക്ഷണം നഷ്ടപ്പെടുകയും ചെയ്യുന്നതായി പഠനങ്ങൾ സൂചിപ്പിക്കുന്നു[80]. ഇതിന്റെ അനുകൂല വാദം, തുറന്ന വിപണിയെ നിയന്ത്രിക്കാം എന്നതാണ്. പ്രതികൂല വാദം, അതുവഴി സുരക്ഷയും അവകാശങ്ങളും കുറയുന്നു എന്നതാണ്.

ഭാഗിക നിയമാനുമതി മാതൃകയിൽ ചില പ്രവർത്തനങ്ങൾ നിയമപരമാകുകയും, മറ്റു ഘടകങ്ങൾ നിയന്ത്രണ വിധേയമാകുകയും ചെയ്യുന്നു[81]. ഉദാഹരണത്തിന്, വ്യക്തിപരമായ വിൽപ്പന അനുവദിക്കപ്പെടുമ്പോഴും ഇടനിലക്കാരുടെ പ്രവർത്തനം നിയന്ത്രിക്കപ്പെടാം. ഇത് ഒരു സമവായപരമായ സമീപനമായി ചിലർ കാണുന്നു. വാങ്ങുന്നവനെ കുറ്റകരമാക്കുന്ന സ്വീഡൻ മാതൃക സ്ത്രീകളെ സംരക്ഷിക്കുന്ന സാമൂഹിക സന്ദേശമാണെന്ന് വാദിക്കുന്നവരുണ്ട്[82]. ഈ മാതൃക ആവശ്യകത കുറയ്ക്കുക എന്ന ലക്ഷ്യം മുൻനിർത്തുന്നു. അനുകൂലമായി നോക്കുമ്പോൾ, ഇത് ലിംഗസമത്വത്തെ മുൻനിർത്തുന്ന നിയമപരമായ ഇടപെടലാണ്. പ്രതികൂലമായി നോക്കുമ്പോൾ, പ്രവർത്തനം അനൗപചാരികമായി തുടരുന്നതിനാൽ സുരക്ഷിത തൊഴിൽ സാഹചര്യങ്ങൾ ഉറപ്പാകുന്നില്ല എന്ന് വിമർശകർ ചൂണ്ടിക്കാണിക്കുന്നു[83]. അതിനാൽ ഭാഗിക നിയമാനുമതിയും പരിപൂർണ്ണ പരിഹാരമല്ല.

നിയന്ത്രണ നിയമങ്ങൾ പലപ്പോഴും സംരക്ഷണത്തിന്റെ ഭാഷ ഉപയോഗിച്ചെങ്കിലും, അവ നിരീക്ഷണവും നിയന്ത്രണവും ശക്തിപ്പെടുത്തുന്നു. ആധുനിക സമൂഹം ശരീരങ്ങളെ ശാസനയും ശിക്ഷയും വഴി ക്രമീകരിക്കുന്നു എന്ന വിശകലനം ഇവിടെ പ്രസക്തമാണ്[84]. ലൈംഗിക തൊഴിൽ മേഖലയിൽ പോലീസ് അധികാരം പരിശോധന, അറസ്റ്റുകൾ, രേഖപ്പെടുത്തൽ എന്നിവ വഴി നടപ്പിലാക്കപ്പെടുന്നു. അനുകൂലമായി നോക്കുമ്പോൾ, ഇത് സുരക്ഷ ഉറപ്പാക്കാനുള്ള ശ്രമമായി കണക്കാക്കാം. പ്രതികൂലമായി നോക്കുമ്പോൾ, ഇത് നിരന്തര നിരീക്ഷണത്തിന്റെ സംസ്കാരം സൃഷ്ടിക്കുന്നു. കുറ്റനിയന്ത്രണ നയങ്ങൾ സാമൂഹിക ഭീതിയെ രാഷ്ട്രീയമായി കൈകാര്യം ചെയ്യാനുള്ള ഉപാധികളാണെന്ന് മറ്റൊരു സാമൂഹിക വിശകലനം ചൂണ്ടിക്കാണിക്കുന്നു[85]. അതിനാൽ നിയന്ത്രണ നിയമങ്ങൾ പലപ്പോഴും പ്രതീകാത്മക രാഷ്ട്രീയത്തിന്റെ ഭാഗമാകുന്നു.

നിയമം സംരക്ഷിക്കുന്നതാര്, ശിക്ഷിക്കപ്പെടുന്നതാര് എന്ന ചോദ്യം ഇവിടെ നിർണ്ണായകമാണ്. ലൈംഗിക തൊഴിലിനെക്കുറിച്ചുള്ള നിയമങ്ങൾ ലിംഗാധിഷ്ഠിത അധികാരബന്ധങ്ങളെ പ്രതിഫലിപ്പിക്കുന്നു എന്ന വിമർശനം ഉയരുന്നു[86]. ശിക്ഷിക്കപ്പെടുന്നത് പലപ്പോഴും സാമ്പത്തികമായി പിന്നാക്കത്തിലുള്ള സ്ത്രീകളാണ്. ഉപഭോക്താക്കളും ഇടനിലക്കാരും സാമൂഹിക മൂലധനം വഴി രക്ഷപ്പെടുന്ന സാഹചര്യം നിലനിൽക്കുന്നു. ജാതി, വർഗ്ഗം, വംശം എന്നിവ നിയമപ്രയോഗത്തിൽ അസമത്വം സൃഷ്ടിക്കുന്നു എന്ന ആശയം ഇവിടെ ചേർക്കപ്പെടുന്നു[87]. അനുകൂലമായി നോക്കുമ്പോൾ, നിയമം തത്വത്തിൽ സമത്വപരമാണെന്ന് വാദിക്കാം. പ്രതികൂലമായി നോക്കുമ്പോൾ, പ്രയോഗത്തിൽ അത് ചില വിഭാഗങ്ങളെ അനുപാതികമായി ബാധിക്കുന്നു. ഇതിലൂടെ നിയമത്തിന്റെ ഔപചാരിക സമത്വവും പ്രായോഗിക അസമത്വവും തമ്മിലുള്ള വ്യത്യാസം വ്യക്തമാണ്.

മനുഷ്യാവകാശ ചർച്ചയിൽ ലൈംഗിക തൊഴിലാളികളുടെ സുരക്ഷ, ആരോഗ്യസംരക്ഷണം, ഹിംസയിൽ നിന്ന് സംരക്ഷണം എന്നിവ പ്രധാന വിഷയങ്ങളാണ്[88]. അനൗപചാരിക സമ്പദ്‌വ്യവസ്ഥയിലെ തൊഴിലാളികൾക്ക് ഗൗരവമുള്ള തൊഴിൽ ഉറപ്പാക്കേണ്ടതിന്റെ ആവശ്യകത ഉയർത്തിക്കാട്ടപ്പെടുന്നു[89]. അനുകൂലമായി നോക്കുമ്പോൾ, ഇത് തൊഴിൽ അവകാശങ്ങളെ അംഗീകരിക്കുന്ന സമീപനമാണ്. പ്രതികൂലമായി നോക്കുമ്പോൾ, അത് ലൈംഗിക തൊഴിലിനെ സാധാരണ തൊഴിൽ മേഖലയായി അംഗീകരിക്കുന്നതിലൂടെ ഘടനാപരമായ ചൂഷണത്തെ സാധൂകരിക്കുന്നു എന്ന വിമർശനമുണ്ട്. വ്യക്തിയുടെ മാനവഗൗരവം സംരക്ഷിക്കപ്പെടുന്ന സാഹചര്യത്തിൽ തൊഴിൽ തിരഞ്ഞെടുപ്പിനെ നിഷേധിക്കരുത് എന്ന നിലപാട് ഒരു വശത്ത് നിലനിൽക്കുന്നു[90]. മറുവശത്ത്, ലൈംഗിക തൊഴിൽ ഘടനാപരമായി ചൂഷണപരമാണെന്ന്

വാദിക്കുന്ന സമീപനവും ശക്തമാണ്[91]. ആദ്യ നിലപാടിന്റെ ശക്തി agencyയെ അംഗീകരിക്കുന്നതിലാണ്. രണ്ടാമത്തെ നിലപാടിന്റെ ശക്തി ഘടനാപരമായ അസമത്വത്തെ വെളിപ്പെടുത്തുന്നതിലാണ്. എന്നാൽ ഇരുവിധ സമീപനങ്ങൾക്കും പരിമിതികളുണ്ട്. കർതൃത്വത്തെ മുൻനിർത്തുമ്പോൾ ഘടനാപരമായ സമ്മർദ്ദം കുറച്ച് വിലയിരുത്തപ്പെടാം. ഘടനയെ മുൻനിർത്തുമ്പോൾ വ്യക്തികളുടെ സ്വയം നിർണ്ണയശേഷി ചെറുതാക്കി കാണപ്പെടാം.

ഇതിലൂടെ വ്യക്തമാണ്, നിയമം സംരക്ഷണവും നിയന്ത്രണവും തമ്മിലുള്ള ഇരട്ട സമ്മർദ്ദത്തിലാണ് പ്രവർത്തിക്കുന്നത്. മനുഷ്യാവകാശവും തൊഴിൽ അവകാശവും തമ്മിലുള്ള സംഘർഷം നിയമനിർമ്മാണത്തിൽ പ്രതിഫലിക്കുന്നു. നിയമ ചട്ടക്കൂട്ടുകൾ ലൈംഗിക തൊഴിൽ മേഖലയെ രൂപപ്പെടുത്തുന്ന ശക്തമായ രാഷ്ട്രീയ ഘടകങ്ങളാണ്. അവ സാമൂഹിക മൂല്യങ്ങളെ പ്രതിഫലിപ്പിക്കുകയും ചിലപ്പോൾ അവയെ ബലപ്പെടുത്തുകയും ചെയ്യുന്നു. ഫലപ്രദമായ നിയമപരമായ സമീപനം ശിക്ഷയുടെയും സംരക്ഷണത്തിന്റെയും പരിധികളിൽ ഒതുങ്ങാതെ, അധികാര അസമത്വങ്ങളെ ചോദ്യം ചെയ്യുന്ന സമത്വപരമായ പരിഷ്കരണത്തിലേക്കാണ് നീങ്ങേണ്ടത്.

7. സംരക്ഷണ വാദവും നിയന്ത്രണ യാഥാർത്ഥ്യവും

(Protection Discourse vs Control Reality)

ലൈംഗിക തൊഴിൽ സംബന്ധിച്ച പൊതുചർച്ചകളിൽ "സംരക്ഷണം" എന്ന വാക്ക് ശക്തമായ സദാചാര ആകർഷണം സൃഷ്ടിക്കുന്നു. സംരക്ഷണം എന്നത് ദുർബലരെ കാക്കുക, അപകടത്തിൽ നിന്ന് രക്ഷിക്കുക, ഹിംസ തടയുക എന്ന ഭാഷയിലൂടെ അവതരിപ്പിക്കപ്പെടുന്നു. എന്നാൽ സംരക്ഷണ വാദം പലപ്പോഴും നിയന്ത്രണ യാഥാർത്ഥ്യവുമായി ചേർന്ന് പ്രവർത്തിക്കുന്നു. സംരക്ഷണം ആരെക്കായി, ആരിൽ നിന്ന്, ഏത് രീതിയിൽ എന്ന ചോദ്യങ്ങൾ ഉയർത്താതെ ഈ വാദത്തെ വിലയിരുത്താൻ കഴിയില്ല. ചിലപ്പോൾ സംരക്ഷണം എന്നത് കരുതലിന്റെ മുഖാവരണത്തിൽ നിയന്ത്രണത്തിന്റെ രൂപമെടുക്കുന്നു.

ആധുനിക ഭരണക്രമങ്ങൾ ശരീരങ്ങളെ "പരിപാലനം" എന്ന ഭാഷയിൽ നിയന്ത്രിക്കുന്നു എന്ന വിശകലനം ഇവിടെ പ്രസക്തമാണ്[92]. ജൈവ അധികാരം സംരക്ഷണത്തിന്റെ പേരിൽ ജനസംഖ്യയെ ക്രമീകരിക്കുന്ന പ്രക്രിയയാണെന്ന് വ്യക്തമാക്കപ്പെടുന്നു. അനുകൂലമായി നോക്കുമ്പോൾ, പൊതുജനാരോഗ്യം, രോഗനിർമ്മാർജനം, സുരക്ഷ എന്നിവ ഉറപ്പാക്കാൻ ഈ ഇടപെടലുകൾ ആവശ്യമാണ് എന്ന് വാദിക്കാം. പ്രതികൂലമായി നോക്കുമ്പോൾ, പരിപാലനത്തിന്റെ ഭാഷ നിരീക്ഷണത്തിന്റെയും നിയന്ത്രണത്തിന്റെയും രാഷ്ട്രീയത്തെ മറയ്ക്കുന്നു എന്ന വിമർശനം ഉയരുന്നു. ലൈംഗിക തൊഴിൽ മേഖലയിലെ ആരോഗ്യപരിശോധനകൾ, രജിസ്ട്രേഷൻ, നിർബന്ധിത പുനരധിവാസം തുടങ്ങിയ നടപടികൾ പലപ്പോഴും സംരക്ഷണ നയങ്ങളായി അവതരിപ്പിക്കപ്പെടുന്നു[93]. രോഗവ്യാപനം കുറയ്ക്കുക, മനുഷ്യക്കടത്ത് തടയുക, ഹിംസ ഒഴിവാക്കുക എന്നീ ലക്ഷ്യങ്ങൾ ഉന്നയിക്കപ്പെടുന്നു. എന്നാൽ ഈ നടപടികൾ തൊഴിലാളിയുടെ സ്വയം നിർണ്ണയാധികാരത്തെ പരിമിതപ്പെടുത്തുന്നുവോ എന്ന ചോദ്യം അവശേഷിക്കുന്നു.

രക്ഷിതൃത്വ ഭാഷ പലപ്പോഴും "നന്മയ്ക്കായി" ഇടപെടലിനെ ന്യായീകരിക്കുന്നു. വ്യക്തിയുടെ ഇച്ഛയ്ക്കെതിരെ അവന്റെ നന്മയ്ക്കായി ഇടപെടുന്നത് അപകടകരമാണെന്ന് ഒരു സ്വാതന്ത്ര്യ തത്വചിന്ത മുന്നറിയിപ്പ് നൽകുന്നു[94]. അനുകൂലമായി നോക്കുമ്പോൾ, ചില സാഹചര്യങ്ങളിൽ വ്യക്തിക്ക് വ്യക്തമായ അപകടം നേരിടുമ്പോൾ സംരക്ഷണ ഇടപെടൽ ആവശ്യമായിരിക്കാം.

പ്രതികൂലമായി നോക്കുമ്പോൾ, ഈ സമീപനം വ്യക്തിയെ സ്വയം തീരുമാനിക്കാൻ അയോഗ്യനായി കണക്കാക്കുന്നു. സംരക്ഷണ നയങ്ങൾ സ്ത്രീകളെ പലപ്പോഴും "ബാധിത" എന്ന ഏക തിരിച്ചറിയലിൽ അവതരിപ്പിക്കുന്നു[95]. ഇതിന്റെ ശക്തി, ഹിംസയും ചൂഷണവും ദൃശ്യവൽക്കരിക്കുന്നതിലാണ്. എന്നാൽ അതിന്റെ പരിമിതി, വൈവിധ്യമാർന്ന അനുഭവങ്ങളെ ഒരേ മാതൃകയിൽ ഒതുക്കുന്നതിലാണ്. സ്ത്രീകളെ സ്വതന്ത്ര തീരുമാന ശേഷിയുള്ള വ്യക്തികളായി കാണാതെ രക്ഷിക്കപ്പെടേണ്ട വസ്തുക്കളായി കാണുന്നത് മാനവഗൗരവത്തെ കുറയ്ക്കുന്നു എന്ന വാദം ഇവിടെ ശക്തമാണ്[96].

സ്ത്രീ സുരക്ഷ ഉറപ്പാക്കേണ്ടത് അനിവാര്യമാണ്. ലൈംഗിക തൊഴിലുമായി ബന്ധപ്പെട്ട ഹിംസ, ആരോഗ്യ അപകടങ്ങൾ, മനുഷ്യക്കടത്ത് എന്നിവ യാഥാർത്ഥ്യ പ്രശ്നങ്ങളാണ്. ഈ സാഹചര്യത്തിൽ സംരക്ഷണം ആവശ്യമാണ് എന്ന വാദം ശക്തമാണ്[97]. എന്നാൽ സുരക്ഷയുടെ പേരിൽ സ്വാതന്ത്ര്യം ചുരുക്കപ്പെടുമ്പോൾ സംഘർഷം ഉയരുന്നു. "രക്ഷിക്കുന്നവൻ" എന്ന സ്ഥാനം തന്നെ അധികാരബന്ധം സൃഷ്ടിക്കുന്നു എന്ന ഉപനിവേശാനന്തര വിമർശനം ഇവിടെ പ്രസക്തമാണ്[98]. അനുകൂലമായി നോക്കുമ്പോൾ, പുറത്തുനിന്നുള്ള ഇടപെടൽ ചിലർക്കെങ്കിലും താൽക്കാലിക സുരക്ഷ നൽകാം. പ്രതികൂലമായി നോക്കുമ്പോൾ, ഈ ഇടപെടൽ സ്ത്രീകളുടെ ശബ്ദത്തെ മറികടക്കുകയും അവരുടെ സ്വയം നിർണ്ണയശേഷിയെ പരിമിതപ്പെടുത്തുകയും ചെയ്യാം. സുരക്ഷ ഉറപ്പാക്കുന്നുവെന്ന് പറയുന്ന ഘടന തന്നെ നിയന്ത്രണ ഘടനയാകാനുള്ള സാധ്യത ഇവിടെ ഉയരുന്നു.

എജൻസി എന്നത് വ്യക്തിയുടെ സ്വയം നിർണ്ണയ ശേഷിയാണ്. ഘടനയും പ്രവർത്തനവും പരസ്പരം സ്വാധീനിക്കുന്നുവെന്ന സാമൂഹിക സിദ്ധാന്തം, വ്യക്തിയെ പൂർണ്ണ ഇരയോ പൂർണ്ണ സ്വതന്ത്രനോ ആയി ചിത്രീകരിക്കുന്നതിൽ നിന്ന് ഒഴിവാക്കുന്നു[99]. സംരക്ഷണ നയങ്ങൾ നിർബന്ധിത പുനരധിവാസം, നിർബന്ധിത പരിശോധന, നിർബന്ധിത ലൈസൻസിംഗ് എന്നിവ ഉൾക്കൊള്ളുമ്പോൾ തൊഴിലാളിയുടെ തിരഞ്ഞെടുപ്പ് പരിധി ചുരുങ്ങുന്നു[100]. അനുകൂലമായി നോക്കുമ്പോൾ, ഇത് അപകടസാധ്യത കുറയ്ക്കാനുള്ള നിയന്ത്രിത സംവിധാനമാണ്. പ്രതികൂലമായി നോക്കുമ്പോൾ, സുരക്ഷയുടെ പേരിൽ agency കുറയുന്ന സാഹചര്യമാണിത്. ഒരാൾ "സംരക്ഷിതൻ" ആകുമ്പോഴും, ഒരേസമയം "നിയന്ത്രിതൻ" ആകുന്നു.

നിയമ–സദാചാര ചട്ടങ്ങൾ ചിലപ്പോൾ തൊഴിലാളിയെ കൂടുതൽ ഒറ്റപ്പെടുത്തുന്നു. അപമാനം എന്ന ആശയം വഴി വ്യക്തിയെ ഒരു നിയമപരമായ മുദ്രയിൽ ഒതുക്കുമ്പോൾ, അവൻ സമൂഹത്തിൽ നിന്ന് വേർതിരിക്കപ്പെടുന്നു[101]. സംരക്ഷണത്തിന്റെ പേരിൽ പ്രത്യേക രജിസ്റ്ററുകൾ, പ്രത്യേക മേഖലകൾ, പ്രത്യേക നിരീക്ഷണങ്ങൾ സൃഷ്ടിക്കുമ്പോൾ തൊഴിലാളികൾ കൂടുതൽ ദൃശ്യവൽക്കരിക്കപ്പെടുകയും ഒരേസമയം ഒറ്റപ്പെടുകയും ചെയ്യുന്നു. അനുകൂലമായി നോക്കുമ്പോൾ, ഇത് പ്രത്യേക സുരക്ഷാ സംവിധാനങ്ങൾ ഒരുക്കാൻ സഹായിക്കാം. പ്രതികൂലമായി നോക്കുമ്പോൾ, ഇത് സാമൂഹിക മുദ്രയും നിയന്ത്രണവും ശക്തിപ്പെടുത്തുന്നു. നിയന്ത്രണ നയങ്ങൾ പലപ്പോഴും സമൂഹത്തെ ആശ്വസിപ്പിക്കാൻ രൂപപ്പെടുത്തപ്പെടുന്നു, എന്നാൽ അവ ലക്ഷ്യമിട്ട വിഭാഗങ്ങളെ കൂടുതൽ നിയന്ത്രണ വിധേയരാക്കുന്നു എന്ന വിശകലനം ഇവിടെ ചേർക്കപ്പെടുന്നു[102].

ഇതിലൂടെ വ്യക്തമാണ്, സംരക്ഷണ വാദം സദാചാരമായി ആകർഷകമെങ്കിലും അതിന്റെ പ്രയോഗം നിയന്ത്രണ രാഷ്ട്രീയവുമായി ചേർന്നുനിൽക്കുന്നു. സ്ത്രീകളുടെ സുരക്ഷ ഉറപ്പാക്കുന്നതും അവരുടെ സ്വാതന്ത്ര്യം മാനിക്കുന്നതും തമ്മിൽ സമതുലനം കണ്ടെത്തുക എന്നതാണ് പ്രധാന വെല്ലുവിളി. സംരക്ഷണം agencyയെ ശക്തിപ്പെടുത്തുന്ന രീതിയിലായിരിക്കണം; നിയന്ത്രണം

വർധിപ്പിക്കുന്ന രീതിയിലല്ല. സുരക്ഷയും സ്വാതന്ത്ര്യവും തമ്മിലുള്ള ഈ സൂക്ഷ്മ തുലനം കണ്ടെത്തുമ്പോഴാണ് നിയമവും നയവും യഥാർത്ഥ ഗൗരവം കൈവരിക്കുക.

8. ലൈംഗികത, തൊഴിൽ, മാന്യതാ രാഷ്ട്രീയം

(Sexuality, Labour, and Respectability Politics)

ലൈംഗിക തൊഴിൽ ചർച്ചകളിൽ സാമ്പത്തികം, നിയമം, ധാർമ്മികത എന്നിവയ്ക്കൊപ്പം പ്രവർത്തിക്കുന്ന മറ്റൊരു ശക്തമായ ഘടകം മാന്യതയാണ്. ഒരു തൊഴിൽ മാന്യമായതാണോ എന്നത് വിപണിയിലെ വേതനം മാത്രമല്ല നിർണ്ണയിക്കുന്നത്. സാമൂഹിക അംഗീകാരം, സാംസ്കാരിക പ്രതീതി, അധികാരബന്ധങ്ങൾ എന്നിവ ചേർന്നാണ് ഒരു തൊഴിൽ "മാന്യ തൊഴിൽ" ആയി രൂപപ്പെടുന്നത്. മാന്യതാ രാഷ്ട്രീയം ഈ അംഗീകാരത്തെ നിയന്ത്രിക്കുന്ന രീതിയാണ്. അതിനാൽ ലൈംഗിക തൊഴിൽ സാമ്പത്തിക ഇടപാട് മാത്രമല്ല, സാമൂഹിക സ്ഥാനം സംബന്ധിച്ച രാഷ്ട്രീയവുമാണ്.

സാമൂഹിക മൂലധനവും സാംസ്കാരിക മൂലധനവും സമൂഹത്തിൽ പദവിയും അംഗീകാരവും നിർണ്ണയിക്കുന്നു എന്ന സാമൂഹിക സിദ്ധാന്തം ഇവിടെ നിർണ്ണായകമാണ്[103]. ഒരു തൊഴിൽ ഉയർന്ന വരുമാനം നൽകാമെങ്കിലും, അത് അംഗീകരിക്കപ്പെട്ട ജീവിതശൈലിയുമായി പൊരുത്തപ്പെടുന്നില്ലെങ്കിൽ സാമൂഹിക മാന്യത ലഭിക്കണമെന്നില്ല. ഇതിന്റെ അനുകൂല വായനയിൽ, സമൂഹങ്ങൾ ചില മൂല്യങ്ങൾ സംരക്ഷിക്കാൻ ശ്രമിക്കുന്നു എന്നതാണ്. പ്രതികൂല വായനയിൽ, മൂലധനത്തിന്റെ സാമ്പത്തിക രൂപം മാത്രം മതിയാകാതെ, സാംസ്കാരിക നിയന്ത്രണങ്ങൾ വഴിയാണ് പദവിവ്യവസ്ഥ ഉറപ്പാക്കപ്പെടുന്നത് എന്ന വിമർശനമുണ്ട്. "റെസ്പെക്ടബിലിറ്റി പൊളിറ്റിക്സ്" എന്ന ആശയം ചില വിഭാഗങ്ങൾ സദാചാര മാനദണ്ഡങ്ങൾ അനുസരിച്ച് പെരുമാറി അംഗീകാരം നേടാൻ ശ്രമിക്കുന്നുവെന്ന് വ്യക്തമാക്കുന്നു[104]. ഇതിന്റെ ശക്തി, അംഗീകാര രാഷ്ട്രീയത്തിന്റെ സങ്കീർണ്ണത വെളിപ്പെടുത്തുന്നതിലാണ്. എന്നാൽ അതിന്റെ പരിമിതി, സാമൂഹിക അനുകരണത്തെ ഒരു ഏകതാന നീക്കമായി അവതരിപ്പിക്കാനുള്ള സാധ്യതയിലാണ്. ലൈംഗിക തൊഴിൽ ഈ മാന്യതാ ചട്ടക്കൂടിന് പുറത്തായി നിലനിൽക്കുന്നു. അതിനാൽ അതിന്റെ സാമ്പത്തിക മൂല്യം അംഗീകരിക്കപ്പെട്ടാലും, സാമൂഹിക മാന്യത നിഷേധിക്കപ്പെടുന്നു.

ലിംഗ പ്രകടനം സമൂഹം അംഗീകരിക്കുന്ന രീതിയിൽ നടന്നാൽ മാത്രമേ അത് സാധാരണമായി കണക്കാക്കപ്പെടുകയുള്ളൂ എന്ന ആശയം ഇവിടെ ചേർക്കപ്പെടുന്നു[105]. "മാന്യ തൊഴിൽ" എന്ന ആശയം പലപ്പോഴും ലൈംഗിക സദാചാരത്തിന്റെ അതിരുകൾക്കുള്ളിൽ നിർവ്വചിക്കപ്പെടുന്നു. ശരീരവുമായി ബന്ധപ്പെട്ട സേവനങ്ങൾ, പ്രത്യേകിച്ച് ലൈംഗിക സേവനങ്ങൾ, ഈ അതിരുകൾ ലംഘിക്കുന്നതായി കണക്കാക്കപ്പെടുന്നു[106]. അനുകൂലമായി നോക്കുമ്പോൾ, ഇത് സാമൂഹിക നിയന്ത്രണത്തിന്റെ ഭാഗമാണ്; സമൂഹം തന്റെ മൂല്യങ്ങളെ സംരക്ഷിക്കുന്നു. പ്രതികൂലമായി നോക്കുമ്പോൾ, ശരീരത്തെ ആധാരമാക്കിയുള്ള തൊഴിൽ സ്വാഭാവികമായി താഴ്ന്നതായി മുദ്രകുത്തപ്പെടുന്നു. ഇവിടെ തൊഴിൽ ഒരു സാമ്പത്തിക ഇടപാട് മാത്രമല്ല, സദാചാര തിരിച്ചറിവുമായി ബന്ധിപ്പിക്കപ്പെടുന്നു. പുരുഷാധിപത്യവും ലിംഗ മാനദണ്ഡങ്ങളും ഈ വിലയിരുത്തലിനെ സ്വാധീനിക്കുന്നു.

ചില തൊഴിൽ മേഖലകൾ സാമൂഹിക ദൃശ്യപരിധിയിൽ നിന്ന് പുറത്താക്കപ്പെടുന്നു എന്ന അംഗീകാര സിദ്ധാന്തം ലൈംഗിക തൊഴിലിന്റെ അവസ്ഥ വ്യക്തമാക്കുന്നു[107]. പല നഗരങ്ങളിലും

ഇത് നിലനിൽക്കുമ്പോഴും പൊതുചർച്ചയിൽ അപൂർവ്വമായാണ് പ്രത്യക്ഷപ്പെടുന്നത്. ഈ അദൃശ്യവൽക്കരണം നയനിർമ്മാണത്തെയും ബാധിക്കുന്നു. അനുകൂലമായി നോക്കുമ്പോൾ, പൊതുഭാഷയിലെ ഈ നിശ്ശബ്ദത സാമൂഹിക സംഘർഷം കുറയ്ക്കാൻ സഹായിക്കാം. പ്രതികൂലമായി നോക്കുമ്പോൾ, ഇത് തൊഴിലാളികളുടെ ശബ്ദത്തെ മറയ്ക്കുന്നു. ലൈംഗിക തൊഴിലാളികളുടെ ശബ്ദം പലപ്പോഴും രക്ഷിതൃത്വ ഭാഷയിൽ മറഞ്ഞുപോകുന്ന എന്ന വിമർശനം ഇവിടെ പ്രസക്തമാണ്[108]. ദൃശ്യത ഇല്ലായ്മ രാഷ്ട്രീയ പങ്കാളിത്തത്തിൽ നിന്ന് അകറ്റുന്ന സാഹചര്യം സൃഷ്ടിക്കുന്നു.

വർഗ്ഗം, ജാതി, വംശം, ലിംഗം എന്നിവ പരസ്പരം ചേർന്ന് അനുഭവങ്ങളെ നിർണ്ണയിക്കുന്ന എന്ന ഇന്റർസെക്ഷണാലിറ്റി ആശയം മാന്യതയുടെ രാഷ്ട്രീയം കൂടുതൽ സങ്കീർണ്ണമാക്കുന്നു[109]. മാന്യതയുടെ മാനദണ്ഡങ്ങൾ പലപ്പോഴും മധ്യവർഗ്ഗ ജീവിതശൈലിയെ കേന്ദ്രീകരിച്ച് രൂപപ്പെടുന്നു[110]. അനുകൂലമായി നോക്കുമ്പോൾ, ഇത് സാമൂഹിക സ്ഥിരതയും "ശ്രേഷ്ഠ ജീവിതശൈലി"യുമെന്ന ആശയം നിലനിർത്തുന്നു. പ്രതികൂലമായി നോക്കുമ്പോൾ, ദാരിദ്ര്യവും ലൈംഗിക തൊഴിലും തമ്മിലുള്ള ബന്ധം വ്യക്തിയെ അമാന്യ വിഭാഗത്തിൽ ഉൾപ്പെടുത്തുന്നു. ഇത് സദാചാര വിലയിരുത്തൽ മാത്രമല്ല; സാമൂഹിക സ്ഥാനക്രമത്തിന്റെ ഭാഗമാണ്. മാന്യത ഇവിടെ അധികാരത്തിന്റെ സൂക്ഷ്മ രൂപമായി പ്രവർത്തിക്കുന്നു.

സമൂഹം ശരീരങ്ങളെ നിയന്ത്രിക്കുന്നത് ശിക്ഷയിലൂടെ മാത്രമല്ല, സദാചാര മാനദണ്ഡങ്ങളിലൂടെ കൂടിയാണെന്ന നിരീക്ഷണം മാന്യതയുടെ രാഷ്ട്രീയ സ്വഭാവം വ്യക്തമാക്കുന്നു[111]. മാന്യത ഒരു നിയന്ത്രണ ഉപാധിയായി പ്രവർത്തിക്കുന്നു. ചില പെരുമാറ്റങ്ങൾ സാമൂഹിക അംഗീകാരം നേടാൻ "ശുദ്ധീകരിക്കപ്പെടുന്നു" എന്ന വിശകലനം ലൈംഗികതയുടെ രാഷ്ട്രീയ രൂപാന്തരങ്ങളെ തുറന്ന് കാണിക്കുന്നു[112]. അനുകൂലമായി നോക്കുമ്പോൾ, ഈ ശുദ്ധീകരണം സാമൂഹിക സംവാദത്തിനുള്ള ഇടം തുറക്കാം. പ്രതികൂലമായി നോക്കുമ്പോൾ, അംഗീകരിക്കപ്പെടാൻ പെരുമാറ്റം മാറ്റേണ്ടതായിരിക്കുന്ന എന്നത് തന്നെ അധികാരബന്ധത്തിന്റെ തെളിവാണ്. ലൈംഗിക തൊഴിൽ ഈ ശുദ്ധീകരണ ചട്ടക്കൂടിന് പുറത്തായതിനാൽ, അത് നിയന്ത്രിക്കപ്പെടുകയും അതിന്റെ രാഷ്ട്രീയ ശബ്ദം പരിമിതപ്പെടുത്തപ്പെടുകയും ചെയ്യുന്നു.

9. ഉപഭോഗം, വിപണി, ദൃശ്യവൽക്കരണം

(Consumption, Market, and Visibility)

ലൈംഗികത, തൊഴിൽ, മാന്യത എന്നിവ തമ്മിലുള്ള ബന്ധം സമൂഹത്തിലെ ആഴത്തിലുള്ള അധികാര ഘടനകളെ വെളിപ്പെടുത്തുന്നു. "മാന്യ തൊഴിൽ" എന്ന ആശയം നിഷ്പക്ഷമല്ല; അത് ലിംഗാധിഷ്ഠിതവും വർഗ്ഗാധിഷ്ഠിതവും ജാതി–വംശാധിഷ്ഠിതവുമായ രാഷ്ട്രീയ നിർമ്മിതിയാണ്. മാന്യതയെ നിയന്ത്രണ ഉപാധിയായി ഉപയോഗിക്കുമ്പോൾ ലൈംഗിക തൊഴിലാളികൾ സാമ്പത്തികമായും സാമൂഹികമായും അകറ്റപ്പെടുന്നു. അതേസമയം, സമൂഹങ്ങൾ ചില മൂല്യങ്ങൾ സംരക്ഷിക്കാനുള്ള അവകാശം ഉണ്ട് എന്ന വാദവും നിലനിൽക്കുന്നു. ഈ ഇരട്ടസത്യങ്ങളെ അംഗീകരിച്ചുകൊണ്ട് മാത്രമേ സമത്വപരമായ നയചർച്ചകൾ മുന്നോട്ട് പോകാൻ കഴിയൂ. മാന്യതയുടെ രാഷ്ട്രീയ സ്വഭാവം തിരിച്ചറിയാതെ സമത്വത്തിന്റെ ഭാഷ പൂർണ്ണമാകില്ല.

ലൈംഗിക തൊഴിൽ സംബന്ധിച്ച സാമ്പത്തിക ചർച്ചകളിൽ സാധാരണയായി ശ്രദ്ധ കേന്ദ്രീകരിക്കുന്നത് ഉത്പാദനത്തിലേക്കാണ്. എന്നാൽ വിപണി പ്രവർത്തിക്കുന്നത് ആവശ്യകതയും വിതരണവും തമ്മിലുള്ള ബന്ധത്തിലൂടെയാണ്. അതിനാൽ ഉപഭോഗത്തിന്റെ

ഘടന, ഉപഭോക്താവിന്റെ സ്ഥാനം, ദൃശ്യതയും അദൃശ്യതയും എന്നിവ മനസ്സിലാക്കാതെ ലൈംഗിക സേവന വിപണിയുടെ യാഥാർത്ഥ്യം പിടികൂടാനാവില്ല. വിപണി ഒരു നിഷ്പക്ഷ ഇടപാട് വേദിയല്ല; അത് സാമൂഹിക അർത്ഥങ്ങളും അധികാരബന്ധങ്ങളും ചേർന്ന ഒരു ഘടനയാണ്.

യുക്തിപരമായ തിരഞ്ഞെടുപ്പ് സിദ്ധാന്തത്തിൽ ഉപഭോഗം വ്യക്തിയുടെ ഉപകാരപരമായ പരമാവധി നേടാനുള്ള ശ്രമമാണെന്ന് വിശദീകരിക്കപ്പെടുന്നു[113]. അനുകൂലമായി നോക്കുമ്പോൾ, ഉപഭോക്താവ് ലഭ്യമായ ഓപ്ഷനുകളിൽ നിന്ന് തനിക്കനുകൂലമായ തിരഞ്ഞെടുപ്പ് നടത്തുന്നു എന്ന വാദം ഇവിടെ ശക്തമാണ്. എന്നാൽ ലൈംഗിക സേവന ഉപഭോഗം ശുദ്ധമായ സാമ്പത്തിക കണക്കുകൂട്ടലല്ല. ആഗ്രഹം, അധികാരം, സാമൂഹിക സ്ഥാനബോധം എന്നിവ അതിൽ പങ്കാളികളാണ്. ഉപഭോഗ സമൂഹത്തെക്കുറിച്ചുള്ള വിശകലനത്തിൽ വസ്തുക്കൾ അവരുടെ ഉപയോഗ മൂല്യത്തിനല്ല, പ്രതീകാത്മക മൂല്യത്തിനായാണ് ഉപഭോഗിക്കപ്പെടുന്നതെന്ന് ചൂണ്ടിക്കാണിക്കപ്പെടുന്നു[114]. ലൈംഗിക സേവന വിപണിയിൽ ഈ പ്രതീകാത്മക മൂല്യം പലപ്പോഴും ശക്തമായി പ്രകടമാകുന്നു. അനുകൂലമായി നോക്കുമ്പോൾ, ഉപഭോഗം വ്യക്തിപരമായ ആഗ്രഹങ്ങളുടെ പ്രകടനമാണ്. പ്രതികൂലമായി നോക്കുമ്പോൾ, അത് സാമൂഹിക സ്ഥാനവും ആധിപത്യവും സൂചിപ്പിക്കുന്ന മാർഗ്ഗമായി മാറുന്നു. ഇതിലൂടെ സേവന ഇടപാട് ഒരു പ്രതീകാത്മക ശക്തിയുടെ പ്രകടനമായി മാറുന്നു.

അപമാനം സംബന്ധിച്ച സാമൂഹിക വിശകലനം സമൂഹം ചില തിരിച്ചറിവുകൾ ദൃശ്യമാക്കുകയും ചിലത് മറയ്ക്കുകയും ചെയ്യുന്നതായി വ്യക്തമാക്കുന്നു[115]. ലൈംഗിക തൊഴിൽ രംഗത്ത് വിൽക്കുന്നവൾ ദൃശ്യവൽക്കരിക്കപ്പെടുമ്പോൾ വാങ്ങുന്നവൻ സാധാരണയായി അദൃശ്യനാകുന്നു. അനുകൂലമായി നോക്കുമ്പോൾ, ഉപഭോക്താവിന്റെ സ്വകാര്യത സംരക്ഷിക്കപ്പെടുന്നു എന്ന വാദമുണ്ട്. പ്രതികൂലമായി നോക്കുമ്പോൾ, ഈ അദൃശ്യത ഉത്തരവാദിത്വത്തെ ഏകപക്ഷീയമാക്കുന്നു. ഉപഭോക്താവിന്റെ അനാമികത തന്നെ അധികാരത്തിന്റെ ഭാഗമാണെന്ന് വിമർശനം ഉയരുന്നു[116]. വാങ്ങുന്നവന്റെ അദൃശ്യത വിപണിയുടെ സ്ഥിരത ഉറപ്പാക്കുമ്പോൾ, വിൽക്കുന്നവൾ സാമൂഹിക നിരീക്ഷണത്തിന്റെ കേന്ദ്രമാകുന്നു. ഇതിലൂടെ ഉത്തരവാദിത്വം അസമമായി വിതരണം ചെയ്യപ്പെടുന്നു.

ഡിജിറ്റൽ കാലഘട്ടം ഈ ഘടനയെ കൂടുതൽ സങ്കീർണ്ണമാക്കുന്നു. പ്ലാറ്റ്ഫോം ക്യാപിറ്റലിസം ആശയം പ്രകാരം ഡിജിറ്റൽ പ്ലാറ്റ്ഫോമുകൾ ഇടനിലക്കാരായും നിയന്ത്രണ ഘടനകളായും പ്രവർത്തിക്കുന്നു[117]. ലൈംഗിക സേവന വിപണി ഓൺലൈൻ പ്ലാറ്റ്ഫോമുകൾ, സബ്സ്ക്രിപ്ഷൻ മാതൃകകൾ, ഉള്ളടക്ക നിർമ്മാണം എന്നിവ വഴി പുനർരൂപപ്പെടുന്നു[118]. അനുകൂലമായി നോക്കുമ്പോൾ, തൊഴിലാളി നേരിട്ട് ഉപഭോക്താവിനെ സമീപിക്കാനും വരുമാനം നിയന്ത്രിക്കാനും കഴിയും. പ്രതികൂലമായി നോക്കുമ്പോൾ, ആൽഗോരിതം അടിസ്ഥാനമാക്കിയ ദൃശ്യവൽക്കരണം പുതിയ അസമത്വങ്ങൾ സൃഷ്ടിക്കുന്നു. നിരീക്ഷണ മൂലധനവാദം ഉപഭോഗ വിവരങ്ങൾ തന്നെ വിപണിയുടെ പ്രധാന വിഭവമാകുന്നു എന്ന് ചൂണ്ടിക്കാണിക്കുന്നു[119]. ലൈംഗിക സേവന വിപണിയിലും ഡാറ്റ മൂലധനമായി മാറുന്നു. ഉപഭോക്താവിന്റെ പ്രവണതകളും തൊഴിലാളിയുടെ ദൃശ്യതയും പ്ലാറ്റ്ഫോം നിയന്ത്രണത്തിലാകുന്നു. ഇതിന്റെ അനുകൂല വശം വിപണിയുടെ വിപുലീകരണമാണ്; പ്രതികൂല വശം സ്വകാര്യതയും നിയന്ത്രണവും തമ്മിലുള്ള സംഘർഷമാണ്.

ആധുനിക അധികാരം ദൃശ്യതയുടെ രാഷ്ട്രീയത്തിലൂടെയാണ് പ്രവർത്തിക്കുന്നത് എന്ന നിരീക്ഷണം ഇവിടെ നിർണ്ണായകമാണ്[120]. ലൈംഗിക തൊഴിൽ മേഖലയിൽ തൊഴിലാളികൾ കൂടുതൽ ദൃശ്യവൽക്കരിക്കപ്പെടുമ്പോൾ ഉപഭോക്താക്കൾ മറയുന്നു. ഡിജിറ്റൽ കാലഘട്ടത്തിൽ ഈ ദ്വന്ദാവസ്ഥ ശക്തമാകുന്നു. ഉള്ളടക്കം പൊതുവായി ലഭ്യമാകുമ്പോഴും വ്യക്തികളുടെ തിരിച്ചറിയൽ മറയ്ക്കപ്പെടുന്നു. അനുകൂലമായി നോക്കുമ്പോൾ, ഈ അനാമികത സുരക്ഷ നൽകാം. പ്രതികൂലമായി നോക്കുമ്പോൾ, അത് ഉത്തരവാദിത്വം ഒഴിവാക്കാനുള്ള മാർഗ്ഗമാകാം. ദൃശ്യതയും അദൃശ്യതയും ഒരുമിച്ച് നിലനിൽക്കുന്ന ഈ അവസ്ഥ സുരക്ഷയ്ക്കും അപകടത്തിനും ഒരുപോലെ വഴിയൊരുക്കുന്നു[121].

സാമ്പത്തിക വിശകലനത്തിൽ ആവശ്യകത വിപണിയെ നിർണ്ണയിക്കുന്നുവെന്ന് വ്യക്തമാക്കപ്പെടുന്നു[122]. എന്നാൽ സാമൂഹിക സദാചാരം ചില ആവശ്യകതകളെ തുറന്നുപറയാൻ അനുവദിക്കുന്നില്ല. ഉപഭോഗ സംസ്കാരത്തിൽ ആഗ്രഹങ്ങൾ നിരന്തരം സൃഷ്ടിക്കപ്പെടുകയും മറുവശത്ത് സദാചാരമായി നിയന്ത്രിക്കപ്പെടുകയും ചെയ്യുന്നതായി സാമൂഹിക വിമർശനം ചൂണ്ടിക്കാണിക്കുന്നു[123]. ലൈംഗിക സേവന വിപണിയിൽ ആവശ്യകത നിലനിൽക്കുമ്പോഴും പൊതു വേദിയിൽ അപലപനം തുടരുന്നു. അനുകൂലമായി നോക്കുമ്പോൾ, ഇത് വ്യക്തിപരമായ ആഗ്രഹവും പൊതുസമൂഹത്തിന്റെ മൂല്യങ്ങളും തമ്മിലുള്ള വ്യത്യാസമാണ്. പ്രതികൂലമായി നോക്കുമ്പോൾ, ഇത് ധാർമിക–സാമ്പത്തിക വൈരുദ്ധ്യത്തെ സ്ഥിരപ്പെടുത്തുന്നു. വിപണി നിലനിൽക്കുന്നു, എന്നാൽ അത് മറവിയിലൂടെയാണ് പ്രവർത്തിക്കുന്നത്.

ഉപഭോഗ ഘടന മനസ്സിലാക്കാതെ ലൈംഗിക തൊഴിൽ വിപണിയെ വിശകലനം ചെയ്യാനാവില്ല. ഉപഭോക്താവിന്റെ അദൃശ്യത, ഡിജിറ്റൽ ദൃശ്യവൽക്കരണം, ആവശ്യകതയും അപലപനവും തമ്മിലുള്ള വൈരുദ്ധ്യം എന്നിവ ചേർന്നാണ് ഈ വിപണി രൂപപ്പെടുന്നത്. വിപണി ഒരു സാമ്പത്തിക ഇടപാട് മാത്രമല്ല; അത് ദൃശ്യതയും അധികാരവും നിയന്ത്രിക്കുന്ന രാഷ്ട്രീയ മേഖലയുമാണ്. ഉപഭോഗത്തിന്റെ ഈ രാഷ്ട്രീയം തിരിച്ചറിയുമ്പോഴാണ് ലൈംഗിക തൊഴിൽ ചർച്ച കൂടുതൽ സമഗ്രമാകുന്നത്.

10. വേശ്യാവൃത്തി, ലൈംഗികത, സാമൂഹിക അധികാരം
(Prostitution, Sexuality, and Social Power)

ലൈംഗിക തൊഴിൽ ഒരു സ്വകാര്യ ഇടപാട് മാത്രമല്ല. അത് സാമൂഹിക അധികാരഘടനകളുടെ ദൃശ്യരൂപമാണ്. ശരീരങ്ങൾ, ആഗ്രഹങ്ങൾ, വിപണി, നിയമം, സദാചാരം എന്നിവ തമ്മിലുള്ള ബന്ധം ഇവിടെ അധികാരത്തിന്റെ ഭാഷയിൽ വായിക്കപ്പെടണം. ലൈംഗികത സ്വാഭാവിക ജൈവത മാത്രമല്ല, സാമൂഹികമായി നിർമ്മിക്കപ്പെടുന്ന മേഖലയാണെന്ന് നിരവധി ചിന്തകർ ചൂണ്ടിക്കാണിച്ചിട്ടുണ്ട്. അതിനാൽ ലൈംഗിക തൊഴിൽ വ്യക്തികളുടെ നൈതികതയെക്കുറിച്ചുള്ള ലളിതമായ വിധിനിർണ്ണയം മാത്രമല്ല, അധികാരത്തിന്റെ പ്രവർത്തനരീതികളെക്കുറിച്ചുള്ള സങ്കീർണ്ണ പഠനവുമാണ്.

ലൈംഗികത അധികാരത്തിന്റെ ഉൽപ്പന്നവും ഉപകരണവുമാണെന്ന് ഒരു സാമൂഹിക സിദ്ധാന്തം വ്യക്തമാക്കുന്നു[124]. ലൈംഗികതയെ നിയന്ത്രിക്കുന്നതിലൂടെ സമൂഹം ശരീരങ്ങളെയും ജനസംഖ്യയെയും നിയന്ത്രിക്കുന്നു. അനുകൂലമായി നോക്കുമ്പോൾ, ഈ നിയന്ത്രണം പൊതുജനാരോഗ്യവും സാമൂഹിക ക്രമവും ഉറപ്പാക്കാൻ സഹായിക്കാം. പ്രതികൂലമായി നോക്കുമ്പോൾ, ലൈംഗികതയുടെ പേരിൽ ശരീരങ്ങളെ രാഷ്ട്രീയ നിയന്ത്രണത്തിന്

വിധേയമാക്കുന്നു എന്ന വിമർശനം ഉയരുന്നു. ലൈംഗിക തൊഴിൽ ഈ നിയന്ത്രണത്തിന്റെ അതിരുകളിൽ പ്രവർത്തിക്കുന്നു. ശരീരം വിപണിയിലെ വസ്തുവായി മാറുമ്പോൾ, അധികാരബന്ധങ്ങൾ കൂടുതൽ വ്യക്തമായി പ്രകടമാകുന്നു. ഒരു സ്ത്രീവാദ രാഷ്ട്രീയ വായനയിൽ, ലൈംഗിക തൊഴിൽ പിതൃത്വാധികാര ഘടനയുടെ സ്ഥാപനവൽക്കൃത രൂപമാണെന്ന് വാദിക്കുന്നു[125]. ഇതിന്റെ ശക്തി, ലിംഗാധിഷ്ഠിത അസമത്വങ്ങളെ ദൃശ്യവൽക്കരിക്കുന്നതിലാണ്. എന്നാൽ ചിലർ ചൂണ്ടിക്കാണിക്കുന്നത്, എല്ലാ ലൈംഗിക തൊഴിലിനെയും ഏകതാനമായി പുരുഷാധിപത്യത്തിന്റെ ഉൽപ്പന്നമായി വായിക്കുന്നത് വ്യക്തികളുടെ വ്യത്യസ്ത അനുഭവങ്ങളെ മങ്ങിയാക്കാം എന്നതാണ്.

ഉത്പാദന ഉപാധികൾ കൈവശം വയ്ക്കുന്നവർ അധികാരം കൈവശം വയ്ക്കുന്നു എന്ന സാമ്പത്തിക വിശകലനം ഇവിടെ പ്രസക്തമാണ്[126]. ലൈംഗിക തൊഴിൽ രംഗത്ത് ശരീരം തന്നെ ഉത്പാദന ഉപാധിയായി മാറുന്നു. അനുകൂലമായി നോക്കുമ്പോൾ, ശരീരത്തിന്റെ നിയന്ത്രണം വ്യക്തിയുടെ കൈവശമുണ്ടെങ്കിൽ അത് സ്വയംനിയന്ത്രിത മൂലധനമാകാം. പ്രതികൂലമായി നോക്കുമ്പോൾ, വിപണി ഘടനകൾ നിയന്ത്രണം പരോക്ഷമായി മാറ്റിമറിക്കാം. സാമൂഹികവും സാംസ്കാരികവുമായ മൂലധനം സാമൂഹിക സ്ഥാനത്തെ നിർണ്ണയിക്കുന്നു എന്ന നിരീക്ഷണം ഇവിടെ ചേർക്കപ്പെടുന്നു[127]. ലൈംഗിക സേവനം ഉപഭോഗം ചെയ്യുന്നവർക്കും വിൽക്കുന്നവർക്കും ഇടയിൽ സാംസ്കാരിക–സാമ്പത്തിക വ്യത്യാസം വ്യക്തമാണ്. ശരീരം നിയന്ത്രിക്കുന്നവൻ പലപ്പോഴും സാമൂഹിക അംഗീകാരം കൈവശം വയ്ക്കുന്നു; ശരീരം വിൽക്കുന്നവൾ നിരീക്ഷണത്തിന്റെയും വിലയിരുത്തലിന്റെയും വിധേയയാകുന്നു. ഈ അസമത്വം വിപണിയുടെ രാഷ്ട്രീയ സ്വഭാവം വ്യക്തമാക്കുന്നു.

സാമ്പത്തിക അവസരങ്ങളുടെ കുറവ് മനുഷ്യരുടെ ജീവിത തിരഞ്ഞെടുപ്പുകൾ ചുരുക്കുന്നു എന്ന വികസനസിദ്ധാന്തം ലൈംഗിക തൊഴിൽ ചർച്ചയിൽ നിർണ്ണായകമാണ്[128]. സാമ്പത്തിക അസമത്വം ലിംഗ അസമത്വവുമായി ചേർന്നുനിൽക്കുമ്പോൾ, ലൈംഗിക തൊഴിൽ ഘടനാപരമായ ഫലമായി പ്രത്യക്ഷപ്പെടുന്നു. അനുകൂലമായി നോക്കുമ്പോൾ, വിപണി ചിലർക്കെങ്കിലും വരുമാന അവസരം നൽകുന്നു. പ്രതികൂലമായി നോക്കുമ്പോൾ, പരിമിതമായ അവസരങ്ങൾ ആളുകളെ നിർബന്ധിത തീരുമാനങ്ങളിലേക്ക് തള്ളിവിടുന്നു. സ്ത്രീയുടെ ശരീരം ക്യാപിറ്റലിസം രൂപീകരണത്തിൽ കേന്ദ്ര ഘടകമായിരുന്നുവെന്ന ചരിത്രവായന ഈ ബന്ധത്തെ കൂടുതൽ ദൃഢമാക്കുന്നു[129]. പ്രജനനശേഷിയുടെ നിയന്ത്രണം സാമ്പത്തിക വ്യവസ്ഥയുടെ ഭാഗമായിരുന്നുവെന്ന വാദം ഇവിടെ ഉയരുന്നു. ഇതിന്റെ ശക്തി, സാമ്പത്തികവും ലൈംഗികവുമായ നിയന്ത്രണങ്ങളുടെ ബന്ധം തുറന്ന് കാണിക്കുന്നതിലാണ്. എന്നാൽ ചിലർ ചൂണ്ടിക്കാണിക്കുന്നത്, ഈ ചരിത്രവായനയെ സർവസാധാരണ നിയമമായി കാണുന്നത് സങ്കീർണ്ണതയെ ലളിതമാക്കാൻ ഇടയാക്കാം എന്നതാണ്.

ചില സാമൂഹിക പ്രവൃത്തികൾ "വികല" എന്ന മുദ്രയോടെ തന്നെ സമൂഹ ക്രമം നിലനിർത്താൻ സഹായിക്കുന്നു എന്ന സാമൂഹിക സിദ്ധാന്തം ലൈംഗിക തൊഴിലിന്റെ വിരോധാഭാസ സ്വഭാവം വ്യക്തമാക്കുന്നു[130]. ചരിത്രത്തിൽ ചില ഭരണകൂടങ്ങൾ ലൈംഗിക തൊഴിലിനെ സാമൂഹിക സുരക്ഷാ വാൽവായി സഹിച്ചിട്ടുണ്ടെന്ന രേഖകൾ കാണാം[131]. അനുകൂലമായി നോക്കുമ്പോൾ, നിയന്ത്രിത സഹിഷ്ണുത സാമൂഹിക സംഘർഷം കുറയ്ക്കാം. പ്രതികൂലമായി നോക്കുമ്പോൾ, ഇത് ദ്വന്ദ ധാർമികതയെ സ്ഥിരപ്പെടുത്തുന്നു. ഒരുവശത്ത് അപലപനം, മറുവശത്ത് പ്രവർത്തനപരമായ അംഗീകാരം. ഈ വിരോധാഭാസം അധികാരത്തിന്റെ തന്ത്രമായി പ്രവർത്തിക്കുന്നു.

ഉപഭോഗ സംസ്കാരത്തെക്കുറിച്ചുള്ള വിശകലനത്തിൽ ചില സേവനങ്ങൾ ആവശ്യമായി നിർമ്മിക്കപ്പെടുമ്പോഴും അവയെ സദാചാരമായി തള്ളിപ്പറയുന്നുവെന്ന് ചൂണ്ടിക്കാണിക്കുന്നു[132]. ലൈംഗിക തൊഴിൽ പല സമൂഹങ്ങളിലും "അവശ്യമായെങ്കിലും അപലപിക്കപ്പെടുന്ന" മേഖലയായി തുടരുന്നു. വിപണി ആവശ്യകത നിലനിൽക്കുമ്പോഴും സാമൂഹിക അംഗീകാരം നിഷേധിക്കപ്പെടുന്നു. അനുകൂലമായി നോക്കുമ്പോൾ, വ്യക്തിപരമായ ആഗ്രഹങ്ങളും പൊതുസമൂഹത്തിന്റെ മൂല്യങ്ങളും തമ്മിലുള്ള വ്യത്യാസമാണിത്. പ്രതികൂലമായി നോക്കുമ്പോൾ, ആവശ്യകത നിലനിർത്തുന്നവരും അപലപനം ഉച്ചരിക്കുന്നവരും ഒരേ സാമൂഹിക ഘടനയുടെ ഭാഗങ്ങളായതിനാൽ ഇത് അധികാരത്തിന്റെ ഇരട്ടമുഖമാണ്. ഈ വൈരുദ്ധ്യം വിപണിയുടെ സ്ഥിരതയെ തകർക്കുന്നില്ല; മറിച്ച് അതിനെ മറവിയിലൂടെ നിലനിർത്തുന്നു.

വേശ്യാവൃത്തി, ലൈംഗികത, സാമൂഹിക അധികാരം എന്നിവ തമ്മിലുള്ള ബന്ധം ലളിതമല്ല. ഇത് വ്യക്തിപരമായ തീരുമാനങ്ങളുടെ കഥയല്ല; അധികാരബന്ധങ്ങളുടെ സങ്കീർണ്ണ ഘടനയാണ്. ശരീരത്തിന്റെ നിയന്ത്രണം, ഉപഭോഗത്തിന്റെ രാഷ്ട്രീയത, സാമ്പത്തിക അസമത്വം, സദാചാര വിലയിരുത്തൽ എന്നിവ ചേർന്നാണ് ഈ മേഖല രൂപപ്പെടുന്നത്. അനുകൂല വാദങ്ങൾ agencyയും സാമ്പത്തിക അവസരവും ഉന്നയിക്കുമ്പോൾ, പ്രതികൂല വാദങ്ങൾ ഘടനാപരമായ അസമത്വവും നിയന്ത്രണവും ചൂണ്ടിക്കാണിക്കുന്നു. ഈ ബന്ധങ്ങളെ തുറന്നുകാണിക്കാതെ സമഗ്രമായ സാമൂഹിക വിശകലനം സാധ്യമാകില്ല.

11. വേശ്യാവൃത്തിയെക്കുറിച്ചുള്ള സമകാലീന തർക്കങ്ങൾ

(Contemporary Debates on Sex Work)

ഇന്നത്തെ അക്കാദമിക്–സാമൂഹിക ചർച്ചകളിൽ ലൈംഗിക തൊഴിൽ വിഷയത്തെ ഒരു ഏകവ്യാഖ്യാനത്തിൽ ഒതുക്കാനാവില്ല. ഇത് സദാചാരം, മനുഷ്യാവകാശം, തൊഴിൽ അവകാശം, ലിംഗ രാഷ്ട്രീയത, വിപണി ഘടന എന്നിവയുടെ സംഗമസ്ഥാനമാണ്. അതിനാൽ ഇതിനെ കുറിച്ചുള്ള സമകാലീന തർക്കങ്ങൾ ആശയപരമായ പല ധ്രുവങ്ങളിലായി വികസിച്ചിട്ടുണ്ട്. ഒരു വശത്ത് ഇത് തൊഴിൽ പ്രവർത്തനമായി വായിക്കപ്പെടുന്നു; മറുവശത്ത് അത് അടിച്ചമർത്തലിന്റെ ഘടനാപരമായ രൂപമായി ചിത്രീകരിക്കപ്പെടുന്നു. ഈ വ്യത്യാസം സിദ്ധാന്തപരമാത്രമല്ല, നയപരമായ വഴിത്തിരിവുകൾക്കും കാരണമാകുന്നു.

തൊഴിൽ അവകാശ മാതൃക പ്രകാരം ലൈംഗിക തൊഴിൽ ഒരു തൊഴിൽ പ്രവർത്തനമാണ്. അതിനാൽ സുരക്ഷിത തൊഴിൽ സാഹചര്യങ്ങൾ, യൂണിയൻ രൂപീകരണാവകാശം, കരാർ സംരക്ഷണം എന്നിവ ഉറപ്പാക്കണം എന്ന നിലപാട് ശക്തമാണ്[133]. നിയന്ത്രിത നിയമവ്യവസ്ഥ തൊഴിലാളികളുടെ സുരക്ഷയും അവകാശങ്ങളും മെച്ചപ്പെടുത്തുമെന്ന വാദം മുന്നോട്ടുവയ്ക്കപ്പെടുന്നു[134]. അനുകൂലമായി നോക്കുമ്പോൾ, ഈ സമീപനം തൊഴിലാളിയെ അവകാശധാരിയായി അംഗീകരിക്കുന്നു. പ്രതികൂലമായി നോക്കുമ്പോൾ, ഇത് ലൈംഗിക വ്യവസായത്തിന്റെ ഘടനാപരമായ അസമത്വത്തെ സാധാരണവൽക്കരിക്കുന്നുവെന്ന വിമർശനമുണ്ട്. അടിച്ചമർത്തൽ മാതൃകയിൽ ലൈംഗിക തൊഴിൽ സ്വഭാവത: ചൂഷണപരമാണെന്ന് വാദിക്കുന്നു[135]. ഇതിന്റെ ശക്തി, ലിംഗാധിഷ്ഠിത അധികാരബന്ധങ്ങളെ ദൃശ്യവൽക്കരിക്ക ന്നതിലാണ്. എന്നാൽ എല്ലാ അനുഭവങ്ങളെയും ഏകതാനമായി ചൂഷണമായി വായിക്കുന്നത് agencyയെ ചെറുതാക്കി കാണാനുള്ള സാധ്യത സൃഷ്ടിക്കുന്നു. ഈ രണ്ട് മാതൃകകളുടെ സംഘർഷമാണ് ചർച്ചയുടെ കേന്ദ്രം.

agencyയും exploitationയും തമ്മിലുള്ള വിവാദം ഈ മേഖലയിലെ പ്രധാന അച്ചുതണ്ടാണ്. എല്ലാ ലൈംഗിക തൊഴിലിനെയും നിർബന്ധിത ചൂഷണമായി കണക്കാക്കുന്നത് സ്ത്രീകളുടെ തീരുമാന ശേഷിയെ നിഷേധിക്കുന്നുവെന്ന വാദം ഉയരുന്നു[136]. അനുകൂലമായി നോക്കുമ്പോൾ, ഇത് വ്യക്തികളുടെ agency അംഗീകരിക്കുന്നു. പ്രതികൂലമായി നോക്കുമ്പോൾ, വിപണി സമ്മർദ്ദങ്ങളും സാമ്പത്തിക നിർബന്ധങ്ങളും കുറച്ച് വിലയിരുത്തപ്പെടാം. മറുവശത്ത്, ലൈംഗിക വ്യവസായം ഘടനാപരമായ അസമത്വത്തിന്റെ ഭാഗമാണെന്നും agency എന്ന ആശയം വിപണിയുടെ മറവാണെന്നും വിമർശനം ഉയരുന്നു[137]. ഈ നിലപാടിന്റെ ശക്തി, ഘടനാപരമായ ചൂഷണത്തെ മുൻനിറുത്തുന്നതിലാണ്. എന്നാൽ അതിന്റെ പരിമിതി, വ്യക്തികളുടെ അനുഭവ വൈവിധ്യം മങ്ങിയാക്കുന്നതിലാണ്. അതിനാൽ "തിരഞ്ഞെടുപ്പ്" എന്ന വാക്ക് സാഹചര്യപരമായി വിലയിരുത്തപ്പെടണം എന്ന നിലപാട് ശക്തമാകുന്നു.

ഡിക്രിമിനലൈസേഷൻ മാതൃകയിൽ ലൈംഗിക സേവന വിൽപ്പനയും വാങ്ങലും കുറ്റകരമാക്കൽ ഒഴിവാക്കണമെന്ന് ആവശ്യപ്പെടുന്നു[138]. കുറ്റകരമാക്കൽ ഹിംസയും ചൂഷണവും വർധിപ്പിക്കുന്നുവെന്ന മനുഷ്യാവകാശ വാദം ഇവിടെ മുന്നോട്ടുവരുന്നു[139]. ന്യൂസിലാൻഡിലെ നിയമപരമായ പരിഷ്കരണം തൊഴിലാളികളുടെ സുരക്ഷ മെച്ചപ്പെടുത്തിയതായി ചില പഠനങ്ങൾ സൂചിപ്പിക്കുന്നു[140]. അനുകൂലമായി നോക്കുമ്പോൾ, ഇത് ആരോഗ്യസംരക്ഷണവും നിയമപരമായ സംരക്ഷണവും ഉറപ്പാക്കുന്നു. പ്രതികൂലമായി നോക്കുമ്പോൾ, നിയമപരമായ മാറ്റം മാത്രം സാമൂഹിക അപകീർത്തിയെ ഇല്ലാതാക്കുന്നില്ലെന്ന വിമർശനം ഉയരുന്നു. അതിനാൽ നിയമപരമായ പരിഷ്കരണം ആവശ്യമാണ് എങ്കിലും പര്യാപ്തമല്ല.

ഫെമിനിസ്റ്റ് ചിന്തയിൽ ഈ വിഷയത്തിൽ ഗൗരവമായ ഭിന്നതകളുണ്ട്. റാഡിക്കൽ ഫെമിനിസം ലൈംഗിക തൊഴിലിനെ പിതൃത്വാധികാരത്തിന്റെ ഉൽപ്പന്നമായി കാണുന്നു[141]. ഇതിന്റെ ശക്തി, ലിംഗ അസമത്വത്തെ നേരിട്ട് ചൂണ്ടിക്കാണിക്കുന്നതിലാണ്. എന്നാൽ ചിലർ ഇത് സ്ത്രീകളുടെ agencyയെ പരിമിതപ്പെടുത്തുന്നു എന്ന് വിമർശിക്കുന്നു. മറുവശത്ത്, സെക്സ്–പോസിറ്റീവ് ഫെമിനിസം സ്ത്രീയുടെ ലൈംഗിക സ്വാതന്ത്ര്യത്തെ മുൻനിർത്തുന്നു[142]. അനുകൂലമായി നോക്കുമ്പോൾ, ഇത് ലൈംഗിക സ്വയംഭരണത്തെ അംഗീകരിക്കുന്നു. പ്രതികൂലമായി നോക്കുമ്പോൾ, വിപണി ഘടനകളുടെ സമ്മർദ്ദം കുറച്ച് വിലയിരുത്തപ്പെടാം. ഉപനിവേശാനന്തര വിമർശനം പാശ്ചാത്യ രക്ഷിതൃത്വ ഭാഷ മൂന്നാം ലോകസ്ത്രീകളുടെ ശബ്ദത്തെ മറയ്ക്കുന്നുവെന്ന് ചൂണ്ടിക്കാണിക്കുന്നു[143]. ഇതിന്റെ ശക്തി, ആഗോള അധികാരബന്ധങ്ങളെ വെളിപ്പെടുത്തുന്നതിലാണ്. എന്നാൽ ചിലർ ചോദ്യം ചെയ്യുന്നത്, എല്ലാ രക്ഷിതൃത്വ ഇടപെടലുകളും ഒരേ രീതിയിൽ വായിക്കാനാകുമോ എന്നതാണ്.

സദാചാര വിമർശനം പലപ്പോഴും വിപണി യാഥാർത്ഥ്യങ്ങളെ പരിഗണിക്കാതെ നിലപാട് സ്വീകരിക്കുന്നു. ആവശ്യകത–വിതരണം ബന്ധം വിപണിയെ നിർണ്ണയിക്കുന്നു എന്ന സാമ്പത്തിക വിശകലനം വ്യക്തമാക്കുന്നു[144]. എന്നാൽ സദാചാര അപലപനം ആവശ്യകതയെ ഇല്ലാതാക്കുന്നില്ല. ഉപഭോഗ സംസ്കാരത്തിൽ ആഗ്രഹങ്ങൾ നിരന്തരം സൃഷ്ടിക്കപ്പെടുകയും മറുവശത്ത് സദാചാരമായി നിയന്ത്രിക്കപ്പെടുകയും ചെയ്യുന്നതായി ഒരു സാമൂഹിക വിമർശനം ചൂണ്ടിക്കാണിക്കുന്നു[145]. ലൈംഗിക തൊഴിൽ വിഷയത്തിൽ ഇത് വ്യക്തമാണ്. വിപണി ആവശ്യകത നിലനിൽക്കുമ്പോഴും പൊതുചർച്ചയിൽ അപലപനം തുടരുന്നു. ഈ വൈരുദ്ധ്യം വിപണിയെ തകർക്കുന്നില്ല; മറിച്ച് അതിനെ മറവിയിലൂടെ നിലനിർത്തുന്നു.

ലൈംഗിക തൊഴിൽ വ്യക്തിഗത സദാചാര പരാജയമായി ചിത്രീകരിക്കപ്പെടാറുണ്ട്. എന്നാൽ വികസനത്തെ കഴിവുകളുടെ വിപുലീകരണമായി വായിക്കുന്ന സമീപനം പരിമിതമായ അവസരങ്ങൾ വ്യക്തിയുടെ തിരഞ്ഞെടുപ്പിനെ നിർണ്ണയിക്കുന്നുവെന്ന് വ്യക്തമാക്കുന്നു[146]. സാമൂഹിക ഘടനകൾ അവസരങ്ങളെ ചുരുക്കുമ്പോൾ തീരുമാനങ്ങളെ വ്യക്തിപരമായ കുറ്റമായി കാണുന്നത് അപര്യാപ്തമാണ്. സ്ത്രീ ശരീരം ചരിത്രപരമായി സാമ്പത്തിക വ്യവസ്ഥയുടെ ഭാഗമായിരുന്നുവെന്ന വിശകലനം ഈ വാദത്തെ ശക്തിപ്പെടുത്തുന്നു[147]. ലൈംഗിക തൊഴിൽ സാമ്പത്തിക അസമത്വം, ലിംഗ അസമത്വം, കുടിയേറ്റം, തൊഴിൽ അനിശ്ചിതത്വം എന്നിവയുടെ സംഗമഫലമാണ്. അതിനാൽ ഇത് ഘടനാപരമായ പ്രശ്നമാണ്.

ലൈംഗികതയെ ശുദ്ധമായ ധാർമിക ലംഘനമായി കാണുന്നത് അതിന്റെ രാഷ്ട്രീയ–സാമ്പത്തിക അളവുകൾ മറയ്ക്കുന്നു എന്ന വാദം അധികാര–ജ്ഞാന സിദ്ധാന്തത്തിൽ ഉന്നയിക്കപ്പെടുന്നു[148]. ലൈംഗികതയെ അധികാരബന്ധങ്ങളുടെ ഭാഗമായും വായിക്കേണ്ടതുണ്ട്. ഉത്പാദന വിശകലനവും അധികാര സിദ്ധാന്തവും ലിംഗ വിമർശനവും ഒരുമിച്ച് വായിക്കുമ്പോഴാണ് സമഗ്ര ചിത്രം ലഭിക്കുക[149]. ലൈംഗിക തൊഴിൽ ഒരു തൊഴിൽ, ഒരു അധികാരബന്ധം, ഒരു ശരീര രാഷ്ട്രീയത എന്നിങ്ങനെ മൂന്ന് തലങ്ങളിൽ വായിക്കപ്പെടണം.

സമകാലീന തർക്കങ്ങൾ ഏകവ്യാഖ്യാനത്തിൽ ഒതുങ്ങുന്നില്ല. തൊഴിൽ അവകാശവും അടിച്ചമർത്തൽ വിമർശനവും, agencyയും exploitationവും, സദാചാരവും വിപണിയും—all ഇവ തമ്മിലുള്ള സംഘർഷം തുടരുന്നു. ലളിതവൽക്കരണം ഈ സങ്കീർണ്ണതയെ മറയ്ക്കും. ഘടനാപരവും മനുഷ്യാവകാശപരവുമായ സമീപനം സ്വീകരിച്ചാലേ ഈ വിഷയത്തെ സമഗ്രമായി മനസ്സിലാക്കാനാകൂ.

12. ശരീരം തൊഴിൽ മൂലധനം vs മറ്റ് തൊഴിൽരൂപങ്ങൾ

(Body as Labour vs Other Forms of Labour)

മനുഷ്യരുടെ എല്ലാ തൊഴിൽ പ്രവർത്തനങ്ങളുടെയും അടിസ്ഥാനം ശരീരമാണ്. കൈകൾ, ശബ്ദം, പേശി, നാഡി, ബുദ്ധി—എല്ലാം ശരീരഘടകങ്ങളാണ്. എന്നിട്ടും, ലൈംഗിക തൊഴിൽ മാത്രം "ശരീരം തന്നെ തൊഴിൽ" എന്ന പ്രത്യേക സദാചാര–സാമൂഹിക വായനയ്ക്ക് വിധേയമാകുന്നു. ഈ വ്യത്യാസം യാഥാർത്ഥ്യപരമല്ല; അത് സാമൂഹിക നിർമ്മിതിയാണ്. മറ്റ് തൊഴിൽരൂപങ്ങളിൽ ശരീരം അടിസ്ഥാന ഉപാധിയാണെന്ന് അംഗീകരിക്കപ്പെടുമ്പോൾ, ലൈംഗിക തൊഴിൽ മാത്രം ശരീരത്തെ തന്നെ വിഷയമാക്കപ്പെടുന്നു.

തൊഴിൽശേഷി മനുഷ്യ ശരീരത്തിന്റെ ശേഷിയാണെന്ന് രാഷ്ട്രീയ സാമ്പത്തിക വിശകലനം വ്യക്തമാക്കുന്നു[150]. ഉത്പാദന പ്രക്രിയയിൽ ശരീരം കേന്ദ്രഘടകമാണ്. കൈത്തൊഴിൽ മനുഷ്യന്റെ ശരീര–ബുദ്ധി ഏകീകരണത്തിന്റെ ഫലമാണെന്ന് മറ്റൊരു സാമൂഹിക നിരീക്ഷണം ചൂണ്ടിക്കാണിക്കുന്നു[151]. അനുകൂലമായി നോക്കുമ്പോൾ, ഈ സമീപനം എല്ലാ തൊഴിലും ശരീരാധിഷ്ഠിതമാണെന്ന് വ്യക്തമാക്കുന്നു. പ്രതികൂലമായി നോക്കുമ്പോൾ, ലൈംഗിക തൊഴിൽ വിഷയത്തിൽ ഈ പൊതുസത്യം മറക്കപ്പെടുന്നു. മറ്റു മേഖലകളിൽ ശരീരം ഉപാധിയായി കാണപ്പെടുമ്പോൾ, ഇവിടെ ശരീരം തന്നെ സദാചാര പരിശോധനയുടെ വിഷയമാകുന്നു.

വികാരാത്മക തൊഴിൽ ശരീര–വികാര ക്ഷീണം സൃഷ്ടിക്കുന്നുവെന്ന് ഒരു വിശകലനം വിശദീകരിക്കുന്നു[152]. കായികതൊഴിൽ രംഗത്ത് പേശിക്ഷീണം തൊഴിൽ യാഥാർത്ഥ്യമായി അംഗീകരിക്കപ്പെടുന്നു. പരിചരണതൊഴിൽ രംഗത്ത് മാനസിക–ശാരീരിക ക്ഷീണം സാധാരണവൽക്കരിക്കപ്പെടുന്നു. അനുകൂലമായി നോക്കുമ്പോൾ, എല്ലാ തൊഴിലും ചില അപകടങ്ങളും ക്ഷീണങ്ങളും ഉൾക്കൊള്ളുന്നുവെന്ന് സമൂഹം അംഗീകരിക്കുന്നു. പ്രതികൂലമായി നോക്കുമ്പോൾ, ലൈംഗിക തൊഴിൽ രംഗത്തെ ശരീര ഉപയോഗം സാമ്പത്തിക യാഥാർത്ഥ്യമായി വായിക്കപ്പെടാതെ സദാചാര പ്രശ്നമായി അവതരിപ്പിക്കപ്പെടുന്നു. ക്ഷീണം ഇവിടെ തൊഴിൽ നിബന്ധനയായി കാണപ്പെടുന്നില്ല; അത് വ്യക്തിയുടെ നൈതികതയുമായി ബന്ധിപ്പിക്കപ്പെടുന്നു.

ലിംഗ പ്രകടനത്വത്തെക്കുറിച്ചുള്ള സിദ്ധാന്തം ശരീരവും തിരിച്ചറിവും സാമൂഹികമായി പുനർനിർമ്മിക്കപ്പെടുന്നതായി വ്യക്തമാക്കുന്നു[153]. മറ്റ് തൊഴിൽ മേഖലകളിൽ തൊഴിലാളി ശരീരം–സ്വകാര്യ ശരീരം എന്ന വേർതിരിവ് അംഗീകരിക്കപ്പെടുന്നു. ഒരു ഫാക്ടറി തൊഴിലാളി ജോലി കഴിഞ്ഞാൽ തന്റെ സ്വകാര്യ തിരിച്ചറിവിലേക്ക് മടങ്ങുന്നു. അനുകൂലമായി നോക്കുമ്പോൾ, ഈ വേർതിരിവ് തൊഴിൽ–ജീവിത തുലനം ഉറപ്പാക്കുന്നു. പ്രതികൂലമായി നോക്കുമ്പോൾ, ലൈംഗിക തൊഴിൽ രംഗത്ത് ഈ വേർതിരിവ് അംഗീകരിക്കപ്പെടുന്നില്ല. തൊഴിലാളിയുടെ തൊഴിൽ തിരിച്ചറിവ് വ്യക്തിത്വവുമായി ലയിപ്പിക്കപ്പെടുന്നു. ‘‘പതിത’’ എന്ന മുദ്ര വ്യക്തിയുടെ മുഴുവൻ ജീവിതത്തെ നിർവചിക്കുന്ന രീതിയിൽ പ്രവർത്തിക്കുന്നു.

തൊഴിൽ, ഭൂമി, പണം എന്നിവ കൃത്രിമ വസ്തുക്കളാണെന്ന് സാമൂഹിക സാമ്പത്തിക വിശകലനം ചൂണ്ടിക്കാണിക്കുന്നു[154].തൊഴിൽ എന്നത് മനുഷ്യന്റെ ജീവിച്ചിരിക്കുന്ന ശേഷിയാണ്. അത് മനുഷ്യന്റെ സമയം, ശരീരം, ബുദ്ധി, ജീവിതം എന്നിവയുടെ ഭാഗമാണ്. അതിനെ ‘‘വസ്തു’’ പോലെ വാങ്ങുകയും വിൽക്കുകയും ചെയ്യുന്നത്, യാഥാർത്ഥത്തിൽ മനുഷ്യജീവിതത്തെ തന്നെ വിപണിയുടെ നിയമങ്ങൾക്ക് വിധേയമാക്കുന്നതാണെന്ന് പോളാനി പറയുന്നു. ഭൂമി പ്രകൃതിയുടെ ഭാഗമാണ്. മനുഷ്യർ അത് നിർമ്മിച്ചിട്ടില്ല. എന്നാൽ അത് വിപണിയിൽ ‘‘വസ്തു’’ ആയി കണക്കാക്കുമ്പോൾ, പ്രകൃതിയെ തന്നെ വാങ്ങാവുന്നതും വിൽക്കാവുന്നതുമായ ഒന്നാക്കി മാറ്റുന്നു. പണം ഉൽപ്പാദിപ്പിക്കപ്പെടുന്ന വസ്തുവല്ല; അത് വിനിമയത്തെ സൗകര്യമാക്കുന്ന സംവിധാനമാണ്. എന്നാൽ പണം തന്നെ വിപണിയിലെ ‘‘വസ്തു’’ ആകുമ്പോൾ, ധനവിപണി സമൂഹത്തിന്റെ മേൽ ആധിപത്യം സ്ഥാപിക്കുന്നു.

തൊഴിൽ വിൽക്കുന്നത് ശരീരം മുഴുവൻ വിൽക്കുന്നതല്ല; സമയം, കഴിവ്, സേവനം എന്നിവ വിനിമയം ചെയ്യുന്നതാണ്. അനുകൂലമായി നോക്കുമ്പോൾ, ഈ വായന ലൈംഗിക തൊഴിലിനെയും മറ്റ് തൊഴിൽരൂപങ്ങളുമായി സമനിലയിൽ വയ്ക്കുന്നു. പ്രതികൂലമായി നോക്കുമ്പോൾ, ‘‘ശരീരം വിൽക്കുന്ന’’ എന്ന വാചകം ലൈംഗിക തൊഴിൽ വിഷയത്തിൽ സദാചാര കുറ്റാരോപണമായി ഉപയോഗിക്കപ്പെടുന്നു. മറ്റ് തൊഴിൽ മേഖലകളിൽ ഈ ഭാഷ പ്രയോഗിക്കപ്പെടുന്നില്ല. ഭാഷ തന്നെ ഇവിടെ അധികാരത്തിന്റെ ഉപകരണമായി മാറുന്നു.

ആധുനിക സമൂഹം അപകടസാധ്യതയെ വ്യാപകമായി ഉൾക്കൊള്ളുന്നുവെന്ന് ഒരു സാമൂഹിക വിശകലനം വ്യക്തമാക്കുന്നു[155]. നിർമ്മാണതൊഴിൽ, ഖനനം, കായികരംഗം എന്നിവയിൽ അപകടം തൊഴിൽ യാഥാർത്ഥ്യമായി അംഗീകരിക്കപ്പെടുന്നു. അനുകൂലമായി നോക്കുമ്പോൾ, അപകടം തൊഴിൽ നിബന്ധനകളുടെ ഭാഗമാണ്. പ്രതികൂലമായി നോക്കുമ്പോൾ, ലൈംഗിക

തൊഴിൽ രംഗത്തെ അപകടം തൊഴിലാളിയുടെ "സദാചാര പരാജയം" ആയി ചിത്രീകരിക്കപ്പെടുന്നു. അപകടം ഇവിടെ തൊഴിൽ ഘടനയുമായി ബന്ധിപ്പിക്കപ്പെടാതെ വ്യക്തിയുടെ സ്വഭാവവുമായി ബന്ധിപ്പിക്കപ്പെടുന്നു. ഈ വ്യത്യാസം സാമൂഹിക മാന്യതയുടെ രാഷ്ട്രീയമാണ്.

സ്ത്രീ ശരീരം ക്യാപിറ്റലിസത്തിന്റെ ചരിത്രപരമായ കേന്ദ്രഘടകമാണെന്ന് ഒരു ചരിത്രപരമായ വിമർശനം വ്യക്തമാക്കുന്നു[156]. മൂലധനവൽക്കരണം എല്ലാ തൊഴിൽ മേഖലകളിലും ശരീരത്തെ ഉൾക്കൊള്ളുന്നു. അനുകൂലമായി നോക്കുമ്പോൾ, എല്ലാ തൊഴിലും ശരീരത്തിന്റെ വിപണനമാണ്. പ്രതികൂലമായി നോക്കുമ്പോൾ, ലൈംഗിക തൊഴിൽ മാത്രം മാന്യതാ രാഷ്ട്രീയത്തിന്റെ നിയന്ത്രണത്തിൽ തുടരുന്നു. മറ്റ് മേഖലകളിൽ ശരീരത്തിന്റെ വിൽപനച്ചരക്കാക്കൽ (commodification) സ്വാഭാവികമാക്കപ്പെടുമ്പോൾ, ഇവിടെ അത് അപകീർത്തിയാകുന്നു.

ഗൗരവമുള്ള തൊഴിൽ ഉറപ്പാക്കേണ്ടതിന്റെ ആവശ്യകത അന്താരാഷ്ട്ര തലത്തിൽ ഉന്നയിക്കപ്പെടുന്നു[157]. സുരക്ഷ, ആരോഗ്യസംരക്ഷണം, യൂണിയൻ അവകാശം എന്നിവ തൊഴിൽ അവകാശത്തിന്റെ ഭാഗമാണ്. അനുകൂലമായി നോക്കുമ്പോൾ, ഈ മാനദണ്ഡങ്ങൾ എല്ലാ തൊഴിലാളികൾക്കും ബാധകമാകണം. പ്രതികൂലമായി നോക്കുമ്പോൾ, ലൈംഗിക തൊഴിലാളികൾക്ക് ഈ അവകാശങ്ങൾ പല ഇടങ്ങളിലും നിഷേധിക്കപ്പെടുന്നു. യൂണിയൻ രൂപീകരണം, കരാർ സംരക്ഷണം, നിയമപരമായ അംഗീകാരം ഇവ പരിമിതമാണ്. തൊഴിൽ അവകാശത്തിന്റെ ഭാഷ ഇവിടെ മങ്ങിപ്പോകുന്നു.

തൊഴിൽ മാന്യതയുമായി ബന്ധിപ്പിക്കപ്പെട്ടതായി ഒരു സാമൂഹിക–മതപരമായ വിശകലനം വ്യക്തമാക്കുന്നു[158]. "പ്രയത്നിച്ച് സമ്പാദിക്കുന്നത് മാന്യമാണ്" എന്ന ധാരണ സാമൂഹികമായി ശക്തമാണ്. അനുകൂലമായി നോക്കുമ്പോൾ, തൊഴിൽ മാന്യതയുടെ ഉറവിടമായി കണക്കാക്കപ്പെടുന്നു. പ്രതികൂലമായി നോക്കുമ്പോൾ, ഈ സമവാക്യം ലൈംഗിക തൊഴിൽ രംഗത്ത് തകരുന്നു. ഇവിടെ തൊഴിൽ–മാന്യത ബന്ധം നിഷേധിക്കപ്പെടുന്നു. അതായത്, തൊഴിൽ സ്വയം മാന്യത ഉറപ്പാക്കുന്നില്ല; സദാചാര മാനദണ്ഡങ്ങൾ നിർണ്ണായകമാണ്.

വ്യക്തിയുടെ ശരീരത്തിന്റെയും ജീവിതത്തിന്റെയും മേൽ അവകാശം വ്യക്തിക്കാണെന്ന സ്വാതന്ത്ര്യ തത്വചിന്ത ഇവിടെ പ്രസക്തമാണ്[159]. അനുകൂലമായി നോക്കുമ്പോൾ, ശാരീരിക സ്വയംഭരണം (bodily autonomy) തൊഴിൽ സ്വാതന്ത്ര്യത്തിന്റെ ഭാഗമാണ്. പ്രതികൂലമായി നോക്കുമ്പോൾ, ലൈംഗിക തൊഴിൽ വിഷയത്തിൽ ശരീര സ്വാതന്ത്ര്യം ചോദ്യം ചെയ്യപ്പെടുന്നു. തൊഴിൽ സ്വാതന്ത്ര്യം അംഗീകരിക്കുമ്പോഴും ശരീര സ്വാതന്ത്ര്യം നിഷേധിക്കപ്പെടുന്നു. ഈ വിരോധാഭാസം സദാചാര രാഷ്ട്രീയത്തിന്റെ തെളിവാണ്.

ഘടനയും പ്രവർത്തനവും പരസ്പരം സ്വാധീനിക്കുന്നുവെന്ന സാമൂഹിക സിദ്ധാന്തം agencyയെ സങ്കീർണ്ണമായി വായിക്കുന്നു[160]. ശരീരം ഉപയോഗിക്കുന്ന മറ്റ് തൊഴിൽരൂപങ്ങളിൽ agency നഷ്ടപ്പെടുന്നു എന്ന ചോദ്യം അപൂർവ്വമാണ്. എന്നാൽ ലൈംഗിക തൊഴിൽ രംഗത്ത് agency നിരന്തരം ചോദ്യം ചെയ്യപ്പെടുന്നു. അനുകൂലമായി നോക്കുമ്പോൾ, ഇത് ചൂഷണ സാധ്യതകളെക്കുറിച്ചുള്ള ജാഗ്രതയാണ്. പ്രതികൂലമായി നോക്കുമ്പോൾ, ഇത് തൊഴിലാളിയുടെ തീരുമാന ശേഷിയെ നിഷേധിക്കുന്ന രീതിയിലാകാം. ഈ വ്യത്യാസം തൊഴിൽ യാഥാർത്ഥ്യത്തേക്കാൾ സദാചാര രാഷ്ട്രീയത്തിന്റെ പ്രതിഫലനമാണ്.

അവസാനമായി, ശരീരം എല്ലാ തൊഴിൽരൂപങ്ങളിലും അടിസ്ഥാന ഉപാധിയായിരിക്കുമ്പോഴും, ലൈംഗിക തൊഴിൽ മാത്രം പ്രത്യേക സദാചാര പരിശോധനയ്ക്ക് വിധേയമാകുന്നത് സാമൂഹിക–രാഷ്ട്രീയ നിർമ്മിതിയാണ്. തൊഴിൽ, ശരീരം, agency, മാന്യത എന്നിവ ഒരുമിച്ച് വായിക്കാതെ ഈ വിഷയത്തെ സമഗ്രമായി മനസ്സിലാക്കാനാവില്ല. സദാചാര വിമർശനവും തൊഴിൽ അവകാശവും തമ്മിലുള്ള സംഘർഷം തിരിച്ചറിയുമ്പോഴാണ് ലൈംഗിക തൊഴിൽ ചർച്ച കൂടുതൽ സുതാര്യവും സങ്കീർണ്ണവുമായ രൂപത്തിൽ മുന്നോട്ട് പോകുക.

13. വേശ്യാവൃത്തി: അംഗീകരിക്കപ്പെട്ട, നിയമപരമായ, മാന്യമായ തൊഴിൽ

(Prostitution as a Recognized, Legal, and Honoured Profession)

ലൈംഗിക തൊഴിൽ ഒരു സാമൂഹിക–നിയമപരമായ അംഗീകാരം നേടുമ്പോൾ, അത് വെറും നിയമപുസ്തകത്തിലെ ഭേദഗതിയായി മാത്രം നിലനിൽക്കില്ല. "വിലക്കപ്പെട്ട പ്രവർത്തനം" എന്ന തിരിച്ചറിയലിൽ നിന്ന് "തൊഴിൽ പ്രവർത്തനം" എന്ന തിരിച്ചറിയലിലേക്കുള്ള മാറ്റം സമൂഹത്തിന്റെ സദാചാര–രാഷ്ട്രീയ ബോധത്തിൽ അടിസ്ഥാനം മാറ്റം സൃഷ്ടിക്കും. ഇത് അധികാരബന്ധങ്ങളെ പുനർനിർവ്വചിക്കുകയും, ഉൾക്കൊള്ളലിന്റെ പരിധികളെ വ്യാപിപ്പിക്കുകയും ചെയ്യും. നിയമം ഇവിടെ ശിക്ഷയുടെ ഉപകരണമാത്രമല്ല; അംഗീകാരത്തിന്റെ ഭാഷയുമാണ്.

സാമൂഹിക അംഗീകാരം നിഷേധിക്കപ്പെടുന്നത് അനീതിയുടെ പ്രധാന രൂപമാണെന്ന രാഷ്ട്രീയ വിശകലനം ഈ പശ്ചാത്തലത്തിൽ പ്രസക്തമാണ്[161]. ലൈംഗിക തൊഴിൽ നിയമപരമായി അംഗീകരിക്കപ്പെടുമ്പോൾ, തൊഴിലാളികൾ "അപമാനിത വിഭാഗം" എന്ന മുദ്രയിൽ നിന്ന് "തൊഴിലാളി വിഭാഗം" എന്ന നിലയിലേക്ക് മാറുന്നു. അനുകൂലമായി നോക്കുമ്പോൾ, ഇത് സാമൂഹിക പദവി പുനർക്രമീകരിക്കുന്ന ഒരു നീക്കമാണ്. പ്രതികൂലമായി നോക്കുമ്പോൾ, നിയമപരമായ അംഗീകാരം മാത്രം സാമൂഹിക മനോഭാവം ഉടൻ മാറ്റണമെന്നില്ല. നിയന്ത്രിത നിയമവ്യവസ്ഥ നിലവിൽ വന്ന സാഹചര്യങ്ങളിൽ, സമൂഹത്തിന്റെ സമീപനം ക്രമേണ മാറുന്നുവെന്ന വിലയിരുത്തലുണ്ട്[162]. ഈ മാറ്റം പ്രതീകാത്മകതയെ മറികടന്ന് ദൈനംദിന ഇടപെടലുകളെയും സ്വാധീനിക്കും.

വ്യക്തിപരമായ പ്രവർത്തനങ്ങൾ മറ്റുള്ളവർക്ക് നേരിട്ട് ദോഷകരമല്ലെങ്കിൽ നിയമപരമായി നിയന്ത്രിക്കരുതെന്ന സ്വാതന്ത്ര്യവാദ നിലപാട് ഇവിടെ ശക്തമായി ഉയരുന്നു[163]. ഇതിലൂടെ വിഷയം "സദാചാര പ്രശ്നം" എന്നതിൽ നിന്ന് "അവകാശ വിഷയം" എന്നതിലേക്കു മാറുന്നു. അനുകൂലമായി നോക്കുമ്പോൾ, ഇത് വ്യക്തിയുടെ സ്വയംഭരണത്തെ മാനിക്കുന്നു. പ്രതികൂലമായി നോക്കുമ്പോൾ, സാമൂഹിക ആഘാതങ്ങളെ കുറച്ച് വിലയിരുത്തുന്നുവെന്ന വിമർശനം ഉയരാം. തൊഴിൽ അവകാശം നിഷേധിക്കപ്പെടുന്നത് വ്യക്തിയുടെ ഗൗരവത്തെ ബാധിക്കുന്നുവെന്ന സ്ത്രീവാദ വാദം ഈ ചർച്ചയെ കൂടുതൽ ശക്തമാക്കുന്നു[164]. വിഷയം "പാപം" എന്ന ഭാഷയിൽ നിന്ന് "അവകാശം" എന്ന ഭാഷയിലേക്ക് മാറുമ്പോൾ, വിലയിരുത്തലിന്റെ ചട്ടക്കൂട് തന്നെ മാറുന്നു.

ഡിക്രിമിനലൈസേഷൻ മാതൃകയിൽ ഹിംസ റിപ്പോർട്ട് ചെയ്യാനുള്ള സാധ്യത വർധിച്ചതായി കണ്ടെത്തലുകൾ സൂചിപ്പിക്കുന്നു[165]. കുറ്റകരമാക്കൽ നീങ്ങിയപ്പോൾ തൊഴിലാളികൾ നിയമസംരക്ഷണം തേടാൻ മടിയില്ലാതാകുന്നു. അനുകൂലമായി നോക്കുമ്പോൾ, ഇത് സുരക്ഷയെ ശക്തിപ്പെടുത്തുന്നു. പ്രതികൂലമായി നോക്കുമ്പോൾ, നിയമപരമായ മാറ്റം എല്ലാ തരത്തിലുള്ള

ഹിംസയും ഇല്ലാതാക്കുമെന്ന് ഉറപ്പില്ല. കുറ്റകരമാക്കൽ സാമൂഹിക പ്രശ്നങ്ങളെ ഭൂഗർഭത്തിലേക്ക് തള്ളിവിടുന്നുവെന്ന നിരീക്ഷണവും പ്രസക്തമാണ്[166]. നിയമപരമായ അംഗീകാരം ഈ അദൃശ്യവൽക്കരണം കുറയ്ക്കാൻ സഹായിക്കും.

"ഗൗരവമുള്ള തൊഴിൽ" എന്ന ആശയം സുരക്ഷ, ആരോഗ്യസംരക്ഷണം, സാമൂഹിക സുരക്ഷ എന്നിവയെ അടിസ്ഥാനാവകാശങ്ങളായി കണക്കാക്കുന്നു[167]. നിയമപരമായ അംഗീകാരം ലഭിക്കുമ്പോൾ, തൊഴിലാളികൾക്ക് ആരോഗ്യപരിശോധന, ഇൻഷുറൻസ്, പെൻഷൻ തുടങ്ങിയ സംവിധാനങ്ങളിൽ ഉൾപ്പെടാൻ കഴിയും. അനുകൂലമായി നോക്കുമ്പോൾ, ഇത് ശരീര–സാമ്പത്തിക സുരക്ഷയെ ശക്തിപ്പെടുത്തുന്നു. പ്രതികൂലമായി നോക്കുമ്പോൾ, നിയന്ത്രണവും രജിസ്ട്രേഷനും പുതിയ നിരീക്ഷണ സംവിധാനങ്ങൾ സൃഷ്ടിക്കുമോ എന്ന ആശങ്ക ഉയരാം.

കുറ്റകരമാക്കൽ പോലീസ് അധികാരം വ്യാപിപ്പിക്കുന്നുവെന്ന രാഷ്ട്രീയ വിലയിരുത്തൽ ഇവിടെ നിർണ്ണായകമാണ്[168]. നിയമപരമായ അംഗീകാരം ലഭിക്കുമ്പോൾ അനാവശ്യ അറസ്റ്റുകളും പീഡനങ്ങളും കുറയാം. അനുകൂലമായി നോക്കുമ്പോൾ, ഇത് നിയമത്തിന്റെ വിശ്വാസ്യത വർധിപ്പിക്കുന്നു. പ്രതികൂലമായി നോക്കുമ്പോൾ, പ്രയോഗത്തിലെ അസമത്വം തുടരുമോ എന്ന ചോദ്യം നിലനിൽക്കും.

അപമാനം സാമൂഹിക അകലം സൃഷ്ടിക്കുന്നുവെന്ന സാമൂഹിക മനശ്ശാസ്ത്രപരമായ വിശകലനം അംഗീകാരത്തിന്റെ പ്രാധാന്യം വ്യക്തമാക്കുന്നു[169]. അപകീർത്തി കുറയുമ്പോൾ വിദ്യാഭ്യാസം, ബാങ്കിംഗ്, വാസസ്ഥലം എന്നിവയിലെ പ്രവേശനം എളുപ്പമാകുന്നു. അനുകൂലമായി നോക്കുമ്പോൾ, ഇത് സാമൂഹിക ഉൾക്കൊള്ളലിന് സഹായകരമാണ്. പ്രതികൂലമായി നോക്കുമ്പോൾ, അപകീർത്തിയുടെ സാംസ്കാരിക അവശിഷ്ടങ്ങൾ നിയമപരമായ മാറ്റത്തിനു ശേഷവും നിലനിൽക്കാം.

വിപണി ഔദ്യോഗിക അംഗീകാരത്തിലൂടെ സാമൂഹിക ഘടനകളെ മാറ്റുന്നു എന്ന സാമ്പത്തിക–സാമൂഹിക നിരീക്ഷണം ഇവിടെ പ്രസക്തമാണ്[170]. ഔദ്യോഗിക തൊഴിൽരൂപമായി അംഗീകരിക്കപ്പെടുമ്പോൾ, ലൈംഗിക തൊഴിൽ നികുതി, ലൈസൻസ്, കരാർ എന്നീ ചട്ടക്കൂടുകളിൽ പ്രവേശിക്കുന്നു. അനുകൂലമായി നോക്കുമ്പോൾ, ഇത് അദൃശ്യത കുറയ്ക്കുന്നു. പ്രതികൂലമായി നോക്കുമ്പോൾ, അമിതനിയന്ത്രണം സ്വാതന്ത്ര്യത്തെ ബാധിക്കുമോ എന്ന ആശങ്ക ഉയരും.

കൂട്ടായ വിലപേശൽ തൊഴിലാളികളുടെ ശക്തി വർധിപ്പിക്കുന്നുവെന്ന തൊഴിൽ പ്രസ്ഥാന പഠനങ്ങൾ ചൂണ്ടിക്കാണിക്കുന്നു[171]. യൂണിയൻ രൂപീകരണവും കൂട്ടായ ചർച്ചയും സാധ്യമായാൽ വേതനവും സുരക്ഷയും മെച്ചപ്പെടുത്താം. അനുകൂലമായി നോക്കുമ്പോൾ, ഇത് agencyയെ ശക്തിപ്പെടുത്തുന്നു. പ്രതികൂലമായി നോക്കുമ്പോൾ, സംഘടനം എല്ലാ തൊഴിലാളികളെയും ഉൾക്കൊള്ളുമോ എന്ന ചോദ്യമുണ്ട്.

"രക്ഷപ്പെടുത്തൽ" എന്ന ഭാഷ അധികാരബന്ധം സൃഷ്ടിക്കുന്നുവെന്ന ഉപനിവേശാനന്തര വിമർശനം ഇവിടെ പ്രസക്തമാണ്[172]. "അവകാശം" എന്ന ഭാഷ തൊഴിലാളിയെ സ്വയം തീരുമാനാധികാരമുള്ള വ്യക്തിയായി അംഗീകരിക്കുന്നു. അനുകൂലമായി നോക്കുമ്പോൾ, ഇത് രക്ഷിതൃത്വം കുറയ്ക്കുന്നു. പ്രതികൂലമായി നോക്കുമ്പോൾ, എല്ലാ സാഹചര്യങ്ങളിലും agency സമമല്ല എന്ന വാദവും നിലനിൽക്കും.

സാമൂഹിക മാറ്റത്തെക്കുറിച്ചുള്ള സിദ്ധാന്തം നിയമപരമായ മാറ്റം ക്രമേണ സാമൂഹിക സാധാരണവൽക്കരണം സൃഷ്ടിക്കുമെന്ന് സൂചിപ്പിക്കുന്നു[173]. ധാർമ്മിക പരിഷ്കരണം പലപ്പോഴും നിയന്ത്രണത്തിലേക്ക് നയിച്ചുവെങ്കിലും, നിയമപരിഷ്കരണം സാമൂഹിക ക്രമാനുസരണത്തിലൂടെ അപകീർത്തി കുറയ്ക്കാൻ സഹായിക്കാം. എന്നാൽ ഈ പ്രക്രിയ സ്വയമേ സംഭവിക്കില്ല; രാഷ്ട്രീയവും സാംസ്കാരികവുമായ ഇടപെടലുകൾ ആവശ്യമുണ്ട്.

വേശ്യാവൃത്തി തൊഴിൽ എന്ന നിലയിൽ അംഗീകരിക്കപ്പെടുമ്പോൾ, അത് വെറും നിയമപരിഷ്കരണമല്ല. അത് സാമൂഹിക ബോധത്തിന്റെ പുനർക്രമീകരണമാണ്. സദാചാര കുറ്റാരോപണത്തിൽ നിന്ന് അവകാശ–സുരക്ഷാ ചർച്ചയിലേക്കുള്ള നീക്കം തൊഴിലാളികളുടെ ഗൗരവവും agencyയും ശക്തിപ്പെടുത്താൻ സാധ്യതയുണ്ട്. അതേസമയം, നിയമപരമായ അംഗീകാരം മാത്രം എല്ലാ അസമത്വങ്ങളെയും ഇല്ലാതാക്കുമെന്ന് കരുതുന്നത് ലളിതവൽക്കരണമായിരിക്കും. ഈ ഇരട്ടസത്യങ്ങളെ മനസ്സിലാക്കുമ്പോഴാണ് അംഗീകാരത്തിന്റെ രാഷ്ട്രീയ അർത്ഥം വ്യക്തമായി തെളിയുന്നത്.

14. നിയമ ചട്ടക്കൂടുകളുടെ താരതമ്യം: ഇന്ത്യയും ലോകവും

(Legal Frameworks: Comparative Perspective – India / Global)

ലൈംഗിക തൊഴിൽ സംബന്ധിച്ച നിയമചട്ടക്കൂടുകൾ രാജ്യങ്ങളനുസരിച്ച് വ്യത്യാസപ്പെടുന്നു. ചില രാജ്യങ്ങളിൽ അത് പൂർണ്ണമായി കുറ്റകരമാക്കപ്പെടുന്നു. ചിലവിടങ്ങളിൽ ഭാഗികമായി നിയമാനുസൃതമാക്കപ്പെടുന്നു. മറ്റിടങ്ങളിൽ ഡിക്രിമിനലൈസേഷൻ വഴി കുറ്റനിയമങ്ങളിൽ നിന്ന് നീക്കംചെയ്യപ്പെടുന്നു. ഈ വ്യത്യാസങ്ങൾ വെറും നിയമസാങ്കേതിക ഭേദങ്ങൾ മാത്രമല്ല. അവ സമൂഹത്തിന്റെ ധാർമ്മികത, മനുഷ്യാവകാശ സമീപനം, ലിംഗ അധികാരഘടന, പൊതുജനാരോഗ്യ ചിന്ത എന്നിവയുടെ പ്രകടനങ്ങളാണ്. നിയമം ഇവിടെ ഒരു നിഷ്പക്ഷ ഉപകരണമെന്നതിലുപരി മൂല്യങ്ങൾ ഉൾക്കൊള്ളുന്ന രാഷ്ട്രീയ ഘടനയാണ്.

പൂർണ്ണ ക്രിമിനലൈസേഷൻ മാതൃകയിൽ ലൈംഗിക സേവനത്തിന്റെ വിൽപ്പന, വാങ്ങൽ, ഇടനിലക്കാരുടെ പ്രവർത്തനം, വേശ്യാലയം നടത്തൽ എന്നിവ ഉൾപ്പെടെ എല്ലാ ബന്ധപ്പെട്ട പ്രവർത്തനങ്ങളും കുറ്റകരമാക്കപ്പെടുന്നു[174]. അനുകൂലമായി നോക്കുമ്പോൾ, ഇത് പൊതുധാർമ്മികത സംരക്ഷിക്കുന്നതായും മനുഷ്യക്കടത്ത് പോലുള്ള ചൂഷണങ്ങളെ തടയാനുള്ള മാർഗമായും അവതരിപ്പിക്കപ്പെടുന്നു. പ്രതികൂലമായി നോക്കുമ്പോൾ, ഈ സമീപനം പ്രവർത്തനത്തെ ഭൂഗർഭ മേഖലയിലേക്ക് തള്ളിവിടുന്നു. അക്രമം റിപ്പോർട്ട് ചെയ്യാനുള്ള സാധ്യത കുറയുന്നു. നിയമസംരക്ഷണത്തിലേക്കുള്ള പ്രവേശനം ബുദ്ധിമുട്ടാകുന്നു[175]. ശിക്ഷാപരമായ ഘടന തൊഴിലാളിയുടെ മാന്യത ഉറപ്പാക്കുന്നതിനേക്കാൾ ഭീതിയും നിരീക്ഷണവും വർധിപ്പിക്കുന്നതായി നിരീക്ഷിക്കപ്പെട്ടിട്ടുണ്ട്.

ഭാഗിക നിയമാനുമതി മാതൃകയിൽ ചില പ്രവർത്തനങ്ങൾ അനുവദിക്കപ്പെടുകയും മറ്റു ഘടകങ്ങൾ കുറ്റകരമായി തുടരുകയും ചെയ്യുന്നു[176]. ഇതിലൂടെ നിയമപരമായ മേഖലയിലും അനിയമപരമായ മേഖലയിലും വിഭജനം ഉണ്ടാകുന്നു. ഔദ്യോഗിക അനുമതി ലഭിച്ചവർക്ക് ആരോഗ്യപരിശോധന, സുരക്ഷാ മാനദണ്ഡങ്ങൾ തുടങ്ങിയ സൗകര്യങ്ങൾ ലഭിക്കുമ്പോൾ, അതിന് പുറത്തുള്ളവർ കൂടുതൽ അപകടസാധ്യത നേരിടേണ്ടിവരുന്നു. അനുകൂലമായി നോക്കുമ്പോൾ, നിയന്ത്രണവും അംഗീകാരവും തമ്മിലുള്ള ഒരു തുലനം കണ്ടെത്താനുള്ള ശ്രമമാണിത്. പ്രതികൂലമായി നോക്കുമ്പോൾ, ഈ വിഭജനം അസമത്വം കൂടുതൽ ശക്തിപ്പെടുത്താം.

ഡിക്രിമിനലൈസേഷൻ മാതൃകയിൽ ലൈംഗിക തൊഴിൽ സംബന്ധിച്ച പ്രത്യേക കുറ്റനിയമങ്ങൾ നീക്കംചെയ്യപ്പെടുന്നു[177]. ഇത് ലൈംഗിക തൊഴിൽ മറ്റു തൊഴിൽരൂപങ്ങളോടു സമാനമായി കാണുന്ന സമീപനമാണ്. കുറ്റകരമാക്കൽ ഇല്ലാതായപ്പോൾ തൊഴിലാളികൾക്ക് അക്രമം സംബന്ധിച്ച പരാതികൾ നൽകാൻ ഭയം കുറയുന്നു. ആരോഗ്യപരിരക്ഷയും തൊഴിൽസുരക്ഷയും കൂടുതൽ സുതാര്യമായി നടപ്പിലാക്കാൻ സാധ്യമാകുന്നു. അനുകൂലമായി നോക്കുമ്പോൾ, ഇത് മനുഷ്യാവകാശ കേന്ദ്രീകൃത സമീപനമാണ്. പ്രതികൂലമായി നോക്കുമ്പോൾ, നിയന്ത്രണമില്ലായ്മ ചൂഷണ സാധ്യത വർധിപ്പിക്കുമോ എന്ന ആശങ്ക ചിലർ ഉന്നയിക്കുന്നു.

ലൈസൻസിംഗ് അടിസ്ഥാനത്തിലുള്ള നിയന്ത്രണത്തിൽ പ്രവർത്തനത്തിന് ഔദ്യോഗിക അനുമതി ആവശ്യമാണ്[178]. ഇത് നികുതി, ആരോഗ്യപരിശോധന, പ്രവർത്തനപരിധി എന്നിവയുടെ നിയന്ത്രണത്തിലേക്ക് കൊണ്ടുവരുന്നു. അനുകൂലമായി നോക്കുമ്പോൾ, സുരക്ഷയും പൊതുജനാരോഗ്യവും ഉറപ്പാക്കാനുള്ള സംവിധാനമാണ് ഇത്. പ്രതികൂലമായി നോക്കുമ്പോൾ, അത്യധികം ഭരണനിയന്ത്രണം പുതിയ നിരീക്ഷണ ഘടനകൾ സൃഷ്ടിക്കുകയും, മാനദണ്ഡങ്ങൾ പാലിക്കാൻ കഴിയാത്ത തൊഴിലാളികളെ അനൗപചാരിക മേഖലയിലേക്ക് തിരികെ തള്ളിവിടുകയും ചെയ്യാം.

നോർഡിക് മോഡൽ എന്നറിയപ്പെടുന്ന സമീപനത്തിൽ ഉപഭോക്താവിനെ ശിക്ഷിക്കുകയും തൊഴിലാളിയെ കുറ്റവിമുക്തനാക്കുകയും ചെയ്യുന്നു[179]. ആവശ്യകത കുറയ്ക്കുകയാണ് ലക്ഷ്യം. അനുകൂലമായി നോക്കുമ്പോൾ, ഇത് ലിംഗ അസമത്വത്തെ നേരിട്ട് ചൂണ്ടിക്കാണിക്കുന്നു. പ്രതികൂലമായി നോക്കുമ്പോൾ, പ്രവർത്തനം കൂടുതൽ രഹസ്യവൽക്കരിക്കപ്പെടുന്നതിലൂടെ സുരക്ഷ കുറയാം. രഹസ്യവൽക്കരണം അക്രമ സാധ്യത കുറയ്ക്കണമെന്നില്ല.

ചില നിയമചട്ടക്കൂടുകൾ തൊഴിലാളിയെ സ്വതന്ത്ര കർതൃത്വമില്ലാത്ത ഇരയായി മാത്രം കാണുന്നു[180]. സംരക്ഷണത്തിന്റെ ഭാഷ ഉപയോഗിച്ചാലും, ഇത് തൊഴിലാളിയുടെ agency പരിമിതപ്പെടുത്തുന്നു. അനുകൂലമായി നോക്കുമ്പോൾ, ഇത് ചൂഷണത്തിൽപ്പെട്ടവരെ സംരക്ഷിക്കാനുള്ള ശ്രമമാണ്. പ്രതികൂലമായി നോക്കുമ്പോൾ, വ്യക്തിയുടെ തീരുമാനശേഷി അംഗീകരിക്കപ്പെടാതെ രക്ഷിക്കപ്പെടേണ്ട ഒരാളായി മാത്രം അവതരിപ്പിക്കപ്പെടുന്നു.

മറുവശത്ത്, തൊഴിൽ അവകാശം അംഗീകരിക്കുന്ന നിയമരൂപങ്ങൾ ലൈംഗിക തൊഴിലിനെ തൊഴിൽ പ്രവർത്തനമായി കണക്കാക്കി സുരക്ഷ, ആരോഗ്യപരിരക്ഷ, സാമൂഹിക സംരക്ഷണം എന്നിവ ഉറപ്പാക്കാൻ ശ്രമിക്കുന്നു[181]. യൂണിയൻ രൂപീകരണം, കൂട്ടായ ചർച്ച, ഇൻഷുറൻസ്, പെൻഷൻ തുടങ്ങിയ സംവിധാനങ്ങൾ ഇതിലൂടെ സാധ്യമാകുന്നു. അനുകൂലമായി നോക്കുമ്പോൾ, ഇത് തൊഴിലാളിയുടെ മാന്യതയും agencyയും ശക്തിപ്പെടുത്തുന്നു. പ്രതികൂലമായി നോക്കുമ്പോൾ, സാമൂഹിക അപകീർത്തി നിയമപരമായ അംഗീകാരത്തിന് ശേഷം പോലും തുടർന്നേക്കാം.

ഇന്ത്യയിൽ 1956 ലെ ഇമ്മോറൽ ട്രാഫിക് പ്രിവെൻഷൻ ആക്ട് നിലവിലുണ്ട്[182]. വേശ്യാവൃത്തി സ്വതന്ത്രമായി കുറ്റകരമല്ലെങ്കിലും, വേശ്യാലയം നടത്തൽ, ഇടനിലക്കാരുടെ പ്രവർത്തനം, പൊതു സ്ഥലങ്ങളിൽ ആഹ്വാനം എന്നിവ കുറ്റകരമാണ്. ഇതിലൂടെ "വേശ്യാവൃത്തി കുറ്റമല്ല, പക്ഷേ ബന്ധപ്പെട്ട പ്രവർത്തനങ്ങൾ കുറ്റകരം" എന്ന വിരോധാഭാസ ഘടന രൂപപ്പെടുന്നു. നിയമപരമായ അനിശ്ചിതത്വം തൊഴിലാളിയുടെ സുരക്ഷ ഉറപ്പാക്കുന്നില്ല. 2022 ലെ ബുദ്ധദേവ് കർമാസ്കർ കേസിൽ ലൈംഗിക തൊഴിലാളികൾക്കും മാന്യത ഉറപ്പാക്കേണ്ടതുണ്ടെന്ന് സുപ്രീം കോടതി വ്യക്തമാക്കി[183]. അനുകൂലമായി നോക്കുമ്പോൾ, ഇത് ഭരണഘടനാപരമായ ഗൗരവത്തിന്റെ

അംഗീകാരമാണ്. പ്രതികൂലമായി നോക്കുമ്പോൾ, പ്രയോഗത്തിൽ പോലീസ് പീഡനം തുടരുന്നുവെന്ന റിപ്പോർട്ടുകൾ നിയമവും യാഥാർത്ഥ്യവും തമ്മിലുള്ള വിടവ് സൂചിപ്പിക്കുന്നു.

ആഗോളതലത്തിൽ മനുഷ്യാവകാശ ചട്ടക്കൂടിലേക്ക് മാറ്റം പ്രകടമാണ്. ഡിക്രിമിനലൈസേഷൻ മനുഷ്യാവകാശ സംരക്ഷണത്തിന്റെ ഭാഗമായി പരിഗണിക്കപ്പെടുന്നു[184]. അക്രമത്തിൽ നിന്ന് സംരക്ഷണം, ആരോഗ്യാവകാശം, നിയമപരമായ പിന്തുണ എന്നിവ മുൻനിരയിൽ വയ്ക്കപ്പെടുന്നു. അനുകൂലമായി നോക്കുമ്പോൾ, ഇത് വ്യക്തിയുടെ ഗൗരവത്തെ കേന്ദ്രീകരിക്കുന്നു. പ്രതികൂലമായി നോക്കുമ്പോൾ, സാംസ്കാരിക–സാമൂഹിക ഘടകങ്ങൾ പരിഗണിക്കപ്പെടാതെ നയങ്ങൾ നടപ്പിലാക്കുമ്പോൾ പ്രതികാരപ്രവർത്തനം ഉണ്ടാകാം.

നിയമം സംരക്ഷിക്കുന്നതാര്, നിയന്ത്രിക്കുന്നതാര് എന്ന ചോദ്യം തുടരുന്നു[185]. നിയമം തത്വത്തിൽ സമത്വപരമാണെന്ന് തോന്നിച്ചാലും, പ്രയോഗത്തിൽ സാമൂഹിക സ്ഥാനം, വർഗ്ഗം, ലിംഗം എന്നിവ ഫലങ്ങളെ നിർണ്ണയിക്കും. നിയമാനുമതി അപകീർത്തി കുറയ്ക്കാൻ സഹായിക്കാം[186]. എന്നാൽ അപകീർത്തി പൂർണമായും ഇല്ലാതാകണമെന്നില്ല. ചില സാഹചര്യങ്ങളിൽ പുതിയ ലൈസൻസിംഗ്, രജിസ്ട്രേഷൻ സംവിധാനങ്ങൾ കൂടുതൽ നിരീക്ഷണവും നിയന്ത്രണവും സൃഷ്ടിക്കാം. അതിനാൽ നിയമപരിഷ്കരണം മാത്രം മതിയാകില്ല; സാമൂഹിക മനോഭാവത്തിലെ മാറ്റവും അനിവാര്യമാണ്.

15. രക്ഷയ്ക്ക് അപ്പുറം: അവകാശാധിഷ്ഠിത സമീപനങ്ങൾ

(Beyond Rescue: Rights-Based Frameworks)

ലൈംഗിക തൊഴിൽ സംബന്ധിച്ച പൊതുചർച്ചകളിൽ "രക്ഷ" എന്ന പദം ശക്തമായ ധാർമ്മിക വികാരഭരിതമായ ഭാഷ സൃഷ്ടിക്കുന്നു. സ്ത്രീയെ അപകടത്തിൽപ്പെട്ട ഒരാളായി, പുറത്തുനിന്ന് ഇടപെടൽ ആവശ്യമായ ഒരാളായി അവതരിപ്പിക്കുന്ന ഈ സമീപനം സമൂഹത്തിൽ സ്വാഭാവിക അനുകമ്പ ഉണർത്തുന്നു. എന്നാൽ കഴിഞ്ഞ വർഷങ്ങളിലായി രൂപപ്പെട്ടുവരുന്ന അവകാശാധിഷ്ഠിത ചട്ടക്കൂട് ഈ നിലപാടിനെ അടിസ്ഥാനത്തിൽ ചോദ്യം ചെയ്യുന്നു. ഇവിടെ സ്ത്രീ ഒരു തിരുത്തപ്പെടേണ്ട വസ്തു അല്ല; അവൾ ഒരു വിഷയമാണ്, തീരുമാനമെടുക്കുന്ന വ്യക്തിയാണ്, അവകാശങ്ങളുടെ ഉടമയാണ്.

അവകാശാധിഷ്ഠിത ചട്ടക്കൂട് സ്ത്രീയെ കർതൃത്വമുള്ള വ്യക്തിയായി കാണുന്നു. സ്വന്തം ജീവിതത്തെക്കുറിച്ച് അവൾക്ക് തീരുമാനമെടുക്കാനുള്ള ശേഷിയുണ്ട്, ശരീരത്തെയും തൊഴിൽ തിരഞ്ഞെടുപ്പിനെയും കുറിച്ച് അവൾക്ക് അധികാരം ഉണ്ടെന്ന നിലപാട് ഇത് സ്വീകരിക്കുന്നു[187]. ഈ സമീപനത്തിന്റെ പ്രധാന ഗുണം സ്ത്രീയുടെ മാന്യതയെ കേന്ദ്രത്തിൽ വയ്ക്കുന്നതാണ്. ഇരയായി മാത്രം കാണാതെ, സാമൂഹിക പങ്കാളിയായി അംഗീകരിക്കുന്നു. എന്നാൽ വിമർശകർ ചൂണ്ടിക്കാണിക്കുന്നത്, ഈ സമീപനം ചിലപ്പോൾ ഘടനാപരമായ അസമത്വങ്ങളെ ലഘൂകരിക്കാനുള്ള അപകടസാധ്യതയുണ്ടെന്നാണ്. സാമ്പത്തിക സമ്മർദ്ദം, കടബാധ്യത, സാമൂഹിക നിർബന്ധം എന്നിവ ശക്തമായ സാഹചര്യങ്ങളിൽ "തിരഞ്ഞെടുപ്പ്" എന്ന വാക്ക് യഥാർത്ഥ സ്വാതന്ത്ര്യത്തെ പ്രതിഫലിപ്പിക്കുന്നുവോ എന്ന ചോദ്യം അവഗണിക്കാനാവില്ല.

രക്ഷാ മാതൃക സ്ത്രീയെ നിർജ്ജീവ ഇരയായി കാണുന്നു[188]. അവൾക്ക് സ്വയം തീരുമാന ശേഷി പരിമിതമാണെന്നും, പുറത്തുനിന്ന് രക്ഷിക്കപ്പെടേണ്ടതുണ്ടെന്നും കരുതുന്നു. ഇതിന്റെ ഗുണം, അക്രമം, മനുഷ്യക്കടത്ത്, നിർബന്ധിത തൊഴിൽ എന്നിവയെ ഗൗരവത്തോടെ കാണുകയും

അടിയന്തര ഇടപെടലുകൾക്ക് പ്രാധാന്യം നൽകുകയും ചെയ്യുന്നതാണ്. എന്നാൽ ദോഷം, സ്ത്രീയുടെ കർതൃത്വം ഇല്ലാതാക്കപ്പെടുന്നതാണ്. നിർബന്ധിത പുനരധിവാസം പലപ്പോഴും സാമ്പത്തിക അനിശ്ചിതത്വവും സാമൂഹിക ഒറ്റപ്പെടുത്തലും സൃഷ്ടിക്കുന്നു.

അവകാശാധിഷ്ഠിത സമീപനത്തിന്റെ അടിസ്ഥാനങ്ങളിൽ ശരീര സ്വാതന്ത്ര്യം പ്രധാനമാണ്[189]. വ്യക്തിയുടെ ശരീരം അവളുടെ നിയന്ത്രണത്തിലാണ് എന്ന ധാരണ ഇതിന്റെ ആധാരമാണ്. ഗുണം, മാന്യതയും സ്വയം നിർണ്ണയാധികാരവും ശക്തിപ്പെടുന്നു. ദോഷം, സാമൂഹിക സമ്മർദ്ദങ്ങളും സാമ്പത്തിക നിർബന്ധങ്ങളും നിലനിൽക്കുന്ന സാഹചര്യങ്ങളിൽ ഈ സ്വാതന്ത്ര്യം സിദ്ധാന്തപരമായി മാത്രം തുടരാൻ സാധ്യതയുണ്ട്.

തൊഴിൽ അവകാശങ്ങൾ ഈ ചട്ടക്കൂടിന്റെ മറ്റൊരു പ്രധാന ഘടകമാണ്[190]. സുരക്ഷിത തൊഴിൽ സാഹചര്യങ്ങൾ, വേതനാവകാശം, യൂണിയൻ രൂപീകരണം, കൂട്ടായ ചർച്ച എന്നിവ ഉൾപ്പെടുന്നു. ഗുണം, തൊഴിൽ രംഗത്തെ സുരക്ഷയും സ്ഥിരതയും വർധിക്കുന്നു. ദോഷം, ചില രാജ്യങ്ങളിൽ നിയമപരമായ അംഗീകാരം കൂടുതൽ ലൈസൻസിംഗ്–രജിസ്ട്രേഷൻ സംവിധാനങ്ങൾ വഴി പുതിയ നിയന്ത്രണ ഘടനകൾ സൃഷ്ടിക്കാം.

ആരോഗ്യപ്രവേശനം അവകാശമായി കാണപ്പെടുന്നു. ആരോഗ്യപരിശോധന, മാനസികാരോഗ്യ പിന്തുണ, അക്രമത്തിൽ നിന്ന് സംരക്ഷണം എന്നിവ ഉൾപ്പെടുന്നു. ഗുണം, രോഗബാധയും അപകടവും കുറയുന്നു. ദോഷം, ഭരണസംവിധാനങ്ങളുടെ അക്ഷമത മൂലം ഈ സൗകര്യങ്ങൾ യാഥാർത്ഥ്യത്തിൽ ലഭ്യമാകാതിരിക്കാൻ സാധ്യതയുണ്ട്.

നിയമപരമായ സംരക്ഷണം കുറ്റകരമാക്കൽ ഒഴിവാക്കി തൊഴിലാളിയെ നിയമസംരക്ഷണത്തിനുള്ളിൽ കൊണ്ടുവരുന്നു[191]. ഗുണം, അക്രമം റിപ്പോർട്ട് ചെയ്യാനുള്ള ഭയം കുറയുന്നു. ദോഷം, രജിസ്ട്രേഷൻ–ഡാറ്റ ശേഖരണം തൊഴിലാളികളുടെ സ്വകാര്യതയെ ബാധിക്കാം.

ഡിക്രിമിനലൈസേഷൻ പിന്തുണയ്ക്കുന്ന അവകാശാധിഷ്ഠിത മാതൃക തൊഴിലാളി നേതൃത്വത്തിലുള്ള സംഘടനകളുടെ രൂപീകരണത്തെയും പ്രോത്സാഹിപ്പിക്കുന്നു[192]. സമ്മതം കേന്ദ്രീകരിച്ച നിയന്ത്രണം പ്രാമുഖ്യമാകുന്നു. ഗുണം, തൊഴിലാളികളുടെ ശബ്ദം ശക്തിപ്പെടുന്നു. ദോഷം, സമ്മതത്തിന്റെ യാഥാർത്ഥ്യസ്ഥിതി നിർണ്ണയിക്കൽ പ്രായോഗികമായി സങ്കീർണ്ണമാണ്.

രക്ഷാ മാതൃകകൾ പലപ്പോഴും exit നിർബന്ധമാക്കുന്നു[193]. തൊഴിൽ വിടാൻ നിർബന്ധിത നടപടികൾ സ്വീകരിക്കുന്നു. ഗുണം, നിർബന്ധിത ചൂഷണത്തിൽപ്പെട്ടവർക്ക് പുനരധിവാസ അവസരം ലഭിക്കും. ദോഷം, സാമ്പത്തിക സുരക്ഷ ഇല്ലാതെ exit ദീർഘകാലം നിലനിൽക്കണമെന്നില്ല; ജീവിതോപാധി അനിശ്ചിതമാകാം.

അവകാശാധിഷ്ഠിത ചട്ടക്കൂട് തുടരാനുള്ള അവകാശവും പുറത്ത് പോകാനുള്ള അവകാശവും ഒരുപോലെ അംഗീകരിക്കുന്നു[194]. തുടരാൻ തീരുമാനിക്കുന്നവർക്ക് സുരക്ഷയും, പുറത്ത് പോകാൻ തീരുമാനിക്കുന്നവർക്ക് സാമ്പത്തിക–സാമൂഹിക പിന്തുണയും നൽകണമെന്ന് വാദിക്കുന്നു. ഗുണം, തിരഞ്ഞെടുപ്പ് കർതൃത്വത്തിന്റെ ഭാഗമായി കാണപ്പെടുന്നു. ദോഷം, നടപ്പിലാക്കൽ സങ്കീർണ്ണവും ചെലവേറിയതുമാകാം.

അക്രമത്തെ നേരിടുന്നത് ലൈംഗിക തൊഴിൽ ഇല്ലാതാക്കൽ വഴി സാധ്യമല്ലെന്ന നിലപാട് ശക്തമാണ്[195]. അവകാശങ്ങൾ ഉറപ്പാക്കൽ വഴിയാണ് അക്രമം കുറയുക എന്ന വാദം

മുന്നോട്ടുവയ്ക്കപ്പെടുന്നു. ഗുണം, നിയമപരമായ സംരക്ഷണം വർധിക്കുന്നു. ദോഷം, എല്ലാ അക്രമരൂപങ്ങളും നിയമപരിഷ്കരണത്തിലൂടെ മാത്രം ഇല്ലാതാക്കാനാവില്ല.

സ്ത്രീവാദ രാഷ്ട്രീയബോധം നിയന്ത്രണം നീക്കംചെയ്യൽ ശക്തീകരണത്തിലേക്ക് നയിക്കാമെന്ന് ചർച്ച ചെയ്യുന്നു[196]. നിയന്ത്രണ സംവിധാനങ്ങൾ കുറയുമ്പോൾ agency ശക്തിപ്പെടാം. എന്നാൽ നിയന്ത്രണം പൂർണ്ണമായി നീക്കുമ്പോൾ സംരക്ഷണ ഘടനകളും ദുർബലമാകുമോ എന്ന ചോദ്യവും നിലനിൽക്കുന്നു.

ആകെ നോക്കുമ്പോൾ, രക്ഷാ മാതൃകയും അവകാശാധിഷ്ഠിത മാതൃകയും തമ്മിലുള്ള തർക്കം സ്ത്രീയെ എങ്ങനെ കാണുന്നു എന്നതിലാണ് കേന്ദ്രീകരിക്കുന്നത്. ഒരുവശത്ത് അവൾ ഒരു ഇരയാണ്; മറുവശത്ത് അവൾ കർതൃത്വമുള്ള അവകാശധാരിയാണ്. രണ്ട് സമീപനങ്ങളും ഗുണദോഷങ്ങളോടെയാണ് നിലനിൽക്കുന്നത്. അക്രമത്തെയും ചൂഷണത്തെയും ഗൗരവമായി കാണുകയും, അതേസമയം സ്ത്രീയുടെ മാന്യതയും കർതൃത്വവും അംഗീകരിക്കുകയും ചെയ്യുന്ന സമതുലിത സമീപനമാണ് ഏറ്റവും പ്രായോഗികവും മനുഷ്യാവകാശപരവുമായ വഴി.

ലൈംഗിക തൊഴിൽ സംബന്ധിച്ച നിയമരൂപങ്ങൾ ലോകത്തിന്റെ വിവിധ മേഖലകളിൽ ഒരേ രീതിയിൽ രൂപപ്പെട്ടതല്ല. അവയുടെ പിന്നിൽ ചരിത്രം, മതം, കോളനിവഴി ഭരണഘടനകൾ, മനുഷ്യാവകാശ ചർച്ചകൾ, സാമ്പത്തിക ഘടനകൾ എന്നിവയുടെ ദീർഘകാല സ്വാധീനമുണ്ട്. ഈ വ്യത്യസ്ത സാഹചര്യങ്ങൾ ഒരേ വിഷയത്തിന് പരസ്പരം വിരുദ്ധമായ നിയമമാതൃകകൾ സൃഷ്ടിച്ചു. ചില രാജ്യങ്ങളിൽ പൂർണ്ണ കുറ്റകരമാക്കൽ നിലനിൽക്കുമ്പോൾ, ചിലവിടങ്ങളിൽ നിയമാനുമതി സംവിധാനങ്ങളാണ്. മറ്റിടങ്ങളിൽ കുറ്റകരമാക്കൽ ഒഴിവാക്കി സാധാരണ തൊഴിൽരൂപമായി പരിഗണിക്കുന്നു. ചില രാജ്യങ്ങൾ ഉപഭോക്താവിനെ മാത്രം ശിക്ഷിക്കുന്ന മാതൃക പിന്തുടരുന്നു. ഈ ഭേദങ്ങൾ വെറും സാങ്കേതിക വ്യത്യാസമല്ല; സമൂഹം ലൈംഗികതയെ, ശരീരത്തെ, അധികാരബന്ധങ്ങളെ എങ്ങനെ വായിക്കുന്നു എന്നതിന്റെ പ്രതിഫലനമാണ്[204].

ഇന്ത്യയിൽ വേശ്യാവൃത്തി സ്വതന്ത്രമായി കുറ്റകരമല്ലെങ്കിലും, 1956 ലെ *ഇമ്മോറൽ ട്രാഫിക് (പ്രിവെൻഷൻ) ആക്ട്* പ്രകാരം ബന്ധപ്പെട്ട പ്രവർത്തനങ്ങൾ കുറ്റകരമാണ്[205]. വേശ്യാലയം നടത്തൽ, ഇടനിലക്കാരുടെ പ്രവർത്തനം, പൊതു സ്ഥലങ്ങളിൽ ആഹ്വാനം എന്നിവ ശിക്ഷാർഹമാണ്. ഈ ഘടന നേരിട്ട് തൊഴിലാളിയെ കുറ്റവാളിയാക്കുന്നില്ലെങ്കിലും, അവരെ നിയമപരമായ അനിശ്ചിതത്വത്തിൽ തുടരുന്നു. സാമൂഹിക അപകീർത്തി നിയമത്തിന്റെ അനൗപചാരിക ഘടകമായി പ്രവർത്തിക്കുന്നു. 2022 ലെ സുപ്രീം കോടതി വിധിയിൽ ലൈംഗിക തൊഴിലാളികൾക്കും മാന്യത ഉറപ്പാക്കണമെന്ന് വ്യക്തമാക്കിയിരുന്നു[206]. ഇതിന്റെ ഗുണം, ഭരണസംവിധാനങ്ങൾക്ക് വ്യക്തമായ മാർഗനിർദേശം ലഭിച്ചതാണ്. എന്നാൽ പ്രയോഗത്തിൽ പോലീസ് നിയന്ത്രണവും അനൗപചാരിക പീഡനവും തുടരുന്നതായി മനുഷ്യാവകാശ സംഘടനകൾ ചൂണ്ടിക്കാണിക്കുന്നു. അതിനാൽ നിയമവും പ്രയോഗവും തമ്മിൽ വിടവ് തുടരുന്നു.

യൂറോപ്യൻ രാജ്യങ്ങളിൽ വ്യത്യസ്ത സമീപനങ്ങൾ കാണാം. നെതർലാൻഡ്സും ജർമനിയും നിയമാനുമതി മാതൃക പിന്തുടരുന്നു. ലൈസൻസിംഗ്, നികുതി, ആരോഗ്യപരിശോധന, തൊഴിൽസുരക്ഷ തുടങ്ങിയ സംവിധാനങ്ങളിലൂടെ ലൈംഗിക തൊഴിൽ ഔദ്യോഗിക തൊഴിൽരൂപമായി അംഗീകരിക്കപ്പെടുന്നു[207]. ഇതിന്റെ ഗുണം, സുതാര്യതയും ഭരണപരമായ നിയന്ത്രണവും. തൊഴിലാളികൾക്ക് ചില സാമൂഹിക സുരക്ഷാ ആനുകൂല്യങ്ങൾ ലഭിക്കുന്നു. എന്നാൽ

രജിസ്ട്രേഷൻ നടപടികൾ സ്വകാര്യതയെ ബാധിക്കാമെന്ന വിമർശനമുണ്ട്. ഔദ്യോഗിക സംവിധാനത്തിന് പുറത്തുള്ളവർ കൂടുതൽ അപകടസാധ്യത നേരിടേണ്ടിവരാം.

സ്വീഡൻ, നോർവേ, ഐസ്‌ലാൻഡ് എന്നിവിടങ്ങളിൽ ഉപഭോക്താവിനെ ശിക്ഷിക്കുന്ന നോർഡിക് മോഡൽ നടപ്പിലുണ്ട്[208]. തൊഴിലാളിയെ കുറ്റവിമുക്തനാക്കുകയും വാങ്ങുന്നവനെ ശിക്ഷിക്കുകയും ചെയ്യുന്നു. ലക്ഷ്യം ആവശ്യകത കുറയ്ക്കലാണ്. ഈ മാതൃക ലിംഗ അസമത്വത്തെ ചോദ്യം ചെയ്യുന്നതായി അവതരിപ്പിക്കപ്പെടുന്നു. ഗുണം, തൊഴിലാളിയെ നേരിട്ട് കുറ്റവാളിയാക്കുന്നില്ല. ദോഷം, ചില പഠനങ്ങൾ പ്രവർത്തനം കൂടുതൽ രഹസ്യവൽക്കരിക്കപ്പെടുന്നതായി സൂചിപ്പിക്കുന്നു. രഹസ്യവൽക്കരണം അക്രമസാധ്യത കുറയ്ക്കണമെന്നില്ല.

ഫ്രാൻസും അയർലണ്ടും സമാന ഉപഭോക്തൃ-ശിക്ഷാ മാതൃക പിന്തുടരുന്നു[209]. ഇവിടങ്ങളിൽ രക്ഷാ ഭാഷ ശക്തമാണ്. തൊഴിലാളിയെ ഇരയായി കാണുന്ന സമീപനം നിയമരൂപത്തിൽ പ്രതിഫലിക്കുന്നു. ഗുണം, മനുഷ്യക്കടത്ത് വിരുദ്ധ നയങ്ങൾക്ക് ഊന്നൽ ലഭിക്കുന്നു. ദോഷം, തൊഴിലാളിയുടെ agency പരിമിതപ്പെടുത്തപ്പെടുന്നു എന്ന വിമർശനമുണ്ട്.

ലാറ്റിൻ അമേരിക്കയിൽ നിയമരൂപങ്ങൾ വൈവിധ്യമാർന്നതാണ്. ബ്രസീലിൽ വേശ്യാവൃത്തി സ്വതന്ത്രമായി നിയമപരമാണ്, എന്നാൽ വേശ്യാലയം നടത്തൽ കുറ്റകരമാണ്[210]. അർജന്റീനയിൽ നിയമപരമായ അനിശ്ചിതത്വം തുടരുന്നു. ചില പ്രദേശങ്ങളിൽ നിയന്ത്രണം ശക്തമാണ്. ഇവിടെ സാമ്പത്തിക അസമത്വവും മനുഷ്യക്കടത്തും നിയമചർച്ചയെ സ്വാധീനിക്കുന്നു. ഗുണം, ചില സ്വാതന്ത്ര്യം നിലനിൽക്കുന്നു. ദോഷം, അനൗപചാരികതയും സുരക്ഷക്കുറവും തുടരുന്നു.

ആഫ്രിക്കയിലെ പല രാജ്യങ്ങളിലും പൂർണ്ണ കുറ്റകരമാക്കൽ നിലനിൽക്കുന്നു. ദക്ഷിണാഫ്രിക്കയിൽ ലൈംഗിക തൊഴിൽ കുറ്റകരമാണെങ്കിലും നിയമപരിഷ്കരണ ചർച്ചകൾ തുടരുന്നു[211]. കുറ്റകരമാക്കൽ അക്രമം കുറയ്ക്കുന്നില്ലെന്ന വാദം ശക്തമാണ്. ഗുണം, പൊതുധാർമ്മികത സംരക്ഷിക്കുന്നുവെന്ന അവകാശവാദം. ദോഷം, ആരോഗ്യപ്രശ്നങ്ങളും പോലീസ് പീഡനവും വർധിക്കുന്നു.

മിഡിൽ ഈസ്റ്റ് മേഖലയിലെ ഭൂരിഭാഗം രാജ്യങ്ങളിൽ മതാധിഷ്ഠിത നിയമഘടനകൾ ശക്തമാണ്. ലൈംഗിക തൊഴിൽ ധാർമ്മിക ലംഘനമായി കണക്കാക്കപ്പെടുന്നു[212]. ഫലമായി പ്രവർത്തനം ഭൂഗർഭത്തിലേക്ക് നീങ്ങുന്നു. ഗുണം, സാമൂഹിക നിയന്ത്രണം ശക്തമാക്കുന്നു. ദോഷം, നിയമപരമായ സംരക്ഷണം അപൂർവ്വമാണ്.

ഏഷ്യൻ രാജ്യങ്ങളിൽ വൈവിധ്യമുണ്ട്. തായ്‌ലാൻഡിൽ ഔദ്യോഗികമായി കുറ്റകരമാക്കിയിട്ടുണ്ടെങ്കിലും നിയന്ത്രിത സഹിഷ്ണുത നിലനിൽക്കുന്നു[213]. ജപ്പാനിൽ ചില സേവനങ്ങൾ നിയമപരമാക്കി മറ്റു ഘടകങ്ങൾ നിയന്ത്രിക്കുന്നു. ദക്ഷിണകൊറിയ ശക്തമായ ശിക്ഷാനയം പിന്തുടരുന്നു. ചൈനയിൽ പൂർണ്ണ കുറ്റകരമാക്കൽ നിലനിൽക്കുന്നു, എങ്കിലും അനൗപചാരിക മേഖല വ്യാപകമാണ്. ഈ സാഹചര്യങ്ങളിൽ നിയമവും യാഥാർത്ഥ്യവും തമ്മിലുള്ള വിടവ് വ്യക്തമാണ്.

ന്യൂസിലാൻഡ് 2003 ലെ *പ്രോസ്റ്റിറ്റ്യൂഷൻ റിഫോം ആക്ട്* വഴി ഡിക്രിമിനലൈസേഷൻ നടപ്പിലാക്കി[214]. തൊഴിലാളിയുടെ കർതൃത്വം അംഗീകരിക്കുകയും അക്രമ റിപ്പോർട്ടിംഗ് എളുപ്പമാക്കുകയും ചെയ്തു. ചില പഠനങ്ങൾ സുരക്ഷ മെച്ചപ്പെട്ടതായി സൂചിപ്പിക്കുന്നു. ഗുണം,

മനുഷ്യാവകാശ ചട്ടക്കൂടുമായി പൊരുത്തപ്പെടുന്നു. ദോഷം, സാമൂഹിക അപകീർത്തി ഉടൻ ഇല്ലാതാകുന്നില്ല.

ഓസ്ട്രേലിയയിൽ സംസ്ഥാനാനുസരിച്ച് വ്യത്യസ്ത മാതൃകകൾ നിലനിൽക്കുന്നു[215]. ചില സംസ്ഥാനങ്ങളിൽ നിയമാനുമതി, ചിലതിൽ ഭാഗിക കുറ്റകരമാക്കൽ. ഈ വൈവിധ്യം നിയമപരമായ പരീക്ഷണപരിസരം സൃഷ്ടിക്കുന്നു. ഗുണം, നയപരമായ പഠനത്തിനുള്ള അവസരം. ദോഷം, നിയമപരമായ അസമത്വം.

അമേരിക്കയിൽ മിക്ക സംസ്ഥാനങ്ങളിലും പൂർണ്ണ കുറ്റകരമാക്കൽ നിലനിൽക്കുന്നു. നെവാഡയിലെ ചില കൗണ്ടികളിൽ മാത്രമാണ് നിയന്ത്രിത നിയമാനുമതി അനുവദിച്ചിരിക്കുന്നത്[216]. ഫെഡറൽ ഘടനയുടെ പ്രതിഫലനമാണ് ഈ വ്യത്യാസം. ഗുണം, പ്രാദേശിക നിയന്ത്രണത്തിന് അവസരം. ദോഷം, രാജ്യതലത്തിൽ ഏകീകൃത സമീപനം ഇല്ല.

ഈ താരതമ്യങ്ങളിൽ ഉയരുന്ന പ്രധാന ചോദ്യം നിയമം അക്രമം കുറയ്ക്കുന്നുണ്ടോ എന്നതാണ്. ഡിക്രിമിനലൈസേഷൻ നടപ്പിലാക്കിയ രാജ്യങ്ങളിൽ അക്രമ റിപ്പോർട്ടിംഗ് വർധിച്ചതായി ചില പഠനങ്ങൾ സൂചിപ്പിക്കുന്നു[214]. എന്നാൽ നിയമാനുമതി stigma ഉടൻ ഇല്ലാതാക്കുന്നില്ല. പുതിയ രജിസ്ട്രേഷൻ–നിയന്ത്രണ സംവിധാനങ്ങൾ അധിക നിരീക്ഷണം സൃഷ്ടിക്കാം.

രക്ഷാ മാതൃകയും അവകാശാധിഷ്ഠിത മാതൃകയും തമ്മിലുള്ള വ്യത്യാസം ആഗോളതലത്തിൽ വ്യക്തമാണ്. രക്ഷാ മാതൃക തൊഴിലാളിയെ ഇരയായി കാണുന്നു. അവകാശാധിഷ്ഠിത സമീപനം തൊഴിലാളിയെ കർതൃത്വമുള്ള വ്യക്തിയായി അംഗീകരിക്കുന്നു. ഏത് മാതൃക ഫലപ്രദമെന്നത് നിയമത്തിന്റെ പ്രയോഗം, സാമൂഹിക മനോഭാവം, സാമ്പത്തിക ഘടന എന്നിവയെ ആശ്രയിച്ചിരിക്കുന്നു[217].

ആഗോള താരതമ്യം ഒരു നിർണ്ണായക സത്യത്തെ സൂചിപ്പിക്കുന്നു: നിയമം ഒറ്റയ്ക്ക് പരിഹാരമല്ല. നിയമം നിയന്ത്രണത്തിന്റെയും സംരക്ഷണത്തിന്റെയും ഉപാധിയാണ്. എന്നാൽ മനുഷ്യാവകാശ ചട്ടക്കൂടും സാമൂഹിക ഉൾക്കൊള്ളലും സാമ്പത്തിക അവസരങ്ങളും ചേർന്നപ്പോൾ മാത്രമേ സ്ഥിരതയുള്ള മാറ്റം സാധ്യമാകൂ.

16. ആഗോള നിയമപരമായ താരതമ്യം: ഇന്ത്യ, യൂറോപ്പ്, ലാറ്റിൻ അമേരിക്ക, ആഫ്രിക്ക, മിഡിൽ ഈസ്റ്റ്, ഏഷ്യ

(Legal Comparison of Sex Work: India, Europe, Latin America, Africa, Middle East, Asia)

ലൈംഗിക തൊഴിൽ സംബന്ധിച്ച നിയമചട്ടക്കൂടുകൾ ലോകത്തിന്റെ വിവിധ ഭാഗങ്ങളിൽ ഒരേപോലെ രൂപപ്പെട്ടതല്ല. അവയുടെ രൂപീകരണത്തിന് പിന്നിൽ ചരിത്രപരമായ അനുഭവങ്ങൾ, മതാധിഷ്ഠിത മൂല്യങ്ങൾ, കോളനിയൽ ഭരണക്രമങ്ങൾ, മനുഷ്യാവകാശ പ്രസ്ഥാനങ്ങൾ, സാമ്പത്തിക ഘടനകൾ എന്നിവ ചേർന്നാണ് പ്രവർത്തിച്ചത്. അതിനാൽ ചില രാജ്യങ്ങൾ പൂർണ്ണ കുറ്റകരമാക്കൽ പിന്തുടരുമ്പോൾ, ചിലത് നിയമാനുമതി സംവിധാനം സ്വീകരിക്കുന്നു; ചിലത് കുറ്റകരമാക്കൽ ഒഴിവാക്കി സാധാരണ തൊഴിൽരൂപമായി പരിഗണിക്കുന്നു; മറ്റുചില രാജ്യങ്ങൾ ഉപഭോക്താവിനെ മാത്രം ശിക്ഷിക്കുന്ന മാതൃക പിന്തുടരുന്നു. ഈ വ്യത്യാസങ്ങൾ വെറും

നിയമസാങ്കേതിക ഭേദങ്ങൾ മാത്രമല്ല; ലൈംഗികത, ശരീരം, അധികാരം, വിപണി എന്നിവയെ സമൂഹം എങ്ങനെ മനസ്സിലാക്കുന്നു എന്നതിന്റെ രാഷ്ട്രീയപ്രകടനങ്ങളാണ്[197].

ഇന്ത്യയിൽ വേശ്യാവൃത്തി സ്വതന്ത്രമായി കുറ്റകരമല്ല. എന്നാൽ 1956 ലെ *Immoral Traffic (Prevention) Act* പ്രകാരം ബന്ധപ്പെട്ട നിരവധി പ്രവർത്തനങ്ങൾ കുറ്റകരമാക്കപ്പെട്ടിരിക്കുന്നു[198]. വേശ്യാലയം നടത്തൽ, ഇടനിലക്കാരുടെ ഇടപെടൽ, പൊതു സ്ഥലങ്ങളിൽ ഉപഭോക്തൃ ആഹ്വാനം എന്നിവ ശിക്ഷാർഹമാണ്. ഇതിന്റെ ഗുണം, മനുഷ്യക്കടത്തും നിർബന്ധിത ചൂഷണവും തടയാൻ നിയമോപാധി ലഭിക്കുന്നതാണെന്ന വാദമാണ്. എന്നാൽ ദോഷം, തൊഴിലാളികൾ നേരിട്ട് കുറ്റവാളിയല്ലെങ്കിലും കുറ്റപരിസരത്തിൽ കുടുങ്ങുന്നു. 2022 ലെ *Budhadev Karmaskar v. State of West Bengal* കേസിൽ സുപ്രീം കോടതി ലൈംഗിക തൊഴിലാളികൾക്കും മാന്യത ഉറപ്പാക്കണമെന്ന് വ്യക്തമാക്കി[199]. ഇത് അവകാശഭാഷയ്ക്ക് നിയമപരമായ പിന്തുണ നൽകുന്നു. എന്നാൽ പ്രയോഗത്തിൽ പോലീസ് നിയന്ത്രണവും അനൗപചാരിക പീഡനവും തുടരുന്നതായി റിപ്പോർട്ടുകൾ സൂചിപ്പിക്കുന്നു. നിയമവും പ്രയോഗവും തമ്മിലുള്ള വിടവ് ഇവിടെ വ്യക്തമാണ്.

യൂറോപ്യൻ രാജ്യങ്ങളിൽ നിയമരൂപങ്ങൾ വൈവിധ്യമാർന്നതാണ്. നെതർലാൻഡ്സും ജർമനിയും നിയമാനുമതി മാതൃക പിന്തുടരുന്നു. ലൈസൻസിംഗ്, നികുതി, ആരോഗ്യപരിശോധന, തൊഴിൽസുരക്ഷ എന്നിവ ഉറപ്പാക്കുന്ന ഘടനയിലൂടെയാണ് ഇവ പ്രവർത്തിക്കുന്നത്[200]. ഗുണം, സുതാര്യതയും ഭരണപരമായ നിയന്ത്രണവും വർധിക്കുന്നു; ചില സാമൂഹിക സുരക്ഷാ സംവിധാനങ്ങളിൽ തൊഴിലാളികൾ ഉൾപ്പെടുന്നു. എന്നാൽ രജിസ്ട്രേഷൻ സംവിധാനം സ്വകാര്യതയെ ബാധിക്കാമെന്ന വിമർശനമുണ്ട്. ഔദ്യോഗിക ഘടനയ്ക്ക് പുറത്തുള്ളവർ കൂടുതൽ അപകടസാധ്യത നേരിടാൻ ഇടയുണ്ട്.

സ്വീഡൻ, നോർവേ, ഐസ്‌ലാൻഡ് എന്നിവിടങ്ങളിൽ നോർഡിക് മോഡൽ നടപ്പിലുണ്ട്[201]. ഉപഭോക്താവിനെ ശിക്ഷിക്കുകയും തൊഴിലാളിയെ കുറ്റവിമുക്തനാക്കുകയും ചെയ്യുന്നു. ലക്ഷ്യം ആവശ്യകത കുറയ്ക്കലാണ്. ഗുണം, തൊഴിലാളിയെ നേരിട്ട് കുറ്റവാളിയാക്കുന്നില്ല; ലിംഗ അസമത്വത്തെ ചോദ്യം ചെയ്യുന്നു. എന്നാൽ ചില പഠനങ്ങൾ പ്രവർത്തനം കൂടുതൽ രഹസ്യവൽക്കരിക്കപ്പെടുന്നതായി സൂചിപ്പിക്കുന്നു. രഹസ്യവൽക്കരണം സുരക്ഷ മെച്ചപ്പെടുത്തണമെന്നില്ല.

ഫ്രാൻസും അയർലണ്ടും സമാന ഉപഭോക്തൃ-ശിക്ഷാ സമീപനം സ്വീകരിച്ചിട്ടുണ്ട്[202]. ഇവിടങ്ങളിൽ "രക്ഷ" ഭാഷ ശക്തമാണ്; തൊഴിലാളിയെ ഇരയായി കാണുന്ന നിലപാട് നിയമരൂപത്തിൽ പ്രതിഫലിക്കുന്നു. ഗുണം, മനുഷ്യക്കടത്ത് വിരുദ്ധ ചർച്ച ശക്തമാക്കുന്നു. ദോഷം, തൊഴിലാളിയുടെ agency പരിമിതപ്പെടുത്തപ്പെടുന്നു എന്ന വിമർശനം നിലനിൽക്കുന്നു.

ലാറ്റിൻ അമേരിക്കയിൽ നിയമരൂപങ്ങൾ കൂടുതൽ വൈവിധ്യമാർന്നതാണ്. ബ്രസീലിൽ വേശ്യാവൃത്തി സ്വതന്ത്രമായി നിയമപരമാണ്, എന്നാൽ വേശ്യാലയം നടത്തൽ കുറ്റകരമാണ്[203]. ഗുണം, വ്യക്തിഗത വിൽപ്പനയ്ക്ക് നിയമപരമായ ഇടം ലഭിക്കുന്നു. ദോഷം, അനൗപചാരികതയും സുരക്ഷക്കുറവും തുടരുന്നു. അർജന്റീനയിൽ നിയമപരമായ അനിശ്ചിതത്വം നിലനിൽക്കുന്നു; ചില പ്രദേശങ്ങളിൽ നിയന്ത്രണം ശക്തമാണ്. സാമ്പത്തിക അസമത്വവും മനുഷ്യക്കടത്തും ഇവിടെ നിയമചർച്ചയെ ശക്തമായി സ്വാധീനിക്കുന്നു.

ആഫ്രിക്കയിലെ പല രാജ്യങ്ങളിലും പൂർണ്ണ കുറ്റകരമാക്കൽ നിലനിൽക്കുന്നു. ദക്ഷിണാഫ്രിക്കയിൽ ലൈംഗിക തൊഴിൽ കുറ്റകരമാണെങ്കിലും നിയമപരിഷ്കരണ ചർച്ചകൾ തുടരുന്നു[204]. കുറ്റകരമാക്കൽ പൊതുധാർമ്മികത സംരക്ഷിക്കുന്നുവെന്ന വാദമുണ്ടെങ്കിലും, അക്രമവും ആരോഗ്യപ്രശ്നങ്ങളും കുറയുന്നില്ലെന്ന വിമർശനവും ശക്തമാണ്.

മിഡിൽ ഈസ്റ്റ് മേഖലയിലെ ഭൂരിഭാഗം രാജ്യങ്ങളിൽ മതാധിഷ്ഠിത നിയമഘടനകൾ ശക്തമാണ്. ലൈംഗിക തൊഴിൽ ധാർമ്മിക ലംഘനമായി കണക്കാക്കപ്പെടുന്നു[205]. ഗുണം, സമൂഹത്തിന്റെ പരമ്പരാഗത മൂല്യങ്ങൾ സംരക്ഷിക്കുന്നുവെന്ന അവകാശവാദം. ദോഷം, പ്രവർത്തനം ഭൂഗർഭത്തിലേക്ക് നീങ്ങുന്നു; നിയമപരമായ സംരക്ഷണം അപൂർവ്വമാണ്.

ഏഷ്യൻ രാജ്യങ്ങളിൽ വൈവിധ്യമുണ്ട്. തായ്‌ലാൻഡിൽ ഔദ്യോഗികമായി കുറ്റകരമാക്കിയിട്ടുണ്ടെങ്കിലും പ്രായോഗികമായി നിയന്ത്രിത സഹിഷ്ണുത നിലനിൽക്കുന്നു[206]. ജപ്പാനിൽ ചില സേവനങ്ങൾ നിയമപരമാക്കി മറ്റു ഘടകങ്ങൾ നിയന്ത്രിക്കുന്നു. ദക്ഷിണകൊറിയ ശക്തമായ ശിക്ഷാനയം പിന്തുടരുന്നു. ചൈനയിൽ പൂർണ്ണ കുറ്റകരമാക്കൽ നിലനിൽക്കുന്നു, എങ്കിലും അനൗപചാരിക മേഖല വ്യാപകമാണ്. നിയമവും യാഥാർത്ഥ്യവും തമ്മിലുള്ള വ്യത്യാസം ഇവിടെ വ്യക്തമാണ്.

ന്യൂസിലാൻഡ് 2003 ലെ *Prostitution Reform Act* വഴി ഡിക്രിമിനലൈസേഷൻ നടപ്പിലാക്കി[207]. തൊഴിലാളിയുടെ കർതൃത്വം അംഗീകരിക്കുകയും അക്രമ റിപ്പോർട്ടിംഗ് എളുപ്പമാക്കുകയും ചെയ്തു. ഗുണം, മനുഷ്യാവകാശ ചട്ടക്കൂടുമായി കൂടുതൽ പൊരുത്തപ്പെടുന്നു; തൊഴിലാളികൾക്ക് പോലീസ് സംരക്ഷണം തേടാൻ ഭയം കുറയുന്നു. ദോഷം, സാമൂഹിക അപകീർത്തി ഉടൻ ഇല്ലാതാകുന്നില്ല.

ഓസ്ട്രേലിയയിൽ സംസ്ഥാനാനുസരിച്ച് വ്യത്യസ്ത മാതൃകകൾ നിലനിൽക്കുന്നു[208]. ചില സംസ്ഥാനങ്ങളിൽ നിയമാനുമതി, ചിലതിൽ ഭാഗിക കുറ്റകരമാക്കൽ. ഗുണം, നയപരമായ പരീക്ഷണങ്ങൾക്ക് അവസരം. ദോഷം, നിയമപരമായ അസമത്വം.യുണൈറ്റഡ് സ്റ്റേറ്റ്സിൽ മിക്ക സംസ്ഥാനങ്ങളിലും പൂർണ്ണ കുറ്റകരമാക്കൽ നിലനിൽക്കുന്നു. നെവാഡയിലെ ചില കൗണ്ടികളിൽ മാത്രമാണ് നിയന്ത്രിത നിയമാനുമതി അനുവദിച്ചിരിക്കുന്നത്[209]. ഫെഡറൽ ഘടനയുടെ പ്രതിഫലനമാണ് ഈ വ്യത്യാസം. ഗുണം, പ്രാദേശിക സ്വാതന്ത്ര്യം. ദോഷം, രാജ്യതലത്തിൽ ഏകീകൃത സമീപനം ഇല്ല.

ഈ ആഗോള താരതമ്യങ്ങളിൽ ഉയരുന്ന പ്രധാന ചോദ്യം നിയമം അക്രമം കുറയ്ക്കുന്നുണ്ടോ എന്നതാണ്. ഡിക്രിമിനലൈസേഷൻ നടപ്പിലാക്കിയ രാജ്യങ്ങളിൽ അക്രമ റിപ്പോർട്ടിംഗ് വർധിച്ചതായി ചില പഠനങ്ങൾ സൂചിപ്പിക്കുന്നു[207]. ഇത് സുരക്ഷ മെച്ചപ്പെട്ടതായി വായിക്കാം. എന്നാൽ നിയമാനുമതി stigma ഉടൻ ഇല്ലാതാക്കുന്നില്ല. രജിസ്ട്രേഷൻ–നിയന്ത്രണ സംവിധാനങ്ങൾ പുതിയ നിരീക്ഷണ ഘടനകൾ സൃഷ്ടിക്കാമെന്ന വിമർശനവും നിലനിൽക്കുന്നു[210].രക്ഷാ മാതൃകയും അവകാശാധിഷ്ഠിത മാതൃകയും തമ്മിലുള്ള വ്യത്യാസം ആഗോളതലത്തിൽ വ്യക്തമാണ്. രക്ഷാ മാതൃക തൊഴിലാളിയെ ഇരയായി കാണുന്നു; അവകാശാധിഷ്ഠിത സമീപനം തൊഴിലാളിയെ കർതൃത്വമുള്ള വ്യക്തിയായി അംഗീകരിക്കുന്നു. ഏത് മാതൃക ഫലപ്രദമെന്നത് നിയമത്തിന്റെ പ്രയോഗം, സാമൂഹിക മനോഭാവം, സാമ്പത്തിക ഘടന എന്നിവയെ ആശ്രയിച്ചിരിക്കുന്നു[211].

അവസാനമായി, ആഗോള താരതമ്യം സൂചിപ്പിക്കുന്നത് നിയമം ഒറ്റയ്ക്ക് പരിഹാരമല്ല എന്നതാണ്. നിയമം നിയന്ത്രണത്തിന്റെയും സംരക്ഷണത്തിന്റെയും ഉപാധിയാണ്. എന്നാൽ മനുഷ്യാവകാശ ചട്ടക്കൂട്, സാമൂഹിക ഉൾക്കൊള്ളൽ, സാമ്പത്തിക അവസരങ്ങൾ എന്നിവയുമായി ചേർന്നപ്പോൾ മാത്രമേ സ്ഥിരതയുള്ള മാറ്റം സാധ്യമാകൂ.

References

1. Becker, Gary S. Human Capital: A Theoretical and Empirical Analysis, with Special Reference to Education. University of Chicago Press, 1964.
2. Marx, Karl. Capital: A Critique of Political Economy, Vol. I. Penguin Books, 1867/1976.
3. Pateman, Carole. The Sexual Contract. Stanford University Press, 1988.
4. Harvey, David. A Brief History of Neoliberalism. Oxford University Press, 2005.
5. Hochschild, Arlie Russell. The Managed Heart: Commercialization of Human Feeling. University of California Press, 1983.
6. Bernstein, Elizabeth. Temporarily Yours: Intimacy, Authenticity, and the Commerce of Sex. University of Chicago Press, 2007.
7. Bordo, Susan. Unbearable Weight: Feminism, Western Culture, and the Body. University of California Press, 1993.
8. MacKinnon, Catharine A. Toward a Feminist Theory of the State. Harvard University Press, 1989.
9. Nussbaum, Martha C. Sex and Social Justice. Oxford University Press, 1999.
10. Foucault, Michel. The History of Sexuality, Vol. I: An Introduction. Pantheon Books, 1978.
11. Wolf, Naomi. The Beauty Myth. HarperCollins, 1991.
12. Weitzer, Ronald. Legalizing Prostitution: From Illicit Vice to Lawful Business. NYU Press, 2012.
13. Goffman, Erving. Stigma: Notes on the Management of Spoiled Identity. Prentice-Hall, 1963.
14. Mill, John Stuart. On Liberty. John W. Parker and Son, 1859.
15. Kant, Immanuel. Groundwork of the Metaphysics of Morals. Cambridge University Press, 1785/1998.
16. McGinn, Thomas A. J. Prostitution, Sexuality, and the Law in Ancient Rome. Oxford University Press, 1998.
17. Roth, Martha T. Law Collections from Mesopotamia and Asia Minor. Scholars Press, 1997.
18. Davidson, James. Courtesans and Fishcakes: The Consuming Passions of Classical Athens. HarperCollins, 1997.
19. McGinn, Thomas A. J. The Economy of Prostitution in the Roman World. University of Michigan Press, 2004.

20. Budin, Stephanie Lynn. The Myth of Sacred Prostitution in Antiquity. Cambridge University Press, 2008.
21. Herodotus. The Histories. Penguin Classics, 1954.
22. Assante, Julia. "Ancient Art and the Sexuality of the Sacred." In Near Eastern Archaeology, American Schools of Oriental Research, 2003.
23. Soneji, Davesh. Unfinished Gestures: Devadasis, Memory, and Modernity in South India. University of Chicago Press, 2012.
24. Simmel, Georg. The Metropolis and Mental Life. Free Press, 1903/1950.
25. Karras, Ruth Mazo. Common Women: Prostitution and Sexuality in Medieval England. Oxford University Press, 1996.
26. Brundage, James A. Law, Sex, and Christian Society in Medieval Europe. University of Chicago Press, 1987.
27. Levine, Philippa. Prostitution, Race and Politics: Policing Venereal Disease in the British Empire. Routledge, 2003.
28. Walkowitz, Judith R. Prostitution and Victorian Society: Women, Class, and the State. Cambridge University Press, 1980.
29. Stoler, Ann Laura. Carnal Knowledge and Imperial Power. University of California Press, 2002.
30. Hobsbawm, Eric. The Age of Empire: 1875–1914. Vintage Books, 1987.
31. Scott, Joan W. Gender and the Politics of History. Columbia University Press, 1988.
32. Engels, Friedrich. The Condition of the Working Class in England. Otto Wigand, 1845.
33. Federici, Silvia. Caliban and the Witch. Autonomedia, 2004.
34. Cunningham, Scott, and Todd D. Kendall. "Prostitution 2.0: The Changing Face of Sex Work." Journal of Urban Economics, Elsevier, 2011.
35. Paasonen, Susanna. NSFW: Sex, Humor, and Risk in Social Media. MIT Press, 2019.
36. Zuboff, Shoshana. The Age of Surveillance Capitalism. PublicAffairs, 2019.
37. Jones, Angela. Camming: Money, Power, and Pleasure in the Sex Work Industry. NYU Press, 2020.
38. World Bank. World Development Report 2000/2001: Attacking Poverty. Oxford University Press, 2001.
39. Sen, Amartya. Development as Freedom. Oxford University Press, 1999.
40. Kabeer, Naila. Reversed Realities: Gender Hierarchies in Development Thought. Verso, 1994.

41. Friedman, Milton. Capitalism and Freedom. University of Chicago Press, 1962.
42. Kahneman, Daniel. Thinking, Fast and Slow. Farrar, Straus and Giroux, 2011.
43. Nussbaum, Martha C. Creating Capabilities: The Human Development Approach. Harvard University Press, 2011.
44. Acker, Joan. Inequality Regimes: Gender, Class, and Race in Organizations. Gender & Society, Sage Publications, 2006.
45. Standing, Guy. The Precariat: The New Dangerous Class. Bloomsbury Academic, 2011.
46. Sassen, Saskia. The Global City: New York, London, Tokyo. Princeton University Press, 1991.
47. Moser, Caroline. Confronting Crisis: A Comparative Study of Household Responses to Poverty and Vulnerability. World Bank Publications, 1998.
48. Chant, Sylvia. Women-headed Households: Diversity and Dynamics in the Developing World. Macmillan, 1997.
49. Castles, Stephen, and Mark J. Miller. The Age of Migration: International Population Movements in the Modern World. Guilford Press, 2009.
50. Giddens, Anthony. The Constitution of Society: Outline of the Theory of Structuration. University of California Press, 1984.
51. Bourdieu, Pierre. Outline of a Theory of Practice. Cambridge University Press, 1977.
52. Mahmood, Saba. Politics of Piety: The Islamic Revival and the Feminist Subject. Princeton University Press, 2005.
53. Bernstein, Elizabeth. Temporarily Yours: Intimacy, Authenticity, and the Commerce of Sex. University of Chicago Press, 2007.
54. Weitzer, Ronald. Legalizing Prostitution: From Illicit Vice to Lawful Business. NYU Press, 2012.
55. Sennett, Richard. The Fall of Public Man. W. W. Norton & Company, 1977.
56. Goffman, Erving. Stigma: Notes on the Management of Spoiled Identity. Prentice-Hall, 1963.
57. Beauvoir, Simone de. The Second Sex. Vintage Books, 1949/2011.
58. Dodillet, Susanne, and Petra Östergren. The Swedish Sex Purchase Act: Claimed Success and Documented Effects. Conference Paper, Decriminalizing Prostitution and Beyond, 2011.
59. Rubin, Gayle. Deviations: A Gayle Rubin Reader. Duke University Press, 2011.
60. Giddens, Anthony. The Transformation of Intimacy: Sexuality, Love and Eroticism in Modern Societies. Stanford University Press, 1992.

61. Smith, Christian. Moral, Believing Animals: Human Personhood and Culture. Oxford University Press, 2003.

62. Durkheim, Émile. The Division of Labor in Society. Free Press, 1893/1997.

63. Brundage, James A. Law, Sex, and Christian Society in Medieval Europe. University of Chicago Press, 1987.

64. Cohen, Stanley. States of Denial: Knowing about Atrocities and Suffering. Polity Press, 2001.

65. Pitt-Rivers, Julian. The Fate of Shechem or The Politics of Sex: Essays in the Anthropology of the Mediterranean. Cambridge University Press, 1977.

66. Chakravarti, Uma. Gendering Caste: Through a Feminist Lens. Stree, 2003.

67. Foucault, Michel. The History of Sexuality, Vol. I: An Introduction. Pantheon Books, 1978.

68. Pateman, Carole. The Sexual Contract. Stanford University Press, 1988.

69. Connell, Raewyn. Masculinities. University of California Press, 1995.

70. Walkowitz, Judith R. Prostitution and Victorian Society: Women, Class, and the State. Cambridge University Press, 1980.

71. Showalter, Elaine. Sexual Anarchy: Gender and Culture at the Fin de Siècle. Viking, 1990.

72. Goffman, Erving. Stigma: Notes on the Management of Spoiled Identity. Prentice-Hall, 1963.

73. Jeffreys, Sheila. The Idea of Prostitution. Spinifex Press, 1997.

74. Butler, Judith. Gender Trouble: Feminism and the Subversion of Identity. Routledge, 1990.

75. MacKinnon, Catharine A. Toward a Feminist Theory of the State. Harvard University Press, 1989.

76. Fraser, Nancy. Justice Interruptus: Critical Reflections on the "Postsocialist" Condition. Routledge, 1997.

77. Weitzer, Ronald. Legalizing Prostitution: From Illicit Vice to Lawful Business. NYU Press, 2012.

78. Feinberg, Joel. The Moral Limits of the Criminal Law, Vol. 1: Harm to Others. Oxford University Press, 1984.

79. Hart, H. L. A. Law, Liberty and Morality. Oxford University Press, 1963.

80. Scoular, Jane. The Subject of Prostitution: Sex Work, Law and Social Theory. Routledge, 2004.

81. Outshoorn, Joyce. The Politics of Prostitution: Women's Movements, Democratic States and the Globalisation of Sex Commerce. Cambridge University Press, 2004.

82. Ekberg, Gunnar. "The Swedish Law that Prohibits the Purchase of Sexual Services." Violence Against Women, Sage Publications, 2004.

83. Dodillet, Susanne, and Petra Östergren. The Swedish Sex Purchase Act: Claimed Success and Documented Effects. Conference Paper, 2011.

84. Foucault, Michel. Discipline and Punish: The Birth of the Prison. Pantheon Books, 1977.

85. Garland, David. The Culture of Control: Crime and Social Order in Contemporary Society. University of Chicago Press, 2001.

86. MacKinnon, Catharine A. Toward a Feminist Theory of the State. Harvard University Press, 1989.

87. Crenshaw, Kimberlé. On Intersectionality: Essential Writings. The New Press, 2017.

88. Amnesty International. Policy on State Obligations to Respect, Protect and Fulfil the Human Rights of Sex Workers. Amnesty International Publications, 2016.

89. International Labour Organization. Decent Work and the Informal Economy. ILO Publications, 2002.

90. Nussbaum, Martha C. Sex and Social Justice. Oxford University Press, 1999.

91. Jeffreys, Sheila. The Idea of Prostitution. Spinifex Press, 1997.

92. Foucault, Michel. The History of Sexuality, Vol. I: An Introduction. Pantheon Books, 1978.

93. Outshoorn, Joyce. The Politics of Prostitution: Women's Movements, Democratic States and the Globalisation of Sex Commerce. Cambridge University Press, 2004.

94. Mill, John Stuart. On Liberty. John W. Parker and Son, 1859.

95. Doe, Jane. "Victimhood and Agency in Sex Work Debates." Feminist Legal Studies, Springer, 2010.

96. Nussbaum, Martha C. Women and Human Development: The Capabilities Approach. Cambridge University Press, 2000.

97. MacKinnon, Catharine A. Toward a Feminist Theory of the State. Harvard University Press, 1989.

98. Spivak, Gayatri Chakravorty. A Critique of Postcolonial Reason. Harvard University Press, 1999.

99. Giddens, Anthony. The Constitution of Society: Outline of the Theory of Structuration. University of California Press, 1984.

100. Scoular, Jane. The Subject of Prostitution: Sex Work, Law and Social Theory. Routledge, 2004.

101. Goffman, Erving. Stigma: Notes on the Management of Spoiled Identity. Prentice-Hall, 1963.

102. Garland, David. The Culture of Control: Crime and Social Order in Contemporary Society. University of Chicago Press, 2001.

103. Bourdieu, Pierre. Distinction: A Social Critique of the Judgement of Taste. Harvard University Press, 1984.

104. Higginbotham, Evelyn Brooks. Righteous Discontent: The Women's Movement in the Black Baptist Church, 1880–1920. Harvard University Press, 1993.

105. Butler, Judith. Gender Trouble: Feminism and the Subversion of Identity. Routledge, 1990.

106. Weeks, Jeffrey. Sexuality. Routledge, 1986.

107. Fraser, Nancy. Justice Interruptus: Critical Reflections on the "Postsocialist" Condition. Routledge, 1997.

108. Agustín, Laura María. Sex at the Margins: Migration, Labour Markets and the Rescue Industry. Zed Books, 2007.

109. Crenshaw, Kimberlé. On Intersectionality: Essential Writings. The New Press, 2017.

110. Skeggs, Beverley. Formations of Class and Gender. Sage Publications, 1997.

111. Foucault, Michel. Discipline and Punish: The Birth of the Prison. Pantheon Books, 1977.

112. Halperin, David M. How to Do the History of Homosexuality. University of Chicago Press, 2002.

113. Becker, Gary S. The Economic Approach to Human Behavior. University of Chicago Press, 1976.

114. Baudrillard, Jean. The Consumer Society: Myths and Structures. Sage Publications, 1970.

115. Goffman, Erving. Stigma: Notes on the Management of Spoiled Identity. Prentice-Hall, 1963.

116. Dworkin, Andrea. Prostitution and Male Supremacy. Michigan Journal of Gender & Law, 1993.

117. Srnicek, Nick. Platform Capitalism. Polity Press, 2017.

118. Jones, Angela. Camming: Money, Power, and Pleasure in the Sex Work Industry. NYU Press, 2020.

119. Zuboff, Shoshana. The Age of Surveillance Capitalism. PublicAffairs, 2019.

120. Foucault, Michel. Discipline and Punish: The Birth of the Prison. Pantheon Books, 1977.

121. Paasonen, Susanna. NSFW: Sex, Humor, and Risk in Social Media. MIT Press, 2019.

122. Smith, Adam. An Inquiry into the Nature and Causes of the Wealth of Nations. W. Strahan and T. Cadell, 1776.

123. Bauman, Zygmunt. Consuming Life. Polity Press, 2007.

124. Foucault, Michel. The History of Sexuality, Vol. I: An Introduction. Pantheon Books, 1978.

125. MacKinnon, Catharine A. Toward a Feminist Theory of the State. Harvard University Press, 1989.

126. Marx, Karl. Capital: A Critique of Political Economy, Vol. I. Penguin Books, 1867/1976.

127. Bourdieu, Pierre. Distinction: A Social Critique of the Judgement of Taste. Harvard University Press, 1984.

128. Sen, Amartya. Development as Freedom. Oxford University Press, 1999.

129. Federici, Silvia. Caliban and the Witch: Women, the Body and Primitive Accumulation. Autonomedia, 2004.

130. Durkheim, Émile. The Division of Labor in Society. Free Press, 1893/1997.

131. Brundage, James A. Law, Sex, and Christian Society in Medieval Europe. University of Chicago Press, 1987.

132. Bauman, Zygmunt. Consuming Life. Polity Press, 2007.

133. International Labour Organization. Sex Work and the Law in Asia and the Pacific. ILO Publications, 2015.

134. Weitzer, Ronald. Legalizing Prostitution: From Illicit Vice to Lawful Business. NYU Press, 2012.

135. MacKinnon, Catharine A. Toward a Feminist Theory of the State. Harvard University Press, 1989.

136. Nussbaum, Martha C. Sex and Social Justice. Oxford University Press, 1999.

137. Jeffreys, Sheila. The Industrial Vagina: The Political Economy of the Global Sex Trade. Routledge, 2009.

138. Platt, Lucy et al. Sex Work and the Law: A Review of Global Policies. The Lancet, 2018.

139. Amnesty International. Policy on State Obligations to Respect, Protect and Fulfil the Human Rights of Sex Workers. Amnesty International Publications, 2016.

140. New Zealand Government. Prostitution Reform Act 2003 Review Committee Report. Ministry of Justice, 2008.

141. Dworkin, Andrea. Prostitution and Male Supremacy. Michigan Journal of Gender & Law, 1993.

142. Rubin, Gayle. Deviations: A Gayle Rubin Reader. Duke University Press, 2011.

143. Spivak, Gayatri Chakravorty. A Critique of Postcolonial Reason. Harvard University Press, 1999.

144. Smith, Adam. An Inquiry into the Nature and Causes of the Wealth of Nations. W. Strahan and T. Cadell, 1776.

145. Bauman, Zygmunt. Consuming Life. Polity Press, 2007.

146. Sen, Amartya. Development as Freedom. Oxford University Press, 1999.

147. Federici, Silvia. Caliban and the Witch: Women, the Body and Primitive Accumulation. Autonomedia, 2004.

148. Foucault, Michel. The History of Sexuality, Vol. I: An Introduction. Pantheon Books, 1978.

149. Marx, Karl. Capital: A Critique of Political Economy, Vol. I. Penguin Books, 1867/1976.

150. Marx, Karl. Capital: A Critique of Political Economy, Vol. I. Penguin Books, 1867/1976.

151. Sennett, Richard. The Craftsman. Yale University Press, 2008.

152. Hochschild, Arlie Russell. The Managed Heart: Commercialization of Human Feeling. University of California Press, 1983.

153. Butler, Judith. Gender Trouble: Feminism and the Subversion of Identity. Routledge, 1990.

154. Polanyi, Karl. The Great Transformation. Beacon Press, 1944.

155. Beck, Ulrich. Risk Society: Towards a New Modernity. Sage Publications, 1992.

156. Federici, Silvia. Caliban and the Witch: Women, the Body and Primitive Accumulation. Autonomedia, 2004.

157. International Labour Organization. Decent Work. ILO Publications, 1999.

158. Weber, Max. The Protestant Ethic and the Spirit of Capitalism. Allen & Unwin, 1905/1930.

159. Mill, John Stuart. On Liberty. John W. Parker and Son, 1859.

160. Giddens, Anthony. The Constitution of Society: Outline of the Theory of Structuration. University of California Press, 1984.

161. Fraser, Nancy. *Justice Interruptus: Critical Reflections on the "Postsocialist" Condition.* Routledge, 1997.

162. Weitzer, Ronald. *Legalizing Prostitution: From Illicit Vice to Lawful Business.* NYU Press, 2012.

163. Mill, John Stuart. *On Liberty.* John W. Parker and Son, 1859.

164. Nussbaum, Martha C. *Sex and Social Justice.* Oxford University Press, 1999.

165. Abel, Gillian. *Taking the Crime out of Sex Work: New Zealand Sex Workers' Fight for Decriminalisation.* Policy Press, 2010.

166. Garland, David. *The Culture of Control: Crime and Social Order in Contemporary Society.* University of Chicago Press, 2001.

167. International Labour Organization. *Decent Work.* ILO Publications, 1999.

168. Outshoorn, Joyce. *The Politics of Prostitution: Women's Movements, Democratic States and the Globalisation of Sex Commerce.* Cambridge University Press, 2004.

169. Goffman, Erving. *Stigma: Notes on the Management of Spoiled Identity.* Prentice-Hall, 1963.

170. Polanyi, Karl. *The Great Transformation.* Beacon Press, 1944.

171. Wright, Erik Olin. *Envisioning Real Utopias.* Verso, 2010.

172. Spivak, Gayatri Chakravorty. *A Critique of Postcolonial Reason.* Harvard University Press, 1999.

173. Durkheim, Émile. *The Division of Labor in Society.* Free Press, 1893/1997.

174. Scoular, Jane. *The Subject of Prostitution: Sex Work, Law and Social Theory.* Routledge, 2004.

175. Garland, David. *The Culture of Control: Crime and Social Order in Contemporary Society.* University of Chicago Press, 2001.

176. Outshoorn, Joyce. *The Politics of Prostitution: Women's Movements, Democratic States and the Globalisation of Sex Commerce.* Cambridge University Press, 2004.

177. Abel, Gillian, Lisa Fitzgerald, and Catherine Healy. *Taking the Crime out of Sex Work: New Zealand Sex Workers' Fight for Decriminalisation.* Policy Press, 2010.

178. Weitzer, Ronald. *Legalizing Prostitution: From Illicit Vice to Lawful Business.* NYU Press, 2012.

179. Ekberg, Gunnar. "The Swedish Law that Prohibits the Purchase of Sexual Services." *Violence Against Women,* 2004.

180. O'Connell Davidson, Julia. *Prostitution, Power and Freedom.* Polity Press, 1998.

181. International Labour Organization. *Decent Work.* ILO Publications, 1999.

182. Government of India. *Immoral Traffic (Prevention) Act, 1956.* Government of India, 1956.

183. Supreme Court of India. *Budhadev Karmaskar v. State of West Bengal,* 2022.

184. Amnesty International. *Policy on State Obligations to Respect, Protect and Fulfil the Human Rights of Sex Workers.* Amnesty International Publications, 2016.

185. Crenshaw, Kimberlé. *On Intersectionality: Essential Writings.* The New Press, 2017.

186. Goffman, Erving. *Stigma: Notes on the Management of Spoiled Identity.* Prentice-Hall, 1963.

187. Nussbaum, Martha C. *Sex and Social Justice.* Oxford University Press, 1999.

188. Jeffreys, Sheila. *The Industrial Vagina: The Political Economy of the Global Sex Trade.* Routledge, 2009.

189. Mill, John Stuart. *On Liberty.* John W. Parker and Son, 1859.

190. International Labour Organization. *Decent Work.* ILO Publications, 1999.

191. Amnesty International. *Policy on State Obligations to Respect, Protect and Fulfil the Human Rights of Sex Workers.* Amnesty International Publications, 2016.

192. Abel, Gillian, Lisa Fitzgerald, and Catherine Healy. *Taking the Crime out of Sex Work: New Zealand Sex Workers' Fight for Decriminalisation.* Policy Press, 2010.

193. MacKinnon, Catharine A. *Toward a Feminist Theory of the State.* Harvard University Press, 1989.

194. Fraser, Nancy. *Justice Interruptus: Critical Reflections on the "Postsocialist" Condition.* Routledge, 1997.

195. Weitzer, Ronald. *Legalizing Prostitution: From Illicit Vice to Lawful Business.* NYU Press, 2012.

196. Spivak, Gayatri Chakravorty. *A Critique of Postcolonial Reason.* Harvard University Press, 1999.

197. Outshoorn, Joyce. *The Politics of Prostitution: Women's Movements, Democratic States and the Globalisation of Sex Commerce.* Cambridge University Press, 2004.

198. Government of India. *Immoral Traffic (Prevention) Act, 1956.* Government of India Publication, 1956.

199. Supreme Court of India. *Budhadev Karmaskar v. State of West Bengal.* Supreme Court of India, 2022.

200. Weitzer, Ronald. *Legalizing Prostitution: From Illicit Vice to Lawful Business.* New York University Press, 2012.

201. Ekberg, Gunnar. "The Swedish Law that Prohibits the Purchase of Sexual Services." *Violence Against Women.* Sage Publications, 2004.

202. O'Connor, Monica. *The Sex Economy: Gender, Power and the Regulation of Prostitution.* Routledge, 2018.

203. Blanchette, Thaddeus Gregory; Silva, Ana Paula da. *Brazilian Prostitution Policy and the Sex Industry.* Springer, 2017.

204. South African Law Reform Commission. *Project 107: Sexual Offences and Prostitution.* Government of South Africa, 2009.

205. Long, Scott. *This Alien Legacy: The Origins of "Sodomy" Laws in British Colonialism.* Human Rights Watch, 2008.

206. Lim, Lin Lean (ed.). *The Sex Sector: The Economic and Social Bases of Prostitution in Southeast Asia.* International Labour Organization, 1998.

207. Abel, Gillian; Fitzgerald, Lisa; Healy, Catherine. *Taking the Crime out of Sex Work.* Policy Press, 2010.

208. Crofts, Penny; Summerfield, Tracey. *Regulating Sex Work in Australia.* Federation Press, 2019.

209. Brents, Barbara; Hausbeck, Kathryn; Wynn, Crystal. *The State of Sex: Tourism, Sex and Sin in the New American Heartland.* Routledge, 2010.

210. Scoular, Jane. *The Subject of Prostitution: Sex Work, Law and Social Theory.* Routledge, 2004.

211. Amnesty International. *Policy on State Obligations to Respect, Protect and Fulfil the Human Rights of Sex Workers.* Amnesty International Publications, 2016.

അധ്യായം 20
ലൈംഗിക ദാരിദ്ര്യവും സമൃദ്ധിയും

(ദൗർലഭ്യ–സമൃദ്ധി സിദ്ധാന്തം – Scarcity–Abundance Theory of Sexual Control)

മനുഷ്യസമൂഹങ്ങളിൽ ലൈംഗികത വെറും ജൈവപ്രവർത്തനം മാത്രമല്ല; അത് വിഭവവിതരണവുമായി (Resource Distribution), അധികാരഘടനയുമായി (Power Structure), സാമൂഹികനിയന്ത്രണവുമായി (Social Control) ബന്ധപ്പെട്ട് നിൽക്കുന്ന ഒരു ഘടകമാണ്. "ദൗർലഭ്യം" (Scarcity)യും "സമൃദ്ധി" (Abundance)യും എന്ന സാമ്പത്തിക ആശയങ്ങൾ ലൈംഗികബന്ധങ്ങളുടെ സാമൂഹിക രൂപകൽപ്പനയിൽ ഉപയോഗിക്കാവുന്നതാണ്[1]. പങ്കാളി ലഭ്യത, സാമൂഹിക നിയന്ത്രണം, നിയമപരിധികൾ, മതപരമായ വിലക്കുകൾ എന്നിവ ചേർന്ന് ഒരു സമൂഹത്തിലെ ലൈംഗിക അന്തരീക്ഷത്തെ നിർണ്ണയിക്കുന്നു.

ലൈംഗിക ദാരിദ്ര്യം

ലൈംഗിക ദാരിദ്ര്യം എന്നത് പങ്കാളി ലഭ്യത കുറവായി അനുഭവപ്പെടുന്ന സാമൂഹിക അവസ്ഥയാണ്. ഇത് യാഥാർത്ഥ്യത്തിൽ പങ്കാളികളുടെ എണ്ണം കുറവായതിനാലോ, അല്ലെങ്കിൽ സാമൂഹിക–മത നിയന്ത്രണങ്ങൾ മൂലം അവസരങ്ങൾ നിയന്ത്രിക്കപ്പെട്ടതിനാലോ ഉണ്ടാകാം[2]. പരിണാമ മനശാസ്ത്രം (Evolutionary Psychology) കാണിക്കുന്നത്, പങ്കാളി ലഭ്യത കുറയുമ്പോൾ മത്സരം (Competition) വർധിക്കുന്നു[3]. ഈ മത്സരാവസ്ഥ അസൂയ (Jealousy)യും ഉടമസ്ഥബോധവും ശക്തിപ്പെടുത്തുന്നു[4].

അസൂയയുടെ നാഡീശാസ്ത്രപരമായ അടിസ്ഥാനത്തിൽ അമിഗ്ഡാല (Amygdala)യും പ്രതിഫലവ്യൂഹവും പങ്കാളികളാണ്[5]. ബന്ധം നഷ്ടപ്പെടാനുള്ള ഭീഷണി അനുഭവപ്പെടുമ്പോൾ, സമ്മർദ്ദഹോർമോണായ കോർട്ടിസോൾ (Cortisol) ഉയരുന്നു[6]. ഈ മാനസിക–ജൈവ പ്രതികരണം ചില സാഹചര്യങ്ങളിൽ നിയന്ത്രണപരമായ പെരുമാറ്റത്തിലേക്ക് നയിക്കുന്നു. പങ്കാളിയെ നിരീക്ഷിക്കൽ, സാമൂഹികബന്ധങ്ങൾ പരിമിതപ്പെടുത്തൽ, സ്വാതന്ത്ര്യം കുറയ്ക്കൽ എന്നിവ ഇതിന്റെ പ്രകടനങ്ങളായി കാണപ്പെടുന്നു[7]. ലൈംഗിക അസൂയ സദാചാര പോലീസിംഗ് ആയും സാമൂഹിക നിയന്ത്രണമാണ് ധാർമ്മിക രൂപം എന്ന നിലയിൽ പരിണമിക്കുന്നു

ഗവേഷണങ്ങൾ സൂചിപ്പിക്കുന്നത്, ലൈംഗിക പങ്കാളിത്തം വളരെ നിയന്ത്രിതമായ സമൂഹങ്ങളിൽ അടുത്ത പങ്കാളിയോടുള്ള അക്രമം (Intimate Partner Violence) കൂടുതലായി റിപ്പോർട്ട് ചെയ്യപ്പെടുന്നു[8]. പങ്കാളിയെ "വിലപ്പെട്ട വിഭവം" എന്ന നിലയിൽ കാണുന്ന സമീപനം, ഉടമസ്ഥബോധം ശക്തമാക്കുന്നു[9]. ഈ സാഹചര്യത്തിൽ ലൈംഗിക ദാരിദ്ര്യം അസൂയ, നിയന്ത്രണം, ചിലപ്പോൾ അക്രമം വരെ വർധിപ്പിക്കാം.

ലൈംഗിക സമൃദ്ധി

ലൈംഗിക സമൃദ്ധി എന്നത് തുറന്ന സാമൂഹിക ഘടനകളിൽ പങ്കാളിത്താവസരങ്ങൾ കൂടുതൽ സ്വതന്ത്രമായിരിക്കുന്ന അവസ്ഥയാണ്. നഗരവൽക്കരണം (Urbanization), വിദ്യാഭ്യാസവികസനം, സ്ത്രീകളുടെ സാമ്പത്തിക സ്വാതന്ത്ര്യം എന്നിവ പങ്കാളി തിരഞ്ഞെടുപ്പിനെ വ്യാപിപ്പിക്കുന്നു[10]. സാമൂഹികമായി അംഗീകരിക്കപ്പെട്ട ആശയവിനിമയ വേദികൾ വർധിക്കുമ്പോൾ, മത്സരത്തിന്റെ തീവ്രത കുറയാം[11].

സമൃദ്ധി സിദ്ധാന്തം (Abundance Hypothesis) പ്രകാരം, പങ്കാളി ലഭ്യത അനുഭവം ഉയരുമ്പോൾ നിയന്ത്രണ ആവശ്യം കുറയുന്നു[12]. സദാചാര പോലീസിംഗ് (Moral Policing) കുറഞ്ഞുവരുന്ന സാമൂഹിക സാഹചര്യങ്ങൾ വ്യക്തിയുടെ സ്വതന്ത്ര തീരുമാനങ്ങളെ അംഗീകരിക്കുന്നു[13]. ഇതോടെ ബന്ധങ്ങൾ കൂടുതൽ പരസ്പര സമ്മതത്തിലും ആശയവിനിമയത്തിലും അധിഷ്ഠിതമാകുന്നു.

എന്നാൽ സമൃദ്ധി അർത്ഥമാക്കുന്നത് നിയന്ത്രണരഹിതാ വസ്ഥയല്ല. പഠനങ്ങൾ കാണിക്കുന്നത്, തുറന്ന സമൂഹങ്ങളിലും വ്യക്തികൾ മാനസിക സുരക്ഷയും സ്ഥിരബന്ധവും തേടുന്നു[14]. സമൃദ്ധി മത്സരത്തിന്റെ സ്വഭാവം മാറ്റുന്നു; അത് ഹിംസയിലേക്കല്ല, തിരഞ്ഞെടുപ്പ് വൈവിധ്യത്തിലേക്കാണ് നയിക്കുന്നത്.

ദാരിദ്ര്യം സൃഷ്ടിക്കുന്ന ഭരണകൂടങ്ങളും മത–സാമൂഹിക അധികാരരൂപങ്ങളും

ചില ഭരണകൂടങ്ങൾക്കും മതാധികാരസംവിധാനങ്ങൾക്കും ലൈംഗിക ദാരിദ്ര്യം കൃത്രിമമായി സൃഷ്ടിക്കാനുള്ള താൽപര്യം ഉണ്ടായിട്ടുണ്ട്[15]. വിവാഹപ്രായ നിയന്ത്രണം, ദൃശ്യമോ അദൃശ്യമോ ആയ ലിംഗവിവേചന നിയമങ്ങൾ, സ്ത്രീകളുടെ സ്വാതന്ത്ര്യപരിമിതി, പൊതുസ്ഥലങ്ങളിൽ ഇടപെടൽ നിയന്ത്രണം എന്നിവ ഇതിന്റെ ഉദാഹരണങ്ങളാണ്[16]. ഇതിലൂടെ പങ്കാളിത്താവസരങ്ങൾ കുറയുന്നു.

മിഷേൽ ഫൂക്കോ (Michel Foucault) അവതരിപ്പിച്ച അധികാര–ശരീര സിദ്ധാന്തം (Power–Body Theory) പ്രകാരം, ശരീരനിയന്ത്രണം അധികാരസംവിധാനത്തിന്റെ പ്രധാന ഉപാധിയാണ്[17]. ലൈംഗികതയെ നിയന്ത്രിക്കുന്നത് ജനസംഖ്യാ നയങ്ങളെയും സാമൂഹിക അനുസരണത്തെയും സ്വാധീനിക്കുന്നു. മതസ്ഥാപനങ്ങൾ "ശുദ്ധി" (Purity) എന്ന ആശയം ഉപയോഗിച്ച് ലൈംഗിക പെരുമാറ്റത്തെ നിയന്ത്രിക്കുന്നു[18].

ലൈംഗിക ദാരിദ്ര്യം നിലനിൽക്കുന്ന സാഹചര്യത്തിൽ അധികാരസംവിധാനം "മധ്യസ്ഥൻ" (Mediator) ആയി മാറുന്നു. വിവാഹം, ബന്ധം, സാമൂഹിക അംഗീകാരം എന്നിവയ്ക്കുള്ള അനുമതി അധികാരകേന്ദ്രത്തിലൂടെ മാത്രമേ ലഭ്യമാകൂ എന്ന അവസ്ഥ സൃഷ്ടിക്കപ്പെടുന്നു[19]. ഇതിലൂടെ വ്യക്തിയുടെ സ്വാതന്ത്ര്യം പരിമിതമാകുന്നു.

സാമ്പത്തിക ഘടനയും ഇതുമായി ബന്ധപ്പെട്ടു നിൽക്കുന്നു. സ്ത്രീകളുടെ സാമ്പത്തിക ആശ്രിതാവസ്ഥ ലൈംഗിക സ്വാതന്ത്ര്യത്തെ കുറയ്ക്കുന്നു[20]. സമ്പദ്വ്യവസ്ഥാ അസമത്വം പങ്കാളിത്താവസരങ്ങളുടെ അസമത്വത്തിലേക്ക് മാറുന്നു. ഈ അസമത്വം ലൈംഗിക ദാരിദ്ര്യത്തെ ശക്തിപ്പെടുത്തുന്നു.

അതിനാൽ ദൗർലഭ്യ–സമൃദ്ധി സിദ്ധാന്തം കാണിക്കുന്നത്, ലൈംഗികത ഒരു സ്വകാര്യ ജൈവപ്രവർത്തനം മാത്രമല്ല; അത് വിഭവവിതരണത്തിന്റെ സാമൂഹിക രൂപകൽപ്പനയുമായി ബന്ധപ്പെട്ടു നിൽക്കുന്നു. പങ്കാളി ലഭ്യത കുറയുമ്പോൾ അസൂയയും നിയന്ത്രണവും വർധിക്കാം. തുറന്ന ഘടനകളിൽ ലൈംഗിക അക്രമ തോത് കുറയാം. എന്നാൽ ഈ പ്രക്രിയകൾ ജൈവീകം സാമൂഹികം, സാമ്പത്തികം, രാഷ്ട്രീയ ഘടകങ്ങൾ ചേർന്നുണ്ടാകുന്ന സങ്കീർണ്ണ വ്യവസ്ഥകളാണ്.

Reference List

1. Cialdini, R. (2001). Influence: Science and Practice.
2. Baumeister, R. F., & Vohs, K. D. (2004). Sexual Economics Theory.
3. Buss, D. M. (2003). The Evolution of Desire.
4. Daly, M., & Wilson, M. (1988). Homicide.
5. Takahashi, H., et al. (2006). Neural correlates of jealousy. Human Brain Mapping.
6. Sapolsky, R. (2004). Why Zebras Don't Get Ulcers.
7. Dutton, D. G. (2006). Rethinking Domestic Violence.
8. World Health Organization (2013). Global and Regional Estimates of Violence.
9. Goetz, A. T., & Shackelford, T. K. (2006). Sexual jealousy and mate retention.
10. Inglehart, R., & Norris, P. (2003). Rising Tide.
11. Giddens, A. (1992). The Transformation of Intimacy.
12. Baumeister, R. F., & Twenge, J. M. (2002). Cultural suppression of female sexuality.
13. Nussbaum, M. (1999). Sex and Social Justice.
14. Fisher, H. (2004). Why We Love.
15. Foucault, M. (1978). The History of Sexuality.
16. Kandiyoti, D. (1988). Bargaining with Patriarchy.
17. Foucault, M. (1977). Discipline and Punish.
18. Douglas, M. (1966). Purity and Danger.
19. Weber, M. (1922). Economy and Society.
20. Sen, A. (1999). Development as Freedom.

അധ്യായം 21
നിശ്ശബ്ദത, നിയന്ത്രണം, അധികാരം

ലൈംഗികതയെ നിയന്ത്രിക്കുന്ന സംവിധാനങ്ങൾ എല്ലായ്പ്പോഴും തുറന്ന വിലക്കുകളിലൂടെയോ നിയമങ്ങളിലൂടെയോ മാത്രം പ്രവർത്തിക്കുന്നില്ല. പലപ്പോഴും ഏറ്റവും ശക്തമായ നിയന്ത്രണം പറയാത്തതിലൂടെയാണ് പ്രവർത്തിക്കുന്നത്. വാക്കുകളുടെ അഭാവം തന്നെ ഒരു സാമൂഹിക സന്ദേശമായി മാറുന്നു. ഈ അധ്യായം "നിശ്ശബ്ദത" എന്ന സാമൂഹിക–രാഷ്ട്രീയ ഉപാധിയുടെ പ്രവർത്തനരീതിയെ വിശകലനം ചെയ്യുന്നു.

സംസാരിക്കാതിരിക്കുന്നതിലൂടെയുള്ള നിയന്ത്രണം

ലൈംഗികതയെക്കുറിച്ച് സംസാരിക്കരുത്, ചോദിക്കരുത്, പഠിക്കരുത് എന്ന മൂന്ന് തലത്തിലുള്ള നിർദ്ദേശങ്ങൾ ഒരു സംസ്കാരത്തിൽ സ്ഥാപിക്കപ്പെടുമ്പോൾ, അത് തുറന്ന വിലക്കിനെക്കാൾ ശക്തമായ നിയന്ത്രണരീതിയാകുന്നു. വിവരത്തെ അടച്ചുവെക്കുന്നത് തന്നെ അധികാരപ്രയോഗമാണ്[1]. മിഷേൽ ഫൂക്കോ (Michel Foucault) വ്യക്തമാക്കുന്നത്, അറിവിന്റെ ഉൽപാദനവും നിയന്ത്രണവും അധികാരവുമായി ബന്ധപ്പെട്ടു നിൽക്കുന്നു എന്നതാണ്[2]. എന്ത് പറയാം, എന്ത് പറയരുത് എന്നത് നിശ്ചയിക്കുന്നവർ അറിവിന്റെ ദിശ നിയന്ത്രിക്കുന്നു.

ലൈംഗികതയെക്കുറിച്ചുള്ള മൗനം കുടുംബത്തിൽ തുടങ്ങുന്നു. കുട്ടി ചോദിക്കുമ്പോൾ മറുപടി ലഭിക്കാതിരിക്കുമ്പോൾ, അവൻ തന്റെ കൗതുകത്തെ തന്നെ സംശയമായി കാണാൻ തുടങ്ങുന്നു. വിദ്യാഭ്യാസസ്ഥാപനങ്ങൾ വിഷയത്തെ ഒഴിവാക്കുമ്പോൾ, അറിവില്ലായ്മ ഒരു പതിവ് നിലയായി മാറുന്നു[3]. പഠിക്കരുത് എന്ന നിർദ്ദേശം ശാസ്ത്രീയ ബോധവൽക്കരണത്തെ തടയുന്നു. ഈ അവസ്ഥയിൽ തെറ്റിദ്ധാരണകൾ സ്വാഭാവികമായി വളരുന്നു.

നിശ്ശബ്ദത വിവരക്കുറവ് മാത്രമല്ല; അത് ഒരു മാനസിക സന്ദേശവുമാണ്. "ഇത് അപകടകരം", "ഇത് ലജ്ജാകരം" എന്ന സൂചനകൾ വാക്കുകളില്ലാതെ തന്നെ കൈമാറപ്പെടുന്നു[4]. ഇതിലൂടെ വ്യക്തി തന്റെ ശരീരപ്രതികരണങ്ങളെ തന്നെ സംശയത്തോടെ കാണാൻ തുടങ്ങുന്നു.

നിശ്ശബ്ദതയും കുറ്റബോധവും

അറിയാത്തത് തന്നെ കുറ്റമായി മാറുന്ന ഘട്ടം ഇവിടെ രൂപപ്പെടുന്നു. ഒരു വിഷയത്തെക്കുറിച്ച് തുറന്ന സംവാദമില്ലാത്തപ്പോൾ, വ്യക്തി തന്റെ അനുഭവത്തെ സമൂഹമാനദണ്ഡങ്ങളുമായി താരതമ്യം ചെയ്യാൻ കഴിയുന്നില്ല. അജ്ഞത (Ignorance) ഭീതിയിലേക്ക് മാറുന്നു[5]. ഭീതി കുറ്റബോധം സൃഷ്ടിക്കുന്നു.

മനശാസ്ത്ര പഠനങ്ങൾ കാണിക്കുന്നത്, വിവരമില്ലായ്മ ആശങ്കാവസ്ഥ വർധിപ്പിക്കുന്നു[6]. വ്യക്തി തന്റെ അനുഭവത്തെ "അസാധാരണം" എന്ന് തെറ്റായി വിലയിരുത്തുന്നു. ശരീരപ്രവർത്തനം സാധാരണമാണെന്ന് അറിയാത്തപ്പോൾ, അത് നൈതിക തെറ്റായി അനുഭവപ്പെടുന്നു. ഈ മാനസികപ്രക്രിയയിൽ ലജ്ജയും ആത്മനിന്ദയും വളരുന്നു[7].

കുറ്റബോധം ഇവിടെ പുറംലോകം നൽകുന്ന ശിക്ഷയല്ല; അത് ആന്തരികമായി നിർമ്മിതമായ ശിക്ഷയാണ്. സമൂഹം സംസാരിക്കാത്തപ്പോൾ, വ്യക്തി തന്റെ മനസ്സിൽ തന്നെ ഒരു

ന്യായാധിപനെ സൃഷ്ടിക്കുന്നു. ഈ ആന്തരിക ശബ്ദം പലപ്പോഴും യാഥാർത്ഥ്യ അറിവില്ലായ്മയുടെ ഫലമാണ്.

നിശ്ശബ്ദത = അധികാരം

സംസാരിക്കാൻ അവകാശമുള്ളവർ ശക്തരാണ് എന്ന വാദം സാമൂഹിക സത്യമാണ്. ആരെക്കുറിച്ച് സംസാരിക്കാം, ആരെക്കുറിച്ച് സംസാരിക്കരുത് എന്നത് നിശ്ചയിക്കുന്നവർ സാമൂഹിക ശക്തിയുടെ കേന്ദ്രങ്ങളാണ്[8]. ഭാഷയെ നിയന്ത്രിക്കുന്നത് അനുഭവത്തെ നിയന്ത്രിക്കുന്നതിനു തുല്യമാണ്. ഒരു വിഷയത്തെ പേരിടാൻ കഴിയാത്തപ്പോൾ, അതിനെ ചോദ്യം ചെയ്യാനും കഴിയില്ല.പൊതു വേദികളിൽ ചിലർക്ക് മാത്രം സംസാരിക്കാനുള്ള അവകാശം ഉണ്ടായിരിക്കുമ്പോൾ, മറ്റുള്ളവർക്ക് മൗനം നിർബന്ധമാവുന്നു. ഈ അസമത്വം അധികാരത്തിന്റെ അടിത്തറയാണ്[9]. ലൈംഗികതയെക്കുറിച്ച് മതസ്ഥാപനങ്ങൾക്കും ഭരണകൂടങ്ങൾക്കും മാത്രം സംസാരിക്കാൻ കഴിയുന്ന സാഹചര്യം രൂപപ്പെടുമ്പോൾ, വ്യക്തിയുടെ സ്വാനുഭവം പ്രാധാന്യം നഷ്ടപ്പെടുന്നു.നിശ്ശബ്ദതയുടെ രാഷ്ട്രീയം (Politics of Silence) വ്യക്തിയുടെ സ്വയംബോധത്തെ ബാധിക്കുന്നു. അറിവില്ലായ്മയിലൂടെ നിയന്ത്രണം കൂടുതൽ സ്ഥിരതയാർജ്ജിക്കുന്നു. തുറന്ന സംവാദം ആരംഭിക്കുമ്പോൾ അധികാരഘടന ചോദ്യം ചെയ്യപ്പെടുന്നു. അതുകൊണ്ടുതന്നെ മൗനം പലപ്പോഴും നിലനിർത്തപ്പെടുന്നു.

നിശ്ശബ്ദത വെറും ശബ്ദത്തിന്റെ അഭാവമല്ല; അത് സാമൂഹിക ക്രമത്തിന്റെ ഭാഗമാണ്. സംസാരിക്കാനുള്ള അവകാശം സമതുലിതമായി വിതരണം ചെയ്യുമ്പോഴാണ് വ്യക്തി തന്റെ ശരീരത്തെയും അനുഭവത്തെയും ആത്മവിശ്വാസത്തോടെ സമീപിക്കാൻ കഴിയുന്നത്.

നിശ്ശബ്ദതയുടെ രാഷ്ട്രീയത്തെ സിദ്ധാന്തപരമായി മാത്രം കാണാൻ കഴിയില്ല; അത് ചില സമൂഹങ്ങളിൽ വ്യക്തമായി കാണപ്പെടുന്ന നയപരമായ തീരുമാനങ്ങളിലൂടെയും പ്രകടമാകുന്നു. ഇന്ത്യൻ സമൂഹത്തിന്റെ പല മേഖലകളിലും ലൈംഗിക വിദ്യാഭ്യാസം (Sex Education) എന്ന വിഷയത്തെ സ്കൂൾ പാഠ്യപദ്ധതിയിൽ (School Curriculum) ഉൾപ്പെടുത്തുന്നതിൽ സംശയവും പ്രതിരോധവും നിലനിൽക്കുന്നത് ഒരു ശ്രദ്ധേയ ഉദാഹരണമാണ്.

ഇരുപതാം നൂറ്റാണ്ടിന്റെ അവസാനത്തിലും ഇരുപത്തിയൊന്നാം നൂറ്റാണ്ടിന്റെ തുടക്കത്തിലും കൗമാരാരോഗ്യ വിദ്യാഭ്യാസം (Adolescent Education Program) നടപ്പിലാക്കാൻ കേന്ദ്രതലത്തിൽ ശ്രമങ്ങൾ നടന്നിരുന്നു[10]. എന്നാൽ ചില സംസ്ഥാനങ്ങൾ ഈ പരിപാടികളെ "സംസ്കാരവിരുദ്ധം" (Against Culture) അല്ലെങ്കിൽ "അശ്ലീലത പ്രോത്സാഹനം" (Promotion of Obscenity) എന്നാരോപിച്ച് താൽക്കാലികമായി നിർത്തിവെച്ചിരുന്നു[11]. ഈ പ്രതികരണം സാമൂഹിക ഭീതിയുടെയും തെറ്റിദ്ധാരണകളുടെയും പ്രകടനമായിരുന്നു.

ലൈംഗിക വിദ്യാഭ്യാസം നൽകുന്നത് കുട്ടികളിൽ ലൈംഗികപ്രവർത്തനം വർധിപ്പിക്കും എന്ന വാദം ശാസ്ത്രീയമായി പിന്തുണയ്ക്കപ്പെട്ടിട്ടില്ല[12]. ലോകാരോഗ്യ സംഘടന (World Health Organization)യും യുനെസ്കോ (UNESCO)യും സമഗ്ര ലൈംഗിക വിദ്യാഭ്യാസം (Comprehensive Sexuality Education) കൗമാരത്തിൽ സുരക്ഷിത പെരുമാറ്റം വർധിപ്പിക്കുന്നതായി സൂചിപ്പിക്കുന്നു[13]. എന്നിരുന്നാലും, ചില സാമൂഹിക–മത സംഘടനകൾ ഈ വിഷയത്തെ "സംസാരിക്കരുത്" എന്ന പരിധിയിൽ നിർത്താൻ ശ്രമിച്ചു.

ഇവിടെ നിശ്ശബ്ദത ഒരു നയപരമായ തിരഞ്ഞെടുപ്പായി മാറുന്നു. വിഷയത്തെ പാഠ്യപദ്ധതിയിൽ നിന്ന് ഒഴിവാക്കുമ്പോൾ, വിദ്യാർത്ഥികൾ വിവരമില്ലായ്മയിലേക്ക് തള്ളപ്പെടുന്നു. അവർ വിവരങ്ങൾ അനൗപചാരിക മാർഗങ്ങളിലൂടെ, പലപ്പോഴും തെറ്റായ സ്രോതസ്സുകളിൽ നിന്ന്, തേടുന്നു[14]. ഇത് തെറ്റിദ്ധാരണകൾക്കും അപകടകരമായ പെരുമാറ്റങ്ങൾക്കും വഴിവെക്കാം.

ഇന്ത്യൻ സമൂഹത്തിലെ കുടുംബസംസ്കാരവും ഇതിൽ പങ്കാളിയാണ്. മാതാപിതാക്കൾ പലപ്പോഴും "ഇത് വളർന്നാൽ മനസ്സിലാകും" എന്ന സമീപനം സ്വീകരിക്കുന്നു. ഫലമായി, കുട്ടികൾ ശരീരത്തിലെ മാറ്റങ്ങളെക്കുറിച്ചും ബന്ധങ്ങളെക്കുറിച്ചും സ്വയം ആശയക്കുഴപ്പത്തിലാവുന്നു. ഈ അവസ്ഥ നിശ്ശബ്ദതയും കുറ്റബോധവും തമ്മിലുള്ള ബന്ധത്തെ ശക്തിപ്പെടുത്തുന്നു.

പഠനങ്ങൾ കാണിക്കുന്നത്, ലൈംഗിക വിദ്യാഭ്യാസം ലഭിക്കുന്ന കൗമാരക്കാർ ഗർഭനിരോധനത്തെക്കുറിച്ചും ലൈംഗികരോഗങ്ങളെക്കുറിച്ചും കൂടുതൽ ബോധവാന്മാരാണ്[15]. അതേസമയം, വിദ്യാഭ്യാസം ഇല്ലാത്ത സാഹചര്യങ്ങളിൽ തെറ്റായ വിശ്വാസങ്ങൾ, ഭീതികൾ, ധാത് സിൻഡ്രോം (Dhat Syndrome) പോലുള്ള സംസ്കാരബന്ധിത ആശങ്കകൾ കൂടുതൽ വ്യാപകമാകാം[16].

ഇവിടെ അധികാരത്തിന്റെ മറ്റൊരു രൂപം കാണാം. പാഠ്യപദ്ധതി രൂപപ്പെടുത്തുന്നവർക്ക് എന്ത് അറിവ് നൽകണം, എന്ത് നൽകേണ്ടതില്ല എന്നത് തീരുമാനിക്കാൻ അധികാരമുണ്ട്. ഈ തീരുമാനം നിശ്ശബ്ദതയെ സ്ഥാപനപരമായി (Institutionalized Silence) ഉറപ്പാക്കുന്നു[17]. സംസാരിക്കാൻ അവകാശമുള്ളവർ ശക്തരാണെന്ന് മുമ്പ് പറഞ്ഞത് ഇവിടെ വ്യക്തമാണ്.

അതേസമയം, സമകാലീന നഗരമേഖലകളിൽ സ്വകാര്യ വിദ്യാഭ്യാസ സ്ഥാപനങ്ങളും ഡിജിറ്റൽ വേദികളും തുറന്ന ചർച്ചകൾ ആരംഭിച്ചിട്ടുണ്ട്. ഇത് സാമൂഹിക മാറ്റത്തിന്റെ സൂചനയാണ്. എന്നാൽ ഗ്രാമപ്രദേശങ്ങളിലും പരമ്പരാഗത സമൂഹങ്ങളിലും മൗനം ഇപ്പോഴും ശക്തമാണ്.

ലൈംഗിക വിദ്യാഭ്യാസത്തെ ഒഴിവാക്കുന്നത് സംസ്കാരസംരക്ഷണമെന്ന പേരിൽ ന്യായീകരിക്കപ്പെടുമ്പോഴും, അതിന്റെ യാഥാർത്ഥ്യ ഫലം അറിവില്ലായ്മയും കുറ്റബോധവും ആരോഗ്യപ്രശ്നങ്ങളും ആയിരിക്കും. നിശ്ശബ്ദത അധികാരത്തിന്റെ ഉപാധിയാണെങ്കിൽ, ബോധവൽക്കരണം സ്വാതന്ത്ര്യത്തിന്റെ ഉപാധിയാണ്.

നിശ്ശബ്ദത അധികാരത്തിന്റെ ഉപാധിയാണെങ്കിൽ, ബോധവൽക്കരണം സ്വാതന്ത്ര്യത്തിന്റെ ഉപാധിയാണ്.

Reference List

1. Lukes, S. (2005). Power: A Radical View.
2. Foucault, M. (1978). The History of Sexuality.
3. UNESCO (2018). International Technical Guidance on Sexuality Education.
4. Douglas, M. (1966). Purity and Danger.

5. Bauman, Z. (2000). Liquid Modernity.
6. Beck, A. T. (1976). Cognitive Therapy and the Emotional Disorders.
7. Tangney, J. P., & Dearing, R. L. (2002). Shame and Guilt.
8. Bourdieu, P. (1991). Language and Symbolic Power.
9. Habermas, J. (1989). The Structural Transformation of the Public Sphere.
10. Government of India (2007). Adolescent Education Programme Guidelines.
11. Times of India (2007). States oppose sex education programme.
12. Kirby, D. (2007). Emerging Answers on Sex Education.
13. UNESCO (2018). International Technical Guidance on Sexuality Education.
14. Livingstone, S., & Smith, P. K. (2014). Annual Research Review: Online risks and opportunities. Journal of Child Psychology and Psychiatry.
15. World Health Organization (2011). WHO Guidelines on Preventing Early Pregnancy.
16. Prakash, O. (2007). Dhat Syndrome. Indian Journal of Psychiatry.
17. Bourdieu, P. (1991). Language and Symbolic Power.

അധ്യായം 22
രാഷ്ട്രീയ ശരിവാദവും (Political Correctness) ജൈവ യാഥാർത്ഥ്യവും (Biological Reality)

ആധുനിക സാമൂഹിക–രാഷ്ട്രീയ സംവാദങ്ങളിൽ സ്ത്രീശരീരത്തെയും ലൈംഗികതയെയും ചുറ്റിപ്പറ്റിയുള്ള ചർച്ചകൾ രണ്ട് വ്യത്യസ്ത അറിവ് ഘടനകളുടെ ഏറ്റുമുട്ടലായി പ്രത്യക്ഷപ്പെടുന്നു. ഒന്നാമത്തെ ഘടനയാണ് രാഷ്ട്രീയ ശരിവാദം (Political Correctness). ഇത് ഭാഷ, പ്രതിനിധാനം, നിയമം, സ്ഥാപനങ്ങൾ എന്നിവ വഴി അപമാനം കുറയ്ക്കുകയും ചരിത്രപരമായ അസമത്വങ്ങൾ തിരുത്തുകയും ചെയ്യാനുള്ള ശ്രമമാണ്. രണ്ടാമത്തേത് ജൈവ യാഥാർത്ഥ്യം (Biological Reality) എന്ന ആശയമാണ്. ഇത് പ്രജനനം, ഹോർമോൺ സ്വാധീനം, ന്യൂറോബയോളജി (Neurobiology), ശാരീരിക വ്യത്യാസങ്ങൾ, വികാസപരിധികൾ, പരിണാമ ഘടനകൾ എന്നിവയെ അടിസ്ഥാനമാക്കിയുള്ള ശാസ്ത്രീയ അറിവുകളെ സൂചിപ്പിക്കുന്നു.

പ്രശ്നം ഇതിൽ ഒന്നിന്റെ സത്യസന്ധതയും മറ്റേതിന്റെ അസത്യസന്ധതയും അല്ല. പ്രശ്നം ഉയരുന്നത്, മാന്യത സംരക്ഷിക്കാൻ രൂപപ്പെട്ട ഭാഷ ജൈവപരമായ നിയന്ത്രണങ്ങളെയോ വ്യത്യാസങ്ങളെയോ നിഷേധിക്കുമ്പോഴും, മറുവശത്ത് ജൈവ വ്യത്യാസങ്ങളെ ചൂണ്ടിക്കാണിക്കുന്നത് ചിലപ്പോൾ അസമത്വത്തിന് ന്യായീകരണമായി വായിക്കപ്പെടുമ്പോഴും ആണ്. അതിനാൽ ഇത് ഒരു നൈതിക പ്രശ്നമെന്നതിലുപരി ഒരു അറിവ്–രാഷ്ട്രീയ (Epistemological–Political) സംഘർഷമാണ്.

രാഷ്ട്രീയ ശരിവാദവും ജൈവ യാഥാർത്ഥ്യവും തമ്മിലുള്ള സംഘർഷം ഒരു ലളിതവൽക്കരിക്കാവുന്ന തർക്കമല്ല. ഇത് നൈതിക ലക്ഷ്യങ്ങളും ശാസ്ത്രീയ നിയന്ത്രണങ്ങളും തമ്മിലുള്ള സമവായപ്രശ്നമാണ്. സമത്വം "സാമ്യം" (Sameness) ആവണമെന്നില്ല. ജൈവ വ്യത്യാസം "അസമത്വം" എന്നതിനെ നിർബന്ധമാക്കുന്നില്ല. ഉൾക്കൊള്ളലും ശാസ്ത്രീയ കൃത്യതയും തമ്മിൽ സമതുലനം കണ്ടെത്തുമ്പോഴാണ് ദീർഘകാല ഗവേഷണസ്ഥിരത സാധ്യമാകുന്നത്.

രാഷ്ട്രീയ ശരിവത്കരണത്തിന്റെ വികസനഘട്ടത്തിൽ ഏറ്റവും ശക്തമായി പ്രത്യക്ഷപ്പെടുന്ന പ്രവണതകളിൽ ഒന്നാണ് "റദ്ദാക്കൽ സംസ്കാരം" (Cancel Culture). സാമൂഹിക ഉത്തരവാദിത്വം ഉറപ്പാക്കാനുള്ള ഒരു ഉപാധിയായി ഇത് രൂപപ്പെട്ടതാണെങ്കിലും, ശാസ്ത്രീയ അന്വേഷണം സ്വാതന്ത്ര്യവുമായി ഇത് ചിലപ്പോൾ സംഘർഷത്തിലേക്ക് നീങ്ങുന്നു. ഈ രണ്ടു മേഖലകളുടെയും ലക്ഷ്യങ്ങൾ വ്യത്യസ്തമാണെങ്കിലും, അവ തമ്മിലുള്ള അതിർത്തി മങ്ങുമ്പോൾ അറിവിന്റെ വളർച്ച തന്നെ ബാധിക്കപ്പെടാൻ സാധ്യതയുണ്ട്.

റദ്ദാക്കൽ സംസ്കാരം ഒരു സാമൂഹിക നിയന്ത്രണരീതിയാണ്. പൊതുവേദികളിൽ പ്രസ്താവനകളോ പ്രവൃത്തികളോ സമൂഹത്തിന്റെ മൂല്യങ്ങൾക്ക് വിരുദ്ധമാണെന്ന് തോന്നുമ്പോൾ, വ്യക്തികളെയോ സ്ഥാപനങ്ങളെയോ ബഹിഷ്കരിക്കാൻ സമൂഹം ശ്രമിക്കുന്നതാണ് ഇതിന്റെ അടിസ്ഥാനരൂപം. ഉദാഹരണമായി, വംശീയത, ലിംഗവിവേചനം, അപമാനകരമായ ഭാഷ തുടങ്ങിയ വിഷയങ്ങളിൽ പ്രതികരണം ഉയർന്നപ്പോൾ, നിരവധി പൊതുപ്രതിഭകൾക്ക് അവരുടെ പ്രസ്താവനകൾക്ക് ഉത്തരവാദിത്വം ഏറ്റെടുക്കേണ്ടിവന്നിട്ടുണ്ട്. ഈ സാഹചര്യത്തിൽ, റദ്ദാക്കൽ സംസ്കാരം ഒരു "സാമൂഹിക നിയന്ത്രണയന്ത്രം" ആയി പ്രവർത്തിക്കുന്നു, അതിലൂടെ അപകീർത്തികരമായ ആശയങ്ങൾ പൊതുവേദികളിൽ പ്രചരിക്കുന്നത് കുറയുന്നു.

എന്നാൽ, ഈ സമീപനം ശാസ്ത്രീയ അന്വേഷണത്തിന്റെ മേഖലയിലേക്ക് കടക്കുമ്പോൾ പ്രശ്നങ്ങൾ ഉയരുന്നു. ശാസ്ത്രം സ്വഭാവതലത്തിൽ തന്നെ സംശയത്തെയും വിമർശനത്തെയും ആശ്രയിച്ചാണ്

മുന്നേറുന്നത്. ഒരു സിദ്ധാന്തം ശരിയാണോ തെറ്റാണോ എന്നത് തുറന്ന ചർച്ചകളിലൂടെ മാത്രമേ നിർണയിക്കാനാകൂ. ഉദാഹരണമായി, ഒരു ഗവേഷകൻ ലിംഗവ്യത്യാസങ്ങളെ കുറിച്ച് ജൈവപരമായ കണ്ടെത്തലുകൾ അവതരിപ്പിക്കുമ്പോൾ, അത് ചിലർക്കു അസ്വസ്ഥത സൃഷ്ടിക്കാമെങ്കിലും, അതിനെ വിമർശനാത്മകമായി പരിശോധിക്കേണ്ടതാണല്ലാതെ, അത് മുഴുവനായി നിശബ്ദമാക്കേണ്ടതല്ല. എന്നാൽ, റദ്ദാക്കൽ സംസ്കാരം ശക്തമായ സാഹചര്യങ്ങളിൽ, ഇത്തരം പഠനങ്ങൾ തന്നെ പ്രസിദ്ധീകരിക്കാൻ ഗവേഷകർ ഭയപ്പെടാൻ സാധ്യതയുണ്ട്.

ഇതിന് ഒരു വ്യക്തമായ ഉദാഹരണം അക്കാദമിക് മേഖലയിൽ കാണാം. ചില സർവകലാശാലകളിൽ, വിവാദകരമായ വിഷയങ്ങളിൽ സംസാരിക്കാൻ ക്ഷണിക്കപ്പെട്ട ശാസ്ത്രജ്ഞരെ വിദ്യാർത്ഥി പ്രക്ഷോഭങ്ങൾ മൂലം ക്ഷണങ്ങൾ റദ്ദാക്കേണ്ടിവന്ന സംഭവങ്ങൾ ഉണ്ടായിട്ടുണ്ട്. ഈ സാഹചര്യത്തിൽ, പ്രശ്നം ആ വ്യക്തിയുടെ അഭിപ്രായങ്ങൾ തെറ്റാണോ ശരിയാണോ എന്നതല്ല; മറിച്ച്, അവ ചർച്ച ചെയ്യപ്പെടാൻ അവസരം ലഭിക്കാതിരിക്കുന്നതാണ്. ഇതിലൂടെ, ശാസ്ത്രീയ ആശയവിനിമയം itself തടസ്സപ്പെടുന്നു.

ഇത് അറിവിന്റെ വികസനത്തിന് ഒരു ഗൗരവമായ ഭീഷണിയാണ്. ചരിത്രപരമായി നോക്കുമ്പോൾ, പല പ്രധാന ശാസ്ത്രീയ കണ്ടെത്തലുകളും ആദ്യം വിവാദങ്ങളായാണ് ആരംഭിച്ചത്. കോപ്പർണിക്കസിന്റെ സൂര്യകേന്ദ്ര സിദ്ധാന്തം, ഡാർവിന്റെ വികാസവാദം, ഇവയെല്ലാം സമൂഹത്തിൽ ശക്തമായ പ്രതികരണങ്ങൾ ഉണ്ടാക്കിയിരുന്നു. എന്നാൽ, അവയെ നിശബ്ദമാക്കാതെ, വിമർശനത്തിനും പരിശോധനയ്ക്കും വിധേയമാക്കിയതുകൊണ്ടാണ് ശാസ്ത്രം മുന്നേറിയത്. ഇന്ന്, റദ്ദാക്കൽ സംസ്കാരം ഭീതിയുടെ അന്തരീക്ഷം സൃഷ്ടിച്ചാൽ, അതുപോലുള്ള പുതിയ ആശയങ്ങൾ തന്നെ ഉയരാൻ പ്രയാസപ്പെടും.

അതേസമയം, റദ്ദാക്കൽ സംസ്കാരത്തിന്റെ മുഴുവൻ ആശയത്തെയും തള്ളിക്കളയാൻ കഴിയില്ല. സമൂഹത്തിൽ ഉത്തരവാദിത്വം ഉറപ്പാക്കാൻ ഇത് ഒരു പ്രബല ഉപാധിയാണ്. വിദ്വേഷപരമായ പ്രസ്താവനകൾക്കും തെറ്റായ വിവരങ്ങൾക്കും എതിരായി പ്രതികരിക്കുന്നത് ആവശ്യമാണ്. എന്നാൽ, ശാസ്ത്രീയ അന്വേഷണവും പൊതുപ്രസംഗങ്ങളും തമ്മിൽ വ്യക്തമായ വ്യത്യാസം തിരിച്ചറിയേണ്ടത് അത്യാവശ്യമാണ്. ശാസ്ത്രീയ ചർച്ചകൾ തെളിവുകളും പരിശോധനകളും അടിസ്ഥാനമാക്കിയാണ് മുന്നേറേണ്ടത്, സാമൂഹിക സമ്മർദ്ദം കൊണ്ടല്ല.

അതിനാൽ, ഒരു സമതുലിത സമീപനം അനിവാര്യമാണ്. സാമൂഹിക ഉത്തരവാദിത്വം ഉറപ്പാക്കുന്നതിനൊപ്പം, ശാസ്ത്രീയ അന്വേഷണത്തിന് ആവശ്യമായ ബൗദ്ധിക സ്വാതന്ത്ര്യം സംരക്ഷിക്കണം. വിമർശനാത്മക ചർച്ചകൾക്ക് അവസരം നൽകുകയും, തെറ്റായ ആശയങ്ങളെ തെളിവുകളുടെ അടിസ്ഥാനത്തിൽ ചോദ്യം ചെയ്യുകയും ചെയ്യേണ്ടതാണ്. ഭീതിയാൽ നിശബ്ദമാക്കുന്ന സമീപനം ശാസ്ത്രത്തിന്റെ സ്വഭാവത്തോടു വിരുദ്ധമാണ്.

അവസാനമായി, റദ്ദാക്കൽ സംസ്കാരവും ശാസ്ത്രീയ സ്വാതന്ത്ര്യവും തമ്മിലുള്ള ബന്ധം ഒരു വിരുദ്ധതയായി കാണേണ്ടതില്ല. മറിച്ച്, ഇവ തമ്മിൽ വ്യക്തമായ അതിർത്തി നിർണയിക്കുമ്പോഴാണ് സമൂഹവും ശാസ്ത്രവും ഒരുമിച്ച് മുന്നേറുന്നത്. സാമൂഹിക ഉത്തരവാദിത്വം മാനുഷിക മൂല്യങ്ങളെ സംരക്ഷിക്കുമ്പോൾ, ബൗദ്ധിക സ്വാതന്ത്ര്യം അറിവിന്റെ പരിധികളെ വികസിപ്പിക്കുന്നു. ഈ രണ്ടിന്റെയും സംയോജനത്തിലാണ് ദീർഘകാല പുരോഗതി സാധ്യമാകുന്നത്.

രാഷ്ട്രീയ ശരിവത്കരണത്തിന്റെ വിപുലമായ ചർച്ചയിൽ മറ്റൊരു നിർണായക തലമാണ് വികാര അംഗീകാരം (emotional validation) എന്നും ന്യൂറോബയോളജിക്കൽ സമ്മർദ്ദപ്രതികരണം (stress response) എന്നും ഉള്ള രണ്ട് വ്യത്യസ്ത ഘടകങ്ങൾ തമ്മിലുള്ള ബന്ധം. ആധുനിക സമൂഹം വ്യക്തിയുടെ അനുഭവങ്ങളെയും വികാരങ്ങളെയും അംഗീകരിക്കേണ്ടതിന്റെ ആവശ്യകതയെ ശക്തമായി മുന്നോട്ടുവെക്കുമ്പോൾ, ശരീരത്തിന്റെ ജൈവപ്രതിരോധ സംവിധാനമായ സമ്മർദ്ദപ്രതികരണത്തിന്റെ സ്വഭാവം പലപ്പോഴും മറക്കപ്പെടുന്നു. ഈ രണ്ട് മേഖലകളെയും ഒരേ രീതിയിൽ കാണുന്നത് തെറ്റിദ്ധാരണകൾക്കും ദീർഘകാല മാനസിക ദുർബലതകൾക്കും വഴിയൊരുക്കാം.

വികാരങ്ങളെ അംഗീകരിക്കുന്നത് മാനസികാരോഗ്യത്തിന്റെ അടിസ്ഥാനഘടകമാണ്. ഒരാളുടെ ഭയം, ദുഃഖം, ആശങ്ക, അപ്രാപ്തി തുടങ്ങിയ വികാരങ്ങളെ "അസാധുവാണ്" എന്ന് തള്ളിക്കളയുന്നത്, വ്യക്തിയുടെ ആത്മാഭിമാനത്തെയും ആത്മബോധത്തെയും ബാധിക്കുന്നു. ഉദാഹരണത്തിന്, ഒരു വ്യക്തി ജോലി നഷ്ടപ്പെട്ട ശേഷം അനുഭവിക്കുന്ന നിരാശയെ "നീ ശക്തനായിരിക്കണം" എന്ന് പറഞ്ഞ് നിരാകരിക്കുന്നത്, പ്രശ്നത്തെ പരിഹരിക്കില്ല; മറിച്ച് അത് അടിച്ചമർത്തലിലേക്ക് നയിക്കും. ഈ സാഹചര്യത്തിൽ, വികാര അംഗീകാരം വ്യക്തിക്ക് തന്റെ അനുഭവം മനസ്സിലാക്കാനും, അതിനെ കൈകാര്യം ചെയ്യാനുമുള്ള ആദ്യഘട്ടമാണ്.

എന്നാൽ, ഇതിന് സമാന്തരമായി പ്രവർത്തിക്കുന്ന മറ്റൊരു സംവിധാനമാണ് ന്യൂറോബയോളജിക്കൽ സമ്മർദ്ദപ്രതികരണം. മനുഷ്യശരീരത്തിൽ "fight or flight" എന്നറിയപ്പെടുന്ന ഈ സംവിധാനം, ഭീഷണികളെ നേരിടാൻ ശരീരത്തെ തയ്യാറാക്കുന്ന ഒരു ജൈവപ്രതിരോധപ്രവർത്തനമാണ്. ഉദാഹരണത്തിന്, ഒരു അപകടസാധ്യത നേരിടുമ്പോൾ ഹൃദയമിടിപ്പ് വർധിക്കുക, ശ്രദ്ധ കേന്ദ്രീകരിക്കുക, വേഗത്തിൽ പ്രതികരിക്കാൻ ശരീരം തയ്യാറാകുക എന്നിവ ഈ സംവിധാനത്തിന്റെ ഭാഗങ്ങളാണ്. ഇത് രോഗലക്ഷണമല്ല; മറിച്ച് ജീവൻ നിലനിർത്താനുള്ള ഒരു സ്വാഭാവിക പ്രക്രിയയാണ്.

പ്രശ്നം ഉയരുന്നത്, ഓരോ അസ്വസ്ഥതയും രോഗലക്ഷണമായി വായിക്കുന്ന പ്രവണത ശക്തമാകുമ്പോഴാണ്. ചെറിയ സമ്മർദ്ദങ്ങൾ പോലും "അസ്വസ്ഥമായ മാനസികാവസ്ഥ" എന്ന നിലയിൽ മാത്രം വ്യാഖ്യാനിക്കുമ്പോൾ, വ്യക്തിയുടെ പ്രതിരോധശേഷി ക്രമേണ കുറയാൻ സാധ്യതയുണ്ട്. ഉദാഹരണമായി, പരീക്ഷാഭയം അനുഭവിക്കുന്ന ഒരു വിദ്യാർത്ഥിയെ "നിനക്ക് ആകാംക്ഷാസംബന്ധമായ രോഗമുണ്ട്" എന്ന് ഉടൻ തന്നെ വർഗ്ഗീകരിക്കുന്നതിനു പകരം, അത് ഒരു സ്വാഭാവിക സമ്മർദ്ദപ്രതികരണമാണെന്നും, അതിനെ നിയന്ത്രിക്കാൻ പരിശീലനം ആവശ്യമാണ് എന്നും കാണേണ്ടതാണ്.

ഇവിടെ രാഷ്ട്രീയ ശരിവത്കരണത്തിന്റെ സ്വാധീനം വ്യക്തമാണ്. വ്യക്തിയുടെ വികാരങ്ങളെ നിരാകരിക്കരുത് എന്ന ഉദ്ദേശ്യം ശരിയായതാണെങ്കിലും, അത് ചിലപ്പോൾ "എല്ലാ അസ്വസ്ഥതയും അസാധാരണമാണ്" എന്ന തെറ്റായ ധാരണയിലേക്ക് നീങ്ങുന്നു. ഇതിലൂടെ, മനുഷ്യന്റെ സ്വാഭാവിക മാനസിക-ജൈവപ്രവർത്തനങ്ങളെ തന്നെ പ്രശ്നങ്ങളായി കാണുന്ന പ്രവണത വളരുന്നു. ഈ സമീപനം ദീർഘകാലത്തിൽ വ്യക്തിയുടെ മാനസിക ദൃഢതയെ ദുർബലപ്പെടുത്താൻ ഇടയാക്കാം.

അതേസമയം, വികാരങ്ങളെ അവഗണിക്കുന്ന സമീപനവും equally പ്രശ്നകരമാണ്. സമ്മർദ്ദപ്രതികരണം സ്വാഭാവികമാണെന്ന് പറഞ്ഞ്, വ്യക്തിയുടെ യഥാർത്ഥ മാനസികവേദനയെ നിരാകരിക്കുന്നത്, അവനെ ഒറ്റപ്പെടലിലേക്ക് തള്ളിവിടും. അതിനാൽ, ഈ രണ്ട് ഘടകങ്ങൾ തമ്മിൽ വ്യക്തമായ ഭേദവും, ഒരുമിച്ചുള്ള മനസ്സിലാക്കലും ആവശ്യമാണ്.

ഒരു സമതുലിത സമീപനം ഇവിടെ അനിവാര്യമാണ്. വികാരങ്ങളെ അംഗീകരിക്കുന്നത് ആദ്യഘട്ടമായി തുടരുമ്പോൾ, അതിനെ ദുർബലതയുടെ ചിഹ്നമാക്കി മാറ്റാതെ, പ്രതിരോധശേഷി (resilience) വളർത്താനുള്ള മാർഗ്ഗങ്ങളിലേക്ക് നീങ്ങണം. ഉദാഹരണത്തിന്, ആശങ്ക അനുഭവിക്കുന്ന ഒരാളോട് "നിന്റെ വികാരം ശരിയാണ്" എന്ന് അംഗീകരിക്കുന്നതോടൊപ്പം, ശ്വസനനിയന്ത്രണം, ചിന്താപുനർസംഘടന (cognitive reframing), പ്രശ്നപരിഹാരശേഷി എന്നിവ പരിശീലിപ്പിക്കേണ്ടതാണ്.

അവസാനമായി, വികാര അംഗീകാരവും ന്യൂറോബയോളജിക്കൽ സമ്മർദ്ദപ്രതികരണവും തമ്മിലുള്ള ബന്ധം ഒരു വിരുദ്ധതയായി കാണേണ്ടതില്ല. വികാരങ്ങളെ അംഗീകരിക്കുന്നത് മനുഷ്യാനുഭവത്തെ മാനിക്കുന്നതാണ്; സമ്മർദ്ദപ്രതികരണം മനസ്സിലാക്കുന്നത് മനുഷ്യന്റെ ജൈവശേഷിയെ മാനിക്കുന്നതാണ്. ഈ രണ്ടിന്റെയും സംയോജനം മാത്രമാണ് വ്യക്തിയുടെ മാനസികാരോഗ്യവും ദൃഢതയും ഒരുപോലെ സംരക്ഷിക്കുന്ന ദീർഘകാല സമീപനം.

രാഷ്ട്രീയ ശരിവത്കരണത്തിന്റെ സമകാലീന ചർച്ചകളിൽ ശ്രദ്ധേയമായ മറ്റൊരു മേഖല അശ്ലീല സാധാരണവൽക്കരണം (porn normalization) എന്നും ഡോപമിൻ നിയന്ത്രണം (dopamine regulation) എന്നും ഉള്ള രണ്ട് പരസ്പരം ബന്ധിപ്പിക്കപ്പെട്ട ഘടകങ്ങളാണ്. തുറന്ന സംവാദത്തിനുള്ള അവകാശം സംരക്ഷിക്കണമെന്ന സാമൂഹിക നിലപാട് ഒരുവശത്ത് ശക്തമാകുമ്പോൾ, മനുഷ്യന്റെ നാഡീവ്യവസ്ഥയിൽ പ്രവർത്തിക്കുന്ന പ്രേരണ-പ്രതിഫലന (reward) സംവിധാനത്തിന്റെ പരിമിതികളെ മനസ്സിലാക്കേണ്ടതിന്റെ ആവശ്യകത മറുവശത്ത് ഉയരുന്നു.

അശ്ലീലത്തെ തുറന്ന ചർച്ചയുടെ ഭാഗമാക്കുന്നത്, പലകാലമായി അടച്ചുപൂട്ടപ്പെട്ട വിഷയങ്ങളിൽ സംവാദത്തിന് ഇടവരുത്തിയിട്ടുണ്ട്. ലജ്ജ, കുറ്റബോധം, തെറ്റായ ധാരണകൾ എന്നിവയിൽ കുടുങ്ങിയിരുന്ന വിഷയങ്ങളെ കൂടുതൽ വിവരാധിഷ്ഠിതമായും വിമർശനാത്മകമായും സമീപിക്കാൻ ഇതിലൂടെ കഴിയുന്നു. ഉദാഹരണമായി, ലൈംഗിക വിദ്യാഭ്യാസത്തിന്റെ ഭാഗമായുള്ള ചില ചർച്ചകൾ യുവാക്കൾക്ക് ശരിയായ വിവരങ്ങൾ ലഭ്യമാക്കുകയും, തെറ്റിദ്ധാരണകൾ കുറയ്ക്കുകയും ചെയ്യുന്നു. ഈ നിലയിൽ, അശ്ലീലത്തെ കുറിച്ചുള്ള തുറന്ന സംഭാഷണം ഒരു സാമൂഹിക സുതാര്യതയുടെയും ബോധവൽക്കരണത്തിന്റെയും ഭാഗമായി പ്രവർത്തിക്കുന്നു.

എന്നാൽ, ഈ സ്വാതന്ത്ര്യത്തിന്റെ പ്രയോഗത്തിൽ ഒരു നിർണായകമായ ജൈവപരിധി നിലനിൽക്കുന്നു, അതാണ് ഡോപമിൻ നിയന്ത്രണം. ഡോപമിൻ മനുഷ്യ മസ്തിഷ്കത്തിലെ പ്രതിഫലനസിസ്റ്റത്തിന്റെ കേന്ദ്രഘടകമാണ്. പുതുമ, ഉത്തേജനം, പ്രതീക്ഷിത സുഖാനുഭവങ്ങൾ എന്നിവയ്ക്കു പ്രതികരിച്ച് ഇത് സ്രവിക്കുന്നു. അശ്ലീല ഉള്ളടക്കം പോലുള്ള ഉയർന്ന ഉത്തേജനമുള്ള ദൃശ്യങ്ങൾ ആവർത്തിച്ച് കാണുമ്പോൾ, ഡോപമിൻ നിലയിൽ താൽക്കാലികമായ ഉയർച്ച ഉണ്ടാകുന്നു. ഈ ആവർത്തനം, മസ്തിഷ്കത്തിൽ "reward loop" എന്നറിയപ്പെടുന്ന ഒരു ചക്രം സൃഷ്ടിക്കാൻ ഇടയാക്കാം.

പ്രശ്നം ഉയരുന്നത്, ഈ ഉത്തേജനം ആവർത്തിക്കുമ്പോൾ ആണ്. നിരന്തരം ഉയർന്ന ഡോപമിൻ ഉത്തേജനം ലഭിക്കുമ്പോൾ, മസ്തിഷ്കം ക്രമേണ അതിനോട് "adapt" ചെയ്യാൻ തുടങ്ങുന്നു. ഇതിന്റെ ഫലമായി, അതേ തലത്തിലുള്ള സുഖാനുഭവം നേടാൻ കൂടുതൽ ശക്തമായ അല്ലെങ്കിൽ വ്യത്യസ്തമായ ഉത്തേജനങ്ങൾ ആവശ്യമായി വരാം. ഉദാഹരണത്തിന്, സാധാരണ ദൃശ്യങ്ങളിൽ നിന്ന് ആരംഭിച്ച വ്യക്തി, പിന്നീട് കൂടുതൽ തീവ്രമായ ഉള്ളടക്കങ്ങളിലേക്കു നീങ്ങുന്ന പ്രവണത കാണിക്കാം. ഇത് ആശക്തിയിലേക്കുള്ള വഴിയൊരുക്കുന്ന ഒരു ന്യൂറോബയോളജിക്കൽ മാതൃകയാണ്.

ഇവിടെ രാഷ്ട്രീയ ശരിവത്കരണത്തിന്റെ സ്വാധീനം സൂക്ഷ്മമായി മനസ്സിലാക്കണം. അശ്ലീലത്തെക്കുറിച്ചുള്ള തുറന്ന ചർച്ച അനിവാര്യമാണ്, എന്നാൽ അത് "പരിമിതികളില്ലാത്ത സ്വീകാര്യത" എന്ന നിലയിലേക്ക് നീങ്ങുമ്പോൾ, ജൈവപരമായ അപകടസാധ്യതകൾ അവഗണിക്കപ്പെടാൻ ഇടയാകും. വ്യക്തിയുടെ തിരഞ്ഞെടുപ്പ് സ്വാതന്ത്ര്യം പ്രധാനമാണെങ്കിലും, ആ തിരഞ്ഞെടുപ്പുകൾ മസ്തിഷ്കത്തിന്റെ പ്രതിഫലനസിസ്റ്റത്തെ എങ്ങനെ സ്വാധീനിക്കുന്നു എന്ന അറിവ് equally പ്രധാനമാണ്.

അതേസമയം, ഈ വിഷയത്തെ പൂർണ്ണമായി നിരോധനാത്മകമായ സമീപനത്തിലേക്ക് കൊണ്ടുപോകുന്നതും പ്രശ്നകരമാണ്. കുറ്റബോധം, ലജ്ജ, ഭീതിയിലൂടെ നിയന്ത്രണം സ്ഥാപിക്കാൻ ശ്രമിക്കുന്നത്, വ്യക്തിയെ കൂടുതൽ രഹസ്യപരമായ ഉപയോഗത്തിലേക്ക് നയിക്കാനും, മാനസിക സംഘർഷങ്ങൾ വർധിപ്പിക്കാനും ഇടയാക്കാം. അതിനാൽ, തുറന്ന സംവാദവും ഉത്തരവാദിത്വബോധവും തമ്മിൽ ഒരു സുതാര്യമായ സന്തുലനം ആവശ്യമാണ്.

ഒരു പ്രായോഗിക സമീപനം ഇവിടെ നിർണായകമാണ്. വ്യക്തികൾക്ക് അവരുടെ ഉപയോഗശീലങ്ങളെ സ്വയം നിരീക്ഷിക്കാൻ, ഡോപമിൻ ഉത്തേജനത്തിന്റെ സ്വഭാവം മനസ്സിലാക്കാൻ, ഇടവേളകൾ പാലിക്കാൻ, ശ്രദ്ധ തിരിക്കുന്ന ആരോഗ്യകരമായ പ്രവർത്തനങ്ങൾ വികസിപ്പിക്കാൻ പരിശീലനം നൽകേണ്ടതാണ്. ഉദാഹരണത്തിന്, വ്യായാമം, സൃഷ്ടിപരമായ പ്രവർത്തനങ്ങൾ, സാമൂഹിക ഇടപെടലുകൾ എന്നിവ ഡോപമിൻ സിസ്റ്റത്തെ സമതുലിതമായി നിലനിർത്താൻ സഹായിക്കുന്നു.

അവസാനമായി, അശ്ലീല സാധാരണവൽക്കരണവും ഡോപമിൻ നിയന്ത്രണവും തമ്മിലുള്ള ബന്ധം ഒരു ലളിതമായ "സ്വാതന്ത്ര്യം vs നിയന്ത്രണം" എന്ന സംഘർഷമായി കാണേണ്ടതില്ല. സ്വാതന്ത്ര്യം വിവരബോധത്തോടൊപ്പം വരുമ്പോൾ മാത്രമാണ് അത് ആരോഗ്യകരമാകുന്നത്. മനുഷ്യന്റെ നാഡീവ്യവസ്ഥയുടെ പരിമിതികളെ മനസ്സിലാക്കുകയും, അതിനനുസരിച്ച് ഉത്തരവാദിത്വമുള്ള തിരഞ്ഞെടുപ്പുകൾ നടത്തുകയും ചെയ്യുമ്പോഴാണ് വ്യക്തിയും സമൂഹവും ഒരുപോലെ ദീർഘകാലമായി ആരോഗ്യകരമായ നിലയിൽ നിലനിൽക്കുന്നത്.

ലൈംഗിക വിമോചനം (sexual liberation) എന്ന ആശയം, വ്യക്തിയുടെ ശരീരത്തിന്റെയും തിരഞ്ഞെടുപ്പുകളുടെയും മേൽ അവകാശം ഉറപ്പാക്കുന്ന ഒരു സാമൂഹിക-നൈതിക നിലപാടായി ആധുനിക കാലത്ത് ശക്തമായി ഉയർന്നുവരുന്നു. വ്യക്തിസ്വാതന്ത്ര്യം, സമ്മതം, വ്യക്തിപരമായ ഇച്ഛകൾ എന്നിവയെ മുൻനിർത്തുന്ന ഈ സമീപനം, ചരിത്രപരമായി നിയന്ത്രണങ്ങളാൽ ചുരുക്കപ്പെട്ടിരുന്ന മേഖലകളിൽ തുറന്ന സംവാദത്തിനും വ്യക്തിപരമായ agency-ക്കും വഴിയൊരുക്കി. എന്നാൽ, ഈ വിമോചനഭാഷയെ പൂർണ്ണമായി മനസ്സിലാക്കാൻ, മനുഷ്യന്റെ ബന്ധന ജൈവശാസ്ത്രത്തെ (biology of bonding) കൂടി ഉൾപ്പെടുത്തേണ്ടത് നിർണായകമാണ്.

മനുഷ്യബന്ധങ്ങൾ ശുദ്ധമായ സാമൂഹിക കരാറുകൾ മാത്രമല്ല; അവയ്ക്ക് ജൈവപരമായ അടിത്തറയും ഉണ്ട്. പ്രത്യേകിച്ച് ഓക്സിറ്റോസിൻ, വാസോപ്രെസ്സിൻ എന്നീ ഹോർമോണുകൾ, വികാരപരമായ അടുപ്പം, വിശ്വാസം, ദീർഘകാല പ്രതിബദ്ധത എന്നിവ രൂപപ്പെടുത്തുന്നതിൽ പ്രധാന പങ്ക് വഹിക്കുന്നു. ശാരീരിക അടുപ്പം, സ്പർശം, ലൈംഗികബന്ധം തുടങ്ങിയ ഇടപെടലുകൾ ഈ ഹോർമോണുകളുടെ സ്രവണം ഉത്തേജിപ്പിക്കുന്നു. ഇതിലൂടെ, ബന്ധം ഒരു താൽക്കാലിക അനുഭവത്തിൽ നിന്ന്, മാനസികമായി ഉറച്ച ഒരു ബന്ധമായി മാറാനുള്ള സാധ്യത വർധിക്കുന്നു.

ഇവിടെ ഒരു പ്രധാനമായ യാഥാർത്ഥ്യം വ്യക്തമാകുന്നു. ലൈംഗികബന്ധം ഒരു "നിഷ്പക്ഷ പ്രവർത്തി" മാത്രമല്ല; അത് മസ്തിഷ്കത്തിൽ ജൈവപരമായ പ്രതികരണങ്ങൾ സൃഷ്ടിക്കുന്ന ഒരു പ്രക്രിയയാണ്. ഉദാഹരണത്തിന്, ആവർത്തിച്ചുള്ള അടുപ്പം ഒരാളോട് പ്രത്യേകമായ വികാരബന്ധം രൂപപ്പെടുത്താൻ ഇടയാക്കാം, കാരണം മസ്തിഷ്കം ആ വ്യക്തിയെ "സുരക്ഷിതവും പരിചിതവുമായ" അനുഭവവുമായി ബന്ധിപ്പിക്കുന്നു. ഈ പ്രക്രിയയാണ് bonding mechanism എന്നറിയപ്പെടുന്നത്.

എന്നാൽ വിമോചനഭാഷ പലപ്പോഴും ഈ ജൈവഘടകങ്ങളെ അവഗണിച്ച്, ലൈംഗികതയെ പൂർണ്ണമായും വ്യക്തിപരമായ സ്വാതന്ത്ര്യത്തിന്റെ പരിധിയിൽ മാത്രം അവതരിപ്പിക്കുന്നു. "വ്യക്തി ആഗ്രഹിക്കുന്നതു പോലെ തിരഞ്ഞെടുക്കാം" എന്ന ആശയം ശരിയായതാണെങ്കിലും, ആ തിരഞ്ഞെടുപ്പുകളുടെ ജൈവപരമായ പ്രത്യാഘാതങ്ങൾ മനസ്സിലാക്കാതെ അവയെ സമീപിക്കുമ്പോൾ, ചിലപ്പോൾ അനന്തരഫലങ്ങൾ പ്രതീക്ഷിക്കാത്ത വിധത്തിൽ രൂപപ്പെടാം. ഉദാഹരണത്തിന്, ഒരു വ്യക്തി ബന്ധങ്ങളെ purely casual ആയി കാണാൻ ശ്രമിച്ചാലും, ജൈവബന്ധന സംവിധാനങ്ങൾ പ്രവർത്തിക്കുന്നതിനാൽ, വികാരപരമായ അടുപ്പം രൂപപ്പെടാൻ സാധ്യതയുണ്ട്. ഈ വ്യത്യാസം മനസ്സിലാക്കാതിരുന്നാൽ, ബന്ധങ്ങളിൽ ആശയക്കുഴപ്പത്തിനും മാനസിക സംഘർഷങ്ങൾക്കും കാരണമാകാം.

അതേസമയം, bonding biologyയെ മുൻനിർത്തി വ്യക്തിസ്വാതന്ത്ര്യത്തെ നിരാകരിക്കുന്ന സമീപനവും തുല്യമായി പ്രശ്നകരമാണ്. മനുഷ്യൻ ഒരു ജൈവപ്രാണിയെന്നതോടൊപ്പം, ബോധമുള്ള ഒരു സാമൂഹിക സത്തയുമാണ്. അതിനാൽ, വ്യക്തിക്ക് തന്റെ ബന്ധരീതികളെ നിർണയിക്കാനുള്ള അവകാശം നിലനിൽക്കണം. ജൈവപ്രവണതകൾ നിർണ്ണായകമാണെങ്കിലും, അവ നിർബന്ധിതമായ വിധിയെ നിർണ്ണയിക്കുന്നില്ല.

ഈ സാഹചര്യത്തിൽ, ഒരു സമതുലിത സമീപനം ആവശ്യമാണ്. ലൈംഗിക വിമോചനം വ്യക്തിയുടെ തിരഞ്ഞെടുപ്പുകളെ മാനിക്കുന്നതായിരിക്കണം, എന്നാൽ ആ തിരഞ്ഞെടുപ്പുകൾ മനുഷ്യന്റെ ജൈവബന്ധന സംവിധാനങ്ങളുമായി എങ്ങനെ ഇടപെടുന്നു എന്ന ബോധവുമുണ്ടാകണം. ഉദാഹരണത്തിന്, ബന്ധങ്ങളിൽ പ്രവേശിക്കുമ്പോൾ, ശാരീരിക അടുപ്പം വികാരപരമായ അടുപ്പമായി മാറാനുള്ള സാധ്യതയെ വ്യക്തികൾ മനസ്സിലാക്കുമ്പോൾ, അവർ കൂടുതൽ ബോധപൂർവ്വമായ തീരുമാനങ്ങൾ എടുക്കാൻ കഴിയും.

അവസാനമായി, സ്വാതന്ത്ര്യവും ബന്ധവും തമ്മിലുള്ള ബന്ധം ഒരു വിരുദ്ധതയായി കാണേണ്ടതില്ല. സ്വാതന്ത്ര്യം വ്യക്തിയുടെ agency-യെ പ്രതിനിധീകരിക്കുമ്പോൾ, ബന്ധം മനുഷ്യന്റെ ജൈവവും മാനസികവുമായ ആവശ്യമാണെന്ന് സൂചിപ്പിക്കുന്നു. ഈ രണ്ടും മനുഷ്യജീവിതത്തിന്റെ അവിഭാജ്യഘടകങ്ങളാണ്. അതിനാൽ, ലൈംഗിക വിമോചനത്തിന്റെ ചർച്ചയിൽ bonding biologyയെ ഉൾപ്പെടുത്തുന്നത്, സ്വാതന്ത്ര്യത്തെ പരിമിതപ്പെടുത്തുന്നതല്ല; മറിച്ച്, അത് കൂടുതൽ യാഥാർത്ഥ്യബോധമുള്ളതും ഉത്തരവാദിത്വപരവുമായ ഒരു ദിശയിലേക്ക് നയിക്കുന്നതാണ്.

ശക്തീകരണ ഭാഷ (empowerment language) ആധുനിക സാമൂഹിക ചർച്ചകളിൽ ആത്മവിശ്വാസം, സ്വയംനിയന്ത്രണം, വ്യക്തിപരമായ agency എന്നിവയെ ശക്തിപ്പെടുത്തുന്ന പ്രധാന ഉപാധിയായി മാറിയിട്ടുണ്ട്. "നിനക്ക് കഴിയും", "നിന്റെ തീരുമാനങ്ങൾ നിനക്കാണ്" എന്നീ സന്ദേശങ്ങൾ വ്യക്തിയെ നിർഭയമായി പ്രവർത്തിക്കാൻ പ്രേരിപ്പിക്കുന്നു. ചരിത്രപരമായി പരിമിതപ്പെടുത്തിയ വിഭാഗങ്ങൾക്കും, പ്രത്യേകിച്ച് സ്ത്രീകൾക്കും, ഈ ഭാഷ ആത്മാഭിമാനവും

സ്വയംവിശ്വാസവും ഉയർത്താൻ സഹായിച്ചിട്ടുണ്ട്. എന്നാൽ, ഈ ശക്തീകരണഭാഷയുടെ പ്രയോഗത്തിൽ ഒരു നിർണായകമായ ഘടകം പലപ്പോഴും മറവിലാകുന്നു, അതാണ് അപകടബോധത്തിലെ (risk perception) വ്യത്യാസങ്ങൾ.

മനുഷ്യർ അപകടങ്ങളെ വിലയിരുത്തുന്ന രീതിയിൽ ജൈവവും സാമൂഹികവുമായ ഘടകങ്ങൾ ഒരുമിച്ച് പ്രവർത്തിക്കുന്നു. ചില പഠനങ്ങൾ സൂചിപ്പിക്കുന്നത്, ശരാശരി നിലയിൽ പുരുഷന്മാർ കൂടുതൽ അപകടസഹിഷ്ണുത കാണിക്കുമ്പോൾ, സ്ത്രീകൾ കൂടുതൽ സൂക്ഷ്മമായ സമീപനം സ്വീകരിക്കുന്ന പ്രവണത കാണിക്കുന്നു. ഇത് ഒരു കർശനമായ നിയമമല്ല, മറിച്ച് ഒരു പ്രവണത മാത്രമാണ്. ഈ വ്യത്യാസങ്ങൾ ഹോർമോണുകൾ, സാമൂഹികവത്കരണം, അനുഭവങ്ങൾ എന്നിവയുടെ സംയോജനഫലമാണ്. ഉദാഹരണത്തിന്, ഉയർന്ന അപകടസാധ്യതയുള്ള സാമ്പത്തിക തീരുമാനങ്ങളിൽ പുരുഷന്മാർ കൂടുതൽ റിസ്ക് എടുക്കാൻ തയ്യാറാകുമ്പോൾ, സ്ത്രീകൾ കൂടുതൽ സുരക്ഷിതമായ വഴികൾ തിരഞ്ഞെടുക്കുന്ന പ്രവണത കാണപ്പെടാറുണ്ട്.

ഇവിടെ ശക്തീകരണഭാഷയുടെ പ്രയോഗത്തിൽ സൂക്ഷ്മത ആവശ്യമാണ്. "എല്ലാവരും ഒരേപോലെ ചെയ്യണം" എന്ന സന്ദേശം, വ്യക്തികളുടെ വ്യത്യസ്ത സാഹചര്യങ്ങളെയും അപകടബോധങ്ങളെയും അവഗണിക്കുന്നതായിരിക്കും. ഉദാഹരണത്തിന്, ഒരു അപകടസാധ്യതയുള്ള യാത്രയെയോ തൊഴിലെയോ തിരഞ്ഞെടുക്കുമ്പോൾ, വ്യക്തിയുടെ ശാരീരികസുരക്ഷ, സാമൂഹികപരിസരം, പിന്തുണാ സംവിധാനങ്ങൾ എന്നിവ പരിഗണിക്കേണ്ടതാണ്. എന്നാൽ, ശക്തീകരണത്തിന്റെ പേരിൽ ഈ ഘടകങ്ങളെ നിരാകരിക്കുമ്പോൾ, അത് വ്യക്തിയെ യാഥാർത്ഥ്യബോധമില്ലാത്ത തീരുമാനങ്ങളിലേക്ക് നയിക്കാം.

അതേസമയം, അപകടബോധത്തെ മാത്രം മുൻനിർത്തി ശക്തീകരണത്തെ കുറയ്ക്കുന്നതും ശരിയായ സമീപനം അല്ല. ഇത് വ്യക്തിയെ ഭയത്തിന്റെ ചുറ്റളവിൽ പൂട്ടുകയും, സാധ്യതകളെ പരിമിതപ്പെടുത്തുകയും ചെയ്യും. ഉദാഹരണത്തിന്, "ഇത് അപകടകരമാണ്, അതിനാൽ നീ ശ്രമിക്കേണ്ട" എന്ന സമീപനം, വ്യക്തിയുടെ വളർച്ചയെ തടയാൻ ഇടയാക്കും. അതിനാൽ, ശക്തീകരണവും ജാഗ്രതയും തമ്മിൽ ഒരു സമതുലിത സമീപനം അനിവാര്യമാണ്.

ഒരു പ്രായോഗിക സമീപനം, ശക്തീകരണത്തെ "അറിവോടുകൂടിയ ആത്മവിശ്വാസം" എന്ന നിലയിൽ പുനർവ്യാഖ്യാനിക്കുന്നതാണ്. അതായത്, വ്യക്തി തന്റെ കഴിവുകളിലും സാധ്യതകളിലും വിശ്വാസം പുലർത്തുന്നതിനൊപ്പം, അപകടസാധ്യതകളെ മനസ്സിലാക്കി, അവയെ നിയന്ത്രിക്കാൻ തക്ക രീതിയിൽ തീരുമാനങ്ങൾ എടുക്കണം. ഉദാഹരണത്തിന്, ഒരു വ്യക്തി പുതിയൊരു ബിസിനസ് ആരംഭിക്കുമ്പോൾ, "എനിക്ക് കഴിയും" എന്ന ആത്മവിശ്വാസം ആവശ്യമാണ്; എന്നാൽ വിപണി അവലോകനം, സാമ്പത്തിക അപകടസാധ്യത, പരാജയസാധ്യത എന്നിവ വിലയിരുത്തുന്നതും equally നിർണായകമാണ്.

ഇതിലൂടെ, ശക്തീകരണം ഒരു മുദ്രാവാക്യത്തിൽ നിന്ന് ഒരു ബോധപൂർവ്വമായ സമീപനമായി മാറുന്നു. ഇത് വ്യക്തിയെ അന്ധമായ ധൈര്യത്തിലേക്ക് നയിക്കുന്നതല്ല, മറിച്ച് നിയന്ത്രിതമായ ആത്മവിശ്വാസത്തിലേക്ക് നയിക്കുന്നു. അപകടബോധത്തിലെ വ്യത്യാസങ്ങളെ അംഗീകരിക്കുമ്പോൾ, വ്യക്തികൾ അവരുടെ സാഹചര്യങ്ങൾക്കനുസരിച്ച് കൂടുതൽ യുക്തിപരമായ തീരുമാനങ്ങൾ എടുക്കാൻ കഴിയും.

അവസാനമായി, ശക്തീകരണ ഭാഷയും അപകടബോധ വ്യത്യാസവും തമ്മിലുള്ള ബന്ധം ഒരു വിരുദ്ധതയായി കാണേണ്ടതില്ല. ശക്തീകരണം ആത്മാഭിമാനവും മുന്നേറ്റവും ഉറപ്പാക്കുമ്പോൾ,

അപകടബോധം യാഥാർത്ഥ്യബോധവും സുരക്ഷയും ഉറപ്പാക്കുന്നു. ജൈവവും സാമൂഹികവുമായ ഘടകങ്ങളെ ഒരുമിച്ച് പരിഗണിക്കുന്ന സമീപനത്തിലൂടെയാണ് വ്യക്തി സ്വാതന്ത്ര്യവും ഉത്തരവാദിത്വവും ഒരുപോലെ കൈവരിക്കുന്നത്.

ചോയ്സ് ഫെമിനിസം (choice feminism) വ്യക്തിയുടെ തിരഞ്ഞെടുപ്പുകളെ മാനിക്കുന്ന ഒരു ദാർശനിക-സാമൂഹിക സമീപനമാണ്. സ്ത്രീകൾ അവരുടെ ജീവിതവുമായി ബന്ധപ്പെട്ട തീരുമാനങ്ങൾ, തൊഴിൽ, ബന്ധം, മാതൃത്വം എന്നിവയിൽ സ്വതന്ത്രമായി തീരുമാനിക്കാനുള്ള അവകാശം ഉറപ്പാക്കുകയാണ് ഇതിന്റെ കേന്ദ്രീയ ആശയം. "തിരഞ്ഞെടുക്കാനുള്ള അവകാശം തന്നെ ശക്തീകരണം" എന്ന സന്ദേശം, ചരിത്രപരമായി നിയന്ത്രിതമായിരുന്ന സ്ത്രീകളുടെ agency-യെ ഉയർത്താൻ നിർണായക പങ്ക് വഹിച്ചു. എന്നാൽ, ഈ സമീപനം പൂർണ്ണമായി യാഥാർത്ഥ്യബോധത്തോടെ പ്രവർത്തിക്കാൻ, ഗർഭധാരണവുമായി ബന്ധപ്പെട്ട ജൈവ ദുര്ബലതകളെയും ആരോഗ്യബാധ്യതകളെയും ഉൾപ്പെടുത്തേണ്ടത് അനിവാര്യമാണ്.

ഗർഭധാരണം ഒരു സാമൂഹിക തീരുമാനം മാത്രമല്ല; അത് ഒരു സങ്കീർണ്ണമായ ജൈവപ്രക്രിയയാണ്. സ്ത്രീശരീരത്തിൽ ഹോർമോണൽ മാറ്റങ്ങൾ, ശാരീരിക ഭാരം, പോഷക ആവശ്യങ്ങൾ, ആരോഗ്യ അപകടസാധ്യതകൾ എന്നിവ ഗർഭകാലത്ത് ഗണ്യമായി ഉയരുന്നു. പ്രസവസമയത്തും അതിനു ശേഷവും, സ്ത്രീകൾക്ക് പ്രത്യേക ആരോഗ്യപരിപാലനം ആവശ്യമാണ്. അതിനാൽ, ഗർഭധാരണം ഒരു "നിഷ്പക്ഷ തിരഞ്ഞെടുപ്പ്" എന്ന നിലയിൽ മാത്രം കാണുന്നത് യാഥാർത്ഥ്യത്തെ ലളിതമാക്കുന്നതാണ്.

ഇവിടെ ഒരു നിർണായകമായ വ്യത്യാസം വ്യക്തമാണ്: എല്ലാ തിരഞ്ഞെടുപ്പുകളും ഒരേപോലെ അപകടം വഹിക്കുന്നില്ല. ഉദാഹരണത്തിന്, തൊഴിൽ തിരഞ്ഞെടുക്കുന്നത്, ജീവിതശൈലി തിരഞ്ഞെടുക്കുന്നത് എന്നിവയുമായി താരതമ്യം ചെയ്യുമ്പോൾ, ഗർഭധാരണം നേരിട്ട് ശരീരത്തെയും ആരോഗ്യത്തെയും ബാധിക്കുന്ന ഒരു തീരുമാനമാണ്. ഇത് സ്ത്രീയുടെ ശാരീരിക ശേഷിയെയും ദൈനംദിന ജീവിതക്രമത്തെയും താൽക്കാലികമായി മാറ്റുന്നു. ഈ സാഹചര്യത്തിൽ, "തിരഞ്ഞെടുപ്പ്" എന്ന ആശയം തന്നെ ഒരു സമാനതയില്ലാത്ത സാഹചര്യത്തിൽ പ്രവർത്തിക്കുന്നതായി കാണാം.

ചോയ്സ് ഫെമിനിസം ചിലപ്പോൾ ഈ ജൈവ യാഥാർത്ഥ്യത്തെ മറികടന്ന്, എല്ലാ തീരുമാനങ്ങളും ഒരേപോലെ സ്വതന്ത്രവും തുല്യവുമാണെന്ന രീതിയിൽ അവതരിപ്പിക്കപ്പെടുന്നു. എന്നാൽ, ഇത് ഒരു ഭാഗികമായ ദൃഷ്ടികോണം മാത്രമാണ്. ഉദാഹരണത്തിന്, ഗർഭധാരണം തിരഞ്ഞെടുക്കുന്ന സ്ത്രീയ്ക്ക് ആരോഗ്യപരമായ അപകടസാധ്യതകളും സാമ്പത്തിക ബാധ്യതകളും ഉണ്ടാകുമ്പോൾ, അവയെ പരിഗണിക്കാതെ "ഇത് നിന്റെ തിരഞ്ഞെടുപ്പാണ്" എന്ന് മാത്രം പറയുന്നത്, അവൾ നേരിടുന്ന യാഥാർത്ഥ്യഭാരത്തെ കുറച്ചുകാണിക്കുന്നതായിരിക്കും.

അതേസമയം, ഈ ജൈവ ദുര്ബലതയെ മുൻനിർത്തി സ്ത്രീയുടെ തിരഞ്ഞെടുപ്പ് സ്വാതന്ത്ര്യത്തെ നിയന്ത്രിക്കുന്ന സമീപനവും തുല്യമായി തെറ്റാണ്. ഗർഭധാരണം സ്ത്രീയുടെ ശരീരത്തിൽ പ്രത്യേകമായ ബാധ്യതകൾ സൃഷ്ടിക്കുന്നു എന്നതുകൊണ്ട്, അവളുടെ തീരുമാനാധികാരം കുറയേണ്ടതില്ല. മറിച്ച്, ഈ യാഥാർത്ഥ്യം അംഗീകരിക്കുമ്പോഴാണ് അവൾക്ക് കൂടുതൽ പിന്തുണയും സംരക്ഷണവും ലഭിക്കേണ്ടത്.

ഇവിടെ നയരൂപീകരണത്തിന്റെ പങ്ക് നിർണായകമാണ്. ഗർഭധാരണവുമായി ബന്ധപ്പെട്ട ജൈവ യാഥാർത്ഥ്യങ്ങൾ സാമൂഹിക നയങ്ങളിൽ പ്രതിഫലിക്കണം. ഉദാഹരണത്തിന്, മാതൃത്വ അവധി,

ആരോഗ്യപരിപാലന സൗകര്യങ്ങൾ, തൊഴിൽസ്ഥലങ്ങളിൽ സുരക്ഷിതത്വം, പോഷകസഹായം എന്നിവ, സ്ത്രീയുടെ തിരഞ്ഞെടുപ്പിനെ യാഥാർത്ഥ്യത്തിൽ പിന്തുണയ്ക്കുന്ന ഘടകങ്ങളാണ്. ഇതിലൂടെ, "തിരഞ്ഞെടുപ്പ്" ഒരു സിദ്ധാന്തമല്ല, പ്രായോഗികമായി സാധ്യമായ ഒരു അവകാശമായി മാറുന്നു.

ഒരു സമതുലിതമായ സമീപനം ഇവിടെ ആവശ്യമാണ്. തിരഞ്ഞെടുപ്പ് സ്വാതന്ത്ര്യം മാനിക്കപ്പെടണം, എന്നാൽ ആ തിരഞ്ഞെടുപ്പുകൾ ഉണ്ടാകുന്ന ജൈവ സാഹചര്യങ്ങൾ അവഗണിക്കരുത്. ഗർഭധാരണം ഒരു വ്യക്തിപരമായ തീരുമാനമെന്നതോടൊപ്പം, ഒരു ജൈവപരമായ ഉത്തരവാദിത്വവുമാണ്. ഈ രണ്ട് വസ്തുതകളും ഒരുമിച്ച് മനസ്സിലാക്കുമ്പോഴാണ്, ചോയ്സ് ഫെമിനിസം കൂടുതൽ യാഥാർത്ഥ്യബോധമുള്ളതും സമഗ്രവുമായ ഒരു ചിന്താപദ്ധതിയായി മാറുന്നത്.

അവസാനമായി, തിരഞ്ഞെടുപ്പും ജൈവ യാഥാർത്ഥ്യവും തമ്മിലുള്ള ബന്ധം ഒരു വിരുദ്ധതയായി കാണേണ്ടതില്ല. തിരഞ്ഞെടുപ്പ് വ്യക്തിയുടെ സ്വാതന്ത്ര്യത്തെ പ്രതിനിധീകരിക്കുമ്പോൾ, ജൈവ യാഥാർത്ഥ്യം ആ സ്വാതന്ത്ര്യം പ്രവർത്തിക്കുന്ന പരിധികളെ സൂചിപ്പിക്കുന്നു. ഇവ തമ്മിൽ സമന്വയം ഉണ്ടാകുമ്പോഴാണ്, വ്യക്തിയുടെയും സമൂഹത്തിന്റെയും ദീർഘകാല ക്ഷേമം ഉറപ്പാക്കപ്പെടുന്നത്.

സൗന്ദര്യസ്വാതന്ത്ര്യം (aesthetic freedom) ആധുനിക സംസ്കാരത്തിൽ വ്യക്തിപരമായ പ്രകടനത്തിന്റെ പ്രധാന രൂപമായി ഉയർന്നിരിക്കുന്നു. വ്യക്തി തന്റെ ശരീരത്തെ, വേഷധാരണയെ, രൂപഭാവത്തെ തനിക്കിഷ്ടമുള്ള രീതിയിൽ രൂപപ്പെടുത്താനുള്ള അവകാശം, ആത്മാഭിമാനത്തെയും വ്യക്തിത്വവികസനത്തെയും ശക്തിപ്പെടുത്തുന്ന ഘടകമായി കണക്കാക്കപ്പെടുന്നു. "എനിക്ക് ഇഷ്ടമുള്ള രീതിയിൽ ഞാൻ എന്നെ അവതരിപ്പിക്കും" എന്ന സന്ദേശം, സാമൂഹിക നിയന്ത്രണങ്ങളിൽ നിന്ന് വ്യക്തിയെ മോചിപ്പിക്കുന്ന ഒരു സാംസ്കാരിക മാറ്റത്തിന്റെ സൂചനയാണ്.

എന്നാൽ, സൗന്ദര്യത്തെ പൂർണ്ണമായി വ്യക്തിപരമായ തിരഞ്ഞെടുപ്പിന്റെ പരിധിയിൽ മാത്രം കാണുമ്പോൾ, അതിന്റെ ജൈവ അടിത്തറ പലപ്പോഴും അവഗണിക്കപ്പെടുന്നു. പരിണാമ മനശ്ശാസ്ത്രത്തിലെ ചില പഠനങ്ങൾ സൂചിപ്പിക്കുന്നത്, ചില സൗന്ദര്യസൂചനകൾ മനുഷ്യർക്ക് സർവ്വസാധാരണമായി ആകർഷകമായി തോന്നുന്നത്, അവ ആരോഗ്യത്തോടും പ്രജനനക്ഷമതയോടും ബന്ധപ്പെട്ട സൂചനകളായി പ്രവർത്തിക്കുന്നതിനാലാണ്. ഉദാഹരണത്തിന്, ചർമ്മത്തിന്റെ തെളിച്ചം, ശരീരസമത്വം (symmetry), മുഖത്തിന്റെ അനുപാതങ്ങൾ എന്നിവ, ശാരീരികാരോഗ്യത്തിന്റെ സൂചനകളായി അവബോധാതീതമായി തിരിച്ചറിയപ്പെടുന്നുവെന്ന് കരുതപ്പെടുന്നു.

ഇവിടെ ഒരു നിർണായകമായ ആശയം വ്യക്തമാണ്: സൗന്ദര്യം ഒരു സാമൂഹിക നിർമാണം മാത്രമല്ല, അത് ജൈവപ്രവണതകളുമായി ബന്ധപ്പെട്ടു നിലകൊള്ളുന്ന ഒരു അനുഭവവുമാണ്. മനുഷ്യന്റെ മസ്തിഷ്കം ദീർഘകാല പരിണാമപ്രക്രിയകളിലൂടെ ചില സൂചനകളെ "ആകർഷകമായ"തായി തിരിച്ചറിയാൻ പരിശീലിക്കപ്പെട്ടിട്ടുണ്ട്. അതിനാൽ, ചില സൗന്ദര്യധാരണകൾ വ്യത്യസ്ത സംസ്കാരങ്ങളിൽ പോലും സാമ്യമുള്ളതായി കാണപ്പെടുന്നു.

അതേസമയം, ഈ ജൈവപ്രവണതയെ മാത്രം മുൻനിർത്തി സൗന്ദര്യത്തെ നിർവചിക്കുന്ന സമീപനം equally പ്രശ്നകരമാണ്. സമൂഹം, മാധ്യമങ്ങൾ, സംസ്കാരം എന്നിവ സൗന്ദര്യത്തിന്റെ മാനദണ്ഡങ്ങളെ ശക്തമായി രൂപപ്പെടുത്തുന്നു. ഉദാഹരണത്തിന്, ഒരു കാലഘട്ടത്തിൽ പ്രാധാന്യമുള്ള രൂപഭാവം മറ്റൊരു കാലഘട്ടത്തിൽ മാറ്റം വരുത്തപ്പെടാം. ഫാഷൻ, സിനിമ,

പരസ്യം എന്നിവ, സൗന്ദര്യത്തെ പുനർനിർമ്മിക്കുന്നതിൽ നിർണായക പങ്ക് വഹിക്കുന്നു. ഇതിലൂടെ, "ആകർഷകത" എന്ന ആശയം ഒരു സ്ഥിരമായ ജൈവനിയമമല്ല, മറിച്ച് സാമൂഹികമായി മാറുന്ന ഒരു ഘടകവുമാണെന്ന് വ്യക്തമാകുന്നു.

സൗന്ദര്യസ്വാതന്ത്ര്യത്തിന്റെ ചർച്ചയിൽ പ്രശ്നം ഉയരുന്നത്, ഈ രണ്ട് ഘടകങ്ങളിൽ ഏതെങ്കിലും ഒന്ന് മാത്രം മുൻനിർത്തുമ്പോഴാണ്. സൗന്ദര്യം പൂർണ്ണമായി വ്യക്തിപരമായതാണ് എന്ന് പറയുന്നത്, മനുഷ്യന്റെ ജൈവപ്രവണതകളെ അവഗണിക്കുന്നതാകുന്നു. മറുവശത്ത്, സൗന്ദര്യം പൂർണ്ണമായി ജൈവപരമായതാണ് എന്ന് ഉറച്ചുപറയുന്നത്, വ്യക്തിപരമായ പ്രകടനസ്വാതന്ത്ര്യത്തെ പരിമിതപ്പെടുത്തും.

ഉദാഹരണമായി, ഒരു വ്യക്തി തന്റെ രൂപഭാവം സമൂഹത്തിന്റെ പരമ്പരാഗത മാനദണ്ഡങ്ങളിൽ നിന്ന് വ്യത്യസ്തമായി അവതരിപ്പിക്കാൻ തീരുമാനിക്കുമ്പോൾ, അത് വ്യക്തിപരമായ സ്വാതന്ത്ര്യത്തിന്റെ ഭാഗമാണ്. എന്നാൽ, അതേ സമയം, സമൂഹത്തിൽ നിലനിൽക്കുന്ന ആകർഷണപ്രവണതകൾ അദ്ദേഹത്തിന്റെ സാമൂഹിക പ്രതികരണങ്ങളെ സ്വാധീനിക്കാനിടയുണ്ട്. ഈ യാഥാർത്ഥ്യം അംഗീകരിക്കുന്നത്, സ്വാതന്ത്ര്യത്തെ കുറയ്ക്കുന്നതല്ല; മറിച്ച്, അത് കൂടുതൽ ബോധപൂർവ്വമാക്കുന്നതാണ്.

അതിനാൽ, ഒരു സമതുലിതമായ സമീപനം ഇവിടെ ആവശ്യമാണ്. സൗന്ദര്യസ്വാതന്ത്ര്യം വ്യക്തിയുടെ തിരഞ്ഞെടുപ്പുകളെ മാനിക്കുമ്പോൾ, പരിണാമപരമായ ആകർഷണസൂചനകൾ മനുഷ്യന്റെ ജൈവപ്രവണതകളെ പ്രതിഫലിപ്പിക്കുന്നു. ഈ രണ്ട് ഘടകങ്ങളും പരസ്പരം വിരുദ്ധമല്ല; മറിച്ച്, ഒരേ അനുഭവത്തിന്റെ രണ്ട് തലങ്ങളാണ്.

അവസാനമായി, സാമൂഹിക നിർമാണവും ജൈവ പ്രവണതയും ഒരുമിച്ച് പ്രവർത്തിക്കുന്ന ഒരു മേഖലയാണ് സൗന്ദര്യം. വ്യക്തി തന്റെ രൂപഭാവം സ്വതന്ത്രമായി നിർണ്ണയിക്കാനുള്ള അവകാശം നിലനിൽക്കുമ്പോൾ, മനുഷ്യന്റെ മസ്തിഷ്കം ചില സൂചനകളോട് സ്വാഭാവികമായി പ്രതികരിക്കുന്നതും യാഥാർത്ഥ്യമാണ്. ഈ രണ്ട് വസ്തുതകളെയും ഒരുമിച്ച് അംഗീകരിക്കുന്ന സമീപനത്തിലൂടെയാണ് സൗന്ദര്യത്തെ കൂടുതൽ സമഗ്രമായി മനസ്സിലാക്കാൻ കഴിയുന്നത്.

പ്രകടനാധിഷ്ഠിത ലിംഗഭൂമിക (performative gender roles) എന്ന ആശയം, മനുഷ്യൻ തന്റെ ലിംഗപരമായ തിരിച്ചറിവും സാമൂഹികപങ്കുകളും നിർമിക്കുന്നതിൽ സംസ്കാരത്തിന്റെയും പ്രകടനത്തിന്റെയും പങ്ക് ഊന്നിപ്പറയുന്നു. ആധുനിക സമത്വചർച്ചയിൽ, "ആൺ"–"പെൺ" എന്ന പരമ്പരാഗത ചട്ടക്കൂടുകൾക്ക് അപ്പുറം വ്യക്തിക്ക് തന്റെ കഴിവുകളും താൽപര്യങ്ങളും അനുസരിച്ച് പ്രവർത്തിക്കാനുള്ള അവകാശം ഉറപ്പാക്കുക എന്നതാണ് ഇതിന്റെ ലക്ഷ്യം. ഇത് തൊഴിൽ, വിദ്യാഭ്യാസം, സാമൂഹികപങ്കുകൾ തുടങ്ങിയ മേഖലകളിൽ അവസരസമത്വം വികസിപ്പിക്കാൻ നിർണായകമായി സഹായിച്ചിട്ടുണ്ട്.

എന്നാൽ, ഈ സമീപനം ശാരീരിക ശേഷികളുമായി ബന്ധപ്പെട്ട മേഖലകളിലേക്ക് വ്യാപിക്കുമ്പോൾ, ഒരു നിർണായകമായ ജൈവ യാഥാർത്ഥ്യം പരിഗണിക്കേണ്ടതുണ്ട്. ശരാശരി നിലയിൽ, പുരുഷന്മാരും സ്ത്രീകളും തമ്മിൽ പേശിശക്തി, അസ്ഥിഘടന, ഹോർമോൺ പ്രൊഫൈൽ എന്നിവയിൽ വ്യത്യാസങ്ങൾ കാണപ്പെടുന്നു. പ്രത്യേകിച്ച് ടെസ്റ്റോസ്റ്റിറോൺ നില, മസിൽ മാസ്സ്, വേഗത, പവർ ഔട്ട്പുട്ട് എന്നിവയിൽ ഈ വ്യത്യാസങ്ങൾ കായികപ്രകടനത്തെ നേരിട്ട് സ്വാധീനിക്കുന്നു. ഇത് വ്യക്തി അടിസ്ഥാനത്തിൽ വ്യത്യാസങ്ങൾ ഇല്ലെന്നതല്ല, പക്ഷേ ജനസംഖ്യാതലത്തിൽ ഒരു പ്രവണതയാണെന്ന് മനസ്സിലാക്കണം.

ഇവിടെ "സമത്വം" എന്ന ആശയം എങ്ങനെ വ്യാഖ്യാനിക്കപ്പെടുന്നു എന്നത് നിർണായകമാണ്. സമത്വം എന്നത് എല്ലാ സാഹചര്യങ്ങളിലും ഒരേ ഫലം ഉറപ്പാക്കുക എന്നർത്ഥമാക്കുന്നില്ല. മറിച്ച്, സമാന അവസരങ്ങളും നീതിപൂർണ്ണമായ മത്സരവ്യവസ്ഥയും ഉറപ്പാക്കുക എന്നതാണ് അതിന്റെ അടിസ്ഥാനം. ഉദാഹരണത്തിന്, കായികരംഗത്ത് പുരുഷന്മാർക്കും സ്ത്രീകൾക്കും വ്യത്യസ്ത വിഭാഗങ്ങൾ സൃഷ്ടിക്കുന്നത്, വിവേചനമല്ല; മറിച്ച്, മത്സരത്തിലെ നീതി ഉറപ്പാക്കാനുള്ള ഒരു ഘടനയാണ്.

പ്രകടനാധിഷ്ഠിത ലിംഗഭ്രമികയുടെ ചർച്ചയിൽ പ്രശ്നം ഉയരുന്നത്, സാമൂഹിക നിർമ്മിതിയും ജൈവ യാഥാർത്ഥ്യവും തമ്മിലുള്ള വ്യത്യാസം ഇല്ലാതാക്കുമ്പോഴാണ്. എല്ലാ മേഖലകളിലും "ലിംഗം പ്രസക്തമല്ല" എന്ന നിലപാട് സ്വീകരിക്കുമ്പോൾ, ചില സാഹചര്യങ്ങളിൽ അത് യാഥാർത്ഥ്യവിരുദ്ധമാകാം. ഉദാഹരണത്തിന്, ഉയർന്ന ശാരീരിക ശക്തി ആവശ്യമായ മത്സരങ്ങളിൽ, ജൈവ വ്യത്യാസങ്ങൾ അവഗണിക്കുന്നത് മത്സരത്തിലെ സമത്വത്തെ തന്നെ ചോദ്യം ചെയ്യാൻ ഇടയാക്കും.

അതേസമയം, ഈ ജൈവ വ്യത്യാസങ്ങളെ മുൻനിർത്തി സാമൂഹിക സമത്വത്തെ നിഷേധിക്കുന്ന സമീപനവും equally തെറ്റാണ്. ശാരീരിക ശക്തി വ്യത്യാസങ്ങൾ ചില പ്രത്യേക മേഖലകളിൽ മാത്രമാണ് നിർണായകം. ബുദ്ധിപരമായ, സൃഷ്ടിപരമായ, ഭരണപരമായ മേഖലകളിൽ ഈ വ്യത്യാസങ്ങൾ പ്രസക്തമല്ല. അതിനാൽ, ഒരു മേഖലയിലെ ജൈവ യാഥാർത്ഥ്യം ഉപയോഗിച്ച് എല്ലാ മേഖലകളിലും അസമത്വം ന്യായീകരിക്കുന്നത് തെറ്റായ പൊതുവായ നിഗമനമാണ്.

ഒരു സമതുലിതമായ സമീപനം ഇവിടെ ആവശ്യമാണ്. സാമൂഹിക മേഖലകളിൽ സമത്വം ഉറപ്പാക്കുമ്പോൾ, ജൈവപരമായ വ്യത്യാസങ്ങൾ പ്രസക്തമായിടത്ത് അവയെ പരിഗണിക്കണം. ഉദാഹരണത്തിന്, കായികരംഗത്ത് വിഭാഗീകരണം നിലനിർത്തുന്നതിനൊപ്പം, സ്ത്രീകൾക്ക് കൂടുതൽ സൗകര്യങ്ങളും പരിശീലനസൗകര്യങ്ങളും അവസരങ്ങളും നൽകുന്നത് സമത്വത്തെ കൂടുതൽ ശക്തിപ്പെടുത്തും.

ഇതിലൂടെ, "സമത്വം" എന്ന ആശയം കൂടുതൽ കൃത്യമായി മനസ്സിലാക്കാം. അത് ഫലത്തിന്റെ സമാനതയല്ല; നീതിയുടെ സമാനതയാണ്. എല്ലാവർക്കും ഒരേ രീതിയിൽ പെരുമാറുക എന്നതല്ല, മറിച്ച് വ്യത്യസ്ത സാഹചര്യങ്ങളെ പരിഗണിച്ച് നീതിപൂർണ്ണമായ ഘടന സൃഷ്ടിക്കുകയാണ് ലക്ഷ്യം.

അവസാനമായി, പ്രകടനാധിഷ്ഠിത ലിംഗഭ്രമികയും ശാരീരിക ശക്തി വ്യത്യാസവും തമ്മിലുള്ള ബന്ധം ഒരു വിരുദ്ധതയായി കാണേണ്ടതില്ല. സാമൂഹിക പ്രകടനം വ്യക്തിയുടെ സ്വാതന്ത്ര്യത്തെയും തിരിച്ചറിവിനെയും പ്രതിനിധീകരിക്കുമ്പോൾ, ജൈവ വ്യത്യാസങ്ങൾ ചില മേഖലകളിലെ യാഥാർത്ഥ്യപരമായ പരിധികളെ സൂചിപ്പിക്കുന്നു. ഈ രണ്ടിനെയും ഒരുമിച്ച് അംഗീകരിക്കുന്ന സമീപനത്തിലൂടെയാണ്, സമത്വവും നീതിയും ഒരുപോലെ സംരക്ഷിക്കുന്ന ഒരു സമഗ്ര സമൂഹം രൂപപ്പെടുന്നത്.

ഫലസമത്വം (equality of outcomes) എന്ന ആശയം, സമൂഹത്തിൽ എല്ലാവർക്കും സമാനമായ നേട്ടങ്ങളും ഫലങ്ങളും ഉറപ്പാക്കേണ്ടതിന്റെ ആവശ്യകതയെ മുന്നോട്ടുവയ്ക്കുന്നു. ചരിത്രപരമായ അനീതികളും ഘടനാപരമായ അസമത്വങ്ങളും പരിഹരിക്കാൻ ഈ സമീപനം പ്രാധാന്യമർഹിക്കുന്നു. എന്നാൽ, ഈ ആശയം പ്രായോഗികമായി നടപ്പിലാക്കുമ്പോൾ, മനുഷ്യജീവിതത്തിലെ ജൈവ അസമത്വങ്ങൾ, പ്രത്യേകിച്ച് പ്രജനനവുമായി ബന്ധപ്പെട്ട ഭാരം, സൂക്ഷ്മമായി പരിഗണിക്കേണ്ടതാണ്.

പ്രജനനം ഒരു സാമൂഹിക പ്രക്രിയ മാത്രമല്ല; അത് ഒരു ആഴത്തിലുള്ള ജൈവപ്രക്രിയയാണ്, അതിന്റെ പ്രധാനഭാരം സ്ത്രീശരീരത്തിലാണ് നിലനിൽക്കുന്നത്. ഗർഭധാരണം, പ്രസവം, പ്രസവാനന്തര പുനരുദ്ധാനം എന്നിവ ശാരീരികമായും മാനസികമായും ഗണ്യമായ ആവശ്യകതകൾ സൃഷ്ടിക്കുന്നു. ഈ ഘട്ടങ്ങളിൽ സ്ത്രീയുടെ ശരീരത്തിന് പ്രത്യേക പരിചരണവും സമയംയും ആവശ്യമാണ്. ഇതിലൂടെ, തൊഴിൽ, സാമ്പത്തിക പങ്കാളിത്തം, സാമൂഹിക ഇടപെടൽ എന്നിവയിൽ താൽക്കാലികമായ മാറ്റങ്ങൾ സംഭവിക്കാം.

ഇവിടെ ഒരു നിർണായകമായ യാഥാർത്ഥ്യം വ്യക്തമാകുന്നു: ഫലസമത്വം ലക്ഷ്യമാക്കുമ്പോൾ, എല്ലാ വ്യക്തികളും ഒരേ സാഹചര്യത്തിൽ നിന്നാണ് പ്രവർത്തിക്കുന്നത് എന്ന് കരുതാൻ കഴിയില്ല. പ്രജനനഭാരം സ്ത്രീകളിൽ അസമമായി നിലനിൽക്കുമ്പോൾ, "എല്ലാവർക്കും ഒരേ ഫലം" എന്ന ലക്ഷ്യം യാഥാർത്ഥ്യത്തിൽ അസമത്വം മറച്ചുവെക്കുന്ന രീതിയിലേക്ക് മാറാൻ സാധ്യതയുണ്ട്. ഉദാഹരണത്തിന്, ജോലി മേഖലയിലെ ഒരേ പ്രകടന മാനദണ്ഡങ്ങൾ, ഗർഭധാരണവും പ്രസവവും അനുഭവിക്കുന്ന സ്ത്രീകൾക്ക് അധിക സമ്മർദ്ദം സൃഷ്ടിക്കാം.

അതേസമയം, ഈ ജൈവ അസമത്വത്തെ മുൻനിർത്തി സ്ത്രീകളുടെ സാമൂഹിക പങ്കാളിത്തം പരിമിതപ്പെടുത്തുന്നതും ശരിയായ സമീപനം അല്ല. പ്രജനനഭാരം സ്ത്രീകൾക്ക് ഒരു പ്രത്യേക അനുഭവമാണെന്നതുകൊണ്ട്, അവരുടെ അവസരങ്ങൾ കുറയ്ക്കേണ്ടതില്ല; മറിച്ച്, അവരെ പിന്തുണയ്ക്കുന്ന ഘടനകൾ സൃഷ്ടിക്കേണ്ടതാണ്.

ഇവിടെ നയരൂപീകരണത്തിന്റെ പങ്ക് നിർണായകമാണ്. ഫലസമത്വം ലക്ഷ്യമാക്കുമ്പോൾ, പ്രജനനഭാരത്തിന്റെ അസമത്വം പരിഗണിക്കുന്ന വിധത്തിൽ നയങ്ങൾ രൂപപ്പെടുത്തണം. ഉദാഹരണത്തിന്, മാതൃത്വ അവധി, പ്രസവാനന്തര ആരോഗ്യപരിപാലനം, ശിശുപരിചരണ സഹായം, ജോലിസ്ഥല സൗകര്യങ്ങൾ എന്നിവ, സ്ത്രീകൾക്ക് അവരുടെ ജൈവഭാരത്തോടൊപ്പം സാമൂഹിക പങ്കാളിത്തം നിലനിർത്താൻ സഹായിക്കുന്നു. ഇതിലൂടെ, സമത്വം ഒരു സിദ്ധാന്തമല്ല, പ്രായോഗികമായി സാധ്യമായ ഒരു ഘടനയായി മാറുന്നു.

ഒരു സമതുലിതമായ സമീപനം ഇവിടെ ആവശ്യമാണ്. ഫലസമത്വം നീതിയിലേക്ക് നീങ്ങുമ്പോൾ, അതിന്റെ നടപ്പാക്കൽ ജൈവ യാഥാർത്ഥ്യങ്ങളെ അവഗണിക്കരുത്. "ഒരേ ഫലം" എന്ന ലക്ഷ്യം, വ്യത്യസ്ത സാഹചര്യങ്ങളെ പരിഗണിച്ച്, അനുകൂല പിന്തുണകളിലൂടെ കൈവരിക്കേണ്ടതാണ്.

അവസാനമായി, ഫലസമത്വവും പ്രജനനഭാരം അസമത്വവും തമ്മിലുള്ള ബന്ധം ഒരു വിരുദ്ധതയായി കാണേണ്ടതില്ല. ഫലസമത്വം നീതിയുടെ ദിശ കാണിക്കുമ്പോൾ, ജൈവ അസമത്വം അതിനെ പ്രായോഗികമായി എങ്ങനെ കൈവരിക്കണമെന്ന് നിർദ്ദേശിക്കുന്നു. ഈ രണ്ടിനെയും ഒരുമിച്ച് പരിഗണിക്കുന്ന സമീപനത്തിലൂടെയാണ്, നീതിയും യാഥാർത്ഥ്യവും ഒരുപോലെ സംരക്ഷിക്കുന്ന ഒരു സാമൂഹിക ഘടന രൂപപ്പെടുന്നത്.

പ്രജനനാവകാശം (reproductive rights) ആധുനിക സമൂഹത്തിൽ വ്യക്തിസ്വാതന്ത്ര്യത്തിന്റെ പ്രധാന ഘടകമായി കണക്കാക്കപ്പെടുന്നു. സ്ത്രീക്ക് തന്റെ ശരീരവുമായി ബന്ധപ്പെട്ട തീരുമാനങ്ങൾ എടുക്കാനുള്ള അവകാശം, ആരോഗ്യപരമായ സുരക്ഷയും സാമൂഹിക സമത്വവും ഉറപ്പാക്കുന്ന അടിസ്ഥാനമായി ഇത് പ്രവർത്തിക്കുന്നു. ഗർഭധാരണം തുടരണമോ അവസാനിപ്പിക്കണമോ എന്ന തീരുമാനം വ്യക്തിയുടെ ജീവിതപരിസരങ്ങൾ, ആരോഗ്യസ്ഥിതി, സാമ്പത്തിക സാഹചര്യം, വ്യക്തിപരമായ വിശ്വാസങ്ങൾ എന്നിവയെ ആശ്രയിച്ചാണ് ഉണ്ടാകുന്നത്. അതിനാൽ, പ്രജനനാവകാശം വ്യക്തിയുടെ agency-യെയും ആത്മാഭിമാനത്തെയും നേരിട്ട് സ്പർശിക്കുന്ന ഒരു വിഷയമാണ്.

അതേസമയം, ഭ്രൂണവികസനം (embryonic development) ഒരു തർക്കാതീതമായ ജൈവപ്രക്രിയയാണ്. ഗർഭധാരണത്തിന്റെ ആദ്യഘട്ടങ്ങളിൽ തന്നെ കോശവിഭജനം ആരംഭിക്കുകയും, തുടർച്ചയായി വിവിധ അവയവസംവിധാനങ്ങൾ രൂപപ്പെടുകയും ചെയ്യുന്നു. ഈ പ്രക്രിയ സമയക്രമത്തിൽ മുന്നേറുമ്പോൾ, ഭ്രൂണം ഒരു കൂടുതൽ സങ്കീർണ്ണമായ ജൈവഘടനയായി വളരുന്നു. അതായത്, ഭ്രൂണവളർച്ച ഒരു സിദ്ധാന്തപരമായ ആശയം മാത്രമല്ല; അത് ശാസ്ത്രീയമായി നിരീക്ഷിക്കാവുന്ന, വിശദീകരിക്കാവുന്ന യാഥാർത്ഥ്യമാണ്.

ഇവിടെ ഉയരുന്ന പ്രധാന ചോദ്യം, ഈ രണ്ടു വസ്തുതകളെ എങ്ങനെ ഒരുമിച്ച് കാണാം എന്നതാണ്. ഒരു വശത്ത് വ്യക്തിയുടെ സ്വാതന്ത്ര്യവും അവകാശവും നിലനിൽക്കുമ്പോൾ, മറുവശത്ത് ഭ്രൂണത്തിന്റെ ജൈവവികസനവും നിലനിൽക്കുന്നു. ഈ രണ്ടു ഘടകങ്ങളും പരസ്പരം നിരാകരിക്കുന്നവയല്ല, പക്ഷേ അവ തമ്മിൽ ഒരു നൈതിക സംഘർഷസാധ്യത സൃഷ്ടിക്കുന്നു.

പ്രശ്നം ഉയരുന്നത്, ഈ ചർച്ചയെ ഏകദിശയായി അവതരിപ്പിക്കുമ്പോഴാണ്. പ്രജനനാവകാശത്തെ മാത്രം മുൻനിർത്തി ഭ്രൂണവികസനത്തെ പൂർണ്ണമായി അവഗണിക്കുന്ന സമീപനം, ശാസ്ത്രീയ യാഥാർത്ഥ്യത്തെ ചെറുതാക്കി കാണുന്നതായി മാറാം. അതേസമയം, ഭ്രൂണവികസനത്തെ മാത്രം മുൻനിർത്തി വ്യക്തിയുടെ അവകാശങ്ങളെ നിയന്ത്രിക്കുന്ന സമീപനം, വ്യക്തിസ്വാതന്ത്ര്യത്തെയും സാമൂഹിക നീതിയെയും ബാധിക്കും.

ഉദാഹരണത്തിന്, ഗർഭധാരണത്തിന്റെ വിവിധ ഘട്ടങ്ങളിൽ ഭ്രൂണത്തിന്റെ വികസനനില വ്യത്യാസപ്പെടുന്നു. പ്രാരംഭഘട്ടങ്ങളിലും അവസാനഘട്ടങ്ങളിലും ജൈവസങ്കീർണ്ണതയിൽ വ്യത്യാസമുണ്ട്. ഈ വ്യത്യാസം നൈതികചർച്ചയിൽ ഉൾപ്പെടുത്തുമ്പോൾ, കൂടുതൽ സൂക്ഷ്മവും ഘട്ടാധിഷ്ഠിതവുമായ സമീപനങ്ങൾ രൂപപ്പെടാൻ കഴിയും. അതായത്, ‘‘എല്ലാം ഒരുപോലെ’’ അല്ലെങ്കിൽ ‘‘ഒന്നുമില്ല’’ എന്ന ലളിതമായ നിലപാടുകൾക്ക് പകരം, വികസനഘട്ടങ്ങൾ പരിഗണിക്കുന്ന നയങ്ങൾ രൂപപ്പെടുത്താം.

ഇവിടെ സംവാദത്തിന്റെ ആവശ്യകത ഏറ്റവും പ്രധാനമാണ്. ശാസ്ത്രീയ വിവരങ്ങളും നൈതിക ചിന്തകളും തമ്മിൽ ബന്ധിപ്പിക്കുന്ന തുറന്ന ചർച്ചകൾ ഇല്ലാതെ, ഈ വിഷയത്തിൽ ഏകപക്ഷീയമായ നിലപാടുകൾ രൂപപ്പെടാൻ സാധ്യതയുണ്ട്. ആരോഗ്യവിദഗ്ധർ, നൈതികചിന്തകർ, നിയമനിർമ്മാതാക്കൾ, പൊതുസമൂഹം എന്നിവരുടെ പങ്കാളിത്തത്തോടെ നടക്കുന്ന ബഹുമുഖ സംവാദമാണ് കൂടുതൽ സമതുലിതമായ സമീപനത്തിന് വഴിയൊരുക്കുന്നത്.

അതേസമയം, വ്യക്തിയുടെ സാഹചര്യങ്ങൾ, പ്രത്യേകിച്ച് ആരോഗ്യഭീഷണികൾ, ബലാത്സംഗം പോലുള്ള അത്യന്തം ഗുരുതരമായ സാഹചര്യങ്ങൾ, സാമ്പത്തിക-സാമൂഹിക പരിമിതികൾ എന്നിവ, പ്രജനന തീരുമാനങ്ങളെ സ്വാധീനിക്കുന്ന നിർണായക ഘടകങ്ങളാണ്. ഈ യാഥാർത്ഥ്യങ്ങളെ അവഗണിച്ച് ഒരു ഏകീകരിച്ച നൈതിക നിലപാട് സ്വീകരിക്കുന്നത്, പ്രായോഗികതയിൽ പ്രശ്നങ്ങൾ സൃഷ്ടിക്കും.

അതിനാൽ, ഒരു സമതുലിതമായ സമീപനം ഇവിടെ അനിവാര്യമാണ്. പ്രജനനാവകാശം വ്യക്തിയുടെ സ്വാതന്ത്ര്യത്തെ സംരക്ഷിക്കുമ്പോൾ, ഭ്രൂണവികസനം ജൈവ യാഥാർത്ഥ്യത്തെ പ്രതിനിധീകരിക്കുന്നു. ഈ രണ്ടിനെയും തമ്മിൽ വിരുദ്ധമായി കാണാതെ, പരസ്പരം പരിഗണിക്കുന്ന രീതിയിൽ ചർച്ച ചെയ്യുമ്പോഴാണ് കൂടുതൽ യുക്തിപരമായ നയങ്ങളും തീരുമാനങ്ങളും രൂപപ്പെടുന്നത്.

അവസാനമായി, പ്രജനനാവകാശവും ഭ്രൂണവികസന ജൈവതയും തമ്മിലുള്ള ബന്ധം ഒരു ലളിതമായ "അവകാശം vs യാഥാർത്ഥ്യം" എന്ന ചട്ടക്കൂടിൽ ഒതുക്കാനാവില്ല. ഇത് മനുഷ്യസ്വാതന്ത്ര്യവും ശാസ്ത്രീയബോധവും തമ്മിലുള്ള ഒരു ഗൗരവമുള്ള സംവാദമാണ്. ഈ സംവാദം തുറന്നും ബോധപൂർവ്വവുമായ രീതിയിൽ മുന്നോട്ട് കൊണ്ടുപോകുമ്പോഴാണ്, വ്യക്തിയുടെയും സമൂഹത്തിന്റെയും മൂല്യങ്ങളെ ഒരുപോലെ മാനിക്കുന്ന ദീർഘകാലപരമായ പരിഹാരങ്ങൾ കണ്ടെത്താൻ കഴിയുന്നത്.

പുരുഷത്വ വിമർശനം (critique of masculinity) ആധുനിക സാമൂഹിക ചർച്ചകളിൽ ഹിംസാപരമായ പ്രവണതകൾ, ആധിപത്യവീക്ഷണം, വികാരദമനം തുടങ്ങിയ ഘടകങ്ങളെ ചോദ്യം ചെയ്യുന്നതിനുള്ള ഒരു പ്രധാന ബൗദ്ധിക ഉപാധിയായി മാറിയിട്ടുണ്ട്. "കഠിനത", "ആധിപത്യം", "വികാരങ്ങൾ ഒളിച്ചുവെക്കൽ" എന്നീ പരമ്പരാഗത പുരുഷത്വ മാതൃകകൾ, വ്യക്തിയുടെയും സമൂഹത്തിന്റെയും ആരോഗ്യത്തെ എങ്ങനെ ബാധിക്കുന്നു എന്നത് ഈ വിമർശനം പരിശോധിക്കുന്നു. ഈ നിലപാട്, കൂടുതൽ സഹാനുഭൂതിയുള്ള, ഉത്തരവാദിത്വമുള്ള, സമതുലിതമായ പെരുമാറ്റങ്ങളിലേക്ക് സമൂഹത്തെ നയിക്കാൻ സഹായിക്കുന്നു.

എന്നാൽ, ഈ വിമർശനത്തിന്റെ ഭാഗമായി ചിലപ്പോൾ ജൈവ ഘടകങ്ങൾ, പ്രത്യേകിച്ച് ടെസ്റ്റോസ്റ്റെറോൺ എന്ന ഹോർമോണിന്റെ സ്വാധീനം, പൂർണ്ണമായി അവഗണിക്കപ്പെടുന്നു. ടെസ്റ്റോസ്റ്റെറോൺ പുരുഷന്മാരിൽ ശരാശരി ഉയർന്ന നിലയിൽ കാണപ്പെടുന്ന ഒരു ഹോർമോണാണ്, ഇത് പേശിശക്തി, ഊർജ്ജം, മത്സരാഭിലാഷം, ചില സാഹചര്യങ്ങളിൽ ആക്രാമകതയുമായി ബന്ധപ്പെട്ടു കാണപ്പെടുന്നു. എന്നാൽ, ഇത് ഒരു ഏകകാരണമല്ല; മറിച്ച്, ജൈവപ്രവണതകളുടെ ഭാഗമായ ഒരു സ്വാധീനമാണ്.

ഇവിടെ ഒരു നിർണായകമായ ഭേദം വ്യക്തമാക്കണം. ടെസ്റ്റോസ്റ്റെറോൺ ചില പെരുമാറ്റപ്രവണതകളെ സ്വാധീനിക്കുമ്പോഴും, അത് നിർബന്ധിതമായ പെരുമാറ്റഫലങ്ങൾ നിർണ്ണയിക്കുന്നില്ല. അതായത്, ഉയർന്ന ടെസ്റ്റോസ്റ്റെറോൺ നിലയുള്ള എല്ലാ വ്യക്തികളും ഹിംസാപരമായിരിക്കും എന്നതല്ല. സാമൂഹികവത്കരണം, വ്യക്തിപരമായ മൂല്യങ്ങൾ, നിയമസംവിധാനങ്ങൾ, വിദ്യാഭ്യാസം എന്നിവ ഈ ജൈവപ്രവണതകളെ നിയന്ത്രിക്കുകയും രൂപപ്പെടുത്തുകയും ചെയ്യുന്നു.

പുരുഷത്വ വിമർശനത്തിന്റെ ശക്തി, ഈ സാമൂഹിക ഘടകങ്ങളെ തിരിച്ചറിഞ്ഞ്, ദോഷകരമായ പെരുമാറ്റങ്ങളെ ചോദ്യം ചെയ്യുന്നതിലാണ്. എന്നാൽ, ജൈവ ഘടകങ്ങളെ പൂർണ്ണമായി നിരാകരിക്കുന്ന സമീപനം, മനുഷ്യ പെരുമാറ്റത്തെ ഏകദിശയിൽ മാത്രം കാണുന്നതായി മാറും. ഉദാഹരണത്തിന്, മത്സരാഭിലാഷം, സാഹസികത, നേതൃത്വം എന്നിവ പോലുള്ള ചില ഗുണങ്ങൾ, ടെസ്റ്റോസ്റ്റെറോണുമായി ബന്ധപ്പെട്ട പ്രവണതകളായി കാണപ്പെടുന്നുവെങ്കിലും, അവ എല്ലായ്പ്പോഴും നെഗറ്റീവ് അല്ല. ഈ ഗുണങ്ങളെ സാമൂഹികമായി സൃഷ്ടിപരമായ ദിശയിലേക്ക് നയിക്കാനാണ് ആവശ്യകത.

അതേസമയം, ടെസ്റ്റോസ്റ്റെറോൺ എന്ന ജൈവഘടകത്തെ ചൂണ്ടിക്കാട്ടി, ഹിംസാപരമായ പെരുമാറ്റങ്ങളെ ന്യായീകരിക്കുന്ന സമീപനവും തെറ്റാണ്. "ഇത് സ്വാഭാവികമാണ്" എന്ന വാദം, ഉത്തരവാദിത്വം ഒഴിവാക്കാനുള്ള മാർഗ്ഗമായി മാറരുത്. ജൈവപ്രവണതകൾ ഒരു അടിസ്ഥാനമായി നിലനിൽക്കുമ്പോഴും, വ്യക്തിയുടെ പെരുമാറ്റം സാമൂഹിക ഉത്തരവാദിത്വത്തിനും നൈതിക മാനദണ്ഡങ്ങൾക്കും വിധേയമാണ്.

ഈ സാഹചര്യത്തിൽ, ഒരു സമതുലിതമായ സമീപനം അനിവാര്യമാണ്. പുരുഷത്വ വിമർശനം ഹിംസാപരമായ സംസ്കാരത്തെ ചോദ്യം ചെയ്യുകയും, ആരോഗ്യകരമായ പെരുമാറ്റ മാതൃകകൾ പ്രോത്സാഹിപ്പിക്കുകയും ചെയ്യണം. അതോടൊപ്പം, ടെസ്റ്റോസ്റ്റെറോൺ പോലുള്ള ജൈവ ഘടകങ്ങൾ മനുഷ്യ പെരുമാറ്റത്തെ എങ്ങനെ സ്വാധീനിക്കുന്നു എന്നതിനെ ബോധപൂർവ്വം മനസ്സിലാക്കുകയും വേണം.

ഉദാഹരണമായി, ഉയർന്ന ഊർജ്ജവും മത്സരാഭിലാഷവും ഉള്ള വ്യക്തികളെ കായികരംഗം, സംരംഭകത്വം, സൃഷ്ടിപരമായ മേഖലകൾ എന്നിവയിൽ പ്രോത്സാഹിപ്പിക്കുമ്പോൾ, ആ പ്രവണതകൾ സമൂഹത്തിന് ഗുണകരമായ ദിശയിലേക്ക് മാറാം. അതേസമയം, വികാരബോധം, സഹാനുഭൂതി, സ്വയംനിയന്ത്രണം എന്നിവ പഠിപ്പിക്കുന്ന വിദ്യാഭ്യാസപരമായ ഇടപെടലുകൾ, ഹിംസാപരമായ പ്രവണതകളെ കുറയ്ക്കാൻ സഹായിക്കും.

അവസാനമായി, പുരുഷത്വ വിമർശനവും ടെസ്റ്റോസ്റ്റെറോൺ സ്വാധീനവും തമ്മിലുള്ള ബന്ധം ഒരു വിരുദ്ധതയായി കാണേണ്ടതില്ല. ജൈവപ്രവണതകൾ മനുഷ്യ പെരുമാറ്റത്തിന്റെ അടിസ്ഥാനഘടകങ്ങളാണ്, എന്നാൽ സാമൂഹിക നിയന്ത്രണങ്ങളും നൈതികചട്ടങ്ങളും അവയെ രൂപപ്പെടുത്തുന്ന ശക്തികളാണ്. ഈ രണ്ടിനെയും വ്യക്തമായി വേർതിരിച്ച്, ഒരുമിച്ച് മനസ്സിലാക്കുമ്പോഴാണ്, കൂടുതൽ സമതുലിതവും ഉത്തരവാദിത്വപരവുമായ മനുഷ്യവികസനം സാധ്യമാകുന്നത്.

ടോക്സിക് ഫെമിനിനിറ്റി (toxic femininity) എന്ന ആശയം പൊതുചർച്ചയിൽ വളരെ കുറച്ച് മാത്രമേ പ്രത്യക്ഷപ്പെടാറുള്ളു. സ്ത്രീകളുടെ പെരുമാറ്റങ്ങളെ വിമർശിക്കുമ്പോൾ പലപ്പോഴും സൂക്ഷ്മതയും മൗനവും പാലിക്കുന്ന പ്രവണത കാണപ്പെടുന്നു. ഇത് ഭാഗികമായി ചരിത്രപരമായ അനീതികളുടെ പശ്ചാത്തലത്തിൽ മനസ്സിലാക്കാവുന്നതാണ്, എന്നാൽ, ഈ മൗനം തുടരുമ്പോൾ മനുഷ്യ പെരുമാറ്റത്തിന്റെ സമഗ്രമായ വിശകലനം അസാധ്യമായി മാറുന്നു. ലിംഗനിഷ്പക്ഷ വിമർശനം എന്നത്, എല്ലാ വ്യക്തികളുടെയും പെരുമാറ്റങ്ങളെ ഒരേ മാനദണ്ഡത്തിൽ വിലയിരുത്താനുള്ള ശ്രമമാണ്, അത് ഇവിടെ നിർണായകമാണ്.

സ്ത്രീകളുടെ മത്സരപ്രവണതയെ കുറിച്ചുള്ള ചർച്ചകൾ പലപ്പോഴും "പുരുഷസ്വഭാവം" എന്ന ലേബലിൽ ഒതുക്കപ്പെടാറുണ്ട്. എന്നാൽ, പരിണാമ മനശ്ശാസ്ത്രവും സാമൂഹികശാസ്ത്രങ്ങളും സൂചിപ്പിക്കുന്നത്, സ്ത്രീകളിലും മത്സരപ്രവണത ജൈവപരമായും സാമൂഹികപരമായും നിലനിൽക്കുന്നു എന്നതാണ്. ഈ മത്സരം പലപ്പോഴും നേരിട്ടുള്ള ശാരീരിക ഏറ്റുമുട്ടലുകൾക്കുപകരം, പരോക്ഷരീതികളിൽ പ്രകടമാകുന്നു. ഉദാഹരണത്തിന്, സാമൂഹികസ്ഥാനം, ബന്ധങ്ങൾ, ആകർഷണശേഷി, കൂട്ടായ്മകളിലെ സ്വാധീനം എന്നിവയിൽ സ്ത്രീകൾ തമ്മിലുള്ള മത്സരം രൂപപ്പെടാം.

ഇവിടെ ഒരു പ്രധാനപ്പെട്ട യാഥാർത്ഥ്യം മനസ്സിലാക്കണം: മത്സരം മനുഷ്യസ്വഭാവത്തിന്റെ ഭാഗമാണ്, അത് ലിംഗപരമായി ഒരേ രീതിയിൽ പ്രകടമാകുന്നില്ല എന്നതാണ്. പുരുഷന്മാരിൽ ഇത് നേരിട്ടുള്ള മത്സരമായി കാണപ്പെടുമ്പോൾ, സ്ത്രീകളിൽ ഇത് ചിലപ്പോൾ സൂക്ഷ്മമായ സാമൂഹിക തന്ത്രങ്ങളിലൂടെ പ്രകടമാകാം. ഉദാഹരണമായി, "social exclusion", "reputation management", "indirect aggression" എന്നീ രീതികൾ ചില സാഹചര്യങ്ങളിൽ കാണപ്പെടുന്നുവെന്ന് പഠനങ്ങൾ സൂചിപ്പിക്കുന്നു.

എന്നാൽ, ടോക്സിക് ഫെമിനിനിറ്റി എന്ന ആശയം മുന്നോട്ട് കൊണ്ടുവരുമ്പോൾ ഒരു സൂക്ഷ്മത ആവശ്യമാണ്. സ്ത്രീകളുടെ എല്ലാ പെരുമാറ്റങ്ങളെയും നെഗറ്റീവ് ഫ്രെയിമിൽ അവതരിപ്പിക്കുന്നത്,

വീണ്ടും ഒരു ഏകപക്ഷീയമായ വിമർശനത്തിലേക്ക് നയിക്കും. ലക്ഷ്യം "കുറ്റപ്പെടുത്തൽ" അല്ല; മറിച്ച്, മനുഷ്യ പെരുമാറ്റത്തിലെ എല്ലാ വശങ്ങളെയും ഒരേ സത്യസന്ധതയോടെ പരിശോധിക്കുകയാണ്.

ഇവിടെ മൗനം itself ഒരു പ്രശ്നമായി മാറുന്നു. സ്ത്രീകളുടെ മത്സരപ്രവണതകളെക്കുറിച്ച് സംസാരിക്കാതിരിക്കുക, അവയെ ഇല്ലാത്തതുപോലെ കാണിക്കുന്നതല്ല; മറിച്ച്, അവയെ വിശകലനം ചെയ്യാനും ആരോഗ്യകരമായി കൈകാര്യം ചെയ്യാനും ഉള്ള അവസരങ്ങൾ നഷ്ടപ്പെടുത്തുന്നതാണ്. ഉദാഹരണത്തിന്, സാമൂഹികബന്ധങ്ങളിൽ ഉണ്ടാകുന്ന സൂക്ഷ്മമായ മത്സരങ്ങൾ തുറന്ന ചർച്ചകളിലൂടെ മനസ്സിലാക്കുമ്പോൾ, അത് കൂടുതൽ സഹകരണപരമായ ബന്ധങ്ങളിലേക്ക് മാറ്റാൻ കഴിയും.

അതേസമയം, ഈ ജൈവപ്രവണതകളെ "ഇത് സ്വാഭാവികമാണ്" എന്ന് പറഞ്ഞ് ന്യായീകരിക്കുന്ന സമീപനവും തെറ്റാണ്. മത്സരം സ്വാഭാവികമാണെങ്കിലും, അത് എങ്ങനെ പ്രകടമാകുന്നു എന്നത് സാമൂഹിക മൂല്യങ്ങളും വ്യക്തിപരമായ ബോധവും നിർണയിക്കുന്നു. അതിനാൽ, ദോഷകരമായ മത്സരരീതികളെ ചോദ്യം ചെയ്യുകയും, ആരോഗ്യകരമായ സഹകരണരീതികളെ പ്രോത്സാഹിപ്പിക്കുകയും ചെയ്യേണ്ടത് ആവശ്യമാണ്.

ഒരു സമതുലിതമായ സമീപനം ഇവിടെ നിർണായകമാണ്. സ്ത്രീകളുടെ മത്സരജൈവതയെ അംഗീകരിക്കുമ്പോൾ, അതിനെ സാമൂഹികബോധത്തോടും നൈതികപരമായ മാനദണ്ഡങ്ങളോടും ബന്ധിപ്പിക്കണം. ഉദാഹരണത്തിന്, തൊഴിൽമേഖലയിൽ സ്ത്രീകൾ തമ്മിലുള്ള മത്സരം തുറന്നതും സുതാര്യവുമായ രീതിയിൽ മാറുമ്പോൾ, അത് വ്യക്തിപരമായ വളർച്ചക്കും സംഘാടകവിജയത്തിനും സഹായകരമാകും.

അവസാനമായി, ടോക്സിക് ഫെമിനിനിറ്റി മൗനവും സ്ത്രീകളിലെ മത്സരജൈവതയും തമ്മിലുള്ള ബന്ധം, ലിംഗനിഷ്പക്ഷ വിമർശനത്തിന്റെ ആവശ്യകതയെ ഊന്നിപ്പറയുന്നു. മനുഷ്യ പെരുമാറ്റത്തിലെ എല്ലാ വശങ്ങളെയും സത്യസന്ധമായി പരിശോധിക്കുമ്പോഴാണ്, ആരോഗ്യകരമായ സാമൂഹിക ഘടനകൾ രൂപപ്പെടുന്നത്. വിമർശനം ലിംഗപരമായ പക്ഷപാതങ്ങളിൽ നിന്ന് സ്വതന്ത്രമാകുമ്പോൾ, അത് വ്യക്തിയുടെയും സമൂഹത്തിന്റെയും വളർച്ചയ്ക്ക് കൂടുതൽ ഗുണകരമാകും.

സ്വകാര്യതാവകാശവും പൊതുജനാരോഗ്യ ഡാറ്റയും തമ്മിലുള്ള സംഘർഷം, രാഷ്ട്രീയ ശരിവത്കരണത്തിന്റെ (Political Correctness) വിപുലമായ ചർച്ചയിൽ ഒരു പ്രധാനപ്പെട്ട ദിശ തുറക്കുന്നു. രാഷ്ട്രീയ ശരിവത്കരണം അടിസ്ഥാനത്തിൽ മനുഷ്യ മാന്യത, അവകാശങ്ങൾ, ഉൾക്കൊള്ളൽ എന്നിവ സംരക്ഷിക്കാൻ ശ്രമിക്കുന്ന ഒരു നൈതിക ചട്ടക്കൂടാണ്. ഈ ചട്ടക്കൂടിന്റെ ഭാഗമായി, വ്യക്തിയുടെ സ്വകാര്യതയെ ശക്തമായി സംരക്ഷിക്കേണ്ടതിന്റെ ആവശ്യം ഉയരുന്നത് സ്വാഭാവികമാണ്. എന്നാൽ, ഈ same സമീപനം പൊതുജനാരോഗ്യത്തിന്റെ പ്രായോഗിക ആവശ്യങ്ങളുമായി ചിലപ്പോൾ സംഘർഷത്തിലേക്ക് നീങ്ങുന്നു.

രാഷ്ട്രീയ ശരിവത്കരണം സ്വകാര്യതയെ ഒരു അറ്റത്തോളം ഉയർത്തിപ്പിടിക്കുമ്പോൾ, വ്യക്തിയുടെ ആരോഗ്യവിവരങ്ങൾ പങ്കുവെക്കുന്നതിനെക്കുറിച്ചുള്ള ഭയം വർധിക്കാം. "വ്യക്തിഗത അവകാശം ലംഘിക്കരുത്" എന്ന ന്യായമായ ഉദ്ദേശ്യം, ചില സാഹചര്യങ്ങളിൽ ആവശ്യമായ ഡാറ്റ ശേഖരണത്തെയും തടസ്സപ്പെടുത്താൻ ഇടയാക്കാം. ഉദാഹരണത്തിന്, പകർച്ചവ്യാധി നിയന്ത്രണത്തിനായി സമ്പർക്കശൃംഖല (contact tracing) കണ്ടെത്തേണ്ട സാഹചര്യത്തിൽ,

വ്യക്തിഗത വിവരങ്ങൾ പങ്കുവെക്കുന്നതിൽ സമൂഹം മടിക്കുന്നുവെങ്കിൽ, രോഗവ്യാപനം നിയന്ത്രിക്കുന്നത് കൂടുതൽ ദുഷ്കരമാകും. ഈ സാഹചര്യത്തിൽ, രാഷ്ട്രീയ ശരിവത്കരണത്തിന്റെ അമിതമായ സ്വകാര്യതാവാദം, പൊതുജനാരോഗ്യ ലക്ഷ്യങ്ങളെ ദുർബലപ്പെടുത്താൻ സാധ്യതയുണ്ട്.

മറുവശത്ത്, പൊതുജനാരോഗ്യത്തിന്റെ പേരിൽ ഡാറ്റ ശേഖരണം വ്യാപകമാക്കുമ്പോൾ, അത് വ്യക്തിയുടെ മാന്യതയെ ബാധിക്കാനുള്ള അപകടസാധ്യതയും നിലനിൽക്കുന്നു. രാഷ്ട്രീയ ശരിവത്കരണത്തിന്റെ ഒരു പ്രധാന സംഭാവന, ഇത്തരം അധികാരദുരുപയോഗങ്ങളെ ചോദ്യം ചെയ്യുന്നതിലാണ്. വ്യക്തിയുടെ ആരോഗ്യവിവരങ്ങൾ അനാവശ്യമായി പുറത്തുവിടപ്പെടുകയോ, രോഗാവസ്ഥയെ അടിസ്ഥാനമാക്കി ആളുകളെ സാമൂഹികമായി അടയാളപ്പെടുത്തുകയോ ചെയ്യുന്ന പ്രവണതകൾക്കെതിരെ ഈ സമീപനം ഒരു നൈതിക പ്രതിരോധമായി പ്രവർത്തിക്കുന്നു.

ഇവിടെ പ്രശ്നം രാഷ്ട്രീയ ശരിവത്കരണം itself അല്ല; അതിന്റെ പ്രയോഗത്തിലെ അസന്തുലിതാവസ്ഥയാണ്. സ്വകാര്യതയെ സംരക്ഷിക്കണമെന്ന ഉദ്ദേശ്യം ശരിയായതാണെങ്കിലും, അത് പൊതുജനാരോഗ്യ ആവശ്യങ്ങളെ പൂർണ്ണമായി അവഗണിക്കുന്ന നിലയിലേക്ക് നീങ്ങുമ്പോൾ, അത് യാഥാർത്ഥ്യവിരുദ്ധമാകുന്നു. അതേസമയം, പൊതുജനാരോഗ്യത്തിന്റെ പേരിൽ സ്വകാര്യതയെ തകർക്കുന്ന സമീപനം, രാഷ്ട്രീയ ശരിവത്കരണം ഉയർത്തിപ്പിടിക്കുന്ന മാന്യതാമൂല്യങ്ങളെ തന്നെ ദുർബലപ്പെടുത്തും.

അതുകൊണ്ട്, ഈ വിഷയത്തിൽ രാഷ്ട്രീയ ശരിവത്കരണത്തെ ഒരു ഏകദിശ നൈതികനിയമമായി കാണേണ്ടതില്ല. മറിച്ച്, അത് ഒരു "മൂല്യചട്ടക്കൂട്" ആയി ഉപയോഗിക്കണം, അത് വ്യക്തിയുടെ അവകാശങ്ങളും സമൂഹത്തിന്റെ സുരക്ഷയും തമ്മിൽ ഒരു ഉത്തരവാദിത്വപരമായ സന്തുലനം കണ്ടെത്താൻ സഹായിക്കുന്നു. ഉദാഹരണത്തിന്, പൊതുജനാരോഗ്യത്തിനാവശ്യമായ ഡാറ്റ ശേഖരിക്കുമ്പോൾ, അതിനെ പരിമിതപ്പെടുത്തുകയും, അനാമികമാക്കുകയും, വ്യക്തിഗത തിരിച്ചറിയൽ സംരക്ഷിക്കുകയും ചെയ്യുന്നത്, രാഷ്ട്രീയ ശരിവത്കരണത്തിന്റെ ആത്മാവിനും ശാസ്ത്രീയ ആവശ്യങ്ങൾക്കും ഒരുപോലെ പൊരുത്തപ്പെടുന്ന സമീപനമാണ്.

ഈ സമീപനം "സ്വകാര്യത vs ഡാറ്റ" എന്ന സംഘർഷത്തെ ഒരു പുതിയ രീതിയിൽ പുനർവ്യാഖ്യാനിക്കുന്നു. ഇത് ഒരു തിരഞ്ഞെടുപ്പ് പ്രശ്നമല്ല; മറിച്ച്, രൂപകൽപ്പനയുടെ പ്രശ്നമാണ്. എങ്ങനെ ഡാറ്റ ശേഖരിക്കണം, എത്രത്തോളം ഉപയോഗിക്കണം, എങ്ങനെ സംരക്ഷിക്കണം എന്ന ചോദ്യങ്ങൾക്ക് ഉത്തരമുണ്ടാകുമ്പോഴാണ്, ഈ രണ്ട് മൂല്യങ്ങളും ഒരുമിച്ച് നിലനിൽക്കുന്നത്.

അവസാനമായി, രാഷ്ട്രീയ ശരിവത്കരണവും പൊതുജനാരോഗ്യ ഡാറ്റയും തമ്മിലുള്ള ബന്ധം ഒരു വിരുദ്ധതയായി കാണേണ്ടതില്ല. രാഷ്ട്രീയ ശരിവത്കരണം മനുഷ്യ മാന്യതയെ സംരക്ഷിക്കുമ്പോൾ, പൊതുജനാരോഗ്യ ഡാറ്റ മനുഷ്യജീവിതത്തെ സംരക്ഷിക്കുന്നു. ഈ രണ്ടിനെയും സംയോജിപ്പിക്കുന്ന നയങ്ങളാണ് ദീർഘകാലത്തിൽ വിജയകരമാകുന്നത്. അതിനാൽ, പരിഹാരം ഒന്നിനെ തിരഞ്ഞെടുക്കുന്നതിൽ അല്ല, രണ്ടിനെയും ഉത്തരവാദിത്വത്തോടെ ഏകീകരിക്കുന്നതിലാണ്.

ഡിജിറ്റൽ തിരിച്ചറിവ് (digital identity) ഇന്നത്തെ ലോകത്ത് വ്യക്തിയുടെ സ്വയംപ്രകടനത്തിന് വലിയ സ്വാതന്ത്ര്യം നൽകുന്ന മേഖലയായി മാറിയിരിക്കുന്നു. സോഷ്യൽ മീഡിയ, വിർച്വൽ പ്ലാറ്റ്ഫോമുകൾ, ഓൺലൈൻ സമൂഹങ്ങൾ എന്നിവയുടെ വളർച്ചയോടെ, വ്യക്തിക്ക് തന്റെ തിരിച്ചറിവ് പുനർനിർമ്മിക്കാനും രൂപാന്തരം ചെയ്യാനും സാധിക്കുന്നു. ലിംഗം, രൂപം, സാമൂഹികസ്ഥാനം, വ്യക്തിത്വം എന്നിവ വരെ ഡിജിറ്റൽ ലോകത്ത് സൃഷ്ടിപരമായി

അവതരിപ്പിക്കാനാകുന്നു. ഈ സ്വാതന്ത്ര്യം, പ്രത്യേകിച്ച് പരമ്പരാഗത നിയന്ത്രണങ്ങളിൽ നിന്ന് പുറത്തുവരാൻ ശ്രമിക്കുന്ന വ്യക്തികൾക്ക്, ആത്മാഭിമാനവും agency-യും നൽകുന്ന ഒരു ശക്തമായ ഉപാധിയാണ്.

എന്നാൽ, ഈ ഡിജിറ്റൽ സ്വാതന്ത്ര്യം ഒരു അടിസ്ഥാന യാഥാർത്ഥ്യവുമായി ഏറ്റുമുട്ടുന്നു, അതാണ് ശരീരപരിധി (biological and physical limits). മനുഷ്യശരീരം ഒരു ഭൗതിക സത്തയാണ്, അതിന്റെ ശേഷികളും പരിമിതികളും ജൈവശാസ്ത്രം നിർണ്ണയിക്കുന്നു. ശരീരത്തിന്റെ ശക്തി, ആരോഗ്യം, പ്രജനനക്ഷമത, വേദനാനുഭവം, രോഗപ്രതിരോധം എന്നിവയെല്ലാം ഡിജിറ്റൽ തിരിച്ചറിവിലൂടെ മാറ്റാനാവാത്ത യാഥാർത്ഥ്യങ്ങളാണ്. അതായത്, ഓൺലൈൻ ലോകത്തിൽ തിരിച്ചറിവ് ഇഷ്ടാനുസൃതമായി രൂപപ്പെടുത്താനാകുമ്പോഴും, ഓഫ്‌ലൈൻ ലോകത്തിൽ ശരീരപരിധികൾ സ്ഥിരമായ ഒരു ചട്ടക്കൂടായി നിലനിൽക്കുന്നു.

ഈ സാഹചര്യത്തിൽ രാഷ്ട്രീയ ശരിവത്കരണത്തിന്റെ (Political Correctness) സ്വാധീനം സൂക്ഷ്മമായി മനസ്സിലാക്കേണ്ടതാണ്. വ്യക്തിയുടെ സ്വയംതിരിച്ചറിവിനെ മാനിക്കണം എന്ന നൈതികബോധം, ഡിജിറ്റൽ ലോകത്ത് കൂടുതൽ ശക്തമായി പ്രകടമാകുന്നു. എന്നാൽ, ഈ same സമീപനം ചിലപ്പോൾ ഭൗതിക യാഥാർത്ഥ്യങ്ങളെ അവഗണിക്കുന്ന രീതിയിലേക്ക് നീങ്ങാൻ സാധ്യതയുണ്ട്. ഉദാഹരണത്തിന്, ഒരാൾ തന്റെ ഡിജിറ്റൽ തിരിച്ചറിവിനെ ഒരു പ്രത്യേക രീതിയിൽ നിർവ്വചിക്കുമ്പോൾ, അതിനെ പൂർണ്ണമായി അംഗീകരിക്കണം എന്ന സാമൂഹിക സമ്മർദ്ദം ഉയരാം. എന്നാൽ, ആ തിരിച്ചറിവ് ശരീരപരിധികളുമായി ബന്ധപ്പെടുന്ന സാഹചര്യങ്ങളിൽ, ഒരു യാഥാർത്ഥ്യപരമായ സംവാദം ആവശ്യമാണ്.

ഇവിടെ പ്രശ്നം വ്യക്തിയുടെ സ്വാതന്ത്ര്യം അല്ല; മറിച്ച്, സ്വാതന്ത്ര്യത്തിന്റെ പരിധികളെ മനസ്സിലാക്കാനുള്ള രീതിയാണ്. ഡിജിറ്റൽ ലോകം തിരിച്ചറിവിനെ ദ്രവ്യമാക്കുമ്പോൾ, ജൈവ ലോകം അതിന് ഒരു സ്ഥിരത നൽകുന്നു. ഈ രണ്ട് തലങ്ങളെ ഒരേ രീതിയിൽ കാണുമ്പോൾ, ആശയക്കുഴപ്പങ്ങൾ ഉണ്ടാകാം. ഉദാഹരണത്തിന്, വിർച്വൽ ലോകത്തിൽ സാധ്യമായ ഒരു തിരിച്ചറിവ്, ശാരീരിക മത്സരങ്ങൾ, ആരോഗ്യപരമായ ഇടപെടലുകൾ, നിയമപരമായ ഘടനകൾ എന്നിവയിൽ നേരിട്ട് പ്രയോഗിക്കാൻ ശ്രമിക്കുമ്പോൾ, പ്രശ്നങ്ങൾ ഉയരാൻ സാധ്യതയുണ്ട്.

അതേസമയം, ശരീരപരിധികളെ മാത്രം മുൻനിർത്തി ഡിജിറ്റൽ തിരിച്ചറിവിന്റെ സ്വാതന്ത്ര്യത്തെ നിരാകരിക്കുന്ന സമീപനവും ശരിയായതല്ല. മനുഷ്യൻ ഒരു ജൈവ സത്തയെന്നതോടൊപ്പം, ഒരു സാംസ്കാരികവും സൃഷ്ടിപരവുമായ സത്തയുമാണ്. അതിനാൽ, ഡിജിറ്റൽ ലോകത്തിൽ തന്റെ തിരിച്ചറിവ് സ്വതന്ത്രമായി നിർവ്വചിക്കാനുള്ള അവകാശം നിലനിൽക്കണം. ഇത് വ്യക്തിയുടെ മാനസികക്ഷേമത്തിനും സാമൂഹിക ഉൾക്കൊള്ളലിനും സഹായകരമാണ്.

ഈ സാഹചര്യത്തിൽ, ഒരു സമതുലിതമായ സമീപനം ആവശ്യമാണ്. വിർച്വൽ സ്വാതന്ത്ര്യവും ജൈവപരിധികളും തമ്മിൽ വ്യക്തമായ ഭേദം നിലനിർത്തണം. ഡിജിറ്റൽ തിരിച്ചറിവ് വ്യക്തിയുടെ പ്രകടനസ്വാതന്ത്ര്യത്തെ പ്രതിനിധീകരിക്കുമ്പോൾ, ശരീരപരിധി പ്രായോഗിക യാഥാർത്ഥ്യത്തെ പ്രതിനിധീകരിക്കുന്നു. ഈ രണ്ട് ഘടകങ്ങളും പരസ്പരം വിരുദ്ധമല്ല; മറിച്ച്, വ്യത്യസ്ത തലങ്ങളിൽ പ്രവർത്തിക്കുന്ന സത്യങ്ങളാണ്.

ഉദാഹരണമായി, ഒരു വ്യക്തി ഡിജിറ്റൽ ലോകത്തിൽ തന്റെ തിരിച്ചറിവ് സ്വതന്ത്രമായി രൂപപ്പെടുത്തുമ്പോൾ, അത് സാമൂഹിക ബഹുമാനത്തോടെ അംഗീകരിക്കാം. എന്നാൽ, ശാരീരിക ശേഷികളുമായി ബന്ധപ്പെട്ട മേഖലകളിൽ, ജൈവപരിധികളെ പരിഗണിച്ച് നയങ്ങൾ

രൂപപ്പെടുത്തണം. ഇതിലൂടെ, വ്യക്തിയുടെ സ്വാതന്ത്ര്യവും സാമൂഹിക നീതിയും ഒരുപോലെ സംരക്ഷിക്കപ്പെടുന്നു.

അവസാനമായി, ഡിജിറ്റൽ തിരിച്ചറിവും ശരീരപരിധിയും തമ്മിലുള്ള ബന്ധം, രാഷ്ട്രീയ ശരിവത്കരണത്തിന്റെ ഒരു പ്രധാന പാഠം വ്യക്തമാക്കുന്നു: മാന്യതയും യാഥാർത്ഥ്യവും തമ്മിൽ സമതുലനം ആവശ്യമാണ്. വിർച്വൽ സ്വാതന്ത്ര്യം മനുഷ്യന്റെ സൃഷ്ടിപരമായ ശേഷിയെ വികസിപ്പിക്കുമ്പോൾ, ജൈവപരിധി മനുഷ്യന്റെ ഭൗതിക സത്യത്തെ ഓർമ്മിപ്പിക്കുന്നു. ഈ രണ്ടിനെയും ഒരുമിച്ച് അംഗീകരിക്കുന്ന സമീപനത്തിലൂടെയാണ്, കൂടുതൽ സമഗ്രവും യാഥാർത്ഥ്യബോധമുള്ളതുമായ ഒരു സമൂഹം രൂപപ്പെടുന്നത്.

റൊമാന്റിക് ആശാവാദവും ജോഡിബന്ധ ന്യൂറോരസതന്ത്രവും തമ്മിലുള്ള ബന്ധം, രാഷ്ട്രീയ ശരിവത്കരണത്തിന്റെ (Political Correctness) പരിധികളും സാധ്യതകളും വ്യക്തമാക്കുന്ന ഒരു സൂക്ഷ്മ മേഖല ആണ്. രാഷ്ട്രീയ ശരിവത്കരണം സാധാരണയായി മനുഷ്യ വികാരങ്ങളെ, വ്യക്തിപരമായ അനുഭവങ്ങളെ, ബന്ധങ്ങളുടെ അർത്ഥങ്ങളെ മാനിക്കേണ്ടതിന്റെ ആവശ്യകതയെ ഊന്നിപ്പറയുന്നു. ഈ സമീപനം പ്രണയത്തെ ഒരു ഉയർന്ന, അർത്ഥവത്തായ, മാനസിക അനുഭവമായി സംരക്ഷിക്കാൻ സഹായിക്കുന്നു. "നിന്റെ അനുഭവം ശരിയാണ്" എന്ന അംഗീകാരം, ബന്ധങ്ങളിൽ ആത്മാഭിമാനവും മാന്യതയും ഉറപ്പാക്കുന്നു.

എന്നാൽ, ഈ സമീപനം ചിലപ്പോൾ പ്രണയത്തെ പൂർണ്ണമായും വികാരപരമായ ഭാഷയിൽ മാത്രം അവതരിപ്പിക്കുകയും, അതിന്റെ ജൈവ അടിത്തറയെ ചർച്ച ചെയ്യുന്നതിൽ മടിക്കുകയും ചെയ്യുന്നു. ജോഡിബന്ധ ന്യൂറോരസതന്ത്രം വ്യക്തമാക്കുന്നത്, ബന്ധങ്ങളുടെ രൂപീകരണത്തിലും ദൈർഘ്യത്തിലും ഓക്സിറ്റോസിൻ, വാസോപ്രെസ്സിൻ, ഡോപമിൻ തുടങ്ങിയ ഘടകങ്ങൾ നിർണായകമാണെന്നതാണ്. എന്നാൽ, ഈ ശാസ്ത്രീയ വിശദീകരണം ചിലപ്പോൾ "പ്രണയത്തിന്റെ മഹത്വം കുറയ്ക്കുന്നു" എന്ന ഭയത്തിൽ, പൊതുചർച്ചകളിൽ നിന്ന് ഒഴിവാക്കപ്പെടാം. ഇത് രാഷ്ട്രീയ ശരിവത്കരണത്തിന്റെ ഒരു പരിധിയായി കാണാം, വികാരങ്ങളെ സംരക്ഷിക്കാനുള്ള ശ്രമം യാഥാർത്ഥ്യത്തെ ഭാഗികമായി മറയ്ക്കുന്ന സാഹചര്യം.

ഇവിടെ പ്രശ്നം പ്രണയത്തെ ശാസ്ത്രീയമായി വിശദീകരിക്കുന്നതല്ല; മറിച്ച്, ആ വിശദീകരണം എങ്ങനെ അവതരിപ്പിക്കപ്പെടുന്നു എന്നതാണ്. പ്രണയം "രാസപ്രക്രിയ മാത്രമാണ്" എന്ന് ലളിതമാക്കുന്നത് മനുഷ്യാനുഭവത്തെ ചുരുക്കുന്നതുപോലെ, പ്രണയം "ശുദ്ധമായ ആത്മീയ അനുഭവമാണ്" എന്ന് മാത്രം പറയുന്നതും ജൈവ യാഥാർത്ഥ്യത്തെ അവഗണിക്കുന്നതാണ്. രാഷ്ട്രീയ ശരിവത്കരണം ഈ രണ്ടു അറ്റങ്ങളിൽ നിന്ന് മാറി, മാന്യതയും യാഥാർത്ഥ്യവും ഒരുമിച്ച് നിലനിർത്തേണ്ടതാണ്.

ഉദാഹരണമായി, ഒരു ബന്ധത്തിൽ പ്രാരംഭ ആവേശം കുറയുമ്പോൾ, പലരും അത് പ്രണയത്തിന്റെ നഷ്ടമായി വ്യാഖ്യാനിക്കാം. രാഷ്ട്രീയ ശരിവത്കരണത്തിന്റെ ഭാഷ, ഈ വികാരത്തെ അംഗീകരിക്കുകയും അതിന്റെ വേദനയെ മാനിക്കുകയും ചെയ്യുന്നു. എന്നാൽ, ന്യൂറോരസതന്ത്രത്തിന്റെ അറിവ് ചേർന്നാൽ, ഇത് ഡോപമിൻ-ആശ്രിതമായ പ്രാരംഭഘട്ടത്തിൽ നിന്ന് ഓക്സിറ്റോസിൻ-ആശ്രിതമായ സ്ഥിരബന്ധത്തിലേക്കുള്ള സ്വാഭാവിക മാറ്റമാണെന്ന് വ്യക്തമാക്കാം. ഈ സംയോജനം വ്യക്തിയെ തെറ്റായ നിഗമനങ്ങളിൽ നിന്ന് രക്ഷിക്കുകയും, ബന്ധത്തെ കൂടുതൽ ബോധപൂർവ്വമായി കൈകാര്യം ചെയ്യാൻ സഹായിക്കുകയും ചെയ്യുന്നു.

അതേസമയം, ശാസ്ത്രീയ വിശദീകരണങ്ങളെ ഉപയോഗിച്ച് മനുഷ്യ വികാരങ്ങളെ ചെറുതാക്കുന്നതും രാഷ്ട്രീയ ശരിവത്കരണത്തിന്റെ ആത്മാവിനോട് വിരുദ്ധമാണ്. "ഇത് ഹോർമോണുകളുടെ കളിയാണ്" എന്ന രീതിയിലുള്ള വാചകം, വ്യക്തിയുടെ അനുഭവത്തെ അപമാനിക്കുന്നതായിരിക്കും. അതിനാൽ, ശാസ്ത്രവും മാന്യതയും തമ്മിൽ ഒരു ഉത്തരവാദിത്വപരമായ ഭാഷ ആവശ്യമാണ്.

ഈ സാഹചര്യത്തിൽ, രാഷ്ട്രീയ ശരിവത്കരണം ഒരു തടസ്സമല്ല; മറിച്ച്, ഒരു മാർഗ്ഗനിർദ്ദേശകമാണ്. അത് നമ്മോട് പറയുന്നത്, ശാസ്ത്രീയ സത്യങ്ങൾ അവതരിപ്പിക്കുമ്പോൾ പോലും, മനുഷ്യാനുഭവത്തിന്റെ മൂല്യത്തെ മാനിക്കണം എന്നതാണ്. അതേസമയം, വികാരങ്ങളെ സംരക്ഷിക്കുമ്പോൾ യാഥാർത്ഥ്യത്തെ മറച്ചുവയ്ക്കരുത് എന്നതും equally പ്രധാനമാണ്.

അവസാനമായി, റൊമാന്റിക് ആശാവാദവും ജോഡിബന്ധ ന്യൂറോരസതന്ത്രവും തമ്മിലുള്ള ബന്ധം രാഷ്ട്രീയ ശരിവത്കരണത്തിന്റെ ഒരു പ്രധാന പാഠം വ്യക്തമാക്കുന്നു: വികാരങ്ങളും ജൈവ യാഥാർത്ഥ്യവും പരസ്പരം വിരുദ്ധമല്ല. പ്രണയം മനുഷ്യന്റെ അനുഭവത്തെ ഉയർത്തുമ്പോൾ, ന്യൂറോരസതന്ത്രം അതിന്റെ അടിത്തറയെ വിശദീകരിക്കുന്നു. ഈ രണ്ടിനെയും സംയോജിപ്പിക്കുന്ന സമീപനത്തിലൂടെയാണ്, മാന്യതയും അറിവും ഒരുപോലെ സംരക്ഷിക്കുന്ന ഒരു സമതുലിത ചർച്ച സാധ്യമാകുന്നത്.

സ്വാതന്ത്ര്യ ഭാഷ (language of individual freedom) ആധുനിക രാഷ്ട്രീയ ശരിവത്കരണത്തിന്റെ (Political Correctness) പ്രധാന അധിഷ്ഠാനങ്ങളിൽ ഒന്നാണ്. വ്യക്തിക്ക് തന്റെ ജീവിതം, ശരീരം, തിരിച്ചറിവ്, തീരുമാനങ്ങൾ എന്നിവയെക്കുറിച്ച് സ്വതന്ത്രമായി നിർണ്ണയിക്കാനുള്ള അവകാശം സംരക്ഷിക്കണം എന്ന നൈതിക നിലപാട്, ഈ ഭാഷയുടെ കേന്ദ്രത്തിൽ നിലകൊള്ളുന്നു. "എന്റെ തിരഞ്ഞെടുപ്പ്", "എന്റെ ജീവിതം" എന്ന വാചകങ്ങൾ, വ്യക്തിയുടെ ആത്മാഭിമാനത്തെയും agency-യെയും ശക്തിപ്പെടുത്തുന്നു. ചരിത്രപരമായി അവഗണിക്കപ്പെട്ട വിഭാഗങ്ങൾക്ക് ഈ ഭാഷ ഒരു മോചനമാർഗ്ഗമായി പ്രവർത്തിച്ചതും സത്യമാണ്.

എന്നാൽ, ഈ സ്വാതന്ത്ര്യഭാഷയുടെ പ്രയോഗത്തിൽ പലപ്പോഴും മറവിലാകുന്ന ഒരു ജൈവ-സാമൂഹിക യാഥാർത്ഥ്യമുണ്ട്, അത് പരസ്പര ആശ്രയം (interdependence) എന്നതാണ്. മനുഷ്യർ സ്വതന്ത്ര വ്യക്തികളായി മാത്രം നിലനിൽക്കുന്നില്ല; അവർ ജൈവപരമായും സാമൂഹികമായും സഹകരണജീവികളാണ്. കുടുംബം, സമൂഹം, ബന്ധങ്ങൾ, സാമ്പത്തികവ്യവസ്ഥ, മാനസിക പിന്തുണ എന്നിവയിലൂടെ മനുഷ്യജീവിതം പരസ്പരം ബന്ധിപ്പിക്കപ്പെട്ടിരിക്കുന്നു. ശിശുകാലം മുതൽ തന്നെ മനുഷ്യൻ മറ്റുള്ളവരുടെ പരിചരണത്തിലും സഹകരണത്തിലും ആശ്രയിച്ചാണ് വളരുന്നത്. അതായത്, സ്വാതന്ത്ര്യം മനുഷ്യന്റെ ഒരു ഘടകമാണെങ്കിലും, ആശ്രയം അതിന്റെ അടിസ്ഥാന ഘടനയാണ്.

രാഷ്ട്രീയ ശരിവത്കരണത്തിന്റെ ചർച്ചയിൽ പ്രശ്നം ഉയരുന്നത്, സ്വാതന്ത്ര്യഭാഷയെ പൂർണ്ണമായും വ്യക്തികേന്ദ്രിതമായ ഒരു സിദ്ധാന്തമായി അവതരിപ്പിക്കുമ്പോഴാണ്. "ആർക്കും ആരെയും വേണ്ട" എന്ന രീതിയിലുള്ള ഒരു ധാരണ, യാഥാർത്ഥ്യത്തിൽ മനുഷ്യജീവിതത്തിന്റെ ഘടനയെ ലളിതമാക്കുന്നു. ഉദാഹരണത്തിന്, ഒരാളുടെ വ്യക്തിപരമായ തീരുമാനങ്ങൾ, കുടുംബാംഗങ്ങളെയും ബന്ധങ്ങളെയും സാമൂഹിക ഘടനകളെയും സ്വാധീനിക്കാതെ നിലനിൽക്കില്ല. എന്നാൽ, സ്വാതന്ത്ര്യഭാഷ ഈ ബന്ധിതാവസ്ഥയെ ചിലപ്പോൾ പരിഗണിക്കാതിരിക്കാൻ ഇടയാക്കുന്നു.

ഇതിന്റെ ഒരു ഉദാഹരണം സാമൂഹികബന്ധങ്ങളിൽ കാണാം. ഒരാൾ തന്റെ ജീവിതത്തെക്കുറിച്ചുള്ള എല്ലാ തീരുമാനങ്ങളും "എന്റെ അവകാശം" എന്ന നിലയിൽ മാത്രം കാണുമ്പോൾ, അതിന്റെ

ഫലങ്ങൾ പങ്കുവെക്കുന്നവരുടെ അനുഭവങ്ങൾ അവഗണിക്കപ്പെടാം. എന്നാൽ, മനുഷ്യബന്ധങ്ങൾ പരസ്പര ബാധ്യതകളും ഉത്തരവാദിത്വങ്ങളും ഉൾക്കൊള്ളുന്നവയാണ്. ഈ യാഥാർത്ഥ്യം അംഗീകരിക്കാതെ, സ്വാതന്ത്ര്യത്തെ മാത്രം മുൻനിർത്തുന്ന സമീപനം, ദീർഘകാലത്തിൽ ബന്ധങ്ങളുടെ സ്ഥിരതയെ തന്നെ ദുർബലപ്പെടുത്താം.

അതേസമയം, പരസ്പര ആശ്രയത്തെ മാത്രം മുൻനിർത്തി വ്യക്തിസ്വാതന്ത്ര്യത്തെ കുറയ്ക്കുന്നതും രാഷ്ട്രീയ ശരിവത്കരണത്തിന്റെ ആത്മാവിനോട് വിരുദ്ധമാണ്. വ്യക്തിക്ക് തന്റെ ജീവിതത്തെക്കുറിച്ച് തീരുമാനമെടുക്കാനുള്ള അവകാശം നിലനിൽക്കണം. ആശ്രയം എന്നത് നിയന്ത്രണമല്ല; അത് സഹകരണമാണ്. അതിനാൽ, ആശ്രയത്തിന്റെ പേരിൽ വ്യക്തിയുടെ agency-യെ നിഷേധിക്കുന്നത്, മറ്റൊരു രീതിയിലുള്ള അസമത്വത്തിലേക്ക് നയിക്കും.

ഈ സാഹചര്യത്തിൽ, രാഷ്ട്രീയ ശരിവത്കരണം ഒരു ഏകദിശ ചട്ടക്കൂടായി കാണേണ്ടതില്ല. അത് ഒരു സമതുലിതമായ നൈതിക മാർഗ്ഗനിർദ്ദേശമായി പ്രവർത്തിക്കണം. സ്വാതന്ത്ര്യഭാഷ വ്യക്തിയുടെ മാന്യതയും അവകാശവും സംരക്ഷിക്കുമ്പോൾ, പരസ്പര ആശ്രയം മനുഷ്യജീവിതത്തിന്റെ ബന്ധിതസ്വഭാവത്തെ ഓർമ്മിപ്പിക്കുന്നു. ഈ രണ്ടിനെയും ഒരുമിച്ച് ഉൾക്കൊള്ളുന്ന സമീപനമാണ് യാഥാർത്ഥ്യബോധമുള്ളത്.

ഉദാഹരണമായി, ഒരു വ്യക്തി തന്റെ തൊഴിൽ, ബന്ധം, ജീവിതശൈലി എന്നിവ തിരഞ്ഞെടുക്കുമ്പോൾ, അത് അവന്റെ സ്വാതന്ത്ര്യത്തിന്റെ ഭാഗമാണ്. എന്നാൽ, ആ തിരഞ്ഞെടുപ്പുകൾ കുടുംബബന്ധങ്ങൾ, സാമൂഹികപിന്തുണ, സാമ്പത്തികവ്യവസ്ഥ എന്നിവയെ എങ്ങനെ സ്വാധീനിക്കുന്നു എന്ന ബോധവുമുണ്ടാകണം. ഈ ബോധം സ്വാതന്ത്ര്യത്തെ കുറയ്ക്കുന്നില്ല; മറിച്ച്, അത് കൂടുതൽ ഉത്തരവാദിത്വപരമാക്കുന്നു.

അവസാനമായി, സ്വാതന്ത്ര്യഭാഷയും പരസ്പര ആശ്രയവും തമ്മിലുള്ള ബന്ധം രാഷ്ട്രീയ ശരിവത്കരണത്തിന്റെ ഒരു അടിസ്ഥാനപാഠം വ്യക്തമാക്കുന്നു: മനുഷ്യജീവിതം പൂർണ്ണമായ സ്വാതന്ത്ര്യത്തിലോ പൂർണ്ണമായ ആശ്രയത്തിലോ നിലനിൽക്കുന്നില്ല. അത് ഈ രണ്ടിന്റെയും സമന്വയത്തിലാണ് പ്രവർത്തിക്കുന്നത്. സ്വാതന്ത്ര്യം വ്യക്തിയുടെ അവകാശത്തെ സംരക്ഷിക്കുമ്പോൾ, ആശ്രയം മനുഷ്യബന്ധങ്ങളുടെ യാഥാർത്ഥ്യത്തെ ഉറപ്പാക്കുന്നു. ഈ രണ്ടിനെയും ഒരുമിച്ച് മനസ്സിലാക്കുമ്പോഴാണ്, കൂടുതൽ സമതുലിതവും ദീർഘകാലമായി നിലനിൽക്കുന്ന ഒരു സാമൂഹിക ഘടന രൂപപ്പെടുന്നത്.

രാഷ്ട്രീയ ശരിവത്കരണം (Political Correctness) മനുഷ്യ മാന്യത, ഉൾക്കൊള്ളൽ, സമത്വം എന്നിവ സംരക്ഷിക്കാൻ ശ്രമിക്കുന്ന ഒരു നൈതിക ചട്ടക്കൂടാണ്. എന്നാൽ ഈ ചട്ടക്കൂട് യാഥാർത്ഥ്യബോധത്തോടൊപ്പം പ്രവർത്തിക്കുമ്പോഴാണ് അത് ദീർഘകാലമായി ഫലപ്രദമാകുന്നത്. താഴെപ്പറയുന്ന വിഷയങ്ങൾ, രാഷ്ട്രീയ ശരിവത്കരണം എങ്ങനെ ജൈവവും സാമൂഹികവും ആയ യാഥാർത്ഥ്യങ്ങളുമായി ബന്ധപ്പെടുന്നു എന്നതിനെ സൂക്ഷ്മമായി വ്യക്തമാക്കുന്നു.

രാഷ്ട്രീയ ശരിവത്കരണം സാധാരണയായി സംസ്കാര വൈവിധ്യത്തെ അംഗീകരിക്കാനുള്ള ഒരു നൈതിക നിലപാട് കൈക്കൊള്ളുന്നു. "ഓരോ സംസ്കാരത്തിനും സ്വന്തം മാനദണ്ഡങ്ങൾ ഉണ്ട്" എന്ന സാപേക്ഷതാഭാവം, വ്യത്യാസങ്ങളെ മാനിക്കാൻ സഹായിക്കുന്നു. എന്നാൽ, ഈ സമീപനം പൂർണ്ണ സാപേക്ഷതയായി മാറുമ്പോൾ, ചില സർവ്വസാധാരണ മനുഷ്യപ്രവണതകൾ പോലും നിഷേധിക്കപ്പെടാൻ ഇടയാകുന്നു.

മനുഷ്യ സമൂഹങ്ങളിൽ ബന്ധങ്ങളും കൂട്ടുകെട്ടുകളും രൂപപ്പെടുന്ന രീതിയിൽ ചില ആവർത്തന മാതൃകകൾ കാണപ്പെടുന്നു. ഇത് സംസ്കാരാന്തരമായ ഒരു പ്രവണതയാണ്. രാഷ്ട്രീയ ശരിവത്കരണം ഈ യാഥാർത്ഥ്യത്തെ അംഗീകരിക്കാതെ, "എല്ലാം സംസ്കാരനിർമാണം മാത്രമാണ്" എന്ന നിലപാടിലേക്ക് നീങ്ങുമ്പോൾ, അത് ശാസ്ത്രീയ നിരീക്ഷണങ്ങളെ അവഗണിക്കുന്നതായി മാറുന്നു. മറുവശത്ത്, പൂർണ്ണ സർവ്വസാധാരണതയും തെറ്റാണ്. അതിനാൽ, രാഷ്ട്രീയ ശരിവത്കരണം ഇവിടെ ഒരു സമതുലിത നിലപാട് സ്വീകരിക്കണം: വൈവിധ്യത്തെ മാനിക്കുമ്പോഴും, ആവർത്തന മനുഷ്യപ്രവണതകളെ നിഷേധിക്കാതിരിക്കുക.

ചില സാമൂഹിക-ജൈവ പഠനങ്ങൾ സൂചിപ്പിക്കുന്നത്, ആകർഷണവും ബന്ധരൂപീകരണവും ചില സാഹചര്യങ്ങളിൽ "വിപണി" പോലുള്ള ഡൈനാമിക്കുകൾ പിന്തുടരുന്നു എന്നതാണ്. മൂല്യനിർണ്ണയം, തിരഞ്ഞെടുപ്പ്, മത്സരപ്രവണത എന്നിവ ഇവിടെ പ്രവർത്തിക്കുന്നു. എന്നാൽ, രാഷ്ട്രീയ ശരിവത്കരണത്തിന്റെ സമത്വവാദം ഈ അസമത്വ ഘടനകളെ ചോദ്യം ചെയ്യുന്നു.

ഇവിടെ പ്രശ്നം, ഈ രണ്ട് ദൃഷ്ടികോണങ്ങളിൽ ഒന്നിനെ മാത്രം സ്വീകരിക്കുമ്പോഴാണ്. "വിപണി" എന്ന ആശയം മാത്രം മുൻനിർത്തുമ്പോൾ, മനുഷ്യബന്ധങ്ങൾ ലളിതവൽക്കരിക്കപ്പെടും. മറുവശത്ത്, സമത്വവാദം മാത്രം മുൻനിർത്തി എല്ലാ വ്യത്യാസങ്ങളെയും നിഷേധിക്കുമ്പോൾ, യാഥാർത്ഥ്യത്തിലെ അസമത്വങ്ങൾ മനസ്സിലാക്കാൻ പ്രയാസമാകും. രാഷ്ട്രീയ ശരിവത്കരണം ഈ രണ്ടിനെയും ബന്ധിപ്പിക്കണം: ജൈവവും സാമൂഹികവുമായ ഘടകങ്ങൾ ഒരുമിച്ച് പ്രവർത്തിക്കുന്നുവെന്ന് അംഗീകരിക്കുന്ന സമീപനം.

രാഷ്ട്രീയ ശരിവത്കരണം വ്യക്തിയുടെ വസ്ത്രസ്വാതന്ത്ര്യത്തെ ശക്തമായി സംരക്ഷിക്കുന്നു. വസ്ത്രം വ്യക്തിപരമായ പ്രകടനത്തിന്റെ ഭാഗമാണെന്നും, അത് മറ്റുള്ളവരുടെ നിയന്ത്രണത്തിന് വിധേയമാകരുതെന്നും ഈ സമീപനം പറയുന്നു. ഇത് വ്യക്തിയുടെ മാന്യതയും സ്വാതന്ത്ര്യവും സംരക്ഷിക്കാൻ നിർണായകമാണ്.

എന്നാൽ, സാമൂഹിക യാഥാർത്ഥ്യം മറ്റൊരു തലത്തിൽ പ്രവർത്തിക്കുന്നു. വസ്ത്രം പലപ്പോഴും ഒരു "സിഗ്നൽ" ആയി വായിക്കപ്പെടുന്നു. ആളുകൾ അതിനെ സാമൂഹിക, സാംസ്കാരിക, ചിലപ്പോൾ ലൈംഗിക സൂചനകളായി വ്യാഖ്യാനിക്കും. ഇവിടെ ഒരു നിർണായകമായ വ്യത്യാസം ഉണ്ട്: ഉദ്ദേശ്യം (intent) എന്നും വായന (perception) എന്നും. രാഷ്ട്രീയ ശരിവത്കരണം ഈ വ്യത്യാസം അംഗീകരിക്കാതെ, "ഉദ്ദേശ്യം മാത്രം പ്രസക്തമാണ്" എന്ന നിലപാട് സ്വീകരിക്കുമ്പോൾ, സാമൂഹിക ഇടപെടലുകളുടെ സങ്കീർണ്ണത നഷ്ടപ്പെടും. അതിനാൽ, സ്വാതന്ത്ര്യം സംരക്ഷിക്കുമ്പോഴും, സാമൂഹിക വായനയുടെ യാഥാർത്ഥ്യം ബോധ്യപ്പെടുത്തുന്ന സമീപനം ആവശ്യമാണ്.

രാഷ്ട്രീയ ശരിവത്കരണം സാധാരണയായി സംരക്ഷണത്തിന്റെ പേരിൽ നടക്കുന്ന നിയന്ത്രണങ്ങളെ ചോദ്യം ചെയ്യുന്നു. പ്രത്യേകിച്ച് സ്ത്രീകളുടെ agency കുറയ്ക്കുന്ന "paternalistic protection" എന്ന സമീപനം വിമർശിക്കപ്പെടുന്നു. ഇത് വ്യക്തിസ്വാതന്ത്ര്യം സംരക്ഷിക്കാൻ ആവശ്യമാണ്.

എന്നാൽ, ഗർഭകാലം ഒരു ജൈവ യാഥാർത്ഥ്യമാണ്, അത് സ്ത്രീശരീരത്തിൽ പ്രത്യേകമായ ദുര്ബലതകളും ആരോഗ്യാവശ്യങ്ങളും സൃഷ്ടിക്കുന്നു. ഈ യാഥാർത്ഥ്യം പൂർണ്ണമായി അവഗണിക്കുമ്പോൾ, ആവശ്യമായ പിന്തുണ ലഭിക്കാതിരിക്കാം. മറുവശത്ത്, ഈ ദുര്ബലതയെ ചൂണ്ടിക്കാട്ടി നിയന്ത്രണങ്ങൾ ന്യായീകരിക്കുന്നതും equally പ്രശ്നകരമാണ്.

ഇവിടെ രാഷ്ട്രീയ ശരിവത്കരണം ഒരു സൂക്ഷ്മ ഭേദം നിലനിർത്തണം: സംരക്ഷണം എന്നത് പിന്തുണയായിരിക്കണം, നിയന്ത്രണമാകരുത്. ഗർഭകാല ജൈവദുര്ബലത അംഗീകരിക്കുമ്പോഴും, അത് വ്യക്തിയുടെ agency കുറയ്ക്കാൻ ഉപയോഗിക്കപ്പെടരുത്.

രാഷ്ട്രീയ ശരിവത്കരണം (Political Correctness) മനുഷ്യാവകാശങ്ങൾ, ഉൾക്കൊള്ളൽ, മാന്യത എന്നിവ സംരക്ഷിക്കാൻ ലക്ഷ്യമിടുന്ന ഒരു നൈതിക ചട്ടക്കൂടാണ്. എന്നാൽ, ഇത് യാഥാർത്ഥ്യബോധത്തോടൊപ്പം പ്രവർത്തിക്കുമ്പോഴാണ് ദീർഘകാലത്തിൽ ഫലപ്രദമാകുന്നത്. താഴെപ്പറയുന്ന വിഷയങ്ങൾ, രാഷ്ട്രീയ ശരിവത്കരണം ജൈവവും സാമൂഹികവും ആയ യാഥാർത്ഥ്യങ്ങളുമായി എങ്ങനെ സമതുലിതമായി ഇടപെടണം എന്നതിനെ വ്യക്തമാക്കുന്നു.

രാഷ്ട്രീയ ശരിവത്കരണം ട്രാൻസ് വ്യക്തികളുടെ ഉൾക്കൊള്ളലിനെ മനുഷ്യാവകാശത്തിന്റെ ഭാഗമായി ശക്തമായി പിന്തുണക്കുന്നു. ഇത് മാന്യതയും സാമൂഹിക അംഗീകാരവും ഉറപ്പാക്കുന്ന നിർണായക നിലപാടാണ്. എന്നാൽ, മെഡിക്കൽ ഗവേഷണം ശരീരഘടന, ഹോർമോണുകൾ, രോഗപ്രവണതകൾ തുടങ്ങിയ ജൈവ വ്യത്യാസങ്ങളെ അടിസ്ഥാനമാക്കിയാണ് പ്രവർത്തിക്കുന്നത്.

ഇവിടെ പ്രശ്നം ഉയരുന്നത്, ഉൾക്കൊള്ളലിന്റെ പേരിൽ ജൈവവ്യത്യാസങ്ങളെ പൂർണ്ണമായി അവഗണിക്കുമ്പോഴാണ്. ഉദാഹരണത്തിന്, ചില രോഗങ്ങൾ ലിംഗപരമായി വ്യത്യസ്തമായി പ്രകടമാകുമ്പോൾ, അത് പരിഗണിക്കാതെ നടത്തുന്ന ഗവേഷണം ചികിത്സയുടെ കൃത്യതയെ ബാധിക്കും. അതിനാൽ, രാഷ്ട്രീയ ശരിവത്കരണം ഇവിടെ ഒരു സൂക്ഷ്മമായ ഭേദം നിലനിർത്തണം: സാമൂഹിക ഉൾക്കൊള്ളലും ആരോഗ്യപരമായ ജൈവ കൃത്യതയും ഒരുമിച്ച് നിലനിൽക്കണം.

ലൈംഗിക സ്വാതന്ത്ര്യം വ്യക്തിസ്വാതന്ത്ര്യത്തിന്റെ ഭാഗമാണ്, അത് രാഷ്ട്രീയ ശരിവത്കരണം സംരക്ഷിക്കുന്നു. വ്യക്തിക്ക് തന്റെ ബന്ധങ്ങളും ജീവിതശൈലിയും തിരഞ്ഞെടുക്കാനുള്ള അവകാശം നിലനിൽക്കണം. എന്നാൽ, ലൈംഗികരോഗങ്ങൾ (STIs) ജൈവപരമായ നിയമങ്ങൾ അനുസരിച്ചാണ് വ്യാപിക്കുന്നത്.

ഇവിടെ സ്വാതന്ത്ര്യം മാത്രം മുൻനിർത്തി പൊതുജനാരോഗ്യ യാഥാർത്ഥ്യങ്ങളെ അവഗണിക്കുമ്പോൾ, അത് സമൂഹത്തിനാകെ അപകടസാധ്യത സൃഷ്ടിക്കും. രാഷ്ട്രീയ ശരിവത്കരണം ഈ വിഷയത്തിൽ ഒരു ഉത്തരവാദിത്വപരമായ സമീപനം ആവശ്യപ്പെടുന്നു: സ്വാതന്ത്ര്യം നിലനിൽക്കുമ്പോഴും, ബോധവൽക്കരണം, മുൻകരുതൽ, പരിശോധന, സുരക്ഷിത പെരുമാറ്റം എന്നിവ പ്രോത്സാഹിപ്പിക്കണം.

ചില സാഹചര്യങ്ങളിൽ, കുറ്റകരമാക്കൽ ഒഴിവാക്കൽ (decriminalization) സുരക്ഷ വർധിപ്പിക്കാനും, ആളുകളെ നിയമസംവിധാനവുമായി സഹകരിക്കാൻ പ്രേരിപ്പിക്കാനും സഹായിക്കുന്നു. രാഷ്ട്രീയ ശരിവത്കരണം ഇതിനെ പിന്തുണക്കാറുണ്ട്, കാരണം അത് മാനുഷിക സമീപനത്തെ ശക്തിപ്പെടുത്തുന്നു.

എന്നാൽ, അധികാര അസമത്വം (power imbalance) നിലനിൽക്കുമ്പോൾ, നിയമപരിഷ്കരണം മാത്രം മതിയാകില്ല. ഉദാഹരണത്തിന്, സാമ്പത്തിക, സാമൂഹിക, ലിംഗപരമായ അസമത്വങ്ങൾ തുടരുമ്പോൾ, ചൂഷണം പുതിയ രൂപങ്ങളിൽ നിലനിൽക്കാം. അതിനാൽ, രാഷ്ട്രീയ ശരിവത്കരണം ഇവിടെ കൂടുതൽ ആഴത്തിലുള്ള സമീപനം സ്വീകരിക്കണം: നിയമപരമായ മാറ്റങ്ങളോടൊപ്പം, സാമൂഹിക ഘടനകളിലെ അസമത്വങ്ങളും പരിഹരിക്കണം.

തൊഴിൽസ്ഥലങ്ങളിൽ സമത്വം ഉറപ്പാക്കുന്നത് രാഷ്ട്രീയ ശരിവത്കരണത്തിന്റെ പ്രധാന ലക്ഷ്യങ്ങളിലൊന്നാണ്. ഒരേ അവസരങ്ങളും നീതിപൂർണ്ണമായ പരിഗണനയും ഉറപ്പാക്കണം. എന്നാൽ, മാതൃത്വം സ്ത്രീശരീരത്തിൽ പ്രത്യേക ആരോഗ്യപരമായ ആവശ്യങ്ങളും സാമ്പത്തിക ബാധ്യതകളും സൃഷ്ടിക്കുന്നു.

ഇവിടെ "എല്ലാവർക്കും ഒരേ രീതിയിലുള്ള നയം" എന്ന സമീപനം യാഥാർത്ഥ്യവിരുദ്ധമാകാം. മാതൃത്വവുമായി ബന്ധപ്പെട്ട അവധി, ആരോഗ്യപരിപാലനം, സാമ്പത്തിക പിന്തുണ എന്നിവ പരിഗണിക്കാതെ സമത്വം നടപ്പിലാക്കുമ്പോൾ, അത് അസമത്വത്തെ മറയ്ക്കുന്ന രീതിയിലേക്കു മാറാം. അതിനാൽ, രാഷ്ട്രീയ ശരിവത്കരണം ഇവിടെ വ്യത്യാസങ്ങളെ അംഗീകരിക്കുന്ന സമത്വത്തെ പിന്തുണയ്ക്കണം.

വ്യക്തിസ്വാതന്ത്ര്യം ഒരു അടിസ്ഥാന മൂല്യമാണ്, അത് രാഷ്ട്രീയ ശരിവത്കരണം സംരക്ഷിക്കുന്നു. വ്യക്തിക്ക് കുട്ടികളെക്കുറിച്ചുള്ള തീരുമാനങ്ങൾ സ്വതന്ത്രമായി എടുക്കാനുള്ള അവകാശം നിലനിൽക്കണം. എന്നാൽ, കുറഞ്ഞ ജനനനിരക്ക് (low fertility rate) ദീർഘകാലത്തിൽ ജനസംഖ്യാ ഘടന, തൊഴിൽശേഷി, സാമ്പത്തികസ്ഥിരത എന്നിവയെ ബാധിക്കുന്ന ഒരു സാമൂഹിക പ്രശ്നമാണ്.

ഇവിടെ പ്രശ്നം വ്യക്തിയെയും സമൂഹത്തെയും തമ്മിൽ വേർതിരിച്ച് കാണുന്നതിലാണ്. വ്യക്തിയുടെ തിരഞ്ഞെടുപ്പുകൾ സമൂഹത്തിന്റെ ഭാവിയെ സ്വാധീനിക്കുന്നു. എന്നാൽ, ഈ യാഥാർത്ഥ്യത്തെ മുൻനിർത്തി വ്യക്തിസ്വാതന്ത്ര്യത്തെ നിയന്ത്രിക്കുന്ന സമീപനം തെറ്റാണ്. രാഷ്ട്രീയ ശരിവത്കരണം ഇവിടെ ഒരു സമതുലിത മാർഗ്ഗം നിർദ്ദേശിക്കണം: നിർബന്ധം കൊണ്ടല്ല, പിന്തുണയും പ്രോത്സാഹനവും കൊണ്ടാണ് സാമൂഹിക പ്രശ്നങ്ങൾ പരിഹരിക്കേണ്ടത്.

രാഷ്ട്രീയ ശരിവത്കരണം (Political Correctness) മനുഷ്യ മാന്യതയും ഉൾക്കൊള്ളലും സംരക്ഷിക്കുന്ന ഒരു നൈതിക ചട്ടക്കൂടാണ്. എന്നാൽ, ഈ ചട്ടക്കൂട് ശാസ്ത്രീയവും സാമൂഹികവുമായ യാഥാർത്ഥ്യങ്ങളെ ഒരുമിച്ച് ഉൾക്കൊള്ളുമ്പോഴാണ് അത് ദീർഘകാലത്തിൽ പ്രായോഗികമാകുന്നത്. താഴെപ്പറയുന്ന വിഷയങ്ങൾ, രാഷ്ട്രീയ ശരിവത്കരണം എങ്ങനെ വികാരഭാഷയും ജൈവപ്രവർത്തനങ്ങളും തമ്മിൽ സമതുലിതമായി ഇടപെടണം എന്നതിനെ വ്യക്തമാക്കുന്നു.

രാഷ്ട്രീയ ശരിവത്കരണം വ്യക്തിയെ ശക്തിപ്പെടുത്തുന്ന ഭാഷയെ പ്രോത്സാഹിപ്പിക്കുന്നു. "നിനക്ക് മുന്നോട്ട് പോകാം", "നീ അതിജീവിക്കും" എന്ന സന്ദേശങ്ങൾ ആത്മവിശ്വാസം വർധിപ്പിക്കുകയും, ജീവിതത്തിൽ മുന്നേറാനുള്ള പ്രചോദനം നൽകുകയും ചെയ്യുന്നു. ഇത് സാമൂഹികമായി പോസിറ്റീവ് സ്വാധീനം ചെലുത്തുന്ന ഘടകമാണ്.

എന്നാൽ, ട്രോമ (trauma) മസ്തിഷ്കത്തിൽ ദീർഘകാല ജൈവമാറ്റങ്ങൾ സൃഷ്ടിക്കുന്ന ഒരു യാഥാർത്ഥ്യമാണ്. ഭയം, ഓർമ്മ, സമ്മർദ്ദപ്രതികരണം എന്നിവ നിയന്ത്രിക്കുന്ന സംവിധാനങ്ങളിൽ സ്ഥിരമായ സ്വാധീനം ഉണ്ടാകാം. ഈ യാഥാർത്ഥ്യം അവഗണിച്ച്, "ശക്തമാവുക" എന്ന സന്ദേശം മാത്രം മുൻനിർത്തുമ്പോൾ, അത് വ്യക്തിയുടെ അനുഭവത്തെ നിഷേധിക്കുന്നതായി മാറും. രാഷ്ട്രീയ ശരിവത്കരണം ഇവിടെ ഒരു നിർണായക ഭേദം നിലനിർത്തണം: ശക്തീകരണം ട്രോമയെ മറയ്ക്കാനുള്ള ഉപാധിയാകരുത്; മറിച്ച്, ട്രോമയെ അംഗീകരിച്ച് അതിൽ നിന്ന് മുന്നേറാനുള്ള പിന്തുണയായി പ്രവർത്തിക്കണം.

രാഷ്ട്രീയ ശരിവത്കരണം ലജ്ജ (shame) കുറയ്ക്കാനുള്ള ശ്രമങ്ങളെ പിന്തുണക്കുന്നു, കാരണം അനാവശ്യമായ ലജ്ജ മാനസികാരോഗ്യത്തെ ദോഷകരമായി ബാധിക്കുന്നു. പ്രത്യേകിച്ച് ശരീരം, തിരിച്ചറിവ്, അനുഭവങ്ങൾ എന്നിവയുമായി ബന്ധപ്പെട്ട ലജ്ജയെ കുറയ്ക്കുന്നത് വ്യക്തിയുടെ ആത്മാഭിമാനം വർധിപ്പിക്കുന്നു.

എന്നാൽ, ലജ്ജയുടെ ഒരു സാമൂഹിക പ്രവർത്തനവുമുണ്ട്. ചില സാഹചര്യങ്ങളിൽ, ലജ്ജ ഒരു നിയന്ത്രണഘടകമായി പ്രവർത്തിച്ച്, സമൂഹത്തിലെ ചില മാനദണ്ഡങ്ങളെ നിലനിർത്താൻ സഹായിക്കുന്നു. ഈ ഘടകത്തെ പൂർണ്ണമായി നിഷേധിക്കുമ്പോൾ, "എല്ലാം അംഗീകരിക്കപ്പെടണം" എന്ന അതിരുകടന്ന നിലപാട് ഉയരാൻ സാധ്യതയുണ്ട്. രാഷ്ട്രീയ ശരിവത്കരണം ഇവിടെ സമതുലിതമായ സമീപനം സ്വീകരിക്കണം: ദോഷകരമായ ലജ്ജയെ കുറയ്ക്കുക, എന്നാൽ സാമൂഹിക ഉത്തരവാദിത്വം നിലനിർത്തുന്ന മാനദണ്ഡങ്ങളെ പൂർണ്ണമായി തകർക്കാതിരിക്കുക.

സോഷ്യൽ മീഡിയ രാഷ്ട്രീയ ശരിവത്കരണത്തിന്റെ വ്യാപനത്തിന് വലിയ വേദിയായി മാറിയിട്ടുണ്ട്. ബോധവൽക്കരണം, സാമൂഹിക നീതി, അവകാശചർച്ചകൾ എന്നിവ ഇതിലൂടെ വേഗത്തിൽ പ്രചരിക്കുന്നു. ഇത് ഒരു പോസിറ്റീവ് സാമൂഹിക മാറ്റത്തിന് കാരണമായിട്ടുണ്ട്.

എന്നാൽ, ഡിജിറ്റൽ പ്ലാറ്റ്ഫോമുകൾ ലിംബിക് സിസ്റ്റത്തിലെ പ്രതിഫലവ്യവസ്ഥ (reward system) ഉപയോഗിച്ച് പ്രവർത്തിക്കുന്നു. ലൈക്കുകൾ, ഷെയറുകൾ, കമന്റുകൾ എന്നിവ ഡോപമിൻ അടിസ്ഥാനത്തിലുള്ള ഉത്തേജനം സൃഷ്ടിക്കുന്നു. ഇതിലൂടെ, ചിലപ്പോൾ സാമൂഹികപ്രവർത്തനം itself പ്രതിഫലാസക്തിയുമായി (reward-seeking behavior) ബന്ധപ്പെടാം. രാഷ്ട്രീയ ശരിവത്കരണം ഇവിടെ ഒരു സൂക്ഷ്മമായ തിരിച്ചറിവ് ആവശ്യപ്പെടുന്നു: ബോധവൽക്കരണവും സജീവപ്രവർത്തനവും പ്രാധാന്യമുള്ളതാണെങ്കിലും, അവ "പ്രതിഫലം നേടാനുള്ള പെരുമാറ്റം" ആയി ചുരുങ്ങാതിരിക്കണം.

സമൂഹത്തിൽ ആകർഷണം (erotic capital) ചിലപ്പോൾ ഒരു സാമൂഹിക വിഭവമായി പ്രവർത്തിക്കുന്നു. വ്യക്തിയുടെ രൂപഭാവം, അവതരണം, ആകർഷണശേഷി എന്നിവ, അവസരങ്ങളും സാമൂഹികപ്രതികരണങ്ങളും സ്വാധീനിക്കാം. ഇത് ഒരു യാഥാർത്ഥ്യമാണ്.

എന്നാൽ, രാഷ്ട്രീയ ശരിവത്കരണത്തിന്റെ സമത്വവാദം, മെറിറ്റോക്രസിയെ (meritocracy) മുൻനിർത്തുന്നു, അതായത് കഴിവും പരിശ്രമവുമാണ് അവസരങ്ങളുടെ അടിസ്ഥാനം ആയിരിക്കണം. ഇവിടെ പ്രശ്നം ഉയരുന്നത്, ആകർഷണത്തിന്റെ സ്വാധീനം പൂർണ്ണമായി നിഷേധിക്കുമ്പോഴോ, അതിനെ മാത്രം മുൻനിർത്തുമ്പോഴോ ആണ്. രാഷ്ട്രീയ ശരിവത്കരണം ഈ രണ്ട് ഘടകങ്ങളെയും സമന്വയിപ്പിക്കണം: യാഥാർത്ഥ്യത്തിലെ അസമത്വങ്ങളെ അംഗീകരിക്കുമ്പോഴും, അവസരങ്ങൾ കഴിവിന്റെ അടിസ്ഥാനത്തിൽ ലഭ്യമാകുന്ന ഒരു ഘടന സൃഷ്ടിക്കുക.

രാഷ്ട്രീയ ശരിവത്കരണം (Political Correctness) മനുഷ്യ മാന്യതയും ഉൾക്കൊള്ളലും സംരക്ഷിക്കുന്ന ഒരു നൈതിക ചട്ടക്കൂടാണ്. എന്നാൽ, ഇത് യാഥാർത്ഥ്യബോധത്തോടുകൂടി പ്രവർത്തിക്കുമ്പോഴാണ് ദീർഘകാലത്തിൽ പ്രായോഗികവും നീതിപൂർണ്ണവുമായി നിലനിൽക്കുന്നത്. താഴെപ്പറയുന്ന വിഷയങ്ങൾ, രാഷ്ട്രീയ ശരിവത്കരണം ജൈവവും സാമൂഹികവും ആയ ഘടനകളുമായി എങ്ങനെ സമതുലിതമായി ഇടപെടണം എന്നതിനെ വിശദീകരിക്കുന്നു.

രാഷ്ട്രീയ ശരിവത്കരണം ലിംഗഭ്രമികകളെ സാമൂഹിക നിർമാണങ്ങളായി കാണുകയും, അവയെ പുനർരചിക്കാനുള്ള സ്വാതന്ത്ര്യം പിന്തുണക്കുകയും ചെയ്യുന്നു. ഇത് വ്യക്തിക്ക് തന്റെ കഴിവുകളുടെയും താൽപര്യങ്ങളുടെയും അടിസ്ഥാനത്തിൽ ജീവിതം രൂപപ്പെടുത്താൻ അവസരം നൽകുന്നു.

എന്നാൽ, ഗർഭകാലത്ത് ഹോർമോണുകളിൽ ഉണ്ടാകുന്ന മാറ്റങ്ങൾ ചില പെരുമാറ്റപരമായും മാനസികമായും വ്യത്യാസങ്ങൾ സൃഷ്ടിക്കാമെന്നത് ജൈവ യാഥാർത്ഥ്യമാണ്. ഈ ഘടകത്തെ പൂർണ്ണമായി അവഗണിക്കുമ്പോൾ, സ്ത്രീകൾ അനുഭവിക്കുന്ന പ്രത്യേക സാഹചര്യങ്ങൾ മനസ്സിലാക്കാൻ പ്രയാസമാകും. രാഷ്ട്രീയ ശരിവത്കരണം ഇവിടെ ഒരു സമതുലിത നിലപാട് സ്വീകരിക്കണം: ലിംഗഭ്രമികകൾ മാറ്റാവുന്നതാണ്, പക്ഷേ ജൈവ സ്വാധീനങ്ങളെ നിഷേധിക്കാതെ അവയെ പരിഗണിക്കണം.

ഉൾക്കൊള്ളൽ രാഷ്ട്രീയ ശരിവത്കരണത്തിന്റെ കേന്ദ്രമൂല്യമാണ്. എല്ലാവർക്കും പങ്കാളിത്തവും അംഗീകാരവും ഉറപ്പാക്കണം എന്നതാണ് ഇതിന്റെ ലക്ഷ്യം. എന്നാൽ, കായികരംഗം പോലുള്ള മേഖലകളിൽ ശരാശരി ജൈവ വ്യത്യാസങ്ങൾ പ്രകടനത്തെ നേരിട്ട് സ്വാധീനിക്കുന്നു.

ഈ യാഥാർത്ഥ്യം അവഗണിച്ച് പൂർണ്ണ ഉൾക്കൊള്ളൽ നടപ്പിലാക്കുമ്പോൾ, മത്സരത്തിലെ നീതി ചോദ്യം ചെയ്യപ്പെടാം. മറുവശത്ത്, ജൈവ വ്യത്യാസങ്ങളെ മാത്രം മുൻനിർത്തി ഉൾക്കൊള്ളൽ നിഷേധിക്കുന്നതും തെറ്റാണ്. രാഷ്ട്രീയ ശരിവത്കരണം ഇവിടെ സൂക്ഷ്മമായ നയരൂപീകരണം ആവശ്യപ്പെടുന്നു: ഉൾക്കൊള്ളലും നീതിയും ഒരുമിച്ച് നിലനിർത്തുന്ന ഘടനകൾ സൃഷ്ടിക്കുക.

വിമോചന ഭാഷ വ്യക്തിസ്വാതന്ത്ര്യത്തെ മുൻനിർത്തുന്നു. ബന്ധങ്ങൾ വ്യക്തിയുടെ തിരഞ്ഞെടുപ്പായിരിക്കണം എന്നതാണ് ഈ സമീപനം. എന്നാൽ, ഓക്സിറ്റോസിൻ പോലുള്ള ബന്ധന ഹോർമോണുകൾ മനുഷ്യരെ ദീർഘകാല ബന്ധങ്ങളിലേക്ക് നയിക്കുന്ന ജൈവ ഘടകങ്ങളാണ്.

ഇവിടെ രാഷ്ട്രീയ ശരിവത്കരണം തിരിച്ചറിയേണ്ടത്, സ്വാതന്ത്ര്യവും ബന്ധവും പരസ്പരം വിരുദ്ധമല്ല എന്നതാണ്. വിമോചനം ബന്ധത്തെ നിഷേധിക്കുന്നതല്ല; മറിച്ച്, ബോധപൂർവ്വമായ ബന്ധങ്ങൾ തിരഞ്ഞെടുക്കാനുള്ള കഴിവാണ്. ജൈവബന്ധന സംവിധാനങ്ങളെ മനസ്സിലാക്കുന്നത്, സ്വാതന്ത്ര്യത്തെ കൂടുതൽ യാഥാർത്ഥ്യബോധത്തോടെ ഉപയോഗിക്കാൻ സഹായിക്കുന്നു.

രാഷ്ട്രീയ ശരിവത്കരണം സംസ്കാര വൈവിധ്യത്തെ മാനിക്കുകയും, വ്യത്യസ്ത ജീവിതരീതികളെ അംഗീകരിക്കുകയും ചെയ്യുന്നു. എന്നാൽ, മനുഷ്യപ്രജനനത്തിന് ചില ജൈവപരിധികൾ സർവ്വസാധാരണമാണ്.

ഈ യാഥാർത്ഥ്യം അവഗണിച്ച് പൂർണ്ണ സാംസ്കാരിക സാപേക്ഷത സ്വീകരിക്കുമ്പോൾ, ആരോഗ്യപരമായും സാമൂഹികമായും തെറ്റായ നിഗമനങ്ങൾ ഉണ്ടാകാം. അതിനാൽ, രാഷ്ട്രീയ ശരിവത്കരണം ഇവിടെ ഒരു സമതുലിത സമീപനം സ്വീകരിക്കണം: സംസ്കാര വൈവിധ്യം അംഗീകരിക്കുമ്പോഴും, ജൈവപരിധികളെ ബോധ്യപ്പെടുത്തുക.

പിതൃത്വ വിമർശനം (critique of patriarchy) അധികാര അസമത്വങ്ങളെ ചോദ്യം ചെയ്യുന്നു, ഇത് രാഷ്ട്രീയ ശരിവത്കരണത്തിന്റെ ഒരു പ്രധാന ഘടകമാണ്. എന്നാൽ, മാതാപിതൃ നിക്ഷേപ സിദ്ധാന്തം (parental investment theory) ജൈവപരമായ നിക്ഷേപ വ്യത്യാസങ്ങളെ വിശദീകരിക്കുന്നു.

ഇവിടെ പ്രശ്നം, ഈ രണ്ട് തലങ്ങളെ ഒരേ തലത്തിൽ കാണുമ്പോഴാണ്. സാമൂഹിക അധികാരഘടനകളും ജൈവ നിക്ഷേപ വ്യത്യാസങ്ങളും വ്യത്യസ്ത മേഖലകളിലാണ്

പ്രവർത്തിക്കുന്നത്. രാഷ്ട്രീയ ശരിവത്കരണം ഈ വ്യത്യാസം തിരിച്ചറിയണം: ജൈവ വിശദീകരണം സാമൂഹിക അസമത്വത്തെ ന്യായീകരിക്കാൻ ഉപയോഗിക്കരുത്, അതുപോലെ സാമൂഹിക വിമർശനം ജൈവ യാഥാർത്ഥ്യത്തെ നിഷേധിക്കരുത്.

അഭിപ്രായസ്വാതന്ത്ര്യം ജനാധിപത്യത്തിന്റെ അടിത്തറയാണ്, അത് രാഷ്ട്രീയ ശരിവത്കരണം സംരക്ഷിക്കുന്നു. എന്നാൽ, കുട്ടികളും കൗമാരക്കാരും വികസനപരമായ പരിമിതികളുള്ളവരാണ്.

ഇവിടെ ഒരു പ്രധാന ഭേദം നിലനിൽക്കുന്നു: പ്രായപൂർത്തിയായവർക്കുള്ള സ്വാതന്ത്ര്യവും, വികസനഘട്ടത്തിലുള്ള വ്യക്തികൾക്ക് ആവശ്യമായ സംരക്ഷണവും ഒരുപോലെ അല്ല. രാഷ്ട്രീയ ശരിവത്കരണം ഈ വ്യത്യാസം അംഗീകരിക്കണം. സ്വാതന്ത്ര്യം സംരക്ഷിക്കുമ്പോഴും, വികസനപരമായ സുരക്ഷ ഉറപ്പാക്കണം.

ഈ മുഴുവൻ ചർച്ച ഒറ്റത്തവണ സംഗ്രഹിക്കുമ്പോൾ ഒരു നിർണായകമായ ബോധ്യത്തിലേക്ക് നമ്മെ നയിക്കുന്നു: രാഷ്ട്രീയ ശരിവത്കരണവും ജൈവ യാഥാർത്ഥ്യവും തമ്മിലുള്ള ബന്ധം ഒരു ഏറ്റുമുട്ടൽ അല്ല, മറിച്ച് ഒരു സമന്വയപ്രശ്നമാണ്. "ആരാണ് ശരി?" എന്ന ചോദ്യം ഇവിടെ പ്രസക്തമല്ല; "എങ്ങനെ രണ്ടും ഒരുമിച്ച് പ്രവർത്തിക്കും?" എന്നതാണ് പ്രാഥമിക ചോദ്യം.

രാഷ്ട്രീയ ശരിവത്കരണം മനുഷ്യ മാന്യതയും ഉൾക്കൊള്ളലും സംരക്ഷിക്കുന്ന നൈതിക ലക്ഷ്യങ്ങളെയാണ് മുന്നോട്ട് വെക്കുന്നത്. അതേസമയം, ജൈവശാസ്ത്രം മനുഷ്യശരീരത്തിന്റെയും പെരുമാറ്റത്തിന്റെയും പരിധികളും പ്രവണതകളും വ്യക്തമാക്കുന്ന ശാസ്ത്രീയ സത്യങ്ങളെയാണ് അവതരിപ്പിക്കുന്നത്. ഈ രണ്ട് മേഖലകളും വ്യത്യസ്ത തലങ്ങളിൽ പ്രവർത്തിക്കുന്നവയാണ്. ഒന്നിനെ മറ്റൊന്നിനാൽ മാറ്റിസ്ഥാപിക്കാൻ ശ്രമിക്കുമ്പോഴാണ് പ്രശ്നങ്ങൾ ഉയരുന്നത്.

ജൈവ വ്യത്യാസങ്ങൾ യാഥാർത്ഥ്യമാണ്. എന്നാൽ, അവയെ ഉപയോഗിച്ച് സാമൂഹിക അസമത്വം ന്യായീകരിക്കുന്നത് ശാസ്ത്രീയ ബോധത്തിന്റെ ദുരുപയോഗമാണ്. അതുപോലെ, ഉൾക്കൊള്ളലിന്റെ പേരിൽ ജൈവ യാഥാർത്ഥ്യങ്ങളെ നിഷേധിക്കുന്നത് നൈതിക ലക്ഷ്യങ്ങളെ തന്നെ ദുർബലപ്പെടുത്തും. അതിനാൽ, ഈ രണ്ടു അറ്റങ്ങളെയും ഒഴിവാക്കേണ്ടതാണ്.

ഇവിടെ ആവശ്യമായത് ഒരു "ദ്വിതല ചിന്ത" (dual-level thinking) ആണ്. ജൈവതലത്തിൽ മനുഷ്യർ തമ്മിൽ വ്യത്യാസങ്ങൾ ഉണ്ടാകാം; എന്നാൽ സാമൂഹിക-നൈതിക തലത്തിൽ എല്ലാവർക്കും സമാനമായ മാന്യതയും അവകാശവും ലഭിക്കണം. ഈ രണ്ട് സത്യങ്ങൾ ഒരേസമയം നിലനിൽക്കുന്നു, അവ പരസ്പരം വിരുദ്ധമല്ല.

ഉദാഹരണത്തിന്, ആരോഗ്യരംഗത്ത് ജൈവ വ്യത്യാസങ്ങൾ പരിഗണിക്കുന്നത് ചികിത്സയുടെ കൃത്യതയ്ക്കു നിർണായകമാണ്. എന്നാൽ, അതേ സമയം, ആ വ്യത്യാസങ്ങളുടെ പേരിൽ ഒരാളുടെ മാന്യത കുറയ്ക്കാൻ പാടില്ല. കായികരംഗത്ത് ജൈവ ഘടകങ്ങൾ മത്സരഫലത്തെ സ്വാധീനിക്കുമ്പോൾ, സാമൂഹിക ഉൾക്കൊള്ളൽ നയങ്ങൾ അതിനെ സൂക്ഷ്മമായി കൈകാര്യം ചെയ്യണം. വിദ്യാഭ്യാസത്തിൽ, വികസനപരമായ വ്യത്യാസങ്ങൾ അംഗീകരിക്കുമ്പോഴും, എല്ലാവർക്കും അവസരം ഉറപ്പാക്കണം. ഇതെല്ലാം ഒരേ അടിസ്ഥാന സിദ്ധാന്തത്തിന്റെ വ്യത്യസ്ത പ്രയോഗങ്ങളാണ്.

അക്കാദമിക് തലത്തിൽ, ഈ സമന്വയമാണ് സ്ഥിരതയ്ക്ക് അടിസ്ഥാനമാകുന്നത്. ശാസ്ത്രം സത്യാന്വേഷണത്തിനും കൃത്യതയ്ക്കും വേണ്ടിയാണ്; നൈതികചിന്ത മനുഷ്യാവകാശങ്ങളും നീതിയും

സംരക്ഷിക്കാൻ വേണ്ടിയാണ്. ഇവ രണ്ടും വേർതിരിച്ചനിർത്തുമ്പോൾ അറിവ് അപൂർണ്ണമാകും; ഒരുമിച്ച് ചേർക്കുമ്പോഴാണ് സമഗ്രത ഉണ്ടാകുന്നത്.

അതിനാൽ, ഈ ചർച്ചയുടെ നിർണ്ണായകമായ കണ്ടെത്തൽ ഇതാണ്: രാഷ്ട്രീയ ശരിവത്കരണവും ജൈവ യാഥാർത്ഥ്യവും തമ്മിലുള്ള ബന്ധം "തിരഞ്ഞെടുക്കേണ്ട" ഒന്നല്ല, "സംയോജിപ്പിക്കേണ്ട" ഒന്നാണ്. ജൈവ വ്യത്യാസം അസമത്വത്തെ ന്യായീകരിക്കരുത്; ഉൾക്കൊള്ളൽ ശാസ്ത്രീയ സത്യങ്ങളെ നിഷേധിക്കരുത്. ഈ രണ്ടിനെയും ഒരുമിച്ച് ഉൾക്കൊള്ളുന്ന സമീപനമാണ് ദീർഘകാല അക്കാദമിക് സ്ഥിരതയ്ക്കും, അതിലുപരി, ബോധപൂർവ്വമായ ഒരു സമൂഹ നിർമ്മാണത്തിനും അടിസ്ഥാനമാകുന്നത്.

ആധുനിക സമൂഹങ്ങളിൽ "Political Correctness" എന്ന പദം സാധാരണയായി അപമാനകരമായ ഭാഷ ഒഴിവാക്കുകയും സാമൂഹിക ഉൾക്കൊള്ളലിനെ പ്രോത്സാഹിപ്പിക്കുകയും ചെയ്യുന്ന സാമൂഹിക–ധാർമിക - നിയമ മാനദണ്ഡങ്ങളെ സൂചിപ്പിക്കുന്നു. ഇതിന്റെ അടിത്തറ സമത്വചിന്തയും ചരിത്രപരമായ അനീതികളുടെ പരിഹാരവും ആണ്. അതായത്, സമൂഹത്തിൽ ശക്തിഹീന വിഭാഗങ്ങളെ മാന്യതയോടെ അഭിസംബോധന ചെയ്യുക എന്നതാണ് പ്രധാന ലക്ഷ്യം.

അതേസമയം "Biological Reality" എന്നത് മനുഷ്യശരീരത്തിന്റെ ജൈവഘടന, ഹോർമോൺ സ്വാധീനം, പ്രജനനവ്യവസ്ഥ, നാഡീവ്യവസ്ഥ, ക്രോമോസോം ഘടന തുടങ്ങിയ ശാസ്ത്രീയമായി സ്ഥിരീകരിക്കപ്പെട്ട ഘടകങ്ങളെയാണ് സൂചിപ്പിക്കുന്നത്. ഇവ മനുഷ്യ പെരുമാറ്റത്തെ പൂർണ്ണമായി നിർണ്ണയിക്കില്ലെങ്കിലും, സ്വാധീനിക്കുമെന്ന് ജീവശാസ്ത്രവും ന്യൂറോശാസ്ത്രവും കാണിക്കുന്നു.

സംഘർഷം ഉണ്ടാകുന്നത് എപ്പോഴാണ് എന്ന് പരിശോധിക്കുമ്പോൾ രാഷ്ട്രീയ ശരിവാദം ചിലപ്പോൾ ജൈവ വ്യത്യാസങ്ങളെ പരാമർശിക്കുന്നതിനെ തന്നെ വിവേചനമായി കാണുകയും . മറുവശത്ത്, ജൈവ യാഥാർത്ഥ്യം ചൂണ്ടിക്കാണിക്കുന്നവർ ചിലപ്പോൾ സാമൂഹിക അസമത്വങ്ങളെ ന്യായീകരിക്കാൻ ജൈവിക യാഥാർഥ്യം ഉപയോഗിക്കുമ്പോൾ ആണ് സംഘർഷം ഉണ്ടാകുന്നത് എന്ന് കാണാം. ഇവിടെ

അതുകൊണ്ട് പ്രശ്നം "ഏത് ശരി?" എന്നതല്ല. പ്രശ്നം "ഇവയെ എങ്ങനെ സംയോജിപ്പിക്കാം?" എന്നതാണ് പരിശോധിക്കേണ്ടത്. -

സ്ത്രീശരീരം, ശുദ്ധതാഭാവന, അധികാരഘടന

മിഷേൽ ഫൂക്കോ (Michel Foucault) ലൈംഗികത അധികാരഘടനകളിലൂടെ നിർമ്മിക്കപ്പെടുന്ന അറിവ് വ്യവസ്ഥയാണെന്ന് വിശദീകരിച്ചിരുന്നു[1]. അതായത്, ലൈംഗികതയെക്കുറിച്ചുള്ള സംസാരവും മൗനവും ഒരുപോലെ അധികാരത്തിന്റെ ഭാഗമാണ്. സ്ത്രീ ലൈംഗികതയെ വിശുദ്ധതയുമായി ബന്ധിപ്പിക്കുന്നത് ശാസ്ത്രീയ സത്യത്തിന്റെ അടിസ്ഥാനത്തിൽ അല്ല; അത് സാമൂഹിക നിയന്ത്രണ തന്ത്രമാണ്. അപ്രകാരമാണ് ചില സമൂഹങ്ങളിൽ രാഷ്ട്രീയ ശരി വ്യവസ്ഥകൾ പ്രവർത്തിക്കുന്നത്.ഈ ശുദ്ധതാ കഥകൾ ചരിത്രപരമായി സ്ത്രീയെ "കുടുംബമാനത്തിന്റെ പ്രതീകം" ആയി നിർമിച്ചു. ചില സാഹചര്യങ്ങളിൽ ഇത് സ്ത്രീയെ തുറന്ന ചൂഷണത്തിൽ നിന്ന് സംരക്ഷിച്ചേക്കാം. എന്നാൽ അതേ ഘടന സ്ത്രീയുടെ ജൈവ ആഗ്രഹങ്ങളെ "നിയന്ത്രിക്കേണ്ട അപകടം" ആയി ചിത്രീകരിക്കുന്നു.ജൈവപരമായി ലൈംഗിക ആഗ്രഹം മനുഷ്യശരീരത്തിന്റെ സാധാരണ പ്രവർത്തനമാണ്. എന്നാൽ അത് ധാർമ്മിക നിയന്ത്രണത്തിന്റെ വിഷയമാകുമ്പോൾ, ശരീരവും ധാർമികതയും തമ്മിൽ സംഘർഷം ഉയരുന്നു.

സാമൂഹിക നിയന്ത്രണവും സ്ത്രീ നിരീക്ഷണവും

സമൂഹത്തിന്റെ സ്വയം നില നിൽക്കാനും തുടർച്ചയ്ക്കും ചില ധാർമിക ചട്ടക്കൂടുകൾ/ നാട്ടുനടപ്പുകൾ അല്ലെങ്കിൽ ആചാരങ്ങൾ കാഴ്ചപ്പാടുകൾ എന്ന നിലയിൽ ചില വ്യവസ്ഥകൾ സാമൂഹിക അധികാര രൂപങ്ങൾ സൃഷ്ടിക്കുന്നതായി കാണാം. ഇവ ഗോത്ര ബോധത്തിലെ പിതൃവ്യവസ്ഥ രീതികളുടെ അടിസ്ഥാനത്തിലും സാമ്പത്തിക ഘടനകളുടെയും സ്വാധീനത്താൽ സാമൂഹികമായി പരിണമിച്ച രൂപപ്പെടുന്നവയാണ്. ഈ ചട്ടക്കൂടുകൾ നിലവിലെ സാമൂഹിക ഏകോപനത്തിന് സഹായകരമാണ്. എന്നാൽ ഈ വ്യവസ്ഥയിൽ സദാചാര ധാർമിക ചട്ടക്കൂടിന്റെ അടിസ്ഥാനത്തിൽ കുടുംബം, മതസ്ഥാപനങ്ങൾ, വിദ്യാഭ്യാസം, മാധ്യമങ്ങൾ എന്നിവ ചേർന്ന് സ്ത്രീ പെരുമാറ്റത്തെ നിരീക്ഷിക്കുന്ന സംവിധാനങ്ങൾ രൂപപ്പെടുത്തുന്നു. ഈ നിരീക്ഷണം ചില മുൻവിധികൾ അടിസ്ഥാനമാക്കിയാണ് പ്രവർത്തിക്കുന്നത്.ഈ വ്യവസ്ഥകൾ ലിംഗ അസമത്വത്തെ സൃഷ്ടിക്കുന്നതിനാൽ രാഷ്ട്രീയ ശരിവാദം ഈ നിരീക്ഷണത്തെ ചോദ്യം ചെയ്യുന്നു. സ്ത്രീ ലൈംഗികതയെ അഥവാ സ്ത്രീ പ്രത്യുല്പാദന വ്യവസ്ഥകളിൽ സാമൂഹിക അദൃശ്യ നിയന്ത്രണം ഏർപ്പെടുത്തിക്കൊണ്ടാണ് പരമ്പരാഗത സമൂഹങ്ങൾ നിലനിൽക്കുന്നതും മുന്നോട്ട് പോകുന്നതും. ഇവിടെ ജൈവിക യാഥാർഥ്യങ്ങൾ സാമൂഹിക വ്യവസ്ഥകളുടെ ന്യായികരമായി കാണുകയും അധികാര രൂപങ്ങളെ നിലനിർത്തുകയും ചെയ്യുന്നു എന്നാൽ രാഷ്ട്രീയ ശരികൾ ഇവയിലെ തുല്യത പ്രശ്നങ്ങൾ ഉയർത്തികാണിക്കുന്നു.

ജൈവിക യാഥാർത്ഥ്യങ്ങളായ പുരുഷ–സ്ത്രീ ശരാശരി അപകടസാധ്യത, ശാരീരിക ശക്തി വ്യത്യാസം തുടങ്ങിയ ഘടകങ്ങൾ അടിസ്ഥാനപ്പെടുത്തി ചില സാമൂഹിക നിയന്ത്രണങ്ങൾ ചരിത്രപരമായി രൂപപ്പെടുത്തിയിട്ടുണ്ട്. നിയന്ത്രണം വേണോ? എന്നതല്ല രാഷ്ട്രീയ ശാരിയുടെ പ്രാഥമിക വിഷയം "നിയന്ത്രണം സമത്വപരമാണോ?" എന്നതാണ്.

അപകീർത്തി, വസ്തുനിരീക്ഷണം, ഉത്തരവാദിത്വത്തിന്റെ മാറ്റം

എർവിംഗ് ഗോഫ്മാൻ (Erving Goffman) തന്റെ Stigma: Notes on the Management of Spoiled Identity (1963) എന്ന കൃതിയിൽ "സ്റ്റിഗ്മ" അപകീർത്തി (Stigma) എന്ന ആശയം ഒരു വ്യക്തിയുടെ ഉള്ളിലെ കുറവല്ല, മറിച്ച് സമൂഹം അവർക്കു പതിപ്പിക്കുന്ന ഒരു ലേബൽ- ചാപ്പ (label) ആണെന്ന് വിശദീകരിക്കുന്നു. ഒരു വ്യക്തിയുടെ ഏതെങ്കിലും സവിശേഷത, അത് ശാരീരികമായിരിക്കാം, സാമൂഹിക പശ്ചാത്തലമായിരിക്കാം, അല്ലെങ്കിൽ പെരുമാറ്റവുമായി ബന്ധപ്പെട്ടിരിക്കാം, സമൂഹത്തിന്റെ പ്രബല മാനദണ്ഡങ്ങളോട് പൊരുത്തപ്പെടാത്തതായി കണക്കാക്കുമ്പോൾ ആ വ്യക്തി "കുറവുള്ളവൻ" അല്ലെങ്കിൽ "അസാധാരണൻ" എന്ന നിലയിൽ അടയാളപ്പെടുത്തപ്പെടുന്നു. ഇതാണ് സ്റ്റിഗ്മയുടെ അടിസ്ഥാന പ്രവർത്തനം.

ഗോഫ്മാൻ പറയുന്നത്, സമൂഹം എല്ലായ്പ്പോഴും ആളുകളെ "സാധാരണ" (normal) എന്നും "വ്യതിചലിത" (deviant) എന്നും വേർതിരിച്ച് കാണുന്ന പ്രവണത പുലർത്തുന്നു എന്നതാണ്. ഈ വേർതിരിവ് സ്വാഭാവികമല്ല; അത് സാമൂഹികമായി നിർമ്മിക്കപ്പെട്ടതാണ്. ഒരാൾക്കു പതിപ്പിക്കപ്പെട്ട സ്റ്റിഗ്മ അവരുടെ മുഴുവൻ വ്യക്തിത്വത്തെ മറികടന്ന്, അവരുടെ മറ്റ് കഴിവുകളെയും ഗുണങ്ങളെയും മറച്ചിടും. ഉദാഹരണത്തിന്, ഒരു വ്യക്തിയുടെ തൊഴിൽ, വസ്ത്രധാരണം, ലൈംഗിക

തിരിച്ചറിവ്, ആരോഗ്യസ്ഥിതി തുടങ്ങിയവ കാരണം അവരെ ഒരു പ്രത്യേക വിഭാഗത്തിൽ അടച്ച് കാണുമ്പോൾ, അവരുടെ വ്യക്തിപരമായ ഗുണങ്ങൾ സമൂഹം കാണാതെ പോകും.ഗോഫ്മാൻ സ്റ്റിഗ്മയെ മൂന്ന് പ്രധാന വിഭാഗങ്ങളായി വേർതിരിക്കുന്നു:ശാരീരിക വ്യത്യാസങ്ങൾ (physical deformities),സ്വഭാവത്തെക്കുറിച്ചുള്ള നൈതിക കുറ്റപ്പെടുത്തലുകൾ (blemishes of character),ജാതി, മതം, വംശം പോലുള്ള കൂട്ട തിരിച്ചറിവുകൾ (tribal stigma)

ഇവയിൽ ഓരോന്നും വ്യക്തിയുടെ സാമൂഹിക ഇടപെടലിനെ ബാധിക്കുന്നു. സ്റ്റിഗ്മ ബാധിച്ച വ്യക്തി പലപ്പോഴും സ്വന്തം തിരിച്ചറിവ് മറയ്ക്കാൻ ശ്രമിക്കും, അല്ലെങ്കിൽ സമൂഹത്തിന്റെ അംഗീകാരം നേടാൻ തന്റെ പെരുമാറ്റം മാറ്റും. ഇതിനെ ഗോഫ്മാൻ "identity management" എന്ന് വിളിക്കുന്നു. അതായത്, വ്യക്തി തന്റെ യഥാർത്ഥ സ്വഭാവവും സമൂഹം പ്രതീക്ഷിക്കുന്ന രൂപവും തമ്മിൽ ഒരു ഇടനില കണ്ടെത്താൻ ശ്രമിക്കുന്നു.

ഇത് സ്ത്രീശരീരത്തെയും ലൈംഗികതയെയും സംബന്ധിച്ച ചർച്ചകളിൽ എങ്ങനെ ബാധകമാകുന്നു എന്ന് നോക്കാം

ഒരു സമൂഹത്തിൽ സ്ത്രീയുടെ വസ്ത്രധാരണം, ലൈംഗിക സ്വാതന്ത്ര്യം, വിവാഹസ്ഥിതി എന്നിവയുടെ അടിസ്ഥാനത്തിൽ അവർക്കു സാമൂഹിക ലേബലുകൾ പതിപ്പിക്കുമ്പോൾ, ആ ലേബൽ അവരുടെ സാമൂഹിക അവസരങ്ങളെയും സ്വാഭിമാനത്തെയും സ്വാധീനിക്കുന്നു. "മാന്യതയുള്ളവൾ" എന്നും "മാന്യതയില്ലാത്തവൾ" എന്നും ചെയ്യുന്ന വിഭജനം ഒരു ജൈവ സത്യത്തെ അടിസ്ഥാനമാക്കിയല്ല; അത് ഒരു സാമൂഹിക നിർമാണമാണ്. എന്നാൽ ആ ലേബൽ യാഥാർത്ഥ്യജീവിതത്തിൽ ശക്തമായി പ്രവർത്തിക്കുന്നു.

സ്റ്റിഗ്മ വ്യക്തിയുടെ ഉള്ളിലുള്ള സത്യത്തെക്കാൾ സമൂഹത്തിന്റെ കാഴ്ചപ്പാടാണ്. സമൂഹം ആരെയെങ്കിലും "കുറവുള്ളവൻ" എന്ന് പ്രഖ്യാപിക്കുമ്പോൾ, ആ പ്രഖ്യാപനം തന്നെ ഒരു സാമൂഹിക ശക്തിയായി പ്രവർത്തിക്കുന്നു. ഇതുവഴി വ്യക്തി തന്റെ സ്വയംബോധം പോലും മാറ്റേണ്ടിവരും.അതിനാൽ സ്റ്റിഗ്മ ഒരു ധാർമിക വിധിയല്ല; അത് ഒരു സാമൂഹിക പ്രക്രിയയാണ്. സമൂഹം എന്തിനെ സാധാരണമെന്നു കണക്കാക്കുന്നു എന്നതാണ് ആരെ സ്റ്റിഗ്മ ചെയ്യപ്പെടും എന്ന് നിർണ്ണയിക്കുന്നത്.

വസ്ത്രധാരണം ധാർമിക മൂല്യത്തിന്റെ സൂചികയായി വായിക്കപ്പെടുമ്പോൾ, അത് സ്ത്രീയെ സാമൂഹിക നിരീക്ഷണത്തിന് വിധേയമാക്കുന്നു. രാഷ്ട്രീയ ശരികൾ ഈ ഇരയെ കുറ്റപ്പെടുത്തുന്ന രീതിയെ ചോദ്യം ചെയ്യുന്നു. സ്ത്രീ എന്ത് ധരിക്കുന്നു എങ്ങിനെ സമൂഹത്തിൽ പ്രത്യക്ഷപ്പെടുന്നു എന്നത് സമൂഹം സൂക്ഷ്മദർശിനി ഉപയോഗിച്ച് പരിശോധിക്കേണ്ട ആവശ്യമില്ല എന്ന് രാഷ്ട്രീയ ശരികൾ വിശ്വസിക്കുന്നു. സ്ത്രീ -പരമ്പരാഗത വസ്ത്രങ്ങൾ ധരിക്കണമെന്നും അത് അവരുടെ ലിംഗ ഭേദങ്ങളെ ന്യായികരിക്കുന്നവ ആയിരിക്കണം എന്ന ആശയമാണ് ഈ സാമൂഹിക നിർമ്മിതികളിൽ കാണുന്നത്. ഒരാൾക്ക് ഒരു വോട്ടു നിലനിൽക്കുന്ന രാഷ്ട്രീയ ജനാധിപത്യം നിലനിൽക്കുന്നിടത്തു രാഷ്ട്രീയ ശരികൾ പ്രാധാന്യമർഹിക്കുന്നു.

ജൈവിക യാഥാർഥ്യം പറയുന്നതു ആകർഷണ സൂചനകൾ മനുഷ്യ പരിണാമചരിത്രത്തിന്റെ ഭാഗമാണ് എന്നത് തന്നെ ആണ് എന്നാൽ ആകർഷണം സ്വാഭാവികമെന്ന പേരിൽ അക്രമം ന്യായീകരിക്കാനാവില്ല. സമ്മതമില്ലാതെ എല്ലാ താല്പര്യ പ്രകടനകളെയും ലൈംഗിക അതിക്രമം ആയി ആണ് രാഷ്ട്രീയ ശരികൾ കാണുന്നത്.

സ്ത്രീ സ്വാതന്ത്ര്യവും പൊതുഭീതിയും

സ്ത്രീ സാമ്പത്തിക–ലൈംഗിക സ്വാതന്ത്ര്യം നേടുമ്പോൾ കുടുംബഘടന മാറുമെന്ന ഭീതി പരമ്പരാഗത സമൂഹത്തിൽ നിലനിൽക്കുന്നുണ്ട്. അവരുടെ ചിന്തയിൽ നിലനിൽക്കുന്ന കുടുംബ വ്യവസ്ഥയാണ് ഏറ്റവും മികച്ച കുടുംബ വ്യവസ്ഥ എന്നാണ്. യാഥാർഥ്യത്തിൽ സമൂഹം ഓരോ നിമിഷവും പരിണമിക്കേണ്ടതും മാറേണ്ടതും പുരോഗമിക്കേണ്ടതുമാണ്. ഈ വ്യവസ്ഥയെ സ്ത്രീ സ്വാതന്ത്രത്തെ പൊതുഭീക്ഷണി ആയി കാണുന്നവർ അംഗീകരിക്കുന്നില്ല. വ്യവസ്ഥകൾ അതെ രീതിയിൽ തന്നെ തുടരണം എന്ന് അവർ ആഗ്രഹിക്കുന്നു. കൊളോണിയൽ പോലീസ് പറയുന്നത് പോലെ ക്രമവും സമാധാനവും മാറ്റമില്ലാത്ത സ്ഥിതി (സ്റ്റാറ്റസ് കോ) നിലനിൽക്കുമ്പോൾ ആണെന്ന് പരമ്പരാഗത ഗോത്ര മസ്തിഷ്ക ബോധത്തിൽ മനുഷ്യൻ ചിന്തിക്കുന്നു. രാഷ്ട്രീയ ശരികൾ സ്ത്രീ സ്വാതന്ത്ര്യത്തെ അംഗീകരിക്കുമ്പോൾ

ജൈവിക യാഥാർഥ്യം കുടുംബബന്ധങ്ങളുടെ നാഡീരസതന്ത്ര അടിത്തറയും പ്രജനന ഘടനയും ചൂണ്ടിക്കാണിക്കുന്നു.ഭയം ഉയരുന്നത് മാറ്റത്തിന്റെ മുന്നിലാണ് . എന്നാൽ മാറ്റം എന്നതിന് സമ്പൂർണ്ണ മനുഷ്യ സമൂഹ തകർച്ച എന്ന് അർത്ഥമില്ല എന്ന് ഇവർ മനസിലാക്കുന്നില്ല.

ലിംഗനിരപേക്ഷ ഭാഷയും ജൈവ വ്യത്യാസവും

ജൂഡിത്ത് ബട്ലർ (Judith Butler) തന്റെ Gender Trouble (1990) എന്ന കൃതിയിൽ “ലിംഗം” (gender) ഒരു സ്വാഭാവിക സവിശേഷതയല്ല, മറിച്ച് ഒരു സാമൂഹിക പ്രകടനപ്രക്രിയ (performative process) ആണെന്ന് വാദിക്കുന്നു. അവരുടെ അഭിപ്രായത്തിൽ, സ്ത്രീയാകുക അല്ലെങ്കിൽ പുരുഷനാകുക എന്നത് ഒരു സ്ഥിര ജൈവഗുണത്തിന്റെ നേരിട്ടുള്ള പ്രതിഫലനം അല്ല; അത് സമൂഹത്തിൽ ആവർത്തിച്ച് നടപ്പാക്കപ്പെടുന്ന പെരുമാറ്റങ്ങളുടെയും ചിഹ്നങ്ങളുടെയും ഭാഷാപ്രയോഗങ്ങളുടെയും ഫലമാണ്.സ്ത്രീസുലഭം” അല്ലെങ്കിൽ “പുരുഷസുലഭം” എന്ന് നാം പറയുമ്പോൾ സാധാരണയായി സൂചിപ്പിക്കുന്നത് ജൈവ ലിംഗം (biological sex) അല്ല; മറിച്ച് സമൂഹം രൂപപ്പെടുത്തിയ പെരുമാറ്റരീതികൾ, ഭാവപ്രകടനങ്ങൾ, സ്വഭാവഗുണങ്ങൾ, വേഷധാരണം, സംസാരശൈലി, വികാരപ്രകടനം, തൊഴിൽ തിരഞ്ഞെടുപ്പ് തുടങ്ങിയ ഘടകങ്ങളാണ്.

“സ്ത്രൈണത എന്ന് വിളിക്കപ്പെടുന്നവയിൽ സാധാരണയായി ചേർക്കപ്പെടുന്ന ധാരണകൾ താഴെ പറയുന്നവയാണ് മൃദുത്വം, കരുതൽ, പരിപാലനസ്വഭാവം,വികാരപ്രകടനത്തിൽ തുറന്ന നില,ശാന്തമായ സംസാരശൈലി,സൗന്ദര്യപരമായ ശ്രദ്ധ, അലങ്കാരം,ബന്ധകേന്ദ്രിത സമീപനം.“പുരുഷസ്വഭാവം ” എന്ന് പറയപ്പെടുന്നവയിൽ പതിവായി ഉൾപ്പെടുന്ന ആശയങ്ങൾ:ദൃഢത, നിർണ്ണായകത, വികാരനിയന്ത്രണം, മത്സരാത്മക സ്വഭാവം, ശാരീരിക ശക്തിയോടുള്ള ബന്ധം,നേതൃസ്വഭാവം തുടങ്ങിയവയാണ്.

ഇവയിൽ ശ്രദ്ധിക്കേണ്ട പ്രധാന കാര്യം, ഈ ഗുണങ്ങൾ ജൈവമായി നിർബന്ധിതമല്ല എന്നതാണ് ജൂഡിത്ത് ബട്ലർ അഭിപ്രായപ്പെടുന്നത് ഉദാഹരണത്തിന്, കരുതൽ (care) ഒരു സ്ത്രീയുടെ ജൈവഗുണമല്ല; അത് സമൂഹം സ്ത്രീയുമായി ബന്ധിപ്പിച്ച ഒരു പ്രതീക്ഷയാണ് എന്നും അതുപോലെ, ദൃഢത പുരുഷന്റെ മാത്രം സ്വഭാവമല്ല; അത് പുരുഷത്വത്തിന്റെ ഭാഗമെന്ന രീതിയിൽ സാമൂഹികമായി കോഡുചെയ്തതാണ് എന്ന് അവർ അഭിപ്രായപ്പെടുന്നു. എങ്കിലും ഒരു സമൂഹത്തിലും സ്ത്രീകൾ സംഘം ചേർന്ന് കൊള്ളയടിക്കുകയോ അധോലോക സംഘങ്ങൾ രൂപപ്പെടുത്തുകയോ സംഘം ചേർന്ന് മറ്റു സമൂഹത്തെ അക്രമിക്കുകയോ ചെയ്തിട്ടില്ല എന്നതും പരിഗണിക്കേണ്ടത് ഉണ്ട്.

ചില ജൈവ ഘടകങ്ങൾ ശരാശരി തലത്തിൽ ചില പ്രവണതകളെ സ്വാധീനിക്കാമെന്ന് ന്യൂറോ-മനഃശാസ്ത്രവും ഹോർമോൺ പ്രവർത്തനങ്ങളെ കുറിച്ചുള്ള ഗവേഷണവും സൂചിപ്പിക്കുന്നു. ഉദാഹരണത്തിന്, ടെസ്റ്റോസ്റ്റെറോൺ (testosterone) ശരാശരി മത്സരാത്മക പ്രവണതയുമായി ബന്ധിപ്പിക്കപ്പെടുന്നു; എന്നാൽ ഇത് വ്യക്തിപരമായ സ്വഭാവത്തെ പൂർണ്ണമായി നിർണ്ണയിക്കുന്നില്ല.

മൃദുത്വം, കരുതൽ, വികാരപ്രകടനത്തിൽ തുറന്ന നില, ബന്ധകേന്ദ്രിത സമീപനം, സൗന്ദര്യശ്രദ്ധ തുടങ്ങിയ ഗുണങ്ങൾ നേരിട്ട് "ഈസ്ട്രജൻ (estrogen)" എന്ന ഹോർമോണിന്റെ ഫലമാണെന്ന് ലളിതമായി പറയുന്നത് ശാസ്ത്രീയമായി ശരിയല്ല. എന്നാൽ ഈസ്ട്രജൻ ഉൾപ്പെടെയുള്ള ഹോർമോണുകൾ മസ്തിഷ്ക പ്രവർത്തനത്തെ സ്വാധീനിക്കുന്നതിനാൽ ചില പെരുമാറ്റപ്രവണതകളുമായി പരോക്ഷ ബന്ധം ഉണ്ടാകാമെന്ന് ഗവേഷണങ്ങൾ സൂചിപ്പിക്കുന്നു. വിഷയത്തെ ശാസ്ത്രീയമായി വേർതിരിച്ച് നോക്കാം.--- 1. ഹോർമോണുകൾ മസ്തിഷ്കത്തെ എങ്ങനെ സ്വാധീനിക്കുന്നു?

ഈസ്ട്രജൻ ഒരു പ്രജനന ഹോർമോൺ മാത്രമല്ല. ഇത് മസ്തിഷ്കത്തിലെ പല മേഖലകളിലും പ്രവർത്തിക്കുന്നു. പ്രത്യേകിച്ച്: അമിഗ്ഡാല (amygdala) – വികാരസംസ്കരണം, പ്രീഫ്രോണ്ടൽ കോർട്ടെക്സ് (prefrontal cortex) – നിർണ്ണയശേഷി, സാമൂഹിക പ്രതികരണം, ഹിപ്പോകാമ്പസ് (hippocampus) – ഓർമ്മയും വികാരബന്ധവും

ഈസ്ട്രജൻ ന്യൂറോട്രാൻസ്മിറ്ററുകളായ സെറോട്ടോണിൻ (serotonin), ഡോപമിൻ (dopamine), ഓക്സിറ്റോസിൻ (oxytocin) എന്നിവയുടെ പ്രവർത്തനത്തെ സ്വാധീനിക്കുന്നു. ഇതിലൂടെ വികാരപ്രകടനം, സാമൂഹിക ബന്ധം, സഹാനുഭൂതി എന്നിവയിൽ മാറ്റങ്ങൾ ഉണ്ടാകാം. എന്നാൽ ഇത് "മൃദുത്വം = ഈസ്ട്രജൻ" എന്ന ലളിത സമവാക്യം അല്ല.---

2. കരുതൽ, ബന്ധകേന്ദ്രിത സമീപനം, ഓക്സിറ്റോസിൻ

പരിപാലനസ്വഭാവം, ബന്ധകേന്ദ്രിത സമീപനം എന്നിവയുമായി കൂടുതൽ ബന്ധിപ്പിക്കപ്പെടുന്നത് ഓക്സിറ്റോസിൻ (oxytocin) എന്ന ന്യൂറോപെപ്റ്റൈഡാണ്. ഇത്: മാതൃത്വ പെരുമാറ്റം, വൈകാരിക ബന്ധം (bonding)

വിശ്വാസം (trust) സാമൂഹിക അടുപ്പം ഇവയുമായി ബന്ധപ്പെട്ടിരിക്കുന്നു.ഈസ്ട്രജൻ ഓക്സിറ്റോസിന്റെ പ്രവർത്തനം വർധിപ്പിക്കാം. അതിനാൽ സ്ത്രീകളിൽ ശരാശരി തലത്തിൽ സാമൂഹിക പ്രതികരണങ്ങൾ കൂടുതൽ പ്രകടമാകാം എന്നത് ചില പഠനങ്ങൾ സൂചിപ്പിക്കുന്നു. എന്നാൽ ഇത് എല്ലാ വ്യക്തികളിലും ഒരുപോലെ ബാധകമല്ല.

3. വികാരപ്രകടനത്തിൽ തുറന്ന നില

വികാരപ്രകടന വ്യത്യാസങ്ങൾ ഹോർമോണുകൾ കൊണ്ട് മാത്രം വിശദീകരിക്കാനാവില്ല. സാമൂഹിക പരിശീലനം (socialization) വലിയ പങ്ക് വഹിക്കുന്നു.ഉദാഹരണം:

പെൺകുട്ടികളെ ബാല്യത്തിൽ തന്നെ വികാരങ്ങൾ പ്രകടിപ്പിക്കാൻ പ്രോത്സാഹിപ്പിക്കുന്നു.

ആൺകുട്ടികളെ വികാരനിയന്ത്രണത്തിലേക്ക് സാമൂഹികമായി പരിശീലിപ്പിക്കുന്നു.

ന്യൂറോഎൻഡോക്രിനോളജി (neuroendocrinology) പഠനങ്ങൾ കാണിക്കുന്നത്, ഹോർമോണുകൾ വികാരപ്രതികരണത്തിന്റെ തീവ്രതയെ സ്വാധീനിക്കാം, പക്ഷേ പ്രകടനരീതി സാമൂഹിക പഠനത്തിന്റെ ഫലമാണ്.

4. ശാന്തമായ സംസാരശൈലി

ശബ്ദതന്തുക്കളും വോക്കൽ കോർഡുകളും ടെസ്റ്റോസ്റ്റെറോൺ (testosterone) മൂലം കൂടുതൽ കട്ടിയാവുന്നു. അതിനാൽ പുരുഷ ശബ്ദം ശരാശരി താഴ്ന്ന പിച്ച് (lower pitch) ആയിരിക്കും. സ്ത്രീ ശബ്ദം ശരാശരി പുരുഷ ശബ്ദത്തേക്കാൾ ഉയർന്ന പിച്ച് (higher pitch) ആയിരിക്കും എന്ന് പറയുമ്പോൾ, അതിന്റെ അടിസ്ഥാനത്തിൽ ജൈവ ഘടനാ വ്യത്യാസങ്ങളാണ് പ്രധാന കാരണം. ഇത് ഒരു സാമൂഹിക നിർമാണമല്ല; പ്രധാനമായും ഹോർമോൺ സ്വാധീനമുള്ള ശരീരഘടന വ്യത്യാസമാണ്.

1. പിച്ച് എന്നത് എന്താണ്?

ശബ്ദത്തിന്റെ "പിച്ച്" എന്ന് പറയുന്നത് ശബ്ദതരംഗങ്ങളുടെ ആവൃത്തി (frequency) ആണ്. ഇത് ഹെർട്സ് (Hertz, Hz) എന്ന അളവിലാണ് കണക്കാക്കുന്നത്.

പുരുഷ ശബ്ദത്തിന്റെ ശരാശരി അടിസ്ഥാന ആവൃത്തി ഏകദേശം 85–180 Hz ഇടയിലാണ്. സ്ത്രീ ശബ്ദത്തിന്റെ ശരാശരി അടിസ്ഥാന ആവൃത്തി ഏകദേശം 165–255 Hz ഇടയിലാണ്.ഇത് സാധാരണ ശബ്ദതന്തുക്കളുടെ (vocal cords) നീളം, ഘനം, ഭാരം എന്നിവയുമായി ബന്ധപ്പെട്ടിരിക്കുന്നു.

2. ടെസ്റ്റോസ്റ്റെറോണിന്റെ (Testosterone) സ്വാധീനം

കൗമാരത്തിലേക്ക് (puberty) പ്രവേശിക്കുമ്പോൾ പുരുഷശരീരത്തിൽ ടെസ്റ്റോസ്റ്റെറോൺ വർധിക്കുന്നു. ഇത്: ലാരിൻക്സ് (larynx,) വലുതാക്കുന്നു.ശബ്ദതന്തുക്കൾ കട്ടിയാകുന്നു.ശബ്ദതന്തുക്കളുടെ നീളം വർധിക്കുന്നു.ഇതിന്റെ ഫലമായി ശബ്ദതരംഗങ്ങൾ മന്ദഗതിയിൽ സ്പന്ദിക്കുന്നു. അതിനാൽ ശബ്ദം താഴ്ന്ന പിച്ച് ആകുന്നു.സ്ത്രീകളിൽ ടെസ്റ്റോസ്റ്റെറോൺ കുറവായതിനാൽ ശബ്ദതന്തുക്കൾ ചെറിയതും നേർന്നതുമാണ്. അതിനാൽ സ്പന്ദന ആവൃത്തി കൂടുതലായിരിക്കും. ഇതാണ് ഉയർന്ന പിച്ചിന് കാരണമാകുന്നത്.

3. ഈസ്ട്രജന്റെ (Estrogen) പങ്ക്

ഈസ്ട്രജൻ ശബ്ദതന്തുക്കളുടെ ഘടന നിലനിർത്താൻ സഹായിക്കുന്നുവെങ്കി ലും, പിച്ച് വ്യത്യാസം സൃഷ്ടിക്കുന്നത് പ്രധാനമായും ടെസ്റ്റോസ്റ്റെറോണാണ്. അതായത്, സ്ത്രീ ശബ്ദം ഉയർന്ന പിച്ച് ആകുന്നതിന് കാരണം "ഈസ്ട്രജൻ കൂടുതലായതിനാൽ" എന്നതല്ല; "ടെസ്റ്റോസ്റ്റെറോൺ കുറഞ്ഞതിനാൽ" എന്നതാണ് കൂടുതൽ കൃത്യമായ വിവരണം.

4. ജൈവ വ്യത്യാസവും സാമൂഹിക ഘടകങ്ങളും

ജൈവ ഘടന പിച്ചിന്റെ അടിസ്ഥാനത്തെ നിർണ്ണയിക്കുന്നു. എന്നാൽ

സംസാരശൈലി, ശബ്ദഭാവം,വാക്കുകളുടെ താളം, ശാന്തത / ദൃഢത ഇവ സാമൂഹിക പരിശീലനത്താൽ സ്വാധീനിക്കപ്പെടാം.ഉദാഹരണത്തിന്, ചില സംസ്കാരങ്ങളിൽ സ്ത്രീകളെ

മൃദുവായി സംസാരിക്കാൻ പ്രോത്സാഹിപ്പിക്കുന്നു. ഇത് പിച്ചിനെക്കാൾ കൂടുതൽ ശൈലിയുമായി ബന്ധപ്പെട്ട കാര്യമാണ്.

5. ശ്രദ്ധിക്കേണ്ട കാര്യങ്ങൾ

എല്ലാപുരുഷന്മാരുടെയും ശബ്ദം താഴ്ന്നതും എല്ലാസ്ത്രീകളുടെയും ശബ്ദം ഉയർന്നതുമല്ല. വ്യക്തിഗത വ്യത്യാസങ്ങൾ ഉണ്ടാകും. ചില സ്ത്രീകൾക്ക് സ്വാഭാവികമായി താഴ്ന്ന പിച്ച് ഉണ്ടായേക്കാം. ഹോർമോൺ ചികിത്സ (hormone therapy) ശബ്ദത്തിൽ മാറ്റം വരുത്താം, പ്രത്യേകിച്ച് ടെസ്റ്റോസ്റ്റെറോൺ ഉപയോഗം.സ്ത്രീ ശബ്ദം ഉയർന്ന പിച്ച് ആയിരിക്കാൻ പ്രധാന കാരണം ശബ്ദതന്തുക്കളുടെ നീളവും ഘനവും നിയന്ത്രിക്കുന്ന ഹോർമോൺ സ്വാധീനമാണ്, പ്രത്യേകിച്ച് ടെസ്റ്റോസ്റ്റെറോൺ. ഇത് ജൈവ ഘടനാ വ്യത്യാസത്തിന്റെ ഫലമാണ്. എന്നാൽ ശബ്ദത്തിന്റെ സാമൂഹിക അർത്ഥം, ശൈലി, ഭാവം എന്നിവ സമൂഹം നിർമിക്കുന്ന ഘടകങ്ങളാൽ സ്വാധീനിക്കപ്പെടുന്നു. അതിനാൽ, "സ്ത്രീ-പുരുഷ ശബ്ദം എന്നത് ഒരു ജൈവിക സത്യമാണ്, എന്നാൽ അത് സാമൂഹിക പെരുമാറ്റത്തെ മുഴുവൻ നിർണ്ണയിക്കുന്നില്ല. എന്നാൽ "ശാന്തം" അല്ലെങ്കിൽ "മൃദു" സംസാരശൈലി ഒരു ഹോർമോണിന്റെ നേരിട്ട് നിയന്ത്രിത ഫലമല്ല. അത്: സാമൂഹിക പ്രതീക്ഷ,ലിംഗഭ്രമിക, പരിശീലനം, സംസ്കാരപരമായ മാനദണ്ഡം എന്നിവയുമായി കൂടുതൽ ബന്ധപ്പെട്ടു നിൽക്കുന്നു.

5. സൗന്ദര്യശ്രദ്ധ, അലങ്കാരം

സൗന്ദര്യപരമായ ശ്രദ്ധയ്ക്ക് രണ്ട് തലങ്ങളുണ്ട്:

1. ജൈവ തലത്തിൽ: പരിണാമ മനശാസ്ത്രം (evolutionary psychology) അനുസരിച്ച്, ആരോഗ്യവും യുവത്വവും സൂചിപ്പിക്കുന്ന ലക്ഷണങ്ങൾ ആകർഷണമായി വായിക്കപ്പെടുന്നു.

2. സാമൂഹിക തലത്തിൽ: സമൂഹം സ്ത്രീകൾക്ക് രൂപഭംഗി പ്രാധാന്യമായികരുതുന്നു.

ഈസ്ട്രജൻ ശരീരവിതാന രൂപഭേദങ്ങൾ (fat distribution, skin texture) സ്വാധീനിക്കുന്നു. എന്നാൽ "അലങ്കാരം" ഒരു സാമൂഹിക പ്രകടനമാണ്.

മൃദുത്വം, കരുതൽ, ബന്ധകേന്ദ്രിതത്വം എന്നിവ: ഭാഗികമായി ജൈവ ഘടകങ്ങളാൽ സ്വാധീനിക്കപ്പെടാം, ഹോർമോണുകൾ മസ്തിഷ്കത്തിലെ സാമൂഹിക പ്രതികരണങ്ങളെ സ്വാധീനിക്കാം എന്നാൽ ഇവ പൂർണ്ണമായും ഹോർമോണിന്റെ നിർണ്ണയം അല്ല സംസ്കാരം, സാമൂഹിക പരിശീലനം, വ്യക്തിപരമായ അനുഭവം എന്നിവ നിർണ്ണായകമാണ് ശരാശരി പ്രവണതകളും വ്യക്തിഗത വ്യത്യാസങ്ങളും വേർതിരിച്ചറിയണം.

ഈസ്ട്രജൻ ചില സാമൂഹിക–വികാരപ്രവണതകളിൽ ജൈവപരമായ പങ്ക് വഹിക്കാമെങ്കിലും, "സ്ത്രീ സ്വഭാവം" എന്ന് വിളിക്കുന്ന എല്ലാ ഗുണങ്ങളും ഹോർമോണിന്റെ ഫലമാണ് എന്ന് പറയുന്നത് ശാസ്ത്രീയമായി തെറ്റാണ്.

ലിംഗപെരുമാറ്റം ഒരു ബഹുഘടക സമവാക്യമാണ്:

ഹോർമോൺ + ന്യൂറോബയോളജി + സാമൂഹിക പരിശീലനം + സംസ്കാര മാനദണ്ഡം + വ്യക്തിപരമായ അനുഭവം ഇവ എല്ലാം ചേർന്നാണ് വ്യക്തിത്വം രൂപപ്പെടുന്നത്.

അതുകൊണ്ട്, ജൈവ യാഥാർത്ഥ്യത്തെ അംഗീകരിക്കുകയും സാമൂഹിക നിർമാണത്തിന്റെ പങ്ക് മനസ്സിലാക്കുകയും ചെയ്യുന്ന സമതുലിത സമീപനമാണ് ശാസ്ത്രീയമായി ഉചിതം.

അതായത്, ''സ്ത്രീസ്വഭാവം '' അല്ലെങ്കിൽ ''പുരുഷസ്വഭാവം '' എന്ന് നാം പറയുന്നവ സമൂഹം നിർമ്മിച്ച ലിംഗ ഭൂമികാ മാതൃകകളുടെ (gender role templates) ചുരുക്കപേരുകളാണ്. അവ ചിലപ്പോൾ ജൈവ യാഥാർത്ഥ്യങ്ങളുമായി ഇടപെടുന്നു, പക്ഷേ അവയെ പൂർണ്ണമായും ജൈവ നിർണ്ണയം എന്ന് കാണുന്നത് തെറ്റാണ്. ഒരുപോലെ, അവയെ പൂർണ്ണമായും കെട്ടുകഥയായി കാണുന്നതും യാഥാർത്ഥ്യത്തെ ലളിതമാക്കലാണ്.

സംഗ്രഹമായി പറഞ്ഞാൽ, ഈ പദങ്ങൾ ശരീരത്തെക്കാൾ കൂടുതൽ സമൂഹം രൂപപ്പെടുത്തിയ പ്രതീക്ഷകളെ സൂചിപ്പിക്കുന്ന ലേബലുകളാണ്.

''സ്ത്രീസ്വഭാവം'' അല്ലെങ്കിൽ ''പുരുഷസ്വഭാവം'' എന്ന് നാം വിളിക്കുന്ന കാര്യങ്ങൾ, മുൻകൂട്ടി നിശ്ചയിക്കപ്പെട്ട ഒരു സ്വഭാവമല്ല; സമൂഹം അംഗീകരിക്കുന്ന രീതിയിൽ ആവർത്തിച്ച് അവതരിപ്പിക്കപ്പെടുന്ന പ്രകടനങ്ങളാണ്. ഈ ആവർത്തനത്തിലൂടെയാണ് ലിംഗം ''സ്വാഭാവികം'' എന്ന് തോന്നുന്നത്. ബട്ലർ ലിംഗത്തെക്കുറിച്ചുള്ള നിർണായകമായ ഒരു മാറ്റം നിർദ്ദേശിക്കുന്നു. ലിംഗ ഭൂമികകൾ അനിവാര്യമല്ല, മറിച്ച് പുനർസംഘടിപ്പിക്കാവുന്നവയാണെന്ന് അവൾ കാണിക്കുന്നു. ഇതിന്റെ ഗുണം, ലിംഗഅസമത്വങ്ങളെ ചോദ്യം ചെയ്യാനുള്ള ബൗദ്ധിക അടിസ്ഥാനമൊരുക്കുന്നതാണ്. എന്നാൽ വിമർശകർ ചൂണ്ടിക്കാണിക്കുന്നത്, ഈ സമീപനം ചിലപ്പോൾ ജൈവ ഘടകങ്ങളുടെ പങ്ക് ലഘൂകരിക്കപ്പെടുന്നു വെന്നതാണ്. ശരീരത്തിന്റെ ഭൗതിക സത്യങ്ങൾ സാമൂഹിക പ്രകടനങ്ങളിൽ നിന്ന് പൂർണ്ണമായി വേർതിരിക്കാനാവില്ലെന്ന വാദം നിലനിൽക്കുന്നു.

ഇതിന് മറുവശത്ത്, സൈമൺ ലെവേ (Simon LeVay) തന്റെ The Sexual Brain (1993) എന്ന കൃതിയിൽ മനുഷ്യ മസ്തിഷ്കഘടനകളിൽ ചില സ്ഥിതി വിവര ശാസ്ത്രപരമായ വ്യത്യാസങ്ങൾ രേഖപ്പെടുത്തിയതായി വിശദീകരിക്കുന്നു[6]. പ്രത്യേകിച്ച്, ലിംഗാഭിരുചിയുമായി ബന്ധപ്പെട്ട ചില ഹൈപ്പോത്താലാമസ് (hypothalamus) ഭാഗങ്ങളിൽ ശരാശരി വ്യത്യാസങ്ങൾ കാണപ്പെട്ടുവെന്ന അവകാശവാദം അദ്ദേഹം മുന്നോട്ടുവച്ചു. ഈ പഠനങ്ങൾ ലിംഗവും ലൈംഗിക അഭിരുചിയും പൂർണ്ണമായും സാമൂഹിക നിർമാണമല്ല, മറിച്ച് ജൈവ അടിത്തറയുള്ള ഘടകങ്ങളും ഉൾക്കൊള്ളുന്നുവെന്ന ആശയത്തെ ശക്തിപ്പെടുത്തുന്നു.

എങ്കിലും, ലെവേയുടെ പഠനങ്ങൾ നിഗമനങ്ങളല്ലെന്ന് പിന്നീട് നിരവധി ഗവേഷകർ ചൂണ്ടിക്കാട്ടി. സാമ്പിളിന്റെ വലിപ്പം, സാമൂഹിക ഘടകങ്ങളുടെ സ്വാധീനം, കാരണം–ഫലം ബന്ധം തുടങ്ങിയ കാര്യങ്ങളിൽ സംശയങ്ങൾ ഉയർന്നു. അതായത്, ജൈവ വ്യത്യാസങ്ങൾ രേഖപ്പെടുത്തപ്പെട്ടാലും അവ സാമൂഹിക അനുഭവങ്ങളുമായി ഇടപെടുന്ന സങ്കീർണ്ണ ഘടകങ്ങളാണ്. മസ്തിഷ്കഘടന വ്യത്യാസം പെരുമാറ്റത്തെ നിർണ്ണയിക്കുന്നു എന്ന് നേരിട്ട് പറയാൻ കഴിയില്ല.

ഇരുവരുടെയും വാദങ്ങൾ തമ്മിലുള്ള സംഘർഷം ലളിതമല്ല. ബട്ലർ ലിംഗത്തെ ഒരു സാമൂഹിക പ്രകടനമായി കാണുമ്പോൾ, ലെവേ ജൈവ ഘടകങ്ങൾക്കുള്ള തെളിവുകൾ ചൂണ്ടിക്കാണിക്കുന്നു. ഒന്നിനെ മറ്റൊന്നിനെതിരെ നിർത്തുന്നത് പൂർണ്ണമായ ചിത്രം നൽകില്ല. ലിംഗം ഒരു സാമൂഹിക നിർമ്മിതിയാണ് എന്ന് പറയുമ്പോഴും, ശരീരത്തിന്റെ ജൈവ ഘടനകളെ പൂർണ്ണമായി അവഗണിക്കാനാവില്ല. അതുപോലെ, ജൈവ വ്യത്യാസങ്ങൾ ഉണ്ടെന്ന് അംഗീകരിച്ചാലും അവയെ അനിവാര്യമായ വിധിനിർണ്ണയങ്ങളായി കാണുന്നത് ശാസ്ത്രീയമായി സൂക്ഷ്മമല്ല.

അതിനാൽ കൂടുതൽ സമതുലിതമായ സമീപനം, ലിംഗം സാമൂഹിക പ്രകടനങ്ങളുടെയും ജൈവ ഘടകങ്ങളുടെയും പരസ്പര ഇടപെടലിലൂടെ രൂപപ്പെടുന്ന സങ്കീർണ്ണ പ്രക്രിയയാണെന്ന് കാണുന്നതാണ്. സാമൂഹിക ചട്ടക്കൂടുകളും ജൈവ ഘടനകളും തമ്മിലുള്ള ഈ ബന്ധം തന്നെയാണ് സമകാലീന ലിംഗചർച്ചകളുടെ പ്രധാന തർക്കമേഖല.

രാഷ്ട്രീയ ശരികളുടെ ഭാഷ ഉൾക്കൊള്ളലിനെ ലക്ഷ്യമിടുന്നു. ജൈവീക യാഥാർഥ്യം മെഡിക്കൽ ഗവേഷണത്തിൽ ലിംഗ വ്യത്യാസം നിർണ്ണായകമാണെന്ന് പറയുന്നു.ഭാഷയിൽ സമത്വം സാധ്യമാണ്.

ശരീരത്തിൽ പൂർണ്ണ സമത്വം സാധ്യമല്ല. ഇവ തമ്മിൽ കൃത്യമായ ഭേദം നിർവ്വചിക്കണം.രാഷ്ട്രീയ ശരികൾ ജൈവ നിർണയവാദത്തെ ചോദ്യം ചെയ്യുന്നു.ജൈവിക യാഥാർഥ്യം സാമൂഹിക നിർമാണവാദത്തിന്റെ അതിരുകൾ ചൂണ്ടിക്കാണിക്കുന്നു.സംയോജിത മാതൃക മാത്രമേ യുക്തിസഹമാകൂ.

ജനാധിപത്യ സമൂഹം ഏവർക്കും ഒരു വോട്ടും ഒരാളുടെ തെറ്റിന് അയാൾ ആണ് ഉത്തരവാദിയെന്നും നിശ്ചയിച്ചിരിക്കുന്ന ഇവിടെ രാഷ്ട്രീയ ശരികൾ സമത്വം എന്ന നിലപാടിനെ അടിസ്ഥാനപ്പെടുത്തിയിരിക്കുന്നത് ജനകീയമായി അംഗീകരി ക്കപ്പെട്ട രാഷ്ട്രീയ വ്യവസ്ഥയായ ജനാധിപത്യവുമായി ആനുപാതിക ബന്ധത്തിൽ ആണ്.

സമ്മതം vs പരിണാമ ആകർഷണം

വ്യക്തിസ്വാതന്ത്ര്യത്തെ മുൻനിർത്തി ലിബറൽ ജനാധിപത്യ സമൂഹങ്ങൾ മുന്നേറുമ്പോൾ

പരിണാമ ആകർഷണ യാഥാർഥ്യങ്ങൾ അംഗീകരിച്ച കൊണ്ട് തന്നെ സമ്മതം എന്ന നിയമപരവും ധാർമികവുമായ അടിത്തറയിൽ നിന്ന് വേണം സ്ത്രീ പുരുഷ - സമൂഹ ബന്ധങ്ങൾ നിശ്ചയിക്കപ്പെടേണ്ടത്.

മരിക ടിഗ്ഗമാൻ (Marika Tiggemann) (Tiggemann, Marika. *Body Image*. Routledge, 2011) .ശരീരബോധം (body image) സംബന്ധിച്ച തന്റെ ഗവേഷണങ്ങളിൽ ഒരു നിർണ്ണായകമായ കാര്യമാണ് വ്യക്തമാക്കുന്നത്: വ്യക്തി തന്റെ ശരീരത്തെ എങ്ങനെ കാണുന്നു എന്നത് അവന്റെ അല്ലെങ്കിൽ അവളുടെ മാനസികാരോഗ്യവുമായി നേരിട്ട് ബന്ധപ്പെട്ടു കിടക്കുന്നു. ശരീരസ്വീകരണം (body acceptance) എന്നത് ശരീരത്തിന്റെ എല്ലാ ഘടകങ്ങളെയും വിമർശനരഹിതമായി ആഘോഷിക്കുന്നതല്ല; മറിച്ച്, സാമൂഹിക താരതമ്യങ്ങളും അപൂർണ്ണതാഭാവവും കൊണ്ടുള്ള സ്വയം വൈരാഗ്യത്തിൽ നിന്ന് മാറി, യാഥാർത്ഥ്യബോധത്തോടെ സ്വയം അംഗീകരിക്കുന്ന നിലയാണ്.

ടിഗ്ഗമാന്റെ പഠനങ്ങൾ സൂചിപ്പിക്കുന്നത്, മാധ്യമങ്ങളിൽ പ്രചരിക്കുന്ന "ആദർശ ശരീര" (ideal body) മാതൃകകളുമായി നിരന്തരം താരതമ്യം ചെയ്യപ്പെടുന്ന യുവതികൾക്ക് ശരീര അസന്തോഷം (body dissatisfaction) കൂടുതലായി അനുഭവപ്പെടുന്നു എന്നതാണ്. ഈ അസന്തോഷം താഴ്ന്ന ആത്മ ഭിമാനം (low self-esteem), വിഷാദം (depression), ഭക്ഷണ വ്യവഹാര വ്യതിയാനങ്ങൾ (eating disorders) എന്നിവയുമായി ബന്ധപ്പെട്ടിരിക്കുന്നു. ശരീരത്തെ നിരന്തരം വിലയിരുത്തുന്ന സംസ്കാരം വ്യക്തിയുടെ ആത്മബോധത്തെ തകർക്കാം. അതിനാൽ, ശരീരസ്വീകരണം മാനസിക പ്രതിരോധശേഷി (psychological resilience) വർധിപ്പിക്കുന്ന ഒരു ഘടകമായി പ്രവർത്തിക്കാമെന്ന് അവർ വിശ്വസിക്കുന്നു .

എന്നാൽ ഇവിടെ ഒരു സൂക്ഷ്മമായ വ്യത്യാസം മനസ്സിലാക്കണം. ശരീരസ്വീകരണം എന്നത് ആരോഗ്യപരമായ സൂചനകളെ അവഗണിക്കുക എന്നതല്ല. ഒരാൾ തന്റെ ശരീരത്തെ വെറുക്കാതെ തന്നെ, ആരോഗ്യപ്രശ്നങ്ങളെ തിരിച്ചറിയുകയും ആവശ്യമായ മാറ്റങ്ങൾ വരുത്തുകയും ചെയ്യാം. ടിഗ്ഗമാന്റെ സമീപനം ശരീരത്തെ അപമാനിക്കാതെ ആരോഗ്യബോധം വളർത്തുക എന്നതാണ്, ആരോഗ്യത്തെ നിഷേധിക്കുക എന്നതല്ല.

ശരീരസ്വീകരണം മാനസികാരോഗ്യത്തിന് ഗുണകരമാകുന്ന പ്രധാന കാരണം, അത് "സ്വയം–വിലയിരുത്തൽ" (self-worth) നെ വെറും രൂപസൗന്ദര്യത്തിൽ നിന്ന് വേർതിരിക്കുന്ന എന്നതാണ്. ഒരാളുടെ മൂല്യം ശരീരത്തിന്റെ അളവുകളിലോ ഭാരം (weight) യിലോ മാത്രം ആശ്രയിക്കുന്നില്ല. ഈ തിരിച്ചറിവ് ആത്മവിശ്വാസം സ്ഥിരതയുള്ളതാക്കുന്നു.

അതിനാൽ, ടിഗ്ഗമാന്റെ നിലപാട് ഒരു അറ്റത്തേക്ക് നീങ്ങുന്ന സൗന്ദര്യവിമർശനം അല്ല; മറിച്ച്, സാമൂഹിക താരതമ്യ സമ്മർദ്ദങ്ങളിൽ നിന്ന് വ്യക്തിയെ മോചിപ്പിച്ച് മാനസികാരോഗ്യം ശക്തിപ്പെടുത്താനുള്ള ശ്രമമാണ്. ശരീരസ്വീകരണവും ആരോഗ്യബോധവും തമ്മിൽ വിരോധമില്ല; അവയെ തുല്യതയിൽ പിടിച്ചുനിർത്തുന്നതാണ് പ്രായോഗികവും ശാസ്ത്രീയവുമായ സമീപനം.

ലോകാരോഗ്യ സംഘടന (World Health Organization) അമിതവണ്ണം (obesity) വെറും രൂപഭേദമല്ല, ദീർഘകാല ആരോഗ്യസാധ്യതകളുമായി ബന്ധപ്പെട്ട ഒരു ജൈവ–മെറ്റബോളിക് അവസ്ഥയാണെന്ന് വ്യക്തമാക്കുന്നു[12]. ഹൃദ്രോഗം, ടൈപ്പ്–2 പ്രമേഹം, ചില കാൻസറുകൾ, എന്നിവയുമായി അമിതവണ്ണത്തിന് ബന്ധമുണ്ടെന്ന് വൈദ്യശാസ്ത്ര ഡാറ്റ കാണിക്കുന്നു. ഇത് "ആരോഗ്യ സൂചന" എന്ന നിലയിലാണ് വായിക്കപ്പെടുന്നത്. അതായത്, ശരീരത്തിന്റെ രൂപത്തെക്കുറിച്ചുള്ള നൈതിക വിലയിരുത്തൽ അല്ല, ആരോഗ്യപരമായ അപകടസാധ്യതകളെക്കുറിച്ചുള്ള ശാസ്ത്രീയ നിരീക്ഷണമാണ് .

ഇതിനോടൊപ്പം സമകാലിക രാഷ്ട്രീയ ശരിവാദം (political correctness) "ബോഡി ഷെയ്മിംഗ്" (body shaming) ഒഴിവാക്കേണ്ടതിന്റെ പ്രാധാന്യം മുന്നോട്ട് വെക്കുന്നു. ശരീരത്തെ അപമാനിക്കുന്ന ഭാഷ, പരിഹാസം, സാമൂഹിക തള്ളിപ്പറയൽ എന്നിവ വ്യക്തിയുടെ ആത്മാഭിമാനത്തെ (self-esteem) ദുർബലമാക്കുകയും മാനസികാരോഗ്യ പ്രശ്നങ്ങൾ വർധിപ്പിക്കുകയും ചെയ്യുന്നു. അമിതവണ്ണമുള്ള വ്യക്തികളെ ധാർമിക പരാജയമായി ചിത്രീകരിക്കുന്നത് ശാസ്ത്രീയമല്ല. രാഷ്ട്രീയ ശരിവാദത്തിന്റെ ലക്ഷ്യം മാന്യത (dignity) സംരക്ഷിക്കലാണ്, ശാസ്ത്രീയ ഡാറ്റ നിഷേധിക്കൽ ആകുന്നില്ല.

ഇവിടെ സംഘർഷം ഉണ്ടാകുന്നത് ജൈവ യാഥാർത്ഥ്യം (biological reality) ആരോഗ്യ അപകടസാധ്യത ചൂണ്ടിക്കാണിക്കുമ്പോൾ, അത് സമൂഹത്തിൽ അപമാനഭാഷയായി ഉപയോഗിക്കപ്പെടാനുള്ള സാധ്യതയുള്ളതിനാലാണ്. "ആരോഗ്യ മുന്നറിയിപ്പ്" എന്നത് "നീ തെറ്റാണ്" എന്ന സാമൂഹിക സന്ദേശമായി മാറുമ്പോൾ പ്രശ്നം സൃഷ്ടിക്കുന്നു. ആരോഗ്യസംവാദം ശാസ്ത്രീയ ഭാഷയിൽ നിന്ന് നൈതിക വിധിന്യായത്തിലേക്ക് വഴിമാറുമ്പോഴാണ് ദോഷം ചെയ്യുന്നത്. അതിനാൽ ജൈവസത്യങ്ങൾ വ്യക്തമാക്കുന്നതും, വ്യക്തിയുടെ മാന്യത സംരക്ഷിക്കുന്നതും ഒരേസമയം സാധ്യമാണ്.

മാന്യതയും ആരോഗ്യബോധവും ഒരുമിച്ച് നിലനിർത്തണമെന്ന വാദം ഇതിൽ നിന്നാണ് ഉയരുന്നത്. ഒരാൾ തന്റെ ശരീരത്തെ വെറുക്കാതെ തന്നെ, ആരോഗ്യപരമായ അപകടസാധ്യതകളെക്കുറിച്ച് ബോധവാനാകാം. ആരോഗ്യത്തെക്കുറിച്ചുള്ള ശാസ്ത്രീയ വിവരങ്ങൾ നൽകുമ്പോൾ അപമാനഭാഷ ഒഴിവാക്കാം. ശാരീരിക അവസ്ഥയെ നൈതിക പരാജയമായി കാണാതെ, ജീവിതശൈലി, പരിസ്ഥിതി, സാമൂഹിക ഘടകങ്ങൾ എന്നിവയുമായി ബന്ധപ്പെടുത്തി വായിക്കുമ്പോൾ സംവാദം കൂടുതൽ ഉത്തരവാദിത്വപരമാകും.

സൗന്ദര്യ സങ്കല്പങ്ങൾ (beauty ideals) ജൈവീയ യാഥാർത്ഥ്യവും (biological reality) സാമൂഹിക നിർമ്മിതിയും (social construction) ഒരുമിച്ച് ചേർന്നുള്ള ഘടനകളാണ്. ചില ശാരീരിക സൂചനകൾ — ലാവണ്യമുള്ള മുഖം- അവയവങ്ങൾ (facial symmetry), ചർമ്മത്തിന്റെ ആരോഗ്യച്ഛായ, ശരീരഘടനയിലെ അനുപാതങ്ങൾ — പരിണാമ മനശാസ്ത്രപരമായി (evolutionary psychology) ആകർഷണ സൂചനകളായി കാണപ്പെടുന്നു. ഇവ ആരോഗ്യത്തോടും പ്രജനനക്ഷമതയോടും ബന്ധപ്പെട്ടു വായിക്കപ്പെടുന്നു. അതായത്, ജൈവപരമായ അടിത്തറ ഇവിടെ ഉണ്ട്.

എന്നാൽ അതേ സമയം "സുന്ദരം" എന്ന് കരുതപ്പെടുന്ന പ്രത്യേക ശരീരഭാരം, ത്വക്കിന്റെ നിറം, ഉയരം, വസ്ത്രശൈലി എന്നിവ കാലഘട്ടത്തിന്റെയും സംസ്കാരത്തിന്റെയും അനുസൃതമായി മാറിക്കൊണ്ടിരിക്കുന്നു. ഒരു കാലത്ത് സമ്പത്തിന്റെ അടയാളമായിരുന്ന ശരീരഘടന, മറ്റൊരു കാലത്ത് അസൗന്ദര്യമായി വായിക്കപ്പെട്ടിട്ടുണ്ട്. മീഡിയ, ഫാഷൻ വ്യവസായം, സിനിമ, പരസ്യം എന്നിവ ചേർന്ന് സൗന്ദര്യത്തിന്റെ സാമൂഹിക മാതൃകകൾ നിർമ്മിക്കുന്നു. അതിനാൽ സൗന്ദര്യം പൂർണ്ണമായ ജൈവ നിർണയമല്ല; പൂർണ്ണമായ സാമൂഹിക നിർമാണവുമല്ല.

ജൈവീയ യാഥാർത്ഥ്യം പൂർണ്ണമായി നിഷേധിക്കുമ്പോൾ ആരോഗ്യപ്രശ്നങ്ങൾ തിരിച്ചറിയപ്പെടാതെ പോകാം. സാമൂഹിക നിർമ്മിതിയെ പൂർണ്ണമായി അവഗണിക്കുമ്പോൾ അനാവശ്യമായ മാനസിക സമ്മർദ്ദവും ശരീരവൈരാഗ്യവും വളരും. ആരോഗ്യബോധം ശാസ്ത്രീയമായി നിലനിർത്തുകയും, സൗന്ദര്യ മാനദണ്ഡങ്ങളെ വിമർശനാത്മകമായി പരിശോധിക്കുകയും ചെയ്യുക എന്നതാണ് സമതുലിതമായ സമീപനം.

രാഷ്ട്രീയ ശരിവാദം മനുഷ്യഭിമാനം സംരക്ഷിക്കാനുള്ള ശ്രമമാണ്; ജൈവ യാഥാർത്ഥ്യം മനുഷ്യശരീരത്തിന്റെ പ്രവർത്തനരീതികളെക്കുറിച്ചുള്ള ശാസ്ത്രീയ വിവരണമാണ്. ഇവ തമ്മിൽ മത്സരം ആവശ്യമില്ല. പ്രശ്നം ഉണ്ടാകുന്നത് ശാസ്ത്രം അപമാനമായി ഉപയോഗിക്കുമ്പോഴും, മാനുഷിക ഉൾക്കൊള്ളൽ ശാസ്ത്രീയ വിവരങ്ങളെ നിഷേധിക്കുമ്പോഴും ആണ്. ഉത്തരവാദിത്വപരമായ നിലപാട് ഈ രണ്ടിനെയും സംയോജിപ്പിക്കാനാണ് ശ്രമിക്കേണ്ടത്.

മനസികാഘാതം (trauma) എന്നത് ഒരു ഏകീകൃത മാനസിക അനുഭവമല്ലെന്ന് റിച്ചാർഡ് മക്നാലി (Richard McNally) തന്റെ *Remembering Trauma* എന്ന ഗ്രന്ഥത്തിൽ വിശദീകരിക്കുന്നു[13]. ജനപ്രിയ ധാരണകളിൽ ട്രോമ ഓർമ്മകൾ (traumatic memories) പൂർണമായും അടിച്ചമർത്തപ്പെട്ട് പിന്നീട് അതേ രൂപത്തിൽ തിരിച്ചുവരുന്നവയാണെന്ന് കരുതപ്പെടാറുണ്ട്. എന്നാൽ മക്നാലിയുടെ വിശകലനം സൂചിപ്പിക്കുന്നത്, ട്രോമ ഓർമ്മകൾ സാധാരണ ഓർമ്മകളെപ്പോലെ തന്നെ പുനർനിർമിത സ്വഭാവമുള്ളവയാണ്, അതായത് അവ സ്മരണാ പ്രക്രിയയിൽ മാറ്റം വരുത്തപ്പെടുകയും വ്യാഖ്യാനിക്കപ്പെടുകയും ചെയ്യുന്നു എന്നതാണ്. അതിനാൽ, ട്രോമയെക്കുറിച്ചുള്ള

ഭാഷയും സംരക്ഷണരീതികളും ശാസ്ത്രീയ സൂക്ഷ്മതയോടെ സമീപിക്കേണ്ടതാണെന്നതാണ് അദ്ദേഹത്തിന്റെ വാദം.

ജോർജ് ബൊനാനോ (George Bonanno) തന്റെ *The Other Side of Sadness* എന്ന ഗ്രന്ഥത്തിൽ മനുഷ്യരുടെ മാനസിക പ്രതിരോധശേഷി (psychological resilience) സാധാരണക്കാർ കരുതുന്നതിലുപരി ശക്തമാണെന്ന് ചൂണ്ടിക്കാണിക്കുന്നു. വലിയ ആഘാതാനുഭവങ്ങൾക്കു ശേഷവും പല വ്യക്തികളും ദീർഘകാല മാനസിക തകർച്ച അനുഭവിക്കാതെ ജീവിതത്തിലേക്ക് മടങ്ങിവരുന്നുവെന്ന് അദ്ദേഹം പ്രായോഗിക പഠനങ്ങൾ വഴി വ്യക്തമാക്കുന്നു. ഇതിലൂടെ, എല്ലാ വേദനാനുഭവങ്ങളും സ്ഥിരമായ ദൗർബല്യത്തിലേക്ക് നയിക്കണമെന്നില്ല എന്നതാണ് അദ്ദേഹത്തിന്റെ നിരീക്ഷണം. പ്രതിരോധശേഷി മനുഷ്യന്റെ ജൈവ–മാനസിക ഘടനയുടെ ഭാഗമാണെന്ന് ഈ പഠനങ്ങൾ സൂചിപ്പിക്കുന്നു.

ഇവിടെ രാഷ്ട്രീയ ശരി(ത്വം) (political correctness) സാധാരണയായി സംരക്ഷണഭാഷ (protective language) ഉപയോഗിച്ച് മനസികാഘാതം അനുഭവിച്ചവരെ വേദനിപ്പിക്കാതിരിക്കാനുള്ള ഒരു സാമൂഹിക കരുതലായി പ്രവർത്തിക്കുന്നു. ഉദാഹരണമായി ട്രിഗർ മുന്നറിയിപ്പുകൾ (trigger warnings), സുരക്ഷിത ഇടങ്ങൾ (safe spaces), വികാര അംഗീകാരം (emotional validation) എന്നിവ സാമൂഹിക പിന്തുണ നൽകുന്ന സംവിധാനങ്ങളാണ്. ഈ സമീപനത്തിന്റെ ഗുണം, മനസികാഘാതം അനുഭവിച്ച വ്യക്തികളുടെ ആത്മാഭിമാനം സംരക്ഷിക്കപ്പെടുകയും അവർക്കുള്ള സാമൂഹിക അപമാനം കുറയുകയും ചെയ്യുന്നതാണ്. എന്നാൽ അതിന്റെ പരിധി, എല്ലാ അസ്വസ്ഥതകളെയും ട്രോമയായി വായിക്കുന്ന പ്രവണത വികസിച്ചാൽ സാധാരണ സമ്മർദ്ദാനുഭവങ്ങൾ പോലും ഭീഷണിയായി തോന്നാൻ തുടങ്ങാം എന്നതാണ്.

ജൈവ യാഥാർത്ഥ്യം (biological reality) സമ്മർദ്ദപ്രതികരണം (stress response) മനുഷ്യശരീരത്തിന്റെ സ്വാഭാവിക പ്രതിരോധയന്ത്രമാണെന്ന് വ്യക്തമാക്കുന്നു. ബ്രൂസ് മക്ഇവൻ (Bruce McEwen) സമ്മർദ്ദഹോർമോണുകൾ ശരീരത്തെ അപകടാവസ്ഥയിൽ നിന്ന് സംരക്ഷിക്കുന്ന അനുയോജ്യമായ പ്രതികരണങ്ങളാണെന്ന് വിശദീകരിക്കുന്നു. അതായത്, ഭയം, ഉത്കണ്ഠ, മാനസിക സമ്മർദ്ദം എന്നിവ എല്ലായ്പ്പോഴും ദോഷകരമല്ല; അവ ശരീരത്തെ ജാഗ്രതയിൽ നിലനിർത്തുന്ന ജൈവസഹായക സംവിധാനങ്ങളാണ്. അതിനാൽ, എല്ലാ അസ്വസ്ഥതകളെയും പൂർണമായും ഒഴിവാക്കാൻ ശ്രമിക്കുന്ന സമീപനം മനുഷ്യന്റെ സ്വാഭാവിക ദൃഢതാ വികസനത്തെ ബാധിക്കാം.

അമിത സംരക്ഷണം (overprotection) ദീർഘകാലത്തിൽ മാനസിക ദൃഢത (resilience) കുറയ്ക്കാമെന്ന ആശയം ഇവിടെ നിർണ്ണായകമാണ്. ഒരു വ്യക്തി ചെറുതായെങ്കിലും വെല്ലുവിളികൾ നേരിടുമ്പോഴാണ് സമ്മർദ്ദസംവിധാനം നിയന്ത്രിതമായി പ്രവർത്തിച്ച് അഭ്യാസം നേടുന്നത്. എല്ലാ അസ്വസ്ഥ അനുഭവങ്ങളും തടയാനുള്ള ശ്രമം ഈ അഭ്യാസാവസരം കുറയ്ക്കുന്നു. അതിനാൽ, സംരക്ഷണവും വെല്ലുവിളിയും തമ്മിലുള്ള തുല്യതയാണ് ആരോഗ്യകരമായ മാനസിക വികസനത്തിന്റെ അടിത്തറ.

സമഗ്രമായി നോക്കുമ്പോൾ, രാഷ്ട്രീയ കരുതലും ജൈവ യാഥാർത്ഥ്യവും പരസ്പരവിരുദ്ധമല്ല; അവ തമ്മിൽ തുല്യത ആവശ്യമുള്ള രണ്ടു തലങ്ങളാണ്. ട്രോമ അനുഭവിച്ചവർക്കുള്ള സാമൂഹിക പിന്തുണ നിർബന്ധമാണ്. എന്നാൽ മനുഷ്യന്റെ സ്വാഭാവിക സമ്മർദ്ദപ്രതികരണവും പ്രതിരോധശേഷിയും അംഗീകരിക്കപ്പെടാതെ പോകുന്നുവെങ്കിൽ, സംരക്ഷണം തന്നെ ദീർഘകാല ദൗർബല്യത്തിലേക്ക്

നയിക്കാനുള്ള സാധ്യതയുണ്ട്. അതിനാൽ, കരുതലും ദൃഢതാവികസനവും ഒരുമിച്ച് നിലനിർത്തുന്ന സമീപനമാണ് ശാസ്ത്രീയമായും സാമൂഹികമായും സ്ഥിരതയുള്ളത്.

സുരക്ഷിത ഇടങ്ങൾ (Safe Spaces) vs ജൈവ വ്യത്യാസങ്ങളോടുള്ള പരിചയം

സുരക്ഷിത ഇടങ്ങൾ എന്ന ആശയം പ്രധാനമായും രാഷ്ട്രീയ ശരിത്വത്തിന്റെ ഭാഗമായ ഒരു സാമൂഹിക കരുതൽ സംവിധാനമാണ്. വിവേചനം, അപമാനം, മാനസിക പീഡനം എന്നിവ നേരിട്ടിട്ടുള്ള വിഭാഗങ്ങൾക്ക് ഭയം കൂടാതെ അഭിപ്രായം പറയാനുള്ള ഒരു മാനസിക–സാമൂഹിക പരിസരം സൃഷ്ടിക്കുക എന്നതാണ് ഇതിന്റെ ഉദ്ദേശ്യം. ചരിത്രപരമായ അനീതികൾ പരിഗണിക്കുമ്പോൾ ഇത് ന്യായീകരിക്കപ്പെടുന്ന സമീപനമാണ്, കാരണം മാനസിക സുരക്ഷ വ്യക്തിയുടെ ആത്മാഭിമാനവുമായി ബന്ധപ്പെട്ടിരിക്കുന്നു.

എന്നാൽ ജൈവ യാഥാർത്ഥ്യം മനുഷ്യസമൂഹം വ്യത്യാസങ്ങളാൽ നിർമ്മിതമാണെന്ന് വ്യക്തമാക്കുന്നു. ലിംഗം, ശരീരഘടന, ഹോർമോൺ സ്വാധീനം, പ്രജനനവ്യവസ്ഥ തുടങ്ങിയവയിൽ ശരാശരി നിലയിലെ വ്യത്യാസങ്ങൾ നിലനിൽക്കുന്നു. ഈ വ്യത്യാസങ്ങളെ നേരിട്ട് പഠിക്കാനും വിമർശനാത്മകമായി ചർച്ച ചെയ്യാനും അവസരം ലഭിക്കാതിരിക്കുകയാണെങ്കിൽ, സമൂഹം അസ്വസ്ഥ വിഷയങ്ങളെ ഒഴിവാക്കുന്ന ഒരു സാംസ്കാരിക പ്രവണതയിലേക്ക് നീങ്ങാൻ സാധ്യതയുണ്ട്. പ്രശ്നം ഉയരുന്നത്, ജൈവ വ്യത്യാസങ്ങളെ ചർച്ച ചെയ്യുന്നത് തന്നെ “അസുരക്ഷിതം” എന്ന നിലയിൽ വായിക്കപ്പെടുമ്പോഴാണ്. ശാസ്ത്രീയ അന്വേഷണവും സാമൂഹിക കരുതലും തമ്മിൽ ഇവിടെ ഒരു സംഘർഷം രൂപപ്പെടുന്നു. അതിനാൽ സംരക്ഷണത്തിന്റെ പേരിൽ യാഥാർത്ഥ്യചർച്ചകൾ അടച്ചുപൂട്ടാതെ, തുറന്ന സംവാദത്തിനുള്ള നിയന്ത്രിതവും മാന്യതയുള്ള വേദികൾ സൃഷ്ടിക്കേണ്ടത് അനിവാര്യമാണ്.

തിരിച്ചറിവ് രാഷ്ട്രീയം (Identity Politics) vs ക്രോമോസോമൽ വ്യത്യാസം

തിരിച്ചറിവ് രാഷ്ട്രീയം സാമൂഹിക ഉൾക്കൊള്ളലിനും ചരിത്രപരമായ അനീതികളുടെ പരിഹാരത്തിനും നിർണ്ണായകമായ ഒരു രാഷ്ട്രീയ സമീപനമാണ്. ഒരു വ്യക്തിയുടെ അനുഭവവും സ്വയം തിരിച്ചറിവും അവന്റെ അല്ലെങ്കിൽ അവളുടെ രാഷ്ട്രീയ അവകാശങ്ങളുമായി ബന്ധപ്പെട്ടിരിക്കുന്നു എന്നതാണ് ഇതിന്റെ അടിസ്ഥാനചിന്ത. ഈ സമീപനം വിവേചനത്തിനെതിരായ ഒരു ശക്തമായ പ്രതിരോധരൂപമാണ്.

അതേസമയം ജൈവ യാഥാർത്ഥ്യം ക്രോമോസോം ഘടന, പ്രത്യേകിച്ച് എക്സ് (X)–വൈ (Y) ഘടന, ശരീരവികസനത്തിലും പ്രജനനവ്യവസ്ഥയിലും നിർണ്ണായക സ്വാധീനം ചെലുത്തുന്നു എന്ന് വ്യക്തമാക്കുന്നു. ക്രോമോസോമൽ വ്യത്യാസങ്ങൾ സാമൂഹിക നിർമാണമല്ല; അവ ഭൗതിക ഘടനകളാണ്.

സംഘർഷം ഉയരുന്നത് ജൈവ ഘടനയെ ചൂണ്ടിക്കാണിക്കുന്നത് വിവേചനമെന്നായി വായിക്കപ്പെടുമ്പോഴാണ്. രാഷ്ട്രീയ ശരിത്വം ഉൾക്കൊള്ളലിനെ മുൻനിർത്തുമ്പോൾ, ജൈവശാസ്ത്രം ശരാശരി വ്യത്യാസങ്ങളെ അംഗീകരിക്കുന്നു. അതിനാൽ തിരിച്ചറിവ് ഒരു അനുഭവപരമായ ഘടകമാണെന്നും, ജൈവ ഘടന ഒരു ഭൗതിക ഘടകമാണെന്നും തിരിച്ചറിഞ്ഞ് ഇവയെ തമ്മിൽ കുഴക്കാതെ കൈകാര്യം ചെയ്യേണ്ടതുണ്ട്.

ലിംഗമില്ലാത്ത സ്ഥാപനങ്ങൾ vs മാതൃത്വ–പിതൃത്വ ജൈവഭൂമിക

പൊതു സ്ഥാപനങ്ങളിൽ ലിംഗനിരപേക്ഷ നയങ്ങൾ സമത്വത്തെ ലക്ഷ്യമിടുന്ന രാഷ്ട്രീയ ശരിത്വത്തിന്റെ പ്രകടനമാണ്. ഒരേ അവസരങ്ങൾ എല്ലാവർക്കും നൽകുക എന്നത് നീതിപരമായ ഒരു ലക്ഷ്യമാണ്. നിയമപരമായി ലിംഗം അടിസ്ഥാനമാക്കി വിവേചനം ഒഴിവാക്കുക എന്നത് പുരോഗമനപരമായ സാമൂഹിക നേട്ടമാണ്.എന്നാൽ ജൈവ യാഥാർത്ഥ്യം ഗർഭധാരണം, പ്രസവം, മുലയൂട്ടൽ തുടങ്ങിയ പ്രക്രിയകൾ സ്ത്രീശരീരവുമായി ബന്ധപ്പെട്ടിരിക്കുന്നുവെന്ന് വ്യക്തമാക്കുന്നു. ഈ വ്യത്യാസങ്ങൾ സാമൂഹിക നയങ്ങളിൽ പരിഗണിക്കപ്പെടാതെ പോകുകയാണെങ്കിൽ, "ഒരേപോലെ പെരുമാറുക" എന്ന നയം തന്നെ അസമത്വം സൃഷ്ടിക്കാൻ സാധ്യതയുണ്ട്.സമത്വം എന്നത് എല്ലാർക്കും ഒരേ ചികിത്സ നൽകുക എന്നതിലുപരി വ്യത്യസ്ത ആവശ്യങ്ങൾ അംഗീകരിച്ച് പിന്തുണ നൽകുക എന്നതുമാണ്. അതിനാൽ ലിംഗനിരപേക്ഷത ജൈവ യാഥാർത്ഥ്യത്തെ നിഷേധിക്കുന്ന രീതിയിൽ പ്രവർത്തിക്കരുത്. ഉൾക്കൊള്ളലും വ്യത്യാസബോധവും ഒരുമിച്ച് നിലനിൽക്കണം.

ലൈംഗിക ദ്രവ്യത്വം (Sexual Fluidity) vs ലൈംഗിക ദ്വിമോർഫിസം (Sexual Dimorphism)

ലൈംഗിക ദ്രവ്യത്വം എന്ന ആശയം മനുഷ്യരുടെ ലൈംഗിക ആകർഷണവും തിരിച്ചറിവും കർശനമായ സ്ഥിരഘടനയല്ല, മറിച്ച് കാലക്രമത്തിൽ മാറാവുന്ന അനുഭവപരമായ ഘടകങ്ങളാണ് എന്ന ധാരണയെ അടിസ്ഥാനമാക്കുന്നു. ചിലർക്കു ജീവിതത്തിലെ വ്യത്യസ്ത ഘട്ടങ്ങളിൽ വ്യത്യസ്ത രീതിയിലുള്ള ആകർഷണങ്ങളും ബന്ധപരമായ മുൻഗണനകളും രൂപപ്പെടാം എന്നതാണ് ഇതിന്റെ കേന്ദ്രചിന്ത. അതായത്, ലൈംഗിക തിരിച്ചറിവ് ഒരു നിശ്ചിത വിഭാഗത്തിൽ ശാശ്വതമായി അടച്ചിടപ്പെടേണ്ടതില്ല എന്ന നിലപാടാണ് ഇവിടെ ശക്തിപ്പെടുന്നത്.

ഇത് വ്യക്തിസ്വാതന്ത്ര്യത്തിന്റെ ഭാഗമായി കാണപ്പെടുന്നത്, ഒരാളുടെ അനുഭവത്തെ നിർവചിക്കുന്ന അധികാരം അവനോ അവളോ തന്നെയാണ് എന്ന തത്വചിന്തയുമായി ബന്ധപ്പെട്ടു കൊണ്ടാണ്. സമൂഹം നിർദ്ദേശിക്കുന്ന നിർബന്ധിത തിരിച്ചറിവുകളേക്കാൾ വ്യക്തിയുടെ ആത്മാനുഭവത്തെ മുൻനിർത്തുക എന്ന സമീപനം ഇവിടെ പ്രവർത്തിക്കുന്നു. ഈ ചിന്ത വ്യക്തിയുടെ ആത്മാഭിമാനത്തെയും സ്വയം നിർണ്ണയാവകാശത്തെയും ബഹുമാനിക്കുന്നതായാണ് കാണപ്പെടുന്നത്.

രാഷ്ട്രീയ ശരിത്വത്തിന്റെ ചട്ടക്കൂടിൽ, ലൈംഗിക ദ്രവ്യത്വം ഉൾക്കൊള്ളലിനെ ശക്തിപ്പെടുത്തുന്ന ആശയമായി പ്രവർത്തിക്കുന്നു. കാരണം, കർശനമായ ലിംഗ–ലൈംഗിക വിഭാഗീകരണങ്ങളിൽ ഒതുങ്ങാത്ത വ്യക്തികൾക്കും സാമൂഹിക അംഗീകാരം നൽകുക എന്നതാണ് ഇതിന്റെ ലക്ഷ്യം. ഭാഷയിലും നിയമങ്ങളിലും സാമൂഹിക ഇടപെടലുകളിലും ഇത്തരത്തിലുള്ള അനുഭവങ്ങളെ അംഗീകരിക്കുന്നത് അപമാനവും അപകീർത്തിയും കുറയ്ക്കാൻ സഹായിക്കുന്നു.

ജൈവശാസ്ത്രപരമായ നിലയിൽ നോക്കുമ്പോൾ, മനുഷ്യ ജനസ്സിൽ പുരുഷ–സ്ത്രീ ശരീരഘടനകളിൽ ചില ശരാശരി വ്യത്യാസങ്ങൾ വ്യക്തമായി രേഖപ്പെടുത്തിയിട്ടുണ്ട്. ഉദാഹരണമായി, ക്രോമോസോമുകളുടെ ഘടന, ഗോണാഡുകളുടെ (gonads) വികസനം, ടെസ്റ്റോസ്റ്റെറോൺ–ഈസ്ട്രജൻ പോലുള്ള ഹോർമോണുകളുടെ ശരാശരി നില, പേശിശക്തി, അസ്ഥിസംഘടന, കൊഴുപ്പ് വിതരണരീതി എന്നിവയിൽ സ്ഥിരമായി കാണപ്പെടുന്ന വ്യത്യാസങ്ങൾ ജീവശാസ്ത്ര പഠനങ്ങളിൽ തെളിയിക്കപ്പെട്ടവയാണ്. പ്രജനനവ്യവസ്ഥയുമായി ബന്ധപ്പെട്ട് ഗർഭധാരണം, മുലയൂട്ടൽ, വീര്യം ഉൽപാദനം തുടങ്ങിയ പ്രക്രിയകൾ ജൈവതലത്തിൽ പ്രത്യേകമായ ശരീരഘടനകളോട് ബന്ധപ്പെട്ടു നിൽക്കുന്നു. ഈ വ്യത്യാസങ്ങൾ വിവേചനത്തിന്

ആധാരമാകേണ്ടതല്ല; മറിച്ച് ശരീരത്തിന്റെ പ്രവർത്തനപരമായ വ്യത്യാസങ്ങളെ വിശദീകരിക്കുന്ന ശാസ്ത്രീയ വിവരങ്ങളാണ്.

ഇവിടെ നിർണ്ണായകമായി മനസ്സിലാക്കേണ്ടത്, ജൈവ ദ്വിമോർഫിസം (sexual dimorphism) എന്നത് ശരാശരി വ്യത്യാസത്തെ സൂചിപ്പിക്കുന്ന പദമാണ് എന്നതാണ്. അതായത്, എല്ലാ വ്യക്തികളും ഈ ശരാശരിക്കുള്ളിൽ കൃത്യമായി ഒതുങ്ങും എന്നർത്ഥമല്ല. വ്യക്തിയുടെ ലൈംഗിക തിരിച്ചറിവ്, സാമൂഹിക അവതരണം, വ്യക്തിപരമായ അനുഭവം എന്നിവ ഈ ജൈവ ഘടനകളോട് നിർബന്ധമായും ഒത്തുപോകണം എന്ന നിർണ്ണയം ശാസ്ത്രീയമായും സാമൂഹികമായും ശരിയല്ല. അതിനാൽ ജൈവ ഘടനയെ ചർച്ച ചെയ്യുന്നത് വ്യക്തിയുടെ ആത്മാനുഭവത്തെ നിരസിക്കുന്നതല്ല, മറിച്ച് രണ്ട് വ്യത്യസ്ത വിശകലനതലങ്ങളെ വേർതിരിച്ച് കാണാനുള്ള ശ്രമമാണ്.

സംഘർഷം സാധാരണയായി ഉയരുന്നത്, ജൈവ വ്യത്യാസങ്ങളെ ചൂണ്ടിക്കാണിക്കുന്നതിനെ വ്യക്തി തിരിച്ചറിവിനെ അപമാനിക്കുന്ന പ്രവൃത്തിയായി വായിക്കുമ്പോഴാണ്. ഒരു ഭാഗത്ത് രാഷ്ട്രീയ ശരിത്വം വ്യക്തിയുടെ അനുഭവത്തെയും ആത്മാഭിമാനത്തെയും സംരക്ഷിക്കാനുള്ള സാമൂഹിക കരുതലായി പ്രവർത്തിക്കുന്നു. മറുവശത്ത് ശാസ്ത്രീയ പഠനം ശരീരഘടനയുടെ യാഥാർത്ഥ്യങ്ങളെ രേഖപ്പെടുത്താനുള്ള ശ്രമമാണ്. ഈ രണ്ട് സമീപനങ്ങളും വ്യത്യസ്ത ലക്ഷ്യങ്ങൾ വഹിക്കുന്നുവെന്ന് അംഗീകരിക്കുമ്പോൾ മാത്രമേ അവ പരസ്പരവിരുദ്ധമല്ലാതെ സഹവർത്തിത്വത്തിലാകാൻ കഴിയൂ. വ്യക്തിസ്വാതന്ത്ര്യത്തെ ബഹുമാനിക്കുമ്പോഴും ജൈവ ഘടനയെ ശാസ്ത്രീയമായി പഠിക്കുന്ന അവകാശം സംരക്ഷിക്കപ്പെടണം എന്നതാണ് ഇവിടെ പ്രധാനതത്വം.

കൗമാരവളർച്ച ഹോർമോണുകളാൽ നിർണ്ണയിക്കപ്പെടുന്ന സ്വാഭാവിക ജൈവപ്രക്രിയയാണ്. ശരീരമാറ്റങ്ങൾ, ലൈംഗിക ആകർഷണബോധം, വികാരതീവ്രത എന്നിവ ഈ ഘട്ടത്തിൽ ഉയരുന്നു. ഇത് മനുഷ്യവികസനത്തിന്റെ അനിവാര്യ ഘടകമാണ്.എന്നാൽ പല സംസ്കാരങ്ങളിലും കൗമാര ലൈംഗികതയെ ലജ്ജയുടെയും നിയന്ത്രണത്തിന്റെയും ഭാഷയിൽ അവതരിപ്പിക്കുന്നു. രാഷ്ട്രീയ ശരിത്വത്തിന്റെ ചില രൂപങ്ങൾ ഈ ലജ്ജാഭാഷയെ വിമർശിക്കുകയും സ്വാഭാവികതയെ അംഗീകരിക്കുകയും ചെയ്യുന്നു. എന്നാൽ പൂർണ്ണമായ നിയന്ത്രണ നിഷേധം നിലവിലുള്ള സാമൂഹിക സ്ഥിതി-ദിശാബോധത്തെ ബാധിക്കാം. അതിനാൽ സാമൂഹിക രാഷ്ട്രീയ അധികാര രൂപങ്ങൾ അത്തരം മാറ്റങ്ങൾക്കു തയ്യാറാകില്ല.

ജൈവ യാഥാർത്ഥ്യത്തെ കുറ്റബോധത്തിലൂടെ വായിക്കുന്നത് മാനസിക സമ്മർദ്ദം സൃഷ്ടിക്കുന്നു. അതേസമയം പൂർണ്ണമായ നിയന്ത്രണനിഷേധം അപകടബോധം കുറയ്ക്കാൻ സാധ്യതയുണ്ട്. അതിനാൽ ബോധവൽക്കരണവും മാന്യതയും ഒരുമിച്ച് നിലനിർത്തുന്ന സമീപനമാണ് സാമൂഹികമായി ആരോഗ്യകരമായത്.ഈ എല്ലാ ആശയജോഡികളിലും രാഷ്ട്രീയ ശരിത്വവും ജൈവ യാഥാർത്ഥ്യവും തമ്മിൽ നേരിട്ടുള്ള ശത്രുതയില്ല നിലനിൽക്കുന്നത്. വൈരുധ്യ സംഘര്ഷങ്ങള് ഉണ്ടാകുന്നത് ഒരേതിനെ മറ്റേതിന്റെ പൂർണ്ണ നിഷേധമായി ഉപയോഗിക്കുമ്പോഴാണ്. രാഷ്ട്രീയ ശരിത്വം മാന്യത, ഉൾക്കൊള്ളൽ, ചരിത്രപരമായ നീതി എന്നിവ ലക്ഷ്യമിടുന്നു. ജൈവ യാഥാർത്ഥ്യം മനുഷ്യശരീരത്തെയും പെരുമാറ്റത്തെയും കുറിച്ചുള്ള ശാസ്ത്രീയ നിരീക്ഷണമാണ് ശ്രദ്ധ ചെലുത്തുന്നത്.ഇരുവശവും പരസ്പരം നിയന്ത്രണത്തിലാക്കി, ശാസ്ത്രീയ കൃത്യതയും സാമൂഹിക കരുതലും ഒരുമിച്ച് നിലനിർത്തുന്ന സമീപനമാണ് ദീർഘകാലത്തിൽ സ്ഥിരതയുള്ള സാമൂഹിക മാതൃക.

വസ്തുവൽക്കരണ വിരുദ്ധത എന്ന ആശയം മനുഷ്യനെ, പ്രത്യേകിച്ച് സ്ത്രീയെ, സ്വതന്ത്ര വ്യക്തിത്വമുള്ള മനുഷ്യനെന്ന നിലയിൽ കാണാതെ ഉപഭോഗത്തിനുള്ള വസ്തുവായി ചുരുക്കുന്ന സാമൂഹിക പ്രവണതയെ ചോദ്യം ചെയ്യുന്ന സമീപനമാണ്. ഒരാളുടെ ബുദ്ധി, അനുഭവം, ആഗ്രഹം,

സ്വയംനിർണ്ണയശേഷി എന്നിവയെ അവഗണിച്ച് ശരീരഘടനയിലേക്ക് മാത്രം ശ്രദ്ധ കേന്ദ്രീകരിക്കുമ്പോൾ വ്യക്തിത്വം നിഷേധിക്കപ്പെടുന്നു. ഈ സാഹചര്യത്തിലാണ് വസ്തുവൽക്കരണം സാമൂഹിക അസമത്വത്തെയും അധികാരവ്യത്യാസത്തെയും ശക്തിപ്പെടുത്തുന്ന ഘടകമായി വിലയിരുത്തപ്പെടുന്നത്. അതിനാൽ രാഷ്ട്രീയ ശരിത്വം ഈ പ്രവണതയെ നിയന്ത്രിക്കാനുള്ള നൈതിക ഭാഷയും നിയമപരമായ ചട്ടക്കൂടും സൃഷ്ടിക്കാൻ ശ്രമിക്കുന്നു.

എന്നാൽ മനുഷ്യ ആകർഷണം എന്നത് പൂർണമായും സാമൂഹിക നിർമ്മിതമല്ല; അതിന് ജൈവ അടിസ്ഥാനവുമുണ്ട്. മുഖഭംഗി, ശബ്ദത്തിന്റെ പിച്ച്, ശരീരഘടനയിലെ അനുപാതങ്ങൾ, ആരോഗ്യ സൂചനകൾ എന്നിവ മനുഷ്യർ പരസ്പരം വിലയിരുത്തുമ്പോൾ അവബോധാതീതമായി പ്രവർത്തിക്കുന്ന ഘടകങ്ങളാണ്. പരിണാമപരമായ കാഴ്ചപ്പാടിൽ, ഈ സൂചനകൾ ആരോഗ്യവും പ്രജനനക്ഷമതയും സാമൂഹിക സുരക്ഷയും സംബന്ധിച്ച വിവരങ്ങൾ കൈമാറുന്ന അടയാളങ്ങളായി പ്രവർത്തിച്ചിട്ടുണ്ടാകാമെന്ന് ചില ഗവേഷണങ്ങൾ സൂചിപ്പിക്കുന്നു. അതായത്, ആകർഷണം സ്വാഭാവികമായൊരു മാനസിക–ജൈവപ്രക്രിയയാണെന്ന് പറയാം.ആകർഷണത്തെ ചൂഷണത്തിനും അധികാരപ്രയോഗത്തിനും ഉപകരണമായി മാറ്റുന്നത് നൈതിക പ്രശ്നമാണ്. ഒരാളുടെ ശരീരത്തെ മാത്രം മുൻനിർത്തി അവന്റെ അല്ലെങ്കിൽ അവളുടെ വ്യക്തിത്വത്തെ അവഗണിക്കുന്നത് വസ്തുവൽക്കരണത്തിലേക്ക് വഴിമാറുന്നു. അതിനാൽ ജൈവ ആകർഷണസൂചനകൾ ഉള്ളതിനെ സമ്മതിക്കുന്നത് വസ്തുവൽക്കരണത്തെ ന്യായീകരിക്കുവാനുള്ള ഉപാധിയല്ല.

ഇവിടെ രാഷ്ട്രീയ ശരിത്വവും ജൈവ യാഥാർത്ഥ്യവും തമ്മിൽ ഒരു സൂക്ഷ്മമായ സമതുലനം ആവശ്യമാണ്. ജൈവ ആകർഷണപ്രവണതകളെ നിഷേധിക്കുന്നത് യാഥാർത്ഥ്യബോധം നഷ്ടപ്പെടുത്താൻ ഇടയാക്കും. അതേസമയം, "ഇത് സ്വാഭാവികമാണ്" എന്ന വാദം ഉപയോഗിച്ച് മറ്റൊരാളെ മാനസികമായി അല്ലെങ്കിൽ സാമൂഹികമായി ചുരുക്കുന്നത് അംഗീകരിക്കാനാവില്ല. അതിനാൽ വ്യക്തിയുടെ ആത്മാഭിമാനവും സ്വാതന്ത്ര്യവും സംരക്ഷിക്കുമ്പോഴും മനുഷ്യ ആകർഷണത്തിന്റെ ജൈവ അടിത്തറയെ ശാസ്ത്രീയമായി മനസ്സിലാക്കുന്ന സമീപനമാണ് സാമൂഹിക പക്വതയ്ക്കും ലിംഗസമത്വത്തിനും സഹായകമാകുന്നത്.

രാഷ്ട്രീയ ശരിവത്കരണം (Political Correctness) എന്ന ആശയം, ആധുനിക സമൂഹത്തിൽ മനുഷ്യ മാന്യത, സമത്വം, ഉൾക്കൊള്ളൽ എന്നിവ സംരക്ഷിക്കാൻ രൂപപ്പെട്ട ഒരു നൈതിക ചട്ടക്കൂടാണ്. എന്നാൽ, ഈ സമീപനം ചിലപ്പോൾ ജൈവ യാഥാർത്ഥ്യങ്ങളെ അവഗണിക്കുന്ന തരത്തിൽ പ്രയോഗിക്കപ്പെടുമ്പോൾ, അതിന്റെ സാമൂഹികവും ശാസ്ത്രീയവുമായ പ്രത്യാഘാതങ്ങൾ ഗൗരവമേറിയതാകുന്നു. അതിനാൽ, രാഷ്ട്രീയ ശരിവത്കരണവും ജൈവ യാഥാർത്ഥ്യവും തമ്മിലുള്ള ബന്ധം ഒരു സംഘർഷമല്ല, മറിച്ച് സൂക്ഷ്മമായ ഒരു തുല്യതയുടെ ആവശ്യകതയാണ്.

ജൈവ യാഥാർത്ഥ്യത്തെ പൂർണ്ണമായി ഒഴിവാക്കുന്ന സമീപനം ആദ്യം ബാധിക്കുന്നത് മെഡിക്കൽ ഗവേഷണത്തിന്റെ കൃത്യതയാണ്. മനുഷ്യശരീരത്തിലെ ജൈവ വ്യത്യാസങ്ങൾ, പ്രത്യേകിച്ച് ലിംഗം, ഹോർമോണുകൾ, ജനിതക ഘടനകൾ എന്നിവ, രോഗനിർണ്ണയത്തിലും ചികിത്സയിലും നിർണായകമാണ്. ഈ വ്യത്യാസങ്ങളെ അവഗണിച്ചാൽ, രോഗങ്ങളുടെ സ്വഭാവവും ചികിത്സാ രീതികളും തെറ്റായി വ്യാഖ്യാനിക്കപ്പെടാൻ സാധ്യതയുണ്ട്. ഇതിലൂടെ, ആരോഗ്യപരിപാലന സംവിധാനത്തിന്റെ ശാസ്ത്രീയ അടിത്തറ തന്നെ ദുർബലമാകും.

അതോടൊപ്പം, പ്രജനന നയങ്ങൾ യാഥാർത്ഥ്യവിരുദ്ധമായ രൂപം സ്വീകരിക്കാനുള്ള സാധ്യതയും ഉയരും. മനുഷ്യജനനവുമായി ബന്ധപ്പെട്ട ജൈവ ഘടകങ്ങൾ വ്യക്തമായതിനാൽ, അവയെ

മറികടന്ന് രൂപപ്പെടുത്തുന്ന നയങ്ങൾ പ്രായോഗികതയില്ലാത്തതായിരിക്കും. ഇത് സമൂഹത്തിന്റെ ജനസംഖ്യാ ഘടനയെയും കുടുംബ വ്യവസ്ഥകളെയും ദീർഘകാലത്തിൽ പ്രതികൂലമായി ബാധിക്കും.

കായികരംഗത്ത്, ജൈവ വ്യത്യാസങ്ങൾ അവഗണിക്കപ്പെടുമ്പോൾ നീതി ചോദ്യവിധേയമാകുന്നു. ശരീരഘടന, പേശിശക്തി, ഹോർമോണുകൾ എന്നിവയിൽ ഉള്ള വ്യത്യാസങ്ങൾ മത്സരഫലത്തെ സ്വാധീനിക്കുന്നതിനാൽ, അവയെ പൂർണ്ണമായി നിരാകരിക്കുന്നത് മത്സരത്തിലെ സമത്വം തകർക്കും. ഇതിലൂടെ, കായികരംഗത്തിന്റെ വിശ്വാസ്യതയും മൂല്യവും കുറയാൻ ഇടയാകും.

ആരോഗ്യരംഗത്തും ഇതിന്റെ പ്രത്യാഘാതം വ്യക്തമാണ്. ജൈവ യാഥാർത്ഥ്യങ്ങളെ മറയ്ക്കുന്ന സമീപനം, ചില പ്രത്യേക ആരോഗ്യപ്രശ്നങ്ങളെ തിരിച്ചറിയുന്നതിൽ വൈകല്യങ്ങൾ സൃഷ്ടിക്കും. ഇത് രോഗനിർണ്ണയത്തിലും ചികിത്സയിലും അപാകതകൾ ഉണ്ടാക്കുകയും, രോഗികളുടെ ആരോഗ്യസ്ഥിതി വഷളാക്കുകയും ചെയ്യാം. ഇതിന് പുറമേ, നയരൂപീകരണത്തിൽ ഡാറ്റയുടെ അഭാവം ഒരു ഗുരുതര പ്രശ്നമാകും. ജൈവ വിവരങ്ങൾ ഒഴിവാക്കിയാൽ, നയങ്ങൾ യഥാർത്ഥതയിൽ നിന്ന് അകന്നുപോകുകയും, സാമൂഹിക ആവശ്യങ്ങൾക്കൊത്ത് പൊരുത്തപ്പെടാതിരിക്കുകയും ചെയ്യും.

അതേസമയം, സാഹിത്യം, സംഗീതം, കലകൾ എന്നീ സൃഷ്ടിപരമായ മേഖലകളിൽ രാഷ്ട്രീയ ശരിവത്കരണത്തിന് ഒരു സുതാര്യമായ സാന്നിധ്യവും ഗുണപരമായ സ്വാധീനവും ഉണ്ട്. പരിമിത വിഭാഗങ്ങളുടെ ശബ്ദം ഉയർത്തുന്നതിനും, അപമാനകരമായ രൂപകങ്ങൾ കുറയ്ക്കുന്നതിനും, ചരിത്രപരമായ അനീതികളെ പുനർവായിക്കാൻ പ്രേരിപ്പിക്കുന്നതിനും ഇത് സഹായിച്ചിട്ടുണ്ട്. ഈ മേഖലയിൽ, രാഷ്ട്രീയ ശരിവത്കരണം ഒരു സാമൂഹിക ബോധവൽക്കരണ ഉപാധിയായി പ്രവർത്തിക്കുന്നു.

എന്നാൽ, ഇതിന്റെ അതിരുകടന്ന പ്രയോഗം സൃഷ്ടിസ്വാതന്ത്ര്യത്തെ നിയന്ത്രിക്കുന്നതിനും കാരണമാകുന്നു. എഴുത്തുകാരും കലാകാരന്മാരും വിവാദവിഷയങ്ങൾ ഒഴിവാക്കാൻ ശ്രമിക്കുമ്പോൾ, കലയുടെ ആഴവും സത്യാന്വേഷണവും കുറയുന്നു. സങ്കീർണ്ണമായ മനുഷ്യസ്വഭാവത്തെ ലളിതവൽക്കരിച്ച് അവതരിപ്പിക്കുന്ന പ്രവണതയും ഇതിലൂടെ വളരുന്നു. കലയുടെ സ്വഭാവം, ജൈവപ്രവണതകളെയും സാമൂഹിക നൈതികതകളെയും ഒരുമിച്ച് അന്വേഷിക്കുന്നതിലാണ്. അതിനെ ഏകദിശ നൈതിക നിയന്ത്രണത്തിൽ പൂട്ടുന്നത് സൃഷ്ടിപ്രവർത്തനത്തിന്റെ സ്വാഭാവിക വികാസത്തെ ദുർബലപ്പെടുത്തും.

ഈ സാഹചര്യത്തിൽ, രാഷ്ട്രീയ ശരിവത്കരണവും ജൈവ യാഥാർത്ഥ്യവും തമ്മിലുള്ള ബന്ധം ഒരു വിരുദ്ധധ്രുവങ്ങളായല്ല കാണേണ്ടത്. മനുഷ്യ മാന്യത സംരക്ഷിക്കാൻ രാഷ്ട്രീയ ശരിവത്കരണം അനിവാര്യമാണ്, എന്നാൽ ശാസ്ത്രീയ കൃത്യതക്കും നയരൂപീകരണത്തിനും ജൈവ യാഥാർത്ഥ്യവും അത്ര തന്നെ അനിവാര്യമാണ്. ഇവ തമ്മിലുള്ള ബന്ധം ശൂന്യഫല ഗെയിം അല്ല; ഒന്നിനെ ശക്തിപ്പെടുത്താൻ മറ്റൊന്നിനെ തകർക്കേണ്ടതില്ല.

അവസാനമായി, ദീർഘകാലപരമായ പരിഹാരം ഈ രണ്ടിന്റെയും സംയോജനത്തിലാണ്. ജൈവ സത്യങ്ങൾ അംഗീകരിക്കുമ്പോഴും, മനുഷ്യ മാന്യതയും സാമൂഹിക നീതിയും സംരക്ഷിക്കുന്ന സമീപനം സ്വീകരിക്കുമ്പോഴാണ് ഒരു സമതുലിതവും സ്ഥിരവുമായ സമൂഹം രൂപപ്പെടുന്നത്.

Reference List

1. Archer, J. (2006). Testosterone and human aggression: An evaluation of the challenge hypothesis. *Neuroscience & Biobehavioral Reviews*, 30(3), 319–345.
2. Batrinos, M. L. (2012). Testosterone and aggressive behavior in man. *International Journal of Endocrinology and Metabolism*, 10(3), 563–568.
3. Bonanno, G. A. (2009). *The Other Side of Sadness: What the New Science of Bereavement Tells Us About Life After Loss.* Basic Books.
4. Buss, D. M. (1994). *The Evolution of Desire: Strategies of Human Mating.* Basic Books.
5. Butler, J. (1990). *Gender Trouble: Feminism and the Subversion of Identity.* Routledge.
6. Carter, C. S., Williams, J. R., Witt, D. M., & Insel, T. R. (1992). Oxytocin and social bonding. *Annals of the New York Academy of Sciences*, 652, 204–211.
7. Diamond, L. M. (2004). Emerging perspectives on distinctions between romantic love and sexual desire. *Current Directions in Psychological Science*, 13(3), 116–119.
8. Foucault, M. (1976). *The History of Sexuality, Vol. 1: An Introduction.* Pantheon Books.
9. Geniole, S. N., Bird, B. M., Ruddick, E. L., & Carré, J. M. (2017). Is testosterone linked to human aggression? A meta-analytic examination of the relationship between baseline, dynamic, and manipulated testosterone on human aggression. *Hormones and Behavior*, 123, 104644.
10. Goffman, E. (1963). *Stigma: Notes on the Management of Spoiled Identity.* Prentice-Hall.
11. Haidt, J. (2012). *The Righteous Mind: Why Good People are Divided by Politics and Religion.* Pantheon Books.
12. Hrdy, S. B. (1999). *Mother Nature: A History of Mothers, Infants, and Natural Selection.* Pantheon Books.
13. Insel, T. R., & Shapiro, L. E. (1992). Oxytocin receptor distribution reflects social organization in monogamous and polygamous voles. *Proceedings of the National Academy of Sciences*, 89(13), 5981–5985.
14. Kahneman, D. (2011). *Thinking, Fast and Slow.* Farrar, Straus and Giroux.

15. LeVay, S. (1993). *The Sexual Brain.* MIT Press.

16. McEwen, B. S. (2002). *The End of Stress as We Know It.* Joseph Henry Press / Dana Press.

17. McNally, R. J. (2003). *Remembering Trauma.* Harvard University Press.

18. Pinker, S. (2002). *The Blank Slate: The Modern Denial of Human Nature.* Viking.

19. Robinson, T. E., & Berridge, K. C. (1993). The neural basis of drug craving: An incentive-sensitization theory of addiction. *Brain Research Reviews*, 18(3), 247–291.

20. Sapolsky, R. M. (2017). *Behave: The Biology of Humans at Our Best and Worst.* Penguin Press.

21. Sax, L. (2005). *Why Gender Matters: What Parents and Teachers Need to Know About the Emerging Science of Sex Differences.* Doubleday.

22. Tiggemann, M. (2011). *Body Image.* Routledge.

23. Trivers, R. L. (1972). Parental investment and sexual selection. In B. Campbell (Ed.), *Sexual Selection and the Descent of Man* (pp. 136–179). Aldine.

24. van Anders, S. M., Goldey, K. L., & Kuo, P. X. (2011). The steroid/peptide theory of social bonds: Integrating testosterone and peptide responses for classifying social behavioral contexts. *Psychoneuroendocrinology*, 36(9), 1265–1275.

25. World Health Organization. (2000). *Obesity: Preventing and Managing the Global Epidemic* (WHO Technical Report Series No. 894). WHO Press.

അധ്യായം 23

ലൈംഗിക വിശ്വസ്തത: ഒരു സാമൂഹിക നിർമ്മിതി

ലൈംഗിക വിശ്വസ്തതയെ സാധാരണയായി ധാർമ്മിക ചർച്ചകളിൽ സർവ്വസാധാരണമായ ഒരു നൈതിക സിദ്ധാന്തമായി അവതരിപ്പിക്കാറുണ്ട്. എന്നാൽ സാമൂഹ്യശാസ്ത്രപരമായ വിശകലനം സൂചിപ്പിക്കുന്നത്, ഇത് സ്വാഭാവികമായി നിലവിലുണ്ടായിരുന്ന ഒരു ധാർമ്മിക സത്യമല്ല എന്നതാണ്. മറിച്ച് പ്രത്യേക സാമ്പത്തികവും സ്ഥാപനപരവുമായ സാഹചര്യങ്ങളിൽ ചരിത്രപരമായി രൂപപ്പെട്ട ഒരു സാമൂഹിക നിർമ്മിതിയാണ് ഇത്. ഒരാൾക്ക് ഒരേയൊരു ലൈംഗിക പങ്കാളി മാത്രമേ ഉണ്ടായിരിക്കാവൂ എന്ന പ്രതീക്ഷ മനുഷ്യന്റെ ജൈവ നിർബന്ധങ്ങളിൽ നിന്ന് നേരിട്ട് ഉത്ഭവിച്ചതല്ല. മറിച്ച് പാരമ്പര്യാവകാശം നിയന്ത്രിക്കുക, സ്വത്ത് കൈമാറ്റം നിയന്ത്രിക്കുക, ബന്ധുത്വ ഘടനകൾ സ്ഥിരപ്പെടുത്തുക എന്നിവയ്ക്കായി പ്രാരംഭ മനുഷ്യസമൂഹങ്ങൾ വികസിപ്പിച്ചെടുത്ത ഒരു സാമൂഹിക സംവിധാനമായി ഇത് രൂപപ്പെട്ടു.

ആദ്യകാല സമൂഹങ്ങളിൽ സ്വത്ത് ഉടമസ്ഥതയും പാരമ്പര്യാവകാശ സംവിധാനങ്ങളും വികസിക്കാൻ തുടങ്ങുമ്പോൾ ജൈവ വംശപരമ്പര തിരിച്ചറിയൽ ഏറെ പ്രാധാന്യമുള്ളതായി മാറി. പിതൃത്വം ഉറപ്പാക്കാൻ കഴിയുമ്പോഴാണ് കുടുംബങ്ങൾക്ക് നിയമാനുസൃത അവകാശികളെയും സ്വത്തിന്റെയും സാമൂഹിക സ്ഥാനത്തിന്റെയും തുടർച്ചയെയും നിർണ്ണയിക്കാൻ സാധിച്ചത്. ഇതിന്റെ ഫലമായി ലൈംഗിക പെരുമാറ്റത്തെ നിയന്ത്രിക്കുന്ന സാമൂഹിക നിയമങ്ങൾ ക്രമേണ രൂപപ്പെട്ടു. പ്രത്യേകിച്ച് സ്ത്രീകളുടെ ലൈംഗികതയെ നിയന്ത്രിക്കുന്ന രീതികൾ ശക്തിപ്പെട്ടു. മാതൃത്വം ജൈവപരമായി വ്യക്തമായിരുന്നുവെങ്കിലും പിതൃത്വം സാമൂഹിക നിയന്ത്രണങ്ങളിലൂടെ ഉറപ്പാക്കേണ്ടതുണ്ടായിരുന്നു. ഈ സ്ഥാപനപരമായ സമ്മർദ്ദങ്ങൾ വിവാഹക്രമങ്ങളെയും ലൈംഗിക ഏകപങ്കാളിത്ത മാനദണ്ഡങ്ങളെയും രൂപപ്പെടുത്തുന്നതിൽ നിർണ്ണായക പങ്കുവഹിച്ചു.

കാലക്രമേണ ഉടമസ്ഥതബോധം സാംസ്കാരികമായി ധാർമ്മിക മൂല്യമായി പുനർരൂപീകരിക്കപ്പെട്ടു. ഒരു പങ്കാളി മറ്റൊരാളുടേതാണെന്ന ധാരണ ലൈംഗിക ഏകപങ്കാളിത്തത്തെ ഒരു ഉയർന്ന നൈതിക സിദ്ധാന്തമായി ഉയർത്തിപ്പിടിക്കാൻ സഹായിച്ചു. ഇതോടെ ഒരു സാമൂഹിക നിയന്ത്രണ സംവിധാനം ഒരു ധാർമ്മിക ബാധ്യതയായി അവതരിപ്പിക്കപ്പെട്ടു. ഈ ചട്ടക്കൂടിൽ പങ്കാളികളെ സ്വതന്ത്ര വ്യക്തികളായി കാണുന്നതിനേക്കാൾ വ്യക്തിപരമായ തിരിച്ചറിവിന്റെയോ സ്വകാര്യ സ്വത്തിന്റെയോ വിപുലീകരണമായി കാണുന്ന പ്രവണത രൂപപ്പെട്ടു. വിശ്വസ്തത എന്ന ഭാഷ പലപ്പോഴും ഉടമസ്ഥത, നിയന്ത്രണം, ബന്ധാവകാശം തുടങ്ങിയ ആഴത്തിലുള്ള സാമൂഹിക ധാരണകളെ മറച്ചുവയ്ക്കുന്നുവെന്ന് സാമൂഹ്യശാസ്ത്രജ്ഞർ ചൂണ്ടിക്കാണിക്കുന്നു.

ചില സാമൂഹിക ചിന്തകർ വാദിക്കുന്നത്, സൗഹൃദവും വൈകാരിക അടുപ്പവും ഒരിലധികം ബന്ധങ്ങളിൽ നിലനിൽക്കാൻ കഴിയുന്നുവെങ്കിൽ ലൈംഗിക അടുപ്പവും വ്യത്യസ്ത ബന്ധക്രമങ്ങളിൽ സംഭവിക്കാമെന്നതാണ്. വികാരബന്ധവും ലൈംഗിക ഇടപെടലും ഒരേ മാനസിക പാത പിന്തുടരേണ്ടതില്ല. ചില ബന്ധങ്ങളിൽ ലൈംഗിക അടുപ്പവും വികാരബന്ധവും പരസ്പരം മിശ്രിതമായി പ്രവർത്തിക്കും; മറ്റു ചില ബന്ധങ്ങളിൽ അവ പരസ്പരം സ്വതന്ത്രമായി നിലനിൽക്കും. മനുഷ്യ മസ്തിഷ്കം ഈ അനുഭവങ്ങളെ നിയമാനുസൃതമോ അംഗീകരിക്കപ്പെട്ടതോ ആയ അടുപ്പരൂപങ്ങൾ എന്താണെന്ന് നിർവചിക്കുന്ന സാംസ്കാരിക കഥകളിലൂടെ വ്യാഖ്യാനിക്കുന്നു.

മനുഷ്യശാസ്ത്ര പഠനങ്ങൾ സൂചിപ്പിക്കുന്നത് മനുഷ്യരുടെ കൂട്ടുകെട്ട് സംവിധാനങ്ങൾ ചരിത്രപരമായി സമൂഹങ്ങൾക്കിടയിൽ വ്യാപകമായി വ്യത്യാസപ്പെട്ടിട്ടുണ്ടെന്നതാണ്. ചില ഗോത്രസമൂഹങ്ങളിൽ, പ്രത്യേകിച്ച് നിരന്തര സംഘർഷങ്ങളും ജനസംഖ്യാ അസന്തുലിതാവസ്ഥകളും നിലനിന്ന

സാഹചര്യങ്ങളിൽ, ബഹുപത്നീത്വ ബന്ധക്രമങ്ങൾ സാധാരണമായിരുന്നു. യുദ്ധങ്ങളിൽ പുരുഷന്മാർ ഉയർന്ന തോതിൽ കൊല്ലപ്പെടുന്നത് ചിലപ്പോൾ ജനസംഖ്യാ അസന്തുലിതാവസ്ഥ സൃഷ്ടിക്കുകയും, ഒരൊറ്റ പുരുഷൻ ഒരിലധികം സ്ത്രീകളുമായി കുടുംബം രൂപപ്പെടുത്തുന്ന ഘടനകൾ വളരാൻ കാരണമാകുകയും ചെയ്തതായി ചരിത്രവിശകലനങ്ങൾ സൂചിപ്പിക്കുന്നു. ഈ ക്രമങ്ങൾ ജനനവർധന, തൊഴിൽവിതരണം, കൂട്ടായ ജീവൻ നിലനിർത്തൽ എന്നിവയുമായി ബന്ധപ്പെട്ട പ്രായോഗിക സാമൂഹിക ആവശ്യങ്ങൾ നിറവേറ്റിയിരുന്നു.

കുട്ടികളെ വളർത്തുന്ന രീതികളും മനുഷ്യസമൂഹത്തിൽ ഏകപങ്കാളിത്ത ബന്ധം മാത്രമല്ല കുടുംബസംഘടനയുടെ ഏക മാതൃകയെന്ന് കാണിക്കുന്നു. ചില മനുഷ്യശാസ്ത്ര പഠനങ്ങൾ സൂചിപ്പിക്കുന്നത്, വിപുലമായ ബന്ധുത്വവലകളോ കൂട്ടായ സാമൂഹിക സംഘങ്ങളോ ചേർന്ന് കുട്ടികളെ പരിപാലിക്കുന്ന സഹകരണപരമായ കുട്ടിവളർത്തൽ സംവിധാനങ്ങൾ പല സമൂഹങ്ങളിലും നിലനിന്നിരുന്നുവെന്നതാണ്. ഇതിലൂടെ സ്ഥിരമായ കുടുംബസംഘടനയ്ക്ക് ഏകപങ്കാളിത്ത ലൈംഗികബന്ധം മാത്രമേ അനിവാര്യമാകൂ എന്ന ധാരണ ചോദ്യം ചെയ്യപ്പെടുന്നു.

മനുഷ്യ ലൈംഗികത തന്നെ പ്രജനനചക്രങ്ങളിൽ മാത്രം പരിമിതപ്പെട്ടിട്ടില്ല. പ്രജനനസമയങ്ങളിൽ മാത്രമേ ലൈംഗിക പ്രവർത്തനം നടക്കുന്നുവെന്ന രീതിയിൽ പെരുമാറുന്ന മറ്റു പല ജീവിവർഗ്ഗങ്ങളിൽ നിന്ന് വ്യത്യസ്തമായി മനുഷ്യർ വർഷം മുഴുവൻ ലൈംഗിക ആഗ്രഹം അനുഭവിക്കുന്നു. പരിണാമ ജീവശാസ്ത്രം സൂചിപ്പിക്കുന്നത് ഈ തുടർച്ചയായ ലൈംഗിക ആകർഷണം ദീർഘകാല ബന്ധനത്തിനും സാമൂഹിക ഐക്യത്തിനും വികാരബന്ധത്തിനും സഹായകമാകാമെന്നതാണ്. അതിനാൽ മനുഷ്യ ലൈംഗിക പെരുമാറ്റം പ്രജനനത്തിന് പുറമേ മാനസികബന്ധം, അടുപ്പം, ആനന്ദം തുടങ്ങിയ നിരവധി പ്രവർത്തനങ്ങൾ നിർവഹിക്കുന്നു.

ചരിത്രരേഖകൾ ലൈംഗിക മാനദണ്ഡങ്ങൾ അധികാര ഘടനകളുമായി ബന്ധപ്പെട്ടു പ്രവർത്തിക്കുന്നുവെന്നും കാണിക്കുന്നു. പല രാജസഭകളിലും രാജാക്കന്മാർക്കും അധികാരസ്ഥർക്കും ഒരിലധികം പങ്കാളികളെയോ പരിചാരികകളെയോ നിലനിർത്താൻ അനുമതിയുണ്ടായിരുന്നു. എന്നാൽ രാജ്ഞിമാർക്ക് ലൈംഗിക ഏകപങ്കാളിത്തം നിർബന്ധിതമായിരുന്നു. ഈ അസമത്വം ലിംഗാധിഷ്ഠിത അധികാര ഘടനകൾ ലൈംഗികതയെക്കുറിച്ചുള്ള ധാർമ്മിക പ്രതീക്ഷകൾ എങ്ങനെ രൂപപ്പെടുത്തിയെന്നത് വ്യക്തമാക്കുന്നു. രാഷ്ട്രീയ അധികാരവും സാമൂഹിക സ്ഥാനവും പ്രധാനമായും പുരുഷ അഭിജാതവർഗ്ഗത്തിന്റെ കൈകളിലായിരുന്നതിനാൽ ഈ ക്രമങ്ങളെ അവരുടെ സാംസ്കാരിക സാഹചര്യത്തിൽ ചോദ്യം ചെയ്യപ്പെടുന്നത് അപൂർവ്വമായിരുന്നു.

ഇന്നത്തെ സമൂഹങ്ങളിലും ലൈംഗിക ഏകപങ്കാളിത്തത്തെ മുൻനിർത്തുന്ന സാമൂഹിക മാനദണ്ഡങ്ങൾ നിലനിൽക്കുന്നുവെങ്കിലും വിവാഹേതര ബന്ധങ്ങൾ വിവിധ അളവുകളിൽ സംഭവിക്കുന്നുവെന്ന് പഠനങ്ങൾ സൂചിപ്പിക്കുന്നു. ഈ നിരീക്ഷണങ്ങൾ സാമൂഹിക പ്രതീക്ഷകളും വ്യക്തിപരമായ പെരുമാറ്റങ്ങളും തമ്മിലുള്ള സങ്കീർണ്ണ ബന്ധം തുറന്നു കാണിക്കുന്നു. മനുഷ്യ ലൈംഗികത മതപരമോ നിയമപരമോ സാംസ്കാരികമോ ആയ സ്ഥാപനങ്ങൾ നിർമ്മിച്ച ചട്ടക്കൂടുകളോട് എല്ലായ്പ്പോഴും പൂർണ്ണമായി പൊരുത്തപ്പെടുന്നില്ല.

ലൈംഗിക വിശ്വസ്തതയെക്കുറിച്ചുള്ള ചർച്ചകൾ പലപ്പോഴും സമ്മതവും വ്യക്തിസ്വാതന്ത്ര്യവും എന്ന വിഷയങ്ങളെ ചുറ്റിപ്പറ്റിയാണ് നടക്കുന്നത്. പല ആധുനിക നൈതിക ചട്ടക്കൂടുകളും പ്രായപൂർത്തിയായ വ്യക്തികൾ തമ്മിലുള്ള പരസ്പര സമ്മതം തന്നെ അടുപ്പബന്ധങ്ങളുടെ അടിസ്ഥാന സിദ്ധാന്തമായി കാണുന്നു. ഈ കാഴ്ചപ്പാടിൽ പങ്കാളികൾ സ്വമേധയാ വ്യക്തമായി സമ്മതിച്ചിരിക്കുകയാണെങ്കിൽ ബന്ധങ്ങളുടെ ഘടന വ്യത്യാസപ്പെട്ടിരിക്കാം.

നാഡീശാസ്ത്ര പഠനങ്ങൾ ഈ ചർച്ചയെ കൂടുതൽ സങ്കീർണ്ണമാക്കുന്നു. ശരീരത്തെക്കുറിച്ചുള്ള ബോധം പോലും മസ്തിഷ്കം നിയന്ത്രിക്കുന്ന പ്രക്രിയകളിലൂടെ രൂപപ്പെടുന്നതാണെന്ന് അവ തെളിയിക്കുന്നു. മനുഷ്യന്റെ ശരീരബോധം പൂർണ്ണമായും വസ്തുനിഷ്ഠമല്ല; അത് നാഡീപ്രവർത്തനങ്ങളിലൂടെ രൂപപ്പെടുന്ന അനുഭവമാണ്. ചില നാഡീ രോഗാവസ്ഥകൾ ഇത് വ്യക്തമായി കാണിക്കുന്നു. അസോമാറ്റോഗ്നോസിയ എന്നറിയപ്പെടുന്ന അവസ്ഥയിൽ വ്യക്തികൾ സ്വന്തം കൈകാലുകളെ പോലും വിദേശ വസ്തുവെന്നപോലെ അനുഭവിക്കാം. ഇത് ശരീരബോധം പോലും മസ്തിഷ്കം നിർമ്മിക്കുന്ന അനുഭവമാണെന്ന് സൂചിപ്പിക്കുന്നു.

വ്യാപകമായ സാമൂഹ്യശാസ്ത്ര സിദ്ധാന്തങ്ങൾ മനുഷ്യാനുഭവത്തിന്റെ നിരവധി ഘടകങ്ങൾ സാമൂഹിക നിർമ്മിതികളാണെന്നും ഊന്നിപ്പറയുന്നു. മാന്യത, അപമാനം, കുടുംബഘടന, വിജയം, ധാർമ്മിക ബഹുമാനം തുടങ്ങിയ ധാരണകൾ ജൈവ നിർബന്ധങ്ങളിൽ നിന്നല്ല, സാംസ്കാരിക കഥകളിൽ നിന്നാണ് ഉയരുന്നത്. അതിനാൽ ലൈംഗിക മാനദണ്ഡങ്ങളെ ജൈവശാസ്ത്രപരമായി മാത്രം വിശദീകരിക്കാൻ കഴിയില്ല; അവയെ ചരിത്രപരമായ സ്ഥാപനങ്ങൾ, സാമ്പത്തിക ഘടനകൾ, ആശയപരമായ സംവിധാനങ്ങൾ എന്നിവയുമായി ബന്ധപ്പെടുത്തി പരിശോധിക്കേണ്ടതുണ്ട്.

ലൈംഗിക ആഗ്രഹം വിശപ്പിനും ദാഹത്തിനും സമാനമായ ജൈവപ്രേരണയാണ്. എന്നാൽ ഈ പ്രേരണയെ സമൂഹങ്ങൾ എങ്ങനെ നിയന്ത്രിക്കുകയും വ്യാഖ്യാനിക്കുകയും ചെയ്യുന്നു എന്നത് സാംസ്കാരിക ചട്ടങ്ങളുടെയും നൈതിക വ്യവസ്ഥകളുടെയും അടിസ്ഥാനത്തിലാണ് നിർണ്ണയിക്കപ്പെടുന്നത്. പല ആധുനിക ചർച്ചകളിലും സമ്മതം എന്ന സിദ്ധാന്തം ലൈംഗികബന്ധങ്ങളെ നിയന്ത്രിക്കുന്ന പ്രധാന നൈതിക മാനദണ്ഡമായി കാണപ്പെടുന്നു.

ചരിത്രപരമായ പഠനങ്ങൾ സൂചിപ്പിക്കുന്നത് ഏകപങ്കാളിത്ത കുടുംബസംഘടനകൾ സാമ്പത്തിക ആശ്രിതത്വ ഘടനകളോടും സ്വത്ത് സമാഹരണത്തോടും പ്രത്യേക മതസിദ്ധാന്തങ്ങളോടും ചേർന്നാണ് ശക്തിപ്പെട്ടതെന്നാണ്. പിന്നീട് നിയമസംവിധാനങ്ങൾ ഈ ധാർമ്മിക പ്രതീക്ഷകളെ ഔദ്യോഗിക നിയമങ്ങളാക്കി രൂപപ്പെടുത്തി.

അതേസമയം വിവിധ സംസ്കാരങ്ങളിൽ വേശ്യാവൃത്തി നിലനിൽക്കുന്നത് മനുഷ്യ ലൈംഗിക പെരുമാറ്റം ഔദ്യോഗിക നൈതിക ചട്ടക്കൂടുകളെക്കാൾ വ്യാപകമാണെന്ന് സൂചിപ്പിക്കുന്നു. സാമൂഹിക മാനദണ്ഡങ്ങളും വ്യക്തിപരമായ ആഗ്രഹങ്ങളും സാമ്പത്തിക ആവശ്യങ്ങളും തമ്മിലുള്ള സംഘർഷങ്ങൾ ഈ സംഭവങ്ങൾ തുറന്നു കാണിക്കുന്നു. ചരിത്രപരമായി പല സമൂഹങ്ങളും പുരുഷന്മാർക്ക് സ്ത്രീകളേക്കാൾ കൂടുതൽ ലൈംഗിക സ്വാതന്ത്ര്യം അനുവദിച്ചിട്ടുണ്ടെന്നതും ലൈംഗികതയുടെ നിയന്ത്രണത്തിൽ ലിംഗ അസമത്വം തുടരുന്നതിന്റെ ഉദാഹരണമാണ്.

സ്ത്രീകൾക്ക് ഉയർന്ന വിദ്യാഭ്യാസവും സാമ്പത്തിക സ്വാതന്ത്ര്യവും ലഭിക്കുമ്പോൾ അവരുടെ ലൈംഗിക സ്വയംനിർണ്ണയ ശേഷി വർധിക്കുന്നതായി സാമൂഹ്യശാസ്ത്രജ്ഞർ ചൂണ്ടിക്കാണിക്കുന്നു. വേതന അസമത്വം പോലുള്ള ഘടനാപരമായ സാമ്പത്തിക ഘടകങ്ങൾ ഈ മാറ്റങ്ങളുടെ വേഗതയെ സ്വാധീനിക്കാം. ഇന്ത്യ പോലുള്ള രാജ്യങ്ങളിൽ കുറഞ്ഞ വേതന ഘടനകളും സാമ്പത്തിക ആശ്രിതത്വവും ഇത്തരം സ്വാതന്ത്ര്യത്തിന്റെ വ്യാപനത്തെ താൽക്കാലികമായി പരിമിതപ്പെടുത്തുന്നുവെന്ന് ചില ഗവേഷകർ സൂചിപ്പിക്കുന്നു.

അവസാനമായി, ലൈംഗിക വിശ്വസ്തതയെക്കുറിച്ചുള്ള ചർച്ച ജൈവപ്രവണതകൾ, സാംസ്കാരിക മൂല്യങ്ങൾ, ചരിത്രസ്ഥാപനങ്ങൾ, അധികാരബന്ധങ്ങൾ എന്നിവ തമ്മിലുള്ള സങ്കീർണ്ണ ഇടപെടലുകളെ വെളിപ്പെടുത്തുന്നു. അതിനാൽ ഇത് ലളിതമായ ഒരു ധാർമ്മിക

നിയമമെന്നതിലുപരി മനുഷ്യസമൂഹത്തിന്റെ വിപുലമായ സാമൂഹികസംഘടനയിൽ ഉൾക്കൊള്ളപ്പെട്ട ഒരു ചരിത്രപരമായ സാമൂഹികസ്ഥാപനമായി മനസ്സിലാക്കപ്പെടുന്നു.

ലൈംഗിക തൊഴിൽ, പരിചരണ തൊഴിൽ, വികാര തൊഴിൽ

ആധുനിക സാമൂഹിക–സാമ്പത്തിക വിശകലനത്തിൽ ഒരു പ്രധാന ചോദ്യം ഉയരുന്നു. മനുഷ്യശരീരവും വികാരപരമായ ഇടപെടലുകളും ഉൾപ്പെടുന്ന തൊഴിൽരൂപങ്ങളെ സമൂഹങ്ങൾ എങ്ങനെ വിലയിരുത്തുന്നു എന്നതാണ് ആ ചോദ്യം. നിരവധി തൊഴിൽരംഗങ്ങൾ തൊഴിലാളികളുടെ ശാരീരിക സാന്നിധ്യവും വികാരപരമായ പ്രതികരണ ശേഷിയും ആശയവിനിമയ കഴിവുകളും ആവശ്യപ്പെടുന്നു. എന്നാൽ ഈ പ്രവർത്തനങ്ങൾക്ക് സമൂഹങ്ങൾ വ്യത്യസ്ത നൈതിക അർത്ഥങ്ങൾ നൽകുന്നു. ലൈംഗിക തൊഴിൽ, പരിചരണ തൊഴിൽ, വികാര തൊഴിൽ എന്നീ മേഖലകളുടെ താരതമ്യം ഈ വൈരുദ്ധ്യങ്ങളെ വ്യക്തമായി കാണിക്കുന്നു.

പരിചരണ തൊഴിൽ മനുഷ്യശരീരത്തെ ഉൾക്കൊള്ളുന്ന സാമൂഹികമായി ഏറ്റവും അംഗീകരിക്കപ്പെട്ട തൊഴിൽരൂപ ങ്ങളിൽ ഒന്നാണ്. രോഗികളെ പരിചരിക്കൽ, കുട്ടികളെ നോക്കുക, വയോധികരെ പരിപാലിക്കുക, വീടുകളിലെ പരിചരണ സേവനങ്ങൾ നൽകുക തുടങ്ങിയ പ്രവർത്തനങ്ങൾ ശരീരസാന്നിധ്യത്തോടൊപ്പം വികാരപരമായ ഇടപെടലും ആവശ്യപ്പെടുന്നു. ഈ മേഖലകളിൽ പ്രവർത്തിക്കുന്നവർ മറ്റുള്ളവരുടെ ജീവിതവുമായി അടുത്ത ബന്ധം സ്ഥാപിക്കേണ്ടിവരുന്നു. എന്നിരുന്നാലും ഈ തൊഴിൽരൂപങ്ങൾ പലപ്പോഴും സാമ്പത്തിക തൊഴിൽ എന്നതിലുപരി ഒരു നൈതിക സേവനമായി ചിത്രീകരിക്കപ്പെടുന്നു.

സാമൂഹ്യശാസ്ത്ര പഠനങ്ങൾ സൂചിപ്പിക്കുന്നത് പരിചരണ തൊഴിൽ പലപ്പോഴും സാമ്പത്തികമായി കുറഞ്ഞ മൂല്യമാണ് നേടുന്നത്. കാരണം ഇത് സ്ത്രീകളുടെ സ്വാഭാവിക പരിചരണ ശേഷിയുമായി ബന്ധപ്പെട്ട ഒരു സാംസ്കാരിക ധാരണയുമായി ബന്ധിപ്പിക്കപ്പെടുന്നു. നാൻസി ഫോള്ബ്രെ ചൂണ്ടിക്കാണിക്കുന്നത് പരിചരണത്തിന്റെ വികാരപരമായ സ്വഭാവം സമൂഹങ്ങളെ ഈ തൊഴിൽ മഹത്വവൽക്കരിക്കാൻ പ്രേരിപ്പിക്കുന്നുവെങ്കിലും അതിനെ നിർവഹിക്കുന്നവർക്ക് കുറഞ്ഞ പ്രതിഫലം നൽകപ്പെടുന്നുവെന്നാണ്[1]. ഇതോടെ പരിചരണ തൊഴിൽ ഒരു വൈരുദ്ധ്യാവസ്ഥയിൽ നിലനിൽക്കുന്നു: നൈതികമായി ആദരിക്കപ്പെടുന്നുവെങ്കിലും സാമ്പത്തികമായി അവഗണിക്കപ്പെ ടുന്നു.വികാര തൊഴിൽ എന്ന ആശയം സാമൂഹ്യശാസ്ത്രജ്ഞയായ ആർലി റസ്സൽ ഹോക്ഷൈൽഡ് അവതരിപ്പിച്ചതാണ്[2]. സേവനമേഖലയിലെ പല ജോലികളിലും തൊഴിലാളികൾ അവരുടെ വികാരങ്ങളെ നിയന്ത്രിക്കുകയും നിർദ്ദിഷ്ട രീതിയിൽ പ്രകടിപ്പിക്കുകയും ചെയ്യേണ്ടതുണ്ടെന്ന് അവൾ കാണിച്ചു. അതിഥിസത്കാരം, ചെറുകിട വ്യാപാരം, ആരോഗ്യ സേവനം, ഉപഭോക്തൃ സേവനം തുടങ്ങിയ മേഖലകളിൽ ജോലി ചെയ്യുന്നവർ വ്യക്തിപരമായ വികാരങ്ങൾ എന്തായാലും സൗഹൃദം, ക്ഷമ, സഹാനുഭൂതി, ശാന്തത എന്നിവ പ്രകടിപ്പിക്കേണ്ടിവരുന്നു.

ഈ സാഹചര്യത്തിൽ വികാരപ്രകടനം നിയന്ത്രിക്കപ്പെട്ട ഒരു വിഭവമായി മാറുന്നു. ഉപഭോക്താക്കൾക്ക് പ്രത്യേക അനുഭവം നൽകാൻ തൊഴിലാളികൾ അവരുടെ മുഖഭാവവും ശബ്ദഭാവവും പെരുമാറ്റ രീതിയും നിയന്ത്രിക്കേണ്ടിവരുന്നു. ഇതോടെ വികാരങ്ങൾ സാമ്പത്തിക ഉൽപ്പാദന പ്രക്രിയയുടെ ഭാഗമാകുകയും തൊഴിലിന്റെ വാണിജ്യ ഘടകങ്ങളായി മാറുകയും ചെയ്യുന്നു.ഇതുമായി താരതമ്യം ചെയ്യുമ്പോൾ ലൈംഗിക തൊഴിൽ വ്യത്യസ്തമായ നൈതിക ചട്ടക്കൂടിൽ വിലയിരുത്തപ്പെടുന്നു. ലൈംഗിക തൊഴിൽ ശരീരസാന്നിധ്യവും വികാര ഇടപെടലും ഉൾക്കൊള്ളുന്നുണ്ടെങ്കിലും പല സമൂഹങ്ങളിലും അത് അനുചിതമായ ശരീര ഉപയോഗമായി ചിത്രീകരിക്കപ്പെടുന്നു. ഇതിലൂടെ നൈതിക ചട്ടക്കൂടുകൾ തിരഞ്ഞെടുക്കപ്പെട്ട രീതിയിൽ

പ്രവർത്തിക്കുന്നുവെന്ന് കാണാം. നഴ്സിംഗിലും പരിചരണ ജോലികളിലും ശരീരസാന്നിധ്യം അംഗീകരിക്കപ്പെടുമ്പോൾ വ്യാപാരപരമായ ലൈംഗിക അടുപ്പം അപകീർത്തിക്കപ്പെടുന്നു.

പരിചരണ തൊഴിൽ പലപ്പോഴും കരുണയുടെ പ്രകടനമായോ ധാർമ്മിക കടമയായോ ചിത്രീകരിക്കപ്പെടുന്നു. മാതൃത്വം, ത്യാഗം, പരിപാലനം എന്നീ സാംസ്കാരിക കഥകൾ ഈ ജോലികളെ ഉയർന്ന പ്രതീകാത്മക നിലയിലേക്ക് ഉയർത്തുന്നു. മറുവശത്ത് ലൈംഗിക തൊഴിൽ മാന്യമായ സാമൂഹിക സ്ഥാനങ്ങളിൽ നിന്ന് വ്യതിചലിച്ച ഒരു പ്രവർത്തനമായി ചിത്രീകരിക്കപ്പെടുന്നു. ശരീരപരമായും വികാരപരമായും സമാനമായ പങ്കാളിത്തം ആവശ്യപ്പെടുന്ന രണ്ട് തൊഴിൽരൂപങ്ങൾ സമൂഹത്തിൽ പൂർണ്ണമായും വ്യത്യസ്ത നൈതിക വിലയിരുത്തലുകൾ ഏറ്റുവാങ്ങുന്നു.ഈ വ്യത്യാസം ശരീരത്തിന്റെ സാമൂഹിക അർത്ഥത്തെക്കുറിച്ചുള്ള ഇരട്ട മാനദണ്ഡത്തെ വെളിപ്പെടുത്തുന്നു. ശരീരപ്രയത്നം സമൂഹത്തിനുള്ള സേവനമായി വ്യാഖ്യാനിക്കപ്പെടുമ്പോൾ അത് മഹത്വവൽക്കരിക്കപ്പെടുന്നു. എന്നാൽ അതേ ശരീരം വിപണി ഇടപാടിന്റെ മറ്റൊരു സാഹചര്യത്തിൽ പ്രവർത്തിക്കുമ്പോൾ അത് അപമാനിക്കപ്പെടുന്നു.പരിചരണ തൊഴിലിലും ലൈംഗിക തൊഴിലിലും പ്രവർത്തിക്കുന്നവർ വികാരപരമായ അതിരുകൾ നിയന്ത്രിക്കുകയും ശരീരപരമായ സ്വാതന്ത്ര്യം ചർച്ച ചെയ്യുകയും ചെയ്യേണ്ടിവരുന്നു. രോഗികളെ ആശ്വസിപ്പിക്കുന്ന നഴ്സും ഉപഭോക്താക്കളുമായി ഇടപെടുന്ന ലൈംഗിക തൊഴിലാളിയും അവരുടെ വികാരങ്ങളെ നിയന്ത്രിച്ചുകൊണ്ടാണ് തൊഴിൽ നിർവഹിക്കുന്നത്. നിരന്തരമായ വികാര ഇടപെടൽ മാനസിക ക്ഷീണം സൃഷ്ടിക്കാനും സാധ്യതയുണ്ട്.

എന്നാൽ ഈ ക്ഷീണം സമൂഹം വ്യത്യസ്തമായി വായിക്കുന്നു. പരിചരണ തൊഴിലാളികളുടെ വികാര ക്ഷീണം കരുണാപൂർണ്ണ സേവനത്തിന്റെ വിലയായി അംഗീകരിക്കപ്പെടുന്നു. ലൈംഗിക തൊഴിലാളികളുടെ ക്ഷീണം പലപ്പോഴും വ്യക്തിപരമായ തിരഞ്ഞെടുപ്പിന്റെ ഫലമായി അവഗണിക്കപ്പെടുന്നു.“സ്വാഭാവിക കഴിവ്” എന്ന ആശയം തൊഴിൽ വിലയിരുത്തലിൽ ശക്തമായ ആശയപരമായ പങ്കുവഹിക്കുന്നു. പരിചരണം സ്ത്രീയുടെ സ്വാഭാവിക ഗുണമാണെന്ന് പറയുമ്പോൾ അതിന്റെ സാമ്പത്തിക മൂല്യം കുറയാം. മറുവശത്ത് ലൈംഗിക തൊഴിൽ അസ്വാഭാവികമെന്നോ അധാർമ്മികമെന്നോ പറയുമ്പോൾ ആ തൊഴിൽ തന്നെ അസാധുവായി ചിത്രീകരിക്കപ്പെടുന്നു.സാമ്പത്തിക അംഗീകാരവും സാമൂഹിക ബഹുമാനവും എല്ലായ്പ്പോഴും ഒന്നിച്ച് വരണമെന്നില്ല. പരിചരണ തൊഴിലാളികൾക്ക് കുറഞ്ഞ വേതനം ലഭിക്കുമ്പോഴും സാമൂഹിക ബഹുമാനം ലഭിക്കുന്നു. ലൈംഗിക തൊഴിലാളികൾക്ക് ചിലപ്പോൾ ഉയർന്ന വരുമാനം ലഭിച്ചാലും സാമൂഹിക അപകീർത്തി അനുഭവിക്കേണ്ടിവരുന്നു. ഇതിലൂടെ സാമ്പത്തിക മൂല്യവും നൈതിക അംഗീകാരവും വ്യത്യസ്ത സാംസ്കാരിക ലജിക്കുകൾ അനുസരിച്ച് പ്രവർത്തിക്കുന്നുവെന്ന് വ്യക്തമാകുന്നു.

നിയമപരമായ ഘടനകളും ഈ വ്യത്യാസങ്ങളെ ശക്തിപ്പെടുത്തുന്നു. പരിചരണ തൊഴിൽ സാധാരണയായി തൊഴിൽനിയമങ്ങൾ വഴി നിയന്ത്രിക്കപ്പെടുന്നു. ലൈംഗിക തൊഴിൽ പലപ്പോഴും നിയമപരമായ അംഗീകാരത്തിന് പുറത്താണ് നിലനിൽക്കുന്നത് അല്ലെങ്കിൽ കുറ്റകൃത്യ ചട്ടക്കൂടുകളിലൂടെ നിയന്ത്രിക്കപ്പെടുന്നു. ഇതിന്റെ ഫലമായി ലൈംഗിക തൊഴിലാളികൾക്ക് അക്രമത്തിനും ചൂഷണത്തിനും ആരോഗ്യ അപകടങ്ങൾക്കും കൂടുതൽ സാധ്യതയുണ്ടാകുന്നു.

ചൂഷണത്തെക്കുറിച്ചുള്ള വ്യാഖ്യാനങ്ങളിലും വ്യത്യാസം കാണാം. പരിചരണ മേഖലയിലെ ചൂഷണം സാധാരണയായി ഘടനാപരമായ പ്രശ്നമായി കാണപ്പെടുന്നു. എന്നാൽ ലൈംഗിക തൊഴിലിലെ ചൂഷണം തൊഴിൽരൂപത്തിനുതന്നെ കുറ്റം ചുമത്തുന്ന രീതിയിൽ വ്യാഖ്യാനിക്കപ്പെടുന്നു.

ഏജൻസി എന്ന ആശയവും ഇവിടെ പ്രധാനമാണ്. പരിചരണ തൊഴിലാളികൾ തൊഴിൽ തിരഞ്ഞെടുക്കുന്ന വ്യക്തികളായി അംഗീകരിക്കപ്പെടുന്നു. എന്നാൽ ലൈംഗിക തൊഴിലാളികളെ പലപ്പോഴും സ്വതന്ത്ര തീരുമാനശേഷിയില്ലാത്തവരായി അവതരിപ്പിക്കുന്നു. ചില വിമർശകർ പറയുന്നത് ഇത് സ്ത്രീകളുടെ ലൈംഗിക സ്വാതന്ത്ര്യത്തെക്കുറിച്ചുള്ള സാമൂഹിക അസ്വസ്ഥതയുടെ പ്രതിഫലനമാണെന്നാണ്.

രാഷ്ട്രീയ സ്ഥാപനങ്ങളും ഈ കഥകളെ രൂപപ്പെടുത്തുന്നു. രാഷ്ട്രങ്ങൾ പരിചരണ തൊഴിലിനെ പൊതുസേവനവുമായി ബന്ധപ്പെട്ട സാമൂഹിക ആവശ്യമായി അവതരിപ്പിക്കുന്നു. ലൈംഗിക തൊഴിൽ പലപ്പോഴും സാമൂഹിക അപകടമായി ചിത്രീകരിക്കപ്പെടുന്നു.

പരിചരണ തൊഴിൽ ആശുപത്രികൾ, പരിചരണ കേന്ദ്രങ്ങൾ, ക്ഷേമപരിപാടികൾ എന്നിവയുടെ ഭാഗമായ ഔദ്യോഗിക സാമ്പത്തിക ഘടനകളിൽ ഉൾപ്പെടുന്നു. ലൈംഗിക തൊഴിൽ വിപണിയിൽ നിലനിൽക്കുമ്പോഴും ഔദ്യോഗിക അംഗീകാരത്തിന് പുറത്തായിരിക്കാം.

ഫെമിനിസ്റ്റ് ചർച്ചകളിലും വിഭജനം കാണാം. പല ഫെമിനിസ്റ്റ് പണ്ഡിതരും വേതനം ലഭിക്കാത്ത പരിചരണ തൊഴിലിനെ അംഗീകരിക്കാനും സാമ്പത്തിക മൂല്യം നൽകാനും ആവശ്യപ്പെടുന്നു. എന്നാൽ ലൈംഗിക തൊഴിലിനെക്കുറിച്ചുള്ള ചർച്ചകൾ കൂടുതൽ ധ്രുവീകരിക്കപ്പെട്ടതാണ്.

ലൈംഗിക തൊഴിലിനെക്കുറിച്ചുള്ള ചർച്ചകളിൽ "രക്ഷ" എന്ന ഭാഷ വ്യാപകമാണ്. ചില വിമർശകർ പറയുന്നത് ഈ ഭാഷ പലപ്പോഴും തൊഴിലാളികളുടെ സ്വന്തം ശബ്ദങ്ങളെ മറച്ചുവയ്ക്കുന്നു എന്നാണ്. മറുവശത്ത് പരിചരണ തൊഴിലിനെക്കുറിച്ചുള്ള ചർച്ചകളിൽ ശക്തീകരണം എന്ന ഭാഷയാണ് കൂടുതലായി ഉപയോഗിക്കപ്പെടുന്നത്.

ഈ വ്യത്യാസങ്ങൾ ഒരു അടിസ്ഥാനചോദ്യത്തെ ഉയർത്തുന്നു: മനുഷ്യശരീരം ഏത് സാഹചര്യത്തിലാണ് സാമൂഹിക അംഗീകാരം നേടുന്നത്? ശരീരപ്രയത്നം സമൂഹം അംഗീകരിക്കുന്ന സേവനങ്ങളുമായി ബന്ധപ്പെടുമ്പോൾ അത് മഹത്വവൽക്കരിക്കപ്പെടുന്നു. അതേ ശരീരം അപകീർത്തിക്കപ്പെട്ട സാഹചര്യത്തിൽ പ്രവർത്തിക്കുമ്പോൾ അത് നിഷേധിക്കപ്പെടുന്നു.

രാഷ്ട്രീയ–സാമ്പത്തിക കാഴ്ചപ്പാടിൽ ചില ഗവേഷകർ വാദിക്കുന്നത് പരിചരണ തൊഴിലും ലൈംഗിക തൊഴിലുമെന്ന രണ്ടും തൊഴിലാണ് എന്നതാണ്. വ്യത്യാസം ശരീരത്തിൽ അല്ല, അതിന്റെ ഉപയോഗത്തെ നിയന്ത്രിക്കുന്ന നൈതിക ചട്ടക്കൂടുകളിലാണ്. തൊഴിൽ അവകാശങ്ങൾ, സുരക്ഷ, ആരോഗ്യ സംരക്ഷണം, സാമ്പത്തിക സാഹചര്യങ്ങൾ എന്നിവ പരിഗണിക്കാതെ നൈതിക ചർച്ചകൾ മാത്രം നടത്തി ഈ മേഖലകളെ പൂർണ്ണമായി മനസ്സിലാക്കാൻ കഴിയില്ല.ലൈംഗിക തൊഴിലിനെ സാമൂഹികമായി അപലപിക്കുന്നതിന്റെ പ്രധാന കാരണം അതിൽ മനുഷ്യശരീരത്തിലെ ലൈംഗിക അവയവങ്ങൾ നേരിട്ട് ഉൾപ്പെടുന്നുവെന്നതാണ്. എന്നാൽ ഈ പ്രതികരണം സ്വാഭാവികമായ ജൈവനിയമത്തിന്റെ ഫലമെന്നതിനേക്കാൾ സാമൂഹികമായി നിർമ്മിച്ച ഒരു ധാരണയാണെന്ന് സാമൂഹ്യശാസ്ത്ര വിശകലനം ചൂണ്ടിക്കാണിക്കുന്നു. മനുഷ്യർ ചെയ്യുന്ന പല തൊഴിൽരൂപങ്ങളിലും ശരീരത്തിന്റെ വിവിധ ഭാഗങ്ങൾ ഉപയോഗിക്കപ്പെടുന്നു. കൈകൾ ഉപയോഗിച്ച് നിർമ്മാണവും സേവനവുമുള്ള തൊഴിൽ ചെയ്യപ്പെടുന്നു. കാലുകൾ ഉപയോഗിച്ച് ഗതാഗതവും ശാരീരിക പരിശ്രമവും ചെയ്യുന്ന ജോലികൾ നടക്കുന്നു. ബുദ്ധി ഉപയോഗിച്ച് ഗവേഷണവും പദ്ധതികളും രൂപപ്പെടുത്തുന്നു. വായ് ഉപയോഗിച്ച് സംസാരവും ആശയവിനിമയവും നടത്തുന്ന തൊഴിൽരൂപങ്ങൾ നിലനിൽക്കുന്നു. കണ്ണുകളും ചെവികളും ഉപയോഗിച്ച് നിരീക്ഷണവും പഠനവും സേവനങ്ങളും നടത്തപ്പെടുന്നു.

ഈ സാഹചര്യത്തിൽ, ശരീരത്തിന്റെ പല ഭാഗങ്ങളും ഉപയോഗിച്ച് ചെയ്യുന്ന തൊഴിൽ സമൂഹം അംഗീകരിക്കുമ്പോഴും ലൈംഗിക അവയവങ്ങൾ പങ്കാളികളാകുന്ന തൊഴിൽ അപലപിക്കപ്പെടുന്നത് ജൈവപരമായ കാരണത്താൽ മാത്രമല്ല. മറിച്ച് അത് സാമൂഹികമായി നിർമ്മിച്ച നൈതിക അർത്ഥവ്യവസ്ഥയുടെ ഫലമാണ്. മനുഷ്യസമൂഹങ്ങൾ ലൈംഗികതയെ പൊതുവായ ശരീരപ്രവർത്തനമായി കാണാതെ പ്രത്യേക സാംസ്കാരിക നിയന്ത്രണങ്ങൾക്ക് വിധേയമാക്കിയിട്ടുണ്ട്. ഈ നിയന്ത്രണങ്ങളിൽ ലജ്ജ എന്ന ആശയം പ്രധാനപ്പെട്ടതാണ്. ശരീരത്തിന്റെ ചില ഭാഗങ്ങളെ "സ്വകാര്യ"മായി നിർവചിക്കുകയും അവ പൊതുസ്ഥലങ്ങളിൽ നിന്ന് മറച്ചുവയ്ക്കേണ്ടതാണെന്ന ധാരണ രൂപപ്പെടുകയും ചെയ്തു.

സ്വകാര്യതയുടെ ഈ സാംസ്കാരിക നിർവചനങ്ങൾ ലൈംഗികതയെ പൊതുസമൂഹത്തിൽ നിന്ന് വേർതിരിച്ച് കുടുംബത്തിന്റെ പരിധിക്കുള്ളിൽ നിർത്താൻ സഹായിച്ചു. വിവാഹം എന്ന സ്ഥാപനത്തിലൂടെ മാത്രമേ ലൈംഗികബന്ധം സാമൂഹികമായി അംഗീകരിക്കപ്പെടാവൂ എന്ന ചട്ടക്കൂട് പല സമൂഹങ്ങളിലും രൂപപ്പെട്ടു. ഇതുമായി ബന്ധപ്പെട്ട മറ്റൊരു ഘടകം പ്രജനനത്തിന്റെ നിയന്ത്രണമാണ്. സന്തതിയുടെ തിരിച്ചറിയൽ, പാരമ്പര്യാവകാശം, കുടുംബസ്ഥാപനം എന്നിവ ഉറപ്പാക്കുന്നതിനായി ലൈംഗികബന്ധങ്ങളെ വിവാഹസംവിധാനത്തിനുള്ളിൽ നിയന്ത്രിക്കാൻ സമൂഹങ്ങൾ ശ്രമിച്ചു.ഇത്തരം ചരിത്രപരമായ സാഹചര്യങ്ങളിൽ ലൈംഗികത സ്വകാര്യ മേഖലയുമായി ബന്ധിപ്പിക്കപ്പെട്ടു. അതിനാൽ ലൈംഗിക അവയവങ്ങളുടെ ഉപയോഗം തൊഴിൽപ്രവർത്തനത്തിന്റെ ഭാഗമാകുമ്പോൾ അത് സാമൂഹികമായി അസ്വീകാര്യമായി ചിത്രീകരിക്കപ്പെട്ടു. ഇതോടെ ശരീരത്തിന്റെ മറ്റു ഭാഗങ്ങൾ ഉപയോഗിക്കുന്ന തൊഴിൽ "മാന്യ തൊഴിൽ" എന്ന നിലയിൽ അംഗീകരിക്കപ്പെടുകയും, ലൈംഗിക അവയവങ്ങൾ ഉൾപ്പെടുന്ന തൊഴിൽ "അനുചിത തൊഴിൽ" എന്ന നിലയിൽ അപലപിക്കപ്പെടുകയും ചെയ്തു.വികാരങ്ങൾ പ്രകടിപ്പിക്കേണ്ട തൊഴിൽരൂപങ്ങൾ, ഉദാഹരണമായി പരിചരണ സേവനങ്ങൾ, ഉപഭോക്തൃ സേവനം, ആരോഗ്യപരിപാലനം തുടങ്ങിയ മേഖലകൾ സമൂഹത്തിൽ മാന്യമായ തൊഴിലുകളായി അംഗീകരിക്കപ്പെടുന്നു. അവിടെയും മനുഷ്യശരീരവും വികാരങ്ങളും ഉപയോഗിക്കപ്പെടുന്നുണ്ടെങ്കിലും, അവ സാമൂഹികമായി അംഗീകരിക്കപ്പെട്ട സേവനരൂപങ്ങളുമായി ബന്ധിപ്പിക്കപ്പെട്ടതിനാൽ നൈതിക പ്രശ്നമായി കണക്കാക്കപ്പെടുന്നില്ല. ഇതിലൂടെ നൈതിക വിലയിരുത്തൽ ശരീരത്തിന്റെ ഉപയോഗത്തെ അടിസ്ഥാനമാക്കിയല്ല, മറിച്ച് സമൂഹം ആ ഉപയോഗത്തിന് നൽകുന്ന അർത്ഥത്തെ അടിസ്ഥാനമാക്കിയാണെന്ന് വ്യക്തമാകുന്നു.

അതുകൊണ്ട് ലൈംഗിക തൊഴിൽ സമൂഹത്തിൽ അപലപിക്കപ്പെടുന്നത് ശുദ്ധമായ ജൈവ കാരണത്താൽ അല്ല. ലജ്ജ, സ്വകാര്യത, വിവാഹസംവിധാനം, പ്രജനന നിയന്ത്രണം, കുടുംബഘടന എന്നിവയെ ചുറ്റിപ്പറ്റി ചരിത്രപരമായി രൂപപ്പെട്ട സാംസ്കാരിക ധാരണകളാണ് ഈ കാഴ്ചപ്പാടിനെ രൂപപ്പെടുത്തിയത്. സാമൂഹ്യശാസ്ത്രപരമായി നോക്കുമ്പോൾ ഇത് മനുഷ്യസമൂഹം നിർമ്മിച്ച ഒരു നൈതിക ചട്ടക്കൂടാണ്.

References

1. Folbre, Nancy. *The Invisible Heart: Economics and Family Values.* New Press, 2001.

2. Hochschild, Arlie Russell. *The Managed Heart: Commercialization of Human Feeling.* University of California Press, 1983.

അധ്യായം 24

ലിംഗ വിഭജനം, കുടിയേറ്റം, നൈതിക ഭീതി: സമൂഹത്തിന്റെ ഘടനാപര വായന

മനുഷ്യസമൂഹങ്ങളിൽ ലിംഗത്തെ അടിസ്ഥാനമാക്കിയുള്ള വിഭജനങ്ങൾ ചരിത്രപരമായി രൂപപ്പെട്ട സാംസ്കാരികവും സാമ്പത്തികവുമായ സംവിധാനങ്ങളുടെ ഭാഗമാണ്. ഈ വിഭജനങ്ങൾ ജൈവ വ്യത്യാസങ്ങളിൽ മാത്രം നിന്നല്ല ഉദ്ഭവിക്കുന്നത്. മറിച്ച് ശരീരം, തൊഴിൽ, കുടുംബം, സ്വത്ത്, പ്രജനനം എന്നിവയെ നിയന്ത്രിക്കുന്ന സാമൂഹിക ഘടനകളുമായി ബന്ധപ്പെട്ടാണ് അവ വികസിച്ചത്. സാമൂഹ്യശാസ്ത്രവും മനുഷ്യശാസ്ത്രവും കാണിക്കുന്നതുപോലെ, ലിംഗവിഭജനം സമൂഹത്തിന്റെ അടിസ്ഥാന ഘടനകളിൽ ഒന്നായി പ്രവർത്തിക്കുന്നു[1].

ഗോത്രസമൂഹങ്ങളും ശരീര ഉടമസ്ഥതയും

ആദ്യകാല ഗോത്രസമൂഹങ്ങളിൽ വ്യക്തിയുടെ ശരീരം പൂർണ്ണമായും സ്വകാര്യ സ്വത്തായി കണക്കാക്കപ്പെട്ടിരുന്നില്ല. വ്യക്തികൾ പലപ്പോഴും ഗോത്രത്തിന്റെ ഭാഗമായ ഒരു സാമൂഹിക ഘടകമായി കണക്കാക്കപ്പെട്ടു. അതിനാൽ ലൈംഗികതയും പ്രജനനവും വ്യക്തിപരമായ തിരഞ്ഞെടുപ്പുകൾ മാത്രമല്ല, ഗോത്രത്തിന്റെ നിലനിൽപ്പുമായി ബന്ധപ്പെട്ട സാമൂഹിക തീരുമാനങ്ങളായും കണക്കാക്കപ്പെട്ടു[2].

ഈ സാഹചര്യത്തിൽ സ്ത്രീകളുടെ ശരീരം പ്രത്യേക സാമൂഹിക നിയന്ത്രണങ്ങൾക്ക് വിധേയമായി. കാരണം സന്തതിയുടെ തുടർച്ചയും ഗോത്രത്തിന്റെ ജനസംഖ്യയും പ്രജനനവുമായി നേരിട്ട് ബന്ധപ്പെട്ടിരുന്നു. ചില മനുഷ്യശാസ്ത്ര പഠനങ്ങൾ കാണിക്കുന്നത്, സ്ത്രീയുടെ ലൈംഗികതയെ നിയന്ത്രിക്കുന്നതിലൂടെ ഗോത്രങ്ങൾ അവരുടെ സാമൂഹിക ഐക്യവും വിഭവവിതരണവും ഉറപ്പാക്കാൻ ശ്രമിച്ചിരുന്നുവെന്നാണ്[3].

ബാല്യകാലം മുതൽ ലിംഗ വേർതിരിവ്

ലിംഗവിഭജനം ബാല്യകാലം മുതൽ തന്നെ സാമൂഹികമായി രൂപപ്പെടുത്തപ്പെടുന്നു. കുട്ടികൾക്ക് വ്യത്യസ്ത വസ്ത്രധാരണം, കളിപ്പാട്ടങ്ങൾ, പെരുമാറ്റ മാതൃകകൾ എന്നിവ നിർദ്ദേശിക്കപ്പെടുന്നു. പെൺകുട്ടികൾക്ക് പരിചരണവും വിനയവും പഠിപ്പിക്കപ്പെടുമ്പോൾ, ആൺകുട്ടികൾക്ക് മത്സരം, സ്വാതന്ത്ര്യം, നേതൃത്വശേഷി എന്നിവ പ്രോത്സാഹിപ്പിക്കപ്പെടുന്നു[4].

സാമൂഹികീകരണത്തിന്റെ ഈ പ്രക്രിയ ലിംഗഭൂമികകളെ സ്വാഭാവികമാണെന്ന രീതിയിൽ അവതരിപ്പിക്കുന്നു. എന്നാൽ സാമൂഹ്യശാസ്ത്രജ്ഞർ ചൂണ്ടിക്കാണിക്കുന്നത്, ഈ വ്യത്യാസങ്ങൾ പലപ്പോഴും സാമൂഹിക പരിശീലനത്തിന്റെ ഫലമാണെന്നാണ്[5].

തൊഴിൽ വിഭജനം

ലിംഗത്തെ അടിസ്ഥാനമാക്കിയുള്ള തൊഴിൽ വിഭജനം സമൂഹത്തിലെ മറ്റൊരു പ്രധാന ഘടനയാണ്. ചരിത്രപരമായി പല സമൂഹങ്ങളിലും ചില തൊഴിൽ മേഖലകൾ പുരുഷന്മാർക്കും ചിലത് സ്ത്രീകൾക്കും അനുയോജ്യമെന്ന രീതിയിൽ നിർവചിക്കപ്പെട്ടു. ഉദാഹരണത്തിന്, സൈനിക സേവനം, ഭൗതിക തൊഴിൽ തുടങ്ങിയവ പുരുഷന്മാരുമായി ബന്ധിപ്പിക്കപ്പെട്ടു. മറുവശത്ത് പരിചരണ തൊഴിൽ, വീട്ടുപണി, ശിശുപരിപാലനം തുടങ്ങിയവ സ്ത്രീകളുമായി ബന്ധിപ്പിക്കപ്പെട്ടു[6].

ആധുനിക സമൂഹങ്ങളിലും ഈ പ്രവണത പൂർണ്ണമായും ഇല്ലാതായിട്ടില്ല. തൊഴിൽ വിപണിയിൽ സ്ത്രീകളും പുരുഷന്മാരും വ്യത്യസ്ത മേഖലകളിൽ കൂടുതലായി സാന്നിധ്യമുള്ളത് തൊഴിൽ വിഭജനത്തിന്റെ തുടർച്ചയായ സ്വാധീനത്തെ സൂചിപ്പിക്കുന്നു[7].

പ്രജനന നിയന്ത്രണം

പ്രജനനത്തിന്റെ നിയന്ത്രണം പല സമൂഹങ്ങളിലും സ്ത്രീകളുടെ ശരീരവുമായി ബന്ധപ്പെട്ട നിയമങ്ങളിലൂടെയും സാമൂഹിക മാനദണ്ഡങ്ങളിലൂടെയും നടപ്പിലാക്കപ്പെട്ടു. വിവാഹസംവിധാനം, കുടുംബനിയമങ്ങൾ, മതനിയന്ത്രണങ്ങൾ എന്നിവ ഈ നിയന്ത്രണ സംവിധാനങ്ങളുടെ ഭാഗമായിരുന്നു[8].

ഈ നിയന്ത്രണങ്ങൾ പലപ്പോഴും സാമൂഹിക സ്ഥിരത ഉറപ്പാക്കുന്നതിനുള്ള മാർഗ്ഗങ്ങളായി അവതരിപ്പിക്കപ്പെട്ടു. എന്നാൽ വിമർശകർ പറയുന്നത്, അവ സ്ത്രീകളുടെ ശരീരത്തെയും ലൈംഗികതയെയും നിയന്ത്രിക്കുന്ന അധികാരഘടനകളായി പ്രവർത്തിച്ചുവെന്നാണ്[9].

മാനഭംഗവും കൂട്ടായ ലൈംഗിക അസൂയയും

ചില സമൂഹങ്ങളിൽ മാനക്കൊല എന്നറിയപ്പെടുന്ന സംഭവങ്ങൾ കുടുംബമാനവുമായി ബന്ധപ്പെട്ട ലൈംഗിക നിയന്ത്രണത്തിന്റെ അറ്റത്തുള്ള പ്രകടനങ്ങളായി കണക്കാക്കപ്പെടുന്നു. കുടുംബത്തിലെ സ്ത്രീകൾ "മാന്യതയുടെ പ്രതീകം" എന്ന രീതിയിൽ കാണപ്പെടുമ്പോൾ അവരുടെ ലൈംഗിക പെരുമാറ്റം കുടുംബത്തിന്റെ സാമൂഹിക സ്ഥാനവുമായി ബന്ധിപ്പിക്കപ്പെടുന്നു[10].

ഈ സാഹചര്യത്തിൽ സ്ത്രീയുടെ ലൈംഗിക സ്വാതന്ത്ര്യം കുടുംബമാനത്തിന് ഭീഷണിയായി ചിത്രീകരിക്കപ്പെടാം. ചില സാമൂഹ്യശാസ്ത്രജ്ഞർ ഇതിനെ കൂട്ടായ ലൈംഗിക അസൂയയുടെ സാമൂഹികരൂപമായി വ്യാഖ്യാനിക്കുന്നു[11].

ലൈംഗിക തൊഴിൽ, കുടിയേറ്റം, ആഗോള അസമത്വം

ആഗോള അസമത്വവും കുടിയേറ്റവും

ആഗോള സാമ്പത്തിക അസമത്വങ്ങൾ തൊഴിൽ കുടിയേറ്റത്തിന്റെ പ്രധാന കാരണങ്ങളിലൊന്നാണ്. വികസനരാജ്യങ്ങളിൽ നിന്ന് വികസിത രാജ്യങ്ങളിലേക്ക് നടക്കുന്ന കുടിയേറ്റത്തിൽ സാമ്പത്തിക അവസരങ്ങളുടെ അസമത്വം വലിയ പങ്ക് വഹിക്കുന്നു[12].

ദാരിദ്ര്യം, യുദ്ധം, തൊഴിൽ അവസരങ്ങളുടെ അഭാവം തുടങ്ങിയ ഘടകങ്ങൾ ആളുകളെ സ്വന്തം രാജ്യങ്ങൾ വിട്ട് മറ്റിടങ്ങളിലേക്ക് കുടിയേറാൻ പ്രേരിപ്പിക്കുന്നു. ഈ സാഹചര്യത്തിൽ ചിലർ ലൈംഗിക തൊഴിൽ ഉൾപ്പെടുന്ന അനൗപചാരിക തൊഴിൽ മേഖലകളിലേക്ക് പ്രവേശിക്കുന്നു[13].

കുടിയേറ്റ ലൈംഗിക തൊഴിലാളികൾ

കുടിയേറ്റ ലൈംഗിക തൊഴിലാളികൾക്ക് പലപ്പോഴും നിയമപരമായ സംരക്ഷണം വളരെ കുറവാണ്. ഭാഷാ ബുദ്ധിമുട്ടുകൾ, രേഖകളുടെ അഭാവം, പൗരത്വവുമായി ബന്ധപ്പെട്ട അനിശ്ചിതത്വം എന്നിവ അവരുടെ സുരക്ഷയെ ബാധിക്കുന്നു[14].

ഈ ഘടകങ്ങൾ ചൂഷണത്തിനുള്ള സാധ്യത വർധിപ്പിക്കുന്നു. ഇടനിലക്കാരും അനൗദ്യോഗിക തൊഴിൽവിപണികളും ഈ അസുരക്ഷയെ ഉപയോഗപ്പെടുത്തുന്ന സാഹചര്യങ്ങൾ ചില പഠനങ്ങൾ രേഖപ്പെടുത്തുന്നു[15].

"തിരഞ്ഞെടുപ്പ്" എന്ന ചോദ്യത്തിന്റെ രാഷ്ട്രീയം

തൊഴിൽ കുടിയേറ്റത്തെക്കുറിച്ചുള്ള ചർച്ചകളിൽ സാമ്പത്തിക ആവശ്യകതയുടെ അടിസ്ഥാനത്തിൽ എടുത്ത തീരുമാനങ്ങൾ സാധാരണയായി "ആർത്ഥിക തിരഞ്ഞെടുപ്പ്" എന്ന രീതിയിൽ അംഗീകരിക്കപ്പെടുന്നു. എന്നാൽ ലൈംഗിക തൊഴിലിനെക്കുറിച്ചുള്ള ചർച്ചകളിൽ അതേ സാമ്പത്തിക സാഹചര്യങ്ങൾ "സ്വതന്ത്ര തിരഞ്ഞെടുപ്പ് അല്ല" എന്ന രീതിയിൽ വ്യാഖ്യാനിക്കപ്പെടുന്നു[16].

ഈ വ്യത്യാസം തൊഴിൽ വിപണിയിൽ നൈതിക വ്യാഖ്യാനങ്ങൾ എങ്ങനെ പ്രവർത്തിക്കുന്നു എന്നതിനെക്കുറിച്ചുള്ള ചോദ്യങ്ങൾ ഉയർത്തുന്നു.

അതിർത്തികളും ലൈംഗിക നിയന്ത്രണവും

ദേശീയ അതിർത്തികളുടെ നിയന്ത്രണം പലപ്പോഴും സ്ത്രീകളുടെ ശരീരവുമായി ബന്ധപ്പെട്ട നിയന്ത്രണങ്ങളുമായി ബന്ധിപ്പിക്കപ്പെടുന്നു. കുടിയേറ്റ നിയമങ്ങൾ ചിലപ്പോൾ ലൈംഗിക തൊഴിലുമായി ബന്ധപ്പെട്ട ഭീതിയെ ഉപയോഗിച്ച് കർശനമാക്കപ്പെടുന്നു[17].

ഇത്തരം സാഹചര്യങ്ങളിൽ ലൈംഗിക തൊഴിൽ കുടിയേറ്റ നിയന്ത്രണ നയങ്ങളുമായി ബന്ധിപ്പിക്കപ്പെടുകയും ചിലപ്പോൾ കുറ്റകരമാക്കപ്പെടുകയും ചെയ്യുന്നു.

രാഷ്ട്രം, നിയമം, നൈതിക ഭീതി

നൈതിക ഭീതി എന്ന ആശയം സാമൂഹ്യശാസ്ത്രത്തിൽ പ്രത്യേകമായി പഠിക്കപ്പെട്ട വിഷയമാണ്. ചില സാമൂഹിക പെരുമാറ്റങ്ങളെ സമൂഹത്തിന് വലിയ ഭീഷണിയെന്ന രീതിയിൽ ചിത്രീകരിക്കുമ്പോൾ ഉണ്ടാകുന്ന കൂട്ടായ ഭീതിയെ ഇതിലൂടെ സൂചിപ്പിക്കുന്നു[18].

ലൈംഗിക സ്വാതന്ത്ര്യം സംബന്ധിച്ച വിഷയങ്ങളിൽ ഇത്തരം ഭീതി പലപ്പോഴും രൂപപ്പെടുന്നു. "സമൂഹം തകരും", "കുടുംബം നശിക്കും" തുടങ്ങിയ മുന്നറിയിപ്പുകൾ പൊതുചർച്ചകളിൽ വ്യാപകമായി ഉപയോഗിക്കപ്പെടുന്നു.

ചില വിശകലനങ്ങൾ സൂചിപ്പിക്കുന്നത്, ഇത്തരം ഭീതിയെ ചിലപ്പോൾ രാഷ്ട്രങ്ങൾ നിരീക്ഷണ സംവിധാനങ്ങൾ വർധിപ്പിക്കാനും പോലീസ് അധികാരങ്ങളെ ന്യായീകരിക്കാനും ഉപയോഗിക്കുന്നുവെന്നാണ്[19].

ലൈംഗിക തൊഴിൽ സംബന്ധിച്ച നിയമനിർമ്മാണങ്ങളിൽ പലപ്പോഴും തെളിവ് അടിസ്ഥാനമാക്കിയ നയങ്ങളേക്കാൾ വികാരാധിഷ്ഠിതമായ നിയമങ്ങൾ രൂപപ്പെടുന്നുവെന്ന വിമർശനവും ഉണ്ട്[20].

ഇത്തരം സാഹചര്യങ്ങളിൽ അതിവേഗ നിയമനിർമ്മാണം, അസമമായ ശിക്ഷാനടപടികൾ, തിരഞ്ഞെടുത്ത രീതിയിലുള്ള നിയമപ്രയോഗം എന്നിവ സംഭവിക്കാം. ചില പഠനങ്ങൾ

സൂചിപ്പിക്കുന്നത് നൈതിക ഭീതി സ്ത്രീശരീരത്തെ തന്നെ സാമൂഹിക പ്രതിസന്ധിയുടെ കേന്ദ്രമായി ചിത്രീകരിക്കുന്നുവെന്നാണ്[21].

നൈതിക ഭീതിയും ഭരണഘടനാപര പിൻമാറ്റവും

നൈതിക ഭീതി പലപ്പോഴും ലൈംഗികതയെ ചുറ്റിപ്പറ്റിയുള്ള അതിരൂക്ഷമായ സാമൂഹിക പ്രതികരണങ്ങളിലൂടെ പ്രകടമാകുന്നു. ഈ ഭീതിയുടെ ലക്ഷ്യങ്ങൾ സാധാരണയായി സ്ത്രീകൾ, ലൈംഗിക ന്യൂനപക്ഷങ്ങൾ, കുടിയേറ്റക്കാർ, ലൈംഗിക തൊഴിലാളികൾ എന്നിവരായിരിക്കും[22].

"സംസ്കാരം അപകടത്തിലാണ്", "കുടുംബം ഭീഷണിയിലാണ്", "രാജ്യം അപകടത്തിലാണ്" എന്ന ഭാഷയിലാണ് ഈ രാഷ്ട്രീയ വാദങ്ങൾ സാധാരണയായി അവതരിപ്പിക്കപ്പെടുന്നത്.

ഈ സാഹചര്യത്തിൽ അടിയന്തരാവസ്ഥയുടെ രാഷ്ട്രീയത രൂപപ്പെടുന്നു. ചില അവകാശങ്ങൾ താൽക്കാലികമായി നിയന്ത്രിക്കുന്നത് സാധാരണ നടപടിയായി അവതരിപ്പിക്കപ്പെടുന്നു[23].

ഭരണഘടനാപര അവകാശങ്ങളിൽ പിൻമാറ്റം പലപ്പോഴും സ്വകാര്യതയുടെ കുറവ്, വ്യക്തിസ്വാതന്ത്ര്യത്തിന്റെ നിയന്ത്രണം, നിരീക്ഷണ സംവിധാനങ്ങളുടെ വിപുലീകരണം എന്നിവയായി പ്രകടമാകുന്നു. ലൈംഗികത നൈതികമായി രാഷ്ട്രീയവൽക്കരിക്കപ്പെടുമ്പോൾ ഭരണഘടനയെ ഒരു നിയമരേഖയായി കാണുന്നതിന് പകരം ഒരു ധാർമ്മിക രേഖയായി വായിക്കാൻ തുടങ്ങുന്നു[24].

ഇത്തരം സാഹചര്യങ്ങളിൽ തെളിവ് അടിസ്ഥാനമാക്കിയ ഭരണനിർവഹണം ദുർബലമാകുകയും വികാരാധിഷ്ഠിത നിയമനിർമ്മാണം ശക്തമാകുകയും ചെയ്യുന്നു. സ്ത്രീശരീരങ്ങൾ പലപ്പോഴും സാമൂഹിക നിയന്ത്രണങ്ങൾ പരീക്ഷിക്കുന്ന രാഷ്ട്രീയ സ്ഥലങ്ങളായി മാറുന്നു.

"രക്ഷാ നിയമങ്ങൾ", "ധാർമ്മിക നിയമങ്ങൾ" തുടങ്ങിയവ താൽക്കാലിക പരിഹാരങ്ങളായി അവതരിപ്പിക്കപ്പെടുന്നുവെങ്കിലും, ചിലപ്പോൾ അവ സ്ഥിരമായ നിയന്ത്രണ സംവിധാനങ്ങളായി പ്രവർത്തിക്കാം[25].

References

1. Durkheim, Émile. *The Division of Labor in Society.* Free Press, 1893.
2. Lévi-Strauss, Claude. *The Elementary Structures of Kinship.* Beacon Press, 1949.
3. Ortner, Sherry. "Is Female to Male as Nature Is to Culture?" *Feminist Studies*, 1974.
4. Mead, Margaret. *Sex and Temperament in Three Primitive Societies.* William Morrow, 1935.
5. Berger, Peter L., and Thomas Luckmann. *The Social Construction of Reality.* Anchor Books, 1966.
6. Acker, Joan. "Hierarchies, Jobs, Bodies." *Gender & Society*, 1990.
7. England, Paula. *Comparable Worth: Theories and Evidence.* Aldine, 1992.
8. Foucault, Michel. *The History of Sexuality, Volume 1.* Vintage Books, 1978.
9. Federici, Silvia. *Caliban and the Witch.* Autonomedia, 2004.
10. Gill, Aisha K. *Honour Killing and Violence.* Palgrave Macmillan, 2014.
11. Daly, Martin, and Margo Wilson. *Homicide.* Aldine de Gruyter, 1988.
12. Castles, Stephen, and Mark J. Miller. *The Age of Migration.* Guilford Press, 2009.
13. Kempadoo, Kamala. *Global Sex Workers.* Routledge, 1998.
14. Agustín, Laura María. *Sex at the Margins.* Zed Books, 2007.
15. Weitzer, Ronald. *Legalizing Prostitution.* NYU Press, 2012.
16. Bernstein, Elizabeth. *Temporarily Yours.* University of Chicago Press, 2007.
17. Anderson, Bridget. *Us and Them? The Dangerous Politics of Immigration Control.* Oxford University Press, 2013.
18. Cohen, Stanley. *Folk Devils and Moral Panics.* Routledge, 1972.
19. Garland, David. *The Culture of Control.* University of Chicago Press, 2001.
20. Weitzer, Ronald. *Sex Work: Paradigms and Policies.* Sage Publications, 2012.
21. Pheterson, Gail. *The Prostitution Prism.* Amsterdam University Press, 1996.
22. Butler, Judith. *Gender Trouble.* Routledge, 1990.
23. Agamben, Giorgio. *State of Exception.* University of Chicago Press, 2005.
24. Brown, Wendy. *Undoing the Demos.* Zone Books, 2015.
25. Scoular, Jane. *The Subject of Prostitution.* Routledge, 2004.

അധ്യായം 25
പുരുഷന്മാരിലെ ലൈംഗിക ശ്രേണീകരണം
(Sexual Hierarchy Among Men)

മനുഷ്യസമൂഹങ്ങളിൽ ലൈംഗികതയെക്കുറിച്ചുള്ള ചർച്ചകൾ സാധാരണയായി സ്ത്രീകളുടെ അനുഭവങ്ങളെയും സാമൂഹിക നിയന്ത്രണങ്ങളെയും ചുറ്റിപ്പറ്റിയാണ് നടക്കുന്നത്. എന്നാൽ സാമൂഹ്യശാസ്ത്ര പഠനങ്ങൾ സൂചിപ്പിക്കുന്നത്, ലൈംഗിക നിയന്ത്രണവും ലൈംഗിക മത്സരവും പുരുഷന്മാരെയും ആഴത്തിൽ സ്വാധീനിക്കുന്നുവെന്നാണ്. പുരുഷന്മാർ ഒരു ഏകതാന കൂട്ടായ്മയായി പ്രവർത്തിക്കുന്നില്ല. മറിച്ച് അവരുടെ ഇടയിൽ തന്നെ ഒരു അനൗപചാരിക ലൈംഗിക ശ്രേണീകരണം നിലനിൽക്കുന്നു. ഈ ശ്രേണീകരണം വ്യക്തികളുടെ ആകർഷകത, സാമ്പത്തിക ശേഷി, സാമൂഹിക പദവി, സാംസ്കാരിക മൂലധനം തുടങ്ങിയ ഘടകങ്ങളുമായി ബന്ധപ്പെട്ടാണ് രൂപപ്പെടുന്നത്[1].

പുരുഷ ലൈംഗികത ഒരേപോലെയല്ല

സമൂഹത്തിൽ ലൈംഗികതയെക്കുറിച്ചുള്ള പല പൊതുചർച്ചകളിലും ''പുരുഷ ലൈംഗികത'' എന്നത് ഒരേ സ്വഭാവമുള്ള ഒരു ഏകകമായി അവതരിപ്പിക്കപ്പെടാറുണ്ട്. എന്നാൽ സാമൂഹ്യശാസ്ത്രപരമായ നിരീക്ഷണങ്ങൾ കാണിക്കുന്നത്, പുരുഷന്മാരുടെ ലൈംഗിക അനുഭവങ്ങളും അവസരങ്ങളും തമ്മിൽ വലിയ വ്യത്യാസങ്ങളുണ്ടെന്നതാണ്. എല്ലാ പുരുഷന്മാർക്കും ഒരേ രീതിയിൽ ബന്ധങ്ങൾ രൂപപ്പെടുത്താൻ കഴിയുന്നില്ല. ചില പുരുഷന്മാർ സാമൂഹികമായി കൂടുതൽ ആകർഷകരായി കണക്കാക്കപ്പെടുകയും ബന്ധങ്ങൾ സ്ഥാപിക്കാൻ കൂടുതൽ അവസരങ്ങൾ നേടുകയും ചെയ്യുന്നു. മറുവശത്ത് ചില പുരുഷന്മാർക്ക് ബന്ധങ്ങൾ രൂപപ്പെടുന്നത് വളരെ അപൂർവമായിരിക്കാം. ഈ വ്യത്യാസം വ്യക്തികളുടെ വ്യക്തിപരമായ സ്വഭാവം മാത്രം കൊണ്ടല്ല, സമൂഹത്തിൽ പ്രവർത്തിക്കുന്ന നിരവധി ഘടകങ്ങളുടെ കൂട്ടിച്ചേരലിലൂടെ രൂപപ്പെടുന്നതാണ്[2].

സാമൂഹ്യശാസ്ത്രജ്ഞർ ഈ ഘടനയെ വിശദീകരിക്കാൻ ''ലൈംഗിക വിപണി'' എന്ന ഉപമ ഉപയോഗിക്കാറുണ്ട്. ഇതിലൂടെ ലൈംഗിക ബന്ധങ്ങൾ ഒരു യഥാർത്ഥ സാമ്പത്തിക വിപണി പോലെ പ്രവർത്തിക്കുന്നു എന്നർത്ഥമല്ല. മറിച്ച് വ്യക്തികളുടെ ആകർഷകതയും ബന്ധസാധ്യതകളും വിവിധ സാമൂഹിക ഘടകങ്ങൾ സ്വാധീനിക്കുന്നുവെന്ന ആശയം വ്യക്തമാക്കുന്നതിനുള്ള വിശകലന ഉപാധിയാണ് ഈ പദം. ഈ സാഹചര്യത്തിൽ ശാരീരിക ആകർഷകത, സാമ്പത്തിക സ്ഥിരത, സാമൂഹിക പദവി, വിദ്യാഭ്യാസം, ആത്മവിശ്വാസം, ആശയവിനിമയ കഴിവ് എന്നിവ പോലുള്ള ഘടകങ്ങൾ വ്യക്തികളുടെ ബന്ധസാധ്യതകളെ സ്വാധീനിക്കുന്നു[3].

ഇത്തരം ഘടകങ്ങൾ ചേർന്ന് പുരുഷന്മാർക്കിടയിൽ തന്നെ ഒരു അനൗപചാരിക ശ്രേണീകരണം രൂപപ്പെടുന്നു. ചില പുരുഷന്മാർക്ക് ബന്ധങ്ങൾ സ്ഥാപിക്കാൻ കൂടുതൽ അവസരങ്ങൾ ലഭിക്കുമ്പോൾ, മറ്റുചിലർക്ക് അത്ര അവസരങ്ങൾ ലഭിക്കണമെന്നില്ല. ഈ വ്യത്യാസം സമൂഹത്തിൽ തുറന്ന നിയമങ്ങളായി പ്രഖ്യാപിക്കപ്പെട്ടിട്ടില്ലെങ്കിലും, അത് ദൈനംദിന സാമൂഹിക ഇടപെടലുകളിൽ അനുഭവപ്പെടുന്ന ഒരു ഘടനയായി പ്രവർത്തിക്കുന്നു. ഇതിലൂടെ പുരുഷ ലൈംഗികത ഒരേപോലെയല്ലെന്നും, അതിന്റെ അനുഭവങ്ങളും അവസരങ്ങളും സാമൂഹിക സാഹചര്യങ്ങളെ ആശ്രയിച്ച് വ്യത്യാസപ്പെടുന്നുവെന്നും വ്യക്തമാകുന്നു.

"ആൽഫ"–"അപ്രസക്തൻ" എന്ന ദൃശ്യ–അദൃശ്യ വിഭജനം

ജനപ്രിയ സംസ്കാരത്തിലും സാമൂഹിക ചർച്ചകളിലും പലപ്പോഴും "ആൽഫ പുരുഷൻ" എന്ന ആശയം ഉപയോഗിക്കപ്പെടുന്നു. ഈ പദം ശാസ്ത്രീയമായ സ്ഥിരമായ വർഗ്ഗീകരണമല്ല. മറിച്ച് സാമൂഹിക പ്രതീകമായി ഉപയോഗിക്കപ്പെടുന്ന ഒരു സാംസ്കാരിക രൂപകമാണ്. ആത്മവിശ്വാസം, നേതൃത്വ സ്വഭാവം, സാമ്പത്തിക സ്ഥിരത, സാമൂഹിക സ്വാധീനം, ശാരീരിക ആകർഷകത എന്നിവയുള്ള പുരുഷന്മാരെ സൂചിപ്പിക്കാൻ ഈ ആശയം പലപ്പോഴും ഉപയോഗിക്കപ്പെടുന്നു. ചില സാമൂഹിക സാഹചര്യങ്ങളിൽ ഇത്തരം പുരുഷന്മാർക്ക് ബന്ധങ്ങൾ സ്ഥാപിക്കാനുള്ള അവസരങ്ങൾ കൂടുതലായി ലഭിക്കുന്നതായി പഠനങ്ങൾ സൂചിപ്പിക്കുന്നു[4].

ഈ ആശയത്തിന്റെ മറുവശത്ത് ചില പുരുഷന്മാർ ബന്ധങ്ങളിലേക്കുള്ള പ്രവേശനം പരിമിതമായി അനുഭവിക്കാം. ഇതിന് നിരവധി ഘടകങ്ങൾ കാരണമാകാം. സാമൂഹിക ഒറ്റപ്പെടൽ, സാമ്പത്തിക അസുരക്ഷ, ആത്മവിശ്വാസ കുറവ്, ആശയവിനിമയ കഴിവുകളുടെ അഭാവം, ശാരീരിക ആകർഷകതയെക്കുറിച്ചുള്ള സാമൂഹിക മാനദണ്ഡങ്ങൾ എന്നിവ ചിലപ്പോഴെങ്കിലും ബന്ധസാധ്യതകളെ ബാധിക്കാം. ഈ സാഹചര്യത്തിൽ ചില പുരുഷന്മാർ തങ്ങളെത്തന്നെ "ലൈംഗിക വിപണിയിൽ പുറത്താക്കപ്പെട്ടവരായി" അനുഭവിച്ചേക്കാം. ഇത് ഔദ്യോഗികമായ ഒരു സാമൂഹിക വിഭാഗീകരണമല്ലെങ്കിലും, ചില വ്യക്തികൾ അനുഭവിക്കുന്ന സാമൂഹിക യാഥാർത്ഥ്യത്തിന്റെ വിവരണമാണ്.

ഈ വിഭജനം എല്ലായ്പ്പോഴും തുറന്ന രൂപത്തിൽ പ്രകടമാകണമെന്നില്ല. പലപ്പോഴും ഇത് ദൃശ്യവും അദൃശ്യവും ആയ ഘടനയായി പ്രവർത്തിക്കുന്നു. ചില പുരുഷന്മാർക്ക് ബന്ധങ്ങൾ രൂപപ്പെടുത്താൻ കൂടുതൽ സൗകര്യപ്രദമായ സാമൂഹിക സാഹചര്യങ്ങൾ ലഭിക്കുമ്പോൾ, മറ്റുചിലർ നിരന്തരമായ നിരാകരണവും അവഗണനയും നേരിടേണ്ടി വരാം. ഈ വ്യത്യാസം സാമൂഹിക ഇടപെടലുകളുടെ സൂക്ഷ്മമായ രീതികളിലൂടെ പ്രകടമാകുന്നു.

ഇത്തരം സാഹചര്യങ്ങളിൽ ലൈംഗിക പരാജയം ചിലപ്പോൾ വ്യക്തിപരമായ അനുഭവത്തിൽ നിന്ന് സാമൂഹിക അപമാനമായി മാറാം. സമൂഹം പുരുഷത്വത്തെ ലൈംഗിക വിജയവുമായി ശക്തമായി ബന്ധിപ്പിക്കുമ്പോൾ, ബന്ധങ്ങളിലെ പരാജയം വ്യക്തിയുടെ ആത്മാഭിമാനത്തെ ഗണ്യമായി ബാധിക്കാനുള്ള സാധ്യത ഉണ്ടാകുന്നു. ചില ഗവേഷണങ്ങൾ കാണിക്കുന്നത്, ഈ തരത്തിലുള്ള സാമൂഹിക സമ്മർദ്ദം പുരുഷന്മാരിൽ മാനസിക സമ്മർദ്ദം, ഒറ്റപ്പെടൽ, സാമൂഹിക അസന്തോഷം എന്നിവ വർധിപ്പിക്കാൻ ഇടയാക്കാം എന്നതാണ്[5].

പുരുഷ ലൈംഗിക ആശങ്കയും ക്രോധവും

ലൈംഗിക ബന്ധങ്ങളിലേക്കുള്ള പ്രവേശനം നിരന്തരം പരിമിതപ്പെടുകയോ, ആവർത്തിച്ചുള്ള നിരാകരണം അനുഭവിക്കുകയോ ചെയ്യുന്ന സാഹചര്യങ്ങളിൽ ചില പുരുഷന്മാർ ദീർഘകാല മാനസിക സമ്മർദ്ദം അനുഭവിച്ചേക്കാം. ബന്ധങ്ങൾ സ്ഥാപിക്കാൻ കഴിയാത്ത അനുഭവം വ്യക്തിയുടെ ആത്മാഭിമാനത്തെ ബാധിക്കുന്ന ഘടകമായി മാറാൻ സാധ്യതയുണ്ട്. സാമൂഹിക മനശാസ്ത്ര പഠനങ്ങൾ കാണിക്കുന്നത്, വ്യക്തിയെ സാമൂഹികമായി അവഗണിക്കപ്പെടുന്നവനായി അനുഭവിപ്പിക്കുന്ന സാഹചര്യങ്ങൾ ദീർഘകാലത്തിൽ മാനസിക അസന്തോഷം വർധിപ്പിക്കാമെന്നതാണ്. ബന്ധങ്ങളിലെ പരാജയം ഒരു വ്യക്തിപരമായ അനുഭവമെന്നതിൽ നിന്ന് മാറി സാമൂഹിക തിരിച്ചറിവിനെ ബാധിക്കുന്ന പ്രശ്നമായി അനുഭവപ്പെടുമ്പോൾ, അതിന്റെ മാനസിക ആഘാതം കൂടുതൽ ശക്തമാകാം[6].

ഇത്തരം അനുഭവങ്ങൾ ചിലപ്പോൾ വ്യക്തിപരമായ നിരാശയായി മാത്രം തുടരുകയില്ല. ദീർഘകാല സാമൂഹിക ഒറ്റപ്പെടലും നിരാകരണവും അനുഭവിക്കുന്ന സാഹചര്യങ്ങളിൽ ചില വ്യക്തികളിൽ ക്രോധം, വിരക്തി, സമൂഹത്തോടുള്ള അസന്തോഷം എന്നിവ രൂപപ്പെടാൻ സാധ്യതയുണ്ടെന്ന് ചില ഗവേഷകർ ചൂണ്ടിക്കാണിക്കുന്നു. പ്രത്യേകിച്ച് സമൂഹത്തിൽ അംഗീകാരം ലഭിക്കുന്ന പ്രധാന മാനദണ്ഡങ്ങളിലൊന്നായി ലൈംഗിക വിജയത്തെ അവതരിപ്പിക്കുമ്പോൾ, ആ മാനദണ്ഡത്തിൽ നിന്ന് പുറത്താകുന്നവർക്കു സാമൂഹിക പരാജയബോധം ശക്തമാകാം. ഈ മാനസികാവസ്ഥ ചില സാഹചര്യങ്ങളിൽ ശക്തമായ അസന്തോഷമായി മാറാൻ ഇടയാക്കാം[7].

ചില സാമൂഹിക പഠനങ്ങൾ സൂചിപ്പിക്കുന്നത്, ദീർഘകാല ഒറ്റപ്പെടൽ അനുഭവിക്കുന്ന വ്യക്തികളിൽ ക്രോധവും നിരാശയും കൂടുതൽ ശക്തമാകാൻ സാധ്യതയുണ്ടെന്നതാണ്. എന്നിരുന്നാലും ഈ ബന്ധം നേരിട്ടുള്ളതോ നിർബന്ധിതമോ ആയ കാരണബന്ധമല്ല. ഭൂരിഭാഗം ആളുകളും ഇത്തരം അനുഭവങ്ങളെ വ്യക്തിപരമായ രീതിയിൽ കൈകാര്യം ചെയ്യുകയും സാമൂഹിക ഹിംസയിലേക്ക് വഴിമാറാതെയും ജീവിക്കുകയും ചെയ്യുന്നു. എന്നിരുന്നാലും സാമൂഹിക നിരാകരണവും ഒറ്റപ്പെടലും ചില സാഹചര്യങ്ങളിൽ മാനസിക സമ്മർദ്ദം വർധിപ്പിക്കുന്ന ഘടകമായി പ്രവർത്തിക്കാമെന്നത് സാമൂഹിക മനശാസ്ത്ര പഠനങ്ങൾ സൂചിപ്പിക്കുന്ന ഒരു പ്രധാന നിരീക്ഷണമാണ്.

സാമൂഹിക ലൈംഗിക നിയന്ത്രണങ്ങളെക്കുറിച്ചുള്ള പല വിശകലനങ്ങളും സാധാരണയായി സ്ത്രീകളുടെ ശരീരത്തെയും ലൈംഗികതയെയും നിയന്ത്രിക്കുന്ന സംവിധാനങ്ങളായി അവയെ വായിക്കാറുണ്ട്. ചരിത്രപരമായി കുടുംബം, മതം, നിയമം, സാമൂഹിക മാന്യത എന്നിവയുടെ ഭാഷയിൽ സ്ത്രീകളുടെ ലൈംഗികത നിയന്ത്രിക്കപ്പെട്ടതിന്റെ നിരവധി ഉദാഹരണങ്ങൾ കാണാം. എന്നാൽ സമൂഹശാസ്ത്രത്തിലെ ചില സമകാലീന പഠനങ്ങൾ കാണിക്കുന്നത്, ലൈംഗിക നിയന്ത്രണം സ്ത്രീകളെ മാത്രം ബാധിക്കുന്ന ഘടനയല്ല എന്നതാണ്. ഈ നിയന്ത്രണ ഘടന പുരുഷന്മാരെയും വ്യത്യസ്ത രീതിയിൽ സ്വാധീനിക്കുന്നുവെന്ന നിരീക്ഷണമാണ് ഇവിടെ ഉയരുന്നത്.

ലൈംഗിക നിയന്ത്രണം പുരുഷന്മാരെയും എങ്ങനെ ബാധിക്കുന്നു

സമൂഹം "വിജയകരമായ പുരുഷൻ" എന്ന ആശയത്തെ പലപ്പോഴും ലൈംഗിക വിജയവുമായി ബന്ധിപ്പിക്കുന്നു. ബന്ധങ്ങൾ സ്ഥാപിക്കാൻ കഴിയുന്ന കഴിവ്, പങ്കാളിയെ നേടാനുള്ള ശേഷി, അല്ലെങ്കിൽ വിവാഹത്തിലൂടെ കുടുംബം രൂപപ്പെടുത്താനുള്ള കഴിവ് എന്നിവ പുരുഷത്വത്തിന്റെ സൂചനകളായി അവതരിപ്പിക്കപ്പെടുന്ന സാഹചര്യങ്ങൾ പല സംസ്കാരങ്ങളിലും കാണാം. ഈ രീതിയിൽ പുരുഷത്വത്തെ ലൈംഗിക വിജയവുമായി ബന്ധിപ്പിക്കുമ്പോൾ, ആ മാനദണ്ഡത്തിൽ ഉൾപ്പെടാത്ത പുരുഷന്മാർക്ക് "പരാജിത പുരുഷൻ" എന്ന ലേബൽ സാമൂഹിക സംഭാഷണങ്ങളിൽ രൂപപ്പെടാൻ സാധ്യതയുണ്ട്. ഇത് ഔദ്യോഗികമായ ഒരു സാമൂഹിക വർഗ്ഗീകരണമല്ലെങ്കിലും, ജനപ്രിയ സംസ്കാരത്തിലും ദൈനംദിന സംഭാഷണങ്ങളിലും പ്രകടമാകുന്ന ഒരു സാംസ്കാരിക ധാരണയാണ്.

ഈ സാഹചര്യത്തിൽ പുരുഷത്വത്തിന് ഒരു കർശനമായ മാതൃക രൂപപ്പെടുന്നു. ആത്മവിശ്വാസം, സാമ്പത്തിക സ്ഥിരത, ആകർഷകത, ബന്ധങ്ങൾ സ്ഥാപിക്കുന്ന കഴിവ് എന്നിവ ചേർന്ന ഒരു മാതൃകയാണ് സമൂഹം പലപ്പോഴും "സാധാരണ പുരുഷത്വം" എന്ന നിലയിൽ അവതരിപ്പിക്കുന്നത്. എന്നാൽ എല്ലാ പുരുഷന്മാരുടെയും ജീവിതാനുഭവങ്ങൾ ഈ മാതൃകയോട് പൊരുത്തപ്പെടണമെന്നില്ല. ചില പുരുഷന്മാർക്ക് ബന്ധങ്ങൾ സ്ഥാപിക്കാൻ വൈകിയേക്കാം. ചിലർക്ക് വ്യക്തിപരമായ തിരഞ്ഞെടുപ്പുകൾ കൊണ്ടോ സാമൂഹിക സാഹചര്യങ്ങൾ കൊണ്ടോ ലൈംഗിക ബന്ധങ്ങൾ കുറവായിരിക്കാം. ചിലർ സാമൂഹികമായി ഒറ്റപ്പെട്ട സാഹചര്യങ്ങളിൽ

ജീവിക്കേണ്ടിവരാം. ഇത്തരം അനുഭവങ്ങൾ സമൂഹം നിർവചിച്ചിരിക്കുന്ന പുരുഷത്വത്തിന്റെ മാതൃകയുമായി പൊരുത്തപ്പെടാത്തതിനാൽ ചിലപ്പോൾ അസ്വസ്ഥതയും സമ്മർദ്ദവും സൃഷ്ടിക്കാം[8].

ഇതിലൂടെ ലൈംഗിക നിയന്ത്രണത്തിന്റെ ഘടന സ്ത്രീകളെ മാത്രം നിയന്ത്രിക്കുന്നതല്ലെന്നത് വ്യക്തമാകുന്നു. സ്ത്രീകളുടെ ലൈംഗികത നിയന്ത്രിക്കപ്പെടുമ്പോൾ പുരുഷന്മാർക്ക് ചില അധികാരപ്രതീകങ്ങൾ ലഭിക്കുന്നതുപോലെ തോന്നാമെങ്കിലും, അതേ സമയം പുരുഷന്മാരിൽ ഒരു നിർദ്ദിഷ്ട വിജയമാതൃക പാലിക്കേണ്ട സമ്മർദ്ദവും രൂപപ്പെടുന്നു. ലൈംഗിക വിജയം പുരുഷത്വത്തിന്റെ പ്രധാന മാനദണ്ഡമായി അവതരിപ്പിക്കപ്പെടുമ്പോൾ, അതിൽ നിന്ന് വ്യത്യസ്തമായ അനുഭവങ്ങൾ ഉള്ള പുരുഷന്മാർക്ക് മാനസിക സമ്മർദ്ദം, സാമൂഹിക അസ്വസ്ഥത, ആത്മാഭിമാന പ്രശ്നങ്ങൾ എന്നിവ ഉണ്ടാകാൻ സാധ്യതയുണ്ട്.

അതിനാൽ ലൈംഗിക നിയന്ത്രണത്തെക്കുറിച്ചുള്ള സാമൂഹിക വിശകലനം സ്ത്രീകളുടെ അനുഭവങ്ങളെ മാത്രം പരിഗണിക്കുന്നതിൽ അവസാനിക്കുന്നില്ല. പുരുഷന്മാരുടെ അനുഭവങ്ങളും ഈ ഘടനയിൽ ഉൾപ്പെടുന്നുണ്ടെന്ന് തിരിച്ചറിയേണ്ടതുണ്ട്. ലൈംഗികതയെ ചുറ്റിപ്പറ്റിയുള്ള സാമൂഹിക പ്രതീക്ഷകൾ സ്ത്രീകളെയും പുരുഷന്മാരെയും വ്യത്യസ്ത രീതിയിൽ സ്വാധീനിക്കുന്ന സങ്കീർണ്ണമായ ഒരു സാമൂഹിക ഘടനയാണെന്ന് ഈ ചർച്ച വ്യക്തമാക്കുന്നു.

References:

[1] Pierre Bourdieu. *Distinction: A Social Critique of the Judgement of Taste.* Cambridge, MA: Harvard University Press, 1984.

[2] Anthony Giddens. *The Transformation of Intimacy: Sexuality, Love and Eroticism in Modern Societies.* Cambridge: Polity Press, 1992.

[3] Eva Illouz. *Consuming the Romantic Utopia: Love and the Cultural Contradictions of Capitalism.* Berkeley: University of California Press, 1997.

[4] Raewyn Connell. *Masculinities.* Berkeley: University of California Press, 1995.

[5] Roy F. Baumeister and Mark R. Leary. "The Need to Belong: Desire for Interpersonal Attachments as a Fundamental Human Motivation." *Psychological Bulletin* 117, no. 3 (1995): 497–529.

[6] John T. Cacioppo and William Patrick. *Loneliness: Human Nature and the Need for Social Connection.* New York: W. W. Norton & Company, 2008.

[7] Thomas Joiner. *Lonely at the Top: The High Cost of Men's Success.* New York: Palgrave Macmillan, 2011.

[8] Michael Kimmel. *Angry White Men: American Masculinity at the End of an Era.* New York: Nation Books, 2013.

അധ്യായം 26

സ്ത്രീ ലൈംഗിക ആഗ്രഹം സാമൂഹിക ഭീഷണി
(Female Desire as a Perceived Social Threat)

സ്ത്രീ ആഗ്രഹത്തിന്റെ ചരിത്രപരമായ ഭയം

മനുഷ്യചരിത്രത്തിലെ പല സംസ്കാരങ്ങളിലും സ്ത്രീകളുടെ ലൈംഗിക ആഗ്രഹം സമൂഹത്തിൽ പ്രത്യേകമായ ആശങ്കയോടെയാണ് കാണപ്പെട്ടത്. സ്ത്രീകളുടെ ആഗ്രഹം നിയന്ത്രണങ്ങളില്ലാതെ പ്രകടമാകുകയാണെങ്കിൽ കുടുംബഘടനയും സാമൂഹിക ക്രമവും അസ്ഥിരമാകുമെന്ന ധാരണ പല ചരിത്രപരമായ സാമൂഹിക ചർച്ചകളിലും പ്രത്യക്ഷപ്പെടുന്നു[1]. ഈ ആശയം പലപ്പോഴും വ്യക്തമായ തെളിവുകളാൽ പിന്തുണയ്ക്കപ്പെട്ട ഒരു ശാസ്ത്രീയ നിഗമനമല്ല. മറിച്ച് സാമൂഹിക ക്രമം നിലനിർത്താൻ രൂപപ്പെട്ട സാംസ്കാരിക ധാരണകളുടെയും അധികാരഘടനകളുടെയും ഭാഗമായി ഇതിനെ വായിക്കപ്പെടുന്നു.

ചരിത്രപരമായി വിവാഹം, കുടുംബം, പാരമ്പര്യാവകാശം എന്നിവയുടെ സ്ഥിരത ഉറപ്പാക്കുന്നതിനായി സ്ത്രീകളുടെ ലൈംഗിക പെരുമാറ്റം നിയന്ത്രിക്കേണ്ടതുണ്ടെന്ന വാദം പല സമൂഹങ്ങളിലും ശക്തമായി ഉയർന്നിട്ടുണ്ട്. പിതൃത്വാധിഷ്ഠിത സാമൂഹിക ഘടനകളിൽ പിതൃത്വത്തിന്റെ ഉറപ്പ് ഉറപ്പാക്കുന്നതിനായി സ്ത്രീകളുടെ ലൈംഗിക സ്വാതന്ത്ര്യം പരിമിതപ്പെടുത്തുന്ന നിയമങ്ങളും സാമൂഹിക മാനദണ്ഡങ്ങളും രൂപപ്പെട്ടു[2].

ഇത്തരം സാഹചര്യങ്ങളിൽ സ്ത്രീ ലൈംഗിക ആഗ്രഹം പലപ്പോഴും സാമൂഹിക അസ്ഥിരതയുടെ സാധ്യതയായി ചിത്രീകരിക്കപ്പെട്ടു. അതിനാൽ അതിനെ നിയന്ത്രിക്കുന്നത് ഒരു അടിച്ചമർത്തൽ നടപടിയായി മാത്രമല്ല, മറിച്ച് സാമൂഹിക ആവശ്യകതയായാണ് അവതരിപ്പിക്കപ്പെട്ടത്. കുടുംബത്തിന്റെ മാന്യത, സമൂഹത്തിന്റെ നൈതികത, സംസ്കാരത്തിന്റെ സ്ഥിരത എന്നിവയുടെ പേരിൽ സ്ത്രീകളുടെ ലൈംഗിക പെരുമാറ്റത്തെ നിയന്ത്രിക്കുന്ന അനവധി നിയമങ്ങളും അനൗപചാരിക സാമൂഹിക പ്രതീക്ഷകളും ചരിത്രത്തിലുടനീളം രൂപപ്പെട്ടു[3].

നിയന്ത്രണത്തിന്റെ രൂപങ്ങൾ

സ്ത്രീകളുടെ ലൈംഗികതയെ നിയന്ത്രിക്കുന്ന ശ്രമങ്ങൾ എല്ലായ്പ്പോഴും നിയമരൂപത്തിലുള്ള നിയന്ത്രണങ്ങളായി മാത്രമല്ല പ്രത്യക്ഷപ്പെടുന്നത്. പലപ്പോഴും അവ ദൈനംദിന ജീവിതത്തിലെ സംസ്കാരപരമായ രീതികളിലൂടെയാണ് പ്രവർത്തിക്കുന്നത്. വസ്ത്രധാരണവുമായി ബന്ധപ്പെട്ട സാമൂഹിക മാനദണ്ഡങ്ങൾ അതിൽ പ്രധാനപ്പെട്ട ഒന്നാണ്. പല സമൂഹങ്ങളിലും സ്ത്രീകൾ “മര്യാദാപൂർണ്ണമായ” വസ്ത്രം ധരിക്കണമെന്ന പ്രതീക്ഷ ശക്തമായി നിലനിൽക്കുന്നു. ഈ പ്രതീക്ഷകൾ പലപ്പോഴും സ്ത്രീ ശരീരത്തെ മറയ്ക്കുകയും നിയന്ത്രിക്കുകയും ചെയ്യുന്ന രീതിയിൽ പ്രവർത്തിക്കുന്നു[4].

സമയനിയന്ത്രണവും മറ്റൊരു പ്രധാന ഘടകമാണ്. രാത്രിസമയങ്ങളിൽ സ്ത്രീകൾ പുറത്തിറങ്ങുന്നത് അപകടകരമാണെന്നോ സാമൂഹികമായി അനുചിതമാണെന്നോ പറയുന്ന ധാരണകൾ പല സംസ്കാരങ്ങളിലും വ്യാപകമാണ്. ഇതിലൂടെ സ്ത്രീകളുടെ പൊതുസ്ഥലങ്ങളിലെ സാന്നിധ്യം പരിമിതപ്പെടുന്നു.

ചലനപരിധി നിയന്ത്രണവും ഇതുമായി ബന്ധപ്പെട്ടതാണ്. ചില സമൂഹങ്ങളിൽ സ്ത്രീകളുടെ യാത്ര, സാമൂഹിക ഇടപെടൽ, വിദ്യാഭ്യാസമോ തൊഴിൽ അവസരങ്ങളിലേക്കുള്ള പ്രവേശനം എന്നിവ പോലും കുടുംബത്തിന്റെ മാന്യതയുമായി ബന്ധിപ്പിക്കപ്പെടുന്നു. ഇതിലൂടെ സ്ത്രീകളുടെ സ്വതന്ത്രമായ സാമൂഹിക സാന്നിധ്യം പരിമിതപ്പെടുത്തപ്പെടാം.

ഭാഷയും നിശ്ശബ്ദതയും നിയന്ത്രണത്തിന്റെ മറ്റൊരു സൂക്ഷ്മരൂപമാണ്. സ്ത്രീകൾ ലൈംഗികതയെക്കുറിച്ച് തുറന്നു സംസാരിക്കുന്നത് പല സംസ്കാരങ്ങളിലും അനൗചിത്യമായി കാണപ്പെടുന്നു. അതേസമയം പുരുഷന്മാരുടെ ലൈംഗിക സംഭാഷണം പലപ്പോഴും സാധാരണ സാമൂഹിക പെരുമാറ്റമായി അംഗീകരിക്കപ്പെടുന്നു. ഈ വ്യത്യാസം സ്ത്രീകളുടെ ആഗ്രഹങ്ങളെ പൊതുസംഭാഷണത്തിൽ നിന്ന് അപ്രത്യക്ഷമാക്കുന്ന ഒരു സാംസ്കാരിക സംവിധാനമായി പ്രവർത്തിക്കാം[5].

സ്ത്രീ ആഗ്രഹം VS പുരുഷ ആഗ്രഹം

ലൈംഗിക ആഗ്രഹത്തെക്കുറിച്ചുള്ള സാമൂഹിക വിലയിരുത്തലുകളിൽ വ്യക്തമായ ഒരു അസമത്വം പല സംസ്കാരങ്ങളിലും കാണാം. പുരുഷ ലൈംഗിക ആഗ്രഹം സാധാരണയായി സ്വാഭാവികവും ജീവശാസ്ത്രപരവുമായ ഒരു പ്രവണതയായി അവതരിപ്പിക്കപ്പെടുന്നു. എന്നാൽ സ്ത്രീ ലൈംഗിക ആഗ്രഹം പലപ്പോഴും അപകടകരമായോ നിയന്ത്രിക്കപ്പെടേണ്ടതായോ ചിത്രീകരിക്കപ്പെടുന്നു[6].

ഈ വ്യത്യാസം സാധാരണ സാമൂഹിക ധാരണയായി മാത്രം നിലനിൽക്കുന്നില്ല. അത് നൈതിക ഭാഷയിലൂടെ അലങ്കരിക്കപ്പെടുകയും സാമൂഹിക മൂല്യങ്ങളായി അവതരിപ്പിക്കപ്പെടുകയും ചെയ്യുന്നു. "മര്യാദ", "ശുദ്ധി", "കുടുംബമാന്യത" തുടങ്ങിയ ആശയങ്ങൾ പലപ്പോഴും സ്ത്രീകളുടെ ലൈംഗിക പെരുമാറ്റവുമായി ബന്ധിപ്പിക്കപ്പെടുന്നു. ഇതിലൂടെ സ്ത്രീകളുടെ ആഗ്രഹങ്ങളെ നിയന്ത്രിക്കുന്നത് ഒരു നൈതിക ഉത്തരവാദിത്വമായി സമൂഹം അവതരിപ്പിക്കാറുണ്ട്.

അതേസമയം പുരുഷന്മാരുടെ ലൈംഗിക ആഗ്രഹം പലപ്പോഴും നിയന്ത്രിക്കേണ്ട സാമൂഹിക ഭീഷണിയായി ചിത്രീകരിക്കപ്പെടുന്നില്ല. ഈ അസമത്വം ചരിത്രപരമായ അധികാരഘടനകളുമായി ബന്ധപ്പെട്ടതായി നിരവധി സാമൂഹ്യശാസ്ത്ര പഠനങ്ങൾ ചൂണ്ടിക്കാണിക്കുന്നു. സ്ത്രീകളുടെ ശരീരവും ലൈംഗികതയും നിയന്ത്രിക്കുന്ന സാമൂഹിക മാനദണ്ഡങ്ങൾ പലപ്പോഴും സമൂഹത്തിലെ ലിംഗാധിഷ്ഠിത അധികാരബന്ധങ്ങളെ പ്രതിഫലിപ്പിക്കുന്ന ഘടകങ്ങളായി പ്രവർത്തിക്കുന്നു[7].

അതിനാൽ സ്ത്രീ ലൈംഗിക ആഗ്രഹത്തെ സാമൂഹിക ഭീഷണിയായി അവതരിപ്പിക്കുന്ന ചരിത്രപരമായ പ്രവണതയെ വിശകലനം ചെയ്യുമ്പോൾ, അത് വ്യക്തിഗത നൈതികതയുടെ പ്രശ്നമായി മാത്രം കാണാനാവില്ല. മറിച്ച് അത് സമൂഹത്തിലെ അധികാരം, ലിംഗബന്ധങ്ങൾ, സംസ്കാരപരമായ മൂല്യങ്ങൾ എന്നിവയുടെ സങ്കീർണ്ണമായ പരസ്പരബന്ധങ്ങളിൽ രൂപപ്പെട്ട ഒരു സാമൂഹിക ധാരണയായി മനസ്സിലാക്കേണ്ടതാണ്.

References:

[1] Michel Foucault. *The History of Sexuality, Vol. 1: An Introduction.* New York: Pantheon Books, 1978.

[2] Gerda Lerner. *The Creation of Patriarchy.* New York: Oxford University Press, 1986.

[3] Judith Butler. *Gender Trouble: Feminism and the Subversion of Identity.* New York: Routledge, 1990.

[4] Joan Wallach Scott. *Gender and the Politics of History.* New York: Columbia University Press, 1988.

[5] Deborah Tannen. *Gender and Discourse.* New York: Oxford University Press, 1994.

[6] Anthony Giddens. *The Transformation of Intimacy: Sexuality, Love and Eroticism in Modern Societies.* Cambridge: Polity Press, 1992.

[7] Raewyn Connell. *Masculinities.* Berkeley: University of California Press, 1995.

അധ്യായം 27

കുല സ്ത്രീയും കുലട സ്ത്രീയും

ചരിത്രപരമായും സാംസ്കാരികമായും സ്ത്രീകളെ വിലയിരുത്താൻ പല സമൂഹങ്ങളും ഉപയോഗിച്ചിട്ടുള്ള പ്രധാന ആശയഘടനകളിലൊന്നാണ് നൈതിക ബൈനറി. ഈ ബൈനറിയിൽ സ്ത്രീകളെ പരസ്പരം വിരുദ്ധമായ രണ്ട് വിഭാഗങ്ങളായി വിഭജിക്കുന്നു. "കുല സ്ത്രീ" എന്നത് നൈതികമായി ശുദ്ധവും കുടുംബത്തിന്റെ മാന്യത സംരക്ഷിക്കുന്നവളുമെന്ന രീതിയിൽ അവതരിപ്പിക്കപ്പെടുമ്പോൾ, "കുലട സ്ത്രീ" എന്നത് ആ മാനദണ്ഡങ്ങളിൽ നിന്ന് വ്യത്യസ്തമായി പെരുമാറുന്നവളായി ചിത്രീകരിക്കപ്പെടുന്നു. ഈ നൈതിക വർഗ്ഗീകരണം സ്ത്രീകളുടെ പെരുമാറ്റത്തെ വിലയിരുത്തുന്നതിനുള്ള ഒരു സാധാരണ സാമൂഹിക ഭാഷയായി പല സംസ്കാരങ്ങളിലും നിലനിൽക്കുന്നതായി സാമൂഹ്യശാസ്ത്ര പഠനങ്ങൾ സൂചിപ്പിക്കുന്നു.[1]

എന്നാൽ ഈ വിഭജനം ഒരു സാധാരണ നൈതിക നിർവചനം മാത്രമല്ല. അത് സമൂഹത്തിലെ നിയന്ത്രണ സംവിധാനങ്ങളുടെ ഭാഗമായി പ്രവർത്തിക്കുന്ന ഒരു ശക്തമായ സാമൂഹിക ഘടനയാണ്. സ്ത്രീകൾ എങ്ങനെ സംസാരിക്കണം, എങ്ങനെ വസ്ത്രധാരണം നടത്തണം, ആരുമായി ബന്ധം സ്ഥാപിക്കണം, അവരുടെ ലൈംഗികത എങ്ങനെ നിയന്ത്രിക്കണം എന്നതിനെക്കുറിച്ചുള്ള സാമൂഹിക പ്രതീക്ഷകൾ ഈ നൈതിക വർഗ്ഗീകരണത്തിലൂടെ രൂപപ്പെടുത്തപ്പെടുകയും ശക്തിപ്പെടുകയും ചെയ്യുന്നു. ഇത്തരത്തിലുള്ള വർഗ്ഗീകരണങ്ങൾ സമൂഹത്തിലെ ലിംഗാധിഷ്ഠിത അധികാരബന്ധങ്ങളെ സ്ഥിരപ്പെടുത്തുന്നതിൽ പ്രധാന പങ്ക് വഹിക്കുന്നുവെന്ന് നിരവധി ജെൻഡർ പഠനങ്ങൾ ചൂണ്ടിക്കാണിക്കുന്നു.[2]

പല സംസ്കാരങ്ങളിലും സ്ത്രീയെ കുടുംബത്തിന്റെ മാന്യതയുടെ പ്രതീകമായി അവതരിപ്പിക്കുന്ന പ്രവണത കാണപ്പെടുന്നു. ഇതിന്റെ ഫലമായി സ്ത്രീയുടെ പെരുമാറ്റവും ശരീരവും കുടുംബത്തിന്റെ മാന്യതയുമായി നേരിട്ട് ബന്ധിപ്പിക്കപ്പെടുന്നു. ഈ സാഹചര്യത്തിൽ സ്ത്രീയെ കുടുംബത്തിലെ പുരുഷന്മാരുടെ സ്വകാര്യ സ്വത്തുപോലെ പെരുമാറേണ്ട വ്യക്തിയായി കാണുന്ന ധാരണ ചില സാമൂഹിക സാഹചര്യങ്ങളിൽ രൂപപ്പെടുന്നു. പുരുഷന്റെ ആഗ്രഹങ്ങളും ആവശ്യങ്ങളും സാമൂഹികമായി അംഗീകരിക്കപ്പെടുമ്പോൾ, സ്ത്രീയുടെ ലൈംഗിക സ്വാതന്ത്ര്യം നിയന്ത്രിക്കപ്പെടേണ്ട ഘടകമായി അവതരിപ്പിക്കപ്പെടുന്നു.[3]

ഈ ഘടനയിൽ സ്ത്രീ ശരീരം പലപ്പോഴും സ്വതന്ത്ര വ്യക്തിയുടെ ശരീരമായി കാണപ്പെടുന്നതിന് പകരം നിയന്ത്രിക്കപ്പെടേണ്ട ഒരു വസ്തുവായി അവതരിപ്പിക്കപ്പെടുന്നു. സ്ത്രീ ശരീരം ആസ്വദിക്കപ്പെടേണ്ട വസ്തുവാണെന്ന ധാരണ നിലനിൽക്കുമ്പോൾ, അതിനെ ഭർത്താവിന് മാത്രമായി "സംരക്ഷിക്കപ്പെടണം" എന്ന നൈതിക പ്രതീക്ഷയും രൂപപ്പെടുന്നു. ഈ രീതിയിൽ സ്ത്രീയുടെ ശരീരത്തെക്കുറിച്ചുള്ള സാമൂഹിക നിയന്ത്രണം കുടുംബമാന്യതയുടെയും നൈതികതയുടെയും ഭാഷയിൽ ന്യായീകരിക്കപ്പെടുന്നു.[4]

ഇതോടൊപ്പം ഈ നൈതിക വിഭജനത്തിൽ ഒരു പ്രധാനമായ വ്യത്യാസവും കാണപ്പെടുന്നു. "കുല സ്ത്രീ" എന്നത് പലപ്പോഴും കുടുംബത്തിന്റെ അനുമതിയും നിയന്ത്രണവും കൂടാതെ സ്വതന്ത്രമായി തീരുമാനങ്ങൾ എടുക്കാൻ കഴിയാത്ത വ്യക്തിയായി അവതരിപ്പിക്കപ്പെടുന്നു. വിവാഹം, ബന്ധങ്ങൾ, തൊഴിൽ, സാമൂഹിക ഇടപെടൽ എന്നിവ പോലുള്ള ജീവിതത്തിലെ നിർണ്ണായക തീരുമാനങ്ങൾ കുടുംബത്തിന്റെ അംഗീകാരത്തോടെയാണ് അവൾ എടുക്കേണ്ടതെന്ന സാമൂഹിക

പ്രതീക്ഷ നിലനിൽക്കുന്നു. ഇതിന്റെ വിപരീതമായി "കുലട സ്ത്രീ" എന്ന ലേബൽ പലപ്പോഴും സ്വന്തം മനസ്സിനെയും ശരീരത്തെയും കുറിച്ചുള്ള തീരുമാനങ്ങൾ സ്വയം എടുക്കുന്ന സ്ത്രീയ്ക്ക് നൽകപ്പെടുന്ന ഒരു സാമൂഹിക മുദ്രയായി പ്രവർത്തിക്കുന്നു. കുടുംബത്തിന്റെ നിയന്ത്രണത്തിന് പുറത്തുള്ള തിരഞ്ഞെടുപ്പുകൾ നടത്തുന്ന സ്ത്രീയെ സാമൂഹികമായി അപകീർത്തികരമായ വിഭാഗത്തിലേക്ക് മാറ്റുന്ന ഈ പ്രക്രിയ സ്ത്രീയുടെ agency-യെ നിയന്ത്രിക്കുന്ന ഒരു സാംസ്കാരിക ഉപാധിയായി പ്രവർത്തിക്കുന്നു.[5]

സ്ത്രീകളുടെ സ്വതന്ത്രമായ തീരുമാനങ്ങൾ പലപ്പോഴും ഈ ബൈനറിയുടെ അടിസ്ഥാനത്തിൽ വിലയിരുത്തപ്പെടുന്നു. സാമൂഹികമായി അംഗീകരിച്ച മാതൃകകൾക്ക് അനുസരിച്ച് പെരുമാറുന്ന സ്ത്രീകൾക്ക് "മര്യാദയുള്ളവൾ" എന്ന അംഗീകാരം ലഭിക്കുമ്പോൾ, ആ മാതൃകയിൽ നിന്ന് വ്യത്യസ്തമായി പെരുമാറുന്നവർക്ക് "കുലട" എന്ന അപകീർത്തികരമായ ലേബൽ നൽകപ്പെടാം. സാമൂഹിക ലേബലിംഗ് വ്യക്തികളുടെ സാമൂഹിക തിരിച്ചറിവിനെ രൂപപ്പെടുത്തുന്നതിൽ നിർണ്ണായക പങ്ക് വഹിക്കുന്നുവെന്നും, ചില സാഹചര്യങ്ങളിൽ അത് സാമൂഹിക ശിക്ഷാരൂപമായി പ്രവർത്തിക്കാമെന്നും സാമൂഹ്യശാസ്ത്രജ്ഞർ ചൂണ്ടിക്കാണിക്കുന്നു.[6]

ഈ ലേബലിംഗ് വ്യക്തിപരമായ പെരുമാറ്റത്തെ മാത്രമല്ല, സ്ത്രീകളുടെ സാമൂഹിക അവസരങ്ങളെയും സ്വാധീനിക്കുന്നു. "കുലട" എന്ന മുദ്ര പതിപ്പിക്കപ്പെട്ട സ്ത്രീകൾക്ക് പല സമൂഹങ്ങളിലും സാമൂഹിക ബഹിഷ്കരണം, തൊഴിൽ അവസരങ്ങളിൽ വിവേചനം, കുടുംബപരമായ പിന്തുണയുടെ നഷ്ടം എന്നിവ നേരിടേണ്ടി വരാം. അതിനാൽ ഈ നൈതിക ബൈനറി സ്ത്രീകളുടെ ജീവിതസാധ്യതകളെ തന്നെ നിയന്ത്രിക്കുന്ന ഒരു സാമൂഹിക ഘടനയായി പ്രവർത്തിക്കുന്നു.[7]

ഈ പശ്ചാത്തലത്തിൽ ശരീരാവകാശം എന്ന ആശയം ആധുനിക മനുഷ്യാവകാശ ചർച്ചകളിൽ കേന്ദ്രപ്രാധാന്യമുള്ള ഒരു സിദ്ധാന്തമായി ഉയർന്നു. വ്യക്തിയുടെ ശരീരത്തെക്കുറിച്ചുള്ള തീരുമാനാധികാരം ആ വ്യക്തിക്കുതന്നെ ഉണ്ടായിരിക്കണം എന്നതാണ് ഈ ആശയത്തിന്റെ അടിസ്ഥാനതത്വം.[8]

ശരീരാവകാശം ജീവിതത്തിലെ നിരവധി മേഖലകളെ ഉൾക്കൊള്ളുന്നു. ഒരാൾ ഏത് ജോലി തിരഞ്ഞെടുക്കണം എന്നത് തീരുമാനിക്കുന്ന സ്വാതന്ത്ര്യം, ആരുമായി ബന്ധം സ്ഥാപിക്കണം എന്നത് തിരഞ്ഞെടുക്കാനുള്ള അവകാശം, reproduction സംബന്ധിച്ച തീരുമാനങ്ങൾ, ലൈംഗികതയെക്കുറിച്ചുള്ള വ്യക്തിപരമായ തീരുമാനങ്ങൾ എന്നിവയെല്ലാം ഈ അവകാശത്തിന്റെ പരിധിയിൽ ഉൾപ്പെടുന്നു. ഈ അവകാശങ്ങൾ വ്യക്തിയുടെ മനുഷ്യഗൗരവത്തോടും സ്വതന്ത്രമായ ജീവിതതിരഞ്ഞെടുപ്പുകളോടും ബന്ധപ്പെട്ട അടിസ്ഥാന സിദ്ധാന്തങ്ങളായി കണക്കാക്കപ്പെടുന്നു.[9]

എന്നാൽ പ്രായോഗികമായി ശരീരാവകാശം പലപ്പോഴും സമാനമായി നടപ്പിലാക്കപ്പെടുന്നില്ല. ചില സാഹചര്യങ്ങളിൽ സ്ത്രീ ശരീരം ഒരു പ്രത്യേക സാമൂഹിക "exception" ആയി പരിഗണിക്കപ്പെടുന്നു. "ഈ ശരീരം സംരക്ഷിക്കപ്പെടണം" എന്ന വാദത്തിന്റെ പേരിൽ സ്ത്രീകളുടെ സ്വാതന്ത്ര്യത്തെ നിയന്ത്രിക്കുന്ന നിരവധി സാമൂഹിക സംവിധാനങ്ങൾ പ്രവർത്തിക്കുന്നതായി ഗവേഷണങ്ങൾ ചൂണ്ടിക്കാണിക്കുന്നു. സംരക്ഷണത്തിന്റെ ഭാഷ ഉപയോഗിച്ചുകൊണ്ട് നിയന്ത്രണം നടപ്പിലാക്കുന്ന ഈ പ്രവണതയെ ചില സാമൂഹ്യ-നിയമ പഠനങ്ങൾ വിമർശനാത്മകമായി വിശകലനം ചെയ്തിട്ടുണ്ട്.[10]

ഈ പശ്ചാത്തലത്തിൽ sex work സംബന്ധിച്ച നിയമങ്ങൾ പലപ്പോഴും ശരീരാവകാശത്തിന്റെ ചർച്ചയിൽ ഉൾപ്പെടുത്തപ്പെടുന്നു. ചില ഗവേഷകർ ചൂണ്ടിക്കാണിക്കുന്നത് sex work criminalization തൊഴിലാളികളുടെ സുരക്ഷയും ആരോഗ്യപരിരക്ഷയും ദുർബലപ്പെടുത്തുന്ന സാഹചര്യം സൃഷ്ടിക്കാമെന്നാണ്. നിയമപരമായ അംഗീകാരം ഇല്ലാത്ത സാഹചര്യത്തിൽ സുരക്ഷിത തൊഴിൽപരിസരവും ആരോഗ്യപരിരക്ഷയും നിയമപരമായ സംരക്ഷണവും ലഭ്യമാകുന്നത് ബുദ്ധിമുട്ടാകാം.[11]

ശരീരാവകാശം പരിമിതപ്പെടുത്തപ്പെടുന്ന സാഹചര്യങ്ങളിൽ സ്ത്രീ ശാക്തീകരണത്തിന്റെ ആശയവും ദുർബലമാകുന്നു. വിദ്യാഭ്യാസം, തൊഴിൽ, രാഷ്ട്രീയ പങ്കാളിത്തം എന്നിവ സ്ത്രീ ശാക്തീകരണത്തിന്റെ പ്രധാന ഘടകങ്ങളായി പലപ്പോഴും അവതരിപ്പിക്കപ്പെടുന്നു. എന്നാൽ ശരീരത്തെക്കുറിച്ചുള്ള തീരുമാനസ്വാതന്ത്ര്യം ഇല്ലാത്ത സാഹചര്യത്തിൽ ഈ അവസരങ്ങൾ യഥാർത്ഥ സ്വാതന്ത്ര്യമായി മാറാൻ ബുദ്ധിമുട്ടുണ്ടാകാം. ശരീരാവകാശം ഉറപ്പാക്കപ്പെടാത്ത സാഹചര്യങ്ങളിൽ സ്ത്രീയുടെ സാമൂഹിക പങ്കാളിത്തവും നിയന്ത്രിതമായ രീതിയിൽ മാത്രം നിലനിൽക്കാനുള്ള സാധ്യത ഉയരുന്നു.[12]

ശരീരാവകാശം നിഷേധിക്കപ്പെടുന്ന സാഹചര്യങ്ങളിൽ സാമൂഹിക ഹിംസ സാധാരണ സംഭവമായി മാറാനുള്ള സാധ്യതയും ഉയരുന്നു. സ്ത്രീകളുടെ ശരീരത്തെക്കുറിച്ചുള്ള നിയന്ത്രണം ശക്തമായ സമൂഹങ്ങളിൽ ലൈംഗിക ഹിംസ, നിർബന്ധിത വിവാഹം, reproduction സംബന്ധിച്ച നിർബന്ധിത തീരുമാനങ്ങൾ എന്നിവ കൂടുതൽ സാധാരണ സംഭവങ്ങളായി മാറുന്നുവെന്ന് ചില പഠനങ്ങൾ സൂചിപ്പിക്കുന്നു. ഇത്തരം സാഹചര്യങ്ങളിൽ നീതിയിലേക്ക് പ്രവേശിക്കുന്നതും ബുദ്ധിമുട്ടാകാം, കാരണം സാമൂഹിക നൈതികതയുടെ പേരിൽ സ്ത്രീകളുടെ പരാതികൾ പലപ്പോഴും അവഗണിക്കപ്പെടുകയോ കുറ്റപ്പെടുത്തപ്പെടുകയോ ചെയ്യുന്ന പ്രവണതയും കാണപ്പെടുന്നു.[13]

ഇതിനാൽ "കുല സ്ത്രീ"യും "കുലട സ്ത്രീ"യും എന്ന നൈതിക വിഭജനം ഒരു സാധാരണ സാമൂഹിക ലേബലിംഗ് മാത്രമല്ല. അത് സ്ത്രീയുടെ സ്വാതന്ത്ര്യത്തെയും agency-യെയും നിയന്ത്രിക്കുന്ന ഒരു ആഴത്തിലുള്ള സാമൂഹിക ഘടനയുടെ ഭാഗമാണ്. സ്ത്രീയുടെ ശരീരത്തെയും തിരഞ്ഞെടുപ്പുകളെയും നിയന്ത്രിക്കുന്ന സാമൂഹിക സംവിധാനങ്ങളെ മനസ്സിലാക്കാൻ ഈ നൈതിക ബൈനറിയുടെ പ്രവർത്തനം വിമർശനാത്മകമായി വിശകലനം ചെയ്യേണ്ടതുണ്ട്.[14]

Reaferences:

1. Gerda Lerner, *The Creation of Patriarchy* (New York: Oxford University Press, 1986), 212–215.
2. Judith Butler, *Gender Trouble* (New York: Routledge, 1990), 45–48.
3. Sylvia Walby, *Theorizing Patriarchy* (Oxford: Blackwell, 1990), 54–59.
4. Michel Foucault, *The History of Sexuality, Vol. 1* (New York: Pantheon Books, 1978), 92–95.
5. Pierre Bourdieu, *Masculine Domination* (Stanford: Stanford University Press, 2001), 35–39.
6. Erving Goffman, *Stigma: Notes on the Management of Spoiled Identity* (Englewood Cliffs: Prentice Hall, 1963), 12–18.
7. Raewyn Connell, *Gender and Power* (Stanford: Stanford University Press, 1987), 104–108.
8. United Nations, *Universal Declaration of Human Rights* (1948), Article 3.
9. Martha C. Nussbaum, *Women and Human Development* (Cambridge: Cambridge University Press, 2000), 78–81.
10. Carol Smart, *Feminism and the Power of Law* (London: Routledge, 1989), 88–92.
11. Kamala Kempadoo, *Global Sex Workers* (New York: Routledge, 1998), 143–148.
12. Naila Kabeer, "Resources, Agency, Achievements," *Development and Change* 30 (1999): 435–439.
13. World Health Organization, *Global and Regional Estimates of Violence Against Women* (Geneva, 2013), 31–34.
14. Catharine A. MacKinnon, *Toward a Feminist Theory of the State* (Cambridge, MA: Harvard University Press, 1989), 161–166.

അധ്യായം 28

അറേഞ്ച്ഡ് മാരേജും ലൈംഗികതയും

മനുഷ്യസമൂഹങ്ങളിൽ വിവാഹം ഒരു സ്വകാര്യബന്ധത്തിന്റെ പരിധിയിലേക്ക് മാത്രം ചുരുങ്ങുന്ന ഒരു സംഭവം അല്ല. അത് സാമ്പത്തിക ഘടനകൾ, സാമൂഹിക പദവി, പാരമ്പര്യാവകാശം, കുടുംബവംശപരമ്പര, ലിംഗബന്ധങ്ങൾ എന്നിവയെ ബന്ധിപ്പിക്കുന്ന ഒരു സാമൂഹിക സ്ഥാപനമാണ്. അതുകൊണ്ടുതന്നെ അറേഞ്ച്ഡ് മാരേജ് എന്ന സംവിധാനം പല സമൂഹങ്ങളിലും ദീർഘകാലം നിലനിൽക്കുന്നത് യാദൃശ്ചികമായ സംഭവമായി കാണാനാവില്ല. നിരവധി ചരിത്രപരമായ സമൂഹങ്ങളിൽ വിവാഹം രണ്ട് വ്യക്തികളുടെ വ്യക്തിപരമായ ആഗ്രഹങ്ങളുടെ ഫലമായി മാത്രം രൂപപ്പെടുന്നില്ല; അത് കുടുംബങ്ങളും സാമൂഹിക കൂട്ടായ്മകളും ചേർന്ന് ക്രമീകരിക്കുന്ന ഒരു സാമൂഹിക സംവിധാനമായാണ് പ്രവർത്തിക്കുന്നത്.[1]

പ്രത്യേകിച്ച് പരമ്പരാഗത സമൂഹങ്ങളിൽ വിവാഹം രണ്ട് വ്യക്തികൾ തമ്മിലുള്ള പ്രണയബന്ധത്തിന്റെ തുടർച്ചയായി മാത്രമല്ല, രണ്ട് കുടുംബങ്ങൾ തമ്മിലുള്ള ബന്ധമായി കാണപ്പെടുന്നു. ഭൂമിയും സമ്പത്തും കുടുംബപാരമ്പര്യവും സംരക്ഷിക്കുന്നതിനായി വിവാഹബന്ധങ്ങൾ ക്രമീകരിക്കപ്പെടുന്ന രീതികൾ ചരിത്രത്തിൽ വ്യാപകമായി രേഖപ്പെടുത്തിയിട്ടുണ്ട്. നിരവധി സമൂഹങ്ങളിൽ വിവാഹം കുടുംബങ്ങളുടെ സാമ്പത്തികവും സാമൂഹികവുമായ താൽപര്യങ്ങളെ സംരക്ഷിക്കുന്ന ഒരു ഉപാധിയായി പ്രവർത്തിച്ചിട്ടുണ്ട്. ഇതിന്റെ ഭാഗമായി സമ്പത്തും പദവിയും കുടുംബത്തിനകത്തോ സമാന സാമൂഹിക വർഗ്ഗത്തിനകത്തോ നിലനിർത്താനുള്ള ശ്രമം വിവാഹക്രമീകരണങ്ങളിൽ പ്രധാന ഘടകമാകുന്നു.[2]

ഈ സാഹചര്യത്തിൽ അറേഞ്ച്ഡ് മാരേജിന്റെ നിലനിൽപ്പിന് ഒരു പ്രധാന കാരണമായി സാമൂഹിക വർഗ്ഗസംരക്ഷണം ചൂണ്ടിക്കാണിക്കപ്പെടുന്നു. സമ്പന്നരായോ ഉയർന്ന സാമൂഹിക പദവിയിലുള്ളവരായോ ഉള്ള കുടുംബങ്ങളിൽ വിവാഹം സമാന സാമ്പത്തികവും സാമൂഹികവുമായ നിലയിലുള്ള കുടുംബങ്ങളുമായി നടത്താനുള്ള പ്രവണത കാണപ്പെടുന്നു. ഇതിലൂടെ സമ്പത്തും സാമൂഹിക സ്ഥാനവും അതേ വർഗ്ഗത്തിനുള്ളിൽ തുടരാൻ കഴിയുന്നു. സാമൂഹ്യശാസ്ത്ര പഠനങ്ങൾ ഈ പ്രക്രിയയെ "വർഗ്ഗ പുനരുത്പാദനം" (class reproduction) എന്ന ആശയത്തിലൂടെ വിശദീകരിക്കുന്നു. അതായത് ഒരു സമൂഹത്തിലെ സാമ്പത്തികവും സാമൂഹികവുമായ അസമത്വങ്ങൾ തലമുറകളിലൂടെ തുടരാൻ വിവാഹം പോലുള്ള സ്ഥാപനങ്ങൾ സഹായിക്കുന്നു.[3]

ദക്ഷിണേഷ്യൻ സമൂഹങ്ങളിൽ അറേഞ്ച്ഡ് മാരേജിനെ മനസ്സിലാക്കാൻ മറ്റൊരു നിർണ്ണായക ഘടകമാണ് ജാതി (caste) വ്യവസ്ഥ. ഇന്ത്യ പോലുള്ള സമൂഹങ്ങളിൽ വിവാഹം പലപ്പോഴും ജാതിയ്ക്കുള്ളിൽ തന്നെ നടക്കേണ്ടതായുള്ള ഒരു സാമൂഹിക നിയമമായി രൂപപ്പെട്ടിട്ടുണ്ട്. സാമൂഹ്യചിന്തകൻ B. R. Ambedkar ചൂണ്ടിക്കാണിച്ചതുപോലെ ജാതിവ്യവസ്ഥയുടെ നിലനിൽപ്പിന് പ്രധാന ഉപാധിയാണ് ജാതിയ്ക്കുള്ളിലെ വിവാഹം, അഥവാ endogamy. വിവാഹം ജാതി അതിരുകൾ കടന്ന് നടക്കാതിരിക്കാനുള്ള നിയന്ത്രണം ജാതിവ്യവസ്ഥയെ തലമുറകളിലൂടെ നിലനിർത്താൻ സഹായിക്കുന്നു.[4]

ഫ്രഞ്ച് സാമൂഹ്യശാസ്ത്രജ്ഞനായ Louis Dumont ഇതേ വിഷയത്തെ വിശകലനം ചെയ്യുമ്പോൾ ജാതിവ്യവസ്ഥ ഒരു ശുദ്ധമായ സാമൂഹിക ക്രമമല്ല, മറിച്ച് ബന്ധങ്ങളും വിവാഹങ്ങളും നിയന്ത്രിക്കുന്ന ഒരു സങ്കീർണ്ണമായ സാംസ്കാരിക സംവിധാനമാണെന്ന് ചൂണ്ടിക്കാണിക്കുന്നു.

വിവാഹം ജാതിയ്ക്കുള്ളിൽ നിലനിർത്തപ്പെടുമ്പോൾ സാമൂഹിക പദവികളും അധികാരഘടനകളും തുടർച്ചയായി പുനരുത്പാദിക്കപ്പെടുന്നു.[5]

അറേഞ്ച്ഡ് മാരേജിനെ മനസ്സിലാക്കുന്നതിൽ ബന്ധുസംഘടനയും (kinship) പ്രധാന ഘടകമാണ്. മനുഷ്യശാസ്ത്രജ്ഞനായ Claude Lévi-Strauss അവതരിപ്പിച്ച വിവാഹ സഖ്യസിദ്ധാന്തം (marriage alliance theory) അനുസരിച്ച് വിവാഹം വ്യക്തിപരമായ ബന്ധം മാത്രമല്ല; അത് കുടുംബങ്ങൾ തമ്മിലുള്ള കൈമാറ്റ സംവിധാനവുമാണ്. വിവാഹത്തിലൂടെ കുടുംബങ്ങൾ തമ്മിൽ ബന്ധങ്ങളും കൂട്ടുകെട്ടുകളും രൂപപ്പെടുന്നു. ഈ ബന്ധങ്ങൾ സാമൂഹിക സഹകരണത്തിനും രാഷ്ട്രീയബന്ധങ്ങൾക്കും സാമ്പത്തിക കൂട്ടായ്മകൾക്കും അടിസ്ഥാനമാകാം.[6]

ഇത്തരം സാമൂഹിക ഘടനയിൽ വ്യക്തികളുടെ ലൈംഗികജീവിതവും സ്വാഭാവികമായ വ്യക്തിപരമായ തിരഞ്ഞെടുപ്പുകളുടെ ഫലമായി മാത്രം രൂപപ്പെടുന്നില്ല. അറേഞ്ച്ഡ് മാരേജിൽ പലപ്പോഴും പങ്കാളികൾ തമ്മിലുള്ള പരിചയം വിവാഹത്തിന് മുമ്പ് വളരെ പരിമിതമായിരിക്കും. പല സാഹചര്യങ്ങളിലും അവർക്ക് പരസ്പരം ആഴത്തിലുള്ള മാനസികബന്ധമോ ദീർഘകാല സൗഹൃദമോ ഉണ്ടായിരിക്കില്ല. എന്നിരുന്നാലും വിവാഹം ആരംഭിക്കുന്നതോടെ അവർ ദാമ്പത്യജീവിതത്തിന്റെ ഭാഗമായി ശാരീരികബന്ധത്തിലേക്ക് പ്രവേശിക്കുന്നു. ഈ സാഹചര്യത്തിൽ ശാരീരിക അടുപ്പം വ്യക്തികളുടെ മാനസികപരിചയത്തിന്റെ ഫലമായി രൂപപ്പെടുന്നതല്ല; മറിച്ച് വിവാഹം എന്ന സാമൂഹിക സ്ഥാപനത്തിന്റെ നിർവചിതമായ ദാമ്പത്യഭൂമികകളുടെ അടിസ്ഥാനത്തിലാണ് അത് ആരംഭിക്കുന്നത്.[7]

ഇത് മനുഷ്യബന്ധങ്ങളുടെ ഒരു പ്രത്യേക സാമൂഹിക രൂപമായി കാണപ്പെടുന്നു. ഇവിടെ രണ്ട് വ്യക്തികൾ പരസ്പരം ആഴത്തിൽ മനസ്സിലാക്കുന്നതിനുമുമ്പ് തന്നെ ശാരീരിക അടുപ്പത്തിലേക്ക് പ്രവേശിക്കേണ്ട സാഹചര്യം ഉണ്ടാകാം. ചില സാമൂഹ്യശാസ്ത്ര പഠനങ്ങൾ ഈ അനുഭവത്തെ "സ്ഥാപനപരമായ അടുപ്പം" (institutionalized intimacy) എന്ന ആശയത്തിലൂടെ വിശദീകരിക്കുന്നു. അതായത് വ്യക്തിപരമായ പ്രണയമോ ആകർഷണമോ ബന്ധത്തിന്റെ അടിസ്ഥാനമാകുന്നതിനു പകരം, വിവാഹം എന്ന സാമൂഹിക സ്ഥാപനം തന്നെയാണ് അടുപ്പത്തിന്റെ തുടക്കമായി പ്രവർത്തിക്കുന്നത്.[8]

ഈ സാഹചര്യത്തിൽ ശാരീരികബന്ധം ചിലപ്പോൾ മനുഷ്യരുടെ അടിസ്ഥാന ജീവശാസ്ത്രപരമായ പ്രവണതകളുമായി ബന്ധപ്പെട്ട രീതിയിലാണ് ആരംഭിക്കുന്നത്. പരസ്പരം ആഴത്തിൽ അറിയാത്ത രണ്ട് വ്യക്തികൾ ദാമ്പത്യബന്ധത്തിന്റെ ഭാഗമായി ശാരീരിക അടുപ്പത്തിലേക്ക് പ്രവേശിക്കുമ്പോൾ അവരുടെ ബന്ധം ആദ്യം ശാരീരികതലത്തിൽ ആരംഭിക്കുകയും പിന്നീട് മാനസികതലത്തിലേക്ക് വികസിക്കുകയും ചെയ്യാം. ചില സാഹചര്യങ്ങളിൽ ശാരീരികബന്ധം തന്നെ പിന്നീട് മാനസികബന്ധത്തിന്റെ തുടക്കമായി മാറുന്നു. കാലക്രമേണ പങ്കാളികൾ തമ്മിൽ വിശ്വാസവും സൗഹൃദവും ആത്മബന്ധവും രൂപപ്പെടാൻ കഴിയും.

എന്നാൽ ഈ ക്രമം എല്ലായ്പ്പോഴും സമാനമായ രീതിയിൽ പ്രവർത്തിക്കുന്നില്ല. ചില സാഹചര്യങ്ങളിൽ മാനസികപരിചയം വളരെ കുറവായ സാഹചര്യത്തിൽ ആരംഭിക്കുന്ന ശാരീരികബന്ധം വ്യക്തികൾക്ക് ആശയവിനിമയപ്രശ്നങ്ങളും മാനസിക അസ്വസ്ഥതകളും സൃഷ്ടിക്കാനും സാധ്യതയുണ്ട്. പങ്കാളികൾ തമ്മിലുള്ള പരസ്പര ബോധവും ആത്മബന്ധവും പിന്നീട് രൂപപ്പെടേണ്ട പ്രക്രിയയായി മാറുന്നു. ശാരീരിക അടുപ്പം മുൻപും മാനസിക അടുപ്പം പിന്നീട്

രൂപപ്പെടുന്നതുമെന്ന ഈ ക്രമം അറേഞ്ച്ഡ് മാരേജിന്റെ ചില രൂപങ്ങളിൽ കാണപ്പെടുന്ന പ്രത്യേക സാമൂഹിക അനുഭവമായി രേഖപ്പെടുത്തിയിട്ടുണ്ട്.[9]

ഈ സാഹചര്യത്തിൽ consent എന്ന ആശയവും കൂടുതൽ സങ്കീർണ്ണമാകുന്നു. വിവാഹത്തിന് വ്യക്തിയുടെ സമ്മതം ഉണ്ടാകാം. എന്നാൽ ആ സമ്മതം പൂർണ്ണമായും സ്വതന്ത്രമായ വ്യക്തിപരമായ തീരുമാനത്തിന്റെ ഫലമാകണമെന്നില്ല. സാമൂഹിക പ്രതീക്ഷകൾ, കുടുംബ സമ്മർദ്ദം, സാമ്പത്തിക ആശ്രിതത്വം, സംസ്കാരപരമായ മാനദണ്ഡങ്ങൾ എന്നിവയുടെ പശ്ചാത്തലത്തിൽ ആ സമ്മതം രൂപപ്പെടാൻ സാധ്യതയുണ്ട്. അതിനാൽ സമ്മതത്തെ വ്യക്തിപരമായ തീരുമാനമായി മാത്രം കാണാതെ, സാമൂഹിക ഘടനകൾ സ്വാധീനിക്കുന്ന ഒരു പ്രക്രിയയായി മനസ്സിലാക്കേണ്ടതുണ്ടെന്ന് ചില സാമൂഹ്യശാസ്ത്ര പഠനങ്ങൾ ചൂണ്ടിക്കാണിക്കുന്നു.[10]

അറേഞ്ച്ഡ് മാരേജിന്റെ സാമൂഹിക രൂപങ്ങൾ വിവിധ സംസ്കാരങ്ങളിൽ വ്യത്യസ്തമായി പ്രകടമാകുന്നു. ഇന്ത്യ പോലുള്ള സമൂഹങ്ങളിൽ ജാതി, കുടുംബപാരമ്പര്യം, സാമൂഹിക പദവി എന്നിവ വിവാഹക്രമീകരണത്തിൽ നിർണ്ണായക പങ്ക് വഹിക്കുന്നു. മദ്ധ്യപൂർവേഷ്യൻ സമൂഹങ്ങളിൽ ബന്ധുസംബന്ധങ്ങൾക്കും കുടുംബകൂട്ടുകെട്ടുകൾക്കും കൂടുതൽ പ്രാധാന്യം നൽകുന്ന രീതിയിൽ വിവാഹങ്ങൾ ക്രമീകരിക്കപ്പെടുന്നു. യൂറോപ്പിന്റെ ചരിത്രപരമായ ഘട്ടങ്ങളിൽ, പ്രത്യേകിച്ച് രാജകീയവും ഭൂമിയുടമസ്ഥതയുമായി ബന്ധപ്പെട്ട സമൂഹങ്ങളിലും വിവാഹം സമ്പത്തും രാഷ്ട്രീയബന്ധങ്ങളും സംരക്ഷിക്കുന്ന ഉപാധിയായി പ്രവർത്തിച്ചിരുന്നു. ഈ താരതമ്യപരമായ പഠനങ്ങൾ അറേഞ്ച്ഡ് മാരേജ് വിവിധ സംസ്കാരങ്ങളിൽ വ്യത്യസ്ത സാമൂഹിക ലക്ഷ്യങ്ങൾ നിറവേറ്റുന്ന ഒരു സ്ഥാപനം ആണെന്ന് വ്യക്തമാക്കുന്നു.[11]

അതുകൊണ്ട് അറേഞ്ച്ഡ് മാരേജിനെ ഏകതാനമായ ഒരു സാമൂഹിക അനുഭവമായി കാണാനാവില്ല. ചില സാഹചര്യങ്ങളിൽ അത് കുടുംബബന്ധങ്ങളെയും സാമൂഹിക സ്ഥിരതയെയും ശക്തിപ്പെടുത്തുന്ന സംവിധാനമായിരിക്കാം. മറ്റുചില സാഹചര്യങ്ങളിൽ അത് വ്യക്തികളുടെ സ്വതന്ത്രമായ തിരഞ്ഞെടുപ്പുകളെയും ലൈംഗിക agency-യെയും പരിമിതപ്പെടുത്തുന്ന ഘടനയായി പ്രവർത്തിക്കാനും സാധ്യതയുണ്ട്. ഈ വൈരുധ്യങ്ങളെ മനസ്സിലാക്കാൻ അറേഞ്ച്ഡ് മാരേജിനെ സാമ്പത്തിക ഘടനകൾ, ജാതിവ്യവസ്ഥ, കുടുംബരാഷ്ട്രീയം, ലിംഗബന്ധങ്ങൾ, സംസ്കാരപരമായ മൂല്യങ്ങൾ എന്നിവയുടെ വിപുലമായ പശ്ചാത്തലത്തിൽ വിശകലനം ചെയ്യേണ്ടതുണ്ട്.[12]

References:

1. Jack Goody, *The Development of the Family and Marriage in Europe* (Cambridge: Cambridge University Press, 1983), 37–41.
2. Stephanie Coontz, *Marriage, A History* (New York: Viking, 2005), 52–57.
3. Pierre Bourdieu, *Distinction* (Cambridge, MA: Harvard University Press, 1984), 108–112.
4. B. R. Ambedkar, *Annihilation of Caste* (1936), 17–20.
5. Louis Dumont, *Homo Hierarchicus: The Caste System and Its Implications* (Chicago: University of Chicago Press, 1970), 112–118.
6. Claude Lévi-Strauss, *The Elementary Structures of Kinship* (Boston: Beacon Press, 1969), 61–66.
7. Anthony Giddens, *The Transformation of Intimacy* (Cambridge: Polity Press, 1992), 89–93.
8. Michel Foucault, *The History of Sexuality, Vol. 1* (New York: Pantheon Books, 1978), 103–107.
9. Arjun Appadurai, *Modernity at Large* (Minneapolis: University of Minnesota Press, 1996), 72–75.
10. Naila Kabeer, "Resources, Agency, Achievements," *Development and Change* 30 (1999): 438–442.
11. Jack Goody, *Production and Reproduction* (Cambridge: Cambridge University Press, 1976), 83–90.
12. Raewyn Connell, *Gender and Power* (Stanford: Stanford University Press, 1987), 118–121.

അധ്യായം 29

ലൈംഗിക സമ്മതത്തിന്റെ ചരിത്രപരമായ പരിണാമം

(Consent as a Historical, Not Natural, Concept)

മനുഷ്യസമൂഹങ്ങളിൽ "സമ്മതം" എന്ന ആശയം ഇന്ന് സ്വാഭാവികമായ ഒരു നൈതിക മൂല്യമായി അവതരിപ്പിക്കപ്പെടുന്നുണ്ടെങ്കിലും, ചരിത്രപരമായ പഠനങ്ങൾ കാണിക്കുന്നത് അത് മനുഷ്യസമൂഹത്തിന്റെ തുടക്കകാലങ്ങളിൽ തന്നെ നിലനിന്നിരുന്ന ഒരു അടിസ്ഥാനസിദ്ധാന്തമല്ല എന്നതാണ്. മനുഷ്യചരിത്രത്തിന്റെ വലിയൊരു ഭാഗത്ത് ലൈംഗികബന്ധങ്ങൾ വ്യക്തികളുടെ സ്വതന്ത്രമായ ഇച്ഛയുടെ അടിസ്ഥാനത്തിൽ മാത്രം രൂപപ്പെട്ടിരുന്നില്ല. മറിച്ച് അവ സാമൂഹിക ഘടനകൾ, കുലനിയമങ്ങൾ, ബന്ധുസംഘടനകൾ, കുടുംബപരമ്പരകൾ എന്നിവയുടെ നിയന്ത്രണത്തിലൂടെയാണ് ക്രമീകരിക്കപ്പെട്ടിരുന്നത്.[1]

ആദിമ ഗോത്രസമൂഹങ്ങളിൽ ലൈംഗികബന്ധങ്ങൾ വ്യക്തികളുടെ സ്വകാര്യ തീരുമാനങ്ങളായി മാത്രം കാണപ്പെട്ടിരുന്നില്ല. അവ സമൂഹത്തിന്റെ ബന്ധുസംഘടനയുടെ ഭാഗമായിരുന്നു. കുലങ്ങൾ തമ്മിലുള്ള ബന്ധങ്ങളും വിവാഹക്കൂട്ടുകെട്ടുകളും സമൂഹത്തിന്റെ സ്ഥിരതയ്ക്കായി നിർണ്ണായകമായിരുന്നതിനാൽ വ്യക്തിപരമായ ഇച്ഛയ്ക്ക് അവിടെ വളരെ കുറച്ച് സ്ഥാനമേ ഉണ്ടായിരുന്നുള്ളൂ. മനുഷ്യശാസ്ത്ര പഠനങ്ങൾ സൂചിപ്പിക്കുന്നത് ഇത്തരം സമൂഹങ്ങളിൽ ലൈംഗികബന്ധങ്ങൾ പലപ്പോഴും കുടുംബവും കുലവും നിർവചിക്കുന്ന നിയമങ്ങളുടെ ഭാഗമായിരുന്നു എന്നതാണ്.[2]

ഈ സാഹചര്യത്തിൽ "വ്യക്തി" എന്ന ആശയം തന്നെ ചരിത്രപരമായി പിന്നീട് രൂപപ്പെട്ടതാണ്. വ്യക്തിപരമായ അവകാശങ്ങൾ, വ്യക്തിയുടെ സ്വതന്ത്ര ഇച്ഛ, വ്യക്തിപരമായ സമ്മതം എന്നീ ആശയങ്ങൾ ആധുനിക സാമൂഹിക-രാഷ്ട്രീയ ചിന്തകളുടെ വളർച്ചയോടൊപ്പം മാത്രമാണ് വ്യക്തമായി രൂപപ്പെടുന്നത്.[3]

സ്വകാര്യ സ്വത്തിന്റെ ഉദയത്തോടെ സമൂഹത്തിലെ വ്യക്തിയുടെ സ്ഥാനത്തും വലിയ മാറ്റം സംഭവിച്ചു. സ്വത്ത് കൈവശം വയ്ക്കുന്ന വ്യക്തിയെ നിയമപരമായ ഘടകമായി അംഗീകരിക്കുന്ന സാമൂഹിക വ്യവസ്ഥകൾ രൂപപ്പെട്ടു. എന്നാൽ ഈ പ്രക്രിയയിൽ സ്ത്രീയുടെ സ്ഥാനം വൈരുധ്യപരമായിരുന്നു. നിരവധി സമൂഹങ്ങളിൽ സ്ത്രീയുടെ ശരീരം കുടുംബസ്വത്തിന്റെ ഭാഗമായോ പാരമ്പര്യനിയന്ത്രണത്തിന്റെ ഭാഗമായോ കാണപ്പെട്ടു. ഇതിന്റെ ഫലമായി സ്ത്രീയുടെ വ്യക്തിപരമായ സമ്മതം പലപ്പോഴും അപ്രധാനമായി മാറി.[4]

വിവാഹം ഈ ഘടനയിൽ ഒരു പ്രധാന നിയമോപകരണമായി പ്രവർത്തിച്ചു. പല നിയമപരമ്പരകളിലും വിവാഹം സ്ത്രീയുടെ ലൈംഗികജീവിതത്തെ നിയമപരമായി നിയന്ത്രിക്കുന്ന സംവിധാനമായി മാറി. വിവാഹബന്ധത്തിനുള്ളിൽ ലൈംഗികബന്ധം സ്വാഭാവികമായി അംഗീകരിക്കപ്പെട്ടിരുന്ന സാഹചര്യങ്ങളിൽ വ്യക്തിപരമായ സമ്മതം പ്രത്യേകം ചോദിക്കപ്പെടേണ്ട ഘടകമായി പരിഗണിക്കപ്പെട്ടിരുന്നില്ല.[5]

ആധുനിക നിയമവ്യവസ്ഥകളിൽ "സമ്മതം" എന്ന ആശയം വ്യക്തമായി പ്രവേശിക്കുന്നത് വളരെ വൈകിയ കാലഘട്ടത്തിലാണ്. പ്രത്യേകിച്ച് ലൈംഗിക കുറ്റകൃത്യങ്ങളെ സംബന്ധിച്ച നിയമങ്ങളിൽ വ്യക്തിയുടെ സമ്മതം ഒരു നിർണ്ണായക ഘടകമായി ഉൾപ്പെടുത്തുന്നത് ആധുനിക

മനുഷ്യാവകാശ ചർച്ചകളുടെ സ്വാധീനത്തോടെയാണ് ഉണ്ടായത്. എന്നിരുന്നാലും നിയമപരമായ സമ്മതവും മനഃശാസ്ത്രപരമായ സമ്മതവും ഒരുപോലെയല്ലെന്ന് നിരവധി ഗവേഷകർ ചൂണ്ടിക്കാണിക്കുന്നു.[6]

നിയമപരമായി ഒരാൾ സമ്മതിച്ചു എന്ന് രേഖപ്പെടുത്തിയിരിക്കുന്ന സാഹചര്യങ്ങളിലും ഭയം, സാമ്പത്തിക ആശ്രിതത്വം, സാമൂഹിക സമ്മർദ്ദം, അധികാര അസമത്വം എന്നിവ പോലുള്ള ഘടകങ്ങൾ ആ തീരുമാനത്തെ സ്വാധീനിച്ചിരിക്കാം. അതിനാൽ സമ്മതത്തെ ഒരു ലളിതമായ "അതെ" അല്ലെങ്കിൽ "ഇല്ല" എന്ന ഉത്തരമായി മാത്രം കാണാനാവില്ല. അത് സാമൂഹിക സാഹചര്യങ്ങളുമായി ബന്ധപ്പെട്ടു നിൽക്കുന്ന ഒരു സങ്കീർണ്ണമായ പ്രക്രിയയാണ്.[7]

ഈ സാഹചര്യത്തിൽ സമ്മതം രാഷ്ട്രീയപരമായ ഭാഷയായി ഉപയോഗിക്കപ്പെടുന്ന രീതിയും ശ്രദ്ധേയമാണ്. ചില സാഹചര്യങ്ങളിൽ "സമ്മതം ഉണ്ടായിരുന്നു" എന്ന വാചകം ഉത്തരവാദിത്വത്തിൽ നിന്ന് ഒഴിഞ്ഞുമാറാനുള്ള ഉപാധിയായി ഉപയോഗിക്കപ്പെടുന്നു. അധികാരബന്ധങ്ങൾ അസമമായ സാഹചര്യങ്ങളിൽ സമ്മതം ഒരു യഥാർത്ഥ സ്വാതന്ത്ര്യപ്രകടനം ആയിരിക്കണമെന്നില്ല; മറിച്ച് അധികാരത്തിന്റെ സമ്മർദ്ദത്തിൽ രൂപപ്പെട്ട തീരുമാനമായിരിക്കാം. ഈ കാര്യം ഫെമിനിസ്റ്റ് നിയമവിശകലനങ്ങളിൽ വ്യാപകമായി ചർച്ച ചെയ്യപ്പെട്ടിട്ടുണ്ട്.[8]

ലൈംഗിക തൊഴിൽ, ക്യാപിറ്റലിസം, സമ്മതം

(Sex Work, Capitalism, and Consent)

ക്യാപിറ്റലിസ്റ്റ് സമ്പദ്‌വ്യവസ്ഥയിൽ മനുഷ്യപ്രവർത്തനങ്ങളുടെ വലിയൊരു ഭാഗം വിപണി ബന്ധത്തിലേക്ക് മാറുന്നു. തൊഴിലാളികൾ അവരുടെ തൊഴിൽ വിപണിയിൽ വിൽക്കുന്നു, അതിന്റെ അടിസ്ഥാനത്തിലാണ് അവരുടെ ജീവിതോപാധികൾ നിലനിൽക്കുന്നത്. ഈ സാഹചര്യത്തിൽ നിരവധി തൊഴിൽരൂപങ്ങൾ സാമ്പത്തിക ആവശ്യകതയുടെ പശ്ചാത്തലത്തിലാണ് തിരഞ്ഞെടുക്കപ്പെടുന്നത്. എന്നിരുന്നാലും ലൈംഗിക തൊഴിൽ മാത്രമാണ് "യഥാർത്ഥ സമ്മതം" എന്ന ചോദ്യവുമായി പ്രത്യേകമായി ബന്ധിപ്പിക്കപ്പെടുന്നത്.[9]

ഇവിടെ ഒരു പ്രധാന ആശയവൈരുധ്യം കാണപ്പെടുന്നു. സമൂഹം തൊഴിൽ സമ്മതത്തെയും *(labour consent)* ലൈംഗിക സമ്മതത്തെയും *(sexual consent)* വ്യക്തമായി വേർതിരിക്കാൻ തയ്യാറാകാറില്ല. സാമ്പത്തിക ആവശ്യകതയുടെ സാഹചര്യത്തിൽ ചെയ്യുന്ന മറ്റ് തൊഴിൽരൂപങ്ങളെ സാധാരണ തൊഴിൽയായി അംഗീകരിക്കുമ്പോൾ, ലൈംഗിക തൊഴിൽ മാത്രം "സമ്മതത്തിന്റെ അഭാവം" എന്ന ഭാഷയിൽ വിശകലനം ചെയ്യപ്പെടുന്നു.[10]

ഇവിടെ ഒരു അടിസ്ഥാനചോദ്യം ഉയരുന്നു. സാമ്പത്തിക അനിവാര്യതയുടെ സാഹചര്യത്തിൽ ചെയ്യുന്ന ഒരു തൊഴിൽ സമ്മതം ഇല്ലാത്ത പ്രവർത്തനമായി വായിക്കപ്പെടണോ? ഈ വാദം സ്ഥിരമായി സ്വീകരിക്കുകയാണെങ്കിൽ അപകടകരമായ തൊഴിൽ, കുറഞ്ഞ വേതന ജോലി, കുടിയേറ്റ തൊഴിലാളികളുടെ കഠിന തൊഴിൽ ഉടങ്ങിയവയെല്ലാം അസാധുവായ സമ്മതത്തിന്റെ അടിസ്ഥാനത്തിലുള്ള പ്രവർത്തനങ്ങളായി കാണേണ്ടിവരും. എന്നാൽ സാമൂഹിക ചർച്ചകളിൽ ഇത്തരം തൊഴിൽരൂപങ്ങൾ സാധാരണ സാമ്പത്തിക പ്രവർത്തനങ്ങളായി അംഗീകരിക്കപ്പെടുന്നു.[11]

ലൈംഗിക തൊഴിൽ രംഗത്ത് മാത്രമാണ് ‘‘വിപണി = ചൂഷണം’’ എന്ന നൈതിക വാദം ശക്തമായി ഉയരുന്നത്. ക്യാപിറ്റലിസം മനുഷ്യശരീരത്തെ വിവിധ തൊഴിൽരൂപങ്ങളിലൂടെ വിപണി മൂല്യമുള്ളതാക്കി മാറ്റുമ്പോൾ ചില ശരീരങ്ങൾ മാത്രമാണ് നൈതികമായി അംഗീകരിക്കപ്പെടുന്നത് എന്ന ചോദ്യം ഇതിലൂടെ ഉയരുന്നു. ഒരു തൊഴിൽ ‘‘സേവനം’’ എന്ന ഭാഷയിൽ അവതരിപ്പിക്കുമ്പോൾ അത് അംഗീകരിക്കപ്പെടുന്നു; എന്നാൽ ‘‘വില്പന’’ എന്ന ഭാഷ ഉപയോഗിക്കുമ്പോൾ അത് നൈതികമായി നിരാകരിക്കപ്പെടുന്നു.[12]

ഈ സാഹചര്യത്തിൽ സാമൂഹിക അപകീർത്തി *(stigma)* എന്ന ഘടകവും നിർണ്ണായകമാണ്. ലൈംഗിക തൊഴിലുമായി ബന്ധപ്പെട്ട അപകീർത്തി പലപ്പോഴും സമ്മതത്തെ തന്നെ അസാധുവാക്കുന്ന രീതിയിൽ പ്രവർത്തിക്കുന്നു. ലൈംഗിക തൊഴിലാളിയുടെ സ്വയം തീരുമാനശേഷി *(agency)* അംഗീകരിക്കപ്പെടാത്ത സാഹചര്യത്തിൽ അവരുടെ സമ്മതം നിരന്തരം ചോദ്യം ചെയ്യപ്പെടേണ്ട ഒന്നായി മാറുന്നു.[13]

ലൈംഗിക തൊഴിലും സമ്മതവും — ദാർശനിക വിശകലനം

(Philosophical Analysis)

ദാർശനികമായി സമ്മതം ഒരു നിമിഷ തീരുമാനം മാത്രമല്ല. അത് ഒരു തുടർച്ചയായ പ്രക്രിയയാണ്, പിൻവലിക്കാവുന്ന ഒന്നുമാണ്. വ്യക്തികൾക്ക് ഏതൊരു സമയത്തും അവരുടെ സമ്മതം മാറ്റാനുള്ള അവകാശം ഈ ആശയത്തിൽ ഉൾപ്പെടുന്നു.

അതേസമയം മനുഷ്യസമൂഹത്തിലെ ഭൂരിഭാഗം തൊഴിൽരൂപങ്ങളും സാമ്പത്തിക സമ്മർദ്ദങ്ങളുടെ പശ്ചാത്തലത്തിലാണ് നടക്കുന്നത്. ‘‘സാമ്പത്തിക സമ്മർദ്ദം ഉണ്ടെങ്കിൽ സമ്മതം അസാധുവാണ്’’ എന്ന വാദം സിദ്ധാന്തപരമായി സ്വീകരിച്ചാൽ മനുഷ്യസമൂഹത്തിലെ വലിയൊരു തൊഴിൽരംഗവും അസാധുവാക്കേണ്ടിവരും.

ഈ സാഹചര്യത്തിൽ ലൈംഗിക തൊഴിൽ രംഗത്തെ സമ്മതം മാത്രം അസാധുവായി കാണപ്പെടുന്നത് സ്ത്രീയുടെ ലൈംഗിക സ്വയംനിർണ്ണയശേഷിയോടുള്ള സാമൂഹിക അസ്വസ്ഥതയുമായി ബന്ധപ്പെട്ടു നിൽക്കുന്നു എന്ന് ചില സാമൂഹ്യശാസ്ത്ര പഠനങ്ങൾ ചൂണ്ടിക്കാണിക്കുന്നു. സ്ത്രീ ലൈംഗിക ആഗ്രഹം പ്രകടിപ്പിക്കുമ്പോൾ അത് ‘‘യഥാർത്ഥമല്ല’’ എന്ന് വായിക്കുന്ന പിതൃസത്താ മനോഭാവം ഇതിന്റെ പിന്നിൽ പ്രവർത്തിക്കുന്നു.[14]

ദാർശനികമായി സമ്മതവും നൈതിക വിധിയും *(morality)* വ്യത്യസ്ത ആശയങ്ങളാണ്. സമ്മതം വ്യക്തിയുടെ സ്വാതന്ത്ര്യത്തെയും സ്വയംനിർണ്ണയശേഷിയെയും *(autonomy)* സൂചിപ്പിക്കുന്നു. നൈതിക വിധി എന്നാൽ സമൂഹം നിർവചിക്കുന്ന മൂല്യവിധികളെയാണ് സൂചിപ്പിക്കുന്നത്. ചില സാഹചര്യങ്ങളിൽ നൈതിക വിധി സമ്മതത്തെ മറികടക്കുമ്പോൾ വ്യക്തിയുടെ agency ഇല്ലാതാകാനുള്ള സാധ്യത ഉയരുന്നു.

ഇവിടെ ഒരു പ്രധാന ചോദ്യം ഉയരുന്നു. സമ്മതം നിഷേധിക്കപ്പെടുമ്പോൾ ആരുടെ agency ആണ് ഇല്ലാതാകുന്നത്? പല സാഹചര്യങ്ങളിലും അത് ലൈംഗിക തൊഴിലാളിയുടെ agency-യെയാണ് ഇല്ലാതാക്കുന്നത്. ഇതിലൂടെ സ്ത്രീയുടെ ശരീരം സ്വയം തീരുമാനിക്കാൻ കഴിയാത്ത ഒരു വസ്തുവായി അവതരിപ്പിക്കപ്പെടുന്നു.

നിയമചിന്തയിൽ സമ്മതവും നിർബന്ധവും

(Consent vs Coercion in Legal Theory)

നിയമചിന്തയിൽ സമ്മതം എന്നത് force ഇല്ലാത്ത അവസ്ഥ മാത്രമല്ല. അതിൽ യഥാർത്ഥമായ തിരഞ്ഞെടുപ്പ് *(choice)* ഉണ്ടായിരിക്കണം. നിർബന്ധം *(coercion)* ശാരീരിക ഹിംസയിൽ മാത്രം ഒതുങ്ങുന്നില്ല; സാമ്പത്തിക സമ്മർദ്ദം, നിയമഭീഷണി, സാമൂഹിക അപകീർത്തി തുടങ്ങിയ ഘടകങ്ങളും നിർബന്ധത്തിന്റെ ഭാഗമായി പ്രവർത്തിക്കാം.[15]

നിയമവ്യവസ്ഥ സമ്മതം പരിശോധിക്കുമ്പോൾ നൈതിക വിധി പരിശോധിക്കേണ്ടതല്ല. പ്രധാനമായി പരിശോധിക്കേണ്ടത് സ്വമേധയുള്ള തിരഞ്ഞെടുപ്പ് *(voluntariness)* ആണെന്ന് നിരവധി നിയമപണ്ഡിതർ ചൂണ്ടിക്കാണിക്കുന്നു.

ലൈംഗിക തൊഴിൽ, വിവാഹം, പരിപാലന തൊഴിൽ *(care work)* എന്നിവ എല്ലാം സാമ്പത്തിക ആവശ്യകതയുടെ പശ്ചാത്തലത്തിൽ പലപ്പോഴും നടക്കുന്നു. അതിനാൽ അവയിൽ സമ്മതം സ്വാഭാവികമായി അസാധുവാകുന്നു എന്ന് പറയാനാവില്ല.

സാമൂഹിക ചർച്ചകളിൽ കാണപ്പെടുന്ന തിരഞ്ഞെടുക്കപ്പെട്ട സമ്മതവാദം *(selective consent logic)* മറ്റൊരു പ്രശ്നം ഉയർത്തുന്നു. ദരിദ്ര സ്ത്രീകളുടെ സമ്മതം ചോദ്യം ചെയ്യപ്പെടുമ്പോൾ സമ്പന്ന സ്ത്രീകളുടെ തിരഞ്ഞെടുപ്പുകൾ "സ്വാതന്ത്ര്യം" എന്ന ഭാഷയിൽ ആഘോഷിക്കപ്പെടുന്നു.

ചില പിതൃസത്താ നിയമചിന്തകൾ സ്ത്രീകളുടെ സമ്മതം വിശ്വസനീയമല്ല എന്ന മുൻകൂട്ടി നിഗമനത്തിൽ നിന്ന് പ്രവർത്തിക്കുന്നതായി വിമർശനങ്ങൾ ഉയരുന്നു. ഇത്തരം സമീപനങ്ങളിൽ സമ്മതം നിഷേധിക്കുന്നത് സംരക്ഷണം എന്ന നിലയിൽ അവതരിപ്പിക്കപ്പെടുന്നുണ്ടെങ്കിലും പ്രായോഗികമായി അത് agency ഇല്ലാതാക്കുന്ന ഘടകമായി പ്രവർത്തിക്കാം.

അതുകൊണ്ട് യഥാർത്ഥ സമ്മതരൂപരേഖ *(true consent framework)* രണ്ട് അടിസ്ഥാന ഘടകങ്ങളെ ഉൾക്കൊള്ളണം. ഒന്നാമത് വിവരത്തെ അടിസ്ഥാനമാക്കിയുള്ള തിരഞ്ഞെടുപ്പ് *(informed choice)* ഉണ്ടായിരിക്കണം. രണ്ടാമത് അവസ്ഥയിൽ നിന്ന് പുറത്തുകടക്കാനുള്ള യഥാർത്ഥ സാധ്യത *(exit possibility)* ഉണ്ടായിരിക്കണം. ഈ ഘടകങ്ങൾ നിലനിൽക്കുന്ന സാഹചര്യത്തിലാണ് സമ്മതം ഒരു യഥാർത്ഥ സാമൂഹിക-നിയമപരമായ ആശയമായി പ്രവർത്തിക്കാൻ കഴിയുക.

Reafrences:

1. Michel Foucault, *The History of Sexuality, Vol. 1* (New York: Pantheon Books, 1978), 95–101.
2. Claude Lévi-Strauss, *The Elementary Structures of Kinship* (Boston: Beacon Press, 1969), 61–68.
3. Charles Taylor, *Sources of the Self* (Cambridge: Harvard University Press, 1989), 205–210.
4. Gerda Lerner, *The Creation of Patriarchy* (New York: Oxford University Press, 1986), 212–215.
5. Carole Pateman, *The Sexual Contract* (Stanford: Stanford University Press, 1988), 150–156.
6. Catharine A. MacKinnon, *Toward a Feminist Theory of the State* (Cambridge, MA: Harvard University Press, 1989), 173–176.
7. Martha C. Nussbaum, *Women and Human Development* (Cambridge: Cambridge University Press, 2000), 78–81.
8. Carol Smart, *Feminism and the Power of Law* (London: Routledge, 1989), 88–94.
9. Kamala Kempadoo, *Global Sex Workers* (New York: Routledge, 1998), 142–148.
10. Gayle Rubin, "Thinking Sex," in *Pleasure and Danger* (Boston: Routledge, 1984), 278–281.
11. Karl Marx, *Capital, Vol. 1* (London: Penguin Classics, 1867/1990), 270–275.
12. Eva Illouz, *Consuming the Romantic Utopia* (Berkeley: University of California Press, 1997), 101–106.
13. Erving Goffman, *Stigma* (New York: Prentice Hall, 1963), 12–18.
14. Judith Butler, *Gender Trouble* (New York: Routledge, 1990), 45–50.
15. Joel Feinberg, *Harm to Self* (Oxford: Oxford University Press, 1986), 134–138.

അധ്യായം 30

മതവും ലൈംഗിക നിയന്ത്രണ സംവിധാനങ്ങളും

(Religion and Sexual Control Systems)

മനുഷ്യസമൂഹങ്ങളിൽ മതം ഒരു ആത്മീയ വിശ്വാസസംവിധാനം മാത്രമല്ല. അത് നൈതിക മാനദണ്ഡങ്ങൾ നിർവചിക്കുകയും സാമൂഹിക പെരുമാറ്റങ്ങളെ നിയന്ത്രിക്കുകയും ചെയ്യുന്ന ശക്തമായ സാംസ്കാരിക സംവിധാനമാണ്. ചരിത്രപരമായി നോക്കുമ്പോൾ ലൈംഗികതയെ നിയന്ത്രിക്കുന്ന പ്രധാന സാമൂഹിക ഘടകങ്ങളിലൊന്നായി മതം പ്രവർത്തിച്ചിട്ടുണ്ടെന്ന് നിരവധി സാമൂഹ്യശാസ്ത്ര പഠനങ്ങൾ സൂചിപ്പിക്കുന്നു. മതം മനുഷ്യരുടെ ആത്മീയജീവിതത്തെ മാത്രമല്ല, ശരീരം, ആഗ്രഹം, കുടുംബം, വിവാഹം എന്നീ മേഖലകളെയും നിയന്ത്രിക്കുന്ന ഒരു നൈതിക ഭാഷ സൃഷ്ടിക്കുന്നു.[1]

ലൈംഗികതയെക്കുറിച്ചുള്ള മതപരമായ സമീപനങ്ങൾ വിവിധ സംസ്കാരങ്ങളിൽ വ്യത്യസ്ത രൂപങ്ങളിൽ പ്രകടമാകുന്നു. ചില മതപരമ്പരകൾ ലൈംഗികതയെ പാപസാദ്ധ്യതയുള്ള ഒരു മേഖലയായി കാണുമ്പോൾ, മറ്റുചില മതപരമ്പരകൾ അത് ശുദ്ധി *(purity)*, കർമ്മം *(karma)*, ആത്മനിയന്ത്രണം എന്നീ ആശയങ്ങളുടെ പശ്ചാത്തലത്തിൽ നിയന്ത്രിക്കപ്പെടേണ്ട ജീവിതഘടകമായി അവതരിപ്പിക്കുന്നു. ഈ വ്യത്യാസങ്ങൾ മതസംസ്കാരങ്ങളുടെ ചരിത്രപരമായ രൂപീകരണത്തോടും സാമൂഹിക ഘടനകളോടും ബന്ധപ്പെട്ടിരിക്കുന്നു.[2]

പാപധാരണയെ ആസ്പദമാക്കിയ ലൈംഗികത

അബ്രഹാമിക് മതപരമ്പരകളായ യഹൂദമതം, ക്രിസ്തുമതം, ഇസ്‌ലാം എന്നിവയിൽ ലൈംഗികത പലപ്പോഴും പാപധാരണയുമായി ബന്ധിപ്പിക്കപ്പെട്ടിരിക്കുന്നു. മനുഷ്യന്റെ ശരീരവും ആഗ്രഹങ്ങളും ആത്മീയ ശുദ്ധിയുമായി ബന്ധപ്പെട്ട നൈതിക ചർച്ചകളുടെ ഭാഗമാകുന്നു. ലൈംഗിക ആഗ്രഹം മനുഷ്യസ്വഭാവത്തിന്റെ ഭാഗമായിരുന്നാലും അത് നിയന്ത്രിക്കപ്പെടേണ്ട ശക്തിയായി അവതരിപ്പിക്കപ്പെടുന്നു.[3]

ക്രിസ്തീയ മതപരമ്പരയിൽ പ്രത്യേകിച്ച് "മൂലപാപം" *(original sin)* എന്ന ആശയവുമായി ലൈംഗികത ബന്ധിപ്പിക്കപ്പെട്ടിട്ടുണ്ട്. മനുഷ്യന്റെ വീഴ്ചയും പാപവും ശരീരത്തോടും ആഗ്രഹത്തോടും ബന്ധപ്പെട്ട രീതിയിൽ വ്യാഖ്യാനിക്കപ്പെട്ടതിനാൽ ലൈംഗികത ആത്മീയ നിയന്ത്രണത്തിന്റെ പ്രധാന മേഖലയായി മാറി. ഈ സാഹചര്യത്തിൽ വിവാഹത്തിനുള്ളിലെ ലൈംഗികബന്ധം മാത്രമാണ് മതപരമായി അംഗീകരിക്കപ്പെട്ടതും സാമൂഹികമായി ന്യായീകരിക്കപ്പെട്ടതുമായതായി അവതരിപ്പിക്കപ്പെട്ടത്.[4]

ഇതോടൊപ്പം ക്രിസ്തീയ മതപരമ്പരയിൽ ബ്രഹ്മചര്യം *(celibacy)* ആത്മീയ ഉന്നതതയുടെ അടയാളമായി അവതരിപ്പിക്കപ്പെട്ടു. പുരോഹിതന്മാരും സന്യാസിനികളും ലൈംഗികബന്ധത്തിൽ നിന്ന് വിട്ടുനിൽക്കണം എന്ന നിയമം ശരീരത്തെ നിയന്ത്രിക്കുന്ന ആത്മീയ ആശയത്തിന്റെ ഭാഗമായിരുന്നു.

ശുദ്ധിയും കർമ്മവും ആസ്പദമാക്കിയ ലൈംഗികത

ധാർമിക മതപരമ്പരകളായ ഹിന്ദുമതം, ബുദ്ധമതം, ജൈനമതം എന്നിവയിൽ ലൈംഗികതയെക്കുറിച്ചുള്ള സമീപനം പാപധാരണയുടെ ഭാഷയിൽ മാത്രം അവതരിപ്പിക്കപ്പെടുന്നില്ല. ഇവിടെ ലൈംഗികത പലപ്പോഴും ശുദ്ധി, കർമ്മഫലം, ആത്മനിയന്ത്രണം എന്നീ ആശയങ്ങളുമായി ബന്ധപ്പെട്ട രീതിയിൽ മനസ്സിലാക്കപ്പെടുന്നു.

ഈ മതപരമ്പരകളിൽ ശരീരത്തിന്റെ നിയന്ത്രണം ആത്മീയ പുരോഗതിയുമായി ബന്ധിപ്പിക്കപ്പെടുന്നു. മനുഷ്യന്റെ ആഗ്രഹങ്ങൾ ആത്മീയ ജീവിതത്തിന് തടസ്സമാകാം എന്ന ധാരണ ശക്തമായി നിലനിൽക്കുന്നു. അതിനാൽ ലൈംഗിക നിയന്ത്രണം ഒരു നൈതിക ബാധ്യതയായി അവതരിപ്പിക്കപ്പെടുന്നു.[5]

ഇന്ത്യൻ സാമൂഹിക ഘടനയിൽ ശുദ്ധി-അശുദ്ധി എന്ന ആശയം ജാതിവ്യവസ്ഥയുമായി ബന്ധപ്പെട്ടു പ്രവർത്തിക്കുന്നതും ശ്രദ്ധേയമാണ്. ഈ പശ്ചാത്തലത്തിൽ വിവാഹവും ലൈംഗികബന്ധങ്ങളും സാമൂഹിക പദവിയും ജാതിനിയമങ്ങളും നിയന്ത്രിക്കുന്ന മേഖലയായി മാറുന്നു.[6]

വസ്ത്രധാരണം, ശരീരം, ലൈംഗിക നിയന്ത്രണം

മതപരമായ ലൈംഗികനിയന്ത്രണ സംവിധാനങ്ങളിൽ സ്ത്രീകളുടെ വസ്ത്രധാരണം ഒരു പ്രധാന സാമൂഹിക ഉപാധിയായി പ്രവർത്തിച്ചിട്ടുണ്ടെന്ന് നിരവധി സാമൂഹ്യശാസ്ത്ര പഠനങ്ങൾ സൂചിപ്പിക്കുന്നു. പല മതപരമ്പരകളിലും സ്ത്രീയുടെ ശരീരം മറയ്ക്കേണ്ടതും നിയന്ത്രിക്കേണ്ടതുമായ ഒന്നായി അവതരിപ്പിക്കപ്പെടുന്നു. വസ്ത്രധാരണ നിയമങ്ങൾ സ്ത്രീയുടെ ലൈംഗിക ആകർഷണത്തെ നിയന്ത്രിക്കുന്ന ഒരു സാമൂഹിക സംവിധാനമായി രൂപപ്പെടുന്നു.[7]

ചില മതസംസ്കാരങ്ങളിൽ തലമൂടി, ശരീരമറയ്ക്കുന്ന വസ്ത്രങ്ങൾ, പൊതുസ്ഥലങ്ങളിൽ പെരുമാറ്റനിയന്ത്രണങ്ങൾ തുടങ്ങിയവ സ്ത്രീയുടെ ലൈംഗികതയെ നിയന്ത്രിക്കുന്ന ഉപാധികളായി അവതരിപ്പിക്കപ്പെടുന്നു. ഈ നിയന്ത്രണങ്ങൾ സാധാരണയായി “മാന്യത”, “ശുദ്ധി”, “മതപരമായ വിനയം” എന്നീ ഭാഷകളിൽ ന്യായീകരിക്കപ്പെടുന്നു.

അതേസമയം ചരിത്രപരമായ ചില സംസ്കാരങ്ങളിൽ വസ്ത്രധാരണം ലൈംഗിക തുറന്നപ്രകടനത്തിന്റെ ചിഹ്നമായും പ്രവർത്തിച്ചിട്ടുണ്ടെന്ന് രേഖകൾ സൂചിപ്പിക്കുന്നു. ചില കാലഘട്ടങ്ങളിൽ രാജസഭകളിലും കലാസാംസ്കാരിക സമൂഹങ്ങളിലും ശരീരസൗന്ദര്യം പ്രദർശിപ്പിക്കുന്ന വസ്ത്രധാരണരീതികൾ അംഗീകരിക്കപ്പെട്ടിരുന്നു. അതിനാൽ വസ്ത്രധാരണം ഒരു സ്ഥിരമായ നൈതിക നിയമമല്ല; അത് സാമൂഹിക സാഹചര്യങ്ങൾ, അധികാരബന്ധങ്ങൾ, സാംസ്കാരിക മൂല്യങ്ങൾ എന്നിവയുടെ അടിസ്ഥാനത്തിൽ മാറുന്ന ഒരു സാമൂഹിക ഭാഷയാണ്.[8]

കുറ്റബോധ സംസ്കാരവും ലജ്ജ സംസ്കാരവും

ലൈംഗികതയെക്കുറിച്ചുള്ള മതപരമായ സംസ്കാരങ്ങളിൽ മറ്റൊരു പ്രധാന വ്യത്യാസം കുറ്റബോധം *(guilt)* കേന്ദ്രീകരിച്ച സംസ്കാരങ്ങളും ലജ്ജ *(shame)* കേന്ദ്രീകരിച്ച സംസ്കാരങ്ങളുമാണ്. ചില മതപരമ്പരകളിൽ വ്യക്തി തന്റെ പാപങ്ങളെ തുറന്ന് സമ്മതിക്കുകയും ആത്മപരിശോധന

നടത്തുകയും ചെയ്യുന്ന ഒരു സാംസ്കാരിക രീതിയുണ്ട്. ക്രിസ്തീയ മതപരമ്പരയിലെ കുമ്പസാരം *(confession)* ഇതിന്റെ ഉദാഹരണമാണ്.

ഇത്തരം സംസ്കാരങ്ങളിൽ വ്യക്തിയുടെ അന്തർബോധം പ്രധാനമാണ്. പാപം വ്യക്തിയുടെ ആത്മീയ ഉത്തരവാദിത്വമായി കാണപ്പെടുന്നു. മറുവശത്ത് ചില സമൂഹങ്ങളിൽ സാമൂഹിക ലജ്ജയാണ് പ്രധാന നിയന്ത്രണ ഉപാധിയായി പ്രവർത്തിക്കുന്നത്. ഇവിടെ വ്യക്തിയുടെ പെരുമാറ്റം സമൂഹത്തിന്റെ മാന്യതയുമായി ബന്ധിപ്പിക്കപ്പെടുന്നു. അതിനാൽ ലൈംഗിക പെരുമാറ്റത്തെക്കുറിച്ചുള്ള നിയന്ത്രണം വ്യക്തിയുടെ അന്തർബോധത്തിലൂടെയല്ല, സാമൂഹിക നിരീക്ഷണത്തിലൂടെയാണ് ശക്തിപ്പെടുന്നത്.[9]

മതസ്ഥാപനങ്ങളും ലൈംഗിക വൈരുധ്യങ്ങളും

മതം ലൈംഗികനിയന്ത്രണത്തെ ശക്തമായി പ്രബോധിപ്പിച്ചിട്ടുണ്ടെങ്കിലും, ചരിത്രത്തിൽ മതസ്ഥാപനങ്ങൾ തന്നെ ചിലപ്പോൾ ലൈംഗിക വിവാദങ്ങളുടെയും ദുരുപയോഗങ്ങളുടെയും കേന്ദ്രങ്ങളായി മാറിയിട്ടുണ്ടെന്നത് രേഖപ്പെടുത്തിയിട്ടുള്ള ഒരു യാഥാർത്ഥ്യമാണ്.

ഇരുപതാം നൂറ്റാണ്ടിന്റെ അവസാനം മുതൽ നിരവധി രാജ്യങ്ങളിൽ ക്രിസ്തീയ സഭകളുമായി ബന്ധപ്പെട്ട കുട്ടികളുടെ ലൈംഗിക പീഡന കേസുകൾ പുറത്തുവന്നു. ചില പുരോഹിതന്മാർ കുട്ടികളെ ലൈംഗികമായി പീഡിപ്പിച്ച കേസുകൾ അന്വേഷണങ്ങളിൽ രേഖപ്പെടുത്തിയിട്ടുണ്ട്. ചില സാഹചര്യങ്ങളിൽ സഭാ സ്ഥാപനങ്ങൾ ഈ കേസുകൾ മറച്ചുവച്ചതായി പിന്നീട് അന്വേഷണങ്ങൾ വ്യക്തമാക്കിയിട്ടുണ്ട്.[10]

സന്യാസിനികളുമായി ബന്ധപ്പെട്ട ലൈംഗിക ദുരുപയോഗവുമായി ബന്ധപ്പെട്ട ആരോപണങ്ങളും ചില റിപ്പോർട്ടുകളിൽ പ്രത്യക്ഷപ്പെട്ടിട്ടുണ്ട്. ചില സാഹചര്യങ്ങളിൽ മതസ്ഥാപനങ്ങളിലെ അധികാരബന്ധങ്ങൾ സ്ത്രീകളുടെ ദുരുപയോഗത്തിന് വഴിവച്ചതായി മനുഷ്യാവകാശ സംഘടനകൾ ചൂണ്ടിക്കാണിച്ചിട്ടുണ്ട്.[11]

ഇതോടൊപ്പം ചരിത്രത്തിൽ ചില മതനേതാക്കൾ വിവാഹേതരബന്ധങ്ങളുമായി *(adultery)* ബന്ധപ്പെട്ട വിവാദങ്ങൾ നേരിട്ടതായി രേഖകൾ സൂചിപ്പിക്കുന്നു. ലൈംഗിക നിയന്ത്രണത്തെ ശക്തമായി പ്രബോധിപ്പിക്കുന്ന മതസ്ഥാപനങ്ങൾക്കുള്ളിൽ തന്നെ ഇത്തരം വൈരുധ്യങ്ങൾ ഉണ്ടായത് മതവും ലൈംഗികതയും തമ്മിലുള്ള ബന്ധത്തെക്കുറിച്ചുള്ള വിമർശനാത്മക ചർച്ചകൾക്ക് ഇടയാക്കി.[12]

സ്ത്രീശരീരം: നൈതിക യുദ്ധഭൂമി

മതപരമായ ലൈംഗികനിയന്ത്രണങ്ങളിൽ സ്ത്രീശരീരം പ്രത്യേകമായ ഒരു സ്ഥാനത്താണ് കാണപ്പെടുന്നത്. നിരവധി മതപരമ്പരകളിൽ സ്ത്രീയുടെ ശരീരം സമൂഹത്തിന്റെ നൈതിക മാനദണ്ഡങ്ങളെ പ്രതിനിധീകരിക്കുന്ന ഘടകമായി അവതരിപ്പിക്കപ്പെടുന്നു.

വസ്ത്രധാരണം, പെരുമാറ്റം, ലൈംഗിക നിയന്ത്രണം എന്നിവയെക്കുറിച്ചുള്ള മതനിയമങ്ങൾ പലപ്പോഴും സ്ത്രീകളുടെ ശരീരത്തെയാണ് പ്രധാനമായി ലക്ഷ്യമിടുന്നത്. കുടുംബമാന്യതയും സാമൂഹിക ശുദ്ധിയും സ്ത്രീയുടെ ശരീരവുമായി ബന്ധിപ്പിക്കപ്പെടുമ്പോൾ സ്ത്രീയുടെ പെരുമാറ്റം ശക്തമായ സാമൂഹിക നിരീക്ഷണത്തിന് വിധേയമാകുന്നു.[13]

ഫെമിനിസ്റ്റ് സാമൂഹ്യശാസ്ത്ര പഠനങ്ങൾ ചൂണ്ടിക്കാണിക്കുന്നത് മതപരമായ ലൈംഗികനിയന്ത്രണങ്ങളിൽ സ്ത്രീയുടെ ശരീരം പലപ്പോഴും "നൈതിക യുദ്ധഭൂമി" *(moral battle-ground)* ആയി പ്രവർത്തിക്കുന്നു എന്നതാണ്. സമൂഹത്തിന്റെ നൈതികതയെക്കുറിച്ചുള്ള ആശങ്കകൾ സ്ത്രീയുടെ ശരീരത്തെയും ലൈംഗികതയെയും നിയന്ത്രിക്കുന്ന രീതിയിലേക്ക് മാറുന്നു.[14]

അതിനാൽ മതവും ലൈംഗികനിയന്ത്രണവും തമ്മിലുള്ള ബന്ധം ഒരു ലളിതമായ ആത്മീയ വിഷയമായി മാത്രം കാണാനാവില്ല. അത് ചരിത്രം, സംസ്കാരം, സാമൂഹിക അധികാരം, ലിംഗബന്ധങ്ങൾ എന്നിവയുടെ സങ്കീർണ്ണമായ പരസ്പരബന്ധങ്ങളുടെ ഫലമാണ്.

References:

1. Michel Foucault, *The History of Sexuality, Vol. 1* (1978), 53–59.
2. Peter L. Berger, *The Sacred Canopy* (1967), 41–45.
3. Mary Douglas, *Purity and Danger* (1966), 121–126.
4. Elaine Pagels, *Adam, Eve and the Serpent* (1988), 83–89.
5. Wendy Doniger, *The Hindus: An Alternative History* (2009), 214–220.
6. Louis Dumont, *Homo Hierarchicus* (1970), 109–115.
7. Joan Wallach Scott, *Gender and the Politics of History* (1988), 142–147.
8. Norbert Elias, *The Civilizing Process* (1939), 230–236.
9. Ruth Benedict, *The Chrysanthemum and the Sword* (1946), 222–227.
10. John Jay College of Criminal Justice, *The Causes and Context of Sexual Abuse of Minors by Catholic Priests* (2011), 21–28.
11. Associated Press, Global reports on abuse of nuns (2019).
12. Garry Wills, *Papal Sin* (2000), 67–72.
13. Gerda Lerner, *The Creation of Patriarchy* (1986), 214–218.
14. Judith Butler, *Gender Trouble* (1990), 42–47.

അധ്യായം 31

ബ്രഹ്മചര്യവും ലൈംഗിക താൽപ്പര്യത്തിന്റെ നിയന്ത്രണവും

(Celibacy, Desire Control, and Religious Power)

മനുഷ്യചരിത്രത്തിൽ ബ്രഹ്മചര്യം ഒരു വ്യക്തിപരമായ ആത്മീയ അഭ്യാസമായി മാത്രമല്ല, സമൂഹത്തിലെ അധികാരഘടനകളുമായി ബന്ധപ്പെട്ട ഒരു സാംസ്കാരിക സംവിധാനമായും പ്രവർത്തിച്ചിട്ടുണ്ടെന്ന് നിരവധി സാമൂഹ്യശാസ്ത്ര പഠനങ്ങൾ സൂചിപ്പിക്കുന്നു. നിരവധി മതപരമ്പരകളിൽ ലൈംഗികബന്ധത്തിൽ നിന്ന് വിട്ടുനിൽക്കൽ ആത്മീയ ശുദ്ധിയുടെയും ആത്മനിയന്ത്രണത്തിന്റെയും അടയാളമായി അവതരിപ്പിക്കപ്പെടുന്നു. ശരീരത്തിന്റെ ആഗ്രഹങ്ങളെ നിയന്ത്രിക്കാൻ കഴിയുന്ന വ്യക്തി ആത്മീയമായി ഉയർന്നവനാണെന്ന ധാരണ പല മതസംസ്കാരങ്ങളിലും രൂപപ്പെട്ടിട്ടുണ്ട്. ഈ ധാരണ സാമൂഹികമായി അംഗീകരിക്കപ്പെട്ടപ്പോൾ ബ്രഹ്മചര്യം വ്യക്തിപരമായ ജീവിതരീതിയിൽ നിന്ന് ഒരു സ്ഥാപനപരമായ നൈതിക മാനദണ്ഡമായി മാറി.[1]

ബ്രഹ്മചര്യത്തെക്കുറിച്ചുള്ള ചർച്ചയിൽ പ്രധാനമായും തിരിച്ചറിയേണ്ട ഒരു വ്യത്യാസം സ്വമേധയുള്ള ബ്രഹ്മചര്യവും നിർബന്ധിത ബ്രഹ്മചര്യവുമാണ്. ചില വ്യക്തികൾ ആത്മീയജീവിതത്തിലേക്കോ ബൗദ്ധികപ്രവർത്തനങ്ങളിലേക്കോ മുഴുവൻ ശ്രദ്ധ കേന്ദ്രീകരിക്കാൻ ആഗ്രഹിക്കുന്നതിനാൽ ലൈംഗികബന്ധങ്ങളിൽ നിന്ന് വിട്ടുനിൽക്കാൻ സ്വമേധയാ തീരുമാനിക്കാം. ഈ സാഹചര്യത്തിൽ ബ്രഹ്മചര്യം വ്യക്തിപരമായ ആത്മനിയന്ത്രണത്തിന്റെ ഫലമാണ്. എന്നാൽ ചില മതസ്ഥാപനങ്ങളിൽ ബ്രഹ്മചര്യം വ്യക്തിപരമായ തിരഞ്ഞെടുപ്പായി മാത്രം നിലനിൽക്കുന്നില്ല; അത് സ്ഥാപനനിയമമായി നിർബന്ധിതമാകുന്നു. ചില മതപരമ്പരകളിൽ പുരോഹിതന്മാർക്കും സന്യാസിനികൾക്കും സന്യാസിമാർക്കും വിവാഹം ചെയ്യരുത് എന്ന നിയമം നിലവിലുണ്ട്. ഇവിടെ ബ്രഹ്മചര്യം വ്യക്തിയുടെ ആത്മീയ തീരുമാനത്തേക്കാൾ സ്ഥാപനത്തിന്റെ നൈതികക്രമമായി മാറുന്നു.[2]

ബ്രഹ്മചര്യം മതപരമായ സാഹചര്യങ്ങളിൽ മാത്രം കാണപ്പെടുന്നില്ല. ചില വ്യക്തികൾ വ്യക്തിപരമായ ദാർശനിക നിലപാടുകൾ, സാമൂഹിക പ്രവർത്തനങ്ങൾ, രാഷ്ട്രീയ ലക്ഷ്യങ്ങൾ എന്നിവയുടെ ഭാഗമായി ലൈംഗികബന്ധങ്ങളിൽ നിന്ന് വിട്ടുനിൽക്കാൻ തീരുമാനിക്കാറുണ്ട്. ചരിത്രത്തിൽ ചില ചിന്തകരും സാമൂഹിക പ്രവർത്തകരും അവരുടെ പ്രവർത്തനങ്ങൾക്ക് കൂടുതൽ സമയം സമർപ്പിക്കാൻ ബ്രഹ്മചര്യം സ്വീകരിച്ചിട്ടുണ്ടെന്ന് രേഖകൾ സൂചിപ്പിക്കുന്നു. അതിനാൽ ബ്രഹ്മചര്യം മതപരമായ ആശയമായി മാത്രം കാണാനാവില്ല; അത് ചിലപ്പോൾ വ്യക്തിപരമായ ജീവിതദർശനത്തിന്റെ ഭാഗമായും നിലനിൽക്കാം.[3]

എന്നാൽ ബ്രഹ്മചര്യം സ്വീകരിക്കുന്നതിലൂടെ മനുഷ്യന്റെ ലൈംഗിക ആഗ്രഹം സ്വാഭാവികമായി ഇല്ലാതാകുന്നില്ല എന്നതാണ് മനഃശാസ്ത്ര പഠനങ്ങൾ ചൂണ്ടിക്കാണിക്കുന്ന പ്രധാന നിരീക്ഷണം. മനുഷ്യന്റെ ലൈംഗിക ആഗ്രഹം ജൈവപരവും മാനസികവുമായ ഘടകങ്ങളാൽ രൂപപ്പെട്ട ശക്തിയാണ്. ഈ ആഗ്രഹത്തെ പൂർണ്ണമായി ഇല്ലാതാക്കാൻ സാധിക്കാത്ത സാഹചര്യത്തിൽ അത് വിവിധ മാനസിക പ്രക്രിയകളിലൂടെ മാറ്റം പ്രാപിക്കാം. ചില മനഃശാസ്ത്ര സിദ്ധാന്തങ്ങൾ repression (മറച്ചുവയ്ക്കൽ), sublimation (പരിവർത്തനം), projection (പ്രക്ഷേപണം) എന്നീ പ്രക്രിയകളിലൂടെ മനുഷ്യർ അവരുടെ ലൈംഗിക ആഗ്രഹങ്ങളെ കൈകാര്യം ചെയ്യുന്നതായി വിശദീകരിക്കുന്നു. ചില വ്യക്തികൾ അവരുടെ ലൈംഗിക ആഗ്രഹങ്ങളെ മതപരമായ സേവനത്തിലേക്കോ ബൗദ്ധിക

പ്രവർത്തനങ്ങളിലേക്കോ കലാപ്രവർത്തനങ്ങളിലേക്കോ മാറ്റുന്നു. മറ്റുചില സാഹചര്യങ്ങളിൽ മറച്ചുവച്ച ആഗ്രഹങ്ങൾ മാനസിക സംഘർഷങ്ങളായോ സാമൂഹിക വിവാദങ്ങളായോ പുറത്തുവരാം.[4]

മനുഷ്യന്റെ ലൈംഗിക ആഗ്രഹം പൂർണ്ണമായി ഇല്ലാതാകുന്നില്ല; അത് പലപ്പോഴും രൂപം മാറുന്നു എന്നതാണ് സാമൂഹ്യശാസ്ത്ര പഠനങ്ങളുടെ പ്രധാന നിരീക്ഷണം. മനുഷ്യർ അവരുടെ ആഗ്രഹങ്ങളെ നിയന്ത്രിക്കാൻ ശ്രമിക്കുമ്പോൾ അവ മറ്റ് പ്രവർത്തനങ്ങളിലേക്ക് മാറാം. മതപരമായ സേവനപ്രവർത്തനങ്ങൾ, സാമൂഹിക സേവനം, ബൗദ്ധിക അഭ്യാസങ്ങൾ തുടങ്ങിയവ ചിലപ്പോൾ ഇത്തരം പരിവർത്തനങ്ങളുമായി ബന്ധപ്പെട്ടിരിക്കുന്നു. എന്നാൽ ചില സാഹചര്യങ്ങളിൽ ഈ നിയന്ത്രണം മാനസിക സമ്മർദ്ദത്തിനും അന്തർഘർഷത്തിനും കാരണമാകാം.

ഈ പശ്ചാത്തലത്തിൽ ചില മനഃശാസ്ത്രപരമായ പഠനങ്ങൾ സൂചിപ്പിക്കുന്നത്, ബ്രഹ്മചര്യം സ്വീകരിച്ച ചില വ്യക്തികൾ ലൈംഗികബന്ധത്തിൽ പ്രവേശിക്കാതെ ലൈംഗിക ഉത്തേജനത്തെ നിയന്ത്രിക്കാൻ വ്യക്തിപരമായ മാർഗങ്ങൾ ഉപയോഗിക്കാറുണ്ടെന്നാണ്. സ്വയംലൈംഗിക ഉത്തേജനം (masturbation) ചില വ്യക്തികൾക്ക് ലൈംഗികബന്ധങ്ങളിൽ നിന്ന് വിട്ടുനിൽക്കുമ്പോൾ ശാരീരികമായ ലൈംഗിക സമ്മർദ്ദം കുറയ്ക്കാൻ സഹായിക്കുന്ന രീതിയായി ഉപയോഗിക്കപ്പെടുന്നുവെന്ന് ചില ഗവേഷണങ്ങൾ സൂചിപ്പിക്കുന്നു. എന്നിരുന്നാലും വിവിധ മതപരമ്പരകൾ ഈ വിഷയത്തെക്കുറിച്ച് വ്യത്യസ്ത നൈതിക നിലപാടുകളാണ് സ്വീകരിച്ചിട്ടുള്ളത്. ചില മതപരമ്പരകൾ അതിനെ പൂർണ്ണമായി നിരാകരിക്കുമ്പോൾ, ചില ചിന്തകർ അതിനെ ലൈംഗികബന്ധങ്ങളിൽ പ്രവേശിക്കാതെ ശരീരത്തിന്റെ ജൈവപ്രവർത്തനങ്ങളെ കൈകാര്യം ചെയ്യുന്ന ഒരു സ്വകാര്യ മാർഗമായി കാണുകയും ചെയ്തിട്ടുണ്ട്.[5]

ജീവിതകാലം മുഴുവൻ ലൈംഗികബന്ധങ്ങളിൽ നിന്ന് വിട്ടുനിൽക്കുന്നത് ചില വ്യക്തികൾക്ക് മനഃശാസ്ത്രപരമായ സമ്മർദ്ദം സൃഷ്ടിക്കാനിടയുണ്ടെന്ന് ചില പഠനങ്ങൾ സൂചിപ്പിക്കുന്നു. മനുഷ്യന്റെ അടുപ്പത്തിന്റെയും ബന്ധത്തിന്റെയും ആവശ്യം മാനസികാരോഗ്യവുമായി ബന്ധപ്പെട്ട ഒരു പ്രധാന ഘടകമാണ്. അതിനാൽ ദീർഘകാല ലൈംഗികവിരക്തി ചില സാഹചര്യങ്ങളിൽ ഒറ്റപ്പെടൽ, ആത്മീയ കുറ്റബോധം, ആഗ്രഹങ്ങളെക്കുറിച്ചുള്ള ആശയകുഴപ്പം തുടങ്ങിയ അനുഭവങ്ങൾ സൃഷ്ടിക്കാം. ചില വ്യക്തികൾക്ക് ഇത് ആത്മീയ അഭ്യാസമായി അനുഭവപ്പെടുമ്പോൾ, മറ്റുചിലർക്കു അത് മാനസിക സംഘർഷമായി അനുഭവപ്പെടാനും സാധ്യതയുണ്ട്.[6]

മതസ്ഥാപനങ്ങളിൽ ബ്രഹ്മചര്യം ചിലപ്പോൾ അധികാരത്തെ ശക്തിപ്പെടുത്തുന്ന പ്രതീകമായി പ്രവർത്തിക്കുന്നു. ലൈംഗിക ആഗ്രഹങ്ങളെ നിയന്ത്രിക്കാൻ കഴിയുന്ന വ്യക്തി ആത്മീയമായി ഉയർന്നവനാണെന്ന ധാരണ സമൂഹത്തിൽ വ്യാപകമായി നിലനിൽക്കുന്നു. ഈ സാഹചര്യത്തിൽ ലൈംഗികവിരക്തി ഒരു നൈതിക മൂലധനമായി മാറുന്നു. സമൂഹം ഇത്തരത്തിലുള്ള വ്യക്തികളെ ആത്മീയ അധികാരമുള്ളവരായി കാണാൻ തുടങ്ങുന്നു. ഇതിലൂടെ ബ്രഹ്മചര്യം വ്യക്തിപരമായ ആത്മനിയന്ത്രണത്തിൽ നിന്ന് സാമൂഹിക അധികാരത്തിന്റെ പ്രതീകമായി മാറുന്നു.[7]

ബ്രഹ്മചര്യം നിർബന്ധിതമായ മതസ്ഥാപനങ്ങളിൽ പ്രവർത്തിക്കുന്ന പുരോഹിതന്മാരുടെയും സന്യാസിനികളുടെയും മനഃശാസ്ത്രത്തെക്കുറിച്ച് നിരവധി പഠനങ്ങൾ നടന്നിട്ടുണ്ട്. ഇവ കാണിക്കുന്നത് മതപരമായ ഉത്തരവാദിത്വവും വ്യക്തിപരമായ ആഗ്രഹങ്ങളും തമ്മിലുള്ള സംഘർഷം ചിലപ്പോൾ മാനസിക സമ്മർദ്ദങ്ങൾക്ക് കാരണമാകാമെന്നാണ്. ചില സാഹചര്യങ്ങളിൽ ഈ സംഘർഷം ആത്മീയ അഭ്യാസങ്ങളിലൂടെയോ സാമൂഹിക സേവനത്തിലൂടെയോ കൈകാര്യം ചെയ്യപ്പെടുന്നു. എന്നാൽ ചില സാഹചര്യങ്ങളിൽ മറച്ചുവച്ച

ആഗ്രഹങ്ങൾ വിവാദങ്ങളായി അല്ലെങ്കിൽ ദുരുപയോഗങ്ങളായി പുറത്തുവരാൻ സാധ്യതയുണ്ടെന്ന് ഗവേഷകർ ചൂണ്ടിക്കാണിക്കുന്നു.[8]

ബ്രഹ്മചര്യ സ്ഥാപനങ്ങളിൽ ലിംഗ അസമത്വവും ശ്രദ്ധേയമാണ്. പല മതസ്ഥാപനങ്ങളിലും പുരുഷന്മാർക്ക് കൂടുതൽ അധികാരപദവികൾ ലഭിക്കുമ്പോൾ സ്ത്രീകൾ താഴ്ന്ന പദവികളിൽ പ്രവർത്തിക്കേണ്ട സാഹചര്യങ്ങൾ ഉണ്ടായിട്ടുണ്ട്. ഈ അധികാര അസമത്വം ചിലപ്പോൾ ലൈംഗിക അധികാരദുരുപയോഗത്തിന് വഴിവയ്ക്കാൻ സാധ്യതയുണ്ടെന്ന് സാമൂഹ്യശാസ്ത്ര പഠനങ്ങൾ സൂചിപ്പിക്കുന്നു. അധികാരവും ലൈംഗികനിയന്ത്രണവും തമ്മിലുള്ള ഈ ബന്ധം മതസ്ഥാപനങ്ങളുടെ സാമൂഹിക ഘടനയെ മനസ്സിലാക്കുന്നതിൽ പ്രധാനമാണ്.[9]

മതസ്ഥാപനങ്ങളുമായി ബന്ധപ്പെട്ട ചില ലൈംഗിക വിവാദങ്ങൾ വ്യക്തികളുടെ വ്യക്തിപരമായ തെറ്റുകൾ മാത്രമല്ല; അവ ചിലപ്പോൾ സ്ഥാപനഘടനകളുമായി ബന്ധപ്പെട്ട പ്രശ്നങ്ങളായിരിക്കാമെന്ന് ചില സാമൂഹ്യശാസ്ത്ര പഠനങ്ങൾ വാദിക്കുന്നു. ലൈംഗിക ആഗ്രഹങ്ങളെ പൂർണ്ണമായി നിരോധിക്കുന്ന സ്ഥാപനങ്ങളിൽ ആഗ്രഹങ്ങളും നിയമങ്ങളും തമ്മിലുള്ള സംഘർഷം ഉണ്ടാകാൻ സാധ്യതയുണ്ട്. ഈ സംഘർഷം ചിലപ്പോൾ വിവാദങ്ങളായി അല്ലെങ്കിൽ ദുരുപയോഗങ്ങളായി പുറത്തുവരാം.

ലൈംഗിക ആഗ്രഹത്തെ നിയന്ത്രിക്കുന്നതും പെരുമാറ്റത്തെ നിയന്ത്രിക്കുന്നതും ഒരുപോലെയല്ല. മതപരമ്പരകൾ പലപ്പോഴും പെരുമാറ്റത്തെ നിയന്ത്രിക്കാൻ നിയമങ്ങളും ശിക്ഷകളും ഉപയോഗിക്കുന്നു. എന്നാൽ ആഗ്രഹങ്ങൾ മനുഷ്യന്റെ മനസ്സിന്റെ ആന്തരിക ഘടകങ്ങളായതിനാൽ അവയെ പൂർണ്ണമായി നിയന്ത്രിക്കാൻ കഴിയില്ല. ഈ വ്യത്യാസം മനസ്സിലാക്കാതെ ലൈംഗികനിയന്ത്രണ നയങ്ങൾ രൂപപ്പെടുത്തുമ്പോൾ സാമൂഹിക വൈരുധ്യങ്ങൾ ഉണ്ടാകാൻ സാധ്യതയുണ്ട്.

ചില സാഹചര്യങ്ങളിൽ ബ്രഹ്മചര്യം സാമൂഹിക പദവിക്രമത്തെ ശക്തിപ്പെടുത്തുന്ന ഉപാധിയായി പ്രവർത്തിക്കുന്നു. ലൈംഗിക ആഗ്രഹങ്ങളെ നിയന്ത്രിക്കുന്നവർ ആത്മീയമായി ഉയർന്നവരാണെന്ന് അവതരിപ്പിക്കുമ്പോൾ അവർക്കു സമൂഹത്തിൽ പ്രത്യേക ബഹുമാനവും അധികാരവും ലഭിക്കുന്നു. ഇതിലൂടെ ബ്രഹ്മചര്യം ഒരു വ്യക്തിപരമായ ആത്മീയ അഭ്യാസത്തിൽ നിന്ന് സാമൂഹിക പദവിക്രമത്തെ ശക്തിപ്പെടുത്തുന്ന പ്രതീകമായി മാറുന്നു. മനുഷ്യസമൂഹങ്ങളിൽ മതം, ശരീരം, ആഗ്രഹം, അധികാരം എന്നിവ തമ്മിലുള്ള സങ്കീർണ്ണമായ ബന്ധങ്ങളെ മനസ്സിലാക്കാൻ ബ്രഹ്മചര്യത്തെ സാമൂഹികവും മനഃശാസ്ത്രപരവുമായ പശ്ചാത്തലത്തിൽ വിശകലനം ചെയ്യേണ്ടതുണ്ട്.[10]

Reference

1. Max Weber. *The Sociology of Religion.* Boston: Beacon Press, 1963.
2. Michel Foucault. *The History of Sexuality, Vol. 1.* New York: Pantheon Books, 1978.
3. Anthony Giddens. *The Transformation of Intimacy.* Cambridge: Polity Press, 1992.
4. Sigmund Freud. *Civilization and Its Discontents.* London: Hogarth Press, 1930.
5. Erich Fromm. *The Art of Loving.* New York: Harper & Row, 1956.
6. Alfred Kinsey et al. *Sexual Behavior in the Human Male.* Philadelphia: W.B. Saunders, 1948.
7. Carl Jung. *Modern Man in Search of a Soul.* New York: Harcourt, 1933.
8. Pierre Bourdieu. *Distinction.* Cambridge: Harvard University Press, 1984.
9. Bryan S. Turner. *Religion and Social Theory.* London: Sage Publications, 1991.
10. Peter L. Berger. *The Sacred Canopy.* New York: Anchor Books, 1967.

അധ്യായം 32

രക്തബന്ധ ലൈംഗിക നിരോധനം — മനഃശാസ്ത്രവും സാമൂഹിക നിയന്ത്രണവും

(Incest Taboo — Psychology and Social Control)

മനുഷ്യസമൂഹങ്ങളുടെ ചരിത്രത്തിൽ ഏറ്റവും വ്യാപകമായി കാണപ്പെടുന്ന സാമൂഹിക നിയമങ്ങളിൽ ഒന്നാണ് രക്തബന്ധ ലൈംഗിക നിരോധനം. മാതാപിതാക്കളും മക്കളും സഹോദരങ്ങളും പോലുള്ള അടുത്ത ബന്ധുക്കൾ തമ്മിലുള്ള ലൈംഗികബന്ധം സാമൂഹികമായി അംഗീകരിക്കപ്പെടാത്തതും ശക്തമായി നിരോധിക്കപ്പെട്ടതുമായ ഒന്നാണ്. ഈ നിരോധനം ലോകത്തിലെ ഭൂരിഭാഗം സംസ്കാരങ്ങളിലും ഏതെങ്കിലും രൂപത്തിൽ നിലനിൽക്കുന്നതായി മനുഷ്യശാസ്ത്ര പഠനങ്ങൾ കാണിക്കുന്നു. എന്നാൽ ഈ നിരോധനത്തിന്റെ കാരണം ശുദ്ധമായ ജൈവ ഘടകങ്ങളാലാണോ, അല്ലെങ്കിൽ സാമൂഹിക ഘടനകളാലാണോ രൂപപ്പെട്ടതെന്ന ചോദ്യം സാമൂഹ്യശാസ്ത്രത്തിലും മനുഷ്യശാസ്ത്രത്തിലും ദീർഘകാലം ചർച്ച ചെയ്യപ്പെട്ടിട്ടുണ്ട്.[1]

മനഃശാസ്ത്രവും മനുഷ്യശാസ്ത്രവും ചേർന്നുള്ള ചില പഠനങ്ങൾ ഈ വിഷയത്തെ വിശദീകരിക്കാൻ "വെസ്റ്റർമാർക്ക് പ്രഭാവം" *(Westermarck effect)* എന്ന ആശയം അവതരിപ്പിക്കുന്നു. ഒരേ വീട്ടിലോ അടുത്ത സാമൂഹിക സാഹചര്യത്തിലോ ബാല്യകാലം മുതൽ ഒരുമിച്ച് വളരുന്ന വ്യക്തികൾ തമ്മിൽ ലൈംഗിക ആകർഷണം സ്വാഭാവികമായി കുറയുന്ന പ്രവണതയുണ്ടാകാം എന്നതാണ് ഈ ആശയത്തിന്റെ അടിസ്ഥാനവാദം. ബാല്യകാലത്ത് തുടർച്ചയായ അടുത്ത ബന്ധം ലൈംഗിക ആകർഷണത്തെ കുറയ്ക്കുന്ന ഒരു മനഃശാസ്ത്രപരമായ പ്രതികരണമായി പ്രവർത്തിക്കാമെന്ന് ചില ഗവേഷകർ ചൂണ്ടിക്കാണിക്കുന്നു.[2]

ഈ ആശയത്തെ പിന്തുണയ്ക്കുന്ന ചില സാമൂഹിക നിരീക്ഷണങ്ങളും രേഖപ്പെടുത്തിയിട്ടുണ്ട്. ചില സംസ്കാരങ്ങളിൽ ബാല്യകാലം മുതൽ ഒരുമിച്ച് വളരുന്ന കുട്ടികൾ പിന്നീട് വിവാഹബന്ധത്തിലേക്ക് പ്രവേശിക്കാനുള്ള സാധ്യത കുറവാണെന്ന് കണ്ടെത്തിയിട്ടുണ്ട്. ഈ പ്രവണത "സമീപ്യത മൂലമുള്ള അസ്വാഭാവികത" *(proximity desensitization)* എന്ന രീതിയിൽ ചില മനഃശാസ്ത്ര പഠനങ്ങളിൽ വിശദീകരിക്കപ്പെടുന്നു. ഒരേ കുടുംബപരിസരത്തിൽ വളർന്ന വ്യക്തികൾ പരസ്പരം ലൈംഗിക പങ്കാളികളായി കാണാനുള്ള സാധ്യത കുറയുന്നു എന്നതാണ് ഇതിന്റെ സാരം.[3]

എന്നാൽ മനുഷ്യസമൂഹങ്ങളിലെ രക്തബന്ധ നിരോധനം ശുദ്ധമായ ജൈവമോ മനഃശാസ്ത്രപരമോ ആയ ഘടകങ്ങളാൽ മാത്രം രൂപപ്പെട്ടതല്ല. നിരവധി സാമൂഹ്യശാസ്ത്ര പഠനങ്ങൾ ഈ നിരോധനം സാമൂഹിക ഘടനകളുമായി ബന്ധപ്പെട്ട് രൂപപ്പെട്ട ഒരു നിയമമാണെന്ന് ചൂണ്ടിക്കാണിക്കുന്നു. കുടുംബവും ബന്ധുസംഘടനയും സമൂഹത്തിന്റെ അടിസ്ഥാന ഘടകങ്ങളായ സാഹചര്യങ്ങളിൽ കുടുംബത്തിനകത്തെ ലൈംഗികബന്ധങ്ങൾ സാമൂഹിക സംഘർഷങ്ങൾക്ക് കാരണമാകാൻ സാധ്യതയുണ്ട്. അതിനാൽ ഈ ബന്ധങ്ങളെ നിയന്ത്രിക്കുന്ന നിയമങ്ങൾ സമൂഹത്തിന്റെ സ്ഥിരത ഉറപ്പാക്കാനുള്ള ഒരു സംവിധാനമായി പ്രവർത്തിക്കുന്നു.[4]

ഈ പശ്ചാത്തലത്തിൽ രക്തബന്ധ നിരോധനവും രക്തബന്ധ ദുരുപയോഗവും തമ്മിലുള്ള വ്യത്യാസം വ്യക്തമായി തിരിച്ചറിയേണ്ടതാണ്. രക്തബന്ധ ലൈംഗികബന്ധങ്ങളെ സാമൂഹികമായി നിരോധിക്കുന്ന നിയമം ഒരുവശത്ത് നിലനിൽക്കുമ്പോൾ, മറ്റുവശത്ത് കുടുംബത്തിനകത്ത് നടക്കുന്ന ലൈംഗിക പീഡനങ്ങളും ദുരുപയോഗങ്ങളും ചില സമൂഹങ്ങളിൽ രേഖപ്പെടുത്തിയിട്ടുണ്ട്. ഈ സാഹചര്യത്തിൽ നിരോധനത്തിന്റെ ലക്ഷ്യം കുടുംബബന്ധങ്ങളുടെ

സുരക്ഷയും സാമൂഹിക സംരക്ഷണവുമാണ്. എന്നാൽ കുടുംബത്തിനകത്ത് അധികാര അസമത്വം നിലനിൽക്കുന്ന സാഹചര്യങ്ങളിൽ കുട്ടികളെയും ആശ്രിതരെയും ലക്ഷ്യമാക്കി നടക്കുന്ന ലൈംഗിക പീഡനങ്ങൾ ഒരു ഗുരുതര സാമൂഹിക പ്രശ്നമായി മാറുന്നു.[5]

മനുഷ്യശാസ്ത്ര പഠനങ്ങളിൽ രക്തബന്ധ നിരോധനത്തെ വിശദീകരിക്കാൻ മറ്റൊരു ഘടകമായി പാരമ്പര്യസ്വത്തുമായി ബന്ധപ്പെട്ട ആശങ്കകളെ ചൂണ്ടിക്കാണിക്കുന്നു. ചില സമൂഹങ്ങളിൽ സ്വത്തും പാരമ്പര്യാവകാശവും കുടുംബഘടനയുമായി ശക്തമായി ബന്ധിപ്പിക്കപ്പെട്ടിട്ടുണ്ട്. കുടുംബത്തിനകത്തെ ലൈംഗികബന്ധങ്ങൾ പാരമ്പര്യാവകാശവും വംശപരമ്പരയും സംബന്ധിച്ച ആശയക്കുഴപ്പങ്ങൾക്ക് കാരണമാകാം. ഈ സാഹചര്യത്തിൽ രക്തബന്ധ നിരോധനം കുടുംബഘടനയും സ്വത്തുവിതരണവും സ്ഥിരതയോടെ നിലനിർത്താനുള്ള സാമൂഹിക സംവിധാനമായി പ്രവർത്തിക്കുന്നു.[6]

മനുഷ്യശാസ്ത്രജ്ഞർ ഈ വിഷയത്തെ "വിവാഹ സഖ്യ സിദ്ധാന്തം" *(marriage alliance theory)* എന്ന ആശയത്തിലൂടെയും വിശദീകരിക്കുന്നു. കുടുംബത്തിനകത്തെ വിവാഹങ്ങൾ നിരോധിക്കപ്പെടുമ്പോൾ ആളുകൾ പുറത്തുള്ള കുടുംബങ്ങളുമായി ബന്ധം സ്ഥാപിക്കാൻ നിർബന്ധിതരാകുന്നു. ഇതിലൂടെ വിവിധ കുടുംബങ്ങൾ തമ്മിൽ സാമൂഹിക ബന്ധങ്ങളും കൂട്ടുകെട്ടുകളും രൂപപ്പെടുന്നു. ഈ രീതിയിൽ രക്തബന്ധ നിരോധനം സാമൂഹിക സഹകരണവും ബന്ധുസംഘടനയും വികസിപ്പിക്കുന്ന ഒരു സംവിധാനമായി പ്രവർത്തിക്കുന്നു.[7]

ചില സമൂഹങ്ങളിൽ രക്തബന്ധ നിരോധനം "കുലശുദ്ധി" എന്ന ആശയവുമായി ബന്ധിപ്പിക്കപ്പെടുകയും ചെയ്യുന്നു. പ്രത്യേകിച്ച് ഗോത്രസംസ്കാരങ്ങളിലും ജാതിസംഘടനകളിലും കുടുംബവംശപരമ്പരയും സാമൂഹിക തിരിച്ചറിവും ശക്തമായി സംരക്ഷിക്കപ്പെടേണ്ട മൂല്യങ്ങളായി അവതരിപ്പിക്കപ്പെടുന്നു. ഈ സാഹചര്യത്തിൽ കുടുംബഘടനയുടെ ശുദ്ധി നിലനിർത്താനുള്ള സാമൂഹിക ആശയങ്ങൾ ലൈംഗികബന്ധങ്ങളെ നിയന്ത്രിക്കുന്ന നിയമങ്ങളുമായി ചേർന്ന് പ്രവർത്തിക്കുന്നു.[8]

അതേസമയം ആധുനിക സമൂഹങ്ങളിൽ ഈ വിഷയത്തെക്കുറിച്ചുള്ള ചർച്ചകൾ കൂടുതൽ സൂക്ഷ്മമായി നടക്കുന്നു. മനഃശാസ്ത്രപരമായ പഠനങ്ങൾ കുടുംബത്തിനകത്തെ അധികാരബന്ധങ്ങൾ, ആശ്രിതത്വം, പ്രായ വ്യത്യാസം തുടങ്ങിയ ഘടകങ്ങൾ ലൈംഗികബന്ധങ്ങളെ എങ്ങനെ സ്വാധീനിക്കുന്നുവെന്ന് പരിശോധിക്കുന്നു. കുട്ടികളുടെ സുരക്ഷയും വ്യക്തികളുടെ അവകാശങ്ങളും സംരക്ഷിക്കുന്ന നിയമങ്ങൾ ഈ പശ്ചാത്തലത്തിലാണ് രൂപപ്പെട്ടത്.

അതുകൊണ്ട് രക്തബന്ധ ലൈംഗിക നിരോധനം ഒരു ലളിതമായ ജൈവനിയമമല്ല. അത് മനഃശാസ്ത്രം, കുടുംബഘടന, പാരമ്പര്യാവകാശം, സാമൂഹിക കൂട്ടുകെട്ടുകൾ, സംസ്കാരപരമായ മൂല്യങ്ങൾ എന്നിവ ചേർന്നുണ്ടാക്കിയ ഒരു സങ്കീർണ്ണമായ സാമൂഹിക സംവിധാനമാണ്. മനുഷ്യസമൂഹങ്ങൾ കുടുംബബന്ധങ്ങളുടെ സ്ഥിരതയും കുട്ടികളുടെ സുരക്ഷയും ഉറപ്പാക്കാൻ വികസിപ്പിച്ചെടുത്ത ഒരു അടിസ്ഥാന സാമൂഹിക നിയമമായി ഇതിനെ മനസ്സിലാക്കാം.

Reference

1. Edvard Westermarck. *The History of Human Marriage.* London: Macmillan, 1891.
2. Claude Lévi-Strauss. *The Elementary Structures of Kinship.* Boston: Beacon Press, 1969.
3. Sigmund Freud. *Totem and Taboo.* London: Routledge, 1913.
4. Bronislaw Malinowski. *Sex and Repression in Savage Society.* London: Routledge, 1927.
5. Robin Fox. *Kinship and Marriage.* Cambridge: Cambridge University Press, 1967.
6. Jack Goody. *Production and Reproduction.* Cambridge: Cambridge University Press, 1976.
7. Pierre Bourdieu. *Outline of a Theory of Practice.* Cambridge: Cambridge University Press, 1977.
8. Anthony Giddens. *The Transformation of Intimacy.* Cambridge: Polity Press, 1992.

അധ്യായം 33

ലൈംഗികത ഒരു ആയുധമായി

മനുഷ്യബന്ധങ്ങളിൽ ലൈംഗികത സാധാരണയായി അടുപ്പത്തിന്റെ, ആകർഷണത്തിന്റെ, ബന്ധനിർമ്മാണത്തിന്റെ അനുഭവമായി മനസ്സിലാക്കപ്പെടുന്നു. എന്നാൽ സാമൂഹ്യശാസ്ത്രപരമായ നിരീക്ഷണങ്ങൾ കാണിക്കുന്നത്, ചില സാഹചര്യങ്ങളിൽ ലൈംഗികത ഒരു സംഘർഷോപാധിയായി പ്രവർത്തിക്കാമെന്നതാണ്. മനുഷ്യബന്ധങ്ങളിൽ വികാരങ്ങളും അധികാരബന്ധങ്ങളും പരസ്പരം പിണഞ്ഞിരിക്കുന്നതിനാൽ, ലൈംഗികത ചിലപ്പോൾ നിയന്ത്രണത്തിന്റെയും പ്രതികാരത്തിന്റെയും സാമൂഹിക സമ്മർദ്ദത്തിന്റെയും ഭാഷയായി മാറാം. ബന്ധങ്ങളുടെ ആഭ്യന്തര സംഘർഷങ്ങൾ ശക്തമാകുമ്പോൾ ലൈംഗികതയുടെ അർത്ഥം അടുപ്പത്തിൽ നിന്ന് മാറി അധികാരത്തിന്റെ ഉപാധിയായി മാറുന്ന സാഹചര്യം ചില സാമൂഹിക പഠനങ്ങൾ രേഖപ്പെടുത്തിയിട്ടുണ്ട്.[1]

ബന്ധങ്ങളിലെ അസൂയ ഈ പ്രക്രിയയിൽ പ്രധാന പങ്ക് വഹിക്കുന്നു. അടുത്ത ബന്ധങ്ങളിൽ ഉടമസ്ഥതാഭാവം ശക്തമാകുമ്പോൾ അസൂയ സംശയത്തിലേക്ക് മാറാൻ സാധ്യതയുണ്ട്. സംശയം പിന്നീട് ആരോപണങ്ങളായി രൂപപ്പെടുന്ന ഘട്ടം നിരവധി സാമൂഹിക പഠനങ്ങളിൽ രേഖപ്പെടുത്തിയിട്ടുണ്ട്. ഒരാളുടെ ലൈംഗിക വിശ്വാസ്യതയെ ചോദ്യം ചെയ്യുന്നത് വ്യക്തിയുടെ സാമൂഹിക പ്രതിച്ഛായയെ നേരിട്ട് ബാധിക്കുന്നതിനാൽ, ലൈംഗിക ആരോപണങ്ങൾ സംഘർഷപരമായ ബന്ധങ്ങളിൽ ശക്തമായ സാമൂഹിക ആയുധമായി മാറാം.[2]

ബന്ധങ്ങൾ തകരുന്ന സാഹചര്യങ്ങളിൽ പ്രതികാരത്തിന്റെ മനശാസ്ത്രവും നിർണ്ണായകമാണ്. ബന്ധം അവസാനിക്കുന്നതോടൊപ്പം ചില വ്യക്തികൾ പങ്കാളിയുടെ സാമൂഹിക പ്രതിഷ്ഠയെ ബാധിക്കുന്ന മാർഗങ്ങൾ അന്വേഷിക്കാൻ സാധ്യതയുണ്ട്. ഈ സാഹചര്യത്തിൽ ലൈംഗിക ആരോപണങ്ങൾ വ്യക്തിയെ സാമൂഹികമായി അപമാനിക്കുന്ന ഉപാധിയായി മാറാം. സാമൂഹിക സമൂഹങ്ങളിൽ ലൈംഗിക പെരുമാറ്റം പലപ്പോഴും വ്യക്തിയുടെ മാന്യതയുമായി ബന്ധിപ്പിക്കപ്പെടുന്നതിനാൽ, ഇത്തരം ആരോപണങ്ങൾ വലിയ സാമൂഹിക ആഘാതം സൃഷ്ടിക്കാൻ കഴിയും.[3]

ഈ പ്രക്രിയയിൽ വ്യക്തിയുടെ സ്വഭാവത്തെ തകർക്കുന്ന ശ്രമങ്ങൾ, അഥവാ സ്വഭാവനിന്ദ *(character assassination)*, ഒരു പ്രധാന തന്ത്രമായി മാറുന്നു. ഒരാളുടെ ലൈംഗിക പെരുമാറ്റത്തെക്കുറിച്ചുള്ള ആരോപണങ്ങൾ പൊതുചർച്ചയിൽ ഉയരുമ്പോൾ അത് വ്യക്തിയുടെ വിശ്വാസ്യതയെയും സാമൂഹിക സ്ഥാനത്തെയും ബാധിക്കും. അതിനാൽ ലൈംഗിക ആരോപണങ്ങൾ ചിലപ്പോൾ സാമൂഹികമായി വ്യക്തിയെ ഒറ്റപ്പെടുത്തുന്ന ഉപാധിയായി പ്രവർത്തിക്കാം.[4]

ബന്ധങ്ങളിലെ വികാരപരമായ നിയന്ത്രണരീതികളിലും ലൈംഗികത ഉപയോഗിക്കപ്പെടാം. ചില സാഹചര്യങ്ങളിൽ വ്യക്തികൾ ബന്ധം നിലനിർത്താൻ അല്ലെങ്കിൽ നിയന്ത്രിക്കാൻ വികാരപരമായ സമ്മർദ്ദം സൃഷ്ടിക്കുന്ന രീതികൾ ഉപയോഗിക്കുന്നു. ഈ സാഹചര്യത്തിൽ ലൈംഗികബന്ധം സമ്മതത്തിന്റെ സ്വതന്ത്ര പ്രകടനമായി മാത്രം നിലനിൽക്കാതെ, വികാരപരമായ സമ്മർദ്ദത്തിന്റെയും ആശ്രിതത്വത്തിന്റെയും ഭാഗമായി രൂപപ്പെടുന്ന അനുഭവമായി മാറാം. മനശാസ്ത്ര പഠനങ്ങൾ ഈ പ്രക്രിയയെ വികാരാധിഷ്ഠിത സമ്മർദ്ദം *(emotional blackmail)* എന്ന ആശയത്തിലൂടെ വിശദീകരിക്കുന്നു.[5]

ഇത്തരം സാഹചര്യങ്ങളിൽ സമ്മതം എന്ന ആശയം കൂടുതൽ സങ്കീർണ്ണമാകുന്നു. ലൈംഗികബന്ധം ഒരു വ്യക്തിയുടെ സ്വതന്ത്രമായ തീരുമാനത്തിന്റെ ഫലമായിരിക്കണം എന്നതാണ് സാധാരണ നൈതിക ധാരണ. എന്നാൽ വികാരപരമായ സമ്മർദ്ദം, ബന്ധത്തിന്റെ നിലനിൽപ്പിനെക്കുറിച്ചുള്ള ഭയം, സാമ്പത്തിക ആശ്രിതത്വം തുടങ്ങിയ ഘടകങ്ങൾ നിലനിൽക്കുന്ന സാഹചര്യങ്ങളിൽ ഈ സമ്മതം യഥാർത്ഥത്തിൽ എത്രത്തോളം സ്വതന്ത്രമാണെന്ന ചോദ്യം ഉയരുന്നു. ചില സാമൂഹ്യശാസ്ത്ര പഠനങ്ങൾ ഇത്തരം സാഹചര്യങ്ങളെ സമ്മതത്തിന്റെ ക്ഷയം *(consent erosion)* എന്ന ആശയത്തിലൂടെ വിശദീകരിക്കുന്നു.[6]

ലൈംഗിക അധികാരദുരുപയോഗത്തെക്കുറിച്ചുള്ള ചർച്ചകൾ പലപ്പോഴും പുരുഷന്മാരുടെ പെരുമാറ്റത്തെ കേന്ദ്രീകരിച്ചാണ് നടക്കുന്നത്. എന്നാൽ ചില ഗവേഷണങ്ങൾ കാണിക്കുന്നത് ലൈംഗിക നിർബന്ധം അല്ലെങ്കിൽ സമ്മർദ്ദം വിവിധ ലിംഗബന്ധങ്ങളിലും സംഭവിക്കാമെന്നാണ്. ചില സാഹചര്യങ്ങളിൽ സ്ത്രീകൾ ആരംഭിക്കുന്ന ലൈംഗിക നിർബന്ധവും രേഖപ്പെടുത്തിയിട്ടുണ്ട്. ഇത് സാമൂഹിക ചർച്ചകളിൽ അധികം ശ്രദ്ധിക്കപ്പെടാത്ത വിഷയമായിരുന്നാലും, അധികാരബന്ധങ്ങൾ ലിംഗപരമായി സങ്കീർണ്ണമാണെന്ന് കാണിക്കുന്ന ഒരു നിരീക്ഷണമാണ്.[7]

ഇത്തരം സാഹചര്യങ്ങളിൽ സാമൂഹിക ചർച്ചകളിൽ ചിലപ്പോൾ "ബാധിതാവസ്ഥ" എന്ന ആശയം തന്നെ ഒരു തന്ത്രമായി ഉപയോഗിക്കപ്പെടുന്നുവെന്ന വിമർശനങ്ങളും ഉയരുന്നു. ഒരു വ്യക്തി സ്വയം പീഡിതനെന്നോ പീഡിതയെന്നോ അവതരിപ്പിക്കുന്ന സാഹചര്യത്തിൽ സാമൂഹിക പിന്തുണ വേഗത്തിൽ രൂപപ്പെടാം. ചില സാമൂഹ്യവിശകലനങ്ങൾ ഈ പ്രവണതയെ "ബാധിതാവസ്ഥയുടെ ആയുധവൽക്കരണം" *(weaponization of victimhood)* എന്ന ആശയത്തിലൂടെ വിശകലനം ചെയ്യുന്നു. എന്നിരുന്നാലും ഈ ചർച്ച സൂക്ഷ്മമായ മേഖലയാണ്, കാരണം യഥാർത്ഥ പീഡന അനുഭവങ്ങളെ അവഗണിക്കുന്ന രീതിയിൽ ഈ ആശയം ഉപയോഗിക്കപ്പെടരുത് എന്ന മുന്നറിയിപ്പും ഗവേഷകർ നൽകുന്നു.[8]

ഇന്ത്യയിലെ നിയമപരമായ സാഹചര്യത്തിൽ ലൈംഗിക ആരോപണങ്ങളെക്കുറിച്ചുള്ള ചർച്ചയ്ക്ക് ഒരു പ്രത്യേക സാമൂഹിക പശ്ചാത്തലമുണ്ട്. ചില കേസുകളിൽ വിവാഹവാഗ്ദാനം നൽകിയ ശേഷം ലൈംഗികബന്ധത്തിൽ ഏർപ്പെട്ടതായി ആരോപിച്ച് പിന്നീട് വിവാഹം നടന്നില്ലെങ്കിൽ അത് ബലാത്സംഗമായി *(rape on the promise of marriage)* പരിഗണിക്കപ്പെടുന്ന കേസുകൾ കോടതികളിൽ എത്തിയിട്ടുണ്ട്. ചില കേസുകളിൽ പരാതിക്കാരിയായ സ്ത്രീ, വിവാഹം ചെയ്യുമെന്ന വാഗ്ദാനത്തിന്റെ അടിസ്ഥാനത്തിൽ ലൈംഗികബന്ധത്തിൽ ഏർപ്പെട്ടുവെന്നും പിന്നീട് വാഗ്ദാനം പാലിക്കപ്പെട്ടില്ലെന്നും ആരോപിച്ചിട്ടുണ്ട്. ഇത്തരത്തിലുള്ള കേസുകളിൽ സാഹചര്യങ്ങളെ ആശ്രയിച്ച് കോടതികൾ വ്യത്യസ്ത വിധികളാണ് നൽകിയിട്ടുള്ളത്.[9]

ഉദാഹരണമായി, Supreme Court of India ചില വിധികളിൽ വ്യക്തമാക്കിയിട്ടുള്ളത്, ഒരു വ്യക്തി തുടക്കം മുതൽ വിവാഹം ചെയ്യാനുള്ള യഥാർത്ഥ ഉദ്ദേശമില്ലാതെ വാഗ്ദാനം നൽകി ലൈംഗികബന്ധത്തിൽ ഏർപ്പെട്ടാൽ അത് വഞ്ചനയിലൂടെ ലഭിച്ച സമ്മതമായി കണക്കാക്കാം എന്നതാണ്. എന്നാൽ പരസ്പര സമ്മതത്തോടെ ദീർഘകാല ബന്ധം ഉണ്ടായിരുന്ന സാഹചര്യങ്ങളിൽ പിന്നീട് ബന്ധം തകരുന്നത് മാത്രം ബലാത്സംഗമായി കണക്കാക്കാനാവില്ലെന്നും കോടതി ചില കേസുകളിൽ വ്യക്തമാക്കിയിട്ടുണ്ട്.[10]

ഇതുമായി ബന്ധപ്പെട്ട മറ്റൊരു വിവാദമേഖല സമ്മതത്തെക്കുറിച്ചുള്ള ആരോപണങ്ങളാണ്. ചില കേസുകളിൽ ബന്ധം പരസ്പര സമ്മതത്തോടെ ആരംഭിച്ചിരുന്നുവെങ്കിലും പിന്നീട് ചില പ്രത്യേക

സംഭവങ്ങളിൽ സമ്മതം ഉണ്ടായിരുന്നില്ലെന്ന് ആരോപിക്കപ്പെടുന്ന സാഹചര്യങ്ങൾ കോടതികളിൽ പരിഗണിക്കപ്പെട്ടിട്ടുണ്ട്. ഈ വിഷയത്തിൽ നിയമവ്യവസ്ഥ വളരെ സൂക്ഷ്മമായ നിലപാട് സ്വീകരിക്കേണ്ടിവരുന്നു, കാരണം യഥാർത്ഥ പീഡന സംഭവങ്ങളെയും തെറ്റായ ആരോപണങ്ങളെയും വേർതിരിച്ചറിയുന്നത് ഒരു സങ്കീർണ്ണമായ നിയമപ്രശ്നമാണ്.

ഇന്ത്യൻ ക്രിമിനൽ നിയമപ്രക്രിയയിൽ പരാതിയുടെ അടിസ്ഥാനത്തിൽ അറസ്റ്റ് നടന്നാൽ പ്രതി ചിലപ്പോൾ റിമാൻഡ് തടങ്കലിൽ *(judicial remand)* കഴിയേണ്ടി വരും. കോടതിയിൽ ജാമ്യം ലഭിക്കുന്നതുവരെ ചില പ്രതികൾ ജയിലിൽ കഴിയേണ്ട സാഹചര്യം ഉണ്ടായിട്ടുണ്ട്. ഇതിനെക്കുറിച്ച് ചില നിയമവിശകലനങ്ങൾ കുറ്റാരോപണങ്ങൾ ഉയരുന്ന സാഹചര്യങ്ങളിൽ അന്വേഷണം പൂർത്തിയാകുന്നതിന് മുമ്പുള്ള തടങ്കൽ വ്യക്തികളുടെ അവകാശങ്ങളെ ബാധിക്കാമെന്ന ആശങ്കയും ഉയർത്തുന്നു.[11]

അതേസമയം, ലൈംഗിക പീഡന കേസുകളിൽ സ്ത്രീകൾക്ക് നീതി ലഭ്യമാക്കുന്നത് അത്യന്തം പ്രധാനമാണെന്ന് കോടതികൾ പല വിധികളിലും വ്യക്തമാക്കിയിട്ടുണ്ട്. നിയമവ്യവസ്ഥയുടെ പ്രധാന ലക്ഷ്യം യഥാർത്ഥ പീഡനങ്ങളെ തടയുകയും ബാധിതർക്ക് നീതി ലഭ്യമാക്കുകയും ചെയ്യുന്നതാണ്. എന്നാൽ അതേ സമയം നിയമപ്രക്രിയയുടെ നിഷ്പക്ഷതയും ഉറപ്പാക്കേണ്ടതുണ്ട്.

ഈ മുഴുവൻ ചർച്ച ഒരു പ്രധാന കാര്യം വ്യക്തമാക്കുന്നു. ലൈംഗികത മനുഷ്യജീവിതത്തിലെ അടുപ്പത്തിന്റെ ഭാഷ മാത്രമല്ല; അത് ചില സാഹചര്യങ്ങളിൽ അധികാരത്തിന്റെ, പ്രതികാരത്തിന്റെ, സാമൂഹിക നിയന്ത്രണത്തിന്റെ ഭാഷയായും മാറാം. അതിനാൽ ലൈംഗികതയെക്കുറിച്ചുള്ള സാമൂഹിക വിശകലനങ്ങൾ ജൈവമോ വികാരപരമോ ആയ ഘടകങ്ങളിൽ മാത്രം ഒതുങ്ങാതെ അധികാരബന്ധങ്ങൾ, സാമൂഹിക പ്രതിച്ഛായ, നിയമഘടന, വികാരരാഷ്ട്രീയം എന്നിവ ഉൾപ്പെടുത്തി വിശകലനം ചെയ്യേണ്ടതുണ്ട്.

Reference

1. 1.Michel Foucault. *The History of Sexuality, Vol. 1.* New York: Pantheon Books, 1978.
2. Anthony Giddens. *The Transformation of Intimacy.* Cambridge: Polity Press, 1992.
3. Erving Goffman. *Stigma: Notes on the Management of Spoiled Identity.* New York: Prentice Hall, 1963.
4. Susan Forward. *Emotional Blackmail.* New York: HarperCollins, 1997.
5. Catharine A. MacKinnon. *Toward a Feminist Theory of the State.* Cambridge, MA: Harvard University Press, 1989.
6. Martha C. Nussbaum. *Women and Human Development.* Cambridge: Cambridge University Press, 2000.
7. Supreme Court of India. *Uday v. State of Karnataka* (2003) and subsequent jurisprudence on “rape on promise of marriage”.
8. Supreme Court of India. *Pramod Suryabhan Pawar v. State of Maharashtra* (2019).
9. Joel Feinberg. *Harm to Others.* Oxford: Oxford University Press, 1984.

അധ്യായം 34

ലൈംഗിക രാഷ്ട്രീയവും ഇരയും വേട്ടക്കാരനും

ലൈംഗികതയെ ചുറ്റിപ്പറ്റിയുള്ള സാമൂഹിക ചർച്ചകൾ പലപ്പോഴും വ്യക്തിപരമായ ബന്ധങ്ങളെക്കുറിച്ചുള്ള വിഷയങ്ങളായി മാത്രം അവതരിപ്പിക്കപ്പെടുന്നില്ല. ആധുനിക സമൂഹങ്ങളിൽ ലൈംഗികത രാഷ്ട്രീയവും നൈതികതയും നിയമവും തമ്മിൽ ഇടപെടുന്ന ഒരു പൊതുസ്ഥലമായി മാറിയിട്ടുണ്ട്. സാമൂഹ്യശാസ്ത്രവും ദാർശനിക പഠനങ്ങളും കാണിക്കുന്നത് ലൈംഗികതയെക്കുറിച്ചുള്ള പൊതുചർച്ചകൾ പലപ്പോഴും അധികാരബന്ധങ്ങൾ, സാമൂഹിക നൈതികത, നിയമവ്യവസ്ഥ എന്നിവയെ പ്രതിഫലിപ്പിക്കുന്നതാണെന്നതാണ്.[1]

ഇത്തരത്തിലുള്ള ചർച്ചകളിൽ ഒരു പ്രധാന പ്രവണതയാണ് “victim–perpetrator binary” എന്ന ഘടന. ഈ ഘടനയിൽ ഒരു വ്യക്തി പൂർണ്ണമായും ബാധിതനും മറ്റൊരാൾ പൂർണ്ണമായും കുറ്റവാളിയും എന്ന രീതിയിൽ ഒരു നൈതിക വിഭജനം രൂപപ്പെടുന്നു. സാമൂഹിക ചർച്ചകളിൽ ഈ രീതിയിലുള്ള നൈതിക വിഭജനങ്ങൾ ചിലപ്പോൾ പ്രശ്നങ്ങളെ ലളിതമായി അവതരിപ്പിക്കാൻ സഹായിക്കുന്നുവെങ്കിലും, അതേ സമയം മനുഷ്യബന്ധങ്ങളുടെ സങ്കീർണ്ണതയെ മറച്ചുവയ്ക്കാനുള്ള സാധ്യതയും ഉണ്ടാക്കുന്നു.[2]

ലൈംഗിക രാഷ്ട്രീയത്തിലെ ഈ നൈതിക ഘടന പലപ്പോഴും “മോറൽ ഫ്രെയിമിംഗ്” എന്ന രീതിയിൽ പ്രവർത്തിക്കുന്നു. ഒരു സംഭവത്തെ സാമൂഹികമായി മനസ്സിലാക്കുന്നതിനായി നൈതിക ഭാഷ ഉപയോഗിക്കുമ്പോൾ അത് പൊതുജനങ്ങളുടെ പ്രതികരണത്തെ ശക്തമായി സ്വാധീനിക്കുന്നു. ചില സാഹചര്യങ്ങളിൽ ഈ നൈതിക ഭാഷ വളരെ കർശനമായ ഒരു ധാരണയിലേക്ക് മാറുന്നു. ഇതിനെ ചില സാമൂഹ്യശാസ്ത്ര പഠനങ്ങൾ “moral absolutism” എന്ന ആശയത്തിലൂടെ വിശദീകരിക്കുന്നു.

മോറൽ അബ്സല്യൂട്ടിസം എന്നത് ഒരു സാമൂഹിക സംഭവത്തെ പൂർണമായും നല്ലതും പൂർണമായും ദോഷകരവുമായ രണ്ട് വിഭാഗങ്ങളായി വിഭജിക്കുന്ന സമീപനമാണ്. ലൈംഗിക രാഷ്ട്രീയത്തിൽ ഈ സമീപനം ശക്തമാകുമ്പോൾ സംഭവങ്ങളുടെ സാമൂഹിക, മാനസിക, ബന്ധപരമായ സങ്കീർണ്ണതകൾ പലപ്പോഴും പരിഗണിക്കപ്പെടാതെ പോകുന്നു. ഇതിന്റെ ഫലമായി ചർച്ചകൾ വിശകലനാത്മകതയിൽ നിന്ന് മാറി നൈതിക വിധികളായി മാറാൻ സാധ്യതയുണ്ട്.[3]

ഈ നൈതിക ഘടനയുടെ ഭാഗമായി ചില വിമർശനാത്മക പഠനങ്ങൾ “victimhood” എന്ന ആശയത്തിന്റെ സാമൂഹിക ഉപയോഗത്തെയും പരിശോധിക്കുന്നു. ലൈംഗിക പീഡന അനുഭവങ്ങൾ യാഥാർത്ഥ്യമായ സാമൂഹിക പ്രശ്നങ്ങളാണ്, അതിനാൽ ബാധിതരുടെ ശബ്ദം കേൾക്കപ്പെടേണ്ടത് അനിവാര്യമാണ്. എന്നാൽ ചില ഗവേഷകർ ചൂണ്ടിക്കാണിക്കുന്നത്, ചില പൊതുചർച്ചകളിൽ ബാധിതാവസ്ഥ തന്നെ ഒരു സാമൂഹിക തന്ത്രമായി ഉപയോഗിക്കപ്പെടുന്ന സാഹചര്യങ്ങളും ഉണ്ടാകാമെന്നാണ്. ഈ പ്രവണതയെ ചില സാമൂഹിക വിമർശനങ്ങൾ “weaponization of victimhood” എന്ന ആശയത്തിലൂടെ വിശദീകരിക്കുന്നു.

ഈ ആശയം വളരെ സൂക്ഷ്മമായി ഉപയോഗിക്കേണ്ടതാണെന്ന് ഗവേഷകർ വ്യക്തമാക്കുന്നു. കാരണം യഥാർത്ഥ പീഡന അനുഭവങ്ങളെ നിഷേധിക്കുന്ന രീതിയിൽ ഈ വാദം ഉപയോഗിക്കപ്പെടാൻ പാടില്ല. എന്നിരുന്നാലും സാമൂഹിക ചർച്ചകളിൽ ബാധിതാവസ്ഥയുടെ ഭാഷ

ചിലപ്പോൾ പൊതുഭിപ്രായത്തെ ശക്തമായി സ്വാധീനിക്കുന്ന ഉപാധിയായി മാറുന്നുവെന്ന നിരീക്ഷണവും ഉണ്ട്.[4]

മോറൽ അബ്സല്യൂട്ടിസവും victimhood-ന്റെ രാഷ്ട്രീയവൽക്കരണവും ചേർന്നപ്പോൾ മറ്റൊരു സാമൂഹിക പ്രതിഭാസം രൂപപ്പെടുന്നു. അതാണ് "collapse of nuance". ഒരു സാമൂഹിക സംഭവത്തെ മനസ്സിലാക്കാൻ ആവശ്യമായ സൂക്ഷ്മമായ വിശകലനം നഷ്ടപ്പെടുന്ന സാഹചര്യം ഇതിലൂടെ സൂചിപ്പിക്കുന്നു.

ലൈംഗിക ബന്ധങ്ങൾ, സമ്മതം, വികാരബന്ധങ്ങൾ, അധികാരബന്ധങ്ങൾ എന്നിവ എല്ലാം വളരെ സങ്കീർണ്ണമായ ഘടകങ്ങളാണ്. എന്നാൽ പൊതുചർച്ചകൾ ഈ സങ്കീർണ്ണതകളെ അവഗണിച്ച് ലളിതമായ കുറ്റവാളി–ബാധിതൻ വിഭജനത്തിലേക്ക് മാറുമ്പോൾ, യഥാർത്ഥ സാമൂഹിക വിശകലനം കുറയാൻ സാധ്യതയുണ്ട്. ചില സാമൂഹ്യശാസ്ത്ര പഠനങ്ങൾ ഇത് "moral panic" എന്ന പ്രതിഭാസവുമായി ബന്ധപ്പെടുത്തി വിശദീകരിക്കുന്നു.[5]

ലൈംഗിക രാഷ്ട്രീയത്തിലെ ഈ നൈതിക ഫ്രെയിമിംഗിന് നിയമവ്യവസ്ഥയിലും പ്രതിഫലനം ഉണ്ടാകാം. ഒരു ആരോപണം പൊതുസമൂഹത്തിൽ ശക്തമായ വികാരപ്രതികരണങ്ങൾ സൃഷ്ടിക്കുമ്പോൾ, അന്വേഷണപ്രക്രിയ പൂർത്തിയാകുന്നതിന് മുമ്പ് തന്നെ പൊതുജനവിധി രൂപപ്പെടുന്ന സാഹചര്യം ചിലപ്പോൾ ഉണ്ടാകാം. നിയമപണ്ഡിതർ ഇതിനെ "due process erosion" എന്ന ആശയത്തിലൂടെ വിശകലനം ചെയ്യുന്നു.

നിയമപരമായി ഓരോ വ്യക്തിക്കും ന്യായമായ വിചാരണ ലഭിക്കേണ്ടതുണ്ട്. എന്നാൽ പൊതുചർച്ചകളുടെ സമ്മർദ്ദത്തിൽ നിയമപ്രക്രിയയ്ക്ക് മുമ്പേ വ്യക്തിയെ കുറ്റക്കാരനായി കാണുന്ന പ്രവണത ഉണ്ടാകുമ്പോൾ നിയമനിഷ്പക്ഷതയ്ക്ക് വെല്ലുവിളി ഉയരാം.[6]

ഈ സാഹചര്യത്തിൽ നീതിയുടെ രണ്ട് വ്യത്യസ്ത രൂപങ്ങൾ തമ്മിലുള്ള വ്യത്യാസം ചില ഗവേഷകർ ചൂണ്ടിക്കാണിക്കുന്നു. ഒന്നാണ് മനശാസ്ത്രപരമായ നീതി (psychological justice). ഇതിൽ ബാധിതർക്ക് അവരുടെ അനുഭവം അംഗീകരിക്കപ്പെടുകയും അവരുടെ വേദന സമൂഹം തിരിച്ചറിയുകയും ചെയ്യുന്നത് പ്രധാനമാണ്.

മറ്റൊന്നാണ് പ്രദർശനാത്മക നീതി (theatrical justice). ഇവിടെ നീതി ഒരു പൊതുസമൂഹ പ്രതികരണമായി അവതരിപ്പിക്കപ്പെടുന്നു. സാമൂഹിക മാധ്യമങ്ങളും പൊതുചർച്ചകളും ശക്തമായ സാഹചര്യങ്ങളിൽ ചിലപ്പോൾ നീതി ഒരു നാടകീയ പ്രതികരണമായി മാറാൻ സാധ്യതയുണ്ടെന്ന് ചില നിയമപണ്ഡിതർ ചൂണ്ടിക്കാണിക്കുന്നു.

ഈ വ്യത്യാസം മനസ്സിലാക്കുന്നത് വളരെ പ്രധാനമാണ്. ഒരു സമൂഹം യഥാർത്ഥ നീതി ഉറപ്പാക്കാൻ ആഗ്രഹിക്കുന്നുവെങ്കിൽ, ബാധിതരുടെ അനുഭവങ്ങളെ അംഗീകരിക്കുന്നതും അതോടൊപ്പം നിയമനടപടികളുടെ നിഷ്പക്ഷത സംരക്ഷിക്കുന്നതും ഒരുപോലെ ആവശ്യമാണ്.

ഇതിനാൽ ലൈംഗിക രാഷ്ട്രീയത്തെക്കുറിച്ചുള്ള സാമൂഹിക ചർച്ചകൾ വികാരപ്രതികരണങ്ങളിൽ മാത്രം ഒതുങ്ങാതെ വിശകലനാത്മകമായ സമീപനം സ്വീകരിക്കേണ്ടതുണ്ട്. ലൈംഗികത, അധികാരം, നിയമം, സാമൂഹിക പ്രതിച്ഛായ എന്നിവ തമ്മിലുള്ള ബന്ധങ്ങളെ സൂക്ഷ്മമായി പരിശോധിക്കുമ്പോൾ മാത്രമേ ഈ വിഷയത്തെ സമഗ്രമായി മനസ്സിലാക്കാൻ കഴിയൂ.

നിയമം ലിംഗാധിഷ്ഠിത അധികാരമായി

(Law as Gendered Power)

നിയമം സാധാരണയായി ഒരു നിഷ്പക്ഷ സാമൂഹിക സംവിധാനമായി അവതരിപ്പിക്കപ്പെടുന്നു. നിയമവ്യവസ്ഥയുടെ അടിസ്ഥാന സിദ്ധാന്തം എല്ലാവർക്കും ഒരുപോലെ ബാധകമായ പൊതുനിയമങ്ങളിലൂടെ സാമൂഹിക നീതി ഉറപ്പാക്കുക എന്നതാണ്. എന്നാൽ നിയമചരിത്രവും സാമൂഹ്യശാസ്ത്ര പഠനങ്ങളും കാണിക്കുന്നത്, നിയമം യഥാർത്ഥത്തിൽ സാമൂഹിക അധികാരഘടനകളിൽ നിന്ന് പൂർണമായും സ്വതന്ത്രമായ ഒന്നല്ല എന്നതാണ്. നിയമം രൂപപ്പെടുകയും പ്രയോഗിക്കപ്പെടുകയും ചെയ്യുന്ന സാഹചര്യങ്ങൾ സമൂഹത്തിലെ അധികാരബന്ധങ്ങളുമായി ബന്ധപ്പെട്ടിരിക്കുന്നു. അതിനാൽ നിയമത്തിന്റെ നിഷ്പക്ഷതയെക്കുറിച്ചുള്ള അവകാശവാദം പലപ്പോഴും വിമർശനാത്മകമായി പരിശോധിക്കപ്പെടുന്ന വിഷയമായി മാറുന്നു.[7]

ചരിത്രപരമായ വിശകലനങ്ങൾ കാണിക്കുന്നത് നിയമം രൂപപ്പെടുന്ന സാമൂഹിക സാഹചര്യങ്ങൾ പലപ്പോഴും ലിംഗ അസമത്വങ്ങളാൽ രൂപപ്പെട്ടവയായിരുന്നു എന്നതാണ്. നിരവധി സമൂഹങ്ങളിൽ നിയമവ്യവസ്ഥ രൂപപ്പെട്ട കാലഘട്ടങ്ങളിൽ സ്ത്രീകൾക്ക് രാഷ്ട്രീയ അധികാരത്തിലും സ്വത്തവകാശങ്ങളിലും സാമൂഹിക തീരുമാനങ്ങളിലുമുള്ള പങ്കാളിത്തം വളരെ പരിമിതമായിരുന്നു. ഈ പശ്ചാത്തലത്തിൽ രൂപപ്പെട്ട നിയമങ്ങൾ സാമൂഹിക ഘടനകളുടെ പ്രതിഫലനമായിരുന്നു. അതിനാൽ "നിയമം നിഷ്പക്ഷമാണ്" എന്ന വാദം ചരിത്രപരമായി പൂർണമായും ശരിയല്ലെന്ന് ചില നിയമസാമൂഹ്യശാസ്ത്ര പഠനങ്ങൾ ചൂണ്ടിക്കാണിക്കുന്നു.[8]

ഇത് മനസ്സിലാക്കാൻ "gender-neutral law" എന്ന ആശയവും "gendered bodies" എന്ന ആശയവും തമ്മിലുള്ള വ്യത്യാസം ശ്രദ്ധിക്കേണ്ടതാണ്. നിരവധി നിയമങ്ങൾ എഴുതുമ്പോൾ ലിംഗനിഷ്പക്ഷമായ ഭാഷയാണ് ഉപയോഗിക്കുന്നത്. നിയമവാചകങ്ങളിൽ സ്ത്രീയെയും പുരുഷനെയും പ്രത്യേകമായി പരാമർശിക്കാതെയും പൊതുവായ വ്യക്തി എന്ന നിലയിലുമാണ് വ്യാഖ്യാനം നടത്തുന്നത്. എന്നാൽ ഈ നിയമങ്ങൾ പ്രയോഗിക്കപ്പെടുന്നത് യഥാർത്ഥ സാമൂഹിക സാഹചര്യങ്ങളിലാണ്. ആ സാഹചര്യങ്ങളിൽ വ്യക്തികളുടെ ശരീരവും സാമൂഹിക സ്ഥാനവും ലിംഗം, വർഗ്ഗം, സാമ്പത്തിക സ്ഥിതി എന്നിവയാൽ നിർവചിക്കപ്പെടുന്നു. അതിനാൽ നിയമം ലിംഗനിഷ്പക്ഷമായി എഴുതപ്പെട്ടാലും അതിന്റെ പ്രയോഗം പലപ്പോഴും ലിംഗപരമായ അനുഭവങ്ങളുമായി ബന്ധപ്പെട്ടു മാറുന്നു.[9]

ഈ പശ്ചാത്തലത്തിൽ സ്ത്രീശരീരം നിയമത്തിൽ എങ്ങനെ പ്രതിനിധീകരിക്കപ്പെടുന്നു എന്നത് ഫെമിനിസ്റ്റ് നിയമപഠനങ്ങളുടെ പ്രധാന വിഷയമാണ്. ചില പഠനങ്ങൾ സൂചിപ്പിക്കുന്നത്, നിയമം സ്ത്രീശരീരത്തെ രണ്ട് പ്രധാന രീതികളിൽ കാണുന്നുവെന്നാണ്. ഒന്നാമത് നിയന്ത്രിക്കപ്പെടേണ്ട ഒരു സാമൂഹിക സ്ഥലമായി. രണ്ടാമത് സംരക്ഷിക്കപ്പെടേണ്ട ഒരു വസ്തുവായി.

നിയമങ്ങൾ പലപ്പോഴും സ്ത്രീകളുടെ ലൈംഗിക പെരുമാറ്റം, വസ്ത്രധാരണം, കുടുംബബന്ധങ്ങൾ എന്നിവയെ നിയന്ത്രിക്കുന്ന രീതിയിൽ രൂപപ്പെടാറുണ്ട്. അതേ സമയം സ്ത്രീയെ സംരക്ഷിക്കേണ്ടവളായി അവതരിപ്പിക്കുന്ന നിയമങ്ങളും നിലനിൽക്കുന്നു. ഈ രണ്ട് സമീപനങ്ങളും സ്ത്രീയെ സ്വയം തീരുമാനിക്കുന്ന വ്യക്തിയെന്നതിലുപരി ഒരു നിയന്ത്രണവിഷയമായോ സംരക്ഷണവിഷയമായോ അവതരിപ്പിക്കുന്നുവെന്ന വിമർശനം ചില നിയമപണ്ഡിതർ ഉന്നയിക്കുന്നു.[10]

മറുവശത്ത് പുരുഷ ലൈംഗികതയെക്കുറിച്ചുള്ള സാമൂഹിക ധാരണകൾ വ്യത്യസ്തമായ രീതിയിൽ രൂപപ്പെടാറുണ്ട്. ചില സമൂഹങ്ങളിൽ പുരുഷന്റെ ലൈംഗിക പെരുമാറ്റം സ്വാഭാവികമായതും സാമൂഹികമായി അംഗീകരിക്കപ്പെട്ടതുമായതായി കണക്കാക്കപ്പെടുന്നു. ഇതിനെ ചില സാമൂഹ്യശാസ്ത്ര പഠനങ്ങൾ "presumption of legitimacy" എന്ന ആശയത്തിലൂടെ വിശദീകരിക്കുന്നു.

ഈ സമീപനം ചിലപ്പോൾ entitlement culture എന്ന സാമൂഹിക പ്രവണതയിലേക്ക് നയിക്കാം. അതായത് പുരുഷ ലൈംഗിക ആഗ്രഹങ്ങൾ സ്വാഭാവികമായി അംഗീകരിക്കപ്പെ ടേണ്ടവയാണെന്ന ധാരണ. ഈ ധാരണ നിയമപരമായ ചർച്ചകളെയും സാമൂഹിക നയങ്ങളെയും സ്വാധീനിക്കുന്നതായി ചില ഗവേഷകർ ചൂണ്ടിക്കാണിക്കുന്നു.[11]

ലൈംഗികതയുമായി ബന്ധപ്പെട്ട നിയമങ്ങളിൽ ഈ അസമത്വം വ്യക്തമായി കാണപ്പെടുന്ന ഒരു മേഖലയാണ് sex work നിയമങ്ങൾ. പല രാജ്യങ്ങളിലും ലൈംഗിക തൊഴിൽ സംബന്ധിച്ച നിയമങ്ങൾ തൊഴിൽനിയമങ്ങളായി പ്രവർത്തിക്കുന്നില്ല. അതായത് തൊഴിലാളികളുടെ അവകാശങ്ങൾ, സുരക്ഷ, ആരോഗ്യസംരക്ഷണം എന്നിവ ഉറപ്പാക്കുന്ന രീതിയിലല്ല അവ രൂപപ്പെട്ടിരിക്കുന്നത്.

പകരം ഈ നിയമങ്ങൾ പലപ്പോഴും നൈതികനിയന്ത്രണത്തിന്റെ ഭാഷയിലാണ് പ്രവർത്തിക്കുന്നത്. അതിനാൽ sex work നിയമങ്ങൾ labour law പോലെ പ്രവർത്തിക്കുന്നതിനു പകരം morality law പോലെ പ്രവർത്തിക്കുന്നുവെന്ന വിമർശനം ചില ഗവേഷകർ ഉന്നയിക്കുന്നു.[12]

ഈ സാഹചര്യത്തിൽ criminalization എന്ന നിയമനടപടിയുടെ സാമൂഹിക ഫലങ്ങളും ശ്രദ്ധേയമാണ്. ചില നിയമങ്ങൾ ലൈംഗിക തൊഴിലിനെ കുറ്റകരമാക്കുമ്പോൾ അതിന്റെ പ്രതിഫലം പലപ്പോഴും സ്ത്രീകളെയാണ് ബാധിക്കുന്നത്. പല സാഹചര്യങ്ങളിലും ലൈംഗിക തൊഴിൽ ചെയ്യുന്ന സ്ത്രീകളെയാണ് അറസ്റ്റ് ചെയ്യുകയോ ശിക്ഷിക്കുകയോ ചെയ്യുന്നത്. അതേസമയം ഉപഭോക്താക്കൾ പലപ്പോഴും നിയമപരമായി അദൃശ്യരായി തുടരുന്നു.

ഈ പ്രവണതയെ ചില സാമൂഹ്യശാസ്ത്ര പഠനങ്ങൾ "selective criminalization" എന്ന ആശയത്തിലൂടെ വിശദീകരിക്കുന്നു. അതായത് നിയമം ഒരേ പ്രവർത്തനത്തിൽ പങ്കാളികളായ എല്ലാ വ്യക്തികളെയും ഒരുപോലെ ബാധിക്കുന്നില്ല. ചിലർ കുറ്റവാളികളായി ചിത്രീകരിക്കപ്പെടുമ്പോൾ മറ്റുചിലർ നിയമപരമായ പരിശോധനയിൽ നിന്ന് ഒഴിഞ്ഞുമാറുന്നു.[13]

നിയമപ്രയോഗത്തിന്റെ യാഥാർത്ഥ്യവും ഇവിടെ പ്രധാനമാണ്. നിയമം സിദ്ധാന്തപരമായി സംരക്ഷണത്തിന്റെ ഉപാധിയായിരി ക്കണം. എന്നാൽ ചില സാഹചര്യങ്ങളിൽ നിയമപ്രയോഗം നിരീക്ഷണത്തിന്റെ സംവിധാനമായി മാറുന്നു. പ്രത്യേകിച്ച് ലൈംഗികതയുമായി ബന്ധപ്പെട്ട നിയമങ്ങളിൽ പൊലീസ് നിരീക്ഷണം, പൊതുസ്ഥലങ്ങളിലെ നിയന്ത്രണം, വ്യക്തിപരമായ ജീവിതത്തിൽ ഇടപെടൽ എന്നിവ ശക്തമാകുന്ന സാഹചര്യങ്ങൾ ചില പഠനങ്ങൾ രേഖപ്പെടുത്തിയിട്ടുണ്ട്.

ഇത്തരം സാഹചര്യങ്ങളിൽ നിയമപ്രയോഗം സംരക്ഷണ സംവിധാനമായി മാത്രമല്ല, സാമൂഹിക നിരീക്ഷണ സംവിധാനമായും പ്രവർത്തിക്കാമെന്ന് ചില സാമൂഹ്യശാസ്ത്ര പഠനങ്ങൾ ചൂണ്ടിക്കാണിക്കുന്നു.[14]

ഈ മുഴുവൻ ചർച്ച gendered law എന്ന ആശയത്തിലേക്ക് നയിക്കുന്നു. നിയമം ലിംഗപരമായ അധികാര അസമത്വങ്ങളെ പ്രതിഫലിപ്പിക്കുന്നതോ ശക്തിപ്പെടുത്തുന്നതോ ചെയ്യുന്ന രീതിയിൽ പ്രവർത്തിക്കാം. ചില സാഹചര്യങ്ങളിൽ നിയമം അധികാര അസമത്വങ്ങളെ സ്ഥാപനപരമായി സ്ഥിരപ്പെടുത്തുന്ന സംവിധാനമായി മാറാം.

ഇത്തരത്തിലുള്ള സാഹചര്യങ്ങളിൽ വ്യക്തികളുടെ സമ്മതം രണ്ടാം സ്ഥാനത്തേക്ക് നീങ്ങുകയും അനുസരണം പ്രധാന മൂല്യമായി മാറുകയും ചെയ്യാം. അതായത് സാമൂഹിക നൈതികതയും നിയമനിയന്ത്രണവും വ്യക്തികളുടെ സ്വതന്ത്ര തീരുമാനങ്ങളെക്കാൾ പ്രധാനമായി അവതരിപ്പിക്കപ്പെടുന്നു.

അതുകൊണ്ട് നിയമത്തെക്കുറിച്ചുള്ള വിമർശനാത്മക പഠനങ്ങൾ നിയമത്തെ ഒരു നിഷ്പക്ഷ സംവിധാനമായി മാത്രം കാണാതെ, അത് സമൂഹത്തിലെ അധികാരഘടനകളുമായി എങ്ങനെ ബന്ധപ്പെട്ടു പ്രവർത്തിക്കുന്നു എന്നതിനെ പരിശോധിക്കേണ്ടതുണ്ടെന്ന് ചൂണ്ടിക്കാണിക്കുന്നു. നിയമത്തിന്റെ യഥാർത്ഥ നിഷ്പക്ഷത ഉറപ്പാക്കാൻ സാമൂഹിക അസമത്വങ്ങളെയും അധികാരബന്ധങ്ങളെയും തിരിച്ചറിയുന്ന വിശകലനം അനിവാര്യമാണ്.

"രക്ഷ" കഥകളുടെ വിമർശനം

(രക്ഷാ കഥകൾ സ്ത്രീകളെ എങ്ങനെ പരാജയപ്പെടുത്തുന്നു)

സ്ത്രീകളുടെ ലൈംഗികതയെക്കുറിച്ചും പ്രത്യേകിച്ച് ലൈംഗിക തൊഴിൽ സംബന്ധിച്ചും നടക്കുന്ന പൊതുചർച്ചകളിൽ "രക്ഷ" എന്ന ഭാഷ വളരെ ശക്തമായി ഉപയോഗിക്കപ്പെടുന്നു. സാമൂഹിക പ്രചാരണങ്ങളിലും നയപരമായ ചർച്ചകളിലും സ്ത്രീകളെ അപകടകരമായ സാഹചര്യങ്ങളിൽ നിന്ന് "രക്ഷിക്കപ്പെടേണ്ടവർ" എന്ന നിലയിൽ അവതരിപ്പിക്കുന്ന പ്രവണത വ്യാപകമാണ്. ആദ്യനോട്ടത്തിൽ ഈ സമീപനം മാനുഷികതയുടെയും കരുതലിന്റെയും പ്രകടനമായി തോന്നാം. എന്നാൽ ഫെമിനിസ്റ്റ് സാമൂഹ്യശാസ്ത്ര പഠനങ്ങൾ കാണിക്കുന്നത്, "രക്ഷാ രാഷ്ട്രീയം" എന്ന് വിളിക്കപ്പെടുന്ന ഈ സമീപനം പലപ്പോഴും സ്ത്രീകളുടെ സ്വതന്ത്ര തീരുമാനശേഷിയെ ശക്തിപ്പെടുത്തുന്നതിനുപകരം അവരുടെ ജീവിതത്തെ നിയന്ത്രിക്കുന്ന പുതിയ ഘടനകൾ സൃഷ്ടിക്കാമെന്നതാണ്.[15]

ഈ സമീപനത്തിന്റെ അടിസ്ഥാന പ്രശ്നം സ്ത്രീയെ ഒരു സ്വയം തീരുമാനിക്കുന്ന സാമൂഹിക വ്യക്തിയായി കാണാതെ, സംരക്ഷിക്കപ്പെടേണ്ട ഒരു വസ്തുവായി അവതരിപ്പിക്കുന്നതിലാണ്. രക്ഷാ കഥകൾ പലപ്പോഴും സ്ത്രീയെ ഒരു സാമൂഹിക സബ്ജക്ടായി കാണുന്നില്ല. അതായത് അവളെ തന്റെ ജീവിതത്തെക്കുറിച്ച് തീരുമാനമെടുക്കാൻ കഴിവുള്ള വ്യക്തിയായി പരിഗണിക്കുന്നില്ല. പകരം സ്വതന്ത്ര പ്രവർത്തനശേഷിയില്ലാത്ത ഒരു ബാധിതയായി അവതരിപ്പിക്കുന്നു. ഇതിലൂടെ സ്ത്രീയുടെ അനുഭവങ്ങളും അവളുടെ ജീവിതതന്ത്രങ്ങളും അവളുടെ തിരഞ്ഞെടുപ്പുകളും പൊതുചർച്ചയിൽ നിന്ന് ഒഴിവാക്കപ്പെടുന്നു. സ്ത്രീയുടെ ശബ്ദം കേൾക്കപ്പെടേണ്ട ഒരു സാക്ഷ്യമായി കാണുന്നതിനു പകരം അവളെ തിരുത്തപ്പെടേണ്ടവളായി അവതരിപ്പിക്കുന്ന ഒരു നൈതിക ഘടന രൂപപ്പെടുന്നു.[16]

ഈ സമീപനം സമൂഹത്തിൽ ഒരു പ്രത്യേക സ്ഥാപനപരമായ ഘടനയും സൃഷ്ടിക്കുന്നു. ചില ഗവേഷകർ ഇതിനെ "രക്ഷാ വ്യവസായം" എന്ന ആശയത്തിലൂടെ വിശദീകരിക്കുന്നു. ഈ ഘടനയിൽ സർക്കാർ സംവിധാനങ്ങൾ, സ്വമേധയാ പ്രവർത്തിക്കുന്ന സംഘടനകൾ, നൈതിക പ്രചാരണങ്ങൾ എന്നിവ ഉൾപ്പെടുന്ന നിരവധി സ്ഥാപനങ്ങൾ പ്രവർത്തിക്കുന്നു. ഇവയുടെ

പ്രവർത്തനം പലപ്പോഴും സ്ത്രീകളെ അപകടകരമായ സാഹചര്യങ്ങളിൽ നിന്ന് രക്ഷിക്കുക എന്ന ലക്ഷ്യത്തോടെ ആരംഭിക്കുമ്പോഴും, പ്രായോഗികമായി സ്ത്രീകളുടെ ജീവിതരീതികളെ പുനർക്രമീകരിക്കുന്ന ഒരു സാമൂഹിക ഇടപെടലായി മാറുന്നു. ഈ പ്രക്രിയയിൽ സ്ത്രീയുടെ ശരീരം "പുനർരൂപപ്പെടുത്തേണ്ടത്" എന്ന ധാരണ ശക്തമായി പ്രവർത്തിക്കുന്നു. സ്ത്രീയുടെ തൊഴിലും ലൈംഗികതയും ജീവിതരീതിയും സമൂഹം അംഗീകരിക്കുന്ന നൈതിക മാതൃകകളോട് പൊരുത്തപ്പെടുന്നില്ലെങ്കിൽ അത് തിരുത്തപ്പെടേണ്ടതാണെന്ന ആശയം ഈ ഘടനയിൽ കേന്ദ്രസ്ഥാനത്ത് എത്തുന്നു.[17]

ഈ സാഹചര്യത്തിൽ സാമൂഹ്യശാസ്ത്ര പഠനങ്ങൾ തിരിച്ചറിഞ്ഞ ഒരു പ്രധാന പ്രക്രിയയാണ് "രക്ഷ → പുനരധിവാസം → നിയന്ത്രണം" എന്ന ചക്രം. ആദ്യം സ്ത്രീയെ ഒരു സാഹചര്യത്തിൽ നിന്ന് "രക്ഷിക്കുന്നു". തുടർന്ന് അവളെ പുനരധിവസിപ്പിക്കുന്ന പദ്ധതികളിലേക്ക് കൊണ്ടുപോകുന്നു. ഈ പുനരധിവാസ പരിപാടികളുടെ ലക്ഷ്യം അവളുടെ ജീവിതരീതിയെ മാറ്റുക എന്നതാണ്. എന്നാൽ ഈ പ്രക്രിയയുടെ ഫലമായി പലപ്പോഴും സ്ത്രീയുടെ തൊഴിൽ നഷ്ടപ്പെടുന്നു. അതോടൊപ്പം അവളുടെ സാമ്പത്തിക സ്വാതന്ത്ര്യവും ക്ഷയിക്കുന്നു.

തൊഴിൽ നഷ്ടപ്പെടുമ്പോൾ സാമ്പത്തിക ആശ്രിതത്വം വീണ്ടും ശക്തമാകുന്നു. ചില സാഹചര്യങ്ങളിൽ സ്ത്രീകൾ കുടുംബത്തെയോ സാമൂഹിക സ്ഥാപനങ്ങളെയോ സംസ്ഥാന സംവിധാനങ്ങളെയോ ആശ്രയിക്കേണ്ട സാഹചര്യം ഉണ്ടാകുന്നു. ഇതിലൂടെ "രക്ഷ" എന്ന ഭാഷയിൽ ആരംഭിച്ച ഇടപെടൽ വീണ്ടും ആശ്രിതത്വം സൃഷ്ടിക്കുന്ന ഘടനയായി മാറുന്നു. അതിനാൽ രക്ഷയുടെ പേരിൽ ആരംഭിക്കുന്ന ഇടപെടലുകൾ ചിലപ്പോൾ സാമ്പത്തിക സ്വാതന്ത്ര്യത്തെ ശക്തിപ്പെടുത്തുന്നതിനു പകരം അത് നഷ്ടപ്പെടുത്തുന്ന സാഹചര്യം സൃഷ്ടിക്കാമെന്ന് ചില ഗവേഷകർ ചൂണ്ടിക്കാണിക്കുന്നു.[18]

രക്ഷാ കഥകളുടെ മറ്റൊരു പ്രധാന വിമർശനം ആവശ്യവശത്തിന്റെ അദൃശ്യത എന്ന ആശയവുമായി ബന്ധപ്പെട്ടതാണ്. ലൈംഗിക തൊഴിൽ സംബന്ധിച്ച ചർച്ചകളിൽ ശ്രദ്ധ സാധാരണയായി സ്ത്രീകളിലേക്കാണ് കേന്ദ്രീകരിക്കുന്നത്. എന്നാൽ ഈ സേവനങ്ങൾ വാങ്ങുന്ന ഉപഭോക്താക്കളെക്കുറിച്ചുള്ള ചർച്ചകൾ പലപ്പോഴും അഭാവത്തിലാണ്. ഈ സാഹചര്യത്തിൽ രക്ഷാ കഥകൾ ഉപഭോക്താക്കളെ സാമൂഹിക വിശകലനത്തിൽ നിന്ന് ഒഴിവാക്കുന്നു. ആവശ്യവശം പരിശോധിക്കപ്പെടാതെ തുടരുന്നു.

ഇതിലൂടെ ലൈംഗിക വിപണിയെ നിലനിർത്തുന്ന സാമൂഹിക ഘടനകൾക്ക് അടിസ്ഥാനപരമായ മാറ്റം ഉണ്ടാകുന്നില്ല. ചില ഫെമിനിസ്റ്റ് വിശകലനങ്ങൾ ചൂണ്ടിക്കാണിക്കുന്നത് സ്ത്രീകളെ മാത്രം നിയന്ത്രിക്കുന്ന സമീപനം പിതൃത്വാധിപത്യ സാമൂഹിക ഘടനയെ വെല്ലുവിളിക്കുന്നില്ല എന്നതാണ്. ഉപഭോക്താക്കളെ ചർച്ചയിൽ ഉൾപ്പെടുത്താതെ നടത്തുന്ന രക്ഷാ രാഷ്ട്രീയങ്ങൾ അടിസ്ഥാന അധികാരബന്ധങ്ങളെ മാറ്റുന്നില്ലെന്ന് ഗവേഷകർ അഭിപ്രായപ്പെടുന്നു.[19]

രക്ഷാ രാഷ്ട്രീയത്തിന്റെ മറ്റൊരു പ്രധാന പ്രതിഫലം നിശ്ശബ്ദീകരണ സംവിധാനം എന്ന ആശയത്തിലൂടെ വിശദീകരിക്കപ്പെടുന്നു. സ്ത്രീകൾ അവരുടെ സ്വന്തം അനുഭവങ്ങളെക്കുറിച്ച് സംസാരിക്കുമ്പോൾ ചില രക്ഷാ കഥകൾ ആ ശബ്ദങ്ങളെ അംഗീകരിക്കാൻ തയ്യാറാകുന്നില്ല. "നിനക്ക് നന്മ അറിയില്ല" എന്ന രീതിയിലുള്ള പിതൃത്വപരമായ വാദം ഈ സാഹചര്യങ്ങളിൽ ഉയരാറുണ്ട്.

ഈ സമീപനം സ്ത്രീയുടെ അനുഭവത്തെയും അവളുടെ തീരുമാനത്തെയും അസാധുവാക്കുന്നു. സ്ത്രീയുടെ സമ്മതം പോലും പ്രസക്തിയില്ലാത്തതായി കാണപ്പെടുന്നു. രക്ഷയുടെ പേരിൽ സ്ത്രീയുടെ ശബ്ദം നിശ്ശബ്ദമാക്കപ്പെടുന്ന സാഹചര്യം ഇവിടെ രൂപപ്പെടുന്നു. സംരക്ഷണത്തിന്റെ ഭാഷ ഉപയോഗിച്ചുകൊണ്ട് സ്ത്രീയുടെ സ്വതന്ത്ര പ്രവർത്തനശേഷി നിഷേധിക്കപ്പെടുന്ന ഒരു സാമൂഹിക വൈരുധ്യം ഇതിലൂടെ പ്രത്യക്ഷമാകുന്നു.[20]

ഈ പശ്ചാത്തലത്തിലാണ് ഫെമിനിസ്റ്റ് നിയമപഠനങ്ങളും സാമൂഹ്യശാസ്ത്ര പഠനങ്ങളും രക്ഷാ രാഷ്ട്രീയത്തെ വിമർശനാത്മകമായി പരിശോധിക്കുന്നത്. ഈ പഠനങ്ങൾ ചൂണ്ടിക്കാണിക്കുന്നത് അവകാശകേന്ദ്രിത സമീപനം ഇല്ലാതെ നടത്തുന്ന രക്ഷാപ്രവർത്തനങ്ങൾ സ്ത്രീകളുടെ സ്വാതന്ത്ര്യത്തെ ശക്തിപ്പെടുത്തുന്നില്ല എന്നതാണ്.

ഒരു സ്ത്രീയെ ഒരു നിയന്ത്രണ ഘടനയിൽ നിന്ന് മാറ്റി മറ്റൊരു നിയന്ത്രണ ഘടനയിലേക്ക് മാറ്റുന്നത് യഥാർത്ഥ സ്വാതന്ത്ര്യം സൃഷ്ടിക്കുന്നില്ല. ഈ സാഹചര്യത്തിൽ രക്ഷ എന്ന ആശയം നിയന്ത്രണത്തിന്റെ സ്ഥലംമാറ്റമായി മാറുന്നു. അതായത് നിയന്ത്രണം ഒരു സാമൂഹിക ഘടനയിൽ നിന്ന് മറ്റൊന്നിലേക്ക് മാറുന്നു.

ഇതിനാൽ സ്ത്രീകളുടെ അവകാശങ്ങളെക്കുറിച്ചുള്ള സമകാലീന ചർച്ചകൾ രക്ഷ എന്ന നൈതിക ഭാഷയിൽ നിന്ന് മാറി സ്വാതന്ത്ര്യം, മാന്യത, അവകാശങ്ങൾ എന്നീ ആശയങ്ങളെ കേന്ദ്രീകരിക്കുന്ന സമീപനത്തിലേക്ക് മാറേണ്ടതുണ്ടെന്ന് നിരവധി ഗവേഷകർ ചൂണ്ടിക്കാണിക്കുന്നു. സ്ത്രീകളുടെ പ്രവർത്തനശേഷിയും തീരുമാനാധികാരവും അംഗീകരിക്കുന്ന അവകാശകേന്ദ്രിത സമീപനമാണ് ദീർഘകാല സാമൂഹിക നീതി ഉറപ്പാക്കാൻ കഴിയുന്ന മാർഗമെന്ന് ഫെമിനിസ്റ്റ് നിയമചിന്തകൾ വാദിക്കുന്നു.[21]

ഘടനാപരമായ നിയമചിന്തയിൽ ലൈംഗിക പൗരത്വം

(Sexual Citizenship in Constitutional Theory)

ആധുനിക ഭരണഘടനാപരമായ നിയമചിന്തയിൽ "പൗരത്വം" എന്ന ആശയം ഒരു രാജ്യത്തിലെ നിയമപരമായ അംഗത്വത്തെ സൂചിപ്പിക്കുന്നതിൽ മാത്രം ഒതുങ്ങുന്നില്ല. പൗരത്വം എന്നത് വ്യക്തിയുടെ മനുഷ്യാഭിമാനം (dignity), സ്വാതന്ത്ര്യം (autonomy), സമത്വം (equality) എന്നിവയെ അംഗീകരിക്കുന്ന ഒരു അടിസ്ഥാന രാഷ്ട്രീയ–നിയമപരമായ നിലപാടാണ്. ഭരണഘടനാപരമായ വ്യാഖ്യാനങ്ങളിൽ ഒരു വ്യക്തി ഒരു നിയമവിഷയമെന്ന നിലയിൽ മാത്രമല്ല, അവകാശങ്ങളുള്ള ഒരു സാമൂഹിക വ്യക്തിയായിട്ടാണ് പരിഗണിക്കപ്പെടുന്നത്. അതിനാൽ പൗരത്വം എന്നത് ഒരു ഔപചാരിക അംഗത്വമല്ല; മനുഷ്യാഭിമാനം (dignity), സ്വയം തീരുമാനിക്കുന്ന സ്വാതന്ത്ര്യം (autonomy), സമത്വം (equality) എന്നീ മൂല്യങ്ങളുടെ നിയമപരമായ അംഗീകാരമാണ്.[22]

ഈ പശ്ചാത്തലത്തിലാണ് "ലൈംഗിക പൗരത്വം" എന്ന ആശയം സാമൂഹ്യശാസ്ത്രത്തിലും ഭരണഘടനാപരമായ നിയമചിന്തയിലും പ്രാധാന്യം നേടിയത്. പരമ്പരാഗതമായി ലൈംഗികതയെ സ്വകാര്യ അച്ചടക്കത്തിന്റെ വിഷയമായി കാണുന്ന സമീപനം ശക്തമായിരുന്നു. എന്നാൽ സമകാലീന നിയമചിന്തകൾ ഈ സമീപനത്തെ ചോദ്യം ചെയ്യുന്നു. ഒരു വ്യക്തിയുടെ ലൈംഗികജീവിതം, ബന്ധങ്ങൾ, ശരീരത്തെക്കുറിച്ചുള്ള തീരുമാനങ്ങൾ എന്നിവ അവന്റെ സ്വകാര്യജീവിതത്തിന്റെ ഭാഗമായതിനാൽ അവയെ ഭരണഘടനാപരമായ അവകാശചർച്ചയിൽ

ഉൾപ്പെടുത്തേണ്ടതുണ്ടെന്നാണ് ഈ ചിന്താവിഭാഗം വാദിക്കുന്നത്. ഈ നിലപാടിലാണ് ലൈംഗികത ഒരു വ്യക്തിപരമായ നൈതിക പ്രശ്നമല്ല, മറിച്ച് ഭരണഘടനാപരമായ അവകാശപ്രശ്നമാണെന്ന് സ്ഥാപിക്കപ്പെടുന്നത്.[23]

ഈ ചർച്ചയിൽ കേന്ദ്രസ്ഥാനം നേടുന്ന ആശയമാണ് ശരീരാവകാശം. മനുഷ്യന്റെ ശരീരത്തെക്കുറിച്ചുള്ള തീരുമാനാധികാരം വ്യക്തിക്കുതന്നെയായിരിക്കണം എന്നതാണ് ഈ ആശയത്തിന്റെ അടിസ്ഥാനതത്വം. ഭരണഘടനാപരമായ സ്വാതന്ത്ര്യാവകാശങ്ങളിൽ സ്വാതന്ത്ര്യം എന്ന ആശയം വ്യക്തിയുടെ ശരീരത്തോടും സ്വകാര്യജീവിതത്തോടും ബന്ധപ്പെട്ട തീരുമാനങ്ങളുമായി അടുത്ത ബന്ധം പുലർത്തുന്നു. അതിനാൽ ശരീരാവകാശം സ്വാതന്ത്ര്യത്തിന്റെ കേന്ദ്രഘടകമായി കണക്കാക്കപ്പെടുന്നു.

ശരീരാവകാശം സ്വകാര്യത (privacy) എന്ന അവകാശത്തോട് മാത്രം ബന്ധപ്പെട്ടു നിൽക്കുന്നില്ല. ശരീരവുമായി ബന്ധപ്പെട്ട തീരുമാനങ്ങൾ സ്വയം എടുക്കാനുള്ള അധികാരവും ഇതിൽ ഉൾപ്പെടുന്നു. വിവാഹം ചെയ്യണമോ വേണ്ടയോ, ആരുമായി ബന്ധം സ്ഥാപിക്കണമോ, പ്രജനനത്തെക്കുറിച്ച് എന്ത് തീരുമാനമെടുക്കണമോ, ലൈംഗികജീവിതം എങ്ങനെ രൂപപ്പെടുത്തണമോ എന്നീ ചോദ്യങ്ങൾ വ്യക്തിയുടെ സ്വയം തീരുമാനാധികാരവുമായി ബന്ധപ്പെട്ടതാണ്. ഭരണഘടനാപരമായ നിയമചിന്തകൾ ഈ തീരുമാനങ്ങളെ വ്യക്തിയുടെ സ്വാതന്ത്ര്യാവകാശത്തിന്റെ ഭാഗമായി കാണുന്നു.[24]

ഈ സമീപനം നൈതികത (morality)യും ഭരണഘടനാപരമായ അവകാശങ്ങളും (constitutional rights) തമ്മിലുള്ള വ്യത്യാസം വ്യക്തമാക്കുന്നു. സമൂഹത്തിലെ നൈതിക മാനദണ്ഡങ്ങൾ പലപ്പോഴും മതപരമായോ സംസ്കാരപരമായോ പാരമ്പര്യങ്ങളിൽ നിന്നാണ് രൂപപ്പെടുന്നത്. എന്നാൽ ഭരണഘടനാപരമായ അവകാശങ്ങൾ വ്യക്തികളുടെ അടിസ്ഥാന സ്വാതന്ത്ര്യങ്ങളെ സംരക്ഷിക്കുന്നതിനാണ് രൂപപ്പെട്ടിരിക്കുന്നത്. അതിനാൽ വ്യക്തികളുടെ ലൈംഗിക പെരുമാറ്റത്തെ സമൂഹത്തിന്റെ നൈതിക മാനദണ്ഡങ്ങൾ ഉപയോഗിച്ച് വിലയിരുത്തുന്നത് ഭരണഘടനാപരമായ അവകാശചിന്തയുമായി എല്ലായ്പ്പോഴും പൊരുത്തപ്പെടണമെന്നില്ല.

ആധുനിക ഭരണഘടനാപരമായ നിയമചിന്തയുടെ ഒരു പ്രധാന വാദം ലൈംഗിക പെരുമാറ്റത്തെ നൈതികപരിശോധനയുടെ അടിസ്ഥാനത്തിൽ വിലയിരുത്തരുത് എന്നതാണ്. വ്യക്തിയുടെ ലൈംഗികജീവിതം സമൂഹത്തിന്റെ നൈതിക പ്രതീക്ഷകൾക്ക് വിധേയമാക്കേണ്ട വിഷയമല്ല; അത് വ്യക്തിയുടെ സ്വാതന്ത്ര്യത്തോടും അവകാശങ്ങളോടും ബന്ധപ്പെട്ട വിഷയമാണെന്നാണ് ഈ സമീപനം ചൂണ്ടിക്കാണിക്കുന്നത്.[25]

ഈ പശ്ചാത്തലത്തിലാണ് സമ്മതം (consent) എന്ന ആശയം ഭരണഘടനാപരമായ മൂല്യമായി കാണപ്പെടുന്നത്. വ്യക്തികൾ തമ്മിലുള്ള ബന്ധങ്ങളിൽ സ്വതന്ത്രമായ സമ്മതം അടിസ്ഥാനഘടകമാകുമ്പോൾ സംസ്ഥാനത്തിന്റെ പങ്ക് അടിസ്ഥാനപരമായി മാറുന്നു. സമ്മതം ഭരണഘടനാപരമായ മൂല്യമായി അംഗീകരിക്കപ്പെടുമ്പോൾ സംസ്ഥാനത്തിന് വ്യക്തികളുടെ നൈതിക പെരുമാറ്റത്തെ നിയന്ത്രിക്കുന്ന അധികാരം കുറയുന്നു.

ഇത്തരം സാഹചര്യത്തിൽ സംസ്ഥാനത്തിന്റെ പ്രധാന ഉത്തരവാദിത്വം വ്യക്തികളുടെ സ്വകാര്യജീവിതത്തെ നിയന്ത്രിക്കുക എന്നതല്ല; അവരുടെ സ്വാതന്ത്ര്യവും അവകാശങ്ങളും സംരക്ഷിക്കുക എന്നതാണ്. ഇതിലൂടെ വ്യക്തിയുടെ തിരഞ്ഞെടുപ്പിന് പ്രാധാന്യം ലഭിക്കുന്നു. വ്യക്തികളുടെ സ്വകാര്യബന്ധങ്ങളും ലൈംഗികജീവിതവും അവരുടെ സ്വതന്ത്ര തീരുമാനങ്ങളുടെ

അടിസ്ഥാനത്തിലാണ് നിർവചിക്കപ്പെടേണ്ടത് എന്നതാണ് ഈ സമീപനത്തിന്റെ അടിസ്ഥാനവാദം.[26]

ഈ ചർച്ച ലൈംഗിക തൊഴിലുമായി ബന്ധപ്പെട്ട ഭരണഘടനാപരമായ സമീപനത്തിലും പ്രധാനമാണ്. ചരിത്രപരമായി ലൈംഗിക തൊഴിൽ ചെയ്യുന്ന വ്യക്തികളെ പലപ്പോഴും ഒരു പ്രത്യേക വിഭാഗമായി കാണപ്പെട്ടിട്ടുണ്ട്. അവർ സാധാരണ പൗരന്മാരിൽ നിന്ന് വ്യത്യസ്തരാണെന്ന ധാരണ സാമൂഹികവും നിയമപരവുമായ സമീപനങ്ങളിൽ പ്രതിഫലിച്ചിരുന്നു.

എന്നാൽ ലൈംഗിക പൗരത്വത്തിന്റെ ആശയം ഈ സമീപനത്തെ ചോദ്യം ചെയ്യുന്നു. ലൈംഗിക തൊഴിൽ ചെയ്യുന്നവരെ "അസാധാരണ വിഭാഗം" എന്ന രീതിയിൽ കാണാതെ, അവർ മറ്റു പൗരന്മാരെപ്പോലെ തന്നെ സമാന അവകാശങ്ങൾ ഉള്ള വ്യക്തികളാണെന്ന് ഈ സമീപനം വ്യക്തമാക്കുന്നു. അവരുടെ തൊഴിൽ എന്തായാലും ഭരണഘടനാപരമായ അവകാശങ്ങൾ അവർക്കും ഒരുപോലെ ബാധകമാണെന്നാണ് ഈ നിലപാട്.[27]

ഇതിലൂടെ ഭരണഘടനാപരമായ ലൈംഗിക പൗരത്വം എന്ന ആശയം രൂപപ്പെടുന്നു. പല സമൂഹങ്ങളിലും സാമൂഹിക അംഗീകാരം ലഭിക്കുന്നത് "മര്യാദയുള്ള" ജീവിതരീതികൾ സ്വീകരിക്കുന്നവർക്കാണ്. ഈ സമീപനത്തെ ചില പഠനങ്ങൾ മാന്യതയെ അടിസ്ഥാനമാക്കിയുള്ള ഉൾപ്പെടുത്തൽ (respectability-based inclusion) എന്ന ആശയത്തിലൂടെ വിശദീകരിക്കുന്നു.

എന്നാൽ ഭരണഘടനാപരമായ അവകാശങ്ങൾ വ്യക്തിയുടെ ജീവിതരീതിയെ അടിസ്ഥാനമാക്കി നൽകപ്പെടേണ്ടതല്ല. ഭരണഘടനാപരമായ ലൈംഗിക പൗരത്വം പെരുമാറ്റനിഷ്പക്ഷ അവകാശങ്ങൾ (behaviour-neutral rights) എന്ന ആശയത്തെ മുന്നോട്ടുവയ്ക്കുന്നു. അതായത് വ്യക്തിയുടെ പെരുമാറ്റമോ ജീവിതരീതിയോ അവന്റെ അടിസ്ഥാന അവകാശങ്ങളെ നിർണ്ണയിക്കുന്ന ഘടകമാകരുത്. നിയമപരമായ സംരക്ഷണം എല്ലാ പൗരന്മാർക്കും ഒരുപോലെ ലഭിക്കണം എന്നതാണ് ഈ സമീപനത്തിന്റെ പ്രധാന സിദ്ധാന്തം.[28]

ഈ പശ്ചാത്തലത്തിൽ ലൈംഗികതയെ നിയന്ത്രിക്കുന്ന നിയമങ്ങൾ ഏത് സിദ്ധാന്തത്തിന്റെ അടിസ്ഥാനത്തിൽ പ്രവർത്തിക്കണം എന്ന ചർച്ചയും ഉയരുന്നു. ചില നിയമങ്ങൾ സാമൂഹിക നൈതികതയെ അടിസ്ഥാനമാക്കി രൂപപ്പെടുന്നു. ഇതിനെ ശുദ്ധിതത്വം (purity principle) എന്ന ആശയത്തിലൂടെ വിശദീകരിക്കാം. ഇവിടെ ഒരു പെരുമാറ്റം സമൂഹത്തിന്റെ നൈതിക മാനദണ്ഡങ്ങളോട് പൊരുത്തപ്പെടുന്നുണ്ടോ എന്നതാണ് പ്രധാന ചോദ്യമായി മാറുന്നത്.

എന്നാൽ ഭരണഘടനാപരമായ അവകാശചിന്ത മറ്റൊരു സിദ്ധാന്തത്തെ മുൻനിർത്തുന്നു. വ്യക്തികളുടെ പ്രവർത്തനങ്ങൾ മറ്റുള്ളവർക്കു യഥാർത്ഥ ഹാനി സൃഷ്ടിക്കുന്ന സാഹചര്യങ്ങളിൽ മാത്രമേ നിയമം ഇടപെടേണ്ടതുള്ളൂ എന്നതാണ് ഈ സിദ്ധാന്തത്തിന്റെ അടിസ്ഥാനവാദം. ഇതിനെ ഹാനിതത്വം (harm principle) എന്ന് വിളിക്കുന്നു.

അതായത് ലൈംഗിക പെരുമാറ്റത്തെ നിയന്ത്രിക്കുന്ന നിയമങ്ങൾ ശുദ്ധിതത്വത്തിന്റെ അടിസ്ഥാനത്തിൽ പ്രവർത്തിക്കരുത്. പകരം മറ്റുള്ളവർക്കു യഥാർത്ഥ ഹാനി ഉണ്ടാകുന്ന സാഹചര്യങ്ങളിലാണ് നിയമ ഇടപെടൽ ഉണ്ടായിരിക്കേണ്ടത്. ഈ സമീപനമാണ് ആധുനിക ഭരണഘടനാപരമായ നിയമചിന്തയിൽ ലൈംഗിക പൗരത്വത്തിന്റെ ആശയത്തെ ശക്തിപ്പെടുത്തുന്നത്.

ഇതിനാൽ ലൈംഗിക പൗരത്വം എന്ന ആശയം ഭരണഘടനാപരമായ നിയമചിന്തയിൽ ഒരു അടിസ്ഥാനപരമായ മാറ്റത്തെ സൂചിപ്പിക്കുന്നു. ലൈംഗികതയെ സ്വകാര്യ നൈതിക പ്രശ്നമായി കാണുന്ന സമീപനത്തിൽ നിന്ന് മാറി, അത് വ്യക്തികളുടെ സ്വാതന്ത്ര്യത്തോടും മനുഷ്യാഭിമാനത്തോടും (dignity) സമത്വാവകാശങ്ങളോടും ബന്ധപ്പെട്ട ഒരു ഭരണഘടനാപരമായ വിഷയമായി തിരിച്ചറിയപ്പെടുകയാണ്.

References

1. Michel Foucault. *The History of Sexuality, Volume 1: An Introduction.* New York: Pantheon Books, 1978.

2. Martha C. Nussbaum. *Hiding from Humanity: Disgust, Shame, and the Law.* Princeton: Princeton University Press, 2004.

3. Jonathan Haidt. *The Righteous Mind: Why Good People Are Divided by Politics and Religion.* New York: Pantheon Books, 2012.

4. Bradley Campbell and Jason Manning. *The Rise of Victimhood Culture: Microaggressions, Safe Spaces, and the New Culture Wars.* Cham: Palgrave Macmillan, 2018.

5. Stanley Cohen. *Folk Devils and Moral Panics: The Creation of the Mods and Rockers.* London: Routledge, 2002.

6. Alan M. Dershowitz. *Rights from Wrongs: A Secular Theory of the Origins of Rights.* New York: Basic Books, 2004.

7. Roberto Mangabeira Unger. *Law in Modern Society: Toward a Criticism of Social Theory.* New York: Free Press, 1976.

8. Catharine A. MacKinnon. *Toward a Feminist Theory of the State.* Cambridge: Harvard University Press, 1989.

9. Judith Butler. *Bodies That Matter: On the Discursive Limits of "Sex".* New York: Routledge, 1993.

10. Carol Smart. *Feminism and the Power of Law.* London: Routledge, 1989.

11. Michael Kimmel. *Angry White Men: American Masculinity at the End of an Era.* New York: Nation Books, 2013.

12. Ronald Weitzer. *Legalizing Prostitution: From Illicit Vice to Lawful Business.* New York: NYU Press, 2012.

13. Jo Doezema. *Sex Slaves and Discourse Masters: The Construction of Trafficking.* London: Zed Books, 2010.

14. Michel Foucault. *Discipline and Punish: The Birth of the Prison.* New York: Vintage Books, 1977.

15. **Laura María Agustín.** *Sex at the Margins: Migration, Labour Markets and the Rescue Industry.* London: Zed Books, 2007.

16. **Kamala Kempadoo (ed.).** *Trafficking and Prostitution Reconsidered: New Perspectives on Migration, Sex Work, and Human Rights.* Boulder: Paradigm Publishers, 2005.
17. **Elizabeth Bernstein.** *Temporarily Yours: Intimacy, Authenticity, and the Commerce of Sex.* Chicago: University of Chicago Press, 2007.
18. **Teela Sanders, Maggie O'Neill, and Jane Pitcher.** *Prostitution: Sex Work, Policy and Politics.* London: SAGE Publications, 2009.
19. **Wendy Chapkis.** *Live Sex Acts: Women Performing Erotic Labor.* New York: Routledge, 1997.
20. **Gayatri Chakravorty Spivak.** "Can the Subaltern Speak?" In *Marxism and the Interpretation of Culture*, edited by Cary Nelson and Lawrence Grossberg. Urbana: University of Illinois Press, 1988.
21. **Martha Albertson Fineman.** *The Autonomy Myth: A Theory of Dependency.* New York: The New Press, 2004.

22. T. H. Marshall. *Citizenship and Social Class.* Cambridge: Cambridge University Press, 1950.

23. Jeffrey Weeks. *Sexuality.* London: Routledge, 2010.

24. Ronald Dworkin. *Life's Dominion: An Argument about Abortion, Euthanasia, and Individual Freedom.* New York: Alfred A. Knopf, 1993.

25. Martha C. Nussbaum. *From Disgust to Humanity: Sexual Orientation and Constitutional Law.* Oxford: Oxford University Press, 2010.

26. Joseph Raz. *The Morality of Freedom.* Oxford: Oxford University Press, 1986.

27. Teela Sanders. *Sex Work: A Risky Business.* Cullompton: Willan Publishing, 2005.

28. John Stuart Mill. *On Liberty.* London: John W. Parker and Son, 1859.

അധ്യായം 35

ബലാത്സംഗം — ചരിത്രം, മനഃശാസ്ത്രം, പരിണാമവാദം

ചരിത്രവും സാമൂഹിക പശ്ചാത്തലവും

(Historical and Social Context)

ബലാത്സംഗം മനുഷ്യചരിത്രത്തിൽ പുതുതായി പ്രത്യക്ഷപ്പെട്ട ഒരു സാമൂഹിക പ്രശ്നമല്ല. നിരവധി ചരിത്രരേഖകളും മനുഷ്യശാസ്ത്ര പഠനങ്ങളും കാണിക്കുന്നത്, പുരാതന സമൂഹങ്ങളിലുമുതൽ ലൈംഗിക അതിക്രമം വിവിധ രൂപങ്ങളിൽ രേഖപ്പെടുത്തിയിട്ടുണ്ടെന്നതാണ്.[1] പുരാതന നിയമസമാഹാരങ്ങളിൽ സ്ത്രീകളുടെ മേൽ നടന്ന ലൈംഗിക അതിക്രമങ്ങൾക്കുള്ള ശിക്ഷകൾ, നഷ്ടപരിഹാരങ്ങൾ, സാമൂഹിക നിയന്ത്രണങ്ങൾ എന്നിവയെക്കുറിച്ചുള്ള പരാമർശങ്ങൾ കാണപ്പെടുന്നു. ഇതിലൂടെ ലൈംഗിക അതിക്രമം ഒരു സാമൂഹിക പ്രശ്നമായി തിരിച്ചറിഞ്ഞിരുന്നുവെങ്കിലും, അതിന്റെ നിയമപരമായ സമീപനം ഇന്നത്തെ മനുഷ്യാവകാശ ചിന്തകളുമായി പലപ്പോഴും പൊരുത്തപ്പെടുന്നില്ലെന്നതാണ് വ്യക്തമായിത്തീരുന്നത്.

ഉദാഹരണമായി, പുരാതന നിയമസമാഹാരങ്ങളിലൊന്നായ *ഹമ്മുറാബിയുടെ നിയമസംഹിത*യിൽ സ്ത്രീകളുടെ മേൽ നടന്ന ചില ലൈംഗിക അതിക്രമങ്ങൾ കുറ്റകരമായി പരിഗണിക്കപ്പെട്ടിരുന്നുവെങ്കിലും, അവയുടെ നിയമപരമായ വിലയിരുത്തൽ സ്ത്രീയുടെ വ്യക്തിപരമായ അവകാശങ്ങളെക്കാൾ കുടുംബത്തിന്റെ സ്വത്തവകാശങ്ങളുമായി ബന്ധപ്പെട്ട് കാണപ്പെട്ടിരുന്നു.[2] ഇതിലൂടെ പുരാതന നിയമഘടനകൾ സ്ത്രീയുടെ ശരീരത്തെ വ്യക്തിയുടെ സ്വതന്ത്ര അവകാശവിഷയമായി കാണാതെ കുടുംബമോ പിതാവോ ഭർത്താവോ നിയന്ത്രിക്കുന്ന സാമൂഹിക ഘടകമായി കാണുന്ന പ്രവണത ഉണ്ടായിരുന്നുവെന്ന് ചരിത്രപഠനങ്ങൾ ചൂണ്ടിക്കാണിക്കുന്നു.

ചരിത്രപരമായ യുദ്ധപരമ്പരകളിലും ലൈംഗിക അതിക്രമം രേഖപ്പെടുത്തിയിട്ടുണ്ട്. നിരവധി യുദ്ധചരിത്ര പഠനങ്ങൾ സൂചിപ്പിക്കുന്നത് യുദ്ധസാഹചര്യങ്ങളിൽ സ്ത്രീകളുടെ മേൽ നടക്കുന്ന ലൈംഗിക അതിക്രമങ്ങൾ പലപ്പോഴും സൈനികാധിപത്യത്തിന്റെ ഒരു തന്ത്രമായി പ്രവർത്തിച്ചിരുന്നുവെന്നാണ്.[3] ചില സാഹചര്യങ്ങളിൽ അത് ശത്രുസമൂഹത്തെ അപമാനിക്കുന്ന ഒരു പ്രതീകാത്മക പ്രവർത്തനമായും ഉപയോഗിക്കപ്പെട്ടിരുന്നു.

ഇത്തരത്തിലുള്ള സംഭവങ്ങൾ വെറും വ്യക്തിഗത കുറ്റകൃത്യങ്ങളായി മാത്രം കാണാൻ കഴിയില്ലെന്ന് ചില ചരിത്രവിശകലനങ്ങൾ ചൂണ്ടിക്കാണിക്കുന്നു. അവ ചിലപ്പോഴെങ്കിലും സാമൂഹിക അധികാരഘടനകളുമായി ബന്ധപ്പെട്ട് പ്രവർത്തിക്കുന്ന ഒരു കൂട്ടപ്രവർത്തനമായി പ്രത്യക്ഷപ്പെട്ടിട്ടുണ്ട്. സ്ത്രീയുടെ ശരീരത്തെ ഒരു സമൂഹത്തിന്റെ "മാനബഹുമതിയുടെ പ്രതീകം" എന്ന രീതിയിൽ കാണുന്ന സംസ്കാരപരമായ ധാരണകൾ ഈ സാഹചര്യങ്ങളിൽ പ്രധാന പങ്കുവഹിച്ചതായി പഠനങ്ങൾ വ്യക്തമാക്കുന്നു.[4]

ചരിത്രപരമായ സാമൂഹിക ഘടനകളിൽ പിതൃത്വാധിപത്യത്തിന്റെ സ്വാധീനം ഇവിടെ ശ്രദ്ധിക്കേണ്ടതാണ്. പല സമൂഹങ്ങളിലും സ്ത്രീകളുടെ ലൈംഗികത കുടുംബനിയന്ത്രണത്തിന്റെ വിഷയമായിരുന്നു. വിവാഹം, വംശാവലി, സ്വത്തവകാശം തുടങ്ങിയ സാമൂഹിക സ്ഥാപനങ്ങൾ സ്ത്രീകളുടെ ശരീരത്തെ നിയന്ത്രിക്കുന്ന നിയമങ്ങളും നൈതിക മാനദണ്ഡങ്ങളും സൃഷ്ടിച്ചു.[5]

ഈ ഘടനയിൽ ലൈംഗിക അതിക്രമം ചിലപ്പോൾ വ്യക്തിപരമായ കുറ്റകൃത്യമായി മാത്രമല്ല, സാമൂഹിക അധികാര അസമത്വങ്ങളുടെ പ്രതിഫലനമായും പ്രത്യക്ഷപ്പെടുന്നു. സ്ത്രീകളുടെ മേൽ നടക്കുന്ന ലൈംഗിക അതിക്രമങ്ങളെക്കുറിച്ചുള്ള ചരിത്രരേഖകൾ പരിശോധിക്കുമ്പോൾ സമൂഹത്തിലെ ലിംഗാധിഷ്ഠിത അധികാരഘടനകൾ അതിന്റെ പശ്ചാത്തലത്തിൽ പ്രവർത്തിച്ചിരുന്നുവെന്ന് നിരവധി ഗവേഷകർ ചൂണ്ടിക്കാണിക്കുന്നു.[6]

ചരിത്രപഠനങ്ങൾ മറ്റൊരു പ്രധാന വിഷയവും ചൂണ്ടിക്കാണിക്കുന്നു. ചില സമൂഹങ്ങളിൽ ലൈംഗിക അതിക്രമം പൂർണമായും നിരസിക്കപ്പെട്ടിരുന്നുവെങ്കിലും, ചില സാഹചര്യങ്ങളിൽ അത് ഭാഗികമായി സാധാരണവൽക്കരിക്കപ്പെട്ടിരുന്നുവെന്നതാണ് ആ നിരീക്ഷണം. ചില സംസ്കാരങ്ങളിൽ യുദ്ധവിജയത്തിന്റെ ഭാഗമായി സ്ത്രീകളെ പിടിച്ചുകൊണ്ടുപോകുന്നത് അംഗീകരിക്കപ്പെട്ടിരുന്നു. മറ്റു ചില സാഹചര്യങ്ങളിൽ വിവാഹപരമ്പരകളുമായി ബന്ധപ്പെട്ട് സ്ത്രീയുടെ സമ്മതമില്ലാത്ത ലൈംഗികബന്ധങ്ങൾ പോലും സാമൂഹികമായി ചോദ്യം ചെയ്യപ്പെടാത്തവയായി തുടരുകയുണ്ടായി.[7]

ഇതിലൂടെ "സാംസ്കാരിക സാധാരണവൽക്കരണം" എന്ന പ്രതിഭാസം വ്യക്തമാകുന്നു. ഒരു സമൂഹത്തിൽ നൈതികമായി അംഗീകരിക്കപ്പെടുന്ന പെരുമാറ്റങ്ങൾ മറ്റൊരു സമൂഹത്തിൽ ഗുരുതരമായ കുറ്റകൃത്യങ്ങളായി കണക്കാക്കപ്പെടാം. അതിനാൽ ലൈംഗിക അതിക്രമത്തെക്കുറിച്ചുള്ള ചരിത്രവിശകലനം വെറും നിയമപരമായ രേഖകളുടെ അടിസ്ഥാനത്തിൽ മാത്രം ചെയ്യാൻ കഴിയില്ല. സാമൂഹിക മൂല്യങ്ങൾ, മതപരമായ ആശയങ്ങൾ, കുടുംബഘടനകൾ, അധികാരബന്ധങ്ങൾ എന്നിവയെ ഒരുമിച്ച് പരിശോധിക്കേണ്ടതുണ്ട്.[8]

സമകാലീന സാമൂഹ്യശാസ്ത്ര പഠനങ്ങൾ ചൂണ്ടിക്കാണിക്കുന്നത്, ലൈംഗിക അതിക്രമത്തെക്കുറിച്ചുള്ള നമ്മുടെ ഇന്നത്തെ ധാരണകൾ മനുഷ്യാവകാശചിന്തയും ലിംഗസമത്വചിന്തയും ശക്തമായതോടെ രൂപപ്പെട്ടതാണെന്നാണ്. അതിനാൽ ചരിത്രപരമായ സാഹചര്യങ്ങളെ വിലയിരുത്തുമ്പോൾ ആ കാലഘട്ടത്തിലെ സാമൂഹിക ഘടനകളും മൂല്യവ്യവസ്ഥകളും കൂടി പരിഗണിക്കേണ്ടതുണ്ട്.[9]

ഇതിനാൽ ബലാത്സംഗത്തിന്റെ ചരിത്രം വെറും കുറ്റകൃത്യങ്ങളുടെ പട്ടികയായി മാത്രം കാണാൻ കഴിയില്ല. അത് സമൂഹത്തിലെ ലിംഗബന്ധങ്ങൾ, അധികാരഘടനകൾ, നിയമവ്യവസ്ഥകൾ, സംസ്കാരപരമായ മൂല്യങ്ങൾ എന്നിവ തമ്മിലുള്ള സങ്കീർണ്ണ ബന്ധങ്ങളുടെ ഭാഗമായാണ് മനസ്സിലാക്കേണ്ടത്. ചരിത്രപരമായ ഈ പശ്ചാത്തലം മനസ്സിലാക്കാതെ സമകാലീന ലൈംഗിക അതിക്രമ പ്രശ്നങ്ങളെ സമഗ്രമായി വിശകലനം ചെയ്യാൻ കഴിയില്ലെന്നതാണ് നിരവധി ഗവേഷകർ ചൂണ്ടിക്കാണിക്കുന്ന പ്രധാന വാദം.[10]

അധികാരവും സാമൂഹിക ഘടനയും

(Power and Social Structure)

ബലാത്സംഗത്തെക്കുറിച്ചുള്ള പൊതുചർച്ചകളിൽ ദീർഘകാലം നിലനിന്നിരുന്ന ഒരു സാധാരണ ധാരണ, അത് പ്രധാനമായും നിയന്ത്രിക്കാനാകാത്ത ലൈംഗിക ആഗ്രഹത്തിന്റെ ഫലമാണെന്നതാണ്. എന്നാൽ സമകാലീന സാമൂഹ്യശാസ്ത്രവും ക്രിമിനോളജി പഠനങ്ങളും ഈ വ്യാഖ്യാനത്തെ ശക്തമായി ചോദ്യം ചെയ്യുന്നു. നിരവധി ഗവേഷകർ ചൂണ്ടിക്കാണിക്കുന്നത് ബലാത്സംഗം പല സാഹചര്യങ്ങളിലും ലൈംഗിക ആഗ്രഹത്തിന്റെ സ്വാഭാവിക പ്രകടനം

എന്നതിലുപരി അധികാരം പ്രകടിപ്പിക്കുന്ന ഒരു സാമൂഹിക പ്രവർത്തനമായി മനസ്സിലാക്കേണ്ടതുണ്ടെന്നാണ്.[11]

ഈ സമീപനം പ്രത്യേകിച്ച് ഫെമിനിസ്റ്റ് സാമൂഹ്യശാസ്ത്ര പഠനങ്ങളിൽ ശക്തമായി വികസിച്ചു. ചില പഠനങ്ങൾ പ്രകാരം ബലാത്സംഗം സ്ത്രീകളുടെ മേൽ നിയന്ത്രണം സ്ഥാപിക്കുന്നതുമായി ബന്ധപ്പെട്ട ഒരു സാമൂഹിക തന്ത്രമായി പ്രവർത്തിക്കാം. ഇതിലൂടെ വ്യക്തിഗത ആക്രമണത്തെക്കാൾ വിപുലമായ സാമൂഹിക ഘടനകളുമായി ബന്ധപ്പെട്ടു പ്രവർത്തിക്കുന്ന അധികാരബന്ധങ്ങൾ വെളിപ്പെടുന്നു.[12]

സമൂഹത്തിലെ ലിംഗാധിഷ്ഠിത അധികാരഘടനകൾ ഈ ചർച്ചയിൽ നിർണായകമാണ്. പിതൃത്വാധിപത്യ സമൂഹങ്ങളിൽ പുരുഷന്മാർക്ക് ലഭിക്കുന്ന സാമൂഹിക അധികാരവും സ്ത്രീകളുടെ മേൽ നിലനിൽക്കുന്ന നിയന്ത്രണങ്ങളും ലൈംഗിക അതിക്രമത്തെ മനസ്സിലാക്കുന്നതിൽ പ്രധാന ഘടകങ്ങളായി പരിഗണിക്കപ്പെടുന്നു. ചില സാമൂഹ്യശാസ്ത്ര പഠനങ്ങൾ സൂചിപ്പിക്കുന്നത്, ബലാത്സംഗം വ്യക്തിപരമായ ആക്രമണമായിരിക്കുമ്പോഴും അത് പലപ്പോഴും വ്യാപകമായ ലിംഗ അസമത്വങ്ങളുടെ പശ്ചാത്തലത്തിൽ സംഭവിക്കുന്നുവെന്നാണ്.[13]

ഈ സാഹചര്യത്തിൽ "rape culture" എന്ന ആശയം ചില ഗവേഷണങ്ങളിൽ ചർച്ച ചെയ്യപ്പെടുന്നു. ഈ ആശയം സൂചിപ്പിക്കുന്നത് ഒരു സമൂഹത്തിൽ ലൈംഗിക അതിക്രമത്തെ നേരിട്ട് പിന്തുണയ്ക്കാതിരുന്നാലും, അതിനെ ലഘൂകരിക്കുന്നതോ ന്യായീകരിക്കുന്നതോ ചെയ്യുന്ന സാംസ്കാരിക ധാരണകൾ നിലനിൽക്കാമെന്നതാണ്. ഉദാഹരണത്തിന് സ്ത്രീകളുടെ വസ്ത്രധാരണം, പെരുമാറ്റം, രാത്രിസഞ്ചാരം തുടങ്ങിയ ഘടകങ്ങളെ കുറ്റകൃത്യത്തിന്റെ കാരണമായി ചൂണ്ടിക്കാണിക്കുന്ന സമീപനങ്ങൾ ഇത്തരം സംസ്കാരപരമായ പ്രവണതകളുമായി ബന്ധപ്പെട്ടു കാണപ്പെടുന്നു.[14]

ഇത്തരം സമീപനങ്ങളുമായി ബന്ധപ്പെട്ട മറ്റൊരു പ്രധാന ആശയമാണ് "rape myths". rape myths എന്നത് ലൈംഗിക അതിക്രമത്തെക്കുറിച്ചുള്ള യാഥാർത്ഥ്യവുമായി പൊരുത്തപ്പെടാത്ത സാമൂഹിക വിശ്വാസങ്ങളെയാണ് സൂചിപ്പിക്കുന്നത്. ഉദാഹരണത്തിന് "സ്ത്രീകൾ പലപ്പോഴും തെറ്റായ ആരോപണങ്ങൾ ഉന്നയിക്കുന്നു", "വസ്ത്രധാരണമാണ് ആക്രമണത്തിന് കാരണമായത്", "പ്രതിരോധം കാണിക്കാത്തത് സമ്മതമാണെന്ന് സൂചിപ്പിക്കുന്നു" എന്നീ ധാരണകൾ rape myths എന്ന വിഭാഗത്തിൽ ഉൾപ്പെടുന്നു.[15]

ഗവേഷണങ്ങൾ കാണിക്കുന്നത് ഇത്തരം തെറ്റായ ധാരണകൾ ലൈംഗിക അതിക്രമ കേസുകളുടെ സാമൂഹിക പ്രതികരണത്തെ ശക്തമായി സ്വാധീനിക്കുന്നുവെന്നാണ്. ചില സാഹചര്യങ്ങളിൽ ഇത് ബാധിതരുടെ വിശ്വാസ്യതയെ സംശയിക്കുന്ന പ്രവണത വളർത്തുകയും, പരാതി നൽകുന്നതിൽ നിന്ന് ആളുകളെ പിന്തിരിപ്പിക്കുകയും ചെയ്യുന്നു. ഇതിലൂടെ നീതിനടപടികളുടെ പ്രക്രിയയിലും സാമൂഹിക പിന്തുണാ സംവിധാനങ്ങളിലും തടസ്സങ്ങൾ ഉണ്ടാകാം.[16]

"Victim blaming" എന്ന ആശയം ഈ പശ്ചാത്തലത്തിൽ വളരെ പ്രധാനമാണ്. victim blaming എന്നത് കുറ്റകൃത്യത്തിന്റെ ഉത്തരവാദിത്വം കുറ്റവാളിയേക്കാൾ ബാധിതന്റെ മേൽ ചുമത്തുന്ന സാമൂഹിക പ്രവണതകളെയാണ് സൂചിപ്പിക്കുന്നത്. നിരവധി പഠനങ്ങൾ ചൂണ്ടിക്കാണിക്കുന്നത് ലൈംഗിക അതിക്രമ കേസുകളിൽ ഈ പ്രവണത പ്രത്യേകിച്ച് ശക്തമായി പ്രത്യക്ഷപ്പെടുന്നുവെന്നാണ്. ബാധിതന്റെ പെരുമാറ്റം, വസ്ത്രധാരണം, സാമൂഹിക പശ്ചാത്തലം

തുടങ്ങിയ ഘടകങ്ങളെ കുറ്റകൃത്യത്തിന്റെ കാരണമായി അവതരിപ്പിക്കുന്ന സമീപനങ്ങൾ victim blaming എന്ന വിഭാഗത്തിൽ ഉൾപ്പെടുന്നു.[17]

സാമൂഹിക മനഃശാസ്ത്ര പഠനങ്ങൾ victim blaming ഒരു പ്രത്യേക മാനസിക പ്രതിരോധയന്ത്രമായി പ്രവർത്തിക്കാമെന്ന് ചൂണ്ടിക്കാണിക്കുന്നു. ചില സാഹചര്യങ്ങളിൽ ആളുകൾ ലോകം ന്യായമായ ഒരു സംവിധാനമാണെന്ന് വിശ്വസിക്കാൻ ആഗ്രഹിക്കുന്നു. അതിനാൽ ഗുരുതരമായ അനീതികൾ സംഭവിക്കുമ്പോൾ അവയ്ക്ക് "കാരണം" കണ്ടെത്താനുള്ള ശ്രമം victim blaming ആയി മാറാം. ഈ പ്രവണതയെ ചില ഗവേഷകർ "just-world hypothesis" എന്ന ആശയത്തിലൂടെ വിശദീകരിക്കുന്നു.[18]

ഈ മുഴുവൻ ചർച്ചകൾ സൂചിപ്പിക്കുന്നത് ബലാത്സംഗത്തെ വെറും വ്യക്തിഗത കുറ്റകൃത്യമായി മാത്രം മനസ്സിലാക്കുന്നത് പര്യാപ്തമല്ലെന്നതാണ്. സാമൂഹിക അധികാരബന്ധങ്ങൾ, സംസ്കാരപരമായ ധാരണകൾ, ലിംഗ അസമത്വങ്ങൾ, സാമൂഹിക മനഃശാസ്ത്ര ഘടകങ്ങൾ എന്നിവയെ ഒരുമിച്ച് പരിശോധിക്കേണ്ടതുണ്ട്. ഈ സമീപനം ബലാത്സംഗത്തെക്കുറിച്ചുള്ള സമഗ്രമായ സാമൂഹ്യശാസ്ത്രപരമായ വിശകലനത്തിന് അടിസ്ഥാനമാകുന്നു.

അതുകൊണ്ട് തന്നെ നിരവധി ഗവേഷകർ ചൂണ്ടിക്കാണിക്കുന്നത് ലൈംഗിക അതിക്രമത്തെ തടയാനുള്ള ശ്രമങ്ങൾ നിയമപരമായ നടപടികളിൽ മാത്രം ഒതുങ്ങരുതെന്നതാണ്. സാമൂഹിക വിദ്യാഭ്യാസം, ലിംഗസമത്വബോധം, തെറ്റായ സാമൂഹിക ധാരണകളുടെ വിമർശനാത്മക അവലോകനം എന്നിവയും അത്ര തന്നെ പ്രധാനമാണെന്ന് ഈ പഠനങ്ങൾ വ്യക്തമാക്കുന്നു.[19]

മനഃശാസ്ത്രപരമായ വിശകലനം

(Psychological Dimensions)

ബലാത്സംഗത്തെക്കുറിച്ചുള്ള പഠനങ്ങളിൽ മനഃശാസ്ത്രപരമായ വിശകലനം വളരെ പ്രധാനപ്പെട്ട ഘടകമാണ്. സാമൂഹ്യശാസ്ത്ര പഠനങ്ങൾ ബലാത്സംഗത്തിന്റെ സാമൂഹിക പശ്ചാത്തലങ്ങളെ പരിശോധിക്കുമ്പോൾ, മനഃശാസ്ത്ര പഠനങ്ങൾ കുറ്റകൃത്യം ചെയ്യുന്ന വ്യക്തികളുടെ പെരുമാറ്റരീതികളും ബാധിതരുടെ മാനസിക അനുഭവങ്ങളും വിശദമായി പരിശോധിക്കുന്നു. ഇതിലൂടെ ബലാത്സംഗം ഒരു ശാരീരിക ആക്രമണം മാത്രമല്ല, അതിന് ആഴത്തിലുള്ള മാനസിക പ്രതിഫലനങ്ങൾ ഉണ്ടാകുന്ന ഗുരുതരമായ ഒരു അനുഭവമാണെന്ന് വ്യക്തമാകുന്നു.[19]

കുറ്റകൃത്യം ചെയ്യുന്നവരുടെ മനഃശാസ്ത്രപരമായ സ്വഭാവരൂപങ്ങൾ

കുറ്റകൃത്യം ചെയ്യുന്നവരുടെ മനഃശാസ്ത്രപരമായ സ്വഭാവങ്ങളെക്കുറിച്ചുള്ള പഠനങ്ങൾ വിവിധ മാതൃകകൾ ചൂണ്ടിക്കാണിക്കുന്നു. എല്ലാ കേസുകളിലും ഒരേ തരത്തിലുള്ള വ്യക്തിത്വരൂപം കാണപ്പെടുന്നില്ലെങ്കിലും, ചില ഗവേഷണങ്ങൾ ചില പൊതുവായ പ്രവണതകൾ തിരിച്ചറിഞ്ഞിട്ടുണ്ട്. ഉദാഹരണത്തിന് ചില പഠനങ്ങൾ അധികാരപ്രവണത, സഹാനുഭൂതി കുറവ്, നിയന്ത്രണബോധത്തിന്റെ ആവശ്യകത, ലിംഗാധിഷ്ഠിത മുൻവിധികൾ എന്നിവ കുറ്റകൃത്യവുമായി ബന്ധപ്പെട്ട മാനസിക ഘടകങ്ങളായി ചർച്ച ചെയ്യുന്നു.[20]

ക്രിമിനോളജി പഠനങ്ങൾ ചിലപ്പോൾ ലൈംഗിക അതിക്രമം നടത്തുന്നവരെ വിവിധ വിഭാഗങ്ങളായി വേർതിരിച്ച് പഠിച്ചിട്ടുണ്ട്. ഉദാഹരണത്തിന് "power-oriented offenders", "anger-driven offenders", "sadistic offenders" എന്നീ വിഭാഗങ്ങൾ ചില പഠനങ്ങളിൽ

പ്രതിപാദിക്കപ്പെടുന്നു. ഈ വിഭാഗീകരണങ്ങൾ കുറ്റകൃത്യത്തിന്റെ പ്രേരണകളും പെരുമാറ്റരീതികളും വ്യത്യസ്തമാണെന്ന് സൂചിപ്പിക്കുന്നു.[21]

എങ്കിലും ഗവേഷകർ ഒരു പ്രധാന മുന്നറിയിപ്പ് നൽകുന്നു. ഈ വിഭാഗീകരണങ്ങൾ എല്ലാ കേസുകളെയും ഒരേ രീതിയിൽ വിശദീകരിക്കാൻ കഴിയില്ല. ബലാത്സംഗം പലപ്പോഴും വ്യക്തിപരമായ മനഃശാസ്ത്ര ഘടകങ്ങൾ, സാമൂഹിക സാഹചര്യങ്ങൾ, അവസരങ്ങൾ, അധികാരബന്ധങ്ങൾ എന്നിവയുടെ സംയുക്തഫലമായാണ് സംഭവിക്കുന്നത്. അതിനാൽ കുറ്റകൃത്യം ചെയ്യുന്നവരുടെ മനഃശാസ്ത്രം മാത്രം പരിശോധിക്കുന്നത് മതിയായ വിശദീകരണം നൽകുന്നില്ലെന്നും പഠനങ്ങൾ ചൂണ്ടിക്കാണിക്കുന്നു.[22]

ബാധിതരിൽ ഉണ്ടാകുന്ന മാനസിക ആഘാതങ്ങൾ

ബലാത്സംഗത്തിന്റെ ഏറ്റവും ഗുരുതരമായ പ്രതിഫലനങ്ങളിൽ ഒന്നാണ് ബാധിതരിൽ ഉണ്ടാകുന്ന ദീർഘകാല മാനസിക ആഘാതം. നിരവധി മനഃശാസ്ത്ര പഠനങ്ങൾ സൂചിപ്പിക്കുന്നത് ലൈംഗിക അതിക്രമം അനുഭവിച്ച വ്യക്തികൾക്ക് ഭയം, ലജ്ജ, കുറ്റബോധം, ആത്മവിശ്വാസക്കുറവ്, സാമൂഹിക ഒറ്റപ്പെടൽ എന്നിവ അനുഭവപ്പെടാൻ സാധ്യതയുണ്ടെന്നാണ്.[23]

ഈ അനുഭവങ്ങൾ പലപ്പോഴും post-traumatic stress disorder (PTSD) എന്ന അവസ്ഥയുമായി ബന്ധപ്പെട്ടിരിക്കുന്നു. PTSD അനുഭവിക്കുന്ന വ്യക്തികൾക്ക് സംഭവത്തെക്കുറിച്ചുള്ള ആവർത്തിച്ച ഓർമ്മകൾ, ഭീതിജനക സ്വപ്നങ്ങൾ, ചില സാഹചര്യങ്ങളിൽ ശക്തമായ മാനസിക പ്രതികരണങ്ങൾ എന്നിവ അനുഭവപ്പെടാം. ലൈംഗിക അതിക്രമം അനുഭവിച്ച വ്യക്തികളിൽ PTSD ഉണ്ടാകാനുള്ള സാധ്യത മറ്റു നിരവധി കുറ്റകൃത്യങ്ങളേക്കാൾ കൂടുതലാണെന്ന് ചില പഠനങ്ങൾ സൂചിപ്പിക്കുന്നു.[24]

ബലാത്സംഗാനുഭവത്തിന്റെ മാനസിക പ്രതിഫലനം തൽക്ഷണമായി മാത്രമല്ല ദീർഘകാലത്തേക്കും നീളാം. ചില ഗവേഷണങ്ങൾ സൂചിപ്പിക്കുന്നത് ഈ അനുഭവം വ്യക്തിയുടെ സാമൂഹികബന്ധങ്ങൾ, വിശ്വാസബന്ധങ്ങൾ, വ്യക്തിത്വബോധം എന്നിവയെ ദീർഘകാലം ബാധിക്കാമെന്നാണ്. ചില സാഹചര്യങ്ങളിൽ depression, anxiety, social withdrawal തുടങ്ങിയ മാനസിക പ്രശ്നങ്ങളും അനുഭവപ്പെടാം.[25]

ഇതിനൊപ്പം മറ്റൊരു പ്രധാന ഘടകവും പഠനങ്ങളിൽ ചർച്ച ചെയ്യപ്പെടുന്നു. അതാണ് സാമൂഹിക പ്രതികരണങ്ങളുടെ സ്വാധീനം. ചില സാഹചര്യങ്ങളിൽ കുടുംബം, സമൂഹം, നിയമവ്യവസ്ഥ എന്നിവയുടെ പ്രതികരണങ്ങൾ ബാധിതരുടെ മാനസിക അനുഭവത്തെ ശക്തമായി സ്വാധീനിക്കുന്നു. പിന്തുണയും അംഗീകാരവും ലഭിക്കുമ്പോൾ മാനസിക പുനരുജ്ജീവനം സാധ്യമായേക്കാം. എന്നാൽ അവിശ്വാസം, കുറ്റപ്പെടുത്തൽ, സാമൂഹിക ഒറ്റപ്പെടുത്തൽ എന്നിവ സംഭവിക്കുമ്പോൾ മാനസിക ആഘാതം കൂടുതൽ ഗുരുതരമാകാം.[26]

ഈ പശ്ചാത്തലത്തിൽ സമകാലീന മനഃശാസ്ത്ര പഠനങ്ങൾ ബലാത്സംഗത്തെ വ്യക്തിഗത ആക്രമണം എന്നതിലുപരി "traumatic event" എന്ന നിലയിലാണ് കാണുന്നത്. അതായത് ശാരീരികമായും മാനസികമായും വ്യക്തിയുടെ സുരക്ഷാബോധത്തെ തകർക്കുന്ന ഒരു അനുഭവമായി. അതിനാൽ നിയമപരമായ നീതി മാത്രമല്ല, മാനസിക പുനരധിവാസവും പിന്തുണയും ഈ വിഷയത്തിൽ അത്യന്താപേക്ഷിതമാണെന്ന് നിരവധി ഗവേഷകർ ചൂണ്ടിക്കാണിക്കുന്നു.[27]

ജീവശാസ്ത്ര–പരിണാമ ചർച്ചകൾ

(Biological and Evolutionary Debates)

ബലാത്സംഗത്തെക്കുറിച്ചുള്ള ചില പഠനങ്ങൾ ജീവശാസ്ത്രപരവും പരിണാമപരവുമായ വ്യാഖ്യാനങ്ങൾ അവതരിപ്പിക്കാൻ ശ്രമിച്ചിട്ടുണ്ട്. പരിണാമമനഃശാസ്ത്രത്തിന്റെ (evolutionary psychology) ചില സമീപനങ്ങൾ മനുഷ്യ പെരുമാറ്റത്തിലെ ചില ഘടകങ്ങൾ ദീർഘകാല പരിണാമപ്രക്രിയകളുടെ ഫലമായിരിക്കാമെന്ന ആശയത്തെ അടിസ്ഥാനമാക്കുന്നു. ഈ പശ്ചാത്തലത്തിൽ ചില ഗവേഷകർ ലൈംഗിക അതിക്രമത്തെക്കുറിച്ചുള്ള ചർച്ചകളിൽ പരിണാമപരമായ വിശദീകരണങ്ങൾ മുന്നോട്ടുവച്ചിട്ടുണ്ട്.[28]

ഈ സമീപനങ്ങൾ പ്രകാരം മനുഷ്യരുടെ ലൈംഗിക പെരുമാറ്റത്തിലെ ചില പ്രവണതകൾ ജീവശാസ്ത്രപരമായ തെരഞ്ഞെടുപ്പുകളുടെ ഫലമായി രൂപപ്പെട്ടിരിക്കാമെന്ന വാദം ഉയരുന്നു. ചില ഗവേഷകർ ലൈംഗിക മത്സരവും പ്രജനന തന്ത്രങ്ങളും മനുഷ്യരുടെ സാമൂഹിക പെരുമാറ്റത്തെ സ്വാധീനിച്ചിരിക്കാമെന്ന് ചർച്ച ചെയ്യുന്നു. ഈ വാദങ്ങളുടെ അടിസ്ഥാനത്തിൽ ചില പഠനങ്ങൾ ലൈംഗിക ആക്രമണത്തെക്കുറിച്ചുള്ള പരിണാമപരമായ ചോദ്യങ്ങൾ ഉയർത്തിയിട്ടുണ്ട്.[29]

എങ്കിലും ഈ സമീപനം ശക്തമായ വിമർശനങ്ങൾക്കും വിധേയമായിട്ടുണ്ട്. നിരവധി സാമൂഹ്യശാസ്ത്രജ്ഞരും ഫെമിനിസ്റ്റ് ഗവേഷകരും ചൂണ്ടിക്കാണിക്കുന്നത് ബലാത്സംഗത്തെ ജീവശാസ്ത്രപരമായ അനിവാര്യതയായി വിശദീകരിക്കുന്നത് ഗുരുതരമായ പ്രശ്നങ്ങൾ സൃഷ്ടിക്കാമെന്നാണ്. ഇത്തരം വിശദീകരണങ്ങൾ ചിലപ്പോൾ സാമൂഹിക ഘടനകളുടെ പങ്ക് അവഗണിക്കാനുള്ള സാധ്യത സൃഷ്ടിക്കുന്നു.[30]

സമകാലീന ഗവേഷണങ്ങൾ സൂചിപ്പിക്കുന്നത് മനുഷ്യരുടെ പെരുമാറ്റം വെറും ജീവശാസ്ത്രപരമായ ഘടകങ്ങളാൽ മാത്രം നിർണ്ണയിക്കപ്പെടുന്നില്ല എന്നതാണ്. സംസ്കാരം, സാമൂഹിക മാനദണ്ഡങ്ങൾ, നിയമസംവിധാനങ്ങൾ, വ്യക്തിപരമായ തീരുമാനങ്ങൾ എന്നിവ മനുഷ്യരുടെ പെരുമാറ്റത്തെ ശക്തമായി സ്വാധീനിക്കുന്നു. അതിനാൽ ലൈംഗിക അതിക്രമം പോലുള്ള സങ്കീർണ്ണ സാമൂഹിക പ്രശ്നങ്ങളെ ജീവശാസ്ത്രപരമായ കാരണങ്ങളിലൂടെ മാത്രം വിശദീകരിക്കാൻ കഴിയില്ലെന്നാണ് നിരവധി ഗവേഷകർ ചൂണ്ടിക്കാണിക്കുന്നത്.[31]

ഇതിനൊപ്പം മറ്റൊരു വിമർശനവും ഉയരുന്നു. പരിണാമപരമായ ചില വാദങ്ങൾ ശാസ്ത്രീയമായി പരിശോധിക്കാൻ വളരെ പ്രയാസമുള്ളവയാണ്. മനുഷ്യരുടെ പുരാതന പെരുമാറ്റത്തെക്കുറിച്ചുള്ള നേരിട്ടുള്ള തെളിവുകൾ കുറവായതിനാൽ ഇത്തരം വാദങ്ങൾ പലപ്പോഴും അനുമാനങ്ങളുടെ അടിസ്ഥാനത്തിലാണ് നിർമ്മിക്കപ്പെടുന്നത്. ഈ സാഹചര്യത്തിൽ അവയുടെ ശാസ്ത്രീയ പരിശോധനയ്ക്ക് പരിധികളുണ്ടെന്ന് ഗവേഷകർ വ്യക്തമാക്കുന്നു.[32]

ചില ഗവേഷകർ മറ്റൊരു കാര്യവും ചൂണ്ടിക്കാണിക്കുന്നു. ജീവശാസ്ത്രപരമായ വിശദീകരണങ്ങൾ ചിലപ്പോൾ തെറ്റായി ഉപയോഗിക്കപ്പെടാനുള്ള സാധ്യതയുണ്ട്. ഒരു പെരുമാറ്റത്തിന് ജീവശാസ്ത്രപരമായ ഘടകങ്ങൾ ഉണ്ടെന്ന് പറയുന്നത് അതിനെ ന്യായീകരിക്കുന്നതല്ല. ശാസ്ത്രീയ വിശദീകരണവും നൈതിക വിലയിരുത്തലും തമ്മിൽ വ്യക്തമായ വ്യത്യാസം നിലനിൽക്കണം എന്നതാണ് ഈ ചർച്ചയിലെ പ്രധാന മുന്നറിയിപ്പ്.[33]

ഈ പശ്ചാത്തലത്തിൽ നിരവധി ഗവേഷകർ ഒരു സമന്വയപരമായ സമീപനം നിർദ്ദേശിക്കുന്നു. മനുഷ്യ പെരുമാറ്റത്തെ മനസ്സിലാക്കാൻ ജീവശാസ്ത്രപരമായ ഘടകങ്ങളും സാമൂഹിക ഘടകങ്ങളും

ഒരുമിച്ച് പരിഗണിക്കേണ്ടതുണ്ടെന്നാണ് അവരുടെ അഭിപ്രായം. അതായത് ബലാത്സംഗത്തെക്കുറിച്ചുള്ള പഠനങ്ങളിൽ ജീവശാസ്ത്രം, മനഃശാസ്ത്രം, സാമൂഹ്യശാസ്ത്രം, സംസ്കാരപഠനം എന്നിവ തമ്മിലുള്ള അന്തർവിഭാഗീയ സമീപനം ആവശ്യമാണ്.[34]

അതിനാൽ ജീവശാസ്ത്ര–പരിണാമ ചർച്ചകൾ ബലാത്സംഗത്തെ വിശദീകരിക്കുന്ന ഏക സമീപനമായി കാണാൻ കഴിയില്ല. അവ മനുഷ്യ പെരുമാറ്റത്തെക്കുറിച്ചുള്ള ചില ചോദ്യങ്ങൾ ഉയർത്തുന്നുവെങ്കിലും, സാമൂഹിക ഘടനകളുടെയും അധികാരബന്ധങ്ങളുടെയും സ്വാധീനം അവഗണിക്കുമ്പോൾ അവ അപൂർണ്ണമായ വിശദീകരണങ്ങളായി മാറും.

ഇതിനാൽ സമകാലീന ഗവേഷണങ്ങളിൽ ബലാത്സംഗത്തെക്കുറിച്ചുള്ള പഠനങ്ങൾ ജീവശാസ്ത്രപരമായ ഘടകങ്ങൾ, സാമൂഹിക ഘടനകൾ, സംസ്കാരപരമായ മാനദണ്ഡങ്ങൾ, വ്യക്തിപരമായ തീരുമാനങ്ങൾ എന്നിവയെ ഒരുമിച്ച് പരിഗണിക്കുന്ന സമഗ്രമായ സമീപനത്തിലേക്ക് മാറുന്ന പ്രവണത കാണപ്പെടുന്നു.[35]

നിയമപരമായ പ്രതികരണങ്ങൾ

(Legal and Institutional Responses)

ബലാത്സംഗം പോലുള്ള ഗുരുതരമായ ലൈംഗിക കുറ്റകൃത്യങ്ങളെ നേരിടുന്നതിൽ നിയമസംവിധാനങ്ങളുടെ പങ്ക് നിർണായകമാണ്. ആധുനിക രാജ്യങ്ങളിൽ ക്രിമിനൽ നിയമങ്ങൾ ലൈംഗിക അതിക്രമത്തെ വ്യക്തിയുടെ ശരീരാവകാശത്തെയും സ്വാതന്ത്ര്യത്തെയും ലംഘിക്കുന്ന ഗുരുതരമായ കുറ്റകൃത്യമായി പരിഗണിക്കുന്നു. ഇതിന്റെ അടിസ്ഥാനത്തിൽ നിരവധി രാജ്യങ്ങൾ പ്രത്യേക നിയമവ്യവസ്ഥകളും അന്വേഷണരീതികളും ശിക്ഷാസംവിധാനങ്ങളും വികസിപ്പിച്ചിട്ടുണ്ട്.[36]

ചരിത്രപരമായി ലൈംഗിക അതിക്രമവുമായി ബന്ധപ്പെട്ട നിയമങ്ങൾ പല സമൂഹങ്ങളിലും പരിമിതമായ രീതിയിലായിരുന്നു. ചില പഴയ നിയമസംവിധാനങ്ങളിൽ ബലാത്സംഗത്തെ വ്യക്തിയുടെ അവകാശലംഘനമായി കാണാതെ കുടുംബത്തിന്റെ മാനബഹുമതിയുമായി ബന്ധപ്പെട്ട കുറ്റമായി കാണുന്ന സമീപനം ഉണ്ടായിരുന്നുവെന്ന് നിയമചരിത്ര പഠനങ്ങൾ സൂചിപ്പിക്കുന്നു. എന്നാൽ മനുഷ്യാവകാശ ചിന്തയും ലിംഗസമത്വചിന്തയും ശക്തമായതോടെ ലൈംഗിക അതിക്രമത്തെക്കുറിച്ചുള്ള നിയമപരമായ സമീപനങ്ങൾ ഗണ്യമായി മാറി.[37]

ആധുനിക നിയമവ്യവസ്ഥകൾ ബലാത്സംഗത്തെക്കുറിച്ചുള്ള കേസുകളിൽ മൂന്ന് പ്രധാന ഘടകങ്ങളെ ശ്രദ്ധിക്കുന്നു. ഒന്നാമത് കുറ്റകൃത്യത്തിന്റെ വ്യക്തമായ നിയമനിർവചനം, രണ്ടാമത് അന്വേഷണവും തെളിവുസമാഹരണവും സംബന്ധിച്ച നടപടിക്രമങ്ങൾ, മൂന്നാമത് ശിക്ഷയും നീതിനടപടികളും. നിരവധി രാജ്യങ്ങളിൽ സമ്മതം (consent) എന്ന ആശയം ലൈംഗിക കുറ്റകൃത്യങ്ങളുടെ നിയമനിർവചനത്തിൽ പ്രധാന ഘടകമായി ഉൾപ്പെടുത്തിയിട്ടുണ്ട്. ഇതിലൂടെ വ്യക്തികളുടെ ശരീരാവകാശവും സ്വതന്ത്ര തീരുമാനവും നിയമപരമായി അംഗീകരിക്കപ്പെടുന്നു.[38]

ഇതിനൊപ്പം അന്വേഷണപ്രക്രിയയുടെ നിഷ്പക്ഷതയും വളരെ പ്രധാനമാണ്. ബലാത്സംഗക്കേസുകളിൽ തെളിവുസമാഹരണം, സാക്ഷ്യങ്ങളുടെ പരിശോധന, വൈദ്യപരിശോധനകൾ, കോടതിപ്രക്രിയകൾ എന്നിവ സൂക്ഷ്മമായ നിയമനടപടികൾ ആവശ്യപ്പെടുന്നു. നിയമപണ്ഡിതർ ചൂണ്ടിക്കാണിക്കുന്നത് ഈ കേസുകളിൽ നീതിപൂർണമായ അന്വേഷണം ഉറപ്പാക്കാൻ തെളിവ് (evidence), നിയമനടപടി (procedure), പ്രതിയുടെ

അവകാശങ്ങൾ (due process rights) എന്നിവ തമ്മിൽ ശരിയായ സന്തുലിതാവസ്ഥ നിലനിർത്തേണ്ടതുണ്ടെന്നാണ്.[39]

ഈ പശ്ചാത്തലത്തിലാണ് "തെറ്റായ ആരോപണങ്ങൾ" എന്ന വിഷയവും നിയമപരമായ ചർച്ചകളിൽ ഉൾപ്പെടുന്നത്. ചില കേസുകളിൽ ബലാത്സംഗാരോപണം പിന്നീട് തെറ്റായതായി തെളിയിക്കപ്പെട്ട സംഭവങ്ങൾ രേഖപ്പെടുത്തിയിട്ടുണ്ട്. എന്നാൽ ഗവേഷണങ്ങൾ സാധാരണയായി സൂചിപ്പിക്കുന്നത് ഇത്തരം സംഭവങ്ങളുടെ ശതമാനം വളരെ കുറവാണെന്നതാണ്. നിരവധി ക്രിമിനോളജി പഠനങ്ങൾ പ്രകാരം ലൈംഗിക അതിക്രമ കേസുകളിൽ തെറ്റായ ആരോപണങ്ങൾ മൊത്തം കേസുകളുടെ ചെറിയ ശതമാനത്തേക്കാൾ കൂടുതലല്ല.[40]

എങ്കിലും ഇത്തരം കേസുകൾ നിയമസംവിധാനങ്ങൾക്ക് ഒരു പ്രധാന വെല്ലുവിളി ഉയർത്തുന്നു. ഒരുവശത്ത് യഥാർത്ഥ ബാധിതർക്കുള്ള നീതി ഉറപ്പാക്കേണ്ടതുണ്ട്. മറുവശത്ത് തെറ്റായ ആരോപണങ്ങളാൽ ആരും അന്യായമായി കുറ്റപ്പെടുത്തപ്പെടാതിരിക്കാനും ശ്രദ്ധിക്കണം. അതിനാൽ നിയമസംവിധാനങ്ങൾ ഈ രണ്ട് ലക്ഷ്യങ്ങൾ തമ്മിലുള്ള സന്തുലിതാവസ്ഥ ഉറപ്പാക്കേണ്ടതുണ്ടെന്ന് നിയമവിദഗ്ധർ ചൂണ്ടിക്കാണിക്കുന്നു.[41]

ഈ സാഹചര്യത്തിൽ due process എന്ന നിയമസിദ്ധാന്തത്തിന്റെ പ്രാധാന്യം വളരെ കൂടുതലാണ്. due process എന്നത് കുറ്റാരോപിതർക്കും ബാധിതർക്കും ഒരുപോലെ ന്യായമായ നിയമനടപടികൾ ഉറപ്പാക്കുന്ന സിദ്ധാന്തമാണ്. അന്വേഷണം, തെളിവ് പരിശോധന, കോടതിവിധി എന്നിവ വ്യക്തമായ നിയമനടപടികളുടെ അടിസ്ഥാനത്തിൽ നടക്കണം എന്നതാണ് ഈ ആശയത്തിന്റെ പ്രധാന സിദ്ധാന്തം.[42]

ഇതിനൊപ്പം മറ്റൊരു പ്രധാന ഘടകവും ചർച്ച ചെയ്യപ്പെടുന്നു. അതാണ് ബാധിതർക്കുള്ള നിയമപരമായ പിന്തുണയും സംരക്ഷണ സംവിധാനങ്ങളും. നിരവധി രാജ്യങ്ങളിൽ ലൈംഗിക അതിക്രമ കേസുകളിൽ ബാധിതർക്കായി പ്രത്യേക കൗൺസലിംഗ് സംവിധാനങ്ങൾ, നിയമസഹായം, രഹസ്യത്വ സംരക്ഷണം തുടങ്ങിയ നടപടികൾ വികസിപ്പിച്ചിട്ടുണ്ട്. ഇത് ബാധിതരുടെ അവകാശങ്ങൾ സംരക്ഷിക്കുന്നതിനും നീതിനടപടിയിൽ അവരുടെ പങ്കാളിത്തം ഉറപ്പാക്കുന്നതിനും സഹായിക്കുന്നു.[43]

ഇതിലൂടെ നിയമസംവിധാനങ്ങൾ രണ്ട് പ്രധാന ലക്ഷ്യങ്ങൾ കൈവരിക്കാൻ ശ്രമിക്കുന്നു. ഒന്നാമത് ലൈംഗിക അതിക്രമങ്ങളെ തടയുകയും കുറ്റവാളികളെ നിയമപരമായി ഉത്തരവാദികളാക്കുകയും ചെയ്യുക. രണ്ടാമത് ബാധിതരുടെ മനുഷ്യാഭിമാനം (dignity) സംരക്ഷിക്കുകയും അവർക്കുള്ള നീതിപൂർണമായ നിയമസഹായം ഉറപ്പാക്കുകയും ചെയ്യുക.

അതിനാൽ ബലാത്സംഗവുമായി ബന്ധപ്പെട്ട നിയമപരമായ പ്രതികരണങ്ങൾ വെറും ശിക്ഷാസംവിധാനങ്ങളിൽ ഒതുങ്ങുന്നില്ല. അന്വേഷണം, തെളിവ്, കോടതിപ്രക്രിയ, ബാധിതസഹായം, പ്രതിയുടെ നിയമാവകാശങ്ങൾ എന്നിവയെ ഉൾക്കൊള്ളുന്ന സമഗ്രമായ ഒരു നിയമഘടനയാണ് ഈ മേഖലയിലെ നീതി ഉറപ്പാക്കാൻ ആവശ്യമായത്.[44]

പ്രതിരോധവും സാമൂഹിക നയങ്ങളും

(Prevention and Social Policy)

ബലാത്സംഗം പോലുള്ള ഗുരുതരമായ ലൈംഗിക കുറ്റകൃത്യങ്ങളെ നേരിടുന്നതിൽ ശിക്ഷാസംവിധാനങ്ങൾ നിർണായകമായിരുന്നാലും, സമകാലീന ഗവേഷണങ്ങൾ സൂചിപ്പിക്കുന്നത് നിയമശിക്ഷ മാത്രം ഇത്തരം കുറ്റകൃത്യങ്ങളെ പൂർണമായി തടയാൻ കഴിയില്ലെന്നതാണ്. നിരവധി സാമൂഹ്യശാസ്ത്ര പഠനങ്ങൾ കാണിക്കുന്നത് ലൈംഗിക അതിക്രമം ഒരു വ്യക്തിഗത കുറ്റകൃത്യമായി മാത്രം കാണാനാവില്ലെന്നും, അത് സാമൂഹിക ഘടനകൾ, സംസ്കാരപരമായ ധാരണകൾ, ലിംഗ അസമത്വങ്ങൾ, അധികാരബന്ധങ്ങൾ എന്നിവയുമായി ബന്ധപ്പെട്ട ഒരു സങ്കീർണ്ണ പ്രശ്നമാണെന്നും വ്യക്തമാക്കുന്നു.[45]

പ്രതിരോധത്തിന്റെ സാമൂഹിക സമീപനങ്ങൾ

ഈ സാഹചര്യത്തിൽ പ്രതിരോധനയങ്ങൾ നിയമപരമായ ഇടപെടലുകളിൽ മാത്രം ഒതുങ്ങരുതെന്നാണ് നിരവധി ഗവേഷകർ ചൂണ്ടിക്കാണിക്കുന്നത്. വിദ്യാഭ്യാസം, സാമൂഹിക ബോധവൽക്കരണം, ലിംഗസമത്വ ചിന്ത, സാമൂഹിക ഉത്തരവാദിത്വം എന്നിവയെ ഉൾക്കൊള്ളുന്ന സമഗ്രമായ സമീപനമാണ് ദീർഘകാല പ്രതിരോധത്തിന് ആവശ്യമായത്. ചില പഠനങ്ങൾ സൂചിപ്പിക്കുന്നത് സമൂഹത്തിൽ ലിംഗസമത്വബോധം ശക്തമാകുമ്പോൾ ലൈംഗിക അതിക്രമങ്ങളെ അംഗീകരിക്കുന്ന സാംസ്കാരിക പ്രവണതകൾ കുറയാൻ സാധ്യതയുണ്ടെന്നാണ്.[46]

ഈ പശ്ചാത്തലത്തിൽ വിദ്യാഭ്യാസത്തിന് പ്രത്യേക പ്രാധാന്യം നൽകപ്പെടുന്നു. സ്കൂളുകളും സർവകലാശാലകളും ഉൾപ്പെടെയുള്ള വിദ്യാഭ്യാസസ്ഥാപനങ്ങളിൽ സമ്മതം (consent), വ്യക്തിഗത അതിരുകൾ (personal boundaries), പരസ്പര ബഹുമാനം (mutual respect) എന്നീ ആശയങ്ങളെക്കുറിച്ചുള്ള ബോധവൽക്കരണം ശക്തിപ്പെടുത്തേണ്ടതുണ്ടെന്ന് നിരവധി പഠനങ്ങൾ നിർദ്ദേശിക്കുന്നു. ഇത്തരം വിദ്യാഭ്യാസപരിപാടികൾ യുവജനങ്ങളിൽ ഉത്തരവാദിത്തമുള്ള സാമൂഹിക പെരുമാറ്റം വളർത്താൻ സഹായിക്കാമെന്നാണ് ഗവേഷണങ്ങൾ സൂചിപ്പിക്കുന്നത്.[47]

സമൂഹത്തിന്റെ പങ്ക്

ലൈംഗിക അതിക്രമത്തെ തടയുന്നതിൽ സമൂഹത്തിന്റെ പങ്കും നിർണായകമാണ്. ചില സമകാലീന പ്രതിരോധപരിപാടികൾ "bystander intervention" എന്ന സമീപനം മുന്നോട്ടുവയ്ക്കുന്നു. ഈ സമീപനം പ്രകാരം അപകടകരമായ സാഹചര്യങ്ങൾ തിരിച്ചറിയുകയും അവയിൽ ഇടപെടുകയും ചെയ്യാൻ സമൂഹത്തിലെ വ്യക്തികളെ പരിശീലിപ്പിക്കുന്നത് പ്രതിരോധത്തിന് സഹായകമായേക്കാം. ഇത്തരം പരിപാടികൾ പ്രത്യേകിച്ച് വിദ്യാഭ്യാസസ്ഥാപനങ്ങളിലും സമൂഹപരിപാടികളിലും നടപ്പിലാക്കപ്പെടുന്നു.[48]

ഇതിനൊപ്പം സുരക്ഷിത സാമൂഹിക അന്തരീക്ഷങ്ങൾ സൃഷ്ടിക്കുന്നതും പ്രതിരോധനയങ്ങളിൽ പ്രധാന ഘടകമായി കണക്കാക്കപ്പെടുന്നു. പൊതുസ്ഥലങ്ങളുടെ സുരക്ഷ, ഗതാഗതസൗകര്യങ്ങൾ, സ്ഥാപനങ്ങളുടെ ഉത്തരവാദിത്വം, തൊഴിൽസ്ഥലങ്ങളിലെ സുരക്ഷാ നയങ്ങൾ എന്നിവ ലൈംഗിക അതിക്രമം തടയുന്നതിൽ പങ്കുവഹിക്കുന്ന ഘടകങ്ങളായി പഠനങ്ങൾ ചൂണ്ടിക്കാണിക്കുന്നു.[49]

ശിക്ഷ മാത്രം മതിയാകാത്തത് എന്തുകൊണ്ട്

ക്രിമിനോളജി പഠനങ്ങൾ സൂചിപ്പിക്കുന്നത് കുറ്റകൃത്യങ്ങളെ തടയുന്നതിൽ ശിക്ഷയുടെ ഭയം ചില സാഹചര്യങ്ങളിൽ സ്വാധീനം ചെലുത്തുന്നുവെങ്കിലും, അത് മാത്രം ദീർഘകാല പരിഹാരം നൽകുന്നില്ല എന്നതാണ്. സാമൂഹിക സാഹചര്യങ്ങൾ, സാംസ്കാരിക ധാരണകൾ, വ്യക്തികളുടെ

പെരുമാറ്ററീതികൾ എന്നിവ മാറ്റമില്ലാതെ തുടരുമ്പോൾ നിയമശിക്ഷ മാത്രം മതിയാകില്ലെന്ന് നിരവധി ഗവേഷകർ ചൂണ്ടിക്കാണിക്കുന്നു.[50]

ചില പഠനങ്ങൾ ചൂണ്ടിക്കാണിക്കുന്നത് ലൈംഗിക അതിക്രമം തടയുന്നതിനുള്ള ഏറ്റവും ഫലപ്രദമായ മാർഗങ്ങൾ സമൂഹത്തിന്റെ മൂല്യവ്യവസ്ഥകളെ മാറ്റുന്ന നടപടികളാണെന്നാണ്. ലിംഗസമത്വബോധം ശക്തിപ്പെടുത്തുക, സ്ത്രീകളുടെ അവകാശങ്ങളെ അംഗീകരിക്കുക, പരസ്പര ബഹുമാനത്തെ സാമൂഹിക മൂല്യമായി സ്ഥാപിക്കുക എന്നിവ ദീർഘകാല പ്രതിരോധത്തിൽ നിർണായകമാണെന്ന് ഗവേഷണങ്ങൾ സൂചിപ്പിക്കുന്നു.[51]

സമഗ്രമായ പ്രതിരോധനയം

ഈ പശ്ചാത്തലത്തിൽ സമകാലീന നയവിശകലനങ്ങൾ ഒരു സമഗ്രമായ സമീപനം നിർദ്ദേശിക്കുന്നു. നിയമസംവിധാനങ്ങൾ, വിദ്യാഭ്യാസസ്ഥാപനങ്ങൾ, സാമൂഹിക സംഘടനകൾ, സർക്കാർ നയങ്ങൾ എന്നിവ തമ്മിലുള്ള സഹകരണം ലൈംഗിക അതിക്രമത്തെ തടയുന്നതിൽ നിർണായകമാണെന്ന് നിരവധി പഠനങ്ങൾ വ്യക്തമാക്കുന്നു.

അതായത് ബലാത്സംഗത്തെ തടയുന്നതിനുള്ള ശ്രമങ്ങൾ വെറും ശിക്ഷാപരമായ നടപടികളിൽ മാത്രം ഒതുങ്ങരുത്. സാമൂഹിക വിദ്യാഭ്യാസം, ലിംഗസമത്വം, സുരക്ഷിത അന്തരീക്ഷങ്ങൾ, സാമൂഹിക ഉത്തരവാദിത്വം എന്നിവ ഉൾക്കൊള്ളുന്ന സമഗ്രമായ സാമൂഹിക നയങ്ങളാണ് ദീർഘകാല പ്രതിരോധത്തിന് ആവശ്യമായത്. ഈ സമന്വയപരമായ സമീപനമാണ് ലൈംഗിക അതിക്രമം പോലുള്ള ഗുരുതരമായ സാമൂഹിക പ്രശ്നങ്ങളെ കുറയ്ക്കുന്നതിനുള്ള ഫലപ്രദമായ മാർഗമെന്ന് നിരവധി ഗവേഷകർ ചൂണ്ടിക്കാണിക്കുന്നു.[52]

References

1. Joanna Bourke. *Rape: A History from 1860 to the Present.* London: Virago Press, 2007.
2. Martha T. Roth (trans.). *Law Collections from Mesopotamia and Asia Minor.* Atlanta: Scholars Press, 1997.
3. Susan Brownmiller. *Against Our Will: Men, Women, and Rape.* New York: Simon & Schuster, 1975.
4. Gerda Lerner. *The Creation of Patriarchy.* New York: Oxford University Press, 1986.
5. Jack Goody. *The Development of the Family and Marriage in Europe.* Cambridge: Cambridge University Press, 1983.
6. Diana E. H. Russell. *Sexual Exploitation: Rape, Child Sexual Abuse, and Workplace Harassment.* Beverly Hills: Sage Publications, 1984.
7. Stephanie Coontz. *Marriage, a History: From Obedience to Intimacy.* New York: Viking, 2005.
8. Michel Foucault. *The History of Sexuality, Volume 1: An Introduction.* New York: Pantheon Books, 1978.
9. Judith Herman. *Trauma and Recovery.* New York: Basic Books, 1992.
10. Estelle B. Freedman. *Redefining Rape: Sexual Violence in the Era of Suffrage and Segregation.* Cambridge: Harvard University Press, 2013.
11. Susan Brownmiller. *Against Our Will: Men, Women, and Rape.* New York: Simon & Schuster, 1975.
12. Catharine A. MacKinnon. *Toward a Feminist Theory of the State.* Cambridge: Harvard University Press, 1989.
13. Raewyn Connell. *Gender and Power: Society, the Person and Sexual Politics.* Stanford: Stanford University Press, 1987.
14. Emilie Buchwald, Pamela R. Fletcher, and Martha Roth (eds.). *Transforming a Rape Culture.* Minneapolis: Milkweed Editions, 1993.
15. Martha R. Burt. "Cultural Myths and Supports for Rape." *Journal of Personality and Social Psychology* 38, no. 2 (1980): 217–230.
16. Kimberly A. Lonsway and Louise F. Fitzgerald. "Rape Myths: In Review." *Psychology of Women Quarterly* 18, no. 2 (1994): 133–164.
17. Sandra Walklate. *Gender, Crime and Criminal Justice.* Cullompton: Willan Publishing, 2004.
18. Melvin J. Lerner. *The Belief in a Just World: A Fundamental Delusion.* New York: Plenum Press, 1980.

19. Liz Kelly. *Surviving Sexual Violence.* Cambridge: Polity Press, 1988.

19. Judith Lewis Herman. *Trauma and Recovery.* New York: Basic Books, 1992.

20. David Lisak and Paul M. Miller. "Repeat Rape and Multiple Offending among Undetected Rapists." *Violence and Victims* 17, no. 1 (2002): 73–84.

21. Nicholas Groth. *Men Who Rape: The Psychology of the Offender.* New York: Plenum Press, 1979.

22. Neil Malamuth, Tamara Addison, and Mary Koss. "Pornography and Sexual Aggression: Are There Reliable Effects?" *Annual Review of Sex Research* 11 (2000): 26–91.

23. Ronnie Janoff-Bulman. *Shattered Assumptions: Towards a New Psychology of Trauma.* New York: Free Press, 1992.

24. Dean G. Kilpatrick et al. "Rape-Related Posttraumatic Stress Disorder." *American Journal of Psychiatry* 146 (1989): 970–974.

25. Rebecca Campbell. "The Psychological Impact of Rape Victims." *American Psychologist* 58, no. 9 (2003): 702–717.

26. Patricia A. Resick. *Cognitive Processing Therapy for PTSD.* New York: Guilford Press, 2017.

27. Bessel A. van der Kolk. *The Body Keeps the Score: Brain, Mind, and Body in the Healing of Trauma.* New York: Viking, 2014.

28. Randy Thornhill and Craig T. Palmer. *A Natural History of Rape: Biological Bases of Sexual Coercion.* Cambridge, MA: MIT Press, 2000.

29. David M. Buss. *The Evolution of Desire: Strategies of Human Mating.* New York: Basic Books, 1994.

30. Sarah Blaffer Hrdy. *The Woman That Never Evolved.* Cambridge, MA: Harvard University Press, 1981.

31. Steven Pinker. *The Blank Slate: The Modern Denial of Human Nature.* New York: Viking, 2002.

32. Stephen Jay Gould. *The Mismeasure of Man.* New York: W. W. Norton, 1981.

33. Richard Lewontin, Steven Rose, and Leon Kamin. *Not in Our Genes: Biology, Ideology, and Human Nature.* New York: Pantheon Books, 1984.

34. Frans de Waal. *Our Inner Ape: A Leading Primatologist Explains Why We Are Who We Are.* New York: Riverhead Books, 2005.

35. David Sloan Wilson. *Evolution for Everyone: How Darwin's Theory Can Change the Way We Think About Our Lives.* New York: Delacorte Press, 2007.

36. Cassia Spohn. *The Criminal Justice System and Women: Offenders, Prisoners, Victims, and Workers.* New York: McGraw-Hill, 2014.

37. Estelle B. Freedman. *Redefining Rape: Sexual Violence in the Era of Suffrage and Segregation.* Cambridge: Harvard University Press, 2013.

38. Michelle J. Anderson. "Negotiating Sex." *Southern California Law Review* 78 (2005): 1401–1438.

39. Joshua Dressler. *Understanding Criminal Law.* New York: LexisNexis, 2015.

40. David Lisak et al. "False Allegations of Sexual Assault: An Analysis of Ten Years of Reported Cases." *Violence Against Women* 16, no. 12 (2010): 1318–1334.

41. Philip N. S. Rumney. "False Allegations of Rape." *Cambridge Law Journal* 65, no. 1 (2006): 128–158.

42. Ronald J. Allen et al. *Comprehensive Criminal Procedure.* New York: Wolters Kluwer, 2016.

43. Rebecca Campbell. *Rape Survivors and the Criminal Justice System.* Washington, DC: National Institute of Justice, 2008.

44. Andrew Ashworth and Jeremy Horder. *Principles of Criminal Law.* Oxford: Oxford University Press, 2013.

45. Elizabeth A. Armstrong, Laura Hamilton, and Brian Sweeney. "Sexual Assault on Campus." *Annual Review of Sociology* 32 (2006): 483–499.

46. Raewyn Connell. *Gender in World Perspective.* Cambridge: Polity Press, 2009.

47. Christopher Krebs et al. *Campus Climate Survey Validation Study.* Washington, DC: National Institute of Justice, 2016.

48. Victoria L. Banyard, Mary M. Moynihan, and Elizabeth G. Plante. "Sexual Violence Prevention Through Bystander Education." *Journal of Community Psychology* 35, no. 4 (2007): 463–481.

49. Liz Kelly. *Surviving Sexual Violence.* Cambridge: Polity Press, 1988.

50. Lawrence W. Sherman et al. *Preventing Crime: What Works, What Doesn't, What's Promising.* Washington, DC: National Institute of Justice, 1997.

51. Michael Flood. *Engaging Men and Boys in Violence Prevention.* New York: Palgrave Macmillan, 2011.

52. World Health Organization. *World Report on Violence and Health.* Geneva: WHO Press, 2002.

അധ്യായം 36

ലൈംഗിക പീഡനന്തര മാനസിക ആഘാതം (Post-Sexual-Abuse Psychological Trauma)

മാനസിക ആഘാതത്തിന്റെ പ്രധാന ലക്ഷണങ്ങൾ (Primary Psychological Symptoms)

- പോസ്റ്റ്-ട്രോമാറ്റിക് സ്ട്രെസ് ഡിസോർഡർ (Post-Traumatic Stress Disorder – PTSD)
- വികാരശൂന്യത (Emotional Numbness)

ലൈംഗിക പീഡനാനുഭവത്തിന് ശേഷം ചില വ്യക്തികളിൽ ഉടനെയോ പിന്നീട് ക്രമേണയോ പ്രകടമാകുന്ന പ്രധാന മാനസിക പ്രതിഫലനങ്ങളാണ് ഈ ലക്ഷണങ്ങൾ. മനഃശാസ്ത്ര പഠനങ്ങൾ സൂചിപ്പിക്കുന്നത്, ലൈംഗിക പീഡനം ഒരു സാധാരണ സമ്മർദ്ദാനുഭവമല്ല; അത് വ്യക്തിയുടെ സുരക്ഷാബോധത്തെയും ആത്മബോധത്തെയും ശക്തമായി ബാധിക്കുന്ന ഒരു ഗുരുതരമായ ട്രോമാറ്റിക് അനുഭവമാണ്.[1]

പോസ്റ്റ്-ട്രോമാറ്റിക് സ്ട്രെസ് ഡിസോർഡർ (PTSD)

ലൈംഗിക പീഡനത്തിനുശേഷം പലരിലും കാണപ്പെടുന്ന പ്രധാന മാനസിക അവസ്ഥകളിൽ ഒന്നാണ് പോസ്റ്റ്-ട്രോമാറ്റിക് സ്ട്രെസ് ഡിസോർഡർ (PTSD). PTSD അനുഭവിക്കുന്ന വ്യക്തികൾക്ക് സംഭവത്തെക്കുറിച്ചുള്ള അനിയന്ത്രിതമായ ഓർമ്മകൾ (intrusive memories), ഭീതിജനക സ്വപ്നങ്ങൾ (traumatic nightmares), സംഭവത്തെ ഓർമ്മിപ്പിക്കുന്ന സാഹചര്യങ്ങളിൽ ശക്തമായ മാനസിക പ്രതികരണങ്ങൾ എന്നിവ ഉണ്ടാകാം.[2]

ഈ അവസ്ഥയിൽ വ്യക്തികൾ പലപ്പോഴും സംഭവവുമായി ബന്ധപ്പെട്ട സാഹചര്യങ്ങളെ ഒഴിവാക്കാൻ ശ്രമിക്കുന്നു. ചിലർക്ക് പൊതുസ്ഥലങ്ങളിൽ പോകുന്നതിൽ ഭയം തോന്നാം, ചിലർക്ക് ആളുകളുമായി ഇടപെടുന്നതിൽ അസ്വസ്ഥത അനുഭവപ്പെടാം. മനഃശാസ്ത്ര പഠനങ്ങൾ സൂചിപ്പിക്കുന്നത് ലൈംഗിക പീഡനം അനുഭവിച്ച വ്യക്തികളിൽ PTSD ഉണ്ടാകാനുള്ള സാധ്യത മറ്റു നിരവധി കുറ്റകൃത്യങ്ങളേക്കാൾ കൂടുതലാണെന്നാണ്.[3]

PTSDയുടെ മറ്റൊരു പ്രധാന ഘടകമാണ് സ്ഥിരമായ ജാഗ്രതാവസ്ഥ (hyper-arousal). ചെറിയ ശബ്ദങ്ങൾ പോലും ഭയം സൃഷ്ടിക്കുക, ഉറക്കക്കുറവ് അനുഭവിക്കുക, അനാവശ്യമായ ഭീഷണിബോധം ഉണ്ടാകുക തുടങ്ങിയ ലക്ഷണങ്ങൾ ചില വ്യക്തികളിൽ കാണപ്പെടാം. ഇത്തരം അനുഭവങ്ങൾ വ്യക്തിയുടെ ദൈനംദിന ജീവിതത്തെയും സാമൂഹിക ഇടപെടലുകളെയും ഗൗരവമായി ബാധിക്കാം.[4]

വികാരശൂന്യത (Emotional Numbness)

ലൈംഗിക പീഡനാനുഭവത്തിനു ശേഷം ചിലർ അനുഭവിക്കുന്ന മറ്റൊരു മാനസിക പ്രതികരണമാണ് വികാരശൂന്യത (Emotional Numbness). ഈ അവസ്ഥയിൽ വ്യക്തികൾക്ക് സന്തോഷം, ദുഃഖം, കോപം തുടങ്ങിയ സാധാരണ വികാരങ്ങൾ പ്രകടിപ്പിക്കാൻ ബുദ്ധിമുട്ട് അനുഭവപ്പെടാം. ചിലർക്ക് അവരുടെ അനുഭവങ്ങൾക്കോട് മാനസികമായി ബന്ധപ്പെടാൻ പോലും പ്രയാസമുണ്ടാകാം.[5]

മനഃശാസ്ത്രപരമായി ഇത് ഒരു പ്രതിരോധയന്ത്രമായി (psychological defense mechanism) പ്രവർത്തിക്കാമെന്നാണ് ചില പഠനങ്ങൾ ചൂണ്ടിക്കാണിക്കുന്നത്. അതായത് അത്യന്തം

വേദനാജനകമായ അനുഭവങ്ങളിൽ നിന്ന് സ്വയം സംരക്ഷിക്കാൻ മനസ്സ് ചിലപ്പോൾ വികാരപ്രതികരണങ്ങളെ താൽക്കാലികമായി അടക്കിവയ്ക്കാം.[6]

എന്നാൽ ഈ അവസ്ഥ ദീർഘകാലത്തേക്ക് തുടരുമ്പോൾ അത് വ്യക്തിയുടെ ബന്ധങ്ങളെയും സാമൂഹികജീവിതത്തെയും ബാധിക്കാൻ സാധ്യതയുണ്ട്. വികാരപരമായ അകലം, ബന്ധങ്ങളിൽ താൽപര്യമില്ലായ്മ, ജീവിതത്തിലെ സന്തോഷാനുഭവങ്ങൾ കുറയുക എന്നിവ പോലുള്ള പ്രതിഫലനങ്ങൾ ചില സാഹചര്യങ്ങളിൽ കാണപ്പെടാം.[7]

മാനസിക ലക്ഷണങ്ങളുടെ വൈവിധ്യം

മനഃശാസ്ത്ര പഠനങ്ങൾ സൂചിപ്പിക്കുന്നത് ലൈംഗിക പീഡനാനുഭവത്തിനു ശേഷം എല്ലാവരും ഒരേ രീതിയിലുള്ള മാനസിക പ്രതികരണങ്ങൾ അനുഭവിക്കുന്നില്ല എന്നതാണ്. ചിലർക്ക് ശക്തമായ ട്രോമാ ലക്ഷണങ്ങൾ പ്രകടമാകുമ്പോൾ, ചിലർക്ക് താരതമ്യേന വ്യത്യസ്തമായ പ്രതികരണങ്ങൾ ഉണ്ടായേക്കാം. വ്യക്തിയുടെ മുൻകാല അനുഭവങ്ങൾ, സാമൂഹിക പിന്തുണ, കുടുംബത്തിന്റെ പ്രതികരണം, ചികിത്സാ സഹായം എന്നിവ മാനസിക പുനരുജ്ജീവനത്തെ ശക്തമായി സ്വാധീനിക്കുന്ന ഘടകങ്ങളാണ്.[8]

അതിനാൽ സമകാലീന മനഃശാസ്ത്ര പഠനങ്ങൾ ലൈംഗിക പീഡനാനന്തര മാനസിക ആഘാതത്തെ ഏകമാനമായ അനുഭവമായി കാണുന്നില്ല. അത് വ്യക്തിയുടെ മാനസികാവസ്ഥ, സാമൂഹിക സാഹചര്യങ്ങൾ, പിന്തുണാ സംവിധാനങ്ങൾ എന്നിവയുമായി ബന്ധപ്പെട്ട് മാറുന്ന സങ്കീർണ്ണമായ ഒരു മാനസിക പ്രക്രിയയായി കാണപ്പെടുന്നു.[9]

ബന്ധങ്ങളിലെയും സാമൂഹിക ഇടപെടലുകളിലെയും പ്രതിഫലനം (Impact on Relationships)

- അടുത്ത ബന്ധങ്ങൾ ഒഴിവാക്കൽ (Intimacy Avoidance)

ലൈംഗിക പീഡനാനുഭവത്തിന് ശേഷം ചില വ്യക്തികളുടെ സാമൂഹിക ബന്ധങ്ങളിലെയും വ്യക്തിഗത അടുപ്പമുള്ള ബന്ധങ്ങളിലെയും പെരുമാറ്റത്തിൽ ശ്രദ്ധേയമായ മാറ്റങ്ങൾ സംഭവിക്കാം. മനഃശാസ്ത്ര പഠനങ്ങൾ സൂചിപ്പിക്കുന്നത് ട്രോമ അനുഭവിച്ച വ്യക്തികൾക്ക് പിന്നീട് വിശ്വാസബന്ധങ്ങൾ സ്ഥാപിക്കുന്നതിൽ ബുദ്ധിമുട്ടുകൾ അനുഭവപ്പെടാൻ സാധ്യതയുണ്ടെന്നാണ്.[10]

ലൈംഗിക പീഡനം പോലുള്ള അനുഭവങ്ങൾ വ്യക്തിയുടെ സുരക്ഷാബോധത്തെയും മറ്റുള്ളവരോടുള്ള അടിസ്ഥാനവിശ്വാസത്തെയും ശക്തമായി ബാധിക്കാം. ഈ സാഹചര്യത്തിൽ ചിലർ പുതിയ ബന്ധങ്ങൾ സ്ഥാപിക്കാൻ മടിക്കുകയോ, മുമ്പുണ്ടായിരുന്ന അടുപ്പമുള്ള ബന്ധങ്ങളിൽ നിന്ന് പോലും മാനസിക അകലം പാലിക്കുകയോ ചെയ്യാം. ഇതിനെ അടുത്ത ബന്ധങ്ങൾ ഒഴിവാക്കൽ (Intimacy Avoidance) എന്ന ആശയത്തിലൂടെ മനഃശാസ്ത്ര പഠനങ്ങൾ വിശദീകരിക്കുന്നു.[11]

അടുത്ത ബന്ധങ്ങൾ ഒഴിവാക്കൽ പലവിധത്തിൽ പ്രകടമാകാം. ചിലർക്ക് ശാരീരിക അടുപ്പം അസ്വസ്ഥതയോ ഭയമോ സൃഷ്ടിക്കാം. മറ്റുചിലർക്ക് മാനസിക അടുപ്പം പോലും അസുരക്ഷിതമായ അനുഭവമായി തോന്നാം. ചില സാഹചര്യങ്ങളിൽ വ്യക്തികൾ പുതിയ ബന്ധങ്ങളിൽ പ്രവേശിക്കാൻ താൽപര്യമില്ലാതെയാകുകയും, സാമൂഹിക ഇടപെടലുകൾ പരിമിതപ്പെടുത്തുകയും ചെയ്യാം.[12]

ഈ അവസ്ഥയുടെ പിന്നിൽ പ്രവർത്തിക്കുന്ന പ്രധാന ഘടകങ്ങളിൽ ഒന്നാണ് ട്രോമയുടെ മാനസിക സ്വാധീനം. ലൈംഗിക പീഡനാനുഭവം ചിലപ്പോൾ വ്യക്തിയുടെ ശരീരത്തെയും വ്യക്തിത്വത്തെയും കുറിച്ചുള്ള ബോധത്തെ ബാധിക്കാം. ഇതിന്റെ ഫലമായി സ്വയംവിശ്വാസക്കുറവ്, മറ്റുള്ളവരോടുള്ള സംശയം, സുരക്ഷിതമായ ബന്ധങ്ങൾ സ്ഥാപിക്കാൻ ബുദ്ധിമുട്ട് എന്നിവ അനുഭവപ്പെടാം.[13]

മനഃശാസ്ത്ര പഠനങ്ങൾ മറ്റൊരു കാര്യവും ചൂണ്ടിക്കാണിക്കുന്നു. ലൈംഗിക പീഡനാനുഭവത്തിന് ശേഷം ചിലർക്ക് അവരുടെ സ്വന്തം ശരീരത്തോടുള്ള ബന്ധത്തിലും മാറ്റങ്ങൾ സംഭവിക്കാം. ചിലർക്ക് ശാരീരിക സ്പർശം തന്നെ അസ്വസ്ഥത സൃഷ്ടിക്കാം. ഇത് അടുപ്പമുള്ള ബന്ധങ്ങളെ നേരിട്ട് ബാധിക്കുന്ന ഘടകമായി മാറാൻ സാധ്യതയുണ്ട്.[14]

എന്നാൽ എല്ലാ വ്യക്തികളും ഒരേ രീതിയിൽ പ്രതികരിക്കുന്നില്ല എന്നതും പഠനങ്ങൾ വ്യക്തമാക്കുന്നു. ചിലർക്ക് ശക്തമായ സാമൂഹിക പിന്തുണ ലഭിക്കുമ്പോൾ, അവർക്ക് ബന്ധങ്ങളിൽ വീണ്ടും വിശ്വാസം സ്ഥാപിക്കാൻ സാധ്യമായേക്കാം. കുടുംബത്തിന്റെ പിന്തുണ, സുഹൃത്തുക്കളുടെ മനസ്സിലാക്കൽ, കൗൺസലിംഗ് സഹായം തുടങ്ങിയ ഘടകങ്ങൾ മാനസിക പുനരുജ്ജീവനത്തിൽ നിർണായകമായി പ്രവർത്തിക്കാം.[15]

ഈ പശ്ചാത്തലത്തിൽ സമകാലീന ട്രോമാ ചികിത്സാപദ്ധതികൾ ബന്ധങ്ങളെ പുനർനിർമ്മിക്കുന്നതിന്റെ പ്രാധാന്യം പ്രത്യേകമായി ചർച്ച ചെയ്യുന്നു. സുരക്ഷിതമായ സാമൂഹിക അന്തരീക്ഷവും പിന്തുണയുള്ള ബന്ധങ്ങളും ട്രോമാനന്തര മാനസിക പുനരുജ്ജീവനത്തിൽ പ്രധാന പങ്കുവഹിക്കുന്നുവെന്നാണ് നിരവധി ഗവേഷകർ ചൂണ്ടിക്കാണിക്കുന്നത്.[16]

അതിനാൽ അടുത്ത ബന്ധങ്ങൾ ഒഴിവാക്കൽ (Intimacy Avoidance) ലൈംഗിക പീഡനാനന്തര മാനസിക ആഘാതത്തിന്റെ ഒരു പ്രധാന സാമൂഹിക പ്രതിഫലനമായി കാണപ്പെടുന്നു. ഇത് വ്യക്തിയുടെ വ്യക്തിഗത ജീവിതത്തെയും സാമൂഹികബന്ധങ്ങളെയും ദീർഘകാലം സ്വാധീനിക്കാൻ സാധ്യതയുള്ളതിനാൽ, ചികിത്സയും സാമൂഹിക പിന്തുണയും ഉൾപ്പെടുന്ന സമഗ്രമായ സമീപനം ഈ സാഹചര്യങ്ങളിൽ ആവശ്യമാണ്.[17]

ദീർഘകാല മാനസിക പ്രതിഫലനങ്ങൾ (Long-Term Psychological Consequences)

• ദീർഘകാല മാനസിക ആഘാതം (Long-Term Psychological Damage)

ലൈംഗിക പീഡനാനുഭവത്തിന്റെ മാനസിക പ്രതിഫലനങ്ങൾ പലപ്പോഴും തൽക്ഷണമായ പ്രതികരണങ്ങളിൽ ഒതുങ്ങുന്നില്ല. ചില സാഹചര്യങ്ങളിൽ ഈ അനുഭവത്തിന്റെ സ്വാധീനം വർഷങ്ങളോളം തുടരുന്ന ദീർഘകാല മാനസിക പ്രതിഫലനങ്ങളായി പ്രകടമാകാം. മനഃശാസ്ത്ര പഠനങ്ങൾ സൂചിപ്പിക്കുന്നത് ലൈംഗിക പീഡനം വ്യക്തിയുടെ ആത്മബോധത്തെയും സുരക്ഷാബോധത്തെയും സാമൂഹികബന്ധങ്ങളെയും ആഴത്തിൽ ബാധിക്കുന്ന അനുഭവമാണെന്നാണ്.[18]

ദീർഘകാല മാനസിക ആഘാതത്തിന്റെ പ്രധാന ഘടകങ്ങളിൽ ഒന്നാണ് ആത്മവിശ്വാസത്തിലെ കുറവ്. ലൈംഗിക പീഡനാനുഭവത്തിന് ശേഷം ചില വ്യക്തികൾക്ക് സ്വയംവിലയിരുത്തലിൽ നെഗറ്റീവ് മാറ്റങ്ങൾ ഉണ്ടാകാം. സ്വയം കുറ്റപ്പെടുത്തൽ, ലജ്ജാബോധം, വ്യക്തിത്വത്തെക്കുറിച്ചുള്ള സംശയം എന്നിവ പോലുള്ള മാനസികാവസ്ഥകൾ ചിലരിൽ ദീർഘകാലം നിലനിൽക്കാൻ സാധ്യതയുണ്ട്.[19]

ഇതിനൊപ്പം ആശങ്ക (anxiety)യും ഭയപ്രവണതയും (chronic fear) ചില വ്യക്തികളിൽ തുടർന്നേക്കാം. ലൈംഗിക പീഡനവുമായി ബന്ധപ്പെട്ട ഓർമ്മകൾ ചില സാഹചര്യങ്ങളിൽ വീണ്ടും ഉണരാൻ സാധ്യതയുണ്ട്. ചിലർക്ക് പൊതുസ്ഥലങ്ങളിൽ സുരക്ഷിതമല്ലെന്ന തോന്നൽ ഉണ്ടാകാം. ഇത് അവരുടെ സാമൂഹിക ഇടപെടലുകളെയും ദൈനംദിന ജീവിതത്തെയും ബാധിക്കാൻ സാധ്യതയുണ്ട്.[20]

മനഃശാസ്ത്ര പഠനങ്ങൾ മറ്റൊരു പ്രധാന പ്രശ്നമായ മാനസിക വിഷാദം (depression)യും ചൂണ്ടിക്കാണിക്കുന്നു. ലൈംഗിക പീഡനാനുഭവം ചില വ്യക്തികളിൽ നിരാശ, താൽപര്യമില്ലായ്മ, മാനസിക ക്ഷീണം എന്നിവ പോലുള്ള ലക്ഷണങ്ങൾക്ക് കാരണമാകാം. ചില കേസുകളിൽ ഈ അവസ്ഥകൾ ദീർഘകാല ചികിത്സ ആവശ്യമായ മാനസിക പ്രശ്നങ്ങളായി മാറാനും സാധ്യതയുണ്ട്.[21]

സാമൂഹിക ഒറ്റപ്പെടൽ (social withdrawal)യും മറ്റൊരു ദീർഘകാല പ്രതിഫലനമായി ചില പഠനങ്ങൾ രേഖപ്പെടുത്തുന്നു. ട്രോമ അനുഭവിച്ച വ്യക്തികൾക്ക് ചിലപ്പോൾ സാമൂഹിക ബന്ധങ്ങളിൽ നിന്ന് മാറിനിൽക്കാനുള്ള പ്രവണത ഉണ്ടാകാം. മറ്റുള്ളവരോടുള്ള വിശ്വാസക്കുറവും സുരക്ഷിതത്വബോധത്തിന്റെ നഷ്ടവും ഈ പ്രവണതയ്ക്ക് കാരണമായേക്കാം.[22]

ഈ സാഹചര്യങ്ങളിൽ സാമൂഹിക പിന്തുണയുടെ പ്രാധാന്യം നിരവധി ഗവേഷകർ ചൂണ്ടിക്കാണിക്കുന്നു. കുടുംബത്തിന്റെ പിന്തുണ, സുഹൃത്തുക്കളുടെ മനസ്സിലാക്കൽ, മാനസികാരോഗ്യ ചികിത്സ, കൗൺസലിംഗ് സേവനങ്ങൾ എന്നിവ ട്രോമാനന്തര പുനരുജ്ജീവനത്തിൽ നിർണായക പങ്ക് വഹിക്കാം. ചില പഠനങ്ങൾ സൂചിപ്പിക്കുന്നത് ശക്തമായ സാമൂഹിക പിന്തുണ ലഭിക്കുന്ന വ്യക്തികൾക്ക് ദീർഘകാല മാനസിക പ്രതിഫലനങ്ങ ൾ കുറയാൻ സാധ്യതയുണ്ടെന്നാണ്.[23]

സമകാലീന ട്രോമാ ഗവേഷണങ്ങൾ മറ്റൊരു പ്രധാന ആശയവും ചർച്ച ചെയ്യുന്നു. അതാണ് "post-traumatic growth". ചില സാഹചര്യങ്ങളിൽ ഗുരുതരമായ ട്രോമ അനുഭവങ്ങൾക്കുശേഷം വ്യക്തികൾ അവരുടെ ജീവിതത്തെ പുതിയ രീതിയിൽ പുനർവ്യാഖ്യാനിക്കാൻ ശ്രമിക്കാം. ഇത് ട്രോമയുടെ വേദനയെ ഇല്ലാതാക്കുന്നില്ലെങ്കിലും, ചിലർക്കു വ്യക്തിപരമായ ശക്തിയും പുതിയ ജീവിതബോധവും കണ്ടെത്താൻ സഹായിക്കാമെന്നാണ് ചില പഠനങ്ങൾ സൂചിപ്പിക്കുന്നത്.[24]

അതിനാൽ ദീർഘകാല മാനസിക ആഘാതം (Long-Term Psychological Damage) ലൈംഗിക പീഡനാനുഭവത്തിന്റെ ഒരു പ്രധാന പ്രതിഫലനമായി കാണപ്പെടുന്നു. ഈ അവസ്ഥയെ മനസ്സിലാക്കുന്നതിൽ വ്യക്തിയുടെ മാനസികാവസ്ഥ മാത്രമല്ല, സാമൂഹിക പിന്തുണ, ചികിത്സാ സഹായം, ജീവിതപരിസരങ്ങൾ എന്നിവയും നിർണായക ഘടകങ്ങളാണ്. സമഗ്രമായ ചികിത്സയും സാമൂഹിക പിന്തുണയും ഉൾപ്പെടുന്ന സമീപനമാണ് ദീർഘകാല പുനരുജ്ജീവനത്തിന് സഹായകരമാകുന്നതെന്ന് മനഃശാസ്ത്ര പഠനങ്ങൾ സൂചിപ്പിക്കുന്നു.[25]

അനുഭവങ്ങളുടെ വൈവിധ്യം (Diversity of Trauma Experiences)

• പുരുഷന്മാരിൽ സംഭവിക്കുന്ന ലൈംഗിക പീഡനാനന്തര മാനസിക ആഘാതം (Male Sexual Trauma)

• ശാരീരിക പ്രവേശനം ഇല്ലാതെയും സംഭവിക്കുന്ന മാനസിക ആഘാതം (Trauma Without Penetration)

ലൈംഗിക പീഡനത്തെക്കുറിച്ചുള്ള പൊതുചർച്ചകൾ ദീർഘകാലം സ്ത്രീകളുടെ അനുഭവങ്ങളെ കേന്ദ്രീകരിച്ചായിരുന്നു. എന്നാൽ സമകാലീന ഗവേഷണങ്ങൾ സൂചിപ്പിക്കുന്നത് ലൈംഗിക പീഡനം ലിംഗപരമായി ഒരേയൊരു വിഭാഗത്തിലേക്ക് മാത്രം പരിമിതപ്പെടുന്ന അനുഭവമല്ല എന്നതാണ്. പുരുഷന്മാർക്കും, കുട്ടികൾക്കും, വിവിധ ലിംഗപരിചയങ്ങളുള്ള വ്യക്തികൾക്കും ലൈംഗിക പീഡനാനുഭവങ്ങൾ ഉണ്ടായേക്കാമെന്ന് നിരവധി പഠനങ്ങൾ രേഖപ്പെടുത്തിയിട്ടുണ്ട്.[26]

പുരുഷന്മാരിൽ സംഭവിക്കുന്ന ലൈംഗിക പീഡനാനന്തര മാനസിക ആഘാതം (Male Sexual Trauma)

പുരുഷന്മാരിൽ സംഭവിക്കുന്ന ലൈംഗിക പീഡനത്തെക്കുറിച്ചുള്ള ഗവേഷണം കഴിഞ്ഞ ചില ദശാബ്ദങ്ങളിൽ കൂടുതൽ ശ്രദ്ധ നേടാൻ തുടങ്ങി. പല സാഹചര്യങ്ങളിലും പുരുഷന്മാർ അനുഭവിക്കുന്ന ലൈംഗിക പീഡനം സമൂഹത്തിൽ തുറന്നുപറയപ്പെടാതെ തുടരുന്നുവെന്ന് ചില പഠനങ്ങൾ ചൂണ്ടിക്കാണിക്കുന്നു. ഇതിന് സാമൂഹിക ധാരണകളും ലിംഗപരമായ പ്രതീക്ഷകളും പ്രധാന കാരണങ്ങളായി ചർച്ച ചെയ്യപ്പെടുന്നു.[27]

ചില സമൂഹങ്ങളിൽ പുരുഷന്മാർ ശക്തിയുടെയും നിയന്ത്രണത്തിന്റെയും പ്രതീകമായി കാണപ്പെടുന്നതിനാൽ അവർ ലൈംഗിക പീഡനത്തിന്റെ ഇരകളാകാമെന്ന ധാരണ തന്നെ പലപ്പോഴും അംഗീകരിക്കപ്പെടുന്നില്ല. ഈ സാഹചര്യത്തിൽ പീഡനാനുഭവം തുറന്ന് പറയാൻ പുരുഷന്മാർക്ക് കൂടുതൽ ബുദ്ധിമുട്ടുകൾ ഉണ്ടാകാം. ലജ്ജാബോധം, സാമൂഹിക അപകീർത്തിയുടെ ഭയം, വിശ്വസിക്കപ്പെടില്ലെന്ന ആശങ്ക എന്നിവ പരാതികൾ നൽകുന്നതിൽ തടസ്സങ്ങളായി പ്രവർത്തിക്കാമെന്ന് ഗവേഷണങ്ങൾ സൂചിപ്പിക്കുന്നു.[28]

മനഃശാസ്ത്രപരമായ പഠനങ്ങൾ സൂചിപ്പിക്കുന്നത് പുരുഷന്മാരിൽ സംഭവിക്കുന്ന ലൈംഗിക പീഡനവും സ്ത്രീകളിൽ സംഭവിക്കുന്ന പീഡനത്തെപ്പോലെ തന്നെ ഗുരുതരമായ മാനസിക പ്രതിഫലനങ്ങൾ ഉണ്ടാക്കാനിടയുണ്ടെന്നാണ്. PTSD, ആശങ്ക, മാനസിക വിഷാദം, സ്വയംവിലയിരുത്തലിലെ പ്രശ്നങ്ങൾ എന്നിവ പുരുഷന്മാരിലും രേഖപ്പെടുത്തിയിട്ടുണ്ട്. ചില സാഹചര്യങ്ങളിൽ സാമൂഹിക മൗനം കാരണം ആവശ്യമായ ചികിത്സാ സഹായം ലഭിക്കാതെ പോകാനും സാധ്യതയുണ്ടെന്ന് ഗവേഷകർ ചൂണ്ടിക്കാണിക്കുന്നു.[29]

ശാരീരിക പ്രവേശനം ഇല്ലാതെയും സംഭവിക്കുന്ന മാനസിക ആഘാതം (Trauma Without Penetration)

ലൈംഗിക പീഡനം സംഭവിക്കുമ്പോൾ അത് ശാരീരിക പ്രവേശനമുള്ള ആക്രമണങ്ങളായി മാത്രം പരിമിതപ്പെടണമെന്നില്ല. ഭീഷണി, നിർബന്ധിത സ്പർശം, ലൈംഗിക അപമാനം, ബലപ്രയോഗത്തിലൂടെ ഉണ്ടാകുന്ന ശാരീരിക അടുത്ത്പ്പ് തുടങ്ങിയ അനുഭവങ്ങളും വ്യക്തിയിൽ ഗുരുതരമായ മാനസിക ആഘാതം സൃഷ്ടിക്കാം. സമകാലീന നിയമപരവും മനഃശാസ്ത്രപരവുമായ പഠനങ്ങൾ ഈ തരത്തിലുള്ള അനുഭവങ്ങളെയും ലൈംഗിക പീഡനത്തിന്റെ ഭാഗമായാണ് പരിഗണിക്കുന്നത്.[30]

മനഃശാസ്ത്ര പഠനങ്ങൾ സൂചിപ്പിക്കുന്നത് ശാരീരിക പ്രവേശനം ഇല്ലാത്ത സാഹചര്യങ്ങളിലും വ്യക്തിയുടെ മാനസിക സുരക്ഷാബോധം തകരാൻ സാധ്യതയുണ്ടെന്നാണ്. ഭയം, അപമാനം, അസഹായതയുടെ അനുഭവം, സ്വയംവിലയിരുത്തലിലെ മാറ്റങ്ങൾ എന്നിവ ഇത്തരം

അനുഭവങ്ങളുടെ ഫലമായി സംഭവിക്കാം. ചില കേസുകളിൽ PTSD പോലുള്ള മാനസിക പ്രശ്നങ്ങളും രേഖപ്പെടുത്തിയിട്ടുണ്ട്.[31]

ഇത് ലൈംഗിക പീഡനത്തെക്കുറിച്ചുള്ള ഒരു പ്രധാന തിരിച്ചറിവിലേക്കാണ് നയിക്കുന്നത്. പീഡനത്തിന്റെ ഗുരുത്വം ശാരീരിക ഘടകങ്ങൾ മാത്രം നിർണ്ണയിക്കുന്നില്ല; വ്യക്തിയുടെ സമ്മതം ലംഘിക്കപ്പെടുകയും സുരക്ഷാബോധം തകരുകയും ചെയ്യുന്ന അനുഭവങ്ങൾ തന്നെയാണ് പ്രധാന മാനസിക ആഘാതത്തിന് കാരണമാകുന്നത്.[32]

അനുഭവങ്ങളുടെ സങ്കീർണ്ണത

ലൈംഗിക പീഡനാനുഭവങ്ങൾ വ്യക്തികളുടെ ജീവിതപരിസരങ്ങളുമായി ബന്ധപ്പെട്ട് വ്യത്യസ്ത രൂപങ്ങളിൽ പ്രത്യക്ഷപ്പെടുന്നു. ലിംഗം, പ്രായം, സാമൂഹിക പശ്ചാത്തലം, അധികാരബന്ധങ്ങൾ, പിന്തുണാ സംവിധാനങ്ങൾ എന്നിവ ഈ അനുഭവങ്ങളുടെ മാനസിക പ്രതിഫലനങ്ങളെ സ്വാധീനിക്കുന്ന ഘടകങ്ങളാണ്.

അതിനാൽ സമകാലീന ട്രോമാ ഗവേഷണങ്ങൾ ലൈംഗിക പീഡനത്തെ ഏകതാനമായ ഒരു അനുഭവമായി കാണുന്നില്ല. വ്യത്യസ്ത വ്യക്തികൾ വ്യത്യസ്ത രീതികളിൽ ഈ അനുഭവങ്ങളെ അനുഭവിക്കുകയും പ്രതികരിക്കുകയും ചെയ്യാം എന്നതാണ് ഈ പഠനങ്ങളുടെ പ്രധാന നിഗമനം.[33]

References

1. Judith Lewis Herman. *Trauma and Recovery.* New York: Basic Books, 1992.
2. American Psychiatric Association. *Diagnostic and Statistical Manual of Mental Disorders (DSM-5).* Washington, DC: APA, 2013.
3. Dean G. Kilpatrick et al. "Rape-Related Posttraumatic Stress Disorder." *American Journal of Psychiatry* 146 (1989): 970–974.
4. Bessel A. van der Kolk. *The Body Keeps the Score: Brain, Mind, and Body in the Healing of Trauma.* New York: Viking, 2014.
5. Ronnie Janoff-Bulman. *Shattered Assumptions: Towards a New Psychology of Trauma.* New York: Free Press, 1992.
6. Judith Herman. *Trauma and Recovery.* New York: Basic Books, 1992.
7. Rebecca Campbell. "The Psychological Impact of Rape Victims." *American Psychologist* 58, no. 9 (2003): 702–717.
8. Patricia A. Resick. *Cognitive Processing Therapy for PTSD.* New York: Guilford Press, 2017.
9. Bessel A. van der Kolk et al. "Trauma and the Development of Emotional Regulation." *Psychiatric Clinics of North America* 19 (1996): 389–411.
10. Judith Lewis Herman. *Trauma and Recovery.* New York: Basic Books, 1992.
11. Ronnie Janoff-Bulman. *Shattered Assumptions: Towards a New Psychology of Trauma.* New York: Free Press, 1992.
12. Rebecca Campbell. "The Psychological Impact of Rape Victims." *American Psychologist* 58, no. 9 (2003): 702–717.
13. Bessel A. van der Kolk. *The Body Keeps the Score: Brain, Mind, and Body in the Healing of Trauma.* New York: Viking, 2014.
14. Patricia A. Resick and Monica Schnicke. *Cognitive Processing Therapy for Sexual Assault Victims.* Newbury Park: Sage Publications, 1993.
15. Mary P. Koss and Mary R. Harvey. *The Rape Victim: Clinical and Community Interventions.* Newbury Park: Sage Publications, 1991.
16. Judith Herman. *Trauma and Recovery.* New York: Basic Books, 1992.
17. Bessel A. van der Kolk et al. "Trauma and Emotional Regulation." *Psychiatric Clinics of North America* 19 (1996): 389–411.
18. Judith Lewis Herman. *Trauma and Recovery.* New York: Basic Books, 1992.

19. Ronnie Janoff-Bulman. *Shattered Assumptions: Towards a New Psychology of Trauma.* New York: Free Press, 1992.

20. Dean G. Kilpatrick et al. "Rape-Related Posttraumatic Stress Disorder." *American Journal of Psychiatry* 146 (1989): 970–974.

21. Rebecca Campbell. "The Psychological Impact of Rape Victims." *American Psychologist* 58, no. 9 (2003): 702–717.

22. Mary P. Koss and Mary R. Harvey. *The Rape Victim: Clinical and Community Interventions.* Newbury Park: Sage Publications, 1991.

23. Patricia A. Resick. *Cognitive Processing Therapy for PTSD.* New York: Guilford Press, 2017.

24. Richard G. Tedeschi and Lawrence G. Calhoun. "Posttraumatic Growth: Conceptual Foundations and Empirical Evidence." *Psychological Inquiry* 15 (2004): 1–18.

25. Bessel A. van der Kolk. *The Body Keeps the Score: Brain, Mind, and Body in the Healing of Trauma.* New York: Viking, 2014.

26. Lara Stemple and Ilan H. Meyer. "The Sexual Victimization of Men in America." *American Journal of Public Health* 104, no. 6 (2014): e19–e26.

27. Philip N. S. Rumney. "In Defence of Gender Neutrality within Rape." *Seattle Journal for Social Justice* 6 (2007): 481–525.

28. Don H. Hotaling and Murray A. Straus. *Understanding Sexual Victimization.* New York: Sage Publications, 1989.

29. Sarah Crome and Alan J. McCabe. "Male Victims of Sexual Assault." *Journal of Interpersonal Violence* 10 (1995): 159–174.

30. Mary P. Koss. "Detecting the Scope of Rape." *Journal of Interpersonal Violence* 2 (1987): 198–222.

31. Patricia A. Resick. *Cognitive Processing Therapy for PTSD.* New York: Guilford Press, 2017.

32. Judith Lewis Herman. *Trauma and Recovery.* New York: Basic Books, 1992.

33. Bessel A. van der Kolk. *The Body Keeps the Score.* New York: Viking, 2014.

അധ്യായം 37

ലൈംഗിക ശേഷി, മരവിപ്പ്, പീഡനം

ലൈംഗിക ആഗ്രഹത്തിലെ മാറ്റങ്ങളും ജീവശാസ്ത്ര ഘടകങ്ങളും (Biological Changes in Sexual Desire)

- ലൈംഗിക ആഗ്രഹത്തിലെ കുറവ് (Libido Decline)
- മെനോപോസ് (Menopause)

മനുഷ്യരുടെ ലൈംഗിക ആഗ്രഹവും ലൈംഗിക ശേഷിയും സ്ഥിരമായ ഒന്നല്ല. ജീവിതഘട്ടങ്ങൾ, ആരോഗ്യസ്ഥിതി, ഹോർമോൺ നില, മാനസിക അവസ്ഥ, സാമൂഹിക സാഹചര്യങ്ങൾ തുടങ്ങിയ നിരവധി ഘടകങ്ങൾ ഇവയെ സ്വാധീനിക്കുന്നു. ജീവശാസ്ത്രപരമായ ഈ മാറ്റങ്ങൾ പലപ്പോഴും വ്യക്തികളുടെ ലൈംഗിക അനുഭവങ്ങളിലും ബന്ധങ്ങളിലുമുള്ള മാറ്റങ്ങളായി പ്രത്യക്ഷപ്പെടാം.[1]

ലൈംഗിക ആഗ്രഹത്തിലെ കുറവ് (Libido Decline)

ലൈംഗിക ആഗ്രഹത്തിലെ കുറവ് ജീവിതത്തിന്റെ വിവിധ ഘട്ടങ്ങളിൽ സംഭവിക്കാവുന്ന ഒരു സാധാരണ അനുഭവമാണ്. ചില സാഹചര്യങ്ങളിൽ ഇത് പ്രായസംബന്ധമായ ജീവശാസ്ത്രപരമായ മാറ്റങ്ങളുമായി ബന്ധപ്പെട്ടിരിക്കാം. മറ്റുചില സാഹചര്യങ്ങളിൽ ആരോഗ്യപ്രശ്നങ്ങൾ, മാനസിക സമ്മർദ്ദം, ബന്ധപ്രശ്നങ്ങൾ, മരുന്നുകളുടെ ഉപയോഗം എന്നിവയും ലൈംഗിക ആഗ്രഹത്തെ സ്വാധീനിക്കാം.[2]

ഗവേഷണങ്ങൾ സൂചിപ്പിക്കുന്നത് ലൈംഗിക ആഗ്രഹത്തിലെ മാറ്റങ്ങൾ പുരുഷന്മാരിലും സ്ത്രീകളിലും വ്യത്യസ്ത രീതികളിൽ പ്രത്യക്ഷപ്പെടാമെന്നാണ്. ചിലർക്കിത് താൽക്കാലികമായ മാറ്റമായിരിക്കുമ്പോൾ, ചിലർക്കിത് ദീർഘകാല പ്രവണതയായി അനുഭവപ്പെടാം. എന്നാൽ സമകാലീന ലൈംഗികാരോഗ്യ പഠനങ്ങൾ ചൂണ്ടിക്കാണിക്കുന്നത് ലൈംഗിക ആഗ്രഹത്തിലെ വ്യത്യാസങ്ങൾ എല്ലായ്പ്പോഴും രോഗാവസ്ഥയെന്ന നിലയിൽ കാണേണ്ടതില്ല എന്നതാണ്. വ്യക്തികളുടെ ജീവിതപരിസരങ്ങളും ബന്ധങ്ങളുമായുള്ള അനുഭവങ്ങളും ഈ മാറ്റങ്ങളെ സ്വാധീനിക്കാം.[3]

മെനോപോസ് (Menopause)

സ്ത്രീകളുടെ ജീവിതത്തിലെ ഒരു പ്രധാന ജീവശാസ്ത്രഘട്ടമാണ് മെനോപോസ്. സാധാരണയായി മധ്യവയസ്സിന് ശേഷം സംഭവിക്കുന്ന ഈ ഘട്ടത്തിൽ ശരീരത്തിലെ ഹോർമോൺ നിലകളിൽ ശ്രദ്ധേയമായ മാറ്റങ്ങൾ സംഭവിക്കുന്നു. പ്രത്യേകിച്ച് എസ്ട്രജൻ (estrogen) എന്ന ഹോർമോണിന്റെ കുറവ് ശരീരത്തിലും മാനസികാവസ്ഥയിലും ചില മാറ്റങ്ങൾ ഉണ്ടാക്കാൻ സാധ്യതയുണ്ട്.[4]

ചില സ്ത്രീകൾക്ക് മെനോപോസ് കാലഘട്ടത്തിൽ ലൈംഗിക ആഗ്രഹത്തിൽ മാറ്റങ്ങൾ അനുഭവപ്പെടാം. ചിലർക്കത് കുറവായി തോന്നാം, ചിലർക്കത് വലിയ മാറ്റമില്ലാതെ തുടരുകയും ചെയ്യാം. അതിനാൽ മെനോപോസ് ലൈംഗികജീവിതത്തെ ഒരേ രീതിയിൽ സ്വാധീനിക്കുന്നു എന്ന് പൊതുവായ നിഗമനം നടത്താൻ കഴിയില്ലെന്ന് ഗവേഷണങ്ങൾ സൂചിപ്പിക്കുന്നു. വ്യക്തികളുടെ ആരോഗ്യസ്ഥിതി, ബന്ധങ്ങൾ, മാനസികാവസ്ഥ, സാമൂഹിക പിന്തുണ എന്നിവ ഈ അനുഭവങ്ങളെ സ്വാധീനിക്കുന്ന പ്രധാന ഘടകങ്ങളാണ്.[5]

ചില പഠനങ്ങൾ സൂചിപ്പിക്കുന്നത് മെനോപോസ് കാലഘട്ടത്തിൽ ഉണ്ടാകുന്ന മാറ്റങ്ങളെക്കുറിച്ചുള്ള അറിവും ആരോഗ്യസഹായവും ലഭിക്കുമ്പോൾ സ്ത്രീകൾക്ക് അവരുടെ ലൈംഗികജീവിതത്തെ പുതിയ രീതിയിൽ മനസ്സിലാക്കാനും ക്രമീകരിക്കാനും സാധിക്കാമെന്നാണ്. അതിനാൽ മെനോപോസ് വെറും ജീവശാസ്ത്രപരമായ മാറ്റമെന്നതിലുപരി, ജീവിതത്തിന്റെ ഒരു പുതിയ ഘട്ടത്തിലേക്കുള്ള മാറിപ്പോകലായും മനസ്സിലാക്കപ്പെടുന്നു.[6]

ജീവശാസ്ത്രവും സാമൂഹിക ഘടകങ്ങളും

ലൈംഗിക ആഗ്രഹത്തെക്കുറിച്ചുള്ള സമകാലീന ഗവേഷണങ്ങൾ ഒരു പ്രധാന കാര്യവും ചൂണ്ടിക്കാണിക്കുന്നു. ലൈംഗിക ആഗ്രഹം വെറും ജീവശാസ്ത്രപരമായ ഘടകങ്ങളാൽ മാത്രം നിർണ്ണയിക്കപ്പെടുന്നില്ല. മാനസികാവസ്ഥ, ബന്ധങ്ങളുടെ ഗുണമേന്മ, സാമൂഹിക പ്രതീക്ഷകൾ, സാംസ്കാരിക ധാരണകൾ എന്നിവയും അതിനെ ശക്തമായി സ്വാധീനിക്കുന്നു.

അതിനാൽ ലൈംഗിക ആഗ്രഹത്തിലെ മാറ്റങ്ങളെ മനസ്സിലാക്കുമ്പോൾ ജീവശാസ്ത്രപരമായ ഘടകങ്ങൾ മാത്രമല്ല, വ്യക്തികളുടെ ജീവിതപരിസരങ്ങളും സാമൂഹിക സാഹചര്യങ്ങളും ഒരുമിച്ച് പരിഗണിക്കേണ്ടതുണ്ടെന്ന് നിരവധി ഗവേഷകർ ചൂണ്ടിക്കാണിക്കുന്നു.[7]

ലൈംഗിക ആഗ്രഹത്തിന്റെ വൈവിധ്യം (Diversity of Sexual Desire)

• ഏസെക്ഷ്വൽ സ്പെക്ട്രം (Asexual Spectrum)

ലൈംഗിക ആഗ്രഹം മനുഷ്യരുടെ അനുഭവങ്ങളിൽ ഒരേ രീതിയിൽ പ്രകടമാകുന്ന ഒന്നല്ല. ചില വ്യക്തികൾക്ക് ശക്തമായ ലൈംഗിക ആഗ്രഹം അനുഭവപ്പെടുമ്പോൾ, മറ്റുചിലർക്കത് വളരെ കുറഞ്ഞതായിരിക്കാം. ചിലർക്കോ ലൈംഗിക ആഗ്രഹം തന്നെ ഇല്ലാത്തതായിരിക്കാം. സമകാലീന ലൈംഗികത പഠനങ്ങൾ ഈ വ്യത്യാസങ്ങളെ മനുഷ്യരുടെ സ്വാഭാവിക അനുഭവങ്ങളുടെ ഭാഗമായിട്ടാണ് കാണുന്നത്. ഈ പശ്ചാത്തലത്തിലാണ് "ഏസെക്ഷ്വൽ സ്പെക്ട്രം" (Asexual Spectrum) എന്ന ആശയം വികസിച്ചത്.[8]

ഏസെക്ഷ്വാലിറ്റി (Asexuality) സാധാരണയായി മറ്റുള്ളവരോടുള്ള ലൈംഗിക ആകർഷണം വളരെ കുറവോ ഇല്ലാതെയോ അനുഭവിക്കുന്ന അവസ്ഥയായി നിർവചിക്കപ്പെടുന്നു. ഇത് നിർബന്ധമായും രോഗാവസ്ഥയോ മാനസിക പ്രശ്നമോ അല്ലെന്ന് നിരവധി ഗവേഷകർ ചൂണ്ടിക്കാണിക്കുന്നു. മറിച്ച് മനുഷ്യരുടെ ലൈംഗിക വൈവിധ്യത്തിന്റെ ഒരു സ്വാഭാവിക രൂപമായി ഇതിനെ പഠനങ്ങൾ വിശദീകരിക്കുന്നു.[9]

ഏസെക്ഷ്വൽ സ്പെക്ട്രം എന്ന ആശയം ഈ അനുഭവങ്ങളുടെ വൈവിധ്യത്തെ വ്യക്തമാക്കാൻ ഉപയോഗിക്കുന്നു. എല്ലാ ഏസെക്ഷ്വൽ വ്യക്തികളും ഒരേ രീതിയിൽ അനുഭവിക്കുന്നില്ല. ചിലർക്ക് പൂർണ്ണമായ ലൈംഗിക ആകർഷണത്തിന്റെ അഭാവം അനുഭവപ്പെടുമ്പോൾ, മറ്റുചിലർക്ക് ചില പ്രത്യേക സാഹചര്യങ്ങളിൽ മാത്രമായിരിക്കാം ലൈംഗിക ആകർഷണം അനുഭവപ്പെടുക. ഈ വൈവിധ്യങ്ങളാണ് "സ്പെക്ട്രം" എന്ന ആശയത്തിലൂടെ വിശദീകരിക്കപ്പെടുന്നത്.[10]

ഗവേഷണങ്ങൾ സൂചിപ്പിക്കുന്നത് ഏസെക്ഷ്വാലിറ്റി മനുഷ്യരുടെ ബന്ധങ്ങളെയും ജീവിതാനുഭവങ്ങളെയും വ്യത്യസ്ത രീതികളിൽ സ്വാധീനിക്കാമെന്നാണ്. ചില ഏസെക്ഷ്വൽ വ്യക്തികൾക്ക് പ്രണയബന്ധങ്ങൾ ഉണ്ടായേക്കാം, എന്നാൽ അവ ലൈംഗികബന്ധങ്ങളിൽ കേന്ദ്രീകരിച്ചിരിക്കണമെന്നില്ല. മറ്റുചിലർക്ക് പ്രണയബന്ധങ്ങൾ പോലും ആവശ്യമില്ലാതെയാകാം.

അതിനാൽ ഏസെക്ഷ്വാലിറ്റിയെ വെറും ലൈംഗിക ആഗ്രഹത്തിന്റെ അഭാവമായി മാത്രം കാണുന്നത് അപൂർണ്ണമായ വിശദീകരണമാണെന്ന് ചില പഠനങ്ങൾ ചൂണ്ടിക്കാണിക്കുന്നു.[11]

സമകാലീന ലൈംഗികത പഠനങ്ങൾ മറ്റൊരു പ്രധാന കാര്യവും ചർച്ച ചെയ്യുന്നു. സമൂഹത്തിലെ സാധാരണ ധാരണകൾ പലപ്പോഴും എല്ലാ വ്യക്തികളും ലൈംഗിക ആഗ്രഹം അനുഭവിക്കണം എന്ന പ്രതീക്ഷയിലാണുള്ളത്. ഈ സമീപനത്തെ ചില ഗവേഷകർ "compulsory sexuality" എന്ന ആശയത്തിലൂടെ വിമർശിക്കുന്നു. അതായത് ലൈംഗിക ആഗ്രഹം മനുഷ്യജീവിതത്തിന്റെ നിർബന്ധിത ഘടകമാണെന്ന സാമൂഹിക ധാരണയെ ചോദ്യം ചെയ്യുകയാണ് ഈ സമീപനം.[12]

ഈ പശ്ചാത്തലത്തിൽ ഏസെക്ഷ്വാലിറ്റി മനുഷ്യരുടെ ലൈംഗിക വൈവിധ്യത്തിന്റെ ഒരു ഭാഗമായാണ് മനസ്സിലാക്കപ്പെടുന്നത്. മനുഷ്യരുടെ ലൈംഗിക അനുഭവങ്ങൾ ഒരേ മാതൃകയിൽ ഒതുങ്ങുന്നില്ല എന്ന തിരിച്ചറിവാണ് സമകാലീന പഠനങ്ങൾ മുന്നോട്ടുവയ്ക്കുന്നത്. ലൈംഗിക ആഗ്രഹത്തിന്റെ വൈവിധ്യത്തെ അംഗീകരിക്കുന്ന സമീപനമാണ് സമകാലീന ലൈംഗികത ഗവേഷണങ്ങളിൽ കൂടുതൽ പ്രാധാന്യം നേടുന്നത്.[13]

പുരുഷ ലൈംഗിക പ്രകടനവുമായി ബന്ധപ്പെട്ട മാനസിക ഘടകങ്ങൾ (Psychological Factors in Male Sexual Performance)

- പുരുഷന്മാരിലെ പ്രകടനാശങ്ക (Performance Anxiety in Men)
- ഉത്തേജനത്തെക്കുറിച്ചുള്ള ആശങ്കയുടെ സാംസ്കാരിക ഘടന (Erectile Anxiety as Cultural Construct)

പുരുഷന്മാരുടെ ലൈംഗിക പ്രകടനത്തെക്കുറിച്ചുള്ള സാമൂഹിക പ്രതീക്ഷകൾ പല സമൂഹങ്ങളിലും ശക്തമായി രൂപപ്പെട്ടിട്ടുണ്ട്. പുരുഷന്മാർ എല്ലായ്പ്പോഴും ലൈംഗികമായി സജീവരായിരിക്കണം, ലൈംഗികബന്ധത്തിൽ സ്ഥിരമായ പ്രകടനം കാഴ്ചവയ്ക്കണം, ശാരീരിക ഉത്തേജനം നിയന്ത്രിക്കണം എന്നീ ധാരണകൾ സാമൂഹികമായി വ്യാപകമായി പ്രചരിച്ചിരിക്കുന്നവയാണ്. ഇത്തരം പ്രതീക്ഷകൾ ചിലപ്പോൾ വ്യക്തികളിൽ മാനസിക സമ്മർദ്ദം സൃഷ്ടിക്കാൻ ഇടയാക്കാം.[14]

പുരുഷന്മാരിലെ പ്രകടനാശങ്ക (Performance Anxiety in Men)

ലൈംഗിക പ്രകടനത്തെക്കുറിച്ചുള്ള ആശങ്കയെ മനഃശാസ്ത്ര പഠനങ്ങൾ "performance anxiety" എന്ന ആശയത്തിലൂടെ വിശദീകരിക്കുന്നു. ലൈംഗിക ബന്ധത്തിനിടയിൽ വ്യക്തി തന്റെ പ്രകടനത്തെക്കുറിച്ച് അതിയായ ആശങ്ക അനുഭവിക്കുമ്പോൾ, ആ മാനസിക സമ്മർദ്ദം തന്നെ ലൈംഗിക പ്രവർത്തനത്തെ ബാധിക്കാം. ചില സാഹചര്യങ്ങളിൽ ഉത്തേജനത്തിലെ കുറവ്, ശ്രദ്ധക്കുറവ്, ആത്മവിശ്വാസക്കുറവ് തുടങ്ങിയ പ്രതിഫലനങ്ങൾ ഇതിന്റെ ഭാഗമായി അനുഭവപ്പെടാം.[15]

മനഃശാസ്ത്ര പഠനങ്ങൾ സൂചിപ്പിക്കുന്നത് പ്രകടനാശങ്ക പലപ്പോഴും സ്വയംവിലയിരുത്തലുമായി ബന്ധപ്പെട്ടിരിക്കുന്നു. വ്യക്തി തന്റെ ലൈംഗിക കഴിവിനെക്കുറിച്ച് നെഗറ്റീവ് ധാരണകൾ രൂപപ്പെടുത്തുമ്പോൾ, അത് യഥാർത്ഥ അനുഭവങ്ങളിലും പ്രതിഫലിക്കാം. ഇതിനെ "self-fulfilling expectation" എന്ന ആശയത്തിലൂടെ ചില ഗവേഷകർ വിശദീകരിക്കുന്നു. അതായത്

പരാജയത്തിന്റെ ഭയം തന്നെ ചിലപ്പോൾ പ്രകടനത്തെ ബാധിക്കുന്ന സാഹചര്യങ്ങൾ സൃഷ്ടിക്കാം.[16]

ഉത്തേജനത്തെക്കുറിച്ചുള്ള ആശങ്കയുടെ സാംസ്കാരിക ഘടന (Erectile Anxiety as Cultural Construct)

ചില ഗവേഷകർ ചൂണ്ടിക്കാണിക്കുന്നത് ഉത്തേജനവുമായി ബന്ധപ്പെട്ട ആശങ്കകൾ എല്ലായ്പ്പോഴും ജീവശാസ്ത്രപരമായ പ്രശ്നങ്ങൾ മാത്രം സൂചിപ്പിക്കുന്നില്ല എന്നതാണ്. പലപ്പോഴും അത് സാമൂഹിക പ്രതീക്ഷകളുമായി ബന്ധപ്പെട്ട സാംസ്കാരിക ഘടനകളായി മനസ്സിലാക്കേണ്ടതുണ്ടെന്നാണ് ചില പഠനങ്ങൾ നിർദ്ദേശിക്കുന്നത്.[17]

സമൂഹത്തിലെ പുരുഷത്വത്തെക്കുറിച്ചുള്ള ധാരണകൾ ലൈംഗിക പ്രകടനവുമായി ശക്തമായി ബന്ധിപ്പിക്കപ്പെടാറുണ്ട്. ചില സംസ്കാരങ്ങളിൽ പുരുഷത്വം ലൈംഗിക കഴിവിന്റെ അടിസ്ഥാനത്തിൽ വിലയിരുത്തപ്പെടുന്നു. ഈ സാഹചര്യത്തിൽ ഉത്തേജനത്തെക്കുറിച്ചുള്ള ആശങ്ക വ്യക്തിപരമായ ആരോഗ്യപ്രശ്നമെന്നതിലുപരി, സാമൂഹിക പ്രതീക്ഷകളുടെ ഫലമായ മാനസിക സമ്മർദ്ദമായി മാറാൻ സാധ്യതയുണ്ട്.[18]

മനഃശാസ്ത്രവും ലൈംഗികത പഠനങ്ങളും ചൂണ്ടിക്കാണിക്കുന്നത്, ലൈംഗിക പ്രകടനത്തെക്കുറിച്ചുള്ള ഈ സാമൂഹിക സമ്മർദ്ദങ്ങൾ വ്യക്തികളുടെ അനുഭവങ്ങളെ നേരിട്ട് സ്വാധീനിക്കാമെന്നാണ്. പ്രത്യേകിച്ച് മാധ്യമങ്ങൾ, ജനപ്രിയ സംസ്കാരം, സാമൂഹിക പ്രതീക്ഷകൾ എന്നിവ ലൈംഗിക പ്രകടനത്തെക്കുറിച്ചുള്ള യാഥാർത്ഥ്യവുമായി പൊരുത്തപ്പെടാത്ത ധാരണകൾ സൃഷ്ടിക്കാം. ഇതിലൂടെ ചില വ്യക്തികൾക്ക് അവരുടെ ലൈംഗികജീവിതത്തെക്കുറിച്ച് അനാവശ്യമായ ആശങ്കകൾ അനുഭവപ്പെടാൻ സാധ്യതയുണ്ട്.[19]

മാനസിക ഘടകങ്ങളും ബന്ധങ്ങളുമുള്ള ബന്ധം

ലൈംഗിക പ്രകടനവുമായി ബന്ധപ്പെട്ട മാനസിക ഘടകങ്ങൾ പലപ്പോഴും വ്യക്തികളുടെ ബന്ധങ്ങളെയും സ്വാധീനിക്കാം. പ്രകടനത്തെക്കുറിച്ചുള്ള ആശങ്ക ചിലപ്പോൾ ബന്ധങ്ങളിൽ സമ്മർദ്ദം സൃഷ്ടിക്കാനും പരസ്പരസംവാദത്തിൽ തടസ്സം ഉണ്ടാക്കാനും ഇടയാക്കാം. ഈ സാഹചര്യത്തിൽ തുറന്ന സംവാദവും മാനസിക പിന്തുണയും ചില പഠനങ്ങൾ പ്രധാന ഘടകങ്ങളായി ചർച്ച ചെയ്യുന്നു.[20]

അതുകൊണ്ട് തന്നെ സമകാലീന ലൈംഗികാരോഗ്യ പഠനങ്ങൾ ലൈംഗിക പ്രകടനവുമായി ബന്ധപ്പെട്ട പ്രശ്നങ്ങളെ വെറും ജീവശാസ്ത്രപരമായ പ്രശ്നങ്ങളായി മാത്രം കാണുന്നില്ല. മാനസികാവസ്ഥ, സാമൂഹിക പ്രതീക്ഷകൾ, ബന്ധങ്ങളുടെ ഗുണമേന്മ എന്നിവയും ഈ അനുഭവങ്ങളെ സ്വാധീനിക്കുന്ന പ്രധാന ഘടകങ്ങളാണെന്ന് ഗവേഷണങ്ങൾ ചൂണ്ടിക്കാണിക്കുന്നു.[21]

ലൈംഗിക പീഡനത്തിന്റെ രൂപങ്ങൾ (Forms of Sexual Violence)

- ലൈംഗിക പീഡനം (Sexual Abuse)
- വിവാഹബന്ധത്തിനുള്ളിലെ ബലാത്സംഗം (Marital Rape)
- ലൈംഗിക അടിമത്തം (Sexual Slavery)

ലൈംഗിക പീഡനം ഒരേ രൂപത്തിലുള്ള അനുഭവമല്ല. സാമൂഹിക സാഹചര്യങ്ങൾ, ബന്ധങ്ങളുടെ സ്വഭാവം, അധികാര അസമത്വങ്ങൾ എന്നിവയുടെ അടിസ്ഥാനത്തിൽ അത് വിവിധ രൂപങ്ങളിൽ പ്രത്യക്ഷപ്പെടുന്നു. സമകാലീന മനുഷ്യാവകാശ പഠനങ്ങളും സാമൂഹ്യശാസ്ത്ര ഗവേഷണങ്ങളും സൂചിപ്പിക്കുന്നത് ലൈംഗിക പീഡനം വ്യക്തിപരമായ ആക്രമണം മാത്രമല്ല; അത് പലപ്പോഴും അധികാരവും നിയന്ത്രണവും ഉൾക്കൊള്ളുന്ന സാമൂഹിക പ്രശ്നമായാണ് മനസ്സിലാക്കേണ്ടതെന്ന് വ്യക്തമാക്കുന്നു.[22]

ലൈംഗിക പീഡനം (Sexual Abuse)

ലൈംഗിക പീഡനം എന്നത് ഒരാളുടെ സമ്മതമില്ലാതെ അല്ലെങ്കിൽ സമ്മതം പ്രകടിപ്പിക്കാൻ കഴിയാത്ത സാഹചര്യങ്ങളിൽ മറ്റൊരാൾ നടത്തുന്ന ലൈംഗിക സ്വഭാവമുള്ള പെരുമാറ്റങ്ങളെയാണ് സൂചിപ്പിക്കുന്നത്. ഇത് ശാരീരിക ബലപ്രയോഗം മാത്രമല്ല; ഭീഷണി, അധികാരപ്രയോഗം, നിർബന്ധിത സ്പർശം, ലൈംഗിക അപമാനം തുടങ്ങിയ രൂപങ്ങളിലും പ്രത്യക്ഷപ്പെടാം. ചില സാഹചര്യങ്ങളിൽ കുടുംബബന്ധങ്ങളിലോ പരിചിതരായ ആളുകളിലോ സംഭവിക്കുന്ന ലൈംഗിക പീഡനങ്ങൾ പ്രത്യേകമായി രേഖപ്പെടുത്തിയിട്ടുണ്ടെന്ന് പഠനങ്ങൾ സൂചിപ്പിക്കുന്നു.[23]

കുട്ടികളിൽ സംഭവിക്കുന്ന ലൈംഗിക പീഡനം (child sexual abuse) ഈ വിഷയത്തിൽ പ്രത്യേക ശ്രദ്ധ നേടുന്ന മേഖലയാണ്. കുട്ടികളുടെ സുരക്ഷയും മാനസിക വികസനവും ഗുരുതരമായി ബാധിക്കുന്ന ഒരു പ്രശ്നമായി ഇത് നിരവധി ഗവേഷണങ്ങളിൽ ചർച്ച ചെയ്യപ്പെടുന്നു. ഇത്തരം അനുഭവങ്ങൾ ദീർഘകാല മാനസിക ആഘാതങ്ങൾ സൃഷ്ടിക്കാനിടയുണ്ടെന്ന് മനഃശാസ്ത്ര പഠനങ്ങൾ ചൂണ്ടിക്കാണിക്കുന്നു.[24]

വിവാഹബന്ധത്തിനുള്ളിലെ ബലാത്സംഗം (Marital Rape)

വിവാഹബന്ധത്തിനുള്ളിൽ നടക്കുന്ന ബലപ്രയോഗപരമായ ലൈംഗികബന്ധങ്ങളെ marital rape എന്ന ആശയത്തിലൂടെ വിശദീകരിക്കുന്നു. ചരിത്രപരമായി പല നിയമസംവിധാനങ്ങളിലും വിവാഹബന്ധത്തിനുള്ളിൽ ബലാത്സംഗം സംഭവിക്കാമെന്ന ആശയം അംഗീകരിക്കപ്പെട്ടിരുന്നില്ല. ചില പഴയ നിയമപരമ്പരകളിൽ വിവാഹം ഭാര്യയുടെ സ്ഥിരമായ സമ്മതമായി കരുതപ്പെട്ടിരുന്നുവെന്ന നിരീക്ഷണം നിയമചരിത്ര പഠനങ്ങളിൽ കാണപ്പെടുന്നു.[25]എന്നാൽ സമകാലീന മനുഷ്യാവകാശ ചിന്തകൾ ഈ സമീപനത്തെ ശക്തമായി ചോദ്യം ചെയ്യുന്നു. വിവാഹബന്ധം ഉണ്ടായാലും വ്യക്തിയുടെ ശരീരാവകാശവും സ്വതന്ത്ര സമ്മതവും നിലനിൽക്കുന്നു എന്നതാണ് ആധുനിക നിയമചിന്തയുടെ അടിസ്ഥാനവാദം. അതിനാൽ നിരവധി രാജ്യങ്ങളിൽ marital rape ഒരു കുറ്റകൃത്യമായി നിയമപരമായി അംഗീകരിക്കപ്പെട്ടിട്ടുണ്ട്.[26]

ലൈംഗിക അടിമത്തം (Sexual Slavery)

ലൈംഗിക അടിമത്തം എന്നത് മനുഷ്യക്കടത്ത്, നിർബന്ധിത ലൈംഗിക തൊഴിൽ, യുദ്ധസാഹചര്യങ്ങളിൽ നടക്കുന്ന ലൈംഗിക ചൂഷണം തുടങ്ങിയ സാഹചര്യങ്ങളുമായി ബന്ധപ്പെട്ട ഒരു ഗുരുതര മനുഷ്യാവകാശ ലംഘനമാണ്. ചില സാഹചര്യങ്ങളിൽ വ്യക്തികളെ ഭീഷണി, ബലപ്രയോഗം, വഞ്ചന തുടങ്ങിയ മാർഗങ്ങളിലൂടെ നിയന്ത്രിച്ച് ലൈംഗിക ചൂഷണത്തിനായി ഉപയോഗിക്കുന്ന സംഭവങ്ങൾ രേഖപ്പെടുത്തിയിട്ടുണ്ട്.[27]

ഐക്യരാഷ്ട്രസഭയുടേയും മറ്റ് അന്താരാഷ്ട്ര സംഘടനകളുടേയും റിപ്പോർട്ടുകൾ സൂചിപ്പിക്കുന്നത് മനുഷ്യക്കടത്തുമായി ബന്ധപ്പെട്ട ലൈംഗിക ചൂഷണം ആഗോളതലത്തിൽ വലിയ മനുഷ്യാവകാശ പ്രശ്നമായി തുടരുകയാണെന്നാണ്. ഇത്തരം സാഹചര്യങ്ങളിൽ സാമ്പത്തിക അസമത്വങ്ങൾ, സംഘർഷങ്ങൾ, സാമൂഹിക സുരക്ഷയുടെ അഭാവം തുടങ്ങിയ ഘടകങ്ങൾ പ്രധാന പങ്കുവഹിക്കാമെന്ന് പഠനങ്ങൾ ചൂണ്ടിക്കാണിക്കുന്നു.[28]

അധികാരവും അസമത്വവും

ലൈംഗിക പീഡനത്തിന്റെ വിവിധ രൂപങ്ങളെ പരിശോധിക്കുമ്പോൾ ഒരു പൊതുവായ ഘടകം ശ്രദ്ധിക്കപ്പെടുന്നു. അതാണ് അധികാര അസമത്വം. കുടുംബബന്ധങ്ങൾ, തൊഴിൽബന്ധങ്ങൾ, സാമൂഹിക സ്ഥാനങ്ങൾ, സാമ്പത്തിക സാഹചര്യങ്ങൾ എന്നിവ ചിലപ്പോൾ വ്യക്തികളെ അധികാരപരമായ നിയന്ത്രണത്തിനുള്ളിൽ കൊണ്ടുവരാം. ഈ സാഹചര്യങ്ങളിൽ ലൈംഗിക പീഡനം അധികാരപ്രയോഗത്തിന്റെ ഒരു രൂപമായി പ്രത്യക്ഷപ്പെടാം.[29]

അതിനാൽ സമകാലീന ഗവേഷണങ്ങൾ ലൈംഗിക പീഡനത്തെ വെറും വ്യക്തിപരമായ കുറ്റകൃത്യമായി മാത്രം കാണുന്നില്ല. സാമൂഹിക ഘടനകൾ, നിയമസംവിധാനങ്ങൾ, സാമ്പത്തിക അസമത്വങ്ങൾ, ലിംഗാധിഷ്ഠിത അധികാരബന്ധങ്ങൾ എന്നിവയെ ഉൾക്കൊള്ളുന്ന വിപുലമായ സാമൂഹിക പ്രശ്നമായി ഇതിനെ പഠനങ്ങൾ പരിശോധിക്കുന്നു.[30]

References

1. Rosemary Basson. "The Female Sexual Response: A Different Model." *Journal of Sex & Marital Therapy* 26 (2000): 51–65.
2. Irwin Goldstein and Cindy Meston. *Women's Sexual Function and Dysfunction.* London: Taylor & Francis, 2006.
3. David M. Buss. *The Evolution of Desire: Strategies of Human Mating.* New York: Basic Books, 1994.
4. Susan R. Davis and Robin Bell. "Hormonal Changes and Sexual Function in Menopause." *The Lancet* 369 (2007): 409–418.
5. Sheryl A. Kingsberg. "The Impact of Aging and Hormonal Changes on Female Sexual Function." *Journal of Women's Health* 11 (2002): 563–572.
6. Myra Hunter and Melanie Smith. *Managing Hot Flushes and Night Sweats.* London: Routledge, 2014.
7. John Bancroft. *Human Sexuality and Its Problems.* London: Churchill Livingstone, 2009.
8. Anthony F. Bogaert. "Asexuality: Prevalence and Associated Factors." *Journal of Sex Research* 41, no. 3 (2004): 279–287.
9. Anthony F. Bogaert. *Understanding Asexuality.* Lanham: Rowman & Littlefield, 2012.
10. Mark Carrigan. "There's More to Life Than Sex? Difference and Commonality within the Asexual Community." *Sexualities* 14 (2011): 462–478.
11. Karli Cerankowski and Megan Milks (eds.). *Asexualities: Feminist and Queer Perspectives.* New York: Routledge, 2014.
12. Ela Przybylo. *Asexual Erotics: Intimate Readings of Compulsory Sexuality.* Columbus: Ohio State University Press, 2019.
13. Anthony F. Bogaert. *Asexuality: What It Is and Why It Matters.* London: Routledge, 2015.
14. John Bancroft. *Human Sexuality and Its Problems.* London: Churchill Livingstone, 2009.
15. Masters, William H., and Virginia E. Johnson. *Human Sexual Inadequacy.* Boston: Little, Brown, 1970.
16. David Schnarch. *Passionate Marriage: Keeping Love and Intimacy Alive in Committed Relationships.* New York: W. W. Norton, 1997.

17. Leonore Tiefer. *Sex Is Not a Natural Act and Other Essays.* Boulder: Westview Press, 1995.

18. Michael Kimmel. *Manhood in America: A Cultural History.* New York: Oxford University Press, 2006.

19. Brian McNair. *Striptease Culture: Sex, Media and the Democratisation of Desire.* London: Routledge, 2002.

20. Barry W. McCarthy and Emily J. McCarthy. *Rekindling Desire.* New York: Routledge, 2013.

21. Rosemary Basson. "The Female Sexual Response: A Different Model." *Journal of Sex & Marital Therapy* 26 (2000): 51–65.

22. Susan Brownmiller. *Against Our Will: Men, Women, and Rape.* New York: Simon & Schuster, 1975.

23. Diana E. H. Russell. *Sexual Exploitation: Rape, Child Sexual Abuse, and Workplace Harassment.* Beverly Hills: Sage Publications, 1984.

24. Judith Lewis Herman. *Trauma and Recovery.* New York: Basic Books, 1992.

25. Jill Elaine Hasday. *Intimate Lies and the Law.* Oxford: Oxford University Press, 2019.

26. Michelle J. Anderson. "Marital Rape." *Georgetown Law Journal* 92 (2004): 1461–1533.

27. Siddharth Kara. *Sex Trafficking: Inside the Business of Modern Slavery.* New York: Columbia University Press, 2009.

28. United Nations Office on Drugs and Crime. *Global Report on Trafficking in Persons.* Vienna: UNODC, 2020.

29. Raewyn Connell. *Gender and Power: Society, the Person and Sexual Politics.* Stanford: Stanford University Press, 1987.

30. Liz Kelly. *Surviving Sexual Violence.* Cambridge: Polity Press, 1988.

അധ്യായം 38

പ്രായവും ലൈംഗിക നിഷേധവും

മനുഷ്യരുടെ ലൈംഗികജീവിതത്തെക്കുറിച്ചുള്ള പൊതുസമൂഹ ധാരണകൾ പലപ്പോഴും യുവത്വത്തെ കേന്ദ്രീകരിച്ചാണ് രൂപപ്പെട്ടിരിക്കുന്നത്. ഇതിന്റെ ഫലമായി പ്രായം കൂടുന്ന സാഹചര്യങ്ങളിൽ ലൈംഗിക ആഗ്രഹവും ലൈംഗികജീവിതവും പലപ്പോഴും സാമൂഹികമായി അവഗണിക്കപ്പെടുകയോ നിഷേധിക്കപ്പെടുകയോ ചെയ്യുന്നു. സമകാലീന സാമൂഹ്യശാസ്ത്രവും ലൈംഗികത പഠനങ്ങളും ചൂണ്ടിക്കാണിക്കുന്നത്, പ്രായവും ലൈംഗികതയും തമ്മിലുള്ള ബന്ധത്തെക്കുറിച്ചുള്ള നിരവധി പൊതുധാരണകൾ യാഥാർത്ഥ്യത്തെ പൂർണ്ണമായി പ്രതിഫലിപ്പിക്കുന്നില്ല എന്നതാണ്.[1]

ഈ അധ്യായം പ്രായം കൂടുന്ന സാഹചര്യങ്ങളിൽ ലൈംഗിക ആഗ്രഹം, സാമൂഹിക പ്രതീക്ഷകൾ, ബന്ധങ്ങളിലെ മാറ്റങ്ങൾ, സാമൂഹിക അംഗീകാരം എന്നിവ തമ്മിലുള്ള ബന്ധത്തെ വിമർശനാത്മകമായി വിശകലനം ചെയ്യുന്നു.

പ്രായവും ലൈംഗിക ആഗ്രഹവും (Aging and Sexual Desire)

• പ്രായം കൂടുന്ന സാഹചര്യങ്ങളിലെ ലൈംഗിക ആഗ്രഹം (Aging Desire)

സമൂഹത്തിൽ വ്യാപകമായി നിലനിൽക്കുന്ന ഒരു ധാരണയാണ് പ്രായം കൂടുമ്പോൾ ലൈംഗിക ആഗ്രഹം സ്വാഭാവികമായി ഇല്ലാതാകുന്നു എന്നത്. എന്നാൽ സമകാലീന ഗവേഷണങ്ങൾ ഈ ധാരണയെ ചോദ്യം ചെയ്യുന്നു. നിരവധി പഠനങ്ങൾ സൂചിപ്പിക്കുന്നത് ലൈംഗിക ആഗ്രഹം പ്രായം കൂടുന്നതോടെ ഒരേ രീതിയിൽ അപ്രത്യക്ഷമാകുന്നില്ല എന്നതാണ്.[2]

ലൈംഗികതയെക്കുറിച്ചുള്ള ചില സാമൂഹിക കാഴ്ചപ്പാടുകൾ യുവത്വത്തെയും ശാരീരിക ശേഷിയെയും കേന്ദ്രീകരിച്ചാണ് രൂപപ്പെട്ടിരിക്കുന്നത്. ഇതിന്റെ ഫലമായി പ്രായമുള്ള വ്യക്തികളുടെ ലൈംഗികജീവിതം പൊതുചർച്ചകളിൽ പലപ്പോഴും അദൃശ്യമാക്കപ്പെടുന്നു. എന്നാൽ ആരോഗ്യശാസ്ത്ര പഠനങ്ങളും സാമൂഹ്യശാസ്ത്ര ഗവേഷണങ്ങളും സൂചിപ്പിക്കുന്നത് പ്രായമുള്ള വ്യക്തികൾക്കും ലൈംഗിക ആഗ്രഹവും അടുപ്പമുള്ള ബന്ധങ്ങളോടുള്ള ആവശ്യവും തുടരാം എന്നതാണ്.[3]

ചില വ്യക്തികൾക്ക് പ്രായം കൂടുമ്പോൾ ലൈംഗിക ആഗ്രഹത്തിൽ മാറ്റങ്ങൾ ഉണ്ടാകാം. എന്നാൽ ഇത് വ്യക്തികളിൽ വ്യത്യസ്ത രീതികളിൽ പ്രകടമാകുന്നു. ചിലർക്കത് കുറയാം, ചിലർക്കത് പുതിയ രീതിയിൽ പ്രകടമാകാം, മറ്റുചിലർക്കത് വലിയ മാറ്റമില്ലാതെ തുടരുകയും ചെയ്യാം.

ജീവശാസ്ത്രപരമായ ഘടകങ്ങൾ ഈ മാറ്റങ്ങളിൽ ചില പങ്ക് വഹിക്കാമെങ്കിലും, അവ മാത്രമല്ല നിർണായക ഘടകങ്ങൾ. ആരോഗ്യസ്ഥിതി, ഹോർമോൺ നില, മരുന്നുകളുടെ ഉപയോഗം, മാനസികാവസ്ഥ എന്നിവ ലൈംഗിക ആഗ്രഹത്തെ സ്വാധീനിക്കാം. എന്നാൽ ബന്ധങ്ങളുടെ ഗുണമേന്മ, പങ്കാളിയുമായുള്ള അടുപ്പം, സാമൂഹിക പിന്തുണ, ജീവിതാനുഭവങ്ങൾ എന്നിവയും അത്രതന്നെ പ്രധാന ഘടകങ്ങളാണ്.[4]

സമകാലീന ഗവേഷണങ്ങൾ മറ്റൊരു കാര്യവും ചൂണ്ടിക്കാണിക്കുന്നു. പ്രായം കൂടുന്ന സാഹചര്യങ്ങളിൽ ലൈംഗികതയുടെ അർത്ഥവും അനുഭവവും ചിലപ്പോൾ മാറാം. ചില വ്യക്തികൾക്ക് യുവത്വകാലത്തേക്കാൾ വ്യത്യസ്തമായ രീതിയിൽ അടുപ്പവും ബന്ധവും

അനുഭവപ്പെടാം. അതിനാൽ ലൈംഗികതയെ വെറും ശാരീരിക പ്രവർത്തനമായി മാത്രം കാണാതെ, ബന്ധങ്ങളുടെ ഗുണമേന്മയുമായി ബന്ധപ്പെട്ട ഒരു അനുഭവമായും മനസ്സിലാക്കേണ്ടതുണ്ടെന്ന് പഠനങ്ങൾ സൂചിപ്പിക്കുന്നു.[5]

ഇതിലൂടെ ഒരു പ്രധാന തിരിച്ചറിവിലേക്കാണ് ഗവേഷണങ്ങൾ നയിക്കുന്നത്. ലൈംഗിക ആഗ്രഹം വെറും ജീവശാസ്ത്രപരമായ ഘടകങ്ങളാൽ മാത്രം നിർണ്ണയിക്കപ്പെടുന്നില്ല. മാനസികാവസ്ഥ, സാമൂഹിക സാഹചര്യങ്ങൾ, ബന്ധങ്ങളുടെ ഗുണമേന്മ, ജീവിതപരിസരങ്ങൾ എന്നിവയും ലൈംഗിക അനുഭവങ്ങളെ ശക്തമായി സ്വാധീനിക്കുന്നു.

അതിനാൽ പ്രായവും ലൈംഗികതയും തമ്മിലുള്ള ബന്ധത്തെക്കുറിച്ചുള്ള സമകാലീന പഠനങ്ങൾ പ്രായമുള്ള വ്യക്തികളുടെ ലൈംഗികജീവിതത്തെക്കുറിച്ചുള്ള പൊതുധാരണകളെ പുനർപരിശോധിക്കാൻ ആവശ്യപ്പെടുന്നു. മനുഷ്യരുടെ അടുപ്പവും ലൈംഗിക ആഗ്രഹവും ജീവിതത്തിന്റെ വിവിധ ഘട്ടങ്ങളിലും വ്യത്യസ്ത രൂപങ്ങളിൽ തുടരാൻ സാധ്യതയുണ്ടെന്നാണ് ഈ ഗവേഷണങ്ങളുടെ പ്രധാന നിഗമനം.[6]

വിധവാവസ്ഥയും ലൈംഗികജീവിതവും (Widowhood and Sexuality)

• വിധവാവസ്ഥ (Widowhood)

ജീവിതപങ്കാളിയുടെ മരണത്തോടെ ഉണ്ടാകുന്ന വിധവാവസ്ഥ വ്യക്തികളുടെ മാനസികജീവിതത്തെയും സാമൂഹികബന്ധങ്ങളെയും മാത്രമല്ല, അവരുടെ ലൈംഗികജീവിതത്തെയും ഗൗരവമായി സ്വാധീനിക്കാം. പങ്കാളിയെ നഷ്ടപ്പെടുന്ന അനുഭവം പലപ്പോഴും ദുഃഖം, ഏകാന്തത, ജീവിതക്രമത്തിലെ മാറ്റങ്ങൾ തുടങ്ങിയ മാനസികാവസ്ഥകളിലേക്ക് നയിക്കുന്നു. ഇതോടൊപ്പം അടുപ്പമുള്ള ബന്ധങ്ങളുടെ അഭാവം വ്യക്തികളുടെ ലൈംഗികജീവിതത്തെയും ബാധിക്കാൻ സാധ്യതയുണ്ട്.[7]

എന്നാൽ നിരവധി സമൂഹങ്ങളിൽ വിധവാവസ്ഥയെ വെറും വ്യക്തിപരമായ ദുഃഖാനുഭവമായി മാത്രമല്ല, സാമൂഹികമായി നിയന്ത്രിക്കപ്പെടുന്ന ഒരു ജീവിതഘട്ടമായി കാണുന്ന പ്രവണതയും നിലനിൽക്കുന്നു. ചില സംസ്കാരങ്ങളിൽ വിധവകളുടെ പെരുമാറ്റം, വസ്ത്രധാരണം, സാമൂഹിക ഇടപെടൽ എന്നിവയ്ക്ക് പ്രത്യേക നിയന്ത്രണങ്ങൾ ഉണ്ടായിരുന്നുവെന്ന് സാമൂഹ്യചരിത്ര പഠനങ്ങൾ രേഖപ്പെടുത്തുന്നു. ഈ സാഹചര്യങ്ങളിൽ വിധവകളുടെ ലൈംഗികജീവിതം പലപ്പോഴും സാമൂഹികമായി നിഷേധിക്കപ്പെടുകയോ അവഗണിക്കപ്പെടുകയോ ചെയ്തിരുന്നു.[8]

ചരിത്രപരമായി ചില സമൂഹങ്ങളിൽ വിധവകൾ വീണ്ടും വിവാഹം ചെയ്യുന്നതിലും പുതിയ ബന്ധങ്ങൾ സ്ഥാപിക്കുന്നതിലും സാമൂഹിക തടസ്സങ്ങൾ ഉണ്ടായിരുന്നുവെന്ന് ഗവേഷണങ്ങൾ സൂചിപ്പിക്കുന്നു. ചില സംസ്കാരങ്ങളിൽ വിധവാവസ്ഥ ദീർഘകാല സാമൂഹിക നിയന്ത്രണങ്ങളോടൊപ്പം ബന്ധപ്പെട്ടിരുന്നു. ഈ സാഹചര്യങ്ങളിൽ വിധവകളുടെ വ്യക്തിപരമായ ആഗ്രഹങ്ങൾക്കും ജീവിത തീരുമാനങ്ങൾക്കും സാമൂഹിക അംഗീകാരം ലഭിക്കാതിരുന്ന സാഹചര്യങ്ങൾ രേഖപ്പെടുത്തിയിട്ടുണ്ട്.[9]

സമകാലീന സാമൂഹ്യശാസ്ത്ര പഠനങ്ങൾ ചൂണ്ടിക്കാണിക്കുന്നത് ഈ നിയന്ത്രണങ്ങൾ പലപ്പോഴും ലിംഗ അസമത്വങ്ങളുമായി ബന്ധപ്പെട്ടിരിക്കുന്നു എന്നതാണ്. നിരവധി സമൂഹങ്ങളിൽ വിധവകളുടെ ജീവിതം നിയന്ത്രിക്കപ്പെടുമ്പോൾ, വിധവനായ പുരുഷന്മാർക്ക് സാമൂഹികമായി കൂടുതൽ സ്വാതന്ത്ര്യം ലഭിക്കുന്ന സാഹചര്യങ്ങൾ രേഖപ്പെടുത്തിയിട്ടുണ്ട്. ഈ വ്യത്യാസങ്ങൾ

സമൂഹത്തിലെ ലിംഗാധിഷ്ഠിത പ്രതീക്ഷകളെ പ്രതിഫലിപ്പിക്കുന്നവയാണെന്ന് ചില ഗവേഷകർ അഭിപ്രായപ്പെടുന്നു.[10]

വിധവാവസ്ഥ വ്യക്തികളുടെ ലൈംഗികജീവിതത്തെക്കുറിച്ചുള്ള സാമൂഹിക ധാരണകളെയും സ്വാധീനിക്കുന്നു. പ്രായവും വിധവാവസ്ഥയും ഒരുമിച്ച് വരുമ്പോൾ, വ്യക്തികളുടെ ലൈംഗിക ആഗ്രഹം സമൂഹത്തിൽ കൂടുതൽ അദൃശ്യമാക്കപ്പെടാൻ സാധ്യതയുണ്ട്. ചില സാഹചര്യങ്ങളിൽ വിധവകൾക്ക് പുതിയ ബന്ധങ്ങൾ സ്ഥാപിക്കാനുള്ള ആഗ്രഹം ഉണ്ടായാലും, സാമൂഹിക സമ്മർദ്ദങ്ങൾ അത് തുറന്നുപറയുന്നതിൽ തടസ്സമാകാം.[11]

അതേസമയം സമകാലീന പഠനങ്ങൾ മറ്റൊരു വശവും ചൂണ്ടിക്കാണിക്കുന്നു. ചില വ്യക്തികൾ വിധവാവസ്ഥയ്ക്ക് ശേഷം പുതിയ ബന്ധങ്ങൾ സ്ഥാപിക്കാനും ജീവിതം പുനർനിർമ്മിക്കാനും ശ്രമിക്കാറുണ്ട്. ചില സാഹചര്യങ്ങളിൽ ഇത് മാനസിക പുനരുജ്ജീവനത്തിന്റെ ഭാഗമായി കാണപ്പെടുന്നു. പങ്കാളിയെ നഷ്ടപ്പെട്ട ശേഷം പുതിയ ബന്ധങ്ങൾ സ്ഥാപിക്കുന്ന അനുഭവം വ്യക്തികളുടെ മാനസിക ആരോഗ്യത്തിനും സാമൂഹിക ബന്ധങ്ങൾക്കും സഹായകരമാകാമെന്ന് ചില ഗവേഷണങ്ങൾ സൂചിപ്പിക്കുന്നു.[12]

അതിനാൽ വിധവാവസ്ഥയും ലൈംഗികജീവിതവും തമ്മിലുള്ള ബന്ധം വ്യക്തിപരമായ അനുഭവങ്ങൾ മാത്രമല്ല, സാമൂഹിക ധാരണകൾ, സംസ്കാരപരമായ പ്രതീക്ഷകൾ, ലിംഗാധിഷ്ഠിത ഘടനകൾ എന്നിവയുമായി ബന്ധപ്പെട്ട ഒരു സങ്കീർണ്ണ വിഷയമായി കാണപ്പെടുന്നു. സമകാലീന സാമൂഹ്യശാസ്ത്ര പഠനങ്ങൾ ഈ വിഷയത്തെ വ്യക്തികളുടെ സ്വാതന്ത്ര്യത്തെയും ബന്ധങ്ങളിലെ തിരഞ്ഞെടുപ്പിനെയും കേന്ദ്രീകരിച്ചുള്ള സമീപനത്തിലൂടെ പരിശോധിക്കേണ്ടതുണ്ടെന്ന് ചൂണ്ടിക്കാണിക്കുന്നു.[13]

സാമൂഹിക അദൃശീകരണം (Social Erasure)

- സാമൂഹിക അദൃശീകരണം (Social Erasure)

പ്രായം കൂടുന്ന വ്യക്തികളുടെ ലൈംഗികജീവിതം പലപ്പോഴും പൊതുസമൂഹത്തിൽ "അദൃശ്യമാക്കപ്പെടുന്ന" ഒരു അനുഭവമായി മാറുന്നു. അതായത് പ്രായമുള്ള വ്യക്തികൾക്ക് ലൈംഗിക ആഗ്രഹമോ അടുപ്പമുള്ള ബന്ധങ്ങളിലേക്കുള്ള താൽപര്യമോ ഉണ്ടാകില്ല എന്ന ധാരണ സാമൂഹികമായി വ്യാപകമായി നിലനിൽക്കുന്നു. സമകാലീന സാമൂഹ്യശാസ്ത്ര പഠനങ്ങൾ ഈ പ്രവണതയെ "സാമൂഹിക അദൃശീകരണം" (Social Erasure) എന്ന ആശയത്തിലൂടെ വിശദീകരിക്കുന്നു.[14]

ഈ സമീപനം സമൂഹത്തിലെ പ്രായവാദം (ageism) എന്ന ഘടനയുമായി അടുത്ത ബന്ധം പുലർത്തുന്നു. പ്രായമുള്ള വ്യക്തികളെ പലപ്പോഴും ഉൽപ്പാദനക്ഷമതയില്ലാത്തവരായി, ലൈംഗിക ആഗ്രഹം ഇല്ലാത്തവരായി, അല്ലെങ്കിൽ അടുപ്പമുള്ള ബന്ധങ്ങൾ ആവശ്യമില്ലാത്തവരായി ചിത്രീകരിക്കുന്ന ധാരണകൾ ചില സംസ്കാരങ്ങളിൽ ശക്തമായി നിലനിൽക്കുന്നു. ഇതിന്റെ ഫലമായി പ്രായമുള്ള വ്യക്തികളുടെ ലൈംഗികത പൊതുചർച്ചകളിൽ നിന്ന് പുറത്താക്കപ്പെടുന്നു.[15]

സാമൂഹിക അദൃശീകരണത്തിന്റെ മറ്റൊരു പ്രധാന പ്രതിഫലനം ആരോഗ്യരംഗത്തും കാണപ്പെടുന്നു. ലൈംഗികാരോഗ്യത്തെക്കുറിച്ചുള്ള പൊതുജന നയങ്ങളും ആരോഗ്യപരിപാടികളും കൂടുതലായി യുവജനങ്ങളെയും മധ്യവയസ്കകാരെയും കേന്ദ്രീകരിച്ചാണ് രൂപപ്പെടുന്നത്. ഇതിന്റെ ഫലമായി

പ്രായമുള്ള വ്യക്തികളുടെ ലൈംഗികാരോഗ്യവുമായി ബന്ധപ്പെട്ട ആവശ്യങ്ങൾ പലപ്പോഴും ശ്രദ്ധിക്കപ്പെടാതെ പോകുന്നുവെന്ന് ചില ഗവേഷണങ്ങൾ സൂചിപ്പിക്കുന്നു.[16]

ഉദാഹരണത്തിന്, ലൈംഗികാരോഗ്യത്തെക്കുറിച്ചുള്ള വൈദ്യപരിശോധനകളിലും ആരോഗ്യപരമായ ചർച്ചകളിലും പ്രായമുള്ള വ്യക്തികളോട് ലൈംഗികജീവിതത്തെക്കുറിച്ചുള്ള ചോദ്യങ്ങൾ ചോദിക്കപ്പെടാത്ത സാഹചര്യങ്ങൾ രേഖപ്പെടുത്തിയിട്ടുണ്ട്. ഈ സമീപനം പ്രായമുള്ള വ്യക്തികൾക്ക് ലൈംഗികജീവിതമില്ല എന്ന മുൻകൂട്ടി രൂപപ്പെട്ട ധാരണയെ പ്രതിഫലിപ്പിക്കുന്നതായി ചില പഠനങ്ങൾ വിലയിരുത്തുന്നു.[17]

മാധ്യമങ്ങളിലും ജനപ്രിയ സംസ്കാരത്തിലും ഈ പ്രവണത പ്രത്യക്ഷപ്പെടുന്നു. സിനിമകൾ, പരസ്യങ്ങൾ, ജനപ്രിയ കഥകൾ എന്നിവയിൽ ലൈംഗികത സാധാരണയായി യുവത്വവുമായി ബന്ധിപ്പിച്ചാണ് അവതരിപ്പിക്കപ്പെടുന്നത്. പ്രായമുള്ള വ്യക്തികളുടെ അടുപ്പവും ബന്ധങ്ങളും അപൂർവ്വമായാണ് പ്രതിനിധീകരിക്കപ്പെടുന്നത്. ഇതിലൂടെ ലൈംഗികതയെ യുവത്വത്തിന്റെ പ്രത്യേകതയായി അവതരിപ്പിക്കുന്ന ഒരു സാംസ്കാരിക മാതൃക രൂപപ്പെടുന്നു.[18]

എന്നാൽ സമകാലീന ഗവേഷണങ്ങൾ ഈ ധാരണകളെ ചോദ്യം ചെയ്യുന്നു. നിരവധി പഠനങ്ങൾ സൂചിപ്പിക്കുന്നത് പ്രായമുള്ള വ്യക്തികൾക്കും അടുപ്പമുള്ള ബന്ധങ്ങളോടുള്ള ആവശ്യം തുടരുന്നുവെന്നാണ്. ചിലർക്കത് ലൈംഗികബന്ധങ്ങളായിരിക്കാം, മറ്റുചിലർക്കത് മാനസിക അടുപ്പവും സഹജീവിതവുമാകാം. അതിനാൽ അടുപ്പവും ബന്ധങ്ങളും മനുഷ്യജീവിതത്തിന്റെ വിവിധ ഘട്ടങ്ങളിലും പ്രാധാന്യമുള്ളവയായി തുടരുന്നു.[19]

ഈ പശ്ചാത്തലത്തിൽ സാമൂഹിക അദൃശീകരണം എന്ന ആശയം ഒരു പ്രധാന വിമർശനാത്മക ചർച്ചയായി ഉയർന്നുവരുന്നു. പ്രായമുള്ള വ്യക്തികളുടെ അനുഭവങ്ങളെ സമൂഹം തിരിച്ചറിയുകയും അവരുടെ ലൈംഗികാരോഗ്യ ആവശ്യങ്ങൾ അംഗീകരിക്കുകയും ചെയ്യേണ്ടതുണ്ടെന്ന് നിരവധി ഗവേഷകർ ചൂണ്ടിക്കാണിക്കുന്നു. മനുഷ്യരുടെ അടുപ്പവും ബന്ധങ്ങളും ജീവിതകാലം മുഴുവൻ നിലനിൽക്കുന്ന അനുഭവങ്ങളായതിനാൽ, അവയെ പ്രായത്തിന്റെ അടിസ്ഥാനത്തിൽ നിഷേധിക്കുന്നത് യാഥാർത്ഥ്യത്തെ പ്രതിഫലിപ്പിക്കുന്നില്ലെന്നാണ് ഈ പഠനങ്ങളുടെ പ്രധാന നിഗമനം.[20]

References

1. John Bancroft. *Human Sexuality and Its Problems.* London: Churchill Livingstone, 2009.
2. Edward O. Laumann, John H. Gagnon, Robert T. Michael, and Stuart Michaels. *The Social Organization of Sexuality.* Chicago: University of Chicago Press, 1994.
3. Gott, Merryn, and Sharron Hinchliff. *Sexualities in Later Life.* Maidenhead: Open University Press, 2003.
4. Stacy Tessler Lindau et al. "A Study of Sexuality and Health among Older Adults." *New England Journal of Medicine* 357 (2007): 762–774.
5. David Weeks. *Sexuality.* London: Routledge, 2010.
6. Merryn Gott. *Sexuality, Sexual Health and Ageing.* Maidenhead: Open University Press, 2005.
7. Merryn Gott. *Sexuality, Sexual Health and Ageing.* Maidenhead: Open University Press, 2005.
8. Veena Talwar Oldenburg. *Dowry Murder: The Imperial Origins of a Cultural Crime.* Oxford: Oxford University Press, 2002.
9. Pat Thane. *Old Age in English History.* Oxford: Oxford University Press, 2000.
10. Raewyn Connell. *Gender and Power: Society, the Person and Sexual Politics.* Stanford: Stanford University Press, 1987.
11. Merryn Gott and Sharron Hinchliff. *Sexualities in Later Life.* Maidenhead: Open University Press, 2003.
12. David Weeks. *Sexuality.* London: Routledge, 2010.
13. Edward O. Laumann et al. *The Social Organization of Sexuality.* Chicago: University of Chicago Press, 1994.
14. Merryn Gott. *Sexuality, Sexual Health and Ageing.* Maidenhead: Open University Press, 2005.
15. Robert N. Butler. "Ageism: Another Form of Bigotry." *The Gerontologist* 9 (1969): 243–246.
16. Stacy Tessler Lindau et al. "A Study of Sexuality and Health among Older Adults." *New England Journal of Medicine* 357 (2007): 762–774.
17. Sharron Hinchliff and Merryn Gott. *Addressing the Sexual Health Needs of Older People.* Oxford: Oxford University Press, 2011.
18. David Weeks. *Sexuality.* London: Routledge, 2010.
19. Edward O. Laumann et al. *The Social Organization of Sexuality.* Chicago: University of Chicago Press, 1994.
20. Merryn Gott and Sharron Hinchliff. *Sexualities in Later Life.* Maidenhead: Open University Press, 2003.

അധ്യായം 39

ലൈംഗിക സമയമർദ്ദവും വാർദ്ധക്യ ഭീതിയും
(Sexual Time-Pressure)

മനുഷ്യസമൂഹം ലൈംഗികതയെ വെറും ജൈവപ്രവർത്തനമായി മാത്രം കാണുന്നില്ല. അത് സാമൂഹിക മൂല്യം, ആത്മാഭിമാനം, ശരീരബോധം, പ്രായം, സൗന്ദര്യം, ബന്ധങ്ങൾ എന്നിവയുമായി ബന്ധിപ്പിച്ചാണ് പലപ്പോഴും വ്യാഖ്യാനിക്കപ്പെടുന്നത്. ഈ പശ്ചാത്തലത്തിലാണ് "ലൈംഗിക സമയമർദ്ദം" എന്ന സാമൂഹിക അനുഭവം രൂപപ്പെടുന്നത്. മനുഷ്യജീവിതത്തിൽ പ്രണയം, വിവാഹം, ലൈംഗിക ആകർഷണം, കുടുംബം തുടങ്ങിയവ നടക്കേണ്ട ഒരു "ശരിയായ സമയം" ഉണ്ടെന്ന ധാരണ സമൂഹം നിരന്തരം നിർമ്മിക്കുകയും ആവർത്തിക്കുകയും ചെയ്യുന്നു. ഈ ധാരണ വ്യക്തികളുടെ മനസ്സിൽ അപ്രത്യക്ഷമായ ഒരു സമ്മർദ്ദമായി പ്രവർത്തിക്കുന്നു. പ്രായം മുന്നോട്ടുപോകുമ്പോൾ ലൈംഗിക മൂല്യം കുറഞ്ഞുപോകുമെന്ന ആശങ്കയും ഈ സമയമർദ്ദത്തിന്റെ ഭാഗമായി രൂപപ്പെടുന്നു.[1]

സാംസ്കാരിക അവതരണങ്ങളിൽ യുവത്വം പലപ്പോഴും ലൈംഗിക ആകർഷണത്തിന്റെ പരമാവധി ഘട്ടമായി ചിത്രീകരിക്കപ്പെടുന്നു. സിനിമ, പരസ്യങ്ങൾ, ഫാഷൻ വ്യവസായം, സാമൂഹിക മാധ്യമങ്ങൾ എന്നിവ എല്ലാം ചേർന്ന് യുവത്വത്തെ ഒരു പ്രധാന സാംസ്കാരിക മാനദണ്ഡമായി ഉയർത്തിക്കാട്ടുന്നു. ഇതുവഴി യുവത്വം ലൈംഗിക മൂല്യത്തിന്റെ കേന്ദ്രമായി സമൂഹം നിർവചിക്കുന്നു. ഈ സാഹചര്യത്തിൽ മനുഷ്യരുടെ മനസ്സിൽ ഒരു ശക്തമായ ധാരണ രൂപപ്പെടുന്നു: യുവത്വകാലത്ത് മാത്രമാണ് ആകർഷണവും ബന്ധങ്ങളും ഏറ്റവും ശക്തമായി സാദ്ധ്യമാകുന്നത്. ആധുനിക സാംസ്കാരിക പഠനങ്ങൾ കാണിക്കുന്നത് പ്രണയവും ലൈംഗികതയും പോലും ഉപഭോക്തൃസംസ്കാരവുമായി, സൗന്ദര്യാദർശങ്ങളുമായി, വിപണി ഘടനകളുമായി ബന്ധിപ്പിക്കപ്പെട്ടിരിക്കുന്നു എന്നതാണ്.[2]

ഈ ധാരണ പുരുഷന്മാരെയും സ്ത്രീകളെയും വ്യത്യസ്ത രീതിയിൽ ബാധിക്കുന്നു. പുരുഷന്മാരുടെ കാര്യത്തിൽ സമൂഹം രൂപപ്പെടുത്തിയിരിക്കുന്ന പ്രധാനമായ ചിന്തയാണ് പുരുഷത്വവും ലൈംഗിക പ്രകടനവും തമ്മിലുള്ള ബന്ധം. നിരവധി സംസ്കാരങ്ങളിൽ പുരുഷന്റെ മൂല്യം അവന്റെ ലൈംഗിക കഴിവുമായി, ശരീരശക്തിയുമായി, ബന്ധങ്ങളിൽ വിജയിക്കാനുള്ള ശേഷിയുമായി ബന്ധിപ്പിക്കപ്പെടുന്നു. ഇതുവഴി പുരുഷന്മാർക്ക് യുവത്വകാലത്ത് തന്നെ സ്വന്തം കഴിവുകൾ തെളിയിക്കണം എന്ന സമ്മർദ്ദം അനുഭവപ്പെടുന്നു. സാമൂഹികശാസ്ത്ര പഠനങ്ങൾ സൂചിപ്പിക്കുന്നത് പുരുഷത്വത്തെ ലൈംഗിക ശക്തിയുമായി ബന്ധിപ്പിക്കുന്ന സാംസ്കാരിക ഘടനകൾ ഇന്നും പല സമൂഹങ്ങളിലും ശക്തമാണെന്നതാണ്.[3]

ഈ സാമൂഹിക പ്രതീക്ഷ ജൈവശാസ്ത്രപരമായ ചില മാറ്റങ്ങളുമായി ചേർന്നപ്പോൾ ആശങ്കകൾ കൂടുതൽ ശക്തമാകുന്നു. പുരുഷന്മാരുടെ ശരീരത്തിൽ പ്രധാനമായ ലൈംഗിക ഹോർമോണാണ് ടെസ്റ്റോസ്റ്റിറോൺ. സാധാരണയായി ഇരുപതുകളുടെ തുടക്കത്തിൽ ടെസ്റ്റോസ്റ്റിറോൺ നില ഏറ്റവും ഉയർന്നിരിക്കും. അതിനുശേഷം വർഷങ്ങളിലായി അത് ക്രമാതീതമായി കുറയാൻ തുടങ്ങുന്നു. ദീർഘകാല മെഡിക്കൽ പഠനങ്ങൾ പ്രകാരം മുപ്പതിനു ശേഷം ടെസ്റ്റോസ്റ്റിറോൺ നില ഓരോ വർഷവും ഏകദേശം ഒരു ശതമാനം വീതം കുറയുന്ന പ്രവണത കാണപ്പെടുന്നു.[4–5]

ടെസ്റ്റോസ്റ്റിറോൺ കുറയുമ്പോൾ ചില പുരുഷന്മാർക്ക് ക്ഷീണം, ഊർജ്ജക്ഷയം, ലൈംഗിക ആഗ്രഹത്തിലെ കുറവ് എന്നിവ അനുഭവപ്പെടാം. ചിലർക്കു ശരീരഭാരം വർധിക്കുകയും പ്രത്യേകിച്ച്

വയറുഭാഗത്ത് കൊഴുപ്പ് കൂടുകയും ചെയ്യാം. ശരീരത്തിലെ കൊഴുപ്പ് കോശങ്ങളിൽ അരോമാറ്റേസ് എന്ന എൻസൈമിന്റെ പ്രവർത്തനത്തിലൂടെ ടെസ്റ്റോസ്റ്റിറോൺ ഈസ്ട്രജൻ എന്ന ഹോർമോണായി മാറുന്ന പ്രക്രിയയും സംഭവിക്കുന്നു. വയറുഭാഗത്ത് കൊഴുപ്പ് കൂടുതലായിരിക്കുമ്പോൾ ഈ മാറ്റം കൂടുതൽ ശക്തമാകാൻ സാധ്യതയുണ്ടെന്ന് എൻഡോക്രിനോളജി പഠനങ്ങൾ സൂചിപ്പിക്കുന്നു.[6–7]

ഈ ഹോർമോൺ മാറ്റങ്ങൾ ചില പുരുഷന്മാരിൽ ലൈംഗിക ആരോഗ്യത്തെ ബാധിക്കാം. ക്ഷീണം, ഹോർമോൺ വ്യതിയാനങ്ങൾ, രക്തപ്രവാഹ പ്രശ്നങ്ങൾ, മാനസിക സമ്മർദ്ദം എന്നിവ ചേർന്ന് ചിലർക്കു ഉണർവ് നിലനിർത്തുന്നതിൽ ബുദ്ധിമുട്ട് ഉണ്ടാകാം. മെഡിക്കൽ ശാസ്ത്രത്തിൽ ഇതിനെ erectile dysfunction എന്ന് വിളിക്കുന്നു. എന്നാൽ ഈ പ്രശ്നത്തിന് ഹോർമോൺ മാറ്റങ്ങൾ മാത്രമല്ല കാരണമാകുന്നത്. ഹൃദയാരോഗ്യം, രക്തസമ്മർദ്ദം, പ്രമേഹം, ഉറക്കക്കുറവ്, മാനസിക സമ്മർദ്ദം തുടങ്ങിയ നിരവധി ഘടകങ്ങൾ ഇതുമായി ബന്ധപ്പെട്ടിരിക്കുന്നു.[8–9]

സമൂഹം പുരുഷത്വത്തെ ലൈംഗിക പ്രകടനവുമായി ബന്ധിപ്പിക്കുന്നതിനാൽ ഇത്തരം ശാരീരിക മാറ്റങ്ങൾ പല പുരുഷന്മാരിലും മാനസിക അസ്വസ്ഥത സൃഷ്ടിക്കുന്നു. ലൈംഗിക പ്രകടനം പുരുഷത്വത്തിന്റെ അടയാളമായി വ്യാഖ്യാനിക്കപ്പെടുന്ന സംസ്കാരത്തിൽ ലൈംഗിക പരാജയം വ്യക്തിപരമായ അപമാനമായി അനുഭവപ്പെടുന്നു. ഇതുവഴി ചില പുരുഷന്മാർ സ്വന്തം ശരീരത്തെക്കുറിച്ച് ആത്മസംശയം അനുഭവിക്കുന്നു. വാർദ്ധക്യം ജൈവപരമായ ഘട്ടമെന്നതിനേക്കാൾ സാമൂഹിക മൂല്യനഷ്ടമായി അവർ അനുഭവിക്കാൻ തുടങ്ങുന്നു.[3]

സ്ത്രീകളുടെ കാര്യത്തിൽ ലൈംഗിക സമയമർദ്ദം മറ്റൊരു രീതിയിൽ പ്രവർത്തിക്കുന്നു. സ്ത്രീയുടെ സാമൂഹിക മൂല്യം പല സംസ്കാരങ്ങളിലും യുവത്വത്തോടും സൗന്ദര്യത്തോടും ശക്തമായി ബന്ധിപ്പിക്കപ്പെട്ടിരിക്കുന്നു. യുവത്വകാലത്ത് സ്ത്രീകൾക്ക് കൂടുതൽ സാമൂഹിക ശ്രദ്ധ ലഭിക്കുന്നു. എന്നാൽ അതേ സമയം അവരുടെ ശരീരം പലപ്പോഴും ലൈംഗികവൽക്കരിക്കപ്പെടുന്നു. മാധ്യമങ്ങളിലും പരസ്യങ്ങളിലും സ്ത്രീയുടെ ശരീരം ആഗ്രഹത്തിന്റെ വസ്തുവായി അവതരിപ്പിക്കപ്പെടുന്നുവെന്ന് സാമൂഹിക മനശ്ശാസ്ത്ര പഠനങ്ങൾ വ്യക്തമാക്കുന്നു.[10]

എന്നാൽ പ്രായം കൂടുമ്പോൾ അതേ സമൂഹം സ്ത്രീയെ ദൃശ്യമണ്ഡലത്തിൽ നിന്ന് അപ്രത്യക്ഷമാക്കുന്ന പ്രവണത കാണിക്കുന്നു. യുവത്വം നഷ്ടപ്പെടുമ്പോൾ സ്ത്രീയുടെ ആകർഷണ മൂല്യം കുറഞ്ഞുവെന്ന് കരുതുന്ന സംസ്കാരിക ധാരണകൾ ശക്തമാണ്. ഇതുവഴി സ്ത്രീകൾ ഒരു ഇരട്ട അനുഭവം നേരിടുന്നു. യുവത്വകാലത്ത് അവർ അമിതമായ ലൈംഗികവൽക്കരണവും സാമൂഹിക ശ്രദ്ധയും നേരിടുന്നു. എന്നാൽ വാർദ്ധക്യത്തിലേക്ക് കടക്കുമ്പോൾ അവർ സാമൂഹികമായി അദൃശ്യവൽക്കരിക്കപ്പെടുന്നു.[11]

ഈ ഇരട്ട അനുഭവം സ്ത്രീകളിൽ സമയമർദ്ദം സൃഷ്ടിക്കുന്നു. യുവത്വകാലത്ത് തന്നെ ബന്ധങ്ങൾ, വിവാഹം, മാതൃത്വം എന്നിവ നേടണം എന്ന സാമൂഹിക പ്രതീക്ഷ ശക്തമാണ്. പ്രായം കൂടുമ്പോൾ ഈ സാധ്യതകൾ കുറയുമെന്ന ആശങ്ക സ്ത്രീകളിൽ വളരുന്നു. ചിലപ്പോൾ ഈ ആശങ്ക വ്യക്തികളുടെ ജീവിത തീരുമാനങ്ങളെ സ്വാധീനിക്കുന്നു. പ്രണയവും വിവാഹവും പോലും സമൂഹം നിർണ്ണയിച്ചിരിക്കുന്ന സമയക്രമങ്ങളുമായി ബന്ധിപ്പിക്കപ്പെട്ടിരിക്കുന്നുവെന്ന് സാംസ്കാരിക പഠനങ്ങൾ സൂചിപ്പിക്കുന്നു.[2]

സമൂഹം യുവത്വത്തെ അതിരൂക്ഷമായി വിലമതിക്കുമ്പോൾ പ്രായം കൂടുന്നത് ഭയപ്പെടുത്തുന്ന അനുഭവമായി മാറുന്നു. ഇത് പുരുഷന്മാർക്കും സ്ത്രീകൾക്കും വ്യത്യസ്ത രീതിയിൽ ബാധിച്ചാലും അതിന്റെ അടിസ്ഥാന ഘടകം ഒരേയാണ്. ഒരു വ്യക്തിയുടെ ലൈംഗിക മൂല്യത്തിനും ബന്ധങ്ങളുടെ

സാധ്യതകൾക്കും ഒരു സമയപരിധിയുണ്ടെന്ന ധാരണ മനുഷ്യരെ അനാവശ്യമായ താരതമ്യത്തിലേക്ക് നയിക്കുന്നു.[1]

ഈ സമയമർദ്ദം വ്യക്തികളുടെ മാനസിക ജീവിതത്തിലും സ്വാധീനം ചെലുത്തുന്നു. ചിലർ ''സമയം കഴിഞ്ഞുപോകുന്നു'' എന്ന ഭയത്തിൽ പെട്ടെന്ന് ബന്ധങ്ങൾ സ്ഥാപിക്കാൻ ശ്രമിക്കുന്നു. ചിലപ്പോൾ ആഴമുള്ള വികാരബന്ധങ്ങളെക്കാൾ വേഗത്തിലുള്ള ബന്ധങ്ങൾ തിരഞ്ഞെടുക്കപ്പെടുന്നു. ഇതുവഴി ബന്ധങ്ങളുടെ ഗുണമേന്മയെക്കാൾ അവയുടെ സമയക്രമമാണ് പ്രധാനമായി കാണപ്പെടുന്നത്.

സമൂഹത്തിലെ മറ്റുള്ളവരുടെ ജീവിതവുമായി സ്വയം താരതമ്യം ചെയ്യുന്നതും ഈ പ്രശ്നം കൂടുതൽ ശക്തമാക്കുന്നു. വിവാഹം, ബന്ധങ്ങൾ, കുടുംബജീവിതം എന്നിവയിൽ മറ്റുള്ളവർ മുന്നോട്ട് പോയതായി തോന്നുമ്പോൾ ചിലർ സ്വന്തം ജീവിതത്തെ കുറിച്ച് ആശങ്കപ്പെടുന്നു. ഈ താരതമ്യബോധം വ്യക്തികളുടെ ആത്മാഭിമാനത്തെ ബാധിക്കാൻ ഇടയാക്കുന്നു.

ലൈംഗിക സമയമർദ്ദം ചിലപ്പോൾ ശരീരത്തെക്കുറിച്ചുള്ള അസ്വസ്ഥതയും വളർത്തുന്നു. ശരീരത്തിന്റെ സ്വാഭാവിക പ്രായമാറ്റങ്ങളെ പലരും സ്വാഭാവികമായി കാണാതെ അത് നഷ്ടമായി അനുഭവിക്കാൻ തുടങ്ങുന്നു. ചുളിവുകൾ, ശരീരഭാരം, ഊർജ്ജത്തിലെ വ്യത്യാസങ്ങൾ എന്നിവയെ ചിലർ വ്യക്തിപരമായ മൂല്യനഷ്ടത്തിന്റെ അടയാളങ്ങളായി കാണുന്നു.

എന്നാൽ ജൈവശാസ്ത്രപരമായ നിലയിൽ മനുഷ്യശരീരം ജീവിതകാലം മുഴുവൻ മാറ്റങ്ങൾ അനുഭവിക്കുന്ന ഒരു സജീവ സംവിധാനമാണ്. യുവത്വം ഒരു ഘട്ടം മാത്രമാണ്. അതിനുശേഷം വരുന്ന പ്രായഘട്ടങ്ങൾക്കും സ്വന്തം ഗുണങ്ങളും ശക്തികളും ഉണ്ട്. ജീവിതാനുഭവം, മാനസിക പക്വത, വികാരപരമായ സ്ഥിരത എന്നിവ പലപ്പോഴും പ്രായത്തോടൊപ്പം വളരുന്നു.[12]

ലൈംഗികതയും ഈ മാറ്റങ്ങളിൽ നിന്ന് വേർപെട്ടതല്ല. മനുഷ്യന്റെ ലൈംഗികജീവിതം ഒരു സ്ഥിരരൂപത്തിലുള്ള കഴിവല്ല. അത് ആരോഗ്യസ്ഥിതി, മാനസികാവസ്ഥ, ബന്ധങ്ങളുടെ ഗുണമേന്മ, ജീവിതശൈലി തുടങ്ങിയ ഘടകങ്ങളുമായി ബന്ധപ്പെട്ട മാറുന്നു. അതിനാൽ ലൈംഗികതയെ ഒരു യുവത്വഘട്ടത്തിൽ മാത്രം പൂട്ടിയിടുന്ന സാമൂഹിക ധാരണ മനുഷ്യജീവിതത്തിന്റെ സങ്കീർണ്ണതയെ ലഘൂകരിക്കുന്നു.

ജീവിതശൈലി ഘടകങ്ങളും ഈ സാഹചര്യത്തിൽ പ്രധാനമാണ്. വ്യായാമക്കുറവ്, ഉറക്കക്കുറവ്, അമിതഭാരം, മാനസിക സമ്മർദ്ദം, മദ്യപാനം, പുകവലി എന്നിവ ഹോർമോൺ നിലകളെയും ലൈംഗിക ആരോഗ്യത്തെയും സ്വാധീനിക്കാം. ആരോഗ്യകരമായ ഭക്ഷണം, ശരീരവ്യായാമം, നല്ല ഉറക്കം, മാനസിക സമതുലിതാവസ്ഥ എന്നിവ പുരുഷന്മാരുടെയും സ്ത്രീകളുടെയും ലൈംഗിക ആരോഗ്യത്തിൽ പ്രധാന പങ്ക് വഹിക്കുന്നു.[7]

ഇതിലൂടെ കാണുന്നത് ലൈംഗിക സമയമർദ്ദം ജൈവശാസ്ത്രപരമായ സത്യങ്ങളെക്കാൾ സാമൂഹിക വ്യാഖ്യാനങ്ങളാൽ ശക്തമാകുന്ന ഒരു അനുഭവമാണെന്നതാണ്. പ്രായം കൂടുന്നതും ശരീരമാറ്റങ്ങളും സ്വാഭാവികമാണ്. എന്നാൽ സമൂഹം അവയെ മൂല്യനഷ്ടമായി ചിത്രീകരിക്കുമ്പോൾ വ്യക്തികളുടെ മനസ്സിൽ ഭയം രൂപപ്പെടുന്നു.

ലൈംഗികതയെ മനുഷ്യജീവിതത്തിന്റെ സമഗ്രമായ അനുഭവമായി കാണുമ്പോൾ ഈ സമയമർദ്ദം കുറയാൻ സാധ്യതയുണ്ട്. യുവത്വം മാത്രമല്ല, ജീവിതത്തിന്റെ പല ഘട്ടങ്ങളിലും മനുഷ്യർ ബന്ധങ്ങളും ആകർഷണവും അനുഭവിക്കാൻ കഴിയും. അതിനാൽ ലൈംഗിക മൂല്യത്തെ ഒരു നിശ്ചിത പ്രായപരിധിയിൽ ഒതുക്കുന്ന സമീപനം മനുഷ്യജീവിതത്തിന്റെ വൈവിധ്യത്തെ

പരിമിതപ്പെടുത്തുന്നു. മനുഷ്യശരീരത്തിലെ ലൈംഗിക പ്രവർത്തനം ഒരു ലളിതമായ സംഭവമല്ല; മറിച്ച്, നാഡീപ്രവർത്തനം, രക്തപ്രവാഹം, ഹോർമോണുകൾ, രാസസിഗ്നലുകൾ എന്നിവയുടെ കൃത്യമായ ഏകോപനത്തിലൂടെ രൂപപ്പെടുന്ന അതീവ സൂക്ഷ്മമായ ജൈവപ്രക്രിയയാണ്. ഈ ഏകോപനത്തിൽ എവിടെയെങ്കിലും ഒരു തകരാർ സംഭവിക്കുമ്പോഴാണ് Erectile Dysfunction എന്ന അവസ്ഥ രൂപപ്പെടുന്നത്. ഈ പ്രക്രിയയുടെ കേന്ദ്രത്തിൽ പ്രവർത്തിക്കുന്ന പ്രധാന ഘടകങ്ങൾ നൈട്രിക് ഓക്സൈഡ്, cGMP pathway, കൂടാതെ അതിനെ പിന്തുണയ്ക്കുന്ന endothelial cells എന്ന രക്തക്കുഴൽ അകത്തെ കോശങ്ങളാണ്.

ലൈംഗിക ഉത്തേജനം ഉണ്ടായപ്പോൾ, മസ്തിഷ്കത്തിൽ നിന്നുള്ള നാഡീസിഗ്നലുകൾ ലിംഗത്തിലെ നാഡികളിലേക്കും രക്തക്കുഴലുകളിലേക്കും എത്തുന്നു. ഈ ഘട്ടത്തിൽ endothelial cells നിർണായകമായ പങ്ക് വഹിക്കുന്നു. ഇവ നൈട്രിക് ഓക്സൈഡ് പുറത്തുവിടുന്നു. ഈ നൈട്രിക് ഓക്സൈഡ് guanylate cyclase എന്ന എൻസൈമിനെ സജീവമാക്കി cGMP എന്ന രാസപദാർത്ഥം നിർമ്മിക്കുന്നു. ഈ cGMP smooth muscle പേശികളെ വിശ്രമിപ്പിക്കുകയും, രക്തക്കുഴലുകൾ വിപുലീകരിക്കുകയും ചെയ്യുന്നു. ഇതിലൂടെ രക്തം ലിംഗത്തിലേക്ക് കൂടുതൽ അളവിൽ ഒഴുകി, erection ഉണ്ടാകുന്നു. അതായത്, endothelial cells → നൈട്രിക് ഓക്സൈഡ് → cGMP → vasodilation എന്നതാണ് erection എന്ന പ്രക്രിയയുടെ ശാസ്ത്രീയ ശൃംഖല.

എന്നാൽ, ശരീരത്തിൽ സ്വാഭാവികമായി PDE5 എന്ന എൻസൈം നിലനിൽക്കുന്നു. ഇത് cGMP നെ തകർക്കുന്ന ഒരു നിയന്ത്രണഘടകമാണ്. cGMP കുറഞ്ഞാൽ smooth muscle വീണ്ടും ചുരുങ്ങുകയും, രക്തക്കുഴലുകൾ ചെറുതാവുകയും, രക്തപ്രവാഹം കുറയുകയും ചെയ്യും. ഇതിന്റെ ഫലമായി erection നിലനിൽക്കാതെ പോകുന്നു. സാധാരണ സാഹചര്യങ്ങളിൽ ഇത് ഒരു നിയന്ത്രണസമതുലിതാവസ്ഥയാണ്. എന്നാൽ Erectile Dysfunction ൽ, ഈ തകർച്ച അതിവേഗത്തിൽ സംഭവിക്കുന്നതിനാൽ, erection ദുർബലമാകുകയോ നിലനിൽക്കാതിരിക്കുകയും ചെയ്യുന്നു.

ഈ സാഹചര്യത്തിലാണ് PDE ഇൻഹിബിറ്റർ മരുന്നുകളുടെ പ്രാധാന്യം വ്യക്തമാകുന്നത്. Sildenafil, Tadalafil പോലുള്ള മരുന്നുകൾ PDE5 എൻസൈമിനെ തടയുന്നു. ഇതോടെ cGMP തകർന്നുപോകാതെ കൂടുതൽ സമയം നിലനിൽക്കുന്നു. അതിലൂടെ smooth muscle relaxation തുടരുകയും, രക്തപ്രവാഹം നിലനിർത്തുകയും, erection കൂടുതൽ ദീർഘകാലവും ശക്തവുമായിരിക്കുകയും ചെയ്യുന്നു. എന്നാൽ ഈ മരുന്നുകൾ സ്വതന്ത്രമായി erection ഉണ്ടാക്കുന്നില്ല. ആദ്യം നൈട്രിക് ഓക്സൈഡ് റിലീസ് ഉണ്ടാകണം. അതിനാൽ നൈട്രിക് ഓക്സൈഡ് ഒരു "switch" ആണെങ്കിൽ, PDE ഇൻഹിബിറ്റർ അതിന്റെ "effect നീട്ടുന്ന ഘടകം" മാത്രമാണ്.

ഈ ശാസ്ത്രീയ പ്രക്രിയയെ ലളിതമായി മനസ്സിലാക്കാൻ ഒരു ഉപമ ഉപയോഗിക്കാം. നൈട്രിക് ഓക്സൈഡ് ഒരു ടാപ്പ് തുറക്കുന്നതുപോലെ പ്രവർത്തിക്കുന്നു; cGMP വെള്ളത്തിന്റെ ഒഴുക്കാണ്; PDE5 ആ ടാപ്പ് അടയ്ക്കുന്ന വാൽവാണ്; PDE ഇൻഹിബിറ്റർ ആ വാൽവ് അടയാതിരിക്കാൻ തടയുന്ന സംവിധാനമാണ്. അതായത്, ഒഴുക്ക് ആരംഭിക്കുന്നത് നൈട്രിക് ഓക്സൈഡ് ആണ്, എന്നാൽ അത് നിലനിർത്തുന്നത് PDE ഇൻഹിബിറ്ററുകളുടെ സഹായത്തോടെയാണ്.

എന്നാൽ, ഈ മുഴുവൻ സംവിധാനത്തിന്റെ അടിത്തറ endothelial cells ന്റെ ആരോഗ്യമാണ്. ഈ കോശങ്ങൾ ക്ഷയിക്കുമ്പോൾ, erection mechanism തന്നെ തകരാൻ തുടങ്ങുന്നു. ഈ ക്ഷയത്തിന്റെ പ്രധാന കാരണം oxidative stress ആണ്. ശരീരത്തിൽ Reactive Oxygen Species (ROS)

വർധിക്കുമ്പോൾ, അവ നൈട്രിക് ഓക്സൈഡ് നെ നേരിട്ട് നശിപ്പിക്കുന്നു. ഇതോടെ നൈട്രിക് ഓക്സൈഡ് ലഭ്യത കുറയുന്നു. നൈട്രിക് ഓക്സൈഡ് കുറയുമ്പോൾ cGMP നിർമ്മാണം കുറയുകയും erection ആരംഭിക്കുന്ന ഘട്ടം തന്നെ ദുർബലമാകുകയും ചെയ്യുന്നു.

ഇതോടൊപ്പം oxidative stress endothelial cells ന്റെ ഘടനയെയും പ്രവർത്തനത്തെയും ബാധിക്കുന്നു. നൈട്രിക് ഓക്സൈഡ് synthase എന്ന എൻസൈമിന്റെ പ്രവർത്തനം കുറയുന്നതിനാൽ നൈട്രിക് ഓക്സൈഡ് ഉൽപാദനം തന്നെ കുറഞ്ഞുപോകുന്നു. അതായത്, ഒരു ഇരട്ടപ്രശ്നം ഇവിടെ ഉണ്ടാകുന്നു: നൈട്രിക് ഓക്സൈഡ് നിർമ്മാണം കുറയുന്നു, ഉള്ളത് നശിക്കുന്നു.മറ്റൊരു നിർണായക ഘടകം chronic inflammation ആണ്. പ്രമേഹം, ഹൈപ്പർടെൻഷൻ, അമിതവണ്ണം എന്നിവയുള്ള സാഹചര്യങ്ങളിൽ രക്തക്കുഴലുകളിൽ ദീർഘകാല അണുബാധാവസ്ഥ ഉണ്ടാകുന്നു. ഇത് endothelial lining നെ കേട്ടുപാടുകൾക്ക് വിധേയമാക്കി നൈട്രിക് ഓക്സൈഡ് ഉൽപാദനം കുറയ്ക്കുന്നു. ഇതോടെ vasodilation ദുർബലമാകുന്നു.

ഇതിനുപുറമേ, atherosclerosis എന്ന അവസ്ഥയിൽ രക്തക്കുഴലുകളുടെ ഭിത്തികളിൽ കൊഴുപ്പ് അടിഞ്ഞുകൂടുന്നു. ഇതോടെ അവയുടെ elasticity കുറയുകയും രക്തപ്രവാഹം തടസ്സപ്പെടുകയും ചെയ്യുന്നു. endothelial cells ഈ സാഹചര്യത്തിൽ കാര്യക്ഷമമായി പ്രവർത്തിക്കാൻ കഴിയാതെ വരുന്നു. ഫലമായി erection ദുർബലമാകുന്നു.

ഇവയെല്ലാം ചേർന്നാണ് endothelial dysfunction എന്ന അവസ്ഥ രൂപപ്പെടുന്നത്. ഇതിന്റെ നേരിട്ടുള്ള ഫലം നൈട്രിക് ഓക്സൈഡ് കുറയുന്നതാണ്. നൈട്രിക് ഓക്സൈഡ് കുറയുമ്പോൾ cGMP നിർമ്മാണം കുറയുന്നു. ഇതിനൊപ്പം PDE5 cGMP നെ വേഗത്തിൽ തകർക്കുന്നതിനാൽ erection നിലനിർത്താൻ കഴിയാതെ പോകുന്നു.

പ്രായം കൂടുമ്പോൾ ഈ പ്രശ്നങ്ങൾ കൂടുതൽ ശക്തമാകുന്നു. oxidative stress വർധിക്കുന്നു, inflammation തുടരുന്നു, രക്തക്കുഴലുകൾ കാഠിന്യം പ്രാപിക്കുന്നു, smooth muscle പ്രതികരണം കുറയുന്നു, testosterone നില താഴ്ന്നുപോകുന്നു, nerve signaling മന്ദഗതിയിലാകുന്നു. ഇതെല്ലാം ചേർന്നാണ് erection mechanism മുഴുവൻ തലങ്ങളിലും ദുർബലമാകുന്നത്.

അതുകൊണ്ട് Erectile Dysfunction ഒരു "ലിംഗപ്രശ്നം" മാത്രമല്ല; അത് ഒരു vascular health indicator കൂടിയാണ്. endothelial cells ആരോഗ്യകരമായിരിക്കുമ്പോൾ നൈട്രിക് ഓക്സൈഡ് ഉൽപാദനം സാധാരണ നിലയിൽ ഉണ്ടാകും, cGMP pathway ശരിയായി പ്രവർത്തിക്കും, erection നിലനിൽക്കും. എന്നാൽ endothelial dysfunction ഉണ്ടായാൽ, മുഴുവൻ pathway തന്നെ തകരും.

അവസാനമായി, PDE ഇൻഹിബിറ്ററുകൾ ഈ സംവിധാനത്തെ സഹായിക്കുന്ന ഒരു ഉപാധിയാണ്. അവ cGMP breakdown തടഞ്ഞ് erection നിലനിർത്താൻ സഹായിക്കുന്നു. എന്നാൽ നൈട്രിക് ഓക്സൈഡ് നിർമ്മിക്കുന്ന endothelial cells തന്നെ ക്ഷയിച്ചാൽ, ഈ മരുന്നുകളുടെ ഫലപ്രാപ്തി പരിമിതമാകും. അതിനാൽ Erectile Dysfunction നെ ആഴത്തിൽ മനസ്സിലാക്കാൻ, endothelial dysfunction എന്ന ജൈവ അടിത്തറയെ മനസ്സിലാക്കുന്നത് നിർണായകമാണ്.

അവസാനമായി പറയേണ്ടത്, വാർദ്ധക്യം നഷ്ടത്തിന്റെ കഥ മാത്രമല്ല. പലപ്പോഴും അത് കൂടുതൽ ആഴമുള്ള ബന്ധങ്ങളുടെ, മാനസിക പക്വതയുടെ, സ്വയംബോധത്തിന്റെ ഘട്ടമായിത്തീരും. ലൈംഗികതയും മനുഷ്യജീവിതത്തിന്റെ ഈ തുടർച്ചയായ യാത്രയുടെ ഭാഗമാണ്. അതിന്റെ മൂല്യം ഒരു പ്രായപരിധിയിലും ഒതുങ്ങുന്നില്ല.

References

[1] Baumeister, R. F., & Vohs, K. D. (2004). Sexual economics: Sex as female resource for social exchange in heterosexual interactions. *Personality and Social Psychology Review.*

[2] Illouz, E. (2007). *Consuming the Romantic Utopia: Love and the Cultural Contradictions of Capitalism.* University of California Press.

[3] Connell, R. W. (2005). *Masculinities.* University of California Press.

[4] Harman, S. M., et al. (2001). Longitudinal effects of aging on serum testosterone levels in healthy men. *Journal of Clinical Endocrinology & Metabolism.*

[5] Feldman, H. A., et al. (2002). Age trends in the level of serum testosterone in middle-aged men. *Journal of Clinical Endocrinology & Metabolism.*

[6] Vermeulen, A., Goemaere, S., & Kaufman, J. M. (1999). Testosterone, body composition and aging. *Journal of Endocrinological Investigation.*

[7] Grossmann, M. (2011). Low testosterone and metabolic health in men. *Journal of Clinical Endocrinology & Metabolism.*

[8] Kloner, R. A. (2005). Erectile dysfunction and cardiovascular risk factors. *Urologic Clinics of North America.*

[9] Corona, G., et al. (2011). Age-related changes in general and sexual health in men. *Journal of Sexual Medicine.*

[10] Fredrickson, B. L., & Roberts, T. A. (1997). Objectification theory. *Psychology of Women Quarterly.*

[11] Sontag, S. (1972). The double standard of aging. *The Saturday Review.*

[12] Erikson, E. H. (1959). *Identity and the Life Cycle.* International Universities Press.

അധ്യായം 40

തടവുകാരും പ്രവാസികളും
ലൈംഗിക നിഷേധം, സ്ഥാപനനിയന്ത്രണം, മനുഷ്യബന്ധങ്ങളുടെ രൂപാന്തരം

മനുഷ്യജീവിതത്തിൽ അടുപ്പവും സ്പർശവും ലൈംഗികതയും വെറും ജൈവപ്രവർത്തനങ്ങൾ മാത്രമല്ല. അവ മനുഷ്യന്റെ മാനസികസുഖത്തെയും സാമൂഹികബന്ധങ്ങളെയും വ്യക്തിത്വബോധത്തെയും ആഴത്തിൽ സ്വാധീനിക്കുന്ന ഘടകങ്ങളാണ്. മനുഷ്യർ തമ്മിലുള്ള അടുപ്പം, സ്പർശം, സ്നേഹം, ലൈംഗികത എന്നിവ മനുഷ്യജീവിതത്തിന്റെ സ്വാഭാവികവും അടിസ്ഥാനപരവുമായ ഘടകങ്ങളാണ് എന്ന് നിരവധി മനശ്ശാസ്ത്രപരവും സാമൂഹികശാസ്ത്രപരവുമായ പഠനങ്ങൾ സൂചിപ്പിക്കുന്നു.[1]

എന്നാൽ മനുഷ്യസമൂഹത്തിൽ ചില സാഹചര്യങ്ങളിൽ ഈ സ്വാഭാവിക ഘടകങ്ങൾ ശക്തമായി നിയന്ത്രിക്കപ്പെടുന്നു. തടവറകൾ, നിർബന്ധിത പ്രവാസജീവിതം, സൈനിക ക്യാമ്പുകൾ, മതസ്ഥാപനങ്ങൾ എന്നിവയിൽ വ്യക്തികളുടെ ശരീരത്തിന്റെയും അടുപ്പജീവിതത്തിന്റെയും മേൽ ശക്തമായ നിയന്ത്രണം സ്ഥാപിക്കപ്പെടുന്നു. ഈ സാഹചര്യങ്ങളിൽ മനുഷ്യർ ദീർഘകാലം ലൈംഗിക നിഷേധവും വികാരപരമായ വേർപാടും അനുഭവിക്കേണ്ടിവരുന്നു. ഈ സാഹചര്യങ്ങളെ മനസ്സിലാക്കാതെ മനുഷ്യജീവിതത്തിന്റെ സാമൂഹിക ഘടനയെ പൂർണ്ണമായി മനസ്സിലാക്കാൻ കഴിയില്ല.[2]

തടവറകൾ ഈ വിഷയത്തിൽ പ്രത്യേക പ്രാധാന്യമുള്ള സ്ഥാപനങ്ങളാണ്. ജയിലുകൾ ശിക്ഷാസംവിധാനത്തിന്റെ ഭാഗമായിട്ടാണ് പ്രവർത്തിക്കുന്നത്. എന്നാൽ ശിക്ഷയുടെ ഭാഗമായി വ്യക്തിയുടെ സ്വാതന്ത്ര്യം മാത്രമല്ല, പലപ്പോഴും അവന്റെ ശരീരവും സ്വകാര്യജീവിതവും നിയന്ത്രണവിധേയമാകുന്നു. തടവുകാരുടെ ദിനചര്യ, ആശയവിനിമയം, ബന്ധങ്ങൾ, കുടുംബസമ്പർക്കം, പോലും ശരീരസ്പർശം എന്നിവ നിയന്ത്രണവിധേയമാക്കപ്പെടുന്നു. ഈ സാഹചര്യത്തിൽ മനുഷ്യരുടെ അടുപ്പജീവിതം ഒരു സ്ഥാപനത്തിന്റെ നിയന്ത്രണപരിധിക്കുള്ളിൽ എത്തുന്നു.[3]

ദീർഘകാല തടവ് മനുഷ്യരുടെ ലൈംഗികജീവിതത്തിൽ ഒരു ശൂന്യത സൃഷ്ടിക്കുന്നു. ഭർത്താവിനെയോ ഭാര്യയെയോ പ്രണയബന്ധങ്ങളെയോ കുടുംബബന്ധങ്ങളെയോ വിട്ട് ദീർഘകാലം കഴിയേണ്ടിവരുന്ന തടവുകാർക്ക് ശരീരസ്പർശത്തിന്റെയും അടുപ്പത്തിന്റെയും അഭാവം അനുഭവപ്പെടുന്നു. മനശ്ശാസ്ത്രപരമായ പഠനങ്ങൾ സൂചിപ്പിക്കുന്നത് മനുഷ്യരുടെ മാനസികാരോഗ്യത്തിൽ സ്പർശവും വികാരബന്ധവും പ്രധാന പങ്ക് വഹിക്കുന്നുവെന്നതാണ്. സ്പർശം, അടുപ്പം, വികാരബന്ധം എന്നിവയുടെ അഭാവം ഏകാന്തത, വിഷാദം, നിരാശ എന്നിവ വർധിപ്പിക്കാൻ സാധ്യതയുണ്ടെന്ന് ചില പഠനങ്ങൾ വ്യക്തമാക്കുന്നു.[4]

ഈ സാഹചര്യത്തിൽ തടവറകൾ വ്യക്തികളുടെ അടുപ്പജീവിതത്തെ നിയന്ത്രിക്കുന്ന സ്ഥാപനങ്ങളായി മാറുന്നു. തടവറകളുടെ നിയന്ത്രണരീതിയിൽ തടവുകാർ തമ്മിലുള്ള സ്വകാര്യബന്ധങ്ങൾ സാധാരണയായി അനുവദിക്കപ്പെടാറില്ല. സന്ദർശനസമയങ്ങൾ കർശനമായി നിയന്ത്രിക്കപ്പെടുന്നു. കുടുംബാംഗങ്ങളുമായി കൂടിക്കാഴ്ചയുള്ള സമയം വളരെ പരിമിതമായിരിക്കും. ചില രാജ്യങ്ങളിൽ മാത്രമാണ് conjugal visit എന്നറിയപ്പെടുന്ന കുടുംബസന്ദർശന സംവിധാനം അനുവദിച്ചിരിക്കുന്നത്. അത്തരം സംവിധാനങ്ങൾ അനുവദിക്കാത്ത രാജ്യങ്ങളിൽ തടവുകാർക്ക് വർഷങ്ങളോളം ദാമ്പത്യബന്ധങ്ങളിൽ നിന്ന് വേർപെട്ടിരിക്കേണ്ടിവരും.[5]

ഇത്തരം സാഹചര്യങ്ങൾ മനുഷ്യരുടെ വികാരജീവിതത്തിൽ വലിയ സ്വാധീനം ചെലുത്തുന്നു. ദീർഘകാല വേർപാട് ദാമ്പത്യബന്ധങ്ങളിൽ അകലം സൃഷ്ടിക്കാൻ ഇടയാക്കാം. കുടുംബബന്ധങ്ങൾ ദുർബലമാകാൻ സാധ്യതയുണ്ട്. ചില പഠനങ്ങൾ കാണിക്കുന്നത് തടവുകാരുടെ കുടുംബബന്ധങ്ങൾ നിലനിൽക്കുമ്പോൾ അവരുടെ പുനരധിവാസ സാധ്യത വർധിക്കുന്നുവെന്നതാണ്. കുടുംബബന്ധങ്ങൾ നിലനിൽക്കാത്ത തടവുകാർക്ക് സമൂഹത്തിലേക്ക് തിരിച്ചുചേരുന്നത് കൂടുതൽ ബുദ്ധിമുട്ടാകാം.[6]

തടവറകളിൽ കാണപ്പെടുന്ന മറ്റൊരു സാമൂഹിക സംഭവമാണ് സ്വവർഗ്ഗബന്ധങ്ങളുടെ രൂപീകരണം. തടവറകളിൽ സാധാരണയായി പുരുഷന്മാരും സ്ത്രീകളും വേർതിരിച്ചാണ് പാർപ്പിക്കപ്പെടുന്നത്. ദീർഘകാലം വിപരീതലിംഗബന്ധങ്ങളിൽ നിന്ന് വേർപെട്ടിരിക്കുന്ന സാഹചര്യത്തിൽ ചില തടവുകാർ തമ്മിൽ സ്വവർഗ്ഗബന്ധങ്ങൾ രൂപപ്പെടുന്നത് വിവിധ സാമൂഹിക പഠനങ്ങളിൽ രേഖപ്പെടുത്തിയിട്ടുണ്ട്. എന്നാൽ ഈ ബന്ധങ്ങളെ മനസ്സിലാക്കുമ്പോൾ ഒരു പ്രധാനമായ കാര്യം ശ്രദ്ധിക്കേണ്ടതുണ്ട്. തടവറകളിൽ രൂപപ്പെടുന്ന എല്ലാ സ്വവർഗ്ഗബന്ധങ്ങളും വ്യക്തികളുടെ സ്ഥിരമായ ലൈംഗിക തിരിച്ചറിയലുമായി ബന്ധിപ്പിക്കണമെന്നില്ല. ചിലപ്പോൾ അവ സാഹചര്യം സൃഷ്ടിച്ച സാമൂഹികബന്ധങ്ങളായിരിക്കാം.[7]

ചില തടവുകാർ തമ്മിൽ വികാരപരമായ അടുപ്പവും പരസ്പര പിന്തുണയും രൂപപ്പെടാം. തടവറയിലെ കഠിനമായ സാഹചര്യങ്ങളിൽ മനുഷ്യർ പരസ്പരം ആശ്വാസവും മാനസിക പിന്തുണയും തേടുന്നത് സ്വാഭാവികമാണ്. ചില ബന്ധങ്ങൾ സൗഹൃദത്തിന്റെ രൂപത്തിലായിരിക്കും. ചിലത് വികാരബന്ധമായി വളരാം. ചിലത് ലൈംഗികബന്ധങ്ങളായും മാറാം. ഈ ബന്ധങ്ങൾ തടവറകളിലെ സാമൂഹികഘടനയുടെ ഭാഗമായിത്തീരുന്നു.[8]

എന്നാൽ ഈ വിഷയത്തിന് മറ്റൊരു ഗൗരവമുള്ള വശവും ഉണ്ട്. ചില തടവറകളിൽ അധികാരബന്ധങ്ങളുമായി ബന്ധപ്പെട്ട ലൈംഗിക പീഡനവും സംഭവിക്കുന്നതായി മനുഷ്യാവകാശ സംഘടനകൾ റിപ്പോർട്ട് ചെയ്തിട്ടുണ്ട്. ശക്തരായ തടവുകാർ ദുർബലരായ തടവുകാരെ പീഡിപ്പിക്കുന്ന സാഹചര്യങ്ങളും രേഖപ്പെടുത്തിയിട്ടുണ്ട്. അതിനാൽ തടവറകളിലെ ലൈംഗികബന്ധങ്ങളെക്കുറിച്ചുള്ള ചർച്ചയിൽ സ്വമേധയാ രൂപപ്പെടുന്ന ബന്ധങ്ങളും നിർബന്ധിത പീഡനവും തമ്മിലുള്ള വ്യത്യാസം വ്യക്തമായി മനസ്സിലാക്കേണ്ടത് അനിവാര്യമാണ്.[9]

തടവറകളിലെ ലൈംഗികതയെക്കുറിച്ചുള്ള ഈ ചർച്ചകൾ മനുഷ്യാവകാശപരമായ ചോദ്യങ്ങളുമായി ബന്ധപ്പെടുന്നു. ഒരു വ്യക്തി കുറ്റകൃത്യം ചെയ്താലും അവന്റെ മനുഷ്യഗൗരവം നഷ്ടപ്പെടുന്നില്ല എന്നതാണ് ആധുനിക മനുഷ്യാവകാശ ചിന്തയുടെ അടിസ്ഥാനതത്വം. അതിനാൽ ശിക്ഷയുടെ ഭാഗമായി വ്യക്തിയുടെ സ്വാതന്ത്ര്യം നിയന്ത്രിക്കാമെങ്കിലും അവന്റെ അടിസ്ഥാന മനുഷ്യഗൗരവം സംരക്ഷിക്കപ്പെടണം എന്ന വാദം ഉയരുന്നു.[10]

ഈ പശ്ചാത്തലത്തിലാണ് ചില രാജ്യങ്ങൾ conjugal visit സംവിധാനം അനുവദിച്ചിരിക്കുന്നത്. ഈ സംവിധാനത്തിലൂടെ തടവുകാർക്ക് അവരുടെ ഭർത്താവിനെയോ ഭാര്യയെയോ നിശ്ചിത സമയത്ത് സ്വകാര്യമായി കാണാൻ അവസരം നൽകുന്നു. ഈ സംവിധാനം കുടുംബബന്ധങ്ങൾ നിലനിർത്തുന്നതിനും തടവുകാരുടെ മാനസികാരോഗ്യം മെച്ചപ്പെടുത്തുന്നതിനും സഹായകരമാണെന്ന് ചില പഠനങ്ങൾ സൂചിപ്പിക്കുന്നു.[11]

തടവുകാരുടെ അനുഭവങ്ങളോട് സാമ്യമുള്ള മറ്റൊരു സാമൂഹിക സാഹചര്യമാണ് പ്രവാസജീവിതം. ലോകത്തിന്റെ വിവിധ ഭാഗങ്ങളിലേക്ക് തൊഴിൽ തേടി പോകുന്ന പ്രവാസികൾ പലപ്പോഴും

അവരുടെ കുടുംബങ്ങളിൽ നിന്ന് വർഷങ്ങളോളം വേർപെട്ട് ജീവിക്കുന്നു. പ്രത്യേകിച്ച് മദ്ധ്യപൂർവദേശങ്ങളിലേക്കുള്ള തൊഴിൽപ്രവാസം അനുഭവിക്കുന്ന പല തൊഴിലാളികളും ദീർഘകാലം ഭാര്യയെയും മക്കളെയും കാണാതെ കഴിയേണ്ടിവരുന്നു.[12]ഈ സാഹചര്യത്തിൽ പ്രവാസജീവിതവും ഒരു തരത്തിലുള്ള ലൈംഗികവും വികാരപരവുമായ വേർപാട് സൃഷ്ടിക്കുന്നു. ദാമ്പത്യബന്ധങ്ങളിൽ ദൂരം വർധിക്കുന്നു. ചിലർക്ക് ഏകാന്തതയും മാനസിക സമ്മർദ്ദവും അനുഭവപ്പെടാം. എന്നാൽ സാങ്കേതികവിദ്യയുടെ വളർച്ച ഈ സാഹചര്യത്തിൽ ചില മാറ്റങ്ങൾ സൃഷ്ടിച്ചിട്ടുണ്ട്. ഫോൺ, വീഡിയോ കോൾ, ഡിജിറ്റൽ ആശയവിനിമയം എന്നിവ ദൂരം കുറയ്ക്കാൻ സഹായിക്കുന്നുവെങ്കിലും ശാരീരിക അടുപ്പത്തിന്റെ അഭാവം പൂർണ്ണമായി പരിഹരിക്കാൻ കഴിയുന്നില്ല.

ഈ സാഹചര്യങ്ങളെ മനസ്സിലാക്കുമ്പോൾ ഒരു വലിയ സാമൂഹികസത്യം വ്യക്തമാകുന്നു. മനുഷ്യരുടെ ശരീരവും അടുപ്പജീവിതവും പലപ്പോഴും വ്യക്തിപരമായതിൽ മാത്രമല്ല, സാമൂഹികവും രാഷ്ട്രീയവുമായ നിയന്ത്രണങ്ങളാൽ സ്വാധീനിക്കപ്പെടുന്നു. തടവറകൾ, സൈനികസ്ഥാപനങ്ങൾ, മതസ്ഥാപനങ്ങൾ, കുടിയേറ്റ തൊഴിൽസംവിധാനങ്ങൾ എന്നിവ മനുഷ്യരുടെ അടുപ്പജീവിതത്തെ നിയന്ത്രിക്കുന്ന ഘടനകളായി പ്രവർത്തിക്കുന്നു.ഈ സാഹചര്യങ്ങളെ വിശകലനം ചെയ്യുമ്പോൾ ചില സാമൂഹിക തത്വചിന്തകർ മനുഷ്യശരീരം ഒരു രാഷ്ട്രീയ മേഖലയായി മാറുന്നുവെന്ന് ചൂണ്ടിക്കാണിക്കുന്നു. സ്ഥാപനങ്ങൾ ശരീരത്തെ നിയന്ത്രിക്കുമ്പോൾ അതിലൂടെ വ്യക്തികളുടെ സ്വാതന്ത്ര്യവും വികാരജീവിതവും നിയന്ത്രിക്കപ്പെടുന്നു. ഈ സാഹചര്യത്തിൽ ലൈംഗികത വെറും സ്വകാര്യജീവിതത്തിന്റെ ഭാഗമല്ല, സാമൂഹിക അധികാരഘടനകളുമായി ബന്ധിപ്പിക്കപ്പെട്ട ഒരു മേഖലയായി മാറുന്നു.[3]അവസാനമായി, തടവുകാരുടെയും പ്രവാസികളുടെയും അനുഭവങ്ങൾ മനുഷ്യജീവിതത്തിലെ ഒരു അടിസ്ഥാനസത്യം വ്യക്തമാക്കുന്നു. മനുഷ്യർ വെറും ജൈവപ്രാണികളല്ല. അവർ ബന്ധങ്ങളിലൂടെ ജീവിക്കുന്ന സാമൂഹികജീവികളാണ്. സ്പർശം, അടുപ്പം, സ്നേഹം, ലൈംഗികത എന്നിവ മനുഷ്യജീവിതത്തിന്റെ അടിസ്ഥാനഘടകങ്ങളാണ്.

ഈ ഘടകങ്ങൾ ദീർഘകാലം നിഷേധിക്കപ്പെടുമ്പോൾ അത് മനുഷ്യരുടെ മാനസികജീവിതത്തെയും സാമൂഹികബന്ധങ്ങളെയും സ്വാധീനിക്കുന്നു. അതിനാൽ ശിക്ഷാസംവിധാനങ്ങളും സാമൂഹികസ്ഥാപനങ്ങളും മനുഷ്യഗൗരവം സംരക്ഷിക്കുന്ന രീതിയിൽ രൂപകൽപ്പന ചെയ്യപ്പെടണം എന്ന ചർച്ച ആധുനിക സമൂഹങ്ങളിൽ ശക്തമാകുകയാണ്.തടവറകളുടെയും പ്രവാസജീവിതത്തിന്റെയും അനുഭവങ്ങൾ മനുഷ്യജീവിതത്തിലെ അടുപ്പബന്ധങ്ങളുടെ പ്രാധാന്യം നമ്മെ ഓർമ്മിപ്പിക്കുന്നു. മനുഷ്യരുടെ സ്വാതന്ത്ര്യവും മനുഷ്യഗൗരവവും സംരക്ഷിക്കുന്ന സമൂഹഘടനകൾ രൂപപ്പെടുത്തുക എന്നത് ആധുനിക മനുഷ്യസമൂഹത്തിന്റെ പ്രധാന വെല്ലുവിളികളിലൊന്നാണ്.

References

[1] Baumeister, R. F., & Leary, M. R. (1995). The need to belong: Desire for interpersonal attachments. *Psychological Bulletin.*

[2] Goffman, E. (1961). *Asylums: Essays on the Social Situation of Mental Patients and Other Inmates.* Anchor Books.

[3] Foucault, M. (1977). *Discipline and Punish: The Birth of the Prison.* Pantheon Books.

[4] Harlow, H. F. (1958). The nature of love. *American Psychologist.*

[5] Carlson, B., & Cervera, N. (1992). *Inmates and Their Families.* Greenwood Press.

[6] Hairston, C. F. (2002). Prisoners and families: Parenting issues during incarceration. *Journal of Family Issues.*

[7] Sykes, G. M. (1958). *The Society of Captives.* Princeton University Press.

[8] Toch, H. (1992). *Living in Prison.* Free Press.

[9] Human Rights Watch (2001). *No Escape: Male Rape in U.S. Prisons.*

[10] United Nations (2015). *Standard Minimum Rules for the Treatment of Prisoners (Nelson Mandela Rules).*

[11] Hensley, C., Koscheski, M., & Tewksbury, R. (2002). The impact of conjugal visits on prison behavior. *The Prison Journal.*

[12] Castles, S., & Miller, M. (2009). *The Age of Migration.* Guilford Press.

അധ്യായം 41
പരസ്യങ്ങളിലെ ലൈംഗികത
(Sexuality in Advertising)

ആധുനിക ഉപഭോക്തൃസമൂഹത്തിൽ പരസ്യം വെറും വിവരമറിയിക്കുന്ന സംവിധാനമല്ല. അത് മനുഷ്യരുടെ ആഗ്രഹങ്ങളെ രൂപപ്പെടുത്തുകയും ഉപഭോക്തൃബോധത്തെ സ്വാധീനിക്കുകയും ചെയ്യുന്ന ശക്തമായ സാംസ്കാരിക സംവിധാനമാണ്. വിപണിയിൽ ഒരു ഉൽപ്പന്നത്തെ പരിചയപ്പെടുത്തുന്നതിനേക്കാൾ കൂടുതലാണ് പരസ്യത്തിന്റെ പ്രവർത്തനം. അത് ജീവിതശൈലികൾ, സൗന്ദര്യധാരണകൾ, ലിംഗപരമായ തിരിച്ചറിവുകൾ, സാമൂഹിക വിജയത്തിന്റെ പ്രതീകങ്ങൾ എന്നിവ നിർമ്മിക്കുന്ന ഒരു സാംസ്കാരിക ഭാഷയായി പ്രവർത്തിക്കുന്നു.[1]

ഈ പ്രക്രിയയിൽ ലൈംഗികത ഒരു പ്രധാന ഉപകരണമായി മാറുന്നു. മനുഷ്യരുടെ ശ്രദ്ധ ആകർഷിക്കുന്ന ഏറ്റവും ശക്തമായ ദൃശ്യഭാഷകളിൽ ഒന്നാണ് ലൈംഗിക സൂചനകൾ. അതുകൊണ്ടുതന്നെ ആധുനിക പരസ്യ വ്യവസായം ലൈംഗികതയെ ദൃശ്യരൂപങ്ങളിലും പ്രതീകങ്ങളിലുമായി വ്യാപകമായി ഉപയോഗിക്കുന്നു. ഇതിലൂടെ പരസ്യം വിപണി തന്ത്രമെന്നതിലുപരി മനുഷ്യരുടെ മനസ്സിനെ സ്വാധീനിക്കുന്ന ഒരു സാംസ്കാരിക സംവിധാനമായി മാറുന്നു.[2]

ശരീരം വിപണനതലമായി (Body as Marketing Surface)

ആധുനിക പരസ്യങ്ങളിൽ മനുഷ്യശരീരം ഒരു പ്രധാന ദൃശ്യവേദിയായി മാറിയിട്ടുണ്ട്. പരസ്യങ്ങൾ ഉൽപ്പന്നത്തെ മാത്രം കാണിക്കുന്നില്ല; മറിച്ച് മനുഷ്യശരീരത്തെയും സൗന്ദര്യത്തെയും ആകർഷണത്തെയും വിപണി സന്ദേശങ്ങളുടെ വഹകമാക്കുന്നു. മനുഷ്യശരീരം ഒരു പരസ്യവേദിയായി ഉപയോഗിക്കപ്പെടുന്ന ഈ രീതി ഉപഭോക്തൃസംസ്കാരത്തിന്റെ പ്രധാന സവിശേഷതകളിലൊന്നാണ്.[3]

സൗന്ദര്യവും ലൈംഗിക ആകർഷണവും ഉപയോഗിച്ച് ഉൽപ്പന്നങ്ങളെ പ്രചരിപ്പിക്കുന്ന തന്ത്രം പരസ്യവ്യവസായത്തിൽ വളരെ സാധാരണമാണ്. ഫാഷൻ വ്യവസായം, സുഗന്ധവസ്തുക്കൾ, വാഹനങ്ങൾ, പാനീയങ്ങൾ, പോലും ചിലപ്പോൾ സാങ്കേതിക ഉൽപ്പന്നങ്ങൾ വരെ പരസ്യപ്പെടുത്തുമ്പോൾ മനുഷ്യശരീരം ഉപയോഗിക്കപ്പെടുന്നു. ചിലപ്പോൾ ഉൽപ്പന്നവും ശരീരവും തമ്മിൽ നേരിട്ടുള്ള ബന്ധം ഇല്ലെങ്കിലും, ശരീരത്തിന്റെ ആകർഷണശക്തി ഉപയോഗിച്ച് ഉപഭോക്താവിന്റെ ശ്രദ്ധ പിടിച്ചുപറ്റുകയാണ് പ്രധാന ലക്ഷ്യം.[4]

ഇങ്ങനെ ശരീരം ഒരു "വിപണി സന്ദേശം" വഹിക്കുന്ന ദൃശ്യവസ്തുവായി മാറുന്നു. പരസ്യങ്ങളിൽ ശരീരം ഒരു പ്രതീകമായി പ്രവർത്തിക്കുന്നു. അത് സൗന്ദര്യം, ആകർഷണം, വിജയം, യുവത്വം തുടങ്ങിയ ആശയങ്ങളെ പ്രതിനിധീകരിക്കുന്ന ഒരു ദൃശ്യചിഹ്നമായി മാറുന്നു. ഈ സാഹചര്യത്തിൽ ശരീരം വ്യക്തിയുടെ വ്യക്തിത്വത്തെക്കാൾ വിപണി ഭാഷയുടെ ഭാഗമാകുന്നു.[5]

ആഗ്രഹത്തിന്റെ നിർമ്മാണം (Desire Engineering)

പരസ്യങ്ങളുടെ പ്രധാന ലക്ഷ്യം ഉപഭോക്താക്കളിൽ ആഗ്രഹം സൃഷ്ടിക്കുന്നതാണ്. ഒരു ഉൽപ്പന്നം ആവശ്യകമാണെന്നതിനെക്കാൾ അത് ആഗ്രഹകരമാണെന്ന് ഉപഭോക്താവിനെ

വിശ്വസിപ്പിക്കുന്നതാണ് പരസ്യത്തിന്റെ മാനസിക തന്ത്രം. ലൈംഗിക സൂചനകൾ ഈ പ്രക്രിയയിൽ പ്രധാന പങ്ക് വഹിക്കുന്നു.[6]

പരസ്യങ്ങൾ പലപ്പോഴും ഉൽപ്പന്നങ്ങളെ ആകർഷണത്തോടും വിജയത്തോടും പ്രണയത്തോടും ബന്ധിപ്പിക്കുന്നു. "ഈ ഉൽപ്പന്നം ഉപയോഗിക്കുന്നവർ കൂടുതൽ ആകർഷകരായിരിക്കും" എന്ന സന്ദേശം പരസ്യങ്ങളിൽ ആവർത്തിച്ച് കാണപ്പെടുന്നു. ഇതിലൂടെ ഉൽപ്പന്നം ഒരു സാധാരണ വസ്തുവല്ല, മറിച്ച് ഒരു സാമൂഹിക പ്രതീകമായി മാറുന്നു.[7]

വിപണി വികാരങ്ങളെയും ലൈംഗിക ആഗ്രഹങ്ങളെയും ഉപയോഗിക്കുന്ന രീതിയും ഇതിൽ ശ്രദ്ധേയമാണ്. ഉപഭോക്താവിന്റെ മനസ്സിൽ ആഗ്രഹവും സ്വപ്നവും സൃഷ്ടിക്കുന്ന ദൃശ്യങ്ങൾ ഉപയോഗിച്ചാണ് പരസ്യങ്ങൾ പ്രവർത്തിക്കുന്നത്. ഇതിലൂടെ ആഗ്രഹം ഒരു സ്വാഭാവിക വികാരമെന്നതിലുപരി വിപണി നിർമ്മിച്ച ഒരു അനുഭവമായി മാറുന്നു.[8]

ശ്രദ്ധാ സാമ്പത്തികം (Attention Economy)

ആധുനിക ഡിജിറ്റൽ കാലഘട്ടത്തിൽ ശ്രദ്ധ തന്നെ ഒരു സാമ്പത്തിക മൂല്യമായി മാറിയിരിക്കുന്നു. സോഷ്യൽ മീഡിയയും ഡിജിറ്റൽ പ്ലാറ്റ്ഫോമുകളും വളർന്നതോടെ ഉപഭോക്താക്കളുടെ ശ്രദ്ധ നേടുന്നത് വിപണിയുടെ പ്രധാന ലക്ഷ്യമായി മാറി. ഈ സാഹചര്യത്തിൽ ശ്രദ്ധ പിടിച്ചുപറ്റാൻ ലൈംഗിക ദൃശ്യങ്ങൾ വ്യാപകമായി ഉപയോഗിക്കപ്പെടുന്നു.[9]

പരസ്യങ്ങളിൽ അതിരുക്ഷമായ ദൃശ്യങ്ങൾ ഉപയോഗിക്കുന്നത് ശ്രദ്ധ നേടാനുള്ള ഒരു മാർഗമായി മാറിയിട്ടുണ്ട്. മനുഷ്യരുടെ ശ്രദ്ധ വളരെ കുറച്ചുസമയത്തേക്ക് മാത്രമേ നിലനിൽക്കുകയുള്ളൂ എന്നതിനാൽ, പരസ്യങ്ങൾ ശക്തമായ ദൃശ്യചിഹ്നങ്ങൾ ഉപയോഗിച്ച് ശ്രദ്ധ പിടിച്ചുപറ്റാൻ ശ്രമിക്കുന്നു. ലൈംഗിക സൂചനകൾ അതിനുള്ള ഏറ്റവും വേഗത്തിലുള്ള മാർഗങ്ങളിൽ ഒന്നാണ്.[10]

സോഷ്യൽ മീഡിയ പ്ലാറ്റ്ഫോമുകളിൽ വൈറൽ ഉള്ളടക്കത്തിന്റെ പ്രാധാന്യവും ഈ പ്രവണതയെ ശക്തമാക്കുന്നു. ആകർഷകവും ഉത്തേജകവുമായ ദൃശ്യങ്ങൾ കൂടുതൽ പങ്കുവയ്ക്കപ്പെടുകയും വ്യാപകമായി പ്രചരിക്കുകയും ചെയ്യുന്നു. ഇതുവഴി ശ്രദ്ധ തന്നെ വിപണി മൂല്യമായി മാറുന്നു.[11]

ലൈംഗിക വസ്തുവൽക്കരണം (Sexual Commodification)

പരസ്യങ്ങളിൽ ലൈംഗികത ഉപയോഗിക്കപ്പെടുമ്പോൾ മനുഷ്യശരീരം പലപ്പോഴും ഒരു വിപണി വസ്തുവായി അവതരിപ്പിക്കപ്പെടുന്നു. ഈ പ്രക്രിയയെ ലൈംഗിക വസ്തുവൽക്കരണം എന്ന് വിളിക്കുന്നു. മനുഷ്യന്റെ ശരീരവും ആകർഷണവും സാമ്പത്തിക മൂല്യമായി മാറുന്ന സാഹചര്യം ഇതിലൂടെ രൂപപ്പെടുന്നു.[12]

ഫാഷൻ വ്യവസായം, സിനിമ, സംഗീത വ്യവസായം, ഡിജിറ്റൽ മീഡിയ എന്നിവയിൽ ലൈംഗികത വ്യാപാരവൽക്കരിക്കപ്പെടുന്ന പ്രവണത വ്യാപകമാണ്. ആകർഷണം ഒരു സാമ്പത്തിക മൂലധനമായി മാറുന്നു. ഈ സാഹചര്യത്തിൽ വ്യക്തിത്വത്തെക്കാൾ ശരീരത്തിന്റെ വിപണി മൂല്യം മുൻനിരയിലേക്ക് വരുന്നു.[13]

ഇത് മനുഷ്യശരീരത്തെ ഒരു പ്രതീകാത്മക വസ്തുവായി മാറ്റുന്നു. ശരീരത്തിന്റെ സൗന്ദര്യവും ആകർഷണവും വിപണിയുടെ ഭാഷയിൽ പുനർനിർമ്മിക്കപ്പെടുന്നു. ഇതിലൂടെ ലൈംഗികത വ്യക്തിപരമായ അനുഭവമെന്നതിലുപരി സാമ്പത്തിക സംവിധാനത്തിന്റെ ഭാഗമാകുന്നു.[14]

ലിംഗരൂപകൽപ്പന (Gender Construction in Advertising)

പരസ്യങ്ങൾ ലിംഗധാരണകളെയും രൂപപ്പെടുത്തുന്ന പ്രധാന മാധ്യമങ്ങളാണ്. പുരുഷത്വവും സ്ത്രീത്വവും സംബന്ധിച്ച പല സാമൂഹിക പ്രതീകങ്ങളും പരസ്യങ്ങളിലൂടെ ശക്തിപ്പെടുന്നു.[15]

സ്ത്രീയെ പലപ്പോഴും ആഗ്രഹത്തിന്റെ വസ്തുവായി അവതരിപ്പിക്കുന്ന പ്രവണത പരസ്യങ്ങളിൽ വ്യാപകമാണ്. സ്ത്രീശരീരം ആകർഷണത്തിന്റെ പ്രതീകമായി ഉപയോഗിക്കപ്പെടുന്നു. മറുവശത്ത് പുരുഷനെ ശക്തിയുടെയും നിയന്ത്രണത്തിന്റെയും പ്രതീകമായി അവതരിപ്പിക്കുന്ന പ്രവണതയും കാണാം.

ഈ ദൃശ്യരൂപങ്ങൾ സമൂഹത്തിൽ നിലവിലുള്ള ലിംഗധാരണകളെ ശക്തിപ്പെടുത്തുന്നു. പരസ്യങ്ങൾ വെറും വിപണി സന്ദേശങ്ങൾ നൽകുന്നതല്ല; മറിച്ച് ലിംഗപരമായ സാമൂഹിക പ്രതീകങ്ങളെ പുനർനിർമ്മിക്കുന്ന ഒരു സാംസ്കാരിക സംവിധാനമായി പ്രവർത്തിക്കുന്നു.[16]

സൗന്ദര്യാദർശങ്ങളുടെ നിർമ്മാണം

പരസ്യങ്ങൾ "ഐഡിയൽ ബോഡി" എന്ന ആശയം നിർമ്മിക്കുന്നതിൽ വലിയ പങ്ക് വഹിക്കുന്നു. ശരീരത്തിന്റെ വലിപ്പം, നിറം, രൂപം എന്നിവയെക്കുറിച്ചുള്ള വിപണി മാനദണ്ഡങ്ങൾ പരസ്യങ്ങളിലൂടെ വ്യാപകമായി പ്രചരിക്കുന്നു.[17]

സൗന്ദര്യ വ്യവസായത്തിന്റെ വളർച്ചയിൽ ഈ മാനദണ്ഡങ്ങൾ പ്രധാന പങ്ക് വഹിക്കുന്നു. കോസ്മെറ്റിക്സ്, ഫിറ്റ്നസ്, ഫാഷൻ തുടങ്ങിയ മേഖലകൾ ഈ സൗന്ദര്യധാരണകളെ അടിസ്ഥാനമാക്കിയുള്ള വിപണി രൂപപ്പെടുത്തുന്നു.

ഇത് വ്യക്തികളുടെ ശരീരബോധത്തെയും ആത്മാഭിമാനത്തെയും സ്വാധീനിക്കാം. ചിലപ്പോൾ ഈ മാനദണ്ഡങ്ങൾ യാഥാർത്ഥ്യത്തിൽ സാധ്യമല്ലാത്ത ശരീരരൂപങ്ങളെ പ്രോത്സാഹിപ്പിക്കുന്നതായി വിമർശനം ഉയരുന്നു.[18]

ഡിജിറ്റൽ കാലഘട്ടത്തിലെ ലൈംഗിക പരസ്യം

ഡിജിറ്റൽ മാധ്യമങ്ങളുടെ വളർച്ച പരസ്യരീതികളെ വലിയ രീതിയിൽ മാറ്റിയിട്ടുണ്ട്. സോഷ്യൽ മീഡിയ പ്ലാറ്റ്ഫോമുകളും ഇൻഫ്ലുവൻസർ സംസ്കാരവും പരസ്യങ്ങളുടെ പുതിയ രൂപങ്ങൾ സൃഷ്ടിച്ചു.[19]

ആൽഗോരിതങ്ങൾ ഉപഭോക്താക്കളുടെ ശ്രദ്ധ പിടിച്ചുപറ്റുന്ന ഉള്ളടക്കത്തെ കൂടുതൽ പ്രോത്സാഹിപ്പിക്കുന്നു. ആകർഷകമായ ദൃശ്യങ്ങൾ കൂടുതൽ പ്രചരിക്കുന്നതിനാൽ ലൈംഗിക സൂചനകൾ അടങ്ങിയ ഉള്ളടക്കങ്ങൾ കൂടുതൽ വേഗത്തിൽ വ്യാപിക്കുന്നു.

കൂടാതെ വ്യക്തിഗത ഡാറ്റ ഉപയോഗിച്ച് ലക്ഷ്യമിട്ട പരസ്യങ്ങൾ സൃഷ്ടിക്കുന്ന പ്രവണതയും വർധിച്ചിട്ടുണ്ട്. ഉപഭോക്താവിന്റെ ഇഷ്ടങ്ങൾ, തിരച്ചിലുകൾ, സാമൂഹിക പ്രവർത്തനങ്ങൾ എന്നിവയെ അടിസ്ഥാനമാക്കി വ്യക്തിഗത പരസ്യങ്ങൾ കാണിക്കപ്പെടുന്നു.[20]

യുവാക്കളിലും കുട്ടികളിലും ഉള്ള സ്വാധീനം

പരസ്യങ്ങളിലെ ലൈംഗിക ദൃശ്യങ്ങൾ യുവാക്കളിലും കുട്ടികളിലും ഉണ്ടാക്കുന്ന സ്വാധീനം സംബന്ധിച്ച് നിരവധി ചർച്ചകൾ ഉയരുന്നുണ്ട്. പ്രായപൂർത്തിയാകാത്തവരിൽ ഇത്തരം ദൃശ്യങ്ങൾ മാനസിക സ്വാധീനം ഉണ്ടാക്കാമെന്ന് ചില പഠനങ്ങൾ സൂചിപ്പിക്കുന്നു.[21]

കൗമാരപ്രായത്തിൽ ശരീരബോധവും ആത്മാഭിമാനവും രൂപപ്പെടുന്ന ഘട്ടത്തിലാണ് യുവാക്കൾ വളരുന്നത്. ഈ സമയത്ത് പരസ്യങ്ങളിലെ സൗന്ദര്യ മാനദണ്ഡങ്ങൾ ചിലപ്പോൾ സമ്മർദ്ദം സൃഷ്ടിക്കാം.

കൂടാതെ ലൈംഗികതയുടെ നേരത്തെയുള്ള ദൃശ്യപരിചയം യുവാക്കളിലെ ലൈംഗികബോധത്തെ സ്വാധീനിക്കുമോ എന്നതിനെക്കുറിച്ചും ഗവേഷണങ്ങളും സാമൂഹിക ചർച്ചകളും തുടരുന്നു.[22]

നൈതികവും നിയമപരവുമായ ചർച്ചകൾ

പരസ്യങ്ങളിലെ ലൈംഗികതയെക്കുറിച്ച് നിരവധി നൈതികവും നിയമപരവുമായ ചർച്ചകൾ ഉയരുന്നുണ്ട്. വിവിധ രാജ്യങ്ങളിൽ പരസ്യങ്ങളെ നിയന്ത്രിക്കുന്ന നിയമങ്ങൾ നിലവിലുണ്ട്. ചില ദൃശ്യങ്ങൾ അശ്ലീലമാണോ കലാപരമാണോ എന്ന ചർച്ചകളും ഉയരാറുണ്ട്.[23]

സമൂഹത്തിന്റെ നൈതിക പരിധികളും വിപണിയുടെ സ്വാതന്ത്ര്യവും തമ്മിലുള്ള സമതുലിതാവസ്ഥ കണ്ടെത്തുക എന്നത് ഒരു പ്രധാന വെല്ലുവിളിയാണ്. ചിലർ പരസ്യങ്ങൾക്ക് കൂടുതൽ നിയന്ത്രണം ആവശ്യപ്പെടുമ്പോൾ മറ്റുചിലർ കലാസ്വാതന്ത്ര്യത്തിനും വിപണി സ്വാതന്ത്ര്യത്തിനും മുൻഗണന നൽകുന്നു.

ഉപഭോക്തൃസംസ്കാരവും ശരീരരാഷ്ട്രീയവും

ഉപഭോക്തൃസംസ്കാരം ശരീരത്തെ എങ്ങനെ രൂപപ്പെടുത്തുന്നു എന്നത് സമകാലിക സാമൂഹിക പഠനങ്ങളിൽ പ്രധാന വിഷയമാണ്. ശരീരം ഒരു സാമൂഹിക മൂലധനമായി മാറുന്ന സാഹചര്യമാണ് ഇന്ന് കാണപ്പെടുന്നത്. സൗന്ദര്യം, ആകർഷണം, ഫിറ്റ്നസ് എന്നിവ വ്യക്തിയുടെ സാമൂഹികസ്ഥാനം നിർണ്ണയിക്കുന്ന ഘടകങ്ങളായി ചിലപ്പോൾ അവതരിപ്പിക്കപ്പെടുന്നു.[24]

വിപണി മനുഷ്യരുടെ ആഗ്രഹങ്ങളെ പുനർനിർമ്മിക്കുന്ന സംവിധാനമായി പ്രവർത്തിക്കുന്നു. പരസ്യങ്ങൾ ഈ പ്രക്രിയയുടെ പ്രധാന ഉപകരണമാണ്. മനുഷ്യരുടെ ശരീരബോധം, സൗന്ദര്യധാരണകൾ, ആഗ്രഹങ്ങൾ എന്നിവ വിപണി ഭാഷയിൽ പുനർനിർമ്മിക്കപ്പെടുന്നു.

ഇതിനാൽ പരസ്യങ്ങളിലെ ലൈംഗികതയെ മനസ്സിലാക്കുന്നത് വെറും വിപണി തന്ത്രങ്ങളെക്കുറിച്ചുള്ള പഠനം മാത്രമല്ല. അത് മനുഷ്യരുടെ ശരീരത്തെയും ആഗ്രഹങ്ങളെയും സാമൂഹിക പ്രതീകങ്ങളെയും രൂപപ്പെടുത്തുന്ന സാംസ്കാരിക സംവിധാനങ്ങളെക്കുറിച്ചുള്ള പഠനമാണ്.

References

[1] Williamson, J. (1978). *Decoding Advertisements.* Marion Boyars.
[2] Jhally, S. (1987). *The Codes of Advertising.* Routledge.
[3] Berger, J. (1972). *Ways of Seeing.* BBC Books.
[4] Kilbourne, J. (1999). *Deadly Persuasion.* Free Press.
[5] Bordo, S. (1993). *Unbearable Weight.* University of California Press.
[6] Belk, R. (1988). Possessions and the extended self. *Journal of Consumer Research.*
[7] Packard, V. (1957). *The Hidden Persuaders.* McKay.
[8] Baudrillard, J. (1998). *The Consumer Society.* Sage.
[9] Davenport, T., & Beck, J. (2001). *The Attention Economy.* Harvard Business School Press.
[10] Heath, R. (2012). *Seducing the Subconscious.* Wiley-Blackwell.
[11] Jenkins, H. (2006). *Convergence Culture.* NYU Press.
[12] Gill, R. (2007). *Gender and the Media.* Polity Press.
[13] McCracken, G. (1988). *Culture and Consumption.* Indiana University Press.
[14] Goldman, R. (1992). *Reading Ads Socially.* Routledge.
[15] Goffman, E. (1979). *Gender Advertisements.* Harper & Row.
[16] Courtney, A., & Lockeretz, S. (1971). A woman's place: An analysis of the roles portrayed by women in magazine advertisements. *Journal of Marketing Research.*
[17] Wolf, N. (1991). *The Beauty Myth.* HarperCollins.
[18] Tiggemann, M. (2011). Media influences on body image. *Journal of Social and Clinical Psychology.*
[19] Senft, T. (2013). Microcelebrity and the branded self. *Journal of Communication.*
[20] Turow, J. (2011). *The Daily You.* Yale University Press.
[21] Strasburger, V. (2010). Children, adolescents, and the media. *Pediatrics.*
[22] Brown, J. D., et al. (2006). Sexual media exposure and adolescent behavior. *Journal of Adolescent Health.*
[23] Advertising Standards Authority (ASA) guidelines on advertising ethics.
[24] Bourdieu, P. (1984). *Distinction.* Harvard University Press.

അധ്യായം 42

മാധ്യമങ്ങൾ സൃഷ്ടിക്കുന്ന ലൈംഗിക പ്രതീക്ഷകൾ
(Sexual Expectations Created by Media)

ആധുനിക സമൂഹത്തിൽ മാധ്യമങ്ങൾ വെറും വിവരവിനിമയ ഉപാധികളല്ല. അവ മനുഷ്യരുടെ ചിന്തകളെയും മൂല്യങ്ങളെയും ആഗ്രഹങ്ങളെയും രൂപപ്പെടുത്തുന്ന ശക്തമായ സാംസ്കാരിക സംവിധാനങ്ങളാണ്. സിനിമ, ടെലിവിഷൻ, പരസ്യങ്ങൾ, സംഗീതവീഡിയോകൾ, പോൺഗ്രഫി, സോഷ്യൽ മീഡിയ എന്നിവ മനുഷ്യരുടെ ലൈംഗികതയെക്കുറിച്ചുള്ള ധാരണകളെയും ശരീരബോധത്തെയും ബന്ധങ്ങളോടുള്ള പ്രതീക്ഷകളെയും ആഴത്തിൽ സ്വാധീനിക്കുന്നു. മാധ്യമങ്ങൾ സൃഷ്ടിക്കുന്ന ദൃശ്യലോകം പലപ്പോഴും യാഥാർത്ഥ്യജീവിതത്തിന്റെ സങ്കീർണ്ണതകളെ ലഘൂകരിക്കുകയും അതിന് പകരം ഒരു സങ്കൽപ്പലോകം നിർമ്മിക്കുകയും ചെയ്യുന്നു.[1]

ഈ സങ്കൽപ്പലോകത്തിൽ ശരീരം, ലൈംഗികത, പ്രണയം, ബന്ധങ്ങൾ എന്നിവയെക്കുറിച്ചുള്ള ചില പ്രത്യേക മാതൃകകൾ നിരന്തരം ആവർത്തിക്കപ്പെടുന്നു. ഈ മാതൃകകൾ ആളുകളുടെ മനസ്സിൽ "സാധാരണ" അല്ലെങ്കിൽ "ഇച്ഛിത" ജീവിതത്തിന്റെ മാനദണ്ഡങ്ങളായി രൂപപ്പെടുന്നു. ഇതുവഴി മാധ്യമങ്ങൾ മനുഷ്യരുടെ ലൈംഗിക പ്രതീക്ഷകളെയും ശരീരധാരണകളെയും പുനർനിർമ്മിക്കുന്ന ശക്തമായ സാമൂഹിക ഉപാധിയായി മാറുന്നു.[2]

ശരീരത്തെക്കുറിച്ചുള്ള മിഥ്യാധാരണകൾ (Body Myths)

മാധ്യമങ്ങൾ നിർമ്മിക്കുന്ന പ്രധാനപ്പെട്ട സങ്കൽപ്പങ്ങളിൽ ഒന്നാണ് "പൂർണ്ണമായ ശരീരം" എന്ന ആശയം. സിനിമകളും പരസ്യങ്ങളും സോഷ്യൽ മീഡിയയും സാധാരണയായി ചില പ്രത്യേക ശരീരരൂപങ്ങളെ മാത്രമാണ് ആകർഷണത്തിന്റെ പ്രതീകമായി അവതരിപ്പിക്കുന്നത്. ഈ അവതരണങ്ങൾ മനുഷ്യശരീരത്തിന്റെ വൈവിധ്യത്തെ പ്രതിഫലിപ്പിക്കുന്നില്ല. മറിച്ച് ഒരു ഏകകൃതമായ സൗന്ദര്യ മാനദണ്ഡം നിർമ്മിക്കുന്നു.[3]

ശരീരത്തിന്റെ വലിപ്പം, നിറം, രൂപം, വയസ് എന്നിവയെക്കുറിച്ചുള്ള മാധ്യമധാരണകൾ പലപ്പോഴും യാഥാർത്ഥ്യജീവിതത്തിൽ കാണപ്പെടുന്ന വൈവിധ്യങ്ങളിൽ നിന്ന് വ്യത്യസ്തമാണ്. ചില മാധ്യമരൂപങ്ങളിൽ സ്ലിം ശരീരം, നിർദിഷ്ടമായ ചർമ്മനിറം, യുവത്വം എന്നിവയാണ് ആകർഷണത്തിന്റെ മാനദണ്ഡങ്ങളായി അവതരിപ്പിക്കപ്പെടുന്നത്.

ഡിജിറ്റൽ സാങ്കേതികവിദ്യയുടെ വളർച്ച ഈ പ്രവണതയെ കൂടുതൽ ശക്തമാക്കിയിട്ടുണ്ട്. ഫോട്ടോഷോപ്പ്, ഫിൽട്ടറുകൾ, ഡിജിറ്റൽ എഡിറ്റിംഗ് തുടങ്ങിയ സാങ്കേതികതകൾ ഉപയോഗിച്ച് ചിത്രങ്ങൾ മാറ്റം വരുത്തപ്പെടുന്നു. ഇതുവഴി യാഥാർത്ഥ്യത്തിൽ ഇല്ലാത്ത ശരീരദൃശ്യങ്ങൾ നിർമ്മിക്കപ്പെടുന്നു. ഈ കൃത്രിമ ദൃശ്യങ്ങൾ യാഥാർത്ഥ്യശരീരങ്ങളുമായി താരതമ്യം ചെയ്യുമ്പോൾ വലിയ വ്യത്യാസം സൃഷ്ടിക്കുന്നു.[4]

ലൈംഗിക പ്രകടനസമ്മർദ്ദം (Performance Pressure)

മാധ്യമങ്ങൾ പലപ്പോഴും ലൈംഗികതയെ ഒരു "പ്രകടനം" എന്ന രീതിയിൽ അവതരിപ്പിക്കുന്നു. സിനിമകളും പോൺഗ്രഫിയും ലൈംഗിക ബന്ധങ്ങളെ വികാരപരമായ ബന്ധമായി കാണിക്കുന്നതിനെക്കാൾ പ്രകടനകേന്ദ്രിതമായ പ്രവർത്തനമായി ചിത്രീകരിക്കുന്ന പ്രവണത കാണപ്പെടുന്നു.[5]ഈ അവതരണങ്ങൾ പുരുഷന്മാരിലും സ്ത്രീകളിലും വ്യത്യസ്തമായ സമ്മർദ്ദങ്ങൾ

സൃഷ്ടിക്കുന്നു. പുരുഷന്മാരിൽ ലൈംഗിക കഴിവും ദൈർഘ്യവും ശക്തിയും സംബന്ധിച്ച സമ്മർദ്ദങ്ങൾ ഉണ്ടാകാം. സ്ത്രീകളിൽ ശരീരത്തിന്റെ ആകർഷകത്വം, രൂപം, പ്രതികരണം എന്നിവയെക്കുറിച്ചുള്ള പ്രതീക്ഷകൾ ശക്തമാകാം.ഇതുവഴി യാഥാർത്ഥ്യബന്ധങ്ങളിലെ അനുഭവങ്ങളും മാധ്യമങ്ങൾ സൃഷ്ടിക്കുന്ന പ്രതീക്ഷകളും തമ്മിൽ സംഘർഷം ഉണ്ടാകാം. ചിലപ്പോൾ ആളുകൾ സ്വന്തം അനുഭവങ്ങളെ മാധ്യമങ്ങളിലെ മാതൃകകളുമായി താരതമ്യം ചെയ്യുമ്പോൾ അസന്തോഷം അനുഭവപ്പെടാം.[6]

യാഥാർത്ഥ്യമില്ലാത്ത മാനദണ്ഡങ്ങൾ (Unrealistic Standards)

സിനിമയും പോൺഗ്രഫിയും പലപ്പോഴും യാഥാർത്ഥ്യജീവി തത്തിൽ സാധ്യമല്ലാത്ത ലൈംഗിക പ്രതീക്ഷകൾ സൃഷ്ടിക്കുന്നു. ഈ മാധ്യമരൂപങ്ങളിൽ ബന്ധങ്ങൾ സാധാരണയായി വേഗത്തിൽ ആരംഭിക്കുകയും ശക്തമായ ആകർഷണത്തിലൂടെ മുന്നേറുകയും ചെയ്യുന്നു.ദീർഘകാല ബന്ധങ്ങളിലെ സങ്കീർണ്ണതകൾ, ആശയവിനിമയ പ്രശ്നങ്ങൾ, വികാരപരമായ ചർച്ചകൾ എന്നിവ മാധ്യമങ്ങളിൽ കുറച്ച് മാത്രമേ പ്രതിഫലിക്കാറുള്ളൂ. അതിനാൽ മാധ്യമരൂപങ്ങൾ തൽക്ഷണ ആകർഷണത്തെ കൂടുതൽ പ്രോത്സാഹിപ്പിക്കുന്നതായി കാണപ്പെടുന്നു.[7]ഇതുവഴി യാഥാർത്ഥ്യബന്ധങ്ങളിൽ ചിലപ്പോൾ നിരാശ അനുഭവപ്പെടാം. മാധ്യമങ്ങൾ സൃഷ്ടിക്കുന്ന പ്രതീക്ഷകളും യാഥാർത്ഥ്യജീവിതത്തിലെ അനുഭവങ്ങളും തമ്മിലുള്ള വ്യത്യാസം വ്യക്തികൾക്ക് മാനസിക സംഘർഷങ്ങൾ സൃഷ്ടിക്കാം.

പ്രണയത്തിന്റെ മാധ്യമരൂപം

സിനിമകളും സീരിയലുകളും പ്രണയത്തെ പലപ്പോഴും അമിതമായി റൊമാന്റിക് ആക്കി അവതരിപ്പിക്കുന്നു. പ്രണയം ഒരു സ്ഥിരമായ ആവേശാവസ്ഥയായി ചിത്രീകരിക്കപ്പെടുന്നു.യാഥാർത്ഥ്യജീവിതത്തിൽ ബന്ധങ്ങൾ വികാരപരമായ ആശയവിനിമയം, സഹകരണം, അഭിപ്രായവ്യത്യാസങ്ങൾ, പൊരുത്തപ്പെടൽ എന്നിവയിലൂടെ വളരുന്ന സങ്കീർണ്ണമായ പ്രക്രിയയാണ്. എന്നാൽ മാധ്യമങ്ങളിൽ ഈ സങ്കീർണ്ണതകൾ വളരെ കുറച്ച് മാത്രമേ പ്രതിഫലിക്കാറുള്ളൂ.[8]ഇതുവഴി പ്രണയത്തെക്കുറിച്ചുള്ള സങ്കൽപ്പങ്ങൾ യാഥാർത്ഥ്യബന്ധങ്ങളുമായി പൊരുത്തപ്പെടാത്ത പ്രതീക്ഷകൾ സൃഷ്ടിക്കാം.

പോൺഗ്രഫിയും ലൈംഗിക പ്രതീക്ഷകളും

ഡിജിറ്റൽ കാലഘട്ടത്തിൽ പോൺഗ്രഫി വളരെ എളുപ്പത്തിൽ ലഭ്യമായ ഒരു മാധ്യമരൂപമായി മാറിയിട്ടുണ്ട്. ചില ഗവേഷണങ്ങൾ സൂചിപ്പിക്കുന്നത് പോൺഗ്രഫി ലൈംഗികതയെക്കുറിച്ചുള്ള ധാരണകളെ സ്വാധീനിക്കാമെന്നതാണ്.[9]പോൺഗ്രഫി സാധാരണയായി പ്രകടനകേന്ദ്രിതമായ ലൈംഗികതയുടെ മാതൃകകളെയാണ് അവതരിപ്പിക്കുന്നത്. ഈ അവതരണങ്ങൾ യാഥാർത്ഥ്യബന്ധങ്ങളിലെ വികാരപരമായ ഘടകങ്ങളെ കുറച്ച് മാത്രമേ പ്രതിഫലിപ്പിക്കാറുള്ളൂ.

ഇതുവഴി ചില ആളുകൾ യാഥാർത്ഥ്യബന്ധങ്ങളെ ഈ ദൃശ്യങ്ങളുമായി താരതമ്യം ചെയ്യാൻ തുടങ്ങാം. ഈ താരതമ്യം ചിലപ്പോൾ അസന്തുലിതമായ പ്രതീക്ഷകൾ സൃഷ്ടിക്കാൻ ഇടയാക്കാം.

സോഷ്യൽ മീഡിയയും ശരീരബോധവും

സോഷ്യൽ മീഡിയയുടെ വളർച്ച ശരീരപ്രദർശനത്തിന്റെ പുതിയ സംസ്കാരം സൃഷ്ടിച്ചിട്ടുണ്ട്. ഇൻഫ്ലുവൻസർ സംസ്കാരം, ഫിറ്റ്നസ് അക്കൗണ്ടുകൾ, സൗന്ദര്യപ്ലാറ്റ്ഫോമുകൾ എന്നിവ

ശരീരത്തെ ദൃശ്യപ്രദർശനത്തിന്റെ കേന്ദ്രമായി മാറ്റിയിട്ടുണ്ട്.[10]ലൈക്കുകളും കമന്റുകളും ഡിജിറ്റൽ അംഗീകാരത്തിന്റെ സൂചകങ്ങളായി മാറിയിരിക്കുന്നു. ചിലപ്പോൾ ഈ അംഗീകാരം വ്യക്തികളുടെ ആത്മാഭിമാനവുമായി ബന്ധിപ്പിക്കപ്പെടുന്നു.ഇത് ശരീരത്തെക്കുറിച്ചുള്ള ബോധത്തെ സ്വാധീനിക്കാൻ ഇടയാക്കാം. ആളുകൾ സ്വന്തം ശരീരത്തെ മറ്റുള്ളവരുടെ ദൃശ്യങ്ങളുമായി താരതമ്യം ചെയ്യാൻ തുടങ്ങാം.

യുവാക്കളിൽ ഉണ്ടാകുന്ന സ്വാധീനം

കൗമാരപ്രായം ശരീരബോധവും വ്യക്തിത്വവും രൂപപ്പെടുന്ന ഒരു നിർണായക ഘട്ടമാണ്. ഈ സമയത്ത് മാധ്യമദൃശ്യങ്ങൾ യുവാക്കളിൽ വലിയ സ്വാധീനം ചെലുത്താൻ സാധ്യതയുണ്ട്.[11]മാധ്യമങ്ങൾ അവതരിപ്പിക്കുന്ന ശരീരരൂപങ്ങളും ബന്ധങ്ങളുടെയും മാതൃകകളും യുവാക്കളിൽ ലൈംഗിക പ്രതീക്ഷകൾ രൂപപ്പെടുത്താൻ ഇടയാക്കാം.ചില പഠനങ്ങൾ സൂചിപ്പിക്കുന്നത് കൗമാരപ്രായത്തിലുള്ളവർ മാധ്യമങ്ങളിലൂടെ ലഭിക്കുന്ന ദൃശ്യങ്ങളെ സാമൂഹിക മാനദണ്ഡങ്ങളായി കാണാൻ തുടങ്ങുന്നുവെന്നതാണ്.

താരതമ്യസംസ്കാരം

മാധ്യമങ്ങൾ വ്യാപകമായതോടെ താരതമ്യസംസ്കാരം ശക്തമായി. ആളുകൾ സ്വന്തം ജീവിതത്തെയും ശരീരത്തെയും മറ്റുള്ളവരുമായി താരതമ്യം ചെയ്യാൻ തുടങ്ങി.[12]“ഐഡിയൽ ശരീരം” എന്ന മാധ്യമനിർമ്മിത മാനദണ്ഡവുമായി സ്വന്തം ശരീരത്തെ താരതമ്യം ചെയ്യുന്നത് ആത്മാഭിമാനത്തിൽ കുറവ് ഉണ്ടാക്കാം.ഈ താരതമ്യം പലപ്പോഴും യാഥാർത്ഥ്യമല്ലാത്ത മാനദണ്ഡങ്ങളെ അടിസ്ഥാനമാക്കിയുള്ളതായിരിക്കും.

മാനസികാരോഗ്യവുമായി ബന്ധപ്പെട്ട പ്രശ്നങ്ങൾ

ശരീരബോധവുമായി ബന്ധപ്പെട്ട അസന്തോഷം ചിലപ്പോൾ മാനസികാരോഗ്യ പ്രശ്നങ്ങളുമായി ബന്ധപ്പെടാം. ആത്മവിശ്വാസക്കുറവ്, സാമൂഹിക ആശങ്ക, ശരീരത്തെക്കുറിച്ചുള്ള അസന്തോഷം എന്നിവ ഇതുമായി ബന്ധപ്പെട്ട് പഠിക്കപ്പെട്ടിട്ടുണ്ട്.[13]കൂടാതെ ബന്ധങ്ങളിലെ അസന്തുലിത പ്രതീക്ഷകളും ചിലപ്പോൾ മാനസിക സമ്മർദ്ദങ്ങൾ സൃഷ്ടിക്കാം.

മാധ്യമസാക്ഷരതയുടെ ആവശ്യകത

ഈ സാഹചര്യത്തിൽ മാധ്യമസാക്ഷരതയ്ക്ക് വലിയ പ്രാധാന്യമുണ്ട്. മാധ്യമദൃശ്യങ്ങളെ വിമർശനാത്മകമായി മനസ്സിലാക്കാനുള്ള കഴിവ് വികസിപ്പിക്കുന്നത് അനിവാര്യമാണ്.[14]

വിദ്യാഭ്യാസ സംവിധാനത്തിൽ മാധ്യമസാക്ഷരത ഉൾപ്പെടുത്തുന്നത് ആളുകൾക്ക് യാഥാർത്ഥ്യവും മാധ്യമരൂപവും തമ്മിലുള്ള വ്യത്യാസം തിരിച്ചറിയാൻ സഹായിക്കും.മാധ്യമങ്ങൾ നിർമ്മിക്കുന്ന സങ്കൽപ്പങ്ങളെ മനസ്സിലാക്കുമ്പോൾ ആളുകൾക്ക് അവയെ വിമർശനാത്മകമായി വിലയിരുത്താൻ കഴിയും.

സമാപനം

മാധ്യമങ്ങൾ സൃഷ്ടിക്കുന്ന ലൈംഗിക പ്രതീക്ഷകൾ മനുഷ്യരുടെ ശരീരബോധത്തെയും ബന്ധങ്ങളോടുള്ള ധാരണകളെയും സാമൂഹിക മാനദണ്ഡങ്ങളെയും ആഴത്തിൽ സ്വാധീനിക്കുന്നു. ഈ പ്രതീക്ഷകൾ പലപ്പോഴും യാഥാർത്ഥ്യജീവിതത്തിന്റെ വൈവിധ്യത്തെയും സങ്കീർണ്ണതയെയും

പ്രതിഫലിപ്പിക്കുന്നില്ല.അതുകൊണ്ട് മാധ്യമങ്ങളെ വിമർശനാത്മകമായി മനസ്സിലാക്കുകയും യാഥാർത്ഥ്യവും മാധ്യമസങ്കൽപ്പവും തമ്മിലുള്ള വ്യത്യാസം തിരിച്ചറിയുകയും ചെയ്യുന്നത് സമകാലിക സമൂഹത്തിൽ വളരെ പ്രധാനമാണ്.

References

[1] Gerbner, G. (1998). Cultivation analysis: An overview.

[2] McQuail, D. (2010). *Mass Communication Theory.*

[3] Wolf, N. (1991). *The Beauty Myth.*

[4] Bordo, S. (1993). *Unbearable Weight.*

[5] Gagnon, J., & Simon, W. (1973). *Sexual Conduct.*

[6] Gill, R. (2007). *Gender and the Media.*

[7] Illouz, E. (2007). *Consuming the Romantic Utopia.*

[8] Luhmann, N. (1986). *Love as Passion.*

[9] Wright, P. J. (2013). Pornography consumption studies.

[10] Senft, T. (2013). Microcelebrity and the branded self.

[11] Strasburger, V. (2010). Adolescents and the media.

[12] Festinger, L. (1954). Social comparison theory.

[13] Tiggemann, M. (2011). Media exposure and body image.

[14] Potter, W. J. (2013). *Media Literacy.*

അധ്യായം 43

ആൻഡ്രോയിഡ് ഫോണും സൈബർ ലൈംഗികതയും
(Android Phones and Cyber Sexuality)

ആധുനിക സാങ്കേതികവിദ്യ മനുഷ്യരുടെ ജീവിതത്തെ നിരവധി തലങ്ങളിൽ മാറ്റിയിരിക്കുന്നു. പ്രത്യേകിച്ച് സ്മാർട്ട്ഫോണുകളുടെ വ്യാപനം മനുഷ്യരുടെ ആശയവിനിമയരീതികളെയും സാമൂഹികബന്ധങ്ങളെയും അറിവിന്റെ കൈമാറ്റത്തെയും വിനോദരീതികളെയും വലിയ രീതിയിൽ സ്വാധീനിച്ചു. ഈ മാറ്റങ്ങളിൽ ഏറ്റവും ഗൗരവമായ സാമൂഹിക പരിവർത്തനങ്ങളിൽ ഒന്നാണ് ലൈംഗികതയുടെ ഡിജിറ്റൽ രൂപാന്തരം. ഒരിക്കൽ ശരീരസാന്നിധ്യത്തിലും വ്യക്തിഗത അടുപ്പത്തിലും അനുഭവപ്പെട്ടിരുന്ന ലൈംഗികത ഇന്ന് സ്ക്രീനുകളിലും ഡാറ്റാ നെറ്റ്‌വർക്കുകളിലും ആൽഗോരിതമിക സംവിധാനങ്ങളിലും അനുഭവപ്പെടുന്ന ഒരു സൈബർ അനുഭവമായി മാറിയിരിക്കുന്നു.[1]

ആൻഡ്രോയിഡ് ഫോണുകൾ പോലുള്ള സ്മാർട്ട്ഫോണുകൾ ഈ മാറ്റത്തിന്റെ പ്രധാന ഉപകരണങ്ങളാണ്. കൈയിൽ പിടിക്കാവുന്ന ഈ ഡിജിറ്റൽ ഉപകരണങ്ങൾ മനുഷ്യരുടെ സ്വകാര്യജീവിതത്തിലും ലൈംഗികാനുഭവങ്ങളിലും വലിയ സ്വാധീനം ചെലുത്തുന്നു. ഡിജിറ്റൽ പ്ലാറ്റ്ഫോമുകൾ, സോഷ്യൽ മീഡിയ, പോൺഗ്രഫി വെബ്സൈറ്റുകൾ, ഡേറ്റിംഗ് ആപ്പുകൾ എന്നിവയിലൂടെ ലൈംഗികത പുതിയ രൂപങ്ങളിൽ അനുഭവപ്പെടുന്നു. ഈ സാഹചര്യത്തിൽ സൈബർ ലൈംഗികത വെറും വ്യക്തിപരമായ അനുഭവമല്ല; അത് ടെക്നോളജി സ്റ്റഡീസ്, ന്യൂറോസൈക്കോളജി, സാമൂഹികശാസ്ത്രം, സാംസ്കാരിക തത്വചിന്ത എന്നിവ തമ്മിലുള്ള ബന്ധത്തെ വ്യക്തമാക്കുന്ന ഒരു പ്രധാന പഠനവിഷയമായി മാറുന്നു.[2]

ഡിജിറ്റൽ സാങ്കേതികവിദ്യയുടെ വളർച്ചയോടെ ലൈംഗികതയുടെ അനുഭവരൂപം തന്നെ മാറുന്നു. ശരീരങ്ങൾ തമ്മിലുള്ള നേരിട്ടുള്ള അടുപ്പത്തെ മറികടന്ന് ലൈംഗിക ഉത്തേജനം ഇപ്പോൾ ഡാറ്റയും ദൃശ്യങ്ങളുമായാണ് പ്രവർത്തിക്കുന്നത്. ഒരു സ്ക്രീൻ സ്പർശം പോലും ലൈംഗിക ദൃശ്യങ്ങൾ, ചാറ്റുകൾ, വീഡിയോ സംവാദങ്ങൾ, അല്ലെങ്കിൽ ഡേറ്റിംഗ് പ്ലാറ്റ്ഫോമുകളിലൂടെ രൂപപ്പെടുന്ന അടുപ്പങ്ങൾ തുറന്ന് കൊടുക്കുന്നു. ഈ സാഹചര്യത്തിൽ ലൈംഗികത ഒരു സാമൂഹിക സംഭവമെന്നതിലുപരി ഒരു സാങ്കേതിക സംഭവമായും മാറുന്നു.

മനുഷ്യരുടെ മസ്തിഷ്കത്തിലെ പ്രതിഫലനവ്യവസ്ഥ ഡിജിറ്റൽ സാങ്കേതികവിദ്യയുടെ പ്രവർത്തനവുമായി അടുത്ത ബന്ധം പുലർത്തുന്നു. ഡോപ്പമിൻ എന്ന ന്യൂറോകെമിക്കൽ സന്തോഷം, പ്രതീക്ഷ, ഉത്തേജനം എന്നിവയുടെ പ്രധാന ഘടകമാണ്. ഒരു പുതിയ അനുഭവം ലഭിക്കുമ്പോൾ അല്ലെങ്കിൽ പ്രതിഫലം പ്രതീക്ഷിക്കുമ്പോൾ ഡോപ്പമിൻ സ്രവിക്കുന്നു.[3]

ഡിജിറ്റൽ പ്ലാറ്റ്ഫോമുകൾ ഈ പ്രതിഫലനവ്യവസ്ഥയെ വളരെ കൃത്യമായി ഉപയോഗിക്കുന്നു. നിരന്തരമായി പുതിയ ദൃശ്യങ്ങൾ കാണാൻ കഴിയുന്ന സ്ക്രോൾ സംസ്കാരം, അറിയിപ്പുകൾ, പുതിയ വീഡിയോകൾ എന്നിവ മനുഷ്യരുടെ ശ്രദ്ധ പിടിച്ചുപറ്റുകയും ചെറിയ ഡോപ്പമിൻ ഉത്തേജനങ്ങൾ സൃഷ്ടിക്കുകയും ചെയ്യുന്നു. ലൈംഗിക ദൃശ്യങ്ങൾ ഈ സംവിധാനത്തിൽ പ്രത്യേക സ്ഥാനമുണ്ട്. മനുഷ്യരുടെ വികാസചരിത്രത്തിൽ ലൈംഗികത ശക്തമായ പ്രതിഫലനവുമായി ബന്ധപ്പെട്ടിരിക്കുന്നു. അതിനാൽ ലൈംഗിക ദൃശ്യങ്ങൾ മസ്തിഷ്കത്തിലെ പ്രതിഫലനവ്യവസ്ഥയെ ശക്തമായി ഉത്തേജിപ്പിക്കുന്നു. ഡിജിറ്റൽ പ്ലാറ്റ്ഫോമുകൾ ഈ സവിശേഷതയെ സാമ്പത്തികരീതിയിൽ ഉപയോഗിക്കുന്നു. ഉപയോക്താവിന്റെ ശ്രദ്ധ കൂടുതൽ നേരം

പിടിച്ചുനിർത്താൻ കഴിയുമ്പോൾ പരസ്യങ്ങളും ഡാറ്റാ ശേഖരണവും കൂടുതൽ ലാഭകരമാകും. ഈ സാഹചര്യത്തിലാണ് "ഡോപ്പമിൻ സാമ്പത്തികം" എന്ന ആശയം ഉയരുന്നത്. ഉപയോക്താക്കളുടെ ഉത്തേജനവും ശ്രദ്ധയും ഡിജിറ്റൽ വിപണിയുടെ പ്രധാന മൂലധനമായി മാറുന്നു.[4]

ചരിത്രപരമായി മനുഷ്യരുടെ ലൈംഗികാനുഭവങ്ങൾ സാമൂഹികബന്ധങ്ങളോടും വികാരങ്ങളോടും ശരീരസാന്നിധ്യത്തോടും ബന്ധപ്പെട്ടിരുന്നു. ലൈംഗികത ഒരു ബന്ധത്തിന്റെ ഭാഗമായി അനുഭവപ്പെടുന്ന ഘടകമായിരുന്നു.

എന്നാൽ ഡിജിറ്റൽ കാലഘട്ടത്തിൽ ലൈംഗികത പലപ്പോഴും ഈ സാമൂഹിക സാഹചര്യങ്ങളിൽ നിന്ന് വേർപെടുന്നു. സ്ക്രീനുകളിൽ കാണപ്പെടുന്ന ലൈംഗിക ദൃശ്യങ്ങൾ പലപ്പോഴും വ്യക്തിപരമായ ബന്ധങ്ങളുമായി ബന്ധപ്പെട്ടതല്ല. അവ ഒരു ദൃശ്യാനുഭവമായി മാത്രം ഉപഭോഗിക്കപ്പെടുന്നു. ഈ പ്രക്രിയയെ "ആഗ്രഹത്തിന്റെ സന്ദർഭവിമുക്തി" എന്ന് വിശേഷിപ്പിക്കാം.[5] ലൈംഗികതയുടെ അനുഭവം ഒരു വ്യക്തിയുമായി ബന്ധപ്പെട്ട അടുപ്പത്തിൽ നിന്ന് വേർപെട്ട് ഒരു ദൃശ്യ ഉത്തേജനമായി മാറുന്നു. സാമൂഹിക പശ്ചാത്തലം, വികാരബന്ധം, ബന്ധത്തിന്റെ ചരിത്രം എന്നിവ ഇല്ലാതെ പോലും ലൈംഗിക ഉത്തേജനം ഉണ്ടാകുന്നു. ഈ മാറ്റം മനുഷ്യരുടെ ലൈംഗികാനുഭവത്തെ ഒരു പുതിയ ദിശയിലേക്ക് നയിക്കുന്നു. ലൈംഗികത ഇനി ഒരു സാമൂഹിക സംഭവമല്ല; അത് ഒരു മീഡിയ അനുഭവമായി മാറുന്നു.

ഡിജിറ്റൽ പ്ലാറ്റ്ഫോമുകളുടെ പ്രധാന സവിശേഷതയാണ് ആൽഗോരിതമിക നിയന്ത്രണം. ഉപയോക്താക്കളുടെ പ്രവർത്തനങ്ങൾ നിരീക്ഷിച്ച് അവയുടെ അടിസ്ഥാനത്തിൽ ഉള്ളടക്കം ശുപാർശ ചെയ്യുകയാണ് ഈ സംവിധാനത്തിന്റെ ലക്ഷ്യം. ഒരു ഉപയോക്താവ് എന്ത് വീഡിയോ കാണുന്നു, എത്രനേരം കാണുന്നു, എന്ത് തിരയുന്നു എന്നിവയെല്ലാം ഡാറ്റയായി ശേഖരിക്കപ്പെടുന്നു. ഈ ഡാറ്റ ഉപയോഗിച്ച് ആൽഗോരിതങ്ങൾ ഉപയോക്താവിന്റെ താൽപ്പര്യങ്ങൾ മനസ്സിലാക്കുന്നു. ലൈംഗിക ഉള്ളടക്കത്തിൽ ഈ പ്രക്രിയ വളരെ ശക്തമാണ്. ഒരിക്കൽ ഒരു പ്രത്യേക തരത്തിലുള്ള ദൃശ്യങ്ങൾ കാണാൻ തുടങ്ങിയാൽ അതുമായി ബന്ധപ്പെട്ട കൂടുതൽ ഉള്ളടക്കങ്ങൾ ശുപാർശ ചെയ്യപ്പെടും. ഇതുവഴി ഒരു ഉത്തേജന ചക്രം രൂപപ്പെടുന്നു. ഉപയോക്താവ് കൂടുതൽ ഉള്ളടക്കം കാണുന്നു, ആൽഗോരിതം കൂടുതൽ സമാന ഉള്ളടക്കം നൽകുന്നു, ഉത്തേജനം വർധിക്കുന്നു.[6] ഈ സാഹചര്യത്തിൽ ലൈംഗിക ആഗ്രഹം വ്യക്തിപരമായ അനുഭവമെന്നതിലുപരി ഡിജിറ്റൽ സംവിധാനങ്ങൾ ശക്തിപ്പെടുത്തുന്ന ഒരു അനുഭവമായി മാറുന്നു.

ഡിജിറ്റൽ ആശയവിനിമയത്തിന്റെ വളർച്ച വിർച്വൽ അടുപ്പത്തിന്റെ പുതിയ രൂപങ്ങൾ സൃഷ്ടിച്ചു. ടെക്സ്റ്റ് സന്ദേശങ്ങൾ, വീഡിയോ കോളുകൾ, ഡേറ്റിംഗ് ആപ്പുകൾ എന്നിവയിലൂടെ ആളുകൾ തമ്മിൽ ബന്ധങ്ങൾ രൂപപ്പെടുന്നു. ഈ ബന്ധങ്ങൾ ചിലപ്പോൾ വികാരപരമായ അടുപ്പം സൃഷ്ടിക്കാം. ദൂരം മറികടന്ന് ആളുകൾ ആശയവിനിമയം നടത്താൻ കഴിയുന്നു. എന്നാൽ ശരീരസാന്നിധ്യത്തിൽ ഉണ്ടാകുന്ന അടുപ്പവും വിർച്വൽ അടുപ്പവും തമ്മിൽ പ്രധാനപ്പെട്ട വ്യത്യാസങ്ങൾ ഉണ്ട്. ശരീരസാന്നിധ്യത്തിൽ സ്പർശം, ചൂട്, ശരീരഭാഷ, ശബ്ദത്തിന്റെ സൂക്ഷ്മത എന്നിവ ഉൾപ്പെടുന്നു. ഇവ മനുഷ്യബന്ധങ്ങളുടെ പ്രധാന ഘടകങ്ങളാണ്. സ്ക്രീൻ ആശയവിനിമയത്തിൽ ഈ ഘടകങ്ങളിൽ പലതും ഇല്ലാതാകുന്നു. അതിനാൽ വിർച്വൽ ബന്ധങ്ങൾ ചിലപ്പോൾ വികാരപരമായതായിരിക്കാമെങ്കിലും ശരീരാനുഭവത്തിന്റെ സമഗ്രത അവയിൽ കുറവായിരിക്കും.[7]

ലൈംഗിക അനുഭവം മനുഷ്യരുടെ നിരവധി ഇന്ദ്രിയങ്ങളുമായി ബന്ധപ്പെട്ടിരിക്കുന്നു. സ്പർശം, വാസന, ചൂട്, ശരീരഭാഷ, ശബ്ദം എന്നിവ എല്ലാം ചേർന്നാണ് ലൈംഗിക അനുഭവം രൂപപ്പെടുന്നത്.

ഡിജിറ്റൽ ലൈംഗികതയിൽ ഈ ഘടകങ്ങളിൽ പലതും ഇല്ലാതാകുന്നു. സ്ക്രീൻ അനുഭവം പ്രധാനമായും ദൃശ്യവും ശബ്ദവുമായ ഇന്ദ്രിയങ്ങളിലേക്കാണ് പരിമിതപ്പെടുന്നത്. ഇത് ലൈംഗിക അനുഭവത്തെ ഒരു ഇന്ദ്രിയപരമായ അപൂർണ്ണതയിലേക്ക് നയിക്കുന്നു.[8] മനുഷ്യരുടെ ശരീരാനുഭവം വളരെ സങ്കീർണ്ണമായ ഒരു ഇന്ദ്രിയവ്യവസ്ഥയിലൂടെയാണ് പ്രവർത്തിക്കുന്നത്. എന്നാൽ ഡിജിറ്റൽ ഇടങ്ങളിൽ ഈ സമഗ്രത നഷ്ടപ്പെടുന്നു.

ഡിജിറ്റൽ മാധ്യമങ്ങൾ ലൈംഗികതയെ ദൃശ്യകേന്ദ്രിതമായ ഒരു അനുഭവമായി മാറ്റിയപ്പോൾ സ്ത്രീകളുടെ ശരീരബോധത്തിലും ലൈംഗിക സ്വയംബോധത്തിലും ചില പ്രത്യേക സമ്മർദ്ദങ്ങൾ രൂപപ്പെടുന്നുവെന്നതാണ് നിരവധി സാമൂഹിക പഠനങ്ങൾ സൂചിപ്പിക്കുന്നത്. മാധ്യമങ്ങളിലെ ലൈംഗിക അവതരണങ്ങളിൽ സ്ത്രീശരീരം പലപ്പോഴും നിർദിഷ്ടമായ സൗന്ദര്യ മാനദണ്ഡങ്ങൾ അനുസരിച്ച് അവതരിപ്പിക്കപ്പെടുന്നു. പോൺഗ്രഫിയിലും ചില വിനോദമാധ്യമങ്ങളിലും സ്ത്രീകളുടെ ശരീരപ്രകടനം ഒരു നിർദിഷ്ട മാതൃകയിൽ ചിത്രീകരിക്കപ്പെടുന്നു. ഈ മാതൃകകൾ യാഥാർത്ഥ്യത്തിൽ സ്ത്രീകളുടെ ശരീരവൈവിധ്യത്തെ പ്രതിഫലിപ്പിക്കുന്നില്ല. ഈ സാഹചര്യത്തിൽ ചില സ്ത്രീകൾ ലൈംഗികബന്ധങ്ങളിൽ സ്വന്തം ശരീരത്തെക്കുറിച്ചുള്ള അവബോധത്തിൽ കൂടുതൽ ജാഗ്രത അനുഭവിക്കാം. ശരീരത്തിന്റെ രൂപം, പ്രതികരണം, ആകർഷണം എന്നിവയെക്കുറിച്ചുള്ള താരതമ്യങ്ങൾ ഉയരാം. മാധ്യമങ്ങളിൽ കാണുന്ന ലൈംഗിക പ്രകടനരീതികൾ യാഥാർത്ഥ്യജീവിതത്തിലെ അനുഭവങ്ങളിൽ നിന്ന് വ്യത്യസ്തമായിരിക്കുമ്പോൾ ചില സ്ത്രീകൾക്ക് “ഞാൻ മതിയാകുന്നുവോ?” എന്ന ചോദ്യമുയരാൻ സാധ്യതയുണ്ട്. ഈ പ്രകടന ആശങ്ക ലൈംഗികബന്ധങ്ങളുടെ സ്വാഭാവികതയെ ബാധിക്കാനുള്ള സാധ്യതയുണ്ട്. അതുകൊണ്ട് ഡിജിറ്റൽ ലൈംഗിക സംസ്കാരത്തെക്കുറിച്ചുള്ള ചർച്ചയിൽ സ്ത്രീകളുടെ ശരീരബോധവും ആത്മാഭിമാനവും പ്രധാന വിഷയങ്ങളായി മാറുന്നു.[11]

പ്രാചീന ഇന്ത്യൻ സംസ്കാരത്തിൽ ലൈംഗികതയെക്കുറിച്ചുള്ള സമഗ്രമായ സമീപനം അവതരിപ്പിക്കുന്ന ഗ്രന്ഥങ്ങളിൽ പ്രധാനപ്പെട്ടതാണ് വാത്സ്യായനന്റെ കാമസൂത്രം. ഈ ഗ്രന്ഥത്തിൽ ലൈംഗികത വെറും ശാരീരിക പ്രവർത്തനമായി അവതരിപ്പിക്കപ്പെടുന്നില്ല. മറിച്ച് അത് മനുഷ്യബന്ധങ്ങളുടെ, സംസ്കാരപരമായ ജീവിതരീതികളുടെ, വികാരങ്ങളുടെ, സൗന്ദര്യബോധത്തിന്റെ ഭാഗമായാണ് അവതരിപ്പിക്കുന്നത്. കാമസൂത്രത്തിന്റെ സമീപനത്തിൽ ലൈംഗികത ഒരു ശരീരാനുഭവമാണ്. സ്പർശം, ചൂട്, സമയം, ശരീരഭാഷ, വികാരബന്ധം എന്നിവയുടെ സംയോജനമാണ് ഈ അനുഭവം. ഇത് ഡിജിറ്റൽ കാലഘട്ടത്തിലെ ലൈംഗിക അനുഭവവുമായി താരതമ്യം ചെയ്യുമ്പോൾ വലിയ വ്യത്യാസം കാണിക്കുന്നു. ഡിജിറ്റൽ ലൈംഗികതയിൽ ദൃശ്യാനുഭവമാണ് പ്രധാനമാകുന്നത്. എന്നാൽ കാമസൂത്രം അവതരിപ്പിക്കുന്ന സമീപനത്തിൽ ശരീരസാന്നിധ്യവും ഇന്ദ്രിയാനുഭവവും പ്രധാനമാണ്.[12] ഈ താരതമ്യം ലൈംഗികതയുടെ സാംസ്കാരിക രൂപാന്തരത്തെ മനസ്സിലാക്കാൻ സഹായിക്കുന്നു. മനുഷ്യരുടെ ലൈംഗികാനുഭവം സാങ്കേതിക സാഹചര്യങ്ങൾ മാറുമ്പോൾ എങ്ങനെ മാറുന്നു എന്നതിന്റെ ഉദാഹരണമാണ് ഇത്.

ഡിജിറ്റൽ പ്ലാറ്റ്ഫോമുകളുടെ പ്രവർത്തനം ഉപയോക്തൃഡാറ്റയുടെ ശേഖരണത്തോടും വിശകലനത്തോടും ബന്ധപ്പെട്ടിരിക്കുന്നു. ആളുകൾ എന്താണ് തിരയുന്നത്, എന്താണ് കാണുന്നത്, എത്രനേരം കാണുന്നു തുടങ്ങിയ വിവരങ്ങൾ ഡാറ്റയായി ശേഖരിക്കപ്പെടുന്നു. ലൈംഗിക ഉള്ളടക്ക ഉപഭോഗവും ഈ ഡാറ്റയുടെ ഭാഗമാകുന്നു. ഇതുവഴി വ്യക്തികളുടെ ഏറ്റവും സ്വകാര്യമായ താൽപ്പര്യങ്ങൾ പോലും ഡിജിറ്റൽ ഡാറ്റാ സാമ്പത്തികത്തിന്റെ ഭാഗമാകുന്നു. ഈ സാഹചര്യത്തിൽ സ്വകാര്യതയുമായി ബന്ധപ്പെട്ട നിരവധി നൈതിക ചോദ്യങ്ങൾ ഉയരുന്നു. വ്യക്തികളുടെ

ലൈംഗിക താൽപ്പര്യങ്ങളെക്കുറിച്ചുള്ള ഡാറ്റ എങ്ങനെ ഉപയോഗിക്കപ്പെടുന്നു? അത് ആരുടെ കൈവശമാണ്? അതിന്റെ സുരക്ഷ എങ്ങനെ ഉറപ്പാക്കപ്പെടുന്നു? ഡിജിറ്റൽ കാലഘട്ടത്തിൽ ലൈംഗികതയും സ്വകാര്യതയും തമ്മിലുള്ള ബന്ധം പുതിയ രീതിയിൽ ചർച്ച ചെയ്യപ്പെടുന്നു.[13]

ഡേറ്റിംഗ് ആപ്പുകളുടെ വളർച്ച മനുഷ്യരുടെ ലൈംഗികബന്ധങ്ങളുടെ സാമൂഹികരൂപം മാറ്റിയിരിക്കുന്നു. ടിൻഡർ പോലുള്ള പ്ലാറ്റ്ഫോമുകൾ "സ്വൈപ്പ് സംസ്കാരം" എന്ന ഒരു പുതിയ ആശയവിനിമയരീതിയെ പ്രോത്സാഹിപ്പിക്കുന്നു. ഇവിടെ ഒരു വ്യക്തിയുടെ ചിത്രം കാണിച്ച് വേഗത്തിൽ തീരുമാനമെടുക്കാൻ ഉപയോക്താവിനെ പ്രേരിപ്പിക്കുന്നു. ഈ രീതിയിൽ ബന്ധങ്ങൾ ആരംഭിക്കുന്നത് ഒരു ഗെയിം പോലുള്ള അനുഭവമായി മാറുന്നു. സാമൂഹിക തിരഞ്ഞെടുപ്പും ലൈംഗിക ആകർഷണവും ഗെയിമിഫൈഡ് രീതിയിൽ പ്രവർത്തിക്കുന്നു. ഒരു പുതിയ പ്രൊഫൈൽ കാണുക, സ്വൈപ്പ് ചെയ്യുക, പൊരുത്തപ്പെടുക എന്നിവ എല്ലാം ഒരു ഡിജിറ്റൽ കളിയുടെ ഘടനയോട് സാമ്യമുള്ളതാണ്. ഇതുവഴി ബന്ധങ്ങളുടെ സാമൂഹിക ഗൗരവം ചിലപ്പോൾ വേഗതയുടെയും ദൃശ്യപ്രതികരണത്തിന്റെയും അടിസ്ഥാനത്തിൽ മാറുന്നു.[14]

ആധുനിക നഗരജീവിതത്തിൽ ഏകാന്തത വർധിക്കുന്നുവെന്നത് നിരവധി സാമൂഹിക പഠനങ്ങൾ സൂചിപ്പിക്കുന്നു. കുടുംബഘടനകളിലെ മാറ്റങ്ങൾ, നഗരവൽക്കരണം, ജോലിയുടെ സ്വഭാവം എന്നിവ സാമൂഹികബന്ധങ്ങളെ സ്വാധീനിക്കുന്നു. ഈ സാഹചര്യത്തിൽ ചില ആളുകൾ ഡിജിറ്റൽ ഇടങ്ങളിൽ അടുപ്പം തേടുന്നു. ഓൺലൈൻ ചാറ്റുകൾ, വീഡിയോ കോളുകൾ, ഡേറ്റിംഗ് ആപ്പുകൾ എന്നിവ ആളുകൾക്ക് ബന്ധങ്ങൾ രൂപപ്പെടുത്താനുള്ള അവസരം നൽകുന്നു. ചില സാഹചര്യങ്ങളിൽ ഇത് ഏകാന്തത കുറയ്ക്കാൻ സഹായിക്കാം. എന്നാൽ ചിലപ്പോൾ ഡിജിറ്റൽ ആശയവിനിമയം യഥാർത്ഥ സാമൂഹികബന്ധങ്ങളെ പകരം വയ്ക്കുന്ന രീതിയിലേക്കും മാറാം. ഈ സാഹചര്യത്തിൽ ഡിജിറ്റൽ ലൈംഗികതയും ഏകാന്തതയും തമ്മിലുള്ള ബന്ധം സാമൂഹിക ഗവേഷണത്തിലെ പ്രധാന വിഷയങ്ങളിലൊന്നായി മാറിയിരിക്കുന്നു.[15] കൃത്രിമബുദ്ധിയുടെ വളർച്ച മനുഷ്യബന്ധങ്ങളുടെ പുതിയ രൂപങ്ങൾ സൃഷ്ടിക്കാൻ തുടങ്ങിക്കഴിഞ്ഞു. conversational AI, virtual companions, emotional chatbots തുടങ്ങിയ സാങ്കേതികവിദ്യകൾ ഇതിനുദാഹരണങ്ങളാണ്.

ഇതിനുദാഹരണങ്ങളാണ്. ചില ഡിജിറ്റൽ പ്ലാറ്റ്ഫോമുകൾ ആളുകൾക്ക് AI-യുമായി സംഭാഷണം നടത്താനും വികാരപരമായ ബന്ധങ്ങൾ രൂപപ്പെടുത്താനും അവസരം നൽകുന്നു. ഈ സാങ്കേതികവിദ്യകൾ മനുഷ്യബന്ധങ്ങളുടെ ഭാവിയെക്കുറിച്ചുള്ള പുതിയ ചോദ്യങ്ങൾ ഉയർത്തുന്നു. മനുഷ്യരും യന്ത്രങ്ങളും തമ്മിലുള്ള വികാരബന്ധങ്ങൾ സമൂഹത്തിൽ എന്ത് സ്വാധീനം ചെലുത്തും? AI companionship മനുഷ്യരുടെ ഏകാന്തത കുറയ്ക്കുമോ, അല്ലെങ്കിൽ മനുഷ്യബന്ധങ്ങളെ കൂടുതൽ ദുർബലമാക്കുമോ എന്ന ചർച്ചകൾ ഇപ്പോഴും തുടരുകയാണ്. സൈബർ ലൈംഗികതയുടെ വളർച്ച മനുഷ്യബന്ധങ്ങളുടെ ഭാവിയെക്കുറിച്ചുള്ള നിരവധി ചോദ്യങ്ങൾ ഉയർത്തുന്നു. സാങ്കേതികവിദ്യ മനുഷ്യരുടെ ലൈംഗികാനുഭവങ്ങളെ എത്രത്തോളം മാറ്റും? ശരീരസാന്നിധ്യത്തിലുള്ള ബന്ധങ്ങളും ഡിജിറ്റൽ ബന്ധങ്ങളും തമ്മിലുള്ള സമതുലിതാവസ്ഥ എങ്ങനെ രൂപപ്പെടും? ഡിജിറ്റൽ സാങ്കേതികവിദ്യകൾ ലൈംഗികതയെ കൂടുതൽ സ്വകാര്യമായ അനുഭവമാക്കുമോ, അല്ലെങ്കിൽ കൂടുതൽ വ്യാപകമായ സാമൂഹിക സംസ്കാരമാക്കുമോ? ഈ ചോദ്യങ്ങൾക്ക് വ്യക്തമായ ഉത്തരങ്ങൾ ഇപ്പോഴും ലഭ്യമല്ല. എന്നാൽ ഒരു കാര്യം വ്യക്തമാണ്: സാങ്കേതികവിദ്യയും ലൈംഗികതയും തമ്മിലുള്ള ബന്ധം ആധുനിക സമൂഹത്തിന്റെ പ്രധാന സാമൂഹികപരിവർത്തനങ്ങളിൽ ഒന്നായി തുടരുന്നു.

ആധുനിക ഡിജിറ്റൽ സംസ്കാരത്തിൽ ലൈംഗികത വെറും സ്വകാര്യമായ ശരീരാനുഭവമായി തുടരുന്നില്ല. അത് അധികാരം, സാങ്കേതികവിദ്യ, വിപണി, മനശ്ശാസ്ത്രം എന്നിവ തമ്മിലുള്ള സങ്കീർണ്ണ ബന്ധങ്ങളുടെ ഭാഗമായ ഒരു സാമൂഹിക സംഭവമായി മാറുന്നു. സ്മാർട്ട്ഫോണുകളും ഡിജിറ്റൽ പ്ലാറ്റ്ഫോമുകളും വ്യാപകമായതോടെ ലൈംഗികതയുടെ അനുഭവം ശരീരസാന്നിധ്യത്തിൽ നിന്ന് മാറി ഡാറ്റ, ദൃശ്യങ്ങൾ, ആൽഗോരിതങ്ങൾ എന്നിവയുടെ ഇടപെടലിലൂടെ രൂപപ്പെടുന്ന ഒരു സൈബർ അനുഭവമായി മാറുന്നു. ഈ മാറ്റത്തെ മനസ്സിലാക്കാൻ വിവിധ ശാസ്ത്രീയ സമീപനങ്ങൾ സഹായകരമാണ്. പ്രത്യേകിച്ച് Michel Foucault-ന്റെ അധികാരവിശകലനം, Byung-Chul Han-ന്റെ ഡിജിറ്റൽ സമൂഹവിമർശനം, Eva Illouz-ന്റെ വികാരസാമൂഹിക പഠനങ്ങൾ, ന്യൂറോസയൻസ് ഗവേഷണങ്ങൾ, മീഡിയ തത്വചിന്ത എന്നിവ ചേർന്ന് ഈ വിഷയത്തെ കൂടുതൽ സമഗ്രമായി മനസ്സിലാക്കാൻ സഹായിക്കുന്നു.

Michel Foucault ലൈംഗികതയെ വെറും വ്യക്തിപരമായ ആഗ്രഹമെന്ന നിലയിൽ കാണുന്നില്ല. അദ്ദേഹത്തിന്റെ വിശകലനത്തിൽ ലൈംഗികത ഒരു സാമൂഹിക നിർമ്മിതിയാണ്. സമൂഹത്തിലെ അധികാരഘടനകൾ മനുഷ്യരുടെ ശരീരങ്ങളെയും ആഗ്രഹങ്ങളെയും നിയന്ത്രിക്കുന്ന രീതിയിൽ പ്രവർത്തിക്കുന്നു.[16] The History of Sexuality എന്ന ഗ്രന്ഥത്തിൽ ഫൂക്കോ ചൂണ്ടിക്കാണിക്കുന്നത് ലൈംഗികതയെക്കുറിച്ചുള്ള അറിവും ഭാഷയും നിയന്ത്രണവും സമൂഹത്തിലെ അധികാരരൂപങ്ങളുമായി ബന്ധപ്പെട്ടിരിക്കുന്നു എന്നതാണ്. ഡിജിറ്റൽ കാലഘട്ടത്തിൽ ഈ ആശയം പുതിയ രൂപത്തിൽ കാണപ്പെടുന്നു. ഇന്ന് ലൈംഗികതയെ നിയന്ത്രിക്കുന്നത് മതസ്ഥാപനങ്ങളോ സാമൂഹിക നിയന്ത്രണങ്ങളോ മാത്രമല്ല; ഡിജിറ്റൽ പ്ലാറ്റ്ഫോമുകളും ആൽഗോരിതമുകളും കൂടിയാണ്. ഉദാഹരണത്തിന്, പോൺഗ്രഫി വെബ്സൈറ്റുകൾ, സോഷ്യൽ മീഡിയ പ്ലാറ്റ്ഫോമുകൾ, ഡേറ്റിംഗ് ആപ്പുകൾ എന്നിവ ഉപയോക്താക്കളുടെ ലൈംഗിക താൽപ്പര്യങ്ങളെക്കുറിച്ചുള്ള ഡാറ്റ ശേഖരിക്കുന്നു. ഈ ഡാറ്റ അടിസ്ഥാനമാക്കി പുതിയ ഉള്ളടക്കങ്ങൾ ശുപാർശ ചെയ്യപ്പെടുന്നു. ഈ സാഹചര്യത്തിൽ ലൈംഗികതയുടെ അനുഭവം വ്യക്തികളുടെ നിയന്ത്രണത്തിൽ മാത്രം നിലനിൽക്കുന്നില്ല; അത് ഡിജിറ്റൽ സംവിധാനങ്ങൾ വഴിയും നിയന്ത്രിക്കപ്പെടുന്നു. ഫൂക്കോ പറഞ്ഞ "power-knowledge" എന്ന ആശയം ഇവിടെ പുതിയ രൂപത്തിൽ പ്രത്യക്ഷപ്പെടുന്നു.

ദക്ഷിണ കൊറിയൻ-ജർമ്മൻ തത്വചിന്തകനായ Byung-Chul Han ഡിജിറ്റൽ സംസ്കാരത്തെക്കുറിച്ച് ഗൗരവമായ വിമർശനങ്ങൾ മുന്നോട്ടുവയ്ക്കുന്നു. The Agony of Eros എന്ന ഗ്രന്ഥത്തിൽ അദ്ദേഹം ആധുനിക സമൂഹത്തിൽ "Eros" എന്ന ആഴമുള്ള വികാരബന്ധം ക്ഷയിക്കുന്നുവെന്ന് വാദിക്കുന്നു.[18] Han-ന്റെ അഭിപ്രായത്തിൽ ഡിജിറ്റൽ സമൂഹം എല്ലാം ദൃശ്യങ്ങളായും ഉപഭോഗവസ്തുക്കളായും മാറ്റുന്നു. ലൈംഗികതയും ഇതിൽ നിന്ന് വ്യത്യസ്തമല്ല. പോൺഗ്രഫി സംസ്കാരം ഈ പ്രവണതയുടെ പ്രധാന ഉദാഹരണമാണ്. ഇവിടെ ലൈംഗികത ഒരു ബന്ധാനുഭവമല്ല; അത് ഉപഭോഗിക്കപ്പെടുന്ന ഒരു ദൃശ്യവസ്തുവാണ്. Han ഇതിനെ "transparency society" എന്ന ആശയവുമായി ബന്ധിപ്പിക്കുന്നു. ഡിജിറ്റൽ സമൂഹം എല്ലാം ദൃശ്യവൽക്കരിക്കുകയും തുറന്നുകാട്ടുകയും ചെയ്യുന്നു. എന്നാൽ ഈ ദൃശ്യവൽക്കരണം ആഴമുള്ള മനുഷ്യബന്ധങ്ങളെ കുറയ്ക്കാൻ ഇടയാക്കുന്നു. അദ്ദേഹത്തിന്റെ കാഴ്ചപ്പാടിൽ സൈബർ ലൈംഗികത മനുഷ്യരുടെ വികാരബന്ധങ്ങളെ കൂടുതൽ ഉപരിതലമാക്കാനുള്ള സാധ്യതയുണ്ട്.

Eva Illouz സമകാലിക സമൂഹത്തിൽ വികാരങ്ങളും പ്രണയവും എങ്ങനെ വിപണി സംവിധാനങ്ങളുമായി ബന്ധപ്പെടുന്നു എന്നതാണ് പഠിക്കുന്നത്.[21] Illouz-ന്റെ വിശകലനത്തിൽ

ആധുനിക കാപ്പിറ്റലിസം മനുഷ്യരുടെ വികാരങ്ങളെയും ബന്ധങ്ങളെയും വിപണി തത്വങ്ങളുമായി ബന്ധിപ്പിക്കുന്നു. ഡേറ്റിംഗ് ആപ്പുകൾ ഈ ആശയത്തിന്റെ വ്യക്തമായ ഉദാഹരണമാണ്. ഇവിടെ ആളുകൾ സ്വയം ഒരു "പ്രൊഫൈൽ" ആയി അവതരിപ്പിക്കുന്നു. ചിത്രങ്ങൾ, വിവരണങ്ങൾ, താൽപ്പര്യങ്ങൾ എന്നിവ ഉപയോഗിച്ച് വ്യക്തിത്വം ഒരു വിപണി അവതരണമായി മാറുന്നു. ഈ സാഹചര്യത്തിൽ ലൈംഗിക ആകർഷണവും പ്രണയവും ചിലപ്പോൾ വിപണി തിരഞ്ഞെടുപ്പിന്റെ രീതിയിൽ പ്രവർത്തിക്കുന്നു. Illouz ഇതിനെ "emotional capitalism" എന്ന ആശയത്തിലൂടെ വിശദീകരിക്കുന്നു. വികാരങ്ങളും ബന്ധങ്ങളും പോലും വിപണി സംവിധാനങ്ങളുടെ സ്വാധീനത്തിൽ പുനർസംഘടിപ്പിക്കപ്പെടുന്നു.

ഡിജിറ്റൽ ലൈംഗിക സംസ്കാരത്തെ മനസ്സിലാക്കാൻ ന്യൂറോസയൻസ് ഗവേഷണങ്ങളും പ്രധാനമാണ്. മനുഷ്യരുടെ മസ്തിഷ്കത്തിലെ ഡോപ്പമിൻ വ്യവസ്ഥ സന്തോഷവും പ്രതിഫലനവും നിയന്ത്രിക്കുന്നതാണ്. ലൈംഗിക ഉത്തേജനം ഈ വ്യവസ്ഥയെ ശക്തമായി ഉത്തേജിപ്പിക്കുന്നു.[24] ഡിജിറ്റൽ പോൺഗ്രഫി പ്ലാറ്റ്ഫോമുകൾ നിരന്തരമായ പുതിയ ദൃശ്യങ്ങൾ ഉപയോക്താവിന് നൽകുന്നു. ഇതുവഴി മസ്തിഷ്കം പുതിയ ഉത്തേജനങ്ങൾ തേടുന്ന രീതിയിലേക്ക് അഭ്യാസപ്പെടാം. ചില ഗവേഷണങ്ങൾ സൂചിപ്പിക്കുന്നത് അമിതമായ പോൺഗ്രഫി ഉപഭോഗം മസ്തിഷ്കത്തിലെ പ്രതിഫലന സംവിധാനങ്ങളിൽ മാറ്റങ്ങൾ സൃഷ്ടിക്കാമെന്നാണ്.[25] എങ്കിലും ഈ വിഷയത്തിൽ ഗവേഷണം ഇപ്പോഴും പുരോഗമിച്ചുകൊണ്ടിരിക്കുകയാണ്. അതിനാൽ ഇതിനെ ഏകകാരണമുള്ള പ്രശ്നമായി കാണാതെ, സാങ്കേതികതയും മനശ്ശാസ്ത്രവും തമ്മിലുള്ള സങ്കീർണ്ണബന്ധമായി മനസ്സിലാക്കേണ്ടതാണ്.

മാധ്യമ തത്വചിന്തയും സൈബർ ലൈംഗികതയെ മനസ്സിലാക്കാൻ സഹായിക്കുന്നു. Marshall McLuhan മാധ്യമങ്ങളെ "മനുഷ്യന്റെ വിപുലീകരണങ്ങൾ" എന്ന് വിശേഷിപ്പിച്ചു.[30] Guy Debord തന്റെ Society of the Spectacle എന്ന ഗ്രന്ഥത്തിൽ ആധുനിക സമൂഹം ദൃശ്യങ്ങളുടെ സമൂഹമായി മാറിയെന്ന് വാദിച്ചു.[32] ഈ ആശയങ്ങൾ ഡിജിറ്റൽ പോൺഗ്രഫി സംസ്കാരത്തിൽ വ്യക്തമായി കാണപ്പെടുന്നു. ലൈംഗികത ഒരു ദൃശ്യപ്രദർശനമായി മാറുന്നു. Jean Baudrillard അവതരിപ്പിച്ച "simulacra" എന്ന ആശയം കൂടി ഇവിടെ പ്രസക്തമാണ്.[33] ഡിജിറ്റൽ മാധ്യമങ്ങളിൽ കാണപ്പെടുന്ന ലൈംഗിക ദൃശ്യങ്ങൾ പലപ്പോഴും യാഥാർത്ഥ്യത്തിന്റെ പ്രതിഫലനം മാത്രമല്ല; അവ ഒരു സിമുലേഷൻ ആണ്. അത് യാഥാർത്ഥ്യത്തേക്കാൾ കൂടുതൽ ഉത്തേജകമായ ഒരു ദൃശ്യലോകം സൃഷ്ടിക്കുന്നു.

സൈബർ ലൈംഗികതയെ ഒരേയൊരു ശാസ്ത്രീയ സമീപനത്തിലൂടെ വിശദീകരിക്കാൻ കഴിയില്ല. ഇത് അധികാരരാഷ്ട്രീയം, ഡിജിറ്റൽ സാങ്കേതികവിദ്യ, വിപണി സംസ്കാരം, മനശ്ശാസ്ത്രം, ന്യൂറോസയൻസ് എന്നിവ തമ്മിലുള്ള സങ്കീർണ്ണബന്ധത്തിന്റെ ഫലമാണ്. Michel Foucault നമ്മെ ലൈംഗികതയും അധികാരവും തമ്മിലുള്ള ബന്ധം മനസ്സിലാക്കാൻ സഹായിക്കുന്നു. Byung-Chul Han ഡിജിറ്റൽ സമൂഹം മനുഷ്യബന്ധങ്ങളിൽ ഉണ്ടാക്കുന്ന മാറ്റങ്ങളെക്കുറിച്ച് മുന്നറിയിപ്പ് നൽകുന്നു. Eva Illouz വികാരങ്ങളും പ്രണയവും വിപണി സംവിധാനങ്ങളുമായി എങ്ങനെ ബന്ധപ്പെടുന്നു എന്ന് വ്യക്തമാക്കുന്നു. ന്യൂറോസയൻസ് ഗവേഷണങ്ങൾ ഡിജിറ്റൽ ഉത്തേജനങ്ങൾ മസ്തിഷ്കത്തെ എങ്ങനെ സ്വാധീനിക്കുന്നു എന്ന് വിശദീകരിക്കുന്നു. മാധ്യമ തത്വചിന്ത ഡിജിറ്റൽ സംസ്കാരത്തിലെ ദൃശ്യവൽക്കരണത്തെ വിശകലനം ചെയ്യുന്നു. ഈ എല്ലാ സമീപനങ്ങളും ചേർന്ന് നോക്കുമ്പോൾ സൈബർ ലൈംഗികത സമകാലിക മനുഷ്യജീവിതത്തിലെ ഏറ്റവും സങ്കീർണ്ണമായ സാമൂഹിക സംഭവങ്ങളിൽ ഒന്നായി കാണപ്പെടുന്നു.

Reference

1. Turkle, S. (2011). *Alone Together: Why We Expect More from Technology and Less from Each Other.* MIT Press.

2. Attwood, F. (2009). *Mainstreaming Sex: The Sexualization of Western Culture.* I.B. Tauris.

3. Volkow, N. D., Wang, G. J., Fowler, J. S., & Tomasi, D. (2010). Addiction circuitry in the human brain. *Annual Review of Pharmacology and Toxicology.*

4. Zuboff, S. (2019). *The Age of Surveillance Capitalism.* PublicAffairs.

5. Baudrillard, J. (1998). *The Consumer Society: Myths and Structures.* Sage Publications.

6. Gillespie, T. (2014). The relevance of algorithms. In *Media Technologies: Essays on Communication, Materiality, and Society.* MIT Press.

7. Giddens, A. (1992). *The Transformation of Intimacy: Sexuality, Love and Eroticism in Modern Societies.* Stanford University Press.

8. Merleau-Ponty, M. (1962). *Phenomenology of Perception.* Routledge.

9. Baumeister, R. F., & Vohs, K. D. (2004). Sexual economics theory. *Personality and Social Psychology Review.*

10. Park, B. Y., Wilson, G., Berger, J., Christman, M., Reina, B., Bishop, F., & Doan, A. (2016). Internet pornography and sexual dysfunction. *Behavioral Sciences.*

11. Gill, R. (2007). *Gender and the Media.* Polity Press.

12. Vatsyayana. (2002). *Kama Sutra.* Oxford University Press.

13. Lyon, D. (2014). *Surveillance, Snowden and Big Data.* Polity Press.

14. Finkel, E. J., Eastwick, P. W., Karney, B. R., Reis, H. T., & Sprecher, S. (2012). Online dating research. *Psychological Science in the Public Interest.*

15. Cacioppo, J. T., & Patrick, W. (2008). *Loneliness: Human Nature and the Need for Social Connection.* W. W. Norton.

16. Foucault, M. (1978). *The History of Sexuality, Volume 1: An Introduction.* Pantheon Books.

17. Foucault, M. (1980). *Power/Knowledge: Selected Interviews and Other Writings.* Pantheon Books.

18. Han, B. C. (2017). *The Agony of Eros.* MIT Press.

19. Han, B. C. (2015). *The Burnout Society.* Stanford University Press.

20. Han, B. C. (2017). *Psychopolitics: Neoliberalism and New Technologies of Power.* Verso.

21. Illouz, E. (2007). *Consuming the Romantic Utopia.* University of California Press.

22. Illouz, E. (2012). *Why Love Hurts: A Sociological Explanation.* Polity Press.

23. Fisher, H. E., Aron, A., & Brown, L. (2005). Romantic love and neural mechanisms. *Journal of Comparative Neurology.*

24. Berridge, K. C., & Robinson, T. E. (1998). Dopamine reward system. *Brain Research Reviews.*

25. Kühn, S., & Gallinat, J. (2014). Brain structure and pornography consumption. *JAMA Psychiatry.*

26. Hilton, D. L. (2013). Pornography addiction and neuroscience. *Surgical Neurology International.*

27. Love, T., Laier, C., Brand, M., Hatch, L., & Hajela, R. (2015). Neuroscience of internet pornography addiction. *Behavioral Sciences.*

28. Doidge, N. (2007). *The Brain That Changes Itself.* Penguin Books.

29. Voon, V., Mole, T., Banca, P., et al. (2014). Neural correlates of sexual cue reactivity. *PLoS ONE.*

30. McLuhan, M. (1964). *Understanding Media: The Extensions of Man.* McGraw-Hill.

31. Postman, N. (1985). *Amusing Ourselves to Death.* Penguin.

32. Debord, G. (1967). *The Society of the Spectacle.* Zone Books.

33. Baudrillard, J. (1994). *Simulacra and Simulation.* University of Michigan Press.

അധ്യായം 44: AI സുഹൃത്തുകൾ

(Artificial Intelligence, Virtual Companions, Sexuality and Self-Intimacy)

ആധുനിക ഡിജിറ്റൽ സംസ്കാരത്തിൽ മനുഷ്യബന്ധങ്ങൾ അനുഭവിക്കുന്ന മാറ്റങ്ങളിൽ ഏറ്റവും ശ്രദ്ധേയമായ പ്രവണതകളിലൊന്നാണ് കൃത്രിമബുദ്ധി അടിസ്ഥാനമാക്കിയുള്ള ഡിജിറ്റൽ സുഹൃത്തുകളുടെ ഉദയം. സ്മാർട്ട്ഫോണുകൾ, മെസ്സേജിംഗ് പ്ലാറ്റ്ഫോമുകൾ, conversational AI സംവിധാനങ്ങൾ എന്നിവയുടെ വ്യാപനം മനുഷ്യരുടെ ആശയവിനിമയത്തെ മാത്രമല്ല, വികാരബന്ധങ്ങളെയും അടുപ്പാനുഭവങ്ങളെയും പുതുതായി രൂപപ്പെടുത്തുന്നു. ഒരിക്കൽ മനുഷ്യബന്ധങ്ങൾ പ്രധാനമായും നേരിട്ടുള്ള സാമൂഹിക ഇടപെടലുകളിലൂടെ രൂപപ്പെട്ടിരുന്നു. എന്നാൽ ഇന്ന് ഡിജിറ്റൽ സാങ്കേതികവിദ്യ മനുഷ്യരുടെ വ്യക്തിജീവിതത്തിന്റെ ആഴത്തിലേക്ക് കടന്നുവരുമ്പോൾ ബന്ധങ്ങളും അടുപ്പവും പലപ്പോഴും സാങ്കേതിക മധ്യസ്ഥതയിലൂടെ അനുഭവപ്പെടുന്നു. ഈ സാഹചര്യത്തിലാണ് AI സുഹൃത്തുകൾ എന്ന ആശയം സാമൂഹികശാസ്ത്രത്തിലും ടെക്നോളജി പഠനങ്ങളിലും പ്രധാന ഗവേഷണവിഷയമായി മാറിയത്.[1]

AI സുഹൃത്തുകൾ എന്ന് പറയുന്നത് മനുഷ്യരുമായി സംഭാഷണം നടത്താനും വികാരപരമായ പ്രതികരണങ്ങൾ നൽകാനും രൂപകൽപ്പന ചെയ്ത ഡിജിറ്റൽ സംവിധാനങ്ങളെയാണ് സൂചിപ്പിക്കുന്നത്. conversational chatbots, virtual partners, AI girlfriends, AI boyfriends എന്നീ രൂപങ്ങളിൽ ഈ സംവിധാനങ്ങൾ ഇന്ന് വികസിച്ചുവരുന്നു. ഈ സാങ്കേതികവിദ്യകൾ വെറും വിവരമാറ്റത്തിനുള്ള ഉപകരണങ്ങൾ മാത്രമല്ല; അവ മനുഷ്യരുടെ വികാരാവസ്ഥകളുമായി ഇടപെടുകയും ചിലപ്പോൾ companionship എന്ന അനുഭവം സൃഷ്ടിക്കുകയും ചെയ്യുന്നു. ഇതുവഴി മനുഷ്യനും യന്ത്രവും തമ്മിലുള്ള ബന്ധത്തിന്റെ ഒരു പുതിയ സാമൂഹികരൂപം രൂപപ്പെടുന്നു.[2]

ഡിജിറ്റൽ അടുപ്പത്തിന്റെ ഈ പുതിയ ഘടന മനുഷ്യരുടെ ആഗ്രഹങ്ങളെയും ലൈംഗിക സങ്കൽപ്പങ്ങളെയും മനസ്സിലാക്കുന്നതിൽ പുതിയ ചോദ്യങ്ങൾ ഉയർത്തുന്നു. AI സംവിധാനങ്ങൾ ഉപയോക്താവിന്റെ സംഭാഷണശൈലി, താൽപ്പര്യങ്ങൾ, വികാരപ്രകടനങ്ങൾ എന്നിവ പഠിച്ച് വ്യക്തിഗത പ്രതികരണങ്ങൾ നൽകാൻ കഴിവുള്ളവയാണ്. ഇതുവഴി ഒരു വ്യക്തിയുടെ മാനസിക ആവശ്യങ്ങളെയും സങ്കൽപ്പങ്ങളെയും പ്രതിഫലിപ്പിക്കുന്ന തരത്തിൽ ഡിജിറ്റൽ സുഹൃത്തുകൾ രൂപപ്പെടുന്നു. ഈ സാഹചര്യത്തിൽ സാങ്കേതികവിദ്യ മനുഷ്യരുടെ ആഗ്രഹങ്ങളെ വെറും പ്രതിഫലിപ്പിക്കുന്നതിൽ മാത്രം ഒതുങ്ങുന്നില്ല; ചിലപ്പോൾ അവയെ രൂപപ്പെടുത്തുകയും ശക്തിപ്പെടുത്തുകയും ചെയ്യുന്നു.[3]

AI അടിസ്ഥാനമാക്കിയുള്ള വിർച്ചൽ അടുപ്പത്തിന്റെ ഒരു പ്രധാന സവിശേഷതയാണ് "emotional simulation". ടെക്സ്റ്റ് സന്ദേശങ്ങൾ, ശബ്ദസംഭാഷണം, ദൃശ്യാവതരണം എന്നിവയുടെ മുഖേന AI സംവിധാനങ്ങൾ മനുഷ്യബന്ധങ്ങളെ അനുസ്മരിപ്പിക്കുന്ന പ്രതികരണങ്ങൾ നൽകുന്നു. മനുഷ്യർ ചിലപ്പോൾ ഈ പ്രതികരണങ്ങളെ യഥാർത്ഥ വികാരബന്ധങ്ങളായി അനുഭവിക്കാം. എന്നിരുന്നാലും ഈ അനുഭവം യഥാർത്ഥ മനുഷ്യബന്ധങ്ങളിൽ കാണപ്പെടുന്ന പരസ്പരബോധവും സാമൂഹികചരിത്രവും പങ്കിടുന്ന അനുഭവങ്ങളും ഉൾക്കൊള്ളുന്നില്ല. അതിനാൽ emotional simulation എന്നും emotional bonding എന്നും തമ്മിൽ അടിസ്ഥാനപരമായ വ്യത്യാസം നിലനിൽക്കുന്നു.[4]

സാമൂഹികശാസ്ത്രത്തിൽ ഈ സാഹചര്യത്തെ parasocial relationships എന്ന ആശയത്തിലൂടെ വിശദീകരിക്കാറുണ്ട്. parasocial ബന്ധങ്ങൾ എന്നത് ഒരാൾക്ക് മറ്റൊരാളോടുള്ള അടുപ്പബോധം

ഉണ്ടാകുമ്പോഴും ആ ബന്ധം യഥാർത്ഥ പരസ്പരബന്ധമല്ലാത്ത സാഹചര്യങ്ങളെയാണ് സൂചിപ്പിക്കുന്നത്. മീഡിയ പഠനങ്ങളിൽ ഈ ആശയം ആദ്യം സിനിമാതാരങ്ങളോടും ടെലിവിഷൻ അവതാരകരോടും ഉള്ള ആരാധകബന്ധങ്ങളെ വിശദീകരിക്കാൻ ഉപയോഗിച്ചിരുന്നു. എന്നാൽ ഇന്ന് AI സുഹൃത്തുകൾ എന്ന പുതിയ സാങ്കേതിക സാഹചര്യത്തിൽ parasocial ബന്ധങ്ങൾ കൂടുതൽ വ്യക്തിപരമായ തലത്തിൽ അനുഭവപ്പെടാൻ തുടങ്ങുന്നു.[5]

AI സുഹൃത്തുകൾ മനുഷ്യരുടെ ഏകാന്തതയുമായി ബന്ധപ്പെട്ട ചർച്ചകളിലും പ്രധാനമായി പ്രത്യക്ഷപ്പെടുന്നു. നഗരവൽക്കരണം, വ്യക്തികേന്ദ്രിത ജീവിതരീതികൾ, കുടുംബഘടനകളിലെ മാറ്റങ്ങൾ എന്നിവ കാരണം ആധുനിക സമൂഹങ്ങളിൽ ഏകാന്തത വർധിക്കുന്നുവെന്ന് നിരവധി പഠനങ്ങൾ സൂചിപ്പിക്കുന്നു. ഈ സാഹചര്യത്തിൽ ചില ആളുകൾ ഡിജിറ്റൽ ഇടങ്ങളിൽ companionship തേടുന്നു. AI സുഹൃത്തുകൾ ചിലപ്പോൾ ഈ വികാരാവശ്യങ്ങൾക്ക് താൽക്കാലികമായ പ്രതികരണങ്ങൾ നൽകാൻ കഴിയും. എന്നിരുന്നാലും ഇത് യഥാർത്ഥ മനുഷ്യബന്ധങ്ങളെ പകരം വയ്ക്കുന്നുവോ എന്ന ചോദ്യം ഇപ്പോഴും തുറന്നതായിരിക്കുന്നു.[6]

ഡിജിറ്റൽ സാങ്കേതികവിദ്യയുടെ വളർച്ച മനുഷ്യരുടെ സ്വകാര്യ ലൈംഗികാനുഭവങ്ങളിലും പുതിയ മാറ്റങ്ങൾ സൃഷ്ടിക്കുന്നു. സ്മാർട്ട്ഫോണുകളും ഇന്റർനെറ്റും മനുഷ്യരുടെ വ്യക്തിപരമായ ചിന്തകളും സങ്കൽപ്പങ്ങളും പ്രകടിപ്പിക്കാനുള്ള പുതിയ ഇടങ്ങൾ തുറക്കുന്നു. ചില സാഹചര്യങ്ങളിൽ AI സുഹൃത്തുകൾ ഉപയോക്താവിന്റെ സ്വകാര്യ സംഭാഷണങ്ങളിലൂടെ വ്യക്തിപരമായ വികാരങ്ങളും ആഗ്രഹങ്ങളും അന്വേഷിക്കുന്ന ഒരു സുരക്ഷിത ഡിജിറ്റൽ ഇടമായി പ്രവർത്തിക്കാം. ഈ പ്രക്രിയ മനുഷ്യരുടെ സ്വയംഅനുഭവത്തെയും ലൈംഗിക സ്വയംബോധത്തെയും സ്വാധീനിക്കാൻ സാധ്യതയുണ്ട്.[7]

ലൈംഗിക സ്വയംഅനുഭവവുമായി ബന്ധപ്പെട്ട മനശ്ശാസ്ത്ര ഗവേഷണങ്ങൾ സൂചിപ്പിക്കുന്നത് മനുഷ്യരുടെ സങ്കൽപ്പലോകം ലൈംഗിക അനുഭവത്തിൽ പ്രധാന പങ്ക് വഹിക്കുന്നുവെന്നാണ്. മനുഷ്യർ പലപ്പോഴും സങ്കൽപ്പങ്ങളിലൂടെ വികാരാനുഭവങ്ങളും അടുപ്പാനുഭവങ്ങളും നിർമ്മിക്കുന്നു. ഡിജിറ്റൽ സാങ്കേതികവിദ്യ ഈ സങ്കൽപ്പങ്ങളെ ദൃശ്യരൂപങ്ങളിലേക്കും സംഭാഷണരൂപങ്ങളിലേക്കും മാറ്റാനുള്ള സാധ്യത സൃഷ്ടിക്കുന്നു. അതിനാൽ AI സുഹൃത്തുകൾ മനുഷ്യരുടെ സങ്കൽപ്പലോകത്തെയും സ്വകാര്യ ലൈംഗിക അനുഭവങ്ങളെയും പുതിയ രീതിയിൽ മധ്യസ്ഥത ചെയ്യാൻ തുടങ്ങുന്നു.[8]

പുരുഷന്മാരിലും സ്ത്രീകളിലും ഡിജിറ്റൽ ലൈംഗിക ഉള്ളടക്കങ്ങളോടുള്ള പ്രതികരണങ്ങളിൽ ചില വ്യത്യാസങ്ങൾ ഉണ്ടാകാമെന്ന് ചില പഠനങ്ങൾ സൂചിപ്പിക്കുന്നു. ചില ഗവേഷണങ്ങൾ പുരുഷന്മാർ കൂടുതൽ ദൃശ്യകേന്ദ്രിത ഉത്തേജനങ്ങളോട് പ്രതികരിക്കുമ്പോൾ സ്ത്രീകൾക്ക് വികാരപരമായ സാഹചര്യങ്ങളും ബന്ധപരമായ ഘടകങ്ങളും കൂടുതൽ പ്രാധാന്യമുണ്ടാകാമെന്ന് നിർദ്ദേശിക്കുന്നു. ഈ വ്യത്യാസങ്ങൾ AI സുഹൃത്തുകൾ ഉപയോഗിക്കുന്ന രീതികളിലും പ്രതിഫലിക്കാനിടയുണ്ട്. ചില ഉപയോക്താക്കൾക്ക് സംഭാഷണപരമായ അടുപ്പമാണ് പ്രധാനമാകുന്നത്; മറ്റുചിലർക്ക് സങ്കൽപ്പപരമായ ദൃശ്യാനുഭവങ്ങളാണ് പ്രധാനമാകുന്നത്.[9]

ഡിജിറ്റൽ ലൈംഗിക സംസ്കാരത്തെക്കുറിച്ചുള്ള മറ്റൊരു പ്രധാന ചർച്ചയാണ് സ്വയംശരീരബോധം. മനുഷ്യരുടെ ലൈംഗിക അനുഭവം ശരീരവുമായി അടുത്ത ബന്ധമുള്ളതാണ്. എന്നാൽ ഡിജിറ്റൽ ഇടങ്ങളിൽ ഈ അനുഭവം പലപ്പോഴും ദൃശ്യങ്ങളുടെയും സങ്കൽപ്പങ്ങളുടെയും തലത്തിൽ പ്രവർത്തിക്കുന്നു. ഈ സാഹചര്യത്തിൽ "body imagination" എന്നും "embodied sexuality"

എന്നും തമ്മിലുള്ള വ്യത്യാസം ഗവേഷകർ ചർച്ച ചെയ്യുന്നു. embodied sexuality എന്നത് ശരീരസാന്നിധ്യത്തിലൂടെയും ഇന്ദ്രിയാനുഭവങ്ങളിലൂടെയും അനുഭവപ്പെടുന്ന ലൈംഗികതയെയാണ് സൂചിപ്പിക്കുന്നത്; body imagination എന്നത് സങ്കൽപ്പങ്ങളിലും ദൃശ്യപ്രതീകങ്ങളിലും രൂപപ്പെടുന്ന അനുഭവങ്ങളെയാണ് സൂചിപ്പിക്കുന്നത്.[10]

AI സുഹൃത്തുകൾ ഉപയോഗിക്കുന്ന ചില ആളുകളിൽ emotional dependency എന്ന പ്രവണതയും ഗവേഷകർ ശ്രദ്ധിക്കുന്നു. ഒരു ഡിജിറ്റൽ സംവിധാനവുമായി നിരന്തരമായി സംഭാഷണം നടത്തുമ്പോൾ അതുമായി ഒരു പരിചിതബന്ധം രൂപപ്പെടാം. മനുഷ്യർക്ക് അവരുടെ വികാരങ്ങൾ പങ്കിടാൻ കഴിയുന്ന സ്ഥിരമായ പ്രതികരണ സംവിധാനം ലഭിക്കുമ്പോൾ അത് emotional validation എന്ന അനുഭവം സൃഷ്ടിക്കാൻ കഴിയും. എന്നിരുന്നാലും ഈ validation യഥാർത്ഥ മനുഷ്യബന്ധങ്ങളിൽ ഉണ്ടാകുന്ന പരസ്പരബോധത്തോടും ഉത്തരവാദിത്തത്തോടും വ്യത്യസ്തമാണ്.[11]

AI സുഹൃത്തുകളുടെ വളർച്ച യഥാർത്ഥ ബന്ധങ്ങളെ എങ്ങനെ സ്വാധീനിക്കും എന്ന ചോദ്യവും സാമൂഹിക പഠനങ്ങളിൽ ഉയരുന്നുണ്ട്. romantic displacement hypothesis എന്ന ആശയം അനുസരിച്ച് ഡിജിറ്റൽ അടുപ്പങ്ങൾ ചിലപ്പോൾ യഥാർത്ഥ സാമൂഹികബന്ധങ്ങളെ കുറയ്ക്കാൻ ഇടയാക്കാം. എന്നാൽ മറ്റു പഠനങ്ങൾ ഡിജിറ്റൽ ആശയവിനിമയം ചിലപ്പോൾ പുതിയ ബന്ധങ്ങൾ ആരംഭിക്കാൻ സഹായിക്കാമെന്ന് ചൂണ്ടിക്കാണിക്കുന്നു. അതിനാൽ AI സുഹൃത്തുകൾ മനുഷ്യബന്ധങ്ങളെ എങ്ങനെ സ്വാധീനിക്കും എന്നത് സങ്കീർണ്ണമായ സാമൂഹികപ്രശ്നമായി തുടരുന്നു.[12]

AI സാങ്കേതികവിദ്യയുടെ മറ്റൊരു പ്രധാന സവിശേഷതയാണ് hyper-personalization. ആൽഗോരിതങ്ങൾ ഉപയോക്താവിന്റെ പെരുമാറ്റം, സംഭാഷണം, മുൻഗണനകൾ എന്നിവ പഠിച്ച് വ്യക്തിഗത പ്രതികരണങ്ങൾ നൽകുന്നു. ഇതുവഴി ഓരോ ഉപയോക്താവിനും വ്യത്യസ്തമായ ഒരു ഡിജിറ്റൽ അനുഭവം രൂപപ്പെടുന്നു. ലൈംഗികതയുടെ സാഹചര്യത്തിൽ ഇത് വ്യക്തിഗത ആഗ്രഹങ്ങളെ തിരിച്ചറിയുകയും ചിലപ്പോൾ അവയെ ശക്തിപ്പെടുത്തുകയും ചെയ്യുന്ന സംവിധാനങ്ങളിലേക്ക് നയിക്കാം.[13]

ഡിജിറ്റൽ ഏകാന്തതയും AI സുഹൃത്തുകളും തമ്മിലുള്ള ബന്ധവും സാമൂഹിക പഠനങ്ങളിൽ ചർച്ച ചെയ്യപ്പെടുന്നു. contemporary societies ൽ "loneliness economy" എന്ന ആശയം ചില ഗവേഷകർ ഉപയോഗിക്കുന്നു. സാമൂഹിക ഏകാന്തത വർധിക്കുമ്പോൾ companionship നൽകുന്ന ഡിജിറ്റൽ സേവനങ്ങൾ വിപണിയിൽ വളരുന്നു. AI സുഹൃത്തുകൾ ഈ സാമ്പത്തിക ഘടനയുടെ ഭാഗമായിത്തീർന്നേക്കാം.[14]

ഭാവിയിൽ virtual reality, haptic technology തുടങ്ങിയ സാങ്കേതികവിദ്യകൾ വികസിക്കുമ്പോൾ ഡിജിറ്റൽ അടുപ്പാനുഭവങ്ങൾ കൂടുതൽ സങ്കീർണ്ണമാകാൻ സാധ്യതയുണ്ട്. haptic interfaces സ്പർശാനുഭവങ്ങളെ ഡിജിറ്റൽ ഇടങ്ങളിൽ പുനർനിർമ്മിക്കാൻ ശ്രമിക്കുന്നു. virtual reality സംവിധാനങ്ങൾ immersive അനുഭവങ്ങൾ സൃഷ്ടിക്കുന്നു. ഈ സാങ്കേതികവിദ്യകൾ വികസിക്കുമ്പോൾ മനുഷ്യബന്ധങ്ങളുടെ സ്വഭാവം എങ്ങനെ മാറും എന്നത് ഭാവിയിലെ പ്രധാന സാമൂഹികചോദ്യങ്ങളിലൊന്നായിരിക്കും.[15]

AI സുഹൃത്തുകൾ സംബന്ധിച്ച ചർച്ചകൾ നൈതികപ്രശ്നങ്ങളെയും ഉയർത്തുന്നു. ഒരു യന്ത്രവുമായി ഉള്ള ബന്ധത്തിൽ consent എന്ന ആശയം എങ്ങനെ വ്യാഖ്യാനിക്കണം? ഡിജിറ്റൽ

സംവിധാനങ്ങൾ മനുഷ്യരുടെ വികാരങ്ങളെ എത്രത്തോളം സ്വാധീനിക്കണം? സാങ്കേതികവിദ്യ മനുഷ്യബന്ധങ്ങളെ ശക്തിപ്പെടുത്തുന്ന ഉപകരണമാകുമോ, അല്ലെങ്കിൽ അവയെ പകരം വയ്ക്കുന്ന ഘടനയാകുമോ? ഈ ചോദ്യങ്ങൾ ഇന്നത്തെ ടെക്നോളജി നൈതികതയിലെ പ്രധാന വിഷയങ്ങളാണ്.[16]

മനുഷ്യ-യന്ത്ര ബന്ധങ്ങളുടെ ഭാവിയെക്കുറിച്ചുള്ള ചർച്ചകൾ ചിലപ്പോൾ "post-human intimacy" എന്ന ആശയത്തിലേക്കാണ് നയിക്കുന്നത്. post-human സമീപനം അനുസരിച്ച് സാങ്കേതികവിദ്യ മനുഷ്യരുടെ ശരീരപരിധികളെ മറികടന്ന് പുതിയ അനുഭവരൂപങ്ങൾ സൃഷ്ടിക്കുന്നു. ഡിജിറ്റൽ ലൈംഗികതയും AI സുഹൃത്തുകളും ഈ പരിവർത്തനത്തിന്റെ ഭാഗമായിത്തന്നെ കാണപ്പെടുന്നു.[17]

അവസാനമായി നോക്കുമ്പോൾ AI സുഹൃത്തുകൾ എന്ന വിഷയത്തെ ഒരേയൊരു ശാസ്ത്രീയ സമീപനത്തിലൂടെ വിശദീകരിക്കാൻ കഴിയില്ല. ഇത് ടെക്നോളജി സ്റ്റഡീസ്, മനശ്ശാസ്ത്രം, ലൈംഗികതാ പഠനം, മീഡിയ പഠനം, സാമൂഹികശാസ്ത്രം എന്നിവ തമ്മിലുള്ള സംയുക്ത ഗവേഷണ മേഖലയാണ്. ഡിജിറ്റൽ സാങ്കേതികവിദ്യ മനുഷ്യരുടെ വികാരങ്ങളും ആഗ്രഹങ്ങളും അടുപ്പാനുഭവങ്ങളും എങ്ങനെ രൂപപ്പെടുത്തുന്നു എന്നതിനെക്കുറിച്ചുള്ള ഈ ചർച്ചകൾ ഭാവിയിലെ മനുഷ്യസമൂഹത്തെ മനസ്സിലാക്കുന്നതിൽ നിർണായകമായിരിക്കും.

References

[1] Turkle, S. (2011). *Alone Together: Why We Expect More from Technology and Less from Each Other.* MIT Press, 2011.

[2] Nass, C., & Moon, Y. (2000). "Machines and Mindlessness: Social Responses to Computers." *Journal of Social Issues.* Blackwell Publishing, 2000.

[3] Zuboff, S. (2019). *The Age of Surveillance Capitalism.* PublicAffairs, 2019.

[4] Giddens, A. (1992). *The Transformation of Intimacy: Sexuality, Love and Eroticism in Modern Societies.* Stanford University Press, 1992.

[5] Horton, D., & Wohl, R. (1956). "Mass Communication and Parasocial Interaction." *Psychiatry.* University of Chicago Press, 1956.

[6] Cacioppo, J., & Patrick, W. (2008). *Loneliness: Human Nature and the Need for Social Connection.* W. W. Norton & Company, 2008.

[7] Illouz, E. (2007). *Consuming the Romantic Utopia.* University of California Press, 2007.

[8] Lehmiller, J. (2018). *Tell Me What You Want: The Science of Sexual Desire.* Da Capo Press, 2018.

[9] Baumeister, R. (2001). "Gender Differences in Erotic Plasticity." *Psychological Bulletin.* American Psychological Association, 2001.

[10] Merleau-Ponty, M. (1962). *Phenomenology of Perception.* Routledge & Kegan Paul, 1962.

[11] Turkle, S. (2017). *Reclaiming Conversation: The Power of Talk in a Digital Age.* Penguin Press, 2017.

[12] Finkel, E., Eastwick, P., Karney, B., Reis, H., & Sprecher, S. (2012). "Online Dating: A Critical Analysis." *Psychological Science in the Public Interest.* SAGE Publications, 2012.

[13] Gillespie, T. (2014). "The Relevance of Algorithms." In *Media Technologies: Essays on Communication, Materiality, and Society.* MIT Press, 2014.

[14] Illouz, E. (2019). *The End of Love: A Sociology of Negative Relations.* Oxford University Press, 2019.

[15] Biocca, F. (1997). "The Cyborg's Dilemma." In *Communication in the Age of Virtual Reality.* Lawrence Erlbaum Associates, 1997.

[16] Floridi, L. (2013). *The Ethics of Information.* Oxford University Press, 2013.

[17] Haraway, D. (1991). *Simians, Cyborgs and Women: The Reinvention of Nature.* Routledge, 1991.

അധ്യായം 45:
ബന്ധബാധ്യതയില്ലാത്ത ലൈംഗിക രീതികൾ

(Non-committal Sexual Practices)

ആധുനിക സമൂഹത്തിലെ ലൈംഗിക സംസ്കാരം കഴിഞ്ഞ ഏതാനം ദശകങ്ങളിൽ ശ്രദ്ധേയമായ മാറ്റങ്ങൾ അനുഭവിച്ചിട്ടുണ്ട്. വിവാഹം, കുടുംബം, സ്ഥിരബന്ധം എന്നിവയെ കേന്ദ്രീകരിച്ചിരുന്ന പരമ്പരാഗത ലൈംഗിക ഘടനകൾ ക്രമേണ കൂടുതൽ വൈവിധ്യമാർന്ന ബന്ധരൂപങ്ങളിലേക്ക് വികസിച്ചു. ഈ മാറ്റങ്ങളിൽ പ്രധാനമായ ഒന്നാണ് "ബന്ധബാധ്യതയില്ലാത്ത ലൈംഗിക ഇടപെടലുകൾ" *(Non-committal Sexual Practices)* എന്നറിയപ്പെടുന്ന പ്രവണതയുടെ വ്യാപനം. ഈ പ്രവണതയെ വെറും വ്യക്തിപരമായ പെരുമാറ്റമായി മാത്രം കാണാനാവില്ല; അത് സാമൂഹിക ഘടനകളിലെ മാറ്റങ്ങൾ, വ്യക്തിസ്വാതന്ത്ര്യത്തിന്റെ വളർച്ച, നഗരജീവിതത്തിന്റെ രൂപാന്തരം, മാധ്യമ സംസ്കാരത്തിന്റെ സ്വാധീനം, മനശ്ശാസ്ത്രപരമായ ആഗ്രഹങ്ങൾ എന്നിവയുടെ കൂട്ടിച്ചേരലായി മനസ്സിലാക്കേണ്ടതാണ്.[1]

പരമ്പരാഗത സമൂഹങ്ങളിൽ ലൈംഗികത സാധാരണയായി വിവാഹസ്ഥാപനവുമായി ബന്ധപ്പെട്ടു നിലനിന്നിരുന്നു. വിവാഹം ഒരു സാമൂഹിക കരാറായും കുടുംബസംഘടനയുടെ അടിസ്ഥാന ഘടകമായും പ്രവർത്തിച്ചു. എന്നാൽ ആധുനികതയുടെ വളർച്ചയോടെ വ്യക്തിയുടെ തിരഞ്ഞെടുപ്പിനും വ്യക്തിസ്വാതന്ത്ര്യത്തിനും കൂടുതൽ പ്രാധാന്യം ലഭിച്ചു. വിദ്യാഭ്യാസം, സാമ്പത്തിക സ്വാതന്ത്ര്യം, നഗരവൽക്കരണം, വൈകിയ വിവാഹം *(Delayed Marriage)* എന്നിവയുമായി ബന്ധപ്പെട്ട സാമൂഹിക മാറ്റങ്ങൾ ലൈംഗികബന്ധങ്ങളുടെ ഘടനയിലും മാറ്റങ്ങൾ സൃഷ്ടിച്ചു. ഇതിന്റെ പശ്ചാത്തലത്തിലാണ് ബന്ധബാധ്യതയില്ലാത്ത ലൈംഗിക പ്രാക്ടീസുകൾ *(Non-committal Sexual Practices)* എന്ന ആശയം സാമൂഹിക പഠനങ്ങളിൽ കൂടുതൽ ശ്രദ്ധ നേടുന്നത്.[2]

ഈ രീതിയിലുള്ള ബന്ധങ്ങളിൽ ലൈംഗികത ഒരു ദീർഘകാല സാമൂഹികബന്ധത്തിന്റെ നിർബന്ധിത ഘടകമല്ല. ചിലപ്പോൾ അത് പരസ്പര സമ്മതത്തോടെ അനുഭവപ്പെടുന്ന വ്യക്തിപരമായ അടുപ്പാനുഭവമായി രൂപപ്പെടുന്നു. ചിലർക്ക് ഇത് വ്യക്തിസ്വാതന്ത്ര്യത്തിന്റെ പ്രകടനമായി തോന്നാം; മറ്റുചിലർക്കിത് സാമൂഹിക മാനദണ്ഡങ്ങളോട് വിരുദ്ധമായ പ്രവണതയായി തോന്നാം. അതിനാൽ ഈ വിഷയത്തെ മനസ്സിലാക്കാൻ സാമൂഹികശാസ്ത്രം, മനശ്ശാസ്ത്രം, സംസ്കാരപഠനം എന്നിവയുടെ സംയുക്ത സമീപനം ആവശ്യമാണ്.[3]

ആധുനിക നഗരസമൂഹങ്ങളിൽ വ്യക്തിയുടെ ജീവിതരീതിയിൽ സംഭവിച്ച മാറ്റങ്ങൾ ലൈംഗികബന്ധങ്ങളെയും സ്വാധീനിച്ചു. വിദ്യാഭ്യാസവും തൊഴിൽ അവസരങ്ങളും വർധിച്ചതോടെ വിവാഹം പലർക്കും വൈകുന്ന ഒരു സാമൂഹിക സംഭവമായി മാറുന്നു. നഗരജീവിതത്തിന്റെ വേഗതയും വ്യക്തികേന്ദ്രിത ജീവിതശൈലിയും സ്ഥിരബന്ധങ്ങളെക്കാൾ താൽക്കാലിക ബന്ധങ്ങൾക്ക് ഇടം നൽകുന്ന സാഹചര്യങ്ങൾ സൃഷ്ടിക്കുന്നു.[4]

സമൂഹശാസ്ത്രജ്ഞനായ ആന്തണി ഗിഡൻസ് *(Anthony Giddens)* "പ്ലാസ്റ്റിക് ലൈംഗികത" *(Plastic Sexuality)* എന്ന ആശയം അവതരിപ്പിച്ചപ്പോൾ ലൈംഗികത ഇനി പ്രജനനവുമായി മാത്രം ബന്ധപ്പെട്ടു നിലനിൽക്കുന്നില്ലെന്ന് അദ്ദേഹം ചൂണ്ടിക്കാട്ടി. വ്യക്തികളുടെ വികാരപരമായ അനുഭവങ്ങൾക്കും ആനന്ദത്തിനും വ്യക്തിപരമായ തിരഞ്ഞെടുപ്പുകൾക്കും ലൈംഗികത കൂടുതൽ ബന്ധപ്പെട്ടു തുടങ്ങി. ഈ സാഹചര്യത്തിൽ പ്രതിബദ്ധതയില്ലാത്ത ലൈംഗികബന്ധങ്ങൾ *(Non-*

committal Sexual Relations) ആധുനിക സമൂഹത്തിലെ ബന്ധപരമായ മാറ്റങ്ങളുടെ ഭാഗമായിത്തീർന്നു.[5]

ഇത്തരം മാറ്റങ്ങൾ കുടുംബഘടനകളിലും പ്രതിഫലിക്കുന്നു. വിവാഹം ഒരിക്കൽ സാമൂഹികമായി നിർബന്ധിതമായ ഘടനയായിരുന്നുവെങ്കിലും ഇന്ന് അത് വ്യക്തിപരമായ തിരഞ്ഞെടുപ്പുകളുടെയും ജീവിതപദ്ധതികളുടെയും ഭാഗമായാണ് കാണപ്പെടുന്നത്. തൊഴിൽ, വിദ്യാഭ്യാസം, വ്യക്തിഗത ലക്ഷ്യങ്ങൾ എന്നിവ പലപ്പോഴും ജീവിതത്തിലെ പ്രധാന മുൻഗണനകളായി മാറുന്നു. ഈ സാഹചര്യത്തിൽ ബന്ധങ്ങൾ കൂടുതൽ ലാഘവമുള്ള രൂപങ്ങൾ സ്വീകരിക്കുന്നു.[6]

ചില സാമൂഹിക ഉപസംസ്കാരങ്ങളിൽ ഒരിലധികം ആളുകൾ പങ്കാളികളാകുന്ന ലൈംഗിക ഇടപെടലുകൾ കാണപ്പെടുന്നു. ഇത്തരം സാഹചര്യങ്ങൾ പൊതുസമൂഹത്തിൽ തുറന്നുകാണപ്പെടാത്തതായിരിക്കാം; എന്നാൽ സ്വകാര്യ സാമൂഹിക വലയങ്ങളിലൂടെയോ പ്രത്യേക സാമൂഹിക കൂട്ടായ്മകളിലൂടെയോ ഇവ നിലനിൽക്കുന്നു.[7]

ഇത്തരം സാഹചര്യങ്ങളിൽ വിശ്വാസം *(Trust)*, പരസ്പര സമ്മതം *(Consent)*, വ്യക്തിഗത പരിധികൾ *(Boundaries)* എന്നിവക്ക് വലിയ പ്രാധാന്യമുണ്ട്. consent എന്ന ആശയം ഇവിടെ കേന്ദ്രസ്ഥാനമാകുന്നു. എല്ലാ പങ്കാളികളും സ്വമേധയാ പങ്കെടുക്കുന്നതും വ്യക്തിഗത പരിധികൾ മാനിക്കപ്പെടുന്നതുമാണ് ഇത്തരം ഇടപെടലുകളുടെ അടിസ്ഥാന ഘടകങ്ങൾ.[8]

എന്നിരുന്നാലും സമൂഹത്തിന്റെ നൈതികവീക്ഷണത്തിൽ ഇത്തരം പ്രവണതകൾ പലപ്പോഴും വിമർശനത്തിനും അപലപനത്തിനും വിധേയമാകുന്നു. ചില സംസ്കാരങ്ങളിൽ ഇത്തരം പെരുമാറ്റങ്ങൾ സാമൂഹിക മാനദണ്ഡങ്ങൾക്ക് വിരുദ്ധമായതായി കണക്കാക്കപ്പെടുന്നു. ഇതുവഴി വ്യക്തിപരമായ തിരഞ്ഞെടുപ്പുകളും സാമൂഹിക അംഗീകാരവും തമ്മിലുള്ള സംഘർഷം രൂപപ്പെടുന്നു.[9]

സ്ത്രീകൾ തമ്മിലുള്ള വികാരബന്ധങ്ങളും ശരീര അടുപ്പവും സംബന്ധിച്ച ചർച്ചകളും ഈ വിഷയത്തിൽ ഉൾപ്പെടുന്നു. എല്ലാ സമലിംഗ അടുപ്പങ്ങളും *(Same-sex Intimacy)* സ്ഥിരമായ ലൈംഗിക തിരിച്ചറിവുമായി ബന്ധപ്പെട്ടിരിക്കണമെന്നില്ല. ചില സാഹചര്യങ്ങളിൽ സ്ത്രീകൾ തമ്മിലുള്ള അടുപ്പം "സുഹൃദ്ബന്ധം-അടുപ്പം തുടർച്ച" *(Friendship-Intimacy Continuum)* എന്ന ആശയത്തിലൂടെ വിശദീകരിക്കപ്പെടുന്നു.[10]

ഈ continuum ൽ സുഹൃദ്ബന്ധം, വികാരപരമായ അടുപ്പം, ശരീരപരമായ അടുപ്പം എന്നിവ വിവിധ തലങ്ങളിൽ പ്രത്യക്ഷപ്പെടാം. ചില സ്ത്രീകൾക്ക് ഇത് സ്ഥിരമായ ലൈംഗിക തിരിച്ചറിവിന്റെ ഭാഗമായിരിക്കാം; മറ്റുചിലർക്കിത് സാഹചര്യപരമായ അനുഭവമായി മാത്രം നിലനിൽക്കാം. അതിനാൽ സമലിംഗ അടുപ്പം *(Same-sex Intimacy)* എന്ന വിഷയത്തെ ഏകമാനദണ്ഡത്തിൽ വിലയിരുത്താൻ കഴിയില്ല.[11]

സാമൂഹിക പഠനങ്ങൾ സൂചിപ്പിക്കുന്നത് സ്ത്രീകളുടെ അടുപ്പബന്ധങ്ങൾ പലപ്പോഴും വികാരപരമായ ഘടകങ്ങളുമായി ശക്തമായി ബന്ധപ്പെട്ടു കാണപ്പെടുന്നു എന്നതാണ്. വികാരപങ്കിടൽ *(Emotional Sharing)*, പരസ്പര പിന്തുണ *(Mutual Support)*, ആത്മബന്ധം *(Intimacy)* തുടങ്ങിയ ഘടകങ്ങൾ ചിലപ്പോൾ ശരീരപരമായ അടുപ്പത്തിലേക്കും വികസിക്കാം. ഈ സാഹചര്യങ്ങളെ മനുഷ്യബന്ധങ്ങളുടെ വൈവിധ്യമാർന്ന രൂപങ്ങളിൽ ഒന്നായി ചില ഗവേഷകർ വിശദീകരിക്കുന്നു.[12]

സമകാലിക ബന്ധസംസ്കാരത്തിൽ "ഫ്രണ്ട്സ് വിത്ത് ബെനിഫിറ്റ്സ്" *(Friends with Benefits)* എന്ന ആശയം വ്യാപകമായി ചർച്ച ചെയ്യപ്പെടുന്നു. ഈ മാതൃകയിൽ സുഹൃദ്ബന്ധം നിലനിൽക്കുമ്പോഴും ചിലപ്പോൾ ലൈംഗിക അടുപ്പം പങ്കിടപ്പെടുന്നു. എന്നാൽ ഈ ബന്ധം നിർബന്ധമായും ദീർഘകാല പ്രതിബദ്ധതയുള്ള ബന്ധമായി മാറണമെന്നില്ല.[13]

ഇത്തരം ബന്ധങ്ങളിൽ വ്യക്തമായ ആശയവിനിമയം *(Communication)* വളരെ പ്രധാനമാണ്. വികാരപരമായ പരിധികൾ *(Emotional Boundaries)* വ്യക്തമായി നിർണ്ണയിക്കാത്ത സാഹചര്യങ്ങളിൽ ഇത്തരം ബന്ധങ്ങൾ സങ്കീർണ്ണതകൾ സൃഷ്ടിക്കാം. ചിലർക്ക് ഈ ബന്ധങ്ങൾ സ്ഥിരമായി തുടരാം; മറ്റുചിലർക്ക് വികാരപരമായ പ്രതീക്ഷകൾ ഉയരുമ്പോൾ അത് ബന്ധത്തിലെ സംഘർഷങ്ങൾക്ക് കാരണമാകാം.[14]

മനശ്ശാസ്ത്രപരമായി നോക്കുമ്പോൾ ഇത്തരം ബന്ധങ്ങൾ അടുപ്പവും *(Intimacy)* സ്വാതന്ത്ര്യവും *(Independence)* തമ്മിലുള്ള ഒരു സമതുലിതാവസ്ഥ തേടുന്ന ശ്രമമായി ചില ഗവേഷകർ വ്യാഖ്യാനിക്കുന്നു. വ്യക്തികൾക്ക് അടുപ്പാനുഭവം വേണമെങ്കിലും സ്ഥിരബന്ധത്തിന്റെ ഉത്തരവാദിത്തങ്ങൾ ഏറ്റെടുക്കാൻ അവർ തയ്യാറാകണമെന്നില്ല. ഈ സാഹചര്യത്തിലാണ് friendship-based sexual relations രൂപപ്പെടുന്നത്.[15]

ബാധ്യതയില്ലാത്ത ആനന്ദം

ബന്ധബാധ്യതയില്ലാത്ത ലൈംഗിക പ്രാക്ടീസുകൾ (Non-committal Sexual Practices) എന്ന ആശയത്തിന്റെ കേന്ദ്രത്തിൽ "ബാധ്യതയില്ലാത്ത ആനന്ദം" (Pleasure without Obligation) എന്ന ചിന്തയാണ് നിലകൊള്ളുന്നത്. ചില ആളുകൾക്ക് ലൈംഗികത ഒരു വ്യക്തിപരമായ അനുഭവമായാണ് കാണപ്പെടുന്നത്; അത് നിർബന്ധമായും വിവാഹം, ദീർഘകാല ബന്ധം, അല്ലെങ്കിൽ സാമൂഹിക ബാധ്യതകൾ എന്നിവയുടെ ഘടനയിൽ ഉൾപ്പെടേണ്ടതില്ലെന്ന് അവർ കരുതുന്നു. ഈ സമീപനം ആധുനിക സമൂഹത്തിൽ വ്യക്തിയുടെ ശരീരത്തെയും ആഗ്രഹങ്ങളെയും കുറിച്ചുള്ള സ്വതന്ത്ര തീരുമാനങ്ങൾക്ക് കൂടുതൽ പ്രാധാന്യം നൽകുന്ന പ്രവണതയുമായി ബന്ധപ്പെട്ടിരിക്കുന്നു. ചില സാമൂഹിക ഗവേഷകർ ഇതിനെ വ്യക്തികേന്ദ്രിത ലൈംഗികത (Individualized Sexuality) എന്ന സാമൂഹികപരിവർത്തനത്തിന്റെ ഭാഗമായി കാണുന്നു.[16]

ഈ സമീപനം ലൈംഗിക സ്വയംഭരണം (Sexual Autonomy) എന്ന ആശയവുമായി അടുത്ത ബന്ധം പുലർത്തുന്നു. Sexual autonomy എന്നത് വ്യക്തിക്ക് സ്വന്തം ശരീരത്തെയും ലൈംഗികാനുഭവങ്ങളെയും കുറിച്ച് സ്വതന്ത്രമായി തീരുമാനിക്കാനുള്ള അവകാശം ഉണ്ടെന്ന നിലപാടാണ്. ആധുനിക മനുഷ്യാവകാശ ചർച്ചകളിലും സ്ത്രീപക്ഷ ചിന്തകളിലും ഈ ആശയം ശക്തമായി പ്രത്യക്ഷപ്പെട്ടിട്ടുണ്ട്. എന്നാൽ വ്യക്തിസ്വാതന്ത്ര്യം മാത്രം മതിയാകില്ല; പരസ്പര ബഹുമാനവും ഉത്തരവാദിത്തവും കൂടി ഉൾക്കൊള്ളുന്ന രീതിയിലാണ് ലൈംഗിക സ്വാതന്ത്ര്യം പ്രവർത്തിക്കേണ്ടതെന്ന് നിരവധി ഗവേഷകർ ചൂണ്ടിക്കാണിക്കുന്നു. അതിനാൽ sexual autonomyയും സാമൂഹിക ഉത്തരവാദിത്തവും തമ്മിലുള്ള സമതുലിതാവസ്ഥയെക്കുറിച്ചുള്ള ചർച്ചകൾ ഇന്നും തുടരുന്നു.[17]

ലൈംഗിക പെരുമാറ്റത്തെക്കുറിച്ചുള്ള സമൂഹത്തിന്റെ നിലപാടുകൾ ചരിത്രപരമായി മാറിക്കൊണ്ടിരിക്കുന്നവയാണ്. ചില സംസ്കാരങ്ങളിൽ ലൈംഗിക സ്വാതന്ത്ര്യത്തിന് കൂടുതൽ അംഗീകാരം ലഭിക്കുമ്പോൾ മറ്റുചില സംസ്കാരങ്ങളിൽ കർശനമായ നൈതിക നിയന്ത്രണങ്ങൾ നിലനിൽക്കുന്നു. മതപരമായ മൂല്യങ്ങൾ, കുടുംബകേന്ദ്രിത സാമൂഹിക ഘടനകൾ, സംസ്കാരപരമായ

ആചാരങ്ങൾ എന്നിവ ദീർഘകാലമായി ലൈംഗിക പെരുമാറ്റത്തെ നിയന്ത്രിച്ച ഘടകങ്ങളായിരുന്നു.

എന്നാൽ ആധുനികതയുടെ വളർച്ചയോടെ ഈ നിയന്ത്രണങ്ങൾ പല സമൂഹങ്ങളിലും ശിഥിലമാകാൻ തുടങ്ങി. നഗരവൽക്കരണം, വിദ്യാഭ്യാസവ്യാപനം, സാമ്പത്തിക സ്വാതന്ത്ര്യം എന്നിവ വ്യക്തികളുടെ ജീവിതശൈലികളിൽ വലിയ മാറ്റങ്ങൾ സൃഷ്ടിച്ചു. ഈ മാറ്റങ്ങൾ ലൈംഗികബന്ധങ്ങളെക്കുറിച്ചുള്ള ധാരണകളെയും സ്വാധീനിച്ചു. ചില സമൂഹങ്ങളിൽ ബന്ധബാധ്യതയില്ലാത്ത ലൈംഗിക പ്രാക്ടീസുകൾ (Non-committal Sexual Practices) വ്യക്തിപരമായ സ്വാതന്ത്ര്യത്തിന്റെ ഭാഗമായി കാണപ്പെടുമ്പോൾ മറ്റുചില സമൂഹങ്ങളിൽ അത് സാമൂഹിക മൂല്യങ്ങൾക്ക് വിരുദ്ധമായതായി വിലയിരുത്തപ്പെടുന്നു. അതിനാൽ ലൈംഗിക പെരുമാറ്റത്തെക്കുറിച്ചുള്ള സാമൂഹിക പ്രതികരണങ്ങൾ സംസ്കാരപരമായ സാഹചര്യങ്ങൾ അനുസരിച്ച് വ്യത്യാസപ്പെടുന്നു.[18]

ലൈംഗിക സ്വാതന്ത്ര്യത്തെക്കുറിച്ചുള്ള സാമൂഹിക വിലയിരുത്തലുകളിൽ ലിംഗ ഇരട്ട മാനദണ്ഡങ്ങൾ (Gender Double Standards) എന്ന പ്രവണത ചരിത്രപരമായി വ്യാപകമായി കാണപ്പെടുന്നു. പല സമൂഹങ്ങളിലും പുരുഷന്മാർക്ക് അനുവദിക്കപ്പെടുന്ന പെരുമാറ്റങ്ങൾ സ്ത്രീകൾക്ക് അനുവദിക്കപ്പെടാത്ത സാഹചര്യങ്ങൾ നിലനിന്നിട്ടുണ്ട്. പുരുഷന്മാരുടെ ലൈംഗിക സ്വാതന്ത്ര്യം ചിലപ്പോൾ സാമൂഹികമായി അംഗീകരിക്കപ്പെടുമ്പോൾ സ്ത്രീകളുടെ സമാന പെരുമാറ്റങ്ങൾ വിമർശനത്തിനും അപകീർത്തിക്കും വിധേയമാകാറുണ്ട്.

ഈ അസമത്വം സമകാലിക ലൈംഗിക സംസ്കാരത്തിലും വിവിധ രീതിയിൽ തുടരുന്നുണ്ട്. മാധ്യമങ്ങളിലും പൊതുസംഭാഷണങ്ങളിലും സ്ത്രീകളുടെ ലൈംഗിക സ്വാതന്ത്ര്യം ഇപ്പോഴും വിവാദവിഷയമായി നിലനിൽക്കുന്നു. സ്ത്രീപക്ഷ പഠനങ്ങൾ ചൂണ്ടിക്കാണിക്കുന്നത് ഈ ഇരട്ട മാനദണ്ഡങ്ങൾ പിതൃസത്താധിഷ്ഠിത സാമൂഹിക ഘടനകളുടെ ഫലമാണെന്നാണ്. അതിനാൽ ലൈംഗിക സ്വാതന്ത്ര്യത്തെക്കുറിച്ചുള്ള ചർച്ചകൾ പലപ്പോഴും ലിംഗസമത്വവുമായി ബന്ധപ്പെട്ട വലിയ സാമൂഹികചർച്ചകളിലേക്ക് വ്യാപിക്കുന്നു.[19]

താൽക്കാലിക ലൈംഗികബന്ധങ്ങൾ (Casual Sexual Relations) എല്ലായ്പ്പോഴും വികാരശൂന്യമായിരിക്കണമെന്നില്ല. ചില സാഹചര്യങ്ങളിൽ പങ്കാളികളിൽ ഒരാളോ രണ്ടുപേരോ വികാരപരമായ അടുപ്പം വികസിപ്പിക്കാം. ബന്ധബോധം (Attachment) രൂപപ്പെടുമ്പോൾ അസൂയ (Jealousy), അവിശ്വാസം (Insecurity), വികാരസംഘർഷം (Emotional Conflict) തുടങ്ങിയ അനുഭവങ്ങൾ ഉയരാൻ സാധ്യതയുണ്ട്.

മനശ്ശാസ്ത്രപരമായ പഠനങ്ങൾ സൂചിപ്പിക്കുന്നത് മനുഷ്യബന്ധങ്ങൾ പലപ്പോഴും പ്രതീക്ഷിക്കാത്ത വികാരപരമായ പ്രതികരണങ്ങൾ സൃഷ്ടിക്കുന്നുവെന്നാണ്. Commitment ഇല്ലാത്ത ബന്ധങ്ങളിലും വികാരങ്ങൾ പ്രവർത്തിക്കുന്നതിനാൽ ഇത്തരം ബന്ധങ്ങൾ ചിലപ്പോൾ സങ്കീർണ്ണതകൾ സൃഷ്ടിക്കും. ചിലർക്ക് ഇത്തരം അനുഭവങ്ങൾ താൽക്കാലികമായിരിക്കാം; മറ്റുചിലർക്കത് ദീർഘകാല മാനസിക സ്വാധീനങ്ങൾ ഉണ്ടാക്കാനും സാധ്യതയുണ്ട്.[20]

ബന്ധബാധ്യതയില്ലാത്ത ലൈംഗിക പ്രാക്ടീസുകൾ (Non-committal Sexual Practices) സമൂഹത്തിൽ പലവിധ പ്രതികരണങ്ങൾ സൃഷ്ടിക്കുന്നു. ചിലർ ഇതിനെ വ്യക്തിസ്വാതന്ത്ര്യത്തിന്റെ പ്രകടനമായി കാണുമ്പോൾ മറ്റുചിലർ ഇത് പരമ്പരാഗത കുടുംബഘടനയ്ക്ക് വെല്ലുവിളിയാണെന്ന് കരുതുന്നു. ഈ വ്യത്യസ്ത നിലപാടുകൾ സംസ്കാരപരമായ പരമ്പരാഗതത്വം (Cultural

Conservatism) എന്നും ലൈംഗിക സ്വാതന്ത്ര്യവാദം (Sexual Liberalism) എന്നും വിളിക്കപ്പെടുന്ന രണ്ട് ആശയധാരകളുടെ സംഘർഷത്തെ പ്രതിഫലിപ്പിക്കുന്നു.

ചില സമൂഹങ്ങളിൽ കുടുംബവും വിവാഹവും സാമൂഹിക സ്ഥിരതയുടെ പ്രധാന ഘടകങ്ങളായി കണക്കാക്കപ്പെടുന്നു. അതിനാൽ commitment ഇല്ലാത്ത ലൈംഗികബന്ധങ്ങൾ കുടുംബസംഘടനയെ ദുർബലപ്പെടുത്തുമെന്ന ആശങ്ക ചിലർ പ്രകടിപ്പിക്കുന്നു. മറുവശത്ത് മറ്റുചിലർ വ്യക്തികളുടെ സ്വകാര്യജീവിതത്തെ നിയന്ത്രിക്കുന്ന സാമൂഹിക നിയന്ത്രണങ്ങൾ കുറയേണ്ടതാണെന്ന് വാദിക്കുന്നു. ഈ വ്യത്യസ്ത കാഴ്ചപ്പാടുകൾ ആധുനിക ലൈംഗിക സംസ്കാരത്തിലെ പ്രധാന സാമൂഹികചർച്ചകളിൽ ഒന്നായി തുടരുന്നു.[21]

സിനിമ, ടെലിവിഷൻ, ഡിജിറ്റൽ മീഡിയ എന്നിവ സമകാലിക ലൈംഗിക സംസ്കാരം (Contemporary Sexual Culture) രൂപപ്പെടുത്തുന്നതിൽ വലിയ പങ്ക് വഹിക്കുന്നു. താൽക്കാലിക ലൈംഗികബന്ധങ്ങൾ (Casual Sexuality) പലപ്പോഴും മാധ്യമങ്ങളിൽ റൊമാന്റിക് രൂപത്തിൽ (Romanticized) അവതരിപ്പിക്കപ്പെടുന്നു. കഥാപാത്രങ്ങൾ തമ്മിലുള്ള സ്വതന്ത്രബന്ധങ്ങൾ വ്യക്തിസ്വാതന്ത്ര്യത്തിന്റെ പ്രതീകമായി ചിത്രീകരിക്കപ്പെടുന്ന സാഹചര്യങ്ങളും കാണപ്പെടുന്നു.

എന്നിരുന്നാലും ചില സാഹചര്യങ്ങളിൽ അതിരുക്ഷ അവതരണം (Sensationalization) എന്ന രീതിയിലും ഇത് അവതരിപ്പിക്കപ്പെടുന്നു. അതായത് casual sexuality ഒരു അതിരുക്ഷവും ഉത്തേജകവുമായ അനുഭവമായി ചിത്രീകരിക്കപ്പെടുന്നു. ഇത്തരം പ്രതിനിധാനങ്ങൾ യുവജനങ്ങളുടെ ബന്ധധാരണകളെയും ലൈംഗികതയെക്കുറിച്ചുള്ള സാമൂഹിക കാഴ്ചപ്പാടുകളെയും സ്വാധീനിക്കുന്നു. മാധ്യമങ്ങളിൽ പ്രത്യക്ഷപ്പെടുന്ന ദൃശ്യങ്ങളും യാഥാർത്ഥ്യജീവിതത്തിലെ ബന്ധങ്ങളും തമ്മിലുള്ള വ്യത്യാസം തിരിച്ചറിയുന്നത് അതിനാൽ നിർണായകമാണ്.[22]

മനശ്ശാസ്ത്ര പഠനങ്ങൾ പുതിയ അനുഭവങ്ങൾ തേടുന്ന പ്രവണത (Novelty Seeking Behaviour), ഉത്തേജനാന്വേഷണം (Sensation Seeking) തുടങ്ങിയ പ്രവണതകൾ ചില ആളുകളിൽ ശക്തമായി കാണപ്പെടുന്നുവെന്ന് സൂചിപ്പിക്കുന്നു. പുതിയ അനുഭവങ്ങൾ തേടുന്ന മനോഭാവം ചിലപ്പോൾ ലൈംഗിക പരീക്ഷണങ്ങളുമായി ബന്ധപ്പെടാം.

എന്നിരുന്നാലും എല്ലാ casual relations (താൽക്കാലിക ബന്ധങ്ങൾ) ഉം ഒരേ മാനസിക ഘടനയിൽ നിന്നല്ല ഉത്ഭവിക്കുന്നത്. ചിലർക്ക് ഇത് വ്യക്തിസ്വാതന്ത്ര്യത്തിന്റെ പ്രകടനമായിരിക്കാം; മറ്റുചിലർക്കിത് വികാരപരമായ അടുപ്പം ഒഴിവാക്കാനുള്ള പ്രതിരോധരീതിയായിരിക്കാം. അതിനാൽ casual sexual behaviour വ്യക്തികളുടെ ജീവിതാനുഭവങ്ങളും സാമൂഹിക സാഹചര്യങ്ങളും ചേർന്നുണ്ടാകുന്ന സങ്കീർണ്ണമായ പെരുമാറ്റമായി മനസ്സിലാക്കേണ്ടതാണ്.[23]

പൊതുജനാരോഗ്യ സമീപനം (Public Health Perspective) ൽ സമ്മതം (Consent), ആശയവിനിമയം (Communication), ലൈംഗികാരോഗ്യ ബോധവൽക്കരണം (Sexual Health Awareness) എന്നിവക്ക് വലിയ പ്രാധാന്യമുണ്ട്. casual relations നിലനിൽക്കുന്ന സാഹചര്യങ്ങളിലും സുരക്ഷിത ലൈംഗിക പെരുമാറ്റം, ആരോഗ്യപരമായ ബോധവൽക്കരണം, പരസ്പര ബഹുമാനം എന്നിവ നിർണായക ഘടകങ്ങളാണ്.

ആധുനിക പൊതുജനാരോഗ്യ പഠനങ്ങൾ സൂചിപ്പിക്കുന്നത് ലൈംഗിക വിദ്യാഭ്യാസവും ആരോഗ്യബോധവൽക്കരണവും വ്യക്തികളുടെ ആരോഗ്യസുരക്ഷയ്ക്കും സാമൂഹിക ക്ഷേമത്തിനും

പ്രധാനമാണെന്നാണ്. consent അടിസ്ഥാനമാക്കിയുള്ള ലൈംഗിക സംസ്കാരം ആരോഗ്യപരമായ ബന്ധങ്ങൾ രൂപപ്പെടുത്തുന്നതിനുള്ള നിർണായക ഘടകമായി കണക്കാക്കപ്പെടുന്നു.[24]

ലൈംഗികബന്ധങ്ങളിൽ സമ്മതം (Consent) എന്ന ആശയം ആധുനിക നിയമപരവും നൈതികവുമായ ചർച്ചകളുടെ കേന്ദ്രത്തിലാണ്. വ്യക്തികളുടെ സ്വകാര്യതയും വ്യക്തിസ്വാതന്ത്ര്യവും സംരക്ഷിക്കപ്പെടേണ്ടതോടൊപ്പം പരസ്പര സമ്മതവും ബഹുമാനവും ഉറപ്പാക്കേണ്ടതുണ്ട്.

അനേകം രാജ്യങ്ങളിൽ consent സംബന്ധിച്ച നിയമങ്ങൾ പുതുക്കി രൂപപ്പെടുത്തിയിട്ടുണ്ട്. വ്യക്തിയുടെ വ്യക്തമായ സമ്മതമില്ലാതെ നടക്കുന്ന ലൈംഗിക ഇടപെടലുകൾ ഗുരുതരമായ നിയമലംഘനങ്ങളായി കണക്കാക്കപ്പെടുന്നു. അതിനാൽ non-committal sexual practices എന്ന സാഹചര്യത്തിലും consent എന്ന നൈതികത അടിസ്ഥാനഘടകമായി പരിഗണിക്കപ്പെടുന്നു.[25]

ഇന്നത്തെ സമൂഹത്തിൽ ബന്ധങ്ങളുടെ രൂപങ്ങൾ കൂടുതൽ വൈവിധ്യമാർന്നവയായി മാറുകയാണ്. വിവാഹം-കേന്ദ്രിത മാതൃകയ്ക്കൊപ്പം ഡേറ്റിംഗ് (Dating), ഒരുമിച്ച് താമസം (Cohabitation), താൽക്കാലിക ബന്ധങ്ങൾ (Casual Relations), ഡിജിറ്റൽ ബന്ധങ്ങൾ (Digital Relationships) തുടങ്ങിയ നിരവധി മാതൃകകൾ സാമൂഹികജീവിതത്തിൽ കാണപ്പെടുന്നു.

ഈ വൈവിധ്യം മനുഷ്യബന്ധങ്ങളുടെ ഭാവിയെക്കുറിച്ചുള്ള പുതിയ ചോദ്യങ്ങൾ ഉയർത്തുന്നു. ബന്ധങ്ങൾ കൂടുതൽ ലാഘവമുള്ളതും വ്യക്തിപരമായ തിരഞ്ഞെടുപ്പുകൾക്ക് അധീനവുമായിത്തീരുമ്പോൾ കുടുംബം, അടുപ്പം, സാമൂഹികബന്ധങ്ങൾ എന്നിവ എങ്ങനെ മാറും എന്ന ചർച്ച സാമൂഹികശാസ്ത്രത്തിൽ തുടരുകയാണ്.[26]

അവസാനമായി നോക്കുമ്പോൾ ബന്ധബാധ്യതയില്ലാത്ത ലൈംഗിക പ്രാക്ടീസുകൾ (Non-committal Sexual Practices) എന്ന വിഷയത്തെ ഒരേയൊരു നൈതികവീക്ഷണത്തിലൂടെ വിലയിരുത്താൻ കഴിയില്ല. ഇത് സാമൂഹിക ഘടനകളിലെ മാറ്റങ്ങൾ, വ്യക്തിപരമായ ആഗ്രഹങ്ങൾ, സംസ്കാരപരമായ മൂല്യങ്ങൾ, സാമ്പത്തിക സാഹചര്യങ്ങൾ, മനശ്ശാസ്ത്രപരമായ പ്രവണതകൾ എന്നിവ തമ്മിലുള്ള സങ്കീർണ്ണബന്ധത്തിന്റെ ഫലമാണ്. ആധുനിക സമൂഹത്തിലെ ബന്ധങ്ങളുടെ വൈവിധ്യം മനസ്സിലാക്കാൻ ഈ വിഷയത്തെ വിമർശനാത്മകവും സമഗ്രവുമായ സമീപനത്തിൽ പഠിക്കേണ്ടതാണ്.

References

[1] Giddens, Anthony. *The Transformation of Intimacy: Sexuality, Love and Eroticism in Modern Societies.* Stanford University Press, 1992.

[2] Beck, Ulrich & Beck-Gernsheim, Elisabeth. *Individualization: Institutionalized Individualism and its Social and Political Consequences.* Sage Publications, 2002.

[3] Bauman, Zygmunt. *Liquid Love: On the Frailty of Human Bonds.* Polity Press, 2003.

[4] Illouz, Eva. *Consuming the Romantic Utopia: Love and the Cultural Contradictions of Capitalism.* University of California Press, 2007.

[5] Giddens, Anthony. *The Transformation of Intimacy.* Stanford University Press, 1992.

[6] Beck, Ulrich. *Risk Society: Towards a New Modernity.* Sage Publications, 1992.

[7] Rubin, Gayle. *Deviations: A Gayle Rubin Reader.* Duke University Press, 2011.

[8] Archard, David. *Sexual Consent.* Westview Press, 1998.

[9] Weeks, Jeffrey. *The World We Have Won: The Remaking of Erotic and Intimate Life.* Routledge, 2007.

[10] Diamond, Lisa. *Sexual Fluidity: Understanding Women's Love and Desire.* Harvard University Press, 2008.

[11] Stein, Arlene. *Sex and Sensibility: Stories of a Lesbian Generation.* University of California Press, 1997.

[12] Tolman, Deborah. *Dilemmas of Desire: Teenage Girls Talk about Sexuality.* Harvard University Press, 2002.

[13] Bogle, Kathleen. *Hooking Up: Sex, Dating, and Relationships on Campus.* NYU Press, 2008.

[14] England, Paula & Thomas, Reuben. "Hooking Up and Forming Romantic Relationships." *American Sociological Review.* American Sociological Association, 2006.

[15] Fisher, Helen. *Anatomy of Love: A Natural History of Mating, Marriage, and Why We Stray.* W.W. Norton & Company, 2016.

[16] Weeks, Jeffrey. *Sexuality.* Routledge, 2010.

[17] Tolman, Deborah. *Dilemmas of Desire.* Harvard University Press, 2002.

[18] Foucault, Michel. *The History of Sexuality, Vol. 1.* Pantheon Books, 1978.

[19] Jackson, Stevi & Scott, Sue. *Gender: A Sociological Reader.* Routledge, 2002.

[20] Fisher, Helen. *Anatomy of Love.* W.W. Norton & Company, 2016.

[21] Bauman, Zygmunt. *Liquid Love.* Polity Press, 2003.

[22] Attwood, Feona. *Mainstreaming Sex.* I.B. Tauris, 2009.

[23] Zuckerman, Marvin. *Sensation Seeking and Risky Behavior.* American Psychological Association, 2007.

[24] World Health Organization. *Sexual Health and Well-being.* WHO Press, 2015.

[25] Archard, David. *Sexual Consent.* Westview Press, 1998.

[26] Illouz, Eva. *The End of Love.* Oxford University Press, 2019.

അധ്യായം 46

ഇന്ത്യൻ സമൂഹം, ലൈംഗിക സ്വാതന്ത്ര്യം, കോളനിയൽ നൈതികതയുടെ രൂപാന്തരം

(Indian Society, Sexual Freedom and the Transformation under Colonial Morality)

ഈ അധ്യായത്തിൽ ഇന്ത്യൻ സമൂഹത്തിലെ ലൈംഗിക സംസ്കാരത്തിന്റെ ചരിത്രപരമായ മാറ്റങ്ങളെ ഒരു സമഗ്രമായ സാമൂഹിക-സാംസ്കാരിക വിശകലനത്തിലൂടെ പരിശോധിക്കേണ്ടതാണ്. പ്രത്യേകിച്ച് പുരാതന ഇന്ത്യൻ സമൂഹത്തിലെ ലൈംഗികതയുടെ ധാരണകൾ, പിന്നീട് മുസ്ലിം ഭരണകാലത്ത് ഉണ്ടായ സംസ്കാരപരമായ മാറ്റങ്ങൾ, തുടർന്ന് ബ്രിട്ടീഷ് കോളനിയൽ ഭരണകാലത്ത് വിക്ടോറിയൻ നൈതികത ഇന്ത്യയിൽ സ്ഥാപിതമായ വിധം എന്നിവ തമ്മിൽ ബന്ധപ്പെടുത്തി മനസ്സിലാക്കുകയാണ് ഈ ചർച്ചയുടെ പ്രധാന ലക്ഷ്യം.

സമൂഹത്തിന്റെ ലൈംഗിക സംസ്കാരം സ്ഥിരമായ ഒന്നല്ല; അത് രാഷ്ട്രീയ അധികാരം, മതപരമായ മൂല്യങ്ങൾ, സാമ്പത്തിക ഘടനകൾ, വിദ്യാഭ്യാസം, നിയമവ്യവസ്ഥ, മാധ്യമങ്ങൾ എന്നിവയുടെ സ്വാധീനത്തിൽ രൂപപ്പെടുകയും മാറുകയും ചെയ്യുന്ന ഒരു സാമൂഹിക നിർമ്മിതിയാണ്. അതിനാൽ ഇന്ത്യൻ സമൂഹത്തിലെ ലൈംഗികതയുടെ ചരിത്രപരമായ മാറ്റങ്ങളെ മനസ്സിലാക്കാൻ സാമൂഹികചരിത്രം, സംസ്കാരപഠനം, ലിംഗപഠനം, കോളനിയൽ പഠനം എന്നിവയുടെ സംയുക്ത സമീപനം ആവശ്യമാണ്.[1]

പുരാതന ഇന്ത്യൻ സമൂഹത്തിൽ നിന്ന് കോളനിയൽ കാലഘട്ടത്തിലേക്ക് നീങ്ങുന്ന ഈ ചരിത്രം മനുഷ്യശരീരത്തെക്കുറിച്ചുള്ള സാമൂഹിക ധാരണകൾ എങ്ങനെ രൂപാന്തരപ്പെടുന്നു എന്നതിന്റെ ഉദാഹരണമാണ്. ഒരുകാലത്ത് സാംസ്കാരിക പ്രതീകങ്ങളായിരുന്ന ചില ശരീരപ്രകടനങ്ങൾ പിന്നീട് നൈതിക നിയന്ത്രണങ്ങളുടെ വിഷയമായി മാറുന്നത് ചരിത്രപരമായ അധികാരമാറ്റങ്ങളുമായി ബന്ധപ്പെട്ടു നിന്നു.[2]

മുസ്ലിം അധിനിവേശവും പിന്നീട് ബ്രിട്ടീഷ് കോളനിയൽ ഭരണവും ആരംഭിക്കുന്നതിന് മുമ്പുള്ള ഇന്ത്യൻ സമൂഹം പല മേഖലകളിലും സാംസ്കാരിക വൈവിധ്യവും സാമൂഹിക ലാഘവവും പ്രകടിപ്പിച്ചിരുന്നുവെന്ന് നിരവധി ചരിത്രപഠനങ്ങൾ സൂചിപ്പിക്കുന്നു. ഈ കാലഘട്ടത്തിൽ ലൈംഗികതയെക്കുറിച്ചുള്ള സമീപനം പൂർണ്ണമായും അടിച്ചമർത്തപ്പെട്ടതോ നിരോധിതമായതോ ആയിരുന്നില്ല. മറിച്ച് മനുഷ്യജീവിതത്തിന്റെ സ്വാഭാവിക ഘടകമായി അത് കണക്കാക്കപ്പെട്ടിരുന്നു.[3]

പുരാതന ഇന്ത്യൻ ചിന്തയിൽ മനുഷ്യജീവിതം "ധർമ്മ, അർത്ഥ, കാമ, മോക്ഷ" എന്ന നാല് അടിസ്ഥാന ലക്ഷ്യങ്ങളിലൂടെ വ്യാഖ്യാനിക്കപ്പെടുന്നു. ഇതിൽ "കാമ" മനുഷ്യരുടെ ആഗ്രഹങ്ങളെയും ലൈംഗികതയെയും സൂചിപ്പിക്കുന്ന ഘടകമാണ്. ഈ ആശയം തന്നെ ലൈംഗികതയെ മനുഷ്യജീവിതത്തിന്റെ സ്വാഭാവിക ഘടകമായി കണക്കാക്കിയിരുന്നുവെന്ന് വ്യക്തമാക്കുന്നു.[4]

പുരാതന ഇന്ത്യൻ സാഹിത്യത്തിൽ, ശില്പകലയിൽ, നാടകങ്ങളിലും ക്ഷേത്രകലയിൽ മനുഷ്യശരീരവും ലൈംഗികതയും തുറന്ന പ്രതീകങ്ങളായി പ്രത്യക്ഷപ്പെടുന്നു. ഖജുരാഹോ, കോണാർക്ക്, ഭുവനേശ്വർ എന്നിവിടങ്ങളിലെ ക്ഷേത്രശില്പങ്ങൾ മനുഷ്യശരീരത്തിന്റെ സൗന്ദര്യവും പുരുഷ-സ്ത്രീ ദേഹങ്ങളുടെ സംയോജനവും (mixing of male and female bodies)

പ്രതീകാത്മകമായി അവതരിപ്പിക്കുന്നതാണ്. ഈ ശില്പങ്ങൾ ചില ചരിത്രകാരന്മാരുടെ അഭിപ്രായത്തിൽ സൃഷ്ടിശക്തി, സൃഷ്ടി, സ്നേഹം എന്നിവയുടെ പ്രതീകങ്ങളായി കാണപ്പെടുന്നു.[5]

ഇത്തരം കലാരൂപങ്ങൾ സമൂഹത്തിൽ ലൈംഗികത യെക്കുറിച്ചുള്ള തുറന്ന ധാരണകൾ നിലനിന്നിരുന്നുവെന്നതിന് തെളിവായി ചില ഗവേഷകർ കാണുന്നു. ക്ഷേത്രശില്പങ്ങൾ മതപരമായ സ്ഥലങ്ങളിലുണ്ടായിരുന്നതും ശ്രദ്ധേയമാണ്. ഇത് ലൈംഗികതയെ പൂർണ്ണമായും നിരോധിക്കപ്പെട്ട വിഷയമായി കാണാതെ മനുഷ്യജീവിതത്തിന്റെ സൃഷ്ടിപരമായ ശക്തിയുടെ ഭാഗമായി കാണപ്പെട്ടിരുന്നുവെന്ന് സൂചിപ്പിക്കുന്നു.[6]

പുരാതന ഇന്ത്യൻ നാടകങ്ങളിലും സാഹിത്യങ്ങളിലും പ്രണയവും ശരീരാനുഭവവും പ്രധാന വിഷയങ്ങളായി പ്രത്യക്ഷപ്പെടുന്നു. സംസ്കൃത നാടകങ്ങളിൽ, പ്രത്യേകിച്ച് കാലിദാസന്റെ കൃതികളിൽ, പുരുഷനും സ്ത്രീയും തമ്മിലുള്ള വികാരബന്ധങ്ങൾ സൗന്ദര്യപരമായ ഭാഷയിൽ അവതരിപ്പിക്കപ്പെടുന്നു. ഇത് സമൂഹത്തിൽ പ്രണയബന്ധങ്ങളെക്കുറിച്ചുള്ള സാംസ്കാരിക അംഗീകാരം നിലനിന്നിരുന്നുവെന്നതിന് തെളിവായി ചില ചരിത്രപഠനങ്ങൾ ചൂണ്ടിക്കാണിക്കുന്നു.[7]

വാത്സ്യായനന്റെ *കാമസൂത്രം* (Kama Sutra) പോലുള്ള ഗ്രന്ഥങ്ങൾ ലൈംഗികതയെ വെറും ശാരീരിക പ്രവർത്തനമായി മാത്രമല്ല, മനുഷ്യബന്ധങ്ങളുടെ, സൗന്ദര്യബോധത്തിന്റെ, സംസ്കാരപരമായ ജീവിതരീതിയുടെ ഭാഗമായി അവതരിപ്പിക്കുന്നു. ഈ ഗ്രന്ഥം ലൈംഗികതയെ ഒരു സാമൂഹികശാസ്ത്രപരമായ വിഷയമായി അവതരിപ്പിക്കുന്നതിലൂടെ മനുഷ്യബന്ധങ്ങളുടെ വിവിധ രൂപങ്ങളെ വിശദീകരിക്കുന്നു.[8]

കാമസൂത്രത്തിൽ സ്ത്രീകളുടെ പങ്കാളിത്തം, പരസ്പര ആഗ്രഹം, വികാരബന്ധം, ശരീരഭാഷ എന്നിവയെക്കുറിച്ചുള്ള വിശദമായ വിവരണങ്ങൾ കാണപ്പെടുന്നു. ഇതിലൂടെ പുരാതന ഇന്ത്യൻ സമൂഹത്തിൽ ലൈംഗികതയെക്കുറിച്ചുള്ള ചർച്ചകൾ ശാസ്ത്രീയവും സാമൂഹികവുമായ തലങ്ങളിൽ നിലനിന്നിരുന്നുവെന്ന് കാണാം.[9]

അതേസമയം പുരാതന ഇന്ത്യൻ സമൂഹം ഒരേ രീതിയിലുള്ളതായിരുന്നില്ല. പ്രദേശങ്ങൾക്കും കാലഘട്ടങ്ങൾക്കും അനുസരിച്ച് സാമൂഹിക നിയന്ത്രണങ്ങളും വ്യത്യാസപ്പെട്ടു. ചില സമൂഹങ്ങളിൽ സ്ത്രീകൾക്ക് കൂടുതൽ സ്വാതന്ത്ര്യം ഉണ്ടായിരുന്നുവെങ്കിലും മറ്റുചില സമൂഹങ്ങളിൽ നിയന്ത്രണങ്ങളും നിലനിന്നിരുന്നു. അതിനാൽ പുരാതന ഇന്ത്യൻ ലൈംഗിക സംസ്കാരത്തെ ഏകമാനദണ്ഡത്തിൽ വിശദീകരിക്കാൻ കഴിയില്ല.[10]

എന്നിരുന്നാലും പുരാതന ഇന്ത്യൻ കലയും സാഹിത്യവും സൂചിപ്പിക്കുന്നത് മനുഷ്യശരീരത്തെക്കുറിച്ചുള്ള ധാരണകൾ പിന്നീട് കോളനിയൽ കാലഘട്ടത്തിൽ രൂപപ്പെട്ട വിക്ടോറിയൻ നൈതികതയുമായി താരതമ്യം ചെയ്യുമ്പോൾ വളരെ വ്യത്യസ്തമായിരുന്നുവെന്നതാണ്. ഈ വ്യത്യാസം ഇന്ത്യൻ സമൂഹത്തിലെ ലൈംഗിക സംസ്കാരത്തിന്റെ ചരിത്രപരമായ രൂപാന്തരം മനസ്സിലാക്കുന്നതിന് പ്രധാനപ്പെട്ടതാണ്.[11]

ചരിത്രപരമായ ചില പഠനങ്ങൾ സൂചിപ്പിക്കുന്നത് പുരാതന ഇന്ത്യൻ സമൂഹത്തിലെ ചില ഘട്ടങ്ങളിൽ സ്ത്രീകൾക്ക് സാമൂഹിക ജീവിതത്തിൽ കൂടുതൽ സ്വാതന്ത്ര്യം ഉണ്ടായിരുന്നുവെന്നാണ്. പൊതുസമൂഹത്തിൽ പുരുഷന്മാരുടെയും സ്ത്രീകളുടെയും ഇടപെടൽ പൂർണ്ണമായി നിയന്ത്രിക്കപ്പെട്ടിരുന്നില്ല. സാമൂഹിക ഉത്സവങ്ങൾ, മതപരമായ ചടങ്ങുകൾ, കലാരംഗങ്ങൾ എന്നിവയിൽ സ്ത്രീകളും പുരുഷന്മാരും ഒരുമിച്ച് പങ്കെടുത്തിരുന്നുവെന്നതിന് പുരാതന സാഹിത്യങ്ങളും ശില്പകലയും തെളിവുകളായി കണക്കാക്കപ്പെടുന്നു.[12]

നൃത്തം, സംഗീതം, സാഹിത്യം, ക്ഷേത്രോത്സവങ്ങൾ എന്നിവയിൽ സ്ത്രീകളുടെ പങ്കാളിത്തം സാധാരണമായിരുന്നു. ദേവദാസി സമ്പ്രദായം, ക്ഷേത്രനൃത്തങ്ങൾ, സംഗീതപരിപാടികൾ തുടങ്ങിയവയിൽ സ്ത്രീകൾ സജീവമായ പങ്കുവഹിച്ചു. ഈ സാഹചര്യങ്ങൾ സ്ത്രീകളുടെ പൊതുസമൂഹത്തിലെ സാന്നിധ്യം പൂർണ്ണമായും നിരോധിക്കപ്പെട്ടിരുന്നില്ലെന്ന് സൂചിപ്പിക്കുന്നു. കലാരംഗങ്ങളിലും മതപരമായ ഉത്സവങ്ങളിലും സ്ത്രീകളുടെ പങ്കാളിത്തം സമൂഹത്തിലെ സാംസ്കാരിക ജീവിതത്തിന്റെ പ്രധാന ഘടകമായിരുന്നു.[13]

സമൂഹത്തിൽ പൊതുസ്ഥലങ്ങളിൽ സ്ത്രീകളുടെ സാന്നിധ്യം അപൂർവമായിരുന്നില്ല. ചില ചരിത്രരേഖകൾ സൂചിപ്പിക്കുന്നത് വിപണികൾ, മതപരമായ ചടങ്ങുകൾ, സാമൂഹിക ഉത്സവങ്ങൾ എന്നിവയിൽ സ്ത്രീകൾ സജീവമായി പങ്കെടുത്തിരുന്നുവെന്നാണ്. പുരാതന ഇന്ത്യൻ സമൂഹത്തിലെ ചില ഘട്ടങ്ങളിൽ സ്ത്രീകൾക്ക് വിദ്യാഭ്യാസവും ബൗദ്ധിക ചർച്ചകളിലും പങ്കാളിത്തവുമുണ്ടായിരുന്നുവെന്ന് ചില വേദകാല സ്രോതസ്സുകൾ സൂചിപ്പിക്കുന്നു. ഗാർഗി, മൈത്രേയി പോലുള്ള സ്ത്രീപണ്ഡിതരുടെ പരാമർശങ്ങൾ ഇതിനുദാഹരണങ്ങളായി ചൂണ്ടിക്കാണിക്കപ്പെടുന്നു.[14]

ഇന്ത്യൻ ശില്പകലയും സാഹിത്യവും സൂചിപ്പിക്കുന്നത് പ്രണയവും ശരീരാനുഭവവും മനുഷ്യജീവിതത്തിന്റെ സ്വാഭാവിക ഘടകങ്ങളായി കണക്കാക്കപ്പെട്ടിരുന്നുവെന്നാണ്. സംസ്കൃത സാഹിത്യത്തിൽ പ്രണയം, വിവാഹം, വികാരബന്ധം എന്നിവയെക്കുറിച്ചുള്ള കവിതകളും നാടകങ്ങളും വ്യാപകമായി കാണപ്പെടുന്നു. ക്ഷേത്രശില്പങ്ങളിലും സാഹിത്യങ്ങളിലും മനുഷ്യശരീരത്തിന്റെ സൗന്ദര്യം പ്രതീകാത്മകമായി അവതരിപ്പിക്കപ്പെട്ടിരിക്കുന്നു. ഇതിലൂടെ ലൈംഗികതയെ മനുഷ്യജീവിതത്തിന്റെ സൃഷ്ടിപരമായ ശക്തിയുടെ ഭാഗമായി കാണുന്ന ഒരു സംസ്കാരപരമായ സമീപനം നിലനിന്നിരുന്നുവെന്ന് ചില ഗവേഷകർ അഭിപ്രായപ്പെടുന്നു.[15]

അതുകൊണ്ട് തന്നെ പുരാതന ഇന്ത്യൻ സമൂഹത്തിലെ ലൈംഗികതയെക്കുറിച്ചുള്ള സംസ്കാരപരമായ ധാരണകൾ പിന്നീട് രൂപപ്പെട്ട കർശന നൈതികതകളിൽ നിന്ന് വ്യത്യസ്തമായിരുന്നു. ശരീരവും പ്രണയവും സാമൂഹിക ജീവിതത്തിന്റെ ഭാഗമായിത്തന്നെ കാണപ്പെട്ടിരുന്ന ഒരു സംസ്കാരപരമായ പശ്ചാത്തലം അവിടെ നിലനിന്നിരുന്നുവെന്ന് ചരിത്രപരമായ ചില പഠനങ്ങൾ സൂചിപ്പിക്കുന്നു.

മുസ്ലിം ഭരണകാലത്ത് ഇന്ത്യൻ സമൂഹത്തിൽ ചില പുതിയ സാമൂഹിക-സാംസ്കാരിക രീതികൾ രൂപപ്പെട്ടു. ഈ കാലഘട്ടത്തിൽ ഭരണാധികാരികളും പ്രാദേശിക സംസ്കാരങ്ങളും തമ്മിലുള്ള ഇടപെടലുകൾ പുതിയ സാമൂഹിക രീതികൾ രൂപപ്പെടുന്നതിനും പഴയ രീതികൾ മാറുന്നതിനും കാരണമായി. പ്രത്യേകിച്ച് സ്ത്രീകളുടെ സാമൂഹിക സാന്നിധ്യത്തെക്കുറിച്ചുള്ള ചില നിയന്ത്രണങ്ങൾ ചില പ്രദേശങ്ങളിൽ ശക്തമായി.[16]

ഈ കാലഘട്ടത്തിൽ ചില പ്രദേശങ്ങളിൽ പർദാ സംവിധാനം (Purdah System) വ്യാപകമായി പ്രചാരത്തിലായി. സ്ത്രീകളെ പൊതുസമൂഹത്തിൽ നിന്ന് വേർതിരിക്കുന്ന രീതിയിലുള്ള ഈ

സംവിധാനം പ്രധാനമായും രാജകീയ സമൂഹങ്ങളിലും ഉയർന്ന സാമൂഹിക വർഗ്ഗങ്ങളിലും കൂടുതൽ ശക്തമായി കാണപ്പെട്ടു. പർദാ സംവിധാനം സ്ത്രീകളുടെ ദൃശ്യസാന്നിധ്യത്തെ നിയന്ത്രിക്കുകയും അവരുടെ സാമൂഹിക ഇടപെടലുകളെ പരിമിതപ്പെടുത്തുകയും ചെയ്യുന്ന രീതിയിലേക്ക് നയിച്ചു.[17]

എന്നിരുന്നാലും ഇന്ത്യയുടെ സാംസ്കാരിക വൈവിധ്യം കാരണം ഈ മാറ്റങ്ങൾ എല്ലായിടത്തും ഒരേ രീതിയിൽ നടപ്പിലായിരുന്നില്ല. ഇന്ത്യയിലെ വിവിധ പ്രദേശങ്ങളിൽ സാമൂഹിക സാഹചര്യങ്ങൾ വ്യത്യസ്തമായിരുന്നു. ചില സമൂഹങ്ങളിൽ പഴയ സാമൂഹിക രീതികളും പുതിയ സംസ്കാരപരമായ സ്വാധീനങ്ങളും ഒരുമിച്ച് നിലനിന്നു.

ഉദാഹരണത്തിന് ഗ്രാമീണ സമൂഹങ്ങളിൽ സ്ത്രീകളുടെ തൊഴിൽപങ്കാളിത്തം തുടർന്നുനിന്നു. കൃഷി, കുടുംബജീവിതം, പ്രാദേശിക സാമൂഹിക പ്രവർത്തനങ്ങൾ എന്നിവയിൽ സ്ത്രീകൾ സജീവമായി പങ്കെടുത്തിരുന്നു. അതിനാൽ പർദാ സംവിധാനം എല്ലായിടത്തും ഒരേ രീതിയിൽ പ്രാബല്യത്തിൽ വന്നുവെന്ന് പറയാനാവില്ല. ചില പ്രദേശങ്ങളിൽ അത് സാമൂഹിക മാനദണ്ഡമായി മാറിയപ്പോൾ മറ്റുചില പ്രദേശങ്ങളിൽ അത് പരിമിതമായ സ്വാധീനമേ ചെലുത്തിയുള്ളൂ.[18]

ഈ കാലഘട്ടം ഇന്ത്യൻ സമൂഹത്തിലെ സംസ്കാരപരമായ ഇടപെടലുകളുടെ കാലമായിരുന്നു. ഇസ്ലാമിക സംസ്കാരവും ഇന്ത്യൻ പരമ്പരാഗത സംസ്കാരവും തമ്മിലുള്ള പരസ്പര സ്വാധീനങ്ങൾ നിരവധി പുതിയ സാമൂഹിക രൂപങ്ങൾ സൃഷ്ടിച്ചു. ഇതുവഴി ഇന്ത്യൻ സമൂഹത്തിലെ ലൈംഗികതയെയും സാമൂഹികബന്ധങ്ങളെയും കുറിച്ചുള്ള ധാരണകൾ ക്രമേണ രൂപാന്തരപ്പെടുന്ന ഒരു പ്രക്രിയ ആരംഭിച്ചു.

ബ്രിട്ടീഷ് ഭരണകാലത്ത് ഇന്ത്യൻ സമൂഹത്തിൽ ഉണ്ടായ ഏറ്റവും വലിയ സാംസ്കാരിക മാറ്റങ്ങളിൽ ഒന്നാണ് വിക്ടോറിയൻ നൈതികത (Victorian Morality) എന്ന ആശയത്തിന്റെ പ്രവേശനം. ബ്രിട്ടീഷ് സാമ്രാജ്യത്തിന്റെ ഭരണഘടനയും വിദ്യാഭ്യാസ സംവിധാനവും നിയമവ്യവസ്ഥയും ചേർന്നാണ് ഈ നൈതികത ഇന്ത്യൻ സാമൂഹികജീവിതത്തിൽ വ്യാപകമായി സ്വാധീനം ചെലുത്തിയത്. കോളനിയൽ ഭരണകൂടം ഇന്ത്യയെ വെറും രാഷ്ട്രീയമായോ സാമ്പത്തികമായോ മാത്രമല്ല, സാംസ്കാരികമായും പുനർസംഘടിപ്പിക്കാൻ ശ്രമിച്ചുവെന്ന് നിരവധി കോളനിയൽ പഠനങ്ങൾ സൂചിപ്പിക്കുന്നു.[19]

19-ാം നൂറ്റാണ്ടിലെ ബ്രിട്ടീഷ് സമൂഹത്തിൽ ലൈംഗികതയെക്കുറിച്ചുള്ള കർശന നൈതിക മാനദണ്ഡങ്ങൾ നിലനിന്നിരുന്നു. വിക്ടോറിയൻ കാലഘട്ടത്തിൽ ലൈംഗികത സ്വകാര്യജീവിതത്തിന്റെ പരിധിക്കുള്ളിൽ മാത്രമായി കണക്കാക്കപ്പെട്ടു. പൊതുസമൂഹത്തിൽ ലൈംഗികതയെക്കുറിച്ചുള്ള തുറന്ന ചർച്ചകൾ അശ്ലീലമായും അനാചാരമായും കണക്കാക്കപ്പെട്ടു. ശരീരപ്രകടനങ്ങൾ, പ്രണയത്തിന്റെ തുറന്ന പ്രകടനം, ലൈംഗികതയെക്കുറിച്ചുള്ള സാഹിത്യവിവരണം എന്നിവയെ സാമൂഹിക നൈതികതയുടെ പേരിൽ നിയന്ത്രിക്കേണ്ടതാണെന്ന സമീപനമാണ് ആ കാലഘട്ടത്തിൽ നിലനിന്നിരുന്നത്.[20]

ഈ വിക്ടോറിയൻ നൈതികത ബ്രിട്ടീഷ് ഭരണകൂടം ഇന്ത്യയിലും നടപ്പിലാക്കാൻ ശ്രമിച്ചു. കോളനിയൽ ഭരണകൂടത്തിന്റെ കാഴ്ചപ്പാടിൽ ഇന്ത്യൻ സമൂഹത്തിലെ ചില കലാരൂപങ്ങളും സംസ്കാരപരമായ പ്രകടനങ്ങളും "അശ്ലീലമായ"വയെന്ന നിലയിൽ വിലയിരുത്തപ്പെട്ടു. അതിനാൽ ഇന്ത്യൻ സമൂഹത്തെ "സംസ്കരിക്കുക" എന്ന കോളനിയൽ ദൗത്യത്തിന്റെ ഭാഗമായി വിക്ടോറിയൻ നൈതിക മാനദണ്ഡങ്ങൾ വിദ്യാഭ്യാസം, നിയമം, ഭരണസംവിധാനം എന്നിവ വഴി ഇന്ത്യയിൽ വ്യാപിപ്പിക്കപ്പെട്ടു.[21]

ബ്രിട്ടീഷ് ഭരണകാലത്ത് ഇന്ത്യയിൽ നിരവധി പുതിയ നിയമങ്ങൾ നടപ്പിലാക്കി. ഇവയിൽ ചിലത് ലൈംഗികത, പൊതുനൈതികത, അശ്ലീലത (Obscenity) എന്നിവയെ നിയന്ത്രിക്കുന്ന നിയമങ്ങളായിരുന്നു. കോളനിയൽ ഭരണകൂടം നിയമവ്യവസ്ഥയെ ഉപയോഗിച്ച് സാമൂഹിക പെരുമാറ്റങ്ങളെ നിയന്ത്രിക്കാൻ ശ്രമിച്ചു.

ഈ സാഹചര്യത്തിൽ “അശ്ലീലത” (Obscenity) എന്ന ആശയം നിയമപരമായി നിർവചിക്കപ്പെട്ടു. ഇംഗ്ലണ്ടിൽ നിലവിലുണ്ടായിരുന്ന അശ്ലീലതയെക്കുറിച്ചുള്ള നിയമങ്ങൾ ഇന്ത്യയിലും പ്രയോഗിക്കപ്പെട്ടു. ഇതിന്റെ അടിസ്ഥാനത്തിൽ ചില കലാരൂപങ്ങൾ, സാഹിത്യങ്ങൾ, നാടകങ്ങൾ എന്നിവ നിരോധിക്കപ്പെടുകയും ചിലത് സെൻസർഷിപ്പിന് വിധേയമാകുകയും ചെയ്തു.[22]

ഇന്ത്യൻ ശില്പകലയും ക്ഷേത്രകലയും ബ്രിട്ടീഷ് ഭരണാധികാരികളുടെ വിമർശനത്തിനും വിധേയമായി. ഖജുരാഹോ പോലുള്ള ക്ഷേത്രങ്ങളിലെ ശില്പങ്ങൾ ബ്രിട്ടീഷ് വിക്ടോറിയൻ നൈതികതയുടെ കാഴ്ചപ്പാടിൽ “അശ്ലീല”മായതായി വിലയിരുത്തപ്പെട്ടു. ചില ബ്രിട്ടീഷ് ഉദ്യോഗസ്ഥർ ഈ ശില്പങ്ങളെ മറയ്ക്കുകയോ അവഗണിക്കുകയോ ചെയ്തതായി ചരിത്രരേഖകൾ സൂചിപ്പിക്കുന്നു.

ഈ സമീപനം കോളനിയൽ ഭരണകൂടത്തിന്റെ സാംസ്കാരിക സമീപനത്തെയും പ്രതിഫലിപ്പിക്കുന്നു. ഇന്ത്യൻ സംസ്കാരത്തിലെ ചില ദൃശ്യപ്രതീകങ്ങൾ കോളനിയൽ ഭരണാധികാരികൾക്ക് അസ്വീകാര്യമായതായി തോന്നി. അതിനാൽ അവയെ “പരിഷ്കരിക്കേണ്ട” സംസ്കാരപരമായ ഘടകങ്ങളായി അവർ കണ്ടു.[23]

ബ്രിട്ടീഷ് ഭരണകാലത്ത് ഇന്ത്യൻ കലയും സംസ്കാരവും നിയന്ത്രിക്കപ്പെടുന്ന സാഹചര്യം രൂപപ്പെട്ടു. നാടകങ്ങൾ, സാഹിത്യം, ജനകീയ കലാരൂപങ്ങൾ എന്നിവ പലപ്പോഴും കോളനിയൽ ഭരണകൂടത്തിന്റെ നിരീക്ഷണത്തിനും സെൻസർഷിപ്പിനും വിധേയമായി.

1876-ൽ നടപ്പിലാക്കിയ Dramatic Performances Act പോലുള്ള നിയമങ്ങൾ നാടകവേദികളിലെ അവതരണങ്ങളെ നിയന്ത്രിക്കാൻ ഉപയോഗിക്കപ്പെട്ടു. രാഷ്ട്രീയ വിമർശനങ്ങൾ മാത്രമല്ല, ചിലപ്പോൾ സാമൂഹികവും സംസ്കാരപരവുമായ അവതരണങ്ങളും ഈ നിയമത്തിന്റെ പരിധിയിൽ നിരോധിക്കപ്പെടുകയായിരുന്നു.[24]

പുരുഷനും സ്ത്രീയും തമ്മിലുള്ള ശരീരബന്ധം (mixing of male and female bodies) പ്രത്യക്ഷപ്പെടുന്ന കലാരൂപങ്ങൾ പലപ്പോഴും “അശ്ലീലത” എന്ന പേരിൽ വിമർശിക്കപ്പെട്ടു. ഇന്ത്യൻ നൃത്തങ്ങളിലും നാടകങ്ങളിലും കാണപ്പെട്ടിരുന്ന ശരീരപ്രകടനങ്ങൾ വിക്ടോറിയൻ നൈതികതയുടെ കാഴ്ചപ്പാടിൽ അനാചാരമായതായി കണക്കാക്കപ്പെട്ടു.

പൊതുസ്ഥലങ്ങളിൽ പ്രണയത്തിന്റെ പ്രകടനം (public display of love) പോലും ചില സാഹചര്യങ്ങളിൽ അനാചാരമായി കണക്കാക്കപ്പെട്ടു. ഈ സമീപനം സമൂഹത്തിൽ ലൈംഗികതയെക്കുറിച്ചുള്ള മൗനസംസ്കാരം ശക്തിപ്പെടുത്തുന്നതിനും കാരണമായി.

ഇതുവഴി ഇന്ത്യൻ സംസ്കാരത്തിലെ ചില കലാപ്രകടനങ്ങൾ ക്രമേണ മാറ്റപ്പെടുകയും ചിലത് സാമൂഹികമായി അപകീർത്തിക്കപ്പെടുകയും ചെയ്തു.[25]

ബ്രിട്ടീഷ് ഭരണകാലത്ത് ഇന്ത്യയിൽ നിരവധി പുതിയ ഭരണസംവിധാനങ്ങൾ സ്ഥാപിക്കപ്പെട്ടു. തപാൽ സംവിധാനം (Postal System), പോലീസ് സംവിധാനം (Police System), റെയിൽവേ

(Railway) തുടങ്ങിയ സ്ഥാപനങ്ങൾ ഭരണപരമായ കാര്യക്ഷമത വർധിപ്പിക്കുന്നതിനായി രൂപപ്പെടുത്തിയതായിരുന്നു.

എന്നിരുന്നാലും ഈ സ്ഥാപനങ്ങൾ ഭരണപരമായ ആവശ്യങ്ങൾക്കപ്പുറം സാമൂഹിക നിയന്ത്രണത്തിനും ഉപയോഗിക്കപ്പെട്ടു. കോളനിയൽ ഭരണകൂടം നിയമങ്ങളും ഭരണസംവിധാനങ്ങളും ഉപയോഗിച്ച് സമൂഹത്തിലെ പെരുമാറ്റങ്ങളെ നിയന്ത്രിക്കാൻ ശ്രമിച്ചു.

പോലീസ് സംവിധാനം നിയമലംഘനങ്ങൾ തടയുന്നതിനൊപ്പം പൊതുസമൂഹത്തിലെ പെരുമാറ്റങ്ങളെ നിയന്ത്രിക്കുന്നതിലും പങ്കുവഹിച്ചു. പൊതുനൈതികത ലംഘിക്കുന്നതായി കണക്കാക്കപ്പെട്ട ചില പ്രവർത്തനങ്ങൾ പോലീസ് ഇടപെടലിന് വിധേയമാകുകയും ചെയ്തു.

റെയിൽവേയും തപാൽ സംവിധാനവും ഭരണപരമായ നിയന്ത്രണത്തെ ശക്തമാക്കിയതോടെ വിവരങ്ങളുടെ പ്രചരണവും സാമൂഹിക നിയന്ത്രണവും കൂടുതൽ കാര്യക്ഷമമായി നടപ്പിലാക്കാൻ ബ്രിട്ടീഷ് ഭരണകൂടത്തിന് സാധിച്ചു.

ഈ സംവിധാനങ്ങൾ കോളനിയൽ ഭരണകൂടത്തിന്റെ അധികാരം വ്യാപിപ്പിക്കുന്നതിൽ മാത്രമല്ല, സാമൂഹിക ജീവിതത്തിന്റെ വിവിധ മേഖലകളിൽ പുതിയ നിയന്ത്രണങ്ങൾ സ്ഥാപിക്കുന്നതിലും പ്രധാന പങ്കുവഹിച്ചു.[26]

ബ്രിട്ടീഷ് ഭരണകാലത്ത് ഇന്ത്യയിൽ രൂപപ്പെട്ട ഒരു പുതിയ സാമൂഹിക ഘടകമാണ് വിദ്യാഭ്യാസം നേടിയ ഇന്ത്യൻ ഇടത്തരം വർഗ്ഗം (Indian Middle Class). കോളനിയൽ ഭരണകൂടം സ്ഥാപിച്ച വിദ്യാഭ്യാസ സംവിധാനവും ഭരണസംവിധാനവും പുതിയൊരു സാമൂഹിക വിഭാഗത്തെ സൃഷ്ടിച്ചു. ഈ വിഭാഗം ഇംഗ്ലീഷ് വിദ്യാഭ്യാസം നേടിയവരും ഭരണവ്യവസ്ഥയുമായി ബന്ധപ്പെട്ട ജോലികളിൽ പ്രവർത്തിച്ചവരുമായിരുന്നു. അവരുടെ ജീവിതശൈലി, സംസ്കാരപരമായ കാഴ്ചപ്പാടുകൾ, സാമൂഹിക മാനദണ്ഡങ്ങൾ എന്നിവയിൽ ബ്രിട്ടീഷ് സ്വാധീനം ശക്തമായി പ്രകടമായി.[27]

ഈ വിദ്യാഭ്യാസമുള്ള വിഭാഗം പലപ്പോഴും ബ്രിട്ടീഷ് സംസ്കാരത്തെയും നൈതികതയെയും "ആധുനികതയുടെ മാതൃക" എന്ന നിലയിൽ സ്വീകരിച്ചു. ബ്രിട്ടീഷ് ഭരണകൂടം അവതരിപ്പിച്ച വിക്ടോറിയൻ നൈതികത (Victorian Morality) ശുദ്ധിയും ശീലവും അടങ്ങിയ ഒരു "ഉന്നത നൈതികത" എന്ന രീതിയിൽ അവതരിപ്പിക്കപ്പെട്ടു. ഇതുവഴി ചില ഇന്ത്യൻ സമൂഹങ്ങളിൽ ബ്രിട്ടീഷ് നൈതികത സാമൂഹിക പുരോഗതിയുടെ അടയാളമായി കണക്കാക്കപ്പെട്ടു.[28]

ഈ സാഹചര്യത്തിൽ ചില ഇന്ത്യൻ ഇടത്തരം വർഗ്ഗങ്ങൾ ബ്രിട്ടീഷ് ജീവിതശൈലിയും സാമൂഹിക പെരുമാറ്റവും അനുകരിക്കാൻ തുടങ്ങി. കുടുംബജീവിതം, സ്ത്രീകളുടെ പെരുമാറ്റം, വസ്ത്രധാരണം, ശരീരപ്രകടനം തുടങ്ങിയ മേഖലകളിൽ വിക്ടോറിയൻ മാനദണ്ഡങ്ങൾ സ്വീകരിക്കപ്പെട്ടു. ഇതുവഴി ബ്രിട്ടീഷ് നൈതികത പ്രാദേശിക സംസ്കാരവുമായി ചേർന്ന് ഒരു പുതിയ സാമൂഹിക മാനദണ്ഡമായി രൂപപ്പെട്ടു.[29]

ഈ പ്രക്രിയയെ ചില സാമൂഹികചരിത്രകാരന്മാർ "കോളനിയൽ സംസ്കാരപരമായ ആന്തരീകരണം" (Cultural Internalization of Colonial Values) എന്ന ആശയത്തിലൂടെ വിശദീകരിക്കുന്നു. അതായത് കോളനിയൽ ഭരണകൂടം സ്ഥാപിച്ച നൈതിക മാനദണ്ഡങ്ങൾ

ഭരണനിയമങ്ങൾ മാത്രമല്ല, പ്രാദേശിക സമൂഹത്തിന്റെ ജീവിതരീതികളിലും മൂല്യങ്ങളിലുമെത്തി സ്വാധീനം ചെലുത്തി.[30]

ക്രിസ്ത്യൻ മിഷണറി സ്ഥാപനങ്ങളും കോളനിയൽ വിദ്യാഭ്യാസ സംവിധാനവും വിക്ടോറിയൻ നൈതികത പ്രചരിപ്പിക്കുന്നതിൽ പ്രധാന പങ്കുവഹിച്ചു. 19-ാം നൂറ്റാണ്ടിൽ ബ്രിട്ടീഷ് ഭരണകൂടം ഇന്ത്യയിൽ പാശ്ചാത്യ വിദ്യാഭ്യാസം വ്യാപിപ്പിക്കുമ്പോൾ മിഷണറി സ്കൂളുകളും കോളേജുകളും അതിൽ പ്രധാന ഘടകമായി മാറി. ഈ സ്ഥാപനങ്ങൾ വിദ്യാഭ്യാസത്തോടൊപ്പം ഒരു പ്രത്യേക നൈതിക ആശയവ്യവസ്ഥയും പ്രചരിപ്പിച്ചു.[31]

മിഷണറി വിദ്യാഭ്യാസത്തിന്റെ ഭാഗമായി ശരീരത്തെക്കുറിച്ചുള്ള ലജ്ജാബോധം, ലൈംഗികതയെക്കുറിച്ചുള്ള മൗനം, ശീലപരമായ പെരുമാറ്റം എന്നിവ സാമൂഹിക മൂല്യങ്ങളായി അവതരിപ്പിക്കപ്പെട്ടു. വിക്ടോറിയൻ കാലഘട്ടത്തിലെ ബ്രിട്ടീഷ് സമൂഹത്തിൽ നിലനിന്നിരുന്ന "ശരീരനിയന്ത്രണം" (Moral Discipline of the Body) എന്ന ആശയം വിദ്യാഭ്യാസത്തിലൂടെയും മതപ്രചാരണത്തിലൂടെയും ഇന്ത്യൻ സമൂഹത്തിൽ വ്യാപിച്ചു.[32]

പാശ്ചാത്യ വിദ്യാഭ്യാസം ലഭിച്ച ചില ഇന്ത്യൻ സമൂഹങ്ങളിൽ ശരീരത്തെക്കുറിച്ചുള്ള തുറന്ന സംഭാഷണങ്ങൾ ക്രമേണ കുറയുകയും ലൈംഗികതയെക്കുറിച്ചുള്ള മൗനസംസ്കാരം ശക്തമാവുകയും ചെയ്തു. മുമ്പ് കലാരൂപങ്ങളിലും സാഹിത്യങ്ങളിലും തുറന്ന പ്രതീകങ്ങളായി പ്രത്യക്ഷപ്പെട്ടിരുന്ന ചില ശരീരപ്രകടനങ്ങൾ പിന്നീട് സാമൂഹികമായി അപകീർത്തിക്കപ്പെടുന്ന രീതിയിലേക്ക് മാറി.

ഈ പ്രക്രിയ ഇന്ത്യൻ സമൂഹത്തിലെ ലൈംഗിക സംസ്കാരത്തിന്റെ മാറ്റത്തിൽ നിർണായക ഘടകമായിരുന്നു. വിദ്യാഭ്യാസവും മതപ്രചാരണവും ചേർന്ന് വിക്ടോറിയൻ നൈതികതയെ ഒരു "സംസ്കാരപരമായ മാനദണ്ഡം" ആയി സ്ഥാപിക്കാൻ സഹായിച്ചു.[33]

ബ്രിട്ടീഷ് ഭരണകാലത്ത് സ്ത്രീകളുടെ വസ്ത്രധാരണത്തെയും സാമൂഹിക പെരുമാറ്റത്തെയും കുറിച്ചുള്ള പുതിയ മാനദണ്ഡങ്ങൾ രൂപപ്പെട്ടു. വിക്ടോറിയൻ നൈതികതയുടെ സ്വാധീനത്തിൽ ശരീരപ്രകടനത്തെ നിയന്ത്രിക്കുന്ന രീതിയിലുള്ള വസ്ത്രധാരണ രീതികൾ പ്രോത്സാഹിപ്പിക്കപ്പെട്ടു.

ഇന്ത്യയിലെ പല പ്രദേശങ്ങളിലും സ്ത്രീകൾ പരമ്പരാഗതമായി സാരി ബ്ലൗസില്ലാതെ ധരിക്കുന്ന രീതികൾ നിലനിന്നിരുന്നു. എന്നാൽ കോളനിയൽ കാലഘട്ടത്തിൽ ഈ രീതികൾ "അനാചാരമായ"തെന്ന് വിലയിരുത്തപ്പെട്ടതായി ചില സാമൂഹികചരിത്ര രേഖകൾ സൂചിപ്പിക്കുന്നു. ചില സാഹചര്യങ്ങളിൽ സാരി ബ്ലൗസില്ലാതെ ധരിച്ചിരുന്ന സ്ത്രീകൾ പൊതുനൈതികതയുടെ പേരിൽ അപമാനിക്കപ്പെട്ടതോ സാമൂഹികമായി വിമർശിക്കപ്പെട്ടതോ ആയ സംഭവങ്ങൾ രേഖപ്പെടുത്തിയിട്ടുണ്ട്.[34]

ഈ മാറ്റങ്ങൾ ഇന്ത്യൻ സമൂഹത്തിലെ വസ്ത്രധാരണ സംസ്കാരത്തെയും സ്ത്രീകളുടെ ശരീരബോധത്തെയും സ്വാധീനിച്ചു. വസ്ത്രധാരണം വെറും സംസ്കാരപരമായ ശൈലിയല്ലാതെ ഒരു നൈതിക അടയാളമായി മാറി. "മര്യാദ"യും "ശീലവും" എന്ന ആശയങ്ങളുമായി സ്ത്രീകളുടെ വസ്ത്രധാരണം ബന്ധിപ്പിക്കപ്പെട്ടു.

ഈ പ്രക്രിയയിൽ ശരീരത്തെക്കുറിച്ചുള്ള സാമൂഹിക നിയന്ത്രണം ശക്തമായി. സ്ത്രീകളുടെ ശരീരപ്രകടനം നിയന്ത്രിക്കുന്ന പുതിയ സാമൂഹിക മാനദണ്ഡങ്ങൾ രൂപപ്പെട്ടു. ഇതുവഴി

കോളനിയൽ കാലഘട്ടത്തിൽ രൂപപ്പെട്ട വിക്ടോറിയൻ നൈതികത ഇന്ത്യൻ സമൂഹത്തിലെ സ്ത്രീശരീരത്തെക്കുറിച്ചുള്ള ധാരണകളെ ദീർഘകാലമായി സ്വാധീനിച്ചു.[35]

ഇന്ത്യയിൽ സ്വാതന്ത്ര്യസമരം ശക്തമായി മുന്നേറിയിരുന്നെങ്കിലും വിക്ടോറിയൻ നൈതികത (Victorian Morality) എന്ന ആശയത്തെക്കുറിച്ചുള്ള വിമർശനം രാഷ്ട്രീയപ്രസ്ഥാനങ്ങളിൽ വ്യാപകമായി ഉയർന്നില്ല. ബ്രിട്ടീഷ് ഭരണത്തിനെതിരായ രാഷ്ട്രീയപ്രതിരോധം ശക്തമായിരുന്നുവെങ്കിലും സാമൂഹിക നൈതികതയുടെ പല ഘടകങ്ങളും കോളനിയൽ കാലഘട്ടത്തിൽ രൂപപ്പെട്ടതുപോലെ തുടർന്നുനിന്നുവെന്ന് സാമൂഹികചരിത്ര പഠനങ്ങൾ സൂചിപ്പിക്കുന്നു.[37]

ചില ദേശീയ നേതാക്കളും സാമൂഹിക പരിഷ്കർത്താക്കളും വിക്ടോറിയൻ നൈതികതയെ "സംസ്കാരപരമായ ശുദ്ധി" എന്ന നിലയിൽ അവതരിപ്പിക്കുകയും അത് ഇന്ത്യൻ പരമ്പരാഗത മൂല്യങ്ങളുമായി ബന്ധിപ്പിക്കുകയും ചെയ്തു. സ്ത്രീശരീരത്തെ നിയന്ത്രിക്കുന്ന നൈതികത, കുടുംബകേന്ദ്രിത ജീവിതരീതി, ലൈംഗികതയെക്കുറിച്ചുള്ള മൗനസംസ്കാരം തുടങ്ങിയ വിക്ടോറിയൻ ആശയങ്ങൾ ചിലപ്പോൾ "ഇന്ത്യൻ സംസ്കാരത്തിന്റെ ഭാഗം" എന്ന രീതിയിൽ പുനർവ്യാഖ്യാനിക്കപ്പെട്ടു.[38]

ഈ പ്രക്രിയയെ ചില സാമൂഹികവിശകലനങ്ങൾ "കോളനിയൽ നൈതികതയുടെ ദേശിയവൽക്കരണം" (Nationalization of Colonial Morality) എന്ന ആശയത്തിലൂടെ വിശദീകരിക്കുന്നു. അതായത് കോളനിയൽ ഭരണകൂടം അവതരിപ്പിച്ച ചില നൈതിക മാനദണ്ഡങ്ങൾ പിന്നീട് ദേശിയ രാഷ്ട്രീയചർച്ചകളിലും സാമൂഹിക മൂല്യങ്ങളിലുമടങ്ങി. ഇതുവഴി കോളനിയൽ ഭരണത്തിന്റെ അവസാനം വന്നിട്ടും വിക്ടോറിയൻ നൈതികതയുടെ സ്വാധീനം ഇന്ത്യൻ സമൂഹത്തിൽ തുടരുകയും ചെയ്തു.[39]

ചില വിമർശനാത്മക പഠനങ്ങൾ സൂചിപ്പിക്കുന്നത് യഥാർത്ഥ സാമൂഹിക സ്വാതന്ത്ര്യത്തെക്കുറിച്ചുള്ള ചർച്ചകൾ പലപ്പോഴും ദേശീയ രാഷ്ട്രീയവിമർശനങ്ങളിൽ പരിമിതമായിരുന്നുവെന്നാണ്. ദേശീയ നേതൃത്വം പലപ്പോഴും രാഷ്ട്രീയ സ്വാതന്ത്ര്യത്തെ മുൻഗണന നൽകിയപ്പോൾ സാമൂഹിക-ശരീര സ്വാതന്ത്ര്യവുമായി ബന്ധപ്പെട്ട വിഷയങ്ങൾ പരിമിതമായി മാത്രം ചർച്ച ചെയ്യപ്പെട്ടു.

ഇതിന്റെ പശ്ചാത്തലത്തിൽ ചില സാമൂഹികചിന്തകർ മുന്നോട്ടുവയ്ക്കുന്ന ഒരു വ്യാഖ്യാനം ഇങ്ങനെയാണ്: ലൈംഗിക സ്വാതന്ത്ര്യം (Sexual Freedom) സമൂഹത്തിലെ നിരവധി പരമ്പരാഗത വിഭജനങ്ങളെ മറികടക്കുന്ന ഒരു ശക്തിയായിരിക്കാം. ജാതി (Caste), വർഗ്ഗം (Class), ഭാഷ (Language), മതം (Religion), പ്രദേശിക തിരിച്ചറിവുകൾ (Regional Identities) തുടങ്ങിയ ഘടകങ്ങൾ പലപ്പോഴും സാമൂഹിക വിഭജനങ്ങൾ സൃഷ്ടിക്കുന്നവയാണ്. എന്നാൽ ശരീരവും ലൈംഗികതയും മനുഷ്യജീവിതത്തിന്റെ അടിസ്ഥാന അനുഭവങ്ങളായതിനാൽ അവ ഈ വിഭജനങ്ങളെ മറികടക്കാനുള്ള സാധ്യത സൃഷ്ടിക്കാമെന്ന ആശയവും ചില പഠനങ്ങളിൽ മുന്നോട്ടുവയ്ക്കപ്പെടുന്നു.[40]

ഈ കാഴ്ചപ്പാടനുസരിച്ച് ലൈംഗിക സ്വാതന്ത്ര്യം വ്യാപകമായി അംഗീകരിക്കപ്പെട്ടാൽ സാമൂഹികബന്ധങ്ങൾ കൂടുതൽ വ്യക്തികേന്ദ്രിതവും സമത്വപരവുമായ രീതിയിലേക്ക് മാറാൻ

സാധ്യതയുണ്ട്. അത്തരമൊരു സാഹചര്യത്തിൽ ജാതി, വർഗ്ഗം, ഭാഷ, മതം എന്നിവയെ അടിസ്ഥാനമാക്കിയുള്ള സാമൂഹിക നിയന്ത്രണങ്ങൾ ദുർബലമാകാം.

അതിനാൽ ചില വിമർശനാത്മക രാഷ്ട്രീയപഠനങ്ങൾ ചൂണ്ടിക്കാണിക്കുന്നത് സമൂഹത്തിലെ ലൈംഗിക സ്വാതന്ത്ര്യം രാഷ്ട്രീയ അധികാരഘടനകളുമായി പോലും ബന്ധപ്പെട്ടു നിലനിൽക്കുന്നുവെന്നതാണ്. ജനങ്ങളെ വിവിധ തിരിച്ചറിവുകളുടെ അടിസ്ഥാനത്തിൽ വിഭജിച്ച് ഭരണകൂടം സ്ഥാപിക്കുന്ന അധികാരരാഷ്ട്രീയം നിലനിൽക്കുന്നതിനുള്ള സാമൂഹിക സാഹചര്യങ്ങൾ ചിലപ്പോൾ നൈതികനിയന്ത്രണങ്ങളിലൂടെ ശക്തിപ്പെടുത്തപ്പെടുന്നു.

ഇന്ത്യൻ സ്വാതന്ത്ര്യാനന്തര സമൂഹത്തിൽ പോലും വിക്ടോറിയൻ നൈതികതയുടെ സ്വാധീനം തുടരുന്നതിന് ഈ ചരിത്രപരമായ പ്രക്രിയകൾ പ്രധാന കാരണങ്ങളായി ചില സാമൂഹികചരിത്ര പഠനങ്ങൾ ചൂണ്ടിക്കാണിക്കുന്നു.[41]

രണ്ടാം ലോകമഹായുദ്ധകാലത്ത് ബ്രിട്ടീഷ് സമൂഹത്തിൽ വലിയ സാമൂഹിക മാറ്റങ്ങൾ ഉണ്ടായി. യുദ്ധകാലത്ത് വലിയ തോതിൽ പുരുഷന്മാർ സൈന്യത്തിൽ ചേർന്നതിനെ തുടർന്ന് രാജ്യത്തിന്റെ വ്യവസായ മേഖലയിലും ഭരണസംവിധാനങ്ങളിലും തൊഴിലാളികളുടെ കുറവ് അനുഭവപ്പെട്ടു. ഈ സാഹചര്യത്തിൽ നിരവധി സ്ത്രീകൾ ആദ്യമായി വലിയ തോതിൽ വ്യവസായങ്ങളിലും പൊതുപ്രവർത്തനങ്ങളിലും ജോലി ചെയ്യാൻ തുടങ്ങി. ഫാക്ടറികൾ, ആയുധനിർമാണ യൂണിറ്റുകൾ, ഗതാഗത സേവനങ്ങൾ, ഭരണസംവിധാനങ്ങൾ എന്നിവയിൽ സ്ത്രീകൾ പങ്കാളികളായി. ഈ സാഹചര്യത്തെ ചില സാമൂഹികചരിത്ര പഠനങ്ങൾ “യുദ്ധകാല തൊഴിലാളി വിപ്ലവം” (Wartime Labour Transformation) എന്ന ആശയത്തിലൂടെ വിശദീകരിക്കുന്നു.[42]

ഈ മാറ്റം ബ്രിട്ടീഷ് സമൂഹത്തിലെ സ്ത്രീകളുടെ സാമൂഹിക സ്ഥാനത്തെയും സ്വാധീനിച്ചു. സ്ത്രീകൾ വീട്ടിനുള്ളിലെ പരമ്പരാഗത ഗൃഹജീവിതത്തിൽ മാത്രം പരിമിതപ്പെടേണ്ടവരല്ലെന്നും പൊതുസമൂഹത്തിലെ സാമ്പത്തിക പ്രവർത്തനങ്ങളിൽ പങ്കാളികളാകാൻ കഴിവുള്ളവരാണെന്നും ഈ കാലഘട്ടം തെളിയിച്ചു. ഇതുവഴി സ്ത്രീകളുടെ സാമൂഹിക സ്വാതന്ത്ര്യവും സാമ്പത്തിക സ്വാതന്ത്ര്യവും വർധിച്ചു. യുദ്ധകാല അനുഭവങ്ങൾ പിന്നീട് ബ്രിട്ടീഷ് സമൂഹത്തിലെ സ്ത്രീകളുടെ അവകാശചർച്ചകൾക്കും സമത്വപ്രസ്ഥാനങ്ങൾക്കും പ്രചോദനമായി.[43]

ഈ സാഹചര്യത്തിൽ സ്ത്രീകൾക്ക് അവരുടെ ജീവിതത്തെയും ശരീരത്തെയും കുറിച്ചുള്ള കൂടുതൽ തീരുമാനാധികാരവും ലഭിച്ചു. തൊഴിൽ, സാമ്പത്തിക സ്വാതന്ത്ര്യം, പൊതുസമൂഹത്തിലെ പങ്കാളിത്തം എന്നിവ സ്ത്രീകളുടെ സ്വയംനിർണ്ണയ ശേഷി (Self-determination) ശക്തിപ്പെടുത്തി. സ്ത്രീകൾക്ക് കുടുംബത്തിന്റെയും സമൂഹത്തിന്റെയും പരിധികൾക്കപ്പുറം വ്യക്തിപരമായ ജീവിതപദ്ധതികളെക്കുറിച്ച് തീരുമാനങ്ങൾ എടുക്കാനുള്ള സാഹചര്യം രൂപപ്പെട്ടു.

ചരിത്രകാരന്മാരുടെ അഭിപ്രായത്തിൽ രണ്ടാം ലോകമഹായുദ്ധം ബ്രിട്ടീഷ് സമൂഹത്തിലെ ലിംഗബന്ധങ്ങളെ (Gender Relations) പുനർസംഘടിപ്പിച്ച ഒരു പ്രധാന സാമൂഹിക സംഭവമായിരുന്നു. യുദ്ധാനന്തര കാലഘട്ടത്തിൽ സ്ത്രീകളുടെ വിദ്യാഭ്യാസം, തൊഴിൽ, രാഷ്ട്രീയപങ്കാളിത്തം എന്നിവ വർധിക്കാൻ ഈ അനുഭവങ്ങൾ സഹായിച്ചു.[44]

ഇതിനോടു വിരുദ്ധമായി ഇന്ത്യൻ സമൂഹത്തിൽ സ്ത്രീകൾക്ക് ലഭിച്ച സ്വാതന്ത്ര്യം പല സാഹചര്യങ്ങളിലും പരിമിതമായിരുന്നു. കോളനിയൽ ഭരണകാലത്തും സ്വാതന്ത്ര്യാനന്തര കാലത്തും സ്ത്രീകളുടെ ശരീരം പലപ്പോഴും സാമൂഹിക നിയന്ത്രണത്തിന്റെയും നൈതിക

മാനദണ്ഡങ്ങളുടെയും വിഷയമായി കണക്കാക്കപ്പെട്ടു. കുടുംബത്തിന്റെ "മര്യാദ"യും "സംസ്കാരപരമായ ശുദ്ധിയും" സ്ത്രീകളുടെ പെരുമാറ്റവുമായി ബന്ധിപ്പിക്കപ്പെട്ടു. ഇതുവഴി സ്ത്രീകളുടെ ശരീരപ്രകടനം, വസ്ത്രധാരണം, സാമൂഹിക ഇടപെടൽ എന്നിവ നിയന്ത്രിക്കപ്പെടുന്ന സാഹചര്യം രൂപപ്പെട്ടു.[45]

സാമൂഹിക പ്രതീക്ഷകൾ പലപ്പോഴും സ്ത്രീകളെ "മൗനവും ലജ്ജയും" എന്ന ഗുണങ്ങളുമായി ബന്ധിപ്പിച്ചു. സ്ത്രീകൾക്ക് തുറന്ന രീതിയിൽ ലൈംഗിക ആഗ്രഹങ്ങൾ പ്രകടിപ്പിക്കാൻ സമൂഹം സാധാരണയായി അവസരം നൽകിയിരുന്നില്ല. പ്രണയവും ആഗ്രഹവും തുറന്നുപറയുന്നത് പലപ്പോഴും സാമൂഹിക വിമർശനത്തിന് വിധേയമായി.

ഈ സാഹചര്യത്തിൽ സ്ത്രീകളുടെ വികാരങ്ങളും ആഗ്രഹങ്ങളും പലപ്പോഴും പരോക്ഷമായി മാത്രമാണ് പ്രകടിപ്പിക്കപ്പെടേണ്ടതെന്ന സാമൂഹിക പ്രതീക്ഷ നിലനിന്നിരുന്നു. മൗനം, ലജ്ജ, സൂചനാത്മകമായ ശരീരഭാഷ, മുഖഭാവങ്ങൾ എന്നിവ സ്ത്രീകളുടെ വികാരപ്രകടനത്തിന്റെ സാമൂഹികമായി അംഗീകരിക്കപ്പെട്ട രീതികളായി കണക്കാക്കപ്പെട്ടു. ചില ലിംഗപഠനങ്ങൾ ഇത് "നിയന്ത്രിത വികാരപ്രകടനം" (Regulated Emotional Expression) എന്ന ആശയത്തിലൂടെ വിശദീകരിക്കുന്നു.[46]

ഇന്ത്യൻ സമൂഹത്തിലെ സ്ത്രീകളുടെ ശരീരത്തെക്കുറിച്ചുള്ള ധാരണകൾ പലപ്പോഴും വ്യക്തിപരമായ സ്വാതന്ത്ര്യത്തേക്കാൾ സാമൂഹിക നിയന്ത്രണങ്ങളുമായി ബന്ധപ്പെട്ടിരുന്നു. സ്ത്രീയുടെ ശരീരം കുടുംബത്തിന്റെ മാനമര്യാദയുടെ പ്രതീകമായി കണക്കാക്കപ്പെടുന്ന സാഹചര്യങ്ങൾ പല സമൂഹങ്ങളിലും നിലനിന്നിരുന്നു. ഇതുവഴി സ്ത്രീകളുടെ ശരീരസ്വാതന്ത്ര്യം (Bodily Autonomy) പരിമിതപ്പെടുത്തപ്പെടുകയും സാമൂഹിക നിയന്ത്രണങ്ങൾ ശക്തമാകുകയും ചെയ്തു.[47]

ഈ ചരിത്രപരമായ പശ്ചാത്തലം പരിശോധിക്കുമ്പോൾ ഒരു പ്രധാന കാര്യം വ്യക്തമാകുന്നു: ബ്രിട്ടീഷ് സമൂഹത്തിൽ രണ്ടാം ലോകമഹായുദ്ധം സ്ത്രീകളുടെ സാമൂഹിക സ്വാതന്ത്ര്യത്തിന് വഴിയൊരുക്കിയപ്പോൾ ഇന്ത്യൻ സമൂഹത്തിൽ സ്ത്രീകളുടെ ശരീരത്തെയും ലൈംഗികതയെയും കുറിച്ചുള്ള സാമൂഹിക നിയന്ത്രണങ്ങൾ ദീർഘകാലം നിലനിന്നു. ഈ വ്യത്യാസം രണ്ട് സമൂഹങ്ങളിലെ സാമൂഹികഘടനകളുടെയും ചരിത്രപരമായ സാഹചര്യങ്ങളുടെയും വ്യത്യാസത്തെ സൂചിപ്പിക്കുന്നു.[48]

സ്ത്രീകൾക്ക് തുറന്ന ആശയവിനിമയം നടത്തുന്നതിലും വികാരങ്ങൾ പ്രകടിപ്പിക്കുന്നതിലും പലപ്പോഴും സാമൂഹിക നിയന്ത്രണങ്ങൾ നിലനിന്നിരുന്നു. സാമൂഹികമായി അംഗീകരിക്കപ്പെട്ട പെരുമാറ്റത്തിന്റെ ഭാഗമായി സ്ത്രീകൾക്ക് "മൗനം", "ലജ്ജ", "സംയമനം" തുടങ്ങിയ ഗുണങ്ങൾ പ്രതീക്ഷിക്കപ്പെട്ടു. ഇതുവഴി സ്ത്രീകളുടെ വികാരപ്രകടനം പലപ്പോഴും പരോക്ഷമായ രീതികളിലേക്ക് പരിമിതപ്പെട്ടു. ചില സമൂഹങ്ങളിൽ പ്രണയപ്രകടനം തുറന്ന രീതിയിൽ പ്രകടിപ്പിക്കുന്നത് അനാചാരമായി കണക്കാക്കപ്പെട്ടു. അതിനാൽ സ്ത്രീകളുടെ വികാരങ്ങളും ആഗ്രഹങ്ങളും തുറന്നുപറയുന്നതിനേക്കാൾ സൂചനാത്മകമായ ശരീരഭാഷയിലൂടെയോ മുഖഭാവങ്ങളിലൂടെയോ മാത്രമാണ് പ്രകടിപ്പിക്കപ്പെടേണ്ടതെന്ന സാമൂഹിക പ്രതീക്ഷ രൂപപ്പെട്ടു.[49]

സാമൂഹികശാസ്ത്രപരമായ പഠനങ്ങൾ സൂചിപ്പിക്കുന്നത് ശരീരഭാഷ (Body Language) പോലും ഒരു സാമൂഹിക നിർമ്മിതിയാണ് എന്നതാണ്. വ്യക്തികൾ അവരുടെ ശരീരത്തെ എങ്ങനെ ഉപയോഗിക്കണം, എത്രമാത്രം പ്രകടിപ്പിക്കണം, എന്ത് രീതിയിലാണ് വികാരങ്ങൾ

പ്രകടിപ്പിക്കേണ്ടത് എന്നിവയെല്ലാം സമൂഹത്തിലെ നൈതിക മാനദണ്ഡങ്ങളാൽ നിർണ്ണയിക്കപ്പെടുന്നു. സ്ത്രീകളുടെ ശരീരഭാഷ പല സമൂഹങ്ങളിലും നിയന്ത്രിതവും സംയമിതവുമായ രീതിയിലേക്ക് രൂപപ്പെടുത്തിയതായി ചില ലിംഗപഠനങ്ങൾ വ്യക്തമാക്കുന്നു.[50]

ഇതോടൊപ്പം സ്ത്രീകളുടെ ശരീരത്തെ "പുരുഷന്മാർക്കുള്ള ദൃശ്യവസ്തു" (Object of the Male Gaze) എന്ന രീതിയിൽ കാണുന്ന സമീപനവും ചില സംസ്കാരങ്ങളിൽ നിലനിന്നിരുന്നു. മാധ്യമപഠനങ്ങളിലും ലിംഗപഠനങ്ങളിലും ഈ ആശയം വ്യാപകമായി ചർച്ച ചെയ്യപ്പെട്ടിട്ടുണ്ട്. സ്ത്രീശരീരം പലപ്പോഴും സമൂഹത്തിൽ ദൃശ്യവസ്തുവായി അവതരിപ്പിക്കപ്പെടുകയും അതേ സമയം സ്ത്രീകൾക്ക് സ്വന്തം ശരീരത്തെക്കുറിച്ചുള്ള സ്വതന്ത്ര പ്രകടനം നിയന്ത്രിക്കപ്പെടുകയും ചെയ്യുന്നു.[51]

ഈ പശ്ചാത്തലത്തിൽ ഇന്ത്യൻ സ്ത്രീകളുടെയും യൂറോപ്യൻ സ്ത്രീകളുടെയും ശരീരഭാഷയിൽ കാണുന്ന വ്യത്യാസം വെറുതെ തോന്നുന്ന ഒന്നല്ല. അതിന് കൃത്യമായ സാംസ്കാരികവും മനശ്ശാസ്ത്രപരവും ശാരീരികവുമായ ഘടകങ്ങൾ പ്രവർത്തിക്കുന്നുണ്ട്. നൃത്തം പോലുള്ള ശരീരപ്രകടന കലകളിൽ ഈ വ്യത്യാസം കൂടുതൽ വ്യക്തമായി തിരിച്ചറിയാൻ സാധിക്കുന്നു. ശരീരം എങ്ങനെ ചലിക്കണം എന്നതിനെ സമൂഹം എങ്ങനെ പഠിപ്പിക്കുന്നു എന്നതിന്റെ ഫലമാണ് ഈ വ്യത്യാസങ്ങൾ.[52]

ഈ വ്യത്യാസത്തിന്റെ ആദ്യ ഘടകം സാംസ്കാരിക "കണ്ടീഷനിംഗ്" (Cultural Conditioning) ആണ്. ഇന്ത്യൻ സമൂഹത്തിലെ പല സാഹചര്യങ്ങളിലും ബാല്യകാലം മുതൽ സ്ത്രീകൾക്ക് "അടക്കവും ഒതുക്കവും" പുലർത്തണം എന്നൊരു അലിഖിത സാമൂഹിക മാനദണ്ഡം പഠിപ്പിക്കപ്പെടുന്നു. കൈകൾ ശരീരത്തോട് ചേർത്ത് നിർത്തുക, നോട്ടം താഴ്ത്തുക, ശരീരചലനങ്ങൾ നിയന്ത്രിക്കുക തുടങ്ങിയ പ്രവണതകൾ അബോധമനസ്സിൽ (Subconscious) പതിഞ്ഞുപോകുന്നു. ചില സാമൂഹികവിശകലനങ്ങൾ ഇതിനെ "Defensive Body Language" എന്ന രീതിയിൽ വിശദീകരിക്കുന്നു. സമൂഹത്തിന്റെ നിരീക്ഷണവും വിമർശനവും നേരിടേണ്ടിവരുമെന്ന ബോധം സ്ത്രീകളെ ശരീരത്തെ നിയന്ത്രിതമായി ഉപയോഗിക്കാൻ പ്രേരിപ്പിക്കുന്നു.

അതേസമയം യൂറോപ്യൻ സംസ്കാരങ്ങളിൽ ശരീരത്തെ പലപ്പോഴും ഒരു പ്രവർത്തനോപകരണം (Instrument) എന്ന നിലയിലാണ് കാണുന്നത്. വ്യക്തിസ്വാതന്ത്ര്യത്തിനും വ്യക്തിപരമായ പ്രകടനത്തിനും കൂടുതൽ പ്രാധാന്യം നൽകിയതിനാൽ അവരുടെ ശരീരചലനങ്ങളിൽ ആത്മവിശ്വാസവും വിശാലമായ ചലനങ്ങളും (Expansive Movements) കൂടുതലായി കാണപ്പെടുന്നു.

ഈ വ്യത്യാസത്തിന്റെ രണ്ടാമത്തെ ഘടകം ശാരീരികബോധവുമായി ബന്ധപ്പെട്ടതാണ്. "പ്രൊപ്രിയോസെപ്ഷൻ" (Proprioception) എന്ന ശാസ്ത്രീയ ആശയം ശരീരത്തിന്റെ ഓരോ ഭാഗവും സ്പേസിൽ എവിടെയാണെന്ന് തലച്ചോർ തിരിച്ചറിയുന്ന സംവിധാനത്തെ സൂചിപ്പിക്കുന്നു. പേശികളിലും സന്ധികളിലുമുള്ള സെൻസറി സംവിധാനങ്ങളാണ് ഈ ബോധം സൃഷ്ടിക്കുന്നത്.[53]

സാമൂഹിക നിയന്ത്രണങ്ങളാൽ ശരീരത്തെ ചെറിയ പരിധിയിൽ സൂക്ഷിക്കാൻ പതിഞ്ഞ സാഹചര്യങ്ങളിൽ ശരീരബോധം ഒരു "Internalized Body Awareness" രൂപത്തിൽ പ്രവർത്തിക്കാം. ശരീരത്തെ പരമാവധി ചുരുക്കി ഉപയോഗിക്കുന്ന പ്രവണത വ്യക്തിയുടെ ശരീരചലനങ്ങളെ സ്വാഭാവികമായി നിയന്ത്രിതമാക്കുന്നു. മറുവശത്ത് ശരീരത്തെ സ്വതന്ത്രമായി ഉപയോഗിക്കാൻ സാമൂഹികമായി അനുവദിക്കുന്ന സംസ്കാരങ്ങളിൽ ശരീരബോധം കൂടുതൽ വിശാലമായ ചലനങ്ങൾക്കായി പ്രവർത്തിക്കുന്നു.

ഈ വ്യത്യാസത്തിന്റെ മൂന്നാമത്തെ ഘടകം "മസിൽ മെമ്മറി" (Muscle Memory) എന്ന ശാരീരിക ഘടകമാണ്. ശരീരചലനങ്ങൾ ആവർത്തിച്ച് പരിശീലിക്കുമ്പോൾ പേശികളിൽ ഒരു സ്ഥിരമായ ചലനരീതി രൂപപ്പെടുന്നു. ഇന്ത്യൻ നൃത്തപരമ്പരകൾ പലപ്പോഴും ഭൂമിയോട് ചേർന്ന ചലനങ്ങളെ (Grounded Movements) പ്രാധാന്യം നൽകുന്നു. മുട്ടുകൾ വളച്ച് നിൽക്കൽ, ശരീരത്തെ താഴ്ന്ന നിലയിൽ നിയന്ത്രിക്കൽ, തറയോട് ചേർന്ന ചലനങ്ങൾ എന്നിവ ഈ നൃത്തങ്ങളിൽ സാധാരണമാണ്.[54]

അതേസമയം യൂറോപ്യൻ നൃത്തശൈലികളിൽ, പ്രത്യേകിച്ച് ബാലെ (Ballet) പോലുള്ള കലാരൂപങ്ങളിൽ, ശരീരത്തെ മുകളിലേക്ക് ഉയർത്തുന്ന "Verticality" എന്ന സങ്കൽപ്പം പ്രധാനമാണ്. അതിനാൽ യൂറോപ്യൻ സ്ത്രീകൾ ഇന്ത്യൻ നൃത്തം ചെയ്യുമ്പോൾ അവരുടെ ശരീരത്തിന്റെ നിവർന്ന നിലയും കൈകളുടെ ചലനങ്ങളും വ്യത്യസ്തമായി തോന്നാം. വർഷങ്ങളായി രൂപപ്പെട്ട പേശീചലനങ്ങൾ പെട്ടെന്ന് മാറ്റാൻ സാധിക്കാത്തതിനാൽ ഈ വ്യത്യാസങ്ങൾ വ്യക്തമായി കാണപ്പെടുന്നു.

ചുരുക്കത്തിൽ പറഞ്ഞാൽ ശരീരം എങ്ങനെ ചലിക്കണം എന്നത് വ്യക്തിയുടെ തലച്ചോറിനെ സമൂഹം എങ്ങനെ പരിശീലിപ്പിച്ചിരിക്കുന്നു എന്നതുമായി ബന്ധപ്പെട്ടു പ്രവർത്തിക്കുന്നു. അതിനാൽ ശരീരത്തെ പൂർണ്ണമായി ഉപയോഗിക്കുന്ന കലാരൂപങ്ങളായ നൃത്തത്തിൽ ഈ സാംസ്കാരിക വ്യത്യാസങ്ങൾ വ്യക്തമായി പ്രകടമാകുന്നു.

ഇന്ത്യൻ സ്ത്രീകളുടെ വസ്ത്രധാരണ രീതികളും അവരുടെ ശരീരസ്വാതന്ത്ര്യത്തെ സ്വാധീനിച്ച ഘടകങ്ങളിലൊന്നാണ്. വസ്ത്രധാരണം ഒരു ഫാഷൻ ഘടകമത്രമല്ല; അത് ശരീരത്തിന്റെ നിലപാടിനെയും (Posture) ചലനങ്ങളെയും (Movement) സ്വാധീനിക്കുന്ന ഒരു സാംസ്കാരികവും മനശ്ശാസ്ത്രപരവുമായ ഘടകമാണ്.

മനശ്ശാസ്ത്രത്തിൽ "Enclothed Cognition" എന്ന ആശയം വസ്ത്രങ്ങൾ വ്യക്തിയുടെ പെരുമാറ്റത്തെയും ആത്മവിശ്വാസത്തെയും സ്വാധീനിക്കുന്നുവെന്ന് സൂചിപ്പിക്കുന്നു. ഒരാൾ ധരിക്കുന്ന വസ്ത്രം അവരുടെ ശരീരബോധത്തെയും സാമൂഹിക ഇടപെടലുകളെയും നിർണ്ണയിക്കുന്ന രീതിയിൽ പ്രവർത്തിക്കാം.[55]

ഉദാഹരണത്തിന് സാരി ധരിക്കുമ്പോൾ ശരീരത്തിന്റെ കേന്ദ്രഭാരം (Center of Gravity) മാറുന്ന അനുഭവം ഉണ്ടാകാം. സാരിയുടെ ഞൊറികളും മുന്താണിയും വലിയ ചുവടുകൾ വെച്ച് നടക്കുന്നത് പ്രയാസപ്പെടുത്താൻ സാധ്യതയുണ്ട്. ഇതുവഴി നടത്തത്തിന്റെ വേഗത കുറയുകയും കാലുകൾ തമ്മിലുള്ള അകലം ചുരുങ്ങുകയും ചെയ്യാം.

സാരി ധരിക്കുമ്പോൾ ശരീരത്തിന്റെ ചലനങ്ങളെക്കുറിച്ചുള്ള സ്ഥിരമായ ബോധം തലച്ചോറിന് ലഭിക്കുന്നതിനാൽ ശരീരഭാഷയിൽ ഒരു സംയമിതത്വം രൂപപ്പെടാം. കുനിയുമ്പോഴും ഇരിക്കുമ്പോഴും പ്രത്യേക ശ്രദ്ധ പുലർത്തേണ്ട സാഹചര്യം ശരീരത്തെ കൂടുതൽ നിയന്ത്രിതമായി ഉപയോഗിക്കാൻ പ്രേരിപ്പിക്കുന്നു.

ചുരിദാർ പോലുള്ള വസ്ത്രങ്ങൾ സാരിയെക്കാൾ കൂടുതൽ ചലനസ്വാതന്ത്ര്യം നൽകുന്നുവെങ്കിലും അതിലും ചില സാമൂഹിക ഘടകങ്ങൾ നിലനിൽക്കുന്നു. ചുരിദാറിനൊപ്പം ധരിക്കുന്ന ഷാൾ (Dupatta) പലപ്പോഴും ശരീരത്തിന്റെ ചില ഭാഗങ്ങളെ മറയ്ക്കാനുള്ള സാംസ്കാരിക പ്രതീക്ഷകളുമായി ബന്ധപ്പെട്ടു കാണപ്പെടുന്നു. ഇത് കൈകളുടെ സ്വതന്ത്രമായ ചലനത്തെ ബാധിക്കാം. ഷാൾ തോളിൽ നിന്ന് വീഴാതിരിക്കാൻ ശ്രമിക്കുമ്പോൾ തോൾ ഭാഗം അല്പം മുറുകിയ നിലയിലേക്ക് പോകാം.

ഇതിനോടു വിപരീതമായി പാന്റ്സ്, ജീൻസ്, ടി-ഷർട്ട് തുടങ്ങിയ യൂറോപ്യൻ വസ്ത്രങ്ങൾ സാധാരണയായി പ്രവർത്തനക്ഷമത (Functionality) മുൻനിർത്തിയാണ് രൂപകൽപ്പന ചെയ്തിരിക്കുന്നത്. ഈ വസ്ത്രങ്ങൾ വലിയ ചുവടുകൾ വെച്ച് നടക്കാനും ഓടാനും കൈകൾ സ്വതന്ത്രമായി ചലിപ്പിക്കാനും സഹായിക്കുന്നു. ഇതുവഴി ശരീരഭാഷയിൽ കൂടുതൽ ആത്മവിശ്വാസവും വിശാലമായ ചലനങ്ങളും കാണപ്പെടാം.

ഈ പശ്ചാത്തലത്തിൽ യൂറോപ്യൻ സ്ത്രീകൾ സാരി ധരിക്കുമ്പോൾ പലപ്പോഴും ഒരു വ്യത്യാസം അനുഭവപ്പെടുന്നതായി ചില നിരീക്ഷണങ്ങൾ സൂചിപ്പിക്കുന്നു. അവരുടെ ശരീരചലനങ്ങൾ വസ്ത്രത്തിന്റെ നിയന്ത്രണരീതിയോട് പൂർണ്ണമായി പൊരുത്തപ്പെടാത്തതിനാൽ അത് ചിലപ്പോൾ അസ്വാഭാവികമായി തോന്നാം.

അതുപോലെ ഇന്ത്യൻ സ്ത്രീകൾ പാശ്ചാത്യ വസ്ത്രങ്ങൾ ധരിച്ചാലും വർഷങ്ങളായി രൂപപ്പെട്ട സാംസ്കാരിക കണ്ടീഷനിംഗ് കാരണം ശരീരത്തെ നിയന്ത്രിതമായി ഉപയോഗിക്കുന്ന പ്രവണത തുടർന്നേക്കാം.

അതിനാൽ വസ്ത്രധാരണം, ശരീരഭാഷ, സാമൂഹിക നൈതികത എന്നിവ തമ്മിലുള്ള ബന്ധം സ്ത്രീകളുടെ ശരീരസ്വാതന്ത്ര്യത്തെ സ്വാധീനിക്കുന്ന പ്രധാന ഘടകങ്ങളിലൊന്നായി കണക്കാക്കപ്പെടുന്നു.

സമാപനം

ഇന്ത്യൻ സമൂഹത്തിലെ ലൈംഗിക സംസ്കാരത്തിന്റെ ചരിത്രം വിവിധ ഘട്ടങ്ങളിലൂടെ രൂപപ്പെട്ട ഒരു സങ്കീർണ്ണമായ സാമൂഹിക പ്രക്രിയയാണ്. പുരാതന ഇന്ത്യൻ സംസ്കാരത്തിൽ മനുഷ്യശരീരത്തെയും ലൈംഗികതയെയും മനുഷ്യജീവിതത്തിന്റെ സ്വാഭാവിക ഘടകങ്ങളായി കാണുന്ന സാംസ്കാരിക സമീപനങ്ങൾ നിലനിന്നിരുന്നു. സാഹിത്യം, ശില്പകല, നൃത്തം, ക്ഷേത്രകല, ദാർശനിക ഗ്രന്ഥങ്ങൾ എന്നിവയിൽ മനുഷ്യബന്ധങ്ങളും ശരീരാനുഭവങ്ങളും തുറന്ന സാംസ്കാരിക പ്രതീകങ്ങളായി പ്രത്യക്ഷപ്പെട്ടിരുന്നു. എന്നാൽ പിന്നീട് ഉണ്ടായ രാഷ്ട്രീയ-സാമൂഹിക മാറ്റങ്ങൾ ഈ സമീപനങ്ങളെ മാറ്റിമറിച്ചു.[56]

മുസ്ലിം ഭരണകാലത്ത് ചില പ്രദേശങ്ങളിൽ സ്ത്രീകളുടെ സാമൂഹിക സാന്നിധ്യത്തെ നിയന്ത്രിക്കുന്ന രീതികൾ ശക്തമായി. പർദാ സംവിധാനം (Purdah System) പോലുള്ള സാമൂഹിക ആചാരങ്ങൾ ചില സമൂഹങ്ങളിൽ വ്യാപകമായി പ്രചരിച്ചു. ഈ മാറ്റങ്ങൾ എല്ലാ പ്രദേശങ്ങളിലും ഒരേ രീതിയിൽ നടപ്പിലായിരുന്നില്ലെങ്കിലും സ്ത്രീകളുടെ പൊതുസമൂഹത്തിലെ ദൃശ്യസാന്നിധ്യത്തെ കുറയ്ക്കുന്ന പ്രവണതകൾ ചില സാമൂഹിക ഘടനകളിൽ ശക്തിപ്പെട്ടതായി ചരിത്രപഠനങ്ങൾ സൂചിപ്പിക്കുന്നു.[57]

ബ്രിട്ടീഷ് കോളനിയൽ ഭരണകാലത്ത് വിക്ടോറിയൻ നൈതികത (Victorian Morality) ഇന്ത്യൻ സമൂഹത്തിൽ പുതിയ രീതിയിൽ സ്ഥാപിതമായി. പൊതുസമൂഹത്തിൽ ലൈംഗികതയെക്കുറിച്ചുള്ള തുറന്ന ചർച്ചകൾ അശ്ലീലമായി കണക്കാക്കുന്ന വിക്ടോറിയൻ നൈതികമാനദണ്ഡങ്ങൾ വിദ്യാഭ്യാസം, നിയമം, ഭരണസംവിധാനം, മിഷണറി പ്രവർത്തനം എന്നിവയുടെ വഴി സമൂഹത്തിൽ വ്യാപിച്ചു. ഈ സാഹചര്യത്തിൽ ലൈംഗികതയെക്കുറിച്ചുള്ള മുൻകാല സാംസ്കാരിക സമീപനങ്ങൾ ക്രമേണ മറയ്ക്കപ്പെടുകയും പുതിയ നൈതിക ഘടനകൾ സാമൂഹിക മാനദണ്ഡങ്ങളായി മാറുകയും ചെയ്തു.[58]

കോളനിയൽ ഭരണത്തിന്റെ അവസാനത്തോടെ രാഷ്ട്രീയ സ്വാതന്ത്ര്യം ഇന്ത്യയ്ക്ക് ലഭിച്ചെങ്കിലും വിക്ടോറിയൻ നൈതികതയുടെ സ്വാധീനം സമൂഹത്തിൽ ദീർഘകാലം നിലനിന്നു. പല സാഹചര്യങ്ങളിലും ഈ നൈതികത ഇന്ത്യൻ സംസ്കാരത്തിന്റെ ഭാഗമാണെന്ന തെറ്റിദ്ധാരണ പോലും രൂപപ്പെട്ടു. ഇതുവഴി ശരീരത്തെക്കുറിച്ചുള്ള ലജ്ജാബോധവും ലൈംഗികതയെക്കുറിച്ചുള്ള മൗനസംസ്കാരവും സമൂഹത്തിൽ തുടർന്നുനിന്നു.[59]

ഈ ചരിത്രപരമായ പശ്ചാത്തലം പരിശോധിക്കുമ്പോൾ വ്യക്തമായ ഒരു കാര്യം വ്യക്തമാകുന്നു: ലൈംഗികതയെക്കുറിച്ചുള്ള സാമൂഹിക ധാരണകൾ സ്ഥിരമായതല്ല. അവ ചരിത്രപരമായ സാഹചര്യങ്ങൾ, രാഷ്ട്രീയ ശക്തികൾ, മതപരമായ സ്വാധീനങ്ങൾ, കോളനിയൽ അധികാര ഘടനകൾ, വിദ്യാഭ്യാസ സംവിധാനങ്ങൾ, സാമൂഹിക പ്രസ്ഥാനങ്ങൾ എന്നിവയുടെ ഇടപെടലിലൂടെ മാറിക്കൊണ്ടിരിക്കുന്ന സാമൂഹിക നിർമ്മിതികളാണ്.

അതുകൊണ്ട് ഇന്ത്യൻ സമൂഹത്തിലെ ലൈംഗികതയെക്കുറിച്ചുള്ള ഇന്നത്തെ ധാരണകളെ മനസ്സിലാക്കാൻ ചരിത്രപരമായ ഈ രൂപാന്തരങ്ങളെ വിമർശനാത്മകമായി പരിശോധിക്കേണ്ടതുണ്ട്. ചരിത്രവും സംസ്കാരവും തമ്മിലുള്ള ഈ സങ്കീർണ്ണബന്ധം മനസ്സിലാക്കുമ്പോഴാണ് ശരീരത്തെയും ലൈംഗികതയെയും കുറിച്ചുള്ള സമകാലിക ചർച്ചകൾ കൂടുതൽ സമഗ്രമായി വിലയിരുത്താൻ കഴിയുന്നത്.[60]

References

[1] Foucault, Michel. *The History of Sexuality, Vol.1.* Pantheon Books, 1978.

[2] Weeks, Jeffrey. *Sexuality.* Routledge, 2010.

[3] Thapar, Romila. *Early India: From the Origins to AD 1300.* University of California Press, 2002.

[4] Doniger, Wendy. *The Hindus: An Alternative History.* Oxford University Press, 2009.

[5] Desai, Devangana. *Khajuraho: The Divine and the Erotic.* Indira Gandhi National Centre for the Arts, 1996.

[6] Michell, George. *The Hindu Temple: An Introduction to Its Meaning and Forms.* University of Chicago Press, 1988.

[7] Kalidasa. *Shakuntala and Other Works.* Oxford University Press, 2008.

[8] Vatsyayana. *Kama Sutra.* Oxford University Press, 2002.

[9] Doniger, Wendy & Sudhir Kakar. *Kamasutra.* Oxford University Press, 2002.

[10] Chakravarti, Uma. *Gendering Caste.* Stree Publications, 2003.

[11] Nandy, Ashis. *The Intimate Enemy: Loss and Recovery of Self under Colonialism.* Oxford University Press, 1983.

[12] Altekar, A. S. *The Position of Women in Hindu Civilization.* Motilal Banarsidass, 1956.

[13] Kersenboom, Saskia. *Nityasumangali: Devadasi Tradition in South India.* Motilal Banarsidass, 1987.

[14] Olivelle, Patrick. *The Early Upanishads.* Oxford University Press, 1998.

[15] Desai, Devangana. *Erotic Sculpture of India.* Munshiram Manoharlal Publishers, 1975.

[16] Chandra, Satish. *Medieval India: From Sultanat to the Mughals.* Har-Anand Publications, 2004.

[17] Ahmed, Leila. *Women and Gender in Islam.* Yale University Press, 1992.

[18] Habib, Irfan. *Medieval India: The Study of a Civilization.* National Book Trust, 2008.

[19] Nandy, Ashis. *The Intimate Enemy: Loss and Recovery of Self under Colonialism.* Oxford University Press, 1983.

[20] Weeks, Jeffrey. *Sexuality.* Routledge, 2010.

[21] Metcalf, Thomas. *Ideologies of the Raj.* Cambridge University Press, 1995.

[22] Sarkar, Sumit. *Modern India 1885–1947.* Macmillan, 1983.

[23] Desai, Devangana. *Erotic Sculpture of India.* Munshiram Manoharlal Publishers, 1975.

[24] Dalmia, Vasudha. *Poetics, Plays and Performances: The Politics of Modern Indian Theatre.* Oxford University Press, 2006.

[25] Hansen, Kathryn. *Stages of Life: Indian Theatre Autobiographies.* Anthem Press, 2011.

[26] Dirks, Nicholas. *Castes of Mind: Colonialism and the Making of Modern India.* Princeton University Press, 2001.

[27] Chatterjee, Partha. *The Nation and Its Fragments.* Princeton University Press, 1993.

[28] Metcalf, Thomas. *Ideologies of the Raj.* Cambridge University Press, 1995.

[29] Sarkar, Sumit. *Modern India 1885–1947.* Macmillan, 1983.

[30] Dirks, Nicholas. *Castes of Mind: Colonialism and the Making of Modern India.* Princeton University Press, 2001.

[31] Viswanathan, Gauri. *Masks of Conquest: Literary Study and British Rule in India.* Columbia University Press, 1989.

[32] Foucault, Michel. *The History of Sexuality, Vol.1.* Pantheon Books, 1978.

[33] Nandy, Ashis. *The Intimate Enemy: Loss and Recovery of Self under Colonialism.* Oxford University Press, 1983.

[34] Tarlo, Emma. *Clothing Matters: Dress and Identity in India.* University of Chicago Press, 1996.

[35] Banerjee, Sumanta. *Dangerous Outcast: The Prostitute in Nineteenth-Century Bengal.* Seagull Books, 1998.

[37] Sarkar, Sumit. *Modern India 1885–1947.* Macmillan, 1983.

[38] Chatterjee, Partha. *The Nation and Its Fragments.* Princeton University Press, 1993.

[39] Nandy, Ashis. *The Intimate Enemy: Loss and Recovery of Self under Colonialism.* Oxford University Press, 1983.

[40] Foucault, Michel. *The History of Sexuality, Vol.1.* Pantheon Books, 1978.

[41] Dirks, Nicholas. *Castes of Mind: Colonialism and the Making of Modern India.* Princeton University Press, 2001.

[42] Summerfield, Penny. *Women Workers in the Second World War.* Routledge, 1989.

[43] Braybon, Gail & Summerfield, Penny. *Out of the Cage: Women's Experiences in Two World Wars.* Routledge, 1987.

[44] Smith, Harold L. *Britain in the Second World War.* Manchester University Press, 1996.

[45] Chakravarti, Uma. *Gendering Caste: Through a Feminist Lens.* Stree Publications, 2003.

[46] Jackson, Stevi & Scott, Sue. *Gender: A Sociological Reader.* Routledge, 2002.

[47] Sen, Amartya. *Development as Freedom.* Oxford University Press, 1999.

[48] Kumar, Radha. *The History of Doing: An Illustrated Account of Movements for Women's Rights and Feminism in India.* Zubaan Books, 1993.

[49] Goffman, Erving. *The Presentation of Self in Everyday Life.* Anchor Books, 1959.

[50] Butler, Judith. *Gender Trouble: Feminism and the Subversion of Identity.* Routledge, 1990.

[51] Mulvey, Laura. *Visual Pleasure and Narrative Cinema.* British Film Institute, 1975.

[52] Connell, R.W. *Gender and Power.* Stanford University Press, 1987.

[53] Sherrington, Charles. *The Integrative Action of the Nervous System.* Yale University Press, 1906.

[54] Hanna, Judith Lynne. *Dance, Sex and Gender.* University of Chicago Press, 1988.

[55] Adam, Hajo & Galinsky, Adam. *Enclothed Cognition.* Journal of Experimental Social Psychology, Academic Press, 2012.

[56] Doniger, Wendy. *The Hindus: An Alternative History.* Oxford University Press, 2009.

[57] Ahmed, Leila. *Women and Gender in Islam.* Yale University Press, 1992.

[58] Metcalf, Thomas R. *Ideologies of the Raj.* Cambridge University Press, 1995.

[59] Chatterjee, Partha. *The Nation and Its Fragments.* Princeton University Press, 1993.

[60] Nussbaum, Martha C. *The Clash Within: Democracy, Religious Violence, and India's Future.* Harvard University Press, 2007.

അധ്യായം 47

ലൈംഗിക വിദ്യാഭ്യാസത്തിന്റെ സാമൂഹിക ആവശ്യകത

(Failure of Sexual Education in Indian and Success in European Contexts)

മനുഷ്യസമൂഹത്തിൽ വിദ്യാഭ്യാസം വെറും തൊഴിൽപരമായ കഴിവുകൾ നേടുന്നതിനുള്ള ഉപകരണമാത്രമല്ല; അത് മനുഷ്യജീവിതത്തിന്റെ അടിസ്ഥാന അനുഭവങ്ങളെ മനസ്സിലാക്കുന്നതിനുള്ള ഒരു സാമൂഹിക സംവിധാനവുമാണ്. മനുഷ്യശരീരത്തിന്റെ പ്രവർത്തനരീതികൾ, വികാരങ്ങൾ, ബന്ധങ്ങൾ, സാമൂഹിക ഉത്തരവാദിത്വങ്ങൾ എന്നിവയെക്കുറിച്ചുള്ള അറിവ് വ്യക്തിയുടെ സമഗ്രവികസനത്തിന് അനിവാര്യമാണ്. ഈ സാഹചര്യത്തിലാണ് ലൈംഗിക വിദ്യാഭ്യാസം (Sexual Education) മനുഷ്യവികസനത്തിന്റെ ഒരു പ്രധാന ഘടകമായി കണക്കാക്കപ്പെടുന്നത്. മനുഷ്യജീവിതത്തിലെ വളർച്ചയുടെ വിവിധ ഘട്ടങ്ങളിൽ ശരീരപരമായും മാനസികമായും സംഭവിക്കുന്ന മാറ്റങ്ങളെ മനസ്സിലാക്കാൻ ലൈംഗിക അറിവ് നിർണായകമാണ്.[1]

കൗമാരപ്രായം (Adolescence) മനുഷ്യജീവിതത്തിലെ ഏറ്റവും വലിയ മാറ്റങ്ങൾ അനുഭവപ്പെടുന്ന ഘട്ടങ്ങളിലൊന്നാണ്. ഈ കാലഘട്ടത്തിൽ ശരീരത്തിൽ ഉണ്ടാകുന്ന ഹോർമോണൽ മാറ്റങ്ങൾ, പ്രജനനസംബന്ധമായ ജൈവപരമായ പ്രക്രിയകൾ, വികാരപരമായ ആകർഷണങ്ങൾ, സാമൂഹികബന്ധങ്ങൾ എന്നിവയെക്കുറിച്ചുള്ള ബോധം വ്യക്തിയുടെ ആത്മബോധത്തെയും ശരീരബോധത്തെയും രൂപപ്പെടുത്തുന്നു. ഈ ഘട്ടത്തിൽ ശാസ്ത്രീയവും സമഗ്രവുമായ ലൈംഗിക വിദ്യാഭ്യാസം ലഭിക്കാത്ത സാഹചര്യത്തിൽ പല യുവജനങ്ങളും തെറ്റായ വിവരങ്ങൾ, അന്ധവിശ്വാസങ്ങൾ, സാമൂഹിക മൗനം എന്നിവയുടെ ഇടയിൽ വളരേണ്ടി വരുന്നു. ഇതുവഴി ശരീരത്തെക്കുറിച്ചുള്ള ആശയക്കുഴപ്പം, ലജ്ജാബോധം, തെറ്റായ ധാരണകൾ എന്നിവ രൂപപ്പെടാൻ സാധ്യതയുണ്ട്.[2]

ആരോഗ്യപരമായ മനുഷ്യബന്ധങ്ങൾ രൂപപ്പെടുത്തുന്നതിലും ലൈംഗിക വിദ്യാഭ്യാസം പ്രധാന പങ്ക് വഹിക്കുന്നു. മനുഷ്യബന്ധങ്ങൾ വെറും വികാരപരമായ അടുപ്പത്തിലോ സാമൂഹികബന്ധത്തിലോ മാത്രം നിലനിൽക്കുന്നില്ല; അവയിൽ പരസ്പര ബഹുമാനം, സമ്മതം (Consent), വികാരപരമായ ആശയവിനിമയം, വ്യക്തിപരമായ പരിധികളുടെ ബോധം എന്നിവ ഉൾപ്പെടുന്നു. ലൈംഗിക വിദ്യാഭ്യാസം ഈ ഘടകങ്ങളെക്കുറിച്ചുള്ള ബോധം വളർത്തുന്നതിനാൽ ആരോഗ്യകരമായ ബന്ധങ്ങൾ രൂപപ്പെടുന്നതിനും സംഘർഷങ്ങൾ കുറയുന്നതിനും സഹായിക്കുന്നു.[3]

പൊതുജനാരോഗ്യത്തിന്റെ (Public Health) ദൃഷ്ടികോണത്തിൽ നോക്കുമ്പോൾ ലൈംഗിക വിദ്യാഭ്യാസം അതീവപ്രധാനമാണ്. പ്രജനനാരോഗ്യം (Reproductive Health), ഗർഭനിരോധന മാർഗങ്ങൾ (Contraception), ലൈംഗികമായി പകരുന്ന രോഗങ്ങൾ (Sexually Transmitted Infections – STIs), മാസവാരചക്രം (Menstrual Health) എന്നിവയെക്കുറിച്ചുള്ള ശാസ്ത്രീയ അറിവ് സമൂഹത്തിലെ ആരോഗ്യസുരക്ഷ ഉറപ്പാക്കുന്നതിൽ നിർണായകമാണ്. ലൈംഗിക വിദ്യാഭ്യാസം ലഭിക്കാത്ത സാഹചര്യങ്ങളിൽ തെറ്റായ ധാരണകളും ആരോഗ്യപരമായ അപകടങ്ങളും വർധിക്കാൻ സാധ്യതയുണ്ടെന്ന് നിരവധി പൊതുജനാരോഗ്യ പഠനങ്ങൾ സൂചിപ്പിക്കുന്നു.[4]

ഇതിനോടൊപ്പം സാമൂഹിക സുരക്ഷയും ലൈംഗിക വിദ്യാഭ്യാസവുമായി ബന്ധപ്പെട്ട ഒരു പ്രധാന വിഷയമാണ്. പരസ്പര സമ്മതത്തിന്റെ പ്രാധാന്യം, വ്യക്തിപരമായ പരിധികൾ, ശരീരസ്വാതന്ത്ര്യം (Bodily Autonomy) തുടങ്ങിയ ആശയങ്ങൾ സമൂഹത്തിൽ വ്യാപകമായി മനസ്സിലാക്കപ്പെടുമ്പോൾ ലൈംഗിക അതിക്രമങ്ങൾ, പീഡനങ്ങൾ, തെറ്റായ ബന്ധരീതികൾ എന്നിവ കുറയ്ക്കാൻ സാധിക്കുമെന്ന് ചില സാമൂഹിക പഠനങ്ങൾ ചൂണ്ടിക്കാണിക്കുന്നു. ലൈംഗിക വിദ്യാഭ്യാസം വ്യക്തികളുടെ പെരുമാറ്റത്തെ നിയന്ത്രിക്കുന്ന ഒരു നൈതിക ഉപകരണമല്ല; മറിച്ച് അറിവിന്റെ അടിസ്ഥാനത്തിൽ ഉത്തരവാദിത്തപരമായ തീരുമാനങ്ങൾ എടുക്കാൻ സഹായിക്കുന്ന ഒരു സാമൂഹിക വിദ്യാഭ്യാസ പ്രക്രിയയാണ്.[5]

അതുകൊണ്ട് ലൈംഗിക വിദ്യാഭ്യാസം ഒരു വ്യക്തിപരമായ വിഷയമത്രമല്ല; അത് മനുഷ്യവികസനം, ആരോഗ്യസുരക്ഷ, സാമൂഹികബന്ധങ്ങൾ, ലിംഗസമത്വം എന്നിവയുമായി ബന്ധപ്പെട്ട ഒരു സമഗ്ര സാമൂഹിക വിഷയമാണ്. ഈ പശ്ചാത്തലത്തിലാണ് വിവിധ സമൂഹങ്ങളിൽ ലൈംഗിക വിദ്യാഭ്യാസത്തിന്റെ അഭാവം അല്ലെങ്കിൽ പരാജയം സാമൂഹികമായി വലിയ പ്രത്യാഘാതങ്ങൾ സൃഷ്ടിക്കുന്നുവെന്ന് പഠനങ്ങൾ സൂചിപ്പിക്കുന്നത്.[6]

ഇന്ത്യൻ സാഹചര്യത്തിലെ ലൈംഗിക വിദ്യാഭ്യാസ പ്രശ്നങ്ങൾ

അജ്ഞത (Ignorance)

ഇന്ത്യൻ സമൂഹത്തിലെ ലൈംഗിക വിദ്യാഭ്യാസവുമായി ബന്ധപ്പെട്ട പ്രധാന പ്രശ്നങ്ങളിൽ ഒന്നാണ് അജ്ഞത. ലൈംഗികതയെക്കുറിച്ചുള്ള അടിസ്ഥാന അറിവ് പോലും പലപ്പോഴും കുടുംബങ്ങളിലും വിദ്യാഭ്യാസ സംവിധാനങ്ങളിലും തുറന്നുപറയപ്പെടുന്നില്ല. പല കുടുംബങ്ങളിലും ലൈംഗിക വിഷയങ്ങൾ "ചർച്ച ചെയ്യാൻ പാടില്ലാത്ത വിഷയങ്ങൾ" എന്ന നിലയിൽ കാണപ്പെടുന്നു. ഇതുവഴി കുട്ടികളും യുവജനങ്ങളും ശരീരവുമായി ബന്ധപ്പെട്ട അടിസ്ഥാന വിവരങ്ങൾ പോലും ഔദ്യോഗികമായ വിദ്യാഭ്യാസത്തിലൂടെ നേടാൻ കഴിയാത്ത സാഹചര്യങ്ങൾ രൂപപ്പെടുന്നു.[7]

കുടുംബം മനുഷ്യജീവിതത്തിലെ ആദ്യത്തെ സാമൂഹിക പഠനസ്ഥലമാണ്. എന്നാൽ ലൈംഗികതയെക്കുറിച്ചുള്ള അറിവ് മാതാപിതാക്കളിൽ നിന്ന് കുട്ടികളിലേക്ക് കൈമാറുന്ന രീതികൾ പല ഇന്ത്യൻ കുടുംബങ്ങളിലും അപൂർവമാണ്. മാതാപിതാക്കൾക്ക് തന്നെ ഈ വിഷയങ്ങളെക്കുറിച്ചുള്ള ശാസ്ത്രീയ അറിവ് കുറവായിരിക്കാം, അല്ലെങ്കിൽ സാമൂഹിക ലജ്ജാബോധം കാരണം ഈ വിഷയങ്ങൾ ഒഴിവാക്കപ്പെടാം. ഇതിന്റെ ഫലമായി യുവജനങ്ങൾ ശരീരവളർച്ചയെയും പ്രജനനപ്രക്രിയയെയും (Reproduction) സംബന്ധിച്ച അറിവ് സുഹൃത്തുക്കളിൽ നിന്നോ മാധ്യമങ്ങളിൽ നിന്നോ ഇന്റർനെറ്റിൽ നിന്നോ ലഭിക്കുന്ന അപൂർണ്ണമായ വിവരങ്ങളിലൂടെ നേടേണ്ടി വരുന്നു.[8]

കൗമാരപ്രായത്തിൽ സംഭവിക്കുന്ന ശാരീരിക മാറ്റങ്ങളെക്കുറിച്ചുള്ള അറിവില്ലായ്മ പലപ്പോഴും ആശയക്കുഴപ്പവും ഭയവും സൃഷ്ടിക്കുന്നു. puberty എന്ന ഘട്ടത്തിൽ ഹോർമോണുകൾ ഉണ്ടാക്കുന്ന ശരീരപരമായ മാറ്റങ്ങൾ, മാസവാരചക്രം (Menstruation), പ്രജനനസംവിധാനം എന്നിവയെക്കുറിച്ചുള്ള അടിസ്ഥാന അറിവ് ലഭിക്കാത്ത സാഹചര്യങ്ങളിൽ യുവജനങ്ങൾ തെറ്റായ ധാരണകളിലേക്ക് വഴുതിപ്പോകാൻ സാധ്യതയുണ്ട്. ഈ അറിവില്ലായ്മ പിന്നീട് ശരീരബോധത്തെയും ലൈംഗികതയെക്കുറിച്ചുള്ള സമീപനങ്ങളെയും സ്വാധീനിക്കുന്നു.[9]

ലജ്ജാ സംസ്കാരം (Culture of Shame)

ലൈംഗിക വിദ്യാഭ്യാസത്തിന്റെ പരാജയത്തിൽ പ്രധാന പങ്ക് വഹിക്കുന്ന മറ്റൊരു ഘടകമാണ് ലജ്ജയെ ആസ്പദമാക്കിയ സാമൂഹിക സംസ്കാരം. പല സമൂഹങ്ങളിലും ലൈംഗികതയെക്കുറിച്ചുള്ള ചർച്ചകൾ "ലജ്ജാജനകമായ" വിഷയങ്ങളായി കണക്കാക്കപ്പെടുന്നു. ഇതുവഴി ശരീരത്തെക്കുറിച്ചുള്ള അറിവ് നേടുന്നത് പോലും സാമൂഹികമായി അസ്വീകാര്യമായ ഒരു പ്രവൃത്തിയായി കാണപ്പെടുന്നു.[10]

ശരീരത്തെക്കുറിച്ചുള്ള ചർച്ചകൾക്ക് സാമൂഹിക തടസ്സങ്ങൾ നിലനിൽക്കുമ്പോൾ വ്യക്തികൾക്ക് സ്വന്തം ശരീരത്തെക്കുറിച്ചുള്ള ബോധം (Body Awareness) വികസിപ്പിക്കാൻ പ്രയാസമാകുന്നു. ശരീരത്തിന്റെ പ്രവർത്തനരീതികളെക്കുറിച്ചുള്ള അറിവില്ലായ്മ വ്യക്തികളുടെ ആത്മബോധത്തെയും ആത്മാഭിമാനത്തെയും സ്വാധീനിക്കുന്നു. ചില പഠനങ്ങൾ സൂചിപ്പിക്കുന്നത് ലജ്ജയെ അടിസ്ഥാനമാക്കിയ ലൈംഗിക സംസ്കാരം വ്യക്തികളിൽ കുറ്റബോധവും ഭയവും സൃഷ്ടിക്കാമെന്നാണ്.[11]

ഇന്ത്യൻ സമൂഹത്തിലെ ചില സാംസ്കാരിക സാഹചര്യങ്ങളിൽ ശരീരപ്രകടനം പോലും നിയന്ത്രിതമായിരിക്കണം എന്ന പ്രതീക്ഷ നിലനിൽക്കുന്നു. സ്ത്രീകളുടെ ശരീരത്തെക്കുറിച്ചുള്ള ചർച്ചകൾ പലപ്പോഴും ഒഴിവാക്കപ്പെടുകയും പുരുഷന്മാരുടെയും സ്ത്രീകളുടെയും ശരീരങ്ങളെക്കുറിച്ചുള്ള അറിവ് സാമൂഹികമായി മറച്ചുവയ്ക്കപ്പെടുകയും ചെയ്യുന്നു. ഇതുവഴി ലൈംഗികതയെക്കുറിച്ചുള്ള ചർച്ചകൾ ഒരു മൗനസംസ്കാരത്തിനുള്ളിൽ ഒതുങ്ങിപ്പോകുന്നു.[12]

Abstinence ideology

ഇന്ത്യയിലെ ചില വിദ്യാഭ്യാസ-സാമൂഹിക സമീപനങ്ങളിൽ ലൈംഗിക വിദ്യാഭ്യാസത്തിന് പകരമായി "ഒഴിവാക്കൽ" എന്ന ആശയം പ്രചരിപ്പിക്കപ്പെടുന്നുണ്ട്. ഈ സമീപനത്തിൽ യുവജനങ്ങൾക്ക് ലൈംഗികതയെക്കുറിച്ചുള്ള ശാസ്ത്രീയ അറിവ് നൽകുന്നതിന് പകരം വിവാഹം വരെ ലൈംഗികബന്ധങ്ങളിൽ നിന്ന് പൂർണ്ണമായി വിട്ടുനിൽക്കണം എന്ന ആശയം മാത്രമാണ് പ്രാധാന്യം നൽകപ്പെടുന്നത്.[13]

ഈ സമീപനം ചില സമൂഹങ്ങളിൽ നൈതിക നിയന്ത്രണത്തിന്റെ ഭാഗമായി അവതരിപ്പിക്കപ്പെടുന്നു. എന്നാൽ നിരവധി സാമൂഹികശാസ്ത്ര പഠനങ്ങൾ സൂചിപ്പിക്കുന്നത് യുവജനങ്ങളുടെ യാഥാർത്ഥ്യ അനുഭവങ്ങളുമായി ഈ സമീപനം പലപ്പോഴും പൊരുത്തപ്പെടുന്നില്ല എന്നതാണ്. കൗമാരപ്രായത്തിൽ വികാരപരമായ ആകർഷണങ്ങളും സാമൂഹികബന്ധങ്ങളും സ്വാഭാവികമായി രൂപപ്പെടുന്ന സാഹചര്യത്തിൽ ലൈംഗികതയെക്കുറിച്ചുള്ള അറിവ് പൂർണ്ണമായി ഒഴിവാക്കുന്നത് ആശയക്കുഴപ്പവും തെറ്റായ ധാരണകളും വർധിപ്പിക്കാൻ ഇടയാക്കുന്നു.[14]

ഇതോടൊപ്പം abstinence ideology പലപ്പോഴും ലൈംഗികതയെ ഒരു അപകടകരമായ അല്ലെങ്കിൽ നിരോധിതമായ അനുഭവമായി ചിത്രീകരിക്കുന്നു. ഇതുവഴി യുവജനങ്ങൾ ലൈംഗികതയെക്കുറിച്ചുള്ള അറിവ് ശാസ്ത്രീയമായ വിദ്യാഭ്യാസത്തിലൂടെ നേടുന്നതിനേക്കാൾ രഹസ്യമായ മാധ്യമങ്ങളിലൂടെ തേടുന്ന പ്രവണതകൾ വർധിക്കാം. ചില ഗവേഷണങ്ങൾ സൂചിപ്പിക്കുന്നത് സമഗ്രമായ ലൈംഗിക വിദ്യാഭ്യാസം (Comprehensive Sexual Education) ലഭിക്കുന്ന സമൂഹങ്ങളിൽ ആരോഗ്യപരമായ പെരുമാറ്റങ്ങൾ കൂടുതലായി കാണപ്പെടുന്നുവെന്നാണ്.[15]

തെറ്റായ വിവരങ്ങൾ (Misinformation)

ലൈംഗിക വിദ്യാഭ്യാസത്തിന്റെ അഭാവം പലപ്പോഴും തെറ്റായ വിവരങ്ങളുടെ വ്യാപനത്തിന് കാരണമാകുന്നു. യുവജനങ്ങൾക്ക് ശരീരത്തെക്കുറിച്ചും ലൈംഗികതയെക്കുറിച്ചും ഔദ്യോഗികമായ വിദ്യാഭ്യാസത്തിലൂടെ അറിവ് ലഭിക്കാത്ത സാഹചര്യത്തിൽ അവർ പലപ്പോഴും സുഹൃത്തുക്കളിൽ നിന്നോ അനൗപചാരിക സംഭാഷണങ്ങളിലൂടെയോ വിവരങ്ങൾ തേടുന്നു. എന്നാൽ ഈ അറിവുകൾ പലപ്പോഴും ശാസ്ത്രീയമായതല്ല; തെറ്റിദ്ധാരണകളും സാമൂഹിക മിത്തുകളും അടങ്ങിയവയായിരിക്കാം. ഇതുവഴി ലൈംഗികതയെക്കുറിച്ചുള്ള ധാരണകൾ തെറ്റായ അടിസ്ഥാനങ്ങളിൽ രൂപപ്പെടാൻ സാധ്യതയുണ്ട്.[16]

ഡിജിറ്റൽ സാങ്കേതികവിദ്യയുടെ വളർച്ചയോടെ ഇന്റർനെറ്റ് പല യുവജനങ്ങൾക്കും ലൈംഗിക അറിവിന്റെ പ്രധാന ഉറവിടമായി മാറിയിട്ടുണ്ട്. എന്നാൽ ഈ സാഹചര്യത്തിൽ internet pornography പോലുള്ള ദൃശ്യങ്ങൾ പലപ്പോഴും ലൈംഗികതയെക്കുറിച്ചുള്ള യാഥാർത്ഥ്യബോധം നൽകുന്നില്ല. അവ ദൃശ്യവൽക്കരിച്ച കല്പിതരൂപങ്ങളാണ്. ചില ഗവേഷണങ്ങൾ സൂചിപ്പിക്കുന്നത് ഇത്തരത്തിലുള്ള മാധ്യമങ്ങൾ യുവജനങ്ങളുടെ ലൈംഗിക പ്രതീക്ഷകളെയും ശരീരബോധത്തെയും സ്വാധീനിക്കാമെന്നാണ്.[17]

ഇതോടൊപ്പം menstruation, masturbation, fertility എന്നിവയെക്കുറിച്ചുള്ള നിരവധി സാമൂഹിക മിത്തുകൾ പല സമൂഹങ്ങളിലും നിലനിൽക്കുന്നു. ഉദാഹരണത്തിന് മാസവാരചക്രത്തെക്കുറിച്ചുള്ള തെറ്റായ ധാരണകൾ, സ്വയംലൈംഗികതയെക്കുറിച്ചുള്ള കുറ്റബോധം, പ്രജനനവുമായി ബന്ധപ്പെട്ട അന്ധവിശ്വാസങ്ങൾ എന്നിവ യുവജനങ്ങളുടെ ശരീരബോധത്തെ ബാധിക്കുന്നു. ശാസ്ത്രീയ വിദ്യാഭ്യാസത്തിന്റെ അഭാവത്തിൽ ഇത്തരം തെറ്റായ വിവരങ്ങൾ തലമുറകളിലൂടെ തുടരുന്ന സാഹചര്യങ്ങൾ രൂപപ്പെടുന്നു.[18]

വിദ്യാഭ്യാസ സംവിധാനത്തിലെ കുറവുകൾ

ഇന്ത്യൻ വിദ്യാഭ്യാസ സംവിധാനത്തിൽ ലൈംഗിക വിദ്യാഭ്യാസം പലപ്പോഴും ഒരു വിവാദ വിഷയമായി തുടരുന്നു. ചില പാഠ്യപദ്ധതികളിൽ പ്രജനനശാസ്ത്രവുമായി ബന്ധപ്പെട്ട അടിസ്ഥാന ജീവശാസ്ത്ര വിവരങ്ങൾ ഉൾപ്പെടുന്നുണ്ടെങ്കിലും സമഗ്രമായ ലൈംഗിക വിദ്യാഭ്യാസം (Comprehensive Sexual Education) പല സ്കൂളുകളിലും അഭാവത്തിലാണ്. ഇതുവഴി വിദ്യാർത്ഥികൾക്ക് ശരീരവളർച്ച, ബന്ധങ്ങൾ, സമ്മതം, വികാരപരമായ ആരോഗ്യസ്ഥിതി എന്നിവയെക്കുറിച്ചുള്ള സമഗ്രബോധം ലഭിക്കാതെ പോകുന്നു.[19]

അധ്യാപകരുടെ പരിശീലനക്കുറവും ഒരു പ്രധാന പ്രശ്നമാണ്. ലൈംഗിക വിഷയങ്ങളെക്കുറിച്ച് തുറന്നുപറയുന്നതിൽ പല അധ്യാപകർക്കും അസ്വസ്ഥതയോ ഭയമോ ഉണ്ടാകാം. അതിനാൽ ചിലപ്പോൾ ഈ വിഷയങ്ങൾ പാഠ്യപദ്ധതിയിൽ ഉണ്ടായിരുന്നാലും ക്ലാസ് മുറികളിൽ അവ ശരിയായി പഠിപ്പിക്കപ്പെടാതെ പോകുന്നു. ചില സാഹചര്യങ്ങളിൽ അധ്യാപകർ തന്നെ ഈ വിഷയങ്ങളെ ഒഴിവാക്കാൻ ശ്രമിക്കുന്നതും രേഖപ്പെടുത്തിയിട്ടുണ്ട്.[20]

ഇതോടൊപ്പം ലൈംഗിക വിദ്യാഭ്യാസം രാഷ്ട്രീയ-സാമൂഹിക വിവാദങ്ങൾക്കും വിധേയമാകുന്നുണ്ട്. ചില സാമൂഹിക സംഘടനകൾ ലൈംഗിക വിദ്യാഭ്യാസം യുവജനങ്ങളിൽ അനാവശ്യമായ ലൈംഗിക കൗതുകം സൃഷ്ടിക്കുമെന്ന് വാദിക്കുന്നു. എന്നാൽ നിരവധി പൊതുജനാരോഗ്യ പഠനങ്ങൾ

സൂചിപ്പിക്കുന്നത് സമഗ്രമായ ലൈംഗിക വിദ്യാഭ്യാസം യുവജനങ്ങളിൽ കൂടുതൽ ഉത്തരവാദിത്വപരമായ പെരുമാറ്റം വളർത്തുന്നുവെന്നാണ്.[21]

ലിംഗ അസമത്വം (Gender Inequality)

ലൈംഗിക വിദ്യാഭ്യാസവുമായി ബന്ധപ്പെട്ട പ്രശ്നങ്ങൾ പലപ്പോഴും ലിംഗ അസമത്വവുമായി അടുത്ത ബന്ധം പുലർത്തുന്നു. ഇന്ത്യൻ സമൂഹത്തിൽ ഈ അസമത്വത്തിന്റെ അടിസ്ഥാനം പല സാഹചര്യങ്ങളിലും ബാല്യകാല വിദ്യാഭ്യാസത്തിലേ തന്നെ ആരംഭിക്കുന്നു. സ്കൂളുകൾ ഔദ്യോഗികമായി സമത്വത്തെ പിന്തുണയ്ക്കുന്ന സ്ഥാപനങ്ങളായിരുന്നാലും, പ്രായോഗിക ജീവിതത്തിൽ അവ എല്ലായ്പ്പോഴും ലിംഗനിഷ്പക്ഷമായ (Gender-neutral) സാമൂഹിക അന്തരീക്ഷം സൃഷ്ടിക്കുന്നില്ലെന്ന് ചില വിദ്യാഭ്യാസ പഠനങ്ങൾ ചൂണ്ടിക്കാണിക്കുന്നു.[22]

ഇന്ത്യൻ സ്കൂളുകളിൽ പലപ്പോഴും ആൺകുട്ടികളും പെൺകുട്ടികളും തമ്മിലുള്ള വ്യത്യാസങ്ങൾ വസ്ത്രധാരണത്തിലേ തന്നെ ആരംഭിക്കുന്നു. വിദ്യാർത്ഥികൾക്കായി നിശ്ചയിക്കുന്ന യൂണിഫോമുകൾ (School Uniforms) പലപ്പോഴും ലിംഗപരമായ വ്യത്യാസങ്ങളെ പ്രതിഫലിപ്പിക്കുന്നു. ആൺകുട്ടികൾക്ക് സാധാരണയായി ഷർട്ടും പാന്റും പോലുള്ള ചലനസ്വാതന്ത്ര്യം നൽകുന്ന വസ്ത്രങ്ങൾ അനുവദിക്കപ്പെടുമ്പോൾ പെൺകുട്ടികൾക്ക് സ്കർട്ട്, സാരി, സൽവാർ-കമീസ് പോലുള്ള വസ്ത്രങ്ങൾ നിർബന്ധമാക്കപ്പെടുന്നു. ചില സാഹചര്യങ്ങളിൽ ഈ വസ്ത്രങ്ങൾ ശരീരചലനത്തെയും കളിയിലുള്ള പങ്കാളിത്തത്തെയും സ്വാധീനിക്കാമെന്ന് ചില സാമൂഹികവിശകലനങ്ങൾ സൂചിപ്പിക്കുന്നു.[23]

ഇതോടൊപ്പം ക്ലാസ് മുറികളിൽ പോലും ആൺകുട്ടികളും പെൺകുട്ടികളും വേർതിരിച്ച് ഇരുത്തുന്ന രീതികൾ പല സ്കൂളുകളിലും ഇപ്പോഴും നിലനിൽക്കുന്നു. ഈ രീതികൾ വിദ്യാർത്ഥികൾ തമ്മിലുള്ള സ്വാഭാവിക സാമൂഹിക ഇടപെടലുകൾ കുറയ്ക്കുകയും ലിംഗങ്ങളെ തമ്മിൽ വേർതിരിക്കുന്ന ഒരു മാനസിക അകലം സൃഷ്ടിക്കുകയും ചെയ്യാം. ചില വിദ്യാഭ്യാസ ഗവേഷണങ്ങൾ ഈ പ്രവണതയെ "Hidden Curriculum" എന്ന ആശയത്തിലൂടെ വിശദീകരിക്കുന്നു. പാഠ്യപദ്ധതിയിൽ എഴുതിയിട്ടില്ലെങ്കിലും സ്ഥാപനങ്ങളുടെ ദൈനംദിന പ്രവർത്തനരീതികളിലൂടെ വിദ്യാർത്ഥികൾക്ക് പഠിപ്പിക്കപ്പെടുന്ന സാമൂഹിക സന്ദേശങ്ങളെയാണ് ഇത് സൂചിപ്പിക്കുന്നത്.[24]

ഇത്തരത്തിലുള്ള സാമൂഹിക സംവിധാനങ്ങൾ പെൺകുട്ടികളുടെയും ആൺകുട്ടികളുടെയും പെരുമാറ്റത്തെക്കുറിച്ചുള്ള വ്യത്യസ്ത പ്രതീക്ഷകൾ രൂപപ്പെടുത്തുന്നു. പെൺകുട്ടികൾക്ക് "സംയമനം", "ലജ്ജ", "ശാന്തത" എന്നിവ കൂടുതൽ പ്രതീക്ഷിക്കപ്പെടുമ്പോൾ ആൺകുട്ടികൾക്ക് കൂടുതൽ സ്വാതന്ത്ര്യവും ആത്മവിശ്വാസവുമുള്ള പെരുമാറ്റം അനുവദിക്കപ്പെടുന്നു. ഇതുവഴി ലിംഗത്തെ അടിസ്ഥാനമാക്കിയുള്ള സാമൂഹിക പദവികൾ ബാല്യകാലത്തുതന്നെ രൂപപ്പെടാൻ സാധ്യതയുണ്ട്.[25]

എന്നിരുന്നാലും ഇന്ത്യയുടെ ഭരണഘടന (Indian Constitution) സ്ത്രീകളെതിരെയുള്ള വിവേചനത്തെ നിയമപരമായി അംഗീകരിക്കുന്നില്ല. ഭരണഘടനയിലെ സമത്വപ്രമാണങ്ങൾ സ്ത്രീകൾക്കും പുരുഷന്മാർക്കും തുല്യാവകാശം ഉറപ്പുനൽകുന്നു. വിദ്യാഭ്യാസം, തൊഴിൽ, പൊതുസമൂഹത്തിൽ പങ്കാളിത്തം എന്നിവയിൽ സ്ത്രീകൾക്ക് സമാന അവസരങ്ങൾ നൽകേണ്ടതാണെന്നതാണ് ഭരണഘടനയുടെ അടിസ്ഥാന ദർശനം.[26]

എങ്കിലും നിയമപരമായ സമത്വം മാത്രം സമൂഹത്തിൽ യാഥാർത്ഥ്യ സമത്വം ഉറപ്പാക്കുന്നില്ല. ഭരണഘടനയുടെ മൂല്യങ്ങൾ സാമൂഹിക ജീവിതത്തിലേക്ക് പ്രാവർത്തികമാക്കപ്പെടുമ്പോഴാണ് യഥാർത്ഥ മാറ്റം സംഭവിക്കുന്നത്. ചില സാമൂഹികശാസ്ത്ര പഠനങ്ങൾ ഈ പ്രക്രിയയെ "constitutional culture making" എന്ന ആശയത്തിലൂടെ വിശദീകരിക്കുന്നു. അതായത് ഭരണഘടനയിലെ സമത്വ മൂല്യങ്ങൾ വിദ്യാഭ്യാസം, സാമൂഹിക സ്ഥാപനങ്ങൾ, പൊതുസംസ്കാരം എന്നിവയുടെ വഴി സമൂഹത്തിൽ വ്യാപകമായി പ്രാവർത്തികമാകുന്ന പ്രക്രിയയാണ് ഇത്.[27]

ലൈംഗിക വിദ്യാഭ്യാസം ഈ constitutional culture നിർമ്മിക്കുന്ന പ്രക്രിയയിൽ ഒരു പ്രധാന ഘടകമായി കാണപ്പെടുന്നു. ലിംഗസമത്വം, പരസ്പര ബഹുമാനം, ശരീരസ്വാതന്ത്ര്യം (Bodily Autonomy), സമ്മതത്തിന്റെ പ്രാധാന്യം (Consent) എന്നിവയെക്കുറിച്ചുള്ള വിദ്യാഭ്യാസം ലഭിക്കുമ്പോഴാണ് സമത്വത്തെ അടിസ്ഥാനമാക്കിയ സാമൂഹികബന്ധങ്ങൾ രൂപപ്പെടുന്നത്. അതിനാൽ ലൈംഗിക വിദ്യാഭ്യാസത്തിന്റെ അഭാവം ലിംഗ അസമത്വം തുടരുന്നതിനുള്ള ഒരു ഘടകമായി മാറാം.[28]

ഈ സാഹചര്യത്തിൽ ഇന്ത്യൻ വിദ്യാഭ്യാസ സംവിധാനത്തിൽ ലിംഗനിഷ്പക്ഷമായ സാമൂഹിക അന്തരീക്ഷം സൃഷ്ടിക്കുന്നത് ഒരു പ്രധാന സാമൂഹിക ആവശ്യകതയായി മാറുന്നു. സ്കൂൾ സംവിധാനങ്ങൾ വിദ്യാർത്ഥികൾക്ക് വെറും അക്കാദമിക് അറിവ് മാത്രമല്ല നൽകേണ്ടത്; സമത്വം, ബഹുമാനം, ഉത്തരവാദിത്വം എന്നിവയെ അടിസ്ഥാനമാക്കിയ ഒരു സാമൂഹിക സംസ്കാരവും രൂപപ്പെടുത്തേണ്ടതാണ്.

വിവാഹകേന്ദ്രിത ലൈംഗിക ധാരണകൾ

ഇന്ത്യൻ സമൂഹത്തിലെ ലൈംഗിക സംസ്കാരത്തിന്റെ ഒരു പ്രധാന സവിശേഷതയാണ് ലൈംഗികതയെ വിവാഹവുമായി ബന്ധിപ്പിക്കുന്ന സമീപനം. പല സാമൂഹിക സാഹചര്യങ്ങളിലും ലൈംഗികബന്ധങ്ങൾ വിവാഹസ്ഥാപനത്തിനുള്ളിൽ മാത്രം അംഗീകരിക്കപ്പെടേണ്ടവയാണെന്ന ധാരണ ശക്തമായി നിലനിൽക്കുന്നു. അതിനാൽ ലൈംഗികതയെ ഒരു വ്യക്തിപരമായ അനുഭവമായി കാണുന്നതിന് പകരം കുടുംബഘടനയുടെയും സാമൂഹിക ഉത്തരവാദിത്വങ്ങളുടെയും ഭാഗമായാണ് പലപ്പോഴും വ്യാഖ്യാനിക്കപ്പെടുന്നത്. ഈ സാഹചര്യത്തിൽ sexuality = marriage എന്ന സമവാക്യം സാമൂഹിക മാനദണ്ഡമായി പ്രവർത്തിക്കുന്നു.[29]

ചരിത്രപരമായി നോക്കുമ്പോൾ ഇന്ത്യൻ സമൂഹത്തിൽ വിവാഹം വെറും വ്യക്തിപരമായ ബന്ധമല്ല; അത് കുടുംബങ്ങളുടെ സാമൂഹിക-സാമ്പത്തിക കൂട്ടായ്മയുമായി ബന്ധപ്പെട്ട ഒരു സ്ഥാപനമാണ്. വിവാഹത്തിലൂടെ കുടുംബവ്യവസ്ഥയും സാമൂഹിക ബന്ധങ്ങളും നിലനിൽക്കുന്നതിനാൽ ലൈംഗികതയെ വിവാഹത്തിനുള്ളിൽ നിയന്ത്രിക്കുന്ന ഒരു സംസ്കാരപരമായ സമീപനം രൂപപ്പെട്ടു. ചില സാമൂഹികശാസ്ത്ര പഠനങ്ങൾ സൂചിപ്പിക്കുന്നത് ഈ സമീപനം സമൂഹത്തിലെ നൈതികക്രമം നിലനിർത്താനുള്ള ഒരു സാമൂഹിക സംവിധാനമായി പ്രവർത്തിച്ചിരുന്നുവെന്നാണ്.[30]

എന്നിരുന്നാലും ആധുനിക നഗരസമൂഹങ്ങളിൽ യുവജനങ്ങളുടെ ജീവിതരീതിയിൽ സംഭവിച്ച മാറ്റങ്ങൾ ഈ പരമ്പരാഗത ധാരണകളുമായി ചിലപ്പോൾ സംഘർഷം സൃഷ്ടിക്കുന്നു. കൗമാരപ്രായത്തിലും യുവജനകാലത്തും വികാരപരമായ ആകർഷണങ്ങളും വ്യക്തിപരമായ ബന്ധങ്ങളും രൂപപ്പെടുന്നത് സ്വാഭാവികമായ ഒരു സാമൂഹിക പ്രക്രിയയാണ്. എന്നാൽ premarital intimacy സംബന്ധിച്ച സാമൂഹിക ഭയം യുവജനങ്ങളിൽ കുറ്റബോധവും ആശയക്കുഴപ്പവും സൃഷ്ടിക്കാം.[31]

ഈ സാഹചര്യത്തിൽ ലൈംഗികതയെക്കുറിച്ചുള്ള തുറന്ന സംഭാഷണങ്ങൾ പലപ്പോഴും ഒഴിവാക്കപ്പെടുന്നു. കുടുംബങ്ങളിലും വിദ്യാഭ്യാസ സ്ഥാപനങ്ങളിലും ഈ വിഷയങ്ങളെക്കുറിച്ചുള്ള മൗനം നിലനിൽക്കുമ്പോൾ യുവജനങ്ങൾ ശരീരത്തെയും ബന്ധങ്ങളെയും കുറിച്ചുള്ള അറിവ് അനൗപചാരിക മാധ്യമങ്ങളിലൂടെ തേടേണ്ട സാഹചര്യം ഉണ്ടാകുന്നു. സുഹൃത്തുക്കളുടെ സംഭാഷണങ്ങൾ, ഡിജിറ്റൽ മീഡിയ, ഇന്റർനെറ്റ് തുടങ്ങിയവ പലർക്കും ലൈംഗിക അറിവിന്റെ പ്രധാന ഉറവിടങ്ങളായി മാറുന്നു.[32]

ഇത്തരം സാഹചര്യത്തിൽ ശാസ്ത്രീയവും സാമൂഹികവുമായ രീതിയിൽ ലൈംഗിക വിദ്യാഭ്യാസം നൽകുന്നതിനുപകരം മൗനത്തിലൂടെ നിയന്ത്രിക്കുന്ന പ്രവണതകൾ സമൂഹത്തിൽ രൂപപ്പെടുന്നു. എന്നാൽ സാമൂഹികശാസ്ത്ര ഗവേഷണങ്ങൾ സൂചിപ്പിക്കുന്നത് സമഗ്രമായ ലൈംഗിക വിദ്യാഭ്യാസം യുവജനങ്ങളിൽ കൂടുതൽ ഉത്തരവാദിത്വപരമായ സമീപനങ്ങൾ വളർത്താൻ സഹായിക്കുന്നുവെന്നാണ്. ശരീരത്തെക്കുറിച്ചുള്ള അറിവ്, പരസ്പര ബഹുമാനം, സമ്മതത്തിന്റെ പ്രാധാന്യം (Consent), വ്യക്തിപരമായ പരിധികളുടെ ബോധം എന്നിവ ഉൾപ്പെടുന്ന വിദ്യാഭ്യാസം ആരോഗ്യകരമായ ബന്ധങ്ങൾ രൂപപ്പെടുത്തുന്നതിനും സാമൂഹിക സംഘർഷങ്ങൾ കുറയ്ക്കുന്നതിനും സഹായിക്കുന്നു.[33]

ഇതിനാൽ വിവാഹകേന്ദ്രിതമായ ലൈംഗിക ധാരണകൾ ചരിത്രപരമായ സാമൂഹിക ഘടനകളുമായി ബന്ധപ്പെട്ടതായിരിക്കുമ്പോഴും, സമകാലിക സമൂഹത്തിലെ ബന്ധരീതികളെ മനസ്സിലാക്കാൻ കൂടുതൽ സമഗ്രവും ശാസ്ത്രീയവുമായ വിദ്യാഭ്യാസ സമീപനം ആവശ്യമാണ്. ലൈംഗികതയെ മൗനത്തിലൂടെ നിയന്ത്രിക്കുന്നതിനു പകരം അറിവിലൂടെ മനസ്സിലാക്കുന്ന സാമൂഹിക സംസ്കാരം രൂപപ്പെടുത്തുമ്പോഴാണ് യുവജനങ്ങളുടെ മാനസികവും സാമൂഹികവുമായ ആരോഗ്യവികസനം സാധ്യമാകുന്നത്.[34]

യൂറോപ്യൻ സാഹചര്യത്തിലെ ലൈംഗിക വിദ്യാഭ്യാസ ഘടന

സമഗ്രമായ ലൈംഗിക വിദ്യാഭ്യാസം (Comprehensive Sexual Education)

യൂറോപ്യൻ രാജ്യങ്ങളിൽ ലൈംഗിക വിദ്യാഭ്യാസം പലപ്പോഴും വിദ്യാഭ്യാസ സംവിധാനത്തിന്റെ ഔദ്യോഗിക ഭാഗമായിട്ടാണ് ഉൾപ്പെടുത്തപ്പെട്ടിരിക്കുന്നത്. സ്കൂളുകളിലെ ഘടിതമായ വിദ്യാഭ്യാസ പരിപാടികളിലൂടെ കുട്ടികൾക്കും യുവജനങ്ങൾക്കും ശരീരവളർച്ച, വികാരബന്ധങ്ങൾ, പ്രജനനാരോഗ്യം എന്നിവയെക്കുറിച്ചുള്ള ശാസ്ത്രീയ അറിവ് നൽകപ്പെടുന്നു. ഈ സമീപനം സാധാരണയായി "Comprehensive Sexual Education" എന്ന പേരിലാണ് അറിയപ്പെടുന്നത്. ഇതിന്റെ ലക്ഷ്യം വെറും പ്രജനനശാസ്ത്രം പഠിപ്പിക്കുന്നതല്ല; മറിച്ച് മനുഷ്യബന്ധങ്ങൾ, ശരീരബോധം, പരസ്പര ബഹുമാനം, സാമൂഹിക ഉത്തരവാദിത്വം എന്നിവ ഉൾക്കൊള്ളുന്ന സമഗ്രമായ അറിവ് നൽകുന്നതാണ്.[35]

ഈ വിദ്യാഭ്യാസരീതിയിൽ puberty എന്ന ഘട്ടത്തിൽ ശരീരത്തിൽ ഉണ്ടാകുന്ന ജൈവപരമായ മാറ്റങ്ങൾ, contraception സംബന്ധിച്ച അറിവ്, ബന്ധങ്ങളുടെ മാനസിക ഘടന, consent എന്ന ആശയത്തിന്റെ പ്രാധാന്യം എന്നിവ ഉൾപ്പെടുന്നു. യുവജനങ്ങൾക്ക് അവരുടെ ശരീരത്തെയും വികാരങ്ങളെയും മനസ്സിലാക്കാൻ സഹായിക്കുന്ന ശാസ്ത്രീയ സമീപനമാണ് ഇതിന്റെ അടിസ്ഥാനം. ഈ രീതിയിലുള്ള വിദ്യാഭ്യാസം യുവജനങ്ങളിൽ ആരോഗ്യകരമായ സാമൂഹികബന്ധങ്ങൾ രൂപപ്പെടുന്നതിനും അപകടകരമായ പെരുമാറ്റങ്ങൾ കുറയുന്നതിനും സഹായിക്കുന്നുവെന്ന് നിരവധി പഠനങ്ങൾ സൂചിപ്പിക്കുന്നു.[36]

യൂറോപ്യൻ ലൈംഗിക വിദ്യാഭ്യാസ സംവിധാനത്തിലെ മറ്റൊരു പ്രധാന ഘടകമാണ് ശരീരത്തെക്കുറിച്ചുള്ള ശാസ്ത്രീയ ബോധം വികസിപ്പിക്കുന്ന Body Literacy എന്ന ആശയം. ശരീരത്തിന്റെ ജൈവപ്രവർത്തനങ്ങൾ, ഹോർമോണുകളുടെ പ്രവർത്തനം, പ്രജനനസംവിധാനം എന്നിവയെക്കുറിച്ചുള്ള അറിവ് വിദ്യാർത്ഥികൾക്ക് നൽകപ്പെടുന്നു. ഇതുവഴി യുവജനങ്ങൾ അവരുടെ ശരീരത്തെക്കുറിച്ചുള്ള തെറ്റായ ധാരണകളിൽ നിന്ന് വിട്ടുനിൽക്കാൻ കഴിയുന്നു.[37]

Body literacy എന്ന ആശയം ശരീരത്തെക്കുറിച്ചുള്ള അറിവ് മാത്രമല്ല; ശരീരത്തെ ബഹുമാനിക്കുന്ന സമീപനവും ഉൾക്കൊള്ളുന്നു. Reproductive health education എന്ന ഘടകത്തിലൂടെ മാസവാരചക്രം, ഗർഭധാരണം, ഗർഭനിരോധനം, പ്രജനനാരോഗ്യം എന്നിവയെക്കുറിച്ചുള്ള ശാസ്ത്രീയ വിവരങ്ങൾ വിദ്യാർത്ഥികൾക്ക് ലഭിക്കുന്നു. ഇത് യുവജനങ്ങളുടെ ആരോഗ്യബോധത്തെയും വ്യക്തിപരമായ ഉത്തരവാദിത്വബോധത്തെയും ശക്തിപ്പെടുത്തുന്നു.[38]

യൂറോപ്യൻ ലൈംഗിക വിദ്യാഭ്യാസത്തിൽ consent എന്ന ആശയം കേന്ദ്രസ്ഥാനമാണ്. മനുഷ്യബന്ധങ്ങളിൽ പരസ്പര സമ്മതത്തിന്റെ പ്രാധാന്യം വിദ്യാർത്ഥികൾക്ക് പഠിപ്പിക്കുന്നതാണ് ഈ വിദ്യാഭ്യാസത്തിന്റെ പ്രധാന ലക്ഷ്യങ്ങളിൽ ഒന്നായി കണക്കാക്കപ്പെടുന്നത്. സമ്മതം എന്നത് ഒരു വ്യക്തിയുടെ ശരീരത്തെയും വ്യക്തിപരമായ പരിധികളെയും ബഹുമാനിക്കുന്നതിന്റെ അടിസ്ഥാനമാണ്.[39]

Consent education യുവജനങ്ങൾക്ക് വ്യക്തിപരമായ പരിധികൾ (Personal Boundaries) മനസ്സിലാക്കാൻ സഹായിക്കുന്നു. ഒരു ബന്ധത്തിൽ പങ്കെടുക്കുന്നതിന് മുമ്പ് ഇരുവരുടെയും സ്വതന്ത്ര സമ്മതം ആവശ്യമാണ് എന്ന ആശയം സാമൂഹിക ഉത്തരവാദിത്വത്തിന്റെ ഭാഗമായി അവതരിപ്പിക്കപ്പെടുന്നു. ചില യൂറോപ്യൻ രാജ്യങ്ങളിൽ consent education ലൈംഗിക അതിക്രമങ്ങൾ തടയുന്നതിനുള്ള സാമൂഹിക വിദ്യാഭ്യാസ പരിപാടികളുമായി ബന്ധപ്പെട്ടും പഠിപ്പിക്കപ്പെടുന്നു.[40]

യൂറോപ്യൻ ലൈംഗിക വിദ്യാഭ്യാസത്തിന്റെ മറ്റൊരു പ്രധാന സവിശേഷത പൊതുജനാരോഗ്യത്തെ കേന്ദ്രീകരിച്ചുള്ള സമീപനമാണ്. യുവജനങ്ങൾക്ക് contraception സംബന്ധിച്ച ബോധവൽക്കരണം നൽകുന്നതും ലൈംഗികമായി പകരുന്ന രോഗങ്ങളെ (Sexually Transmitted Infections – STIs) കുറിച്ചുള്ള അറിവ് നൽകുന്നതും ഈ വിദ്യാഭ്യാസത്തിന്റെ പ്രധാന ഭാഗങ്ങളാണ്.[41]

Public health orientation ലൈംഗിക പെരുമാറ്റത്തെ നൈതിക നിയന്ത്രണങ്ങളിലൂടെ നിയന്ത്രിക്കുന്നതിനേക്കാൾ ആരോഗ്യസുരക്ഷയുടെ ദൃഷ്ടികോണത്തിൽ സമീപിക്കുന്നു. സുരക്ഷിതമായ ലൈംഗിക പെരുമാറ്റം, ആരോഗ്യപരമായ തീരുമാനങ്ങൾ, വൈദ്യപരമായ സഹായം തേടാനുള്ള ബോധം എന്നിവ യുവജനങ്ങളിൽ വളർത്തുകയാണ് ഇതിന്റെ ലക്ഷ്യം. ഈ രീതിയിലുള്ള വിദ്യാഭ്യാസം സമൂഹത്തിലെ ആരോഗ്യപ്രശ്നങ്ങൾ കുറയ്ക്കുന്നതിൽ സഹായിക്കുന്നുവെന്ന് പൊതുജനാരോഗ്യ പഠനങ്ങൾ സൂചിപ്പിക്കുന്നു.[42]

താരതമ്യപരമായ വിശകലനം

ലൈംഗിക വിദ്യാഭ്യാസവുമായി ബന്ധപ്പെട്ട സാമൂഹിക സമീപനങ്ങളിൽ ഇന്ത്യയുടെയും യൂറോപ്യൻ സമൂഹങ്ങളുടെയും ഇടയിൽ വ്യക്തമായ വ്യത്യാസങ്ങൾ കാണപ്പെടുന്നു. ഇന്ത്യയിലെ പല സാമൂഹിക സാഹചര്യങ്ങളിലും ലൈംഗികതയെക്കുറിച്ചുള്ള ചർച്ചകൾ മൗനത്തിന്റെ പരിധിക്കുള്ളിൽ തുടരുന്നു.

കുടുംബങ്ങളിലും വിദ്യാഭ്യാസ സ്ഥാപനങ്ങളിലും ഈ വിഷയങ്ങളെ തുറന്നുപറയുന്നത് പലപ്പോഴും അസ്വസ്ഥതയുണ്ടാക്കുന്ന കാര്യമായി കണക്കാക്കപ്പെടുന്നു. ഇതുവഴി യുവജനങ്ങൾ ശരീരത്തെയും ബന്ധങ്ങളെയും കുറിച്ചുള്ള അറിവ് ഔദ്യോഗിക വിദ്യാഭ്യാസത്തിലൂടെ നേടുന്നതിനേക്കാൾ അനൗപചാരിക മാർഗങ്ങളിലൂടെ നേടേണ്ടി വരുന്നു.[43]

ഇതിനോടു വിപരീതമായി യൂറോപ്യൻ രാജ്യങ്ങളിൽ ലൈംഗികതയെക്കുറിച്ചുള്ള ചർച്ചകൾ വിദ്യാഭ്യാസത്തിന്റെ ഭാഗമായിട്ടാണ് പലപ്പോഴും ഉൾപ്പെടുത്തപ്പെട്ടിരിക്കുന്നത്. സ്കൂൾ പാഠ്യപദ്ധതികളിലും പൊതുജനാരോഗ്യ പരിപാടികളിലും ലൈംഗിക വിദ്യാഭ്യാസം ഒരു സാമൂഹിക ഉത്തരവാദിത്വമായി കാണപ്പെടുന്നു. ഇതുവഴി യുവജനങ്ങൾ ശരീരവളർച്ച, ബന്ധങ്ങൾ, വികാരങ്ങൾ എന്നിവയെക്കുറിച്ചുള്ള അറിവ് ശാസ്ത്രീയവും സാമൂഹികവുമായ രീതിയിൽ നേടാൻ കഴിയുന്നു.[44]

ഈ വ്യത്യാസം സംസ്കാരപരമായ സമീപനങ്ങളുമായി ബന്ധപ്പെട്ടതാണ്. ചില സമൂഹങ്ങളിൽ ലൈംഗികതയെക്കുറിച്ചുള്ള മൗനം നൈതികതയുടെ ഭാഗമായി കാണപ്പെടുമ്പോൾ മറ്റുചില സമൂഹങ്ങളിൽ അറിവിന്റെ അടിസ്ഥാനത്തിൽ ചർച്ച ചെയ്യപ്പെടേണ്ട വിഷയമായി അത് കാണപ്പെടുന്നു.

ഇന്ത്യൻ സമൂഹത്തിലെ ലൈംഗിക സംസ്കാരത്തിൽ പലപ്പോഴും നൈതിക നിയന്ത്രണം പ്രധാന സ്ഥാനത്താണ്. ലൈംഗിക പെരുമാറ്റം വ്യക്തിപരമായ തിരഞ്ഞെടുപ്പായി കാണുന്നതിനു പകരം സാമൂഹിക നിയന്ത്രണങ്ങളുടെ ഭാഗമായിട്ടാണ് പലപ്പോഴും വ്യാഖ്യാനിക്കപ്പെടുന്നത്. കുടുംബഘടന, സാമൂഹിക മാന്യത, മതപരമായ മൂല്യങ്ങൾ എന്നിവ ലൈംഗിക പെരുമാറ്റത്തെ നിയന്ത്രിക്കുന്ന ഘടകങ്ങളായി പ്രവർത്തിക്കുന്നു.[45]

യൂറോപ്യൻ രാജ്യങ്ങളിൽ ലൈംഗിക വിദ്യാഭ്യാസം പൊതുജനാരോഗ്യത്തിന്റെ (Public Health) ദൃഷ്ടികോണത്തിൽ കൂടുതൽ സമീപിക്കപ്പെടുന്നു. contraception awareness, reproductive health education, sexually transmitted infections (STIs) prevention എന്നിവ വിദ്യാഭ്യാസത്തിന്റെ പ്രധാന ഘടകങ്ങളായി ഉൾപ്പെടുന്നു. ലൈംഗികതയെ നിയന്ത്രിക്കേണ്ട നൈതിക വിഷയമായി മാത്രം കാണുന്നതിന് പകരം ആരോഗ്യപരമായ അറിവിന്റെ വിഷയമായി സമീപിക്കുന്നതാണ് ഈ മാതൃകയുടെ സവിശേഷത.[46]

ഈ വ്യത്യാസം സാമൂഹിക നയങ്ങളുടെയും വിദ്യാഭ്യാസ സംവിധാനങ്ങളുടെയും വ്യത്യാസങ്ങളുമായി ബന്ധപ്പെട്ടിരിക്കുന്നു. ചില സമൂഹങ്ങളിൽ നൈതിക നിയന്ത്രണം മുൻഗണന ലഭിക്കുമ്പോൾ മറ്റുചില സമൂഹങ്ങളിൽ ആരോഗ്യസുരക്ഷയും ശാസ്ത്രീയ അറിവും മുൻഗണന നേടുന്നു.

ആധുനിക സമൂഹത്തിൽ മാധ്യമങ്ങൾ ലൈംഗികതയെക്കുറിച്ചുള്ള ധാരണകൾ രൂപപ്പെടുത്തുന്നതിൽ വലിയ പങ്ക് വഹിക്കുന്നു. സിനിമ, ടെലിവിഷൻ, ഡിജിറ്റൽ പ്ലാറ്റ്ഫോമുകൾ എന്നിവയിൽ ലൈംഗികത പലപ്പോഴും ഒരു വിനോദപരമായ അല്ലെങ്കിൽ ദൃശ്യവൽക്കരിച്ച അനുഭവമായി അവതരിപ്പിക്കപ്പെടുന്നു. ഇതുവഴി യുവജനങ്ങളുടെ ലൈംഗിക പ്രതീക്ഷകളും ബന്ധങ്ങളെക്കുറിച്ചുള്ള ധാരണകളും സ്വാധീനിക്കപ്പെടുന്നു.[47]

ലൈംഗിക വിദ്യാഭ്യാസത്തിന്റെ അഭാവമുള്ള സാഹചര്യങ്ങളിൽ pornography പല യുവജനങ്ങൾക്കും അനൗപചാരിക ലൈംഗിക വിദ്യാഭ്യാസമായി പ്രവർത്തിക്കുന്നതായി ചില ഗവേഷണങ്ങൾ സൂചിപ്പിക്കുന്നു. എന്നാൽ pornography യാഥാർത്ഥ്യജീവിതത്തിലെ ബന്ധങ്ങളെയും വികാരങ്ങളെയും പ്രതിനിധീകരിക്കുന്നതല്ല; അത് ദൃശ്യവൽക്കരിച്ച

വിനോദമാധ്യമങ്ങളാണ്. അതിനാൽ ഈ മാധ്യമങ്ങളിൽ നിന്ന് ലഭിക്കുന്ന അറിവ് പലപ്പോഴും യാഥാർത്ഥ്യവുമായി പൊരുത്തപ്പെടാത്ത പ്രതീക്ഷകൾ സൃഷ്ടിക്കാം.[48]

ഇതിനാൽ മാധ്യമങ്ങളുടെ സ്വാധീനം ലൈംഗിക വിദ്യാഭ്യാസവുമായി ബന്ധപ്പെട്ട ഒരു പ്രധാന സാമൂഹിക ചർച്ചയായി മാറിയിട്ടുണ്ട്. ശാസ്ത്രീയ വിദ്യാഭ്യാസം ഇല്ലാത്ത സാഹചര്യത്തിൽ മാധ്യമങ്ങൾ പലപ്പോഴും പ്രധാന അറിവ് ഉറവിടങ്ങളായി മാറുന്നു.

ഡിജിറ്റൽ സാങ്കേതികവിദ്യയുടെ വളർച്ചയോടെ ഇന്റർനെറ്റ് മനുഷ്യരുടെ അറിവ് നേടുന്ന രീതികളെ മാറ്റിയിരിക്കുന്നു. യുവജനങ്ങൾ പലപ്പോഴും ലൈംഗികതയെക്കുറിച്ചുള്ള വിവരങ്ങൾ ഇന്റർനെറ്റിലൂടെ തേടുന്നു. search engines, social media platforms, online forums എന്നിവ ലൈംഗിക അറിവിന്റെ പ്രധാന ഉറവിടങ്ങളായി മാറിയിട്ടുണ്ട്.[49]

എന്നാൽ ഡിജിറ്റൽ ലോകത്തിൽ ലഭിക്കുന്ന വിവരങ്ങൾ എല്ലായ്പ്പോഴും ശാസ്ത്രീയമായി ശരിയായതായിരിക്കണമെന്നില്ല. algorithm-driven information systems ഉപയോക്താക്കളുടെ തിരച്ചിലുകളെയും താൽപ്പര്യങ്ങളെയും അടിസ്ഥാനമാക്കി ഉള്ളടക്കം ശുപാർശ ചെയ്യുന്നു. ഇതുവഴി ചിലപ്പോൾ തെറ്റായ വിവരങ്ങളും അതിരുകടന്ന ദൃശ്യങ്ങളുമാണ് കൂടുതൽ കാണപ്പെടുന്നത്.[50]

ഈ സാഹചര്യത്തിൽ ഡിജിറ്റൽ കാലഘട്ടത്തിലെ ലൈംഗിക അറിവ് ഒരു ഇരട്ട സ്വഭാവമുള്ള സാമൂഹിക സംഭവമായി കാണപ്പെടുന്നു. ഒരു വശത്ത് ഇന്റർനെറ്റ് അറിവിലേക്ക് എളുപ്പത്തിൽ പ്രവേശനം നൽകുമ്പോൾ മറ്റുവശത്ത് തെറ്റായ വിവരങ്ങളുടെ വ്യാപനത്തിനും ഇടയാക്കുന്നു. അതിനാൽ ശാസ്ത്രീയമായ ലൈംഗിക വിദ്യാഭ്യാസം ഡിജിറ്റൽ അറിവിനോടൊപ്പം സംയോജിപ്പിക്കുന്ന ഒരു വിദ്യാഭ്യാസ സമീപനം ഇന്ന് കൂടുതൽ ആവശ്യമായി മാറുന്നു.[51]

ലൈംഗിക വിദ്യാഭ്യാസത്തിന്റെ അഭാവ ഫലങ്ങൾ

ലൈംഗിക വിദ്യാഭ്യാസത്തിന്റെ അഭാവം വ്യക്തികളുടെ ശരീരബോധത്തെ ഗൗരവമായി സ്വാധീനിക്കാം. ശരീരത്തിന്റെ ജൈവപ്രവർത്തനങ്ങളെക്കുറിച്ചുള്ള ശാസ്ത്രീയ അറിവ് ലഭിക്കാത്ത സാഹചര്യങ്ങളിൽ വ്യക്തികൾക്ക് സ്വന്തം ശരീരത്തെക്കുറിച്ച് തെറ്റായ ധാരണകൾ രൂപപ്പെടാൻ സാധ്യതയുണ്ട്. body shame എന്ന അനുഭവം അതിന്റെ പ്രധാന ഉദാഹരണമാണ്. ശരീരത്തിന്റെ സ്വാഭാവിക രൂപഭേദങ്ങളെ പോലും അപകർഷമായതായി കാണുന്ന പ്രവണത വ്യക്തികളിൽ ആത്മവിശ്വാസക്കുറവും ആത്മാഭിമാനക്കുറവും സൃഷ്ടിക്കാം.[52]

മാധ്യമങ്ങളിൽ അവതരിപ്പിക്കപ്പെടുന്ന ശരീരപ്രതിമകൾ പലപ്പോഴും യാഥാർത്ഥ്യ ജീവിതത്തിലെ ശരീരവൈവിധ്യത്തെ പ്രതിനിധീകരിക്കുന്നില്ല. ഇതുവഴി യുവജനങ്ങളിൽ ശരീരത്തെക്കുറിച്ചുള്ള അസന്തോഷവും താരതമ്യബോധവും വർധിക്കാം. ചില പഠനങ്ങൾ സൂചിപ്പിക്കുന്നത് ശരീരത്തെക്കുറിച്ചുള്ള ഈ അസ്വസ്ഥത വ്യക്തികളുടെ മാനസികാരോഗ്യത്തെയും സാമൂഹികബന്ധങ്ങളെയും ബാധിക്കാമെന്നാണ്.[53]

ഇതോടൊപ്പം sexual performance സംബന്ധിച്ച ആശങ്കകളും ലൈംഗിക വിദ്യാഭ്യാസത്തിന്റെ അഭാവവുമായി ബന്ധപ്പെട്ട് കാണപ്പെടുന്നു. ലൈംഗികതയെക്കുറിച്ചുള്ള യാഥാർത്ഥ്യബോധം ലഭിക്കാത്തപ്പോൾ യുവജനങ്ങൾ മാധ്യമങ്ങളിലോ pornography യിലോ കാണുന്ന അവതരണങ്ങളെയാണ് യാഥാർത്ഥ്യമായി കരുതാൻ സാധ്യതയുണ്ട്. ഇതുവഴി ലൈംഗികബന്ധങ്ങളെക്കുറിച്ചുള്ള അസാധാരണ പ്രതീക്ഷകളും വ്യക്തിപരമായ ആശങ്കകളും രൂപപ്പെടാം.[54]

ലൈംഗിക വിദ്യാഭ്യാസത്തിന്റെ അഭാവം മനുഷ്യബന്ധങ്ങളുടെ ഗുണനിലവാരത്തെയും സ്വാധീനിക്കുന്നു. ബന്ധങ്ങളിൽ തുറന്ന ആശയവിനിമയം (Communication) അനിവാര്യമാണ്. എന്നാൽ ലൈംഗികതയെക്കുറിച്ചുള്ള സാമൂഹിക മൗനം നിലനിൽക്കുന്ന സാഹചര്യങ്ങളിൽ വ്യക്തികൾക്ക് ഈ വിഷയങ്ങളെക്കുറിച്ച് സംസാരിക്കാൻ ബുദ്ധിമുട്ടുണ്ടാകാം. ഇതുവഴി communication failure എന്ന പ്രശ്നം ബന്ധങ്ങളിൽ രൂപപ്പെടാം.[55]

ബന്ധങ്ങളെക്കുറിച്ചുള്ള യാഥാർത്ഥ്യബോധം ഇല്ലാത്ത സാഹചര്യത്തിൽ unrealistic expectations രൂപപ്പെടാനും സാധ്യതയുണ്ട്. മാധ്യമങ്ങൾ, സിനിമ, ഡിജിറ്റൽ സംസ്കാരം എന്നിവ പലപ്പോഴും പ്രണയബന്ധങ്ങളെ ആശയവൽക്കരിച്ച രൂപത്തിൽ അവതരിപ്പിക്കുന്നു. എന്നാൽ യഥാർത്ഥ ജീവിതത്തിലെ ബന്ധങ്ങൾ വികാരപരമായ ഉത്തരവാദിത്വങ്ങളും ആശയവിനിമയവുമാണ് അടിസ്ഥാനമാക്കുന്നത്. ലൈംഗിക വിദ്യാഭ്യാസം ഇല്ലാത്തപ്പോൾ ഈ വ്യത്യാസം മനസ്സിലാക്കാൻ വ്യക്തികൾക്ക് പ്രയാസമാകാം.[56]

ലൈംഗിക വിദ്യാഭ്യാസത്തിന്റെ പരാജയം സമൂഹത്തിലെ ലൈംഗിക അതിക്രമങ്ങളുമായി ബന്ധപ്പെട്ട പ്രശ്നങ്ങളിലും പ്രതിഫലിക്കാം. consent എന്ന ആശയം വ്യക്തമായി മനസ്സിലാക്കാത്ത സാഹചര്യങ്ങളിൽ ബന്ധങ്ങളിൽ തെറ്റിദ്ധാരണകൾ രൂപപ്പെടാൻ സാധ്യതയുണ്ട്. പരസ്പര സമ്മതത്തിന്റെ പ്രാധാന്യം മനസ്സിലാക്കാത്തപ്പോൾ ലൈംഗികബന്ധങ്ങൾ അധികാരബന്ധങ്ങളായി മാറാൻ സാധ്യതയുണ്ട്.[57]

ഇതോടൊപ്പം victim blaming culture എന്ന സാമൂഹിക പ്രവണതയും ചില സമൂഹങ്ങളിൽ നിലനിൽക്കുന്നു. ലൈംഗിക അതിക്രമങ്ങൾക്ക് ഇരയായ വ്യക്തികളെ കുറ്റപ്പെടുത്തുന്ന സമീപനം സമൂഹത്തിലെ നീതിബോധത്തെ ബാധിക്കുന്നു. ചില സാമൂഹിക പഠനങ്ങൾ സൂചിപ്പിക്കുന്നത് ലൈംഗിക വിദ്യാഭ്യാസം പരസ്പര ബഹുമാനത്തെയും സമ്മതത്തിന്റെ പ്രാധാന്യത്തെയും മനസ്സിലാക്കാൻ സഹായിക്കുന്നുവെന്നാണ്. ഇതുവഴി ലൈംഗിക അതിക്രമങ്ങൾ കുറയ്ക്കാൻ സഹായിക്കുന്ന സാമൂഹിക ബോധവൽക്കരണം സാധ്യമാകുന്നു.[58]

ലൈംഗിക വിദ്യാഭ്യാസത്തിന്റെ അഭാവം പൊതുജനാരോഗ്യ പ്രശ്നങ്ങളുമായി ബന്ധപ്പെട്ടും ഗൗരവമായ പ്രത്യാഘാതങ്ങൾ സൃഷ്ടിക്കാം. teenage pregnancy അതിന്റെ ഒരു പ്രധാന ഉദാഹരണമാണ്. യുവജനങ്ങൾക്ക് reproduction, contraception എന്നിവയെക്കുറിച്ചുള്ള ശാസ്ത്രീയ അറിവ് ലഭിക്കാത്ത സാഹചര്യത്തിൽ അനിയന്ത്രിത ഗർഭധാരണങ്ങൾ ഉണ്ടാകാൻ സാധ്യതയുണ്ട്.[59]

ഇതോടൊപ്പം sexually transmitted infections (STIs) എന്ന ആരോഗ്യപ്രശ്നവും ലൈംഗിക വിദ്യാഭ്യാസവുമായി ബന്ധപ്പെട്ടിരിക്കുന്നു. സുരക്ഷിത ലൈംഗിക പെരുമാറ്റത്തെക്കുറിച്ചുള്ള അറിവില്ലായ്മ രോഗങ്ങൾ പകരാനുള്ള സാധ്യത വർധിപ്പിക്കാം. പൊതുജനാരോഗ്യ ഗവേഷണങ്ങൾ സൂചിപ്പിക്കുന്നത് സമഗ്രമായ ലൈംഗിക വിദ്യാഭ്യാസം ലഭിക്കുന്ന സമൂഹങ്ങളിൽ STIs സംബന്ധിച്ച ബോധവൽക്കരണവും പ്രതിരോധവും കൂടുതൽ ഫലപ്രദമാണെന്നാണ്.[60]

ഈ സാഹചര്യത്തിൽ ലൈംഗിക വിദ്യാഭ്യാസം വെറും വ്യക്തിപരമായ അറിവിന്റെ വിഷയമല്ല; അത് സമൂഹത്തിന്റെ ആരോഗ്യസുരക്ഷയുമായി ബന്ധപ്പെട്ട ഒരു പൊതുജനാരോഗ്യ ആവശ്യകതയാണ്.

ഭാവിയിലെ ലൈംഗിക വിദ്യാഭ്യാസ മാതൃക

ഭാവിയിലെ ലൈംഗിക വിദ്യാഭ്യാസ മാതൃക ശാസ്ത്രീയവും ബഹുശാഖാത്മകവുമായ സമീപനത്തെ അടിസ്ഥാനമാക്കിയിരിക്കണം. ലൈംഗികതയെ വെറും ജൈവപ്രക്രിയയായി മാത്രം കാണുന്നതിന് പകരം ജീവശാസ്ത്രം (Biology), മനശ്ശാസ്ത്രം (Psychology), സാമൂഹികശാസ്ത്രം (Sociology) എന്നീ മേഖലകളുടെ സംയുക്ത അറിവിലൂടെ പഠിപ്പിക്കേണ്ടതാണ്. മനുഷ്യശരീരത്തിന്റെ ജൈവപ്രവർത്തനങ്ങൾ, ഹോർമോണുകളുടെ സ്വാധീനം, പ്രജനനസംവിധാനം എന്നിവയെക്കുറിച്ചുള്ള ജീവശാസ്ത്രപരമായ അറിവിനൊപ്പം വികാരങ്ങൾ, ബന്ധങ്ങൾ, സാമൂഹിക ഇടപെടലുകൾ എന്നിവയെക്കുറിച്ചുള്ള മനശ്ശാസ്ത്ര-സാമൂഹിക ബോധവും വിദ്യാർത്ഥികൾക്ക് നൽകേണ്ടതാണ്.[61]

ഇത്തരത്തിലുള്ള ബഹുശാഖാ വിദ്യാഭ്യാസരീതി യുവജനങ്ങൾക്ക് ശരീരത്തെയും വികാരങ്ങളെയും സമൂഹത്തിലെ ബന്ധങ്ങളെയും കൂടുതൽ സമഗ്രമായി മനസ്സിലാക്കാൻ സഹായിക്കുന്നു. ശാസ്ത്രീയ വിവരങ്ങൾ അടിസ്ഥാനമാക്കിയുള്ള ലൈംഗിക വിദ്യാഭ്യാസം തെറ്റായ ധാരണകളും അന്ധവിശ്വാസങ്ങളും കുറയ്ക്കുകയും വ്യക്തികൾക്ക് അറിവിന്റെ അടിസ്ഥാനത്തിൽ ഉത്തരവാദിത്വപരമായ തീരുമാനങ്ങൾ എടുക്കാൻ സഹായിക്കുകയും ചെയ്യുന്നു.[62]

ഭാവിയിലെ ലൈംഗിക വിദ്യാഭ്യാസത്തിന്റെ പ്രധാന ഘടകങ്ങളിൽ ഒന്നായി consent-centered approach കണക്കാക്കപ്പെടുന്നു. മനുഷ്യബന്ധങ്ങളുടെ അടിസ്ഥാനത്തിൽ പരസ്പര ബഹുമാനം (Mutual Respect) എന്ന മൂല്യം സ്ഥാപിക്കേണ്ടത് അനിവാര്യമാണ്. ഒരു ബന്ധത്തിൽ പങ്കെടുക്കുന്നത് പരസ്പര സമ്മതത്തോടെയും ബഹുമാനത്തോടെയും ആയിരിക്കണം എന്ന ആശയം വിദ്യാർത്ഥികൾക്ക് വ്യക്തമായി മനസ്സിലാക്കിക്കൊടുക്കേണ്ടതാണ്.[63]

ഇതോടൊപ്പം emotional literacy എന്ന ആശയവും ലൈംഗിക വിദ്യാഭ്യാസത്തിന്റെ ഭാഗമായി ഉൾപ്പെടുത്തേണ്ടതാണ്. വ്യക്തികൾക്ക് സ്വന്തം വികാരങ്ങളെ തിരിച്ചറിയാനും മറ്റുള്ളവരുടെ വികാരങ്ങളെ ബഹുമാനിക്കാനും പഠിക്കുമ്പോൾ ആരോഗ്യകരമായ ബന്ധങ്ങൾ രൂപപ്പെടാൻ സാധ്യത കൂടുതലാണ്. വികാരപരമായ ബോധവും ആശയവിനിമയ ശേഷിയും ബന്ധങ്ങളിലെ സംഘർഷങ്ങൾ കുറയ്ക്കാൻ സഹായിക്കുന്നു.[64]

ലൈംഗിക വിദ്യാഭ്യാസത്തിൽ body autonomy എന്ന ആശയം പ്രധാനപ്പെട്ടതാണ്. ഓരോ വ്യക്തിക്കും സ്വന്തം ശരീരത്തെക്കുറിച്ച് തീരുമാനിക്കാനുള്ള അവകാശമുണ്ടെന്ന ബോധം സമൂഹത്തിൽ വ്യാപകമായി സ്ഥാപിക്കേണ്ടതാണ്. ശരീരസ്വാതന്ത്ര്യം വ്യക്തിയുടെ അടിസ്ഥാന മനുഷ്യാവകാശങ്ങളുമായി ബന്ധപ്പെട്ട ആശയമാണ്.[65]

body autonomy education വ്യക്തികൾക്ക് self-awareness വികസിപ്പിക്കാൻ സഹായിക്കുന്നു. ശരീരത്തിന്റെ പ്രവർത്തനങ്ങൾ, വ്യക്തിപരമായ പരിധികൾ, ആരോഗ്യപരമായ തീരുമാനങ്ങൾ എന്നിവയെക്കുറിച്ചുള്ള ബോധം വ്യക്തികളുടെ ആത്മവിശ്വാസത്തെയും ആത്മാഭിമാനത്തെയും ശക്തിപ്പെടുത്തുന്നു. ഇതുവഴി ബന്ധങ്ങളിൽ പരസ്പര ബഹുമാനവും ഉത്തരവാദിത്വവും വളരാൻ സഹായിക്കുന്നു.[66]

ലൈംഗിക വിദ്യാഭ്യാസത്തിന്റെ വിജയകരമായ നടപ്പാക്കൽ സമൂഹത്തിന്റെ സംസ്കാരപരമായ സാഹചര്യങ്ങളുമായി ബന്ധപ്പെട്ടിരിക്കുന്നു. ഒരു രാജ്യത്തിന്റെ സാമൂഹിക മൂല്യങ്ങളും മതപരമായ വിശ്വാസങ്ങളും കുടുംബഘടനകളും പരിഗണിക്കാതെ ഒരു വിദ്യാഭ്യാസരീതി നടപ്പിലാക്കുന്നത് പലപ്പോഴും പ്രതിരോധം സൃഷ്ടിക്കാം. അതിനാൽ cultural sensitivity എന്ന സമീപനം ലൈംഗിക വിദ്യാഭ്യാസത്തിൽ പ്രധാനമാണ്.[67]

ഇതിനൊപ്പം local context integration എന്ന ആശയവും നിർണായകമാണ്. വിദ്യാഭ്യാസ പരിപാടികൾ പ്രാദേശിക സാമൂഹിക സാഹചര്യങ്ങളുമായി ബന്ധപ്പെടുത്തി രൂപകൽപ്പന ചെയ്യുമ്പോഴാണ് അവ കൂടുതൽ ഫലപ്രദമാകുന്നത്. ഉദാഹരണത്തിന് ഭാഷ, സംസ്കാരപരമായ മൂല്യങ്ങൾ, പ്രാദേശിക ആരോഗ്യപ്രശ്നങ്ങൾ എന്നിവ പരിഗണിച്ച് വിദ്യാഭ്യാസ പരിപാടികൾ രൂപപ്പെടുത്തുമ്പോൾ സമൂഹത്തിൽ അവ കൂടുതൽ സ്വീകാര്യത നേടും.[68]

ഇതിനാൽ ഭാവിയിലെ ലൈംഗിക വിദ്യാഭ്യാസ മാതൃക ശാസ്ത്രീയ അറിവും സാമൂഹിക ബോധവും സംസ്കാരപരമായ അനുയോജ്യതയും സംയോജിപ്പിക്കുന്ന ഒരു സമഗ്ര വിദ്യാഭ്യാസരീതിയായിരിക്കണം.

References

[1] WHO. *Standards for Sexuality Education in Europe.* World Health Organization, 2010.

[2] Santrock, John W. *Adolescence.* McGraw-Hill Education, 2013.

[3] Giddens, Anthony. *The Transformation of Intimacy.* Stanford University Press, 1992.

[4] Kirby, Douglas. *Emerging Answers: Research Findings on Programs to Reduce Teen Pregnancy.* National Campaign to Prevent Teen Pregnancy, 2007.

[5] UNESCO. *International Technical Guidance on Sexuality Education.* UNESCO Publishing, 2018.

[6] Weeks, Jeffrey. *Sexuality.* Routledge, 2016.

[7] Abraham, Leena. *Sexuality and the Development Debate in India.* Sage Publications, 2002.

[8] Jejeebhoy, Shireen J. & Bott, Sarah. *Non-consensual Sexual Experiences of Young People in Developing Countries.* Population Council, 2005.

[9] Santrock, John W. *Adolescence.* McGraw-Hill Education, 2013.

[10] Nussbaum, Martha C. *Hiding from Humanity: Disgust, Shame and the Law.* Princeton University Press, 2004.

[11] Gilbert, Paul. *The Psychology of Shame.* Oxford University Press, 1998.

[12] Chakravarti, Uma. *Gendering Caste: Through a Feminist Lens.* Stree Publications, 2003.

[13] Kirby, Douglas. *Emerging Answers: Research Findings on Programs to Reduce Teen Pregnancy.* National Campaign to Prevent Teen Pregnancy, 2007.

[14] Tolman, Deborah L. *Dilemmas of Desire: Teenage Girls Talk about Sexuality.* Harvard University Press, 2002.

[15] UNESCO. *International Technical Guidance on Sexuality Education.* UNESCO Publishing, 2018.

[16] Hyde, Janet Shibley & DeLamater, John. *Understanding Human Sexuality.* McGraw-Hill Education, 2014.

[17] Owens, Eric W. et al. *The Impact of Internet Pornography on Adolescents.* Sexual Addiction & Compulsivity Journal, Routledge, 2012.

[18] Bobel, Chris. *New Blood: Third-Wave Feminism and the Politics of Menstruation.* Rutgers University Press, 2010.

[19] UNESCO. *International Technical Guidance on Sexuality Education.* UNESCO Publishing, 2018.

[20] Aggleton, Peter & Rivers, Kim. *Sexuality Education and Young People.* Routledge, 2003.

[21] Kirby, Douglas. *Sex Education: Access and Impact on Sexual Behaviour of Young People.* United Nations Population Fund, 2011.

[22] Jejeebhoy, Shireen J. & Bott, Sarah. *Non-consensual Sexual Experiences of Young People in Developing Countries.* Population Council, 2005.

[23] Nambissan, Geetha B. *Schooling the Socially Marginalised in India.* Oxford University Press, 2010.

[24] Apple, Michael W. *Ideology and Curriculum.* Routledge, 2004.

[25] Connell, R.W. *Gender and Power.* Stanford University Press, 1987.

[26] Austin, Granville. *The Indian Constitution: Cornerstone of a Nation.* Oxford University Press, 1966.

[27] Baxi, Upendra. *The Future of Human Rights.* Oxford University Press, 2002.

[28] UNESCO. *International Technical Guidance on Sexuality Education.* UNESCO Publishing, 2018.

[29] Uberoi, Patricia. *Freedom and Destiny: Gender, Family and Popular Culture in India.* Oxford University Press, 2006.

[30] Karve, Irawati. *Kinship Organization in India.* Asia Publishing House, 1965.

[31] Illouz, Eva. *Consuming the Romantic Utopia: Love and the Cultural Contradictions of Capitalism.* University of California Press, 1997.

[32] Livingstone, Sonia & Haddon, Leslie. *Children, Risk and Safety on the Internet.* Policy Press, 2009.

[33] UNESCO. *International Technical Guidance on Sexuality Education.* UNESCO Publishing, 2018.

[34] Weeks, Jeffrey. *Sexuality.* Routledge, 2016.

[35] WHO Regional Office for Europe. *Standards for Sexuality Education in Europe.* World Health Organization, 2010.

[36] Kirby, Douglas. *Sex Education: Access and Impact on Sexual Behaviour of Young People.* United Nations Population Fund, 2011.

[37] Hyde, Janet Shibley & DeLamater, John. *Understanding Human Sexuality.* McGraw-Hill Education, 2014.

[38] World Health Organization. *Developing Sexual Health Programmes.* WHO Press, 2010.

[39] Banyard, Victoria L. *Sexual Violence Prevention.* Oxford University Press, 2015.

[40] Carmody, Moira. *Sexual Ethics and Violence Prevention.* Palgrave Macmillan, 2009.

[41] Aggleton, Peter & Rivers, Kim. *Sexuality Education and Young People.* Routledge, 2003.

[42] UNAIDS. *Global AIDS Update.* UNAIDS Publishing, 2019.

[43] Abraham, Leena. *Sexuality and the Development Debate in India.* Sage Publications, 2002.

[44] WHO Regional Office for Europe. *Standards for Sexuality Education in Europe.* World Health Organization, 2010.

[45] Nussbaum, Martha C. *Hiding from Humanity: Disgust, Shame and the Law.* Princeton University Press, 2004.

[46] World Health Organization. *Developing Sexual Health Programmes.* WHO Press, 2010.

[47] Attwood, Feona. *Mainstreaming Sex: The Sexualization of Western Culture.* I.B. Tauris, 2009.

[48] Owens, Eric W. et al. *The Impact of Internet Pornography on Adolescents.* Routledge, 2012.

[49] Livingstone, Sonia & Haddon, Leslie. *Children, Risk and Safety on the Internet.* Policy Press, 2009.

[50] Gillespie, Tarleton. *Custodians of the Internet.* Yale University Press, 2018.

[51] UNESCO. *International Technical Guidance on Sexuality Education.* UNESCO Publishing, 2018.

[52] Grogan, Sarah. *Body Image: Understanding Body Dissatisfaction in Men, Women and Children.* Routledge, 2016.

[53] Cash, Thomas F. *Body Image: A Handbook of Science, Practice and Prevention.* Guilford Press, 2012.

[54] Owens, Eric W. et al. *The Impact of Internet Pornography on Adolescents.* Routledge, 2012.

[55] Giddens, Anthony. *The Transformation of Intimacy.* Stanford University Press, 1992.

[56] Illouz, Eva. *Consuming the Romantic Utopia.* University of California Press, 1997.

[57] Banyard, Victoria L. *Sexual Violence Prevention.* Oxford University Press, 2015.

[58] Brownmiller, Susan. *Against Our Will: Men, Women and Rape.* Ballantine Books, 1975.

[59] Kirby, Douglas. *Emerging Answers: Research Findings on Programs to Reduce Teen Pregnancy.* National Campaign to Prevent Teen Pregnancy, 2007.

[60] World Health Organization. *Global Health Sector Strategy on Sexually Transmitted Infections.* WHO Press, 2016.

[61] Hyde, Janet Shibley & DeLamater, John. *Understanding Human Sexuality.* McGraw-Hill Education, 2014.

[62] Weeks, Jeffrey. *Sexuality.* Routledge, 2016.

[63] Banyard, Victoria L. *Sexual Violence Prevention.* Oxford University Press, 2015.

[64] Goleman, Daniel. *Emotional Intelligence.* Bantam Books, 1995.

[65] Sen, Amartya. *Development as Freedom.* Oxford University Press, 1999.

[66] Butler, Judith. *Undoing Gender.* Routledge, 2004.

[67] UNESCO. *International Technical Guidance on Sexuality Education.* UNESCO Publishing, 2018.

[68] World Health Organization. *Standards for Sexuality Education in Europe.* WHO Press, 2010.

അധ്യായം 48:
ഫെമിനിസവും ലൈംഗികതയും

ഫെമിനിസം (Feminism) ആധുനിക സാമൂഹികചിന്തയിൽ സ്ത്രീകളുടെ അവകാശങ്ങൾ, ശരീരസ്വാതന്ത്ര്യം, സാമൂഹിക സമത്വം, രാഷ്ട്രീയ പ്രതിനിധിത്വം എന്നിവയെക്കുറിച്ചുള്ള പ്രധാനമായ ബൗദ്ധിക പ്രസ്ഥാനങ്ങളിലൊന്നാണ്. ലൈംഗികത (Sexuality) എന്ന വിഷയവുമായി ഫെമിനിസത്തിന്റെ ബന്ധം വളരെ ആഴത്തിലുള്ളതാണ്. കാരണം ചരിത്രപരമായി സ്ത്രീകളുടെ ശരീരവും ലൈംഗികതയും സാമൂഹിക നിയന്ത്രണത്തിന്റെയും അധികാരഘടനകളുടെയും കേന്ദ്രത്തിൽ നിലനിന്നിട്ടുണ്ട്. അതിനാൽ ഫെമിനിസം ലൈംഗികതയെ വ്യക്തിപരമായ അനുഭവമെന്നതിലുപരി ഒരു സാമൂഹിക-രാഷ്ട്രീയ വിഷയമായി കാണുന്നു.[1]

ശരീരസ്വാതന്ത്ര്യ രാഷ്ട്രീയമായി ഫെമിനിസം
(Feminism as Bodily Self-Determination Politics)

ഫെമിനിസ്റ്റ് ചിന്തയിൽ പ്രധാനമായ ആശയങ്ങളിൽ ഒന്നാണ് ശരീരസ്വാതന്ത്ര്യം (Bodily Self-Determination). ഓരോ വ്യക്തിക്കും സ്വന്തം ശരീരത്തെക്കുറിച്ചും ലൈംഗികതയെക്കുറിച്ചും സ്വയം തീരുമാനിക്കാനുള്ള അവകാശമുണ്ടെന്ന നിലപാടാണ് ഇത്. ഈ ആശയം വ്യക്തിയുടെ അടിസ്ഥാന മനുഷ്യാവകാശങ്ങളുമായി ബന്ധപ്പെട്ടിരിക്കുന്നു. ശരീരത്തെക്കുറിച്ചുള്ള തീരുമാനാധികാരം വ്യക്തിയുടേതാണെന്നും അത് സമൂഹമോ മതമോ സംസ്ഥാനമോ നിർണ്ണയിക്കരുതെന്നുമാണ് ഈ സമീപനം മുന്നോട്ടുവയ്ക്കുന്നത്.[2]

ചരിത്രപരമായി സ്ത്രീകളുടെ ശരീരം മതപരമായ നിയമങ്ങളും കുടുംബഘടനകളും സാമൂഹിക മാനദണ്ഡങ്ങളും നിയന്ത്രിച്ചിരുന്നതായി നിരവധി സാമൂഹിക പഠനങ്ങൾ സൂചിപ്പിക്കുന്നു. വിവാഹം, മാതൃത്വം, ശീലച്ചട്ടങ്ങൾ, ലൈംഗിക നിയന്ത്രണങ്ങൾ എന്നിവ സ്ത്രീകളുടെ ജീവിതത്തെ നിർവ്വചിക്കുന്ന പ്രധാന ഘടകങ്ങളായി പ്രവർത്തിച്ചു. ഇതുവഴി സ്ത്രീകളുടെ ശരീരവും ലൈംഗികതയും വ്യക്തിപരമായ സ്വാതന്ത്ര്യത്തിന്റെ വിഷയമല്ല, മറിച്ച് സാമൂഹിക നിയന്ത്രണത്തിന്റെ വിഷയമായി മാറി.[3]

ഫെമിനിസ്റ്റ് ചിന്തകർ ഈ നിയന്ത്രണങ്ങളെ വിമർശനാത്മകമായി പരിശോധിച്ചു. സ്ത്രീകളുടെ ശരീരത്തെ നിയന്ത്രിക്കുന്ന നിയമങ്ങളും സാമൂഹിക ആചാരങ്ങളും ലിംഗാധികാര ഘടനകളുടെ ഭാഗമാണെന്ന് അവർ വാദിച്ചു. ഈ പശ്ചാത്തലത്തിലാണ് ഫെമിനിസം ശരീരത്തെ വ്യക്തിയുടെ സ്വാതന്ത്ര്യത്തിന്റെ കേന്ദ്രമായി കാണുന്നത്. reproductive rights, contraception, abortion rights തുടങ്ങിയ വിഷയങ്ങൾ ഫെമിനിസ്റ്റ് രാഷ്ട്രീയത്തിൽ പ്രധാനപ്പെട്ടവയായി മാറിയത് ഇതിന്റെ ഭാഗമായാണ്.[4]

ശരീരസ്വാതന്ത്ര്യം എന്ന ആശയം ലൈംഗികതയെക്കുറിച്ചുള്ള സാമൂഹിക ധാരണകളെയും മാറ്റുന്നു. സ്ത്രീകൾക്ക് സ്വന്തം ആഗ്രഹങ്ങളെക്കുറിച്ച് സംസാരിക്കാനും അവരുടെ ജീവിതത്തെക്കുറിച്ച് തീരുമാനിക്കാനും അവകാശമുണ്ടെന്ന നിലപാട് ഫെമിനിസ്റ്റ് ചർച്ചകളിൽ പ്രധാനമാണ്. ഇതുവഴി ലൈംഗികതയെക്കുറിച്ചുള്ള ചർച്ചകൾ മൗനത്തിൽ നിന്ന് പൊതുസമൂഹത്തിലേക്ക് മാറി.[5]

ഫെമിനിസത്തിന്റെ ഈ സമീപനം ലൈംഗികതയെക്കുറിച്ചുള്ള സാമൂഹിക ധാരണകളിൽ വലിയ മാറ്റങ്ങൾ സൃഷ്ടിച്ചു. സ്ത്രീകളുടെ ശരീരവും ലൈംഗികതയും ഇനി കുടുംബത്തിന്റെ അല്ലെങ്കിൽ സമൂഹത്തിന്റെ സ്വത്തല്ല; അത് വ്യക്തിയുടെ സ്വാതന്ത്ര്യവുമായി ബന്ധപ്പെട്ട ഒരു അടിസ്ഥാന അവകാശമാണെന്ന ആശയം ആധുനിക ഫെമിനിസ്റ്റ് ചിന്തയിൽ ശക്തമായി മുന്നോട്ടുവയ്ക്കപ്പെടുന്നു.[6]

ലൈംഗികത ഒരു പൊതുഅധികാര വിഷയമായി
(Sexuality as a Public Power Issue)

ഫെമിനിസ്റ്റ് സിദ്ധാന്തങ്ങളിൽ ലൈംഗികതയെ വെറും സ്വകാര്യ വിഷയമായി മാത്രം കാണുന്നില്ല. അത് അധികാരബന്ധങ്ങളുമായി (Power Relations) ബന്ധപ്പെട്ട ഒരു സാമൂഹിക

വിഷയമാണെന്നാണ് ഫെമിനിസ്റ്റ് ചിന്തകർ വാദിക്കുന്നത്. സമൂഹത്തിൽ ലൈംഗിക പെരുമാറ്റത്തെക്കുറിച്ചുള്ള മാനദണ്ഡങ്ങൾ, നൈതിക ചട്ടങ്ങൾ, നിയമങ്ങൾ, മതപരമായ നിയന്ത്രണങ്ങൾ എന്നിവയെല്ലാം വ്യക്തികളുടെ ശരീരത്തെയും ലൈംഗികതയെയും നിയന്ത്രിക്കുന്ന രീതിയിൽ പ്രവർത്തിക്കുന്നു. അതിനാൽ ലൈംഗികത വ്യക്തികളുടെ സ്വകാര്യജീവിതത്തിലെ ഒരു അനുഭവം മാത്രമല്ല; അത് സാമൂഹിക അധികാരഘടനകളുടെ ഭാഗമായ ഒരു പൊതുചർച്ചാ വിഷയമാണ്.[7]

ഫ്രഞ്ച് സാമൂഹിക സിദ്ധാന്തജ്ഞനായ Michel Foucault തന്റെ *The History of Sexuality* എന്ന ഗ്രന്ഥത്തിൽ ലൈംഗികതയും അധികാരവും തമ്മിലുള്ള ബന്ധത്തെ വിശദമായി വിശകലനം ചെയ്യുന്നു. അദ്ദേഹത്തിന്റെ അഭിപ്രായത്തിൽ ആധുനിക സമൂഹങ്ങൾ ലൈംഗികതയെ അടിച്ചമർത്തുന്നതിലൂടെയല്ല, മറിച്ച് അതിനെക്കുറിച്ചുള്ള അറിവ് ഉൽപ്പാദിപ്പിക്കുന്നതിലൂടെയും നിയന്ത്രിക്കുന്നതിലൂടെയുമാണ് പ്രവർത്തിക്കുന്നത്. വൈദ്യശാസ്ത്രം, വിദ്യാഭ്യാസം, നിയമം, മതസ്ഥാപനങ്ങൾ തുടങ്ങിയ സ്ഥാപനങ്ങൾ ലൈംഗികതയെ നിർവചിക്കുകയും അതിന്റെ മാനദണ്ഡങ്ങൾ രൂപപ്പെടുത്തുകയും ചെയ്യുന്നു. ഇതുവഴി ലൈംഗികത ഒരു സാമൂഹിക നിയന്ത്രണ സംവിധാനത്തിന്റെ ഭാഗമാകുന്നു.[8]

ഫെമിനിസ്റ്റ് ചിന്തകർ ഈ വിശകലനത്തെ സ്ത്രീകളുടെ സാമൂഹികസ്ഥിതിയുമായി ബന്ധപ്പെടുത്തി വികസിപ്പിച്ചു. സ്ത്രീകളുടെ ലൈംഗിക പെരുമാറ്റത്തെ നിയന്ത്രിക്കുന്ന മാനദണ്ഡങ്ങൾ പുരുഷാധികാര ഘടനകളെ (Patriarchy) ശക്തിപ്പെടുത്തുന്നുവെന്ന് അവർ വാദിക്കുന്നു. ഉദാഹരണത്തിന് സ്ത്രീകളുടെ വസ്ത്രധാരണം, ശീലച്ചട്ടങ്ങൾ, പൊതുസമൂഹത്തിലെ പെരുമാറ്റം എന്നിവയെക്കുറിച്ചുള്ള കർശനമായ സാമൂഹിക മാനദണ്ഡങ്ങൾ പല സമൂഹങ്ങളിലും നിലനിൽക്കുന്നു. അതേസമയം പുരുഷന്മാരുടെ ലൈംഗിക പെരുമാറ്റം പലപ്പോഴും അത്ര ശക്തമായി നിയന്ത്രിക്കപ്പെടാറില്ല. ഈ അസമത്വം ലൈംഗികതയും അധികാരവും തമ്മിലുള്ള ബന്ധത്തെ വ്യക്തമാക്കുന്നു.[9]

ഫെമിനിസ്റ്റ് ചർച്ചകളിൽ "the personal is political" എന്ന ആശയം ഇതുമായി അടുത്ത ബന്ധം പുലർത്തുന്നു. വ്യക്തികളുടെ സ്വകാര്യജീവിതത്തിൽ സംഭവിക്കുന്ന അനുഭവങ്ങൾ പോലും സാമൂഹിക അധികാരഘടനകളുടെ ഭാഗമാണെന്നാണ് ഈ ആശയം സൂചിപ്പിക്കുന്നത്. കുടുംബബന്ധങ്ങൾ, വിവാഹം, ലൈംഗിക പെരുമാറ്റം, മാതൃത്വം തുടങ്ങിയ വിഷയങ്ങൾ വെറും വ്യക്തിപരമായ തീരുമാനങ്ങളല്ല; അവ സമൂഹത്തിലെ ലിംഗസമത്വത്തെയും അധികാരബന്ധങ്ങളെയും പ്രതിഫലിപ്പിക്കുന്നവയാണ്.[10]

ഈ പശ്ചാത്തലത്തിൽ ഫെമിനിസ്റ്റ് പഠനങ്ങൾ ലൈംഗികതയെക്കുറിച്ചുള്ള ചർച്ചകളെ സ്വകാര്യനൈതികതയുടെ പരിധിയിൽ നിന്ന് പുറത്തുകൊണ്ടുവന്ന് സാമൂഹിക നീതി, നിയമപരമായ അവകാശങ്ങൾ, ലിംഗസമത്വം എന്നിവയുടെ ഭാഗമാക്കി. reproductive rights, abortion laws, marital rape legislation, sexual harassment laws തുടങ്ങിയ വിഷയങ്ങൾ ലൈംഗികതയും അധികാരവും തമ്മിലുള്ള ബന്ധത്തിന്റെ ഉദാഹരണങ്ങളായി ചർച്ച ചെയ്യപ്പെടുന്നു.[11]

അതുകൊണ്ട് ഫെമിനിസ്റ്റ് സമീപനത്തിൽ ലൈംഗികതയെക്കുറിച്ചുള്ള ചർച്ചകൾ വ്യക്തികളുടെ സ്വകാര്യജീവിതത്തെക്കുറിച്ചുള്ളതിൽ മാത്രം ഒതുങ്ങുന്നില്ല; അവ സമൂഹത്തിലെ അധികാരഘടനകളെയും ലിംഗസമത്വത്തെയും സംബന്ധിക്കുന്ന ഒരു പൊതുപ്രശ്നമായി മാറുന്നു. ലൈംഗികതയെ നിയന്ത്രിക്കുന്ന നിയമങ്ങളും സാമൂഹിക മാനദണ്ഡങ്ങളും വിശകലനം ചെയ്യുന്നത് സമൂഹത്തിലെ അധികാരബന്ധങ്ങളെ മനസ്സിലാക്കുന്നതിനും മാറ്റുന്നതിനും സഹായിക്കുന്നുവെന്നാണ് ഈ സമീപനം വ്യക്തമാക്കുന്നത്.[12]

സ്ത്രീകളുടെ ആഗ്രഹത്തിന്റെ ചരിത്രപരമായ അടിച്ചമർത്തൽ
(Historical Suppression of Female Desire)

ചരിത്രപരമായി സ്ത്രീകളുടെ ലൈംഗിക ആഗ്രഹം പല സമൂഹങ്ങളിലും നിയന്ത്രിക്കപ്പെട്ടതും മറച്ചുവയ്ക്കപ്പെട്ടതുമായ ഒരു വിഷയമായി നിലനിന്നിട്ടുണ്ട്. പുരുഷന്മാരുടെ ലൈംഗികതയെ സാധാരണമായ മനുഷ്യപ്രവൃത്തിയായി അവതരിപ്പിക്കുമ്പോൾ സ്ത്രീകളുടെ ലൈംഗിക ആഗ്രഹം പലപ്പോഴും നൈതിക നിയന്ത്രണങ്ങളുടെയും സാമൂഹിക നിരീക്ഷണത്തിന്റെയും കീഴിൽ വയ്ക്കപ്പെട്ടു. ഇതുവഴി സ്ത്രീകളുടെ ആഗ്രഹം പൊതുസമൂഹത്തിൽ തുറന്നുപറയാൻ കഴിയാത്ത ഒരു വിഷയമായി മാറി. ഫെമിനിസ്റ്റ് പഠനങ്ങൾ ഈ ചരിത്രപരമായ അസമത്വത്തെ വിമർശനാത്മകമായി പരിശോധിക്കുന്നു.[13]

ചരിത്രപരമായ സാമൂഹിക ഘടനകളിൽ സ്ത്രീകളുടെ ലൈംഗികതയെ നിയന്ത്രിക്കാൻ നിരവധി സാംസ്കാരിക രീതികൾ വികസിച്ചു. ശീലച്ചട്ടങ്ങൾ, വസ്ത്രധാരണ മാനദണ്ഡങ്ങൾ, വിവാഹക്രമങ്ങൾ, കുടുംബനിയന്ത്രണങ്ങൾ എന്നിവ സ്ത്രീകളുടെ ശരീരത്തെയും ആഗ്രഹങ്ങളെയും നിയന്ത്രിക്കുന്ന സംവിധാനങ്ങളായി പ്രവർത്തിച്ചു. ചില സംസ്കാരങ്ങളിൽ സ്ത്രീകളുടെ "മൗനവും ലജ്ജയും" (Silence and Modesty) സാമൂഹിക ഗുണങ്ങളായി കണക്കാക്കപ്പെട്ടു. ഇതുവഴി സ്ത്രീകൾക്ക് സ്വന്തം ലൈംഗിക വികാരങ്ങളെ തുറന്നുപറയാനുള്ള അവസരം വളരെ പരിമിതമായി.[14]

ഫെമിനിസ്റ്റ് ചിന്തകർ ഈ സാഹചര്യത്തെ പിതൃത്വാധികാര ഘടനകളുടെ ഭാഗമായാണ് വിശകലനം ചെയ്യുന്നത്. Simone de Beauvoir തന്റെ പ്രശസ്ത ഗ്രന്ഥമായ *The Second Sex* ൽ സ്ത്രീകളുടെ സാമൂഹികസ്ഥിതി ചരിത്രപരമായി "മറ്റൊരാൾ" (The Other) എന്ന നിലയിൽ നിർവചിക്കപ്പെട്ടുവെന്ന് ചൂണ്ടിക്കാണിക്കുന്നു. പുരുഷന്മാരുടെ അനുഭവങ്ങൾ സമൂഹത്തിന്റെ സാധാരണ മാനദണ്ഡമായി കണക്കാക്കപ്പെട്ടപ്പോൾ സ്ത്രീകളുടെ അനുഭവങ്ങൾ പലപ്പോഴും അവഗണിക്കപ്പെട്ടതോ നിയന്ത്രിക്കപ്പെട്ടതോ ആയിരുന്നു.[15]

സാഹിത്യത്തിലും മതഗ്രന്ഥങ്ങളിലും സ്ത്രീകളുടെ ലൈംഗികതയെക്കുറിച്ചുള്ള പ്രതിനിധാനങ്ങൾ പലപ്പോഴും നിയന്ത്രണാത്മകമായിരുന്നു. "ശുദ്ധി", "കൗമാരം", "നൈതികത" എന്നീ ആശയങ്ങൾ സ്ത്രീകളുടെ സാമൂഹികമൂല്യവുമായി ബന്ധിപ്പിക്കപ്പെട്ടു. ഇതുവഴി സ്ത്രീകളുടെ ലൈംഗിക സ്വാതന്ത്ര്യം സാമൂഹികമായി നിയന്ത്രിക്കപ്പെട്ടു. ചില ചരിത്രപഠനങ്ങൾ സൂചിപ്പിക്കുന്നത് സ്ത്രീകളുടെ ലൈംഗിക പെരുമാറ്റത്തെ നിയന്ത്രിക്കുന്നത് കുടുംബത്തിന്റെ മാന്യതയുമായി (Family Honour) ബന്ധിപ്പിക്കപ്പെട്ടിരുന്നുവെന്നാണ്.[16]

ഫെമിനിസ്റ്റ് പഠനങ്ങൾ ഈ നിയന്ത്രണങ്ങളെ വിമർശനാത്മകമായി ചോദ്യം ചെയ്തു. സ്ത്രീകളുടെ ആഗ്രഹം മനുഷ്യജീവിതത്തിന്റെ സ്വാഭാവിക ഘടകമാണെന്നും അത് നൈതികനിയന്ത്രണങ്ങളുടെ പേരിൽ അടിച്ചമർത്തപ്പെടരുതെന്നും ചില ഫെമിനിസ്റ്റ് ചിന്തകർ വാദിച്ചു. ഇതിന്റെ പശ്ചാത്തലത്തിലാണ് 20-ാം നൂറ്റാണ്ടിന്റെ രണ്ടാംപകുതിയിൽ സ്ത്രീകളുടെ ലൈംഗിക സ്വാതന്ത്ര്യത്തെക്കുറിച്ചുള്ള ചർച്ചകൾ കൂടുതൽ ശക്തമായത്.[17]

സ്ത്രീകളുടെ ആഗ്രഹത്തെക്കുറിച്ചുള്ള ഈ പുതിയ ചർച്ചകൾ ലൈംഗികതയെക്കുറിച്ചുള്ള സാമൂഹിക ധാരണകളിൽ വലിയ മാറ്റങ്ങൾ സൃഷ്ടിച്ചു. സ്ത്രീകൾക്ക് സ്വന്തം ശരീരത്തെയും വികാരങ്ങളെയും കുറിച്ച് തുറന്ന രീതിയിൽ സംസാരിക്കാനുള്ള അവസരം ലഭിക്കണം എന്ന ആശയം ഫെമിനിസ്റ്റ് പ്രസ്ഥാനങ്ങളിൽ പ്രധാനമായി ഉയർന്നു. ഇതുവഴി ലൈംഗികതയെക്കുറിച്ചുള്ള പൊതുചർച്ചകൾ പുരുഷകേന്ദ്രിതമായ സമീപനത്തിൽ നിന്ന് മാറി സ്ത്രീകളുടെ അനുഭവങ്ങളെയും ഉൾക്കൊള്ളുന്ന ദിശയിലേക്ക് വികസിച്ചു.[18]

സമ്മതം ഒരു തുടർച്ചയായ പ്രക്രിയ

(Consent as a Continuous Process)

ഫെമിനിസ്റ്റ് ചർച്ചകളിൽ consent എന്ന ആശയം വളരെ കേന്ദ്രസ്ഥാനമാണ് കൈവരിച്ചിരിക്കുന്നത്. ലൈംഗികബന്ധങ്ങളെക്കുറിച്ചുള്ള പരമ്പരാഗത സാമൂഹിക ധാരണകളിൽ പലപ്പോഴും സമ്മതം വ്യക്തമായി ചർച്ച ചെയ്യപ്പെട്ടിരുന്നില്ല. എന്നാൽ ഫെമിനിസ്റ്റ് ചിന്തകർ ലൈംഗികബന്ധങ്ങളുടെ നൈതിക അടിസ്ഥാനമായി പരസ്പര സമ്മതത്തെ മുന്നോട്ടുവച്ചു. ഒരു

ബന്ധത്തിൽ പങ്കെടുക്കുന്ന എല്ലാവർക്കും വ്യക്തമായും സ്വതന്ത്രമായും സമ്മതം നൽകാനുള്ള അവകാശമുണ്ടെന്നതാണ് ഈ സമീപനത്തിന്റെ അടിസ്ഥാനവാദം.[19]

ഫെമിനിസ്റ്റ് സിദ്ധാന്തങ്ങളിൽ സമ്മതം ഒരു ഏകകാലിക അനുമതിയായി മാത്രം കാണുന്നില്ല. അത് തുടർച്ചയായി നിലനിൽക്കുന്ന ഒരു പ്രക്രിയയാണ് (Continuous Process) എന്ന് അവർ ചൂണ്ടിക്കാണിക്കുന്നു. ഒരു ബന്ധത്തിന്റെ ആരംഭത്തിൽ നൽകിയ സമ്മതം പിന്നീട് എല്ലാ സാഹചര്യങ്ങൾക്കും ബാധകമാകണമെന്നില്ല. വ്യക്തികളുടെ വികാരങ്ങൾ, മനോഭാവങ്ങൾ, സാഹചര്യങ്ങൾ എന്നിവ സമയംകഴിഞ്ഞ് മാറാൻ സാധ്യതയുള്ളതിനാൽ സമ്മതവും ആ മാറ്റങ്ങളോടൊപ്പം പുനർസ്ഥാപിക്കപ്പെടേണ്ടതാണ്.[20]

ഈ സമീപനം "affirmative consent" എന്ന ആശയവുമായി ബന്ധപ്പെട്ടിരിക്കുന്നു. ഒരു വ്യക്തിയുടെ മൗനം അല്ലെങ്കിൽ പ്രതിരോധത്തിന്റെ അഭാവം സമ്മതമായി കരുതാൻ കഴിയില്ല; മറിച്ച് വ്യക്തമായ സമ്മതം (Explicit Consent) ആവശ്യമാണ് എന്നതാണ് ഈ ആശയത്തിന്റെ കേന്ദ്രം. ലൈംഗികബന്ധങ്ങളിൽ പങ്കാളികളായ എല്ലാവർക്കും സുരക്ഷിതമായും ബഹുമാനപരമായും ഇടപെടാൻ കഴിയുന്ന സാഹചര്യം സൃഷ്ടിക്കുക എന്നതാണ് ഇതിന്റെ ലക്ഷ്യം.[21]

ഫെമിനിസ്റ്റ് പഠനങ്ങൾ സൂചിപ്പിക്കുന്നത് ചരിത്രപരമായി ലൈംഗികബന്ധങ്ങളിൽ പുരുഷന്മാരുടെ ആഗ്രഹമാണ് പ്രധാനമായി പരിഗണിക്കപ്പെട്ടിരുന്നതെന്ന് ആണ്. സ്ത്രീകളുടെ സമ്മതം പലപ്പോഴും അനുമാനിക്കപ്പെടുകയോ അവഗണിക്കപ്പെടുകയോ ചെയ്തിരുന്നു. പ്രത്യേകിച്ച് വിവാഹസ്ഥാപനത്തിനുള്ളിലെ ലൈംഗികബന്ധങ്ങളിൽ marital rape എന്ന പ്രശ്നം ഏറെക്കാലം നിയമപരമായി അംഗീകരിക്കപ്പെടാതിരുന്നത് ഈ സമീപനത്തിന്റെ ഉദാഹരണമാണ്. ഫെമിനിസ്റ്റ് പ്രസ്ഥാനങ്ങൾ ഈ വിഷയത്തെ പൊതുചർച്ചകളിലേക്ക് കൊണ്ടുവന്നു.[22]

സമ്മതത്തെ ഒരു തുടർച്ചയായ പ്രക്രിയയായി കാണുന്ന സമീപനം ബന്ധങ്ങളിൽ പരസ്പര ബഹുമാനത്തെയും ആശയവിനിമയത്തെയും പ്രാധാന്യമാക്കുന്നു. ബന്ധങ്ങളിൽ പങ്കാളികളായ വ്യക്തികൾക്ക് അവരുടെ വികാരങ്ങളും പരിധികളും തുറന്നുപറയാൻ കഴിയുന്ന സാഹചര്യം ആരോഗ്യകരമായ ലൈംഗികബന്ധങ്ങൾക്ക് അടിസ്ഥാനമാകുന്നു. ഈ സാഹചര്യത്തിൽ consent വെറും നിയമപരമായ ആശയം മാത്രമല്ല; അത് നൈതികവും സാമൂഹികവുമായ ബന്ധസംസ്കാരത്തിന്റെ ഭാഗമാണ്.[23]

ഇതിനാൽ ആധുനിക ഫെമിനിസ്റ്റ് ചർച്ചകളിൽ consent education ലൈംഗിക വിദ്യാഭ്യാസത്തിന്റെ പ്രധാന ഘടകമായി പരിഗണിക്കപ്പെടുന്നു. യുവജനങ്ങൾക്കിടയിൽ പരസ്പര ബഹുമാനം, ആശയവിനിമയം, വ്യക്തിപരമായ പരിധികൾ (Personal Boundaries) എന്നിവയെക്കുറിച്ചുള്ള ബോധവൽക്കരണം വളർത്തുന്നത് ലൈംഗിക അതിക്രമങ്ങൾ കുറയ്ക്കുന്നതിനും ആരോഗ്യകരമായ ബന്ധങ്ങൾ രൂപപ്പെടുത്തുന്നതിനും സഹായിക്കുന്നുവെന്ന് നിരവധി സാമൂഹിക പഠനങ്ങൾ സൂചിപ്പിക്കുന്നു.[24]

ആനന്ദത്തിന്റെ രാഷ്ട്രീയം
(Pleasure Politics)

ഫെമിനിസ്റ്റ് ചർച്ചകളിൽ "pleasure politics" എന്ന ആശയം സ്ത്രീകളുടെ ലൈംഗിക ആനന്ദത്തെ രാഷ്ട്രീയവും സാമൂഹികവുമായ വിഷയമായി പരിഗണിക്കുന്നു. ലൈംഗികതയെക്കുറിച്ചുള്ള പരമ്പരാഗത സാമൂഹിക ധാരണകൾ പലപ്പോഴും പുരുഷകേന്ദ്രിതമായിരുന്നുവെന്നാണ് നിരവധി ഫെമിനിസ്റ്റ് പഠനങ്ങൾ ചൂണ്ടിക്കാണിക്കുന്നത്. അതായത് ലൈംഗികബന്ധങ്ങളുടെ സാമൂഹിക പ്രതിനിധാനങ്ങൾ പുരുഷന്മാരുടെ ആഗ്രഹത്തെയും ആനന്ദത്തെയും കേന്ദ്രീകരിച്ചായിരുന്നു രൂപപ്പെട്ടിരുന്നത്, സ്ത്രീകളുടെ അനുഭവങ്ങൾ അതിൽ പരിമിതമായ രീതിയിൽ മാത്രമാണ് പ്രത്യക്ഷപ്പെട്ടത്.[25]

ചരിത്രപരമായി നിരവധി സംസ്കാരങ്ങളിൽ സ്ത്രീകളുടെ ലൈംഗികാനുഭവം വിവാഹം, മാതൃത്വം, കുടുംബസ്ഥാപനം എന്നിവയുടെ പശ്ചാത്തലത്തിൽ മാത്രമാണ് ചർച്ച ചെയ്യപ്പെട്ടത്. സ്ത്രീകളുടെ ആനന്ദം സ്വതന്ത്രമായ ഒരു അനുഭവമായി പരിഗണിക്കപ്പെടാത്ത സാഹചര്യങ്ങൾ നിരവധി സമൂഹങ്ങളിൽ നിലനിന്നിരുന്നു. ചില ഫെമിനിസ്റ്റ് ചിന്തകർ ഇതിനെ പുരുഷാധികാര ഘടനകളുടെ (Patriarchal Structures) ഭാഗമായാണ് വിശകലനം ചെയ്യുന്നത്. സ്ത്രീകളുടെ ലൈംഗികത നിയന്ത്രിക്കപ്പെടുകയും പുരുഷന്മാരുടെ ആഗ്രഹം സാമൂഹികമായി സാധാരണവത്കരിക്കപ്പെടുകയും ചെയ്യുതിലൂടെ ലൈംഗികബന്ധങ്ങളുടെ അസമത്വ ഘടനകൾ ശക്തിപ്പെട്ടുവെന്നാണ് ഈ വിമർശനം.[26]

ഈ പശ്ചാത്തലത്തിലാണ് 20-ാം നൂറ്റാണ്ടിന്റെ അവസാനപകുതിയിൽ sex-positive feminism എന്ന പ്രവണത രൂപപ്പെട്ടത്. ഈ സമീപനം സ്ത്രീകളുടെ ലൈംഗിക ആനന്ദത്തെയും വ്യക്തിപരമായ തിരഞ്ഞെടുപ്പിനെയും അംഗീകരിക്കുകയും ലൈംഗികതയെക്കുറിച്ചുള്ള സാമൂഹിക ചർച്ചകളിൽ സ്ത്രീകളുടെ അനുഭവങ്ങളെ കേന്ദ്രത്തിൽ കൊണ്ടുവരികയും ചെയ്യുന്നു. ലൈംഗിക ആനന്ദം മനുഷ്യജീവിതത്തിന്റെ സ്വാഭാവിക ഘടകമാണെന്നും അത് ലജ്ജയുടെയും നിരോധനത്തിന്റെയും വിഷയമായി മാത്രം കാണരുതെന്നും ഈ സമീപനം വാദിക്കുന്നു.[27]

"Pleasure politics" എന്ന ആശയം ലൈംഗികതയെക്കുറിച്ചുള്ള പൊതുചർച്ചകളിൽ പുതിയ ദിശകൾ തുറന്നു. സ്ത്രീകളുടെ ലൈംഗിക ആനന്ദം വ്യക്തിപരമായ അനുഭവമെന്നതിലുപരി സാമൂഹിക സമത്വവുമായി ബന്ധപ്പെട്ട വിഷയമാണെന്ന് ചില ഫെമിനിസ്റ്റ് ചിന്തകർ വാദിക്കുന്നു. ലൈംഗികബന്ധങ്ങളിൽ പരസ്പര ബഹുമാനവും സമത്വവും നിലനിൽക്കണമെങ്കിൽ സ്ത്രീകളുടെ ആഗ്രഹവും ആനന്ദവും അംഗീകരിക്കപ്പെടേണ്ടതുണ്ടെന്നാണ് ഈ സമീപനം വ്യക്തമാക്കുന്നത്.[28]

ഇതോടൊപ്പം ചില ഫെമിനിസ്റ്റ് ചിന്തകർ pleasure politics നെ കൂടുതൽ വിശാലമായ സാമൂഹിക പശ്ചാത്തലത്തിൽ കാണുന്നു. ലൈംഗിക ആനന്ദത്തെക്കുറിച്ചുള്ള ചർച്ചകൾ സാമ്പത്തിക ഘടനകൾ, സാംസ്കാരിക പ്രതിനിധാനങ്ങൾ, മാധ്യമസംസ്കാരം, ശരീരബോധം എന്നിവയുമായി ബന്ധപ്പെട്ടിരിക്കുന്നു. അതിനാൽ സ്ത്രീകളുടെ ആനന്ദത്തെക്കുറിച്ചുള്ള ചർച്ചകൾ വെറും വ്യക്തിപരമായ അനുഭവങ്ങളെക്കുറിച്ചുള്ളതല്ല; അവ സമൂഹത്തിലെ ലിംഗസമത്വത്തിന്റെ ഒരു പ്രധാന സൂചകമായും കാണപ്പെടുന്നു.[29]

ഫെമിനിസവും ബലാത്സംഗ ചർച്ചയും

(Feminism and Rape Discourse)

ബലാത്സംഗം (Rape) സംബന്ധിച്ച സാമൂഹിക ചർച്ചകളിൽ ഫെമിനിസ്റ്റ് പ്രസ്ഥാനങ്ങൾ നിർണായകമായ പങ്ക് വഹിച്ചു. ദീർഘകാലം പല സമൂഹങ്ങളിലും ബലാത്സംഗം വ്യക്തിപരമായ ദുരന്തമോ സ്വകാര്യ കുറ്റകൃത്യമോ എന്ന നിലയിലാണ് കാണപ്പെട്ടിരുന്നത്. എന്നാൽ ഫെമിനിസ്റ്റ് ചിന്തകർ ബലാത്സംഗത്തെ വ്യക്തിഗത കുറ്റകൃത്യമായി മാത്രം കാണാതെ ലിംഗാധികാര ഘടനകളുമായി (Gender Power Structures) ബന്ധപ്പെട്ട ഒരു സാമൂഹിക പ്രശ്നമായി വിശകലനം ചെയ്തു. സ്ത്രീകളുടെ ശരീരത്തിന്മേൽ അധികാരം സ്ഥാപിക്കുന്ന ഒരു രാഷ്ട്രീയ പ്രവർത്തനമായിട്ടാണ് ചില ഫെമിനിസ്റ്റ് സിദ്ധാന്തങ്ങൾ ബലാത്സംഗത്തെ കാണുന്നത്.[30]

1970-കളിൽ അമേരിക്കയിലും യൂറോപ്പിലുമുള്ള നിരവധി രാജ്യങ്ങളിൽ rape crisis movements രൂപപ്പെട്ടു. ഈ പ്രസ്ഥാനങ്ങൾ ബലാത്സംഗം സംബന്ധിച്ച പൊതുചർച്ചകളിൽ വലിയ മാറ്റങ്ങൾ സൃഷ്ടിച്ചു. rape crisis centers, victim support groups, legal advocacy networks എന്നിവയുടെ രൂപീകരണം വഴി ലൈംഗിക അതിക്രമങ്ങൾക്ക് ഇരയായ സ്ത്രീകൾക്ക് സാമൂഹികവും നിയമപരവുമായ പിന്തുണ നൽകുന്ന സംവിധാനങ്ങൾ വികസിച്ചു. ഈ പ്രസ്ഥാനങ്ങൾ ബലാത്സംഗത്തെക്കുറിച്ചുള്ള സാമൂഹിക മൗനം ഭേദിക്കുകയും വിഷയത്തെ പൊതുസമൂഹത്തിന്റെ ശ്രദ്ധയിൽ കൊണ്ടുവരികയും ചെയ്തു.[31]

ഫെമിനിസ്റ്റ് ചർച്ചകളിൽ victim blaming culture എന്ന പ്രശ്നം പ്രത്യേക ശ്രദ്ധ നേടിയിട്ടുണ്ട്. പല സമൂഹങ്ങളിലും ലൈംഗിക അതിക്രമങ്ങൾക്ക് ഇരയായ സ്ത്രീകളെയാണ് കുറ്റപ്പെടുത്തുന്ന പ്രവണത

നിലനിന്നിരുന്നു. വസ്ത്രധാരണം, പെരുമാറ്റം, രാത്രി പുറത്തിറങ്ങൽ തുടങ്ങിയ ഘടകങ്ങൾ ഉപയോഗിച്ച് ഇരകളെ കുറ്റപ്പെടുത്തുന്ന സമീപനം സാമൂഹിക നീതിക്കു വിരുദ്ധമാണെന്ന് ഫെമിനിസ്റ്റ് പ്രസ്ഥാനങ്ങൾ ശക്തമായി വിമർശിച്ചു. ഈ വിമർശനം നിയമവ്യവസ്ഥയിലും പൊതുസമൂഹത്തിലും ബലാത്സംഗത്തെക്കുറിച്ചുള്ള സമീപനത്തിൽ മാറ്റങ്ങൾ സൃഷ്ടിക്കാൻ സഹായിച്ചു.[32]

marital rape എന്ന വിഷയവും ഫെമിനിസ്റ്റ് പ്രസ്ഥാനങ്ങൾ മുന്നോട്ടുവച്ച പ്രധാന ചർച്ചകളിലൊന്നാണ്. ചരിത്രപരമായി നിരവധി രാജ്യങ്ങളിൽ വിവാഹബന്ധത്തിനുള്ളിലെ ലൈംഗിക അതിക്രമം കുറ്റകൃത്യമായി കണക്കാക്കപ്പെട്ടിരുന്നില്ല. വിവാഹം ഒരുതരം സ്ഥിരമായ സമ്മതമായി കരുതപ്പെട്ടതിനാൽ ഭർത്താവിന് ഭാര്യയുടെ ശരീരത്തിന്മേൽ അവകാശമുണ്ടെന്ന ധാരണ നിയമപരമായും സാമൂഹികമായും നിലനിന്നിരുന്നു. ഫെമിനിസ്റ്റ് പ്രസ്ഥാനങ്ങൾ ഈ സമീപനത്തെ ശക്തമായി ചോദ്യം ചെയ്തു. വിവാഹബന്ധത്തിനുള്ളിലും സ്ത്രീകൾക്ക് ശരീരസ്വാതന്ത്ര്യം (Bodily Autonomy) നിലനിൽക്കണം എന്ന ആശയം ഇവർ മുന്നോട്ടുവച്ചു.[33]

consent എന്ന ആശയം ബലാത്സംഗ ചർച്ചകളിൽ കേന്ദ്രസ്ഥാനമായി ഉയർന്നത് ഫെമിനിസ്റ്റ് പ്രസ്ഥാനങ്ങളുടെ സ്വാധീനത്താലാണ്. ലൈംഗികബന്ധങ്ങളിൽ വ്യക്തമായ സമ്മതം അനിവാര്യമാണെന്നും മൗനം അല്ലെങ്കിൽ പ്രതിരോധത്തിന്റെ അഭാവം സമ്മതമായി കരുതാൻ കഴിയില്ലെന്നും ഫെമിനിസ്റ്റ് ചിന്തകർ വാദിച്ചു. ഇതുവഴി നിരവധി രാജ്യങ്ങളിൽ ലൈംഗിക അതിക്രമങ്ങളുമായി ബന്ധപ്പെട്ട നിയമപരമായ നിർവചനങ്ങളിൽ മാറ്റങ്ങൾ സംഭവിച്ചു.[34]

ഫെമിനിസ്റ്റ് ചർച്ചകൾ ബലാത്സംഗത്തെക്കുറിച്ചുള്ള സാമൂഹിക ബോധവൽക്കരണത്തിലും വലിയ സ്വാധീനം ചെലുത്തി. വിദ്യാഭ്യാസം, മാധ്യമങ്ങൾ, സാമൂഹിക പ്രസ്ഥാനങ്ങൾ എന്നിവയുടെ മുഖേന consent education, gender equality, sexual violence prevention തുടങ്ങിയ വിഷയങ്ങൾ പൊതുചർച്ചകളിൽ കൂടുതൽ ശ്രദ്ധ നേടാൻ തുടങ്ങി. ഇതുവഴി ബലാത്സംഗത്തെക്കുറിച്ചുള്ള ചർച്ചകൾ വ്യക്തിഗത കുറ്റകൃത്യങ്ങളുടെ പരിധിയിൽ നിന്ന് പുറത്തേക്ക് കടന്ന് സാമൂഹിക നീതി, ലിംഗസമത്വം, മനുഷ്യാവകാശം എന്നീ വിഷയങ്ങളുമായി ബന്ധപ്പെട്ടു വികസിച്ചു.[35]

അന്തർബന്ധിത ഫെമിനിസം
(Intersectional Feminism)

Kimberlé Crenshaw അവതരിപ്പിച്ച intersectionality എന്ന ആശയം ഫെമിനിസ്റ്റ് സിദ്ധാന്തത്തിൽ വലിയ ബൗദ്ധിക സ്വാധീനം ചെലുത്തിയ ഒരു ആശയമാണ്. 1980-കളുടെ അവസാനത്തിൽ Crenshaw ഈ ആശയം അവതരിപ്പിക്കുമ്പോൾ സ്ത്രീകളുടെ അനുഭവങ്ങളെ ഏകമാനദണ്ഡത്തിൽ വിലയിരുത്തുന്ന പരമ്പരാഗത ഫെമിനിസ്റ്റ് സമീപനങ്ങളെ വിമർശിക്കുകയായിരുന്നു. സ്ത്രീകൾ ഒരേ സാമൂഹിക സാഹചര്യത്തിൽ ജീവിക്കുന്നവരല്ല; അവരുടെ ജീവിതാനുഭവങ്ങൾ വിവിധ സാമൂഹിക ഘടകങ്ങളുടെ സംയോജനത്തിലൂടെയാണ് രൂപപ്പെടുന്നത് എന്നതാണ് ഈ ആശയത്തിന്റെ കേന്ദ്രം.[36]

intersectionality എന്ന ആശയം സൂചിപ്പിക്കുന്നത് ജാതി (Caste), വർഗ്ഗം (Class), വർണ്ണം (Race), മതം (Religion), ലിംഗപരമായ തിരിച്ചറിവ് (Gender Identity), ലൈംഗിക തിരിച്ചറിവ് (Sexual Orientation), സാമൂഹിക സ്ഥാനം തുടങ്ങിയ ഘടകങ്ങൾ ഒരുമിച്ച് പ്രവർത്തിച്ചാണ് വ്യക്തികളുടെ സാമൂഹിക അനുഭവങ്ങൾ രൂപപ്പെടുന്നതെന്നാണ്. ഉദാഹരണത്തിന്, ഒരു സ്ത്രീയുടെ അനുഭവം അവൾ സ്ത്രീയാണെന്നതിനാൽ മാത്രം നിർണ്ണയിക്കപ്പെടുന്നില്ല; അവൾ ഏത് സാമൂഹിക വർഗ്ഗത്തിൽപ്പെട്ടവളാണ്, ഏത് ജാതിയിലോ വർണ്ണത്തിലോ ഉൾപ്പെടുന്നു, ഏത് സാമ്പത്തിക

സാഹചര്യത്തിലാണ് ജീവിക്കുന്നത് തുടങ്ങിയ ഘടകങ്ങളും അവളുടെ ജീവിതാനുഭവങ്ങളെ നിർണ്ണയിക്കുന്നു.[37]

ഈ സമീപനം ഫെമിനിസ്റ്റ് ചർച്ചകളെ കൂടുതൽ സങ്കീർണ്ണമായ സാമൂഹിക യാഥാർത്ഥ്യങ്ങളിലേക്ക് നയിച്ചു. മുമ്പ് ചില ഫെമിനിസ്റ്റ് പഠനങ്ങൾ പ്രധാനമായും മദ്ധ്യവർഗ്ഗ ശ്വേതവർണ്ണ സ്ത്രീകളുടെ അനുഭവങ്ങളെ കേന്ദ്രീകരിച്ചിരുന്നുവെന്ന വിമർശനം ഉയർന്നിരുന്നു. intersectional feminism ഈ പരിമിതിയെ ചോദ്യം ചെയ്തു. സമൂഹത്തിലെ വിവിധ വിഭാഗങ്ങളിൽപ്പെട്ട സ്ത്രീകളുടെ അനുഭവങ്ങൾ തമ്മിൽ വ്യത്യാസങ്ങളുണ്ടെന്നും അവയെ ഒരേ മാതൃകയിൽ വിശദീകരിക്കാൻ കഴിയില്ലെന്നും ഈ സമീപനം ചൂണ്ടിക്കാണിക്കുന്നു.[38]

intersectionality എന്ന ആശയം സാമൂഹിക അനീതികളെ വിശകലനം ചെയ്യുന്നതിനുള്ള ശക്തമായ വിശകലനോപാധിയായി മാറി. ഉദാഹരണത്തിന്, തൊഴിൽവിപണിയിൽ സ്ത്രീകൾ നേരിടുന്ന അസമത്വം എല്ലാ സ്ത്രീകൾക്കും ഒരേ രീതിയിലായിരിക്കണമെന്നില്ല. സാമ്പത്തികമായി പിന്നാക്ക വിഭാഗങ്ങളിൽപ്പെട്ട സ്ത്രീകൾക്ക് വിദ്യാഭ്യാസവും തൊഴിൽ അവസരങ്ങളും ലഭിക്കാത്ത സാഹചര്യങ്ങൾ ഉണ്ടാകാം. അതേസമയം വർണ്ണവിവേചനം, ജാതിവിവേചനം, മതപരമായ വിവേചനം തുടങ്ങിയ ഘടകങ്ങൾ സ്ത്രീകളുടെ സാമൂഹിക ജീവിതത്തെ കൂടുതൽ സങ്കീർണ്ണമാക്കുന്നു.[39]

ലൈംഗികതയെക്കുറിച്ചുള്ള ഫെമിനിസ്റ്റ് ചർച്ചകളിലും intersectionality പ്രധാനപ്പെട്ട പങ്ക് വഹിക്കുന്നു. സ്ത്രീകളുടെ ലൈംഗിക സ്വാതന്ത്ര്യത്തെക്കുറിച്ചുള്ള ചർച്ചകൾ എല്ലാ സ്ത്രീകൾക്കും ഒരേ രീതിയിൽ ബാധകമാകണമെന്നില്ല. സാമൂഹിക സാഹചര്യങ്ങൾ, സാമ്പത്തിക സ്ഥിതി, സാംസ്കാരിക നിയന്ത്രണങ്ങൾ എന്നിവയെ ആശ്രയിച്ച് സ്ത്രീകൾക്ക് ലഭിക്കുന്ന സ്വാതന്ത്ര്യത്തിന്റെ പരിധികൾ വ്യത്യാസപ്പെടുന്നു. അതിനാൽ ലൈംഗികതയെക്കുറിച്ചുള്ള ഫെമിനിസ്റ്റ് ചർച്ചകൾ ഈ സാമൂഹിക വൈവിധ്യങ്ങളെ പരിഗണിച്ചുകൊണ്ടായിരിക്കണം നടത്തപ്പെടേണ്ടതെന്ന് intersectional feminism ചൂണ്ടിക്കാണിക്കുന്നു.[40]

ഇതിനാൽ intersectionality ഫെമിനിസത്തെ കൂടുതൽ ഉൾക്കൊള്ളുന്നതും സാമൂഹിക യാഥാർത്ഥ്യങ്ങളോട് ചേർന്നതുമായ ഒരു സിദ്ധാന്തപരമായ സമീപനമായി വികസിപ്പിച്ചു. സ്ത്രീകളുടെ അനുഭവങ്ങളെ ഏകമാനദണ്ഡത്തിൽ കാണാതെ വിവിധ സാമൂഹിക ഘടകങ്ങളുടെ പരസ്പരബന്ധത്തിലൂടെ മനസ്സിലാക്കേണ്ടതുണ്ടെന്ന ബോധം ഫെമിനിസ്റ്റ് പഠനങ്ങളിൽ ഈ ആശയം ശക്തമായി സ്ഥാപിച്ചു.[41]

ഫെമിനിസവും ലൈംഗിക വിദ്യാഭ്യാസവും
(Feminism and Sex Education)

ലൈംഗിക വിദ്യാഭ്യാസത്തിന്റെ സ്വഭാവത്തെയും ലക്ഷ്യത്തെയും കുറിച്ചുള്ള ചർച്ചകളിൽ ഫെമിനിസ്റ്റ് ചിന്തകർ നിർണായക സ്വാധീനം ചെലുത്തിയിട്ടുണ്ട്. പരമ്പരാഗത വിദ്യാഭ്യാസരീതികളിൽ ലൈംഗികതയെ പ്രധാനമായും ജൈവപ്രജനനവുമായി (Reproduction) ബന്ധപ്പെടുത്തി പഠിപ്പിച്ചിരുന്നുവെന്നാണ് നിരവധി വിദ്യാഭ്യാസ പഠനങ്ങൾ സൂചിപ്പിക്കുന്നത്. മനുഷ്യശരീരത്തിന്റെ ജൈവഘടന, പ്രജനനസംവിധാനം, ഗർഭധാരണം തുടങ്ങിയ വിഷയങ്ങളാണ് ലൈംഗിക വിദ്യാഭ്യാസത്തിന്റെ പ്രധാന ഉള്ളടക്കമായി അവതരിപ്പിക്കപ്പെട്ടിരുന്നത്. എന്നാൽ ഈ സമീപനം മനുഷ്യബന്ധങ്ങളുടെ വികാരപരമായും സാമൂഹികമായും ഉള്ള വശങ്ങളെ പര്യാപ്തമായി ഉൾക്കൊള്ളുന്നില്ലെന്ന് ഫെമിനിസ്റ്റ് ചിന്തകർ വിമർശിച്ചു.[42]

ഫെമിനിസ്റ്റ് സമീപനത്തിൽ ലൈംഗിക വിദ്യാഭ്യാസം വെറും ജൈവവിവരങ്ങളുടെ കൈമാറ്റമല്ല; അത് സാമൂഹികവും നൈതികവുമായ പഠനപ്രക്രിയയുമാണ്. gender equality, consent, body autonomy എന്നിവയെക്കുറിച്ചുള്ള ബോധവൽക്കരണം ലൈംഗിക വിദ്യാഭ്യാസത്തിന്റെ കേന്ദ്രഘടകങ്ങളായിരിക്കണമെന്ന് ഫെമിനിസ്റ്റ് ചിന്തകർ വാദിക്കുന്നു. സ്ത്രീകളും പുരുഷന്മാരും

സമത്വത്തോടെ ഇടപെടുന്ന ബന്ധങ്ങൾ രൂപപ്പെടുത്താൻ ഈ വിഷയങ്ങളെക്കുറിച്ചുള്ള വ്യക്തമായ അറിവ് അനിവാര്യമാണെന്നാണ് ഈ സമീപനം വ്യക്തമാക്കുന്നത്.[43]

ഈ പശ്ചാത്തലത്തിലാണ് comprehensive sex education എന്ന ആശയം വികസിച്ചത്. ഈ മാതൃകയിൽ ലൈംഗിക വിദ്യാഭ്യാസം ശരീരത്തെക്കുറിച്ചുള്ള അറിവിൽ മാത്രം ഒതുങ്ങുന്നില്ല; മറിച്ച് വികാരബന്ധങ്ങൾ, ആശയവിനിമയം, പരസ്പര ബഹുമാനം, വ്യക്തിപരമായ പരിധികൾ (Personal Boundaries), ലൈംഗിക അവകാശങ്ങൾ എന്നിവയെക്കുറിച്ചുള്ള അറിവും ഉൾക്കൊള്ളുന്നു. ഈ സമീപനം യുവജനങ്ങൾക്ക് ആരോഗ്യകരമായ ബന്ധങ്ങൾ രൂപപ്പെടുത്താനും സാമൂഹിക ഉത്തരവാദിത്വം മനസ്സിലാക്കാനും സഹായിക്കുന്നു.[44]

ഫെമിനിസ്റ്റ് പഠനങ്ങൾ സൂചിപ്പിക്കുന്നത് ലൈംഗിക വിദ്യാഭ്യാസത്തിന്റെ അഭാവം ലിംഗ അസമത്വത്തെയും ലൈംഗിക അതിക്രമങ്ങളെയും ശക്തിപ്പെടുത്താൻ സാധ്യതയുണ്ടെന്നാണ്. consent എന്ന ആശയം വ്യക്തമായി മനസ്സിലാക്കാത്ത സാഹചര്യങ്ങളിൽ ബന്ധങ്ങളിൽ തെറ്റിദ്ധാരണകൾ ഉണ്ടാകാം. അതിനാൽ ലൈംഗിക വിദ്യാഭ്യാസത്തിൽ consent education ഉൾപ്പെടുത്തുന്നത് സാമൂഹിക സുരക്ഷയ്ക്കും ലിംഗസമത്വത്തിനും പ്രധാനമാണെന്ന് നിരവധി ഗവേഷണങ്ങൾ ചൂണ്ടിക്കാണിക്കുന്നു.[45]

body autonomy എന്ന ആശയവും ഫെമിനിസ്റ്റ് ലൈംഗിക വിദ്യാഭ്യാസത്തിന്റെ പ്രധാന ഘടകമാണ്. ഓരോ വ്യക്തിക്കും സ്വന്തം ശരീരത്തെക്കുറിച്ച് തീരുമാനിക്കാനുള്ള അവകാശമുണ്ടെന്ന ബോധം വളർത്തുക എന്നതാണ് ഇതിന്റെ ലക്ഷ്യം. ശരീരത്തെക്കുറിച്ചുള്ള ബോധവും ആത്മാഭിമാനവും വളരുമ്പോൾ വ്യക്തികൾക്ക് അവരുടെ പരിധികളെ വ്യക്തമാക്കാനും മറ്റുള്ളവരുടെ പരിധികളെ ബഹുമാനിക്കാനും കഴിയുന്നു.[46]

ഇതിനാൽ ഫെമിനിസ്റ്റ് സമീപനം ലൈംഗിക വിദ്യാഭ്യാസത്തെ കൂടുതൽ സമഗ്രമായ സാമൂഹിക പഠനമായി മാറ്റുന്നു. മനുഷ്യബന്ധങ്ങളിൽ ബഹുമാനം, സമത്വം, ഉത്തരവാദിത്വം എന്നിവ സ്ഥാപിക്കാൻ സഹായിക്കുന്ന ഒരു വിദ്യാഭ്യാസപ്രക്രിയയായി ലൈംഗിക വിദ്യാഭ്യാസത്തെ പുനർനിർവചിക്കുന്നതാണ് ഈ സമീപനത്തിന്റെ പ്രധാന ലക്ഷ്യം.[47]

ഫെമിനിസവും കുടുംബസ്ഥാപനവും

(Feminism and the Family Institution)

കുടുംബസ്ഥാപനം (Family Institution) ഫെമിനിസ്റ്റ് ചർച്ചകളിൽ ഏറെ വിവാദങ്ങൾക്ക് ഇടയാക്കിയ വിഷയങ്ങളിലൊന്നാണ്. പരമ്പരാഗത സാമൂഹിക വ്യവസ്ഥയിൽ കുടുംബം സമൂഹത്തിന്റെ അടിസ്ഥാനഘടകമായി കണക്കാക്കപ്പെടുന്നു. എന്നാൽ ഫെമിനിസ്റ്റ് സിദ്ധാന്തങ്ങൾ കുടുംബത്തിന്റെ ഈ പരമ്പരാഗത ധാരണയെ വിമർശനാത്മകമായി പരിശോധിച്ചു. കുടുംബം സ്ത്രീകൾക്ക് സംരക്ഷണവും സാമൂഹിക തിരിച്ചറിവും നൽകുന്ന സ്ഥാപനം മാത്രമല്ല; പല സാഹചര്യങ്ങളിലും അത് ലിംഗ അസമത്വം നിലനിർത്തുന്ന ഒരു സാമൂഹിക ഘടനയായി പ്രവർത്തിക്കാമെന്നാണ് ചില ഫെമിനിസ്റ്റ് ചിന്തകർ വാദിക്കുന്നത്.[48]

ചില ഫെമിനിസ്റ്റ് സിദ്ധാന്തങ്ങൾ കുടുംബത്തെ സ്ത്രീകളുടെ വേതനമില്ലാത്ത തൊഴിൽ (Unpaid Labour) ഉപയോഗിക്കുന്ന സംവിധാനമായി വിശകലനം ചെയ്യുന്നു. വീട്ടുപണി, കുട്ടികളെ പരിപാലിക്കൽ, വികാരപരമായ പിന്തുണ നൽകൽ തുടങ്ങിയ പ്രവർത്തനങ്ങൾ കുടുംബജീവിതത്തിന്റെ പ്രധാന ഘടകങ്ങളാണ്. എന്നാൽ ഈ പ്രവർത്തനങ്ങൾ പലപ്പോഴും "സ്വാഭാവിക സ്ത്രീധർമ്മം" എന്ന നിലയിലാണ് അവതരിപ്പിക്കപ്പെടുന്നത്. ഇതുവഴി സ്ത്രീകളുടെ തൊഴിൽ സാമ്പത്തികമായി അംഗീകരിക്കപ്പെടാതെയും വിലമതിക്കപ്പെടാതെയും പോകുന്നുവെന്നാണ് ചില സാമൂഹിക പഠനങ്ങൾ ചൂണ്ടിക്കാണിക്കുന്നത്.[49]

Marxist feminism പോലുള്ള ചില ഫെമിനിസ്റ്റ് സമീപനങ്ങൾ കുടുംബത്തെ കാപ്പിറ്റലിസ്റ്റ് സാമ്പത്തിക വ്യവസ്ഥയുമായി ബന്ധപ്പെടുത്തി വിശകലനം ചെയ്യുന്നു. കുടുംബത്തിനുള്ളിലെ unpaid domestic labour തൊഴിലാളി വർഗ്ഗത്തിന്റെ പുനർനിർമ്മാണത്തിന് സഹായിക്കുന്നുവെന്നാണ് ഈ സമീപനം വാദിക്കുന്നത്. അതായത് കുടുംബം തൊഴിലാളികളുടെ ശാരീരികവും

വികാരപരവുമായ പുനരുത്പാദനത്തെ ഉറപ്പാക്കുന്ന ഒരു സാമൂഹിക ഘടനയായി പ്രവർത്തിക്കുന്നു.[50]

അതേസമയം എല്ലാ ഫെമിനിസ്റ്റ് ചിന്തകരും കുടുംബസ്ഥാപനത്തെ പൂർണ്ണമായും നിരാകരിക്കുന്നില്ല. ചിലർ കുടുംബത്തെ സാമൂഹികമായി പുനർസംഘടിപ്പിക്കാവുന്ന ഒരു സ്ഥാപനമായി കാണുന്നു. സമത്വപരമായ ബന്ധങ്ങൾ, പങ്കുവെക്കുന്ന ഉത്തരവാദിത്വങ്ങൾ, പരസ്പര ബഹുമാനം എന്നിവയുടെ അടിസ്ഥാനത്തിൽ കുടുംബത്തെ പുനർനിർവചിക്കാമെന്നാണ് ഈ സമീപനം സൂചിപ്പിക്കുന്നത്. കുടുംബത്തിനുള്ളിൽ സ്ത്രീകളും പുരുഷന്മാരും സമമായി തീരുമാനങ്ങളെടുക്കുന്ന ഘടനകൾ രൂപപ്പെടുമ്പോൾ അത് ലിംഗസമത്വത്തിന് സഹായകരമാകുമെന്നും ചില ഫെമിനിസ്റ്റ് ചിന്തകർ വാദിക്കുന്നു.[51]

ആധുനിക സമൂഹത്തിൽ കുടുംബത്തിന്റെ രൂപങ്ങൾ തന്നെ വൈവിധ്യമാർന്നതായി മാറിയിട്ടുണ്ട്. single-parent families, cohabitation, same-sex partnerships, chosen families തുടങ്ങിയ പുതിയ ബന്ധരൂപങ്ങൾ പരമ്പരാഗത കുടുംബഘടനകളെ ചോദ്യം ചെയ്യുന്നു. ഫെമിനിസ്റ്റ് പഠനങ്ങൾ ഈ പുതിയ കുടുംബരൂപങ്ങളെ സാമൂഹിക യാഥാർത്ഥ്യത്തിന്റെ ഭാഗമായാണ് വിശകലനം ചെയ്യുന്നത്.[52]

ഇതിനാൽ ഫെമിനിസത്തിന്റെ കാഴ്ചപ്പാടിൽ കുടുംബസ്ഥാപനം ഏകമാനദണ്ഡത്തിൽ വിലയിരുത്തപ്പെടുന്നില്ല. ചില സമീപനങ്ങൾ കുടുംബത്തിന്റെ പിതൃത്വാധികാര ഘടനകളെ വിമർശിക്കുമ്പോൾ മറ്റുചില സമീപനങ്ങൾ കുടുംബത്തെ സമത്വപരമായ സാമൂഹികബന്ധങ്ങളുടെ വേദിയായി പുനർസംഘടിപ്പിക്കാനുള്ള സാധ്യതകളെ പരിശോധിക്കുന്നു.[53]

ഡിജിറ്റൽ ഫെമിനിസം
(Digital Feminism)

ഡിജിറ്റൽ മാധ്യമങ്ങളുടെ വളർച്ച സാമൂഹിക പ്രസ്ഥാനങ്ങളുടെ സ്വഭാവത്തിൽ വലിയ മാറ്റങ്ങൾ സൃഷ്ടിച്ചു. ഫെമിനിസ്റ്റ് പ്രസ്ഥാനങ്ങളും ഈ മാറ്റത്തിൽ നിന്ന് ഒഴിവായില്ല. ഇന്റർനെറ്റ്, സോഷ്യൽ മീഡിയ, ഓൺലൈൻ കമ്മ്യൂണിറ്റികൾ എന്നിവയുടെ വളർച്ച ഫെമിനിസ്റ്റ് ചർച്ചകൾക്ക് പുതിയ വേദികൾ തുറന്നു. ഈ പശ്ചാത്തലത്തിലാണ് "ഡിജിറ്റൽ ഫെമിനിസം" (Digital Feminism) എന്ന ആശയം രൂപപ്പെട്ടത്. ഡിജിറ്റൽ പ്ലാറ്റ്ഫോമുകൾ ഉപയോഗിച്ച് ലിംഗസമത്വം, ലൈംഗിക അതിക്രമം, ശരീരസ്വാതന്ത്ര്യം, സാമൂഹിക നീതി എന്നിവയെക്കുറിച്ചുള്ള ചർച്ചകൾ ആഗോളതലത്തിൽ വ്യാപിപ്പിക്കപ്പെടുന്നു.[54]

സോഷ്യൽ മീഡിയ പ്ലാറ്റ്ഫോമുകൾ ഫെമിനിസ്റ്റ് പ്രവർത്തനങ്ങളുടെ പ്രചരണത്തിനും കൂട്ടായ്മകളുടെ രൂപീകരണത്തിനും വലിയ പങ്ക് വഹിച്ചു. മുമ്പ് പരിമിതമായ ഭൗതിക ഇടങ്ങളിലായിരുന്നു സാമൂഹിക പ്രസ്ഥാനങ്ങൾ സംഘടിപ്പിക്കപ്പെട്ടിരുന്നത്. എന്നാൽ ഡിജിറ്റൽ പ്ലാറ്റ്ഫോമുകൾ ഈ പരിധികളെ മറികടന്ന് ലോകത്തിന്റെ വിവിധ ഭാഗങ്ങളിൽ നിന്നുള്ള ആളുകളെ ഒരേ ചർച്ചയിലേക്ക് കൊണ്ടുവരാൻ സഹായിച്ചു. ഈ സാഹചര്യത്തിൽ ഫെമിനിസ്റ്റ് ആശയങ്ങൾ കൂടുതൽ വ്യാപകമായ സാമൂഹിക പിന്തുണ നേടാൻ തുടങ്ങി.[55]

#MeToo പ്രസ്ഥാനം ഡിജിറ്റൽ ഫെമിനിസത്തിന്റെ ഏറ്റവും ശ്രദ്ധേയമായ ഉദാഹരണങ്ങളിലൊന്നാണ്. ലൈംഗിക അതിക്രമങ്ങളെക്കുറിച്ചുള്ള വ്യക്തിഗത അനുഭവങ്ങൾ സോഷ്യൽ മീഡിയയിൽ പങ്കുവെക്കുന്നതിലൂടെ ഈ പ്രസ്ഥാനം ആഗോളതലത്തിൽ വലിയ സാമൂഹിക പ്രതികരണങ്ങൾ സൃഷ്ടിച്ചു. നിരവധി സ്ത്രീകൾ അവരുടെ അനുഭവങ്ങൾ പൊതുചർച്ചകളിലേക്ക് കൊണ്ടുവന്നതോടെ ലൈംഗിക അതിക്രമങ്ങളെക്കുറിച്ചുള്ള സാമൂഹിക മൗനം ചോദ്യം ചെയ്യപ്പെട്ടു. ഈ പ്രസ്ഥാനം സ്ഥാപനങ്ങളിലെയും തൊഴിൽസ്ഥലങ്ങളിലെയും അധികാരദുരുപയോഗങ്ങളെക്കുറിച്ചുള്ള ചർച്ചകൾ ശക്തിപ്പെടുത്തി.[56]

ഡിജിറ്റൽ ഫെമിനിസം പ്രതിഷേധ രാഷ്ട്രീയത്തിന്റെ പുതിയ രൂപങ്ങളെയും വികസിപ്പിച്ചു. ഓൺലൈൻ ക്യാമ്പെയിനുകൾ, ഹാഷ്ടാഗ് പ്രസ്ഥാനങ്ങൾ, ഡിജിറ്റൽ പിറ്റീഷനുകൾ, സാമൂഹിക

ബോധവൽക്കരണ പ്രവർത്തനങ്ങൾ എന്നിവയുടെ മുഖേന ഫെമിനിസ്റ്റ് ആശയങ്ങൾ വ്യാപകമായി പ്രചരിക്കുന്നു. ഡിജിറ്റൽ മാധ്യമങ്ങൾ വിവരവിനിമയം വേഗത്തിലാക്കുകയും സാമൂഹിക പ്രശ്നങ്ങളെക്കുറിച്ചുള്ള പൊതുചർച്ചകൾക്ക് പുതിയ ഗതി നൽകുകയും ചെയ്തു.[57]

എന്നിരുന്നാലും ഡിജിറ്റൽ ഫെമിനിസം ചില വിമർശനങ്ങൾക്കും വിധേയമാണ്. ചില പഠനങ്ങൾ സൂചിപ്പിക്കുന്നത് ഓൺലൈൻ പ്രവർത്തനങ്ങൾ ചിലപ്പോൾ "clicktivism" എന്ന രീതിയിൽ മാത്രം പരിമിതപ്പെടാമെന്നാണ്. അതായത് സാമൂഹികമാധ്യമങ്ങളിൽ പിന്തുണ പ്രകടിപ്പിക്കുന്നതിൽ മാത്രം ഒതുങ്ങി യഥാർത്ഥ സാമൂഹികമാറ്റത്തിലേക്ക് നയിക്കാത്ത സാഹചര്യങ്ങളും ഉണ്ടാകാം. അതോടൊപ്പം ഡിജിറ്റൽ ഇടങ്ങളിൽ സ്ത്രീകൾക്ക് നേരെയുള്ള ഓൺലൈൻ പീഡനവും (Online Harassment) വലിയ പ്രശ്നമായി തുടരുന്നു.[58]

ഈ വിമർശനങ്ങൾ ഉണ്ടായിരുന്നാലും ഡിജിറ്റൽ ഫെമിനിസം സമകാലിക ഫെമിനിസ്റ്റ് പ്രസ്ഥാനങ്ങളുടെ പ്രധാന ഘടകമായി മാറിയിട്ടുണ്ട്. ഡിജിറ്റൽ സാങ്കേതികവിദ്യയുടെ സഹായത്തോടെ ലിംഗസമത്വത്തെക്കുറിച്ചുള്ള ചർച്ചകൾ പ്രാദേശികപരിധികളെ മറികടന്ന് ആഗോളതലത്തിൽ വ്യാപിക്കുന്നു. ഇതുവഴി സാമൂഹിക നീതി, മനുഷ്യാവകാശം, ലൈംഗിക സമത്വം എന്നീ വിഷയങ്ങളിൽ പുതിയ ബൗദ്ധികവും രാഷ്ട്രീയവുമായ ചർച്ചകൾ രൂപപ്പെടുന്നു.[59]

ഫെമിനിസത്തിന്റെ പരിധികൾ
(Limits of Feminism)

ഫെമിനിസം കഴിഞ്ഞ രണ്ട് നൂറ്റാണ്ടുകളിൽ സമൂഹത്തിൽ വലിയ ബൗദ്ധികവും രാഷ്ട്രീയവുമായ മാറ്റങ്ങൾ സൃഷ്ടിച്ച പ്രസ്ഥാനങ്ങളിലൊന്നാണ്. സ്ത്രീകളുടെ വിദ്യാഭ്യാസാവകാശം, വോട്ടവകാശം, തൊഴിൽ അവസരങ്ങൾ, ശരീരസ്വാതന്ത്ര്യം, നിയമപരമായ സമത്വം തുടങ്ങിയ നിരവധി മേഖലകളിൽ ഫെമിനിസ്റ്റ് പ്രസ്ഥാനങ്ങൾ നിർണായക പങ്ക് വഹിച്ചു. എന്നിരുന്നാലും ഫെമിനിസത്തിന് ചില പരിമിതികളും വിമർശനങ്ങളും ഉണ്ടെന്ന് സാമൂഹിക പഠനങ്ങൾ ചൂണ്ടിക്കാണിക്കുന്നു.[60]

ചില വിമർശകർ പറയുന്നത് ഫെമിനിസ്റ്റ് ചർച്ചകൾ പലപ്പോഴും നഗരമദ്ധ്യവർഗ്ഗ സ്ത്രീകളുടെ അനുഭവങ്ങളിൽ കൂടുതൽ കേന്ദ്രീകരിക്കുന്നുവെന്നാണ്. വിദ്യാഭ്യാസവും സാമ്പത്തികവും സാമൂഹികവുമായ സൗകര്യങ്ങൾ ലഭിച്ച സ്ത്രീകളുടെ പ്രശ്നങ്ങൾ ഫെമിനിസ്റ്റ് ചർച്ചകളിൽ കൂടുതൽ പ്രത്യക്ഷപ്പെടുമ്പോൾ ഗ്രാമപ്രദേശങ്ങളിലെയും സാമ്പത്തികമായി പിന്നാക്ക വിഭാഗങ്ങളിലെയും സ്ത്രീകളുടെ അനുഭവങ്ങൾ പര്യാപ്തമായി പ്രതിഫലിക്കപ്പെടുന്നില്ലെന്ന വിമർശനം ഉയർന്നിട്ടുണ്ട്.[61]

അതോടൊപ്പം ചില ഫെമിനിസ്റ്റ് പ്രസ്ഥാനങ്ങൾ പാശ്ചാത്യ സമൂഹങ്ങളുടെ സാമൂഹിക സാഹചര്യങ്ങളെ അടിസ്ഥാനമാക്കിയുള്ള ആശയങ്ങളെ ആഗോളതലത്തിൽ പ്രയോഗിക്കാൻ ശ്രമിക്കുന്നുവെന്ന വിമർശനവും ഉയരുന്നു. വിവിധ രാജ്യങ്ങളിൽ സ്ത്രീകളുടെ സാമൂഹിക സാഹചര്യങ്ങൾ വ്യത്യസ്തമാണ്. സംസ്കാരം, മതം, സാമ്പത്തിക ഘടന, രാഷ്ട്രീയ സാഹചര്യം തുടങ്ങിയ ഘടകങ്ങൾ സ്ത്രീകളുടെ ജീവിതാനുഭവങ്ങളെ വ്യത്യസ്ത രീതിയിൽ സ്വാധീനിക്കുന്നു. അതിനാൽ ഒരേ ഫെമിനിസ്റ്റ് മാതൃക എല്ലാ സമൂഹങ്ങൾക്കും ഒരുപോലെ ബാധകമാകണമെന്നില്ലെന്നാണ് ചില ഗവേഷകർ ചൂണ്ടിക്കാണിക്കുന്നത്.[62]

ഫെമിനിസത്തിനുള്ളിലെ സിദ്ധാന്തപരമായ വൈവിധ്യവും ചിലപ്പോൾ പരിമിതിയായി ചർച്ച ചെയ്യപ്പെടുന്നു. ഫെമിനിസ്റ്റ് ചിന്തയിൽ liberal feminism, radical feminism, marxist feminism, cultural feminism, intersectional feminism തുടങ്ങിയ നിരവധി പ്രവണതകൾ നിലനിൽക്കുന്നു. ഈ സമീപനങ്ങൾ പലപ്പോഴും ഒരേ വിഷയങ്ങളെ വ്യത്യസ്ത രീതിയിൽ വ്യാഖ്യാനിക്കുന്നു. ഈ സിദ്ധാന്തപരമായ വൈവിധ്യം ഫെമിനിസത്തിന്റെ ബൗദ്ധിക ശക്തിയാകുമ്പോഴും ചില സാഹചര്യങ്ങളിൽ ആശയപരമായ ഏകീകരണത്തിന്റെ അഭാവമായി കാണപ്പെടാം.[63]

മറ്റൊരു വിമർശനം ഫെമിനിസ്റ്റ് ചർച്ചകൾ ചിലപ്പോൾ പുരുഷന്മാരുടെ സാമൂഹിക പ്രശ്നങ്ങളെ പര്യാപ്തമായി പരിഗണിക്കുന്നില്ല എന്നതാണ്. പുരുഷന്മാരും സാമൂഹിക പ്രതീക്ഷകളും

ലിംഗവേഷങ്ങളും മൂലം വിവിധ സമ്മർദ്ദങ്ങൾ നേരിടുന്നുവെന്ന വാദം ചില സാമൂഹിക പഠനങ്ങളിൽ ഉയർന്നിട്ടുണ്ട്. അതിനാൽ ലിംഗസമത്വത്തെക്കുറിച്ചുള്ള ചർച്ചകൾ പുരുഷന്മാരുടെയും സ്ത്രീകളുടെയും സാമൂഹിക അനുഭവങ്ങളെ ഉൾക്കൊള്ളുന്ന രീതിയിൽ വികസിക്കേണ്ടതുണ്ടെന്ന് ചില ഗവേഷകർ അഭിപ്രായപ്പെടുന്നു.[64]

ഈ വിമർശനങ്ങൾ ഉണ്ടായിരുന്നാലും ഫെമിനിസം സമകാലിക സാമൂഹിക ചിന്തയിൽ പ്രധാനപ്പെട്ട ബൗദ്ധിക പ്രസ്ഥാനമായി തുടരുന്നു. ഫെമിനിസ്റ്റ് ചർച്ചകൾ സ്വയം വിമർശനപരമായ സ്വഭാവം പുലർത്തുന്നതിനാൽ പുതിയ സാമൂഹിക സാഹചര്യങ്ങൾ അനുസരിച്ച് അവ തുടർച്ചയായി വികസിച്ചുകൊണ്ടിരിക്കുന്നു. അതിനാൽ ഫെമിനിസത്തിന്റെ പരിധികളെക്കുറിച്ചുള്ള ചർച്ചകൾ ഈ പ്രസ്ഥാനത്തിന്റെ ബൗദ്ധിക വികസനത്തിന്റെ ഭാഗമായാണ് കാണപ്പെടുന്നത്.[65]

.

ഫെമിനിസത്തിന്റെ വിമർശനങ്ങൾ
(Critical Points of Feminism)

ഫെമിനിസം ആധുനിക സമൂഹത്തിൽ വലിയ സാമൂഹികവും ബൗദ്ധികവുമായ സ്വാധീനം ചെലുത്തിയ ഒരു പ്രസ്ഥാനമായിരുന്നുവെങ്കിലും അതിനെക്കുറിച്ചുള്ള വിമർശനങ്ങളും സമകാലിക സാമൂഹിക ചർച്ചകളിൽ ഉയർന്നിട്ടുണ്ട്. ഫെമിനിസ്റ്റ് സിദ്ധാന്തങ്ങൾ ലിംഗസമത്വം, ശരീരസ്വാതന്ത്ര്യം, സാമൂഹിക നീതി തുടങ്ങിയ വിഷയങ്ങളെ മുൻനിർത്തിയെങ്കിലും ചില വിമർശകർ ഈ സമീപനത്തിന്റെ പരിമിതികളെ ചൂണ്ടിക്കാണിക്കുന്നു. ഫെമിനിസത്തെ വിമർശിക്കുന്ന സമീപനങ്ങൾ സാമൂഹികശാസ്ത്രത്തിലും രാഷ്ട്രീയതത്വചിന്തയിലും വ്യാപകമായി ചർച്ച ചെയ്യപ്പെടുന്ന വിഷയങ്ങളാണ്.[66]

ഒരു പ്രധാന വിമർശനം ഫെമിനിസ്റ്റ് ചർച്ചകൾ ചിലപ്പോൾ പുരുഷന്മാരുടെ സാമൂഹിക അനുഭവങ്ങളെ പര്യാപ്തമായി പരിഗണിക്കുന്നില്ല എന്നതാണ്. ചില ഗവേഷകർ ചൂണ്ടിക്കാണിക്കുന്നത് സാമൂഹിക ലിംഗവേഷങ്ങൾ പുരുഷന്മാർക്കും വിവിധ രീതിയിലുള്ള സമ്മർദ്ദങ്ങൾ സൃഷ്ടിക്കുന്നുവെന്നാണ്. തൊഴിൽ ഉത്തരവാദിത്വങ്ങൾ, സാമ്പത്തിക പ്രതീക്ഷകൾ, വികാരപ്രകടനത്തിലെ നിയന്ത്രണങ്ങൾ തുടങ്ങിയ ഘടകങ്ങൾ പുരുഷന്മാരുടെ ജീവിതത്തെയും സ്വാധീനിക്കുന്നു. ഈ സാഹചര്യത്തിൽ ലിംഗസമത്വത്തെക്കുറിച്ചുള്ള ചർച്ചകൾ സ്ത്രീകളുടെ പ്രശ്നങ്ങളിൽ മാത്രം കേന്ദ്രീകരിക്കാതെ സമൂഹത്തിലെ എല്ലാ ലിംഗങ്ങളുടെയും അനുഭവങ്ങളെ ഉൾക്കൊള്ളേണ്ടതുണ്ടെന്ന് ചില വിമർശകർ വാദിക്കുന്നു.[67]

മറ്റൊരു വിമർശനം ഫെമിനിസത്തിനുള്ളിലെ സിദ്ധാന്തപരമായ വൈരുദ്ധ്യങ്ങളുമായി ബന്ധപ്പെട്ടതാണ്. ഫെമിനിസ്റ്റ് ചിന്ത ഏകീകൃതമായ ഒരു സിദ്ധാന്തമല്ല; അതിൽ liberal feminism, radical feminism, marxist feminism, cultural feminism, sex-positive feminism, intersectional feminism തുടങ്ങിയ നിരവധി സമീപനങ്ങൾ നിലനിൽക്കുന്നു. ഈ വിവിധ സമീപനങ്ങൾ ഒരേ വിഷയങ്ങളെ വ്യത്യസ്ത രീതിയിൽ വിശകലനം ചെയ്യുന്നതിനാൽ ചിലപ്പോൾ ഫെമിനിസ്റ്റ് ചർച്ചകളിൽ ആശയപരമായ സംഘർഷങ്ങൾ രൂപപ്പെടുന്നു.[68]

ഉദാഹരണത്തിന് ലൈംഗികതയെക്കുറിച്ചുള്ള ഫെമിനിസ്റ്റ് ചർച്ചകളിൽ വലിയ ഭിന്നതകൾ കാണപ്പെടുന്നു. radical feminism ചിലപ്പോൾ pornography, prostitution തുടങ്ങിയ വിഷയങ്ങളെ സ്ത്രീകളുടെ ചൂഷണത്തിന്റെ ഘടനകളായി കാണുമ്പോൾ sex-positive feminism വ്യക്തിപരമായ ലൈംഗിക സ്വാതന്ത്ര്യത്തെയും തിരഞ്ഞെടുപ്പിനെയും പ്രാധാന്യമാക്കുന്നു. ഈ വ്യത്യസ്ത സമീപനങ്ങൾ ഫെമിനിസത്തിനുള്ളിലെ ബൗദ്ധിക വൈവിധ്യത്തെ വ്യക്തമാക്കുന്നുവെങ്കിലും ചില വിമർശകർ ഇത് ആശയപരമായ ഏകീകരണത്തിന്റെ അഭാവമായി കാണുന്നു.[69]

ചില സാമൂഹിക നിരൂപകർ ഫെമിനിസത്തിന്റെ രാഷ്ട്രീയ ഉപയോഗത്തെയും വിമർശിക്കുന്നു. ചില സാഹചര്യങ്ങളിൽ ഫെമിനിസ്റ്റ് ആശയങ്ങൾ രാഷ്ട്രീയമോ സാംസ്കാരികമോ ആയ വിവാദങ്ങളിൽ വ്യത്യസ്ത രീതിയിൽ ഉപയോഗിക്കപ്പെടുന്നു. ഈ സാഹചര്യത്തിൽ ഫെമിനിസത്തിന്റെ

അടിസ്ഥാന ലക്ഷ്യങ്ങളായ ലിംഗസമത്വവും സാമൂഹിക നീതിയും ചിലപ്പോൾ ആശയപരമായ സംഘർഷങ്ങളാൽ മറഞ്ഞുപോകുന്നുവെന്ന വിമർശനവും ഉയർന്നിട്ടുണ്ട്.[70]
എന്നിരുന്നാലും ഈ വിമർശനങ്ങൾ ഫെമിനിസത്തിന്റെ പ്രസക്തിയെ ഇല്ലാതാക്കുന്നില്ല. മറിച്ച് അവ ഫെമിനിസ്റ്റ് ചർച്ചകളെ കൂടുതൽ വിമർശനാത്മകവും ബൗദ്ധികമായി സമ്പുഷ്ടവുമായ രീതിയിൽ വികസിപ്പിക്കാൻ സഹായിക്കുന്നു. ഫെമിനിസം സ്വയം വിമർശനപരമായ ചർച്ചകളിലൂടെ മാറുകയും വികസിക്കുകയും ചെയ്യുന്ന ഒരു ബൗദ്ധിക പ്രസ്ഥാനമായതിനാൽ ഈ വിമർശനങ്ങൾ അതിന്റെ വളർച്ചയുടെ ഭാഗമായാണ് പല സാമൂഹിക പഠനങ്ങളും വിലയിരുത്തുന്നത്.[71]

ലൈംഗികതയെക്കുറിച്ചുള്ള ഫെമിനിസ്റ്റ് ഭിന്നതകൾ
(Feminist Disagreements on Sexuality)
ഫെമിനിസം ഏകീകൃതമായ ഒരു സിദ്ധാന്തമല്ല. ചരിത്രപരമായി വിവിധ സാമൂഹിക സാഹചര്യങ്ങളിലും ബൗദ്ധിക പാരമ്പര്യങ്ങളിലും നിന്നാണ് ഫെമിനിസ്റ്റ് ചിന്ത വികസിച്ചത്. അതിനാൽ ലൈംഗികതയെക്കുറിച്ചുള്ള ചർച്ചകളിൽ വിവിധ ഫെമിനിസ്റ്റ് സമീപനങ്ങൾ തമ്മിൽ ഗൗരവമായ വ്യത്യാസങ്ങൾ കാണപ്പെടുന്നു. ഈ ഭിന്നതകൾ ചിലപ്പോൾ ആശയപരമായ സംഘർഷങ്ങൾ സൃഷ്ടിച്ചെങ്കിലും ഫെമിനിസ്റ്റ് ചിന്തയുടെ ബൗദ്ധിക വൈവിധ്യത്തെയും വികസനത്തെയും പ്രതിഫലിപ്പിക്കുന്ന ഘടകങ്ങളായാണ് അവയെ കാണുന്നത്.[72]
Liberal Feminism
Liberal feminism വ്യക്തിസ്വാതന്ത്ര്യത്തിനും നിയമപരമായ സമത്വത്തിനും വലിയ പ്രാധാന്യം നൽകുന്ന സമീപനമാണ്. ഈ സിദ്ധാന്തത്തിന്റെ അടിസ്ഥാനവാദം സ്ത്രീകൾക്കും പുരുഷന്മാർക്കും ഒരേ നിയമപരമായ അവകാശങ്ങളും സാമൂഹിക അവസരങ്ങളും ലഭിക്കണം എന്നതാണ്. വിദ്യാഭ്യാസം, തൊഴിൽ, രാഷ്ട്രീയ പങ്കാളിത്തം, ശരീരസ്വാതന്ത്ര്യം എന്നിവയിൽ സ്ത്രീകൾക്ക് സമത്വം ഉറപ്പാക്കുന്നതാണ് liberal feminism ന്റെ ലക്ഷ്യം. ലൈംഗികതയെക്കുറിച്ചുള്ള ചർച്ചകളിൽ ഈ സമീപനം വ്യക്തികളുടെ സ്വതന്ത്ര തിരഞ്ഞെടുപ്പിനെയും വ്യക്തിപരമായ അവകാശങ്ങളെയും പ്രധാനമാക്കുന്നു.[73]
Radical Feminism
Radical feminism സമൂഹത്തിലെ അടിസ്ഥാന പ്രശ്നം പിതൃത്വാധികാര ഘടനകളാണ് (Patriarchy) എന്ന നിലപാടാണ് മുന്നോട്ടുവയ്ക്കുന്നത്. ഈ സമീപനത്തിന്റെ പ്രകാരം സമൂഹത്തിലെ പല സ്ഥാപനങ്ങളും പുരുഷാധികാരത്തെ നിലനിർത്തുന്ന രീതിയിൽ പ്രവർത്തിക്കുന്നു. കുടുംബം, വിവാഹം, ലൈംഗിക സംസ്കാരം, മാധ്യമപ്രതിനിധാനം എന്നിവ സ്ത്രീകളുടെ സാമൂഹിക സ്ഥിതിയെ സ്വാധീനിക്കുന്ന ഘടകങ്ങളാണെന്ന് radical feminists വാദിക്കുന്നു. ലൈംഗികതയെക്കുറിച്ചുള്ള ചർച്ചകളിൽ pornography, prostitution തുടങ്ങിയ വിഷയങ്ങൾ സ്ത്രീകളുടെ ചൂഷണവുമായി ബന്ധപ്പെട്ട ഘടനകളാണെന്ന് ചില radical feminist ചിന്തകർ വിശകലനം ചെയ്യുന്നു.[74]
Sex-Positive Feminism
Sex-positive feminism 1980-കളിൽ രൂപപ്പെട്ട ഒരു ഫെമിനിസ്റ്റ് പ്രവണതയാണ്. ഈ സമീപനം ലൈംഗികതയെക്കുറിച്ചുള്ള ചർച്ചകളിൽ വ്യക്തിപരമായ തിരഞ്ഞെടുപ്പിനെയും ലൈംഗിക ആനന്ദത്തെയും പ്രാധാന്യമാക്കുന്നു. സ്ത്രീകളുടെ ലൈംഗിക ആഗ്രഹവും ആനന്ദവും സാമൂഹികമായി അംഗീകരിക്കപ്പെടേണ്ടതുണ്ടെന്ന് ഈ സമീപനം വാദിക്കുന്നു. pornography, sex work തുടങ്ങിയ വിഷയങ്ങളിൽ ചില sex-positive feminists വ്യക്തിപരമായ agency ഉം തിരഞ്ഞെടുപ്പും പ്രാധാന്യമാക്കുന്ന സമീപനം സ്വീകരിക്കുന്നു.[75]
Marxist Feminism
Marxist feminism സ്ത്രീകളുടെ സാമൂഹികസ്ഥിതിയെ സാമ്പത്തിക ഘടനകളുമായി ബന്ധപ്പെടുത്തി വിശകലനം ചെയ്യുന്നു. കാപ്പിറ്റലിസ്റ്റ് സാമ്പത്തിക വ്യവസ്ഥ സ്ത്രീകളുടെ തൊഴിലും ശരീരവും വിവിധ

രീതികളിൽ ഉപയോഗിക്കുന്നുവെന്നാണ് ഈ സമീപനം ചൂണ്ടിക്കാണിക്കുന്നത്. കുടുംബസ്ഥാപനവും unpaid domestic labour ഉം തൊഴിലാളി വർഗ്ഗത്തിന്റെ പുനർനിർമ്മാണവുമായി ബന്ധപ്പെട്ട ഘടകങ്ങളാണെന്ന് Marxist feminists വാദിക്കുന്നു. ലൈംഗികതയെക്കുറിച്ചുള്ള ചർച്ചകളിലും സാമ്പത്തിക അസമത്വങ്ങൾ സ്ത്രീകളുടെ ജീവിതത്തെ എങ്ങനെ സ്വാധീനിക്കുന്നു എന്നതിലാണ് ഈ സമീപനം കൂടുതൽ ശ്രദ്ധ നൽകുന്നത്.[76]

Cultural Feminism

Cultural feminism സ്ത്രീകളുടെ അനുഭവങ്ങളും മൂല്യങ്ങളും സാംസ്കാരികമായി പ്രത്യേകതയുള്ളവയാണെന്ന് വാദിക്കുന്ന സമീപനമാണ്. ഈ സിദ്ധാന്തത്തിന്റെ പ്രകാരം സ്ത്രീകളുടെ സഹാനുഭൂതി, പരിചരണം, വികാരപരമായ ബോധം തുടങ്ങിയ ഗുണങ്ങൾ സാമൂഹികമായി വിലമതിക്കപ്പെടേണ്ടവയാണ്. ലൈംഗികതയെക്കുറിച്ചുള്ള ചർച്ചകളിൽ cultural feminists സ്ത്രീകളുടെ അനുഭവങ്ങളെയും വികാരപരമായ ബന്ധങ്ങളെയും കൂടുതൽ പ്രാധാന്യത്തോടെ വിശകലനം ചെയ്യുന്നു.[77]

Queer Feminism

Queer feminism ലിംഗവും ലൈംഗിക തിരിച്ചറിവും സ്ഥിരമായ വിഭാഗങ്ങളല്ലെന്ന് ചൂണ്ടിക്കാണിക്കുന്ന സമീപനമാണ്. Judith Butler പോലുള്ള ചിന്തകർ ലിംഗത്തെ സാമൂഹികമായി നിർമ്മിക്കപ്പെട്ട ഒരു തിരിച്ചറിവായി (Social Construction) വിശകലനം ചെയ്യുന്നു. ഈ സമീപനത്തിന്റെ പ്രകാരം സ്ത്രീയും പുരുഷനും എന്ന ലിംഗവിഭാഗങ്ങൾ സ്ഥിരമായ ജൈവസത്യങ്ങളല്ല; അവ സാമൂഹികവും സാംസ്കാരികവുമായ പ്രക്രിയകളിലൂടെ രൂപപ്പെട്ടവയാണ്. Queer feminism ലൈംഗികതയെക്കുറിച്ചുള്ള ചർച്ചകളിൽ ലിംഗ വൈവിധ്യത്തെയും ലൈംഗിക തിരിച്ചറിവുകളുടെ ബഹുസ്വരതയെയും പ്രാധാന്യമാക്കുന്നു.[78]

ഈ വ്യത്യസ്ത ഫെമിനിസ്റ്റ് സമീപനങ്ങൾ ലൈംഗികതയെക്കുറിച്ചുള്ള ചർച്ചകളിൽ വിവിധ ദിശകൾ തുറക്കുന്നു. ചില സമീപനങ്ങൾ ലൈംഗികതയിലെ അധികാരഘടനകളെ വിമർശിക്കുമ്പോൾ മറ്റുചില സമീപനങ്ങൾ വ്യക്തിപരമായ സ്വാതന്ത്ര്യത്തെയും തിരഞ്ഞെടുപ്പിനെയും മുൻനിർത്തുന്നു. ഈ ബൗദ്ധിക വൈവിധ്യമാണ് ഫെമിനിസ്റ്റ് ചിന്തയുടെ സങ്കീർണ്ണതയും സമ്പുഷ്ടതയും വ്യക്തമാക്കുന്നത്.[79]

Nordic Model vs Decriminalization

ലൈംഗിക തൊഴിലിനെക്കുറിച്ചുള്ള (Sex Work) ഫെമിനിസ്റ്റ് ചർച്ചകളിൽ ഏറ്റവും കൂടുതൽ വിവാദങ്ങൾ സൃഷ്ടിച്ച വിഷയങ്ങളിൽ ഒന്നാണ് നിയമപരമായ സമീപനങ്ങൾ. പ്രത്യേകിച്ച് Nordic Model എന്നും Decriminalization Model എന്നും അറിയപ്പെടുന്ന രണ്ട് വ്യത്യസ്ത നയങ്ങൾ ഫെമിനിസ്റ്റ് ചിന്തയിൽ വലിയ ഭിന്നതകൾക്ക് കാരണമായി. ഈ ചർച്ചയുടെ കേന്ദ്രത്തിൽ നിലകൊള്ളുന്നത് ഒരു അടിസ്ഥാനപ്രശ്നമാണ്: ലൈംഗിക തൊഴിൽ സ്ത്രീകളുടെ ചൂഷണത്തിന്റെ രൂപമാണോ, അല്ലെങ്കിൽ സാമ്പത്തിക തൊഴിൽരൂപങ്ങളിൽ ഒന്നായി കാണേണ്ടതാണോ എന്നത്.[80]

Nordic Model

Nordic Model (Swedish Model എന്നും വിളിക്കപ്പെടുന്നു) ആദ്യമായി 1999-ൽ സ്വീഡനിൽ നടപ്പിലാക്കിയ ഒരു നിയമരീതിയാണ്. ഈ മാതൃകയുടെ പ്രധാന സവിശേഷത sex worker നെ കുറ്റവാളിയായി കാണുന്നില്ല എന്നതാണ്. പകരം ലൈംഗിക സേവനം വാങ്ങുന്ന client ആണ് കുറ്റവാളിയായി കണക്കാക്കപ്പെടുന്നത്. ഈ സമീപനത്തിന്റെ അടിസ്ഥാനവാദം ലൈംഗിക തൊഴിൽ സ്ത്രീകളുടെ സാമൂഹിക ചൂഷണവുമായി ബന്ധപ്പെട്ടതാണ് എന്നതാണ്. അതിനാൽ sex workers നെ ശിക്ഷിക്കുന്നതിനുപകരം ഈ വിപണിയുടെ ആവശ്യകത സൃഷ്ടിക്കുന്ന ഉപഭോക്താക്കളെ ശിക്ഷിക്കണം എന്നാണ് Nordic Model മുന്നോട്ടുവയ്ക്കുന്നത്.[81]

ഈ മാതൃകയുടെ പിന്തുണക്കാർ പറയുന്നത് "സ്ത്രീയെ സംരക്ഷിക്കുക" എന്ന ലക്ഷ്യത്തോടെയാണ് ഈ നിയമരീതി രൂപപ്പെടുത്തിയതെന്നാണ്. ലൈംഗിക തൊഴിൽ സ്ത്രീകളെ സാമ്പത്തികവും സാമൂഹികവുമായ ചൂഷണത്തിലേക്ക് നയിക്കുന്ന ഘടനയാണെന്നും അതിനാൽ ഈ സംവിധാനത്തെ കുറയ്ക്കുകയാണ് നിയമത്തിന്റെ ലക്ഷ്യമെന്നും അവർ വാദിക്കുന്നു.[82]

Feminist Critique of Nordic Model

എന്നാൽ Nordic Model ഫെമിനിസ്റ്റ് ചർച്ചകളിൽ ശക്തമായ വിമർശനങ്ങൾക്കും വിധേയമായി. ചില ഫെമിനിസ്റ്റ് പഠനങ്ങൾ ചൂണ്ടിക്കാണിക്കുന്നത് client നെ കുറ്റവാളിയാക്കുന്ന നിയമരീതി sex workers നെ കൂടുതൽ അപകടകരമായ സാഹചര്യങ്ങളിലേക്ക് തള്ളുന്നുവെന്നാണ്. police നിരീക്ഷണം വർധിക്കുമ്പോൾ ലൈംഗിക തൊഴിലിന്റെ പ്രവർത്തനം കൂടുതൽ മറഞ്ഞ ഇടങ്ങളിലേക്ക് മാറാൻ സാധ്യതയുണ്ട്. ഇതുവഴി sex workers underground സാഹചര്യങ്ങളിൽ ജോലി ചെയ്യേണ്ടിവരുന്നുവെന്നതാണ് വിമർശനം.[83]

ഇതിന്റെ ഫലമായി client screening നടത്താനുള്ള സാധ്യത കുറയുകയും violence risk വർധിക്കുകയും ചെയ്യുമെന്ന് ചില ഗവേഷകർ ചൂണ്ടിക്കാണിക്കുന്നു. സുരക്ഷിതമായ പ്രവർത്തനപരിസരം ലഭിക്കാതെ പോകുന്നത് sex workers ന് കൂടുതൽ അപകടകരമായ സാഹചര്യങ്ങൾ സൃഷ്ടിക്കാമെന്നാണ് ഈ വിമർശനത്തിന്റെ മുഖ്യ വാദം.[84]

Decriminalization Model

Decriminalization Model ലൈംഗിക തൊഴിലിനെ ഒരു തൊഴിൽരൂപമായി (Labour) അംഗീകരിക്കുന്ന സമീപനമാണ്. ഈ മാതൃകയിൽ sex work കുറ്റകൃത്യമായി കാണുന്നില്ല. പകരം തൊഴിൽനിയമങ്ങളുടെ പരിധിയിൽ ഉൾപ്പെടുത്തി സുരക്ഷിതമായ പ്രവർത്തനപരിസരം ഉറപ്പാക്കാനുള്ള ശ്രമങ്ങളാണ് പ്രധാനമായി മുന്നോട്ടുവയ്ക്കുന്നത്.

ഈ സമീപനത്തിന്റെ പിന്തുണക്കാർ പറയുന്നത് criminalization sex workers നെ നിയമപരമായ സംരക്ഷണങ്ങളിൽ നിന്ന് അകറ്റുന്നുവെന്നാണ്. Decriminalization നടപ്പിലാക്കിയാൽ police harassment കുറയുകയും ആരോഗ്യസേവനങ്ങൾ ലഭ്യമാകുകയും തൊഴിലാളി യൂണിയനുകൾ രൂപപ്പെടുകയും സുരക്ഷാ സംവിധാനങ്ങൾ വികസിക്കുകയും ചെയ്യാൻ സാധ്യതയുണ്ടെന്ന് ചില പഠനങ്ങൾ സൂചിപ്പിക്കുന്നു.[85]

Feminist Divide

ഈ വിഷയത്തിൽ ഫെമിനിസ്റ്റ് ചർച്ചകൾ രണ്ട് പ്രധാന നിലപാടുകളായി വിഭജിക്കപ്പെടുന്നു.

• Abolitionist Feminism – ഈ സമീപനം ലൈംഗിക തൊഴിൽ സ്ത്രീകളുടെ ചൂഷണവുമായി ബന്ധപ്പെട്ട ഘടനയാണെന്നും അത് അവസാനിപ്പിക്കേണ്ടതാണെന്നും വാദിക്കുന്നു. Nordic Model പോലുള്ള നിയമരീതികൾ ഈ സമീപനവുമായി ബന്ധപ്പെട്ടിരിക്കുന്നു.

• Labour-Rights Feminism – ഈ സമീപനം sex work നെ തൊഴിൽരൂപമായി അംഗീകരിക്കുകയും sex workers ന് തൊഴിലാളി അവകാശങ്ങൾ ലഭിക്കണം എന്നും വാദിക്കുന്നു. Decriminalization Model ഈ സമീപനവുമായി കൂടുതൽ ബന്ധപ്പെട്ടിരിക്കുന്നു.[86]

ഈ രണ്ട് സമീപനങ്ങളും ഫെമിനിസ്റ്റ് ചർച്ചകളിൽ തുടരുന്ന സിദ്ധാന്തപരമായ സംഘർഷങ്ങളെ പ്രതിഫലിപ്പിക്കുന്നു. ലൈംഗിക തൊഴിൽ സ്ത്രീകളുടെ ചൂഷണത്തിന്റെ പ്രതിഫലനമാണോ, അല്ലെങ്കിൽ സാമ്പത്തിക സാഹചര്യങ്ങളിൽ വ്യക്തികളുടെ തൊഴിൽതിരഞ്ഞെടുപ്പിന്റെ ഭാഗമാണോ എന്ന ചോദ്യമാണ് ഈ വിവാദത്തിന്റെ കേന്ദ്രത്തിൽ നിലനിൽക്കുന്നത്.[87]

ഫെമിനിസ്റ്റ് ചർച്ചകളിൽ ലൈംഗിക തൊഴിലിനെക്കുറിച്ചുള്ള വിവാദങ്ങളുടെ കേന്ദ്രത്തിൽ ഒരു അടിസ്ഥാനചോദ്യം നിലനിൽക്കുന്നു: "സ്ത്രീയെ സംരക്ഷിക്കുന്നത് ആരിൽ നിന്നാണ്?" എന്നത്. ഈ ചോദ്യം വെറും നിയമപരമായ നയങ്ങളെക്കുറിച്ചുള്ളതല്ല; സ്ത്രീകളുടെ സാമൂഹിക സ്ഥാനം, സാമ്പത്തിക അവസരങ്ങൾ, ശരീരസ്വാതന്ത്ര്യം, സാമൂഹിക അധികാരഘടനകൾ എന്നിവയെക്കുറിച്ചുള്ള വലിയ രാഷ്ട്രീയ-സാമൂഹിക ചർച്ചകളുമായി ബന്ധപ്പെട്ടതാണ്.[88]

ചില ഫെമിനിസ്റ്റ് സിദ്ധാന്തങ്ങൾ ലൈംഗിക തൊഴിൽ സ്ത്രീകളുടെ ചൂഷണത്തിന്റെ ഭാഗമാണെന്ന് വാദിക്കുന്നു. ഈ സമീപനത്തിന്റെ പ്രകാരം ലൈംഗിക തൊഴിലിന്റെ സാഹചര്യങ്ങൾ പലപ്പോഴും സാമ്പത്തിക ദൗർബല്യവും സാമൂഹിക അസമത്വവും ലിംഗാധികാര ഘടനകളും സൃഷ്ടിക്കുന്ന സാഹചര്യങ്ങളാണ്. അതിനാൽ ഈ സംവിധാനത്തെ നിയന്ത്രിക്കുകയോ ഇല്ലാതാക്കുകയോ ചെയ്യേണ്ടതുണ്ടെന്ന് abolitionist feminism പോലുള്ള സമീപനങ്ങൾ ചൂണ്ടിക്കാണിക്കുന്നു.[89]

എന്നാൽ മറ്റുചില ഫെമിനിസ്റ്റ് ചിന്തകർ വ്യത്യസ്തമായ ഒരു വാദം മുന്നോട്ടുവയ്ക്കുന്നു. അവരുടെ അഭിപ്രായത്തിൽ sex work എന്ന പ്രവർത്തനം തന്നെ പ്രശ്നത്തിന്റെ കേന്ദ്രമല്ല; മറിച്ച് സ്ത്രീകൾക്ക് ലഭിക്കുന്ന അധികാരമില്ലായ്മ (Lack of Power), സാമ്പത്തിക അസമത്വം (Economic Inequality), സാമൂഹിക സുരക്ഷയുടെ അഭാവം എന്നിവയാണ് പ്രധാന പ്രശ്നങ്ങൾ. ഈ സാഹചര്യങ്ങളിൽ സ്ത്രീകൾക്ക് സുരക്ഷിത തൊഴിൽവായ്പകളും സാമ്പത്തിക അവസരങ്ങളും ലഭ്യമാകുന്നില്ലെങ്കിൽ അവർ പലവിധ തൊഴിലുകളിലേക്ക്, അതിൽ sex work ഉൾപ്പെടെ, പ്രവേശിക്കേണ്ട സാഹചര്യം ഉണ്ടാകാം.[90]

ഈ സമീപനത്തിന്റെ പ്രകാരം പ്രശ്നത്തിന്റെ പരിഹാരം sex workers നെ കുറ്റവാളികളാക്കുകയോ അവരുടെ തൊഴിൽ ഇല്ലാതാക്കാൻ ശ്രമിക്കുകയോ ചെയ്യുന്നതല്ല; മറിച്ച് അവരുടെ സാമൂഹിക അവകാശങ്ങൾ, സാമ്പത്തിക സുരക്ഷ, നിയമപരമായ സംരക്ഷണം, ആരോഗ്യസേവനങ്ങൾ എന്നിവ ഉറപ്പാക്കുന്നതിലാണ്. sex workers നെ തൊഴിലാളികളായി അംഗീകരിക്കുന്ന സമീപനം അവരുടെ agency നെ അംഗീകരിക്കുന്നതായും ചില ഗവേഷകർ വാദിക്കുന്നു.[91]

ഇങ്ങനെ നോക്കുമ്പോൾ ലൈംഗിക തൊഴിലിനെക്കുറിച്ചുള്ള ഫെമിനിസ്റ്റ് ചർച്ചകൾ വെറും നൈതികപ്രശ്നമല്ല; അത് അധികാരവും സാമ്പത്തിക ഘടനകളും ലിംഗസമത്വവും തമ്മിലുള്ള സങ്കീർണ്ണബന്ധത്തെക്കുറിച്ചുള്ള വലിയ സാമൂഹിക ചർച്ചയുടെ ഭാഗമാണ്. സ്ത്രീകളെ സംരക്ഷിക്കേണ്ടത് sex work എന്ന പ്രവർത്തനത്തിൽ നിന്ന് മാത്രമല്ല; അവരുടെ ജീവിതത്തെ സ്വാധീനിക്കുന്ന സാമ്പത്തിക അസമത്വങ്ങളിൽ നിന്നും സാമൂഹിക അധികാരഘടനകളിൽ നിന്നും കൂടിയാണ് എന്നതാണ് ഈ ചർച്ചയുടെ പ്രധാന നിർദ്ദേശം.[92]

ഇന്ത്യൻ ഫെമിനിസ്റ്റ് പ്രസ്ഥാനങ്ങളും ലൈംഗിക തൊഴിൽ ചർച്ചകളും
(Indian Feminist Movements and Debates on Sex Work)

ഇന്ത്യയിൽ ലൈംഗിക തൊഴിൽ (Sex Work) സംബന്ധിച്ച ഫെമിനിസ്റ്റ് ചർച്ചകൾ സമകാലിക സാമൂഹികചിന്തയിലെ ഏറ്റവും സങ്കീർണ്ണവും വൈരുദ്ധ്യപൂർണ്ണവുമായ വിഷയങ്ങളിലൊന്നാണ്. ലൈംഗിക തൊഴിൽ എന്ന പ്രാക്ടീസ് വെറും വ്യക്തിപരമായ തൊഴിൽ തിരഞ്ഞെടുപ്പിന്റെ വിഷയമല്ല; അത് സാമൂഹിക നൈതികത, സാമ്പത്തിക അസമത്വം, മനുഷ്യാവകാശ രാഷ്ട്രീയം, സ്ത്രീകളുടെ ശരീരസ്വാതന്ത്ര്യം, സംസ്ഥാനനിയന്ത്രണം എന്നിവ തമ്മിലുള്ള സങ്കീർണ്ണബന്ധങ്ങളെ പ്രതിഫലിപ്പിക്കുന്ന ഒരു സാമൂഹിക ഘടനയാണ്. അതിനാൽ ഇന്ത്യൻ ഫെമിനിസ്റ്റ് പ്രസ്ഥാനങ്ങൾ sex work നെ ഒരേ രീതിയിൽ വിലയിരുത്തുന്നില്ല. മറിച്ച് വ്യത്യസ്ത ആശയപരമായ സമീപനങ്ങൾ തമ്മിലുള്ള സംഘർഷങ്ങളിലൂടെയാണ് ഈ ചർച്ച വികസിച്ചിരിക്കുന്നത്.[93]

ഇന്ത്യൻ ഫെമിനിസ്റ്റ് ചർച്ചകളിലെ വിഭജനം

ഇന്ത്യൻ ഫെമിനിസ്റ്റ് ചിന്തയിൽ sex work നെക്കുറിച്ചുള്ള രണ്ട് പ്രധാന സിദ്ധാന്തപരമായ നിലപാടുകൾ രൂപപ്പെട്ടിട്ടുണ്ട്.

ഒരു സമീപനം sex work നെ സ്ത്രീകളുടെ മേൽ നടക്കുന്ന ഘടനാപരമായ ചൂഷണത്തിന്റെ (Structural Exploitation) രൂപമായി കാണുന്നു. ഈ സമീപനത്തിന്റെ പ്രകാരം ലൈംഗിക തൊഴിൽ സ്ത്രീകളുടെ സ്വതന്ത്ര തിരഞ്ഞെടുപ്പിന്റെ ഫലമല്ല; മറിച്ച് ദാരിദ്ര്യം, മനുഷ്യക്കടത്ത് (Trafficking), സാമൂഹിക അസമത്വം, ലിംഗാധികാര ഘടനകൾ എന്നിവ സ്ത്രീകളെ ഈ മേഖലയിലേക്ക് തള്ളുന്ന സാഹചര്യങ്ങളാണ്. അതിനാൽ sex work അവസാനിപ്പിക്കേണ്ട സാമൂഹിക പ്രശ്നമാണെന്ന് ഈ നിലപാട് വാദിക്കുന്നു.[94]

എന്നാൽ മറ്റൊരു ഫെമിനിസ്റ്റ് സമീപനം sex work നെ തൊഴിൽരൂപമായി (Labour) കാണുന്നു. ഈ സമീപനത്തിന്റെ പ്രകാരം ലൈംഗിക തൊഴിലിൽ ഏർപ്പെടുന്നവർ തൊഴിലാളികളാണ്; അവരുടെ തൊഴിൽ അവകാശങ്ങളും സാമൂഹിക സംരക്ഷണവും ഉറപ്പാക്കപ്പെടേണ്ടതാണ്. sex workers നെ കുറ്റവാളികളായി കാണുകയോ സാമൂഹികമായി പുറത്താക്കുകയോ ചെയ്യുന്നത് അവരുടെ സുരക്ഷയും ആരോഗ്യവും കൂടുതൽ അപകടകരമായ സാഹചര്യങ്ങളിലേക്ക് തള്ളുന്നുവെന്നാ ണ് ഈ സമീപനം ചൂണ്ടിക്കാണിക്കുന്നത്.[95]

"Rescue" രാഷ്ട്രീയം

ഇന്ത്യയിലെ ചില സാമൂഹിക പ്രസ്ഥാനങ്ങൾ sex workers നെ "രക്ഷിക്കേണ്ടവരായി" (Victims needing rescue) കാണുന്ന സമീപനം സ്വീകരിച്ചിട്ടുണ്ട്. ഈ സമീപനത്തിൽ ലൈംഗിക തൊഴിൽ മനുഷ്യക്കടത്തിന്റെയും സ്ത്രീകളുടെ ചൂഷണത്തിന്റെയും ഭാഗമായിത്തന്നെയാണ് കാണപ്പെടുന്നത്. അതിനാൽ sex workers നെ ലൈംഗിക തൊഴിൽ മേഖലയിൽ നിന്ന് പുറത്തെടുത്ത് "rehabilitation" പദ്ധതികളിലൂടെ പുതിയ ജീവിതത്തിലേക്ക് നയിക്കണമെന്നാണ് ഈ പ്രസ്ഥാനങ്ങൾ വാദിക്കുന്നത്.

എന്നാൽ ഈ സമീപനം ഫെമിനിസ്റ്റ് പഠനങ്ങളിൽ ശക്തമായ വിമർശനങ്ങൾക്കും വിധേയമായി. ചില ഗവേഷകർ ചൂണ്ടിക്കാണിക്കുന്നത് rescue-based activism പലപ്പോഴും sex workers ന്റെ agency നെ അവഗണിക്കുന്നുവെന്നാണ്. rehabilitation പല സാഹചര്യങ്ങളിലും നിർബന്ധിതമായി നടപ്പിലാക്കപ്പെടുകയും ഇതുവഴി അവരുടെ livelihood autonomy നഷ്ടപ്പെടുകയും ചെയ്യുന്നു എന്നതാണ് പ്രധാന വിമർശനം.[96]

Sex Worker Collective പ്രസ്ഥാനങ്ങൾ

ഇന്ത്യയിൽ sex workers തന്നെ രൂപപ്പെടുത്തിയ നിരവധി സംഘടനകൾ rights-based approach മുന്നോട്ടുവയ്ക്കുന്നുണ്ട്.

Durbar Mahila Samanwaya Committee (DMSC), Sangram, VAMP (Veshya Anyay Mukti Parishad) പോലുള്ള സംഘടനകൾ sex workers നെ തൊഴിലാളികളായി അംഗീകരിക്കുകയും അവരുടെ ആരോഗ്യപരമായ അവകാശങ്ങൾ, തൊഴിൽ സുരക്ഷ, സാമൂഹിക ബഹുമാനം, നിയമപരമായ സംരക്ഷണം എന്നിവ ഉറപ്പാക്കണമെന്നും ആവശ്യപ്പെടുന്നു.

ഈ സംഘടനകൾ sex workers നെ "രക്ഷിക്കേണ്ട ഇരകൾ" എന്ന നിലയിൽ കാണുന്നതിനു പകരം അവരെ സാമൂഹികവും രാഷ്ട്രീയവുമായ ഏജൻസിയുള്ള വ്യക്തികളായി അംഗീകരിക്കുന്നു. HIV prevention, community mobilization, collective bargaining, public health programmes തുടങ്ങിയ പ്രവർത്തനങ്ങളിലൂടെ ഇവ sex workers ന്റെ സാമൂഹിക ശക്തീകരണത്തിനായി പ്രവർത്തിക്കുന്നതായി നിരവധി പഠനങ്ങൾ സൂചിപ്പിക്കുന്നു.[97]

നിയമവും നൈതികതയും തമ്മിലുള്ള സംഘർഷം

ഇന്ത്യൻ നിയമസംവിധാനത്തിൽ sex work പൂർണമായും നിയമവിരുദ്ധമല്ല. എന്നാൽ അതുമായി ബന്ധപ്പെട്ട നിരവധി പ്രവർത്തനങ്ങൾ Immoral Traffic (Prevention) Act പോലുള്ള നിയമങ്ങൾ വഴി നിയന്ത്രിക്കപ്പെടുന്നു. ഈ നിയമങ്ങൾ മനുഷ്യക്കടത്ത് തടയുക എന്ന ലക്ഷ്യത്തോടെയാണ് രൂപപ്പെടുത്തിയതെങ്കിലും പ്രായോഗികമായി sex workers നേരിടുന്ന പ്രശ്നങ്ങൾ ഇതിലൂടെ പൂർണമായി പരിഹരിക്കപ്പെടുന്നില്ലെന്ന് സാമൂഹിക പഠനങ്ങൾ ചൂണ്ടിക്കാണിക്കുന്നു.

നിയമം "സംരക്ഷണം" എന്ന ഭാഷ ഉപയോഗിച്ചാലും ground reality യിൽ police violence, extortion, detention, harassment തുടങ്ങിയ പ്രശ്നങ്ങൾ sex workers നേരിടുന്ന യാഥാർത്ഥ്യങ്ങളായി തുടരുന്നു എന്നതാണ് പല മനുഷ്യാവകാശ പഠനങ്ങളും വ്യക്തമാക്കുന്നത്.[98]

ഈ പശ്ചാത്തലത്തിൽ ഇന്ത്യൻ സുപ്രീം കോടതി (Supreme Court of India) 2022-ൽ Budhadev Karmaskar v. State of West Bengal കേസിൽ നൽകിയ നിർണ്ണായക നിർദ്ദേശങ്ങൾ ശ്രദ്ധേയമാണ്. കോടതിയുടെ നിരീക്ഷണത്തിൽ sex workers മനുഷ്യരെന്ന നിലയിൽ

ഭരണഘടനാപരമായ അവകാശങ്ങൾ (Constitutional Rights) ഉള്ളവരാണ് എന്നും അവരുടെ മാനവിക ബഹുമാനം സംരക്ഷിക്കപ്പെടേണ്ടതുണ്ടെന്നും വ്യക്തമാക്കിയിരുന്നു. പോലീസ് sex workers നെ അപമാനിക്കുകയോ അനാവശ്യമായി അറസ്റ്റ് ചെയ്യുകയോ ചെയ്യരുതെന്നും കോടതി നിർദ്ദേശിച്ചു. ഈ വിധി sex workers നെ കുറ്റവാളികളായി കാണുന്ന സമീപനത്തിൽ നിന്ന് മനുഷ്യാവകാശപരമായ സമീപനത്തിലേക്ക് നീങ്ങേണ്ടതിന്റെ ആവശ്യകത ചൂണ്ടിക്കാണിച്ചു.[99]

ഇന്ത്യൻ സമൂഹത്തിലെ വൈരുദ്ധ്യം

ഇന്ത്യൻ സമൂഹത്തിലെ sex work ചർച്ചകളിൽ ഒരു പ്രധാന വൈരുദ്ധ്യം വ്യക്തമായി കാണപ്പെടുന്നു. ഒരു വശത്ത് ലൈംഗിക തൊഴിൽ ഒരു വ്യാപകമായ സാമൂഹിക യാഥാർത്ഥ്യമാണ്. നഗരങ്ങളിലും ഗ്രാമങ്ങളിലും വിവിധ രൂപങ്ങളിൽ ഈ തൊഴിൽ നിലനിൽക്കുന്നു.

എന്നാൽ മറുവശത്ത് sex workers ന്റെ സാമൂഹിക ദൃശ്യസാന്നിധ്യം (Visibility) സമൂഹം അംഗീകരിക്കുന്നില്ല. sex worker എന്ന തിരിച്ചറിവ് അപകീർത്തിയുമായി ബന്ധിപ്പിക്കപ്പെടുന്നു. അതേസമയം ഈ ഇടപാടുകളിൽ പങ്കാളികളാകുന്ന ഉപഭോക്താവ് (Client) പലപ്പോഴും സാമൂഹികമായി അദൃശ്യനായി തുടരുന്നു.

ഈ ഇരട്ട മാനദണ്ഡം ലൈംഗിക തൊഴിലിനെക്കുറിച്ചുള്ള സാമൂഹിക നൈതികതയുടെ അസമത്വത്തെ വ്യക്തമാക്കുന്നു. സ്ത്രീയുടെ ശരീരം സാമൂഹിക നൈതിക നിയന്ത്രണത്തിന്റെ കേന്ദ്രമാകുമ്പോൾ പുരുഷ ഉപഭോക്താവിന്റെ പങ്ക് പലപ്പോഴും സാമൂഹിക നിരീക്ഷണത്തിൽ നിന്ന് ഒഴിഞ്ഞുപോകുന്നു.

ഇങ്ങനെ നോക്കുമ്പോൾ ഇന്ത്യൻ ഫെമിനിസ്റ്റ് ചർച്ചകളിൽ sex work വെറും നൈതിക പ്രശ്നമല്ല; അത് അധികാരം, സാമ്പത്തിക ഘടന, നിയമം, മനുഷ്യാവകാശങ്ങൾ, സ്ത്രീകളുടെ ശരീരസ്വാതന്ത്ര്യം എന്നിവ തമ്മിലുള്ള സങ്കീർണ്ണമായ സാമൂഹിക സംഘർഷങ്ങളുടെ പ്രതിഫലനമാണ്. ഈ വിഷയത്തെ മനസ്സിലാക്കാൻ ഏകമാനദണ്ഡത്തിലുള്ള നൈതിക വിധികൾ മതിയാകില്ല; മറിച്ച് സാമൂഹിക യാഥാർത്ഥ്യങ്ങളും മനുഷ്യാവകാശ ചിന്തകളും ഉൾക്കൊള്ളുന്ന വിമർശനാത്മക വിശകലനം ആവശ്യമാണ്.[100]

References

[1] Tong, Rosemarie. *Feminist Thought: A Comprehensive Introduction.* Westview Press, 2009.

[2] Beauvoir, Simone de. *The Second Sex.* Vintage Books, 2011.

[3] Foucault, Michel. *The History of Sexuality, Volume 1.* Vintage Books, 1990.

[4] Butler, Judith. *Undoing Gender.* Routledge, 2004.

[5] Weeks, Jeffrey. *Sexuality.* Routledge, 2016.

[6] Jackson, Stevi & Scott, Sue. *Theorizing Sexuality.* Open University Press, 2010.

[7] Millett, Kate. *Sexual Politics.* University of Illinois Press, 2000.

[8] Foucault, Michel. *The History of Sexuality, Volume 1: An Introduction.* Vintage Books, 1990.

[9] Walby, Sylvia. *Theorizing Patriarchy.* Basil Blackwell, 1990.

[10] Hanisch, Carol. *The Personal is Political.* Notes from the Second Year: Women's Liberation, 1970.

[11] MacKinnon, Catharine. *Toward a Feminist Theory of the State.* Harvard University Press, 1989.

[12] Weeks, Jeffrey. *Sexuality.* Routledge, 2016.

[13] Beauvoir, Simone de. *The Second Sex.* Vintage Books, 2011.

[14] Millett, Kate. *Sexual Politics.* University of Illinois Press, 2000.

[15] Beauvoir, Simone de. *The Second Sex.* Vintage Books, 2011.

[16] Weeks, Jeffrey. *Sexuality.* Routledge, 2016.

[17] Jackson, Stevi & Scott, Sue. *Theorizing Sexuality.* Open University Press, 2010.

[18] Rubin, Gayle. *Thinking Sex: Notes for a Radical Theory of the Politics of Sexuality.* Routledge, 2011.

[19] MacKinnon, Catharine. *Toward a Feminist Theory of the State.* Harvard University Press, 1989.

[20] Pineau, Lois. *Date Rape: A Feminist Analysis.* Law and Philosophy Journal, 1989.

[21] Friedman, Marilyn. *Autonomy, Gender and Politics.* Oxford University Press, 2003.

[22] Brownmiller, Susan. *Against Our Will: Men, Women and Rape.* Ballantine Books, 1975.

[23] Banyard, Victoria L. *Sexual Violence Prevention.* Oxford University Press, 2015.

[24] UNESCO. *International Technical Guidance on Sexuality Education.* UNESCO Publishing, 2018.

[25] Millett, Kate. *Sexual Politics.* University of Illinois Press, 2000.

[26] Beauvoir, Simone de. *The Second Sex.* Vintage Books, 2011.

[27] Rubin, Gayle. *Thinking Sex: Notes for a Radical Theory of the Politics of Sexuality.* Routledge, 2011.

[28] Jackson, Stevi & Scott, Sue. *Theorizing Sexuality.* Open University Press, 2010.

[29] Weeks, Jeffrey. *Sexuality.* Routledge, 2016.

[30] Brownmiller, Susan. *Against Our Will: Men, Women and Rape.* Ballantine Books, 1975.

[31] Matthews, Nancy A. *Confronting Rape: The Feminist Anti-Rape Movement and the State.* Routledge, 1994.

[32] Estrich, Susan. *Real Rape.* Harvard University Press, 1987.

[33] MacKinnon, Catharine. *Toward a Feminist Theory of the State.* Harvard University Press, 1989.

[34] Pineau, Lois. *Date Rape: A Feminist Analysis.* Law and Philosophy Journal, 1989.

[35] Banyard, Victoria L. *Sexual Violence Prevention.* Oxford University Press, 2015.

[36] Crenshaw, Kimberlé. *Demarginalizing the Intersection of Race and Sex.* University of Chicago Legal Forum, 1989.

[37] Collins, Patricia Hill. *Black Feminist Thought: Knowledge, Consciousness and the Politics of Empowerment.* Routledge, 2000.

[38] hooks, bell. *Feminist Theory: From Margin to Center.* South End Press, 1984.

[39] Davis, Angela. *Women, Race and Class.* Vintage Books, 1983.

[40] Nash, Jennifer C. *Intersectionality.* Polity Press, 2019.

[41] Cho, Sumi; Crenshaw, Kimberlé; McCall, Leslie. *Toward a Field of Intersectionality Studies*. Signs Journal, 2013.

[42] Weeks, Jeffrey. *Sexuality*. Routledge, 2016.

[43] Jackson, Stevi & Scott, Sue. *Gender: A Sociological Reader*. Routledge, 2002.

[44] UNESCO. *International Technical Guidance on Sexuality Education*. UNESCO Publishing, 2018.

[45] Banyard, Victoria L. *Sexual Violence Prevention*. Oxford University Press, 2015.

[46] Butler, Judith. *Undoing Gender*. Routledge, 2004.

[47] Tolman, Deborah L. *Dilemmas of Desire: Teenage Girls Talk about Sexuality*. Harvard University Press, 2002.

[48] Oakley, Ann. *Housewife*. Penguin Books, 1974.

[49] Hochschild, Arlie Russell. *The Second Shift*. Viking Press, 1989.

[50] Engels, Friedrich. *The Origin of the Family, Private Property and the State*. International Publishers, 1972.

[51] Okin, Susan Moller. *Justice, Gender and the Family*. Basic Books, 1989.

[52] Stacey, Judith. *Brave New Families*. Basic Books, 1990.

[53] Jackson, Stevi & Scott, Sue. *Gender: A Sociological Reader*. Routledge, 2002.

[54] Banet-Weiser, Sarah. *Empowered: Popular Feminism and Popular Misogyny*. Duke University Press, 2018.

[55] Mendes, Kaitlynn; Ringrose, Jessica; Keller, Jessalynn. *Digital Feminist Activism*. Oxford University Press, 2019.

[56] Gill, Rosalind. *Gender and the Media*. Polity Press, 2007.

[57] Fotopoulou, Aristea. *Feminist Activism and Digital Networks*. Palgrave Macmillan, 2016.

[58] Jane, Emma A. *Misogyny Online: A Short History*. SAGE Publications, 2017.

[59] Munro, Ealasaid. *Feminism: A Fourth Wave?* Political Insight Journal, 2013.

[60] Tong, Rosemarie. *Feminist Thought: A Comprehensive Introduction*. Westview Press, 2009.

[61] hooks, bell. *Feminist Theory: From Margin to Center*. South End Press, 1984.

[62] Mohanty, Chandra Talpade. *Feminism Without Borders*. Duke University Press, 2003.

[63] Walby, Sylvia. *Theorizing Patriarchy*. Basil Blackwell, 1990.

[64] Connell, R.W. *Masculinities*. University of California Press, 2005.

[65] Jackson, Stevi & Scott, Sue. *Gender: A Sociological Reader*. Routledge, 2002

[66] Tong, Rosemarie. *Feminist Thought: A Comprehensive Introduction*. Westview Press, 2009.

[67] Connell, R.W. *Masculinities.* University of California Press, 2005.

[68] Walby, Sylvia. *Theorizing Patriarchy.* Basil Blackwell, 1990.

[69] Rubin, Gayle. *Thinking Sex: Notes for a Radical Theory of the Politics of Sexuality.* Routledge, 2011.

[70] Sommers, Christina Hoff. *Who Stole Feminism?* Simon & Schuster, 1994.

[71] Jackson, Stevi & Scott, Sue. *Gender: A Sociological Reader.* Routledge, 2002.

[72] Tong, Rosemarie. *Feminist Thought: A Comprehensive Introduction.* Westview Press, 2009.

[73] Okin, Susan Moller. *Justice, Gender and the Family.* Basic Books, 1989.

[74] Millett, Kate. *Sexual Politics.* University of Illinois Press, 2000.

[75] Rubin, Gayle. *Thinking Sex: Notes for a Radical Theory of the Politics of Sexuality.* Routledge, 2011.

[76] Engels, Friedrich. *The Origin of the Family, Private Property and the State.* International Publishers, 1972.

[77] Gilligan, Carol. *In a Different Voice.* Harvard University Press, 1982.

[78] Butler, Judith. *Gender Trouble.* Routledge, 1990.

[79] Jackson, Stevi & Scott, Sue. *Gender: A Sociological Reader.* Routledge, 2002.

[80] Weitzer, Ronald. *Legalizing Prostitution: From Illicit Vice to Lawful Business.* NYU Press, 2012.

[81] Ekberg, Gunilla. *The Swedish Law that Prohibits the Purchase of Sexual Services.* Violence Against Women Journal, 2004.

[82] Farley, Melissa. *Prostitution and Trafficking in Nine Countries.* Journal of Trauma Practice, 2003.

[83] Agustín, Laura María. *Sex at the Margins: Migration, Labour Markets and the Rescue Industry.* Zed Books, 2007.

[84] Sanders, Teela; O'Neill, Maggie; Pitcher, Jane. *Prostitution: Sex Work, Policy and Politics.* SAGE Publications, 2018.

[85] Abel, Gillian; Fitzgerald, Lisa; Healy, Catherine. *Taking the Crime out of Sex Work: New Zealand Sex Workers' Fight for Decriminalisation.* Policy Press, 2010.

[86] Bernstein, Elizabeth. *Temporarily Yours: Intimacy, Authenticity and the Commerce of Sex.* University of Chicago Press, 2007.

[87] Wagenaar, Hendrik; Altink, Sietske; Amesberger, Helga. *Designing Prostitution Policy.* Policy Press, 2017.

[88] MacKinnon, Catharine A. *Toward a Feminist Theory of the State.* Harvard University Press, 1989.

[89] Jeffreys, Sheila. *The Idea of Prostitution.* Spinifex Press, 2009.

[90] Nussbaum, Martha C. *Sex and Social Justice.* Oxford University Press, 1999.

[91] Weitzer, Ronald. *Sex Work: Paradigms and Policies.* Annals of the American Academy of Political and Social Science, 2010.

[92] Sanders, Teela; O'Neill, Maggie; Pitcher, Jane. *Prostitution: Sex Work, Policy and Politics.* SAGE Publications, 2018.

[93] Kotiswaran, Prabha. *Dangerous Sex, Invisible Labor: Sex Work and the Law in India.* Princeton University Press, 2011.

[94] Barry, Kathleen. *Female Sexual Slavery.* New York University Press, 1995.

[95] Kempadoo, Kamala. *Global Sex Workers: Rights, Resistance and Redefinition.* Routledge, 1998.

[96] Agustín, Laura María. *Sex at the Margins: Migration, Labour Markets and the Rescue Industry.* Zed Books, 2007.

[97] Jana, Smarajit; Basu, Indrani; Rotheram-Borus, Mary Jane. *The Sonagachi Project: A Sustainable Community Intervention Program.* WHO Publications, 2004.

[98] Human Rights Watch. *"Why You Want Us to Die?": Violence against Sex Workers in India.* Human Rights Watch Report, 2012.

[99] *Budhadev Karmaskar v. State of West Bengal.* Supreme Court of India Judgment, 2022.

[100] Sunder Rajan, Rajeswari. *The Scandal of the State: Women, Law and Citizenship in Postcolonial India.* Duke University Press, 2003.

അധ്യായം 49: സിവിലൈസേഷണൽ സിന്തസിസ് — ലൈംഗികത, അധികാരം, നിയന്ത്രണം

(Civilizational Synthesis — Sex, Power, Control)

മനുഷ്യസമൂഹത്തിലെ ലൈംഗികത (Sexuality) വെറും ജൈവപ്രവർത്തനം മാത്രമല്ല; അത് മനുഷ്യസംസ്കാരത്തിന്റെ ഏറ്റവും ആഴത്തിലുള്ള സാമൂഹിക ഘടനകളുമായി ബന്ധപ്പെട്ട് നിൽക്കുന്ന ഒരു ബഹുസ്ഥര പ്രക്രിയയാണ്. ജീവശാസ്ത്രം (Biology), മനശ്ശാസ്ത്രം (Psychology), സംസ്കാരം (Culture), നിയമം (Law), സാങ്കേതികവിദ്യ (Technology) എന്നിവ തമ്മിലുള്ള പരസ്പരബന്ധങ്ങളിലൂടെയാണ് ലൈംഗികതയുടെ സാമൂഹികരൂപം രൂപപ്പെടുന്നത്. അതിനാൽ ലൈംഗികതയെ മനസ്സിലാക്കാൻ ഒരു ശാസ്ത്രശാഖയുടെ സമീപനം മാത്രം മതിയാകില്ല; മറിച്ച് ജീവശാസ്ത്രം, സാമൂഹികശാസ്ത്രം, മനശ്ശാസ്ത്രം, ചരിത്രം, രാഷ്ട്രീയശാസ്ത്രം എന്നിവയെ ഉൾക്കൊള്ളുന്ന സമഗ്രമായ സിവിലൈസേഷണൽ വിശകലനം ആവശ്യമാണ്.[1]

മനുഷ്യചരിത്രം പരിശോധിക്കുമ്പോൾ ഒരു പ്രധാന വൈരുദ്ധ്യം വ്യക്തമായി കാണപ്പെടുന്നു. സമൂഹങ്ങൾ ലൈംഗികതയെ നിയന്ത്രിക്കാൻ വ്യാപകമായ സംവിധാനങ്ങൾ വികസിപ്പിച്ചിട്ടുണ്ടെങ്കിലും അതിനെ ശാസ്ത്രീയമായി മനസ്സിലാക്കാൻ പലപ്പോഴും പരാജയപ്പെട്ടിട്ടുണ്ട്. മതനിയമങ്ങൾ, സാമൂഹിക മാനദണ്ഡങ്ങൾ, കുടുംബഘടനകൾ, നിയമപരമായ നിയന്ത്രണങ്ങൾ എന്നിവ മനുഷ്യരുടെ ലൈംഗിക പെരുമാറ്റത്തെ നിയന്ത്രിക്കാൻ ശ്രമിച്ചു. എന്നാൽ ഈ നിയന്ത്രണങ്ങൾ പലപ്പോഴും അറിവിനെയും ശാസ്ത്രീയ പഠനങ്ങളെയും മറികടന്ന് പ്രവർത്തിച്ചു. ഈ സാഹചര്യത്തിൽ ലൈംഗികതയെ ഒരു സിവിലൈസേഷണൽ പ്രക്രിയ എന്ന നിലയിൽ പഠിക്കുന്നത് അത്യന്താപേക്ഷിതമാണ്.[2]

ലൈംഗികതയുടെ രൂപാന്തരത്തെ ജീവശാസ്ത്രത്തിൽ നിന്ന് ആരംഭിച്ച് മനശ്ശാസ്ത്രം, സംസ്കാരം, നിയമം, സാങ്കേതികവിദ്യ എന്നിവയിലൂടെ വികസിക്കുന്ന ഒരു സിവിലൈസേഷണൽ ഘടനയായി പരിശോധിക്കുന്നു.

ജീവശാസ്ത്രം → മനശ്ശാസ്ത്രം → സംസ്കാരം → നിയമം → സാങ്കേതികവിദ്യ

(Biology → Psychology → Culture → Law → Technology)

മനുഷ്യ ലൈംഗികതയുടെ അടിസ്ഥാനഘടകം ജീവശാസ്ത്രത്തിലാണ്. ഹോർമോണുകൾ, പ്രജനന വ്യവസ്ഥ, ലൈംഗിക ആകർഷണം, പ്രജനന പ്രേരണകൾ എന്നിവ മനുഷ്യരുടെ ജൈവഘടനയുടെ ഭാഗങ്ങളാണ്. evolutionary biology യുടെ പഠനങ്ങൾ പ്രകാരം ലൈംഗികത ജീവിവർഗ്ഗത്തിന്റെ തുടർച്ച ഉറപ്പാക്കുന്ന അടിസ്ഥാനപരമായ ജൈവസമ്പ്രദായമാണ്. മനുഷ്യരിൽ testosterone, estrogen പോലുള്ള ഹോർമോണുകൾ ലൈംഗിക ആകർഷണത്തെയും പെരുമാറ്റത്തെയും സ്വാധീനിക്കുന്നതായി നിരവധി ജീവശാസ്ത്ര പഠനങ്ങൾ സൂചിപ്പിക്കുന്നു.[3]

എന്നാൽ മനുഷ്യരിൽ ലൈംഗികത വെറും പ്രജനനപ്രവർത്തനമായി മാത്രം നിലനിൽക്കുന്നില്ല. മറ്റ് ജീവിവർഗ്ഗങ്ങളെ അപേക്ഷിച്ച് മനുഷ്യരിൽ ലൈംഗികത ശക്തമായ മനശ്ശാസ്ത്രപരമായ ഘടകങ്ങളുമായി ബന്ധപ്പെട്ട് പ്രവർത്തിക്കുന്നു. ആഗ്രഹം (Desire), വികാരം (Emotion), അടുപ്പം (Intimacy), ആകർഷണം (Attraction), ബന്ധം (Attachment) എന്നിവ മനുഷ്യ ലൈംഗിക അനുഭവത്തിന്റെ ഭാഗങ്ങളാണ്. Sigmund Freud പോലുള്ള മനശ്ശാസ്ത്രജ്ഞർ ലൈംഗിക

പ്രേരണകൾ മനുഷ്യവ്യക്തിത്വത്തിന്റെ രൂപീകരണത്തിൽ പ്രധാന പങ്ക് വഹിക്കുന്നുവെന്ന് ചൂണ്ടിക്കാട്ടി. Freud ന്റെ psychoanalytic theory പ്രകാരം മനുഷ്യരുടെ പല മാനസികപ്രവർത്തനങ്ങളും ലൈംഗിക ഊർജ്ജത്തിന്റെ (Libido) രൂപാന്തരങ്ങളുമായി ബന്ധപ്പെട്ടിരിക്കുന്നു.[4]

ഈ ജൈവവും മനശ്ശാസ്ത്രപരവുമായ ഘടകങ്ങൾ സംസ്കാരത്തിലൂടെ രൂപാന്തരപ്പെടുന്നു. ഓരോ സമൂഹവും ലൈംഗികതയെക്കുറിച്ച് വ്യത്യസ്തമായ സാമൂഹിക മാനദണ്ഡങ്ങളും നൈതികചട്ടങ്ങളും വികസിപ്പിക്കുന്നു. വിവാഹസംവിധാനം, കുടുംബഘടന, ലിംഗഭ്രമികകൾ, ശീലച്ചട്ടങ്ങൾ എന്നിവ സംസ്കാരത്തിന്റെ ഭാഗമായാണ് രൂപപ്പെടുന്നത്. Anthropological പഠനങ്ങൾ സൂചിപ്പിക്കുന്നത് ലൈംഗികതയെക്കുറിച്ചുള്ള സാമൂഹിക മാനദണ്ഡങ്ങൾ സമൂഹങ്ങൾക്കിടയിൽ വളരെ വ്യത്യാസപ്പെട്ടിരിക്കുന്നു എന്നതാണ്. ചില സമൂഹങ്ങൾ ലൈംഗികതയെ തുറന്ന സാമൂഹികപ്രവർത്തനമായി കാണുമ്പോൾ മറ്റുചില സമൂഹങ്ങൾ അതിനെ കർശനമായി നിയന്ത്രിക്കുന്ന നൈതികഘടനകൾ വികസിപ്പിച്ചിട്ടുണ്ട്.[5]

സംസ്കാരപരമായ ഈ മാനദണ്ഡങ്ങൾ പിന്നീട് നിയമരൂപത്തിലേക്ക് മാറുന്നു. നിയമസംവിധാനങ്ങൾ സാമൂഹിക മൂല്യങ്ങളെ സ്ഥാപനപരമായി നടപ്പിലാക്കുന്ന സംവിധാനങ്ങളാണ്. വിവാഹനിയമങ്ങൾ, ലൈംഗിക സമ്മതനിയമങ്ങൾ (Consent Laws), അശ്ലീലതയെക്കുറിച്ചുള്ള നിയമങ്ങൾ (Obscenity Laws), കുടുംബനിയമങ്ങൾ എന്നിവ സമൂഹത്തിന്റെ ലൈംഗിക മാനദണ്ഡങ്ങളെ നിയമപരമായി നിയന്ത്രിക്കുന്ന പ്രധാന ഉപകരണങ്ങളാണ്. രാഷ്ട്രസംവിധാനം ഈ നിയമങ്ങളിലൂടെ വ്യക്തികളുടെ സ്വകാര്യജീവിതത്തെയും ലൈംഗിക പെരുമാറ്റത്തെയും സ്വാധീനിക്കുന്നു.[6]

ആധുനികകാലത്ത് സാങ്കേതികവിദ്യ ഈ ഘടനയിൽ പുതിയ ഘട്ടം സൃഷ്ടിച്ചു. ഡിജിറ്റൽ മാധ്യമങ്ങൾ, സോഷ്യൽ നെറ്റ്വർക്കുകൾ, ഡേറ്റിംഗ് ആപ്പുകൾ, പോൺഗ്രഫി പ്ലാറ്റ്ഫോമുകൾ, artificial intelligence അടിസ്ഥാനമാക്കിയ virtual relationships തുടങ്ങിയ സാങ്കേതിക ഘടകങ്ങൾ മനുഷ്യരുടെ ലൈംഗികാനുഭവത്തെ പുതിയ രീതിയിൽ രൂപപ്പെടുത്തുന്നു.

ഇന്റർനെറ്റ് ലൈംഗിക അറിവിന്റെ പ്രധാന ഉറവിടമായി മാറിയിരിക്കുകയാണ്. അതേസമയം algorithmic recommendation systems മനുഷ്യരുടെ ലൈംഗിക താൽപ്പര്യങ്ങളെ തിരിച്ചറിഞ്ഞ് അവയെ കൂടുതൽ ശക്തിപ്പെടുത്തുന്ന രീതിയിൽ പ്രവർത്തിക്കുന്നു. ഈ സാഹചര്യത്തിൽ ലൈംഗികത വെറും ജൈവപ്രവർത്തനം മാത്രമല്ല; അത് ഡിജിറ്റൽ സാങ്കേതികവിദ്യയുടെ ഇടപെടലിലൂടെ രൂപപ്പെടുന്ന ഒരു സാങ്കേതിക-സാമൂഹിക അനുഭവമായി മാറുന്നു.[7]

ലൈംഗികത ഒരു ഭരണരീതിയായി (Sexuality as Governance)

സമൂഹത്തിൽ ലൈംഗികത വെറും വ്യക്തിപരമായ അനുഭവങ്ങളുടെ മേഖലയായി മാത്രം നിലനിൽക്കുന്നില്ല; അത് സമൂഹസംഘടനയുടെ നിയന്ത്രണരീതികളുമായി ചേർന്നുനിൽക്കുന്ന ഒരു ഭരണഘടനാപര ഘടകമായി പ്രവർത്തിക്കുന്നു. ആധുനിക സാമൂഹികതത്വചിന്തയിൽ ഈ ആശയം ഏറ്റവും വ്യക്തമായി അവതരിപ്പിച്ചത് Michel Foucault ആണ്. അദ്ദേഹം അവതരിപ്പിച്ച *biopolitics* എന്ന സങ്കൽപ്പം രാഷ്ട്രവും സാമൂഹികസ്ഥാപനങ്ങളും മനുഷ്യശരീരങ്ങളെയും ജനനപ്രക്രിയകളെയും ലൈംഗിക പെരുമാറ്റങ്ങളെയും നിയന്ത്രിക്കുന്ന രീതികളെ വിശദീകരിക്കുന്നു. ഈ ആശയപ്രകാരം അധികാരം നിയമങ്ങളിലൂടെയോ ശിക്ഷയിലൂടെയോ മാത്രമല്ല

പ്രവർത്തിക്കുന്നത്; അത് ശരീരങ്ങളെയും ജീവിതരീതികളെയും നിയന്ത്രിക്കുന്ന സൂക്ഷ്മമായ സാമൂഹിക സംവിധാനങ്ങളിലൂടെയാണ് പ്രവർത്തിക്കുന്നത്.[8]

ജനസംഖ്യയുടെ വലിപ്പം, കുടുംബഘടന, ജനനനിരക്ക്, വിവാഹരീതികൾ എന്നിവ നിയന്ത്രിക്കുന്ന നയങ്ങൾ രാഷ്ട്രീയസംവിധാനങ്ങളുടെ പ്രധാന ഉപാധികളായി മാറിയിട്ടുണ്ട്. വിവാഹപ്രായനിയമങ്ങൾ, ജനനനിയന്ത്രണ പദ്ധതികൾ, കുടുംബക്ഷേമനയങ്ങൾ, ജനസംഖ്യാ പദ്ധതികൾ തുടങ്ങിയവയുടെ മുഖേന രാഷ്ട്രം ലൈംഗികജീവിതത്തെ സാമൂഹികസംഘടനയുമായി ബന്ധിപ്പിക്കുന്നു. ഇതിലൂടെ ലൈംഗികത വ്യക്തിപരമായ വിഷയമെന്ന പരിധി വിട്ട് ഭരണപരവും രാഷ്ട്രീയപരവുമായ വിഷയമായി മാറുന്നു.[9]

ചരിത്രപരമായി പല സമൂഹങ്ങളിലും മതസ്ഥാപനങ്ങൾ, രാജഭരണസംവിധാനങ്ങൾ, നിയമഘടനകൾ എന്നിവ ലൈംഗിക പെരുമാറ്റത്തെ നിയന്ത്രിക്കുന്ന മാനദണ്ഡങ്ങൾ രൂപപ്പെടുത്തിയിട്ടുണ്ട്. വിവാഹത്തിനു പുറത്തുള്ള ലൈംഗികബന്ധങ്ങളെക്കുറിച്ചുള്ള നിയമങ്ങൾ, വിവാഹമോചനത്തിനുള്ള നിയന്ത്രണങ്ങൾ, വംശപരമ്പര നിലനിർത്താനുള്ള സാമൂഹിക ചട്ടങ്ങൾ എന്നിവ എല്ലാം സമൂഹക്രമം നിലനിർത്താനുള്ള മാർഗങ്ങളായി ഉപയോഗിക്കപ്പെട്ടു. ഈ സാഹചര്യത്തിൽ ലൈംഗികത സമൂഹത്തിലെ അധികാരബന്ധങ്ങളുമായി അടുക്കിയിണക്കപ്പെട്ട ഒരു ഭരണഘടനാപര ഘടകമായി മാറി.[10]

മനസ്സിലാക്കലിനെക്കാൾ നിയന്ത്രണം

മനുഷ്യചരിത്രം പരിശോധിക്കുമ്പോൾ ഒരു പ്രധാന സവിശേഷത വ്യക്തമായി കാണപ്പെടുന്നു. സമൂഹങ്ങൾ ലൈംഗികതയെ ആഴത്തിൽ മനസ്സിലാക്കുന്നതിനേക്കാൾ അതിനെ നിയന്ത്രിക്കുന്നതിനാണ് കൂടുതലായി ശ്രമിച്ചിട്ടുള്ളത്. ലൈംഗികവിദ്യാഭ്യാസത്തിന്റെ അഭാവം, ലജ്ജയെ അടിസ്ഥാനമാക്കിയുള്ള സംസ്കാരപരമായ സമീപനങ്ങൾ, കർശനമായ നൈതികനിയമങ്ങൾ എന്നിവ പല സമൂഹങ്ങളിലും ലൈംഗിക അറിവിന്റെ സ്വതന്ത്രവ്യാപനത്തെ പരിമിതപ്പെടുത്തിയിട്ടുണ്ട്. അതേസമയം ലൈംഗിക പെരുമാറ്റത്തെ നിയന്ത്രിക്കുന്ന നിയമങ്ങളും സാമൂഹികചട്ടങ്ങളും ശക്തമായി നിലനിന്നിരുന്നു.[11]

ഈ സാഹചര്യത്തിൽ അറിവിനെക്കാൾ നിയന്ത്രണം ശക്തമായ സാമൂഹികസംവിധാനമായി വളർന്നു. സമൂഹം പലപ്പോഴും ലൈംഗികതയെക്കുറിച്ചുള്ള തുറന്ന ചർച്ചകൾ ഒഴിവാക്കുകയും, അതിനെക്കുറിച്ചുള്ള വിവരങ്ങളെ പരിമിതപ്പെടുത്തുകയും ചെയ്തിട്ടുണ്ട്. എന്നാൽ അതേ സമയം ലൈംഗിക പെരുമാറ്റങ്ങളെക്കുറിച്ചുള്ള കർശനമായ മാനദണ്ഡങ്ങൾ രൂപപ്പെടുത്തിയിട്ടുണ്ട്. ഇതിലൂടെ വ്യക്തികളുടെ സ്വകാര്യജീവിതം പോലും സാമൂഹികനിയന്ത്രണത്തിന്റെ പരിധിയിൽ ഉൾപ്പെടുത്തി.[12]

ആധുനിക സാമൂഹികശാസ്ത്ര പഠനങ്ങൾ സൂചിപ്പിക്കുന്നത് അറിവില്ലാത്ത നിയന്ത്രണം സമൂഹത്തിൽ കൂടുതൽ പ്രശ്നങ്ങൾ സൃഷ്ടിക്കാൻ സാധ്യതയുണ്ടെന്നതാണ്. ലൈംഗികവിദ്യാഭ്യാസത്തിന്റെ അഭാവം, തെറ്റായ ധാരണകൾ, സാമൂഹികമൂഢവിശ്വാസങ്ങൾ എന്നിവ ആരോഗ്യപ്രശ്നങ്ങൾക്കും മാനസികസംഘർഷങ്ങൾക്കും കാരണമാകുന്നു. അതുകൊണ്ട് തന്നെ സമകാലീന സാമൂഹികചിന്തയിൽ ലൈംഗികതയെ നിയന്ത്രിക്കേണ്ട വിഷയമായി മാത്രം കാണാതെ, ശാസ്ത്രീയമായ അറിവിന്റെ അടിസ്ഥാനത്തിൽ മനസ്സിലാക്കേണ്ട മനുഷ്യാനുഭവമായി കാണേണ്ടതുണ്ടെന്ന ആശയം ശക്തമായി ഉയർന്നുവരുന്നു.[13]

ആധുനിക ലൈംഗിക നൈതികതയുടെ പരാജയങ്ങൾ (Failures of Modern Sexual Ethics)

ആധുനിക സമൂഹത്തിൽ ലൈംഗികതയെ നിയന്ത്രിക്കുകയും രൂപപ്പെടുത്തുകയും ചെയ്യുന്ന നൈതിക ഘടനകൾ പലപ്പോഴും ആന്തരിക വൈരുദ്ധ്യങ്ങളാൽ നിറഞ്ഞിരിക്കുന്നു. ഒരു വശത്ത് ആധുനിക മാധ്യമങ്ങൾ, പരസ്യസംസ്കാരം, ഡിജിറ്റൽ പ്ലാറ്റ്ഫോമുകൾ എന്നിവ ലൈംഗികതയെ തുറന്നതും ദൃശ്യവൽക്കരിച്ചതുമായ ഒരു സാംസ്കാരിക ഘടകമായി അവതരിപ്പിക്കുന്നു. സിനിമ, പരസ്യങ്ങൾ, സാമൂഹികമാധ്യമങ്ങൾ എന്നിവയിൽ ലൈംഗിക ആകർഷണം പലപ്പോഴും വിപണനത്തിന്റെയും ശ്രദ്ധാകേന്ദ്ര സൃഷ്ടിയുടെയും ഉപാധിയായി ഉപയോഗിക്കപ്പെടുന്നു. ഈ സാഹചര്യത്തിൽ ലൈംഗികത പൊതുസാംസ്കാരിക രംഗത്ത് ശക്തമായി പ്രത്യക്ഷപ്പെടുന്നു.[14]

എന്നാൽ മറുവശത്ത് പല സമൂഹങ്ങളിലും നിലനിൽക്കുന്ന സാമൂഹിക നൈതികത ഇപ്പോഴും പരമ്പരാഗത നിയന്ത്രണരീതികളിലാണ് പ്രവർത്തിക്കുന്നത്. കുടുംബസംവിധാനങ്ങൾ, മതസ്ഥാപനങ്ങൾ, സാമൂഹിക മാനദണ്ഡങ്ങൾ എന്നിവ പലപ്പോഴും ലൈംഗിക പെരുമാറ്റത്തെ കർശനമായ നിയന്ത്രണങ്ങൾക്കുള്ളിൽ നിലനിർത്താൻ ശ്രമിക്കുന്നു. ഇതിന്റെ ഫലമായി വ്യക്തികൾക്ക് ലഭിക്കുന്ന സാംസ്കാരിക സന്ദേശങ്ങൾ പരസ്പരം വിരുദ്ധമായിരിക്കുന്നു. പൊതുസാംസ്കാരിക മേഖല ലൈംഗികതയെ തുറന്നതും ആകർഷകവുമായ ഒരു അനുഭവമായി അവതരിപ്പിക്കുമ്പോൾ, സാമൂഹിക നൈതികത അതിനെ നിയന്ത്രിക്കേണ്ടതും മറച്ചുവെക്കേണ്ടതുമായ ഒന്നായി കാണുന്നു.[15]

ഈ വൈരുദ്ധ്യം വ്യക്തികളുടെ മനസ്സിൽ ആശയക്കുഴപ്പവും മാനസിക സമ്മർദ്ദവും സൃഷ്ടിക്കുന്നതായി നിരവധി സാമൂഹിക പഠനങ്ങൾ സൂചിപ്പിക്കുന്നു. പ്രത്യേകിച്ച് യുവജനങ്ങളിൽ ലൈംഗികതയെക്കുറിച്ചുള്ള പ്രതീക്ഷകളും സാമൂഹികനിയമങ്ങളും തമ്മിലുള്ള സംഘർഷം ആത്മപരിചയത്തിലെ ആശയക്കുഴപ്പങ്ങൾക്കും ബന്ധങ്ങളിൽ ഉള്ള അനിശ്ചിതത്വത്തിനും കാരണമാകുന്നു. ഈ സാഹചര്യം ആധുനിക ലൈംഗിക നൈതികതയുടെ ഘടനാപരമായ പരിമിതികളെ തുറന്നുകാട്ടുന്നു.[16]

ഇതോടൊപ്പം ആധുനിക ലൈംഗിക നൈതികത പലപ്പോഴും രണ്ട് അതിരുകളിലായി പ്രവർത്തിക്കുന്നതായി കാണപ്പെടുന്നു. ഒരു അതിരിൽ പൂർണ്ണമായ നിയന്ത്രണമാണ് നിലകൊള്ളുന്നത്. ഈ സമീപനം ലൈംഗികതയെ സാമൂഹികക്രമം നിലനിർത്തുന്നതിനുള്ള നിയന്ത്രണവിധേയമായ ഒരു മേഖലയായി കാണുന്നു. മറ്റൊരു അതിരിൽ പൂർണ്ണമായ സ്വാതന്ത്ര്യമാണ് നിലകൊള്ളുന്നത്. ഈ സമീപനം വ്യക്തിയുടെ സ്വാതന്ത്ര്യത്തെ മുൻനിർത്തി ലൈംഗികതയെ നിയന്ത്രണങ്ങളില്ലാത്ത സ്വകാര്യവ്യക്തിഗത അനുഭവമായി അവതരിപ്പിക്കുന്നു.[17]

എന്നാൽ ഈ രണ്ട് അതിരുകളും മനുഷ്യബന്ധങ്ങളുടെ യഥാർത്ഥ സങ്കീർണ്ണതയെ പൂർണ്ണമായി പ്രതിഫലിപ്പിക്കുന്നില്ല. മനുഷ്യബന്ധങ്ങൾ വ്യക്തിപരമായ വികാരങ്ങൾ, സാമൂഹിക ഉത്തരവാദിത്വങ്ങൾ, പരസ്പര ബഹുമാനം, സംസ്കാരപരമായ സാഹചര്യങ്ങൾ എന്നിവയുമായി ബന്ധപ്പെട്ട സങ്കീർണ്ണമായ ഘടനകളാണ്. അതിനാൽ ആധുനിക സാമൂഹിക ചർച്ചകൾ ഈ രണ്ട് അതിരുകളെയും മറികടക്കുന്ന സമതുലിതമായ ലൈംഗിക നൈതികതയെ അന്വേഷിക്കാൻ തുടങ്ങിക്കഴിഞ്ഞിരിക്കുന്നു.[18]

നിയന്ത്രണത്തെ അതിജീവിക്കുന്ന ലൈംഗിക ഘടനയിലേക്ക് (Toward a Post-Control Sexual Framework)

ഭാവിയിലെ ലൈംഗികസംസ്കാരം നിയന്ത്രണത്തെ മാത്രം അടിസ്ഥാനമാക്കിയുള്ള സാമൂഹികഘടനകളിൽ നിന്ന് മാറേണ്ടതുണ്ടെന്ന് നിരവധി സമകാലീന സാമൂഹികചിന്തകർ ചൂണ്ടിക്കാണിക്കുന്നു. അവർ നിർദ്ദേശിക്കുന്ന പുതിയ സമീപനം ലൈംഗികതയെ സാമൂഹികനിയന്ത്രണത്തിന്റെ വിഷയമായി കാണുന്നതിന് പകരം മനുഷ്യബന്ധങ്ങളുടെ ഒരു ബഹുമാനപൂർണ്ണവും ഉത്തരവാദിത്വപരവുമായ ഘടകമായി കാണുന്നതാണ്. ഈ സമീപനം അറിവ്, പരസ്പരബഹുമാനം, വ്യക്തിസ്വാതന്ത്ര്യം, സാമൂഹിക ഉത്തരവാദിത്വം എന്നിവയുടെ സമന്വയത്തെ മുൻനിർത്തുന്നു.[19]

ഈ പുതിയ സമീപനത്തിന്റെ ആദ്യ ഘടകമായി ശാസ്ത്രീയമായ ലൈംഗികവിദ്യാഭ്യാസത്തെ പല ഗവേഷകരും നിർദ്ദേശിക്കുന്നു. ശാസ്ത്രീയ അറിവിന്റെ അടിസ്ഥാനത്തിൽ മനുഷ്യശരീരം, ലൈംഗികാരോഗ്യം, ബന്ധങ്ങളുടെ മാനസികപരമായ ഘടകങ്ങൾ എന്നിവയെക്കുറിച്ച് വ്യക്തമായ വിദ്യാഭ്യാസം നൽകുന്നത് തെറ്റിദ്ധാരണകൾ കുറയ്ക്കുകയും ആരോഗ്യകരമായ സാമൂഹികബോധം രൂപപ്പെടുത്തുകയും ചെയ്യുന്നു.[20]

രണ്ടാമത്തെ പ്രധാന ഘടകം പരസ്പരസമ്മതത്തെ അടിസ്ഥാനമാക്കിയുള്ള ബന്ധസംസ്കാരമാണ്. വ്യക്തികളുടെ സ്വാതന്ത്ര്യത്തെയും മാനവമഹത്വത്തെയും ബഹുമാനിക്കുന്ന ബന്ധങ്ങൾ രൂപപ്പെടുത്തുന്നതിന് consent എന്ന ആശയം ആധുനിക സാമൂഹികനൈതികതയിൽ കേന്ദ്രസ്ഥാനത്ത് എത്തിച്ചേർന്നിട്ടുണ്ട്. ഇത് അധികാരഅസമത്വങ്ങളും ചൂഷണപരമായ ബന്ധങ്ങളും കുറയ്ക്കാൻ സഹായിക്കുന്ന ഒരു അടിസ്ഥാനതത്വമായി പരിഗണിക്കപ്പെടുന്നു.[21]

മൂന്നാമതായി ശരീരസ്വാതന്ത്ര്യത്തിന്റെ അംഗീകാരം പ്രധാനമാണ്. വ്യക്തിയുടെ ശരീരത്തെക്കുറിച്ചുള്ള തീരുമാനങ്ങൾ വ്യക്തിയുടെ സ്വാതന്ത്ര്യത്തിന്റെയും മാനവാവകാശങ്ങളുടെയും ഭാഗമായി കാണേണ്ടതുണ്ടെന്ന് ആധുനിക സാമൂഹികചിന്തകൾ വ്യക്തമാക്കുന്നു. ഇതോടൊപ്പം gender equality എന്ന ആശയവും ലൈംഗിക നൈതികതയുടെ കേന്ദ്രഘടകമായി മാറുന്നു. സ്ത്രീകളും പുരുഷന്മാരും മറ്റു ലിംഗപരമായ തിരിച്ചറിവുകളും സമാനമായ മാനവമഹത്വത്തോടെയും അവകാശങ്ങളോടെയും സമൂഹത്തിൽ നിലകൊള്ളേണ്ടതുണ്ടെന്നതാണ് ഈ സമീപനത്തിന്റെ അടിസ്ഥാനതത്വം.[22]

അവസാനമായി ആരോഗ്യകേന്ദ്രിതമായ സമീപനം ലൈംഗികസംസ്കാരത്തിന്റെ ഭാവി രൂപപ്പെടുത്തുന്നതിൽ നിർണായകമാണെന്ന് പല സാമൂഹികവിദഗ്ധരും ചൂണ്ടിക്കാണിക്കുന്നു. ലൈംഗികാരോഗ്യം, മാനസികസുഖം, സുരക്ഷിതബന്ധങ്ങൾ എന്നിവയെ മുൻനിർത്തുന്ന സാമൂഹികബോധം രൂപപ്പെടുമ്പോൾ ലൈംഗികത നിയന്ത്രണത്തിന്റെ വിഷയമായി കാണപ്പെടുന്നതിന് പകരം മനുഷ്യജീവിതത്തിന്റെ സമതുലിതവും ബഹുമാനപൂർണ്ണവുമായ ഘടകമായി മനസ്സിലാക്കപ്പെടാൻ സാധ്യതയുണ്ട്. ഈ രീതിയിലുള്ള സാമൂഹികപരിവർത്തനം ഭാവിയിലെ സംസ്കാരത്തിൽ കൂടുതൽ ഉത്തരവാദിത്വപരവും മനുഷ്യകേന്ദ്രിതവുമായ ലൈംഗികസംസ്കാരം രൂപപ്പെടാൻ സഹായിക്കുമെന്ന് ചില സാമൂഹികചിന്തകർ പ്രതീക്ഷിക്കുന്നു.[23]

സമാപനം

ലൈംഗികത മനുഷ്യസംസ്കാരത്തിന്റെ അടിസ്ഥാനഘടകങ്ങളിൽ ഒന്നാണ്. അത് ജീവശാസ്ത്രപരമായ പ്രേരണകളിൽ നിന്ന് ആരംഭിച്ചെങ്കിലും മനുഷ്യസമൂഹത്തിൽ അതിന്റെ അർത്ഥവും പ്രവർത്തനവും അതിൽ ഒതുങ്ങുന്നില്ല. മനുഷ്യ മനസ്സിന്റെ ആഴത്തിലുള്ള വികാരങ്ങൾ, സാമൂഹികബന്ധങ്ങളുടെ രൂപീകരണം, സംസ്കാരപരമായ മൂല്യങ്ങൾ, നിയമഘടനകൾ,

സാങ്കേതികപരമായ മാറ്റങ്ങൾ എന്നിവയിലൂടെ ലൈംഗികത നിരന്തരം പുനർരൂപപ്പെടുന്ന ഒരു സങ്കീർണ്ണമായ സാമൂഹികപ്രക്രിയയായി മാറിയിരിക്കുന്നു. ഈ അർത്ഥത്തിൽ ലൈംഗികത വ്യക്തിപരമായ അനുഭവമെന്ന പരിധിയെ മറികടന്ന് സമൂഹത്തിന്റെ ഘടനകളെയും അധികാരബന്ധങ്ങളെയും സ്വാധീനിക്കുന്ന ഒരു അടിസ്ഥാന സാംസ്കാരിക ഘടകമാണ്.

ചരിത്രപരമായ അവലോകനം കാണിക്കുന്നത്, മനുഷ്യസമൂഹങ്ങൾ ലൈംഗികതയെ മനസ്സിലാക്കുന്നതിനേക്കാൾ അതിനെ നിയന്ത്രിക്കാൻ കൂടുതലായി ശ്രമിച്ചിട്ടുണ്ടെന്നാണ്. മതസ്ഥാപനങ്ങൾ, കുടുംബസംവിധാനങ്ങൾ, നിയമഘടനകൾ, സാമൂഹികമാനദണ്ഡങ്ങൾ എന്നിവയുടെ മുഖേന ലൈംഗിക പെരുമാറ്റങ്ങളെ നിയന്ത്രിക്കുന്ന നിരവധി സംവിധാനങ്ങൾ രൂപപ്പെടുത്തിയിട്ടുണ്ട്. എന്നാൽ ഈ നിയന്ത്രണരീതികൾ പലപ്പോഴും മനുഷ്യാനുഭവങ്ങളുടെ സങ്കീർണ്ണതയെ പൂർണ്ണമായി ഉൾക്കൊള്ളാൻ കഴിയാതെ പോയിട്ടുണ്ട്. ഫലമായി അറിവിന്റെയും നിയന്ത്രണത്തിന്റെയും ഇടയിൽ ഒരു സ്ഥിരമായ സംഘർഷം സാമൂഹികചരിത്രത്തിൽ നിലനിന്നിട്ടുണ്ട്.

ആധുനിക ലോകത്തിൽ ഈ സംഘർഷം പുതിയ രൂപങ്ങളിൽ പ്രത്യക്ഷപ്പെടുന്നു. ഡിജിറ്റൽ സംസ്കാരം, മാധ്യമങ്ങൾ, ആഗോളവൽക്കരണം, സാങ്കേതിക പുരോഗതി എന്നിവ ലൈംഗികതയെ കൂടുതൽ ദൃശ്യവൽക്കരിക്കുകയും തുറന്ന ചർച്ചകളിലേക്ക് കൊണ്ടുവരുകയും ചെയ്യുന്നു. അതേ സമയം പല സാമൂഹികസംവിധാനങ്ങളും പരമ്പരാഗത നൈതികഘടനകളെ നിലനിർത്താൻ ശ്രമിക്കുന്നു. ഈ രണ്ട് പ്രവണതകൾ തമ്മിലുള്ള വൈരുദ്ധ്യം വ്യക്തികളുടെയും സമൂഹത്തിന്റെയും മുന്നിൽ പുതിയ ബൗദ്ധികവും നൈതികവുമായ ചോദ്യങ്ങൾ ഉയർത്തുന്നു.

ഈ സാഹചര്യത്തിൽ ആധുനിക സമൂഹത്തിന്റെ പ്രധാന വെല്ലുവിളി നിയന്ത്രണത്തിനും സ്വാതന്ത്ര്യത്തിനും ഇടയിൽ ബഹുമാനപൂർണ്ണവും ഉത്തരവാദിത്വപരവുമായ സമതുലിതാവസ്ഥ കണ്ടെത്തുന്നതാണ്. ശാസ്ത്രീയ അറിവ്, പരസ്പര ബഹുമാനം, വ്യക്തിസ്വാതന്ത്ര്യം, സാമൂഹിക ഉത്തരവാദിത്വം എന്നിവ തമ്മിൽ സമന്വയിപ്പിക്കുന്ന ഒരു സമീപനം മാത്രമേ മനുഷ്യബന്ധങ്ങളുടെ ആരോഗ്യകരമായ വികസനത്തിന് വഴിയൊരുക്കുകയുള്ളൂ. ലൈംഗികതയെ നിയന്ത്രണത്തിന്റെ വിഷയമായി മാത്രം കാണാതെ മനുഷ്യജീവിതത്തിന്റെ സമഗ്രതയുമായി ബന്ധിപ്പിച്ച ഒരു ബോധമായി മനസ്സിലാക്കുമ്പോഴാണ് മനുഷ്യസംസ്കാരത്തിന്റെ ഭാവി കൂടുതൽ ബഹുമാനപൂർണ്ണവും മാനവകേന്ദ്രിതവുമായ ദിശയിലേക്ക് മുന്നേറാൻ കഴിയുക.

References

[1] Weeks, Jeffrey. *Sexuality*. Routledge, 2010.

[2] Foucault, Michel. *The History of Sexuality, Vol. 1*. Vintage Books, 1978.

[3] Buss, David. *The Evolution of Desire*. Basic Books, 2016.

[4] Freud, Sigmund. *Three Essays on the Theory of Sexuality*. Basic Books, 2000.

[5] Mead, Margaret. *Sex and Temperament in Three Primitive Societies*. Harper & Row, 1935.

[6] Giddens, Anthony. *The Transformation of Intimacy*. Stanford University Press, 1992.

[7] Illouz, Eva. *Consuming the Romantic Utopia*. University of California Press, 1997.

8. Foucault, Michel. The History of Sexuality, Volume 1: An Introduction. New York: Pantheon Books, 1978.

9. Foucault, Michel. Society Must Be Defended: Lectures at the Collège de France. New York: Picador, 2003.

10. Weeks, Jeffrey. Sexuality. London: Routledge, 2010.

11. Giddens, Anthony. The Transformation of Intimacy: Sexuality, Love and Eroticism in Modern Societies. Stanford: Stanford University Press, 1992.

12. Laqueur, Thomas. Making Sex: Body and Gender from the Greeks to Freud. Cambridge: Harvard University Press, 1990.

13. WHO. International Technical Guidance on Sexuality Education. Geneva: World Health Organization / UNESCO, 2018.

14. Illouz, Eva. *Consuming the Romantic Utopia: Love and the Cultural Contradictions of Capitalism*. Berkeley: University of California Press, 1997.
15. Bauman, Zygmunt. *Liquid Love: On the Frailty of Human Bonds*. Cambridge: Polity Press, 2003.
16. Turkle, Sherry. *Alone Together: Why We Expect More from Technology and Less from Each Other*. New York: Basic Books, 2011.
17. Giddens, Anthony. *Modernity and Self-Identity: Self and Society in the Late Modern Age*. Stanford: Stanford University Press, 1991.
18. Weeks, Jeffrey. *The World We Have Won: The Remaking of Erotic and Intimate Life*. London: Routledge, 2007.

19. Foucault, Michel. *Ethics: Subjectivity and Truth.* New York: The New Press, 1997.

20. UNESCO. *International Technical Guidance on Sexuality Education.* Paris: UNESCO Publishing, 2018.

21. MacKinnon, Catharine A. *Toward a Feminist Theory of the State.* Cambridge: Harvard University Press, 1989.

22. Butler, Judith. *Gender Trouble: Feminism and the Subversion of Identity.* New York: Routledge, 1990.

23. World Health Organization. *Defining Sexual Health: Report of a Technical Consultation on Sexual Health.* Geneva: WHO, 2006.